കേരളത്തിലെ കമ്യൂണിസ്റ്റ് പാർടിയുടെ ചരിത്രം

ഭാഗം ഒന്ന്

1940 വരെ

Keralathile Communist Partiyude Charithram
Bhagam Onnue
1940 Vare
History/Politics

CHINTHA PUBLISHERS
Thiruvananthapuram

First Edition
February 2018

Second Edition
June 2020

Third Edition
March 2022

Published & Typesetting
Chintha Publishers, Thiruvananthapuram

Cover Design
Vinod Mangoes

ISBN : 978-93-86637-97-0

CR - 3156 / 5967

Email: chinthapublishers@gmail.com
Website: www.chinthapublishers.com

A version is available at National Libraries
Kolkata, Mumbai, Chennai and Delhi

Distribution
DESHABHIMANI BOOKHOUSE
H O Thiruvananthapuram 695035

Branch
Head Office Kunnukuzhi • Statue Thiruvananthapuram
KSRTC Bus Terminal Thampanoor • Saphalyam Complex Thiruvananthapuram
KSRTC Bus Station Alappuzha • KSRTC Bus Station Ernakulam
Machingal Lane Thrissur • IG Road Kozhikode
Mavoor Road Kozhikode • NGO Union Building Kannur
Central Bus Terminal Complex Thavakkara Kannur

കേരളത്തിലെ കമ്യൂണിസ്റ്റ് പാർടിയുടെ ചരിത്രം

ഭാഗം ഒന്ന്

1940 വരെ

ചിന്ത പബ്ലിഷേഴ്സ്
തിരുവനന്തപുരം-695 035

ഉപദേശക സമിതി

വി എസ് അച്യുതാനന്ദൻ (ചെയർമാൻ)
കോടിയേരി ബാലകൃഷ്ണൻ (കൺവീനർ)
എസ് രാമചന്ദ്രൻ പിള്ള
പിണറായി വിജയൻ
എം എ ബേബി
പാലൊളി മുഹമ്മദ് കുട്ടി
പി കെ ഗുരുദാസൻ
വൈക്കം വിശ്വൻ
എം എം ലോറൻസ്
കെ എൻ രവീന്ദ്രനാഥ്
തോമസ് ഐസക്ക്
കെ കെ ശൈലജ ടീച്ചർ

രചനാസമിതി

ഡോ. കെ എൻ ഗണേഷ്
പ്രൊഫ. സി പി അബൂബക്കർ
പ്രൊഫ. വി കാർത്തികേയൻ നായർ
ഡോ. സി ബാലൻ
പ്രൊഫ. ഇ രാജൻ
പുത്തലത്ത് ദിനേശൻ (കോ-ഓർഡിനേറ്റർ)

ഉള്ളടക്കം

പ്രസാധകക്കുറിപ്പ്

കേരളത്തിലെ കമ്യൂണിസ്റ്റ് പാർട്ടിയുടെ ചരിത്രത്തിന്റെ ഒന്നാം ഭാഗമാണ് ഇപ്പോൾ പ്രസിദ്ധീകരിക്കുന്നത്. കമ്യൂണിസ്റ്റ് പാർട്ടി ഓഫ് ഇന്ത്യ (മാർക്സിസ്റ്റ്) ആണ് ഇത് തയ്യാറാക്കിയിരിക്കുന്നത്. ഇന്നുവരെയുള്ള അവശേഷിക്കുന്ന ചരിത്രം നാല് ഭാഗങ്ങളിലായി തുടർന്ന് പ്രസിദ്ധീകരിക്കും.

കേരളത്തിലെ കമ്യൂണിസ്റ്റ് പ്രസ്ഥാനത്തെയും പാർട്ടിയെയും കുറിച്ച് നിരവധി പഠനങ്ങൾ പ്രസിദ്ധീകരിക്കപ്പെട്ടിട്ടുണ്ട്. ഇവയിൽ ചിലത് കമ്യൂണിസ്റ്റ് പ്രസ്ഥാനത്തിന് നേതൃത്വം വഹിച്ചവരുടെ രചനകളും മറ്റുള്ളവരുടെ ആത്മകഥകളും ജീവചരിത്രങ്ങളുമാണ്. ഇവ കൂടാതെ വിവിധ കാഴ്ചപ്പാടുകളിൽ കമ്യൂണിസ്റ്റ് പാർട്ടിയുടെ ചരിത്രത്തെക്കുറിച്ചുള്ള നിരവധി അക്കാദമിക് പഠനങ്ങളുമുണ്ട്.

ചരിത്ര രചന എപ്പോഴും വ്യക്തിഗതമായ അന്വേഷണമാണെന്നും കൂട്ടായ്മയുടെ ഉൽപ്പന്നമല്ലെന്നും പ്രമുഖ ചരിത്രകാരന്മാർ പറഞ്ഞിരുന്നു. എന്നാൽ ഒരു പ്രസ്ഥാനത്തെ സംബന്ധിച്ചിടത്തോളം ചരിത്രം കൂട്ടായ്മയുടെ ഉൽപ്പന്നം തന്നെയാണ്. ഓരോ മേഖലയിലേയും പ്രവർത്തനത്തിലെ മുന്നേറ്റങ്ങളും തിരിച്ചടികളും എല്ലാവരേയും ബാധിക്കുന്നുണ്ട്. ഇത്തരം രചനയിൽ മനുഷ്യരുടെ വാക്കുകളും പ്രവർത്തികളും അനുഭവങ്ങളും രേഖകളും പ്രസക്തമാകും. ഇത് ചരിത്ര പ്രവണതകളെ അടയാളപ്പെടുത്തും. ഈ അടിസ്ഥാനത്തിലുള്ള ചരിത്രരചനയാണ് സി പി ഐ (എം) ന്റെ ചരിത്ര രചനാസമിതി നിർവ്വഹിച്ചിരിക്കുന്നത്.

ഇത് അപൂർവ്വവും അനന്യവുമായ ഒരു രചനയാണ്. ഇതിന്റെ സമഗ്രത മറ്റൊരു ചരിത്രരചനാശൈലിക്കും കൈവരിക്കാനാവുകയില്ല.

ചിന്ത പബ്ലിഷേഴ്സ്

ആമുഖം

കോടിയേരി ബാലകൃഷ്ണൻ
കൺവീനർ, ചരിത്രരചനാസമിതി

സി.പി.ഐ(എം) തയ്യാറാക്കുന്ന കേരളത്തിലെ കമ്മ്യൂണിസ്റ്റ് പാർട്ടിയുടെ ചരിത്രത്തിന്റെ ഒന്നാം വോള്യമാണ് ഇവിടെ പ്രസിദ്ധീകരിക്കുന്നത്. 1940 ൽ കമ്മ്യൂണിസ്റ്റ് പാർട്ടി ഔപചാരികമായി പ്രവർത്തനമാരംഭിക്കുന്നതുവരെയുള്ള ചരിത്രമാണ് ഇതിൽ ഉൾപെടുത്തിയിട്ടുള്ളത്. ശേഷിക്കുന്ന നാലു വോള്യങ്ങളിലായി പാർട്ടിയുടെ ഇന്നുവരെയുള്ള ചരിത്രം അവതരിപ്പിക്കാമെന്നാണ് ഉദ്ദേശിക്കുന്നത്.

പാർട്ടിയുടെ ചരിത്രങ്ങൾ ഇതുവരെ

കേരളത്തിലെ കമ്മ്യൂണിസ്റ്റ് പ്രസ്ഥാനത്തെയും പാർട്ടിയെയും കുറിച്ച് നിരവധി പഠനങ്ങൾ ഇതിനകം വന്നു കഴിഞ്ഞിട്ടുണ്ട്. ഇ എം എസിന്റെ "കമ്മ്യൂണിസ്റ്റ് പാർട്ടി കേരളത്തിൽ" എൻ ഇ ബലറാമിന്റെ "കേരളത്തിലെ കമ്മ്യൂണിസ്റ്റ് പ്രസ്ഥാനം: ആദ്യനാളുകളിൽ" എന്നിവ പ്രസ്ഥാനത്തിന് നേതൃത്വം വഹിച്ചവരിൽ നിന്നുവന്ന ശ്രദ്ധേയമായ കൃതികളാണ്. എ കെ ഗോപാലൻ, എൻ സി ശേഖർ, പി നാരായണ നായർ, കെ സി ജോർജ്ജ്, എം എൻ ഗോവിന്ദൻ നായർ, പുതുപ്പള്ളി രാഘവൻ, മൊയാരത്തുശങ്കരൻ, കെ മാധവൻ, ഇ പി ഗോപാലൻ, ആർ കൃഷ്ണൻ, ഗൗരി അമ്മ, തോപ്പിൽ ഭാസി, ചെറുകാട് തുടങ്ങിയവരുടെ ആത്മകഥകളും പ്രസ്ഥാനത്തിന്റെ ചരിത്രത്തിലേക്ക് വെളിച്ചം വീശുന്നവയാണ്. 1964 നുശേഷമുള്ള സി പി ഐയുടെ ചരിത്രം എഴുതാനുള്ള ശ്രമവും നടന്നിട്ടുണ്ട്. അടിയന്തിരാവസ്ഥയ്ക്കു മുമ്പും ശേഷവുമുള്ള നക്സലൈറ്റ് പ്രസ്ഥാനത്തിന്റെ ചരിത്രം എഴുതി പ്രസിദ്ധീകരിക്കപ്പെട്ടിട്ടുണ്ട്. കമ്മ്യൂണിസ്റ്റ് പ്രസ്ഥാനത്തിന്റെ നേതാക്കളുടെ ഒട്ടനവധി ജീവചരിത്രങ്ങളും പ്രസിദ്ധീകരിച്ചിട്ടുണ്ട്. ഇവയിൽ നിന്ന്

കമ്മ്യൂണിസ്റ്റ് പ്രസ്ഥാനത്തിന്റെ വളർച്ചയുടെ വസ്തുനിഷ്ഠവും വൈകാരികവുമായ തലങ്ങൾ തിരിച്ചറിയാൻ കഴിയും.

കമ്മ്യൂണിസ്റ്റ് പാർട്ടിയുടെ ചരിത്രത്തെക്കുറിച്ച് വിവിധ കാഴ്ചപ്പാടുകളിൽ നിന്നുള്ള അക്കാദമിക് പ്രബന്ധങ്ങൾ രചിക്കപ്പെട്ടിട്ടുണ്ട്. അവയിൽ പലതും പ്രസിദ്ധീകരിച്ചിട്ടുണ്ട്. ഇവയിൽ ടി ജി നോസിറ്റർ, ദിലീപ് മേനോൻ, എന്നിവരുടെ പ്രബന്ധങ്ങളും ലേഖനങ്ങളും പ്രശസ്തമാണ്. ഈ ബാലകൃഷ്ണൻ, യു എ മോഹൻദാസ് തുടങ്ങിയവരുടെ പ്രബന്ധങ്ങൾ വിവിധ നിലപാടുകളിൽ നിന്ന് ശ്രദ്ധേയമാണ്. ഇവ കൂടാതെ കേരളത്തിലെ കർഷകപ്രസ്ഥാനങ്ങളുടെയും തൊഴിലാളിപ്രസ്ഥാനങ്ങളുടെയും വേരുകൾ തേടിയുള്ള നിരവധി രചനകൾ നടന്നിട്ടുണ്ട്. കർഷകസമരങ്ങളെക്കുറിച്ച് എ കെ പൊതുവാൾ, കെ കെ എൻ കുറുപ്പ് തുടങ്ങിയവരും തൊഴിലാളി സമരങ്ങളെക്കുറിച്ച് ആർ പ്രകാശം, കെ രാമചന്ദ്രൻനായർ തുടങ്ങിയവരും ശ്രദ്ധേയമായ പഠനങ്ങൾ നടത്തിയിട്ടുണ്ട്. ആണ്ടലാട്ടിന്റെ 'രേഖ ഇല്ലാത്ത ചരിത്രം' 'കേരളത്തിലെ തൊഴിലാളി വർഗത്തിന്റെ പിറവി' എന്നിവയും തോമസ് ഐസക്കിന്റെ 'ആലപ്പുഴയുടെ സമരപാത' വി വി കുഞ്ഞമ്പുവിന്റെ 'കയ്യൂരും കരിവെള്ളൂരും' തുടങ്ങിയവയും പുതിയ സ്രോതസ്സുകളെ ഉപയോഗിച്ചു നടത്തിയ പഠനങ്ങളാണ്. പുന്നപ്രവയലാർ സമരത്തെക്കുറിച്ച് നിരവധി പഠനങ്ങൾ വന്നിട്ടുണ്ട്. കെ സി ജോർജിനെപ്പോലുള്ള പാർട്ടി പ്രവർത്തകർ മുതൽ പി കെ വി കൈമളും പി ജെ ചെറിയാനും പോലുള്ള അക്കാദമിക് പ്രവർത്തകർവരെ നിരവധിപേർ നടത്തിയ പഠനങ്ങൾ കേരളത്തിൽ നടന്ന ഏറ്റവും ശക്തമായ തൊഴിലാളിവർഗ ചെറുത്തുനിൽപിന്റെ ചരിത്രം പൂർണമായി പുറത്തു കൊണ്ടുവന്നിട്ടുണ്ട്.

1957 ലെ ഇ എം എസ് മന്ത്രിസഭ ധാരാളം പഠനങ്ങൾക്ക് വിധേയമായതാണ്. എച്ച് സി മാളവിയ, മങ്കേക്കർ, രാമകൃഷ്ണൻനായർ തുടങ്ങിയവരുടെ ആദ്യകാല പഠനങ്ങൾ മുതൽ ജി കെ ലൈറ്റന്റെ ശ്രദ്ധേയമായ പഠനം വരെ എഴുതപ്പെട്ട പ്രബന്ധങ്ങളും ലേഖനങ്ങളും നിരവധിയാണ്. ഇ എം എസ് മന്ത്രിസഭയെ സംബന്ധിച്ച സാമ്രാജ്യത്വ നിലപാട് പുറത്തു കൊണ്ടുവന്ന വിക്ടർ എം ഫിക്കിന്റെ 'കേരള ദ യെനാൻ ഓഫ് ഇന്ത്യയും' ഇതിൽപെടും. വിമോചനസമരത്തെ സംബന്ധിച്ച് വിവിധ പഠനങ്ങൾ ഇപ്പോഴും നടക്കുന്നു. കേരളത്തിൽ നടന്ന ഭൂപരിഷ്ക്കാരങ്ങളെക്കുറിച്ചുള്ള പഠനങ്ങൾ നിരവധിയാണ്. ഈയിടെയായി കേരളത്തിലെ വികസനത്തെയും അതിൽ കമ്മ്യൂണിസ്റ്റ് പ്രസ്ഥാനത്തിന്റെ പങ്കിനെയും കുറിച്ചുള്ള ഖണ്ഡനപരവും അനുഭാവപൂർണവുമായ വിലയിരുത്തലുകളും ധാരാളമായി വരുന്നുണ്ട്.

ഇവയെല്ലാം കൂടാതെ കമ്മ്യൂണിസ്റ്റ് പാർട്ടിയുടെയും വിവിധ ജനകീയ സമരങ്ങളുടെയും പ്രാദേശികചരിത്രങ്ങളും എഴുതപ്പെടുന്നുണ്ട്.

കണ്ണൂരിലെയും കോഴിക്കോട്ടെയും കമ്മ്യൂണിസ്റ്റ് പാർട്ടിയുടെ വളർച്ചയെക്കുറിച്ച് സി പി ഐ (എം) ഇറക്കിയ വോള്യങ്ങളും തൃശ്ശൂർ ജില്ലയിൽ സി പി ഐയ്ക്കുവേണ്ടി ഇ രാജൻ തയ്യാറാക്കിയ ഗ്രന്ഥവും പ്രധാനമാണ്. കാസർഗോഡും ഏതാണ്ടു സമഗ്രമായ ചരിത്രം തയ്യാറാക്കിയിട്ടുണ്ട്. നിരവധി ജനകീയ സമരങ്ങളുടെ ഓർമ്മകൾ അടങ്ങിയ സ്മരണികകളും പ്രാദേശിക ചരിത്രങ്ങളും പ്രസിദ്ധീകരിക്കുന്നുണ്ട്. മറഞ്ഞു കിടക്കുന്ന, പലപ്പോഴും ഔപചാരിക രേഖകളിൽ കാണാൻ കഴിയാത്ത നിരവധി വിവരങ്ങൾ കണ്ടെത്താൻ ഇത്തരം സ്മരണികകളും പ്രാദേശിക അന്വേഷണങ്ങളും സഹായിക്കുന്നുണ്ട്.

പുതിയ ചരിത്രരചനയുടെ പ്രസക്തി

കേരളത്തിലെ കമ്മ്യൂണിസ്റ്റ് പ്രസ്ഥാനത്തെക്കുറിച്ചുള്ള ഗ്രന്ഥങ്ങളുടെയും രേഖകളുടെയും വിപുലമായ ശേഖരം നമുക്കുണ്ടെന്ന കാര്യത്തിൽ തർക്കമില്ല. അവയിൽ പലതും വ്യക്തിനിഷ്ഠവും സ്വന്തം നിലപാടുകളിൽ നിന്നുള്ളവയുമാണെങ്കിലും പ്രസ്ഥാനചരിത്രത്തെക്കുറിച്ചുള്ള ചർച്ചകളെയും അഭിപ്രായ രൂപീകരണത്തെയും സമ്പന്നമാക്കാൻ ഏറെ സഹായിച്ചിട്ടുണ്ട്. ഇ എം എസിനെപ്പോലുള്ളവരുടെ രചനകളിൽ വിമർശനത്തിന്റെയും സ്വയം വിമർശനത്തിന്റെയും തലങ്ങളും നമുക്കു കാണാം. എങ്കിലും കമ്മ്യൂണിസ്റ്റ് പാർട്ടി ഒന്നാകെ അത്തരത്തിൽ സ്വന്തം ഭൂതകാലത്തെ വിലയിരുത്തുന്നതിനും അതിൽ നിന്ന് പാഠങ്ങൾ ഉൾക്കൊള്ളുന്നതിനും നടത്തിയ ശ്രമങ്ങൾ അത്യപൂർവമാണ്.

രാഷ്ട്രീയ സാമൂഹ്യപ്രസ്ഥാനങ്ങളുടെ ഇടയിൽ അവരവരുടെ ചരിത്രം ഗൗരവമുള്ള പഠനങ്ങൾക്കു വിഷയമാകാറില്ല. രാഷ്ട്രീയ പ്രവർത്തനങ്ങളുടെ ചരിത്രങ്ങളിൽ പ്രത്യക്ഷപ്പെടുന്ന ശരികൾ അവരുടെ ആത്മാഭിമാനത്തെ പോഷിപ്പിക്കുന്നതിനുള്ള ഉപകരണങ്ങളും തെറ്റുകൾ മറ്റുള്ളവരുടെ പഴികൾക്കുള്ള ആയുധങ്ങളും ആയി മാറും. പ്രവർത്തനങ്ങളിലെ ശരികളുടെയും തെറ്റുകളുടെയും വസ്തുനിഷ്ഠവും ശാസ്ത്രീയവുമായ വിശകലനം എങ്ങനെയാണ് പുതിയ പാതകൾ സൃഷ്ടിക്കാൻ സഹായിക്കുന്നത് എന്ന ആലോചന ഉയരുന്നില്ല. ഒരു പ്രസ്ഥാനത്തെ സംബന്ധിച്ചിടത്തോളം, അതു കടന്നുപോന്ന കല്ലും മുള്ളും നിറഞ്ഞ വഴികൾ കണ്ടെടുക്കേണ്ടതുണ്ട്. അതിലൂടെ പാതവെട്ടിത്തെളിക്കാൻ ഉപയോഗിച്ച തന്ത്രങ്ങളും അടവുകളും ഉപകരണങ്ങളും കണ്ടെത്തേണ്ടതുണ്ട്. ഇവയെക്കുറിച്ചുള്ള വ്യക്തമായ ധാരണ ഉണ്ടെങ്കിൽ മാത്രമേ ഇപ്പോൾ നാം എത്തിച്ചേർന്നിരിക്കുന്ന ദശാസന്ധികളെയും മുന്നോട്ടുള്ള വഴിയെയും കുറിച്ചുള്ള ധാരണകളിലേക്കു നീങ്ങാൻ കഴിയൂ.

അതുകൊണ്ട് കമ്മ്യൂണിസ്റ്റ് പാർട്ടിയുടെ ചരിത്രം ആധുനിക കേരളത്തിന്റെ സാമൂഹ്യചരിത്രമാണ്. മാർക്സ് സൂചിപ്പിച്ചതുപോലെ മനുഷ്യരാണ് ചരിത്രം നിർമ്മിക്കുന്നത്. അവരതു ചെയ്യുന്നത്, അവർ

ജീവിക്കുന്ന സാഹചര്യങ്ങൾക്കുള്ളിലാണ്. നമുക്ക് എത്രമാത്രം ആഗ്രഹങ്ങളുണ്ടെങ്കിലും സാഹചര്യങ്ങൾ ആവശ്യപ്പെടുന്നതിനോടാണ് മനുഷ്യർ പ്രതികരിക്കുക. സാഹചര്യങ്ങൾ സൃഷ്ടിക്കപ്പെടുന്നത് അവരുടെയും ഭൂതകാലത്തിലായതുകൊണ്ട്, അതിന്റെ അംശങ്ങൾ പ്രേതബാധപോലെ അവരെ പിടികൂടും. അതുകൊണ്ട് ചരിത്രരചന നടത്തുമ്പോൾ ചരിത്രസംഭവങ്ങളും മനുഷ്യജീവിതവും മാത്രം വിശദീകരിച്ചാൽ പോര, അതുണ്ടാകുന്ന സാഹചര്യങ്ങളും വിശദീകരിക്കണം. കമ്മ്യൂണിസ്റ്റ് പാർട്ടിയും പാർട്ടി നയിച്ച വർഗബഹുജനപ്രസ്ഥാനങ്ങളും രൂപം കൊണ്ടതെവിടെയെന്നും എങ്ങനെയെന്നും മാത്രം പറഞ്ഞാൽ പോര, എന്തുകൊണ്ട് രൂപം കൊണ്ടുവെന്നും അവ നിലവിൽവന്ന ഭൗതികവും ആത്മനിഷ്ഠവുമായ സാഹചര്യങ്ങളെന്തെന്നും കൂടി പറയാൻ കഴിയണം.

ഇത്തരത്തിലുള്ള ചരിത്രരചന എളുപ്പമല്ല. വ്യക്തിഗതമായി ചരിത്രരചന നടത്തുന്ന അക്കാദമിക് പണ്ഡിതന്മാർക്ക് അവർക്ക് ലഭ്യമായ ഉപാദാനങ്ങളെ ശാസ്ത്രീയമായി അപഗ്രഥിച്ച് ഒരു നിഗമനത്തിലെത്തേണ്ട ചുമതലയാണുള്ളത്. അവർ ഉപയോഗിക്കുന്ന രീതി ശാസ്ത്രമനുസരിച്ച് അവർക്ക് ഒരു സംഭവത്തെയോ പ്രസ്ഥാനത്തെയോ കുറിച്ച് ഖണ്ഡനപരവും അനുകൂലവുമായ നിഗമനങ്ങളിൽ എത്താം. ഈ നിഗമനങ്ങളുടെ പ്രത്യാഘാതങ്ങൾക്കും അലയൊലികൾക്കും അവർക്ക് ഉത്തരവാദിത്വമില്ല. മലബാറിലെ കർഷകകലാപങ്ങൾ വളർന്നുവന്നത് അവിടത്തെ കർഷകസമൂഹത്തിന്റെ ധാർമ്മിക നീതി ക്രമത്തിന്റെ ഭാഗമായിട്ടായിരുന്നു എന്നും ഈഴവരുടെ സ്വത്വബോധത്തിന്റെ സൃഷ്ടിയായിരുന്നെന്നും ഒരു ചരിത്രകാരൻ (ദിലീപ് മേനോൻ) വാദിക്കുന്നത് അദ്ദേഹത്തിന്റെ രീതിശാസ്ത്രമനുസരിച്ചാണ്. മരുമക്കത്തായ കുടുംബത്തിലെ വിള്ളലുകളാണ് മാർക്സിസ്റ്റ് അവബോധത്തിലേക്ക് നയിച്ചത് എന്ന റോബിൻ ജെഫ്രിയുടെ വാദം മറ്റൊരു തരത്തിലുള്ള രീതിശാസ്ത്രത്തിന്റെ സൃഷ്ടിയാണ്. ലോകരാഷ്ട്രങ്ങളിലേക്ക് വിപ്ലവം കയറ്റുമതിചെയ്യാനുള്ള സോവിയറ്റ് കുടിലതന്ത്രത്തിന്റെ ഭാഗമാണ് കേരളത്തിലെ കമ്മ്യൂണിസ്റ്റ് പാർട്ടി എന്നും വാദിക്കപ്പെട്ടിട്ടുണ്ട്. ജാതിപരമായ സ്പർദ്ധയാണ് കമ്മ്യൂണിസ്റ്റ് പ്രസ്ഥാനത്തിന്റെ അടിത്തറ എന്നും വിലയിരുത്തപ്പെട്ടിട്ടുണ്ട്. ഇത്തരത്തിലുള്ള ഏതു വാദവും ഉന്നയിക്കാനുള്ള സ്വാതന്ത്ര്യം വ്യക്തികൾക്കും അക്കാദമിക് പണ്ഡിതന്മാർക്കുമുണ്ട്. അവരുടെ നിഗമനങ്ങളെ തള്ളുകയോ കൊള്ളുകയോ ചെയ്യാനുള്ള സ്വാതന്ത്ര്യം വായനക്കാർക്കും രാഷ്ട്രീയപ്രസ്ഥാനങ്ങൾക്കുമുണ്ട്. കമ്മ്യൂണിസ്റ്റ് പാർട്ടിയുടെ സ്ഥിതി വ്യത്യസ്തമാണ്. അവർക്ക് വേണ്ടത് കേവലമായ പാണ്ഡിത്യപ്രകടനമോ അലസമായ ചില നിഗമനങ്ങളോ അല്ല. ചരിത്രപ്രക്രിയയിൽ തനതായ ഒരു വഴിത്താര സൃഷ്ടിക്കാനുള്ള ശ്രമമാണ് കമ്മ്യൂണിസ്റ്റുകാർ നടത്തുന്നത്. അവർ കടന്നുപോന്ന പാതകളിലെ ശരിയും തെറ്റും കൃത്യമായി നിർണയിക്കേണ്ട ബാധ്യതയുണ്ട്. ചരിത്രദശകളിൽ അവർ നടത്തിയ പ്രവർത്തനങ്ങളുംകൂടി ചേർന്നാണ് ഇന്നവർ പ്രവർത്തിക്കുന്ന

സാഹചര്യങ്ങൾ സൃഷ്ടിച്ചിരിക്കുന്നത്. ഇന്നവർ പ്രവർത്തിക്കുന്ന സാഹചര്യങ്ങൾ തിരിച്ചറിയണമെങ്കിൽ, അവർക്ക് മുമ്പേ പോയവർ പ്രവർത്തിച്ച സാഹചര്യങ്ങളും പ്രവർത്തനങ്ങളുടെ ദിശകളും മനസ്സിലാക്കണം. അതിലെ ശരികളും തെറ്റുകളും സ്വയം വിമർശനാത്മകമായി ഉൾക്കൊള്ളണം. അപ്പോളാണ് ചരിത്രം ഒരു വഴികാട്ടിയായി പ്രവർത്തിക്കുക.

ചരിത്ര രചന എപ്പോഴും വ്യക്തിഗതമായ അന്വേഷണമാണ്. കൂട്ടായ്മയുടെ ഉൽപന്നമല്ലെന്ന് കേരളത്തിലെ ഒരു പ്രമുഖചരിത്രകാരൻ (എ ശ്രീധരമേനോൻ) പറഞ്ഞിരുന്നു. അക്കാദമിക് നിഗമനങ്ങളെ സംബന്ധിച്ചിടത്തോളം അതു ശരിയായിരിക്കാം. ഒരു പ്രസ്ഥാനത്തിന് അവരുടെ ചരിത്രം കൂട്ടായ്മയുടെ ഉൽപന്നം തന്നെയാണ്. അവരോരോരുത്തരുടെയും പ്രവർത്തനമേഖലകളിലെ മുന്നേറ്റങ്ങളും തിരിച്ചടികളുമെല്ലാം പ്രസ്ഥാനത്തിൽപെട്ട എല്ലാവരെയും ബാധിക്കുന്നുണ്ട്. അത്തരം ചരിത്രം രേഖപ്പെടുത്തുമ്പോഴും കൂട്ടായ്മയുടെ വഴി പിന്തുടരേണ്ടിവരും. ചരിത്രം രചിക്കുന്ന വ്യക്തിയുടെയോ വ്യക്തികളുടെയോ മാത്രമല്ല, യഥാർത്ഥത്തിൽ ചരിത്രമുണ്ടാക്കിയ മനുഷ്യരുടെ വാക്കുകളും അനുഭവങ്ങളും രേഖകളും പ്രസക്തമാകും. അവയെല്ലാം വൈവിധ്യമാർന്നതും വ്യത്യസ്തജീവിതസാഹചര്യങ്ങളെയും സമൂഹങ്ങളെയും പ്രതിഫലിപ്പിക്കുന്നതുമാണ്. അവയുടെ സാരാംശം ഉൾപെടുത്തിക്കൊണ്ടുള്ള ചില പ്രവണതകൾ മാത്രമാണ്. എഴുതപ്പെടുന്ന ചരിത്രത്താളുകളുടെ പരിമിതികൾ അനുസരിച്ച് നൽകാനാകുക. എങ്കിലും അത്തരത്തിലുള്ള വിപുലമായ ഓർമ്മകളുടെയും അനുഭവങ്ങളുടെയും രേഖകളുടെയും സഞ്ചയം ആവശ്യമായി വരും.

ചരിത്ര രചനയുടെ ഘട്ടങ്ങൾ

ഈ പൊതുധാരണകളെ മുൻ നിർത്തിയാണ് സി പി ഐ(എം) കമ്മ്യൂണിസ്റ്റ് പാർട്ടിയുടെ ചരിത്രം എഴുതാനുള്ള ശ്രമങ്ങൾ ആരംഭിച്ചത്. രചനയ്ക്കുള്ള ശ്രമങ്ങൾ തുടങ്ങുമ്പോൾ തന്നെ ഇതിന്റെ പൊതുചട്ടക്കൂട് നിർണയിച്ചിരുന്നു. ഒന്ന് കമ്മ്യൂണിസ്റ്റ് പ്രസ്ഥാനവും പാർട്ടിയും കടന്നുപോകുന്ന വഴിത്താരകൾ പരമാവധി കൃത്യമായും വസ്തുനിഷ്ഠമായും രേഖപ്പെടുത്താൻ അതിനു കഴിയണം; രണ്ട്, അതിനുപയോഗിക്കുന്ന രേഖകളും മറ്റു പ്രമാണ സാമഗ്രികളും ഔപചാരിക ചരിത്ര രേഖകളെന്ന നിലയിലും പാർട്ടി പ്രവർത്തകരുടെതലത്തിലും ആധികാരികമായിരിക്കണം. ഇന്നത്തെ പാർട്ടിയുടെയും പ്രസ്ഥാനത്തിന്റെയും പ്രവർത്തനത്തിന്റെ ഭാഗമായി കടന്നു കൂടാവുന്ന വ്യക്തികളെയും സംഭവങ്ങളെയും സംബന്ധിച്ച മുൻവിധികൾ ചരിത്രരചനയെ ബാധിക്കരുത്; മൂന്ന്, കമ്മ്യൂണിസ്റ്റ് പാർട്ടി കേരളത്തിലെ ബഹുജനവിപ്ലവപാർട്ടിയായതുകൊണ്ട് അതിന്റെ എല്ലാതലങ്ങളിലുമുള്ള പ്രവർത്തനങ്ങളെക്കുറിച്ചുള്ള വിവരങ്ങൾ സമാഹരിച്ച് ഉൾപെടുത്താൻ കഴിയണം. ഇത്തരത്തിലുള്ള ഓർമ്മകളും വിവരങ്ങളും സമാഹരിക്കുന്നത് പാർട്ടി പ്രവർത്തകർ

മുഴുവൻ പങ്കാളികളാകുന്ന ഒരു ജനകീയ പ്രവർത്തനത്തിലൂടെയായിരിക്കണം. അപ്പോഴാണ് സ്വന്തം വഴിത്താരകൾ എന്തായിരുന്നുവെന്ന് അവർക്ക് ബോധ്യപ്പെടുക.

ഈ ധാരണകളുടെ അടിസ്ഥാനത്തിൽ അഞ്ചു വോള്യങ്ങടങ്ങുന്ന ഗ്രന്ഥപരമ്പരയായി കമ്മ്യൂണിസ്റ്റ് പാർട്ടിയുടെ ചരിത്രം തയ്യാറാക്കാൻ സി പി ഐ(എം) തീരുമാനിച്ചു. നിർദ്ദിഷ്ട വോള്യങ്ങൾ താഴെപറയുന്നവയായിരുന്നു.

വോള്യം ഒന്ന്	: കമ്മ്യൂണിസ്റ്റ് പാർട്ടിയുടെ രൂപീകരണം: 1940 വരെ
വോള്യം രണ്ട്	: കമ്മ്യൂണിസ്റ്റ് പാർട്ടിയുടെ വളർച്ച: 1940–1952
വോള്യം മൂന്ന്	: ആശയ സമരങ്ങളും സി പി ഐ(എം)ന്റെ രൂപീകരണവും 1952–1964
വോള്യം നാല്	: സി പി ഐ(എം) ന്റെ വികാസവും ദൃഢീകരണവും 1964–1990
വോള്യം അഞ്ച്	: ഉദാരവൽക്കരണത്തിന്റെയും വർഗീയതയുടെയും നാളുകൾ 1990–ഇന്നുവരെ

ഇതിനാവശ്യമായ തയ്യാറെടുപ്പുകൾ നടത്താനായി സ: വി എസ് അച്യുതാനന്ദൻ ചെയർമാനും സ: കൊടിയേരി ബാലകൃഷ്ണൻ സെക്രട്ടറിയും ആയുള്ള ചരിത്രരചനാസമിതി രൂപീകരിച്ചു. പാർട്ടി നേതാക്കൾ കൂടാതെ, ഈ മേഖലയിൽ പഠനപ്രവർത്തനങ്ങൾ നടത്തിയിട്ടുള്ള ചരിത്രകാരന്മാർ അടങ്ങുന്നതായിരുന്നു ചരിത്രരചനാസമിതി. പാർടി ചരിത്ര രചന നടത്തുകയെന്നത് കഴിഞ്ഞ ആലപ്പുഴ സംസ്ഥാന സമ്മേളന തീരുമാനങ്ങളിൽ ഒന്നായിരുന്നു.

സംസ്ഥാനത്തെ എല്ലാ പ്രദേശങ്ങളിൽ നിന്നും വിവരങ്ങൾ സമാഹരിക്കാനുള്ള സംവിധാനവും ഏർപ്പെടുത്തി. എല്ലാ ജില്ലകളിലും വിവരസമാഹരണത്തിനുള്ള സംഘാടകസമിതിയും അവ പരിശോധിക്കുന്നതിനുള്ള അക്കാദമിക് സമിതിയും, പ്രാദേശികതലത്തിൽ വിവരസമാഹരണത്തിനുള്ള സംഘങ്ങൾ എന്നിങ്ങനെയാണ് പ്രവർത്തനം നടത്തിയത്. വിവരസമാഹരണത്തിന്റെ രീതികളെക്കുറിച്ചുള്ള പരിശീലനം ജില്ലാതലത്തിലും പ്രാദേശികതലത്തിലും നൽകി. വിവരസമാഹരണത്തിന്റെ സന്ദേശം ജനങ്ങളിലെത്തിക്കാൻ ചരിത്രസെമിനാറുകൾ, പ്രദർശനങ്ങൾ തുടങ്ങിയവയും നിർദ്ദേശിച്ചു. അതിനോടൊപ്പം ആർക്കൈവ്സിൽ നിന്നും വിവിധ രേഖാസമുച്ചയങ്ങളിൽ നിന്നും രേഖകൾ ശേഖരിക്കുന്ന ഗവേഷകസംഘത്തെയും നിയോഗിച്ചു.

ഈ ശ്രമങ്ങൾക്ക് നല്ല പ്രതികരണമാണ് ഇതുവരെ ഉണ്ടായിട്ടുള്ളത്. ധാരാളം രേഖകളും ഓർമ്മക്കുറിപ്പുകളും ശേഖരിക്കാൻ ഇതുവരെ

കഴിഞ്ഞിട്ടുണ്ട്. ചരിത്രപഠനത്തിന് പൊതുവിൽ ആവേശം സൃഷ്ടിക്കാനും ഇതുവരെ കഴിഞ്ഞിട്ടുണ്ട്. പ്രാദേശികമായ വിവരസമാഹരണം ഇപ്പോഴും തുടരുകയാണ്. ഇതുവരെ സമാഹരിക്കപ്പെട്ട വിവരങ്ങളുടെ അടിസ്ഥാനത്തിലാണ് ചരിത്രത്തിന്റെ ആദ്യ വോള്യം പ്രസിദ്ധീകരിക്കുന്നത്.

ഒന്നാം വോള്യത്തിന്റെ ഉള്ളടക്കം

1939 ൽ പിണറായി പാറപ്രത്തുചേർന്ന സമ്മേളനത്തിനുശേഷമാണ് കേരളത്തിൽ കമ്മ്യൂണിസ്റ്റ് പാർട്ടി ഔപചാരികമായി പ്രവർത്തനമാരംഭിക്കുന്നത്. 1940 സെപ്തംബർ 15 ന് സാമ്രാജ്യത്വവിരുദ്ധദിനവുമായി ബന്ധപ്പെട്ടുവളർന്നുവന്ന പ്രക്ഷോഭമാണ് കമ്മ്യൂണിസ്റ്റ് പാർട്ടി നേരിട്ടു നയിച്ച സമരം. അതുവരെയുള്ള ചരിത്രമാണ് ഒന്നാം വോള്യത്തിന്റെ ഉള്ളടക്കം.

കമ്മ്യൂണിസ്റ്റ് പാർട്ടിയെപോലെ സമൂഹത്തിനുതന്നെ പുതിയ ദിശാബോധം നൽകുന്ന പ്രസ്ഥാനങ്ങൾ വളർന്നുവരുമ്പോൾ അതിനാവശ്യമായ ഭൗതിക സാഹചര്യങ്ങളും അതിനോട് പുതിയ ആശയസംഹിതയുപയോഗിച്ച് പ്രതികരിക്കുന്ന മനുഷ്യരും വളർന്നുവരേണ്ടതാണ്. ബഹുജന പ്രസ്ഥാനങ്ങൾ വരേണ്യവർഗത്തിന്റെ ക്ലബ്ബുകളിൽ നിന്നോ ഏതെങ്കിലും ഗൂഢാലോചനയുടെ ഭാഗമായി രൂപപ്പെടുന്ന രഹസ്യസംഘങ്ങളിൽ നിന്നോ ഉണ്ടാവുകയില്ല. ഭൗതിക സാഹചര്യങ്ങൾ പൂർണമായി പ്രതികൂലമാകുന്ന സാഹചര്യങ്ങളിൽ രഹസ്യമായി പ്രവർത്തിക്കേണ്ടിവരാം. അവരിൽ ജനങ്ങളോടൊപ്പം നിന്ന് ജനങ്ങൾ സംരക്ഷിക്കുന്നവർ മാത്രമേ പ്രസ്ഥാനങ്ങൾ കെട്ടിപ്പെടുക്കുന്നതിൽ വിജയിക്കാറുള്ളൂ. കമ്മ്യൂണിസം ഒരു ആശയ സംഹിതയും പ്രായോഗികപരിപ്രേക്ഷ്യവുമെന്ന നിലയിൽ പൊതുപ്രവർത്തകരെ എങ്ങനെ സ്വാധീനിച്ചുവെന്നും കമ്മ്യൂണിസത്തെ ജനങ്ങൾക്ക് സ്വീകാര്യമാക്കി മാറ്റിയ ഭൗതിക സാഹചര്യങ്ങൾ എങ്ങിനെ സൃഷ്ടിക്കപ്പെട്ടുവെന്നും അറിയാതെ കമ്മ്യൂണിസ്റ്റ് പാർട്ടി എങ്ങനെ രൂപംകൊണ്ടുവെന്നു മനസ്സിലാക്കാൻ സാധിക്കുകയില്ല.

ഇതിനായി 19-ഉം ഇരുപതും നൂറ്റാണ്ടുകളിൽ വളർന്നുവന്ന സാമൂഹ്യരാഷ്ട്രീയ സംഘർഷങ്ങളെയും അവയ്ക്ക് രൂപംകൊടുത്ത സാഹചര്യങ്ങളെയും മനസ്സിലാക്കേണ്ടിവരും. ആധുനിക കേരളത്തിന്റെ ആദ്യഘട്ടത്തിൽ അധീശത്വം പുലർത്തിയിരുന്ന വർഗങ്ങളെയും അവയ്ക്കെതിരായി വളർന്നുവന്ന സാമൂഹ്യവും ആശയപരവുമായ സംഘർഷങ്ങളെയും പഠിക്കേണ്ടിവരും. പൊതു ഇന്ത്യൻ സാഹചര്യങ്ങളും ലോകസാഹചര്യങ്ങളും ഈ സംഘർഷങ്ങളിൽ വരുത്തിയ മാറ്റങ്ങളും പരിശോധിക്കേണ്ടിവരും. അതായത് കമ്മ്യൂണിസ്റ്റ് പാർട്ടിയുടെ രൂപീകരണചരിത്രം ആധുനിക കേരളത്തിന്റെ സാമൂഹ്യരാഷ്ട്രീയ പരിണാമ ചരിത്രമാണ്.

കമ്മ്യൂണിസ്റ്റുകാരായി മാറിയ വ്യക്തികളും ഇതിൽ പ്രധാനമാണ്.

വ്യക്തികൾ നിർദ്ദേശിച്ച വഴിയ്ക്കല്ല ചരിത്രം നടക്കുന്നത്. നൈസർഗികമായ ജൈവവും ബുദ്ധിപരവുമായ എന്തെങ്കിലും കഴിവുമാത്രമായിട്ടല്ല വ്യക്തികൾ സൃഷ്ടിക്കപ്പെടുന്നത്. അവരുടെ നിലപാടുകൾ രൂപപ്പെടുത്തുന്നത് ജീവിതസാഹചര്യങ്ങളാണ്. ഇതു തിരിച്ചറിയാതെ, കേവലമായ ഇഷ്ടാനിഷ്ടങ്ങളും മുൻവിധികളുമാണ് വ്യക്തികളുടെ സാമൂഹ്യ നിലപാടുകൾ സൃഷ്ടിക്കുന്നത് എന്നു വാദിക്കുന്നത് ബാലിശമായിരിക്കും. അതുകൊണ്ട്, അന്നത്തെ പൊതു പ്രവർത്തകർ വളർന്നുവന്ന ജീവിത സാഹചര്യങ്ങളെയും അവരെ സ്വാധീനിച്ച ആശയപ്രപഞ്ചത്തെയും തിരിച്ചറിയാതെ, ഒരു കമ്മ്യൂണിസ്റ്റുകാരനെക്കുറിച്ച് തീർപ്പുകല്പിക്കുന്നതും ശരിയാവില്ല. അത്തരത്തിലുള്ള അന്വേഷണങ്ങളും വേണ്ടിവരും.

ആദ്യത്തെ വോള്യത്തിന്റെ ഉള്ളടക്കം ആറ് അധ്യായങ്ങളിലായാണ് ക്രമീകരിച്ചിരിക്കുന്നത്. ബ്രിട്ടീഷ് കൊളോണിയൽ കാലഘട്ടത്തിൽ മനുഷ്യാധ്വാനത്തിന്റെ പൊതു സ്വഭാവവും സമൂഹബന്ധങ്ങളിലും വർഗബന്ധങ്ങളിലും വന്നമാറ്റങ്ങളുമാണ് ആദ്യത്തെ അദ്ധ്യായത്തിൽ വിശദീകരിക്കുന്നത്. കേരളത്തിൽ മുതലാളിത്തത്തിന്റെ വളർച്ചയെയും അതിന്റെ സാധ്യതകളെയും പരിമിതികളെയും രണ്ടാമത്തെ അദ്ധ്യായത്തിൽ പ്രതിപാദിക്കുന്നു. കേരളത്തെ നിയന്ത്രിച്ച ജാതിജന്മിനാടുവാഴിത്ത വ്യവസ്ഥയ്ക്കും കൊളോണിയലിസത്തിനും എതിരായ പോരാട്ടത്തിന്റെ സാമൂഹ്യവും ആശയപരവുമായ വശങ്ങളാണ് മൂന്നാം അദ്ധ്യായത്തിൽ ഉള്ളത്. നവോത്ഥാനം എന്ന ആശയത്തിന്റെ വിവിധവശങ്ങളെയും അവിടെ ചർച്ച ചെയ്യുന്നു. സാമ്രാജ്യത്വവിരുദ്ധസമരങ്ങളും ദേശീയ പ്രസ്ഥാനത്തിന്റെ വളർച്ചയുമാണ് നാലാം അദ്ധ്യായത്തിലെ പ്രതിപാദ്യം. സാമ്രാജ്യത്വവിരുദ്ധസമരങ്ങൾ എങ്ങിനെ കർഷക–തൊഴിലാളി–ബഹുജനസമരങ്ങളായി വളർന്നുവരുന്നുവെന്നും അത് എങ്ങനെ അധീശവർഗങ്ങൾക്കെതിരായി പോരാടുന്നവരുടെ ഐക്യമുന്നണിയായി എങ്ങനെ മാറിയെന്നുമാണ് അഞ്ചാം അദ്ധ്യായത്തിലുള്ളത്. ആറാം അദ്ധ്യായം ഇവയുടെയെല്ലാം പശ്ചാത്തലത്തിൽ കമ്മ്യൂണിസ്റ്റ് അവബോധം എങ്ങനെ വളർന്നുവന്നുവെന്നും അത് കമ്മ്യൂണിസ്റ്റ് പാർട്ടിയുടെ രൂപീകരണത്തിലേക്ക് നയിച്ചതെങ്ങനെയെന്നും വിശദീകരിക്കുന്നു.

ഈ വോള്യത്തിലെ പ്രതിപാദനം പൂർണമായും കുറ്റമറ്റതാണെന്ന അവകാശവാദമൊന്നും ഇവിടെ നടത്തുന്നില്ല. നിലവിലുള്ള വിവരങ്ങളുടെ അടിസ്ഥാനത്തിൽ പരമാവധി വസ്തുനിഷ്ഠവും ശാസ്ത്രീയവുമായ അവതരണം നടത്താൻ ശ്രമിച്ചിട്ടുണ്ട്. ഇതിലെ കുറ്റങ്ങളും കുറവുകളും ചൂണ്ടിക്കാണിച്ചാൽ തിരുത്താൻ സന്നദ്ധവുമാണ്. കേരളത്തിലെ സമൂഹവികാസത്തിന്റെയും പരിവർത്തനത്തിന്റെയും ഭാഗമായി വളർന്നുവന്ന പ്രവണതകൾ തന്നെയാണ് കമ്മ്യൂണിസ്റ്റ് പാർട്ടിയിലേക്കു നയിച്ചതെന്നും അതുകൊണ്ട് കമ്മ്യൂണിസ്റ്റ് പാർട്ടിയുടെ രൂപീകരണത്തിന് ചരിത്രപരമായ പ്രസക്തിയും സാംഗത്യവുമുണ്ടെന്നുമുള്ള

വസ്തുതകളാണ് കേരളത്തിലെ കമ്മ്യൂണിസ്റ്റ് പ്രസ്ഥാനത്തെ ഇപ്പോഴും നിലനിർത്തുന്നതിൽ സഹായിക്കുന്നത്. നിരവധി കടുത്ത വെല്ലുവിളികളുണ്ടായിട്ടും അവയെയെല്ലാം നേരിട്ട് മുന്നോട്ടു പോകാനുള്ള ശക്തി പകരുന്നത്. കേരളത്തിലെ ജനങ്ങൾ തന്നെയാണ് ഇവിടെയുള്ള കമ്മ്യൂണിസ്റ്റ് പാർട്ടിയെ നിലനിർത്തുന്നത്. അതെന്തുകൊണ്ട് എന്ന അന്വേഷണം ഈ വോള്യത്തിലൂടെ തുടങ്ങിവയ്ക്കുകയാണ്.

ഈ ഉദ്യമം രൂപം കൊണ്ടതു മുതൽ എല്ലാ പ്രവർത്തനങ്ങൾക്കും പിന്തുണ നൽകുകയും നേതൃത്വപരമായ പങ്കുവഹിക്കുകയും ചെയ്ത സി പി ഐ (എം) ന്റെ സെക്രട്ടറിയേറ്റിനും കമ്മിറ്റി മെമ്പർമാർക്കും ഞങ്ങളുടെ നന്ദി പ്രകടിപ്പിക്കുന്നു. അവരുടെ സജീവമായ സഹകരണമില്ലാതെ ഈ പ്രവർത്തനം മുന്നോട്ടുപോകുമായിരുന്നില്ല. ചരിത്ര സമിതിയുടെ എല്ലാ പ്രവർത്തനങ്ങളെയും ഏകോപിപ്പിക്കുന്നതിനും കൃത്യതയോടെ മുന്നോട്ടുകൊണ്ടുപോകുന്നതിനും നേതൃത്വം നൽകിയ സഖാവ് വി എസ് അച്ചുതാനന്ദന് നന്ദി പ്രകാശിപ്പിക്കുന്നു. ചരിത്ര രചനയെക്കുറിച്ച് ആദ്യം വ്യക്തമായ ആശയം മുന്നോട്ടുവെച്ച് രചനയുടെ ഓരോ ഘട്ടത്തിലും മാർഗ്ഗനിർദ്ദേശം തന്നത് സ. എസ് രാമചന്ദ്രൻ പിള്ളയാണ്. പ്രോജക്റ്റ് നിർമ്മാണം, ശില്പശാലകൾ, ജില്ലാതലപ്രവർത്തനങ്ങൾ, രചനയുടെ ക്രോഡീകരണവും പരിശോധനയും അന്തിമ രൂപം ചർച്ച ചെയ്യൽ തുടങ്ങി ഓരോ ഘട്ടത്തിലും പ്രവർത്തനത്തിന്റെ ജീവനാഡിയായത് എസ് ആർ പി യാണ്. ഇപ്പോഴത്തെ രൂപത്തിലെങ്കിലും ഈ വോള്യം പൂർത്തിയാക്കുന്നതിന് അദ്ദേഹത്തിന്റെ ഇടപെടലില്ലാതെ സാധിക്കുമായിരുന്നില്ല. പി.ബി. അംഗം പിണറായി വിജയൻ സംസ്ഥാന സെക്രട്ടറിയായിരുന്ന ഘട്ടത്തിൽ ഇക്കാര്യത്തിൽ നടത്തിയ ഇടപെടൽ പ്രത്യേകം സ്മരിക്കേണ്ടതാണ്. ചരിത്രസമിതിയുടെ പ്രവർത്തനത്തിൽ മുന്നിട്ടിറങ്ങിയത് കെ എൻ ഗണേഷ്, ദിനേശൻ പുത്തലത്ത്, വി ശിവദാസൻ, വി കാർത്തികേയൻ നായർ, സി ബാലൻ എന്നിവരാണ്. അവരുടെ പ്രവർത്തനമില്ലാതെ വിവരസമാഹരണം പൂർത്തിയാകുമായിരുന്നില്ല. സന്ദിഗ്ധഘട്ടങ്ങളിൽ വിലയേറിയ ഉപദേശങ്ങൾ തന്നെ സ. തോമസ് ഐസക്, എം എ ബേബി, സി പി അബുബക്കർ തുടങ്ങിയവരെയും സ്മരിക്കേണ്ടതുണ്ട്. ജില്ലാതലത്തിൽ വിവരസമാഹരണത്തിന് നേതൃത്വം നൽകിയത് എ കെ നാരായണൻ, വി പി പി മുസ്തഫ, കെ കെ രാഗേഷ്, കീച്ചേരി രാഘവൻ, പി വിശ്വൻ, സി പി അബുബക്കർ, കെ ടി കുഞ്ഞിക്കണ്ണൻ, പി എ മുഹമ്മദ്, ടി ജോർജ്, ഇ എൻ മോഹൻദാസ്, പി ശിവദാസൻ, ടി കെ നാരായണദാസ്, സി പി ചിത്രഭാനു, യു പി ജോസഫ്, ബാഹുലേയൻ, ദിനേശ്മണി, ദേവദർശനൻ, പി എൻ വിജയൻ, വി എൻ വാസവൻ, ചന്ദ്രബാബു അബുരാജ്, എം ടി ജോസഫ്, ആർ ഉണ്ണികൃഷ്ണപിള്ള, കെ പി കൃഷ്ണൻകുട്ടി, കെ രാജഗോപാൽ, ഉണ്ണിക്കൃഷ്ണൻ, പിരപ്പൻകോട് മുരളി എന്നിവരാണ് അവരുടെ പൂർണമായ സഹകരണത്തിന് നന്ദിരേഖപ്പെടുത്തുന്നു.

ഈ പ്രവർത്തനത്തിന്റെ ഹെഡ്ക്വാർട്ടേഴ്സായി പ്രവർത്തിച്ചത് ഇ എം എസ് അക്കാദമിയാണ്. പൂർണമനസ്സോടെ ഈ ഉദ്യമത്തിൽ സഹായിച്ച പ്രൊഫ. പ്രതാപചന്ദ്രൻനായർ, കുട്ടൻനായർ, ഷജൻ, ശ്രീജിത്ത്, ചാൾസ്, സുരേഷ് തുടങ്ങിയവരോട് നന്ദി രേഖപ്പെടുത്തുന്നു. സാമാന്യം വിഷമം പിടിച്ച കൂട്ടുദ്യമത്തിന്റെ ഫലമായി തയ്യാറാക്കിയ കൈയെഴുത്തു പ്രതി എത്രയും വേഗത്തിൽ ഏറ്റവും ഭംഗിയായി ഡി ടി പി ചെയ്തു തന്ന ശ്രീമതി. പ്രേമലതയോടും കടപ്പാടുണ്ട്. ഈ ഉദ്യമത്തിന് എല്ലാ വിധ ഭൗതികസഹായങ്ങളും ചെയ്ത എ കെ ജി സെന്ററിലെ പ്രവർത്തകരോടും വിശിഷ്യ ഓഫീസ് സെക്രട്ടറി സജീവനോടും ഞങ്ങൾ നന്ദി രേഖപ്പെടുത്തുന്നു.

ആദ്യത്തെ വോള്യത്തിന്റെ എഴുത്തു ജോലികൾ ഏറ്റെടുത്തത് സി ബാലൻ, വി കാർത്തികേയൻ നായർ, പി മോഹൻദാസ്, എം എൻ പത്മനാഭൻ, എം ടി നാരായണൻ, പി ശിവദാസൻ, എ ജി ഒലീന, കെ എൻ ഗണേഷ്, അശോകൻ മുണ്ടോൻ എന്നിവരടങ്ങിയ സംഘമാണ്. അവർക്ക് നൽകിയ ഭാഗങ്ങൾ എഴുതുക മാത്രമല്ല, തങ്ങൾക്ക് താല്പര്യമുള്ള മേഖലകളെക്കുറിച്ചെല്ലാം കുറിപ്പുകൾ തയ്യാറാക്കിത്തന്നു സഹകരിക്കുകയും ചെയ്തു. എം പി മുജീബുർറഹിമാൻ, പി രാമദാസ് എന്നിവരും അവരുടെ ഗവേഷണസംബന്ധിയായ വിഷയങ്ങളെ സംബന്ധിച്ച് കുറിപ്പുകൾ തയ്യാറാക്കി തന്നു സഹകരിച്ചു. എല്ലാ സുഹൃത്തുകൾക്കും നന്ദി രേഖപ്പെടുത്തുന്നു.

ചരിത്രരചന പൂർത്തീകരിക്കുന്നതിനും ജില്ലാതലങ്ങളിലെ യോഗങ്ങളിലും മറ്റും പങ്കെടുത്തുകൊണ്ടും ചരിത്രരചനയ്ക്ക് ദിശാബോധം നൽകുക എന്ന പ്രവർത്തനം ഇത്തരം ഒരു ചരിത്ര രചന പൂർത്തീകരിക്കുന്നതിനും അനിവാര്യമായ ഒന്നാണ്. പല മേഖലയിൽനിന്നും തയ്യാറാക്കപ്പെടുന്ന കുറിപ്പുകൾ പരിശോധിച്ച് കൂട്ടിയോജിപ്പിച്ച് രചന പൂർത്തിയാക്കുക ഏറ്റവും ശ്രമകരമായ ഒരു ദൗത്യമാണ്. ഇക്കാര്യത്തിൽ മുഴുകി നിന്ന് പ്രവർത്തിച്ച ഡോ. കെ എൻ ഗണേഷിന്റെയും പുത്തലത്ത് ദിനേശന്റെയും പ്രവർത്തനം ഈ സംരംഭത്തിന് നിർണ്ണായകമായ സഹായമാണ് നൽകിയത്.

ഈ സംരംഭത്തിന്റെ അടിത്തറ വാമൊഴിയായും രേഖകൾ തന്നും സഹകരിച്ച നൂറുകണക്കിനു പാർട്ടി ബന്ധുക്കളും അനുഭാവികളുമായ ജനങ്ങളും അവരെ തേടി കണ്ടുപിടിച്ചു രേഖകൾ സമാഹരിച്ച നൂറുകണക്കിനു പ്രവർത്തകരുമാണ്. ഈ വോള്യം യാഥാർത്ഥത്തിൽ അവരുടെതാണ്. ചരിത്രരചനയെ അക്കാദമിക് തലത്തിൽ നിന്ന് താഴോട്ടിറക്കി കൊണ്ടുവന്ന് ജനമദ്ധ്യത്തിൽ എത്തിക്കുക സാധ്യമാണെന്ന് അവർ തെളിയിച്ചു. ഇനിയങ്ങോട്ടുള്ള വോള്യങ്ങൾ തയ്യാറാക്കുന്നതിനും പ്രസിദ്ധീകരിക്കുന്നതിനും അവർ ഇപ്പോൾ പ്രകടിപ്പിക്കുന്ന ആവേശം തന്നെ ഉൾക്കരുത്തായി മാറുകയാണ്. തുടർന്നും അവരുടെ സഹകരണം പ്രതീക്ഷിക്കുന്നു.

1

നാടുവാഴിത്തവും കോളനിവാഴ്ചയും കേരളത്തിൽ

ലോകത്തിൽ തന്നെ ഏറ്റവുമധികം ജൈവസമ്പത്തുള്ള സംസ്ഥാനങ്ങളിലൊന്നാണ് കേരളം. കേരളത്തിനടുത്തുള്ള അറബിക്കടൽ വിവിധ ഇനങ്ങളിലുള്ള മത്സ്യസമ്പത്തിനാൽ സമ്പന്നമാണ്. കേരളക്കര നിരവധി പ്രാവശ്യം കടലാക്രമണങ്ങളും കടലിറക്കങ്ങളും കൊണ്ടുണ്ടായ ഭൂമിയാണെന്നാണ് ഭൂഗർഭശാസ്ത്രജ്ഞന്മാർ വാദിക്കുന്നത്. പശ്ചിമഘട്ട നിരകൾവരെ കടൽ കയറിക്കിടന്ന കാലഘട്ടങ്ങൾ വരെയുണ്ടായിരുന്നു. അതുപോലെ കേരളക്കര പൂർണ്ണമായും വനങ്ങളാൽ ആവൃതമായ കാലഘട്ടങ്ങളും ഉണ്ടായിരുന്നു. വീണ്ടും ഉണ്ടായ കടലാക്രമണങ്ങൾ വനസമ്പത്തിൽ ഒരു ഭാഗത്തെ പൂർണ്ണമായി നശിപ്പിക്കുകയും കടലിലാഴ്ത്തുകയും ചെയ്തതിന്റെ ഫലമാണ് കുട്ടനാട്ടിലെ സമൃദ്ധമായ കരിനിലങ്ങളും തൃശ്ശൂരിൽ വ്യാപിച്ചു കിടക്കുന്ന കോൾനിലങ്ങളും. കേരളത്തിന്റെ ഫലഭൂയിഷ്ഠതതന്നെ കടലും കരയും മാറിമാറി നിന്ന പ്രക്രിയയുടെ ഫലമാണ്. കേരളത്തിലെ കടപ്പുറങ്ങളിൽ സമൃദ്ധമായ ധാതുലവണങ്ങൾ (ആറാട്ടുപുഴയിലെ കരിമണൽ ഉദാഹരണം) ഇതേ പ്രക്രിയയുടെ ഫലങ്ങളാണ്.

ഭൂമിയുടെ ഉത്ഭവത്തിന്റെ ആദിമഘട്ടങ്ങളിൽ തന്നെയാണ് പശ്ചിമഘട്ടങ്ങളും രൂപംകൊണ്ടത്. പശ്ചിമഘട്ടത്തിലെ ശിലകൾക്ക് വൻതോതിലുള്ള പഴക്കമുണ്ട്. സമൃദ്ധമായ മൺസൂൺ മഴയും കടലാക്രമണങ്ങളും ചേർന്നാണ് പശ്ചിമഘട്ടങ്ങളിലെ ജൈവസമ്പത്ത് സൃഷ്ടിച്ചത്. പശ്ചിമഘട്ടങ്ങളിലെ നിത്യഹരിതവനങ്ങൾ ഈ പർവ്വതങ്ങളുടെ സ്വാഭാവികമായ ഫലഭൂയിഷ്ഠതയുടെ തെളിവായിരുന്നപ്പോൾ ചെരുവുകളിലെ മഴക്കാടുകൾ മൺസൂണിന്റെ സൃഷ്ടിയുമായിരുന്നു. പശ്ചിമഘട്ടങ്ങളിലെ എണ്ണിയാലൊടുങ്ങാത്ത നീരരുവികളും ജലാശയങ്ങളും

സൃഷ്ടിച്ചതും കേരളത്തിലെ ഭൂഗർഭജല സമ്പത്തുണ്ടാക്കിയതും ഇതേ പ്രതിഭാസങ്ങളായിരുന്നു. അവിടെ നിന്നൊലിച്ചിറങ്ങിയ നിരവധി ജലപ്രവാഹങ്ങൾ താഴ്വരകളിലെ ഏക്കൽമണ്ണുമായി ചേർന്നാണ് കേരളത്തിൽ മൊത്തത്തിലുള്ള ഫലഭൂയിഷ്ഠത സമ്മാനിച്ചത്.

കേരളത്തിലെ ജന്തുക്കളും പിന്നീട് മനുഷ്യരും ആദ്യം താമസിച്ചത് മലകളിലും കടൽത്തീരത്തുമായിരുന്നു. ജലപ്രവാഹങ്ങൾ സൃഷ്ടിച്ച ഏക്കൽമണ്ണ് ഫലഭൂയിഷ്ഠമായിരുന്നെങ്കിലും വാസയോഗ്യമായിരുന്നില്ല. പാമ്പുകളും മുതലകളും അധിവസിച്ചിരുന്ന ചതുപ്പുനിലങ്ങളും ജലാശയങ്ങളും നിരവധിയായിരുന്നു. അവിടെ കടന്നുചെന്ന മനുഷ്യർ തടയണകളും അണക്കെട്ടുകളും നിർമ്മിച്ചും ചിറകൾകെട്ടിയും ജലപ്രവാഹത്തെ നിയന്ത്രിക്കുകയും ഏത്തവും തേക്കുകൊട്ടയും ഉപയോഗിച്ചും തോടുകൾ നിർമ്മിച്ചും വെള്ളക്കെട്ടുകളെയും ചതുപ്പുകളെയും ഇല്ലാതാക്കിയതിന്റെ ഫലമായാണ് കേരളത്തിന്റെ നീർനിലങ്ങൾ രൂപപ്പെടുന്നത്. മദ്ധ്യകാലകാർഷികവ്യവസ്ഥകളും ജന്മിനാടുവാഴിത്തവും വളർന്നുവരുന്നതും ഇതിന്റെ ഫലമായാണ്.

കേരള സമൂഹത്തിന്റെ രൂപീകരണം

കേരളത്തിൽ സഞ്ചരിച്ച അറബികളും യൂറോപ്യന്മാരും കേരളത്തിന്റെ നിബിഡമായ സസ്യസമ്പത്തിനെയും വനവിഭവങ്ങളെയുംക്കുറിച്ചും പരാമർശിക്കുന്നുണ്ട്. കേരളത്തിൽ വളർന്നുവന്ന നാടുവാഴിത്തത്തിന്റെ ആധാരം നീർനിലങ്ങളായിരുന്നെങ്കിലും നീർനിലങ്ങളിലെ ഉൽപന്നങ്ങളായിരുന്നില്ല, വിദേശവണിക്കുകളെ ആകർഷിച്ചത്. ഏലവും ഗ്രാമ്പും കറുവാപ്പട്ടയും മഞ്ഞളും കുരുമുളകും വ്യത്യസ്തതടിയിനങ്ങളുമടങ്ങുന്ന വനവിഭവങ്ങളായിരുന്നു. നീർനിലങ്ങളിൽനിന്ന് ഒരുപക്ഷേ, അവരെ ആകർഷിച്ചത് ഇഞ്ചിയായിരുന്നു, തീരദേശത്തിൻനിന്ന് തെങ്ങുൽപ്പന്നങ്ങളും മത്സ്യസമ്പത്തും അവരെ ആകർഷിച്ചു. മറ്റുപ്രദേശങ്ങളെപ്പോലെ ഏതെങ്കിലും ഒരുൽപ്പന്നത്തിനല്ല കേരളം കേൾവികേട്ടിരുന്നത്, വൈവിധ്യമാർന്ന സസ്യസമ്പത്തിനായിരുന്നു. ഇതു കാരണമായിരിക്കാം നിരവധി വിദേശികൾ കേരളത്തിൽ താമസമാക്കിയതും.

പ്രാചീനകാലത്ത് വളർന്നുവന്ന റോമാവ്യാപാരകേന്ദ്രങ്ങളിലൂടെയാണ് കേരളം ലോക ശ്രദ്ധയാകർഷിക്കുന്നത്. ഇവയിലൂടെ നടന്ന കുരുമുളകിന്റെയും മലഞ്ചരക്കുകളുടെയും രത്നങ്ങളുടെയും ഔഷധസസ്യങ്ങളുടെയും വ്യാപാരം ഗ്രീക്കുകാരും റോമാക്കാരും രേഖപ്പെടുത്തുന്നു. ഇതിനോടൊപ്പം നടന്ന ഗോത്ര സമൂഹങ്ങളുടെ വികാസത്തെക്കുറിച്ച് സൂചനകളുണ്ട്. മഹാശിലാസ്മാരകങ്ങളും ആദ്യകാല ജനവാസത്തെ സാക്ഷ്യപ്പെടുത്തുന്നു. ചേരന്മാർ, ഏഴിമലയിലെയും ആയ്ക്കുടിയിലെയും മന്നന്മാർ തുടങ്ങിയവരെക്കുറിച്ചും പരാമർശങ്ങളുണ്ടെങ്കിലും ഇവരുടെ അധികാരപരിധിയെക്കുറിച്ച് കൃത്യമായ വിവരങ്ങളില്ല. ആദിമ

കേരളസമൂഹം കാർഷിക സമൂഹമായിരുന്നുവെന്നും വ്യക്തമായ സൂചനകളില്ല. നദീതടങ്ങളിലെ കൃഷി ക്രമേണ വ്യാപിക്കുകയും അവയെ ആധാരമാക്കി ഒരു കാർഷിക സമ്പദ്‌വ്യവസ്ഥ വളർന്നുവരുകയും ചെയ്തു. ഇതിനെ ആധാരമാക്കിയാണ് ബ്രാഹ്മണരുടെ കുടിയേറ്റം, ക്ഷേത്രങ്ങളുടെ വളർച്ച, പെരുമാക്കന്മാർ എന്ന നാടുവാഴി ഭരണകൂടത്തിന്റെ രൂപീകരണം തുടങ്ങിയവ കേരളത്തിൽ സാധ്യമാകുന്നത്.

ക്രിസ്ത്വബ്ദം 8 മുതൽ 12–ാം നൂറ്റാണ്ടുവരെയുണ്ടായി വന്ന ഈ മാറ്റങ്ങൾ കേരളത്തിൽ ഗോത്രസമൂഹത്തിന്റെ തകർച്ചയ്ക്കും ജാതിജന്മി നാടുവാഴി വ്യവസ്ഥ എന്നു പൊതുവിൽ വിളിക്കപ്പെടുന്ന സമൂഹബന്ധങ്ങളുടെ വളർച്ചയ്ക്കും കാരണമാക്കി. പേരു സൂചിപ്പിക്കുന്നതുപോലെ, പുതിയ സമൂഹക്രമത്തിന് മൂന്നു സ്വഭാവങ്ങളുണ്ടായിരുന്നു. ഗോത്രബന്ധങ്ങളിൽ നിന്നു മാറി ഉച്ചനീചത്വത്തിൽ ഊന്നിയതും ശ്രേണീബന്ധവുമായ ജാതിക്രമം വളർന്നുവരികയും എല്ലാ സമൂഹവിഭാഗങ്ങളും സ്വന്തം പാരമ്പര്യത്തിന്റെയും ചാർച്ചക്രമങ്ങളുടെയും അടിസ്ഥാനത്തിൽ വ്യത്യസ്ത ജാതികളായി മാറുകയും ചെയ്തു. വളർന്നുവന്ന തൊഴിൽ വിഭജനം പുതിയ ജാതികളെ സൃഷ്ടിച്ചു.

രണ്ടാമത്തേത്, ഗോത്രസമൂഹങ്ങളിലെ കൂട്ടായ്മ–സ്വത്തിനുപകരം പൊതു സമൂഹത്തിൽനിന്ന് വേറിട്ട സ്വത്തുടമവർഗ്ഗം വളർന്നുവന്നു. ഭൂമിയും വിഭവങ്ങളുമെല്ലാം ചില വിഭാഗങ്ങളുടെ സ്വകാര്യസ്വത്തായി. ഭൂമിയെയും വിഭവങ്ങളെയും ആശ്രയിച്ച തൊഴിൽ കൂട്ടങ്ങളെല്ലാം ഇവരുടെ അടിയാർ, കുടിയാർ, പണിയാളർ, ചേവുകക്കാർ എന്നൊക്കെ വിളിക്കുന്ന ആശ്രിതരായി. പല തട്ടുകളിലും പല മേഖലകളിലും പണിയെടുത്ത ഇവരുടെ മിച്ച ഉല്പന്നങ്ങളും മിച്ച അധ്വാനവും പുതിയ സ്വത്തുടമകൾ കയ്യടക്കി. പെരുമാൾ കാലത്തിൽ സ്വത്തുടമകൾ പ്രധാനമായും ബ്രാഹ്മണരും ക്ഷേത്രങ്ങളും നാടുവാഴികളുമായിരുന്നു. അവരുടെ കീഴിൽ വിവിധ ശ്രേണികളിൽ രൂപപ്പെട്ടുവന്ന ക്ഷേത്രസേവകരും നാടുവാഴികളുടെ പണിക്കൂട്ടങ്ങളും നൂറ്റുവരും ചേർന്ന് ഭൂമിയുടെയും വിഭവങ്ങളുടെയും മേൽ ആധിപത്യമുറപ്പിച്ചു. ഉഴയ്ക്കുന്നവർ അവരുടെയും കീഴിൽ കുടിയാളരും അടിയാളരുമായി. അടിയാൾ ഭൂമിയോടൊപ്പം കൈമാറ്റം ചെയ്തപ്പോൾ കുടിയവകാശം കുടിയാളർക്കു ലഭിച്ചു.

കൃഷി വ്യാപിക്കുകയും കൂടുതൽ കാർഷികഗ്രാമങ്ങൾ വളർന്നുവരികയും ചെയ്തതോടെ സ്വത്തുടമകളുടെ ആധിപത്യം വർദ്ധിച്ചു. അവരുടെ അവകാശങ്ങൾ പരമ്പരാഗതമായ ജന്മാവകാശമായി. നാടുവാഴികൾ അവരുടെ സ്വാധീനം പണിക്കൂട്ടങ്ങളെയും നൂറ്റുവർക്കൂട്ടങ്ങളെയും ഉപയോഗിച്ചു വർദ്ധിപ്പിച്ചു. കളരികളിൽ പരിശീലിപ്പിക്കപ്പെട്ട ചേവുകക്കാർ നാടുവാഴികളെ അകമ്പടി സേവിച്ചു. പെരുമാക്കന്മാരുടെ ആധിപത്യം ക്ഷയിക്കുകയും നാടുവാഴികൾ ബ്രാഹ്മണരുടെ സഹായത്തോടെ അരി

യിട്ടു വാഴ്ച നടത്തി "ക്ഷത്രിയ"രാകുകയും ചെയ്തു. നാടുവാഴികോയ്മകൾ സ്വരൂപങ്ങളായി. ഇവരുടെ അധികാരം ചേകോപ്പടയെ ഉപയോഗിച്ചുള്ള അധികാരം എന്നതിലപ്പുറം ജാതിയുടെയും ക്ഷേത്രങ്ങളുടെയും മേലുള്ള അവകാശങ്ങളുടെയും (ഊരായ്മ) ഭൂസ്വത്തിന്റെ മേലുള്ള അവകാശങ്ങളുടെയും അടിസ്ഥാനത്തിലായി. ഓരോ പ്രദേശത്തെയും പ്രമുഖ ഭൂവുടമകളെല്ലാം നാടുവാഴികളുടെ നിയന്ത്രണത്തിലാക്കി. നാടുവാഴിയുടെ ചേവുകക്കാർ അവരുടെ അധികാരങ്ങളുപയോഗിച്ച് പുതിയ ഭൂവുടമകളുമായി.

ഇത്തരം നാടുവാഴികൾക്കൊന്നും വൻകിട രാജ്യങ്ങളോ സാമ്രാജ്യങ്ങളോ ആയി മാറാൻ കഴിഞ്ഞില്ല. സ്വന്തം ജന്മം-ചേരിക്കൽ ഭൂമികൾക്കപ്പുറം ആധിപത്യം വികസിപ്പിക്കാൻ കഴിഞ്ഞവർ തന്നെ ചുരുക്കമാണ്. ഭൂമിയിൽ നിന്നുള്ള മിച്ച ഉല്പന്നം കൊണ്ടുമാത്രം അധികാരരൂപങ്ങളെ ശക്തിപ്പെടുത്തുക പ്രയാസമായിരുന്നു. അധികവരുമാനത്തിനായി അവർ വാണിജ്യത്തെ ആശ്രയിച്ചു. ഇതാണ് ആദ്യം ക്രിസ്ത്യാനികളും ജൂതന്മാരും പിന്നീട് അറബികളും ചൈനാക്കാരുമായുള്ള വാണിജ്യത്തെ ശക്തിപ്പെടുത്തിയത്. മലബാർതീരം സുഗന്ധവിളകളുടെയും മലഞ്ചരക്കുകളുടെയും നാടായി അറിയപ്പെട്ടു. അറബിവണിക്കുകൾ യൂറോപ്യന്മാർക്കു നൽകിയ വിവരങ്ങളാണ് യൂറോപ്യന്മാരെ കേരളത്തിലേക്കാകർഷിച്ചത്.

ജന്മി-നാടുവാഴി വ്യവസ്ഥയ്ക്കുള്ളിൽ ക്രമേണ ഒരു വണിക്‌വർഗം വളർന്നുവരുന്നതായി കാണാം. മുമ്പുണ്ടായിരുന്ന അങ്ങാടികളിലും ചന്തകളിലും കടകളിലുമൊക്കെ ചരക്ക് കൈമാറ്റം ചെയ്തിരുന്ന വർഗങ്ങളിൽനിന്നും വ്യത്യസ്തമായ ഒരുവിഭാഗമായിരുന്നു ഇക്കൂട്ടർ. ജൂത- ക്രൈസ്തവ-ഇസ്ലാമിക കച്ചവടക്കാരുമായും ചീനരുമായും വാണിജ്യബന്ധത്തിലേർപ്പെട്ടിരുന്ന ഒരു സ്വദേശികച്ചവടവർഗം ഇവിടുണ്ടായിരുന്നു. ഉൾനാടുകളിൽനിന്നും വനങ്ങളിൽനിന്നും ശേഖരിക്കുന്ന ചരക്കുകൾ വിദേശകച്ചവടക്കാർക്ക് കൈമാറ്റം ചെയ്യുന്നത് ഇവരായിരുന്നു. യൂറോപ്യന്മാരുടെ ആഗമനത്തോടുകൂടി ഇസ്ലാമിക-ക്രൈസ്തവ വണിക്കുകളും ചീനരും ക്രമേണ പിൻവാങ്ങി. പ്രത്യേകിച്ചും പോർച്ചുഗീസുകാർ അവലംബിച്ച ഉന്മൂലനപരിപാടികൾ ഇക്കൂട്ടരെ ആട്ടിയോടിക്കുന്നതിന് കാരണമായിരുന്നു. പുതിയതായി വളർന്നുവന്ന കച്ചവടവർഗം ജന്മി-നാടുവാഴി സമ്പ്രദായത്തിനകത്തുനിന്നും ഉദയം ചെയ്തവരായിരുന്നു. ആ ഉൽപ്പാദനവ്യവസ്ഥയിൽനിന്നും ഊറ്റിയെടുത്ത മിച്ച സമ്പത്ത് കൈവശപ്പെടുത്തിയവരായിരുന്നു പുതിയ വണിക് വർഗം. അതോടൊപ്പം തന്നെ വിദേശകമ്പോളത്തിൽ ഏറെ ആവശ്യക്കാരുണ്ടായിരുന്ന കയർ കച്ചവടം ചെയ്തിരുന്ന വിഭാഗത്തിനുള്ളിലും പുതിയ വണിക്‌വർഗം ഉദയം ചെയ്യുന്നതായി കാണാം.

വാണിജ്യത്തിന്റെ വളർച്ച കേരളത്തിൽ പറമ്പുകൃഷിയുടെ വ്യാപന

ത്തിലേക്കു നയിച്ചു. മുമ്പു പുരയിടങ്ങളായിരുന്ന ഇത്തരം ഭൂമികൾ ക്രമേണ കരയും പറമ്പുമായി അറിയപ്പെടുകയും നെൽവയലുകളിൽ നിന്ന് ഭിന്നമായി വ്യത്യസ്ത കാർഷികോല്പന്നങ്ങൾ നട്ടു വളർത്തുന്ന ഭൂമികളായി മാറുകയും ചെയ്യുന്നു. തെങ്ങിൻ തോപ്പുകളും ഇഞ്ചി, മഞ്ഞൾ, ജാതിക്ക തുടങ്ങിയവയും കുരുമുളക്, ഗ്രാമ്പ്, കറുവാപ്പട്ട, ഏലം തുടങ്ങിയവയും വ്യാപകമാകുന്നത് ഇക്കാലത്താണ്. ഇവ കൃഷി ചെയ്യുന്ന ഭൂമികളിൽ കുഴിക്കൂർ ചമയങ്ങൾ എന്നും കുഴിക്കാണം എന്നും പേരിലുള്ള മിച്ച ഉല്പന്നസമാഹരണ രൂപങ്ങൾ വ്യാപിച്ചുവന്നു. അതനുസരിച്ച് മുൻകൂറായി നൽകുന്ന അർത്ഥം അനുസരിച്ച് പിന്നീട് നൽകേണ്ടുന്ന പാട്ടം ഇളവുചെയ്തു കൊടുത്തു. പുതിയതായി കൃഷി ചെയ്യുന്ന ഭൂമികളിൽ നിശ്ചിത കാലയളവുവരെ (3 മുതൽ 12 വർഷം വരെ) പാട്ടം നൽകേണ്ടതില്ലെന്നും വ്യവസ്ഥയുണ്ടാകുന്നു. ഇവയുപയോഗിച്ച് കാണക്കാർ എന്ന് വിളിച്ച വലിയൊരു സംഘം ഭൂവുടമകൾ വളർന്നുവരുകയായിരുന്നു. അവരുടെ ഭൂമിയുടെ ഉടമാവകാശം പരമ്പരാഗത ജന്മിക്കു തന്നെയാകുമെങ്കിലും അവയുടെ കൈവശാവകാശം പുതിയ കാണക്കാരിലാണ് നിക്ഷിപ്തമാക്കുക. അവർ തന്നെയാണ് അങ്ങാടികളിൽ കാർഷികോല്പന്നങ്ങൾ എത്തിച്ച് വിപണനം നടത്തിയിരുന്നത്.

യൂറോപ്യന്മാരുടെ അധിനിവേശം നടക്കുന്നത് ഈ പശ്ചാത്തലത്തിലാണ്. കുരുമുളകിലും മറ്റു മലഞ്ചരക്കുകളിലുമായിരുന്നു യൂറോപ്യന്മാർ ആദ്യം ശ്രദ്ധയൂന്നിയത്. ഇവിടെ നിലയുറപ്പിച്ചിരുന്ന കച്ചവടക്കാരുമായി വിലപേശുന്നതിനു പകരം നാടുവാഴികളുമായി നേരിട്ടു കരാറുകളുണ്ടാക്കുകയാണ് ആദ്യം വന്ന പോർച്ചുഗീസുകാർ ചെയ്തത്. ഈ തന്ത്രം അവരെ വൻതോതിൽ സഹായിക്കുകയും 1530 നകം കേളത്തിലെ കുരുമുളകു കച്ചവടത്തിന്റെ നല്ലൊരുഭാഗം അവർ കയ്യടക്കുകയും ചെയ്തു. രാഷ്ട്രീയവും സൈനികവുമായ മർദ്ദന രൂപങ്ങളും ഈ ആധിപത്യത്തിന് അവരെ സഹായിച്ചു. ഇതുവരെ വാണിജ്യം നിയന്ത്രിച്ചിരുന്ന അറബികളും തദ്ദേശീയരുമായ കച്ചവടക്കാരുമായി നേരിട്ട് ഒരു ഏറ്റുമുട്ടലിന് ഇത് ഇടയാക്കി. സാമൂതിരിയുടെ പിന്തുണയോടെ കുഞ്ഞാലി മരയ്ക്കാർമാർ ഏറ്റുമുട്ടലിന് തയ്യാറായത് പോർച്ചുഗീസുകാരുടെ മേൽക്കോയ്മയെ ബാധിച്ചു.

1600 നുശേഷം വിദേശവാണിജ്യരംഗത്തേക്ക് ഇംഗ്ലീഷ്-ഡച്ച് ഈസ്റ്റ് ഇന്ത്യാ കമ്പനികൾ വന്നതാണ് പോർച്ചുഗീസ് വാണിജ്യത്തിന്റെ തകർച്ചയ്ക്ക് കാരണമായത്. പോർച്ചുഗീസുകാരെക്കാൾ സംഘടിതരായി ഒരു വാണിജ്യ വ്യൂഹമെന്ന നിലയിൽ നീങ്ങിയ ഈസ്റ്റിന്ത്യാകമ്പനികൾ മലബാറിലെ വിദേശവാണിജ്യത്തെ പൂർണമായും നിയന്ത്രിച്ചു. കേരളത്തിലെ നാടുവാഴികൾക്കിടയിൽ നടന്ന കലഹങ്ങളും സാമ്രാജ്യാധിപത്യശ്രമങ്ങളും അവർ ഫലപ്രദമായി ഉപയോഗിച്ചു. ഈ തന്ത്രം പതിനെട്ടാം നൂറ്റാണ്ടായതോടെ വിജയിക്കുന്നതു കാണാം. പതിനെട്ടാം

നൂറ്റാണ്ടിൽ വീണ്ടും കേരളത്തിൽ നിന്നുള്ള കുരുമുളകു വ്യാപാരം വൻതോതിൽ വർദ്ധിച്ചു. തദ്ദേശീയരായ നിരവധി വ്യാപാരികൾ ഇതിൽ പങ്കെടുക്കുകയും ചെയ്തു. നാടുവാഴികൾക്ക് കമ്പനികളുടെയും വണിക്കുകളുടെയും ആവശ്യങ്ങൾക്കുമുമ്പിൽ കീഴടങ്ങേണ്ടിവന്നു. ഇതിന്റെ ഫലമായി കൊച്ചിയിൽ ഒരു ഡച്ച് പാണ്ടികശാലയും തലശ്ശേരിയിലും അഞ്ചുതെങ്ങിലും ബ്രിട്ടീഷ് പാണ്ടികശാലകളും മാഹിയിൽ ഒരു ഫ്രഞ്ച് പാണ്ടികശാലയും നിലവിൽവന്നു.

യൂറോപ്യൻ അധിനിവേശത്തോടുള്ള പ്രതികരണങ്ങൾ ശക്തിപ്പെടുന്നതും പതിനെട്ടാം നൂറ്റാണ്ടിലാണ്. പിന്നീട് തിരുവിതാംകൂറായി വികസിച്ച വേണാടിന്റെ ഭരണത്തിൽ സ്വാധീനമുള്ളവരായിരുന്നു മാടമ്പിമാർ എന്നറിയപ്പെട്ടിരുന്ന ജന്മിമാരും കച്ചവടക്കാരുമായ വർഗം. ഡച്ച്-ഇംഗ്ലീഷ് ബാന്ധവത്തിനെപ്പറ്റി മാടമ്പിമാർക്കിടയിലുണ്ടായ തർക്കമാണ് ഇംഗ്ലീഷുകാർക്കെതിരെ 1721-ലുണ്ടായ ആറ്റിങ്ങൽ കലാപത്തിൽ കലാശിച്ചത്. ഇതിന്റെ തുടർച്ചയായിരുന്നു മാർത്താണ്ഡവർമ്മ അധികാരമേറ്റതിനുശേഷം അദ്ദേഹത്തെ എതിർത്ത ഡച്ച് അനുകൂലികളായ മാടമ്പിമാരുടെ ഉന്മൂലനത്തിൽ എത്തിച്ചത്. മാടമ്പിമാരെ തകർത്ത് മാർത്താണ്ഡവർമ്മ രാജാധികാരം ഉറപ്പിച്ചെങ്കിലും ഈ സമരത്തിൽ വിജയം കൊയ്തത് ഇംഗ്ലീഷുകാരായിരുന്നു. ഡച്ചുകാർക്കെതിരെ മാർത്താണ്ഡവർമ്മ കുളച്ചൽ യുദ്ധത്തിലൂടെ നേടിയ വിജയം വാസ്തവത്തിൽ ഇംഗ്ലീഷുകാർക്കനുകൂലമായ വിജയമായിരുന്നു. 1721 ലും പിന്നീടും മാർത്താണ്ഡവർമ്മ ബ്രിട്ടീഷുകാരുമായി ഉണ്ടാക്കിയ സന്ധികളിലൂടെ അഞ്ചുതെങ്ങു പാണ്ടികശാലയും തിരുവിതാംകൂറും തമ്മിലുള്ള വാണിജ്യം വികസിക്കുന്നതും ക്രിസ്ത്യാനികളും മുസ്ലിങ്ങളുമായുള്ള കച്ചവടക്കാർ കമ്പനിയുമായി ബന്ധപ്പെടുന്നതും കാണാം. ഈ വാണിജ്യത്തെ ഭരണകൂടത്തെ ശക്തിപ്പെടുത്താനുപയോഗിക്കുകയാണ് വ്യാപാരകുത്തക ഏർപ്പെടുത്തുന്നതിലൂടെ മാർത്താണ്ഡവർമ്മ ചെയ്തത്. ക്രമേണ കമ്പനിയുടെ വ്യാപാരകുത്തക ശക്തിപ്പെടുകയും തിരുവിതാംകൂറിന്റെ വിലപേശൽ ശേഷികുറയുകയും ചെയ്തു. അന്നുതൊട്ട് സ്വാതന്ത്ര്യലബ്ധിവരെയുള്ള രണ്ടുനൂറ്റാണ്ടുകാലം തിരുവിതാംകൂർ രാജാക്കന്മാർ ഇംഗ്ലീഷ് അധികാരികൾക്കു സാമന്തപ്പെട്ടുകൊണ്ടാണ് ഭരണം നടത്തിയിരുന്നത്. മാടമ്പി കുടുംബത്തിൽനിന്നും ദളവാ പദവിയിലേക്കുയർന്ന വേലുത്തമ്പി മാത്രമാണ് പിന്നീട് ഇംഗ്ലീഷുകാർക്കെതിരെ പടപ്പുറപ്പാട് നടത്തിയത്.

മാടമ്പിമാരെ അമർച്ച ചെയ്തതിലൂടെ മാർത്താണ്ഡവർമ്മ രാഷ്ട്രീയ നേട്ടം കൈവരിച്ചുവെങ്കിലും സാമ്പത്തികമായി തകർച്ചയെ നേരിട്ടു. കൊല്ലത്തിനു വടക്കോട്ടുള്ള നാടുവാഴികളെ കീഴ്പ്പെടുത്തി അവരുടെ ഖജനാവ് കൊള്ളയടിച്ച് സാമ്പത്തികസ്ഥിതി മെച്ചപ്പെടുത്താൻ ശ്രമിച്ചുവെങ്കിലും പ്രതിസന്ധി തരണം ചെയ്യാൻ അത് പര്യാപ്തമായിരുന്നില്ല.

ഈ സാഹചര്യത്തിലാണ് സമ്പത്തിന്റെ ഏറ്റവും ശക്തമായ ഉപകരണമായ ഭൂമിയെ പുതിയ ആവശ്യത്തിനായി വിനിയോഗിക്കുവാൻ തീരുമാനിച്ചത്. സർക്കാർ വക (പണ്ടാര വക) ഭൂമി വ്യക്തികൾക്ക് പാട്ടത്തിന് കൊടുക്കാനുള്ള നടപടി സ്വീകരിച്ചത് ഈ ഉദ്ദേശ്യത്തോടുകൂടിയായിരുന്നു. ആദ്യഘട്ടത്തിൽ ക്രൈസ്തവ–ഇസ്ലാമിക വിഭാഗത്തിൽപ്പെടുന്നവർക്കു മാത്രമേ ഭൂമി പാട്ടത്തിന് നൽകിയിരുന്നുള്ളു. നല്ല കച്ചവടക്കാരായ ഇവർ ക്രമേണ കൃഷിയിലേക്ക് തിരിഞ്ഞത് ഇതിനുശേഷമാണ്. മാടമ്പി വിഭാഗത്തിൽപ്പെടുന്ന ആർക്കും തന്നെ ആദ്യഘട്ടത്തിൽ ഭൂമിപാട്ടത്തിന് നൽകിയിരുന്നില്ല. വർത്തകപ്രമാണിമാരുമായുള്ള ബന്ധം സർക്കാരിന്റെ വരുമാനത്തെ വർദ്ധിപ്പിക്കുമെന്ന കണക്കുകൂട്ടലാണിവിടെ കാണുന്നത്.

മാർത്താണ്ഡവർമ്മയുടെ ഈ നയം സാമ്പത്തികമായി സംസ്ഥാനത്തെ ശക്തിപ്പെടുത്തി. നല്ല കച്ചവടക്കാരായിരുന്ന ക്രൈസ്തവ വിഭാഗമാണ് ഇതിൽ കൂടുതൽ നേട്ടം കൈവരിച്ചത്. അവർ കാർഷികരംഗത്ത് ശ്രദ്ധ കേന്ദ്രീകരിക്കുക മാത്രമല്ല കച്ചവടമേഖലയെ വിപുലീകരിക്കുകയും ചെയ്തു. കിഴക്കൻ വനമേഖലയിലെ നല്ലൊരുപങ്ക് പാട്ടത്തിലൂടെ കൈവശപ്പെടുത്തിയ ഇവർ നല്ല കർഷകരായിരുന്നുവെന്നു മാത്രമല്ല തടിയും മറ്റ് വനവിഭവങ്ങളും ശേഖരിച്ച് വിദേശത്തേക്ക് കയറ്റുമതി ചെയ്ത് സമ്പന്നരാവുകയും ചെയ്തു. ആലപ്പുഴ തുറമുഖപട്ടണമായി വികസിക്കുന്നത് ഇതിനുശേഷമാണ്. അരനൂറ്റാണ്ടു കഴിഞ്ഞപ്പോഴേക്കും ഇവർ നല്ല സാമ്പത്തികശേഷിയുള്ള വർത്തകപ്രമാണിമാരായി വളരുകയും ഇംഗ്ലീഷുകാരുമായി നേരിട്ടിടപാടുകൾ നടത്തി തിരുവിതാംകൂർ സർക്കാരിന് തലവേദന സൃഷ്ടിക്കുകയും ചെയ്തു.

വേലുത്തമ്പി

വേലുത്തമ്പിയുടെ കലാപം ഈ പശ്ചാത്തലത്തിലാണുണ്ടാകുന്നത്. തിരുവിതാംകൂർ സർക്കാരിന്റെ അമിതമായ കരം പിരിവിനെതിരെ തെക്കൻ തിരുവിതാംകൂറിൽ വളർന്നുവന്ന കൂട്ടങ്ങൾക്ക് നേതൃത്വം നൽകിക്കൊണ്ടാണ് വേലുത്തമ്പി രംഗപ്രവേശം ചെയ്യുന്നത്. പിന്നീട് സർവാധികാര്യക്കാരായും ദളവയായും മാറിയ വേലുത്തമ്പി സഹകാരി സഖ്യത്തിന്റെ പശ്ചാത്തലത്തിൽ ബ്രിട്ടീഷുകാർ നിയമിച്ച റസിഡന്റിന്റെ കൈകടത്തലുകളെ ചോദ്യം ചെയ്തു. ഒരു വശത്ത് തിരുവിതാംകൂറിൽനിന്ന് ബ്രിട്ടീഷ് കമ്പനിക്ക് അടയ്ക്കേണ്ട തീരുവ കർക്കശമായി പിരിച്ച റസിഡന്റ് ഈ

തീരുവ അടയ്ക്കാനായി വർത്തക പ്രമാണിമാരുടെ മേൽ വേലുത്തമ്പി അധിക നികുതി ചുമത്തിയതിനെ അംഗീകരിച്ചില്ല. അക്കാലത്തെ പ്രമുഖ വ്യാപാരിയും ബ്രിട്ടീഷുകാരുടെ വിശ്വസ്തനുമായിരുന്ന തച്ചിൽ മാത്തൂതരകന്റെ മേൽ ചുമത്തിയ നികുതിയാണ് പിൻവലിക്കണമെന്ന് റസിഡന്റ് വേലുത്തമ്പിയോട് ആവശ്യപ്പെട്ടത്. അത് നിരസിച്ച് വേലുത്തമ്പി കലാപം നടത്തുകയും ബ്രിട്ടീഷുകാരോട് കലാപത്തിനൊരു ങ്ങാനാഹ്വാനം ചെയ്യുന്ന സുപ്രസിദ്ധമായ കുണ്ടറ വിളംബരം പ്രസിദ്ധ പ്പെടുത്തുകയും ചെയ്തു. ബ്രിട്ടീഷ് സൈന്യം തിരുവിതാംകൂറിലിറങ്ങി യതോടെ സർക്കാർ വേലുത്തമ്പിയെ പൂർണമായും കൈയൊഴിഞ്ഞു. വേറെ മാർഗമില്ലാതെ വേലുത്തമ്പി സ്വന്തം അനുചരനെ കൊണ്ടുതന്നെ കൊല്ലിച്ചു. കലാപം പൂർണമായി അടിച്ചമർത്തപ്പെട്ടു.

ഇതേ കാലത്ത് കൊച്ചി ഡച്ച് ഈസ്റ്റ് ഇന്ത്യാകമ്പനിയുടെ പൂർണ മായ വിധേയത്വത്തിലായിരുന്നു. കൊച്ചിയിലെ വാണിജ്യം മുഴുവൻ ചില പ്രമുഖരായ ജൂത–മുസ്ലിം വ്യാപാരികളുടെ നിയന്ത്രണത്തിലായിരുന്നു. ഇവരുടെ നിയന്ത്രണത്തിൽനിന്ന് മോചിപ്പിക്കാനാണ് കൊച്ചി രാജ്യ ത്തിനകത്തെ ജന്മിമാരെ ഒരു പൊതുനികുതി വ്യവസ്ഥയിലേക്ക് കൊണ്ടു വരാൻ നാടുവാഴികൾ ശ്രമിച്ചത്. പതിനെട്ടാം നൂറ്റാണ്ടിന്റെ മദ്ധ്യത്തിൽ വടക്കുനിന്ന് സാമൂതിരിയും തെക്കുനിന്ന് വേണാടും നടത്തിയ ആക്രമണ ങ്ങളും ഇതിന് അവരെ പ്രേരിപ്പിച്ചു. ഈ ദിശയിൽ ആദ്യം പാലിയത്ത് കോമി അച്ചനും പിന്നീട് ശക്തൻ തമ്പുരാനും നടത്തിയ ശ്രമങ്ങൾ ഫലപ്രദമായില്ല. ഇതിനിടയിൽ 1795 ൽ ഡച്ച് കമ്പനി കൊച്ചിയിൽനിന്ന് പുറത്തുപോകുകയും ഏതാനും വർഷങ്ങൾക്കകം കൊച്ചി സഹകാരി സഖ്യത്തിൽ വരുകയും ചെയ്തു. സഹകാരി സഖ്യത്തിൻകീഴിൽ വന്ന തിനുശേഷം നികുതി പിരിവിനെ സംബന്ധിച്ചുണ്ടായ തർക്കങ്ങളാണ് പാലിയത്തച്ചന്റെ കലാപത്തിലേക്ക് നയിക്കുന്നത്.

മലബാറിലും സമാനമായ സ്ഥിതിയാണുണ്ടായത്. പതിനെട്ടാം നൂറ്റാണ്ടിന്റെ ആദ്യത്തിൽ ഡച്ചുകാരുടെമേലും പിന്നീട് കർണാട്ടിക് യുദ്ധ ങ്ങൾ എന്നറിയപ്പെടുന്ന യുദ്ധങ്ങളിലൂടെ ഫ്രഞ്ചുകാരുടെമേലും വിജയം വരിച്ച ബ്രിട്ടീഷ് കമ്പനി നാടുവാഴികളുടെ മേൽ അവരുടെ സ്വാധീനം വർദ്ധിപ്പിക്കുകയായിരുന്നു. വാണിജ്യത്തിന്റെ മേൽ അവർക്കുണ്ടായ കുത്തകാധിപത്യം നാടുവാഴികളുടെ വിലപേശാനുള്ള കഴിവിനെ തകർത്തു. അധികവിഭവ സമാഹരണത്തിനായി അവർക്കും പ്രാദേശിക യുദ്ധങ്ങളിലേർപ്പെടേണ്ടിവന്നു. ഈ ശ്രമങ്ങളെ തകർക്കുന്ന വിധത്തി ലാണ് മൈസൂരിലെ ഹൈദരാലിയുടെയും ടിപ്പുസുൽത്താന്റെയും ആക്രമ ണങ്ങളുണ്ടായത്. ഹൈദരിന്റെയും ടിപ്പുവിന്റെയും യഥാർത്ഥ ശത്രുക്കൾ ബ്രിട്ടീഷുകാരായിരുന്നു. മലബാറിലെ വാണിജ്യം കയ്യടക്കുകയായിരുന്നു അവരുടെയും ലക്ഷ്യം. അതിനോടൊപ്പം മലബാറിൽ നിലനിന്ന ജന്മി സമ്പ്രദായത്തെ മറികടന്ന് സ്വന്തം നികുതി വ്യവസ്ഥ നടപ്പിലാക്കാനും

ടിപ്പു സുൽത്താൻ

അവർ ശ്രമിച്ചു. അതിനുവേണ്ടി അവർ നടപ്പിലാക്കിയ ജമാബന്ദി യാണ് മലബാർ മുഴുവൻ വ്യാപിച്ച ആദ്യത്തെ പൂർണമായ നികുതി വ്യവസ്ഥ. മുൻകാലഘട്ടങ്ങളിൽ നാടുവാഴികൾ യുദ്ധംപോലുള്ള പ്രത്യേക അവസരങ്ങളിൽ കരം പിരിച്ചിരുന്നുവെങ്കിലും സമ്പൂർണമായ നികുതി വ്യവസ്ഥ നടപ്പിലായതായി കാണുന്നില്ല. സ്ഥിരമായ നികുതിദായക കൃഷിക്കാർ എന്ന ആശയം മൈസൂരിന്റെ നിയന്ത്രണ ഘട്ടത്തിലാണ് രൂപംകൊള്ളുന്നത്. തദ്ദേശീയമായ ആദ്യത്തെ വ്യാപാര കുത്തക സ്ഥാപിക്കാനുള്ള നീക്കവും മൈസൂർ സുൽത്താന്മാരാണ് നടത്തിയത്. റോഡുകൾ വെട്ടുക, ചൗക്കികളും ചുങ്കങ്ങളും സ്ഥാപിക്കുക, നികുതി പിരിവുകാരായി മൂപ്പന്മാരെ നിയമിക്കുക തുടങ്ങിയ മാറ്റങ്ങളും അവർ നടപ്പിലാക്കി. മലബാറിലെ ജനങ്ങളെ മേൽവസ്ത്രം ധരിക്കാൻ നിർബന്ധിക്കുന്ന കുറ്റിപ്പുറം വിളംബരം വഴി ജാതിജന്മി നാടുവാഴിത്തത്തിനെതിരെയുള്ള ആദ്യത്തെ ആക്രമണം മൈസൂർ സുൽത്താന്മാരിൽ നിന്നാണുണ്ടായത്.

ബ്രിട്ടീഷ് ആധിപത്യത്തിന്റെ വളർച്ച

ശ്രീരംഗപട്ടണം സന്ധി (1792) പ്രകാരം മലബാർ ടിപ്പുസുൽത്താനിൽ നിന്നും ബ്രിട്ടീഷ് അധീനതയിൽ വന്നതോടെ സാമൂഹ്യസാമ്പത്തിക ഘടനയിൽ ഒട്ടേറെ മാറ്റങ്ങൾ പ്രകടമായി. ഭൂമിയുടെ മേലുള്ള അവകാശങ്ങളിലും ബന്ധങ്ങളിലും വന്ന മാറ്റങ്ങളാണ് ഇതിൽ പ്രധാനം.

പത്തൊമ്പതാം നൂറ്റാണ്ടിന്റെ തുടക്കത്തിൽ മലബാറിൽ നിലവിലുണ്ടായിരുന്ന ജന്മിമാർ പഴയ നാടുവാഴിവ്യവസ്ഥയുടെ തന്നെ തുടർച്ചയായിരുന്നു. ചെറിയ നാടുകളും സ്വരൂപങ്ങളും അടങ്ങിയ വലിയ നാടുകൾ ഒരു പ്രത്യേക നാടുവാഴിയുടെ കീഴിലായിരുന്നല്ലോ. ഇവിടങ്ങളിലുള്ള ജന്മിമാർ നാടുവാഴികൾക്ക് വാർഷിക കപ്പം കൊടുത്തുകൊണ്ടിരുന്നു. മൈസൂർ യുദ്ധം ഈ നാടുവാഴിവ്യവസ്ഥയെ മാറ്റിമറിച്ചില്ലെങ്കിലും ഒന്നു പിടിച്ചു കുലുക്കി. പല ജന്മിമാരും മലബാറിൽനിന്ന് കേരളത്തിന്റെ മറ്റു പ്രദേശങ്ങളിലേക്ക് രക്ഷ പ്രാപിച്ചു. മൈസൂർ യുദ്ധത്തിന്റെ അന്ത്യത്തോടെ പലരും തിരിച്ചുവരികയും ചെയ്തു.

ഈസ്റ്റ്ഇന്ത്യാ കമ്പനിയുടെ മേധാവിത്വം മുൻകാലങ്ങളിൽനിന്ന് വ്യത്യസ്തമായ മാറ്റങ്ങളാണ് ഉണ്ടാക്കിയത്. മൈസൂർ ഭരണകാലത്ത് ചിതറിപ്പോയ മലബാറിലെ നാടുവാഴികൾ കമ്പനിയുടെ സൗഹൃദം സ്വീകരിച്ച് പുതിയ സഹകാരി ഭരണാധികാരികളായി മാറി. ബ്രിട്ടീഷുകാരുമായുള്ള ചങ്ങാത്തം അവർക്ക് കൂടുതൽ ശക്തി നൽകി. കുടിയാന്മാരെ കൂടുതൽ ചൂഷണങ്ങൾക്ക് വിധേയമാക്കാൻ അത് ഇടയാക്കുകയും ചെയ്തു. പ്രാദേശികമായി ഭൂമിയുടെ മേലുള്ള പരിപൂർണ്ണ നിയന്ത്രണം ഈ ജൻമിമാരുടെ കയ്യിലേക്ക് വന്നു. തിരുവിതാംകൂർ, കൊച്ചി മേഖലകളിൽ മലബാറിൽനിന്ന് കുടിയേറിയ ജന്മിമാരിൽ ഒരുവിഭാഗം സ്ഥിരതാമസക്കാരായി മാറി.

പ്രഭുത്വത്തിലുണ്ടായ ഈ മാറ്റങ്ങൾ ജൻമിമാരുടെ ആശ്രിതരിലും മാറ്റങ്ങൾ ഉളവാക്കി. ഭരണകൂടത്തിന്റെ ഭാഗമായ പോലീസ്–ജുഡീഷ്യൽ അധികാരങ്ങൾ പൂർണമായും കമ്പനിയുടെ അധീനതയിൽ വന്നതോടെ പ്രാദേശിക ഭൂപ്രഭുക്കളുടെ നായർപടയും ശിക്ഷാരീതികളും മാറ്റങ്ങൾക്ക് വിധേയമായി. പക്ഷേ, പല സ്ഥലങ്ങളിലും അനൗപചാരികമെങ്കിലും പഴയരീതിയുടെ തുടർച്ചയെന്നോണം ഇത്തരം രീതികൾ നിലനിൽക്കുകയും ചെയ്തു. സൈനിക അവകാശങ്ങൾ ഇല്ലാതായതോടെ അത്തരം വിഭാഗങ്ങൾ പുതിയ തൊഴിൽമേഖലകൾ കണ്ടെത്തി. നാടുവാഴികളിൽ ചിലർക്ക് പ്രാദേശികമായി അധികാരി പദവികളും അംശം മേനോൻ പദവികളും ലഭ്യമായി. പുതിയ സേവകരായ കോൽക്കാരൻമാരും ഇവരുടെ ഇടയിൽനിന്ന് രൂപപ്പെട്ടു.

ബ്രിട്ടീഷ് ആധിപത്യത്തിൽ വന്ന ഈ മാറ്റങ്ങൾക്കെതിരായ ആദ്യത്തെ പ്രധാന പ്രതികരണമായിരുന്നു പഴശ്ശികലാപം. നാടുവാഴികളെ സഹകാരി ഭരണാധികാരികളാക്കി മാറ്റുന്നതിന്റെ ഭാഗമായി എല്ലാ നാടുവാഴികളുമായും കമ്പനി കരാറുകളിലേർപ്പെട്ടു. അതിന്റെ ഭാഗമായി ഒരു നിശ്ചിതസംഖ്യ എല്ലാ നാടുവാഴികളും കപ്പമായി കമ്പനിക്കു നൽകേണ്ടിവന്നു. ഇതിനായി എല്ലാ നാടുവാഴികളുടെയും പ്രദേശങ്ങളെ നികുതിവ്യവസ്ഥയുടെ കീഴിലുമാക്കി. അതായത് എല്ലാ ജന്മിമാരും നികുതിദായക പ്രഭുക്കന്മാരായി. ജന്മാവകാശം യൂറോപ്യൻ രീതിയിലുള്ള കുത്തക അവകാശമായി മാറ്റപ്പെട്ടതോടെ ഭൂമിയെ ആശ്രയിച്ചു മാത്രം നിലനിന്ന സാധാരണ ചെറുകിട കർഷകരും (Peasantry) കുടിയാന്മാരും (tenants) ഒട്ടേറെ കഷ്ടതകൾ സഹിക്കേണ്ടിവന്നു ഇതിൽ ഏറ്റവും പ്രധാനം തെക്കേ മലബാറിലെ മാപ്പിളക്കുടിയാന്മാരനുഭവിച്ച പ്രശ്നങ്ങളായിരുന്നു. ബ്രിട്ടീഷുകാർ മലബാറിൽ നടപ്പിലാക്കിയ റയത് വാരി സമ്പ്രദായം മലബാറിൽ നടപ്പിലാക്കിയത് മറ്റിടങ്ങളിൽനിന്ന് വ്യത്യസ്തമായിരുന്നു. അത് ഭൂവുടമയായ ജന്മിക്കും യാഥാർത്ഥ കർഷകരായ വെറും പാട്ടക്കുടിയാൻമാർക്കുമിടയിൽ (tenants-at-will) കാണക്കാർ എന്ന ഇടത്തട്ടുകാരെ സൃഷ്ടിക്കുന്നതിലേക്ക് നയിച്ചു. അതായത് മലബാറിലെ ഭൂബന്ധങ്ങൾ

അടിയാരും വെറും പാട്ടക്കാരും, ഇടത്തട്ടുകാരായ കാണക്കുടിയാന്മാരും കാര്യസ്ഥന്മാരും, നികുതി ദായക ജന്മിമാർ, അവരുടെ തന്നെ ബന്ധുക്കളും ആശ്രിതരുമായ സർക്കാർ ഉദ്യോഗസ്ഥർ, മുൻ നാടുവാഴികൾ, ബ്രിട്ടീഷ് സർക്കാർ എന്ന ശ്രേണീബന്ധങ്ങളിലേക്ക് മാറി.

ഇതിനെതിരായ ആദ്യത്തെ കലാപമാണ് പഴശ്ശി തമ്പുരാന്റേത്. കോട്ടയം രാജ്യത്തെ നികുതി പിരിവിനും മറ്റും നാടുവാഴികൾക്കുള്ള അവകാശങ്ങൾ നൽകാത്തതിൽ പ്രതിഷേധിച്ചാണ് പഴശ്ശിയുടെ ആദ്യത്തെ കലാപം നടന്നത്. എന്നാൽ രണ്ടാമത്തെ കലാപം ബ്രിട്ടീഷ് സർക്കാർ നടപ്പിലാക്കിയ പൊതു നികുതി സമ്പ്രദായത്തിനും മറ്റു മാറ്റങ്ങൾക്കുമെതിരായിരുന്നു. പുതിയ നികുതി വ്യവസ്ഥക്കെതിരായി പ്രാദേശിക തലത്തിൽ നിരവധി കലാപങ്ങൾ നടന്നിരുന്നു. മഞ്ചേരിയിൽ അത്തൻ കുരുക്കൾ, ചാവക്കാട്ട് ഹൈദ്രോസ് കുട്ടിമൂപ്പൻ, മലപ്പുറത്ത് ചെമ്പൻ പോക്കർ, നിലമ്പൂർ ഭാഗത്ത് ഇളം പുളശ്ശേരി ഉണ്ണിമൂസ, വടക്കൻ മലബാറിൽ കൈതേരി അമ്പു നായർ, കണ്ണവത്തു നമ്പ്യാർ തുടങ്ങിയവർ ഇത്തരം കലാപകാരികളിൽ ചിലരാണ് ഇവരിൽ തെക്കൻ മലബാറിലെ കലാപകാരികൾ അടിച്ചമർത്തപ്പെടുകയും കണ്ണവത്തു നമ്പ്യാരെ തൂക്കിലേറ്റുകയും ചെയ്തു. പഴശ്ശി തമ്പുരാൻ വയനാട്ടിലേക്ക് രക്ഷപ്പെട്ട് ചുറ്റുപാടുമുള്ള കർഷകരുടെ സഹായത്തോടെ കലാപം തുടർന്നു. ഉണ്ണിമൂസ, കൈതേരി അമ്പു, ഇടച്ചേനകുങ്കൻ തുടങ്ങിയവർ സഹായം നൽകിയവരിൽ പ്രധാനികളായിരുന്നു. മൈസൂരിൽനിന്നും പഴശ്ശിക്കു സഹായമെത്തിയിരുന്നു. എന്നാൽ, ബ്രിട്ടീഷ് സൈന്യം പഴശ്ശിയുടെ സങ്കേതത്തെ പൂർണമായി വളയുകയും അദ്ദേഹം 1806 ൽ വധിക്കപ്പെടുകയും ചെയ്തു. അതിനുശേഷം മാത്രമാണ് ബ്രിട്ടീഷുകാർക്ക് മലബാറിനുമേൽ പൂർണമായി ആധിപത്യം സ്ഥാപിക്കാൻ കഴിഞ്ഞത്.

വേലുത്തമ്പിയുടെ കലാപം അടിച്ചമർത്തിയതിനുശേഷം തിരുവിതാംകൂർ പൂർണമായും ബ്രിട്ടീഷ് നിയന്ത്രണത്തിലമർന്നു. റസിഡന്റായി എത്തിയ കേണൽ ജോൺ മൺറോയെ പിന്നീട് ദിവാനായി നിയമിച്ചതോടുകൂടി ബ്രിട്ടീഷ് ആധിപത്യം സമ്പൂർണമായി. മൺറോ നടപ്പിലാക്കിയ ചില പരിഷ്കാരങ്ങൾ ഭൂവുടമസ്ഥതയിൽ മാറ്റം വരുത്താൻ പര്യാപ്തമായിരുന്നു. ഭരണത്തിന്റെ ആംഗലവൽക്കരണത്തിന് തുടക്കംകുറിക്കുകയും ചെയ്തു. ഇംഗ്ലീഷ് മാതൃകയിലുള്ള കോടതികൾ ആരംഭിച്ചതും സൈനികരെ ഇംഗ്ലീഷ് അഭ്യസിപ്പിച്ചതും ആധുനിക ചികിത്സാരീതികൾക്ക് തുടക്കംകുറിച്ചതും സ്ത്രീകളുടെ വസ്ത്രധാരണത്തിൽ ചില പരിഷ്കാരങ്ങൾ കൊണ്ടുവന്നതും ഇതിൽ പ്രധാനമാണ്.

എന്നാൽ ഭൂസംബന്ധമായ നടപടികളിൽ ഏറ്റവും പ്രധാനമായത് ക്ഷേത്രങ്ങളുടെ ഉടമസ്ഥതയിലുണ്ടായിരുന്ന ദേവസ്വം ഭൂമി ഏറ്റെടുത്ത് സർക്കാരിന്റേതാക്കിയതായിരുന്നു. അഴിമതിയും കെടുകാര്യസ്ഥതയും

നടമാടുന്നുവെന്ന ആക്ഷേപത്തിന്റെയടിസ്ഥാനത്തിൽ 378 ക്ഷേത്രങ്ങളുടെ വക ഭൂമി കണ്ടുകെട്ടി പണ്ടാരവകയാക്കി ഉത്തരവിറക്കി. ഈ ക്ഷേത്രങ്ങളുടെ ഭരണം സർക്കാരേറ്റെടുത്ത് ദേവസ്വം വകുപ്പുണ്ടാക്കി അതിന്റെ കീഴിലാക്കി. ഇതേപോലെ തന്നെ മൺറോ കൊച്ചിയിൽ ദിവാനായിരുന്നപ്പോൾ അവിടെയും 117 ക്ഷേത്രങ്ങൾ ഏറ്റെടുത്ത് സ്വത്തെല്ലാം സർക്കാരിന്റേതാക്കി. സർക്കാരിന്റെ സാമ്പത്തികസ്ഥിതി മെച്ചപ്പെടുത്താനുദ്ദേശിച്ചുകൊണ്ടുള്ളതും സർക്കാരിനെതിരെ മുമ്പ് മാടമ്പിമാർ തിരിഞ്ഞതുപോലെ ക്ഷേത്രങ്ങൾ കേന്ദ്രീകരിച്ച് ബ്രിട്ടീഷ് വിരുദ്ധകലാപം ഉണ്ടാകാതിരിക്കുന്നതിനു വേണ്ടിയുമുള്ള മുൻകരുതൽ നടപടിയായിരുന്നു ഇത്.

ഇത്തരത്തിൽ സർക്കാരിന്റേതാക്കി മാറ്റിയ ദേവസ്വം ഭൂമി വ്യക്തികളായ കുടിയാന്മാർക്ക് പാട്ടത്തിനു കൊടുക്കുന്ന നടപടിക്ക് മൺറോ തുടക്കംകുറിച്ചു. അതിനെ ഭൂമി പാട്ടമായി ലഭിച്ചവരിൽ അവർണ ജാതിയിൽപ്പെട്ട ഈഴവരും ചാന്നാന്മാരും മുന്നാക്കജാതിക്കാരായ നായന്മാരും ഉണ്ടായിരുന്നു. ഇങ്ങനെ പാട്ടത്തിനു നൽകിയ കൃഷിഭൂമി പണ്ടാരപ്പാട്ട ഭൂമി എന്ന പേരിലാണ് അറിയപ്പെട്ടത്. നിലം, പുരയിടം എന്നിങ്ങനെ വർഗീകരിച്ചിരുന്ന കൃഷിഭൂമിയായിരുന്നു പുതിയതായി പാട്ടത്തിനു നൽകിയത്.

ഇതിനു പുറമെ കൃഷിഭൂമിയായി വികസിപ്പിച്ചിട്ടില്ലാത്ത ഭൂമിയും പാട്ടത്തിനുകൊടുക്കുന്ന പതിവ് മൺറോക്കു ശേഷവും തുടർന്നു. അതാണ് 1818–ലെ രാജകീയ വിളംബരത്തിൽ കാണുന്നത്. പുതുവൽ എന്ന പേരിലാണ് ഇത്തരം ഭൂമി പാട്ടത്തിന് കൊടുക്കുന്ന പതിവ് തുടങ്ങിയത്. കൂടാതെ കായൽ ചതുപ്പ് കൃഷിഭൂമിയാക്കി മാറ്റുന്നതിനുവേണ്ടി വ്യക്തികൾക്ക് പാട്ടത്തിനു കൊടുത്തു. പണ്ടാരപ്പാട്ട വ്യവസ്ഥയിൽ നൽകിയ ഇത്തരം ഭൂമിയിൽനിന്നും പത്തുവർഷത്തേക്ക് നികുതി പിരിക്കേണ്ടതില്ലെന്നും പ്രഖ്യാപിച്ചു. കൃഷിക്കാർക്ക് പ്രയോജനപ്രദമായിരുന്നു ഇത്തരം നടപടികൾ. തുടർന്ന് 1821–ലെ മറ്റൊരു പ്രഖ്യാപനം വഴി നികുതി കുടിശ്ശിക വരുത്തിയ പണ്ടാരപ്പാട്ടക്കാരെ ഒഴിപ്പിക്കാൻ പാടില്ലെന്നും പിഴയീടാക്കിയാൽ മതിയെന്നും നിശ്ചയിച്ചു. 1836–ലെ മറ്റൊരു വിളംബരത്തിലൂടെ ഓരോ പന്ത്രണ്ടുകൊല്ലം കൂടുമ്പോഴും ഭൂമിയുടെ ഫലഭൂയിഷ്ഠിയും വരുമാനവും നിശ്ചയിച്ച് നികുതി പുതുക്കണമെന്ന വ്യവസ്ഥ ചെയ്തു. കൂടുതൽ കരഭൂമിയെ പുതുവൽഭൂമിയായി പ്രഖ്യാപിച്ച് കുടിയാന്മാർക്ക് പാട്ടത്തിനു കൊടുക്കുന്ന രീതി വ്യാപകമാക്കി.

പുകയില, കള്ള്, കഞ്ചാവ് തുടങ്ങിയ ഉൽപ്പന്നങ്ങളുടെ വ്യാപാര കുത്തക തിരുവിതാംകൂർ സർക്കാരിനായിരുന്നു. പത്തൊമ്പതാം നൂറ്റാണ്ടിന്റെ മധ്യമായപ്പോഴേക്കും തിരുവിതാംകൂർ സർക്കാരിന്റെ സാമ്പത്തിക സ്ഥിതി മോശമാവാൻ തുടങ്ങി. ഗവർണർ ജനറലായിരുന്ന ഡൽഹൗസി

പ്രഭുവിന്റെ സാമ്രാജ്യവികസന നയം തിരുവിതാംകൂറിലേക്കും തിരിഞ്ഞതായി രേഖകളിൽ കാണുന്നു. തിരുവിതാംകൂറിനെ ബ്രിട്ടീഷ് സാമ്രാജ്യത്തിൽ ലയിപ്പിക്കുന്നതിനുള്ള പ്രാരംഭചർച്ചകൾ അദ്ദേഹം മദിരാശി ഗവർണറുമായി നടത്തിയതായും അറിയുന്നു. ഈ സാഹചര്യത്തിൽ സാമ്പത്തികസ്ഥിതി മെച്ചപ്പെടുത്തുന്നതിനും ഭരണം കാര്യക്ഷമമാക്കുന്നതിനുമായി പുതിയ ഒരു ദിവാനെ നിയമിച്ചു. അങ്ങനെയാണ് സർ ടി മാധവറാവു ദിവാനായി എത്തുന്നത്. അദ്ദേഹത്തിന്റെ നടപടികൾ സർക്കാരിന്റെ സാമ്പത്തികസ്ഥിതി മെച്ചപ്പെടുത്തിയെന്നതോടൊപ്പം തന്നെ സമ്പന്ന വർഗത്തെ ശക്തിപ്പെടുത്തുകയും ചെയ്തു.

കുത്തകവ്യാപാരമേഖലയായിരുന്ന കള്ള്, കഞ്ചാവ്, പുകയില എന്നീ ഉൽപ്പന്നങ്ങളുടെ മേൽ സർക്കാരിനുണ്ടായിരുന്ന കുത്തക നിർത്തലാക്കുകയും വ്യക്തികൾക്ക് ലൈസൻസ് നൽകുന്ന സമ്പ്രദായം തുടങ്ങുകയും ചെയ്തു. ഇതിന്റെ ഫലമായി സർക്കാരിന് മുൻകൂട്ടി ലൈസൻസ് അനുസരിച്ചുള്ള പണം ലഭിക്കാൻ ഇടവരികയും വരുമാനത്തിന് നിജസ്ഥിതി ഉണ്ടാവുകയും ചെയ്തു. സർക്കാരിന്റെ സാമ്പത്തികസ്ഥിതി മെച്ചപ്പെട്ടതോടൊപ്പം തന്നെ സമ്പന്നരായ ഒരു കച്ചവടവർഗവും ഇതുമൂലം വളർന്നുവരാൻ സാഹചര്യമൊരുക്കി.

മൺറോയുടെ കാലം മുതൽ വ്യക്തികൾക്ക് ഭൂമി പാട്ടത്തിനുകൊടുക്കുന്ന സമ്പ്രദായം പത്തൊമ്പതാംനൂറ്റാണ്ടിന്റെ ഉത്തരാർധത്തിൽ കൂടുതൽ വ്യാപകമാകുന്നതായി കാണാം. പുതിയ കച്ചവടവർഗത്തിന്റെ ഉദയവും യൂറോപ്യൻ കച്ചവടക്കാർ മൂലധനനിക്ഷേപത്തിനായി എത്തിയതും ഭൂബന്ധങ്ങളിൽ അഴിച്ചുപണി അനിവാര്യമാക്കി. ഈ സാഹചര്യത്തിലാണ് 1865–ൽ പണ്ടാരപ്പാട്ട വിളംബരം നടത്തുന്നത്. ഇത് തിരുവിതാംകൂറിലെ ഭൂവുടമാബന്ധങ്ങളിലെ ഒരു പുതിയ ചുവടുവയ്പായിരുന്നു. ഈ വിളംബരപ്രകാരം പണ്ടാരവക ഭൂമിയിലെ പാട്ടക്കുടിയാന് കൈവശ ഭൂമിയിൽ ഉടമസ്ഥാവകാശവും പിന്തുടർച്ചാവകാശവും കൈമാറ്റാവകാശവും സിദ്ധിച്ചു. ബ്രാഹ്മണ കുടിയേറ്റക്കാലം മുതൽ ദേവസ്വവും ബ്രഹ്മസ്വവുമടക്കമുള്ള ജന്മിമാരുടെ ഉടമസ്ഥതയിലുണ്ടായിരുന്ന കൃഷിഭൂമി ഇപ്പോൾ മുതൽ കർഷകരുടെ ഉടമസ്ഥതയിലേക്ക് കൈമാറി. പിന്തുടർച്ചാവകാശം ലഭിച്ചതിനാൽ അൽപ്പകാലത്തിനുള്ളിൽത്തന്നെ പിന്തുടർച്ചാവകാശത്തർക്കങ്ങളുണ്ടാവുകയും അത് കുടുംബബന്ധങ്ങളുടെ പൊളിച്ചെഴുത്തിന് വഴിയൊരുക്കുകയും ചെയ്തു. നായർ ജാതിയിലുണ്ടായിരുന്ന മരുമക്കത്തായ സമ്പ്രദായം പരിഷ്കരിക്കണമെന്ന ആവശ്യം ഉണ്ടായത് പിന്തുടർച്ചാവകാശം സ്ഥാപിക്കപ്പെട്ടതോടു കൂടിയാണ്.

സർക്കാർ വക ഭൂമി പാട്ടത്തിനെടുത്ത കുടിയാന് ഉടമസ്ഥാവകാശം ലഭ്യമായപ്പോൾ ദേവസ്വം – ബ്രഹ്മസ്വം ഭൂമിയിലെ പാട്ടക്കുടിയാന്മാരും തത്തുല്യമായ അവകാശത്തിനു വേണ്ടി മുറവിളി കൂട്ടി. ഇതാണ് ജന്മി

കുടിയാൻ വിളംബരം പ്രസിദ്ധീകരിക്കാൻ കാരണമായത്. ഈ നിയമത്തിലൂടെ പാട്ടക്കുടിയാന്മാർക്ക് ഒഴിപ്പിക്കൽ ഭീഷണിയിൽനിന്നും മോചനം ലഭിച്ചു. പാട്ടത്തുക കുടിശ്ശിക വരുത്തിയാൽ പിഴപ്പലിശ ഈടാക്കാനുള്ള അവകാശം മാത്രമേ ജന്മിക്ക് അവശേഷിച്ചുള്ളൂ. അതായത് സർക്കാർ വകഭൂമിയിലെ പാട്ടക്കുടിയാന് 1821–ലെ വിളംബര പ്രകാരം ലഭിച്ച അവകാശങ്ങൾ ഏകദേശം അരനൂറ്റാണ്ടിനുശേഷം ദേവസ്വം–ബ്രഹ്മസ്വം ഭൂമിയിലെ പാട്ടക്കുടിയാനും സിദ്ധിച്ചു. ഇതിനു സമാനമായ ഒരു ജന്മികുടിയാൻ വിളംബരം 1894–ൽ കൊച്ചിയിലും നടപ്പാക്കി.

കോളനിവാഴ്ച മലബാറിൽ

പഴശ്ശികലാപം അടിച്ചമർത്തപ്പെട്ടതിനുശേഷമാണ് ബ്രിട്ടീഷ് ഭരണം പൂർണമായ നികുതിദായക ഘടനയ്ക്ക് രൂപംനൽകിയത്. അന്ന് ജില്ലാ കളക്ടറായ തോമസ് വാർഡൻ 106 ജന്മിമാരെ വിളിച്ച് ചേർത്ത് നികുതിദായക വ്യവസ്ഥയുടെ രൂപം അവതരിപ്പിക്കുകയും അവരുടെ സമ്മതം വാങ്ങുകയും ചെയ്തു. അപൂർവ്വം ജന്മിമാരാണ് ഇതിൽനിന്ന് വിട്ടുനിന്നത്. വയനാടിന്റെ ആധിപത്യം പൂർണമായി കമ്പനിയുടെ കീഴിൽ വന്നതോടെ വനമേഖലയുടെ നിയന്ത്രണവും കമ്പനിസർക്കാർ ഏറ്റെടുത്തു. വാണിജ്യം അവരുടെ നിയന്ത്രണത്തിലായി. ചുങ്കങ്ങൾ, പേട്ടകൾ, അങ്ങാടികൾ തുടങ്ങിയവയിൽ നിന്നുള്ള വരുമാനവും അവരുടെ കൈവശമായി. ജന്മിമാർക്ക് പാട്ടം കൂടാതെയുള്ള മാമൂൽ പിരിവുകളെല്ലാം നിർത്തലാക്കി. നാടുവാഴികളുടെ കളരികൾ പിരിച്ചുവിട്ടു. കളരിക്കുറുപ്പന്മാർ പരമ്പരാഗത ചികിത്സാരൂപങ്ങളിലേക്കും കായികാഭ്യാസ പ്രകടനങ്ങളിലേക്കും നീങ്ങി. ഭൂമിയെല്ലാം അളന്നു തിട്ടപ്പെടുത്താൻ സർവേയർമാരെ ഏൽപ്പിച്ചു. ആദ്യ ഘട്ടത്തിൽ നികുതി പിരിവിനു സൃഷ്ടിച്ച ഹോബിലികൾ മാറ്റി അംശങ്ങളും ദേശങ്ങളുമാക്കി. എങ്കിലും റയ്ത്ത് വാരി വ്യവസ്ഥയനുസരിച്ചാണ് ഈ മാറ്റങ്ങളുണ്ടായത് എന്നതുകൊണ്ട് ചില മേഖലകളിൽ നികുതിയെക്കുറിച്ച് തർക്കങ്ങൾ നിലനിന്നു. 1830 ഓടെ ഇവ പരിഹരിക്കപ്പെടുകയും എല്ലാ ഭൂവുടമകളും പുതിയ ക്രമത്തിലേക്ക് മാറുകയും ചെയ്തു.

കേരളത്തിലങ്ങോളമിങ്ങോളം വനമേഖലയുമായി ബന്ധപ്പെട്ട് ജീവിതം നയിച്ചവരായിരുന്നു ആദിവാസികൾ. വനസമ്പത്തിന്റെമേലുള്ള അവരുടെ അവകാശങ്ങൾ അതുവരെ ആരും ചോദ്യം ചെയ്തിരുന്നില്ല. പുനംകൃഷി കൂടാതെ മലഞ്ചരക്കുകളുടെ സമാഹരണവും താഴ്വരയിലെ അങ്ങാടികളിലെ വില്പനയും അവരുടെ ജീവതമാർഗമായിരുന്നു. ആദിവാസിമൂപ്പന്മാരുടെ നേതൃത്വത്തിലായിരുന്നു നീതിന്യായപരമായ അധികാരങ്ങൾ നിർവഹിച്ചിരുന്നത്. താഴ്വരകളിലെ നാടുവാഴികൾക്ക് വർഷംതോറുമുള്ള കപ്പവും മലമുകളിലെ ദൈവങ്ങൾക്കും അവരുടെ കാവുകൾക്കും കോട്ടകൾക്കും മേൽ നാടുവാഴികൾക്കുണ്ടായിരുന്ന

അവകാശങ്ങളുമായിരുന്നു അവരും നാടുവാഴികളും തമ്മിലുള്ള ബന്ധം. സ്വാഭാവികമായും, വനസംരക്ഷണം ആദിവാസികളുടെ ജീവിതത്തിനു മാത്രമല്ല, കേരളനിവാസികളുടെ ഭൗതികമായ നിലനിൽപ്പിനുതന്നെ അടിസ്ഥാന ഘടകമായിരുന്നു.

വനമേഖലയുടെ മേലുള്ള ആധിപത്യം കുറിച്യരുടെയും കുറുമരുടെയും പുനംകൃഷിയെയും അവരുടെ വനത്തിന്റെ മേലുള്ള അവകാശങ്ങളെയും ബാധിച്ചു. പഴശ്ശിരാജാവിന്റെ കലാപത്തെ പിന്തുണച്ചവരായിരുന്നു കുറിച്യർ എന്നതുകൊണ്ട് പുതിയ ഭരണത്തെക്കുറിച്ചുള്ള കൃത്യമായ അവബോധം അവർക്കുണ്ടായിരുന്നു. 1812 മാർച്ച് 25 ന് രാമർമൂപ്പന്റെ നേതൃത്വത്തിൽ നടന്ന കലാപം അടിച്ചമർത്തപ്പെട്ടതിനുശേഷമാണ് കമ്പനിക്ക് വനമേഖലയിൽ സ്വതന്ത്രമായി കടക്കാൻ കഴിഞ്ഞത്.

1830 ഓടെ പുതിയ ജന്മി സമ്പ്രദായം എല്ലായിടത്തും വേരൂന്നി. മുൻകാലത്തെ സ്ഥിരം കുടിയാന്മാർ എപ്പോൾ വേണമെങ്കിലും ഭൂമിയും അവകാശങ്ങളും നഷ്ടപ്പെടാവുന്ന വെറും പാട്ടകുടിയാന്മാരായി (Tenants-at-will). അവരുടെ ഭൂമികൾ കൂടുതൽ പാട്ടം നൽകുന്നവർക്ക് മേൽ ചാർത്തി കൊടുക്കുകയും ആധാരങ്ങൾ പൊളിച്ചെഴുതുകയും ചെയ്യുന്ന രീതി വന്നു. നൽകുന്ന പാട്ടങ്ങളുടെയും അടവുകളുടെയും കണക്കു സൂക്ഷിക്കപ്പെട്ടു. കാണക്കുടിയാന്മാർ കൂടുതൽ സമ്പന്നരായി. പലരും പ്രാഥമിക വിദ്യാഭ്യാസം നേടി ജന്മിമാരുടെ കാര്യസ്ഥന്മാരായി. പിന്നീട് മലബാറിലെ ഭൂമി മുഴുവൻ റവന്യൂ അംശങ്ങളായി തിരിക്കപ്പെട്ടതോടെ ഇവരിൽനിന്നും അധികാരി, മേനോൻ തുടങ്ങിയവരെയും നിയമിക്കാനാരംഭിച്ചു. ഈ കൂട്ടുകെട്ടാണ് പാട്ടം കൃത്യമായി പിരിച്ചെടുക്കാൻ ജന്മിയെ സഹായിച്ചത്. സർക്കാരിന്റെ നികുതി ക്രമത്തിന് താങ്ങായത്. സർക്കാരും ജന്മിമാരും തമ്മിലുള്ള കൂട്ടുകെട്ട് പുതിയ ചൂഷണമുറകളെ സൃഷ്ടിച്ചു.

1830 കളിൽ വന്ന വിലക്കയറ്റവും വറുതിയുടെ സാഹചര്യങ്ങളും വെറും പാട്ടക്കുടിയാന്മാരുടെ ജീവിതത്തെ ബാധിച്ചു. ജന്മിമാർ വർദ്ധിച്ച നികുതി തീരുവകൾക്കായി പാട്ടം വർദ്ധിപ്പിച്ചു. ഈ അവസ്ഥയിൽ നിന്നാണ് ആദ്യത്തെ കർഷകകലാപങ്ങൾ ഉണ്ടാകുന്നത്.

ഉപ്പിന്റെയും പുകയിലയുടെയും മേലുള്ള കമ്പനി കുത്തകക്കെതിരെ ബേക്കൽ താലൂക്കിലെ കർഷകർ നടത്തിയ സമരമാണ് കൂട്ടക്കലാപം. ഉപ്പ് ഒരു സമരായുധമായി ഉപയോഗിക്കപ്പെട്ട ആദ്യത്തെ സമരവും കൂടിയാണിത്.

കൊളോണിയൽ ഭരണകൂടത്തിനെതിരെ നടന്ന ഏറ്റവും ശക്തമായ ബഹുജനസമരമായിരുന്നു കൂട്ടക്കലാപം. 1830–31 ൽ ബേക്കൽ താലൂക്ക് ഉൾപ്പെടെ ദക്ഷിണ കാനറ ജില്ലയുടെ വിവിധ ഭാഗങ്ങളിൽ ശക്തമായ

കർഷകസമരം അരങ്ങേറിയിരുന്നു. 1810–11 ലെ സമരത്തെ അപേക്ഷിച്ച് കുറേക്കൂടി സംഘടിതമായ പ്രക്ഷോഭമായിരുന്നു രണ്ടാമത്തെ ഘട്ടത്തിൽ നടന്നത്. സമരത്തിന് നേതൃത്വം കൊടുത്തവരെക്കുറിച്ചും കലാപബാധിത പ്രദേശങ്ങളെക്കുറിച്ചും കൃത്യമായ തെളിവുകൾ ലഭ്യമാണ്. മഞ്ചേശ്വരം, ബങ്കരമഞ്ചേശ്വരം, കുമ്പള, മൊഗ്രാൽ, മധൂർ, കാസർഗോഡ് തുടങ്ങിയ പ്രദേശങ്ങൾ പ്രധാന കർഷക സമരകേന്ദ്രങ്ങളായിരുന്നു.

കാർഷികമേഖലയിലെ തകർച്ചയോ ഉൽപ്പന്നങ്ങളുടെ വിലയിടിവോ പരിഗണിക്കപ്പെടാതെ നികുതി നിർണയിച്ചതാണ് ബേക്കൽ താലൂക്കിലെ കലാപത്തിന് കാരണമായിത്തീർന്നത്.

തലശ്ശേരി കോടതിയിലെ ജഡ്ജായിരുന്ന ജോൺബോഗൻ ദക്ഷിണ കാനറയിലെ കർഷകർ നേരിടുന്ന പ്രശ്നങ്ങൾ പരിശോധിച്ചശേഷം ഇങ്ങനെ രേഖപ്പെടുത്തുന്നു: "നികുതി അടയ്ക്കുന്നതിനുവേണ്ടി ജനങ്ങൾ അവരുടെ ആഭരണങ്ങൾ വിറ്റുകൊണ്ടിരിക്കുകയാണെന്ന് കലാപം തുടങ്ങുന്നതിന് മുമ്പുതന്നെ ഞാൻ ആവർത്തിച്ചുകേട്ടിരുന്നു. ഈ റിപ്പോർട്ടുകളെല്ലാം കർഷകരുടെ പാപ്പരീകരണത്തെ സൂചിപ്പിക്കുന്നു."

കൃഷിക്കാർ തകർന്നുകൊണ്ടിരിക്കുന്ന ഈ ഘട്ടത്തിൽ പരിഹാരം ആവശ്യപ്പെട്ട് ജനങ്ങൾ കളക്ടർക്ക് പൊതു പരാതി അയക്കുകയുണ്ടായി. അതുകൊണ്ട് കാര്യമായ പ്രയോജനമുണ്ടാകാത്ത ഘട്ടത്തിലാണ് ജനങ്ങൾ കലാപത്തിലേക്ക് നീങ്ങിയത്. 1831 ജനുവരിയിൽത്തന്നെ കൃഷിക്കാർ സംഘടിക്കാനും 'കൂട്ടം' ഉണ്ടാക്കാനും തുടങ്ങിയിരുന്നു. കർഷകനേതാക്കളുടെയും സജീവപ്രവർത്തകരുടെയും ഒരു യൂണിയൻപോലുള്ള സംഘമാണ് കൂട്ടം. കൂട്ടംയോഗങ്ങളിൽ കൃഷിക്കാരുടെ പ്രശ്നങ്ങളെക്കുറിച്ചും അത് പരിഹരിക്കാൻ സ്വീകരിക്കേണ്ട മാർഗങ്ങളെക്കുറിച്ചും കർഷകരുടെ പ്രസ്ഥാനം എങ്ങനെ സംഘടിപ്പിക്കാം എന്നതിനെക്കുറിച്ചും സജീവമായി ചർച്ചചെയ്യപ്പെട്ടു. ബേക്കൽ താലൂക്കിൽ പ്രത്യേകിച്ച് മധൂർ, മഞ്ചേശ്വരം, കുമ്പള, മൊഗ്രാൽ എന്നിവിടങ്ങളിലെല്ലാം 'കൂട്ടം' സംഘടിപ്പിക്കപ്പെട്ടു. ഇതേത്തുടർന്ന് ദക്ഷിണകാനറയുടെ വിവിധവിഭാഗങ്ങളിൽ കൃഷിക്കാർ പരസ്യമായി സംഘടിക്കാൻ തുടങ്ങി.

കുടകിൽ ഈസ്റ്റ് ഇന്ത്യാ കമ്പനിക്കെതിരെ 1837–ൽ ഉയർന്നുവന്ന കല്യാണസ്വാമി കലാപത്തിന്റെ അലയൊലി ബേക്കൽ താലൂക്കിലും വലിയ ചലനമുണ്ടാക്കി. കലാപകാരികളായി മാറിയ കർഷകർ കുമ്പളയിൽനിന്ന് കാസർകോട്ടേക്ക് മാർച്ച് ചെയ്യുകയും ഗവൺമെന്റ് ട്രഷറി കയ്യേറി രേഖകൾ കത്തിച്ചുകളയുകയും ചെയ്തു. ഭൂസംബന്ധമായ രേഖകളെല്ലാം സൂക്ഷിക്കുന്ന ട്രഷറി ഉൾപ്പടെയുള്ള ഈസ്റ്റ് ഇന്ത്യാ കമ്പനിയുടെ സ്ഥാപനങ്ങൾക്ക് നേരെ കേരളത്തിൽ നടന്ന ആദ്യത്തെ കർഷക മാർച്ചായിരിക്കും ഇത്.

ഏറനാട്ടിലെ മാപ്പിളമാരിൽ ഭൂരിഭാഗവും വെറും പാട്ടക്കുടിയാന്മാരായിരുന്നു. പലതരം ചൂഷണങ്ങൾക്കും പീഡനങ്ങൾക്കും വിധേയരായ ഈ വിഭാഗം ജനങ്ങളാണ് ഭരണകൂടത്തിനും ഭൂവുടമകൾക്കുമെതിരെ ആയുധം കയ്യിലേന്തിയത്. പ്രാദേശികതലവന്മാരായിരുന്ന മൂപ്പന്മാരുടെയും മറ്റും വ്യാപാരക്കുത്തകകൾ മുതലുള്ള പല അധികാരങ്ങളും നഷ്ടമായതും കച്ചവടമേഖല കമ്പനിയുടെ നിയന്ത്രണത്തിലായതും ഈ വിഭാഗത്തെ അതൃപ്തിയിലേക്കു തള്ളി വിട്ടു. ഈ സന്ദർഭത്തിൽ ഹദ്രാമിസയ്യിദുമാരായ മമ്പുറം തങ്ങന്മാരുടെ സാന്നിദ്ധ്യം മാപ്പിളമാർക്ക് ധൈഷണികമായ നേതൃത്വം ലഭിക്കുന്നതിനിടയാക്കി. പ്രാദേശിക ഭൂവുടമകളുടെയും ബ്രിട്ടീഷ് സർക്കാരിന്റെയും ഭാഗത്തു നിന്നുണ്ടായ പല നീക്കങ്ങളും തങ്ങളുടെ ജീവിതത്തിനുതന്നെ ഭീഷണിയാവുന്നുവെന്ന ആശങ്ക മാപ്പിളമാർക്കിടയിൽ രൂപംകൊണ്ടു. ഈ ഭീതിയുടെ അനുരണനങ്ങളായിരുന്നു മലപ്പുറം പട (1728), മുട്ടിയറ കലാപം (1843), മട്ടന്നൂർ, കുളത്തൂർ കലാപം, മഞ്ചേരി കലാപം (1849, ചേറൂർ കലാപം എന്നിവ. കലാപങ്ങളുടെ ഓർമ്മകൾ പടപ്പാട്ടുകളിലൂടെ (War Songs) മാപ്പിള സമൂഹത്തിനകത്ത് പ്രചരിക്കപ്പെടുകയും അവരുടെ സമരവീര്യത്തെ നിലനിർത്താൻ സഹായിക്കുകയും ചെയ്തു.

കലാപങ്ങളെ നിയന്ത്രിക്കാനുള്ള കളക്ടർ തോമസ് കനോലിയുടെ ശ്രമങ്ങൾ അദ്ദേഹത്തിന്റെ വധത്തിനു കാരണമായി. തുടർന്ന് ബ്രിട്ടീഷ് സർക്കാർ കലാപങ്ങളെക്കുറിച്ചന്വേഷിക്കാൻ തോമസ് എൽ സ്ട്രേഞ്ചിന്റെ നേതൃത്വത്തിൽ കമ്മീഷനെ നിയമിച്ചു. സ്ട്രേഞ്ച് റിപ്പോർട്ട് കലാപങ്ങളുടെ പൂർണ ഉത്തരവാദിത്വം മലബാറിലെ മാപ്പിളമാരുടെ അക്രമാസക്തമായ നിലപാടുകളിൽ ആരോപിക്കുകയും കർക്കശമായ മർദ്ദന നിയന്ത്രണമുറകൾ നിർദ്ദേശിക്കുകയും ചെയ്തു. അതിനെത്തുടർന്ന് ആയുധം കൊണ്ടു നടക്കുന്നതിൽ നിയന്ത്രണമേർപ്പെടുത്തുകയും തെക്കേമലബാർ മുഴുവൻ നിരോധനാജ്ഞയുടെ കീഴിൽ കൊണ്ടുവരികയും ചെയ്തു.

അതുകൊണ്ടു ബ്രിട്ടീഷുകാരുടെ ഭരണക്രമത്തിനെതിരായ അമർഷം കെട്ടടങ്ങിയില്ല. അത് പുതിയ രൂപങ്ങളിലേക്ക് വ്യാപിച്ചു. ഏറ്റവും പ്രധാനപ്പെട്ട പ്രശ്നം നികുതി ആരിൽനിന്ന് പിരിക്കണമെന്നതായിരുന്നു. നിരവധി ഭൂമികൾ പുതിയതായി വളർന്നുവന്ന സമ്പന്നവർഗത്തിന്റെ കയ്യിലായിരുന്നു. പരമ്പരാഗത ജന്മിമാരേക്കാൾ കൂടുതൽ അധികാരങ്ങളാണ് ഇവരുടെ കൈവശം ഉണ്ടായിരുന്നത്. അതുകൊണ്ട് നികുതിദായക കർഷകരായി ഇവരെ അംഗീകരിക്കണമെന്ന വാദമുയർന്നു. കലാപബാധിത പ്രദേശങ്ങളിൽ മാത്രമല്ല ദാരിദ്ര്യവും വറുതിയും വേട്ടയാടിയിരുന്ന മറ്റു പ്രദേശങ്ങളിലും നികുതി പിരിവ് കുറഞ്ഞിരുന്നു. മലബാറിലെ ജന്മികുടിയാൻ ബന്ധങ്ങളെക്കുറിച്ചന്വേഷിക്കാനും റവന്യൂ വരുമാനം വർദ്ധിപ്പിക്കാനുള്ള നിർദ്ദേശങ്ങൾ സമർപ്പിക്കാനുമായിട്ടാണ്. അന്നത്തെ മലബാർ കളക്ടറായിരുന്ന വില്യം ലോഗനെ ബ്രിട്ടീഷ്

സർക്കാർ നിയോഗിച്ചത് (1881). ഭൂബന്ധങ്ങളിൽ സർക്കാർ നടപ്പിലാക്കിയ നിയമങ്ങൾ—ജന്മിക്ക് പൂർണ ഉടമാവകാശം നൽകിയതും അതുവഴി ഉയർന്ന പാട്ടവും പൊളിച്ചെഴുത്തിന് വൻ ഫീസ് ഈടാക്കിയതും വിവേചനപരമല്ലാത്ത കുടിയിറക്കു ഭീഷണിയുമെല്ലാമാണ്—കർഷകരുടെ അസംതൃപ്തിക്കു കാരണമായത് എന്നാണ് ലോഗൻ നിരീക്ഷിച്ചത്. യഥാർത്ഥകർഷകന് തന്റെ ചെറിയ ഭൂമി കൃഷിക്കുപയോഗിക്കാനും അതിൽനിന്നുള്ള ആദായം അനുഭവിക്കാനുമുള്ള സംരക്ഷണം സർക്കാർ ഉറപ്പുവരുത്തണമെന്നും അദ്ദേഹം നിർദ്ദേശിക്കുകയുണ്ടായി. എന്നാൽ, ബ്രിട്ടീഷ് സർക്കാർ ലോഗന്റെ റിപ്പോർട്ട് തള്ളുകയും മറ്റൊരു കമ്മീഷനെ നിയമിക്കുകയും അതിൻപ്രകാരം 1887 ൽ The Malabar compensation for Tenants Improvement Act പാസാക്കുകയും ചെയ്തു.

19-ാം നൂറ്റാണ്ടിന്റെ അവസാനമായപ്പോഴേക്കും കാണക്കാർ സമ്പന്നരാവുകയും അതുവഴി അധികാരവും സ്വാധീനവുമുള്ളവരായിത്തീരുകയും ചെയ്തു. ഈ പ്രവണത കൂടുതൽ 'കാണം' അവകാശം (tennancy) കൈവശപ്പെടുത്തുന്നതിനുള്ള മത്സരത്തിന് ആക്കം കൂട്ടുകയും ചെയ്തു. ഈ സാഹചര്യത്തിൽ കാണക്കാർ 'മേൽച്ചാർത്തും, പൊളിച്ചെഴുത്തും' തങ്ങളുടെ അവകാശമായി പ്രഖ്യാപിച്ചു. ഏതു കുടിയാനെയും ഒഴിപ്പിച്ച് കൂടുതൽ തുക നൽകുന്നയാൾക്ക് ഭൂമി നൽകുന്ന അവസ്ഥ സംജാതമായി. 1887 ലെ കുടിയാൻ നഷ്ടപരിഹാര നിയമം നടപ്പിലാക്കിയശേഷമാണ് കാണക്കാർ സംഘടിക്കുകയും മേൽച്ചാർത്ത് ഉയർത്തിക്കൊണ്ടുവരികയും ചെയ്തത്. പിന്നീട് 1900 ൽ ഇത് ഭേദഗതി വരുത്തുന്നത് കാണാം. ഭൂമിയിൽ കുടിയാൻ നടത്തിയ ജോലികൾക്ക് തത്തുല്യമായ വിപണി മൂല്യം തിരിച്ചു നൽകുകയെന്നതായിരുന്നു ഭേദഗതി.

1905-06 ൽ നടത്തിയ നികുതി സെറ്റിൽമെന്റിലൂടെ പുതിയ ഭൂവുടമവർഗങ്ങളുടെ അവകാശങ്ങളും നിയമപരമായി. അതോടെ പരമ്പരാഗത ജന്മിമാർ, കാണക്കുടിയാന്മാർ, വെറും പാട്ടക്കുടിയാന്മാർ എന്നിവർ പ്രധാന കാർഷിക വർഗങ്ങളായി തീർന്നു. കാണക്കുടിയാന്മാർ അവരുടെ അവകാശങ്ങൾക്കുവേണ്ടി സംഘടിച്ചു. വെറും പാട്ടക്കാരുടെ അവസ്ഥ കൂടുതൽ പരിതാപകരമായി.

ബ്രിട്ടീഷ് ആധിപത്യവും കേരളത്തിന്റെ ജൈവസമ്പത്തും

ബ്രിട്ടീഷ് ആധിപത്യത്തിന്റെ തുടക്കത്തിലും കേരളത്തിന്റെ ജൈവസമ്പത്തിൽ കാതലായ മാറ്റങ്ങൾ വന്നില്ല. കേരളത്തിന്റെ സർവേയർമാരായിരുന്ന വാർഡും കോണറും നൽകുന്ന കണക്കുകളിൽ കേരളത്തിന്റെ മൂന്നിൽ രണ്ടു ഭാഗം വനങ്ങളായിരുന്നു. കടപ്പുറവും പുറമ്പോക്കും കഴിച്ച് നാലിലൊന്ന് ഭൂമിയിൽ മാത്രമാണ് ജനവാസകേന്ദ്രങ്ങൾ ഉണ്ടായിരുന്നത്. ഇവർ ശേഖരിച്ച കണക്കുകളുടെ ഉറവിടം വ്യക്തമല്ലെങ്കിലും കേരളത്തിന്റെ ഒരു പൊതുചിത്രം നൽകാൻ ഇത് സഹായകമാണ്.

കേരളത്തിൽ ഇന്നു കാണുന്ന ജനസാന്ദ്രത ബ്രിട്ടീഷ് ഭരണത്തിന്റെ ആരംഭത്തിലും ഉണ്ടായിരുന്നില്ല. കാടും നാടും ഇടകലർന്നുകിടന്ന പ്രതലമായിരുന്നു കേരളത്തിലുണ്ടായിരുന്നത്. മലഞ്ചെരുവുകളിലും മലമുകളിലും ജനസാന്ദ്രത തുച്ഛമായിരുന്നു. ചിതറിക്കിടന്നിരുന്ന ആദിവാസിക്കുടികളാണ് അന്നുണ്ടായിരുന്നത്. വനവിഭവങ്ങൾ ശേഖരിക്കാനായി താഴ്‌വരകളിൽനിന്ന് കയറിവന്ന വണിക്കുകളുമായി കൊള്ളകൊടുക്കലുകൾ നടത്തിയിരുന്ന ആദിവാസി വിഭാഗങ്ങളായിരുന്നു പ്രധാനം. ഈ വാണിജ്യത്തിന്റെ നിയന്ത്രണമായിരുന്നു മലയരികുകളിലെ നാടുവാഴികളുടെ പ്രധാനവരുമാനം. പഴശ്ശിയും നിലമ്പൂരും കൊല്ലങ്കോടും പൂഞ്ഞാറും പന്തളവും നെടുമങ്ങാടുമെല്ലാം ഇതിനുദാഹരണങ്ങളാണ്. ഇവരുടെ നേതൃത്വത്തിൽ കടൽക്കരയിലെത്തിയ വനവിഭവങ്ങളാണ് തീരദേശവാണിജ്യത്തിന്റെ അടിത്തറയായിരുന്നത്.

യൂറോപ്യൻ അധിനിവേശത്തിന്റെ ഭാഗമായി വളർന്നുവന്ന മാറ്റങ്ങളിൽ ഏറ്റവും പ്രധാനം മുതലാളിത്ത വ്യവസ്ഥയുടെ വളർച്ചയ്ക്കുവേണ്ടിയുള്ള വിഭവസമാഹരണത്തെയും ഉൽപ്പാദനത്തിന്റെ വികാസത്തെയും സഹായിക്കുന്ന വിധത്തിലുള്ള മാറ്റങ്ങളാണ്. മൂന്നു തരത്തിലുള്ള മാറ്റങ്ങൾ ഇവയിൽ പെടുന്നു. ഒന്ന്, പുതിയ സസ്യജനുസ്സുകളുടെയും കാർഷിക ഉൽപ്പാദനരീതികളുടെയും വളർച്ച. കേരളത്തിൽ പപ്പായ, കശുമാവ്, പച്ചമുളക്, മരച്ചീനി, റബ്ബർ, തേയില, കാപ്പി, കൈതച്ചക്ക മുതലായവ സസ്യങ്ങൾ കേരളത്തിന്റെ പുറത്തു നിന്ന് കൊണ്ടുവന്ന് ഇവിടെ കൃഷിചെയ്ത ഉൽപ്പന്നങ്ങളാണ്. ഇവയിൽ പലതും (ഉദാ: കൈതച്ചക്ക, കശുമാവ്) തികച്ചും വ്യത്യസ്തമായ പാരിസ്ഥിതിക മേഖലകളിൽ ഉൽപ്പാദിപ്പിക്കേണ്ടവയും കേരളത്തിൽ പരീക്ഷിക്കപ്പെട്ടവയുമാണ്.

രണ്ടാമത്തേത്, ഇത്തരത്തിലുള്ള പരീക്ഷണങ്ങളുടെ ഭാഗമായി കേരളത്തിലെ മിശ്രവിളസ്വഭാവമുള്ള കാടുകളിലും പറമ്പുകളിലും ചിലത് ഏകവിള സ്വഭാവമുള്ള തോട്ടങ്ങളായി. കാപ്പി, തേയില, കൈതച്ചക്ക, വാഴ, തേങ്ങ, കവുങ്ങ് മുതലായവയുടെ കൃഷി ഏകവിള സ്വഭാവമുള്ളതായി മാറിയത് ഇത്തരം ഇടപെടലുകളുടെ ഭാഗമായാണ്. മൂന്നാമത്, വാണിജ്യകൃഷിയെ പ്രോത്സാഹിപ്പിക്കുന്നതും മറ്റു ഉൽപ്പന്നങ്ങളെ നശിപ്പിക്കുന്നതുമായ ഭൂമിയുടെ പ്രതലത്തിന്റെ മാറ്റത്തിനും അതനുസരിച്ചുള്ള ഭൂമാനേജ്മെന്റ് രീതികൾക്കും ഇതു വഴി തെളിയിച്ചു. നാടുവാഴിത്ത കൃഷിരൂപങ്ങളിൽനിന്ന് മുതലാളിത്ത കൃഷിയിലേക്കുള്ള മാറ്റത്തിൽ കൊളോണിയൽ കാലഘട്ടത്തെ ഈ ഇടപെടലുകൾ പ്രധാന പങ്കുവഹിച്ചിട്ടുണ്ട്. ഇതിനെയാണ് പാരിസ്ഥിതിക സാമ്രാജ്യത്വം എന്നുവിളിക്കുന്നത്.

ബ്രിട്ടീഷുകാരുടെ ആധിപത്യം കേരളത്തിന്റെ വനസമ്പത്തിന്റെ ഘടനയിൽ കാതലായ മാറ്റങ്ങൾ വരുത്തി. അതിനുമുമ്പുണ്ടായിരുന്ന യൂറോപ്യന്മാരുടെ വാണിജ്യതാല്പര്യങ്ങളിൽനിന്നും വാണിജ്യവൽ

ക്കരണം (Mercantilism) എന്നറിയപ്പെട്ട ഈസ്റ്റിന്ത്യാക്കമ്പനികളുടെ വാണിജ്യ രാഷ്ട്രീയത്തിൽനിന്നും വ്യത്യസ്തമായ നിലപാടാണ് ബ്രിട്ടീഷു കാർ സ്വീകരിച്ചത്. ഇംഗ്ലീഷ് ഈസ്റ്റിന്ത്യാക്കമ്പനി വാണിജ്യവൽക്കരണ രാഷ്ട്രീയം തന്നെയാണ് പിന്തുടർന്നതെങ്കിലും വാണിജ്യലാഭം മോഹിച്ച് ഇന്ത്യയിലെത്തിയ ഇംഗ്ലീഷുകാരുടെ നിലപാട് വ്യത്യസ്തമായിരുന്നു. മാർഡോക്ക്ബ്രൗണിനെപ്പോലുള്ള ചിലർ തോട്ടങ്ങൾ സ്ഥാപിക്കുകയും മുതലാളിത്ത ഉല്പാദനരീതി ഔപചാരികമായി കേരളത്തിൽ നടപ്പിൽ വരുത്തുകയും ചെയ്തു. കേരളത്തിലെ മിഷനറിമാർ സ്ഥാപിച്ച തോട്ടങ്ങ ളിലും ഇതേരീതി തന്നെ കാണാം. കേരളത്തിലെ വിഭവസമ്പത്തിനെ ക്കുറിച്ച് അവർ കൃത്യമായി മനസ്സിലാക്കുകയും അവയിൽ വാണിജ്യ കൃഷിക്കനുയോജ്യമായതും അല്ലാത്തതും ആയ വിളകൾ തമ്മിൽ വേർതിരിക്കുകയും ചെയ്തു.

പോർച്ചുഗീസുകാരുടെ കാലം മുതൽ പുതിയ സസ്യജനസ്സുകൾ കേരളത്തിൽ പ്രചരിച്ചു തുടങ്ങിയെങ്കിലും അവയെ ആസൂത്രിതമായ രീതിയിൽ വ്യാപിപ്പിക്കാൻ താല്പര്യം കാണിച്ചത് ബ്രിട്ടീഷുകാരാണ്. കേരളത്തിലെ വിഭവസമ്പന്നമായ പ്രദേശങ്ങൾ നേരിട്ടോ സ്വന്തം ആജ്ഞാനുവർത്തികളായ വണിക്കുകളെയും (തച്ചിൽ മാത്തൂതരകൻ) നാടുവാഴികളെയും (നിലമ്പൂർ, കൊല്ലങ്കോട്, കുറുമ്പ്രനാട്) ഉപയോഗിച്ചോ കയ്യടക്കാനും ശ്രമിച്ചു. ഇത്തരം കയ്യേറ്റങ്ങൾ ഏറ്റവും കൂടുതൽ ഫലപ്ര ദമായത് തടി വ്യാപാരത്തിലായിരുന്നു. ബ്രിട്ടീഷുകാർക്കാവശ്യമായ കപ്പൽ നിർമ്മാണത്തിലും പിന്നീട് ബംഗ്ലാവുകളുടെ നിർമ്മാണത്തിനും ആവശ്യമായ തേക്ക്, വീട്ടി, വെൻതേക്ക് മുതലായ തടികൾ വെട്ടിയിറക്കി കട്ടമരങ്ങളിൽ കൊണ്ടുവന്ന് കടപ്പുറത്തെ ഗോഡൗണുകളിലെ ത്തിക്കുന്നത് ഒരു സ്ഥിരം കാഴ്ചയായി, അതിനായി നിരവധി ഇടനില ക്കാർ വനഭൂമികളിൽ കുത്തകപ്പാട്ടവും കുറ്റിക്കാണവുമായി അവകാശ ങ്ങൾ നേടിയെടുത്തു.

വനങ്ങളിൽനിന്നുള്ള വിഭവ ശേഖരണത്തിന് പതിനെട്ടാം നൂറ്റാണ്ടു മുതൽ നടപ്പിലാക്കിവന്ന രീതികളാണ് കുറ്റിക്കാണവും കുത്തകപ്പാട്ടവും. നാടുവാഴിയുടെയോ ജന്മിയുടെയോ നിയന്ത്രണത്തിലുള്ള വനങ്ങളിൽ നിന്ന് ഒരു നിശ്ചിത എണ്ണം തടികൾ മുറിച്ചെടുക്കാനുള്ള അവകാശമാണ് കുറ്റിക്കാണം. തടികളുടെ എണ്ണം നിർത്തുന്ന കുറ്റികളുടെ അടിസ്ഥാ നത്തിൽ പരിശോധിക്കും. അവയുടെ എണ്ണത്തിന് തുല്യമായ തുകയാണ് കാണമായി നൽകേണ്ടി വരുന്നത്. ഒരു പ്രാവശ്യം തടിവെട്ടു നടന്ന ഇടങ്ങളിൽ നിശ്ചിത വർഷങ്ങൾ കഴിഞ്ഞുമാത്രമേ വീണ്ടും തടിവെട്ട് അനുവദിക്കുകയുള്ളു. പിന്നീട് ഒരു വനമേഖലയിൽ തടിവെട്ടാനുള്ള അവകാശം കുത്തകയായി നൽകാനാരംഭിച്ചു. ഈ അവകാശത്തിന് നൽകുന്ന പണമാണ് കുത്തകപ്പാട്ടം. 19-ാം നൂറ്റാണ്ടിന്റെ അവസാനം വനഭൂമിയിൽ നിത്യഹരിതവനങ്ങളും റിസർവ് വനങ്ങളും തടിവെട്ടാനുള്ള

അവകാശം ലേലം ചെയ്തു കരാറുകാർക്ക് നൽകാനാരംഭിച്ചു. വെട്ടാനുള്ള തടികളെ കൂട്ടങ്ങളായി (കൂപ്പ്- coupe) തിരിച്ച് ആണ് ലേലം ചെയ്തിരുന്നത്. പാട്ടത്തിനുപകരം കരാർ വന്നതോടെ ഈ മേഖലയിൽ മുതലാളിത്തത്തിലേക്കുള്ള മാറ്റവും ആരംഭിച്ചു.

കേരളത്തിൽ തടിയുടെ ഉപയോഗം വ്യാപിക്കുന്നതനുസരിച്ച് വനനശീകരണവും വ്യാപകമായി. തടിയുടെ ഉപയോഗം പ്രധാനമായും നാലു മേഖലകളിലാണ് നടന്നത്; ഭവനനിർമ്മാണം, തോണികളുടെയും ഉരുക്കളുടെയും നിർമ്മാണം, ബംഗ്ലാവുകളുടെയും കോട്ടകളുടെയും നിർമ്മാണം, കപ്പൽ നിർമ്മാണത്തിനുവേണ്ടി പുറത്തേക്ക് കയറ്റി അയക്കുന്ന തടികൾ. പഴയ വീടുകളുടെ ഘടനമാറി തട്ടിൻപുറങ്ങളും മച്ചുകളുമുള്ള വീടുകളുടെ വർദ്ധന തടികളുടെ ഉപയോഗവും വളർത്തിക്കൊണ്ടുവന്നു. യൂറോപ്യരുടെ ഭവനനിർമ്മാണരീതികൾ വ്യാപിച്ചതും തടികളുടെ ഉപയോഗം വൻതോതിൽ വർദ്ധിപ്പിച്ചു. ജനലുകൾ, വരാന്തകൾ, ചാരുപടികൾ, പടിപ്പുരകൾ, വാതിലുകൾ തുടങ്ങിയവയ്ക്കെല്ലാം മരത്തിന്റെ ഉപയോഗം ആവശ്യമായി. ക്ഷേത്ര നിർമ്മാണത്തിലും വൻതോതിൽ മരത്തിന്റെ ഉപയോഗമുണ്ടായി. ഭൂരിഭാഗം വ്യാപാരവും തോണികൾ, പായ്ത്തോണികൾ, കട്ടമരങ്ങൾ, ജങ്കാറുകൾ മുതലായവ വഴിയായതും മരത്തിന്റെ ആവശ്യം വർദ്ധിപ്പിച്ചു. കോട്ടകളിലും കയ്യാലകളിലും മരത്തിന്റെ ഉപയോഗമുണ്ടായി. ടിപ്പുവിന്റെ പടയോട്ടത്തിന്റെ കാലത്ത് നിർമ്മിച്ച ലക്ഡികോട്ടകൾ ഉദാഹരണങ്ങളാണ്. ടിപ്പുവിന്റെ സൈന്യത്തിന് ആയുധങ്ങൾ സൂക്ഷിക്കുന്നതിനും താൽക്കാലിക വാസകേന്ദ്രവുമായി മരംകൊണ്ടു നിർമ്മിച്ചവയാണ് ലക്ഡികോട്ടകൾ. മലബാറിൽ പലയിടങ്ങളിലുമുള്ള ലക്കിടികളും ലക്ഡിപറമ്പുകളും ഇവയുടെ ഓർമ്മ നിലനിർത്തുന്നു. ഇവ കൂടാതെ ആധുനിക ജീവിത രീതികൾ പ്രചരിച്ചപ്പോൾ അവയുടെ ഭാഗമായി മേശകൾ, കസേരകൾ, കട്ടിലുകൾ, അലമാരകൾ, പത്തായങ്ങൾ, ചായ്പുകൾ തുടങ്ങിയവയുടെ നിർമ്മാണത്തിനും തടിയുടെ ഉപയോഗം വ്യാപകമാകുന്നുണ്ട്. ഫർണിച്ചറുകൾ വ്യാവസായം അത്തരത്തിൽ രൂപം കൊള്ളുന്നു. ഇവയെല്ലാം ചേർന്ന് വനങ്ങളുടെ നശീകരണം വൻതോതിൽ വർദ്ധിപ്പിച്ചു.

കോഴിക്കോട്ടെ കല്ലായിയും തിരുവിതാംകൂറിൽ ആലപ്പുഴയും കായംകുളവും തടിവ്യാപാര കേന്ദ്രങ്ങളായി. ഇടുക്കിമലകളിൽ നിന്നു വെട്ടിയിറക്കിയ തടി പെരുമ്പാവൂരിൽ വരികയും അവിടെനിന്നും വിവിധ പ്രദേശങ്ങളിലേക്ക് കാളവണ്ടികളിൽ കൊണ്ടുപോവുകയും ചെയ്തു. വനവിഭവങ്ങൾ കൊണ്ടുവന്ന് വിപണനം നടത്തുന്ന നിരവധി ചന്തകൾ കേരളത്തിലുടനീളം വളർന്നുവന്നു. നിലമ്പൂരിൽ ചാത്തുമേനോൻ നിർമ്മിച്ച തേക്കുതോട്ടം മുതലാളിത്തരീതിക്കനുസരിച്ചുള്ള തടി ഉല്പാദനത്തിന്റെ രൂപമായിരുന്നു.

കമ്പനിഭരണം 1858 നുശേഷം നേരിട്ടുള്ള ബ്രിട്ടീഷ് ആധിപത്യമായി മാറി. ജൈവസമ്പത്തിന്റെ വിനിയോഗത്തിലും കാതലായ വ്യതിയാനങ്ങൾ വന്നു. ബ്രിട്ടീഷുകാർ വനങ്ങളെ കേവലം വിഭവസ്രോതസ്സുകളും ഹിൽസ്റ്റേഷനുകളും (കേരളത്തിലെ നിബിഡവനങ്ങളും മൺസൂൺ കാലാവസ്ഥയുംമൂലം ഹിൽസ്റ്റേഷനുകൾ അതുവരെ ഉണ്ടായില്ല) ആയി കാണുന്നതിനുപകരം മുതലാളിത്ത ഉൽപ്പാദനത്തിനുള്ള ഉപാധികളായി കാണാൻ ആരംഭിച്ചു. വനപ്രദേശങ്ങളുടെ ആസൂത്രണത്തിനും മാനേജ്മെന്റിനും ഒരു സംഘം ജർമ്മൻവിദഗ്ധരെ ബ്രിട്ടീഷ് ഗവൺമെന്റ് നിയോഗിച്ചു. ഡീറ്റ്മർ ബ്രാൻഡിസിനെപ്പോലുള്ളവർ സൃഷ്ടിച്ച വനമാനേജ്മെന്റ് രീതികളാണ് ഇന്ത്യയിലൊട്ടാകെ വ്യാപിച്ചത്. അദ്ദേഹത്തിന്റെ ശിഷ്യനായിരുന്ന തോമസ് എഫ് ബുർദിയോ (Bourdillon) യാണ് കേരളത്തിലെ വനമാനേജ്മെന്റ് രീതികൾ ആവിഷ്ക്കരിച്ചത്. അതനുസരിച്ച് പശ്ചിമഘട്ടങ്ങളെ മൂന്നുമേഖലകളായി തിരിച്ചു. ഒന്ന് നിത്യഹരിത വനങ്ങളുടെ ഗാഢവനപ്രദേശം, രണ്ട് പ്രധാനമായ മഴക്കാടുകളടങ്ങുന്ന വനവിഭവങ്ങൾ ശേഖരിക്കാവുന്ന പ്രദേശം മൂന്ന്, ഇവയോട് ചേർന്ന് കിടക്കുന്ന ജനവാസയോഗ്യമായ വനപ്രദേശം. ഇവയിൽ മൂന്നാമത്തെ ഇനത്തിൽപ്പെട്ട ഭൂമികൾ പൂർണമായും തോട്ടവൽക്കരിക്കാവുന്ന ഭൂമികളായിരുന്നു. രണ്ടാമത്തെ ഇനത്തിൽ വനവിഭവങ്ങളുടെ ശേഖരണവും തെരഞ്ഞെടുക്കപ്പെട്ട നിയന്ത്രിതമായ രീതിയിലുള്ള തടിവെട്ടും മാത്രമേ അനുവദിച്ചിരുന്നുള്ളൂ. നിത്യഹരിത വനങ്ങൾ പൂർണമായും മനുഷ്യാധിനിവേശത്തിന് അപ്രാപ്യവുമായിരുന്നു.

മിതോഷ്ണാവസ്ഥ നിലനിൽക്കുന്ന ജർമ്മനിയിൽ രൂപപ്പെടുത്തിയ വനമാനേജ്മെന്റ് രീതികൾ കേരളത്തിലെ ഉഷ്ണമേഖലാക്കാടുകളിൽ എത്രമാത്രം ഫലപ്രദമായിരുന്നു എന്നത് പ്രശ്നമാണ്. പശ്ചിമഘട്ടങ്ങളിലെ ചോലവനങ്ങളിലാണ് ഏലം വളരുന്നത്. ഏലത്തിന്റെ വളർച്ച വൻവൃക്ഷങ്ങൾ നൽകുന്ന ചോലയുമായി നേരിട്ടു ബന്ധപ്പെടുന്നു. അതേസമയം അതു നൽകുന്നത് ഏറ്റവും മൂല്യമുള്ള വനവിഭവവുമാണ്. മഴക്കാടുകൾ നിലനിൽക്കുന്നത് മൺസൂൺ അനുസരിച്ചാണ്. മഴയുടെ ഏറ്റക്കുറച്ചിൽ കാടുകളുടെ നിലനിൽപ്പിനെ ബാധിക്കുമെന്നത് മാത്രമല്ല ഇത്തരം കാടുകളിൽ നിന്നുള്ള ബാഷ്പീകരണം മഴയെ നിലനിർത്തുന്നതിനുള്ള പ്രധാന ഉപാധിയുമാണ്. അനിയന്ത്രിതമായ മഴക്കാടുകളുടെ നാശം കേരളത്തിന്റെ കാലാവസ്ഥയെത്തന്നെ ബാധിക്കാം. ഇതു തിരിച്ചറിഞ്ഞ് മഴക്കാടുകളുടെ പുനരുജ്ജീവനം ഉറപ്പുവരുത്തുന്ന രീതിയിലാണ് മലകളിലെ പുനംകൃഷി നടന്നുവന്നിരുന്നത്. തേൻ, ചന്ദനം മുതലായ ഉൽപ്പന്നങ്ങളും ചില ഔഷധസസ്യങ്ങളും നിബിഡവനങ്ങളിൽ നിന്നുതന്നെയാണ് ശേഖരിച്ചുവന്നിരുന്നത്. ജാതി, കറുവാപ്പട്ട തുടങ്ങിയവയും വനവിഭവങ്ങൾ തന്നെയായിരുന്നു. പശ്ചിമഘട്ടവനങ്ങൾ വൈവിധ്യമാർന്ന ജീവജാലങ്ങളുടെ ആവാസകേന്ദ്രമായിരുന്നുവെന്നു

മാത്രമല്ല, അത്തരം കേന്ദ്രങ്ങൾ താഴ്വരകളിലെ ആവാസകേന്ദ്രങ്ങളുടെ ഇടയിലും കാണാമായിരുന്നു. കന്നുകാലികളെ പോറ്റി വളർത്താവുന്ന വമ്പിച്ച പുൽമേടുകൾ (Savannah) കേരളത്തിൽ കുറവായിരുന്നതു കൊണ്ട് അവയെ നിലനിർത്തുന്നതിന് വീടുകളിലെ തൊഴുത്തുകളെയും ചുറ്റുപാടുകളിലെ മേടുകളെയും തന്നെയാണ് ആശ്രയിച്ചത്. വനപ്രദേശങ്ങൾ കടൽത്തീരംവരെ പടർന്നുകിടക്കുകയും ചെയ്തിരുന്നു. ഇവയെല്ലാം തിരിച്ചറിഞ്ഞാണോ കൊളോണിയൽ വനമാനേജ്മെന്റ് രൂപങ്ങൾ ആവിഷ്ക്കരിച്ചതെന്ന് സംശയമാണ്. വൈവിധ്യത്തിന്റെ സംരക്ഷണത്തേക്കാൾ ലാഭാധിഷ്ഠിതമായ മുതലാളിത്ത വ്യവസ്ഥക്കു പകരിക്കുന്ന വനമാനേജ്മെന്റാണ് ഇക്കാലത്ത് നടപ്പിലായത്. ഇതിന്റെ ഫലമായി കേരളത്തിന്റെ വിദേശവാണിജ്യത്തിന്റെ അടിത്തറയായിരുന്ന കുരുമുളകിന്റെയും മറ്റു വനവിഭവങ്ങളുടെയും ഉൽപ്പാദനം ക്ഷയിച്ചു.

കേരളത്തിന്റെ നാണ്യവിളകളിൽ പ്രധാന ഇനമായി മാറിയ ഒന്നാണ് കശുവണ്ടി. തെക്കെ അമേരിക്കയിലെ ബ്രസീലിൽ ജന്മം കൊണ്ട കശുമാവ് 16–ാം നൂറ്റാണ്ട് മുതൽ മലബാറിൽ കൃഷി ചെയ്തിരുന്നു ഇന്ത്യയിലും ആഫ്രിക്കയിലുമാണ് ഇപ്പോൾ ഇത് കൂടുതലായും കൃഷി ചെയ്യപ്പെടുന്നത്. അതോടൊപ്പം കേരളത്തിൽ ഭക്ഷ്യക്ഷാമം രൂക്ഷമായപ്പോൾ ഇങ്ങോട്ട് കടന്നുവന്ന ഒരു ഭക്ഷ്യവിളയാണ് മരച്ചീനി.

യൂറോപ്യൻ കൃഷിരീതിയെ അവലംബിച്ചാണ് തെങ്ങ് ഒരു തോട്ടവിളയെന്ന രീതിയിൽ വ്യാപകമായും സംഘടിതമായും കൃഷിചെയ്യാനാരംഭിച്ചത്. കേരളത്തിന്റെ തീരദേശങ്ങളിൽ മാത്രം ഒതുങ്ങിയിരുന്ന ഒരു വിള എന്ന നിലയിൽനിന്നും കേരളത്തിന്റെ എല്ലാ ഭാഗത്തേക്കും അത് പടർന്ന് പന്തലിച്ചു. മാത്രമല്ല, ഇതിൽനിന്ന് ഉൽപ്പാദിപ്പിക്കുന്ന വെളിച്ചെണ്ണ വ്യാപകമായി ഉപയോഗിക്കപ്പെട്ടു. തേങ്ങയുടെ തൊണ്ടിൽനിന്നും ഉൽപ്പാദിപ്പിക്കുന്ന കയർ ലോകമാർക്കറ്റിലെത്തിച്ചേർന്ന മറ്റൊരു പ്രധാന ഉൽപ്പന്നമാണ്.

യൂറോപ്യൻ തോട്ടങ്ങളുടെ മാതൃകയിൽ ഇവിടെ ആരംഭിച്ച ആദ്യവാണിജ്യവിളയാണ് കാപ്പി. ഏഷ്യയിലെതന്നെ ആദ്യത്തെ സംഘടിത തോട്ടമെന്ന് വിശേഷിപ്പിക്കാവുന്ന അഞ്ചരക്കണ്ടിയിലെ ബഹുവിളതോട്ടത്തിൽ കാപ്പിയുമുണ്ടായിരുന്നു. പിന്നീട് പത്തൊമ്പതാം നൂറ്റാണ്ടിന്റെ മദ്ധ്യത്തോടെ പശ്ചിമഘട്ടപ്രദേശങ്ങളിൽ യൂറോപ്യൻ കാപ്പിത്തോട്ടങ്ങൾ വ്യാപകമായി.

കാപ്പി എങ്ങനെ കേരളത്തിലെത്തിയെന്നതിന് കൃത്യമായ തെളിവുകളില്ല. മെക്കയിൽനിന്ന് ചിക്ക്മംഗ്ലൂരിലെത്തിയ ഒരു മുസ്ലീം തീർത്ഥാടകൻ വഴിയാണ് കാപ്പി ഇവിടെയെത്തിയതെന്ന് പൊതുവേ കരുതപ്പെടുന്നു ഫ്രാൻസിസ് ബുക്കാനന്റെ യാത്രാവിവരണങ്ങളിൽ 1800 ൽ

കണ്ണൂരിൽനിന്നും കാപ്പി കയറ്റുമതി ചെയ്യുന്നതിനെക്കുറിച്ച് സൂചിപ്പിക്കുന്നുണ്ട്. മൈസൂരിലെ ബാബാ–ബുഡൻ കുന്നുകളിലും കണ്ണൂരിലെ അഞ്ചരക്കണ്ടിയിലുമായിരുന്നു തെക്കെ ഇന്ത്യയിൽ കാപ്പി ഉൽപ്പാദിപ്പിച്ചിരുന്ന രണ്ട് പ്രധാന കേന്ദ്രങ്ങൾ. 1820 കളിൽ വയനാട്ടിൽ ഈസ്റ്റ് ഇന്ത്യാക്കമ്പനിയിലെ പട്ടാള ഉദ്യോഗസ്ഥർ കാപ്പിത്തോട്ടം ആരംഭിച്ചപ്പോൾ ആവശ്യമായ കാപ്പിച്ചെടികൾകൊണ്ട് പോയിരുന്നത് അഞ്ചരക്കണ്ടിയിൽനിന്നായിരുന്നു. 1800 കളുടെ മധ്യമാവുമ്പോഴേക്കും വയനാടിന്റെ പല കേന്ദ്രങ്ങളിലും നിരവധി കാപ്പിത്തോട്ടങ്ങൾ ഉയർന്നുവന്നു. വനമേഖലകൾ നശിപ്പിച്ച് കാപ്പിത്തോട്ടങ്ങൾ വിപുലമാക്കാൻ തോട്ടമുടമകൾ അധികാരികളിൽ ശക്തമായ സമ്മർദ്ദം ചെലുത്തി. 1850–ലെ കണക്കനുസരിച്ച് 36 കാപ്പിത്തോട്ടങ്ങൾ വയനാട്ടിൽ സ്ഥാപിതമായി. 30,000 ഏക്കർ സ്ഥലത്ത് കാപ്പികൃഷി വ്യാപിച്ചു. പക്ഷേ, 1870 കളോടെ കാപ്പിയുടെ വ്യാപനം തടയപ്പെട്ടു. 'ലീഫ് ബ്ലൈറ്റ്' എന്ന അസുഖം പിടിപെട്ടതിനെത്തുടർന്ന് കൃഷിവ്യാപകമായ നാശത്തിലേക്ക് ചെന്നെത്തി.

തുടർന്നാണ് തേയില കൃഷിയുടെ വ്യാപനത്തിന് തുടക്കംകുറിക്കുന്നത്. ചൈനയിൽ ജന്മമെടുത്ത ചായ പത്തൊമ്പതാം നൂറ്റാണ്ടിലാണ് ഇന്ത്യയിലെത്തുന്നത്. ആസ്സാം ആയിരുന്നു തേയിലത്തോട്ടത്തിന്റെ ഇന്ത്യയിലെ ആദ്യകേന്ദ്രം. അവിടെനിന്നും പാരി ആന്റ് കമ്പിനിയാണ് വയനാട്ടിൽ തേയില സംഘടിതമായി കൃഷി ചെയ്യുന്നത്. കേരളത്തിന്റെ പശ്ചിമഘട്ടപ്രദേശം സമൃദ്ധമായി തേയില വിളയിക്കാൻ പര്യാപ്തമാണെന്ന് പാരി ആന്റ് കമ്പനി തെളിയിച്ചു. അവരുടെ വിജയവും യൂറോപ്യൻ കമ്പോളത്തിലെ തേയിലയ്ക്കു ഉണ്ടായ വർദ്ധിച്ച ആവശ്യവും തേയിലകൃഷി കുടുതൽ പ്രദേശങ്ങളിലേക്ക് വ്യാപിക്കാൻ വഴിയൊരുക്കി. വയനാട്ടിൽനിന്ന് ഇടുക്കിയിലേക്കും മറ്റും തേയില കൃഷി പെട്ടെന്ന് വ്യാപിച്ചു. ഹാരിസ്സൺ ക്രോസ് ഫീൽഡ്, പിയേഴ്സ് ലെസ്ലി, കേരള ടീ കമ്പനി തുടങ്ങിയ ജോയന്റ് സ്റ്റോക്ക് കമ്പനികൾ ഈ അവസരം നന്നായി മുതലെടുത്തുകൊണ്ട് വിപുലമായ തേയിലത്തോട്ടങ്ങൾക്ക് രൂപം കൊടുത്തു.

കൊളോണിയൽ ഭരണത്തിന്റെ ആധിപത്യം ഉറപ്പിക്കുന്നതോടെയാണ് സംഘടിതതോട്ടങ്ങളുടെ ആരംഭവും കുറിക്കുന്നത് എന്നത് നേരത്തേ സൂചിപ്പിച്ചുവല്ലോ. കൊളോണിയൽ ശക്തികൾ രാഷ്ട്രീയാധിപത്യമുറപ്പിക്കുന്നതിനുമുമ്പ് കേരളത്തിന്റെ ഉൾപ്രദേശങ്ങളിൽനിന്ന് (Hinter land)ഉൽപ്പന്നങ്ങൾ വൻതോതിൽ ശേഖരിച്ചിട്ടാണ് തുറമുഖങ്ങളിലൂടെ കയറ്റി അയച്ചിരുന്നത്. ഇത്തരം ശേഖരണങ്ങൾക്ക് പ്രത്യേകം പ്രത്യേകം ഗ്രൂപ്പുകൾ ഉണ്ടായിരുന്നു. ഈ ഇടനിലക്കാർ ശേഖരിക്കുന്ന ചരക്കുകൾ മൊത്ത വ്യാപാരികൾ വഴിയാണ് കയറ്റി അയച്ചിരുന്നത്. നാട്ടുകാരായ മൊത്ത വ്യാപാരികളും ആദ്യകാലത്ത് സജീവമായിരുന്നതായി കാണാം.

രാഷ്ട്രീയ അധീശത്വം ഏറെക്കുറെ ശക്തമായതോടെയാണ് സംഘടിത തോട്ടങ്ങൾ എന്ന ആശയം രൂപപ്പെടുന്നത്. സംഘടിതതോട്ടത്തിന്റെ ആദ്യത്തെ നല്ല ഉദാഹരണം അഞ്ചരക്കണ്ടി ബഹുവിളത്തോട്ടമാണെന്ന് നേരത്തേ സൂചിപ്പിച്ചുവല്ലോ. 1797 ൽ യൂറോപ്യൻ വ്യാപാരിയായ മാർഡോക്ക് ബ്രൌണിന്റെ നേതൃത്വത്തിൽ ആരംഭിച്ച ഈ തോട്ടത്തിൽ കാപ്പി, കറുപ്പ്, കുരുമുളക്, ഏലം എന്നിവയായിരുന്നു മുഖ്യമായ വിളകൾ.

ഈസ്റ്റ് ഇന്ത്യാക്കമ്പനിയുടെ ആദ്യസംരംഭം എന്ന നിലയിൽ കമ്പനി അധികാരികൾ പ്രത്യേകിച്ച് ബോംബെ ഗവർണരായിരുന്ന ജോനാഥൻ ഡങ്കൻ ഈ സംരംഭത്തെ വളരെയധികം പ്രോത്സാഹിപ്പിച്ചു. മർഡോക്ക് ബ്രൌണിന് ഔദ്യോഗികപദവികളും നൽകി. തോട്ടത്തിന്റെ നിർമ്മാണത്തിന് ഉദാരമായ സാമ്പത്തിക സഹായങ്ങളും ബോംബെ ഗവർണർ അനുവദിച്ചു നൽകി. ഈ തോട്ടത്തിന്റെ പരീക്ഷണത്തിൽ നിന്നാണ് പുതിയ ഏകവിളത്തോട്ടങ്ങളുടെ ആരംഭം കുറിക്കുന്നത്. അത് ആദ്യമായും വയനാട്ടിലെ കാപ്പിത്തോട്ടങ്ങളിലാണ് നാം കാണുന്നത്. 1823 ലാണ് ആദ്യമായി വയനാട്ടിൽ കാപ്പിച്ചെടികൾ നട്ടുപിടിപ്പിക്കുന്നത്. ഈസ്റ്റ് ഇന്ത്യാക്കമ്പനിയുടെ പട്ടാള ഉദ്യോഗസ്ഥരാണ് ആദ്യമായി അത്തരമൊരു പരീക്ഷണത്തിന് ഒരുമ്പെട്ടതെങ്കിലും ഏറെ താമസിയാതെ അത് പ്രമുഖ കമ്പനികൾ ഏറ്റെടുത്തു. പാരി ആന്റ് കമ്പനി, ഹാരിസൺ ക്രോസ് ഫീൽഡ്, പിയേഴ്സ് ലെസ്ലി തുടങ്ങിയ കമ്പനികൾ ഈ രംഗത്തെ പ്രമുഖരാണ്. ചുരുങ്ങിയ കാലം കൊണ്ടുതന്നെ 30000 ഏക്കർ സ്ഥലത്ത് വയനാട്ടിലെ കാപ്പി വ്യാപിച്ചു.

ഈ ഏകവിളത്തോട്ടത്തിന്റെ മാതൃകയിലാണ് പിന്നീട് വയനാട്ടിൽ ത്തന്നെ തേയില വ്യാപകമാകുന്നത്. പക്ഷേ, ഒരു ഭക്ഷ്യവസ്തു അല്ലാതിരുന്നിട്ടും വ്യാവസായിക ആവശ്യങ്ങൾക്ക് അന്ന് കൊളോണിയൽ ഗവൺമെന്റിന് ഏറ്റവും കൂടുതൽ ആവശ്യമുണ്ടായിരുന്ന തേക്ക് തടിയുടെ ഒരു ഏകവിളത്തോട്ടം 1840 ൽ തന്നെ നിലമ്പൂരിൽ ആരംഭിച്ചു. കേരളത്തിലങ്ങോളമിങ്ങോളം കണ്ടുവരുന്ന പ്രധാനപ്പെട്ട ഒരു വൃക്ഷമാണ് തേക്ക്. ചിതലരിക്കാത്ത തടി എന്ന നിലയിൽ ഇതിന്റെ വ്യാവസായിക പ്രാധാന്യം ഏറെയാണ്.

യൂറോപ്യൻ കമ്പനികൾ കപ്പൽ നിർമ്മാണത്തിനായി ഉപയോഗിച്ചിരുന്ന ഓക്ക് മരം ഏകദേശം നാമാവശേഷമായതോടെയാണ് അവർ കേരളത്തിലെ വനങ്ങളിൽ സുലഭമായി കണ്ടുവരുന്ന തേക്കിലേക്ക് ശ്രദ്ധ തിരിച്ചത്. കപ്പൽ നിർമ്മാണത്തിന് ഇത് വ്യാപകമായി ഉപയോഗിക്കപ്പെട്ടു. റെയിൽവേ ലൈൻ നിർമ്മാണം പുരോഗമിച്ചപ്പോൾ പാളത്തിന്റെ ഇടയിൽ സ്ഥാപിക്കുന്ന സ്ലീപ്പർ തേക്കുതടികൊണ്ടാണ് നിർമ്മിച്ചിരുന്നത്. തേക്കുതടിയുടെ വൻതോതിലുള്ള ഉപയോഗം തിരിച്ചറിഞ്ഞ ബ്രിട്ടീഷ് ഈസ്റ്റ് ഇന്ത്യാക്കമ്പനി കേരളത്തിൽ ഏറ്റവും നന്നായി തേക്ക് മരം

വളരുന്നതും ഏറ്റവും നല്ലയിനം തേക്ക് ലഭിക്കുന്നതുമായ നിലമ്പൂരിൽ വിശാലമായി തേക്ക് തോട്ടം രൂപപ്പെടുത്താൻ ശ്രമിക്കുകയായിരുന്നു. അങ്ങനെയാണ് വിവിധ പരീക്ഷണങ്ങൾക്കൊടുവിൽ മലയാളിയായ ഫോറസ്റ്റ് ഉദ്യോഗസ്ഥൻ ചാത്തുനായരുടെ സാങ്കേതിക മികവിന്റെ ബലത്തിൽ ശാസ്ത്രീയമായ രീതിയിൽ തേക്ക് തോട്ടം നിർമ്മിക്കാൻ ആരംഭിച്ചത്. ഇതും തടിവ്യവസായരംഗത്തെ ആദ്യത്തെ പ്രധാന പരീക്ഷണമായിരുന്നു.

സമാനമായ മാറ്റങ്ങളാണ് തിരുവിതാംകൂറിലും ഉണ്ടായത്. 1830 കളിൽ വില്യംഹക്സാം എന്ന ഇംഗ്ലീഷുകാരൻ തെന്മല ഭാഗത്ത് കാപ്പി ത്തോട്ടം ആരംഭിച്ചു. 1862 ൽ പീരുമേട്ടിൽ ഹോപ്പ് എസ്റ്റേറ്റ് എന്ന കാപ്പി ത്തോട്ടം ഡിമൺറോ സ്ഥാപിച്ചു. 1864 ൽ ആദ്യത്തെ തേയിലത്തോട്ടവും തിരുവിതാംകൂറിൽ ഉണ്ടായി. 1847 ൽ ലിവർ പൂളിൽ രജിസ്റ്റർ ചെയ്ത ഹാരിസൺ ആൻഡ് ക്രോസ്ഫീൽഡ് എന്ന കമ്പനി മൂന്നാറിലും സുര്യനെല്ലിയിലും തേയിലത്തോട്ടങ്ങൾ ആരംഭിച്ചു. 1871 ൽ ബ്രിട്ടീഷുകാർ അഞ്ചിനാട്ട് തേവൻ കണ്ണൻ എന്ന ആദിവാസി മുപ്പന്റെ കയ്യിൽനിന്ന് മൂന്നാർ മലകൾ വാങ്ങിയതാണ് മലമുകളിലേക്കുള്ള കടന്നു കയറ്റത്തിന്റെ മാത്രമല്ല വൻതോതിലുള്ള ഭൂവാണിജ്യത്തിന്റെയും ഉറവിടം കണ്ണൻദേവൻ ഭൂമി ഏതാണ്ട് 14000 ഏക്കർ വിസ്താരമുള്ളതായിരുന്നു. ഇരുപതാം നൂറ്റാണ്ടിന്റെ ആരംഭത്തിൽ തിരുവിതാംകൂറിൽ 66 തോട്ടങ്ങൾ വന്നു കഴിഞ്ഞു. പെരിയാറിന്റെ തീരത്തുള്ള ഏലമലകളും യൂറോപ്യന്മാർ കൈവശപ്പെടുത്തി. മലകളുടെ മുകൾപരപ്പുകളിൽ തേയില കൃഷി വ്യാപിച്ചപ്പോൾ മലഞ്ചെരിവുകളിൽ ഇരുപതാം നൂറ്റാണ്ടിന്റെ ആദ്യത്തോടെ റബ്ബർ കൃഷിയും വ്യാപിച്ചു.

മാറ്റങ്ങളുടെ പ്രത്യാഘാതങ്ങൾ

കൊളോണിയൽ ഭരണവ്യവസ്ഥയുടെ പുതിയ രൂപങ്ങളുടെ നിലനിൽപ്പിന് പുതിയ ഉൽപ്പാദനരൂപങ്ങളുടെ വികാസവും ആവശ്യമായിരുന്നു. മലബാറിലെ നികുതി പൂർണമായി കമ്പനിയുടെ നിയന്ത്രണത്തിൽ വന്നതുകൊണ്ട് അവർ ശ്രദ്ധിച്ചത് നികുതി സമാഹരണത്തിനാവശ്യമായ ഭരണകൂട സംവിധാനങ്ങൾ ഏർപ്പെടുത്തുന്നതിനായിരുന്നു. വനവിഭവങ്ങളുടെയും സമുദ്രവിഭവങ്ങളുടെയും അടിസ്ഥാനത്തിൽ മലബാറിലെ വാണിജ്യത്തിനാവശ്യമായ ഉൽപ്പാദനത്തെ വർദ്ധിപ്പിക്കാനും ക്രമീകരിക്കാനും അവർ ശ്രമിച്ചു. പശ്ചിമഘട്ടങ്ങളിലെ തോട്ടങ്ങളുടെ വ്യാപനം ഇതിന്റെ ഭാഗമായിരുന്നു. കൊച്ചിയിലെയും (ചിറ്റൂർ–പറമ്പികുളം) തിരുവിതാംകൂറിലെയും (ഹൈറേഞ്ച്, തെന്മല) എസ്റ്റേറ്റുകളുടെ വികാസം ഇതിന്റെ ഭാഗമായിരുന്നു. തിരുവിതാംകൂറിലെയും കൊച്ചിയിലെയും റവന്യൂ വിഹിതം സർക്കാരിനും ലഭിക്കുന്നതുകൊണ്ട് നികുതി വരുമാനം വർദ്ധിപ്പിക്കുന്നതിനാവശ്യമായ ഉൽപ്പാദനവർ

ദ്ധനയ്ക്ക് ഗവൺമെന്റുകളും ശ്രമിച്ചു. കായൽ നിലങ്ങളായ കുട്ടനാടിനെ കൃഷിക്കുപയുക്തമാക്കാനുള്ള തീവ്രമായ ശ്രമം ഇതിന്റെ ഭാഗമായിരുന്നു. തൃശ്ശൂർ ഭാഗത്തെ കോൾ നിലങ്ങളും, എറണാകുളത്തെ പൊക്കാളിപ്പാടങ്ങളും ഇതുപോലെ വ്യാപകമായി കൃഷിചെയ്തു. ഇത്തരം പ്രദേശങ്ങളിലെ കൃഷി വാണിജ്യസ്വഭാവമുള്ള ധനിക കർഷകരെ വളർത്തിക്കൊണ്ടുവരികയും ചെയ്തു. തിരുവിതാംകൂറിൽ ജോൺമൺറോ ദിവാനായിരിക്കുമ്പോൾ പുറപ്പെടുവിച്ച പുതിയ നിലങ്ങൾ കൃഷി ചെയ്യുന്നവർക്ക് അനുവദിച്ച നികുതിയിളവിനെ സംബന്ധിച്ച 1818 ലെ നടുവുക്കൂർ വിളംബരം വാണിജ്യകൃഷിയുടെ തുടക്കത്തെ സൂചിപ്പിച്ചു.

ഇതുപോലുള്ള ധനികകർഷകവിഭാഗം തെങ്ങിൻ തോപ്പുകളിൽ നിന്നും വളർന്നുവരുന്നുണ്ടായിരുന്നു. 1761 ൽ തിരുവിതാംകൂറും കൊച്ചിയും തമ്മിലുള്ള കരാറനുസരിച്ച് തിരുവിതാംകൂർ കരസ്ഥമാക്കിയ കരപ്പുറം പ്രദേശത്തിൽ വ്യാപകമായി വളർന്നുവന്ന തെങ്ങുകൃഷി കരപ്പുറം മാടമ്പിമാർ എന്നുവിളിക്കപ്പെട്ട പ്രമാണിമാരുടെ കീഴിലായിരുന്നു. അമ്പലപ്പുഴ, ഹരിപ്പാട്, കായംകുളം തുടങ്ങിയ പ്രദേശങ്ങളും തെങ്ങുകൃഷിയുടെ കേന്ദ്രങ്ങളായറിയപ്പെട്ടു. കൊച്ചിയിലും കൊടുങ്ങല്ലൂർ, നാട്ടിക, മണലൂർ മുതലായ ഭാഗങ്ങളിലും തെങ്ങുകൃഷി വ്യാപിച്ചു. മലബാറിൽ ജന്മിവ്യവസ്ഥ നിലനിന്നിരുന്നതുകൊണ്ട് വാണിജ്യാടിസ്ഥാനത്തിലുള്ള നെൽക്കൃഷി വികസിച്ചുവന്നില്ല. വനവിഭവങ്ങളുടെ സമാഹരണം, തെങ്ങുകൃഷി എന്നിവ വ്യാപിക്കുകയും ചെയ്തു. ഈ വ്യാപനത്തിന്റെ ഫലമായി പരമ്പരാഗത ജന്മി-കുടിയാൻ വ്യവസ്ഥയുടെ മര്യാദകൾക്ക് വിധേയരാകാത്ത കർഷകവർഗം 19-ാം നൂറ്റാണ്ടിൽ കേരളത്തിൽ വളർന്നുവന്നു. അവരിൽ ഭൂരിഭാഗവും ക്രിസ്ത്യൻ-ഈഴവവിഭാഗങ്ങളിൽ നിന്നാണെന്നും കാണാം. വനവിഭവങ്ങളുടെ വാണിജ്യത്തിന്റെ ഇടനിലക്കാരായി മുസ്ലീങ്ങളിൽ ഒരു വിഭാഗവും വളർന്നു വന്നു. കോഴിക്കോട്ടെ തടിക്കച്ചവടകേന്ദ്രമായി കല്ലായിയുടെ വളർച്ച അതിന്റെ ഉദാഹരണമാണ്. സമാനമായ വാണിജ്യവിഭാഗങ്ങൾ തലശ്ശേരിയിലും കണ്ണൂരിലും വളർന്നുവന്നു.

ഇത്തരത്തിലുള്ള വാണിജ്യവൽക്കരണത്തിന്റെ വളർച്ച ഏതെങ്കിലും തരത്തിൽ ജന്മിനാടുവാഴിത്തത്തോട് കലഹിച്ചുകൊണ്ടായിരുന്നില്ല. ഈസ്റ്റ് ഇന്ത്യാക്കമ്പനിയുടെ നികുതിപരവും വാണിജ്യപരവുമായ താല്പര്യങ്ങൾ മുഴുവൻ നിറവേറ്റിക്കൊടുക്കാൻ പരമ്പരാഗതമായ രീതികൾ ഉപയോഗിക്കുന്ന നാടുവാഴികൾക്കും ജന്മിമാർക്കും കഴിവുണ്ടായിരുന്നില്ല. അതുകൊണ്ട് ഉൽപ്പാദനവർദ്ധനവിന് പുതിയ മാർഗങ്ങൾ തേടാൻ നാടുവാഴികൾ നിർബന്ധിതരായി. ഉൽപ്പാദനത്തിന്റെയും വാണിജ്യത്തിന്റെയും വളർച്ചയ്ക്കുള്ള മാർഗങ്ങൾ നാണ്യവിളകളും വനവിഭവങ്ങളും സമുദ്രവിഭവങ്ങളുമായി ബന്ധപ്പെടുന്ന ആളുകൾവഴി തന്നെയാണ്. അവരിൽ നല്ലൊരുഭാഗവും പഴയ വണിക്കുകളായ

മുസ്ലീം–ക്രിസ്ത്യൻ വിഭാഗങ്ങളും ഈഴവർ, അരയർ, വാലന്മാർ, ആദിവാസികൾ മുതലായവരും തന്നെയായിരുന്നു. അവരിൽ ക്രിസ്ത്യാനികൾ ധനിക–ഇടത്തരം കർഷകരായി മാറിയതും മലയോരപ്രദേശങ്ങളടക്കം എല്ലാ മേഖലകളിലും കുടിയേറി കൃഷി ചെയ്തതും പ്രധാനപ്പെട്ട വഴിത്തിരിവായിരുന്നു. മുസ്ലീങ്ങൾ കൃഷി ചെയ്തത് പാട്ടക്കുടിയാന്മാരെന്ന നിലയ്ക്കായിരുന്നു. ഈഴവരും ക്രിസ്ത്യാനികളുമാണ് പ്രധാനമായും ഒരു പുതിയ കർഷകവർഗമെന്ന നിലയിൽ വളർന്നുവന്നത്.

കൊളോണിയൽ ഭരണകൂടത്തിന്റെ ആദ്യകാല നിയമപരവും സാംസ്കാരികവുമായ ഇടപെടൽ രൂപങ്ങളെ മനസ്സിലാക്കേണ്ടത് ഇതിന്റെ അടിസ്ഥാനത്തിലാണ്. കൊളോണിയൽ ഭരണകൂടം ആദ്യഘട്ടത്തിൽ പ്രവർത്തിച്ചുവന്നത് രണ്ടു ലക്ഷ്യങ്ങളെ മുൻനിർത്തിയാണ്. ഒന്ന് നികുതിയിൽനിന്നും വാണിജ്യത്തിൽ നിന്നുമുള്ള വരുമാനത്തെ പരമാവധി വർദ്ധിപ്പിക്കുന്ന വിധത്തിൽ കൃഷിയെയും വാണിജ്യത്തെയും നിർണയിക്കുക രണ്ട്, കൊളോണിയൽ ഭരണകൂടത്തിനെതിരായി പൊട്ടിപ്പുറപ്പെടാവുന്ന പ്രതിരോധത്തെ അമർച്ച ചെയ്യാവുന്ന വിധത്തിൽ നിയമ–നീതിന്യായ വ്യവസ്ഥയെ സജ്ജീകരിക്കുക. കമ്പനിഭരണത്തിന്റെ ആദ്യകാല രീതികളും ഇത്തരത്തിലായിരുന്നുവെന്ന് കാണാൻ വിഷമമില്ല. മലബാറിലെ മാപ്പിളമാരെ കൊള്ളക്കാരും ലഹളക്കാരുമായി വിശേഷിപ്പിച്ചതും ഇതേ കാഴ്ചപ്പാടിന്റെ അടിസ്ഥാനത്തിലാണ്. മറ്റു രീതികളിൽ സമൂഹബന്ധങ്ങളിൽ കമ്പനി ഇടപെട്ടിരുന്നില്ല. കേരളത്തിലെ ജാതി ജന്മിനാടുവാഴിത്തത്തിന്റെ അടിസ്ഥാനരൂപങ്ങളിൽ അവർ വരുത്തിയ മാറ്റങ്ങളെല്ലാം മേൽ സൂചിപ്പിച്ച രണ്ടു ലക്ഷ്യങ്ങളെ ആസ്പദമാക്കിയായിരുന്നു. കൊച്ചിയിലും തിരുവിതാംകൂറിലും പാരമ്പര്യമര്യാദകളുടെ സംരക്ഷണത്തിൽ നാടുവാഴികൾ ശ്രദ്ധിച്ചിരുന്നു.

ഈ പൊതുസാഹചര്യങ്ങളിലാണ് കേരളത്തിൽ ആധുനിക മുതലാളിത്തത്തിന്റെയും കാർഷികബന്ധങ്ങളുടെയും വളർച്ചയുണ്ടാകുന്നത്. കൊളോണിയലിസത്തെക്കുറിച്ചുള്ള തന്റെ നിരീക്ഷണങ്ങളിൽ കോളനിരാഷ്ട്രങ്ങളിൽ മുതലാളിത്തത്തിന് ഗുണപരവും ഋണപരവുമായ സ്വാധീനമുണ്ടാകുമെന്ന് മാർക്സ് ചൂണ്ടിക്കാണിച്ചു. ഋണപരമായ സ്വാധീനം വർദ്ധിച്ച ചൂഷണവും ഗുണപരമായ സ്വാധീനം മുതലാളിത്തത്തിന്റെ വികാസം സൃഷ്ടിക്കുന്ന സാമൂഹ്യവിപ്ലവത്തിനുള്ള സാഹചര്യങ്ങളുമാണ്. ഇവയിൽ കൊളോണിയൽ ഭരണകൂടത്തിന്റെ നിലനിൽപ്പിനാവശ്യമായ നിയമവാഴ്ചയുടെയും നികുതി പിരിവിന്റെയും സംവിധാനങ്ങളിലാണ് കമ്പനി ഊന്നിയത്. 1858 ൽ ബ്രിട്ടീഷ് ഗവൺമെന്റ് ഭരണമേറ്റെടുത്തതിനുശേഷമാണ് മുതലാളിത്തവ്യവസ്ഥയുടെ വളർച്ചയിൽ ശ്രദ്ധ പതിപ്പിക്കുന്നത്. ഈ കാലത്താണ് ഗുണപരമായ മാറ്റങ്ങളുടെ ചില അംശങ്ങൾ വ്യക്തമായി പ്രത്യക്ഷപ്പെടുന്നതും.

2

മുതലാളിത്ത ബന്ധങ്ങളുടെ വളർച്ച

കേരളത്തിലെ വ്യാവസായിക തൊഴിൽ ഘടന ആദ്യഘട്ടത്തിൽ രൂപപ്പെട്ടുവന്നത് കമ്മാള വിഭാഗങ്ങളെ കേന്ദ്രീകരിച്ചുകൊണ്ടാണ്. ആശാരി, മൂശാരി, കൊല്ലൻ, തട്ടാൻ, പെരുങ്കൊല്ലൻ എന്നീ കാലാളവിഭാഗങ്ങളും ചെമ്പുകൊട്ടി, തച്ചൻ, വാണിയർ, കുശവൻ, നെയ്ത്തുകാർ എന്നീ വിഭാഗങ്ങളും മറ്റനേകം ഉപവിഭാഗങ്ങളും ചേർന്നതാണ് കമ്മാളർ. ഇവരുടെ അധ്വാനമാണ് മധ്യകാല കാർഷിക സമ്പദ് ഘടനയുടെ ചാലകശക്തിയായി വർത്തിച്ചത്. ഇവരിൽ പല വിഭാഗങ്ങളെയും ക്ഷേത്രഗ്രാമങ്ങളിലേക്ക് അതതുനാടുവാഴികൾ കുടിയിരുത്തിയതാണ്. അവർക്കു നൽകപ്പെട്ട ഭൂമിയിൽ അവകാശങ്ങൾക്കു പുറമെ പരമ്പരാഗത തൊഴിൽക്കൂട്ടങ്ങൾ എന്ന സ്ഥാനവും കമ്മാളരുടെ ഭൗതികജീവിതത്തിനുള്ള പ്രേരണയായിരുന്നു; അതാത് ദേശവാഴിയിൽനിന്നും വാർഷിക അവകാശവും (ആദായവും) അവർക്ക് ലഭിച്ചിരുന്നു. പക്ഷേ, പാരമ്പര്യത്തിലുറച്ച തൊഴിൽ നിബന്ധനകളും സാമൂഹ്യ ചാലകത്വമില്ലാത്ത ജാതിബദ്ധമായ സമൂഹഘടനയും അവർ മറ്റൊരു വഴിയുമില്ലാത്ത വിധം സ്വന്തം തൊഴിലിൽ തന്നെ തളച്ചിടപ്പെട്ടു.

അതത് ഗ്രാമസമൂഹങ്ങളുടെ ആവശ്യപൂർത്തീകരണം ലക്ഷ്യം വെച്ചുകൊണ്ടാണ് എല്ലാവരും ഉൽപ്പാദന പ്രക്രിയയിൽ ഏർപ്പെട്ടത്. ഉൽപ്പാദകർ തന്നെ ആവശ്യക്കാരുമായി നേരിട്ടു ബന്ധപ്പെടുക പതിവായിരുന്നു. എങ്കിലും ഉൽപ്പന്നക്കൈമാറ്റത്തിന്റെ പ്രധാന കേന്ദ്രങ്ങളായി വർത്തിച്ചത് കമ്മാളത്തെരുവുകളും അങ്ങാടികളുമായിരുന്നു. മധ്യകാല ഘട്ടത്തിലുടനീളം കമ്മാളത്തെരുവുകൾ വളർന്നുവന്നതായി കാണാം. ഇവ വിശേഷിച്ചും ക്ഷേത്രപരിസരങ്ങളിലായിരുന്നു. കോഴിക്കോട്ടെ കല വാണിഭത്തെരുവ്, ചക്കര വാണിഭത്തെരുവ്, തിരുവനന്തപുരത്തെ ശ്രീപ

ത്മനാഭപ്പെരുംതെരുവ്, കൊല്ലത്തെ ചിന്നക്കട തുടങ്ങിയവ ഉദാഹരണം. ക്ഷേത്രങ്ങൾക്കും സൈനിക പാളയങ്ങൾക്കുമടുത്ത് കൊല്ലന്മാരുടെയും ചെമ്പുപണിക്കാരുടെയും കേന്ദ്രങ്ങളുണ്ടായിരുന്നു. നിരവധി സ്ഥലങ്ങളിലെ ചാലിയ തെരുവുകൾ, കുശവരുടെയും തട്ടാന്മാരുടെയും പണിയാലകൾ, കൊല്ലന്മാരുടെ ഊത്താലകൾ തുടങ്ങിയവ ആദ്യകാല ഉൽപ്പാദന കേന്ദ്രങ്ങളായിരുന്നു.

ആധുനിക പൂർവ്വകാലത്ത് കേരളത്തിൽ വാണിജ്യം വളരെ സജീവമായിത്തന്നെ നിലനിന്നു. പ്രാദേശികതലത്തിലും (Local trade) കരമാർഗ്ഗമുള്ള ദീർഘദൂര വാണിജ്യമായും (Long distance overland trade) കടൽ വാണിജ്യമായും (Overseas trade) അത് ശക്തിയാർജ്ജിച്ചു. യവനരും അറബികളും ആദ്യം മുതൽ തന്നെ നമ്മുടെ തീരവാണിജ്യ കേന്ദ്രങ്ങളിൽ സാന്നിധ്യമറിയിച്ചവരായിരുന്നു. ജൂതന്മാർ, ക്രിസ്ത്യാനികൾ, ചൈനാക്കാർ, ഈജിപ്ഷ്യർ, ആഫ്രിക്കക്കാർ, തെക്കുകിഴക്കനേഷ്യയിൽ നിന്നുള്ളവർ തുടങ്ങിയവരെല്ലാം ഈ ദേശവുമായി വ്യാപാരത്തിലേർപ്പെട്ടു. പിന്നീട് പിൽക്കാല മധ്യകാലഘട്ടത്തിൽ യൂറോപ്യൻ ശക്തികളായ പോർച്ചുഗീസ്, ഡച്ച്, ഫ്രഞ്ച്, ബ്രിട്ടീഷ് വ്യാപാര സംരംഭകർ വ്യാപാരക്കുത്തക (trade monopoly) കൈവശപ്പെടുത്തുന്നതിനായി ശ്രമിച്ചവരായിരുന്നു.

ആദ്യഘട്ടങ്ങളിൽ വഴിവാണിഭക്കാരെ (pedlers) കേന്ദ്രീകരിച്ചാണ് കച്ചവടം നടത്തിയിരുന്നത്. തലച്ചുമടായാണ് കച്ചവടസാധനങ്ങൾ കൊണ്ടുപോയിരുന്നത്. മലബാറിലെ പലയിടങ്ങളിലും കാണുന്ന അത്താണികൾ വ്യാപാരക്കണ്ണികളുടെ (trade networks) സൂചികകളാണ്. നാളങ്ങാടികളെന്ന രാവിലത്തെ അങ്ങാടികളും വൈകുന്നേരം മുതൽ രാത്രിവരെ നീളുന്ന അല്ലങ്ങാടികളും (അല്ലാലാവണം എന്നും പറയും) വാണിജ്യ കേന്ദ്രങ്ങളുടെ ആദ്യ രൂപങ്ങളായിരുന്നു. പതിവു സ്ഥാനങ്ങളിൽ വെച്ച പകരത്തിനു പകരം വിഭവങ്ങൾ കൈമാറുന്നതാണ് (Goods to Goods exchange)പ്രാചീനകാലത്ത് നാം കാണുന്നത്. ഈ പതിവു കൈമാറ്റ സ്ഥാനങ്ങളാവാം പിന്നീട് അങ്ങാടികളായി മാറിയത്. ചില വിശേഷാവസരങ്ങളിലെ വിപണന കേന്ദ്രങ്ങളായിരുന്നു ചന്തകൾ, ആഴ്ചച്ചന്തകളും കാലിച്ചന്തകളും ഓണം വിഷുച്ചന്തകളും ഉത്സവച്ചന്തകളും ഉദാഹരണം. എന്നാൽ സ്ഥിരമായ വാണിജ്യകേന്ദ്രമാണ് അങ്ങാടി. കേരളത്തിലെ പല സ്ഥലനാമങ്ങളിലും 'അങ്ങാടി'യും (ഉദാ: പരപ്പനങ്ങാടി) 'ചന്ത'യും (ഉദാ: മീഞ്ചന്ത) കടയുമെല്ലാം (ഉദാ: കാട്ടാക്കട) നിലനിൽക്കുന്നുവെന്നത് സജീവമായ വ്യാപാരത്തിന്റെ സൂചനയാണ്.

മധ്യകാലഘട്ടത്തിൽ അങ്ങാടികളുടെയും നാണയ വ്യവസ്ഥയുടെയും വ്യാപനത്തിന് പറമ്പുൽപ്പാദനത്തിന്റെ വ്യാപനവുമായി ഉറച്ച ബന്ധമുണ്ട്. മധ്യകാലത്തെ നാണ്യവിളകളുടെ ഉൽപ്പാദനം പുതിയ വിപ

ണനകേന്ദ്രങ്ങളുടെ വളർച്ചയ്ക്ക് കാരണമായതായി കാണാം. പന്തലായനി, കൊടുങ്ങല്ലൂർ എന്നിവ കൂടാതെ ചാലയങ്ങാടി, ഇരിങ്ങാലക്കുട, തിരുമരുതൂർ, എരമം എന്നീ പട്ടണങ്ങൾ വളർന്നു വരുന്നു. മാടായി, വളപട്ടണം, കണ്ണൂർ, ധർമ്മടം, കോഴിക്കോട്, പൊന്നാനി, കൊച്ചി, ആലപ്പുഴ, കൊല്ലം എന്നിവയും പിൽക്കാലത്ത് ഉയർന്നുവരുന്നുണ്ട്. ഇവ പലതും തുറമുഖങ്ങളുമായിരുന്നു. വലിയ പട്ടണങ്ങൾ കേന്ദ്രീകരിച്ചാണ് 'നഗര'ങ്ങളും അവയുടെ ഭരണ സംവിധാനമായി നഗരത്താരും വളർന്നു വരുന്നത്.

വാണിജ്യരംഗത്തെ നിയന്ത്രിക്കുകയും ഏകോപിപ്പിക്കുകയും ചെയ്യുകയെന്ന ലക്ഷ്യത്തോടെയാണ് വാണിജ്യസംഘങ്ങളായ (trading corporations) അഞ്ചുവണ്ണം, മണിഗ്രാമം, തിശൈ ആയിരത്തി അയ്നൂറ്റുവർ, നാല്പത്തി എണ്ണായിരവർ, നാനാദേശികൾ, വളഞ്ചിയർ തുടങ്ങിയവ വളർന്നുവരുന്നത്. കേരളത്തിലെ പ്രാദേശിക വാണിജ്യകേന്ദ്രങ്ങളെ ദക്ഷിണേന്ത്യയിലെ ബൃഹത്തായ കച്ചവട ശൃംഖലയുമായി ബന്ധിപ്പിച്ചത് ഈ സംഘങ്ങളായിരുന്നു. അറബികളും ജൂതന്മാരും ക്രിസ്ത്യാനികളുമടങ്ങുന്ന വിദേശവണിക്കുകളും ഇവയുമായി ബന്ധപ്പെട്ടുകൊണ്ടാണ് വ്യാപാരം നടത്തിയത്.

മലഞ്ചരക്കുകളുമായി അങ്ങാടിയിലെത്തിയിരുന്ന വിഭാഗങ്ങളായിരുന്നു ഉള്ളാടർ, ഊരാളികൾ തുടങ്ങിയവർ. പിന്നീട് ചില വിഭാഗങ്ങൾ–തരകന്മാരെപ്പോലുള്ളവർ–ദല്ലാളന്മാരായി പ്രവർത്തിക്കുകയും കച്ചവട വിഭവങ്ങൾ പ്രത്യേകിച്ചും സുഗന്ധവ്യഞ്ജനങ്ങൾ, വനവിഭവങ്ങൾ തുടങ്ങിയവ തുറമുഖങ്ങളിലെത്തിക്കുകയും ചെയ്തു. തലച്ചുമടായും കാലികളുടെ സഹായത്താലും ജലസ്രോതസ്സുകളിലൂടെയുമാണ് ഇവ തുറമുഖ വാണിജ്യകേന്ദ്രങ്ങളിലെത്തിച്ചത്.

മധ്യകാലത്തോടെ വിനിമയത്തിൽ പണത്തിന്റെ പങ്ക് വൻതോതിൽ വർദ്ധിച്ചുവരുന്നതായിക്കാണാം. വ്യാപാരത്തിന്റെ വ്യാപനം തന്നെയാണ് ഇതിന് കാരണമായത്. വാഴപ്പള്ളി ശാസനത്തിൽ 'തിനാരം' (ദിനാർ) എന്ന നാണയത്തെക്കുറിച്ച് പരാമർശിക്കുന്നുണ്ട്. ചേര ശാസനങ്ങളിൽ പഴം കാശ്, കാശ് എന്നീ നാണയങ്ങളും പരാമർശിക്കപ്പെടുന്നുണ്ട്. 12–ാം നൂറ്റാണ്ടിന്റെ രണ്ടാം പകുതിയിൽ പുതിയ നാണയങ്ങളും പ്രചരിച്ചു കാണുന്നു. അച്ച്, കാശ്, പണം, ശകാല തുടങ്ങിയവയാണ് അവ. 13–ാം നൂറ്റാണ്ടിനും 15–ാം നൂറ്റാണ്ടിനുമിടയിൽ നാണയങ്ങളിലും പണത്തിന്റെ ഉപയോഗത്തിലും പ്രകടമായ മാറ്റങ്ങൾ കണ്ടു തുടങ്ങി. 'പണം' എന്ന നാണയത്തിന് ഇരട്ട അസ്തിത്വം കൈ വരുന്നതാണ് അതിൽ പ്രധാനം. നാണയം എന്ന രീതിയിലും സമ്പത്ത് എന്ന നിലയിലും 'പണം' വ്യവഹരിക്കപ്പെട്ടു. ആദ്യം സ്വർണത്തിൽ മാത്രം അടിച്ചിരുന്ന 'പണം' പിന്നീട് മൂല്യം കുറഞ്ഞ ലോഹങ്ങളിലടിക്കാൻ തുടങ്ങിയത് പണത്തിന്റെ പ്രചാ

രത്തെയാണ് സൂചിപ്പിക്കുന്നത്. പിൽക്കാലത്ത് നാണയത്തിന് പ്രാദേശികമായ ചില വകഭേദങ്ങളും ഉണ്ടായി വന്നു. എന്നാൽ നാണയ വിനിമയം സാർവ്വത്രികമായിരുന്നുവെന്നോ ഉൽപ്പന്ന കൈമാറ്റ വ്യവസ്ഥ അപ്രത്യക്ഷമായി എന്നോ ഇതിനർത്ഥമില്ല. കച്ചവടക്കാർക്കിടയിലൊഴിച്ച് പൊതുജനങ്ങളെ സംബന്ധിച്ചിടത്തോളം പണത്തിന്റെ ഉപയോഗം ശുഷ്കമായിരുന്നു.

വ്യാപാരത്തിലേർപ്പെട്ട പ്രമുഖ സംരംഭകരെക്കുറിച്ച് പരാമർശിക്കപ്പെടുന്ന രേഖകളുണ്ട്. ചെട്ടിമാർ, തമിഴ് ബ്രാഹ്മണർ, വാണിയർ, തരകന്മാർ, മുസ്ലീം വ്യാപാരികളായ മമ്മാലിമാർ, കുഞ്ഞാലിമാർ, കരീമികൾ, ബറാമികൾ, അറക്കൽ രാജാക്കന്മാർ എന്നിവർ പ്രമുഖ വ്യാപാരികളായിരുന്നു. ഹാജിയൂസുഫ്, ജൂത വ്യാപാരിയായ എസെഖയേൽ റഹാബി, നെല്ലിയപ്പച്ചെട്ടി, മഖ്ദൂം പക്കി, എന്നിവർ പതിനെട്ടാം നൂറ്റാണ്ടിലെ പ്രമുഖരായിരുന്നു. തച്ചിൽ മാത്തൂതരകൻ, ചൊവ്വക്കാരൻ മൂസ എന്നിവർ പേരെടുത്ത വ്യാപാര സംരംഭകരായി മാറി. കേരളത്തിലെ ഹുണ്ടികപ്പണത്തിന്റെ വിനിമയത്തെക്കുറിച്ചും സൂചനകളുണ്ട്. മങ്കൊമ്പ് ബ്രാഹ്മണരെപ്പോലുള്ള കുടുംബങ്ങൾ ഹുണ്ടികക്കാരായിരുന്നുവല്ലോ. വർദ്ധിച്ച തോതിലുള്ള വ്യാപാരഫലമായി കച്ചവട മൂലധനത്തിന്റെ (merchant capital) രൂപീകരണത്തിലേക്ക് നയിക്കുന്നത് ഈ കാലഘട്ടത്തിലാണ്. പക്ഷേ, ഈ മൂലധനം വ്യവസായ മൂലധനമായി (industrial capital)പരിവർത്തനം ചെയ്യപ്പെട്ടിരുന്നില്ല.

തോട്ടവൽക്കരണം-മുതലാളിത്തത്തിന്റെ ആദ്യരൂപം

കാപ്പി, തേയില തുടങ്ങിയ വിളകൾക്ക് ഏറ്റവും അനുയോജ്യമായ മണ്ണാണ് വയനാട്ടിലേതും, കേരളത്തിലെ പശ്ചിമഘട്ട മലനിരകളിലേതുമെന്നതാണ് അവിടെ തോട്ടങ്ങൾ വ്യാപകമാകാൻ പ്രധാനപ്പെട്ട കാരണം. ഒരു വർഷം 1150 നും 1400നും (മീ.മീ) ഇടയിൽ മഴ ലഭ്യമായാൽ മാത്രമേ തേയില കൃഷി സാധ്യമാവൂ. ഉയർന്നതോതിലുള്ള മഴ മാത്രമല്ല നല്ല സൂര്യപ്രകാശവും തേയിലയ്ക്ക് ആവശ്യമാണ്. കാപ്പി കൃഷിക്കും പശ്ചിമഘട്ട മലനിരകളിലെ മണ്ണ് വളരെ അനുയോജ്യമാണ്. 2000 മുതൽ 6000 അടിവരെ ഉയരത്തിലുള്ള നന്നായി മഴ ലഭിക്കുന്ന പശ്ചിമഘട്ടം ഈ തോട്ടവിളകൾക്ക് വളരെ യോജിച്ചതായി മാറി.

പത്തൊമ്പതാം നൂറ്റാണ്ടിൽ തേയിലയ്ക്കും കാപ്പിക്കും യൂറോപ്യൻ മാർക്കറ്റിൽ വമ്പിച്ച വില ലഭിച്ചുവെന്നത് ഇവിടെ വളരെവേഗം ഈ തോട്ടങ്ങൾ വ്യാപകമാകാൻ സഹായിച്ചു. സൂയസ് കനാൽ തുറന്ന് കിട്ടിയതും ഇംഗ്ലണ്ടിലും മറ്റ് യൂറോപ്യൻ രാജ്യങ്ങളിലും തൊഴിലാളികളുടെ ആധിക്യവും അവരിൽനിന്നും ഉയർന്നുവന്ന ചായക്കുള്ള വർദ്ധിച്ച ആവശ്യവും തേയിലയ്ക്ക് കൂടുതൽ വിലയും ചോദനവും സൃഷ്ടിച്ചു.

ഭൂമിയുടെ ലഭ്യത ഇത്തരം തോട്ടങ്ങൾ ഉയർന്നുവരാനുള്ള മറ്റൊരു പ്രധാന കാരണമായിരുന്നു. കേരളത്തിലെ പശ്ചിമഘട്ടത്തിൽ വ്യാപിച്ചു കിടന്ന വന മേഖലകൾ വെട്ടി നശിപ്പിച്ച് ഏകവിളതോട്ടങ്ങൾ രൂപപ്പെടുത്താൻ ബ്രിട്ടീഷ് ഭരണാധികാരികൾക്ക് യാതൊരു മടിയുമുണ്ടായില്ല. ആദ്യം വയനാട്ടിലും പിന്നീട് ഇടുക്കി മലനിരകളിലേക്കും തേയില കൃഷി വ്യാപിച്ചു.

കുറഞ്ഞ ചെലവിൽ തൊഴിലാളികളെ ലഭ്യമായി എന്നത് മറ്റൊരു പ്രധാന കാരണമാണെന്നു കാണാം. കേരളത്തിന്റെ കാർഷിക കാലാവസ്ഥയിൽ നെൽക്കൃഷിയുടെ ഇടവേളകളിൽ ചുരുങ്ങിയ കൂലിക്ക് ധാരാളം തൊഴിലാളികളെ ലഭ്യമായി. കങ്കാണിമാർ എന്നറിയപ്പെട്ട ഇടത്തട്ടുകാർ മുഖേന എല്ലാ മേഖലകളിൽനിന്നും തൊഴിലാളികളെ ശേഖരിക്കാൻ തോട്ടമുടമകൾക്ക് സാധിക്കുകയും ചെയ്തു. അതുപോലെ ദക്ഷിണേന്ത്യയിലെ മറ്റ് പ്രദേശങ്ങളിൽനിന്നും കുറഞ്ഞ വേതനത്തിന് തൊഴിലാളികൾ ലഭ്യമായി. തിരുവിതാംകൂറിലും കൊച്ചിയിലും അടിമത്തം നിർത്തലാക്കിയപ്പോൾ സ്വതന്ത്രരായ അടിമകൾ തോട്ടം, മേഖലയിൽ ജോലിക്കെത്തി. അടിമസമാനമായ രീതിയിൽ തൊഴിലാളികളെക്കൊണ്ട് പണിയെടുപ്പിക്കാനും ചിലഘട്ടങ്ങളിൽ വിലകൊടുത്ത് പുലയ-ചെറുമ സമുദായത്തിൽപ്പെട്ടവരെ വാങ്ങാനും തോട്ടമുടമകൾക്ക് കഴിഞ്ഞു. വനമേഖലകൾ വെളുപ്പിച്ച് തോട്ടങ്ങൾവെച്ച് പിടിപ്പിക്കുമ്പോൾ അവിടെനിന്നും ആട്ടിപ്പായിച്ച ഗോത്രവർഗ്ഗക്കാരെ തൊഴിലിനായി ഉപയോഗിക്കുകയും ചെയ്തു. ഈ രീതിയിൽ ഏറ്റവും കുറഞ്ഞ ചെലവിൽ തൊഴിലാളികളെ ലഭിച്ചത് സാധ്യമായത് ഇത്തരം തോട്ടങ്ങൾ വ്യാപകമാകാൻ സഹായിച്ച പ്രധാനപ്പെട്ട ഒരു ഘടകമാണ്.

ഇരുപതാം നൂറ്റാണ്ടിന്റെ ആദ്യവർഷങ്ങളിലാണ് റബ്ബർ ഒരു പ്രധാന തോട്ടവിളയായി കേരളത്തിൽ വളർന്നുവന്നത്. മലേഷ്യയിൽനിന്ന് കേരളക്കരയിലെത്തിയ റബ്ബർ ഇന്ന് കേരളത്തിലെ പ്രധാനപ്പെട്ട ഒരു തോട്ടവിളയായി മാറിക്കഴിഞ്ഞു.

വ്യക്തിഗതമായി തോട്ടങ്ങളാരംഭിച്ച ആദ്യഘട്ടത്തിൽനിന്ന് കമ്പനികൾ തോട്ടങ്ങൾ ഏറ്റെടുക്കാനാരംഭിച്ചത് 19-ാം നൂറ്റാണ്ടിന്റെ രണ്ടാം പകുതിയിലാണ്. ഹാരിസൺ ആൻഡ് ക്രോസ്ഫീൽഡ്-1857 ൽ ലിവർപൂളിൽ റെജിസ്റ്റർ ചെയ്ത് തേയില വ്യാപാരം നടത്തുന്നതിനായി ആരംഭിച്ച കമ്പനിയാണ്. ഏതാനും വർഷങ്ങൾക്കകം അവർ മൂന്നാർ-സൂര്യനെല്ലി പ്രദേശത്ത് തേയില തോട്ടങ്ങൾ ആരംഭിച്ചു. 1902 ൽ കൊല്ലം കേന്ദ്രമാക്കി മലയാളം പ്ലാന്റേഷൻ എന്ന പേരിൽ റബ്ബർ കൃഷിക്കായി ഒരു കമ്പനികൂടി രൂപീകരിച്ചു. പത്തനംതിട്ട ജില്ലയിൽ കല്ലേലി, ളാഹ, ചെങ്ങറ, എരുമേലി എന്നിവിടങ്ങളിൽ തോട്ടങ്ങൾ സ്ഥാപിച്ചു. 1910 നുശേഷം മലങ്കര റബ്ബർ ആൻഡ് പ്രൊഡ്യൂസ് കമ്പനി, അന്ത്രപ്പേർ കമ്പനി, സിത്താർ ആൻഡ്

ഫ്ളോറൻസ് കമ്പനി, എ വി തോമസ് ആൻഡ് കമ്പനി എന്നിവ സ്ഥാപിക്കപ്പെട്ടു. 1920 ആയപ്പോൾ ഇന്ത്യൻ കമ്പനികളും സ്വകാര്യവ്യക്തികളും കൂടി റബ്ബർ കൃഷി 72% കയ്യടക്കി. ആകെ 6800 ഏക്കർ സ്ഥലത്ത് റബ്ബർ കൃഷി വ്യാപിച്ചു.

ഇത്തരം തോട്ടങ്ങളുടെ വ്യാപനം ഇവയുടെ ഉൽപ്പന്നങ്ങൾ സംസ്ക്കരിച്ചെടുക്കാനുള്ള സാങ്കേതികവിദ്യ ഇവിടെ കൊണ്ടുവന്നു. ചായ, കാപ്പി, റബ്ബർ തുടങ്ങിയവ സംസ്കരിക്കാനുള്ള സംവിധാനവും അതിനാവശ്യമായ ഫാക്ടറികളും ഇന്ന് ഇവിടെ ലഭ്യമാണ്.

നിരവധി ജോയന്റ് സ്റ്റോക്ക് കമ്പനികളുടെ വരവും ഇതോടൊപ്പമുണ്ടായി. പിയേഴ്സ് ലസ്ലി, ഹാരിസൺ ക്രോസ് ഫീൽഡ്. മലയാളം പ്ലാന്റേഷൻസ് തുടങ്ങി നിരവധി കമ്പനികൾ അവരുടെ മേൽനോട്ടത്തിൽ കാപ്പി, തേയില, റബ്ബർ തുടങ്ങിയ തോട്ടവിളകൾ ഉൽപ്പാദിപ്പിക്കുകയും സംസ്ക്കരിക്കുകയും ചെയ്യുന്ന ഫാക്ടറികൾ നടത്തുന്നുണ്ട്.

കാർഷികാനുബന്ധവ്യവസായങ്ങൾ

തികച്ചും ജാതിബദ്ധമായ തൊഴിലായിരുന്നതിനാൽ ഗ്രാമങ്ങളിൽ ഒരു ഭാഗം കേന്ദ്രീകരിച്ച് ചെയ്തിരുന്ന ഒന്നായിരുന്നു നെയ്ത്ത്. ഒരു കുടിൽ വ്യവസായമായാണ് കേരളത്തിലങ്ങോളമിങ്ങോളം അത് വളർന്നുവന്നത്. 'ചാലിയ' ജാതി വിഭാഗത്തിൽപ്പെട്ട നെയ്ത്തുകാർ തെരുവുകളിലായിട്ടാണ് തങ്ങളുടെ പാർപ്പിടങ്ങൾ കേന്ദ്രീകരിച്ച് ഈ തൊഴിൽ ചെയ്തിരുന്നത്. തുണി ഉണ്ടാക്കിക്കഴിഞ്ഞാൽ അതിന്റെ വിപണനവും അവരുടെ ചുമതലയായിരുന്നുവല്ലോ. നെയ്ത്തുകാർ കൂട്ടമായി താമസിച്ച സ്ഥലങ്ങളാണ് ഇന്നും തെരുവ് എന്ന പേരോടുകൂടി അറിയപ്പെടുന്നത്. ചില പ്രത്യേക സ്ഥലങ്ങൾ ഈ കുടിൽ വ്യവസായത്തിന്റെ ശ്രദ്ധാകേന്ദ്രങ്ങളായി മാറിയിട്ടുണ്ടായിരുന്നു. ഉദാഹരണത്തിന് ചിറക്കൽ രാജാവിന് വസ്ത്രം നെയ്തവർ താമസിച്ച കോവിലിനടുത്തുതന്നെയുള്ള അഞ്ചുതെരുവുകൾ. ഇതിൽ പുതിയതെരുവ് പ്രസിദ്ധമായ ഒരു സ്ഥലമാണ്. കോഴിക്കോട് മിഠായിതെരുവിനു ചേർന്ന് ഒരു തുന്നാരതെരുവ് ഉണ്ടായിരുന്നു. കോഴിക്കോട്ടടുത്തുള്ള ചാലിയവും ഇത്തരത്തിലുള്ള തെരുവായിരുന്നു. കണ്ണൂരിൽ ചിറക്കലും അഴിക്കോടും ഉണ്ടായിരുന്ന ചാലിയതെരുവുകൾ കൈത്തറിമേഖലയിൽ പ്രധാനപ്പെട്ടതായിരുന്നു.

തെക്കൻ കേരളത്തിൽ കൊല്ലത്തിന് പുറമേ എറണാകുളത്തെ ചേന്ദമംഗലം, തിരുവനന്തപുരത്തെ ബാലരാമപുരം പോലുള്ള കേന്ദ്രങ്ങൾ നെയ്ത്തുവ്യവസായത്തിന്റെ പ്രധാന കേന്ദ്രങ്ങളായി അറിയപ്പെടുന്നു. ചില സ്ഥലങ്ങളിൽനിന്നുണ്ടാക്കുന്ന വസ്ത്രങ്ങൾക്ക് പ്രിയമേറുകയും അത് ദേശങ്ങൾക്കപ്പുറത്ത് പ്രസിദ്ധിയാർജ്ജിക്കുകയും ചെയ്തു.

കോമൺവെൽത്ത് തുണിമിൽ, കോഴിക്കോട്

ബാസൽ മിഷന്റെ വരവോടെയാണ് മലബാറിൽ നെയ്ത്തുവ്യവസായത്തിൽ പുതിയൊരുയുഗം പിറന്നത്. ആദ്യം കൈത്തറി മാർഗങ്ങളും പിന്നെ പവർലൂം നെയ്ത്തും അവരാംഭിച്ചു. 1851 ൽ അവർ കണ്ണൂരും കോഴിക്കോടും ഓരോ നെയ്ത്തു തുണിമില്ലുകൾ ആരംഭിച്ചു. 1859 ൽ പത്ത് മാർഗങ്ങളോടെയുള്ള നെയ്ത്തുകമ്പനി തുടങ്ങി. കണ്ണൂരും നെട്ടൂരും ഇത്തരം കമ്പനികളുണ്ടായി. നെട്ടൂരിൽ നടത്തിയ ഫൗണ്ടറി കോഴ്സ് ആധുനികരീതിയിലുള്ള നെയ്ത്തിൽ പരിശീലനം നൽകി. അവർ പവർലൂം ആരംഭിച്ചപ്പോഴാണ് അവരുപയോഗിച്ച ആധുനിക കൈത്തറിമാർഗങ്ങൾ നാട്ടുകാർക്ക് ലഭിച്ചത്. മുമ്പ് നാട്ടിൻപുറങ്ങളിൽ കുഴിത്തറി സംവിധാനം ഉപയോഗിച്ചാണ് വസ്ത്രങ്ങൾ ഉണ്ടാക്കിയിരുന്നത്. അതുമാറി മരം കൊണ്ടുണ്ടാക്കിയ കൈത്തറിമാർഗം നാട്ടിൽ പ്രചരിക്കുകയും നാട്ടിൻപുറത്തെ തെരുവുകളിൽ അത് വ്യാപകമായി ഉപയോഗിക്കപ്പെടുകയും ചെയ്തു. ഒരു തരത്തിൽ ബാസൽമിഷന്റെയും നെട്ടൂർ ഫൗണ്ടേഷന്റെയും ഇടപെടൽ നെയ്ത്തിനെ ജാതിബദ്ധമായ തൊഴിൽ എന്ന അവസ്ഥയിൽ നിന്നും മാറ്റിയെടുത്തു. ഫാക്ടറിയിലേക്ക് എല്ലാ ജാതിക്കാരായ തൊഴിലാളികളും ആകർഷിക്കപ്പെട്ടു.

ബാസൽ മിഷൻ മാതൃകയിൽ കണ്ണൂർ പാപ്പിനിശ്ശേരിയിലാരംഭിച്ച വീവിംഗ്മിൽ ഇതിന്റെ മികച്ച ഉദാഹരണമാണ്. അവിടെ നാനാ ജാതി മതസ്ഥരായ തൊഴിലാളികൾ ഒന്നിച്ച് ജോലിചെയ്തു. തൊഴിലാളി പ്രസ്ഥാനത്തിന്റെ ആദ്യകാല കേന്ദ്രങ്ങളിൽ പ്രധാനപ്പെട്ട ഒന്നാണ് പാപ്പിനിശ്ശേരിയിലെ ആറോൺ മിൽ.

തിരുവിതാംകൂറിൽ കോട്ടാർ, പന്തളം, ചിറയിൻകീഴ് എന്നിവിടങ്ങളിലും ബാലരാമപുരത്തും വിശേഷപ്പെട്ട വസ്ത്രങ്ങൾ നെയ്തിരുന്നു. 1881 ൽ ഒരു അമേരിക്കക്കാരൻ കൊല്ലത്ത് എ ഡി കോട്ടൺ മിൽ

ആരംഭിച്ചു. 1908 ൽ തൃശ്ശൂരിൽ ആരംഭിച്ച പുഷ്പഗിരി വീവിംഗ് ഫാക്ടറി ഈ രംഗത്തെ പ്രധാനപ്പെട്ട വ്യവസായമായിരുന്നു.

തിരുവിതാംകൂർ, കൊച്ചി, മലബാർ എന്നീ മൂന്ന് പ്രദേശങ്ങളിൽ നിന്നും ഒരു പോലെ കയറ്റുമതി ചെയ്തിരുന്ന ഒരു പ്രധാന ഉൽപ്പന്നമായിരുന്നു വെളിച്ചെണ്ണ. തേങ്ങയുമായി ബന്ധപ്പെട്ട വ്യവസായങ്ങൾ കുടിൽ വ്യവസായത്തിന്റെ രൂപത്തിലാണെങ്കിലും ഇവിടെ നേരത്തേതന്നെ വേരൂന്നിയിരുന്നു. ക്രമേണ അവ ഓയിൽ മില്ലുകളായി മാറി. ചെറുകിട ഓയിൽ മില്ലുകൾ മിക്കവാറും എല്ലാ പ്രദേശങ്ങളിലും പ്രവർത്തിച്ചു. ഇരുപതാം നൂറ്റാണ്ടിൽ ടാറ്റാ ഓയിൽ മിൽ പ്രവർത്തനമാരംഭിച്ചതോടെയാണ് എണ്ണയുൽപ്പാദനം സംഘടിത വ്യവസായമാകുന്നത്.

വെളിച്ചെണ്ണയോടൊപ്പംതന്നെ വളർന്നുവന്ന മേഖലയായിരുന്നു കൊപ്രവ്യവസായം. എണ്ണയാട്ടു വ്യവസായവൽക്കരിക്കുന്നതിനോടൊപ്പംതന്നെ കൊപ്രവ്യവസായവും വളർന്നുവരുന്നു. വടകരയും ആലപ്പുഴയും പ്രധാനപ്പെട്ട കൊപ്ര വ്യവസായകേന്ദ്രങ്ങളായിരുന്നു.

ബേക്കറി വ്യവസായം ആധുനികവ്യവസായമായി മാറിയ മറ്റൊരു മേഖലയാണ്. തലശ്ശേരിയിലും കൊച്ചിയിലുമുണ്ടായിരുന്ന യൂറോപ്യന്മാരാണ് ബ്രെഡിന്റെ ഉപയോഗം വളർത്തിക്കൊണ്ടുവന്നത്. എങ്കിലും ഓവനിൽ റൊട്ടിയുണ്ടാക്കുകയും വിപണനം ചെയ്യുകയും ചെയ്യുന്ന രീതി ഇരുപതാം നൂറ്റാണ്ടിന്റെ ആദ്യം മാത്രമാണ് ആരംഭിച്ചത്. മലബാറിൽ നിന്ന് നാടുവിട്ടുപോയി ബെൽഗാം, പൂനെ, മുംബൈ എന്നിവിടങ്ങളിൽ ഹോട്ടൽ തൊഴിലാളികളായും ഗാർഹികത്തൊഴിലാളികളായും നിന്നവരാണ് തിരിച്ചുവന്ന് ബേക്കറികൾ സ്ഥാപിച്ചതും ബ്രെഡ്, കേക്ക് തുടങ്ങിയവ ഉണ്ടാക്കി വിപണനം ചെയ്തതും. ബോംബെ ബിരിയാണിയും പൊറോട്ടയും കേരളത്തിലേക്കു കൊണ്ടുവന്നത് ഇതേ മേഖലയിൽപ്പെട്ട തൊഴിലാളികളായിരുന്നു.

1874–ൽ ആദ്യത്തെ ഓട് നിർമ്മാണ ഫാക്ടറി കോഴിക്കോടിനടുത്ത് പുതിയറയിൽ സ്ഥാപിതമായി. ആദ്യമായി പുറത്തിറക്കിയ ഓടുകൾ 'മാറോട്' എന്ന പേരിലാണ് അറിയപ്പെട്ടിരുന്നത്. അത് സാമാന്യേന ചെറുതും അർദ്ധവൃത്താകൃതിയിലുള്ളതുമായിരുന്നു. അത്തരം ഓടുകൾക്ക് ശേഷമാണ് 'മംഗലാപുരം ഓട്' എന്ന പേരിൽ ബാസൽമിഷൻ ഫാക്ടറികളിലൂടെ ഓട് ഉൽപ്പാദിപ്പിച്ചത്. കോഴിക്കോടിന് പുറമേ തിരുനാവായിലെ കൊടയ്ക്കൽ, പാലക്കാടിനടുത്ത് ഒലവക്കോട് എന്നിവിടങ്ങളിലും ബാസൽമിഷൻ ഫാക്ടറികൾ സ്ഥാപിച്ചു. ഫെറോക്കിൽ ഹെൻകേ ആന്റ് കമ്പനിയാണ് ഓടു ഫാക്ടറി സ്ഥാപിച്ചത്.

കാർഷികാനുബന്ധ വ്യവസായങ്ങളിൽ പ്രധാനമായത് കയറും കശുവണ്ടിയുമാണ്. മദ്ധ്യകാലത്തെ തെങ്ങുകൃഷിയുടെ വ്യാപനം

തെങ്ങുൽപ്പന്നങ്ങളുടെ വിപണനത്തെയും പ്രോത്സാഹിപ്പിച്ചു. അവയിൽ കള്ളുചെത്തിനെ മാറ്റി നിർത്തിയാൽ അതിവേഗം വ്യവസായവൽക്കരിക്കപ്പെട്ടത് കയറായിരുന്നു. കപ്പൽ, തോണി മുതലായവയുടെ നിർമ്മാണത്തിനും മരപ്പണിക്കും, പായ, മെത്ത, ചവിട്ടി മുതലായവയുടെ നിർമ്മാണത്തിനും ഗാർഹികോപയോഗത്തിനുമെല്ലാം ഉപയോഗിക്കാവുന്ന ഉൽപ്പന്നമെന്ന നിലയിൽ കയർ പെട്ടെന്ന് വിപണിയിലെത്തി. ചകിരി പുഴ്ത്തൽ മുതൽ കയർ പിരിയും പായകളുടെയും മറ്റും നിർമ്മാണവും വരെയുള്ള എല്ലാ മേഖലകൾക്കുമാവശ്യമായ ഭൗതിക സൗകര്യങ്ങളും സാങ്കേതിക പരിജ്ഞാനവും കേരളത്തിലുണ്ടായിരുന്നു. 16–ാം നൂറ്റാണ്ടു മുതൽതന്നെ കയറുൽപ്പന്നങ്ങൾ കേരളത്തിൽനിന്ന് കയറ്റി അയയ്ക്കുന്നുണ്ട്. പതിനെട്ടാം നൂറ്റാണ്ടിൽ കയറുൽപന്നങ്ങൾ വിദേശവാണിജ്യ വസ്തുവായിതീരുന്നു. ആലപ്പുഴ ഒരു വാണിജ്യ കേന്ദ്രമായി വളർന്നുവരുന്നതിന്റെ അടിത്തറ കയറുൽപ്പന്നങ്ങളാണ്.

ബ്രിട്ടീഷ് ആധിപത്യത്തിന്റെ ഘട്ടത്തിൽ പിയേഴ്സ് ലെസ്ലി, വില്യം ഗുഡേക്കർ, ആസ്പിൻവാൾ, വോൾക്കാർട്ട് മുതലായവർ കേന്ദ്രീകരിച്ച ഉൽപ്പന്നങ്ങൾ കയർ പായകളും തോട്ടണ്ടിയുമായിരുന്നു. മറ്റുള്ളവ തടിയും സുഗന്ധദ്രവ്യങ്ങളുമായിരുന്നു. ഉൽപ്പാദനം ഇക്കാലത്ത് ഗാർഹിക ത്തൊഴിലിനെ മാത്രമാണ് ആശ്രയിച്ചത്. കുലത്തൊഴിലെന്ന രീതിയിൽ സ്ത്രീപുരുഷന്മാർ ഒരുമിച്ചു ജോലി ചെയ്താണ് കയർ ഉൽപ്പാദിപ്പിച്ചത്. 19–ാം നൂറ്റാണ്ടിന്റെ മധ്യത്തിൽ ജെയിംസ്ദേഗ് എന്നയാൾ (1859) ഒരു കയർ ഫാക്ടറി സ്ഥാപിച്ചു. പിന്നീട് ആ ഫാക്ടറി ദറാഗ് സ്മെയിൽ കമ്പനി എന്ന പേരിൽ അറിയപ്പെട്ടു. ക്രമേണ ആസ്പിൻ വാളിനെയും വില്യം ഗുഡേക്കറിനെയും പോലുള്ള മുൻ കച്ചവടക്കമ്പനികളും കയർ ഉൽപ്പാദനരംഗത്തേക്കു വന്നു.

ഇരുപതാം നൂറ്റാണ്ടിന്റെ ആദ്യത്തിൽ പ്രാദേശിക വ്യവസായികളും കയർ നിർമ്മാണ രംഗത്തേക്ക് കടന്നുവന്നു. കെ സി കരുണാകരൻ, എം എൽ ജനാർദ്ദനൻ തുടങ്ങിയവർ അവരിൽ പ്രമുഖരാണ്.

ഇതുപോലെ ഗാർഹികത്തൊഴിലായി ആരംഭിച്ചതാണ് കശുവണ്ടി വ്യവസായവും. കശുമാങ്ങാ കൃഷിക്കാരിൽനിന്ന് നടത്തുന്ന തോട്ടണ്ടി സംഭരണവും തോട്ടണ്ടി പൊളിച്ച് നടത്തുന്ന അണ്ടിപ്പരിപ്പിന്റെ ഉൽപ്പാദനവും മിക്കവാറും സ്ത്രീകൾ ചെയ്യുന്ന ഗാർഹികതൊഴിലായിരുന്നു. പിന്നീടു മാത്രമാണ് അത് വ്യവസായ സംരംഭമായി മാറുന്നത്. നാഗർകോവിൽകാരനായ റോസ് എഡ്ഥിനയാണ് കൊല്ലത്തിനടുത്തുള്ള താമരക്കുളത്ത് ആദ്യമായി ഒരു കശുവണ്ടി ഫാക്ടറി സ്ഥാപിക്കുന്നത്. പിന്നീട് കശുവണ്ടി വ്യവസായത്തെ ആധുനികവൽക്കരിക്കുന്നത് തങ്ങൾ കുഞ്ഞുമുസലിയാരാണ്. കൊല്ലത്തിനടുത്ത് കിളി കൊല്ലൂരിൽ സ്ഥാപിച്ച കശുവണ്ടി ഫാക്ടറി ഈ മേഖലയിലുള്ള മറ്റു സംരംഭങ്ങൾക്ക് മാർഗദർശിയായി.

മദ്യവ്യവസായം

കേരളത്തിലെ കള്ളുചെത്തും വിപണനവും ആദ്യകാലം തൊട്ടു തന്നെ നടക്കുന്നതാണ്. ആദ്യഘട്ടത്തിൽ പനയിൽനിന്നും തെങ്ങിൽ നിന്നും കള്ള് ചെത്തിയിരുന്നു. തേങ്ങയിലെ വെള്ളത്തെ ഇളനീർ എന്നു വിളിച്ചപ്പോൾ ചെത്തിയിറക്കിയ കള്ളിനെ മുന്നീർ എന്നാണ് വിളിച്ചത്. കള്ളിനെ നിവേദ്യമായും ഭക്ഷണപദാർത്ഥമായും ഉപയോഗിച്ചു. 17–ാം നൂറ്റാണ്ടിലെ രേഖകളിൽ തീരപ്രദേശത്തു വാറ്റ് നിലവിലിരുന്നതായും വാറ്റു ചാരായം (റാക്ക്) മറുനാടുകളിലേക്ക് കയറ്റി അയച്ചതായും സൂചന യുണ്ട്. 18–ാം നൂറ്റാണ്ടിൽ കള്ളു വിൽപ്പന വ്യാപകമായിരുന്നു. വിറ്റു കിട്ടു ന്ന പണത്തിന്റെ ഒരു ഭാഗം സർക്കാരിന് തീരുവയായി അടയ്ക്കണമായി രുന്നു.

തെങ്ങു കൃഷി വ്യാപകമായതോടെ കള്ളുചെത്തും വൻതോതിൽ വർദ്ധിക്കുകയും ചെത്ത് ഒരു പ്രധാനവരുമാന മാർഗമാവുകയും ചെയ്തു. കുടിൽ വ്യവസായമായിരുന്ന വാറ്റിനെ ഡിസ്റ്റിലറികളായി സംഘടിപ്പിച്ചത് ബ്രിട്ടീഷുകാരാണ്. ഈ ഉൽപ്പാദന വർദ്ധനവും സംഘാടനവുമാണ് കള്ളിന്റെയും ചാരായത്തിന്റെയും വ്യവസായികവല്ക്കരണത്തെ പ്രോത്സാഹിപ്പിച്ചത്. ഇതിന്റെ ഫലമായി പത്തൊമ്പതാം നൂറ്റാണ്ടിൽ നിരവധി ഡിസ്റ്റിലറികൾ വളർന്നു. കള്ളു ചെത്ത് പൂർണ്ണമായും ഗാർഹികത്തൊഴിലായി നിലനിന്നതുകൊണ്ട് അതിനെ സംഘടിപ്പിക്കുക സാധ്യമായില്ല. അതിനുപകരം വിപണനത്തിലാണ് സംഘാടന മുണ്ടായത്. മുമ്പ് ഗാർഹികമായി നടന്നുവന്ന വിപണനം കള്ളുഷാപ്പുകൾ വഴിയായി. "ഷോപ്പ്" എന്ന ഇംഗ്ലീഷ് വാക്ക് ആദ്യം മലയാളത്തിലാകുന്നത് കള്ളുഷാപ്പുകൾക്കാണ്. കള്ളുഷാപ്പുകൾ തുറന്നു പ്രവർത്തിക്കുന്ന വരുടെ മേൽ 19–ാം നൂറ്റാണ്ടിന്റെ അന്ത്യത്തിൽ കിസ്ത് എന്ന നികുതി ഏർപ്പെടുത്തി. നാട്ടിലങ്ങോളമിങ്ങോളം പ്രചരിച്ചു കള്ളുഷോപ്പുകളിൽ നിന്ന് കിസ്ത് പിരിക്കുക എളുപ്പമുള്ള കാര്യമായിരുന്നില്ല. അതുകൊണ്ട് തിരുവിതാംകൂറിലും കൊച്ചിയിലും ഷോപ്പുകളിൽനിന്നുള്ള കിസ്ത് പിരിക്കുന്നതിന് പ്രത്യേക കരാറുകാരെ ഏർപ്പെടുത്തി. ക്രമേണ ഷാപ്പുകളെ വിവിധ റേഞ്ചുകളാക്കി പിരിക്കുകയും ഓരോ റേഞ്ചിൽ നിന്നുള്ള കിസ്ത് പിരിക്കാനുള്ള അവകാശം ലേലത്തിൽ നൽകുകയും ചെയ്തു. ലേലത്തിൽ പിടിക്കുന്ന ആൾ മുൻകൂറായി പണം കെട്ടി വയ്ക്കണം. ഈ ഏർപ്പാട് ഗവൺമെന്റിന് വൻതോതിലുള്ള വരുമാനം ഉറപ്പുവരുത്തിയെങ്കിലും ചെത്തുതൊഴിലാളികളുടെയും ഷാപ്പുടമകളു ടെയും മേൽ അധികഭാരം കെട്ടിവയ്ക്കുന്നതായിരുന്നു. അതിലൊന്ന് തെങ്ങിന്റെ ഉല്പാദന വർദ്ധനയനുസരിച്ചായിരുന്നു. ചെത്തിൽനിന്നുള്ള ഉൽപ്പാദനവും വർദ്ധിച്ചത്. ചെത്തും വിപണനവും സ്വതന്ത്രമായിരുന്ന ഘട്ടത്തിൽ ഇതു ഒരു ബാധ്യതയായിരുന്നില്ല. എന്നാൽ കിസ്ത് മുൻകൂറായി അടയ്ക്കുന്ന രീതി വളർന്നുവന്നതോടെ അത്രയും പണം

ഷോപ്പുടമയിൽനിന്ന് പിരിച്ചെടുക്കാൻ തുടങ്ങി. അതിനാവശ്യമായ കള്ള് നൽകേണ്ട ചുമതല തൊഴിലാളിക്കുമായി. തൊഴിലാളി അതോടെ നിർബന്ധിതമായി കള്ളു ചെത്തു തൊഴിലാളിയായി മാറി. കോൺട്രാക്ടർമാർ അവരുടെ ഷോപ്പുകളുടെ മേലുള്ള അധികാരം അധികവരുമാനത്തിനുള്ള മാർഗമായി കണ്ടതോടെ ഷോപ്പുടമകളുടെയും തൊഴിലാളികളുടെയും മേലുള്ള ഭാരം വീണ്ടും വർദ്ധിച്ചു. ഷോപ്പുടമകൾ സ്വയം നിലനിന്നത് ചെത്തുകൂലിയും കള്ളിന്റെ വിലയും വെട്ടിക്കുറച്ചുകൊണ്ടായിരുന്നു. കള്ളിൽ മായം ചേർക്കലും വ്യാപകമായി. ഇവയുടെയെല്ലാം ഫലമായി ചെത്തുതൊഴിലാളികൾ ദാരിദ്ര്യത്തിലേക്കു നീങ്ങി. ചെത്തുതൊഴിലാളികളുടെ സംഘാടനവും സമരങ്ങളും വളർന്നുവന്നത് ഈ പശ്ചാത്തലത്തിലാണ്.

മദ്യവ്യവസായത്തോടൊപ്പംതന്നെയാണ് ചക്കരവ്യവസായവും കേരളത്തിൽ വളർന്നുവരുന്നത്. പനഞ്ചക്കര പ്രധാനപ്പെട്ട വ്യാവസായിക ഉൽപ്പന്നമായി മാറി. നിരവധി തൊഴിലാളികൾ ചേർന്ന് ചക്കര ഉൽപ്പാദിപ്പിച്ചിരുന്ന കൂട്ടുദ്യമങ്ങൾ ആരംഭിച്ചതായി സൂചനയുണ്ട്. തലശ്ശേരിയും വടകരയും ചക്കരയുൽപാദനത്തിന്റെ പ്രധാന കേന്ദ്രങ്ങളായിരുന്നു. വടകരയെ കേന്ദ്രീകരിച്ചുതന്നെയാണ് കൊപ്ര വ്യവസായവും വളർന്നുവന്നത്. ആലപ്പുഴയിലും കൊപ്ര പ്രധാന ഉൽപ്പന്നമായിരുന്നു.

മത്സ്യബന്ധനം

കേരളത്തിന്റെ പടിഞ്ഞാറൻ തീരം ഭൂമിശാസ്ത്രപരമായ പ്രത്യേകതകൾകൊണ്ട് തന്നെ മത്സ്യസമ്പത്തിനാൽ സമൃദ്ധമാണ്. ഭൂമധ്യരേഖാ പ്രദേശമായതിനാൽ മത്സ്യ ഇനങ്ങളുടെ വൈവിധ്യവും ഉണ്ട്. കരപറ്റി ജീവിക്കുകയും പ്രജനനം നടത്തുകയും ചെയ്യുന്ന മത്തി, അയല, ചെമ്മീൻ തുടങ്ങിയ ഇനങ്ങൾ കരയിൽനിന്നും അധികം ദൂരെ പോകാതെതന്നെ പിടിക്കാൻ കഴിയുമെന്നതിനാൽ കടലിലേക്ക് തോണിയിറക്കാൻ സാധ്യതയുള്ള സ്ഥലങ്ങളിലൊക്കെ മത്സ്യത്തൊഴിലാളികളുടെ അധിവാസം കാണാം. ചില സ്ഥലങ്ങളിൽ മത്സ്യഗ്രാമങ്ങൾ വേറിട്ട് അടയാളപ്പെടുത്താൻപോലും കഴിയാത്ത രീതിയിൽ തുടർച്ചയായ അധിവാസകേന്ദ്രങ്ങൾ കാണാം. ഇവ പണ്ടുമുതലേ രൂപപ്പെട്ടു വന്നവയാണ്.

മത്സ്യബന്ധനം നടത്തിയിരുന്ന ജനവിഭാഗങ്ങളിൽ പലതരം ജാതികൾ കാണാം. മുക്കുവ, മുകയ, അരയ തുടങ്ങിയ ജാതി കൂട്ടങ്ങൾക്കുപുറമെ ലത്തീൻ ക്രൈസ്തവർ മുതലായവരും മത്സ്യബന്ധനം നടത്തി ജീവിതം കഴിക്കുന്നവരാണ്. അതുകൊണ്ടുതന്നെ മത്സ്യബന്ധനം ഒരു ജാതിത്തൊഴിലായി കാണാൻ കഴിയില്ല. ഓരോ കാലത്തും സാഹചര്യങ്ങളുടെ തള്ളലുകളുടെ ഫലമായി പലതരം ആൾക്കാർ വന്ന് അധിവസിക്കുകയും തൊഴിൽ ചെയ്യുകയും ചെയ്യുന്ന ഒരു മേഖലയാണ് മത്സ്യബന്ധനവും കടലോരപ്രദേശവും ഇങ്ങനെ വരുന്നവർ മത്സ്യത്തൊ

ഴിലാളി സമൂഹത്തിലേക്ക് കൂടിച്ചേരുന്നു.

ഇത്തരത്തിൽ രൂപപ്പെട്ടുവരുന്ന ഈ സമൂഹം അതാതുകാലത്ത് മത്സ്യബന്ധനരീതികളെ ഉൾക്കൊള്ളാനും പ്രയോഗിക്കാനുമുള്ള കഴിവ് പ്രകടിപ്പിക്കാറുണ്ട്. ഒറ്റത്തടിയിൽ ഉള്ളുതുരന്നെടുത്ത് നിർമ്മിക്കുന്ന തോണികളാണ് ആദ്യകാലത്ത് ഉപയോഗിച്ചിരുന്നത്. ഇരുപതാം നൂറ്റാണ്ടിന്റെ രണ്ടാം ദശകം വരെ മലബാറിലെങ്കിലും ഇത്തരത്തിലുള്ള തോണികളാണ് പൂർണമായും ഉപയോഗിച്ചിരുന്നത്. രണ്ടുപേർ മുതൽ എട്ടു പേർ വരെ കയറുന്ന ഇത്തരം രണ്ടുവീതം തോണി (ഓടങ്ങൾ) ഉപയോഗിച്ചിരുന്നതായിരുന്നു ആദ്യകാല മത്സ്യബന്ധനം. ഓരോ ഇനം മത്സ്യത്തെ പിടിക്കാനും അതിനുപറ്റിയ പ്രത്യേകതരം വലകളായിരുന്നു ഉപയോഗിച്ചിരുന്നത്. അയലവല, മത്തിവല, സ്രാവുവല, തിരണ്ടിവല ഇങ്ങനെ പോകുന്നു വലകളുടെ വൈവിധ്യം. ഓരോ ഇനത്തെ ലക്ഷ്യമാക്കി വിരിക്കുന്ന വലയ്ക്കും അതിനനുസരിച്ച കണ്ണിവലിപ്പമാണ് ഉണ്ടാകുക.

പ്രത്യക്ഷത്തിൽ വ്യത്യസ്തമെന്ന് തോന്നുന്ന മേഖലകൾ-മലനാട്, ഇടനാട്, തീരപ്രദേശം—തമ്മിൽ സാമൂഹ്യമായ കൊള്ളക്കൊടുക്കലുകളും ഉൽപ്പന്നങ്ങളുടെ കൈമാറ്റവും ആശയങ്ങളുടെ വിനിമയങ്ങളും ശക്തമായി നിലനിൽക്കുന്നു. ഈ ബന്ധത്തിന്റെ ഏറ്റവും പ്രകടമായ രൂപം മത്സ്യക്കച്ചവടം ആണ്. പച്ചയ്ക്കും, ഉപ്പിലിട്ടും അല്ലാതെ ഉണക്കിയും പുകവെച്ചതുമായ മത്സ്യഇനങ്ങളുടെ കൈമാറ്റം കടലോരം മുതൽ അങ്ങ് പശ്ചിമഘട്ടത്തിന്റെ ഉച്ചിവരെ എത്തുന്നു. ഈ കൈമാറ്റത്തിന്റെ വിവിധഘട്ടങ്ങളിൽ പലരും ഇതിൽ പങ്ക് ചേരുന്നു. പണ്ടു മുതൽ തന്നെ ഈ ശൃംഖലയിൽ നേരിട്ട് മത്സ്യബന്ധനത്തിൽ ഏർപ്പെടാത്തവരും ഉണ്ടായിരുന്നു. ഈ ആന്തരിക ചലനാത്മകതയെ സൃഷ്ടിക്കുന്ന രാഷ്ട്രീയ സാമ്പത്തിക സാഹചര്യങ്ങൾ 20-ാം നൂറ്റാണ്ടിനുമുമ്പുതന്നെ വ്യക്തമായ സാമൂഹ്യവിഭജനവും മേൽക്കീഴ് ബന്ധങ്ങളും ഒരു പ്രമാണിവർഗത്തിന്റെ ഉയർച്ചയും മത്സ്യത്തൊഴിലാളി സമൂഹത്തിൽ സൃഷ്ടിക്കുന്നുണ്ട്.

മലബാറിൽ 1877 ഓടെ ആരംഭിച്ച ഫിഷ്ക്യൂറിംഗ്‌യാർഡുകൾ, 1908 ൽ ആരംഭിച്ച മത്തി പ്രസ്സുകൾ മറ്റു വ്യവസായസംരംഭങ്ങൾ എന്നിവ മത്സ്യമേഖലയെ വ്യവസായവൽക്കരണത്തിന്റെയും വിപണി മുന്നിൽ കണ്ടുകൊണ്ട് വിഭവത്തെ ഉപയോഗിക്കുന്ന രീതിയുടെയും പുതിയ മാതൃകകളായിരുന്നു. വ്യവസായവൽക്കരണശ്രമങ്ങൾ മലബാറിൽ ശക്തമാവുമ്പോഴും കൊച്ചി, തിരുവിതാംകൂർ മേഖലകളിൽ ഇത്തരം ശ്രമങ്ങൾ ഉണ്ടായിട്ടില്ലെന്ന് തന്നെ പറയാം. കേരളം മൊത്തമായെടുത്താൽ മത്സ്യബന്ധന സാങ്കേതികതകളിൽ അടിസ്ഥാന മാറ്റങ്ങൾ ഉണ്ടാക്കുന്ന പരീക്ഷണങ്ങൾ ഇക്കാലത്ത് ഫലപ്രദമായില്ല. എങ്കിലും ബ്രിട്ടീഷ് കാലത്തെ വ്യവസായവൽക്കരണ ശ്രമങ്ങൾ വളരെ വലിയ തൊഴിൽ

ശക്തിയെ ഉപയോഗിച്ചുകൊണ്ട് മിച്ച മൂല്യത്തെയും ധനത്തെയും ഉൽപ്പാദിപ്പിക്കുന്ന തരത്തിലേക്ക് മത്സ്യമേഖലയെ മാറ്റി. ഇതിന്റെ ഭാഗമായി മുൻപുതന്നെ രൂപപ്പെടാൻ ആരംഭിച്ച സാമൂഹ്യവർഗ്ഗങ്ങളുടെ- മത്സ്യത്തൊഴിലാളി, ഫിഷ്-ക്യൂറർ, കോൺട്രാക്ടർ, മധ്യവർത്തി, കച്ചവടക്കാരൻ ആവിർഭാവം പ്രകടമായി.

ബീഡി ചുരുട്ട്

മുറുക്കിന്റെ ഭാഗമായി പുകയിലയുടെ ഉപയോഗം വ്യാപകമായിരുന്ന കേരളത്തിൽ അതിനനുബന്ധമായാണ് ബീഡിതെറുപ്പ് ആരംഭിക്കുന്നത്. ബ്രിട്ടീഷുകാരുടെ പുകവലിയുടെ സ്വാധീനവും ബീഡിയുടെയും ചുരുട്ടിന്റെയും നിർമ്മാണത്തിൽ കാണാം. ഗാർഹികത്തൊഴിലായി ആരംഭിച്ച ബീഡിയുടെയും ചുരുട്ടിന്റെയും നിർമ്മാണം 1920 കളോടെ മാത്രമാണ് സംഘടിതരൂപം കൈക്കൊള്ളുന്നത്. മംഗലാപുരത്തുണ്ടായിരുന്ന ബീഡിക്കമ്പനികളിൽനിന്ന് തെറുപ്പു പഠിച്ച തൊഴിലാളികളാണ് തലശ്ശേരിയും കണ്ണൂരും ബീഡിതെറുപ്പ് പ്രചരിപ്പിക്കുന്നത്. ക്രമേണ അത് പൊന്നാനിയും പാലക്കാട്ടും ആലത്തൂരും മറ്റു പല പ്രദേശങ്ങളിലും പ്രചരിക്കുന്നു. വിദേശ വാണിജ്യതലത്തിനുള്ള സാധ്യതകൾ കൂടി വർദ്ധിക്കുന്നതോടെ നിരവധി ആളുകൾ ബീഡിക്കമ്പനികൾ നടത്തുന്നതിനെത്തി. ഇവരാണ് ബീഡി നിർമ്മാണത്തെ സാങ്കേതികമായി മെച്ചപ്പെടുത്തുന്നത്. മംഗലാപുരത്തുനിന്നുള്ള ബീഡി മുതലാളിമാർ തലശ്ശേരിയിലും മറ്റു പ്രദേശങ്ങളിലും കമ്പനികൾ ഏറ്റെടുത്തു നടത്തിയിരുന്നു. ഉദാഹരണത്തിന് 1937 ൽ ആയിരം തൊഴിലാളികളുണ്ടായിരുന്ന സാധു ബീഡി കമ്പനിയിലെ തൊഴിലാളികളുടെ എണ്ണം 1950 ൽ 5000 ആയി ഉയർന്നു. തലശ്ശേരിയും വടകരയും കേന്ദ്രീകരിച്ചാണ് ചുരുട്ടു നിർമ്മാണവും നടക്കുന്നത്. നിർമ്മാണപ്രക്രിയയും നിർമ്മിക്കുന്ന തൊഴിലാളികളും പലപ്പോഴും ഒന്നായതുകൊണ്ട് ഇവ രണ്ടും തമ്മിൽ ബന്ധപ്പെടുത്തിയാണ് കണ്ടിരുന്നത്. 1930 കളിലും നാൽപതുകളിലും ബീഡി-ചുരുട്ട് നിർമ്മാണം വർദ്ധിച്ചു. ദേശീയപ്രസ്ഥാനം പ്രോത്സാഹിപ്പിച്ച വിദേശോൽപ്പന്നങ്ങളുടെ ബഹിഷ്ക്കരണത്തിന്റെ ഭാഗമായി ആളുകൾ സിഗരറ്റ് ഉപേക്ഷിച്ച് ബീഡിയിലേക്കും ചുരുട്ടിലേക്കും തിരിഞ്ഞതും ബീഡി ഉൽപ്പാദനത്തെ പ്രോത്സാഹിപ്പിച്ചു. നിരവധി ബ്രാൻഡ് നാമങ്ങളിലറിഞ്ഞിരുന്ന ഒട്ടനവധി ബീഡികൾ പ്രചരിക്കുകയും ചെയ്യുന്നു.

ബാങ്കിംഗ്

പ്രാദേശിക വാണിജ്യവും വിദേശവാണിജ്യവും വ്യാപകമായി നടന്ന കേരളത്തിൽ പണം പലിശയ്ക്കുകൊടുക്കലും വ്യാപകമാണ്. ഭൂമിയുടെ അവകാശികളായി കാണക്കുടിയാന്മാരുടെ എണ്ണം വർദ്ധിച്ചപ്പോൾ

അവരുടെ ഇടയിലും ധനവിനിമയം വ്യാപകമായി. അങ്ങാടികളിലും ചന്തകളിലും ഗുണ്ടികക്കാരും 'വട്ടിപ്പലിശ' എന്ന പേരിൽ പണം കൈമാറ്റം ചെയ്യുന്നവരും വ്യാപിച്ചു. 19–ാം നൂറ്റാണ്ടിന്റെ അവസാനത്തിൽ ചെറുകിട വ്യവസായസംരംഭങ്ങളും നാണ്യവിള കർഷകരും വ്യാപിച്ചതോടെ ബാങ്കിംഗും വ്യാപിക്കുന്നുണ്ട്. കച്ചവടത്തിനും വ്യവസായങ്ങൾക്കുമാവശ്യമായ മുടക്കു മുതൽ, ഭൂമിയുടെ ക്രയവിക്രയത്തിനുള്ള പണം, ആഡംബര–വിശേഷച്ചെലവുകൾക്കുള്ള പണം, കോൺട്രാക്ടർമാർക്കാവശ്യമായ അടങ്കൽ തുക കെട്ടിവെയ്ക്കുന്നതിനുള്ള പണം തുടങ്ങിയവയ്ക്കെല്ലാമായിട്ടാണ് ബാങ്കുകൾ വളർന്നുവന്നത്. ആദ്യഘട്ടത്തിൽ ഇംപീരിയൽ ബാങ്ക്, ചാർട്ടേർഡ് ബാങ്ക് മുതലായ ബാങ്കുകളാണ് പ്രവർത്തിച്ചത്. 19–ാം നൂറ്റാണ്ടിൽത്തന്നെ സ്വർണപണ്ടങ്ങൾ പലിശക്കെടുക്കുന്ന സ്ഥാപനങ്ങൾ വളർന്നുവന്നു. അത്തരത്തിലുള്ള ഒരു സ്ഥാപനമാണ് എഴുത്തുകാരൻ കൂടിയായ അപ്പു നെടുങ്ങാടി കോഴിക്കോട് 1881 ൽ സ്ഥാപിച്ച നെടുങ്ങാടി ബാങ്ക്. തുടർന്ന് പണ്ടം പണയംവെയ്ക്കുന്ന നിരവധി ബാങ്കുകൾ പ്രത്യക്ഷപ്പെടുന്നുണ്ട്. കത്തോലിക് സിറിയൻ ബാങ്ക്, കയിലോൺ നാഷണൽ ബാങ്ക്, പാലാ സെൻട്രൽ ബാങ്ക്, ബാങ്ക് ഓഫ് കൊച്ചിൻ, മുത്തൂറ്റ് ഫിനാൻഷ്യേഴ്സ് തുടങ്ങിയ നിരവധി ബാങ്കുകൾ സ്വർണവിപണിയിൽനിന്ന് പൂർണമായ ധനവിനിമയത്തിലേക്കെത്തിച്ചേർന്നു.

ഇവ കൂടാതെ ജനങ്ങൾക്ക് ചുരുങ്ങിയ പലിശയ്ക്ക് വായ്പകൾ ലഭ്യമാക്കുന്ന ഐക്യനാണയ സംഘങ്ങളും വ്യാപിച്ചു. വാഗ്ഭടാനന്ദനാണ് അത്തരത്തിലുള്ള ഒരു ഐക്യനാണയസംഘം സ്ഥാപിച്ചത്. നിലമ്പൂരും കൊടുവായൂരും ഇത്തരത്തിലുള്ള ഐക്യനാണയ സംഘങ്ങളുണ്ടായി. ആനിബെസന്റിന്റെ സ്വാധീനത്തിൽ ഒരു പരസ്പരസഹായ സംഘവും പ്രവർത്തനമാരംഭിച്ചു.

ബാങ്കുകളുടെ വളർച്ച ധനവിനിമയത്തെ നിർണയിക്കുന്നതിൽ പ്രധാന പങ്കുവഹിക്കുന്നുണ്ട്. വ്യവസായങ്ങൾക്കാവശ്യമായ ഒരു വായ്പാവിപണി സൃഷ്ടിക്കാൻ ബാങ്കുകൾ സഹായിച്ചു. ഇന്ത്യയുടെ മറ്റു ഭാഗങ്ങളിൽ വളർന്നു വന്നതുപോലെയുള്ള വൻകിട ബാങ്കുകളായി ഇവയൊന്നും തന്നെ മാറിയില്ല. ഇത് കേരളത്തിലെ വ്യവസായവൽക്കരണത്തിന്റെ ദൗർബല്യങ്ങളിലേക്ക് വിരൽ ചൂണ്ടുന്നു. അതു കൂടാതെ പണ്ടം പണയം വയ്ക്കുന്നതിനും വായ്പയെടുക്കുന്നതിനും ഗാർഹികാവശ്യങ്ങൾക്കുമുള്ള പണമിടപാടു സ്ഥാപനങ്ങൾ മാത്രമായി ബാങ്കുകൾ മാറുന്ന അവസ്ഥയുമുണ്ടായി. പാലാസെൻട്രൽ ബാങ്കുപോലുള്ള പല ബാങ്കുകളും പിടിച്ചുനിന്നില്ല എന്നതും ശ്രദ്ധേയമാണ്. കേരളത്തിൽ വ്യാപകമായി പ്രചരിച്ച ചിട്ടികമ്പനികളുടെയും യുക്തി ഇതുതന്നെയാണ്. താൽക്കാലികാവശ്യങ്ങൾക്ക് പണം കണ്ടെത്തുന്നതിനുള്ള എളുപ്പമാർഗമായാണ് ആളുകൾ ചിട്ടി ഇടപാടുകളെ കണ്ടിരുന്നത്.

സഹകരണസംഘങ്ങൾ

മുൻസൂചിപ്പിച്ച ഐക്യനാണയസംഘങ്ങളും പരസ്പരസഹായ സംഘങ്ങളും കേരളത്തിലെ സഹകരണപ്രസ്ഥാനത്തിന്റെ ആദ്യ രൂപമായി കാണാം. രണ്ടുരീതിയിൽ ഇക്കാലത്ത് സഹകരണപ്രസ്ഥാനം രൂപംകൊള്ളുന്നുണ്ട്. ഒന്ന്, നിക്ഷേപസമാഹരണം നടത്തി മൂലധനത്തോടെ ഉണ്ടാക്കുന്ന പരസ്പരസഹായ രൂപങ്ങൾ. മലബാറിൽ പലയിടങ്ങളിലും പരസ്പരസഹായ സംഘങ്ങളായി നടന്നുവന്നവ ഇപ്രകാരമായിരുന്നു. രണ്ടാമത്, തൊഴിലാളികളുടെ കൂട്ടുദ്യമങ്ങൾ, വാഗ്ഭടാനന്ദൻ സ്ഥാപിച്ച ഊരാളുങ്കൽ തൊഴിൽക്കരാർസംഘം (1924) ഇത്തരത്തിൽ പെട്ടതായിരുന്നു. അതിനുമുമ്പുതന്നെ വടകരയ്ക്കടുത്തുള്ള ഒഞ്ചിയം ചോമ്പാൽ പ്രദേശങ്ങളിൽ വളർന്നുവന്ന തൊഴിലാളികളുടെ കൂട്ടുദ്യമങ്ങളാണ് ഊരാളുങ്കൽ സംഘത്തിന് പ്രേരണയായത്. ചോമ്പാലിൽ ബാസൽ മിഷന്റെ പ്രവർത്തനവും ഇത്തരം സംഘങ്ങളെ പ്രോത്സാഹിപ്പിച്ചതായി സൂചനയുണ്ട്. ചക്കരത്തൊഴിലാളികൾ, എണ്ണയാട്ടു തൊഴിലാളികൾ, നെയ്ത്തുതൊഴിലാളികൾ, ബീഡിത്തൊഴിലാളികൾ, ആലപ്പുഴയിലെ കയർത്തൊഴിലാളികൾ തുടങ്ങിയവരും സഹകരണാടിസ്ഥാനത്തിൽ ഉൽപ്പാദനം നടത്തിവന്നിരുന്നു. സഹകരണാടിസ്ഥാനത്തിലുള്ള ഉൽപ്പാദനം സ്വകാര്യ മുതലാളിത്തത്തിനെതിരായ ശക്തമായ പ്രതിരോധമായി മാറും എന്ന മാർക്സിന്റെയും ലെനിന്റെയും നിരീക്ഷണം സാധാരണതൊഴിലാളികൾ ഇവിടെ പ്രവൃത്തിപഥത്തിൽ കൊണ്ടുവരികയായിരുന്നു.

ആധുനികവ്യവസായങ്ങൾ

താരതമ്യേന വൈകിയാണ് കേരളത്തിലെ ആധുനികവ്യവസായങ്ങൾ വളർന്നുവന്നത്. നൂൽനൂൽപ്, നെയ്ത്ത് തുടങ്ങിയവ നടത്തുന്ന മില്ലുകൾ, കശുവണ്ടി, കയർ, ഓട് വ്യവസായങ്ങൾ തുടങ്ങിയവയാണ് ആദ്യം രൂപപ്പെടുത്തുന്നത്. 19–ാം നൂറ്റാണ്ടിന്റെ അവസാനം തിരുവിതാംകൂറിൽ വിപുലമായ ഭൂമിശാസ്ത്രസർവേ നടന്നു. അതുപോലെ മലബാറിലും ഉണ്ടായി. ഇവർ കേരളക്കരയിൽ അഭ്രം, ഇൽമനൈറ്റ്, മൊണാസൈറ്റ് മലബാറിലെ ഇരുമ്പയിർ നിക്ഷേപങ്ങൾ കളിമൺ നിക്ഷേപങ്ങൾ തുടങ്ങിയവ കണ്ടെത്തുന്നുണ്ടെങ്കിലും ആധുനിക വ്യവസായ വിപണനസാധ്യതയുള്ളവയായി ഇവ വിലയിരുത്തപ്പെട്ടില്ല. കേരളത്തിലെ വനസമ്പത്തിൽനിന്ന് രൂപപ്പെടുത്തിയെടുക്കാവുന്ന പേപ്പർ ആണ് ആദ്യഘട്ടത്തിലെ ഒരു വ്യവസായികോൽപ്പന്നം. പുനലൂരിലെ പേപ്പർമിൽ സ്ഥാപിക്കപ്പെട്ടത് ഇതിന്റെ അടിസ്ഥാനത്തിലാണ്. 1930 കളിൽ ഇടുക്കിയിലെ പള്ളി വാസലിൽനിന്നും മറ്റു പ്രദേശങ്ങളിൽനിന്നും ഊർജ്ജ ഉൽപ്പാദത്തിനുള്ള സാധ്യതകൾ കൂടി കണ്ടെത്തിയതിനുശേഷമാണ് ആധുനിക വ്യവസായങ്ങൾ ആരംഭിക്കുന്നത്. ഏലൂരിലെ ഉദ്യോഗമണ്ഡൽ കോംപ്ലക്സിൽ വളർന്നുവന്ന കമ്പനികൾ ഇതിന്റെ

ഫലമാണ്. സിമന്റ്, രാസവസ്തുക്കൾ, രാസവളങ്ങൾ തുടങ്ങിയവയിലാണ് ആധുനികവ്യവസായങ്ങൾ കേന്ദ്രീകരിച്ചത്. ഖനിജവിഭവങ്ങൾ താരതമ്യേന കുറവായ കേരളത്തിൽ ധാതുലവണങ്ങളിൽ നിന്നാണ് വ്യവസായങ്ങൾ രൂപപ്പെടുന്നത്. ക്രമേണ വനവിഭവങ്ങളും റബ്ബർ ഉല്പന്നങ്ങളും കേന്ദ്രീകരിക്കുന്ന വ്യവസായങ്ങളും വളർന്നുവന്നു. പൊതുമേഖലയിലാണ് ഉയർന്ന മുതൽമുടക്കുള്ള വ്യവസായങ്ങൾ ആരംഭിച്ചത്.

മുതലാളിവർഗത്തിന്റെ ഘടനയിലും ഈ ദൗർബല്യം കാണാം. കേരളത്തിൽനിന്ന് സമ്പന്നരായ ബാങ്കർമാർ, തോട്ടമുടമകൾ തുടങ്ങിയവർ വളർന്നുവരുന്നുണ്ട്. എന്നാൽ വ്യവസായങ്ങളിലേക്കു കടക്കുന്നത് കാർഷികാനുബന്ധമേഖലയിലാണ്. തോട്ടമേഖലയിലും കാർഷികാനുബന്ധമേഖലയിലും വിദേശികൾ തുറന്നുവെച്ച മേഖലയിൽ തന്നെയാണ് സ്വദേശി വ്യവസായികളുടെ നിക്ഷേപങ്ങളും വരുന്നത്. ഒരു തമിഴ്നാട് സ്വദേശിയാണ് പുനലൂർ പേപ്പർ മിൽ സ്ഥാപിക്കുന്നത്. തൃശ്ശൂരെ സീതാറാം മില്ലും അളഗപ്പമില്ലും തമിഴ്നാട് സ്വദേശികളാണ് സ്ഥാപിക്കുന്നത്. ആരോൺ മില്ലിന്റെ ഉടമയായിരുന്ന സാമുവൽ ആറോൺ ആയിരുന്നു പ്രധാനപ്പെട്ട തദ്ദേശീയ വ്യവസായി. വനവിഭവ ഉല്പന്നമായ വെസ്റ്റേൺ ഇന്ത്യാപ്ലൈവുഡ്സിന്റെ എ കെ കാദർകുട്ടിയാണ് മറ്റൊരാൾ. ബാസൽ മിഷൻകാരാണ് ഓട്, നെയ്ത്ത് വ്യവസായങ്ങളിൽ ആദ്യത്തെ നിക്ഷേപം നടത്തുന്നത്. ഇതെല്ലാം കാണിക്കുന്നത് ഭൂരിഭാഗം ആദ്യകാല വ്യവസായങ്ങളും ഒന്നുകിൽ വിദേശക്കമ്പനികളോ അല്ലെങ്കിൽ കേരളത്തിനുപുറത്തുനിന്നുള്ള വ്യവസായികളോ ആരംഭിച്ചുവെന്നാണ്. കേരളവ്യവസായികൾ ഏതാണ്ടെല്ലാവരും കുടുംബസംരംഭങ്ങളെന്ന നിലയിലാണ് സ്വന്തം വ്യവസായങ്ങൾ നടത്തിയത്.

1930 കൾക്കു ശേഷമാണ് തിരുവിതാംകൂറിൽ ഒരു വ്യവസായ നയം രൂപീകരിക്കാനായി സർക്കാർ ശ്രമിക്കുന്നത്. സ്വകാര്യ വ്യക്തികൾക്ക് പുതിയ വ്യവസായസംരംഭങ്ങൾ തുടങ്ങുന്നതിനുവേണ്ട പ്രോത്സാഹനം നൽകുക, സ്വകാര്യവ്യക്തികൾ മുൻകൈയെടുക്കാത്ത മേഖലകളിൽ ഗവൺമെന്റ് നേരിട്ട് വ്യവസായങ്ങളാരംഭിക്കുക എന്നീ രണ്ട് വശങ്ങളിലധിഷ്ഠിതമായിരുന്നു വ്യവസായ നയം. ഇതിൽ ഊർജ്ജമായിരുന്നു സർക്കാർ നേരിട്ടിടപെട്ട മേഖല. പള്ളിവാസൽ ജലവൈദ്യുത പദ്ധതി സ്ഥാപിക്കപ്പെടുന്നതിങ്ങനെയാണ്. ഗതാഗത വികസനത്തിനായി റോഡ് ട്രാൻസ്പോർട്ട് ആരംഭിച്ചു. കളിമൺ സംസ്കരണത്തിനും പോർസലെയ്ൻ നിർമ്മാണത്തിനുമുള്ള ഫാക്ടറികൾ, ട്രാവൻകൂർ റബ്ബർ വർക്സ് FACT, മുതലായവ സർക്കാർ മൂലധന നിക്ഷേപത്താൽ സ്ഥാപിതമായവയായിരുന്നു. ഇതോടൊപ്പം തന്നെ വ്യാവസായികോൽപ്പന്നങ്ങൾക്ക് വിപണി കണ്ടെത്താനും ഗവൺമെന്റ് മുൻകൈയെടുത്തു. മാത്രമല്ല, 1930കളുടെ അവസാനത്തിൽ ഉൽപ്പാദനബന്ധങ്ങളിലുണ്ടാവുന്ന അസ്വസ്ഥതകൾ തടയുന്നതിനും തൊഴിലാളികളെ നിയന്ത്രിക്കുന്നതിനുമുള്ള

പള്ളിവാസൽ ജലവൈദ്യുത പദ്ധതി

നിരവധി തൊഴിൽ നിയമങ്ങളും രൂപമെടുക്കുന്നതായി കാണാം.

തിരുവിതാംകൂറിനെ സംബന്ധിച്ചിടത്തോളം പുതിയ വ്യവസായ നയം വ്യവസായത്തിന്റെ കുതിച്ചു ചാട്ടത്തിനു തന്നെ കാരണമാക്കിയതായി ചരിത്രകാരന്മാർ അഭിപ്രായപ്പെടുന്നു. ഒന്നാമതായി, നിരവധി പുതിയ മേഖലകളിൽ വ്യവസായങ്ങളാരംഭിച്ചു എന്നതാണ്. ജോയിന്റ്–സ്റ്റോക്ക് കമ്പനികളുടെ വളർച്ചയാണ് രണ്ടാമത്തേത്. 1930 വരെ നിക്ഷേപങ്ങൾ കേന്ദ്രീകരിച്ചത് ബാങ്കിങ്ങിലായിരുന്നുവെങ്കിൽ മുപ്പതുകളിൽ നിക്ഷേപം സമാഹരിക്കപ്പെട്ടത് ജോയിന്റ് സ്റ്റോക്ക് കമ്പനികളിലാണ്. എന്നാൽ ഇവയും ബാങ്കുകളുമായുള്ള ബന്ധം പൂർണമായും വിച്ഛേദിക്കപ്പെട്ടിരുന്നില്ല. ഉദാഹരണമായി, 1933–34 ൽ ആകെയുണ്ടായിരുന്ന കമ്പനികളിൽ 506 എണ്ണം ബാങ്കുകൾ കേന്ദ്രീകരിച്ചായിരുന്നു. 1929 ലെ ആഗോളസാമ്പത്തിക മാന്ദ്യവും 1938 ൽ ബാങ്കുകളുടെ പ്രവർത്തനങ്ങളെ നിയന്ത്രിച്ചുകൊണ്ടുള്ള നിയമവും ബാങ്കിംഗ് മൂലധനത്തെ തളർത്തി. തത്ഫലമായി 1947–48 ൽ ബാങ്കുകളുടെ എണ്ണം 154 ആയി ചുരുങ്ങി. ബാങ്കുകളുടെ തകർച്ചയ്ക്കു പകരം ഫാക്ടറികൾ ഉയർന്നുവന്നു. ഇതേ കാലയളവിൽ ജോയിന്റ് സ്റ്റോക്ക് കമ്പനികളുടെ എണ്ണം 82 ൽനിന്ന് 408 ആയും മൂലധനനിക്ഷേപം 14% നിന്ന് 50.8% മായും വർദ്ധിച്ചു. സ്വാതന്ത്ര്യാനന്തരം തിരുവിതാംകൂറിലെ വ്യവസായ പുരോഗതി മന്ദഗതിയിലായിരുന്നു. ഇക്കാലയളവിൽ പരമ്പരാഗത വ്യവസായങ്ങൾ ഏതാണ്ട് പൂർണമായും മുരടിച്ചു. 1948 ന് മുമ്പ് തിരുവിതാകൂറിലേക്കു വന്ന തമിഴ് മൂലധനം നിലച്ചു. അടിസ്ഥാനപരമായ കാർഷികമേഖല വിട്ട് വ്യവസായങ്ങളാരംഭിക്കാനുള്ള നിശ്ചയദാർഢ്യം മുതലാളിമാർ കാണിച്ചില്ല. ഗവൺമെന്റും കാര്യമായി ഒന്നും ചെയ്തില്ല.

പൊതുവെ പറഞ്ഞാൽ മലബാറിൽ വ്യവസായ പുരോഗതി തുലോം പരിമിതമായിരുന്നു. തിരുവിതാംകൂറിലേതുപോലെ ശക്തമായ ഒരു വായ്പാവിപണി മലബാറിൽ രൂപംകൊണ്ടിരുന്നില്ല. വ്യവസായങ്ങൾ പ്രധാനമായും ബാസൽ മിഷൻ ഫാക്ടറികളിലൊതുങ്ങി. സ്വാതന്ത്ര്യാനന്തരം സംസ്ഥാന രൂപീകരണം വരെ വളപട്ടണത്ത് സ്ഥാപിക്കപ്പെട്ട ഒരു പ്ലൈവുഡ് ഫാക്ടറിയായിരുന്നു പ്രധാന ആധുനിക വ്യവസായശാല. മല

ബാറിലെ വ്യവസായ മുരടിപ്പിന് കാരണമായ ഘടകങ്ങളെ ഇങ്ങനെ സംഗ്രഹിക്കാം. ഒന്ന്, വ്യവസായങ്ങൾക്കുവേണ്ട കാർഷിക അടിത്തറയുടെയും സാങ്കേതിക വിദ്യയുടെയും അഭാവം. രണ്ട്, ബാങ്കിംഗ് മേഖലയുടെ വളർച്ചയില്ലായ്മ, മൂന്ന് നിക്ഷേപ മൂലധനത്തിന്റെ അഭാവം.

കേരളത്തിൽ വ്യവസായവൽക്കരണത്തിന്റെ പ്രധാന തടസ്സം കൊളോണിയൽ ഭരണകൂടം തന്നെയായിരുന്നു. മുതലാളിത്ത ആശയസംഹിതയുടെ ഭാഗമായ സ്വതന്ത്രവാണിജ്യവും ഉൽപ്പാദന രൂപങ്ങളും വളർന്നുവരാനുള്ള സാധ്യതകളെ കൊളോണിയൽ ഭരണകൂടം തടസ്സപ്പെടുത്തി. മുതലാളിത്തത്തിന്റെ സ്വാഭാവിക വളർച്ച സാധ്യമായില്ല.

കാർഷികാനുബന്ധ വ്യവസായങ്ങളിൽനിന്നു ഭിന്നമായ തൊഴിൽ ഘടനയാണ് ആധുനികവ്യവസായങ്ങളിൽ നിലനിന്നത്. കാർഷികാനുബന്ധവ്യവസായങ്ങളിൽ പരമ്പരാഗത തൊഴിൽ കൂട്ടങ്ങളുടെ സന്തതികളാണ് ജോലി ചെയ്തിരുന്നതെങ്കിൽ ആധുനികവ്യവസായങ്ങളിൽ തികച്ചും വ്യത്യസ്തരായ, വ്യത്യസ്ത ജീവിതസാഹചര്യങ്ങളിൽനിന്നു വന്ന തൊഴിലാളികളാണ് പ്രവർത്തിച്ചത്. അവരുടെ സംഘാടനം പൂർണമായും വർഗപരമായിരുന്നു. എങ്കിലും ആദ്യകാല തൊഴിൽ സമരങ്ങൾ വളർന്നുവരുന്നത് കാർഷികാനുബന്ധ വ്യവസായങ്ങളിലാണ്.

ഗതാഗതവാർത്താവിനിമയ സൗകര്യങ്ങൾ

ആധുനിക മുതലാളിത്തത്തിന്റെ വളർച്ചയ്ക്ക് ആധാരം പശ്ചാത്തല സൗകര്യങ്ങളാണ്. ഗതാഗതം, വാർത്താവിനിമയം, ഊർജ്ജം തുടങ്ങിയവ അതിൽ പ്രധാനമാണ്. ഗതാഗത മേഖലയുടെ അടിസ്ഥാന സൗകര്യങ്ങളുടെ വ്യാപനത്തിനും വളർച്ചയ്ക്കും കൊളോണിയൽ ഭരണകൂടത്തിന്റെ ശക്തമായ ഇടപെടലുകൾ വലിയ കാരണമായി മാറിയിട്ടുണ്ട്. പക്ഷേ, ആധുനിക പൂർവ്വ കാലഘട്ടത്തിൽ ജനങ്ങളുടെ സഞ്ചാരവും വിഭവങ്ങളുടെ നീക്കവും പരമ്പരാഗത സൗകര്യങ്ങളെ ആശ്രയിച്ചാണ് നടന്നിരുന്നത്. ഓരോ കാലഘട്ടത്തിലും ഭൗതിക സാഹചര്യങ്ങളുടെ ആവശ്യം നിറവേറ്റുന്നതിനുവേണ്ടി സമൂഹം/ഭരണകൂടം ഗതാഗത സൗകര്യങ്ങൾ ഒരുക്കിയിരുന്നു. നിലവിലുള്ള സൗകര്യങ്ങൾ തികയാതെ വരുമ്പോൾ പുതിയ സൗകര്യങ്ങളൊരുക്കുവാൻ സമൂഹം നിർബ്ബന്ധിക്കപ്പെടുന്നു. സാമ്പത്തികമായ ഈ ഇടപെടലിന്റെ ഫലമായാണ് ഗതാഗതത്തിന്റെ അടിസ്ഥാന സൗകര്യമേഖലയിൽ വിപ്ലവകരമായ മാറ്റങ്ങൾ പിൽക്കാലത്തുണ്ടായത്.

പ്രാചീന കാലഘട്ടത്തിൽ വിഭവോൽപ്പാദനവും വിതരണവും പരിമിതമായിരുന്നു. സംഘകാലമെന്നും ചെന്തമിഴ് പാട്ടുകളുടെ കാലമെന്നും പൊതുവെ പറയപ്പെടുന്ന ഈ കാലഘട്ടത്തിൽ കടലോരവും മലയോര

വുമായിരുന്നു പ്രധാന വിഭവകേന്ദ്രങ്ങൾ. മലമ്പ്രദേശങ്ങളിൽ വളരുന്ന കുരുമുളക്, ഏലം തുടങ്ങിയ സുഗന്ധദ്രവ്യങ്ങളും ചന്ദനം, തേൻ, മെഴുക് തുടങ്ങിയ വനവിഭവങ്ങളും ഒപ്പം ആനക്കൊമ്പ് ഉൾപ്പെടെയുള്ള വിഭവങ്ങളും ശേഖരിച്ച് കടലോരത്തെ തുറമുഖനഗരങ്ങളിലെത്തിക്കുകയെന്നത് പ്രധാനമായിരുന്നു. ഇത്തരം വിഭവങ്ങളുടെ ലഭ്യത കാരണമാണ് കേരളം പ്രാചീനകാലം മുതൽക്കേ വിദേശ ശ്രദ്ധ നേടിയത്. തീരദേശങ്ങളിൽനിന്ന് ഒറ്റയടിപ്പാതകളിലൂടെ മീനും ഉപ്പുമായി മലമ്പ്രദേശങ്ങളിലേക്കും വനവിഭവങ്ങളുമായി തിരിച്ചും യാത്ര ചെയ്തു. ഈ പാതകളാണ് പിന്നീട് റോഡുകളായി വികസിച്ചത്. കേരളത്തിന്റെ വടക്കെ അറ്റം മുതൽ തെക്കെ അറ്റംവരെ അറബിക്കടലിലേക്ക് ഒഴുകിയെത്തിയ നദികളുടെ സാന്നിദ്ധ്യവും വിപുലമായ കായൽ ശൃംഖലകളുമാണ് ആധുനിക പൂർവ്വകാലഘട്ടത്തിൽ പ്രധാന ഗതാഗതമാർഗ്ഗങ്ങളായി ഉപയോഗിച്ചത്. മലമ്പ്രദേശങ്ങളിൽ നിന്നുള്ള വിഭവങ്ങൾ ഈ ജലപാതകളിലൂടെയാണ് തീരദേശത്തെ തുറമുഖനഗരങ്ങളിലെത്തിയത്. മിക്കവാറും നദീമുഖങ്ങളിൽ പ്രകൃതി ദത്ത തുറമുഖങ്ങൾ ഉണ്ടായിരുന്നു. പുറം നാടുകളുമായുള്ള ബന്ധത്തിന്റെ വാതായനങ്ങൾ ഈ തുറമുഖ പട്ടണങ്ങളായിരുന്നു. വിദേശ സഞ്ചാരികളും കച്ചവടക്കാരും ഈ തുറമുഖങ്ങളിലെത്തി കേരളത്തിന്റെ വിഖ്യാതമായ സുഗന്ധദ്രവ്യങ്ങളും മറ്റു വിഭവങ്ങളും വിദേശ നാടുകളിലെത്തിച്ചു. ഒപ്പം വിദേശ നാടുകളിലെ ഉൽപ്പന്നങ്ങൾ കേരളത്തിന്റെ ഉൾനാടുകളിലുമെത്തി. കേരളത്തിന്റെ സാമൂഹികവും സാമ്പത്തികവുമായ വളർച്ചയിൽ ഈ നദികളും തുറമുഖങ്ങളും വലിയ പങ്ക് വഹിച്ചു.

കർണ്ണാടകയുടെയും തമിഴ്നാടിന്റെയും വിവിധ സ്ഥലങ്ങളിലേക്ക് തുറക്കുന്ന പേരിയ, പേരമ്പാടി, കുറ്റ്യാടി, താമരശ്ശേരി, പാലക്കാട്, ആര്യങ്കാവ്, ആരംബോളി ചുരങ്ങളും പ്രാചീനകാലത്ത് തന്നെ സാമ്പത്തികവും രാഷ്ട്രീയവുമായ ബന്ധങ്ങൾ വളർത്തിയെടുക്കുവാൻ സഹായിച്ചിരുന്നു.

കൃഷിയുടെ വ്യാപനവും അധിവാസങ്ങളുടെ വളർച്ചയും ക്ഷേത്ര നഗരങ്ങളുടെ ആവിർഭാവവും വിഭവങ്ങളുടെ കൈമാറ്റത്തെ ത്വരിതപ്പെടുത്തി. ക്ഷേത്രനഗരങ്ങളിൽ വിവിധ ദേശങ്ങളിൽ നിന്നുവരുന്ന കച്ചവടക്കാരുടെ സജീവമായ സാന്നിദ്ധ്യം *ചന്ദ്രോത്സവം, അനന്തപുരവർണ്ണനം* തുടങ്ങിയ കൃതികളിൽ നിന്ന് മനസ്സിലാക്കാം. പഴയ പെരുവഴികളും ഒറ്റയടിപ്പാതകളും വിപുലമാകുകയും കാളവണ്ടി ചരക്കു നീക്കത്തിന് പ്രയോജനപ്പെടുത്തുകയും ചെയ്യുന്നത് മധ്യകാല കേരളചരിത്രത്തിൽ ധാരാളമായി കാണാം. നാടുവാഴികളും ദേശ വാഴികളും പാതകൾ നന്നാക്കുവാൻ നടപടികളെടുത്തു. കച്ചവടം വർദ്ധിച്ചപ്പോഴുണ്ടായ ചുങ്കം പിരിവ് നാടുവാഴികളുടെ പ്രധാന വരുമാന മാർഗ്ഗമായി മാറി. പുതിയ നാടുകളുടെ ആവിർഭാവം നാടുകൾ തമ്മിലുള്ള സംഘർഷത്തിലേക്കും സൈന്യത്തിന്റെ ആവർത്തിച്ചുള്ള സഞ്ചാരത്തിനും നിമിത്തമായി.

കേരളത്തിന്റെ വിവിധഭാഗങ്ങളിൽ ചൗക്കി, ചുങ്കം, പേട്ട എന്നീ സ്ഥലനാമങ്ങൾ സുലഭമാണ്. ചന്തകളിലേക്ക് നീങ്ങുന്ന പ്രധാന പാതകളിലെല്ലാം ചൗക്കി അഥവാ ചുങ്കപ്പുരകൾ ഉയർന്നുവന്നു. ഇത്തരം പാതകളെയും ചുങ്കപ്പുരകളെയും നിയന്ത്രിക്കുന്നതിനും അവയുടെ മേൽ ആധിപത്യം സ്ഥാപിക്കുന്നതിനുവേണ്ടിയുള്ള ശ്രമങ്ങളാണ് സംഘർഷങ്ങളിലേക്കും സൈനിക നീക്കത്തിലും കലാശിച്ചത്. തീരദേശത്ത് നിന്നുള്ള ഹൈവേകൾ കർണ്ണാടകയിലേയും തമിഴ്നാട്ടിലേയും വിവിധ സ്ഥലങ്ങളുമായുള്ള വാണിജ്യബന്ധം സജീവമാക്കി. പൊന്നാനിയിൽനിന്ന് പാലക്കാട് വഴി കോയമ്പത്തൂരിലേക്ക് നീളുന്ന കൊണ്ടുപ്പെരുവഴി മധ്യകാല കേരളത്തിലെ പ്രധാന പാതകളിലൊന്നായിരുന്നു. കൊണ്ടുപ്പെരുവഴിയുടെ നിയന്ത്രണത്തിനുവേണ്ടി സാമൂതിരിയും പാലക്കാട് രാജാവും തമ്മിൽ സംഘർഷത്തിലേർപ്പെടുന്നുണ്ട്. കണ്ണൂരിൽനിന്ന് കുടകിലേക്ക് നീളുന്ന നിരവധി പാതകളുണ്ട്. ഉപ്പും മീനും എണ്ണയും തലച്ചുമടായി കുടകിലെത്തിച്ച് കച്ചവടം ചെയ്യുന്ന വലിയ സംഘം സജീവമായിരുന്നു കതുവനൂർ വീരൻ തെയ്യത്തിന്റെ തോറ്റം പാട്ട് മന്ദപ്പന്റെ കുടക് യാത്ര വിവരിക്കുന്നുണ്ട്. പാതയിലെ പ്രധാന സ്ഥലവർണ്ണനകൾ തോറ്റത്തിലുണ്ട്.

പതിനെട്ടാം നൂറ്റാണ്ടിന്റെ ഉത്തരാർദ്ധത്തിൽ മൈസൂർ സുൽത്താന്മാർ മലബാറും കാനറയും ആക്രമിച്ച് കീഴ്പ്പെടുത്തിയതോടെ റോഡുഗതാഗതം മാറ്റത്തിന് വിധേയമായി. പശ്ചിമതീരത്തെ തുറമുഖങ്ങളുടെയും വിഭവങ്ങളുടെയും സാന്നിദ്ധ്യമാണ് മേൽപ്പറഞ്ഞ സ്ഥലങ്ങൾ ആക്രമിക്കുവാൻ സുൽത്താന്മാരെ പ്രേരിപ്പിച്ചത്. ഭൂ നികുതി ചുമത്തുന്നതിലൂടെ ലഭിക്കുന്ന അധിക റവന്യൂവരുമാനവും വാണിജ്യപാതകളുടെ നിയന്ത്രണത്തിലൂടെ ലഭിക്കുന്ന ചുങ്കം പിരിവും മലബാറിലേക്കുള്ള പടനീക്കത്തിന് പ്രേരിപ്പിച്ചിരിക്കാം. കോഴിക്കോടും ഫറോക്കും കണ്ണൂരും പ്രാധാനപ്പെട്ട സൈനിക കേന്ദ്രങ്ങളായി വളർന്നുവന്നു. വളപട്ടണം പുഴയിൽനിന്ന് ഏഴിമല തുറമുഖത്തേക്കും തുടർന്ന് നീലേശ്വരം, ബേക്കൽ തുറമുഖങ്ങളിലേക്കും അനായാസമായ ഗതാഗത സൗകര്യം ഒരുക്കുന്നതിനുവേണ്ടി ഹൈദരാലി 1763 ൽ പഴയങ്ങാടി പുഴയേയും പയ്യന്നൂരിനടുത്ത പെരുമ്പ പുഴയേയും 3.8 കി.മീറ്റർ ദൈർഘ്യത്തിൽ പുതിയ കനാൽ നിർമ്മിച്ച്–സുൽത്താൻ കനാൽ– പരസ്പരം ബന്ധിപ്പിച്ചു. സുൽത്താൻ തോട് ബേക്കൽ വരെയും ശ്രീരംഗപട്ടണത്തിന് സമീപം വരെയുമുള്ള ജലഗതാഗതം സുഗമമാക്കി. ബേക്കൽ, നീലേശ്വരം, പഴയങ്ങാടി, ഏഴിമല, വളപട്ടണം, ശ്രീകണ്ഠാപുരം, ഇരിക്കൂർ തുടങ്ങിയ കച്ചവട കേന്ദ്രങ്ങളെയും തുറമുഖങ്ങളെയും പരസ്പരം ബന്ധിപ്പിക്കാൻ ഈ കനാൽ നിർമ്മാണത്തിലൂടെ സാധിച്ചു. മാത്രമല്ല, സൈന്യത്തിന്റെ നീക്കത്തിനുവേണ്ടി ടിപ്പു സുൽത്താൻ ആസൂത്രിതമായ റോഡ് നിർമ്മാണത്തിന് തുടക്കംകുറിച്ചു. പീരങ്കിപ്പടയുടെ സഞ്ചാരത്തിനുവേണ്ടി നിർമ്മിച്ച ഈ റോഡുകൾ ഗൺറോഡ് (പീരങ്കി റോഡുകൾ) എന്നറിയപ്പെട്ടു. നിലവിലെ പാതകൾക്ക് വീതി കൂട്ടിയും ചെറുകല്ലുകൾ പാകിയുമാണ് റോഡുകൾ

നിർമ്മിച്ചത്. മൈസൂരിലേക്ക് നീങ്ങുന്ന ആധുനിക ചുരം റോഡുകളുടെ മുന്നോടിയാണ് ഈ റോഡുകൾ. ഈ റോഡുകളുടെയെല്ലാം ടെർമിനൽ പോയിന്റ് ശ്രീരംഗപട്ടണമായിരുന്നു. മലപ്പുറം, താമരശ്ശേരി റോഡ്, താമരശ്ശേരി വഴിയുള്ള ഫറോക്ക്-പോളിബെട്ട റോഡ്, മലപ്പുറം-പുതുപ്പാടി റോഡ്, ഡിണ്ടികലിനെയും കൊല്ലങ്കോടിനെയും പാലക്കാടുമായി ബന്ധിപ്പിക്കുന്ന റോഡ്, കോട്ടക്കൽ വഴിയുള്ള തിരൂരങ്ങാടി-കോയമ്പത്തൂർ റോഡ്, ബേപ്പൂർ-കൊടുങ്ങല്ലൂർ റോഡ് തുടങ്ങിയവ മലബാറിന്റെ ഹൃദയധമനികളായി മാറി.

തിരുവിതാംകൂറിൽ മാർത്താണ്ഡവർമ്മ നടപ്പാക്കിയ വാണിജ്യപരിഷ്ക്കാരങ്ങൾ സാമ്പത്തിക മേഖലയിൽ സൃഷ്ടിച്ച കുതിപ്പ് ഫലപ്രദമാക്കുന്നതിനുവേണ്ടി ഗതാഗതമേഖലയിൽ നൂതനമായ പദ്ധതികൾ ആവിഷ്ക്കരിച്ച് നടപ്പിലാക്കി. കായലുകളെ വിവിധ നദികളുമായി ബന്ധിപ്പിക്കുന്നതിനുവേണ്ടി കനാൽ നിർമ്മാണത്തിന് അദ്ദേഹം തുടക്കംകുറിച്ചു. പറവൂർ കനാലും ചാന്നാങ്കരകനാലും അവയിൽ ചിലതാണ്. സൈന്യത്തിന്റെ അതിവേഗ നീക്കത്തിനുവേണ്ടി പ്രത്യേക തരത്തിലുള്ള ചുണ്ടൻ വള്ളങ്ങൾ അദ്ദേഹം ഉപയോഗിച്ചു. വിദേശവാണിജ്യം വികസിപ്പിക്കുന്നതിനുവേണ്ടി രാമവർമ്മ രാജാവ് ആലപ്പുഴ തുറമുഖത്തിന്റെ നിർമ്മാണം ആരംഭിച്ച് 1872 ൽ ആണ് പൂർത്തിയായത്. ഇതേ കാലഘട്ടത്തിൽ തന്നെ കൊല്ലം-ചെങ്കോട്ട റോഡ്, കൊല്ലം-ഈരാറ്റുപേട്ട റോഡ്, കൃഷ്ണപുരം -ചങ്ങനാശ്ശേരി റോഡ്, നാഗർകോവിൽ-കന്യാകുമാരി പാത എന്നിവ ഗതാഗതത്തിനനുയോജ്യമാക്കി. കൊല്ലം തുറമുഖ പട്ടണത്തിലേക്ക് ഉൾനാടുകളിൽനിന്ന് കുരുമുളക് ഉൾപ്പെടെയുള്ള സുഗന്ധദ്രവ്യങ്ങളുടെ മറ്റുൽപ്പന്നങ്ങളും എത്തിക്കുന്നതിനുവേണ്ടിയാണ് ഈ റോഡ് ശൃംഖലയ്ക്ക് അധികൃതർ ഊന്നൽ നൽകിയത്. കൊച്ചിയിൽ ശക്തൻ തമ്പുരാന്റെ ഭരണത്തിൻ കീഴിലും ഇത്തരത്തിലുള്ള നടപടികൾ സ്വീകരിക്കുകയുണ്ടായി. കിഴക്കൻ മലയോരങ്ങളിൽ നിന്നുള്ള വിഭവങ്ങളുടെ തീരദേശത്തേക്കുള്ള പ്രധാന ചാനലുകളായി ചാലക്കുടി പുഴയും പെരിയാറും പ്രവർത്തിച്ചു. ഇവയുടെ സമീപത്ത് കൂടെയുള്ള വനപാതകളും വിഭവങ്ങളുടെ നീക്കത്തെ വലിയ തോതിൽ സഹായിച്ചു.

ഈ വാണിജ്യപാതകളെയെല്ലാം സംരക്ഷിക്കുവാൻ അതാതിടങ്ങളിലെ നാടുവാഴികളും രാജാക്കന്മാരും നടപടികൾ സ്വീകരിച്ചിരുന്നു. സൈനിക സാമ്പത്തിക താല്പര്യങ്ങളാണ് അതിനവരെ പ്രേരിപ്പിച്ചത്. തോറ്റംപാട്ടുകളും വടക്കൻ പാട്ടുകളും സന്ദേശകാവ്യങ്ങളുമെല്ലാം കേരളത്തിന്റെ നെടുകെയും കുറുകെയും ഉണ്ടായിരുന്ന സഞ്ചാരപാതകളെ കുറിച്ച് പരാമർശിക്കുന്നുണ്ട്. നടപ്പാതകളിൽ തണലേകാൻ നടക്കാവുകൾ (തണൽവൃക്ഷങ്ങൾ) വെച്ചു പിടിപ്പിക്കുവാനും പ്രധാനപ്പെട്ട കേന്ദ്രങ്ങളിലെല്ലാം തണ്ണീർ പന്തലുകൾ സ്ഥാപിക്കാനും നാടുവാഴികളും ദേശവാഴികളും തയ്യാറായി. ദാഹിച്ചു വലഞ്ഞ് തല ചുമടുമായും കാളവണ്ടി

യിലും മറ്റും യാത്ര ചെയ്യുന്നവരുടെ ദാഹശമനത്തിനുവേണ്ടിയാണ് തണ്ണീർ പന്തലുകൾ. ഇവയ്ക്കു സമാനമാണ് തെക്കൻ കേരളത്തിലുള്ള അമ്പലങ്ങളും ഊരുവിട്ടമ്പലങ്ങളും. കാളകൾക്ക് വെള്ളം കുടിക്കുന്നതിനു വഴിയോരങ്ങളിൽ കുളങ്ങളും കൽത്തൊട്ടിയും ഒരുക്കി. ദീർഘ ദൂരയാത്രക്കാർക്ക് രാത്രി കാലങ്ങളിൽ വിശ്രമിക്കാനും ഭക്ഷണം കഴിക്കാനും വേണ്ടി സത്രങ്ങളുണ്ടാക്കി. തലച്ചുമടുമായി യാത്ര ചെയ്യുന്ന കച്ചവടക്കാർക്ക് പരസഹായമില്ലാതെ ചുമട് ഇറക്കിവെക്കാനും തിരിച്ച് തലയിലേറ്റുന്നതിനുമാണ് പാതകളുടെ സമീപം ചുമട് താങ്ങികൾ (അത്താണി) നിർമ്മിച്ചത്. തണ്ണീർ പന്തൽ, അത്താണി എന്നിവയുമായി ബന്ധപ്പെട്ട എത്ര സ്ഥലനാമങ്ങളാണ് കേരളത്തിൽ കാണുന്നത്!

കൊളോണിയൽ ഭരണകൂടം മലബാറിൽ നേരിട്ടും തിരുവിതാംകൂറിലും കൊച്ചിയിലും നാട്ടുരാജാക്കന്മാർ വഴിയും അടിസ്ഥാന സൗകര്യ മേഖലകളിൽ സമഗ്രമായ പദ്ധതികൾ നടപ്പാക്കി. മൂന്നു ഘട്ടങ്ങളിലൂടെയാണ് ഭരണകൂടം ഈ പദ്ധതികൾ നടപ്പിലാക്കിയത്. ഓരോ ഘട്ടവും മുതലാളിത്ത ലോക വ്യവസ്ഥയുമായി കോളനി പ്രദേശങ്ങളെ ഉദ്ഗ്രഥിപ്പിക്കുകയും വിഭവ ചൂഷണം ശക്തിപ്പെടുത്തുന്നതിനുവേണ്ടി വിഭാവനം ചെയ്തതുമായിരുന്നു. ഇതിൽ ഒന്നാമത്തെ ഘട്ടം ജലഗതാഗതത്തിന് ഊന്നൽ നൽകി. നിലവിലെ ജലപാതകളായ പുഴകളെയും കായലുകളെയും ഫലപ്രദമായ ചാനലുകളാക്കി മാറ്റുന്നതിനുവേണ്ടി അവയിൽ അടിഞ്ഞുകൂടിയ ചെളിയും മറ്റും നീക്കം ചെയ്യുകയും അവയ്ക്ക് ആഴം കൂട്ടുകയും ചെയ്തു. മൂലധനത്തിന്റെ ആവശ്യങ്ങൾ നിറവേറ്റാൻ കഴിയില്ലെന്ന് കണ്ടപ്പോൾ പുഴകളെയും കായലുകളെയും പരസ്പരം ബന്ധിപ്പിക്കുന്നതിനുവേണ്ടി കനാലുകൾ നിർമ്മിക്കുവാൻ തുടങ്ങി. കേരളത്തിന്റെ നെടുകെയും കുറുകെയും ജലപാതകൾ ഉണ്ടാക്കുകയും അവയിലൂടെ കൊളോണിയൽ ഭരണകൂട താല്പര്യം സംരക്ഷിക്കുകയുമായിരുന്നു ലക്ഷ്യം. കേരളത്തിന്റെ തെക്കെ അറ്റമായ തിരുവനന്തപുരം മുതൽ വടക്ക് ഹോസ്ദുർഗ്ഗ് വരെ അറബിക്കടലിന് സമാന്തരമായി ജലപാതയെന്ന ആശയം ലക്ഷ്യമാക്കി വെസ്റ്റ് കോസ്റ്റ് കനാൽ പദ്ധതിക്ക് രൂപം നൽകി. മലബാർ, കൊച്ചി, തിരുവിതാംകൂർ എന്നിവിടങ്ങളിലെ പ്രധാന തുറമുഖങ്ങളെയും കമ്പോള നഗരങ്ങളെയും തമ്മിൽ ബന്ധിപ്പിക്കുവാൻ ഇതിലൂടെ സാധിക്കുമെന്ന് ഈ ജലപാതയുടെ ഉപജ്ഞാതാവായ ജനറൽ കല്ലൻ അഭിപ്രായപ്പെട്ടു. കൊല്ലത്തിനും തിരുവനന്തപുരത്തിനുമിടയിലെ കിഴക്കാംതൂക്കായ വലിയ പാറക്കുന്നുകളായിരുന്നു (വർക്കല ക്ലിഫ്) ഏറ്റവും വലിയ തടസ്സം. 1880 ആകുമ്പോഴേക്കും അതിന്റെ രണ്ടാംഘട്ട പണിയും പൂർത്തിയാക്കി. വെസ്റ്റ് കോസ്റ്റ് കനാലിനെ കന്യാകുമാരിയുമായി ബന്ധിപ്പിക്കുന്നതിനും വേണ്ടിയാണ് അനന്തവിക്ടോറിയ മാർത്താണ്ഡൻ (എ വി എം) കനാൽ നിർമ്മാണത്തിന് തുടക്കംകുറിച്ചത്. ആലപ്പുഴ തുറമുഖത്തിന്റെ നിർമ്മാണത്തെ തുടർന്ന വാണിജ്യമേഖലയിലുണ്ടായ വളർച്ച ആലപ്പുഴയിൽ പുതിയ കനാലുകളെ

ആവശ്യമാക്കി തീർത്തു. മലബാറിലും കൊച്ചിയിലും തിരുവിതാംകൂറിലും നിരവധി കനാലുകൾ ഈ ഘട്ടത്തിൽ നിർമ്മിക്കപ്പെട്ടു. ആലപ്പുഴയെ കോട്ടയവുമായും കൊല്ലവുമായി ബന്ധിപ്പിക്കുന്ന നിരവധി കനാലുകളും നിർമ്മിക്കപ്പെട്ടു.

ഗതാഗത വികസനത്തിന്റെ രണ്ടാമത്തെ ഘട്ടത്തിൽ റോഡ് നിർമ്മാണത്തിനാണ് പ്രാധാന്യം നൽകിയത്. വാണിജ്യ വിളവുകളുടെ വ്യാപനം, വയനാട്, നെല്ലിയാമ്പതി, ഹൈറേഞ്ച് എന്നിവിടങ്ങളിലെ മൂലധന നിക്ഷേപവും തോട്ടങ്ങളുടെ ആവിർഭാവവും നികുതിപിരിവിന്റെ സങ്കീർണ്ണത, സൈനിക നീക്കത്തിന്റെ ആവശ്യകത തുടങ്ങിയ ഘടകങ്ങൾ 19–ാം നൂറ്റാണ്ടിൽ റോഡ് നിർമ്മാണത്തിന്റെ ഈ ഘട്ടത്തിൽ കേരളത്തിന്റെ ഇടനാടുകളും മലനാടുകളും നിരവധി റോഡുകളിലൂടെ തുറക്കപ്പെട്ടു. കടൽത്തീര തുറമുഖപട്ടണങ്ങളിൽനിന്നും മറ്റു പട്ടണങ്ങളിൽ നിന്നും കർണ്ണാടകയിലേക്കും തമിഴ്നാട്ടിലേക്കും നീളുന്ന ദീർഘദൂര റോഡുകൾ, പ്രത്യേകിച്ച് ചുരം റോഡുകൾ നിർമ്മിക്കാനാണ് അധികൃതർ ആദ്യം തീരുമാനിച്ചത്. മധ്യകാല പെരുവഴികളെല്ലാം ആധുനിക റോഡുകളായി മാറി. കേരളത്തിന്റെ എല്ലാ ഭാഗങ്ങളിലും നെടുകെയും കുറുകെയും റോഡുകൾ നിർമ്മിക്കപ്പെട്ടു. പുഴകൾക്ക് പാലം നിർമ്മിക്കാനുള്ള തീരുമാനവും ഈ ഘട്ടത്തിലാണ് എടുക്കുന്നത്. ആര്യങ്കാവ്, ആരംബോളി റോഡുകളും പേരമ്പാടി, പേരിയ, കുറ്റ്യാടി, ശിശ്ശിപ്പാറ ചുരം റോഡുകളും യഥാക്രമം മധുര തിരുനെൽവേലിയിലേക്കും കുടക്, മൈസൂരിലേക്കും റോഡ് ഗതാഗതം സാദ്ധ്യമാക്കി. കേരളത്തിന്റെ ഇടനാടിന്റെ ഹൃദയഭാഗത്ത് കൂടെ പോകുന്ന റോഡുകൾ അടുത്ത ഘട്ടത്തിലാണ് നിർമ്മിച്ചത്. വെസ്റ്റ് കോസ്റ്റ് കനാലിന് സമാന്തരമായി തിരുവനന്തപുരത്ത് നിന്ന് അങ്കമാലി വരെ നീളുന്ന എം സി റോഡ്, തിരുവനന്തപുരത്ത് നിന്ന് കന്യാകുമാരിക്ക് പോകുന്ന എം എസ് റോഡ്, കൊച്ചിൻ–തൃശ്ശൂർ റോഡ്, പാലക്കാട്–കോഴിക്കോട് റോഡ്, മംഗലാപുരത്തേക്ക് നീളുന്ന തീരദേശ റോഡ് എന്നിവ ഉൾനാടുകളിൽ നിന്നുമുള്ള വിഭവങ്ങളെ മുഴുവൻ തീരദേശത്തെ തുറമുഖങ്ങളിലെത്തിച്ചു. മാത്രമല്ല, ഇംഗ്ലണ്ടിലെ ഫാക്ടറി ഉൽപ്പന്നങ്ങൾ കേരളത്തിലെല്ലായിടത്തും എത്തിക്കുന്നതിൽ ഈ റോഡ് ശൃംഖലകൾ വലിയ പങ്ക് വഹിച്ചു. കേരളത്തിൽ നിലവിലുണ്ടായിരുന്ന ബഹുവിള സമ്പ്രദായം പലമേഖലകളിലും ഏക വിള വ്യവസ്ഥയിലേക്ക് മാറുന്നതിൽ ഗതാഗത മേഖലയുടെ സ്വാധീനം ചെറുതല്ല.

ഗതാഗതത്തിന്റെ അടിസ്ഥാന സൗകര്യമേഖലയിലുണ്ടായ വികസനം കേരളീയ സമൂഹത്തിൽ വലിയ സ്വാധീനം ചെലുത്തി. ഗതാഗതത്തിന്റെ ഉപാധികൾ മാറി. കാൽ നടയായി നടന്നുപോയ ആധുനിക പൂർവ്വ മലയാളി കാളവണ്ടിയിലും മോട്ടോർ വാഹനങ്ങളിലും സഞ്ചരിക്കുവാൻ തുടങ്ങി. ഉൽപ്പന്നങ്ങൾ തലച്ചുമടായും കാളപ്പുറത്തും നാടൻ വള്ളങ്ങളിലും ചന്തകളിലെത്തിച്ച മലയാളികളുടെ മുന്നിൽ കാളവണ്ടിയും

ബോട്ടുകളും ലോറികളും ജീപ്പും തീവണ്ടിയും കടന്നു വന്നു. ആധുനിക പൂർവ്വ കാലത്ത് ജന്മി തറവാടുകളിലേയും നാടുവാഴി കുടുംബങ്ങളിലേയും വ്യക്തികളെ മഞ്ചലിലും ചിലയിടങ്ങളിൽ ചുമലിലേറ്റിയും കൊണ്ടുപോകാൻ പ്രത്യേക ജനവിഭാഗങ്ങളുണ്ടായിരുന്നു. അത് മാറി ആളുകൾ ബോട്ടിലും ബസ്സിലും കാറിലും തീവണ്ടിയിലും യാത്ര ചെയ്യാൻ തുടങ്ങി. സഞ്ചരിക്കുന്നവരുടെ എണ്ണം ക്രമാതീതമായി മാറി. പഴയ നാടുകളുടെ അതിരുകൾ മാറി. റെയിൽവേ മലയാളികളെ ഇന്ത്യയിലെല്ലായിടത്തുമെത്തിച്ചു. പുറം നാടുകളിലേക്കുള്ള മലയാളി കുടിയേറ്റം വർദ്ധിച്ചു. ഈ യാത്രകൾ തങ്ങൾക്കപ്പുറത്തുള്ള ലോകത്തെ കുറിച്ചുള്ള അവബോധം മലയാളികളിൽ സൃഷ്ടിച്ചു. ഇന്ത്യയുടെ ഇതരപ്രദേശങ്ങളിൽ– മദ്രാസ്, മൈസൂർ, മംഗലാപുരം, ബോംബെ എന്നിവിടങ്ങളിൽ പഠിക്കാനായി പോയവർ, പട്ടാളത്തിൽ ജോലി ചെയ്തവർ ഇവരെയെല്ലാം നാട്ടിൽ തിരിച്ചെത്തിച്ചത് പുതിയ രാഷ്ട്രീയ ആശയങ്ങളുമായിരുന്നു.

കനാലുകളുടെ സമീപങ്ങളിൽ ആലപ്പുഴയിലും മറ്റും ധാരാളം കയർ ഫാക്ടറികൾ ഉയർന്നുവന്നു. വിവിധ ജാതികളിൽപ്പെട്ടവർ ഈ ഫാക്ടറികളിൽ തൊഴിലാളികളായി മാറി. വിദേശകമ്പനികളുടെയും നാടൻ മുതലാളിമാരുടെയും ഫാക്ടറികളിൽ പണിയെടുത്ത തൊഴിലാളികൾ പിന്നീട് സംഘടിക്കുവാനും ട്രേഡ് യൂണിയനുകൾ രൂപീകരിക്കുവാനും സമരങ്ങൾ നടത്തുവാനും ആരംഭിക്കുന്നത് കേരള ചരിത്രത്തിലെ പ്രധാന അദ്ധ്യായമാണ്. കായലുകളിലൂടെയും കനാലുകളിലൂടെയും സ്റ്റീം ബോട്ടുകൾ സർവ്വീസ് ആരംഭിച്ചപ്പോൾ ആ മേഖലയിലും തൊഴിലാളി സംഘടനകൾ ഉയർന്നുവന്നു. കേരളത്തിലെ പ്രധാന കമ്പോളങ്ങളെയെല്ലാം സ്പർശിച്ചുകൊണ്ടാണ് കടന്നുപോകുന്നത്. മെട്രോ പോളിറ്റൻ മൂലധനത്തിന്റെ പ്രധാന നിക്ഷേപ കേന്ദ്രങ്ങളായ വയനാട്, നെല്ലിയാമ്പതി, ഹൈറേഞ്ച് എന്നിവിടങ്ങളിലെ തോട്ടമുടമകളെ സഹായിക്കുന്നതിനുവേണ്ടിയുള്ള റോഡുകളും നിർമ്മിക്കപ്പെട്ടു. റോഡുകൾ നിർമ്മിക്കാനുള്ള ഗ്രാന്റ് തോട്ടമുടമകൾക്ക് നൽകാനും ഗവൺമെന്റ് തയ്യാറായി. തോട്ടങ്ങളിൽനിന്ന് വരുമാനം വർദ്ധിച്ച സന്ദർഭത്തിൽ പൊതുമരാമത്തുവകുപ്പ് റോഡുകൾക്ക് കൂടുതൽ പണം നീക്കിവെച്ചു. ഉൾനാടൻ ഗ്രാമങ്ങളിൽ പുതുതായി ഉയർന്നുവന്ന ചന്തകളെ ബന്ധിപ്പിക്കുന്ന ചെറു റോഡുകളും ഗ്രാമീണ റോഡുകളും തുടർന്ന് നിർമ്മിക്കപ്പെട്ടു. അതോടൊപ്പം അന്ന് ഉണ്ടായിരുന്ന ഒറ്റപ്പെട്ട ജീവിതാവസ്ഥമാറുകയും മലയാളികളുടെ ചലനാത്മകത കൂടുകയും ചെയ്തു. ജനങ്ങളുടെ സഞ്ചാരം സാമൂഹികവും സാംസ്ക്കാരികവുമായ വിനിമയങ്ങളിലേക്ക് വഴി തെളിച്ചു. കേരളത്തിന്റെ വിവിധ പ്രദേശങ്ങളിലേക്ക്, പ്രത്യേകിച്ച് മലനാട്ടിലേക്കുള്ള കുടിയേറ്റം ശക്തമായി. തോട്ടവെളി തൊഴിൽതേടി നിരവധി പേർ വയനാട്ടിലും ഹൈറേഞ്ചിലുമെത്തി. ജാതിവ്യവസ്ഥയെ തകർത്ത് റോഡ് നിർമ്മാണത്തിൽ ഏർപ്പെട്ട തൊഴിലാളികൾ ഉയർന്നുവന്നു.

19-ാം നൂറ്റാണ്ടിന്റെ ഉത്തരാർധത്തിൽ, ഇന്ത്യയിൽ റെയിൽവേ ആരംഭിച്ചപ്പോൾ തന്നെ കേരളത്തിലും റെയിൽവേ എത്തി (1868) മദ്രാസിൽ നിന്ന് ബേപ്പൂരിലേക്കായിരുന്നു ആദ്യത്തെ റെയിൽ. വാണിജ്യ താല്പര്യം റെയിൽവേ നിർമ്മാണത്തിന്റെ പിന്നിലെ പ്രധാന ഘടകമായിരുന്നു. അതേപോലെ പ്രധാനമായിരുന്നു കോളനി നിവാസികളെ അടിച്ചമർത്തുക എന്നതും. 19-ാം നൂറ്റാണ്ടിലും ഇരുപതാം നൂറ്റാണ്ടിന്റെ ആദ്യ രണ്ട് ദശകങ്ങളിലും മലബാറിലെ ഏറനാട്, വള്ളുവനാട് താലൂക്കുകളിൽ ഉയർന്നുവന്ന കാർഷിക കലാപങ്ങളെ അടിച്ചമർത്താൻ സൈനീക വിന്യാസം അത്യാവശ്യമായിരുന്നു. മാപ്പിളകലാപ കേന്ദ്രങ്ങളിലൂടെയായിരുന്നു ഈ റെയിൽവേ ലൈൻ കടന്നുപോകുന്നത്. വയനാട്ടിലെ തോട്ടമുടമകളുടെ താല്പര്യവും മറ്റു വാണിജ്യ താല്പര്യങ്ങളും ബേപ്പൂരിൽ നിന്ന് റെയിൽവേ ലൈൻ കോഴിക്കോട്, തലശ്ശേരി, കണ്ണൂർ, കാഞ്ഞങ്ങാട്, മംഗലാപുരത്തേക്ക് പിന്നീട് നീട്ടി. കൊച്ചി തുറമുഖത്തിന്റെ വളർച്ചയോടെ ഷൊർണ്ണൂരിൽനിന്ന് കൊച്ചിയിലേക്ക് ആദ്യം മീറ്റർ ഗേജും പിന്നീട് ബ്രോഡ്ഗേജുമാക്കിയ റെയിൽവേ ലൈൻ വന്നു. മധുര, തിരുനെൽവേലിയിലെ വാണിജ്യ വിഭവങ്ങൾ ആലപ്പുഴ തുറമുഖത്തിലേക്കും പിന്നീട് കൊച്ചിയിലേക്കുമെത്തിക്കുന്നതിനാണ് കൊല്ലം-ചെങ്കോട്ട റെയിൽവേ ആരംഭിക്കുന്നത്. നിലമ്പൂരിലെ തേക്ക് സമ്പത്തും 1921 ലെ മലബാർ കലാപവും ഷൊർണ്ണൂരിൽനിന്ന് നിലമ്പൂരിലേക്ക് 1925 ൽ റെയിൽവെയെ എത്തിച്ചു. ആനമലയിലെ മരത്തടികളും വനവിഭവങ്ങളും ചാലക്കുടിയിലെത്തിക്കാനാണ് കൊച്ചി ഗവൺമെന്റ് കൊച്ചിൻ ട്രാംവെ ആരംഭിക്കുന്നത്. കൊല്ലത്ത് നിന്ന് പിന്നീട് റെയിൽവേ തിരുവനന്തപുരം തമ്പാനൂരിലേക്ക് നീട്ടി.

ഗതാഗത സൗകര്യങ്ങളുടെ വളർച്ച കേരളത്തെ ലോക മുതലാളിത്ത വ്യവസ്ഥയുടെ ഭാഗമാക്കി മാറ്റി. കേരളത്തിലെ വിഭവ ചൂഷണത്തെ അത് എളുപ്പമാക്കി. പുഴകളും കനാലുകളും റോഡുകളും മലമ്പ്രദേശങ്ങളിൽ ആലപ്പുഴ, കൊച്ചി തുറമുഖങ്ങളുടെ ആവിർഭാവം വിദേശവാണിജ്യം വർദ്ധിപ്പിച്ചു. ഈ തുറമുഖങ്ങളിലേക്ക് ചരക്കുകൾ എത്തിക്കുന്നതിനുവേണ്ടിയാണ് പുഴകളെയും കായലുകളെയും കനാലുകൾ വെട്ടി ബന്ധിപ്പിച്ചത്. കയറ്റുമതിയും ഇറക്കുമതിയും അഭിവൃദ്ധിപ്പെട്ടു. വാണിജ്യവിളവുകൾ കേരളത്തിന്റെ കാർഷിക മേഖലയിൽ നിർണ്ണായകമായി മാറി. ചരക്കുകളുടെ കൈമാറ്റത്തിൽ കറൻസി ക്രമേണ കടന്നുവരികയും സമ്പദ്‌വ്യവസ്ഥ പണവ്യവസ്ഥയായി മാറുകയും ചെയ്തു. ആഴ്ച ചന്തകളുടെയും നാടൻ ചന്തകളുടെയും സ്ഥാനത്ത് പട്ടണങ്ങളും നഗരങ്ങളും ഉയർന്നുവന്നു. കേരളത്തിന്റെ നഗരവൽക്കരണ പ്രക്രിയയിൽ ഗതാഗത മേഖലയിലുണ്ടായ വികാസം വലിയ പങ്ക് വഹിച്ചു. തീവണ്ടിയിലേക്കും സ്റ്റീം ബോട്ടുകളിലേയും ബസ്സുകളിലേയും യാത്രകൾ ജാത്യാചാരങ്ങൾ അവഗണിക്കുവാൻ ജനങ്ങളെ പ്രേരിപ്പിച്ചു. മലയാളിക്ക് പുതിയ ഭാവു

കത്വം പ്രദാനം ചെയ്യുന്നതിൽ ഇവ വലിയ സ്വാധീനം ചെലുത്തി.

മുതലാളിത്തത്തിന്റെ വളർച്ചയുടെ മറ്റൊരു പ്രധാനപ്പെട്ട പശ്ചാത്തല സൗകര്യം ഊർജ്ജമാണ്. പാശ്ചാത്യ മുതലാളിത്തരാജ്യങ്ങളിലും ഇന്ത്യയുടെ പ്രധാന വ്യവസായമേഖലകളിലും ഊർജ്ജം വ്യവസായികാടിസ്ഥാനത്തിൽ ഉൽപ്പാദിപ്പിക്കപ്പെട്ടുവെങ്കിലും കേരളം പിറകിൽ തന്നെ കിടന്നു. താപോർജ്ജത്തിനും, റാന്തൽ വിളക്കും ഹരിക്കേൻ വിളക്കും പോലുള്ള സംവിധാനങ്ങൾക്കുമപ്പുറമുള്ള ഊർജ്ജം വ്യവസായശാലകളിൽപ്പോലും ലഭ്യമായിരുന്നില്ല. 20–ാം നൂറ്റാണ്ടിന്റെ ആദ്യത്തിൽ റെയിൽ ഗതാഗതത്തിന്റെ വളർച്ച കൽക്കരിയെ പ്രധാനപ്പെട്ട ഇന്ധനമാക്കി. റോഡ് ഗതാഗതത്തിന്റെ വളർച്ച പെട്രോളിയം ഒരു പ്രധാന ഇന്ധനമാക്കാൻ വഴിയൊരുക്കി. അപ്പോഴും വ്യവസായവൽക്കരണത്തെ ത്വരിതപ്പെടുത്താനുള്ള ഊർജ്ജസമ്പത്ത് കേരളത്തിലുണ്ടായില്ല. 1930 കളിൽ ജലവൈദ്യുത പദ്ധതികൾ വളർന്നുവരാൻ തുടങ്ങിയപ്പോഴാണ് ഊർജ്ജവിനിമയത്തിൽ മാറ്റം വന്നത്. 1936 മുതൽ ഇടുക്കിയിലെ പള്ളിവാസൽ, ചെങ്കുളം, പന്നിയാർ മുതലായസ്ഥലങ്ങളിൽ ജലവൈദ്യുത പദ്ധതികൾ നിർമ്മാണമാരംഭിച്ചു. അവയിൽ നിന്നുള്ള ഊർജം ലഭ്യമായതിനുശേഷം മാത്രമാണ് ഏലൂർ ഉദ്യോഗമണ്ഡലിലെ ആധുനികവ്യവസായങ്ങൾ ആരംഭിച്ചത്. ജലവൈദ്യുതപദ്ധതികളിൽ നിന്നുള്ള ഊർജം ഗാർഹികോർജ്ജമായി ലഭ്യമാക്കാൻ തുടങ്ങിയത് നഗരവൽക്കരണത്തെയും ത്വരിതപ്പെടുത്തി.

നഗരവൽക്കരണം

നഗരം, പട്ടണം മുതലായ വാക്കുകൾ ആദ്യകാലം മുതൽതന്നെ നിലവിലുണ്ട്. വാണിജ്യകേന്ദ്രങ്ങളെ നഗരം എന്നും തീരദേശത്തെ തുറമുഖങ്ങൾക്കടുത്തുള്ള വ്യാപാര കേന്ദ്രങ്ങളെ പട്ടണം എന്നുമാണ് വിളിച്ചിരുന്നത്. മണിപ്രവാളകാവ്യങ്ങളിലെ ആനയാർ ചിറനഗരം, തിരുമരുതൂർ നഗരം ശാസനങ്ങളിലെ കുലശേഖരപട്ടണം, മാകോതയർ പട്ടണം തുടങ്ങിയവ ഉദാഹരണമാണ്. വാണിജ്യകേന്ദ്രങ്ങളായി ചാർത്തിക്കൊടുത്ത പ്രദേശങ്ങളെയും നഗരം എന്നു തന്നെയാണ് വിളിച്ചത്. ഇത്തരം നഗരങ്ങളുടെ കേന്ദ്രം അങ്ങാടികളായിരുന്നു. അവയെ ചുറ്റിതന്നെ കമ്മാളർ, ചാലിയർ, കുശവർ, വ്യാപാരികൾ മുതലായവരുടെ തെരുവുകളും ഉണ്ടാകും. നൃത്തശാലകൾ, വിനോദ കേന്ദ്രങ്ങൾ, ഭക്ഷണശാലകൾ തുടങ്ങിയവയും നഗരത്തിലുണ്ടാകും. രാജാക്കന്മാരുടെ കോവിലകങ്ങളെ നഗരങ്ങൾ എന്നു വിളിക്കാറില്ലെങ്കിലും അവയെ ചുറ്റിയും ഇത്തരത്തിലുള്ള തെരുവുകൾ ഉണ്ടാകും. വൻ ക്ഷേത്രങ്ങൾക്കും തെരുവുകളുടെ സമുച്ചയമുണ്ടാകും. ബ്രാഹ്മണരുടെ മാത്രമല്ല, ക്രിസ്ത്യാനികളും മുസ്ലിങ്ങളും ഇടതിങ്ങി താമസിച്ചിരുന്ന സ്ഥലങ്ങൾക്കും നഗരത്തിന്റെ സ്വഭാവം കാണാം.

യൂറോപ്യന്മാരുടെ ആഗമനത്തിനുശേഷമാണ് നഗരസങ്കൽപ്പത്തിൽ പ്രകടമായ വ്യത്യാസംവന്നത്. വ്യവസായം വാണിജ്യം തുടങ്ങിയവയിലും പുതിയ ഭരണകൂട സംവിധാനങ്ങളായ കോടതി, പോലീസ് സ്റ്റേഷൻ, വിദ്യാലയങ്ങൾ, റോഡുകൾ, വിനോദകേന്ദ്രങ്ങൾ തുടങ്ങിയവയിലും കേന്ദ്രീകരിക്കുന്ന പുതിയ നഗരങ്ങൾ വളർന്നുവന്നു. യൂറോപ്യൻ സ്വാധീനത്തിൽ വളർന്നുവന്ന, തലശ്ശേരി, ഫോർട്ട് കൊച്ചി, മട്ടാഞ്ചേരി, ആലപ്പുഴ, കൊല്ലം മുതലായവ പുതിയ രീതിയിലുള്ള നഗരങ്ങളുടെ ഉദാഹരണങ്ങളാണ്. ഇവയിൽ കൊല്ലം നേരത്തെ ഉണ്ടായിരുന്നെങ്കിലും കല്ലടയിലുണ്ടായിരുന്ന രാജകുടുംബത്തെ ചുറ്റിയല്ല, കൊല്ലം കടപ്പുറത്തെ കേന്ദ്രീകരിച്ചാണ് പുതിയ കൊല്ലം നഗരം വളർന്നുവന്നത്. പോർച്ചുഗീസുകാരുടെ വാണിജ്യകേന്ദ്രമായിരുന്ന തങ്കശ്ശേരി, ആധുനിക വാണിജ്യകേന്ദ്രമായി വികസിച്ചുവന്ന ചിന്നക്കട–ആശ്രാമം ഭാഗങ്ങൾ മത്സ്യബന്ധന കേന്ദ്രങ്ങളായിരുന്ന കാവനാട്–ശക്തികുളങ്ങര ഭാഗങ്ങൾ തുടങ്ങിയവയെ കേന്ദ്രീകരിച്ച് വാണിജ്യനഗരമായാണ് കൊല്ലം വികസിച്ചത്. 18–ാം നൂറ്റാണ്ടുമുതലുള്ള ആലപ്പുഴയുടെ വളർച്ചയും സമാനമായിരുന്നു. ഉൽപ്പാദനകേന്ദ്രമായി വികസിച്ചുവന്ന കുട്ടനാടുമായി ബന്ധപ്പെട്ടുകിടക്കുന്ന, കരവഴിയും കായൽവഴിയും ഗതാഗത സൗകര്യവും തീരദേശ വാണിജ്യത്തിനു സൗകര്യവുമുള്ള പ്രദേശവുമെന്ന നിലയിലാണ് ആലപ്പുഴ വളർന്നുവരുന്നത്. ദിവാനായിരുന്ന രാജാകേശവദാസ് സ്ഥാപിച്ച ഈ നഗരത്തിന് പഴയ വാണിജ്യകേന്ദ്രങ്ങളുമായോ രാജാവിന്റെ കോവിലകങ്ങളുമായോ ക്ഷേത്രങ്ങളുമായോ ബന്ധമില്ലായിരുന്നു എന്നതും ശ്രദ്ധേയമാണ്. ഇത്തരം സാധ്യതകളുണ്ടായിരുന്ന തൊട്ടടുത്തു കിടക്കുന്ന അമ്പലപ്പുഴയും പുറക്കാടും സമാനമായ നഗരവൽക്കരണം ഉണ്ടായതുമില്ല. ആലപ്പുഴയെയാണ് കേരളത്തിലെ ആദ്യത്തെ പൂർണമായ വ്യവസായ–വാണിജ്യനഗരം എന്നു വിളിക്കാവുന്നത്.

ഫോർട്ട്–കൊച്ചി–മട്ടാഞ്ചേരി ആലപ്പുഴയേക്കാൾ പഴക്കമുള്ള തുറമുഖനഗരമാണ്. 14–ാം നൂറ്റാണ്ടുവരെ അപ്രധാനമായിരുന്ന ഈ പ്രദേശം നഗരമായി വളരുന്നത് പോർച്ചുഗീസ്–ഡച്ചുകാലഘട്ടത്തിലാണ്. അവിടെയുള്ള പ്രധാന കെട്ടിടങ്ങൾ, ദേവാലയങ്ങൾ, റോഡുകൾ, വീടുകളുടെ ശില്പരീതിപോലും ഇവരുടെ സംഭാവനയാണ്. പൂർണമായും വാണിജ്യവൽക്കരിക്കപ്പെട്ട ഒരു സമൂഹവും അവരുടെ പാർശ്വവർത്തികളുമാണ് അവിടെ അന്തേവാസികളായിരുന്നത്. കൊളോണിയൽ സ്വാധീനത്തിൽ ക്രിസ്തുമതത്തിനും പരമ്പരാഗത വാണിജ്യസമൂഹങ്ങളെന്ന നിലയിൽ മുസ്ലിങ്ങൾക്കും ജൂതന്മാർക്കും സ്വാധീനമുണ്ടായതും അവിടെത്തന്നെയാണ്. റോബർട്ട് ബ്രിസ്റ്റോയുടെ കാലത്ത് വെല്ലിങ്ടൺ എന്ന കൃത്രിമദ്വീപ് ഉണ്ടാക്കിയതിനുശേഷം നിരവധി വ്യവസായികളുടെ ഗോഡൗൺ സ്ഥാപിക്കപ്പെട്ടത് വാണിജ്യനഗരമെന്ന നിലയിലുള്ള വികാസത്തിനും കാരണമായി. എന്നാൽ ആലപ്പുഴയെ

പ്പോലെ കയർ, നെയ്ത്ത് മുതലായ മേഖലകളെ കേന്ദ്രീകരിച്ച പരമ്പരാഗത വ്യവസായങ്ങളുടെ സ്വാധീനം കൊച്ചിയുടെ സവിശേഷതയായിരുന്നില്ല. അതിനുപകരം തുറമുഖ വാണിജ്യനഗരം എന്ന നിലയിൽ മാത്രമാണ് കൊച്ചി നിലനിന്നതും വികസിച്ചതും. പള്ളുരുത്തിയിലെ ടിൻഫാക്ടറിപോലെ അപൂർവം ചില വ്യവസായങ്ങളായിരുന്നു അവിടെ ഉണ്ടായിരുന്നത്. അവിടെ രൂപംകൊണ്ട ആദ്യത്തെ പ്രധാന വ്യവസായം ടാറ്റാ ഓയിൽ മില്ലാണ്. പിന്നീട് അടുത്തുകിടക്കുന്ന ഏലൂരിൽ സർ സി പി രാമസ്വാമി അയ്യരുടെ കാലത്ത് വ്യവസായങ്ങൾ ആരംഭിച്ചതിനുശേഷമാണ് കൊച്ചി ഒരു വ്യവസായ നഗരമാകുന്നത്.

തലശ്ശേരി ഒരു കൊളോണിയൽ നഗരമായിരുന്നു. സ്ഥലത്തെ ജന്മിമാരായിരുന്ന ഇരുവിനാട്ടു നമ്പ്യാർ, രണ്ടത്തറ അച്ചൻ, കുറുങ്ങോത്തു നായർ മുതലായവരിൽനിന്ന് ഇംഗ്ലീഷ് ഈസ്റ്റിന്ത്യാ കമ്പനി എഴുതി വാങ്ങിയ ഭൂമിയാണ് തലശ്ശേരി എന്ന നഗരമായത്. അതിനുമുമ്പ് വാണിജ്യകേന്ദ്രമായി നിലനിന്നത് ധർമ്മടമായിരുന്നു. ഈസ്റ്റിന്ത്യാ കമ്പനിയുടെ കേന്ദ്രമായും അല്ലാതെയും തലശ്ശേരി വളർന്നുവന്നത് ഒരു വാണിജ്യ നഗരമായിട്ടായിരുന്നു. തിരുവങ്ങാട്ടമ്പലമൊഴികെ മറ്റു വൻക്ഷേത്രങ്ങളോ കോവിലകങ്ങളോ അവിടെ ഉണ്ടായിരുന്നില്ല. പിന്നീട് തലശ്ശേരിക്കടുത്തുള്ള പാലയാട് തുടങ്ങിയ ഭാഗങ്ങൾ പ്രധാനപ്പെട്ട ബീഡിതെറുപ്പു കേന്ദ്രങ്ങളായി മാറി. ഗാർഹികതൊഴിലായി വളർന്നുവന്ന ബീഡിതെറുപ്പാണ് തൊഴിലാളിസംഘാടനത്തിലൂടെ പൊതുരൂപം കൈവന്നത്. തലശ്ശേരിക്കടുത്തുള്ള ഇല്ലിക്കുന്നിൽ ബാസൽ മിഷൻ ആരംഭിച്ച ഫൗണ്ടറി പരിശീലനമായിരുന്നു തലശ്ശേരിയെ ആധുനിക വ്യവസായങ്ങളുമായി ബന്ധിപ്പിച്ചത്.

കോഴിക്കോട്, തൃശ്ശൂർ, പാലക്കാട്, കോട്ടയം എന്നിവ വളർന്നുവരുന്നത് നാടുവാഴി കേന്ദ്രങ്ങളും അവയെ ചുറ്റിയുള്ള വാണിജ്യ നഗരങ്ങളുമെന്ന നിലയിലാണ്. കോഴിക്കോട് നെടിയിരിപ്പിന്റെയും പാലക്കാട് തരൂർ സ്വരൂപത്തിന്റെയും കോട്ടയം തെക്കുംകൂറിന്റെയും കേന്ദ്രമായി. വാളയാർ ചുരവുമായി ബന്ധപ്പെടുന്ന വാണിജ്യകേന്ദ്രമെന്ന നിലയിൽ പാലക്കാട്ടും കായൽതീരവും കാർഷികപ്രദേശവുമായി ബന്ധിപ്പിക്കുന്ന വാണിജ്യകേന്ദ്രമെന്ന നിലയിൽ കോട്ടയവും നിലനിന്നു. പരമ്പരാഗത ബ്രാഹ്മണഗ്രാമമായി അറിയപ്പെട്ട തൃശ്ശൂർ പിന്നീട് വളർന്നുവന്നത് പേരെടുത്ത കന്നുകാലിച്ചന്തയും വാണിജ്യകേന്ദ്രവുമായിട്ടായിരുന്നു. 19–ാം നൂറ്റാണ്ടിന്റെ ആദ്യത്തിൽ ശക്തൻതമ്പുരാൻ തിരുവമ്പാടി–പാറമേക്കാവ് ക്ഷേത്രങ്ങളെ ബന്ധിപ്പിച്ച് തൃശ്ശൂർ പൂരമാരംഭിച്ചതോടെയാണ് വാണിജ്യകേന്ദ്രമെന്ന നിലയിൽ തൃശ്ശൂർ ഒരു കുതിച്ചുചാട്ടം നടത്തിയത്. വാണിജ്യനഗരമായി നിലനിന്ന ഈ നഗരങ്ങളിൽ വ്യവസായവൽക്കരണം നടക്കുന്നത് ഇരുപതാം നൂറ്റാണ്ടിന്റെ ആദ്യമാണ്. കോഴിക്കോട് തൊട്ടുകിടന്ന തിരുവണ്ണൂർ, ചെറുവണ്ണൂർ, ഫറോക്ക് ഭാഗങ്ങളിലും പുതിയറയിലു

മാണ് വ്യവസായങ്ങൾ വളർന്നുവരുന്നത്. ആദിമ തൊഴിലാളിപ്രസ്ഥാനം രൂപംകൊള്ളുന്നതും അവിടെത്തന്നെ. പാലക്കാടടുത്ത് പുതുശ്ശേരി, കഞ്ചിക്കോട് ഭാഗങ്ങളിലാണ് വ്യവസായങ്ങൾ വളർന്നുവരുന്നത്. തൃശ്ശൂർ തന്നെയുണ്ടായിരുന്ന സീതാറാം മില്ലൊഴിച്ചാൽ അടുത്തുള്ള ആമ്പല്ലൂർ, തലോർ, ഒല്ലൂർ ഭാഗങ്ങളിലാണ് വ്യവസായങ്ങളുണ്ടാകുന്നത്. കുട്ടനാട്ടിലെയും ചുറ്റുപാടുള്ള പ്രദേശങ്ങളിലെയും വാണിജ്യകാർഷികോൽപ്പന്നങ്ങളുടെ വിപണനകേന്ദ്രമായിട്ടാണ് കോട്ടയം വളരുന്നത്. അതൊരു വ്യവസായ നഗരമായിരുന്നില്ല.

കേരളത്തിലെ നഗരവൽക്കരണത്തിന്റെ ചില സവിശേഷതകളിലേക്ക് മേൽപ്രസ്താവിച്ച കാര്യങ്ങൾ വിരൽ ചൂണ്ടുന്നു. കേരളത്തിലെ ഒട്ടുമിക്ക നഗരങ്ങളും പരമ്പരാഗത വാണിജ്യകേന്ദ്രങ്ങളെന്ന നിലയിൽ വളർന്നുവന്നവയാണ്. തിരുവനന്തപുരം പോലുള്ള രാജധാനികളും കണ്ണൂർപോലെ അറയ്ക്കൽ രാജകുടുംബത്തിന്റെ പ്രദേശമായ വാണിജ്യകേന്ദ്രവും ഇതേ പ്രവണതയെ കാണിക്കുന്നു. ഇവയിൽ ചില വാണിജ്യകേന്ദ്രങ്ങളുടെ സമീപപ്രദേശത്തായാണ് വ്യവസായങ്ങൾ വളർന്നുവരുന്നത്. അതായത് കേരളത്തിൽ പലപ്പോഴും കാണാവുന്ന നാടുവാഴിത്തവും വാണിജ്യവൽക്കരണവും തമ്മിലുള്ള സമവായം നമ്മുടെ നഗരഘടനയിലും കാണാം. ഏറക്കുറെ പൂർണമായി സ്വതന്ത്രമായി വളർന്നുവന്ന വ്യവസായ വാണിജ്യനഗരം ആലപ്പുഴയാണ്. ഫോർട്ട് കൊച്ചി–മട്ടാഞ്ചേരിയും തലശ്ശേരിയും കൊളോണിയൽ സ്വഭാവമുള്ള നഗരങ്ങളുമാണ്. ശേഷിച്ചവയെല്ലാം നാടുവാഴികേന്ദ്രങ്ങളായി രൂപംകൊണ്ടവയും അവയ്ക്കു സമാന്തരമായി ആധുനികവാണിജ്യ കേന്ദ്രങ്ങളായി മാറിയവയുമാണ്.

ആധുനിക നഗരവൽക്കരണത്തിന്റെ മറ്റൊരു സ്വഭാവം സാംസ്കാരിക കേന്ദ്രങ്ങളായുള്ള ഇവയുടെ മാറ്റമാണ്. ആധുനിക സ്കൂളുകൾ, കോളേജുകൾ, ആസ്പത്രികൾ തുടങ്ങിയവയെക്കൂടാതെ അച്ചടിശാലകൾ, പത്രമാസികകൾ തുടങ്ങിയവയുടെ കേന്ദ്രങ്ങളായി മാറുന്നത് നഗരങ്ങളാണ്. തലശ്ശേരി, കോഴിക്കോട്, കുന്നംകുളം, തൃശ്ശൂർ, കൊല്ലം, തിരുവനന്തപുരം തുടങ്ങിയ നഗരങ്ങളിൽ ആദ്യത്തെ അച്ചടിശാലകളുണ്ടാകുന്നു. കോട്ടയം, കോഴിക്കോട്, കൊല്ലം തുടങ്ങിയവയിലാണ് ആദ്യത്തെ പത്രങ്ങളുണ്ടാകുന്നത്. ക്രമേണ ആധുനിക സാമുദായിക സംഘടനകളും രാഷ്ട്രീയസംഘടനകളും രൂപം കൊള്ളുന്നതും സമ്മേളനങ്ങൾ നടക്കുന്നതും നഗരങ്ങളിലാണ്. കോൺഗ്രസും കോൺഗ്രസ് സോഷ്യലിസ്റ്റ് പാർട്ടിയും കമ്മ്യൂണിസ്റ്റ് പാർട്ടിയും രൂപം കൊണ്ടത് കോഴിക്കോടാണ്. തിരുവിതാംകൂർ സ്റ്റേറ്റ് കോൺഗ്രസ് തിരുവനന്തപുരത്തും കൊച്ചിൻ കോൺഗ്രസും കൊച്ചിൻ സ്റ്റേറ്റ് കോൺഗ്രസും എറണാകുളത്തുമാണ് രൂപംകൊണ്ടത്. ഇവയുടെ സ്വാധീനം വ്യാപിക്കുന്നതോടെ സമ്മേളനങ്ങളും പൊതുയോഗങ്ങളും ഗ്രാമപ്രദേശങ്ങളിലേക്ക് വ്യാപി

ക്കുന്നു. കോൺഗ്രസ് സോഷ്യലിസ്റ്റ് പാർട്ടിയുടെ ബക്കളം സമ്മേളനം, തിരുവിതാംകൂർ സ്റ്റേറ്റ് കോൺഗ്രസിന്റെ കോഴഞ്ചേരി സമ്മേളനം കമ്മ്യൂണിസ്റ്റ് പാർട്ടിയുടെ പാറപ്രം സമ്മേളനം തുടങ്ങിയവ ഉദാഹരണമാണ്. ഇത്തരത്തിൽ നഗരങ്ങൾക്കു കിട്ടിയ പ്രാമുഖ്യം മുതലാളിത്ത സംസ്കാരത്തിന്റെയും ജീവിതരീതിയുടെയും വളർച്ചയെ കുടിക്കാണിക്കുന്നു. അതിനോടൊപ്പം മുതലാളിത്തത്തിൽ വളർന്നുവരുന്ന വൈരുദ്ധ്യത്തെയും കാണിക്കുന്നു. തൊഴിലാളി സംഘടന വളർന്നുവന്നതും കേരളത്തിലെ ആദ്യതൊഴിൽസമരം നടന്നതും വ്യവസായനഗരമായ ആലപ്പുഴയിൽ ആയത് യാദൃച്ഛികമല്ല.

അതേസമയം നഗരങ്ങളിലെ ജനസംഖ്യതീരെ ചെറുതായിരുന്നുവെന്നതും ശ്രദ്ധേയമാണ്. 1901 ലെ നഗരങ്ങളിലെ ജനസംഖ്യ മൊത്തം ജനസംഖ്യയുടെ പത്തു ശതമാനത്തിൽ താഴെയാണ്. ഈ ജനസംഖ്യയിലാണ് മുതലാളിത്ത സംസ്കൃതിയുടെയും അതിൽ വളർന്നുവന്ന വൈരുദ്ധ്യങ്ങളുടെയും വിത്തുകൾ പാകുന്നത്. അതു വളർന്നുവന്ന് കേരളമാകെ വ്യാപിക്കുമ്പോഴാണ് കേരളത്തിന്റെ സാമൂഹ്യപരിവർത്തനം യാഥാർത്ഥ്യമാകുന്നത്.

മുതലാളി സംഘടനകൾ

മുതലാളിത്തത്തിന്റെ വ്യാപനത്തിന് തടസ്സമായി നിന്നത് ജാതി ജന്മി നാടുവാഴിത്ത വ്യവസ്ഥയായിരുന്നു. ഇതിനെതിരായി സംഘം ചേരുന്നതിനും സ്വന്തം ആവശ്യങ്ങളുന്നയിക്കുന്നതിനും ജീവിതരീതികൾ വളർത്തുന്നതിനുമുള്ള ശ്രമങ്ങൾ മുതലാളിമാരുടെ ഭാഗത്തു നിന്നുതന്നെ ആരംഭിച്ചു. നഗരങ്ങൾ കേന്ദ്രീകരിച്ച് പത്തൊമ്പതാം നൂറ്റാണ്ടിന്റെ രണ്ടാം പകുതിയിൽ തന്നെ സംഘങ്ങൾ ഉയർന്നുവന്നു. 1864 ൽ രൂപീകൃതമായ മലബാർ ക്ലബ്ബ് 1876 ൽ സ്ഥാപിക്കപ്പെട്ട കൊച്ചിൻ ക്ലബ് തുടങ്ങിയവ ഉത്തരം സംഘങ്ങളാണ്. മതജാതിപരികല്പനകൾക്ക് വലിയ പ്രാധാന്യം നൽകാതെയാണ് ഈ വേദികൾ വളർന്നുവന്നത്. യൂറോപ്യൻ മാതൃകയിലുള്ള ഫ്രീമേസൺസ് ലോഡ്ജുകൾ എന്ന രഹസ്യ സംഘങ്ങളും ഇക്കാലത്ത് വളർന്നുവരുന്നതായികാണാം. കോഴിക്കോടും തിരുവനന്തപുരവും ആലപ്പുഴയും ഫ്രിമേസൺസ് ലോഡ്ജുകളുണ്ടായിരുന്നു.

മുതലാളിമാരുടെ കൂടിച്ചേരൽ കൃത്യമായി സാമ്പത്തികവും രാഷ്ട്രീയവുമായ തലത്തിലെത്തുന്നത് ചേംബർ ഓഫ് കോമേഴ്സുകളുടെ രൂപീകരണത്തോടെയാണ്. 1857 ൽ സ്ഥാപിതമായ കൊച്ചിൻ ചേംബർ ഓഫ് കോമേഴ്സ് ആയിരുന്നു ഇവയിൽ ആദ്യത്തേത്. യൂറോപ്യന്മാരും ഇന്ത്യാക്കാരും ഈ ചേംബറിൽ അംഗങ്ങളായിരുന്നു. ആസ്പിൻവാൾ, പിയേഴ്സ് ലെസ്ലി, വോൾകോട്ട് ബ്രദേഴ്സ്, വില്യം ഗുഡേക്കർ, പ്യാരി ആൻഡ് കമ്പനി, മധുരകമ്പനി, ഹാരിസൺ ആൻഡ് ക്രോസ്ഫീൽഡ്

തുടങ്ങിയവരെ കൂടാതെ എ വി തോമസ് ആൻഡ് കമ്പനി, മക്കാർപിള്ള ആൻഡ് സൺസ് എന്നിവരും കൊച്ചിൻ ചേംബറിലെ അംഗങ്ങളായിരുന്നു. തുടർന്ന് 1923 ൽ കാലിക്കറ്റ് ചേംബർ ഓഫ് കോമേഴ്സും 1929 ൽ മലബാർ ചേംബർ ഓഫ് കോമേഴ്സും നിലവിൽ വന്നു. ഇതിൽ മലബാർ ചേംബർ പ്രധാനമായും മലയാളി വ്യവസായികളുടേതായിരുന്നു. 1928 ൽ യൂറോപ്യൻ വ്യവസായികൾ ആലപ്പുഴയിൽ ട്രാവൻകൂർ ചേംബർ ഓഫ് കോമേഴ്സിനു രൂപംകൊടുത്തു. അതിനു ബദലായി മലയാളി വ്യവസായികൾ ഏതാനും വർഷങ്ങൾക്കകം ആലപ്പി ചേംബർ ഓഫ് കോമേഴ്സിനു രൂപംനൽകി.

1857 ൽ തന്നെ പ്ലാന്റേഷൻ മുതലാളിമാരുടെ സംഘടന നിലവിൽ വന്നു. ബ്രിട്ടീഷ് തോട്ടമുടമകളുടെ വയനാട് പ്ലാന്റേഴ്സ് അസോസിയേഷൻ ആയിരുന്നു അത്. 1888 ൽ കണ്ണൻ ദേവൻ പ്ലാന്റേഴ്സ് അസോസിയേഷൻ രൂപീകരിക്കപ്പെട്ടു. പിന്നീട് തോട്ടമുടമകൾക്ക് ഒറ്റ സംഘടന എന്ന ആശയം വളർന്നുവന്നു. 1893 ൽ ബാംഗ്ലൂരിൽ വെച്ച് യുണൈറ്റഡ് പ്ലാന്റേഴ്സ് അസോസിയേഷൻ ഓഫ് ഇന്ത്യ (UPASI) രൂപീകരിക്കപ്പെട്ടു. തോട്ടമുടമകളിൽ ബഹുഭൂരിപക്ഷവും യൂറോപ്യന്മാരായതുകൊണ്ട് ഉപാസിയും അവരുടെ നിയന്ത്രണത്തിലായി.

ചേംബർ ഓഫ് കോമേഴ്സുകളും മറ്റു സംഘടനകളും പൊതുവിൽ സാമ്രാജ്യത്വ താല്പര്യങ്ങൾക്കനുസരിച്ചാണ് പ്രവർത്തിച്ചത്. എങ്കിലും തദ്ദേശീയ വ്യവസായികളുടെ അനുക്രമമായ വളർച്ച അവരുടെ ഇടയിലും വിള്ളലുകൾ സൃഷ്ടിക്കുകയുണ്ടായി. മുതലാളിത്ത മത്സരത്തിന്റെ രൂപമായും ഇതിനെ കണക്കാക്കാം. ആലപ്പുഴയിൽ തിരുവിതാംകൂർ ചേംബർ ഓഫ് കോമേഴ്സും ആലപ്പി ചേംബർ ഓഫ് കോമേഴ്സും തമ്മിലുണ്ടായിരുന്ന അഭിപ്രായഭിന്നതകൾ ഉദാഹരണമാണ്.

തൊഴിലാളിവർഗത്തിന്റെ ആവിർഭാവം

മദ്ധ്യകാലരേഖകളിൽ പലവിധത്തിലുള്ള അധ്വാനരൂപങ്ങളെക്കുറിച്ച് പറയുന്നുണ്ട്. അവരിൽ മണ്ണിൽ പണിയെടുക്കുന്നവർ അടിയാരാണ്. പുലയർ, പറയർ, കണക്കർ, ചെറുമർ തുടങ്ങിയവരെല്ലാം മണ്ണിൽ പണിയെടുക്കുന്നവരാണ്. പാടങ്ങളുടെയും പറമ്പുകളുടെയും വരമ്പിൽ തന്നെ കുടികളിലാണ് അവർ താമസിച്ചിരുന്നത്. അതുകൊണ്ട് പാടങ്ങളുടെ കാവൽ അവരെ ഏൽപ്പിക്കും. അതിനോടൊപ്പം പാടത്തിൽ ആവശ്യമായ അധ്വാനവും നടത്തും. കാവലുൾപെടുന്നതുകൊണ്ട് കൃത്യമായ പണി സമയമില്ല. കുടികിടപ്പവകാശവും പാടത്തിൽനിന്നും പറമ്പിൽ നിന്നുമുള്ള ഉല്പന്നത്തിന്റെ വിഹിതവുമാണ് അവരുടെ അവകാശം. ഭൂമിയുടെ ഭാഗമായി തന്നെ അവരെ കണക്കാക്കുന്നതുകൊണ്ട് മറ്റൊരിടത്തേക്കു പോകാൻ അനുവാദമില്ല. ഭൂമിയോടൊപ്പം

അവരെയും കൈമാറ്റം ചെയ്തതായി രേഖകളുണ്ട്. പുലയരെയും അവരുടെ കുടുംബത്തിനെയും വിലയ്ക്കുവിറ്റിരുന്നതായും സൂചനയുണ്ട്.

ഊഴിയപ്പണിയാണ് രണ്ടാമത്തേത്. നാടുവാഴിയുടെയും ജന്മിമാരുടെയും ആവശ്യങ്ങൾക്കുവേണ്ടി നടത്തുന്ന നിർബന്ധിതാധ്വാനമാണിത്. ചെറുകിടകർഷകരെയും കുടിയാന്മാരെയും അധഃസ്ഥിതവിഭാഗങ്ങളെയും കൊണ്ടാണ് ഊഴിയപ്പണി ചെയ്യിച്ചിരുന്നത്. നാടുവാഴിക്കും ക്ഷേത്രത്തിനുമുള്ള കടമയാണ് ഊഴിയപ്പണി. ഊഴിയപ്പണി ദിനംതോറുമുള്ള അധ്വാനത്തിന്റെ ഭാഗമല്ല. പക്ഷേ, നാടുവാഴികളുടെയും ക്ഷേത്രങ്ങളുടെയും നിർമ്മാണപ്രവർത്തനങ്ങളെല്ലാം നടന്നുവന്നിരുന്നത് ഊഴിയപ്പണി വഴിയാണ്. ഊഴിയപ്പണിയുടെ പ്രതിഫലം സാധാരണനിലയിൽ ഭക്ഷണവും നിലനില്പിനുള്ള മറ്റു വസ്തുക്കളുമാണ്.

മറ്റൊരു തരത്തിലുള്ള സേവനരൂപം ചേകോപ്പണിയാണ്. വ്യത്യസ്ത രീതികളിൽ നാടുവാഴികളെയും ക്ഷേത്രങ്ങളെയും ജന്മിമാരെയും സേവിക്കുന്നവരാണ് ചേകോപണി അല്ലെങ്കിൽ ശേവുകപ്പണി ചെയ്യുന്നവർ. അകമ്പടി, യുദ്ധങ്ങൾ, ഗാർഹികസേവനം, കാര്യസ്ഥപ്പണി, കളരികളിലെ ഗുരുക്കന്മാർ, ആട്ടുക്കാർ, പാട്ടുകാർ, കണക്കെഴുത്തുകാർ, (മേനോന്മാർ) പള്ളിമഞ്ചൽ ചുമക്കുന്നവർ തുടങ്ങി നിരവധി രീതികളിലുള്ള ചേകോപ്പണിയാകാം. ചേകോപ്പണിക്കുള്ള പ്രതിഫലം നാടുവാഴിയുടെ/ ജന്മിയുടെ വരുമാനത്തിൽനിന്നാണ് നൽകുക. പണമായും വസ്തുക്കളായും അതു നൽകാം ('രണ്ടേകാലും കോപ്പും', എന്ന കുഞ്ചൻ നമ്പ്യാരുടെ പ്രയോഗം ഇതിൽ നിന്നുണ്ടായതാണ്) ചിലപ്പോൾ അതു ഭൂമിയിലും നിക്ഷേപിക്കാം. അത്തരത്തിലുള്ള ഭൂമികളിൽനിന്ന് പാട്ടമോ നികുതിയോ ഈടാക്കില്ല (ഇറയിലി എന്ന് തെക്കുഭാഗങ്ങളിൽ അത്തരം ഭൂമികൾക്കു പറയും) ചേവുകപ്പണിയിൽ നിന്ന് വാർദ്ധക്യമോ രോഗമോ മൂലം പിരിഞ്ഞവർക്ക് അടുത്തൂൺ (പെൻഷൻ) ആയും ഭൂമി നൽകും.

ചേകോപ്പണിയുടെ താഴെയാണ് വേലക്കാർ. വേലക്കാരുടെ അധ്വാനവും ചേകോപ്പണിക്കു സമാനമാണ്. പക്ഷേ, അവർ ചേകോന്മാരുടെ കീഴിൽ അധ്വാനിക്കുന്നവരാകും. ഗാർഹികവും പുറത്തുമുള്ള ശുദ്ധീകരണം, കൃഷിയുടെ മേൽനോട്ടം, തുടങ്ങിയവയെല്ലാം വേലക്കാരുടെ പണിയാണ്. ക്ഷേത്രങ്ങൾക്കും മറ്റും അനുഷ്ഠാനപരമായി ചെയ്യുന്ന അധ്വാനവും വേലയാകും. ഇവയിൽ ചിലതരം സേവനങ്ങൾക്ക് കൂലി നൽകാം. സ്ഥിരമായ സേവനത്തിനല്ല, ചില ഘട്ടങ്ങളിൽ ചെയ്യിക്കേണ്ടിവരുന്ന പ്രത്യേകതരം അധ്വാനത്തിനാണ്, വേലക്കാരെക്കൊണ്ട് ചെയ്യിക്കാൻ പറ്റാത്ത അധ്വാനം പുറം പണിക്കാരെക്കൊണ്ടു ചെയ്യിക്കുന്നതിനാണ് കൂലി നൽകുന്നത്.

കാർഷികാധ്വാനം നല്ലൊരു ഭാഗവും ഗാർഹികാധ്വാനമാണ്. പാട്ടത്തിനും വാരത്തിനും ഭൂമിയെടുക്കുന്നവർ ഗാർഹികാധ്വാനമെന്ന

രീതിയിലാണ് തൊഴിൽ ചെയ്യുന്നത്. അതിനോടൊപ്പം അടിയാരുടെ പണിയും ഉപയോഗിക്കും. അവരുടെ അധ്വാനം ഊഴിയമോ ചേകോപ്പണിയോ ആയി കണക്കാക്കുകയില്ല. അവർ നൽകുന്ന പാട്ടത്തിന്റെയും വാരത്തിന്റെയും അളവുമാത്രമാണ് പ്രധാനം. കൈത്തൊഴിലുകളും ഇതുപോലെയാണ്. കൊല്ലൻ, തട്ടാൻ, വാണിയൻ, ശാലിയൻ, തച്ചൻ, ആശാരി, തുടങ്ങിയവയെല്ലാം ഗാർഹികത്തൊഴിലുകളാണ്. എങ്കിലും കൈത്തൊഴിൽക്കാരുടെ ശാലകളിൽ (ആലകളിൽ) വേലയ്ക്കുനിൽക്കുന്നവരും ഉണ്ടാകും. ഭക്ഷണവും പാർപ്പിടവും നിത്യോപയോഗവസ്തുക്കളും മാത്രമാകും അവർക്കു ലഭിക്കുക. കൈത്തൊഴിൽക്കാരുടെ ഉൽപ്പന്നങ്ങളും ജന്മിക്ക് നൽകേണ്ടിവരും. കൃഷിക്കാരുടെയും കൈത്തൊഴിൽക്കാരുടെയും ഇടയിൽ മിച്ച ഉൽപ്പന്നത്തിന്റെ അളവാണ് അധ്വാനത്തിന്റെ തോതും നിർണയിക്കുന്നത്. ശേഷിച്ചവ ഉപയോഗിച്ച് അവരുടെ ജീവിതത്തിനാവശ്യമായത് സംഭരിക്കാം. മദ്ധ്യകാല അധ്വാനരൂപങ്ങൾ തൊഴിൽ സമയത്തിൽ അധിഷ്ഠിതമല്ല. ചെയ്തുതീർക്കുന്ന അധ്വാനരൂപമോ സേവനമോ ആണ് പ്രധാനം. തൊഴിലെടുക്കുന്നവരുടെ മിച്ച ഉൽപ്പന്നം പാട്ടമായോ വാരമായോ കൈത്തൊഴിൽക്കാരെ സംബന്ധിച്ചിടത്തോളം അവരുടെ കാഴ്ചകളായോ ശേഖരിക്കുന്നു. മിച്ച അധ്വാനം ഊഴിയപ്പണിയായും മറ്റു പണികളായും ശേഖരിക്കുന്നു. അടിമപ്പണിയിൽ മൊത്തം അധ്വാനം വിധേയമാണ്, അത് ഉടമയ്ക്ക് അവകാശപ്പെട്ടതാണ്. കൂലിയുടെ ഉപയോഗം ഉണ്ട്. കൂലി നെല്ലായും വസ്തുക്കളായും പണമായും നൽകും. കൂലിവേല സമൂഹഘടനയുടെ ആധാരമോ പ്രധാന രൂപമോ അല്ല. സേവനംപോലെ ഒരു കടമനിറവേറ്റുമ്പോഴാണ് കൂലി ലഭിക്കുന്നത്. അവിടെയും തൊഴിൽ സമയമില്ല.

ആദിവാസികളുടെ അധ്വാനത്തിലും ഇതേ സ്വഭാവമുണ്ട്. കൃഷിക്കാർക്കുള്ളതുപോലെ നിശ്ചിതമായ സ്വത്തുടമരൂപങ്ങൾ അവർക്കില്ല. ആദിവാസികൾ ഭക്ഷ്യശേഖരണം നടത്തുന്ന വനംമേഖലയിലെ സമ്പത്ത് അവരുടെ കൂട്ടായ സ്വത്താണ്. അവിടെ അവരുടെ ആവശ്യങ്ങൾക്കനുസരിച്ചാണ് അധ്വാനത്തിന്റെ തോത് നിർണയിക്കപ്പെടുന്നത്. പുനം കൃഷിമേഖലകളിൽ വർഷംതോറും കൃഷിയിടങ്ങൾ മാറുന്നതുകൊണ്ട് ഭൂസ്വത്തിന്റെ സങ്കല്പം കൃഷി നടത്തുന്ന ഇടവുമായി ബന്ധപ്പെട്ടതാണ്. വനമേഖലകളിൽ നിന്നുള്ള എല്ലാവിഭവങ്ങളും അവർ ഉപഭോഗവസ്തുക്കളും ഉൽപ്പന്നങ്ങളുമാക്കി മാറ്റുന്നതുകൊണ്ട് തൊഴിൽ കൂട്ടങ്ങളെന്ന നിലയിലുള്ള മറ്റു വിഭാഗങ്ങൾക്കുള്ള നിർവചനങ്ങളും ആദിവാസികൾക്ക് ബാധകമല്ല.

അധ്വാനരൂപം വ്യക്തിഗതമോ കുടുംബപരമോ ആണ്. അടിമപ്പണിയിലും ഊഴിയപ്പണിയിലും കൂട്ടായ അധ്വാനമുണ്ട്. പക്ഷേ, പണിയെടുക്കുന്നത് കുടികൾ അല്ലെങ്കിൽ കുടുംബങ്ങളാണ്, അല്ലെങ്കിൽ ജാതിക്കൂട്ടായ്മകളാണ്. അപൂർവം ചിലയിടങ്ങളിൽ നാട്ടാർ, കരക്കാർ

എന്നിവരുടെ കൂട്ടായ അധ്വാനം സൂചിപ്പിക്കുന്നുണ്ട്. യുദ്ധങ്ങളിലും ക്ഷേത്രപ്പണിയിലും ഇത്തരം അധ്വാനത്തിന്റെ ഉപയോഗം കാണാം. അവിടെയും നിലവിലുള്ള സമൂഹവ്യവസ്ഥയെ മറികടക്കാനുള്ള ശ്രമം കാണില്ല. നാട്ടുകാരും കരക്കാരും നടത്തുന്നത് സാമ്പ്രദായികമായ സേവനമാണ്. അതിന് ചില അവസരങ്ങളിൽ കൂട്ടായ്മരൂപം കൈക്കൊള്ളും. ഇവിടെയും തൊഴിൽ വിഭജനരൂപമെന്ന നിലയിൽ ജാതിക്കൂട്ടായ്മകൾക്കു സ്ഥാനമുണ്ടാകും. ഉദാഹരണത്തിന് ചേകോപ്പണി പൊതുവിൽ നായന്മാരും ചിലയിടങ്ങളിൽ ഈഴവരുമാണ് (അവർക്ക് പണിക്കർ എന്ന സ്ഥാനപ്പേരു നൽകാറുണ്ട്) ക്ഷേത്രപ്പണി അമ്പലവാസികൾക്കാണ്.

മുതലാളിത്ത രൂപങ്ങളുടെ വളർച്ചയിലാണ് ഇത്തരം തൊഴിൽ സേവനരീതികളിൽ വ്യത്യാസം വരുന്നത്. അപ്പോൾ മാത്രമാണ് കൂലിവേല വ്യവസ്ഥാപിതമായി തീരുന്നത്. കൂലി അവിടെയും അധ്വാനത്തിലധിഷ്ഠിതമാണ്. എത്ര തേയില ഒരു ദിവസം നുള്ളുന്നു. എത്ര റബ്ബർമരം ടാപ്പുചെയ്യുന്നു, എത്ര തെങ്ങിൽ കയറി തേങ്ങയിടുന്നു, അല്ലെങ്കിൽ കള്ളു ചെത്തുന്നു ഇത്തരത്തിലാണ് കൂലി നിർണയിച്ചത്. പീസ്റേറ്റ് അല്ലെങ്കിൽ അധ്വാനത്തോത് അനുസരിച്ചാണ് കൂലി എന്നർത്ഥം. ഇത്തരം അധ്വാനത്തിൽ തൊഴിൽ സമയത്തിന് നിബന്ധനയില്ല, മുതലാളിയുടെ ആവശ്യത്തിനനുസരിച്ച് ചെയ്തു തീർക്കേണ്ട ജോലി ഭാരം വർദ്ധിപ്പിക്കാം. മുതലാളിയുടെ താല്പര്യം ലാഭമായതുകൊണ്ട് ആവശ്യമായ അധ്വാനത്തെക്കാൾ കൂടുതൽ ജോലി എപ്പോഴും മുതലാളി ചെയ്യിപ്പിക്കും. അതിന് എന്തെങ്കിലും ചെലവ് മുതലാളിക്കു സംഭവിക്കുന്നുണ്ടെങ്കിൽ അതും തൊഴിലാളിയിൽ നിന്ന് ഈടാക്കും. ബീഡിത്തൊഴിലാളികളുടെ ഇടയിലുണ്ടായിരുന്ന എണ്ണക്കെട്ട് ഉദാഹരണമാണ്. തൊഴിലാളികൾ രാത്രി ബീഡി തെറുക്കുമ്പോൾ മുതലാളി കൊളുത്തിവയ്ക്കുന്ന റാന്തൽ വിളക്കിന് ആവശ്യമായ എണ്ണയുടെ വിലയായി തൊഴിലാളി ഒരു കെട്ട് ബീഡി സൗജന്യമായി തെറുക്കണം. അതാണ് എണ്ണക്കെട്ട്.

റോഡുകളുടെയും റെയിൽപാതകളുടെയും നിർമ്മാണത്തിലാണ് കൂലിവേലയുടെ മറ്റൊരു രൂപം പ്രത്യക്ഷപ്പെടുന്നത്. റോഡ് വെട്ടുന്നതിന്, മെറ്റലിടുന്നതിന്, നിരപ്പാക്കുന്നതിന്, ടാർ ചെയ്യുന്നതിന് പീസ്റേറ്റ് ബാധകമല്ല. അത് ഒരു നിശ്ചിതദൂരം ചെയ്തു തീർക്കണം. ഈ ദൂരം പരമാവധി വർദ്ധിപ്പിക്കുന്നതനുസരിച്ച് ജോലിഭാരവും കൂടും. റെയിൽ പാതകളുടെ നിർമ്മാണവും അതുപോലെയാണ്. തോട്ട വേലയിൽ നിന്ന് ഭിന്നമായി വ്യത്യസ്തമായ പലപ്പോഴും ദുർഘടമായ സാഹചര്യങ്ങളിൽ ജോലി ചെയ്യേണ്ടിവരും. ഇവിടെ കൂലി ജീവിതം നിലനിർത്തുന്നതിനാവശ്യമുള്ളതു മാത്രമാണ്. ചിലയിടങ്ങളിൽ ആവശ്യമായ താമസ സൗകര്യവും ഭക്ഷണവും കൂടി നൽകേണ്ടിവരും.

കേരളത്തിലെ കാർഷികാനുബന്ധ വ്യവസായങ്ങളിലെ അധ്വാനവും ആദ്യഘട്ടത്തിൽ സേവനത്തെ ആശ്രയിച്ചായിരുന്നു. ചകിരി പൂഴ്ത്തൽ മുതൽ കയർ പിരിവരെയുള്ള എല്ലാ ഘട്ടങ്ങളും ഗാർഹികത്തൊഴിലായായിരുന്നു ചെയ്തുവന്നത്. അതുകൊണ്ട് തൊഴിൽ സമയമില്ല. തൊഴിലിന്റെ തോത് നിർണയിക്കുന്നത് കയറും കയറുൽപ്പന്നങ്ങളും വില്പനയ്ക്കും ഉപയോഗത്തിനും തയ്യാറാകുമ്പോഴാണ്. കശുവണ്ടിയും അതുപോലെ ഗാർഹികത്തൊഴിലാണ്. പീസ്റേറ്റിന്റെ രീതി അവിടെ ഉപയോഗിക്കാം. നെയ്ത്തും ഗാർഹികത്തൊഴിലാണ്. ഒരു നിശ്ചിത അളവ് നെയ്തെടുക്കുമ്പോഴാണ് അധ്വാനത്തിന്റെ തോത് നിർണയിക്കപ്പെടുക.

ഇത്തരം അധ്വാനരൂപങ്ങളിലെല്ലാം മുതലാളിയുടെ ലാഭം തീരുമാനിക്കുന്നത് മൊത്തം അധ്വാനഭാരം വർദ്ധിപ്പിക്കുന്നതിലൂടെയാണ്. അതായത് ഒരു ദിവസത്തിനകം പിരിച്ചെടുക്കേണ്ട എണ്ണം, തോട് പൊട്ടിച്ച് പാകപ്പെടുത്തിയെടുക്കേണ്ട കശുവണ്ടിയുടെ എണ്ണം, നെയ്യുന്ന വസ്ത്രത്തിന്റെ അളവ് എന്നിവ വർദ്ധിപ്പിക്കുന്നതിലൂടെയാണ്. പക്ഷേ, ഗാർഹികത്തൊഴിലുകൾക്ക് അവരുടെതായ പരിമിതികളുണ്ട്. തൊഴിലെടുക്കുന്നവരുടെ എണ്ണം പരിമിതമാണ്. അവർക്കു എല്ലാ സമയവും തൊഴിൽ കേന്ദ്രീകരിക്കാനാവില്ല. അപ്പോൾ അധ്വാനിക്കുന്നവരുടെ എണ്ണം വർദ്ധിപ്പിക്കേണ്ടിവരും ആവശ്യമായ ഉപകരണങ്ങൾ എത്തിക്കേണ്ടിവരും. ഔപചാരികമായി അധ്വാനം നടക്കുന്നത് വീടുകളിലല്ല, കൈത്തൊഴിൽ ശാലകളിലാണ് എന്ന് ഉറപ്പിക്കേണ്ടിവരും. മാർക്സ് പറഞ്ഞ പോലെ മൂലധനം തൊഴിലിനുമേൽ നടത്തുന്ന ഔപചാരിക നിയന്ത്രണം വേണ്ടിവരും. ആദ്യകാല തോട്ടങ്ങളിലും തൊഴിൽ ശാലകളുമെല്ലാം ഇത്തരം നിയന്ത്രണത്തിലാണ് നടന്നത്. അതായത്, അധ്വാനശക്തിയും വൈദഗ്ധ്യവും തൊഴിലാളിയുടെ കയ്യിലാണ്. പക്ഷേ, നിശ്ചിത സമയത്തിനകം ഉല്പാദിപ്പിക്കേണ്ട വസ്തുക്കളുടെ എണ്ണം വർദ്ധിക്കുന്നതോടെ അയാളുടെ അധ്വാനഭാരം നിശ്ചിത അളവിനെക്കാൾ വർദ്ധിക്കുന്നു. അയാൾ ഒരു തൊഴിൽ സേനയുടെ ഭാഗമാകുന്നതോടെ അധ്വാനത്തിന്റെ നിയന്ത്രണം കൃത്യമായി മുതലാളിയുടെ കൈവശമാകുന്നു. കൂലി നിർണയിക്കുന്നതും മുതലാളിയായിരുന്നു. ഇത്തരത്തിലുള്ള തൊഴിൽശാലകളെ പൊതുവിൽ മില്ലുകൾ എന്നാണ് പറഞ്ഞിരുന്നത്. ഈർച്ചമില്ലുകൾ, തുണിമില്ലുകൾ, ഓയിൽ മില്ലുകൾ തുടങ്ങിയവ ഉദാഹരണങ്ങളാണ്. പിന്നീട് അവയെ 'കമ്പനികൾ' എന്നു വിളിക്കാൻ തുടങ്ങി.

ഗാർഹിക ഉൽപ്പാദനത്തിൽ നിന്ന് വ്യവസായിക ഉൽപ്പാദനത്തിലേക്കുള്ള മാറ്റം എളുപ്പമല്ല. തോട്ടം മേഖലപോലുള്ളവ തികച്ചും പുതിയ ഉൽപ്പാദനമേഖലയാണ്. സംഘടിതതോട്ടങ്ങളിലെ അധ്വാനരൂപങ്ങൾ പരമ്പരാഗത കാർഷികഘടനയിലെ അധ്വാനരൂപങ്ങളിൽനിന്നും തികച്ചും വ്യത്യസ്തമാണ്. പരമ്പരാഗത കാർഷികഘടനയിൽ ഭൂപ്രഭുവും അടിയാളനും എന്ന അവസ്ഥയിൽ നിന്ന് വ്യത്യസ്തമായി തോട്ടമുടമയും തൊഴി

ലാളിയും എന്ന തലത്തിലേക്ക് അത് മാറ്റപ്പെട്ടു. പക്ഷേ, ആധുനിക തൊഴിലാളിയുടെ നിലവാരത്തിലേക്ക് അത് മാറുകയോ പരമ്പരാഗത അടിയാളന് സ്വന്തം പ്രദേശത്ത് തൊഴിൽ ചെയ്യുമ്പോഴുണ്ടാകുന്ന സൗകര്യങ്ങൾ അനുഭവപ്പെടുകയോ ചെയ്തില്ല. ഇത് രണ്ടിനും ഇടയിൽ തുച്ഛമായ വേതനത്തിൽ ക്രൂരവും അടിമസമാനവുമായ തൊഴിലിൽ ഏർപ്പെടേണ്ടി വന്നവരാണ് ആദ്യകാലത്തെ തോട്ടം തൊഴിലാളികൾ.

തോട്ടം തൊഴിലിലേക്ക് പല മേഖലയിൽനിന്നും നിർബന്ധം ചെലുത്തി കേരളത്തിനകത്തും പുറത്തുമുള്ള കങ്കാണിമാർ മുഖേന ആളുകളെ എത്തിക്കുകയായിരുന്നു. ഒരു പ്രധാനമേഖല പ്രകൃതിക്ഷോഭംമൂലം രൂക്ഷമായ ക്ഷാമം അനുഭവപ്പെടുന്ന സ്ഥലങ്ങളിൽനിന്ന് കൂട്ടത്തോടെ ആളുകളെ ആകർഷിക്കലായിരുന്നു. നെൽകൃഷി പ്രധാനമായ മേഖലകളിൽ അതിന്റെ ഒഴിവ് സമയങ്ങളിൽ അവരെയും കൂട്ടത്തോടെ കങ്കാണിമാർ വഴി തോട്ടങ്ങളിലെത്തിച്ചു. തോട്ടമുടമകൾക്കാവശ്യമായ തൊഴിലാളികളെ എത്തിക്കുന്നതിൽ കങ്കാണിമാർക്കും മേൽ മേസ്ത്രിമാർക്കും പ്രധാന പങ്കുണ്ട്. യൂറോപ്യന്മാർ വനമേഖലകൾ കയ്യടക്കി തോട്ടം ആരംഭിച്ചപ്പോൾ അവിടെനിന്നും പുറത്താക്കപ്പെട്ട നിരാലംബരായ ഗോത്രവർഗജനതയേയും ഈ തോട്ടം തൊഴിലിലേക്ക് കങ്കാണിമാർ കൊണ്ടുപോയി. അവരെ അവരുടെ ആവാസ സ്ഥലത്തുനിന്ന് പൂർണ്ണമായും അടർത്തിമാറ്റിയിട്ടാണ് ഈ തൊഴിലിന് നിയോഗിച്ചത്.

പാവപ്പെട്ട കർഷകരും സാമ്പത്തിക പ്രയാസംമൂലം തോട്ടം തൊഴിലിലേക്ക് എത്തിപ്പെട്ടു. ജന്മിമാർ ബലം പ്രയോഗിച്ച് ഒഴിപ്പിക്കുന്ന പാവങ്ങളായ കുടിയാന്മാരും തോട്ടം തൊഴിലിൽ അഭയം കണ്ടെത്തി. ദക്ഷിണേന്ത്യയുടെ മറ്റ് പ്രദേശങ്ങളിൽ രൂക്ഷമായ ഭക്ഷ്യക്ഷാമം പൊട്ടിപ്പുറപ്പെട്ട 1870 കളിൽ നിരവധിപേർ ഇത്തരം തോട്ടങ്ങളിലേക്ക് കുടുംബത്തോടെ ചെന്നെത്തി. തടവുപുള്ളികളെയും വമ്പിച്ചതോതിൽ തോട്ടം തൊഴിൽ മേഖലയിൽ ഉപയോഗിച്ചതായിക്കാണാം. അടിമസമ്പ്രദായം നിരോധിക്കപ്പെട്ടതിനുശേഷം നിരവധി ദളിതർ തോട്ടം തൊഴിലാളികളുമായി മാറി.

പക്ഷേ, തൊഴിലിനായി ഈ മേഖലയിൽ എത്തിപ്പെട്ടവർ അവിടെ നടക്കുന്ന ക്രൂരവും അടിമസമാനവുമായ തൊഴിൽ രീതികളോട് പൊരുത്തപ്പെടാൻ നന്നേ ബുദ്ധിമുട്ടി. അതുകൊണ്ട് തന്നെ ഏറ്റവും വേഗം അവിടെനിന്ന് രക്ഷപ്പെടാനുള്ള മാർഗ്ഗം പലരും അന്വേഷിച്ചു. അവിടെയാണ് കങ്കാണിമാരുടെ കൃത്യമായ ഇടപെടലിന്റെ പ്രസക്തി മനസ്സിലാകുന്നത്. തോട്ടം തൊഴിലിലേക്ക് ആളുകളെ ശേഖരിച്ച് എത്തിക്കുക മാത്രമല്ല അവർ രക്ഷപ്പെട്ട് പോകുന്നത് തടയുകകൂടി അവരുടെ ഉത്തരവാദിത്വത്തിൽപെടുന്ന കാര്യമായിരുന്നു. അതിനായി കങ്കാണിമാർക്ക് തോട്ടമുടമകൾ പ്രത്യേകം വേതനം നൽകിയിരുന്നു. കങ്കാണിമാർ

തോട്ടമുടമകൾക്ക് നൽകിയ തൊഴിലാളികളുടെ സൂപ്പർവൈസർമാരായി അവരെത്തന്നെ ഉടമകൾ നിയമിച്ചു. ചില ഘട്ടങ്ങളിൽ ഏറ്റവും താഴ്ന്ന ജാതിയിൽപ്പെട്ട പറയരേയും പുലയരേയും അടിമകൾ എന്ന രൂപത്തിൽ വിലകൊടുത്തു വാങ്ങിയതായും തെളിവുകൾ ഉണ്ട്. ഉദാഹരണമായി അഞ്ചരക്കണ്ടിയിലെ ആദ്യത്തെ ബഹുവിളതോട്ടത്തിന്റെ സ്ഥാപകനായ മാർഡോക്ക് ബ്രൌൺ ചാവക്കാട്ടെ കോറത്തറ മൂപ്പനിൽ നിന്നും 45 അടിമകളെ അഞ്ചരക്കണ്ടി തോട്ടത്തിലേക്ക് വിലയ്ക്ക് വാങ്ങിയതായി അദ്ദേഹം മലബാർ കമ്മീഷണർക്കയച്ച കത്തിൽ പറയുന്നു.

കങ്കാണി വ്യവസ്ഥ വെള്ളക്കാർ നിയമാധികാരം നൽകി സൃഷ്ടിച്ചതാണ്. 1904 ഡിസംബർ 25ന് 1912–ാം നമ്പറായി ലേബർ കോൺട്രാക്ട് ആക്ട് എന്ന നിയമം പാസാക്കി. അതനുസരിച്ച് ഉപാസി (യുണൈറ്റഡ് പ്ലാന്റേഷൻ അസോസിയേഷൻ ഓഫ് സൗത്ത് ഇന്ത്യ) നിയമിക്കുന്ന കങ്കാണി (ഏജന്റ്)മാർ കർണ്ണാടക, തമിഴ്നാട്, മലബാർ തുടങ്ങിയ സ്ഥലങ്ങളിലെ ഉൾനാടൻ ഗ്രാമങ്ങളിൽനിന്നും ദരിദ്രരായ ആളുകളെ കണ്ടെത്തിയിരുന്നു. മേൽപറഞ്ഞ നിയമപ്രകാരം അധികാരപ്പെടുത്തിയ മജിസ്ട്രേറ്റുമാരുടെ മുന്നിൽവെച്ച് അവരെകൊണ്ട് കരാറിൽ ഒപ്പിടുവിച്ച് ഒരു വർഷത്തേക്ക് പണിയെടുപ്പിക്കുവാൻ സമ്മതപത്രം വാങ്ങുന്നതാണ് ഈ കോൺട്രാക്ട്. വർഷം തോറും വീണ്ടും ഈ കരാർ പുതുക്കും. അഡ്വാൻസ് തുക കൊടുത്തു കൊണ്ടുവരുന്ന തൊഴിലാളികളെ ഒറ്റമുറി പാഡികളിൽ നാലും അഞ്ചും പേരെ വീതം പാർപ്പിക്കും. നേരം പുലരുമ്പോൾ പണിക്കിറക്കാൻ കങ്കാണിയുടെ മേസ്ത്രിയുണ്ടാകും. വലിയ കങ്കാണി മസ്റ്ററിൽ തൊഴിലാളികളുടെ പേരുവിളിച്ച് മേസ്ത്രിയുടെ കൂടെ വൈകുന്നേരം വരെ പണിക്കുവിടും.

1880 ന് ശേഷം കങ്കാണി സമ്പ്രദായം കൂടുതൽ ശക്തിപ്പെട്ടു. അവർക്ക് കൂടുതൽ അധികാരം അവകാശങ്ങൾ ലഭിക്കുകയും തോട്ടം തൊഴിലാളികളുടെ സ്ഥിതി കൂടുതൽ പരിതാപകരമായി മാറുകയും ചെയ്തു. അവർക്ക് ഭക്ഷണം, വസ്ത്രം, യാത്ര തുടങ്ങിയവ കങ്കാണിമാർ തന്നെയാണ് നൽകിയിരുന്നത്. അതിന് തോട്ടമുടമകളിൽ നിന്ന് കൈപ്പറ്റുന്ന തുകയുടെ നല്ലൊരുഭാഗം പലപ്പോഴും കങ്കാണിമാർതന്നെ കീശയിലാക്കി. വലിയ പ്ലാന്റേഷനുകളിൽ നിരവധി കങ്കാണിമാർ ഒരു മേൽ മേസ്ത്രിയുടെ കീഴിലാണ് ജോലി ചെയ്തത്. തൊഴിലാളികളെ സംബന്ധിച്ചിടത്തോളം മുതലാളിയെക്കാൾ നിഷ്ഠുരരായ മാർദ്ദകന്മാരായി മേൽ മേസ്ത്രിമാർ മാറി.

തൊഴിലാളികൾ തോട്ടത്തിനകത്തുതന്നെ താമസിക്കാൻ വിധിക്കപ്പെട്ടപ്പോൾ മറ്റ് സാമാന്യജനങ്ങളിൽനിന്നും സ്വന്തം ഗ്രാമാന്തരീക്ഷത്തിൽനിന്നും അടർത്തിമാറ്റപ്പെട്ടു. പലരും രക്ഷപ്പെടാൻ ശ്രമിച്ചെങ്കിലും നിരാശയായിരുന്നു ഫലം. ഒരുതരം ബന്ധിതമായ തൊഴിൽ മേഖലയായി

രുന്നു ഇത്. അവരുടെ ഈ ഒറ്റപ്പെടൽ കാരണം ഏതു കാര്യത്തിനും തോട്ടമുടമയെ അല്ലെങ്കിൽ അവരുടെ പ്രതിനിധിയായ കങ്കാണിയെ ആശ്രയിക്കേണ്ട ഗതികേടിൽ അവർ ചെന്നെത്തി. ബന്ധിതതൊഴിലിനെതിരെ ബ്രിട്ടീഷുകാർ നിരവധി നിയമങ്ങൾ പാസാക്കിയെങ്കിലും തോട്ടമുടമകൾ അതൊന്നും അംഗീകരിക്കാൻ കൂട്ടാക്കിയില്ല.

തൊഴിലാളികൾക്ക് രോഗങ്ങളോ മറ്റ് ബുദ്ധിമുട്ടുകളോ സംഭവിച്ചാൽ അതിന് ഒരിക്കലും നേരായ പരിഹാരം തേടാനോ ചികിത്സ ലഭ്യമാക്കാനോ അധികൃതർ തയ്യാറായിരുന്നില്ല. രോഗികളെ തോട്ടത്തിൽനിന്ന് ഒഴിവാക്കുകയാണ് സാധാരണ ചെയ്തിരുന്നത്. പോലീസ് സൂപ്രണ്ടിന്റെ റിപ്പോർട്ടിൽ 1892 ൽ അനാഥരായ ഇത്തരം മരിച്ചവരും അല്ലാത്തതുമായ 109 തൊഴിലാളികളെ കണ്ടെടുത്തതായി പറയുന്നു.

തോട്ടം തൊഴിലിലേക്ക് വരാൻ പാവപ്പെട്ട ഗ്രാമീണരെ ആകർഷിച്ച ഏകകാര്യം വളരെ ചെറുതെങ്കിലും ആഴ്ചയിൽ ലഭിക്കുന്ന കൂലിമാത്രമാണ്. പക്ഷേ, അതിന് അവർ കൊടുക്കേണ്ടി വന്ന വില വളരെ വലുതായിരുന്നു. തികച്ചും വൃത്തിഹീനമായ സാഹചര്യങ്ങളിൽ ജീവിക്കുകയും തൊഴിലെടുക്കുകയും അടിമ സമാനസാഹചര്യങ്ങളെ അഭിമുഖീകരിക്കേണ്ടിയും വന്നു. ഒരു തരത്തിലുള്ള ചെറുത്തുനിൽപ്പും സാധ്യവുമല്ലായിരുന്നു.

കാർഷികാനുബന്ധ മേഖലകളിൽ തൊഴിൽ പരിശീലനം പുതിയ സാങ്കേതിക വിദ്യകളിലാണ്. അവിടെ പലപ്പോഴും ജാതിയടക്കമുള്ള സാമൂഹ്യബന്ധങ്ങൾക്കും തൊഴിലിനു നൽകുന്ന സുരക്ഷിതത്വത്തിനും പ്രധാന്യമേറും. ഇപ്പോൾ ലഭിക്കുന്ന വരുമാനത്തെക്കാൾ മെച്ചപ്പെട്ടവരുമാനവും സുരക്ഷിതത്വവും ഉറപ്പുവരുത്താൻ കഴിഞ്ഞാൽ അവിടെ തൊഴിലാളികൾ പ്രവേശിക്കാനുള്ള സാധ്യതയേറും. കയർ–കശുവണ്ടി മേഖലകളിൽ ഇത്തരത്തിലുള്ള ഉറപ്പുനൽകാൻ കഴിയുന്നതു മൂപ്പന്മാർക്കാണ്. വ്യവസായങ്ങൾ ആരംഭിക്കുമ്പോൾതന്നെ ആ തൊഴിൽ പഠിക്കുകയും മുതലാളിമാരോടൊപ്പം വ്യവസായങ്ങൾ കെട്ടിയുയർത്താൻ സഹായിക്കുകയും ചെയ്യുന്നവരാണ് മൂപ്പൻമാരാവുക. മൂപ്പന്മാർ സമുദായ പ്രമാണികളാകും. അതിനോടൊപ്പം വളർന്നുവരുന്ന വ്യവസായങ്ങളോടൊപ്പംനിന്ന് അതിനെക്കുറിച്ചുള്ള സാമാന്യധാരണ യുമുള്ളവരായിരിക്കും. മൂപ്പന്മാർക്ക് സമുദായങ്ങളിൽ ലഭിച്ച അംഗീകാരമാണ് പുതിയ വ്യവസായങ്ങൾക്കാവശ്യമായ തൊഴിൽ സേനയെ സൃഷ്ടിക്കുന്നതിൽ സഹായിച്ചത്. കയർ മേഖലയിൽ മിക്കവാറും പുതിയ വ്യവസായികളുടെയും മൂപ്പന്മാരുടെയും സമുദായം ഒന്നുതന്നെയായിരിക്കുമെന്നതും തൊഴിലാളികളുടെ സമാഹരണത്തെ സഹായിച്ച ഘടകമായിരുന്നു. തൊഴിൽ ശാലകളിലെ സർവാധിപതികൾ മൂപ്പന്മാരായി. സ്ത്രീ തൊഴിലാളികൾക്ക് മൂപ്പത്തിമാരുമുണ്ടായി. തൊഴിലാളികളുടെ അച്ചടക്കം,

തൊഴിലിലുള്ള ആത്മാർത്ഥത തുടങ്ങിയവ നിർണയിക്കാനുള്ള ചുമതല മൂപ്പന്മാർക്കും മൂപ്പത്തിമാർക്കുമായി. പിഴ നിശ്ചയിക്കാനും മർദ്ദിക്കാനും വരെ അവർക്ക് അധികാരം കൈവന്നു. കൂലിയിൽ നിന്ന് ഒരു പങ്ക് അവർക്കും നൽകണമെന്നായി.

തൊഴിലിന്റെ ഘടനയിലും ഇതനുസരിച്ചു വ്യത്യാസം വരുന്നതു കാണാം. തോട്ടം മേഖലയിലെ ഉൽപ്പാദനം പൂർണമായും തൊഴിലിടങ്ങളിൽ തന്നെയായിരുന്നു. കശുവണ്ടി പീലിങ്ങ് ഷെഡ്ഡുകളിലാണ് നടന്നു വരുന്നത്. ഗാർഹികത്തൊഴിലായും നടന്നുവന്നിരുന്നെങ്കിലും മിക്കവാറും വീടിനുപുറത്തുതന്നെയായിരുന്നു നടന്നു വന്നത്. കയറിൽ ഗാർഹികത്തൊഴിലിനായിരുന്നു ആദ്യഘട്ടത്തിൽ പ്രാധാന്യം. കയറുൽപ്പന്നങ്ങളുടെ വിപണനസാധ്യത വർദ്ധിച്ചതോടെ ഉല്പാദനം പൊതുവ്യവസായശാലകളിലേക്കുമാറി. മൂപ്പന്മാരുടെ നേതൃത്വത്തിൽ പൊതുവ്യവസായശാലകളിലേക്കുള്ള പ്രവേശനവും വർധിച്ചു. ക്രമേണ വ്യവസായ ശാലകളിൽ യന്ത്രവൽക്കരണം വളർന്നുവന്നു. നെയ്ത്ത് ഗാർഹികത്തൊഴിൽ തന്നെയായിരുന്നു. യന്ത്രത്തറിയുടെ വളർച്ചയോടെയാണ് അത് വ്യവസായവൽക്കരിക്കപ്പെട്ടത്. യന്ത്രവൽക്കരണത്തോടെ പരമ്പരാഗത നെയ്ത്തുകാരുടെ സ്വാധീനം കുറയുകയും യന്ത്രവൽകൃത ഫാക്ടറിയെന്ന നിലയിൽ മുൻ നെയ്ത്തുകാരടങ്ങുന്ന വിവിധ തൊഴിലാളികൾ നെയ്ത്തു വ്യവസായത്തിന്റെ ഭാഗമാകുകയും ചെയ്തു. ബീഡിതെറുപ്പും ചുരുട്ടുനിർമ്മാണവും പീടിക കോലായകളിലായിരുന്നു. കൃത്യമായ അധ്വാന പരിസരം ബീഡിതൊഴിലാളികൾക്ക് തന്നെ പിന്നീടാണ് ഉണ്ടായത്.

ഇതിൽനിന്ന് ഒരു പ്രവണത വ്യക്തമാണ്. തോട്ടങ്ങളിലും കാർഷികാനുബന്ധ വ്യവസായങ്ങളിലും മൂപ്പൻമാരും കങ്കാണിമാരും സമാഹരിക്കുന്ന ആദ്യകാലതൊഴിൽ കൂട്ടങ്ങൾക്ക് ജാതീയ ഘടനയുണ്ടായിരുന്നു. ഒരു പ്രത്യേകമേഖലയിൽപെട്ട പലപ്പോഴും ഒരേ തൊഴിൽ ചെയ്യുന്ന കൂട്ടങ്ങളായിരുന്ന വ്യവസായ തൊഴിലാളികളായി മാറിയത് എന്നതുകൊണ്ട് ഈ സാധ്യത കൂടുതലായിരുന്നു. കയറിനെപ്പോലുള്ള തൊഴിലുകൾ ഒരേ സമയം ഗാർഹികതൊഴിലുമായിരുന്നതുകൊണ്ട് ജാതിബന്ധിത വ്യവസായതൊഴിൽ സേനയുടെ സൃഷ്ടിക്ക് എളുപ്പവുമായിരുന്നു. പറമ്പു കൃഷിയുമായി ബന്ധപ്പെട്ട തൊഴിലുകളിൽ നിന്നാണ് കള്ളു ചെത്ത്, ബീഡിതെറുപ്പ്, നെയ്ത്ത്, ഓടുനിർമ്മാണം മുതലായ തൊഴിലുകളും വളർന്നു വരുന്നത്.

ജാതിബദ്ധമായി ആരംഭിച്ച വ്യവസായങ്ങൾ എല്ലാകാലവും ഇങ്ങനെ നിലനിന്നുവെന്നർത്ഥമില്ല. രണ്ടുതരത്തിൽ ഇതിനു മാറ്റം വന്നിരുന്നുവെന്നു കാണാം. വ്യവസായതൊഴിലിടങ്ങൾ ജാതിയുടെ തൊഴിലിടങ്ങളല്ല. അവയിൽ നിന്നുള്ള ഉൽപ്പന്നങ്ങൾ ഒരു ജാതിയിൽ മാത്രം ചെലവു ചെയ്യുന്നതുമല്ല. നവോത്ഥാനമുന്നേറ്റത്തിന്റെ ഫലമായി

ജാതിപരമായ വിലക്കുകൾ ലംഘിക്കപ്പെട്ടതോടെ വിപണിയിലും ക്രമേണ ഏകോപനം വന്നു തുടങ്ങി. ഇതോടെ രണ്ടു മാറ്റങ്ങളുണ്ടായി. കൈത്തൊഴിൽ കൂട്ടങ്ങളിൽ വ്യത്യസ്ത സമുദായങ്ങൾ ചേർന്നു. ആദ്യഘട്ടത്തിൽ വ്യത്യസ്ത സമുദായങ്ങളെ തൊഴിലിടങ്ങളിൽ കൊണ്ടുവരാൻ മതപരിവർത്തനമുൾപ്പെടെയുള്ള മാർഗങ്ങൾ ഉപയോഗിക്കുന്നുണ്ട്. ബാസൽ മിഷൻ സ്ഥാപിച്ച ഫാക്ടറികളിൽ തൊഴിൽ നേടാൻ മതപരിവർത്തനം ഒരു മാർഗ്ഗമായിരുന്നു. പിന്നീട് തൊഴിൽക്കൂട്ടങ്ങൾ ലഭ്യമായ കൂലിയുടെ അടിസ്ഥാനത്തിൽ വളരാനാരംഭിച്ചു. നെയ്ത്ത്, കശുവണ്ടി, ഓട് തുടങ്ങിയ മേഖലകൾ ജാതിബദ്ധമായ തൊഴിലുകളിൽ നിന്ന് ആദ്യം വേർപിരിഞ്ഞു.

19–ാം നൂറ്റാണ്ടിന്റെ മദ്ധ്യത്തിലുണ്ടായ അടിമവേലയുടെ നിരോധനവും ഇത്തരത്തിലുള്ള മാറ്റത്തെ സഹായിച്ചു. അടിമപ്പണി ഒരേ സമയം തൊഴിലിന്റെമേലും സാമൂഹ്യമായ ചലനാത്മകതയുടെ മേലുമുള്ള നിയന്ത്രണമാണ്. അടിമത്തത്തിൽനിന്നുള്ള നിയമപരമായ മോചനം അടിമസമ്പ്രദായത്തെ ഇല്ലാതാക്കുകയില്ല. മറിച്ച് ജാതിബദ്ധമായ അടിമത്തം തുടർന്നും നിലനിൽക്കുകയും, ക്രമേണ പുതിയ സാധ്യതകൾ പ്രയോജനപ്പെടുത്തി തൊഴിൽ സേനയായി വളരാൻ സാധിക്കുകയും ചെയ്തു. എന്നാൽ ഈ തൊഴിൽ സേനയ്ക്കു മുൻ പരിശീലനങ്ങൾ ഇല്ലാത്തതുകൊണ്ട് അവർ അനുഭവപരിചയമുള്ള കർഷകത്തൊഴിലാളികളായി തന്നെ തുടരുകയാണ് ചെയ്തത്. കേരളത്തിൽ വളർന്നുവന്ന കർഷകത്തൊഴിലാളികളിൽ നല്ലൊരുഭാഗം ദളിതരായത് ഇങ്ങനെയാണ്.

കേരളത്തിൽ ആദിമ തൊഴിലാളിവർഗം വ്യത്യസ്ത ധാരകളിലൂടെ തൊഴിൽ കൂട്ടങ്ങളായാണ് രൂപം കൊണ്ടത് എന്നു കാണാം. ഗ്രാമങ്ങളിൽ നിന്ന് പുറന്തള്ളപ്പെട്ടവർ കങ്കാണികളുടെയും മറ്റു ഇടനിലക്കാരുടെയും സഹായത്തോടെ തോട്ടം തൊഴിലാളികളായി. അല്ലെങ്കിൽ കുട്ടനെയ്ത്ത്, പനമ്പുനെയ്ത്ത് മുതലായ അവരുടെ സാമ്പ്രദായിക തൊഴിലുകളിൽ തുടർന്നു. പരമ്പരാഗത കൈത്തൊഴിലുകാർ ഗാർഹിക തൊഴിലാളികളായി തുടരുകയോ നെയ്ത്ത്, ഓട് മുതലായ മേഖലകളിൽ വ്യവസായ തൊഴിൽ സൈന്യത്തിന്റെ ഭാഗമാകുകയോ ചെയ്തു. ഗാർഹിക തൊഴിൽ ചെയ്തവർ കൂലിവർധനയും ജീവിത സൗകര്യങ്ങളും സുരക്ഷയും തേടി വ്യാവസായിക തൊഴിലിലേക്കു വന്നു. പലരും ജാതിക്കൂട്ടങ്ങളായാണ് ആരംഭിച്ചത്. ജാതിഘടനയെ ലംഘിക്കുന്ന ഉൽപ്പാദന വിപണന രൂപങ്ങൾ വളർന്നു വന്ന വ്യവസായ മേഖലകളിൽ അവലംബിക്കപ്പെട്ടു. നവോത്ഥാനമുന്നേറ്റങ്ങൾ തൊഴിൽ സേനയുടെ പുനഃസംഘാടനത്തിനുള്ള സാധ്യതകൾ വർധിപ്പിക്കുയും ചെയ്തു.

തൊഴിൽ സേനയുടെ പുനഃസംഘടന സാധ്യമാക്കിയത് യന്ത്രവൽ

ക്കരണമായിരുന്നു. കയർ മേഖലയിലെ യന്ത്രവൽക്കരണം, നെയ്ത്തിലെ യന്ത്രവൽക്കൃതമില്ലുകൾ, ആധുനിക യന്ത്രവൽക്കൃത വ്യവസായങ്ങൾ തുടങ്ങിയവ സൃഷ്ടിച്ച മാറ്റം ദ്വിമുഖമായിരുന്നു. ഒന്ന്, യന്ത്രവൽക്കരണം ഉൽപ്പാദനക്ഷമതയെ വൻതോതിൽ വർധിപ്പിച്ചു. മുൻകാലഘട്ടങ്ങളിലെ ഉൽപ്പന്നങ്ങളുടെയും അധ്വാനത്തിന്റെയും തോതിന്റെ നിർണയത്തിൽ മാറ്റം വരുത്തി. ഉൽപ്പാദനക്ഷമതയുടെ വർധന നിശ്ചിത സമയത്തിനുള്ളിൽ നടക്കുന്ന ഉൽപ്പാദനത്തിന്റെ തോത് വർധിപ്പിച്ചു. തൊഴിൽ സമയത്തിന്റെ നിർണയം കൂടുതൽ പ്രായോഗിക തലത്തിൽ ചിട്ടപ്പെടുത്താൻ സാധിച്ചു. പീസ്റേറ്റിനു പകരം ദിവസക്കൂലി എന്നത് കൂടുതൽ പ്രായോഗികമായ കൂലിവ്യവസ്ഥയായി തീർന്നു.

യന്ത്രവൽക്കരണം തൊഴിൽക്കൂട്ടായ്മയുടെ ഘടനയെ സാമൂഹ്യ തലത്തിലും ബാധിച്ചു. യന്ത്രസാമഗ്രികളുടെ ഉപയോഗം ജാതിയമോ പ്രാദേശികമോ ആയ മുന്നറിവുകളിൽ പെടാത്തതുകൊണ്ട് അത്തരത്തിലുള്ള അറിവുകൾ നേടിയ തൊഴിലാളികളെ ആവശ്യമായി വന്നു. മുൻ ജാതീക്കൂട്ടങ്ങൾ തൊഴിൽ തലത്തിൽതന്നെ വിഘടിക്കുകയും വ്യത്യസ്തയന്ത്രങ്ങളുടെ പ്രവർത്തനങ്ങളിൽ പരിശീലനം നേടിയവർ സ്ഥാനം പിടിക്കുകയുംചെയ്തു. പരമ്പരാഗത രീതിയിൽ മാത്രം തൊഴിൽ ചെയ്തവർ ഉല്പാദനക്ഷമതയിൽ പിറകോട്ടു പോയി.

യന്ത്രവൽക്കരണത്തോടെ കങ്കാണികളും മൂപ്പന്മാരും അപ്രസക്തരായി. മാനേജർമാരും എഞ്ചിനീയർമാരും അവരുടെ സ്ഥാനത്തേക്കുവന്നു. ജാതി ബദ്ധമായ മര്യാദകൾക്കുപകരം മുതലാളിത്തം അനുശാസിക്കുന്ന ഉൽപ്പാദനക്ഷമതയുടെയും ലാഭാധിഷ്ഠിതമായ വിപണനസാധ്യതയുടെയും വ്യക്തിഗതമായ നൈപുണ്യമനുസരിച്ചുള്ള പ്രവർത്തനമെന്നതിനെക്കാൾ സാമൂഹ്യമായ അധ്വാനമായി മാറി. പഴയ കൈത്തൊഴിൽക്കാരുടെ കരവിരുതുകൾ അപ്രത്യക്ഷമാകുകയും സാമൂഹ്യ അധ്വാനത്തിന്റെ ഗുണ നിലവാരത്തെക്കുറിച്ചുള്ള ധാരണകൾ സ്ഥാനം പിടിക്കുകയും ചെയ്തു. അതോടെയാണ് തൊഴിലാളിവർഗം രൂപപ്പെടുന്നത്.

തൊഴിലാളിവർഗത്തെക്കുറിച്ചുള്ള സങ്കല്പങ്ങൾക്കനുസരിച്ചുള്ള തൊഴിലാളികൾ രൂപം കൊള്ളുന്നത് യന്ത്രവൽക്കൃത ഫാക്ടറികളിലാണ്. അവിടെയാണ് മുതലാളിക്ക് തൊഴിലാളിയുടെ മേൽ യാഥാർഥ നിയന്ത്രണം കൈവരുന്നത്. ഗാർഹിക ത്തൊഴിലുകളുമായുള്ള ബന്ധമോ മുൻ വിഭവങ്ങളോ ഇല്ലാതെ കൂലി അടിമത്തത്തിന്റെ അടിസ്ഥാനത്തിൽമാത്രമാണ് ജീവിക്കുന്ന തൊഴിലാളി വളർന്നു വരുന്നത്. പക്ഷേ, കേരളത്തിലെ തൊഴിലാളി വർഗം സമഗ്രതലത്തിൽ അവർ മാത്രമല്ല മുതലാളിക്കുവേണ്ടി ദിവസക്കൂലിക്കോ പീസ് റേറ്റിനോ പ്രതിമാസവേതനത്തിനോ സ്ഥിരമായി ജോലിചെയ്യേണ്ടിവരുന്ന എല്ലാ

തൊഴിലാളികളും തൊഴിൽ സൈന്യത്തിന്റെ ഭാഗമാണ്. മുതലാളിത്തത്തെ ലാഭാധിഷ്ഠിത വ്യവസ്ഥയായി മാറ്റുന്നത് അവരാണ്. നെയ്ത്തുതൊഴിലാളികൾ, ബീഡിത്തൊഴിലാളികൾ, തുറമുഖങ്ങളിലെ കയറ്റിറക്കുതൊഴിലാളികൾ, പീടികത്തൊഴിലാളികൾ, ഗതാഗതത്തൊഴിലാളികൾ, തുന്നൽ തൊഴിലാളികൾ കുടത്തൊഴിലാളികൾ, റിക്ഷ തൊഴിലാളികൾ തോണിത്തൊഴിലാളികൾ തുടങ്ങി വീട്ടിനകത്തും പുറത്ത് തൊഴിലിടങ്ങളിലും കൂലിക്കു പണിയെടുക്കുന്നവരെല്ലാം ഇതിൽപെടും. അവരിൽ നിന്നെല്ലാം മുതലാളി സമാഹരിക്കുന്നത് മിച്ച ഉല്പന്നമോ മിച്ച അധ്വാനമോ അല്ല. ഏതെങ്കിലും വിധത്തിലുള്ള ചേകോപ്പണിയോ ഊഴിയപ്പണിയോ ആരും ചെയ്യുന്നില്ല. അവർ ചെയ്യുന്ന എല്ലാ തൊഴിലുകളും നേരിട്ട് ഉല്പാദനത്തൊഴിലുകളല്ല, ചിലത് ഗതാഗതവും വിപണനവുമായി ബന്ധപ്പെട്ടതാണ്. പക്ഷെ, മുതലാളിയുടെ മിച്ച മൂല്യത്തിന്റെ ലാഭത്തിന്റെ വളർച്ചയ്ക്ക് അവയെല്ലാം സഹായിക്കുന്നുണ്ട്. അതുകൊണ്ട് അവരെല്ലാം തൊഴിൽസേനയുടെ ഭാഗമാണ്.

ഇത്തരത്തിലുള്ള തൊഴിലാളികളെ സൃഷ്ടിക്കുന്നതിന് മറ്റൊരു കാരണവുമുണ്ട്. ഇന്ത്യയിലെയും കേരളത്തിലെയും മുതലാളിവർഗത്തിന്റെ വളർച്ചയുടെ സവിശേഷതകളാണത്. യൂറോപ്പിൽ മുതലാളിത്തം വളർന്നുവന്നത് ഫ്യൂഡലിസവുമായുള്ള പോരാട്ടത്തിന്റെ പശ്ചാത്തലത്തിലാണ്. മുതലാളിത്തത്തിനാവശ്യമായ മൂലധനസമാഹരണം കച്ചവടമുതലാളിത്തവും കോളനിവൽക്കരണവും ചേർന്നാണ് നടത്തിയതെങ്കിൽ അതിന്റെ വികാസത്തിനാവശ്യമായ ഉൽപ്പാദനശക്തികളുടെ വളർച്ച താഴെനിന്നായിരുന്നു. ആദ്യകാല മുതലാളിമാരിൽ ബഹുഭൂരിപക്ഷവും സാങ്കേതിക വിദഗ്ധരും തൊഴിലാളികളായി ജീവിതം ആരംഭിച്ചവരുമായിരുന്നു. അവിടെനിന്നാണ് അവർ ഉയർന്ന് മുതലാളിമാരായത്. എന്നാൽ കേരളത്തിലെ ആദ്യത്തെ മുതലാളികൾ യൂറോപ്യന്മാരായ തോട്ടമുടമകളും മിഷനറിമാരും യൂറോപ്യൻ കച്ചവടസ്ഥാപനങ്ങളുമായിരുന്നു. മുമ്പു സൂചിപ്പിച്ചതുപോലെ കങ്കാണികളെയും മൂപ്പന്മാരെയും മറ്റ് ഇടനിലക്കാരെയും ഉപയോഗിച്ച് തൊഴിൽ സൈന്യത്തെ സമാഹരിച്ച് മുകളിൽ നിന്ന് മുതലാളിത്തബന്ധങ്ങൾ അടിച്ചേൽപ്പിക്കുകയാണ് അവർ ചെയ്തത്. ദേറാസ്മെയിൽ ആന്റ് കമ്പനി, ആസ്പിൻവാൾ, പിയേഴ്സ് ലെസ്ലി മുതലായ കച്ചവടക്കമ്പനികളും ഹാരിസൻ ആൻഡ് ക്രോസ്ഫീൽഡ്, കണ്ണൻ ദേവൻ കമ്പനി മുതലായ തോട്ടമുടമകളും ഉദാഹരണങ്ങളാണ്. ഇവരുടെ കങ്കാണികളും മൂപ്പന്മാരുമായി വന്നവരാണ് പിന്നീട് തോട്ടമുടമകളും ഫാക്ടറിയുടമകളുമായി വളർന്നുവന്നത്.

കേരളത്തിന്റെ മുതലാളിത്തത്തിന്റെ മറ്റൊരു സ്വഭാവത്തെയും ഇതു സൂചിപ്പിക്കുന്നു. തിരുവിതാംകൂറിൽ പൊതുമേഖലയിൽ ആരംഭിച്ച വ്യവസായങ്ങളെ മാറ്റി നിർത്തിയാൽ, ഭൂരിഭാഗം വ്യവസായങ്ങളും ചെറുകിട ഉൽപ്പാദകരായിരുന്നു. കയർ, കശുവണ്ടി, നെയ്ത്ത്, ഓട് മുതലായ

മേഖലകളിൽ നിരവധി ചെറുകിട വ്യവസായികൾ പരസ്പരം മത്സരിച്ചു. ഈ മത്സരം മുന്നോട്ടു പോകണമെങ്കിൽ ഉൽപ്പാദനക്ഷമതയുടെയും സാങ്കേതിക വിദ്യകളുടെയും കാര്യത്തിൽ മുന്നോട്ടുപോകേണ്ടതുണ്ട്. അതിനാവശ്യമായ സർഗാത്മകതയും സംരംഭകത്വവും മുതലാളിത്തത്തിന്റെ ഭാഗത്തുനിന്ന് വരേണ്ടതുണ്ട്. അത്തരത്തിൽ പുതിയ സാധ്യതകൾ കണ്ടെത്തി മുന്നേറുന്നതിനുപകരം തൊഴിലാളികളുടെ വേതനത്തിനും ജീവിതസൗകര്യങ്ങൾക്കുമെല്ലാം നിയന്ത്രണമേർപ്പെടുത്തി ലാഭം കൊയ്യാനാണ് മുതലാളിമാർ ശ്രമിച്ചത്. വർദ്ധിച്ചുവന്ന തൊഴിലാളി മുതലാളി സംഘർഷങ്ങൾക്ക് പ്രധാന കാരണവും ഈ മനോഭാവമായിരുന്നു. ആധുനിക വ്യവസായങ്ങളായി ആരംഭിച്ചവയ്ക്ക് സമാനമായ ദൗർബല്യങ്ങളുണ്ടായിരുന്നു. ആധുനിക വ്യവസായങ്ങളിൽ ചിലത് വനവിഭവങ്ങളെ അസംസ്കൃതവസ്തുക്കളായി ഉപയോഗിച്ചുകൊണ്ടുള്ളവയും മറ്റു ചിലത് കാർഷിക ജനങ്ങളെ ഉപഭോക്താക്കളാക്കി മാറ്റുന്നവയുമാണ്. അതുകൊണ്ടുതന്നെ ഏതെങ്കിലും വിധത്തിൽ വനനശീകരണം ശക്തിപ്പെടുകയോ കാർഷികകോല്പാദനം കുറയുകയോ ചെയ്താൽ ഈ വ്യവസായങ്ങളെല്ലാം പ്രതിസന്ധിയിലാകും. ഇത്തരം വ്യവസായങ്ങൾ ജാതി ബദ്ധമല്ലാത്തതുകൊണ്ട് ഒരു പ്രത്യേക തൊഴിൽ മേഖലയായി അവ നിലനിൽക്കുകയില്ല. സ്വാഭാവികമായും തൊഴിലാളി–മുതലാളിസംഘർഷം ഇത്തരം വ്യവസായങ്ങളിൽ ഏറെ പ്രസക്തമാകും.

മുതലാളിത്തത്തിന്റെ അടിസ്ഥാനവൈരുദ്ധ്യം ഇവിടെ പ്രകടമാണ്. തൊഴിലാളികൾ വ്യവസായത്തിലെത്തിയത് ജീവിക്കാനുള്ള മാന്യമായ വേതനവും സുസ്ഥിരമായ ജീവിതമാർഗങ്ങളും തേടിയാണ്. മുതലാളിമാർ വ്യവസായങ്ങൾ നടത്തുന്നത് അവരുടെ ലാഭത്തോത് വർദ്ധിപ്പിക്കാനാണ്. അതിന് തൊഴിലാളികളുടെ വർദ്ധിച്ചുവരുന്ന ആവശ്യങ്ങൾ ഒരു തടസ്സമാണ്. ഇത് സ്വാഭാവികമായും സംഘർഷങ്ങളിലെത്തിക്കും. ഈ സംഘർഷങ്ങളുടെ വളർച്ചയാണ് 1920 കളിലും 30 കളിലും കേരളത്തിൽ നടന്നത്.

3

നവോത്ഥാനവും സമൂഹവും

കഴിഞ്ഞ അധ്യായങ്ങളിലായി വിശദീകരിച്ച കേരളത്തിലെ വർഗബന്ധങ്ങളിൽ വന്ന മാറ്റങ്ങളുടെ പശ്ചാത്തലത്തിലാണ് സാംസ്കാരിക മാറ്റവും ഉണ്ടാകുന്നത്.

19–ാം നൂറ്റാണ്ടുവരെ കേരളസംസ്കാരം വളർന്നവന്നത് ജാതി ജന്മി നാടുവാഴിത്ത വ്യവസ്ഥയുടെ അടിത്തറയിലാണ്. ജാതി ജന്മി നാടുവാഴിത്ത വ്യവസ്ഥയ്ക്ക് പുറത്ത് ജീവിച്ച ആദിവാസികളുമുണ്ട്. ജാതിക്രമങ്ങൾ സമൂഹത്തിലെ എല്ലാ വിഭാഗങ്ങളിലെയും തൊഴിലുകളെയും ജീവിത ക്രമങ്ങളെയും വേർതിരിക്കുകയും ശ്രേണീബദ്ധമാക്കുകയും ചെയ്തു. ഇവയെ പരസ്പരം ബന്ധിപ്പിക്കുന്ന സാമുഹ്യമര്യാദകൾക്ക് പ്രാധാന്യം വന്നു. തീണ്ടൽ, തൊടീൽ, അനാചാരങ്ങൾ എന്നു വിളിച്ചിരുന്ന, പ്രവർത്തനരൂപങ്ങൾ, സഞ്ചാരത്തിലും, വീടുകളിലും, പുറത്തുമുള്ള പ്രവേശനത്തിനു കല്പിച്ചിരുന്ന വിലക്കുകൾ, മേലോരെ കാണുമ്പോൾ ഉപയോഗിക്കേണ്ട ശാരീരികചലനരീതികളും വസ്ത്രധാരണരീതികളും ഭാഷാശൈലികളും, ഉൽപ്പാദനക്രമങ്ങളനുസരിച്ചും ഓണംപോലുള്ള വിശേഷദിവസങ്ങളിലും ജന്മിമാർക്കും ഉടയോർക്കും ദൈവങ്ങൾക്കും നൽകേണ്ടിവന്ന അടിയറകൾ, തിറകൾ, പാട്ടവും വാരവും തുടങ്ങിയ നിരവധി സാമൂഹ്യസങ്കേതങ്ങളനുസരിച്ചായിരുന്നു മര്യാദകൾ ക്രമീകരിക്കപ്പെട്ടത്. ഇതുപോലെ ഉടയോരായ ബ്രാഹ്മണരും ക്ഷേത്രങ്ങളും കീഴാളരോട് അനുവർത്തിക്കേണ്ട മര്യാദകളും ഉണ്ടായിരുന്നു. സംരക്ഷണം, പദവികളും സമ്മാനങ്ങളും നൽകുക തുടങ്ങിയവ പ്രധാനമായിരുന്നു. ജന്മിയെയും നാടുവാഴിയെയും കാണുമ്പോൾ മേൽമുണ്ടെടുത്തു അരയിൽ കെട്ടുക, മാറുമറയ്ക്കാതിരിക്കുക, താണു തൊഴുത് ഓരം ചേർന്നു നിൽക്കുക, ജന്മിയുടെ മുമ്പിൽ ഇരിക്കാതി

രിക്കുക, 'അടിയൻ' 'കുപ്പാട്' (ഗൃഹം) 'കരിക്കാടി' (ഭക്ഷണം) മുതലായ കീഴാളത്തത്തെ സൂചിപ്പിക്കുന്ന പദപ്രയോഗങ്ങൾ സംസാരത്തിലുടനീളം നടത്തുക, നാടുവാഴികളും ജന്മിമാരും സഞ്ചരിക്കുന്ന വഴികൾ ഉപയോഗിക്കാതിരിക്കുക, അവർ കുളിക്കുന്ന കുളങ്ങളിലും അമ്പലക്കുളങ്ങളിലും കുളിക്കാതിരിക്കുക, അവർ ഉപയോഗിക്കുന്ന കിണറുകളും മറ്റും ഉപയോഗിക്കാതിരിക്കുക. ജന്മി ഗൃഹങ്ങളുടെ പടിപ്പുരക്കുപുറത്തു മാത്രം നിൽക്കുക തുടങ്ങിയവയെല്ലാം ഈ മര്യാദകളുടെ ഭാഗമായിരുന്നു. കുട്ടികളുടെ ഇടയിൽ പോലും ഈ മര്യാദകൾ ബാധകമായിരുന്നു. ക്ഷേത്രങ്ങളുടെ പടിപ്പുരവരെ മാത്രമേ നായന്മാർക്ക് പ്രവേശനമുണ്ടായിരുന്നുള്ളൂ. ശ്രീകോവിലിനകത്ത് തന്ത്രിമാർക്കും പൂജാരിമാർക്കും മാത്രമായിരുന്നു പ്രവേശനം. അവർണരുടെ സ്ഥാനം ക്ഷേത്രമതിലുകൾക്കും പുറത്തായിരുന്നു. അയിത്തവിഭാഗങ്ങൾ ബ്രാഹ്മണസങ്കേതങ്ങൾക്കരികിൽ വന്നിരുന്നില്ല. അവർക്ക് അവരുടേതായ കാവുകളും മണ്ടകങ്ങളും കോട്ടങ്ങളുമുണ്ടായിരുന്നു. അവിടെ വ്യത്യസ്തരായ ദൈവങ്ങളെ ആരാധിക്കുകയും ചടങ്ങുകളും ഉത്സവങ്ങളും നടത്തുകയും ചെയ്തിരുന്നു. വേല, പൂരം, തെയ്യം, തിറ, കുമ്മാട്ടി, പൂതംകെട്ട്, മുടിയേറ്റ്, കലങ്കരി, മലവാഴിയാട്ടം, കോലങ്ങൾ, പടേണി തുടങ്ങിയവ ഇന്നും വ്യാപകമായി സംഘടിപ്പിക്കുന്നുണ്ട്.

ജാതിബദ്ധമായ സമൂഹത്തിൽ വിദ്യാഭ്യാസം, തൊഴിൽ ഘടന, ഉല്പന്നങ്ങളുടെ വിതരണം, ഉപഭോഗ ശീലങ്ങൾ, സ്ത്രീപുരുഷ ബന്ധങ്ങളും പ്രജനനങ്ങളും തുടങ്ങിയവയെല്ലാം ക്രമീകരിച്ചത് ജാതി തന്നെയാണ്. സംസ്കൃത വിദ്യാഭ്യാസം ബ്രാഹ്മണർക്കു മാത്രമായിരുന്നു. ക്രമേണ നാടുവാഴി കോവിലകങ്ങളിലേക്കും അമ്പലവാസി വിഭാഗങ്ങളിലേക്കും സംസ്കൃത വിദ്യാഭ്യാസം പ്രചരിച്ചു. അവരിൽ താഴെയുള്ളവരിലേക്ക് സംസ്കൃത വിദ്യാഭ്യാസം എത്തുന്നത് 18–19 നൂറ്റാണ്ടുകളിൽ മാത്രമാണ്. നായന്മാർ എഴുത്തും വായനയും എഞ്ചുവടിയും പഠിച്ചിരുന്നു. നാളും പക്കവും നോക്കാനും അവരെ പഠിപ്പിച്ചു. പിന്നീട് പ്രധാനമായും മെയ് വഴക്കത്തിലും കളരി അഭ്യാസത്തിലുമായി പഠനം. കൈത്തൊഴിൽക്കാരെ മൂപ്പന്മാർ അവരുടെ കുലത്തൊഴിലുകളെ (മൂത്താശാരി, പെരുംകൊല്ലൻ, പെരുംതട്ടാൻ, ആശാൻ, തണ്ടാൻ മുതലായവർ) പഠിപ്പിച്ചിരുന്നു. ഈഴവർ മുതലായവർക്കും കളരികളും കുടിപ്പള്ളിക്കൂടങ്ങളും ഉണ്ടായിരുന്നു. എഴുത്തും വായനയും എഞ്ചുവടിയും കാലഗണനയുമായിരുന്നു പ്രധാന വിഷയങ്ങൾ. പുലയർക്കും കുഴിക്കളരികളുണ്ടായിരുന്നു. ക്രിസ്ത്യാനികൾക്കും മുസ്ലീങ്ങൾക്കും അവരുടേതായ കളരികളും എഴുത്തുപള്ളികളും (അല്ലെങ്കിൽ ഓത്തുപള്ളികളും) ഉണ്ടായിരുന്നു.

തൊഴിൽ വിഭജനവും ഇതിനനുസരിച്ചായിരുന്നു. മണ്ണിൽ പണിയെടുത്തിരുന്ന പറയരും പുലയരും കണക്കരും ചെറുമക്കൾ എന്നു വിളിച്ചവരുമെല്ലാം അടിയാന്മാരായിരുന്നു. സഞ്ചാര സ്വാതന്ത്ര്യവും

അറിവും വൈദഗ്ധ്യവുമെല്ലാം അവർക്ക് നിഷേധിക്കപ്പെട്ടിരുന്നു. ഇതിന്റെ അർഥം അവർ പൂർണ്ണമായി അജ്ഞരായിരുന്നുവെന്നല്ല. ഭൂമിയെയും ഉൽപ്പാദനരീതികളെയും അതിൽ നിന്നു ലഭിക്കുന്ന വിഭവങ്ങളെയും പ്രകൃതിശക്തികളെക്കുറിച്ച് വ്യക്തമായ ധാരണകൾ അവർക്കുണ്ടായിരുന്നുവെന്നും അവയിൽ നിന്ന് അവരുടെതായ പ്രപഞ്ചസങ്കല്പങ്ങൾ സൃഷ്ടിക്കാൻ സാധിച്ചിരുന്നുവെന്നും പാക്കനാർ പാട്ടുപോലുള്ള ആവിഷ്ക്കാരങ്ങൾ വ്യക്തമാക്കുന്നുണ്ട്. ആദിവാസികൾക്ക് അവരുടെ ഭൂമിയെയും വിഭവങ്ങളെയും അവയുടെ പ്രായോഗികമായ ഉപയോഗങ്ങളെയും സംബന്ധിച്ച് വ്യക്തമായ ധാരണയുണ്ടായിരുന്നു. കേരളത്തിലെ മലഞ്ചരക്കുകളുടെ സമാഹരണം മുഴുവനും അതിനെ ആശ്രയിച്ചാണ് നടന്നത്. ഔഷധസസ്യങ്ങളെക്കുറിച്ചും അവർക്ക് വ്യക്തമായ അറിവുണ്ടായിരുന്നു. ഈഴവരെപ്പോലെ വർണവ്യവസ്ഥയ്ക്കു പുറത്തു നിന്നവർക്ക് കൂടുതൽ ചലനാത്മകതയുണ്ടായിരുന്നു. നാണ്യവിള കർഷകരെന്ന നിലയിൽ അവർ കൂടുതൽ പ്രദേശങ്ങളിലേക്കു വ്യാപിച്ചു. അതുകൊണ്ടുതന്നെ അവരുടെ അറിവിന്റെ മണ്ഡലവും കൂടുതൽ വികസിച്ചു. അവർ ഏർപ്പെട്ടിരുന്ന നാളീകേര കൃഷിയും നാണ്യവിളകളും 18–19 നൂറ്റാണ്ടുകളിൽ വ്യാപിച്ചതോടെ അവരുടെ സാമ്പത്തിക പദവിയും ഉയർന്നു. അതനുസരിച്ച് സാമൂഹ്യസ്ഥാനങ്ങൾ വർദ്ധിപ്പിക്കാനുള്ള ശ്രമങ്ങളും ഉണ്ടായി. ഈഴവരുടെ ഇടയിൽ കുടിപ്പള്ളിക്കൂടങ്ങളും എഴുത്തും വായനയും 19–ാം നൂറ്റാണ്ടിന്റെ ആദ്യം തന്നെ വളർന്നുവന്നു. അവരിൽ പലരും സംസ്കൃത വിദ്യാഭ്യാസത്തിലേക്കുവരെ കടന്നുവന്നിരുന്നതായി അറിയാം. മൂലൂർ പത്മനാഭപ്പണിക്കരുടെ കുടുംബം ഇത്തരത്തിലുള്ള സംസ്കൃതപണ്ഡിതന്മാരായിരുന്നു. ജാതിവിരുദ്ധ നവോത്ഥാനത്തിൽ മൂലൂരിന്റെ കുടുംബത്തിന്റെയും സുഹൃത്തുക്കളുടെയും പങ്കും സ്മരണീയമാണ്. "സുജനനന്ദിനി"യുടെ പത്രാധിപരായിരുന്ന പറവൂർ കേശവൻ ആശാൻ, കൊടുങ്ങല്ലൂർ തമ്പുരാക്കന്മാരുടെ ശിഷ്യനായിരുന്ന മണ്ടോതി ഗോവിന്ദനാശാൻ, തലശ്ശേരി ഗുരുക്കന്മാർ തുടങ്ങിയവരും ഇവരിൽ പെട്ടു.

ജാതിക്രമം അറിവിന്റെയും സംസ്കാരത്തിന്റെയും മണ്ഡലങ്ങളെ ജാതി മര്യാദകൾക്കും, അയിത്തത്തിന്റെയും അനാചാരത്തിന്റെയും പ്രയോഗത്തിനും അനുസരിച്ച് കർക്കശമായി വേർതിരിച്ചതിന്റെ ഫലമായി അറിവിന്റെയും സാംസ്കാരികരൂപങ്ങളുടെയും ഗുണഭോക്താക്കളായി മാറിയത് ജന്മിനാടുവാഴി വർഗമാണ്. ജാതിഘടനയനുസരിച്ച് അധീശത്വമുണ്ടായിരുന്ന വിഭാഗങ്ങൾക്കുതന്നെയാണ് ഭൂവുടമകളാകാനും ക്ഷേത്രങ്ങളുടെയും മറ്റു സാംസ്കാരിക രൂപങ്ങളുടെയും മേൽ അധീശത്വം സ്ഥാപിക്കാനും പ്രാദേശിക കോയ്മകളാകാനും ഏറ്റവുമധികം സാധ്യതകളുണ്ടായിരുന്നത്. ഇവർ കടന്നുചെല്ലാത്ത വനഭൂമികളെയും ചില കടപ്പുറം മേഖലകളെയും മാറ്റി നിർത്തിയാൽ മറ്റെല്ലാസ്ഥലങ്ങളിലും ആധിപത്യം സ്ഥാപിച്ചതും ജന്മി–നാടുവാഴി വർഗമാണ്. (ചില വനംമേഖലകളിൽ ആദിവാസിമൂപ്പന്മാർക്കും കടപ്പുറത്ത് അരയന്മാർക്കും അധികാര

മുണ്ടായിരുന്നതായി സൂചനകളുണ്ട്). ഇവർ, ബ്രാഹ്മണരും, ബ്രാഹ്മണരുമായി വേഴ്ചമുറകൾ ഉണ്ടായിരുന്ന പ്രമാണി കുടുംബങ്ങളും, ക്ഷേത്ര പരികർമ്മികളും ഇവരുടെയെല്ലാം ആശ്രിതരും സന്നദ്ധഭടന്മാരുമായിരുന്ന നായന്മാരുമായിരുന്നു. ക്ഷേത്രങ്ങൾക്കും ഭൂവുടമ ക്രമത്തിൽ അധീശത്വമുണ്ടായിരുന്നു. ആദ്യഘട്ടത്തിൽ അധീശത്വം ക്ഷേത്രങ്ങൾക്കും (ദേവസ്വം) ബ്രാഹ്മണർക്കും, (ബ്രഹ്മസ്വം) നാടുവണ തമ്പുരാന്മാർക്കുമായിരുന്നെങ്കിൽ പിൽക്കാലത്ത് നിരവധി നായന്മാരും ജന്മികളായി മാറുന്നതുകാണാം.

ആദ്യഘട്ടത്തിൽ അറിവിന്റെ നിയന്ത്രണം ബ്രാഹ്മണർക്കുമാത്രമായിരുന്നു. വേദങ്ങളും ഇതിഹാസപുരാണങ്ങളും കൂടാതെ വൈദ്യം, തച്ചുശാസ്ത്രം, ഗണിതം, ജ്യോതിഷം മുതലായ മേഖലകളിലെല്ലാം ആധാര ഗ്രന്ഥങ്ങൾ സംസ്കൃതത്തിലായിരുന്നു. അർത്ഥശാസ്ത്രവും ആര്യഭടീയവും പോലുള്ള പ്രാമാണിക ഗ്രന്ഥങ്ങളെല്ലാം കേരളത്തിൽ കണ്ടെടുക്കപ്പെട്ടത്. സംസ്കൃത കേന്ദ്രിതമായ അറിവിന്റെ വ്യാപനത്തെയാണ് കാണിക്കുന്നത്. കാവ്യങ്ങളും കലാവിഷ്ക്കാരങ്ങളും ക്ഷേത്രകേന്ദ്രീകൃതമായിരുന്നു. ഇതിഹാസപുരാണങ്ങളുടെ പാരായണവും ആവിഷ്ക്കാരവുംപോലും ക്ഷേത്രങ്ങളിൽ നിന്ന് നിർവഹിക്കപ്പെട്ടു. പാട്ടുകൃതികളിലും ചൊൽ രൂപങ്ങളിലുമായി പ്രത്യക്ഷപ്പെടുന്നവയിൽ നിന്നും വേറിട്ട്, പഴം തമിഴിനോട് പൊരുത്തപ്പെടുന്ന പ്രാദേശിക മൊഴിവഴക്കങ്ങൾ നിലനിന്നു. ജന്മിനാടുവാഴിത്തം വ്യാപിച്ചതോടെ രചനകളിലെ ബ്രാഹ്മണ-ക്ഷേത്ര കേന്ദ്രീകരണം അസാധ്യമായി പ്രാദേശികമായി നിലനിന്ന മൊഴിവഴക്കത്തിൽ (ഇതിനെയാണ് മലയാണ്മ എന്നും മലയാളം എന്നും വിളിച്ചത്) രചനകളും ആവിഷ്ക്കാരങ്ങളും വളർന്നുവന്നു. നിരവധി സംസ്കൃത രചനകൾ മലയാളത്തിലാക്കാൻ ആരംഭിച്ചു. അർത്ഥശാസ്ത്രം, ഇതിഹാസപുരാണങ്ങൾ, ചമ്പുക്കൾ, ഗണിത-ജോതിഷ ഗ്രന്ഥങ്ങൾ തുടങ്ങിയവയെല്ലാം മലയാളത്തിലാക്കപ്പെട്ടു. പൂർണ്ണമായ മൊഴിവഴക്കമെനുസരിച്ചല്ലാത്ത സങ്കരവഴക്കത്തിൽ (മണിപ്രവാളം) കാവ്യങ്ങളും പാട്ടുകളും രചിക്കപ്പെട്ടു. തമിഴ്പാട്ടെഴുത്തിനോടൊപ്പം സംസ്കൃതം പകർത്തിവെച്ചിരുന്ന ഗ്രന്ഥവും കൂടിച്ചേർന്ന് മലയാണ്മ എന്ന എഴുത്തുരൂപം സൃഷ്ടിക്കപ്പെട്ടു. അതിൽ നിന്നാണ് മലയാളം എഴുത്ത് വളർന്നുവന്നത്.

ജന്മി-കുടിയാൻ സമ്പ്രദായത്തിന്റെ വ്യാപനം മറ്റൊരുരൂപത്തിലേക്കു നയിച്ചു. മുമ്പു സൂചിപ്പിച്ച അടിയാളരുടെ പാട്ടുവഴക്കങ്ങളും ആവിഷ്ക്കാരങ്ങളും വ്യാപിക്കുകയും വിവിധ ജാതിവിഭാഗങ്ങളുടെ ആവിഷ്ക്കാരങ്ങൾക്കൂടി ഉൾക്കൊണ്ട് ശക്തമായ പാട്ടുരൂപങ്ങളായി വികസിക്കുകയും ചെയ്തു. അടിയാർ വിഭാഗങ്ങൾ കൂടാതെ, കാട്ടാളർ, തീരദേശവാസികൾ, കമ്മാളർ, ചെട്ടികൾ, ഈഴവർ, ജന്മികളായി മാറിയ നായന്മാർ തുടങ്ങിയവരുടെയെല്ലാം പാട്ടുരൂപങ്ങൾ വളർന്നു വരുന്നതായി കാണാം. എടനാടൻപാട്ട്, ചെങ്ങന്നൂർ ആദിപ്പാട്ട്, തെക്കൻ പാട്ടുകൾ, വടക്കൻ

പാട്ടുകൾ, തോറ്റങ്ങൾ തുടങ്ങിയ വളരെ സമ്പന്നമായ പാട്ടുവഴക്കങ്ങൾക്കു അവയെ പാടി ഫലിപ്പിക്കാനുള്ള പാട്ടുകാരുടെയും മേളക്കാരുടെയും അകമ്പടിയും ഉണ്ടായിരുന്നു. ഇവയുടെ നിലനിൽപ്പിന് എഴുത്തുരൂപങ്ങളെ ആശ്രയിച്ചില്ല എന്നതും ശ്രദ്ധേയമാണ്. കൂത്തും കൂടിയാട്ടവുമടക്കമുള്ള ക്ഷേത്രകലകൾ പ്രത്യേക ചാക്യാന്മാരുടെയും നമ്പ്യാർമാരുടെയും താളമേളങ്ങൾക്കുവേണ്ടി നിയോഗിക്കപ്പെട്ട പ്രത്യേക വിഷയങ്ങളുടെയും പരമ്പരകളുടെയും (ചിട്ടകൾ, സമ്പ്രദായങ്ങൾ) അടിസ്ഥാനത്തിൽ നിലനിന്നപ്പോൾ, പാട്ടുരൂപങ്ങൾ പ്രാദേശിക ജനവിഭാഗങ്ങളുടെ മൊത്തത്തിലുള്ള ആവിഷ്ക്കാരങ്ങളായി നിലനിന്നു. സ്വാഭാവികമായും അധീശവർഗ സമ്പ്രദായങ്ങളുടെ രൂപപരമായ ചിട്ടയും സമഗ്രതയും എപ്പോഴും പാട്ടുവഴക്കങ്ങളിൽ കാണാൻ കഴിയണമെന്നില്ല. കളമെഴുത്തും കോലങ്ങളും പോലെയുള്ള ആവിഷ്ക്കാരങ്ങളിൽ താന്ത്രികവിധികളെ പ്രാദേശിക ആവിഷ്ക്കാരങ്ങളുമായി പൊരുത്തപ്പെടുത്തി.

സവർണ്ണക്ഷേത്രങ്ങൾക്ക് സമാന്തരമായ ഉത്സവരൂപങ്ങളും വളർന്നുവന്നു. തെയ്യം, തിറ, പൂതങ്ങൾ, പൂരക്കളി, കലങ്കരി, തുടങ്ങിയവ ബ്രാഹ്മണക്ഷേത്ര സംസ്കാരത്തിനു പുറത്തായിരുന്നു വളർന്നുവന്നത്. ഇവയിൽ പലതിനും പൗരാണിക മതത്തിന്റെ സ്വാധീനമുണ്ടായിരുന്നു എന്നതു നേരാണ്. അതേ സമയം ആവിഷ്ക്കാര രൂപങ്ങൾ ക്ഷേത്രകലകളിൽ നിന്ന് സ്വതന്ത്രവുമായിരുന്നു. ഇവയിൽ തെയ്യം പോലുള്ള രൂപങ്ങളുടെ ചിട്ടകൾ പ്രാദേശിക ജാതിക്രമങ്ങളെ ഉൾക്കൊള്ളുന്നുണ്ട്. പിൽക്കാലത്ത് പാട്ടുരൂപങ്ങളും തുള്ളൽപോലുള്ള ആവിഷ്ക്കാരങ്ങളും ഇതിഹാസപുരാണ ഇതിവൃത്തങ്ങളെ ആവിഷ്ക്കരിക്കുന്നതിന് ഉപയോഗിക്കുന്നുണ്ട്. അതായത് പൗരാണിക മതത്തിന്റെ സ്വാധീനവും ഇതിഹാസ പുരാണ ഇതിവൃത്തങ്ങളും വ്യാപിക്കുമ്പോൾ തന്നെ അവ ആവിഷ്ക്കരിക്കുന്ന വിധം സംസ്കൃതാവിഷ്ക്കാരങ്ങളിൽ നിന്ന് ഭിന്നമാകുന്നുണ്ട് ചിലയിടങ്ങളിൽ ഇത്തരം ആവിഷ്ക്കാരങ്ങളുടെ ആവശ്യങ്ങളനുസരിച്ച് മൂലകഥ തന്നെ മാറ്റിമറിക്കപ്പെടുന്നു. ദേവീമാഹാത്മ്യത്തിലെ ദാരിക നിഗ്രഹത്തിന്റെ കഥ നമ്മുടെ തോറ്റം പാട്ടുകളിൽ മാറിമറിഞ്ഞുവരുന്നത് ഉദാഹരണമാണ്. രാമായണത്തിന്റെ കഥാതന്തു ഒന്നുതന്നെയാണെങ്കിലും അത് ആവിഷ്ക്കരിക്കുന്ന രീതികളിൽ ദേശകാലാധിഷ്ഠിതമായി മാറ്റം വരുന്നതും ശ്രദ്ധിക്കാം. ജൈനമതാധിഷ്ഠിതമായ നീലകേശിയുടെ കഥ നീലിയുടെ കഥയായി പല രീതികളിൽ പ്രത്യക്ഷപ്പെടുന്നുമുണ്ട്. ഇതിഹാസപുരാണങ്ങളുടെ ആഖ്യാനങ്ങളിൽ നിന്നു തികച്ചും വ്യത്യസ്തമായി പ്രാദേശികാനുഭവങ്ങളെയും ഓർമ്മകളെയും സമ്മേളിപ്പിക്കുന്ന രീതി നാട്ടുകലാരൂപങ്ങളിലുണ്ടായിരുന്നു.

പൗരാണിക മതം പിന്തുടരാത്തവരുടെ ആവിഷ്ക്കാരങ്ങളും താദാത്മ്യം പ്രാപിക്കുന്നത് പാട്ടുരൂപങ്ങളുമായാണ്. ജൂതരുടെ റമ്പാൻപാട്ട്, ക്രിസ്ത്യാനികളുടെ മാർഗം കളിപ്പാട്ട്, ചവിട്ടുനാടകങ്ങൾ മുസ്ലീങ്ങളുടെ

മാലപ്പാട്ടുകൾ, ഖിസ്സകൾ, പക്ഷിപ്പാട്ട്, കപ്പപ്പാട്ട് തുടങ്ങിയവയെല്ലാം പാട്ടുകളുമായാണ് ബന്ധപ്പെടുന്നത്. മലയാളം ഒരു തദ്ദേശീയമൊഴി വഴക്കമായി മാറുന്നതിനു പിന്നിൽ ഇത്തരത്തിലുള്ള ആവിഷ്ക്കാര സമവായം പ്രധാനമാണ് പതിനെട്ടാം നൂറ്റാണ്ടിൽ രൂപം കൊണ്ട തുള്ളലുകളിൽ ഈ വ്യത്യസ്തരീതികളുടെയും ശീലുകളുടെയും നാട്ടുരൂപങ്ങളുടെയും സമന്വയം കാണാം. തുള്ളലുകളിൽ സംഗീത രൂപങ്ങളും താളമേളങ്ങളുംകൂടി യോജിക്കുന്നുണ്ട് സംഗീതവും നൃത്തവും കഥപറച്ചിലും താളമേളങ്ങളും അഭിനയവുമെല്ലാം സമന്വയിക്കുന്ന രീതി കഥകളിയിലുണ്ട്. ഇതിന്റെ മറ്റൊരു രൂപം തോറ്റങ്ങളിലും പൂരക്കളിയിലും, പൊറാട്ട്, കോതാമുരി, കാക്കാരിശ്ശി മുതലായ ആവിഷ്ക്കാരങ്ങളിലും കാണാം. സംസ്കൃതപാരമ്പര്യത്തെക്കാൾ ഇത്തരം സമന്വയങ്ങളാണ് മലയാളഭാഷയെ ശക്തിപ്പെടുത്തിയത്.

പതിനെട്ടാം നൂറ്റാണ്ടിലെ കേരളസംസ്ക്കാരത്തിൽ ആധിപത്യം ജന്മി–നാടുവാഴിത്ത ശക്തികൾക്കു തന്നെയായിരുന്നു. കേരളത്തിൽ വന്ന യൂറോപ്യന്മാരെയും മിഷനറിമാരെയും ആദ്യഘട്ടത്തിൽ സ്വാധീനിക്കുന്നതും അതുതന്നെയാണ്. ക്രിസ്തുമത പ്രചരണത്തിനുപോലും സംസ്കൃത ജ്ഞാനം ആവശ്യമാണെന്ന ധാരണ ആദ്യഘട്ടത്തിൽ മിഷനറിമാർക്കുണ്ടായിരുന്നു. ക്രമേണ അതുമാറുകയും കേരളത്തിലെ ജനങ്ങളുമായി സംവദിക്കുന്നതിന് ശുദ്ധ മലയാളഭാഷതന്നെ ആവശ്യമാണെന്ന തിരിച്ചറിവുണ്ടാകുകയും ചെയ്തു. ക്ലെമന്റ് പിയാനിയസിന്റെ സംക്ഷേപ വേദാർത്ഥം പോലുള്ള കൃതികൾ സാധാരണ മലയാളത്തിൽ എഴുതപ്പെട്ടതാണ്. മലയാളത്തിന് ആദ്യമായി ഒരു നിഘണ്ടു സംഭാവന ചെയ്തതും സമഗ്രമായ ഒരു വ്യാകരണം തയ്യാറാക്കിയതും മിഷനറിമാരാണ്. മദ്ധ്യകാലത്ത് ആധാരങ്ങളിലും ഗ്രന്ഥവരികളിലുമൊതുങ്ങിയിരുന്ന മലയാളത്തിലെ ഗദ്യമെഴുത്തിനെ പൊതുവായ എഴുത്തുരൂപമാക്കിമാറുന്നതിനും മിഷനറിമാർക്ക് പങ്കുണ്ട്. മലയാള പദ്യങ്ങളിൽ നിന്ന് ഭിന്നമായി ഗദ്യമെഴുത്തിൽ ഇംഗ്ലീഷ് ഭാഷയിലുള്ള ഗദ്യത്തിന്റെ സ്വാധീനം പ്രത്യക്ഷപ്പെട്ടതും ഇതു കാരണമാണ്. അതുവരെ നിലനിന്ന ആധാരഭാഷയിൽനിന്നും ചമ്പു ഗദ്യത്തിൽനിന്നും ഭിന്നമായി, ക്രിയാബദ്ധമായ ലളിതവാക്യങ്ങളിലൂടെ ആശയങ്ങളെ അവതരിപ്പിക്കുന്ന രീതി മിഷനറിമാരുടെ സംഭാവനയാണെന്നും പറയാം. ഇതേ രീതി 18–ാം നൂറ്റാണ്ടിലെ നാടുവാഴികളുടെ കത്തുകളിലും കാണുന്നുണ്ട്.

കൊളോണിയൽ കാലഘട്ടത്തിലെ സാംസ്ക്കാരികപരിവർത്തനം

കൊളോണിയൽ കാലഘട്ടത്തിൽ കേരളസംസ്ക്കാരത്തിന് പരിവർത്തനം വന്നു. ജാതിക്രമത്തിൽ കൊളോണിയൽ അധികാരികൾ കാര്യമായി ഇടപെട്ടില്ല. മിഷനറിമാർ അവരുടെ മതപ്രചരണത്തിന്റെ ഭാഗമായി അടിയാന്മാരുടെയും തീരദേശവാസികളുടേയും മൊത്തത്തിൽ

അവർണവിഭാഗങ്ങളുടെയും ജീവിതരീതികളിൽ ഇടപെട്ടു. അവരുടെ ഇടയിൽ പടർന്നിരുന്ന അയിത്തത്തെക്കുറിച്ചുള്ള സങ്കല്പങ്ങളും ആചാരമര്യാദകളും മതപ്രചരണത്തിനു തന്നെ തടസ്സമായി വന്നു. ഇതിന്റെ ഫലമായി ജാതീയതയെ എതിർക്കേണ്ടത് മിഷനറിമാരുടെ ആവശ്യമായി. അടിയാരുടെ വിദ്യാഭ്യാസവും പുതിയ ജീവിതക്രമങ്ങളും മിഷനറി പ്രവർത്തനത്തിന്റെ ഭാഗമായി. അടിയാന്മാർ പൂർണമായി അജ്ഞതയിലും അന്ധവിശ്വാസങ്ങളിലും മുഴുകിയവരാണെന്നും അവരെ ഉദ്ധരിക്കേണ്ടുതും സംസ്കാരസമ്പന്നരാക്കേണ്ടതും മതപ്രചരണത്തിന്റെ ഭാഗമാണെന്നുമുള്ള ധാരണയാണ് മിഷനറിമാരുടെ നിലപാടിനു പിറകിൽ ഉണ്ടായിരുന്നത്. എൽ എം എസും സി എം എസും ബാസൽ മിഷനും അവരുടെ വിദ്യാലയങ്ങളിലേക്ക് അടിയാളരെ പ്രവേശിപ്പിച്ചു. കേരളത്തിൽ സമ്പന്നരായി വളർന്നുവന്ന ഈഴവർക്കു ആദ്യ ഘട്ടത്തിൽ ആധുനിക വിദ്യാഭ്യാസം ലഭിച്ചത് ഇവരുടെ സ്ഥാപനങ്ങളിലായിരുന്നു.

മുതലാളിത്ത കാഴ്ചപ്പാടിൽനിന്നുള്ള സമൂഹ്യ ഇടപെടലുകൾ ആദ്യം നടത്തുന്നത് മിഷനറിമാരാണ്. മിഷനറിമാരുടെ ആധുനിക സംസ്ക്കാരത്തിന്റെ വളർച്ചയ്ക്കുള്ള സംഭാവനകളെ പുകഴ്ത്തുന്ന രീതി അടുത്തകാലത്തുണ്ടായിട്ടുണ്ട്. വിദ്യാഭ്യാസം, ആരോഗ്യം, വ്യവസായം, ചില കാർഷിക രീതികൾ, പത്രപ്രവർത്തനവും അച്ചടിയും, ജാതി വ്യവസ്ഥയ്ക്കെതിരായ സമരം, സാമൂഹ്യപരിവർത്തനം തുടങ്ങിയവയിൽ മിഷനറിമാരുടെ സംഭാവനയെ വിലയിരുത്തി 'മിഷനറി ആധുനികത' മുതലായ പദപ്രയോഗങ്ങളും ചിലർ നടത്തുന്നുണ്ട്. ഉല്പാദനശക്തികളുടെ വളർച്ചയിലെ മുരടിപ്പുകൊണ്ട് ആന്തരികപരിവർത്തനം അസാധ്യമായ സമൂഹത്തിന് പുറമെ നിന്നുള്ള ഇടപെടൽ ആവശ്യമാകാമെന്ന മാർക്സിന്റെ നിരീക്ഷണത്തിന് സാധുതയേകുന്നതാണ് മിഷനറിമാരുടെ പ്രവർത്തനം. ആധുനിക മുതലാളിത്ത സംസ്കാരത്തിന്റെ ആധാരഘടകങ്ങളായ സ്വാതന്ത്ര്യം, സഹോദര്യം, സമത്വം, പുരോഗതി, മുതലായ ആശയങ്ങളെ അതേപടി കേരളത്തിൽ പകർത്താനല്ല മിഷനറിമാർ ശ്രമിച്ചതെന്നും ഓർക്കേണ്ടതാണ്. ഇന്ത്യാക്കാർ പ്രാകൃത ജനവിഭാഗമാണെന്ന കാര്യത്തിൽ മിഷനറിമാർക്ക് ഒരു സംശയവുമില്ലായിരുന്നു. പക്ഷേ, ഇവരെ പ്രാകൃതദശയിൽതന്നെ നിർത്തുകയല്ല വേണ്ടത്. അവരിൽ മാറ്റങ്ങൾ വരുത്തിക്കൊണ്ടുമാത്രമേ കൊളോണിയൽ ഭരണകൂടത്തെ നിലനിർത്താൻ സാധിക്കുകയുള്ളു എന്നും അവർക്ക് വ്യക്തമായിരുന്നു. ഇതിൽ മിഷനറിമാരും കൊളോണിയൽ ഭരണകൂടവും ഒരേ സ്വരത്തിൽ തന്നെയാണ് സംസാരിച്ചത്. ഈ പരിവർത്തനം ധാർമ്മികമായ പരിവർത്തനമായിരിക്കുമെന്നും മിഷനറിമാർ കരുതി. അതുകൊണ്ട് ജ്ഞാനോദയത്തിന്റെ അടിസ്ഥാനത്തിൽ രൂപംകൊണ്ട, ആധുനിക മുതലാളിത്ത സംസ്കാരത്തെ അതേപടി പകർത്തുകയല്ല മിഷനറിമാർ ചെയ്തത്. അടിയാളർക്കിടയിൽ നടത്തിയ മതപരിവർത്തനംപോലും ക്രിസ്ത്യൻ ധാർമ്മിക സംഹിതയ്ക്കുള്ളിൽ

അടിയാളരെ വരിഞ്ഞുകെട്ടാനുള്ള ശ്രമത്തിന്റെ ഭാഗമായിരുന്നു.

ആധുനിക വിദ്യാഭ്യാസം കൊണ്ടുവന്ന മാറ്റങ്ങൾ പ്രസക്തമാണ്. മുമ്പു സൂചിപ്പിച്ചതുപോലെ മദ്ധ്യകാലത്തുണ്ടായിരുന്ന അറിവിന്റെയും എഴുത്തിന്റെ വേർതിരിവ് ആധുനിക വിദ്യാഭ്യാസം ഇല്ലാതെയാക്കി. പുലയർ മുതൽ ബ്രാഹ്മണർവരെയുള്ള എല്ലാ ജാതികൾക്കും എഴുത്തും വായനയും അഭ്യസിക്കാമെന്നായി. എഴുത്തും കണക്കും കൂടാതെ സയൻസിന്റെയും പൗരധർമ്മത്തിന്റെയും (സാമൂഹ്യപാഠത്തിന്റെ ആദ്യരൂപം അതായിരുന്നു) പ്രാഥമികപാഠങ്ങളും അവർക്കു ലഭിച്ചു. മിഷനറി സ്കൂളുകളിൽ ഇവയോടൊപ്പം ബൈബിൾ പഠനവും മൂല്യബോധനവും ഉൾപ്പെടുത്തി. ജാതിസമൂഹത്തിൽനിന്ന് വ്യത്യസ്തമായ ജീവിത രൂപങ്ങളെയും ആശയസംഹിതകളെയും കുറിച്ചുള്ള ധാരണകൾ ജനങ്ങളിലെത്തി. ഈ ധാരണകൾ ക്രിസ്തുമത പ്രചരണത്തിനായി ഉപയോഗിക്കപ്പെട്ടുവെന്നത് നേരാണ് എങ്കിലും മുതലാളിത്ത സംസ്കൃതിയുടെ ഭാഗമായി വളർന്നുവന്ന മാനവികത, പുരോഗതി, പരിഷ്ക്കാരം, സ്വാതന്ത്ര്യം, സമത്വം മുതലായ ആശയങ്ങൾ കേരളത്തിലെ ജനവിഭാഗങ്ങളിലെത്തിയതും ഈ വഴിയാണ്.

അച്ചടിയുടെ വളർച്ചയും പത്രങ്ങളും ആനുകാലികങ്ങളും പുതിയ ആശയപ്രചരണത്തിൽ പ്രധാനപങ്കുവഹിച്ചു. മിഷനറിമാരടക്കം പത്രങ്ങളും ആനുകാലികങ്ങളും പ്രസിദ്ധീകരിച്ചത് മലയാളഭാഷയിലായിരുന്നു. ഇവ എത്തിച്ചേർന്നത് ആധുനിക സ്കൂൾ വിദ്യാഭ്യാസം ലഭിച്ചവരിൽ മാത്രമായിരുന്നില്ല. പരമ്പരാഗത കുടിപ്പള്ളിക്കൂടങ്ങളിൽ പഠിച്ചു, എഴുത്തും വായനയും അറിയുന്നവരിലേക്കും പുതിയ ആശയങ്ങൾ എത്തിയത് അച്ചടിയിലൂടെയാണ്. പുതുതായി ആരംഭിച്ച സർക്കാർ വിദ്യാലയങ്ങളിൽ അവർണ വിഭാഗങ്ങളെ അപ്പോഴും പ്രവേശിപ്പിച്ചിരുന്നില്ലെന്നോർക്കണം. അവർ എഴുത്തും വായനയും പഠിച്ചത് കുടിപ്പള്ളിക്കൂടങ്ങളിലാണ്. അവരിലേക്കും അച്ചടിച്ച കൃതികൾ എത്തിച്ചേർന്നു. അവർണ വിഭാഗങ്ങൾ ജാതിക്രമം സൃഷ്ടിച്ച വിലക്കുകളെ ആദ്യഘട്ടത്തിൽ മറികടന്നത് ഈ മാറ്റങ്ങൾ കൊണ്ടാണ്.

പരമ്പരാഗത ജന്മിനാടുവാഴി വിഭാഗങ്ങളിലും മാറ്റങ്ങളുണ്ടായി. അതിനുശേഷം കേരളത്തിലെ നാടുവാഴിത്തം ശ്രമിച്ചത് കൊളോണിയലിസം നടപ്പിലാക്കിയ പരിഷ്ക്കാരങ്ങൾക്ക് അംഗീകാരം നൽകുന്നതിനോടൊപ്പം അവരുടേതായ അധീശത്വം നിലനിർത്താനുള്ള ആശയസംഹിതകളും പ്രവർത്തനരൂപങ്ങളും സൃഷ്ടിക്കുകയായിരുന്നു. അതിനായി അവർ ഉപയോഗിച്ചത് സവർണ ആശയസംഹിതകളെ തന്നെയായിരുന്നു. പാരമ്പര്യ വിധിപ്രകാരമുള്ള സ്ഥാനാരോഹണചടങ്ങുകൾ, അത്തച്ചമയം, ആറാട്ട്, പൂരം, രേവതിപട്ടത്താനം പോലുള്ള രാജകീയ ഉത്സവങ്ങളും വിദ്വത് സദസ്സുകളും, സ്വാതിതിരുനാളിനെപ്പോലുള്ളവർ പ്രോത്സാഹിപ്പിച്ച

രാജസദസ്സുകൾ, എഴുത്തുകാർക്കും കവികൾക്കുമുള്ള പ്രോത്സാഹനം, സംസ്കൃതസാഹിത്യത്തിലുള്ള പാണ്ഡിത്യവും സാഹിത്യ രചനാശ്രമങ്ങളും, ഇങ്ങനെ നാടുവാഴിത്ത സംസ്കൃതിയെ നിലനിർത്താനും വളർത്തികൊണ്ടുവരാനുമുള്ള ശ്രമങ്ങൾ ഇക്കാലത്തു കാണാൻ കഴിയും. കൊടുങ്ങല്ലൂർ, കിളിമാനൂർ, പന്തളം മാവേലിക്കര തുടങ്ങി രാജഭരണത്തിന്റെ സാധ്യതകളില്ലാതിരുന്ന നാടുവാഴി കുടുംബങ്ങളാണ് തിരുവിതാംകൂറിനും കൊച്ചിയോടുമൊപ്പം നാടുവാഴി സംസ്കാരത്തിന്റെ കേന്ദ്രങ്ങളായിരുന്നത്. പ്രമുഖ നാടുവാഴി കുടുംബങ്ങളുടെ ആശ്രിതരായിരുന്ന ബ്രാഹ്മണരും അമ്പലവാസികളും നാടുവാഴി സംസ്കൃതിയെ പ്രോത്സാഹിപ്പിച്ചു. കഥകളിയും സോപാനസംഗീതവും കർണാടകസംഗീതവും നൃത്തവും കവിതാരചനയുമെല്ലാം നിലനിർത്തപ്പെട്ടത് നാടുവാഴി സംസ്കൃതിയുടെ ഭാഗമായാണ്. ഇതിഹാസ പുരാണകഥകളുടെയും സംസ്കൃതസാഹിത്യ കൃതികളുടെയും പരാവർത്തനങ്ങൾ മുതൽ വരേണ്യവർഗഭോഗലാലസതയുടെ അടയാളങ്ങളായ രചനകൾവരെ നാടുവാഴിസംസ്കൃതിയുടെ ഉല്പന്നങ്ങളായിരുന്നു. സ്വാതി തിരുനാളും കോട്ടയത്തു തമ്പുരാനും മുതൽ വെൺമണി പ്രസ്ഥാനവും കുഞ്ഞിക്കുട്ടൻ തമ്പുരാനുംവരെ ഈ സംസ്കൃതിയുടെ ഭാഗമായിരുന്നു.

നാടുവാഴി സംസ്കൃതിയുടെ നിലനിൽപ്പിന് പുറത്ത് മറ്റൊരു പ്രവണതയും ജന്മിവർഗത്തിനുള്ളിൽ വളർന്നുവന്നു. മലബാറിലെ ജന്മികുടുംബങ്ങളിൽപെട്ടവരാണ് ബ്രിട്ടീഷ് ഭരണത്തിൻ കീഴിൽ അധികാരി, മേനോൻ, കോൽക്കാരൻ, ശിരസ്തദാർ, കോടതി മുൻസിപ്പുമാരും, ജഡ്ജിമാരും മുതലായ തസ്തികകളിലെത്തിയത്. അവർക്ക് ഇംഗ്ലീഷ് വിദ്യാഭ്യാസം ആവശ്യമുണ്ടായിരുന്നു. ക്രമേണ ബ്രിട്ടീഷ് ഭരണസംവിധാനത്തിൽ കീഴിലുള്ള തസ്തികകളിൽ പ്രവേശിക്കാനായി ഇംഗ്ലീഷ് വിദ്യാഭ്യാസം നേടുന്നവരുടെ വിഭാഗം വളർന്നു വന്നു. കാർമലീത്താ പുരോഹിതനായ പൗളിനോസ്പാതിരി തിരുവിതാംകൂറിലെ കാർത്തിക തിരുനാൾ രാമവർമ്മയെ ഇംഗ്ലീഷ് പഠിപ്പിച്ചിരുന്നു. അതിനെത്തുടർന്ന് ഇംഗ്ലീഷ് പഠനം തിരുവിതാംകൂറിലെയും കൊച്ചിയിലെയും ഭരണവർഗങ്ങൾക്കിടയിലും പദവി ചിഹ്നമായി. സർക്കാർ എഴുത്തുകുത്തുകളും ഉത്തരവുകളുമെല്ലാം ഇംഗ്ലീഷിലായതും അധികാര ഭാഷയെന്ന നിലയിലുള്ള ഇംഗ്ലീഷിന്റെ പ്രാമാണ്യത്തെ വർദ്ധിപ്പിച്ചു. കോടതികൾ, കോളേജുകൾ, സർക്കാർ സ്ഥാപനങ്ങൾ, വാണിജ്യ വ്യവസായ സ്ഥാപനങ്ങൾ മുതലായവ വളർന്നു വന്നതോടെ പുതിയ തൊഴിൽ രൂപങ്ങൾക്ക് ഇംഗ്ലീഷ് അനിവാര്യമായി. അതിലൂടെ വളർന്നുവന്ന പുതിയ മധ്യവർഗം ഇംഗ്ലീഷ് പരിജ്ഞാനത്തെ പുതിയ സാംസ്കാരിക രൂപമായി മാറ്റുകയും ചെയ്തു. ഇംഗ്ലീഷ് പരിജ്ഞാനം പുതിയ സാംസ്കാരിക ബോധമായി മാറുന്നത് ഇക്കാലത്തെ പുതിയ ആവിഷ്ക്കാരങ്ങളിൽ പ്രത്യക്ഷപ്പെടുന്നു. ഷേക്സ്പിയറും മിൽട്ടണും വേർഡ്സ്

വർത്തും ഷെല്ലിയും കീറ്റ്സും ബൈറണുമെല്ലാം ആധുനിക ബോധത്തിന്റെ അളവു കോലായിത്തീർന്നു. ഇവരിൽനിന്നാണ് ആദ്യകാല നോവലുകളും കഥകളും വളർന്നുവരുന്നത്. നാടുവാഴി സംസ്കൃതിക്ക് എത്തിപ്പെടാൻ കഴിയാത്ത മേഖലയായിരുന്നു ഗദ്യ സാഹിത്യം. ആർച്ച് ഡീക്കൻകോശിയുടെ പുല്ലേലികുഞ്ചുവും കൊച്ചുതൊമ്മൻ അപ്പോത്തിക്കരിയുടെ പരിഷ്ക്കാരപ്പാതിയും അപ്പുനെടുങ്ങാടിയുടെ കുന്ദലതയും ചന്തുമേനോന്റെ ഇന്ദുലേഖയും നിലവിലുള്ള ആവിഷ്ക്കാര രൂപങ്ങളുടെ പൊളിച്ചെഴിത്തായിരുന്നു. ഇതിഹാസ പുരാണ കഥകളെയും നാടുവാഴികളുടെ അനുഭവങ്ങളെയും കേന്ദ്രീകരിച്ചുള്ള ആഖ്യാനങ്ങൾക്കു പകരം സമകാലീന സാമൂഹ്യവിഷയങ്ങൾ കഥകളുടെ പ്രമേയങ്ങളായി വന്നതാണീ മാറ്റം. ('ഗോത്തിക്' ഇംഗ്ലീഷ് നോവലുകളുടെ മാതൃക സ്വീകരിച്ച കുന്ദലതയായിരുന്നു ഇതിന് അപവാദം). ഡിക്കൻസും ഹാർഡിയും കൂടാതെ അധീശവർഗത്തെ ശക്തമായി വിമർശിച്ച ജി. ഡബ്ല്യു. എഫ് റെയ്നോൾഡ്സിന്റെ നോവലുകൾക്കും മിസസ് ഹെൻറി വുഡിന്റെയും എലിസബത്ത് ഗാസ്ക്കലിന്റെയും നോവലുകൾക്കും പ്രചാരം കിട്ടുന്നുണ്ട്. ഇതുപോലുള്ള മാറ്റമാണ് കവിതാരചനയിൽ കുമാരനാശാൻ തന്റെ 'വീണപൂവി'ലൂടെ നടത്തിയത്.

നാടുവാഴിത്ത സംസ്കൃതിയും ജന്മി വർഗത്തിന്റെ ഉള്ളിലെ മാറ്റങ്ങളും 19–ാം നൂറ്റാണ്ടിലെ പരിവർത്തനം പരിശോധിക്കാനുള്ള അളവുകോലുകളാകില്ല. അത് പരിശോധിക്കേണ്ടത് കോളനി വാഴ്ചയും ജന്മിനാടുവാഴിത്തവും ഒരു പോലെ ചൂഷണം ചെയ്ത ജനവിഭാഗങ്ങളുടെ ചെറുത്തു നില്പുകളിലൂടെയാണ്. ഈ ചെറുത്തുനില്പുകളുടെ ഒരു തലം മുമ്പു അവതരിപ്പിച്ചിട്ടുണ്ട് വേലുത്തമ്പിയുടെയും പഴശ്ശിയുടെയും കലാപങ്ങൾ ഇ എം എസ് നിർദ്ദേശിച്ച നാടുവാഴി ദേശീയത (Nationalism of the Gentry) എന്ന ഗണത്തിൽ പെടുമെങ്കിൽ മാപ്പിളമാരുടെ ആദ്യകാലകലാപങ്ങൾക്ക് മത ബോധത്തിന്റെ സ്വാധീനമുണ്ടായിരുന്നു. എന്നാൽ തിരുവിതാംകൂറിലും കൊച്ചിയിലുമുണ്ടായ പ്രതിരോധത്തിന് വ്യത്യസ്തമായ മുഖങ്ങളാണുണ്ടായിരുന്നത്.

പത്തൊമ്പതാംനൂറ്റാണ്ടിൽ തിരുവിതാംകൂറിലും കൊച്ചിയിലും ഭൂവുടമാബന്ധങ്ങളിൽ വരുത്തിയ അഴിച്ചുപണി സാമ്പത്തികരംഗത്ത് പുതിയ വർഗങ്ങളുടെ ഉദയത്തിന് കാരണമായി. പരമ്പരാഗതരീതിയിലുള്ള കൃഷിയും കച്ചവടവും ചെയ്ത് ഒരു ധനിക മധ്യവർഗം വളർന്നുവന്നു. ചെറിയതോതിലാണെങ്കിൽപ്പോലും ഇത് സമൂഹത്തിൽ ജാതികൾ തമ്മിലുള്ള തർക്കങ്ങളിൽ കലാശിച്ചു. പ്രൊട്ടസ്റ്റന്റ് ക്രൈസ്തവസഭകളായ ലണ്ടൻ മിഷണറി സൊസൈറ്റിയും (എൽ.എം.എസ്) ചർച്ച് മിഷണറി സൊസൈറ്റിയും (സി.എം.എസ്) കീഴാളജാതിയിൽപ്പെട്ടവരെ മതപരിവർത്തനം ചെയ്യിക്കാനാരംഭിച്ചത് സാമൂഹ്യധ്രുവീകരണത്തിന് ആക്കം കൂട്ടി. പത്തൊമ്പതാംനൂറ്റാണ്ടിൽ തിരുവിതാംകൂർ കൊച്ചിപ്രദേശങ്ങളി

ലുണ്ടായ സാമ്പത്തികമായ വികാസത്തിന്റെയും ക്രൈസ്തവസഭകളുടെ ഇടപെടലിന്റെയും ഭാഗമായിട്ടാണ് വിവേചനത്തിനെതിരായ ബോധമുയരുന്നതും പ്രക്ഷോഭങ്ങളായി പ്രത്യക്ഷപ്പെടുന്നതും.

പത്തൊമ്പതാം നൂറ്റാണ്ടിന്റെ ആദ്യദശകങ്ങളിൽ തെക്കൻതിരുവിതാംകൂറിലുണ്ടായ ചാന്നാർ കലാപം സാമൂഹികമായി ദൂരവ്യാപകമായ പ്രത്യാഘാതങ്ങളുണ്ടാക്കിയതായിരുന്നു. എൽ.എം.എസ് മിഷണറിമാരുടെ പ്രേരണയാൽ ചാന്നാർ സ്ത്രീകൾ കുപ്പായം ധരിച്ച് മാറുമറച്ചുകൊണ്ട് പള്ളികളിൽ പോയതാണ് ലഹളയുടെ പ്രത്യക്ഷമായ ഹേതു. പരമ്പരാഗതമായ വേഷവിധാനത്തിൽ ഏതു ജാതിയിൽപ്പെട്ടവരായിരുന്നാലും ആണും പെണ്ണും കുപ്പായം ധരിക്കുകയോ രണ്ടാംമുണ്ട് മാറുമറയ്ക്കാനായി ഉപയോഗിക്കുകയോ ചെയ്തിരുന്നില്ല. കമ്പനിയുടെ പ്രതിപുരുഷനായ കേണൽ മൺറോയാണ് തിരുവിതാംകൂറിലെ ദിവാൻ. അദ്ദേഹമാണ് 1814-ൽ ക്രിസ്തുമതത്തിൽ ചേർന്ന ചാന്നാർ സ്ത്രീകൾക്ക് കുപ്പായം ധരിക്കാമെന്ന ഉത്തരവിറക്കിയത്. ഇതേത്തുടർന്നാണ് കലാപമുണ്ടാകുന്നത്. ജന്മിമാരുടെ പാടത്ത് ആഴ്ചയിലൊരുദിവസം അടിയാളന്മാർ പണിചെയ്യാനെത്തിയില്ലായെന്നതും സ്ത്രീകൾ പതിവിനു വിപരീതമായി കുപ്പായം ധരിച്ചതുമാണ് പ്രകോപനത്തിനിടയാക്കിയത്. കൂട്ടത്തിൽ പുതിയതായി പള്ളിയിൽ ചേർന്നവർ മലയാളവും ഇംഗ്ലീഷും പഠിച്ച് വേദപുസ്തകങ്ങളിലെ കാര്യങ്ങൾ പ്രസംഗിക്കാൻ തുടങ്ങിയതും സവർണജാതിക്കാരെ പ്രകോപിതരാക്കി. എൽ.എം.എസ് പള്ളിയിൽപ്പോയ ചില ചാന്നാർ സ്ത്രീകൾ പുരോഹിതന്മാർ ദാനമായി നൽകിയ വസ്ത്രം കൊണ്ട് മാറുമറച്ച് പെരുവഴിയിലൂടെ നടന്നുപോയതും പള്ളിയിൽ ചേർന്നവർ പണിയിടങ്ങളിൽ പോയി ഊഴിയ വേല ചെയ്യാതെ പള്ളിയിൽപ്പോയി പ്രാർഥന കൈക്കൊണ്ടതുമാണ് ചാന്നാർ സ്ത്രീകളെയും പുരോഹിതന്മാരെയും ആക്രമിക്കുന്ന അവസ്ഥയിൽ സവർണരെ കൊണ്ടു ചെന്നെത്തിച്ചത്. നാലു താലൂക്കുകളിൽ ലഹള വ്യാപിക്കുകയും ചെയ്തു.

പള്ളിയിൽ ചേർന്നവർക്ക് പരമ്പരാഗതമായി ലഭിച്ചിരുന്ന അടിയാളപ്പണി പല ജന്മിമാരും നിഷേധിച്ചു. പള്ളിയിൽ ചേർന്നതു കൊണ്ട് പട്ടിണിയിലകപ്പെട്ടവർക്ക് പുതിയ തൊഴിൽ നൽകി ആശ്വാസമേകാൻ മിഷണറിമാർ മുൻകയ്യെടുത്തു. അങ്ങനെയാണ് നാഗർകോവിലിലും പരിസരത്തും നെയ്ത്ത്, മരപ്പണി, ഇരുമ്പുപണി തുടങ്ങിയ തൊഴിലുകൾ പഠിപ്പിക്കുന്ന സ്ഥാപനങ്ങളും അതോടൊപ്പം തൊഴിൽശാലകളും തുടങ്ങിയത് പള്ളികളെത്തന്നെ പള്ളിക്കൂടമാക്കി മാറ്റുകയും മലയാളം, തമിഴ്, ഇംഗ്ലീഷ് തുടങ്ങിയ ഭാഷകളും കണക്കും അടിസ്ഥാനശാസ്ത്ര വിഷയങ്ങളും പഠിപ്പിച്ചു തുടങ്ങിയത്. ഇത് നിലവിലിരുന്ന ആശാൻപ്പള്ളിക്കൂടങ്ങൾക്കപ്പുറം ഏറ്റവും അടിയാർ ജാതിയിൽപ്പെട്ടവർക്കും വിദ്യാഭ്യാസത്തിനുള്ള അവസരമൊരുക്കി. എൽ.എം.എസ് മിഷണറിമാർ നാഗർകോവിലിൽ 1821-ൽ തുടങ്ങിയ അച്ചുകൂടം അറിവിനെ ജനകീയവൽക്കരി

ക്കാൻ പ്രാപ്തമാക്കി. ഓലയും എഴുത്താണിയും മാത്രം ഉപയോഗിച്ചിരുന്ന രീതിക്ക് മാറ്റം വരികയും കടലാസും പെൻസിലും രംഗപ്രവേശം ചെയ്യുകയും ചെയ്തു. അറിവിന്റെ നിശ്ശബ്ദമായ വ്യാപനം സാമൂഹിക തലത്തിലും ഭരണതലത്തിലും പ്രതികരണങ്ങളുണ്ടാക്കി. സർക്കാർ തന്നെ സാമ്പത്തികസഹായം നൽകി നാട്ടുഭാഷാ വിദ്യാലയങ്ങൾ ആരംഭിച്ചു. അതിന്റെ തുടർച്ചയായി ഇംഗ്ലീഷു വിദ്യാലയം തുടങ്ങി. സർക്കാർവക അച്ചുകൂടവും നിലവിൽ വന്നു. ഇത്തരം സംരംഭങ്ങൾക്ക് സാമ്പത്തികമായി അഭിവൃദ്ധിപ്പെട്ടുകൊണ്ടിരുന്ന മധ്യവർഗത്തിന്റെ പിന്തുണ ലഭിക്കുകയും ചെയ്തു.

പള്ളികളും പള്ളിക്കൂടങ്ങളും വഴി വിദ്യാഭ്യാസം നേടിയ അടിയാള ജാതിക്കാരും, മിഷണറിമാരും സർക്കാരും തുടങ്ങിയ വിദ്യാലയങ്ങൾ വഴി അക്ഷരാഭ്യാസം നേടിയ മധ്യവർഗവും തിരുവിതാംകൂറിന്റെ സാമൂഹികരംഗത്ത് നവചലനങ്ങൾ സൃഷ്ടിച്ചു. ബ്രിട്ടീഷിന്ത്യൻ പ്രവിശ്യകളിൽ അടിമത്തം അവസാനിപ്പിച്ച രീതിയിൽ തിരുവിതാംകൂറിലും അടിമവ്യാപാരം അവസാനിപ്പിക്കാൻ മിഷണറിമാർ സർക്കാരിൽ സ്വാധീനം ചെലുത്തി. തൽഫലമായി 1854–ൽ സർക്കാർ അടിമത്തം നിരോധിച്ചുകൊണ്ടുള്ള ഉത്തരവിറക്കി. കയറുൽപ്പാദനത്തിലും നാവികമേഖലയിലും ചെറിയതോതിൽ യന്ത്രവൽക്കരണം തുടങ്ങിയിരുന്ന കാലഘട്ടമായിരുന്നു അത്. പരമ്പരാഗതമായ ജാതിത്തൊഴിലുകൾ ഉപേക്ഷിച്ച് മറ്റ് തൊഴിലുകൾ ചെയ്യാൻ ജാതിവിലക്കു കാരണം പലരും സന്നദ്ധരായിരുന്നില്ല. ജാതിത്തൊഴിൽ ഉപേക്ഷിക്കണമെന്ന ബോധത്തിലേക്ക് നിരക്ഷരരായ അടിയാളസമൂഹം എത്തിയിരുന്നുമില്ല. അതേസമയം യന്ത്രവൽക്കരണം ആരംഭിച്ചമേഖലകളിൽ തൊഴിലാളികളെ ആവശ്യവുമായിരുന്നു. അടിമത്ത നിരോധനം തൊഴിൽ ശക്തിയുടെ ചലനാത്മകത വർധിപ്പിച്ചു.

അടിമവ്യാപാരം തിരുവിതാംകൂറിൽ നിലവിലുണ്ടായിരുന്നു. ഇവിടുത്തെ മിക്കവാറും എല്ലാ ചന്തകളോടുമനുബന്ധിച്ച് അടിമകളെ വാങ്ങുകയും വിൽക്കുകയും ചെയ്യും. എല്ലാ തുറമുഖങ്ങളിൽനിന്നും അടിമകളെ കയറ്റി അയച്ചിരുന്നതായി രേഖപ്പെടുത്തപ്പെട്ടിട്ടുണ്ട്. ഡച്ചുകാരുടെ ഇവിടുത്തെ ഏറ്റവും ആദായകരമായ കയറ്റുമതി അടിമകളായിരുന്നു. മലബാറിൽനിന്നുള്ള ജന്മിമാർ ധാരാളമായി അരിയും തേങ്ങയുമായി വന്ന് കപ്പൽ നിറയെ അടിമകളെ കയറ്റിക്കൊണ്ടു പോയതായി ബർബോസ രേഖപ്പെടുത്തിയിട്ടുണ്ട്. ക്ഷാമകാലങ്ങളിൽ ബ്രാഹ്മണരൊഴികെയുള്ള എല്ലാ ജാതികളിലുംപെട്ട ആളുകളെ തുറന്ന കമ്പോളങ്ങളിൽ വിൽപ്പന നടത്തുമായിരുന്നു. മിക്കവാറും എല്ലാ ചന്ത ദിവസങ്ങളിലും ചങ്ങനാശ്ശേരിയിൽ രക്ഷിതാക്കളോ അവരുടെ ബന്ധുക്കളോ കുട്ടികളെ വിൽപനക്ക് കൊണ്ടുവരിക പതിവായിരുന്നുവെന്ന് റവറണ്ട് ഹാർലി ബേക്കർ ജൂനിയർ രേഖപ്പെടുത്തിയിട്ടുണ്ട്.

ഇവയ്ക്ക് പുറമേയാണ് ഇവിടെ നിലവിലിരുന്ന മറ്റ് നിർബന്ധിത അദ്ധ്വാന രൂപങ്ങൾ. ഇത്തരം നിർബന്ധിത ജോലികളിൽ നിയോഗിക്കപ്പെട്ടവർ ഈഴവരും വാലന്മാരുമായിരുന്നു. ഇവർ സർക്കാർ സ്ഥാപനങ്ങളായ താന, ചവുക്ക, പ്രവൃത്തികച്ചേരി, എക്സൈസ് ഓഫീസ്, ജില്ലാ കച്ചേരി, ഉപ്പളം എന്നിവിടങ്ങളിൽ മാറിമാറി ജോലി ചെയ്യണമായിരുന്നു. ക്രിസ്തുമതത്തിലേക്ക് പരിവർത്തനം ചെയ്യപ്പെട്ട അധഃകൃതർക്ക് ഇതിൽ നിന്ന് ചെറിയ ഇളവുകൾ ലഭിച്ചിരുന്നു. അവരെ ഞായറാഴ്ചകളിലും ഹിന്ദുമത സംബന്ധമായ ജോലികളിലും നിയോഗിച്ചിരുന്നില്ല. ചില അടിയന്തിരങ്ങൾക്ക് കറി സാമാനങ്ങൾ മസാല മുതലായവ ഏൽപ്പിച്ചുകൊള്ളാമെന്ന വ്യവസ്ഥയിന്മേൽ വസ്തുക്കൾ നൽകപ്പെട്ടിരുന്നവരാണ് 'വിരുത്തിക്കാർ' അങ്ങാടിനിരക്കിൽ നിന്ന് വളരെ കുറഞ്ഞ വിലയ്ക്ക് സാമാനങ്ങൾ ഏൽപ്പിക്കാൻ ഇവർ നിർബന്ധിതരായിരുന്നു.

പല നിയന്ത്രണങ്ങളും കൊണ്ടുവന്നിരുന്നെങ്കിലും അവയൊന്നും ഫലവത്തായിരുന്നില്ല. തിരുവിതാംകൂർ ഭരണാധികാരിയായിരുന്ന റാണി ഗൗരിലക്ഷ്മി ഭായിയാണ് അടിമവേലകളിൽ നിയന്ത്രണമേർപ്പെടുത്തികൊണ്ടുള്ള രാജകീയ വിളംബരം പുറപ്പെടുവിച്ചത്. അടിമത്തം അവസാനിപ്പിക്കുന്നതിനെക്കുറിച്ച് സർക്കാർതലത്തിൽ ആലോചനകൾ നടത്തിയിരുന്നുവെങ്കിലും ഭൂവുടമകൾ കൃഷി അധഃപതിച്ചു പോകുമെന്ന് വാദിച്ചിരുന്നതിനാൽ നടപ്പാക്കിയില്ല. പുതിയതായി നിർമ്മിക്കപ്പെട്ട മൺറോ തുരുത്തിൽ മിഷനറിമാർ ഭൂരഹിതരായ അടിയാരെ പുനരധിവസിപ്പിച്ചു. ബെഞ്ചമിൻ ബെയ്‌ലി, ബേക്കർ മുതലായ മിഷനറിമാർ അടിമസമ്പ്രദായം നിരോധിക്കണമെന്നാവശ്യപ്പെട്ട് നിവേദനം നൽകി. ഉത്രം തിരുനാളിന്റെ കാലത്ത് 1854 ൽ അടിമത്തം നിരോധിച്ചുകൊണ്ടുള്ള ഉത്തരവ് പുറപ്പെടുവിച്ചു. കൊച്ചിയിലും ഇതേകാലത്ത് ഉത്തരവ് നിലവിൽവന്നു. ബ്രിട്ടീഷ് ഗവൺമെന്റ് 1792 ൽ തന്നെ മലബാറിൽ അടിമത്തം നിരോധിച്ചിരുന്നു. നിരോധനങ്ങൾ നിലവിലുണ്ടായിരുന്നെങ്കിലും രഹസ്യമായി അടിമക്കച്ചവടം തുടർന്നുകൊണ്ടേയിരുന്നു. ജന്മിമാരും അടിമവേലക്കാരും തമ്മിലുള്ള രഹസ്യ ധാരണയുടെ അടിസ്ഥാനത്തിലാണ് ഇത് തുടർന്നത്. നിയമത്തിലെ പഴുതുകൾ ഇത് തുടരുന്നതിന് അനുകൂലമായ സാഹചര്യവുമുണ്ടാക്കി.

അടിമ വിരുദ്ധ പ്രഖ്യാപനത്തിന്റെ ഉദ്ദേശ ലക്ഷ്യങ്ങളെക്കുറിച്ച് വ്യത്യസ്തമായ നിരീക്ഷണങ്ങൾ നിലവിലുണ്ട്. ജാതി അടിമത്തം കൂലി അടിമത്തമായി മാറുകയാണുണ്ടായത് എന്ന നിരീക്ഷണമാണ് ഇതിൽ പ്രബലമായത്. ജന്മിമാരുടെ ഭൂമിയിൽ നിന്ന് മോചിപ്പിക്കപ്പെട്ടവർ തോട്ടമേഖലയിലെ ദിവസവേതനക്കാരായി മാറി. ആധുനിക കൂലിത്തൊഴിലാളിയായി മാറിയപ്പോഴും ജാതിവ്യവസ്ഥ ഉൽപ്പാദിപ്പിച്ച അന്യവൽക്കരണത്തിൽനിന്ന് അവർ മോചിപ്പിക്കപ്പെട്ടില്ല എന്ന വാദവും നിലനിൽക്കുന്നുണ്ട്.

അടിയാളരിലെ അധമബോധത്തെ ദൂരീകരിച്ച് ആത്മാഭിമാനമുള്ള മനുഷ്യരാക്കി രൂപാന്തരപ്പെടുത്തുന്നതിന് മിഷനറിമാർ പരിശ്രമിച്ചു. അടിമകളുടെ കുട്ടികൾക്ക് ഇംഗ്ലീഷ് വിദ്യാഭ്യാസം നൽകുന്നതിന് അവർ പ്രഥമ പരിഗണന നൽകി. അവരെ അന്ധവിശ്വാസങ്ങളിൽ നിന്ന് മോചിപ്പിക്കാനും ശുചിത്വബോധമുള്ളവരാക്കിമാറ്റാനും പരിശ്രമിച്ചു. അടിമകളോട് കാണിച്ചിരുന്ന ഈ താൽപ്പര്യം സവർണ ജാതിക്കാർക്ക് സ്വീകാര്യമായിരുന്നില്ല. അവർ അടിമക്കുട്ടികളെ പഠിപ്പിക്കാനും മതപരിവർത്തനം നടത്താനുമുള്ള ശ്രമങ്ങളെ ശക്തമായെതിർത്തു. പഠിക്കാൻ വരുന്നവരെ മർദ്ദിച്ചോടിച്ചും പഠിപ്പിക്കാൻ തയ്യാറാക്കുന്നവരെ സമൂഹത്തിൽനിന്ന് പുറത്താക്കിയും അവരിതിനെ പ്രതിരോധിച്ചു. അടിമകൾക്ക് സ്വാതന്ത്ര്യം നൽകിയത് കാർഷിക ചിലവുകൾ ഉയരുന്നതിനും മറ്റു ബുദ്ധിമുട്ടുകൾ ഉണ്ടാക്കുന്നതിനും കാരണമായിരിക്കുകയാണെന്നവർ പരാതിപ്പെട്ടു. ഇത്തരം സമ്മർദ്ദ തന്ത്രങ്ങൾ നീതിക്കും തുല്യതയും ദളിതർക്ക് ലഭ്യമാക്കുന്നതിന് തടസ്സങ്ങളായി. ദളിതരടക്കമുള്ള അവർണ്ണ ജാതികളെല്ലാം പൊതു ഉദ്യോഗങ്ങളിൽനിന്നും വിദ്യാഭ്യാസസ്ഥാപനങ്ങളിൽനിന്നും അകറ്റി നിർത്തപ്പെട്ടു. പുലയരടക്കമുള്ള അസ്പൃശ്യ ജാതികൾക്ക് അങ്ങാടികളിലും നഗരങ്ങളിലും പ്രവേശിക്കാനുള്ള അനുമതി തുടർന്നും നിഷേധിക്കപ്പെട്ടു. ഇത്തരം പരാധീനതകളെ ചൂണ്ടിക്കാണിച്ചുകൊണ്ടുള്ള കൊല്ലം ദിവാൻ പേഷ്ക്കാർ 1869 ൽ അയച്ച റിപ്പോർട്ട് ഇതിനെല്ലാം കാരണം ജനസംഖ്യയിൽ ഭൂരിപക്ഷമായ ഉയർന്ന ജാതിക്കാരുടെ അജ്ഞതയും അവരനുഭവിക്കുന്ന വിശേഷ അവകാശങ്ങളുമാണെന്ന് ചൂണ്ടിക്കാണിച്ചു എന്നാൽ പുത്തനുണർവ് സൃഷ്ടിക്കുന്ന വിദ്യാഭ്യാസ സമ്പ്രദായം കാലക്രമത്തിൽ ഇവകളെല്ലാം ഇല്ലാതാക്കിക്കൊള്ളുമെന്ന ശുഭപ്രതീക്ഷയും ഈ റിപ്പോർട്ട് പ്രകടിപ്പിക്കുന്നുണ്ട്.

ഇത്തരത്തിൽ വളർന്നുവന്ന വൈരുദ്ധ്യങ്ങൾ മറ്റു രീതികളിലും സമൂഹത്തിൽ പ്രകടിപ്പിക്കപ്പെട്ടു. നാടുവാഴിത്തം പ്രോത്സാഹിപ്പിച്ച സവർണനീതി ക്രമം അടിയാരിൽ മാത്രമല്ല എല്ലാ പിന്നോക്കവിഭാഗങ്ങളിലും എതിർപ്പുണ്ടാക്കി. 1850 കളിൽ ആറാട്ടുപുഴ വേലായുധപ്പണിക്കർ നടത്തിയ ജാതീയതയ്ക്കെതിരായ പ്രതിരോധവും സവർണരെ വെല്ലുവിളിച്ചു നടത്തിയ ക്ഷേത്രപ്രതിഷ്ഠയും ഉദാഹരണമാണ്. അതുപോലെ ശ്രീവൈകുണ്ഠസ്വാമി ജാതിബന്ധങ്ങളെ പൂർണ്ണമായി നിരാകരിക്കുകയും ആധ്യാത്മികതയിൽ അധിഷ്ഠിതമായ മാനവികതയിൽ ഊന്നുകയും ചെയ്തു. തൈക്കാട് അയ്യാസാമി ജാതിവിരുദ്ധ മാനവികാശയങ്ങൾ തിരുവനന്തപുരത്തു പ്രചരിപ്പിച്ചു. ചട്ടമ്പിസ്വാമികളും നാരായണഗുരുവും അദ്ദേഹത്താൽ സ്വാധീനിക്കപ്പെട്ടിരുന്നു.

നവോത്ഥാനം എന്നു കേരളത്തിൽ വിളിക്കപ്പെടുന്ന സാമൂഹ്യമുന്നേറ്റത്തിന്റെ ആധാരശിലകളായി ചൂണ്ടിക്കാണിക്കാവുന്ന വസ്തുതകൾ താഴെപറയുന്നവയാണ്.

- കൊളോണിയൽ വാഴ്ചയിൽ വന്ന സാമൂഹ്യസാമ്പത്തിക മാറ്റങ്ങൾ ജാതി ജന്മിനാടുവാഴിത്ത വ്യവസ്ഥയിലെ സാമൂഹ്യബന്ധങ്ങളിൽ മാറ്റം വരുത്തി. കർഷകരിൽ ഒരു വിഭാഗം സാമ്പത്തികമായി മുമ്പോട്ടു വന്നപ്പോൾ മണ്ണിൽ പണിയെടുക്കുന്നവരും കൈത്തൊഴിൽക്കാരുമായ വിഭാഗം കൂടുതൽ ചൂഷണം ചെയ്യപ്പെട്ടു.
- അച്ചടിയും വിദ്യാഭ്യാസവും സർക്കാരിലും അല്ലാത്തതുമായ പുതിയ തൊഴിലുകളും ചേർന്ന് പുതിയ സാമൂഹ്യാവബോധത്തിനുള്ള അന്തരീക്ഷം സൃഷ്ടിച്ചു. മതപരിവർത്തനത്തിന്റെയും സാംസ്ക്കാരിക മാറ്റത്തിന്റെയും ലക്ഷ്യങ്ങളുമായി കേരളത്തിലെത്തിയ മിഷണറിമാരും അനുകൂലമായ കളമൊരുക്കി.
- വളർന്നുവന്ന പുതിയ സാമൂഹ്യരൂപങ്ങൾ ജാതി ജന്മി നാടുവാഴിത്തത്തിന്റെ മര്യാദകളെയും മാമൂലുകളെയും പ്രതിരോധിക്കുകയും അതിനായി ആധ്യാത്മികതയെയും ആധുനിക ഭൗതിക പരികല്പനകളെയും ഉപയോഗിക്കുകയും ചെയ്തു. ഇക്കാലത്തു വളർന്നുവന്ന സംഘരൂപങ്ങൾ ക്രമേണ പ്രതിരോധത്തിന് രാഷ്ട്രീയ മുഖം നൽകി.

ഈ പശ്ചാത്തലത്തിലാണ് നാം നവോത്ഥാനം എന്നു വിളിക്കുന്ന സാമൂഹ്യമുന്നേറ്റത്തെ പരിശോധിക്കേണ്ടത്.

നവോത്ഥാനത്തിന്റെ മൂന്നുപടികൾ

കേരളീയ നവോത്ഥാനത്തിന്റെ മൂന്നുപടികളായി ഇ എം എസ് വിശേഷിപ്പിച്ചതിലൊന്ന് ഇന്ദുലേഖയുടെ പ്രസിദ്ധീകരണമാണ് (1889). മറ്റു രണ്ടെണ്ണം അരുവിപ്പുറം പ്രതിഷ്ഠയും(1888) മലയാളി മെമ്മോറിയലും (1891) ആയിരുന്നു. ഇന്ദുലേഖയെഴുതുന്നതിന് ചന്തുമേനോൻ മാതൃകയായി സ്വീകരിച്ചത് ഇംഗ്ലണ്ടിലെ ജനപ്രിയ എഴുത്തുകാരിയായ മിസിസ് ഹെൻറിവുഡിന്റെ നോവലുകളാണ്. ഗാർഹിക അന്തരീക്ഷത്തിൽ നടക്കുന്ന സംഘർഷങ്ങളെ കേന്ദ്രീകരിക്കുന്ന മിസ്സിസ് വുഡിന്റെ ആഖ്യാനരീതി കേരളത്തിലെ ഒരു മരുമക്കത്തായ തറവാട്ടിലേക്കു പറിച്ചുനട്ടപ്പോൾ ഗൗരവമുള്ള സാമൂഹ്യ സംഘർഷത്തിന്റെ ആഖ്യാനമായി അത് മാറി. സമാന സ്വഭാവമുള്ള, പലനിലവാരത്തിലുള്ള നിരവധി കൃതികളുടെ രചനയ്ക്ക് ഇന്ദുലേഖ പ്രേരകമായിത്തീർന്നു. സർ വാൾട്ടർ സ്കോട്ടിന്റെ ചരിത്രപരമായ റൊമാൻസുകളെ ഉപജീവിച്ചെഴുതിയ സി വി രാമൻപിള്ളയുടെ ചരിത്രാഖ്യായികകൾ വൻതോതിൽ സ്വാധീനം ചെലുത്തി. ക്ഷേത്രങ്ങളെയും കോവിലകങ്ങളെയും കേന്ദ്രീകരിച്ച നാടുവാഴി സംസ്കൃതിയുടെ ആഖ്യാനങ്ങളുടെ പൊളിച്ചെഴുത്താണ് ഈ രചനകൾ നടത്തിയത്.

മധ്യകാലത്ത് ആധിപത്യം നേടിയ ക്ഷേത്രസങ്കല്പത്തിന്റെ

പൊളിച്ചെഴുത്താണ് നാരായണഗുരു അരുവിപ്പുറം പ്രതിഷ്ഠയിലൂടെ നടത്തിയത്. മുമ്പ് സൂചിപ്പിച്ചതുപോലെ, മദ്ധ്യകാല ക്ഷേത്രസങ്കല്പം അവർണരെ പൂർണമായി പടിപ്പുരയ്ക്കും മതിൽക്കെട്ടുകൾക്കും പുറത്തുനിർത്തി. സവർണ ദൈവങ്ങളെ ആരാധിക്കുന്നതിൽ പോലും അവർണർ വിലക്കപ്പെട്ടു. ക്ഷേത്രം പണിയാൻ ഒരു സ്ഥലവും ദൈവസങ്കല്പവും (വിഗ്രഹമായും അല്ലാതെയും) ഉണ്ടെങ്കിൽ ആർക്കും ദേവാരാധന നടത്താമെന്നാണ് ഗുരു തെളിയിച്ചത്. മദ്ധ്യകാലത്തു നിലനിന്ന സ്ഥലീയമായ വിലക്കുകളും പൊളിക്കപ്പെട്ടു. ഭൂമിയുടെ മേൽ ആർക്കും കുത്തകയവകാശമില്ല. അതിന്റെ അടിസ്ഥാനത്തിൽ പാവനതയോ വിശുദ്ധിയോ നിർണയിക്കാനും കഴിയില്ല. ഭൂമിയിലെ ഏതു സ്ഥലവും ആർക്കും ഉപയോഗിക്കാം, പാവനമായി കണക്കാക്കാം. ജാതിക്രമത്തിന്റെ അടിസ്ഥാന ശിലകളിലൊന്ന് അവിടെ തകരുകയായിരുന്നു.

അരുവിപ്പുറം പ്രതിഷ്ഠ ആദ്യത്തെ ഇത്തരം പ്രതിഷ്ഠയുമായിരുന്നില്ല എന്ന് നമുക്കറിയാം. 1855 ൽ ആറാട്ടുപുഴ വേലായുധപ്പണിക്കരും 1870 ൽ തപസ്വി ഓമലൻ ചരൽക്കുന്നിനു സമീപമുള്ള മയിലാടും പാറയിലും ഇത്തരം പ്രതിഷ്ഠകൾ നടത്തിയിരുന്നു. ഗുരു വിജയിച്ചത് സവർണമേൽക്കോയ്മക്കെതിരായ കേരളവ്യാപകമായ പ്രസ്ഥാനമായി ഇത്തരം പ്രതിഷ്ഠകളെ വളർത്തുന്നതിലാണ്.

ജാതിജന്മിനാടുവാഴിത്തത്തിനെതിരായ ശക്തമായ വെല്ലുവിളിയായിരുന്നു മലയാളി മെമ്മോറിയൽ. ബ്രിട്ടീഷ് ആധിപത്യത്തിൽ പാരമ്പര്യത്തിന്റെയും നാടുവാഴിത്ത ആശയസംഹിതകളുടെയും അടിസ്ഥാനത്തിൽ സ്വന്തം അധികാരം നിലനിർത്താൻ ശ്രമിച്ച തിരുവിതാംകൂർ രാജാക്കന്മാർ അതിനു തക്ക ഭരണസംവിധാനം സൃഷ്ടിക്കാനും ശ്രമിച്ചു. മഹാരാഷ്ട്രയിൽനിന്നും തമിഴ്നാട്ടിൽനിന്നുള്ള ബ്രാഹ്മണരാണ് പ്രധാന സർക്കാർ പദവികളിലെല്ലാം നിയമിക്കപ്പെട്ടത്. പാരമ്പര്യത്തെ കൊളോണിയൽ ആശയസംഹിതകളുമായി പൊരുത്തപ്പെടുത്തുന്നതിൽ വിദഗ്ധരായിരുന്നു വെങ്കിടറാവുവിനെയും മാധവറാവുവിനെയും പോലുള്ള ദിവാന്മാർ. തിരുവിതാംകൂറിൽ പുതിയതായി ഇംഗ്ലീഷ് വിദ്യാഭ്യാസം നേടിയ പുതിയ സർക്കാർ തൊഴിലുകൾക്ക് അർഹരായ മദ്ധ്യവർഗവും ഭരണകൂടത്തിന്റെ ആശയ സംഹിതകളും തമ്മിലുള്ള വൈരുദ്ധ്യമാണ് മലയാളി മെമ്മോറിയലിലൂടെ പ്രകടമായത്. 19-ാം നൂറ്റാണ്ടിന്റെ അവസാനം സ്വന്തം ആവശ്യങ്ങൾ കൊളോണിയൽ ഭരണകൂടത്തെ ബോധ്യപ്പെടുത്താൻ ഇന്ത്യൻ മദ്ധ്യവർഗം സ്വീകരിച്ച മെമ്മോറിയലുകളുടെ രീതി തന്നെയാണ് തിരുവിതാംകൂറിലെ മദ്ധ്യവർഗവും സ്വീകരിച്ചത്. അതുകൂടാതെ ഒരു പ്രദേശത്തിലെ ആസ്തികളും തൊഴിൽ സാദ്ധ്യതകളും അതാതു പ്രദേശത്തുകാർക്കാണ് എന്ന ദേശീയമായ ആശയം ആദ്യമായി അവതരിപ്പിക്കുന്നതും മലയാളി മെമ്മോറിയലാണ്.

നവോത്ഥാനത്തിന്റെ വിവിധതലങ്ങൾ

കേരള നവോത്ഥാനം വിവിധതലങ്ങളിൽ ചർച്ചചെയ്യപ്പെട്ടിട്ടുള്ളതുകൊണ്ട് അതിന്റെ വിശദാംശങ്ങളിലേക്ക് ഇവിടെ കടക്കുന്നില്ല. നമ്മുടെ ചർച്ചക്ക് പ്രസക്തം എന്നു കരുതുന്ന ചില അംശങ്ങൾ മാത്രമാണ് ഇവിടെ പ്രതിപാദിക്കുന്നത്. ജാതിജന്മി നാടുവാഴിത്തത്തിനെതിരായ സാമൂഹ്യ അവബോധത്തിന്റെ വളർച്ചയാണ് ഏറ്റവും പ്രധാനം. നാരായണഗുരു, ചട്ടമ്പി സ്വാമികൾ, അയ്യങ്കാളി, പൊയ്കയിൽ അപ്പച്ചൻ, സഹോദരൻ അയ്യപ്പൻ, വാഗ്ഭടാനന്ദൻ, ബ്രഹ്മാനന്ദ ശിവയോഗി തുടങ്ങിയവർ നിരവധി രീതികളിൽ ഈ അവബോധത്തെ വളർത്തിയെടുത്തു. അയിത്തത്തിലും അനാചാരത്തിലും അധിഷ്ഠിതമായ ജാതിക്രമം മനുഷ്യസമത്വത്തിലും തുല്യാവകാശങ്ങളിലും ഊന്നിയുള്ള മാനവികതയ്ക്കെതിരാണെന്നും ജാതിരഹിതമായ സമൂഹത്തിലേക്കുള്ള നീക്കം അനിവാര്യമാണെന്നും ഇവർ വാദിച്ചു. അതിനുവേണ്ടി ഇവർ കണ്ടെത്തിയ മാർഗങ്ങൾ വിവിധമായിരുന്നു. നാരായണഗുരുവിനെയും ചട്ടമ്പി സ്വാമികളെയും സംബന്ധിച്ചിടത്തോളം ആധ്യാത്മികതയായിരുന്നു പുതിയ മാനവികതയുടെ അടിത്തറ. ജാതിബന്ധമല്ലാത്ത തൊഴിൽ രൂപങ്ങളെയും നീതിക്രമത്തിന്റെ വളർച്ചയെയും അവർ പ്രോത്സാഹിപ്പിച്ചു. അയിത്തത്തിന്റെ വിലക്കുകളെയും അനാചാരങ്ങളെക്കുറിച്ചുള്ള ധാരണകളെയും പ്രായോഗികതലത്തിൽ അതിലംഘിച്ച അയ്യൻകാളി അടിയാളരുടെ വിദ്യാഭ്യാസപരവും അധ്വാനപരവുമായ വളർച്ചയിലാണ് ഊന്നിയത്. അടിയാളരുടെ ഇടയിലുള്ള അസംഖ്യം ഉപജാതികൾ ഈ വളർച്ചയ്ക്ക് പ്രതിബന്ധമാകുമെന്ന് കണ്ട അയ്യൻകാളി അത്തരം വേർതിരിവുകൾക്കെതിരെയും ശബ്ദിച്ചു. സാധുജനം എന്ന പ്രയോഗം തന്നെ ഈ തിരിച്ചറിവിന്റെ ഭാഗമായി ഉണ്ടായതാണ്. അടിയാള വിഭാഗത്തിൽ ജനിച്ച് മാർത്തോമാസഭയിൽ ചേരുകയും പിന്നീട് സ്വതന്ത്രനായി പ്രത്യക്ഷരക്ഷാ ദൈവസഭ എന്ന പ്രസ്ഥാനം ആരംഭിക്കുകയും ചെയ്ത പൊയ്കയിൽ കുമാരൻ എന്ന അപ്പച്ചൻ ഏക ദൈവവിശ്വാസത്തിലും ആധ്യാത്മികതയിലും അടിയുറച്ച പൊതുമാനവികതയെയാണ് വിഭാവനം ചെയ്തത്. ജാതി മര്യാദകളെ അതിലംഘിച്ചുകൊണ്ടേ ഈ പൊതുമാനവികത സാധ്യമാകയുള്ളൂ. ബ്രഹ്മാനാന്ദശിവയോഗി പ്രപഞ്ച

വാഗ്ഭടാനന്ദൻ

ചട്ടമ്പിസ്വാമികൾ

ത്തെക്കുറിച്ച് ഭൗതികവാദ നിലപാടു കൈക്കൊണ്ടപ്പോൾ അദ്ദേഹത്തിന്റെ ശിഷ്യനായ വാഗ്ഭടാനന്ദൻ ആത്മീയ നിലപാടിലേക്കു പോവുകയും അതേ സമയം തൊഴിൽ ഘടനയിലും സ്ത്രീ ജീവിതത്തിലും മാറ്റംവരുത്തുന്ന ഭൗതികമായ ഇടപെടലുകൾ നടത്തുകയും ചെയ്തു. പരസ്പര സഹായസ്വഭാവമുള്ള ഐക്യനാണയസംഘങ്ങളും പ്രസിദ്ധമായ ഊരാളുങ്കൽ തൊഴിൽ കരാർ സംഘവും ഇതിന്റെ ഫലമാണ്. വാഗ്ഭടാനന്ദൻ സ്ഥാപിച്ച ആത്മവിദ്യാസംഘം സ്ത്രീത്തൊഴിലുകൾ സംഘടിപ്പിക്കുന്നതിലും മുന്നിൽ വന്നു. ആദ്യഘട്ടത്തിൽ ബുദ്ധമതത്തിന്റെ സ്വാധീനത്തിലും പിന്നീട് ഭൗതികവാദപരമായും ജാതിക്രമങ്ങളെ നേരിട്ട പ്രസ്ഥാനമായിരുന്നു സഹോദര പ്രസ്ഥാനം. സഹോദരൻ അയ്യപ്പനും സഹപ്രവർത്തകരും ചേർന്ന് വളർത്തിക്കൊണ്ടുവന്ന മിശ്രഭോജനം, മിശ്രവിവാഹം മുതലായ രീതികൾ ജാതിവിലക്കുകളെ അതിലംഘിക്കുന്നതിൽ പ്രധാന പങ്കുവഹിച്ചു. കെ പി കറുപ്പൻ തീരദേശാസികൾ നേരിട്ട വിലക്കുകളെ അതിലംഘിക്കുന്നതിൽ മുൻകയ്യെടുത്തു. അദ്ദേഹത്തിന്റെ നേതൃത്വത്തിൽ നടന്ന കായൽസമ്മേളനം പുലയർക്ക് പൊതു ഇടങ്ങൾ സൃഷ്ടിക്കാനുള്ള ധീരമായ തന്ത്രമായി. കൊണ്ടുവരുന്നതിൽ പ്രധാന പങ്കുവഹിച്ചു. കണ്ണൂരിൽ ആനന്ദ തീർത്ഥൻ, തൃശ്ശൂരിൽ ബോധാനന്ദൻ തുടങ്ങിയവരും അധ:സ്ഥിതരെ സംഘടിപ്പിക്കുന്നതിൽ മുൻകയ്യെടുത്തു.

ജന്മികുടിയാൻ വൈരുദ്ധ്യങ്ങളും ആദ്യം പ്രകടിപ്പിക്കപ്പെട്ടത് ഇതേ കാലത്തുതന്നെയായിരുന്നു. 19–ാം നൂറ്റാണ്ടിന്റെ ആദ്യത്തിൽ മലബാറിലെ ജന്മിമാരെ നികുതിദായക കർഷകരായി കണക്കാക്കിയെങ്കിലും പിൽക്കാലത്ത് കാർഷികബന്ധങ്ങളിൽ വന്ന മാറ്റങ്ങൾ ബ്രിട്ടീഷ് ഭരണകൂടത്തെ പുനരന്വേഷണത്തിന് പ്രേരിപ്പിച്ചു. 1981–82 ൽ വില്യംലോഗൻ നേതൃതം കൊടുത്ത ടെനൻസി കമ്മീഷന്റെ റിപ്പോർട്ട് കാണക്കുടിയാന്മാർ എന്നു വിളിക്കപ്പെട്ട ഇടനിലകുടിയാന്മാരുടെ അവകാശങ്ങളെ ന്യായീകരിച്ചു കൊണ്ടുള്ളതായിരുന്നു. അതിനോടൊപ്പം നേതൃത്വം കൊടുത്ത മലബാർമാര്യേജ് കമ്മീഷൻ മലബാറിൽ നിലനിന്ന മരുമക്കത്തായം വ്യവസ്ഥയെ പുനരവലോകനം ചെയ്തു. ഭൂവുടമകൾ പിന്തുടർച്ചാവകാശത്തെ മരുമക്കൾവഴി തുടരുന്ന രീതിയിൽ മാറ്റം വരുത്തണമെന്നും പിതൃദായക്രമം അംഗീകരിക്കണമെന്നും നിർദ്ദേശിച്ചു. അതോടെ ജന്മിമാരും കുടിയാന്മാരും തമ്മിലുള്ള വൈരുദ്ധ്യം രംഗത്തു വന്നു. കാണക്കുടിയാന്മാരുടെ ഭീഷണിയെ നേരിടാനും മലബാർ മാര്യേജ്

കമ്മീഷൻ നിർദ്ദേശിച്ച പരിഷ്ക്കാരങ്ങൾക്ക് പ്രതിവിധി കണ്ടെത്താനുമാണ് കേരളജന്മിസഭ ഉണ്ടായത്. കാണക്കുടിയാന്മാരുടെ അവകാശങ്ങൾക്കുവേണ്ടി കുടിയാന്മാരും സംഘടിച്ചു. 19-ാം നൂറ്റാണ്ടിലെ മാപ്പിളകലാപങ്ങളിലും 1921 ലെ മലബാർ കലാപത്തിലും പ്രകടമായ ജന്മി കുടിയാൻ വൈരുദ്ധ്യം സംഘടിതരൂപം കൈക്കൊണ്ടത് ഇക്കാലത്തായിരുന്നു.

1896 ൽ സമർപ്പിക്കപ്പെട്ട ഈഴവ മെമ്മോറിയലിൽ ഈഴവരുടെ വിദ്യാഭ്യാസം, സർക്കാർ തൊഴിലുകളിലേക്കുള്ള പ്രവേശനം മുതലായ ആവശ്യങ്ങളും ഉന്നയിച്ചിരുന്നു. ഇത്തരം ആവശ്യങ്ങളോട് സർക്കാർ കൈക്കൊണ്ട നിസ്സഹകരണ മനോഭാവം ഈഴവരെ സ്വതന്ത്രമായി സ്കൂളുകൾ തുടങ്ങുന്നതിലേക്കും കേരളത്തിനു പുറത്ത് തൊഴിൽ തേടി പോകുന്നതിലേക്കും നയിച്ചു. ഡോ. പൽപ്പു മൈസൂർ മെഡിക്കൽ സർവീസിലും കുമാരനാശാൻ കൽക്കത്തയിലും എത്തിയത് അങ്ങനെയാണ്. 20-ാം നൂറ്റാണ്ടിന്റെ ആദ്യം ക്രിസ്ത്യാനികൾ അവരുടെ വ്യക്തിനിയമത്തിനുവേണ്ടിയുള്ള സമ്മർദ്ദം ഉയർത്തുകയും പി ചെറിയാന്റെ നേതൃത്വത്തിൽ ഒരു കമ്മീഷൻ നിയമിക്കപ്പെടുകയും ചെയ്തു. ചെറിയാൻ കമ്മീഷന്റെ ശുപാർശ പ്രകാരമുണ്ടായ ക്രിസ്ത്യൻ വിവാഹമോചനനിയമം, വിവാഹത്തിലും വിവാഹമോചനത്തിനുമുള്ള പള്ളികളുടെ അവകാശങ്ങളെ പരിരക്ഷിക്കുന്നതായിരുന്നു. ഇത്തരത്തിൽ ജനവിരുദ്ധമായും വരേണ്യതാല്പര്യങ്ങൾക്കനുകൂലമായുള്ള തിരുവിതാംകൂറിന്റെ നടപടികൾ വളർന്നുവരുന്ന മദ്ധ്യവർഗത്തെ ചൊടിപ്പിച്ചു. ഇതിനോടൊപ്പം രാജകുടുംബത്തിനുള്ളിലെ അഴിമതികൾ കൂടി പുറത്തുവരാൻ തുടങ്ങിയതോടെ പ്രതിരോധം ശക്തമായി. മറ്റൊരു പരിഷ്ക്കർത്താവായ വക്കം മൗലവി ആരംഭിച്ച *സ്വദേശാഭിമാനി* പത്രത്തിലൂടെ തുടർച്ചയായി ലേഖനങ്ങൾ എഴുതി ഭരണകൂടത്തെ വെല്ലുവിളിച്ച കെ രാമകൃഷ്ണപിള്ള 1910 സെപ്തംബർ 26 ന് തിരുവിതാംകൂറിൽ നിന്ന് നാടുകടത്തപ്പെട്ടു. ഇംഗ്ലണ്ടിലെ പുരോഗമന-സോഷ്യലിസ്റ്റ് ചിന്തകരുടെ സ്വാധീനം അദ്ദേഹത്തിൽ പ്രകടമായിരുന്നു. അദ്ദേഹത്തിന്റെ ഭാര്യ ബി കല്യാണി അമ്മ സജീവ വനിതാ പ്രവർത്തകയും 'ശാരദ' എന്ന വനിതാ പ്രസിദ്ധീകരണത്തിന്റെ പത്രാധിപരുമായിരുന്നു.

നവോത്ഥാനം വ്യക്തികളും സംഘടനകളും

മുൻ സൂചിപ്പിച്ച അടിയാളരുടെ മുന്നേറ്റത്തിന്റെ സ്വാധീനം നവോത്ഥാനത്തിന്റെ വ്യത്യസ്ത തലങ്ങളിൽ കാണാം. ചട്ടമ്പിസ്വാമികളും ശ്രീനാരായണഗുരുവും ബ്രഹ്മാനന്ദശിവയോഗിയും വാഗ്ഭടാനന്ദനുമടക്കമുള്ള പരിഷ്ക്കർത്താക്കളുടെ ആദ്യതലമുറ മാനവികതയിലൂന്നിയുള്ള സന്ദേശമാണ് നൽകുന്നത്. ഈ മാനവികതയ്ക്ക് ജാതിജന്മിനാടുവാഴിത്തത്തോടുള്ള പ്രതിരോധത്തിന്റെ രൂപമുണ്ട്. ചട്ടമ്പിസ്വാമികൾ ബ്രാഹ്മണാധിപത്യത്തെ നിരാകരിച്ച് അബ്രാഹ്മണരുടെതായ പ്രാചീന

മലയാളത്തിന്റെ സൃഷ്ടിയെ സങ്കല്പിക്കുന്നു. ഒരു മതമെന്ന നിലയിൽ ക്രിസ്തുമതവുമായി പോരാടിയ സ്വാമി അതിലെ മാനവിക സങ്കല്പ ങ്ങളെ അംഗീകരിക്കുന്നുമുണ്ട്. നാരായണ ഗുരുവിനെ സംബന്ധിച്ചിട ത്തോളം മാനവികത ജാതി മത നിരപേക്ഷമായ മാനവസമുദായമാണ്. ക്രമേണ മാനവികതയെ ശിവയോഗി പ്രകൃതിയുമായുള്ള പാരസ്പര്യ ത്തെയും മാനസികാനന്ദത്തെയും കുറിച്ചുള്ള അന്വേഷണമായും; വാഗ്ഭടാനന്ദൻ ചൂഷണത്തിൽ നിന്നും അനീതിയിൽ നിന്നുമുള്ള മോചനമായും മാറ്റുന്നു. വാഗ്ഭടാനന്ദൻ അതിനോടൊപ്പം മനുഷ്യാവ കാശം, ദേശീയ സ്വാതന്ത്ര്യസമരം, ഹരിജനോദ്ധാരണം, ഖാദി പ്രചരണം, മദ്യവർജ്ജനം, ആധ്യാത്മിക ഉണർവ് തുടങ്ങിയവയെയും പ്രോത്സാഹിപ്പിച്ചു. സിദ്ധസമാജത്തിന്റെ സ്ഥാപകനായ ശിവാനന്ദൻ സാമുദായിക ജീവിതത്തെ വ്യക്തിബന്ധങ്ങൾ സൃഷ്ടിക്കുന്ന പ്രശ്നങ്ങളെ അതിജീവിക്കാനുള്ള ഉപാധിയായി കണ്ടു. ഇത്തരം ആശയങ്ങൾ സാമൂഹ്യമോചനപ്പോരാട്ടങ്ങൾക്കുള്ള ഉപാധികളായി മാറുന്നത് പൊയ്കയിൽ കുമാരഗുരു (പൊയ്കയിൽ അപ്പച്ചൻ)വിന്റെയും അയ്യൻകാളിയുടെയും കെ പി കറുപ്പന്റെയും പ്രവർത്തനത്തിലാണ്.

പൊയ്കയിൽ കുമാരഗുരു

പത്തനംതിട്ട ജില്ലയിലെ ഇരവിപേരൂരിൽ സ്ഥാപിക്കപ്പെട്ട പ്രത്യക്ഷ രക്ഷാദൈവസഭയുടെ സ്ഥാപകനായിരുന്നു പൊയ്കയിൽ കുമാരഗുരു ദേവൻ. ശങ്കരമംഗലം എന്ന ക്രിസ്തീയ ജന്മി കുടുംബത്തിലെ അടിമക ളായിരുന്ന കണ്ടൻ ലച്ചി ദമ്പതിമാരുടെ മൂന്നാമത്തെ മകനായിട്ടാണ് 1879 ഫെബ്രുവരി 17 ന് കൊമരൻ ജനിച്ചത്. ശങ്കരമംഗലത്തുകാർ മാർത്തോമാ സഭക്കാരായിരുന്നതുകൊണ്ട് അവരുടെ അടിയാന്മാരെയും ആ സഭക്കാ രാക്കി. സഭയിൽ ചേർന്നവരെങ്കിലും അവരെ പള്ളിക്കകത്ത് പ്രവേശിപ്പിച്ചിരുന്നില്ല. അടിമ ജാതികളെക്കുറിച്ച് ബൈബിളിൽ പരാമർശി ക്കാത്തതിനാൽ മാരാമൺ കൺവെൻഷ നിൽനിന്ന് അവരെ വിളിച്ചിറക്കി ഇരവിപേ രൂരേക്ക് കൊണ്ടുവന്നു അപ്പച്ചൻ. അപ്പ ച്ചന്റെ നിലപാടുകൾ മാർത്തോമാ സഭയ്ക്ക് അസ്വീകാര്യമായിരുന്നതി നാൽ അദ്ദേഹത്തെ സഭയിൽനിന്ന് പുറത്താക്കി. ഇതിനുശേഷം 1905 ലാണ് പ്രത്യക്ഷ രക്ഷാദൈവസഭ എന്ന പുതിയ പ്രസ്ഥാനം ദളിതരുടെ ഉയർച്ചയും ആത്മീയ പരിവർത്ത നവും ലക്ഷ്യമാക്കി സ്ഥാപിച്ചത്.

പൊയ്കയിൽ കുമാരഗുരു

അടിമജാതികളായ പറയർ, കുറവർ, പുലയർ, എന്നീ കീഴാളജാതികളുടെ ഉന്നമനമായിരുന്നു പൊയ്കയിൽ അപ്പച്ചന്റെ ആത്യന്തിക ലക്ഷ്യം. ഇവരുടെയിടയിലുള്ള ജാതീയമായ വേർതിരിവുകൾ, അനാചാരങ്ങൾ, അന്ധവിശ്വാസങ്ങൾ എന്നിവ ഇല്ലാതാക്കാൻ അദ്ദേഹം ആത്മാർത്ഥമായി പരിശ്രമിച്ചു. കേരളത്തിൽ അവർണ്ണർക്ക് സഞ്ചാര സ്വാതന്ത്ര്യം നിഷേധിക്കപ്പെട്ട ഒരു കാലത്താണ് പൊയ്കയിൽ അപ്പച്ചനും കൂട്ടരും സഞ്ചാരപ്രസംഗങ്ങളും യോഗങ്ങളും നടത്തിയത്. കീഴാള ജാതിക്കാർ വെള്ളവസ്ത്രം ധരിച്ച് പൊതുവഴിയിലൂടെ നടത്തിയ സഞ്ചാരം ജാതിയുടെ സീമകൾ ലംഘിക്കുന്നതായിരുന്നു. ഇത്തരം സമീപനം കാരണം പലപ്പോഴും ശാരീരിക ആക്രമണങ്ങളെയും ഇവർക്ക് നേരിടേണ്ടി വന്നിരുന്നു.

കുമാരഗുരുദേവന്റെ സാമൂഹിക പ്രവർത്തനങ്ങളിൽ മതിപ്പുതോന്നിയ ശ്രീമൂലംതിരുനാൾ മഹാരാജാവ് അദ്ദേഹത്തെ ശ്രീമൂലം പോപ്പുലർ അസംബ്ലിയിലും ശ്രീമൂലം പ്രജാസഭയിലും നാമനിർദ്ദേശം ചെയ്തു. ഇവിടെ അദ്ദേഹം നടത്തിയ ഇടപെടലുകളെല്ലാം കീഴാള ജാതികളുടെ പൊതുവായ അവകാശങ്ങൾ സ്ഥാപിച്ചു കിട്ടുന്നതിന് വേണ്ടിയുള്ളതായിരുന്നു. സ്കൂളുകൾക്ക് അംഗീകാരം ലഭിക്കുക, കീഴാള വിഭാഗങ്ങൾക്ക് ഇംഗ്ലീഷ് വിദ്യാഭ്യാസം ലഭ്യമാക്കുക, പുതുവൽ ഭൂമി പതിച്ചു നൽകുക, പുല്ലുകച്ചവടത്തിന് സ്ഥലവും സ്വാതന്ത്ര്യവും നൽകുക, തൊഴിൽശാലകൾക്ക് അംഗീകാരവും ഗ്രാന്റും നൽകുക, കീഴാളർക്ക് നേരെയുള്ള അതിക്രമങ്ങളും വിവേചനങ്ങളും അവസാനിപ്പിക്കുക, കീഴാള സ്ത്രീകൾക്ക് പ്രജാസഭയിൽ പ്രാതിനിധ്യം നൽകുക തുടങ്ങിയ ആവശ്യങ്ങളാണ് ഇദ്ദേഹം സർക്കാരിന് നൽകിയ നിവേദനങ്ങളിൽ ഉൾപ്പെട്ടിരുന്നത്.

അയ്യൻകാളി

തിരുവനന്തപുരത്തിനടുത്തു വെങ്ങാനൂരിലാണ് അയ്യൻകാളി ജനിച്ചത്. സ്വന്തം സമുദായത്തിലെ യുവാക്കളുമൊത്ത് കായികാധ്വാനവും കൂട്ടായ്മയുമായി കഴിഞ്ഞുകൂടുന്ന അയ്യൻകാളിയുടെ പെരുമാറ്റം വെങ്ങാനൂരിലെ ജന്മിമാരിൽ അസ്വസ്ഥതയുണ്ടാക്കി. അവർ കാളിയെ ധിക്കാരിയെന്ന് വിളിച്ചു. അയ്യൻകാളിയും കൂട്ടുകാരും കായികാഭ്യാസപഠനത്തിലും ഏർപ്പെട്ടിരുന്നു. തങ്ങളോട് ജന്മിമാർ കാണിക്കുന്ന അനീതിയോടും ക്രൂരതകളോടുമുള്ള പ്രതിഷേധം അയ്യൻകാളിയിൽ നുരഞ്ഞുപൊന്തി. മൃഗങ്ങൾപോലും ഇഷ്ടാനുസരണം നടക്കുന്ന വഴിയിൽകൂടി അധ:കൃതർ നടക്കാൻ പാടില്ലെന്ന നിയമം കാളിയെ നൊമ്പരപ്പെടുത്തി. മനുഷ്യരെന്ന നിലയിലുള്ള തങ്ങളുടെ അസ്തിത്വമാണ് ചോദ്യം ചെയ്യപ്പെടുന്നതെന്ന ബോധം അയ്യൻകാളിയിൽ ശക്തമായി. ഇത് തന്റെ കൂട്ടുകാരുമായി പങ്കു

വെച്ച അയ്യൻകാളി ഈ നീചമായ അവസ്ഥ അവസാനിപ്പിക്കേണ്ടതാണെന്ന ബോധം അവരിലുണർത്തി. ഇതിനോടുള്ള പ്രതിഷേധം പ്രകടിപ്പിച്ചത് വെങ്ങാനൂരിലെ പൊതുവഴിയിലൂടെ വില്ലുവണ്ടിയിൽ സഞ്ചരിച്ചുകൊണ്ടായിരുന്നു. 1893 ലാണ് വില്ലുവണ്ടിയിൽ സഞ്ചരിച്ചുകൊണ്ടുള്ള നിയമലംഘനം അയ്യൻകാളി നടത്തിയത്. ഇത് സഹിക്കാനാവാത്ത ജാതി മേധാവിത്തം അയ്യൻകാളിയെ വഴിയിൽ തടഞ്ഞു. പുറത്തേക്കിറങ്ങിയ കാളി വഴി തടഞ്ഞവരെ ധീരമായി നേരിട്ടു.

അയ്യൻകാളി

നീതിക്ക് വേണ്ടി കലാപം ചെയ്യാനുള്ള തീരുമാനം അയ്യൻകാളിപ്പടക്ക് ജന്മം നൽകി. പൊതുവഴി ആരുടെയും സ്വന്തമല്ലെന്ന് പ്രാഖ്യാപിച്ച് കാളിയും കൂട്ടരും അയിത്ത ജാതിക്കാർക്ക് ഉണർവ്വും ആത്മവിശ്വാസവും നൽകി ഗ്രാമങ്ങൾതോറും സഞ്ചരിച്ചു. സഞ്ചാര സ്വാതന്ത്ര്യപ്രക്ഷോഭത്തിന്റെ ഭാഗമായി നടന്നതാണ് 1899 ലെ ചാലിയാർ തെരുവ് സംഘട്ടനം. സഹപ്രവർത്തകരുമായി ചേർന്ന് പ്രവേശനമില്ലാത്ത തെരുകളിൽകൂടി പരസ്യമായി നടന്ന് നിയമലംഘനം നടത്തിയ അവരെ ചാലിയാർ തെരുവിൽ സവർണ്ണ സംഘം തടഞ്ഞു. ഈ സംഘട്ടനത്തിൽ സഞ്ചാരസ്വാതന്ത്ര്യ സമരത്തോടൊപ്പംതന്നെ ചായക്കടകളിൽ പ്രവേശനത്തിനും ചിരട്ടയിൽ ചായ നൽകുന്നതിനുമെതിരായ സമരവും അയ്യൻകാളി ഏറ്റെടുത്തു. സ്കൂൾ പ്രവേശനത്തിന് വേണ്ടിയുള്ളതായിരുന്നു മഹത്തായ മറ്റൊരു സമരം. മറ്റു സമരങ്ങളേക്കാൾ വലിയ വെല്ലുവിളിയാണ് വിദ്യാഭ്യാസ അവകാശ സമരത്തിന് നേരിടേണ്ടി വന്നത്. 1905 ൽ വെങ്ങാനൂരിൽ ഒരു കുടി പള്ളിക്കൂടം അയ്യൻകാളി സ്ഥാപിച്ചു. ഇത് സവർണ്ണ അക്രമിസംഘം രാത്രിയിൽ തീവെച്ച് നശിപ്പിച്ചു. നിരാശരാകാതെ അവർ സ്കൂൾ വീണ്ടും കെട്ടിയുണ്ടാക്കി. സ്കൂൾ പ്രവേശനം നേടിയെടുക്കാൻ ദിവാനെ നേരിൽ കണ്ട് നിവേദനവും നൽകി. അനുകൂലമായ തീരുമാനം 1907 ൽ ഇറങ്ങിയെങ്കിലും നടപ്പിലായില്ല. 1907 ൽ രൂപീകൃതമായ സാധുജനപരിപാലന സംഘം ശക്തമായ പ്രക്ഷോഭം നടത്താൻ തീരുമാനിച്ചു. സ്കൂളിൽ പ്രവേശനം നൽകാതെ കൃഷിപ്പണിക്കിറങ്ങില്ലെന്നവർ പ്രഖ്യാപിച്ചു. രണ്ടുവർഷം നീണ്ടുനിന്ന ചെറുത്തുനിൽപ്പിനുശേഷം 1910 ൽ അവകാശം അംഗീകരിച്ചുകൊണ്ടുള്ള പ്രഖ്യാപനം വന്നു.

1915 ഒക്ടോബർ 24-ന് (1091 തുലാം 8) ഞായറാഴ്ച കൊല്ലം ജില്ലയിലെ കുഴിയം എന്ന സ്ഥലത്ത് പ്ലാവിള പുരയിടത്തിൽ സാധുജന സംഘത്തിന്റെ നേതൃത്വത്തിൽ 4000 പേർ പങ്കെടുത്ത പട്ടികജാതിക്കാരുടെ യോഗം ചേർന്നു. കാഴ്ചക്കാർ 1000 പേരടക്കം 5000 പേർ സ്ത്രീകളും പുരുഷൻമാരുമടക്കം പങ്കെടുത്തു. അധ:സ്ഥിതരുടെ കൊല്ലം ജില്ലാ ചുമതലക്കാരൻ ഗോപാലദാസ് പ്രസ്തുത യോഗത്തിൽ അദ്ധ്യക്ഷം വഹിച്ചു. ജില്ലയിലെ പ്രധാന പ്രവർത്തകരായിരുന്ന ആറന്മുള കുറുമ്പൻ ദൈവത്താൻ, തിരുവല്ല വെള്ളിക്കര ചോതി, ചെങ്ങന്നൂർ കണ്ടൻകാളി, മാവേലിക്കര വിശാഖൻ തേവർ, കോട്ടയം തിരുവാർപ്പ് കുട്ടൻ, കുട്ടനാട് ചരക്കൽ സോളമൻ, ആലപ്പുഴ ശീതങ്കൻ എന്നിവരും ഇതിൽ പങ്കെടുത്തിരുന്നു. യോഗത്തിന്റെ പ്രധാന ആവശ്യങ്ങൾ കല്ലുമാല ധരിക്കില്ല, ആഴ്ചയിൽ ഒരു ദിവസം ഒഴിവുവേണം, കൂലികൂടുതൽ, വിദ്യാഭ്യാസ അവകാശം, തൊട്ടുകൂടായ്മയും തീണ്ടലും അവസാനിപ്പിക്കുക എന്നിവയായിരുന്നു.

പട്ടികജാതിക്കാരുടെ ഈ ആവശ്യങ്ങൾ 1915 ഒക്ടോബർ 2ന് കൂടിയ നായർസഭ അംഗീകരിച്ചില്ല. ഇതിൽ പ്രതിഷേധിച്ചാണ് ഒക്ടോബർ 24-ന് യോഗം ചേർന്നത്. യോഗത്തിന്റെ അദ്ധ്യക്ഷൻ ഗോപാലദാസ് പ്രസംഗിച്ചുകൊണ്ടിരുന്നപ്പോൾ സ്ഥലത്തെ ജന്മിമാരുടെ ഗുണ്ടകൾ അക്രമം അഴിച്ചുവിടുകയും സംഘം പ്രവർത്തകർ അതിനെ നേരിടുകയും ചെയ്തു. തുടർന്ന് നടന്ന സംഘട്ടനം കാരണം പല പട്ടികജാതിക്കാരും പിന്തിരിഞ്ഞ് ഓടി. ചിലർ, സിങ്കപ്പൂർ, ആന്റമാൻ, സിലോൺ എന്നിവിടേയ്ക്ക് പോയി. നാടുവിട്ടുപോയ പലരും തിരികെ വന്നിട്ടില്ല. അത്യന്തം ഭീകരമായ അന്തരീക്ഷമാണ് പെരിനാട് ഉണ്ടായത്. തുടർന്ന് മങ്ങാട്, പ്രാക്കുളം, പെരുമൺ, ശാസ്ത്രാംകോട്ട, കണ്ടച്ചിറ തുടങ്ങിയ സ്ഥലങ്ങളിൽ ആക്രമണം നടന്നു. മറ്റു മതസ്ഥരാണ് ഇവരെ സംരക്ഷിച്ചത്.

അയ്യൻകാളി സംഭവസ്ഥലം സന്ദർശിച്ച് കാര്യങ്ങൾ മനസ്സിലാക്കി. സമാധാനത്തിന് ശ്രമങ്ങൾ നടത്തി. ദിവാനെയും സ്ഥലം പേഷ്ക്കാരെയും കാര്യങ്ങൾ ധരിപ്പിച്ചു. ചങ്ങനാശ്ശേരി പരമേശ്വരൻപിള്ളയുടെ അദ്ധ്യക്ഷതയിൽ കൊല്ലം കന്റോൺമെന്റ് മൈതാനിയിൽ (പീരങ്കി മൈതാനം) കൂടിയ സമാധാന സമ്മേളനത്തിൽ 5000 പേർ പങ്കെടുത്തു. പട്ടികജാതി സ്ത്രീകളും കുട്ടികളും ശുഭ്രവേഷ ധാരികളായാണ് പങ്കെടുത്തത്. 1915 ഡിസംബർ 21 ന് കൊല്ലത്ത് നടന്ന സമാധാന പ്രഖ്യാപനപ്രമേയം അവതരിപ്പിച്ചത് രാമൻതമ്പിയാണ്. 'നായന്മാരും പുലയന്മാരും തമ്മിൽ സാമുദായികമായി യാതൊരു വിരോധവുമില്ലെന്നും സ്പർദ്ധയോ മത്സരമോ ഇല്ലെന്നും ഇരു സമുദായവും തമ്മിൽ അന്യോന്യം രജ്ഞിപ്പും സ്നേഹ ബഹുമാനങ്ങളോടെ കഴിഞ്ഞുകൂടേണ്ടതാണെന്ന് ഈ സഭ പ്രഖ്യാപിക്കുന്നു. തുടർന്ന് നടത്തിയ പ്രസംഗത്തിൽ കല്ലുമാലയും വളയും അറുത്തുമാറ്റി കളയുന്നതിന് അയ്യൻകാളി ആഹ്വാനം ചെയ്തു.

രണ്ടു സ്ത്രീകളെ സ്റ്റേജിലേക്ക് വരുത്തി കല്ലുമാലയും വളയും അറുത്ത് മാറ്റിച്ചു. എല്ലാവർക്കും സന്തോഷമായി. മറ്റുള്ള സ്ത്രീകളും കല്ലുമാല പൊട്ടിച്ചു കളഞ്ഞു. ധനു 6 നാണ് കൊല്ലം യോഗം നടന്നത്.

അയ്യൻകാളിയുടെ സാധുജനപരിപാലനസംഘത്തിന്റെ പ്രവർത്തനത്തിൽ സജീവമായി ഇടപെട്ടുകൊണ്ടാണ് കേശവശാസ്ത്രി പൊതുരംഗത്തെത്തുന്നത്. അധ്യാപകനായി ഔദ്യോഗികസേവനമാരംഭിച്ച ശാസ്ത്രിയെ പിന്നീട് ക്ഷേത്രപ്രവേശനാന്വേഷണ കമ്മറ്റിയിൽ ഉൾപ്പെടുത്തി. തന്റെ അധികാരവും സ്വാധീനവുമുപയോഗിച്ച് സമുദായ നന്മക്കുതകുന്ന രീതിയിൽ അദ്ദേഹം പ്രവർത്തിച്ചു. ഇദ്ദേഹത്തിന്റെ ഉത്സാഹത്തിലാണ് പുലയമഹാസഭ എന്ന സംഘടന സ്ഥാപിതമായത്. കൃഷിഭൂമിയില്ലാത്തവർക്കായി കുറിച്ചിയിൽ സ്ഥാപിച്ച കോളനിയും അദ്ദേഹത്തിന്റെ ശ്രമ ഫലമാണ്. ഇതിന് പുറമേ പുലയസഭയുടെ ശാഖകൾക്കായി പൊതുമന്ദിരങ്ങൾ, കിണറുകൾ കൈത്തറി നെയ്ത്തു ശാലകൾ മുതലായവയ്ക്കും സർക്കാർ സഹായം ലഭ്യമാക്കി. ദീർഘകാലം നിയമസഭാ സാമാജികനായിരുന്ന കേശവശാസ്ത്രി ഡപ്യൂട്ടിസ്പീക്കർ, ആക്ടിങ്ങ് സ്പീക്കർ എന്നീ പദവികളും വഹിച്ചിട്ടുണ്ട്.

കുറുമ്പൻ ദൈവത്താൻ

അയ്യൻകാളി പ്രസ്ഥാനത്തിന്റെ സ്വാധീനം, അതിവേഗം മറ്റു പ്രദേശങ്ങളിലേക്ക് വ്യാപിച്ചു. 1915 ൽ ആറന്മുളയിലെ പുല്ലാട് ദളിത് കുട്ടികളുടെ വിദ്യാലയ പ്രവേശനത്തിന് സവർണരുമായി ഉണ്ടായ സംഘർഷം, കുറുമ്പൻ ദൈവത്താൻ എന്ന വിപ്ലവകാരിയുടെ ചെങ്ങന്നൂർ ശിവക്ഷേത്രത്തിലെ ക്ഷേത്രപ്രവേശനത്തിനും പുലയക്കുട്ടികളുടെ സ്കൂൾ പ്രവേശനത്തിനുവേണ്ടി നടത്തിയ സമരങ്ങൾ തുടങ്ങിയവ ഉദാഹരണങ്ങളാണ്. വർക്കല ശിവഗിരിയിലേക്ക് എല്ലാ ജാതിമതസ്ഥരെയും സംഘടിപ്പിച്ച് നടത്തിയ സെക്കുലർ തീർത്ഥാടനം മറ്റൊരുദാഹരണമാണ്. ഇവയുടെ ഫലമായി വളർന്നുവന്ന സംഘബോധമാണ് ടി ടി തേവൻ കേശവശാസ്ത്രി തുടങ്ങിയവരെ കേരളപുലയമഹാസഭ ഉണ്ടാക്കാൻ പ്രേരിപ്പിക്കുന്നത്.

പണ്ഡിറ്റ് കെ പി കറുപ്പൻ

കവി തിലകൻ എന്നു കൂടി അറിയപ്പെട്ടിരുന്ന പണ്ഡിറ്റ് കെ പി കറുപ്പൻ 1885 മെയ് 24 ന് എറണാകുളം ജില്ലയിലെ ചേരാനെല്ലൂരിൽ

ജനിച്ചു. ധീവര സമുദായാംഗമായ അദ്ദേഹം തന്റെ സമുദായക്കാരെ സംഘടിപ്പിച്ച് കൊച്ചിയുടെ വിവിധ ഭാഗങ്ങളിൽ സഭകൾ രൂപവത്ക്കരിച്ചു. 1910 ൽ ആണ് അദ്ദേഹം തേവരയിൽ 'വാല സമുദായപരിഷ്കാരിണിസഭ' രൂപികരിക്കുന്നത്. ഈ സഭയിൽ കാണുന്ന സമുദായനാമം അദ്ദേഹം തന്നെ സ്ഥാപിക്കുന്ന മറ്റു സഭകൾക്കില്ല. തേവരയിൽ തന്നെ സ്ഥാപിക്കുന്ന 'സുധർമ്മ സൂര്യോദയം സഭ' ഇടക്കൊച്ചിയിലെ 'ജ്ഞാനോദയം സഭ' കുമ്പളത്തെ 'സന്മാർഗപ്രദീപം സഭ' ഷൺമുഖപുരത്തെ 'ഷൺമുഖവിലാസം സഭ', അയ്യമ്പിള്ളിയിലെ 'സുധർമ്മോദയം സഭ', വടക്കൻ പറവൂരിലെ 'പ്രബോധ ചന്ദ്രോദയം സഭ' എന്നിവ ചില ഉദാഹരണങ്ങൾ. ഇവയൊക്കെ തന്നെ ധീവര സമുദായത്തെ അവർക്കിടയിലെ അവാന്തരവിഭാഗങ്ങളെ ഇല്ലായ്മ ചെയ്തുകൊണ്ട് ഒന്നിപ്പിക്കാനുള്ള ശ്രമങ്ങളുടെ ഭാഗമായിരുന്നു.

പണ്ഡിറ്റ് കെ പി കറുപ്പൻ

മറ്റു അധ:സ്ഥിതരിലും കറുപ്പന്റെ സ്വാധീനം വർദ്ധിച്ചു. പണ്ഡിറ്റ് കറുപ്പന്റെ 'ജാതിക്കുമ്മി' പോലുള്ള കൃതികൾ പുലയ സമുദായാംഗങ്ങളിൽ പ്രചാരം സിദ്ധിച്ചിരുന്നു. എഴുത്തും വായനയും അറിയാത്ത പുലയ സമുദായാംഗങ്ങൾ ഇത് കേട്ട് പഠിച്ച് പാടിക്കളിച്ചിരുന്നു. ഈ സമുദായം നേരിടുന്ന നിരവധിയായ പ്രശ്നങ്ങൾ ഒരു സമാജികനെന്നനിലയിൽ നിയമസഭയിൽ അദ്ദേഹം അവതരിപ്പിക്കുകയും അവർക്ക് വേണ്ടി വാദിക്കുകയും ചെയ്തു. ഇതോടൊപ്പം പുലയ സമുദായാംഗങ്ങൾക്കിടയിൽ സഹകരണബോധവും സമ്പാദ്യശീലവുമുണ്ടാക്കാൻ അദ്ദേഹം ശ്രമിച്ചു. ഇതിനിടയിൽ ആ സമുദായത്തിൽ നിന്നും നിരവധി ശിഷ്യൻമാർ അദ്ദേഹത്തിനുണ്ടായി. കൃഷ്ണാതി, ചാഞ്ചൻ, വള്ളോൻ തുടങ്ങിയവർ ഇവരിൽ പ്രധാനികളായിരുന്നു. ധൈഷണികമായ സ്വാധീനങ്ങളുടെ ഫലമായി ഇവരിൽ സംഘടനാബോധം വളർന്നു. 1913 ൽ എറണാകുളത്തുവെച്ചു ചേർന്ന സമ്മേളനത്തിൽ സമസ്ത കൊച്ചി പുലയമഹാസഭ രൂപീകരിച്ചു. സംഘടനാ രൂപീകരണത്തിനുവേണ്ടി ഒത്തു കൂടാനുള്ള ഒരു സ്ഥലത്തിനുവേണ്ടിയുള്ള അന്വേഷണമാണ് കായൽ സമ്മേളനമെന്ന ആശയത്തിൽ ചെന്നെത്തിയത്. പൊതു മൈതാനങ്ങളും മറ്റ് തുറസ്സായ സ്ഥലങ്ങളും മേൽ ജാതിക്കാരന്റേത് മാത്രമായ ഒരു സാമൂഹ്യചുറ്റുപാടിൽ കായലിൽ വഞ്ചികൾ കൂട്ടിക്കെട്ടി ചങ്ങാടം പോലെയാക്കി സമ്മേളനം നടത്താമെന്നത് വിപ്ലവകരമായ ഒരു ചുവടുവെയ്പായിരുന്നു.

കെ പി വള്ളോൻ

കൃഷ്ണാതിയുടെ നേതൃത്വത്തിൽ വള്ളങ്ങളുമായി വന്ന പുലയ യുവാക്കൾ വളരെ ഭംഗിയായി അവ കൂട്ടിക്കെട്ടി ഒരു സമ്മേളന സ്ഥലം നിർമ്മിച്ചു. ജനങ്ങൾ വന്നു ചേരുകയും സമ്മേളനം നടക്കുകയും ചെയ്തു. ഇതാണ് 1913 ലെ കായൽ സമ്മേളനം. കൃഷ്ണാതിക്കായിരുന്നു ഇതിന്റെ നേതൃത്വം. ഇതിന്റെ പ്രധാന പ്രവർത്തകരായിരുന്ന ചാഞ്ചനും വള്ളോനും പിന്നീട് കൊച്ചി എം എൽ സിമാരായി മാറി.

1917 മെയ് 29 ന് സഹോദരൻ കെ അയ്യപ്പനും സ്നേഹിതരും ചേർന്ന് നടത്തിയ മിശ്രഭോജനം ജാതീയതയ്ക്കെതിരായ ശക്തമായ മുന്നേറ്റമായിരുന്നു. ചെറായിയിലെ തുണ്ടിടപ്പറമ്പ് എന്ന സ്ഥലത്തുവെച്ച് അയ്യർ, മകൻ കണ്ണൻ പുലയവിദ്യാർത്ഥികളോടും കുഞ്ഞൻ, വേലു എന്നീ അരയന്മാരോടുമൊപ്പം 12 ഈഴവർ ആഹാരം കഴിച്ചു. ഭോജനത്തിനുമുമ്പായി "ജാതിവ്യത്യാസം ശാസ്ത്രവിരുദ്ധവും ദോഷകരവും അനാവശ്യവുമായതുകൊണ്ട് അതില്ലാതാക്കുവാൻ നിയമവിരുദ്ധമല്ലാത്ത വിധം എന്നെക്കൊണ്ട് കഴിയുന്നതൊക്കെ ചെയ്യാമെന്ന് ഞാൻ പൂർണ്ണമനസ്സാലെ സമ്മതിച്ചു സത്യം ചെയ്യുന്നു" എന്ന സത്യവാചകം എല്ലാവരും ഒപ്പുവെയ്ക്കുകയും ചെയ്തു. മിശ്രഭോജനത്തിൽ പങ്കെടുത്തവരെല്ലാം സമുദായഭ്രഷ്ടരായി. പിന്നീട് നാരായണഗുരു "മനുഷ്യരുടെ മതം, വേഷം, ഭാഷ മുതലായവ എങ്ങനെയിരുന്നാലും അവരുടെ ജാതി ഒന്നായതുകൊണ്ട് അന്യോന്യം വിവാഹവും പന്തിഭോജനവും ചെയ്യുന്നതിന് ഒരു ദോഷവുമില്ല എന്ന സന്ദേശം നൽകി. ഈഴവരുടെ ഭ്രഷ്ട് പിൻവലിക്കപ്പെട്ടു. അതിനോടൊപ്പം രൂപംകൊണ്ട സഹോദരസംഘം മിശ്രഭോജനപരിപാടികളുമായി മുന്നോട്ടുപോയി. നിരവധി സ്ഥലങ്ങളിൽ സഹോദരസംഘം മിശ്രഭോജനം സംഘടിപ്പിച്ചു. പള്ളുരുത്തി ഓച്ചൻതുരുത്ത്, എഴുപുന്ന, വൈക്കം, പെരിനാട്, കായിക്കര, കരുനാഗപ്പള്ളി, മച്ചനാട്, തൃപ്പൂണിത്തുറ, പെരുമ്പാവൂർ, എരുമത്തല, പറവൂർ, ചേന്ദമംഗലം,

സഹോദരൻ അയ്യപ്പൻ

മുത്തകുന്നം, കൊടുങ്ങല്ലൂർ, കൂർക്കഞ്ചേരി, പെരുങ്ങോട്ടുകര, അന്തിക്കാട് എന്നിവിടങ്ങളിൽ മിശ്രഭോജനം നടന്നു.

ജാതിജന്മി നാടുവാഴിത്തത്തിനെതിരായി വളർന്നുവന്ന പ്രതിരോധത്തിന്റെ ആദിമരൂപങ്ങൾ ഇവരുടെ പ്രവർത്തനങ്ങളിൽ കാണാം. പൊയ്കയിൽ അപ്പച്ചന്റെ പ്രത്യക്ഷരക്ഷാ ദൈവസഭ പരമ്പരാഗത മതസങ്കല്പങ്ങളോടുള്ള പ്രതിഷേധമാണ്. നാരായണഗുരുവും അയ്യൻകാളിയും ജാതീയതയുടെ വിലക്കുകളെയും വിലങ്ങുകളെയും അതിലംഘിക്കുന്ന രൂപങ്ങളാണ് വളർത്തിയെടുത്തത്. ഇത്തരം രൂപങ്ങൾ പിന്നീടുവന്നവർ കൂടുതൽ ശക്തമായി വളർത്തിയെടുത്തു. പുലയസ്ത്രീകളുടെ കല്ലുമാല പൊട്ടിച്ചെറിയൽ, വഴി നടക്കാനുള്ള സമരം, വസ്ത്രധാരണരീതികളിലെ മാറ്റങ്ങൾ, കുളത്തിൽ കുളിക്കൽ, ക്ഷേത്രപ്രവേശനം, മിശ്രഭോജനം, മിശ്രവിവാഹം തുടങ്ങിയ രൂപങ്ങളെല്ലാം ഈ ആദ്യകാല പ്രതിഷേധങ്ങളിൽ നിന്നു വളർന്നുവന്നവയാണ്.

പൊതുമണ്ഡലത്തിന്റെ വളർച്ച

നവോത്ഥാനത്തിന്റെ രണ്ടാമത്തെ പ്രത്യേകത പൊതുവേദികളുടെയും സംഘടിത രൂപങ്ങളുടെയും വളർച്ചയാണ്. മലയാളി മെമ്മോറിയലിലെ 'തിരുവിതാംകൂറുകാർ തിരുവിതാംകൂറുകാർക്ക്' എന്ന മുദ്രാവാക്യം തന്നെ തിരുവിതാംകൂറുകാരുടെ പൊതു വേദിയുടെ വളർച്ച സൂചിപ്പിക്കുന്നു. പത്രങ്ങളുടെയും ആനുകാലികങ്ങളുടെയും വളർച്ച സംവാദാത്മകമായ പൊതുവേദികളുടെ വളർച്ചയെ ശക്തിപ്പെടുത്തി. കണ്ടത്തിൽ വർഗ്ഗീസ് മാപ്പിള സ്ഥാപിച്ച 'ഭാഷാപോഷണി സഭ' എഴുത്തുകാരുടെ പൊതുവേദിയായിരുന്നു. തുടർന്ന് രസികരഞ്ജനി, മംഗളോദയം തുടങ്ങിയവ തൃശ്ശൂരും കേരളപത്രിക കോഴിക്കോട്ടും സംവാദാത്മകമായ പൊതുവേദികൾ സൃഷ്ടിക്കുന്നതു കാണാം. ഇത്തരം പൊതുവേദികളിൽ നിന്നാണ് ആദ്യകാല രാഷ്ട്രീയ പ്രവർത്തനവും രൂപപ്പെട്ടത്. *കേരളപത്രിക*യുടെ പത്രാധിപരായിരുന്ന സി കുഞ്ഞിരാമമേനോൻ കോൺഗ്രസിന്റെ ആദ്യകാല പ്രവർത്തകൻ കൂടിയായിരുന്നു. പത്രപ്രവർത്തനവും രാഷ്ട്രീയവും തമ്മിൽ ആദ്യകാലത്തുണ്ടായിരുന്ന ബന്ധം പത്രങ്ങൾ പൊതു രാഷ്ട്രീയ വേദികളായി മാറുന്നതിനെയും സൂചിപ്പിച്ചു. ആദ്യം മുതൽ തന്നെ വാണിജ്യസ്വഭാവമുള്ള കുടുംബാധിപത്യത്തിന്റെ കീഴിലുണ്ടായിരുന്ന *മലയാളമനോരമ* ഒഴിച്ചാൽ പൊതുവേദികളും പത്രപ്രവർത്തനവും രാഷ്ട്രീയ പ്രവർത്തനവും തമ്മിലുള്ള ബന്ധം എല്ലാ പത്രങ്ങളിലും കാണാം. 1923 ൽ കെ പി കേശവമേനോന്റെ നേതൃത്വത്തിൽ ഒരു സംഘം കോൺഗ്രസുകാർ *മാതൃഭൂമി* സ്ഥാപിച്ചത് ഇതിന്റെ പ്രകടമായ തെളിവുമായിരുന്നു. മുഹമ്മദ് അബ്ദുറഹിമാന്റെ നേതൃത്വത്തിലുള്ള മറ്റൊരു സംഘം *അൽ അമീനും* സ്ഥാപിച്ചു. കെ ജി ശങ്കറിന്റെ *മലയാളരാജ്യം*, സി വി കുഞ്ഞുരാമൻ സ്ഥാപിച്ച് കെ സുകുമാരൻ പത്രാധിപരാ

യിരുന്ന *കേരളകൗമുദി* തുടങ്ങിയ പത്രങ്ങൾ തിരുവിതാംകൂറിലെ രാഷ്ട്രീയ സമരങ്ങളിൽ നേരിട്ടുള്ള പങ്കുവഹിച്ചു. *കേരള സഞ്ചാരി, കേരള കേസരി, കേരളമിത്രം* തുടങ്ങിയവയ്ക്കും രാഷ്ട്രീയവീക്ഷണമുണ്ടായിരുന്നു.

സംഘടനകൾ തികച്ചും പുതിയ ആശയമാണ്. കേരളത്തിനു പുറത്ത് *ബ്രഹ്മസമാജ്, പ്രാർത്ഥനാസമാജ്, ആര്യസമാജ്,* സെർവന്റ് ഓഫ് ഇന്ത്യാ സൊസൈറ്റി, വിവിധ ഇന്ത്യൻ അസോസിയേഷനുകൾ, രാമകൃഷ്ണമിഷൻ, സത്യശോധക് സമാജ് മുതലായ സംഘടനകൾ രൂപപ്പെട്ടിരുന്നെങ്കിലും അവരുടെ പ്രവർത്തനം കേരളത്തിലേക്കു വ്യാപിച്ചിരുന്നില്ല. ഇന്ത്യൻ നാഷണൽ കോൺഗ്രസ് കേരളത്തിൽ പ്രവർത്തനമാരംഭിക്കുന്നത് 1906 ലാണ്. (അതിനു മുമ്പ് 1897 ൽ സർ സി ശങ്കരൻനായർ കോൺഗ്രസ് പ്രസിഡന്റായെങ്കിലും കേരളത്തിലെ ഒരു സംഘടനയുടെ പിന്തുണ അദ്ദേഹത്തിനുണ്ടായിരുന്നില്ല) 1891 ലെ മലയാളി മെമ്മോറിയൽ നൽകിയത് ഒരു സംഘടനയായിരുന്നില്ല. ജി പി പിള്ളയുടെ നേതൃത്വത്തിലുള്ള ഒരു കൂട്ടം വ്യക്തികളായിരുന്നു. ഈഴവ മെമ്മോറിയലും അതുപോലെ ഡോക്ടർ പൽപ്പുവിന്റെ നേതൃത്വത്തിലായിരുന്നു നൽകിയത്. പിന്നീട് പൽപു ഒരു ഈഴവ സംഘടന രൂപീകരിച്ചു, ഈഴവ മഹാസഭ. എന്നാൽ ഇരുപതാം നൂറ്റാണ്ടിന്റെ ആദ്യത്തോടെ നിരവധി സംഘടനകൾ രൂപം കൊള്ളുന്നതായി നാം കാണുന്നു. എസ് എൻ ഡി പി, സാധുജനപരിപാലനസംഘം, നായർ സർവീസ് സൊസൈറ്റി, ആത്മവിദ്യാ സംഘം, സഹോദരസമാജം, പ്രത്യക്ഷരക്ഷാ ദൈവസഭ, അരയവംശോദ്ധാരിണിസഭ, നമ്പൂതിരി യോഗക്ഷേമസഭ, കേരള പുലയമഹാസഭ തുടങ്ങിയ നിരവധി സഭകൾ ഇക്കാലത്ത് രൂപം കൊണ്ടു. ഏറ്റവുമധികം സംഘടിതരൂപങ്ങൾ വളർന്നുവരുന്നത് കേരളചരിത്രത്തിലാദ്യമായിരിക്കും. ഈ സംഘടനകളുടെ ഒരു സ്വഭാവം ശ്രദ്ധേയമാണ്. കേരളത്തിനു പുറത്തുമുള്ള ഭൂരിഭാഗം സംഘടനകളുടെ വളർച്ചയിൽ നിന്ന് കേരളത്തിലെ വ്യത്യസ്തമായി സംഘടനകൾ എല്ലാ സാമുദായിക വിഭാഗങ്ങളിലേക്കും വ്യാപിച്ചു. സാധുജനപരിപാലന സംഘവും പ്രത്യക്ഷരക്ഷാദൈവസഭയും അധഃസ്ഥിതരുടെ സംഘടനയെന്ന നിലയിലും ദേശീയ രാഷ്ട്രീയ സംഘടനയെന്നനിലയിൽ കോൺഗ്രസും ആനിബെസന്റിന്റെ ഹോംറൂൾലീഗും വർഗസംഘടനകളെന്നനിലയിൽ ജന്മി സഭയും കുടിയാൻ സമാജവും ഇക്കാലത്തുണ്ടായി. തിയോസഫിക്കൽ സൊസൈറ്റി പോലുള്ള സംഘടനകളും ഫ്രീമേസൻസ് ലോഡ്ജുകളും ഇക്കാലത്തു പ്രവർത്തനമാരംഭിക്കുന്നുണ്ട്. മതനവീകരണസംഘടനകളെന്നനിലയിൽ നസ്രാണി ജാതീയ സഭയും മുസ്ലീം ഐക്യസംഘവും വളർന്നുവന്നു. തിരുവിതാംകൂറിലെയും കൊച്ചിയിലെയും മുസ്ലീം അസോസിയേഷനുകൾ, മുസ്ലീം സർവീസ് ലീഗ്, കത്തോലിക്കാ കോൺഗ്രസ്, ലത്തീൻ കത്തോലിക്കാ മഹാജനസഭ തുടങ്ങയവവും ഇക്കാലത്തു വളർന്നുവന്നു.

സംവാദാത്മകമായ പൊതുമണ്ഡലത്തിന്റെ സൃഷ്ടിയിൽനിന്നാണ്, ഇത്രയും സംഘടനകളുടെ വളർച്ചകൊണ്ടുണ്ടായതെന്ന് നിസ്സംശയം പറയാം. സംഘടനകളുടെ സമ്മേളനങ്ങളും പൊതുയോഗങ്ങളും വൻതോതിലുള്ള ജനശ്രദ്ധയെ ആകർഷിച്ചു. ജനപ്രീതിയാർജ്ജിച്ച നിരവധി പ്രഭാഷകരുടെ വളർച്ചയും ഇത്തരം യോഗങ്ങളിലൂടെയായിരുന്നു. പൊതുമണ്ഡലത്തിന്റെ വികാസത്തിൽ പ്രധാന പ്രവർത്തനം നടന്നത് ചന്തകളിലും കവലകളിലുമാണ്. വിൽപ്പനക്കാരും ഉപഭോക്താക്കളും മധ്യവർത്തികളും നികുതി ഈടാക്കുന്നവരും ഇടപെടുന്ന ചന്തകൾ പ്രധാന പൊതു ഇടങ്ങളായി പ്രവർത്തിച്ചു. ഈ ഇടങ്ങളിൽ പൊതുവാർത്തകൾക്കൊപ്പം പുത്തൻ ആശയങ്ങളും പ്രചരിക്കുവാൻ തുടങ്ങി. പുതിയ സാങ്കേതികവിദ്യകളും ഉല്പന്നങ്ങളും പ്രചരിക്കപ്പെട്ടുകൊണ്ടിരുന്നതും ഈ ചന്തകൾ വഴിയാണ്. തർക്കങ്ങളുടെയും പരിഷ്കാരങ്ങളുടെയും പ്രതിരോധ പ്രവർത്തനങ്ങളുടെയും വേദികളായി ചന്തകൾ മാറി. ഈ ചന്തകളിൽ രൂപം കൊള്ളുന്ന പൊതുജനാഭിപ്രായങ്ങളെ നിയന്ത്രിക്കുവാൻ ഭരണകൂടം ഇടപെട്ടുകൊണ്ടിരുന്നതും ശ്രദ്ധേയമാണ്. പത്തൊൻപതാം നൂറ്റാണ്ടിന്റെ രണ്ടാം പകുതിയിൽ ഇത്തരത്തിലുള്ള ചന്തകളിലും ഉത്സവപറമ്പുകളിലും 'മാജിക്ലാന്റേൺ' എന്ന റാന്തൽവിളക്കും പ്രദർശന സ്ലൈഡുകളുമായി പ്രചാരണപ്രവർത്തനങ്ങൾ നടത്തിയിരുന്നവരെപറ്റി സൂചനയുണ്ട്. ക്രിസ്തുമത ആശയങ്ങൾ പ്രചരിപ്പിച്ചിരുന്നതുപോലെ, കമ്പോളത്തിനാവശ്യമായ പരിഷ്കാര പ്രചാരണങ്ങൾ നടന്നുവന്നതും ഇത്തരത്തിലാണ്. ഇതിനു പിന്നാലെയാണ് ടൂറിങ്ങ് സിനിമകൾ കേരളത്തിലെ പൊതുഇടങ്ങളിൽ എത്തിച്ചേരുന്നത്. വ്യത്യസ്തമായ സാങ്കേതിക വിദ്യയിലൂടെ പുത്തൻ ആശയങ്ങൾ കേരളീയ ജീവിതത്തിലേക്ക് ആഴ്ന്നിറങ്ങുന്നത് പ്രദർശനങ്ങളിലൂടെയും പ്രഭാഷണങ്ങളിലൂടെയുമാണ്. രാജഭരണപ്രദേശങ്ങളിൽ ഭരണകൂടം തന്നെ പ്രോത്സാഹിപ്പിച്ചിരുന്ന വിവിധതരത്തിലുള്ള പ്രദർശനങ്ങൾ ഇത്തരം വേദകളായിരുന്നു. പ്രത്യേക പരിശീലനം നൽകിയാണ് ഈ പ്രചാരകർ ഗ്രാമങ്ങളിലും കവലകളിലും ഉത്സവപറമ്പുകളിലും എത്തിയിരുന്നത്. സ്വയംഭരണപ്രക്ഷോഭ കാലത്ത് വിന്യസിക്കപ്പെട്ട 'കർമ്മധീരൻമാർ' എന്ന പ്രചാരണപ്രവർത്തകർ ഇതിന്റെ പിൻതുടർച്ചക്കാരാണ്. വിക്ടോറിയ ജൂബിലിയുമായി ബന്ധപ്പെട്ട് പത്തൊൻപതാം നൂറ്റാണ്ടിന്റെ രണ്ടാംപകുതിയിൽ കേരളത്തിന്റെ നാനാഭാഗങ്ങളിൽ പൊതുജനങ്ങൾക്കായി സംഘടിപ്പിച്ച പൊതുപരിപാടികൾ, ഘോഷയാത്രകൾ, ലഘുലേഖകളുടെ വിതരണം എന്നിവ പൊതു ഇടങ്ങളുടെ ഉപയോഗത്തെ കാണിച്ചു. കൊല്ലം, തൃശ്ശൂർ, പാളയം, ഓച്ചിറ, പരുമല എന്നിവിടങ്ങളിൽ സംഘടിപ്പിക്കപ്പെട്ടിരുന്ന വ്യവസായ-കാർഷിക പ്രദർശനങ്ങൾക്കെല്ലാം ഈ സ്വഭാവം കാണാവുന്നതാണ്. 'ഓച്ചിറ പ്രദർശനം', 'കൈത്തൊഴിൽ പ്രദർശനം' എന്നീ പേരുകളിൽ ഇവ അക്കാലത്തെ മാസികകളിൽ രേഖപ്പെടുത്തപ്പെട്ടിട്ടുണ്ട്. ഈ കമ്പോള

ങ്ങളിൽ കാലക്രമേണ അച്ചടി സംസ്കാരത്തിന്റെ വ്യാപനവും കാണാൻ തുടങ്ങി. ക്രിസ്ത്യൻ മിഷനറി സംഘങ്ങൾ വിതരണം ചെയ്തിരുന്ന ലഘുലേഖാ നോട്ടീസുകൾപോലെ വിവിധ സംഘങ്ങൾ പൊതുജനങ്ങളിൽ അക്ഷരാഭ്യാസം വർദ്ധിക്കുന്നതിനനുസരിച്ച് ആശയങ്ങൾ പ്രചരിപ്പിക്കുവാൻ തുടങ്ങി. കാളവണ്ടികളിൽ സ്ഥാപിക്കപ്പെട്ട ടൂറിങ്ങ് ലൈബ്രറികൾ വരേണ്യവർഗ്ഗ ഭവനങ്ങളിലൂടെ സഞ്ചരിച്ച് പുസ്തകങ്ങൾ വിതരണം ചെയ്യുന്ന സമ്പ്രദായം ആരംഭിച്ചു.

പത്തൊൻമ്പതാം നൂറ്റാണ്ടിൽ, മുതലാളിത്ത ആധുനികതയുടെ ചുവടുപിടിച്ചുണ്ടായ സാഹിത്യ-സാംസ്കാരിക സംഘങ്ങളുടെ പ്രവർത്തനവും പൊതു ഇടത്തിന്റെ വ്യാപനത്തിന് കാരണമാക്കിയിട്ടുണ്ട്. 1882 ലെ മദ്രാസ് ലോക്കൽ ഗവൺമെന്റ് ആക്ട് നിലവിൽ വന്നതോടെ നിയമാനുസൃതമായിതന്നെ ഇവർക്ക് പ്രവർത്തിക്കുവാൻ സാധിച്ചു. ക്രിസ്തുമതപ്രവർത്തകരുടെ സഹായത്തോടെ പ്രവർത്തനം തുടങ്ങിയ YMCA പോലുള്ള സംഘടനകൾക്കു സമാനമായ രീതിയിൽ കേരളത്തിലും പ്രവർത്തനം തുടങ്ങി. വിദ്യാഭ്യാസം കിട്ടിയ യുവജനങ്ങളായിരുന്നു ഈ സംഘങ്ങളുടെ നേതാക്കൾ. 'അഗ്രസനാധിപൻ' എന്ന പേരിൽ അവരോധിക്കപ്പെടുന്ന അധ്യക്ഷനായിരുന്നു ഈ സംഘങ്ങളുടെ നേതാവ്. കൊച്ചിയിലെ ഹിന്ദു സഭ, തലശ്ശേരി കത്തോലിക്ക റീഡിംഗ് അസ്സോസിയേഷൻ, പാലക്കാട് റീഡിംഗ് ക്ലബ്ബ്, പാലക്കാട് ലിറ്റററി സൊസൈറ്റി, തിരുവനന്തപുരത്തെ സർവ്വസമാജം എന്നിവ അക്കൂട്ടത്തിൽ ചിലതാണ്. പുതുതായി നാമ്പെടുത്ത മധ്യവർഗ്ഗക്കാരായിരുന്നു ഇത്തരം സംഘങ്ങളിലൂടെ പൊതു ജീവിതത്തെ സ്വാധീനിച്ചിരുന്നത്. 1881 ൽ കരുണാകരമേനോന്റെ നേതൃത്വത്തിൽ സ്ഥാപിതമായ കേരളജന്മിസഭ, കേരളത്തിലാകമാനമുള്ള നാടുവാഴികളെ സംഘടിപ്പിച്ച സംഘടനയായിരുന്നു. കേരളസഭ എന്ന പേരിലറിയപ്പെട്ട ഈ സംഘം പിൽക്കാലത്ത് കേരളജന്മിസഭ എന്ന പേര് സ്വീകരിക്കുകയാണുണ്ടായത്. ഭൂവുടമകളുടെ താല്പര്യങ്ങൾ സംരക്ഷിക്കുന്നതിന് ആധുനികമായ സംഘടനയായി പ്രവർത്തിക്കുകയായിരുന്നു സഭയുടെ രീതി. കാർഷിക പരിഷ്കരണത്തെ എതിർക്കുക, കുടിയാൻ നിയമങ്ങളെ ഇല്ലാതാക്കുക, പുത്തൻ നാണയ കമ്പോള വ്യവസ്ഥക്കനുസൃതമായി ജന്മിമാരെ മാറ്റിയെടുക്കുക എന്നിവ ഈ സംഘമാണ് 1914 ൽ തൃശ്ശൂരിൽ 'ജന്മി ബാങ്ക്' സ്ഥാപിച്ചത്. ഇതിനോടൊപ്പം വരേണ്യവർഗ്ഗ അധീശത്വം നിലനിർത്തുന്നതിന് ചരിത്രം എഴുതേണ്ടതുണ്ടെന്ന് ചൂണ്ടിക്കാട്ടി ജന്മിസഭ 'ചരിത്രസമാജം' എന്ന ഉപസംഘടനയും നിലനിർത്തിയിരുന്നു. ജന്മിസഭയുടെ പ്രവർത്തനഫലമായി നാടുവാഴിത്ത പ്രതിനിധികൾക്ക് ബ്രിട്ടീഷ് ഗവൺമെന്റും തിരുവിതാംകൂർ കൊച്ചി ഗവർണമെന്റുകളും നിയമസഭകളിലും പ്രത്യേക പ്രാതിനിധ്യം നൽകാൻ തുടങ്ങി. പുതിയ സാമ്പത്തിക വ്യവസ്ഥയുടെ ഭാഗമായി തോട്ടം മേഖലയിലേക്കും, അന്യരാജ്യങ്ങളിലെ തൊഴിലിടങ്ങ

ളിലേക്കും അധ:കൃതരായ ജനത നീങ്ങിതുടങ്ങിയത് നാടുവാഴികളെ ഏറെ അപകടത്തിലാക്കിയത് ജന്മിസഭ ചർച്ച ചെയ്യുന്നുണ്ട്. ഇന്ത്യയിലാകമാനം ഉയർന്നുവന്നുകൊണ്ടിരുന്ന ദേശീയ പ്രസ്ഥാനത്തിന്റെ അമരത്തേക്ക് നാടുവാഴികൾ എത്തേണ്ടതിന്റെ ആവശ്യകതയും ഇത്തരം സംഘങ്ങൾ ചൂണ്ടിക്കാട്ടുന്നുണ്ട്.

കൊല്ലം കേന്ദ്രീകരിച്ച് കെ നീലകണ്ഠപിള്ളയുടെ നേതൃത്വത്തിൽ ആരംഭിച്ച മലയാളിസഭ ജന്മിത്വ ശക്തികൾക്കെതിരെ നിലപാടെടുത്തു. തങ്ങളുടെ ആവശ്യങ്ങൾ നേടിയെടുക്കുന്നതിന് സമ്മർദ്ദ ശക്തികളായി വളരുന്നതിനൊപ്പം മെമ്മോറാണ്ടങ്ങൾ നൽകി സ്റ്റേറ്റിന്റെ നയങ്ങളിൽ ഇടപെടുന്ന രീതി ഇവരും ഉപയോഗിച്ചതായി കാണാം. 1891 ലെ മലയാളിമെമ്മോറിയൽ അത്തരത്തിലുള്ള ഇടപെടലായിരുന്നു. അഭിപ്രായ രൂപീകരണം ശക്തിപ്പെടുത്തുന്നതിന് 'ട്രാവൻകൂർ മലയാളി സഭ' എന്ന ഒരു പത്രവും ഈ സഭ നടത്തിവന്നിരുന്നു. വിദ്യാർത്ഥി സത്രങ്ങൾ, മലയാളി യുവജന സമാജങ്ങൾ എന്നിവ തുടങ്ങി യുവാക്കളെ ഈ പ്രസ്ഥാനത്തിന്റെ ഭാഗമാക്കാൻ 'മലയാളിസഭ' പ്രത്യേകം ശ്രദ്ധിച്ചിരുന്നു.

1891 മുതൽ രൂപംകൊണ്ടുവന്ന ടൗൺ ഇംപ്രൂവ്മെന്റ് കമ്മിറ്റികൾ, കൊച്ചി–തിരുവിതാംകൂർ പ്രദേശത്തെ നഗരങ്ങൾ കേന്ദ്രീകരിച്ചുള്ള പൊതുപ്രവർത്തനത്തിന് ആക്കം വർദ്ധിപ്പിച്ചു. സമ്പന്നരായ ജനവിഭാഗം നികുതി കൊടുക്കുന്നതിന്റെ യോഗ്യത ഉപയോഗപ്പെടുത്തി. ഇത്തരം കമ്മിറ്റികളിലെ അംഗങ്ങളായി നിയമിക്കപ്പെട്ടു നഗരങ്ങളിലെ അധികാരി വർഗ്ഗങ്ങളിൽ ജാതി–മതവിത്യാസങ്ങളില്ലാതെ പുതിയ സമ്പന്നവർഗ്ഗം പ്രവേശിക്കപ്പെട്ട കാലമായിരുന്നു ഇത്. മതനേതാക്കൾ, നാടുവാഴികൾ, പുതിയ സമ്പന്നവർഗ്ഗം എന്നിവർ ഉൾക്കൊള്ളുന്ന ഈ സംഘം അക്കാലത്തെ ബ്രിട്ടീഷ് ഭരണകൂടവുമായി സഹവർത്തിച്ചാണ് പ്രവർത്തിച്ചിരുന്നത്. പുതിയ സമൂഹത്തിന്റെ നേതൃത്വം ഏറ്റെടുത്ത പ്രബലവിഭാഗം വക്കീലൻമാരും കോടതി വ്യവസ്ഥയുമായി ബന്ധപ്പെട്ടവരുമായിരുന്നു. നിയമപരിജ്ഞാനം ഉപയോഗപ്പെടുത്തി സമൂഹത്തിന്റെ നേതാക്കളാകുവാൻ ഈ വക്കീലൻമാരുടെ സംഘത്തിനു സാധിച്ചു. ഭൂവുടമസ്ഥത സംബന്ധിച്ച തർക്കങ്ങൾ, മരുമക്കത്തായം, സ്വത്ത് വിഭജനം എന്നിവ സംബന്ധിച്ച സംഘട്ടനങ്ങൾ എന്നിവ വക്കീലൻമാരുടെ പ്രാധാന്യം വർദ്ധിപ്പിക്കുകയുണ്ടായി. ആധുനിക വിദ്യാഭ്യാസത്തിന്റെയും ശാസ്ത്രസാമൂഹ്യ ബോധത്തിന്റെയും വളർച്ചയുടെ പശ്ചാത്തലത്തിൽ അവയുടെ പ്രയോക്താക്കളായ അധ്യാപകർക്ക് സമൂഹത്തിൽ നിർണ്ണായക സ്വാധീനം ചെലുത്താനായി. കൊടിയ ചൂഷണത്തിന് വിധേയമായി എങ്കിലും ക്രമേണ സമൂഹത്തിന്റെ നേതൃപദവിയിലേക്ക് അധ്യാപകർ വളരാൻ തുടങ്ങി.

വൈരുദ്ധ്യങ്ങളുടെ വളർച്ച

ഈ സംവാദാത്മകത വൈരുദ്ധ്യാത്മകവും കൂടിയായിരുന്നു. നിരവധി തരത്തിലുള്ള വൈരുദ്ധ്യങ്ങൾ ഈ സംഘടനകൾക്കുള്ളിൽ വളർന്നുവന്നു. അതിലൊന്ന് വ്യത്യസ്ത സമുദായങ്ങളുടെ താല്പര്യങ്ങളും നാടുവാഴിത്തത്തിന്റെ നിലപാടും തമ്മിലുള്ള വൈരുദ്ധ്യമാണ്. എസ് എൻ ഡി പി, എൻ എസ് എസ്, സാധുജനപരിപാലന സംഘം മറ്റു സഭകൾ തുടങ്ങിയവരെല്ലാം വിദ്യാഭ്യാസം, സർക്കാർ സർവീസിലെ പ്രാതിനിധ്യം, പൊതുവേദികളിൽ പങ്കെടുക്കാനുള്ള സ്വാതന്ത്ര്യം, അഭിപ്രായ സ്വാതന്ത്ര്യം, പ്രവർത്തന സ്വാതന്ത്ര്യം തുടങ്ങിയവയ്ക്കുവേണ്ടി വാദിച്ചു. ഇവയൊന്നും ചെവിക്കൊള്ളാൻ ആദ്യഘട്ടത്തിൽ സർക്കാർ തയ്യാറായില്ല. ദീർഘകാലത്തെ സമരത്തിനുശേഷം മാത്രമാണ് സർക്കാർ സ്കൂളുകളിൽ അവർണ-അടിയാർ വിദ്യാർത്ഥികൾക്ക് പ്രവേശനം സർക്കാർ സർവീസിൽ പ്രവേശനം മുതലായവ അനുവദിക്കപ്പെട്ടത്. സെക്കുലർ സ്വഭാവമുണ്ടായിരുന്ന തിരുവിതാംകൂറിലെ പൗരാവകാശ പ്രസ്ഥാനത്തിന് (1920-25) ഇവ നേടിയെടുക്കുന്നതിൽ പ്രധാനപങ്കുണ്ട്. അയിത്തത്തിന്റെയും അനാചാരത്തിന്റെയും ഭാഗമായി വിലക്കുകൾ പലതും ഇല്ലാതായത് ജനങ്ങൾ ബോധപൂർവം നടത്തിയ അതിലംഘനങ്ങളുടെ ഫലമായാണ്. അവയൊന്നും ഏതെങ്കിലും നിയമത്തിന്റെ ഫലമായിരുന്നില്ല. മിശ്രഭോജനത്തിനും മിശ്രവിവാഹങ്ങൾക്കുപോലും നിയമപരമായ സാധുകരണം ലഭിച്ചില്ല. അവയെല്ലാം പൊതുജനസമ്മതിയനുസരിച്ച് അംഗീകരിക്കപ്പെടുകയാണ്ടുണ്ടായത്. 1936 ലെ ക്ഷേത്രപ്രവേശന വിളംബരത്തിലൂടെയാണ് അവർണരുടെ ക്ഷേത്രപ്രവേശനത്തിന് നിയമപരമായ സാധുത ലഭിച്ചത്. സാമുദായിക സംഘടനകളുടെ, പ്രത്യേകിച്ച് അവർണ-അടിയാർ സംഘടനകളുടെ ആവശ്യങ്ങളെല്ലാം അംഗീകരിക്കുന്നതിൽ ഭരണകൂടം വേണ്ടത്ര ഔചിത്യം കാണിച്ചില്ലെന്നാണ് ഇതിൽ നിന്ന് തെളിയുന്നത്. ഭരണകൂട ഘടനയിൽ ഇവരുടെ പ്രതിനിധികളോ ഇവരുടെ ഭാഗത്തുനിന്നുള്ള സമ്മർദ്ദങ്ങളോടുള്ള അനുകൂല പ്രതികരണങ്ങളോ ഉണ്ടായില്ല. ഇതിന്റെ ഫലമായി തിരുവിതാംകൂർ ഗവൺമെന്റും അവർണ-അടിയാർ വിഭാഗങ്ങളും തമ്മിലുള്ള വൈരുദ്ധ്യം ശക്തമായി. 1920 കളിലെ പൗരാവകാശ പ്രസ്ഥാനത്തിന്റെ വളർച്ച ഈ വൈരുദ്ധ്യത്തെ സൂചിപ്പിച്ചു. അവർണരും അന്യമതസ്ഥരുമായ ജനപ്രതിനിധികൾ തിരുവിതാംകൂറിൽ നടത്തിയ നിവർത്തനപ്രസ്ഥാനം ഈ വൈരുദ്ധ്യത്തെ വെളിച്ചത്തു കൊണ്ടുവന്നു. കൊച്ചിയിലും ഇതേ വൈരുദ്ധ്യമുണ്ടായിരുന്നെങ്കിലും രാജാധികാരത്തിന് പൊതുവെയുണ്ടായിരുന്ന ദൗർബല്യം കാരണം തുറന്ന സംഘർഷത്തിലേക്ക് നീങ്ങിയില്ല.

ഈ വൈരുദ്ധ്യം ക്രമേണ സാമുദായികസംഘടനകൾ തമ്മിലുള്ള വൈരുദ്ധ്യത്തിലേക്കും നയിക്കുന്നുണ്ട്. ഭരണകൂടവുമായി ബന്ധവും

കൂടുതൽ കരുത്തുമുണ്ടായിരുന്ന നായർ സർവീസ് സൊസൈറ്റിയും മറ്റു അവർണസംഘടനകളും തമ്മിൽ പ്രത്യക്ഷപ്പെട്ട വൈരുദ്ധ്യം ഉദാഹരണമാണ്. സവർണബന്ധങ്ങളുടെ അടിസ്ഥാനത്തിൽ കൂടുതൽ തൊഴിലുകളും സ്ഥാനങ്ങളും കൈവശപ്പെടുത്താൻ നായന്മാർക്ക് സാധിച്ചതാണ് ഈ വൈരുദ്ധ്യത്തിനു കാരണമായത്. നിവർത്തന പ്രസ്ഥാനത്തിൽ നിന്നും പിന്നീട് വ്യത്യസ്ത വിഭാഗങ്ങൾ ചേർന്നു സൃഷ്ടിച്ച സംയുക്ത രാഷ്ട്രീയസഭയിൽ നിന്നും ട്രാവൻകൂർ സ്റ്റേറ്റ് കോൺഗ്രസിൽ നിന്നും എൻ എസ് എസ് മാറി നിന്നത് ഈ വൈരുദ്ധ്യത്തെ സൂചകമാണ്.

വ്യത്യസ്ത സംഘടനകൾ 1920 കളിലെയും 30 കളിലെയും സാഹചര്യങ്ങളിൽ ജാത്യുന്നമനത്തിനുവേണ്ടി നിലകൊണ്ടത് പുതിയ വൈരുദ്ധ്യങ്ങൾക്ക് കാരണമായി. 1911 ലെ മിന്റോമോർലി ഭരണപരിഷ്ക്കാരങ്ങൾക്കുശേഷം ഇന്ത്യൻ യൂണിയനും ക്രമേണ നാടുവാഴിരാജ്യങ്ങളും സംവരണം പൊതു തത്വമായംഗീകരിച്ചു. അതുവരെ ഭരണസംവിധാനത്തിലും വിദ്യാഭ്യാസത്തിലും തൊഴിലുകളിലുമെല്ലാം പ്രവേശനം നിഷേധിക്കപ്പെട്ട അവർണ–അടിയാർ വിഭാഗങ്ങൾ സംവരണം അംഗീകരിക്കുകയും സംവരണത്തിന്റെ മാനദണ്ഡങ്ങൾ വിപുലപ്പെടുത്താനും കൂടുതൽ മേഖലകളിലേക്കു വ്യാപിക്കാനും ശക്തമായി പോരാടുകയും ചെയ്തു. തിരുവിതാംകൂറിലെ പൗരാവകാശ പ്രക്ഷോഭണവും നിവർത്തനപ്രസ്ഥാനവും അത്തരത്തിലുള്ള മുന്നേറ്റങ്ങൾ കൂടിയായിരുന്നു. പ്രായോഗിക തലത്തിൽ ഇത്തരം മുദ്രാവാക്യങ്ങൾ ജാതിനിരാസം എന്ന അടിസ്ഥാന മുദ്രാവാക്യത്തിനെതിരായി പ്രവർത്തിക്കുന്നതായുള്ള വാദവും ഉയർന്നു വന്നു. ജാതിയുടെ ഉന്മൂലനമാണോ ജാത്യുന്നമനമാണോ പ്രധാനം? ഇതിനെക്കുറിച്ചുള്ള ആശയവ്യക്തിതയില്ലായ്മ സംഘടനക്കുള്ളിൽ കടന്നുവരുന്നുണ്ട്. നാരായണഗുരുവും സഹോദരൻ അയ്യപ്പനും ജാതിക്കെതിരായി തന്നെ നിലകൊള്ളുമ്പോൾ മറ്റുപലരും ഈഴവരുടേയും മൊത്തത്തിൽ അവർണരുടെയും സംഖ്യാബലം ചൂണ്ടിക്കാണിച്ച് സംവരണം വർദ്ധിപ്പിക്കുന്നതിനാണ് കൂടുതൽ ഊന്നൽ നൽകുന്നത്. ജാതിവിരുദ്ധമായ സാമൂഹ്യമുന്നേറ്റത്തിനുള്ളിൽ ബൂർഷ്വാജനാധിപത്യപരമായ നിയമപരമായ തുല്യതയെക്കുറിച്ചുള്ള ആശയങ്ങൾ കടന്നുവരുന്നത് ഇവിടെ കാണാം. ബൂർഷ്വാ കൊളോണിയൽ ഭരണകൂടം നിർണയിക്കുന്ന വിദ്യാഭ്യാസപരവും തൊഴിൽപരവുമായ അവകാശങ്ങളെക്കുറിച്ചുള്ള സങ്കല്പം സമരങ്ങളുടെ പുതിയ തലത്തെ നിർണ്ണയിച്ചു. സമുദായങ്ങൾക്കുള്ളിൽ നിന്നു വളർന്നുവന്ന ആധുനിക വിദ്യാഭ്യാസവും തൊഴിൽ നൈപുണ്യവും സിദ്ധിച്ച മദ്ധ്യവർഗം സ്വന്തം ഉന്നമനത്തിനായി സംവരണത്തെ മുറുകെ പിടിച്ചു.

ജാതിയെ എതിർക്കുന്ന സമീപനത്തിലും വൈരുദ്ധ്യമുണ്ടാകുന്നുണ്ട്. ഈ സാഹചര്യത്തിൽ ജാതിയോടുള്ള എതിർപ്പ് വളർന്നു

വരുന്നത് ആദ്ധ്യാത്മികതയുടെ മുഖമുദ്രയുള്ള മാനവികതയിലൂടെയാണ്. ഇതിന്റെ ആദ്യഅങ്കുരങ്ങൾ വൈകുണ്ഠ സ്വാമികളുടെയും തൈക്കാട് അയ്യാസ്വാമിയുടെയും ആശയങ്ങളിൽ തന്നെ കാണാം. അവയെ പൊതുമാനവിക ധാരയായി വളർത്തിക്കൊണ്ടുവന്നത് നാരായണഗുരുവാണ്. അയിത്തവും അനാചാരവും അമാനവികമാണെന്നും മാനവികതയുടെ ലക്ഷണം തികച്ചും വ്യത്യസ്തമായ ധാർമ്മിക മൂല്യങ്ങളാണെന്നുമാണ് ഇവർ വാദിച്ചത്. സ്നേഹം, കരുണ, ദയ, സമത്വം, സാഹോദര്യം, മുതലായ മൂല്യങ്ങളും മദ്യവർജനം, സംരംഭകത്വം, പുതിയ കുടുംബ സങ്കല്പം മുതലായവയും ഈ പുതിയ മാനവികതയുടെ ഭാഗമായി അവതരിപ്പിക്കപ്പെട്ടു. ക്രിസ്തുമതം, ബുദ്ധമതം, മുതലായവയിൽ നിന്നുള്ള ആശയങ്ങളുടെ ഉപയോഗം ഇതിന്റെ ഭാഗമായിരുന്നു. ക്രമേണ ഇത്തരം ആശയങ്ങൾക്ക് സാമൂഹ്യവും ഭൗതികവാദപരവുമായ അടിത്തറ സൃഷ്ടിക്കാനുള്ള ശ്രമങ്ങളും കാണാം. തൊഴിൽരംഗം, വിദ്യാഭ്യാസരംഗം മുതലായ മേഖലകളിലെ പ്രവർത്തനങ്ങൾ, തൊഴിൽ സമരങ്ങൾ, കല്ലുമാല സമരം പോലുള്ള അതിലംഘനപ്രവർത്തനങ്ങൾ, മിശ്രഭോജനം, മിശ്രവിവാഹം, നമ്പൂതിരിമാരുടെ ഇടയിലെ വിവാഹാചാരങ്ങൾക്കെതിരായ പ്രവർത്തനങ്ങൾ തുടങ്ങിയവയെല്ലാം ചേർന്ന് സാമൂഹ്യവും രാഷ്ട്രീയവുമായ സംഘർഷങ്ങൾക്കുള്ള പുതിയ വേദി ഒരുക്കുന്നുണ്ട്. ഇവയുടെ ആശയ സംഹിതകൾ രൂപപ്പെടേണ്ടത് ധാർമ്മിക മൂല്യങ്ങളിൽ നിന്ന് മാത്രമല്ല, ഭൗതിക യാഥാർത്ഥ്യങ്ങളുടെ നിശിതമായ അപഗ്രഥനത്തിൽ നിന്നാണ്. സംഘർഷങ്ങൾ രൂപപ്പെടുന്ന സാഹചര്യങ്ങൾ ഉൾക്കൊള്ളാതെ കേവലധാർമ്മികത കൊണ്ടുമാത്രം പ്രയോജനമില്ലെന്ന തിരിച്ചറിവ് പ്രധാനമായിരുന്നു. വളർന്നുവരുന്ന ബഹുജനപ്രക്ഷോഭങ്ങളെ കേവലധാർമ്മികതയിൽ നിന്നു മാത്രമല്ല വിലയിരുത്തേണ്ടതും. ഇതിൽ നിന്നൊക്കെയാണ് ആധ്യാത്മികതയിൽ നിന്ന് ഭൗതികതയിലേക്കുള്ള മാറ്റം രൂപപ്പെടുന്നത്.

ഇതേ മാറ്റത്തിൽ നിന്നാണ് സമൂഹസംഘർഷങ്ങളിൽ അന്തർലീനമായ മറ്റു വൈരുദ്ധ്യങ്ങളും പുറത്തേക്കുവരുന്നത്. ജാതി മര്യാദകളും ജന്മികുടിയാൻ ബന്ധങ്ങളും നാടുവാഴിത്തവും പാരമ്പര്യമനുസരിച്ചാണ് കൈമാറ്റം ചെയ്യപ്പെട്ടത്. കുടുംബം ഇതിൽ പ്രധാനപങ്കുവഹിക്കുന്നു. ഭൂവുടമകളായി മാറുന്നതും സ്ഥാനമാനങ്ങളും പദവികളും കയ്യടക്കുന്നതും കുടുബങ്ങളാണ്. ഇല്ലങ്ങൾ, തറവാടുകൾ, പുരകൾ, കുലങ്ങൾ തുടങ്ങിയവയെല്ലാം കുടുംബങ്ങളാണ്. കുടുംബങ്ങൾ സ്ത്രീ പുരുഷ ബന്ധങ്ങളിൽ അധിഷ്ഠിതമാണ്. അവയിൽ നിന്നാണ് രക്തബന്ധങ്ങൾ, ചാർച്ചക്രമങ്ങൾ, ദായക്രമങ്ങൾ എല്ലാം ഉണ്ടാകുന്നത്. പ്രജനനത്തിന്റെ മേലുള്ള നിയന്ത്രണം കുടുംബത്തിന്റെ നിലനിൽപ്പിനാവശ്യമായതുകൊണ്ട് അത് സ്ത്രീകളുടെ മേലുള്ള നിയന്ത്രണമാകും. പിതൃമേധാവിത്വസ്വഭാവമുള്ള നമ്പൂതിരി കുടുംബങ്ങളിൽ സ്ത്രീ അകത്തുള്ള

വളാകും. അവളുടെ സഞ്ചാരത്തിനും അറിവിനും സമ്പർക്കങ്ങൾക്കും സൗഹൃദങ്ങൾക്കുമെല്ലാം പൂർണമായ വിലക്കുകളേർപ്പെടുത്തും. മരുമക്കത്തായ കുടുംബങ്ങളിൽ സ്ത്രീ കൂടുതൽ സ്വതന്ത്രയാണ്. എങ്കിലും കർശനമായ വിലക്കുകൾക്കുള്ളിലാണ് ഈ സ്വാതന്ത്ര്യം നിലനിൽക്കുന്നത്. ചാർച്ച ക്രമങ്ങളെയും ദായക്രമങ്ങളെയും തകർക്കുന്ന ഒരു നീക്കവും സ്ത്രീയിൽ നിന്ന് പ്രതീക്ഷിക്കുന്നില്ല. ജാതി ജന്മിനാടുവാഴിത്തത്തിനെതിരായ അവബോധം പരമ്പരാഗത കുടുംബസങ്കല്പത്തെയും ചോദ്യം ചെയ്തു. നമ്പൂതിരി പുരുഷന്മാരുടെ സംബന്ധങ്ങൾ, നമ്പൂതിരി സ്ത്രീകളുടെ അന്തഃപുരങ്ങളിലെ കാരാഗൃഹവാസം, സ്ത്രീകളുടെ പ്രവർത്തനങ്ങളെ സംബന്ധിച്ച നിരവധി വിലക്കുകൾ തുടങ്ങിയവയെല്ലാം ചോദ്യം ചെയ്യപ്പെട്ടു. സ്ത്രീകളുടെ വിദ്യാഭ്യാസം, തൊഴിൽ, സൗഹൃദങ്ങൾ, ഇണയെ തെരഞ്ഞെടുക്കാനുള്ള സ്വാതന്ത്ര്യം തുടങ്ങിയവയെല്ലാം ചർച്ചക്കു വിഷയമായി. വി ടി ഭട്ടതിരിപ്പാടിന്റെ 'അടുക്കളയിൽ നിന്ന് അരങ്ങത്തേക്കും' മുത്തിരിങ്ങോട് ഭട്ടതിരിപ്പാടിന്റെ 'അഫന്റെ മകളും' നമ്പൂതിരി സമുദായത്തെ പുരസ്ക്കരിച്ചാണെങ്കിലും സ്ത്രീകളുടെ അവസ്ഥയുടെ ശക്തമായ അവതരണങ്ങളായിരുന്നു. മൂർക്കോത്ത്കുമാരന്റെ 'വസുമതി', ലളിതാംബിക അന്തർജനത്തിന്റെ 'സാവിത്രിക്കുട്ടി' കെ സരസ്വതി അമ്മയുടെ കഥകൾ എന്നിവയും സ്ത്രീകളുടെ അവസ്ഥയെ ശക്തിയായി പ്രതിഫലിപ്പിച്ചു. കുമാരനാശാന്റെ 'ദുരവസ്ഥ' ജാതീയമായ അതിലംഘനത്തിന്റെ ശക്തമായ അവതരണമായിരുന്നു.

ജന്മി സഭയുടെയും കുടിയാൻ സമാജത്തിന്റെയും പ്രവർത്തനങ്ങളിലൂടെ വർഗവൈരുദ്ധ്യങ്ങൾ പുറത്തുവന്നു കഴിഞ്ഞിരുന്നു. 1921 ലെ മലബാർ കലാപവും അതിനെച്ചൊല്ലിയുണ്ടായ ചർച്ചകളും തന്നെ അതിന്റെ വർഗസ്വഭാവത്തിന്റെ സൂചികയായിരുന്നു. മലബാർ കലാപത്തിന്റെ വിശദാംശങ്ങൾ അടുത്ത അദ്ധ്യായത്തിൽ പരിശോധിക്കും. മലബാറിലെ മറ്റു പ്രദേശങ്ങളിലെ മുസ്ലീങ്ങൾ നിശ്ശബ്ദരായിരുന്നപ്പോൾ എന്തുകൊണ്ട് ഏറനാട്ടിലെ മാപ്പിളമാർ കലാപം നടത്തി എന്ന ചോദ്യം തന്നെ ഏറനാട് മാപ്പിളമാർ നേരിട്ട ദാരിദ്രത്തിന്റെയും പട്ടിണിയുടെയും അവസ്ഥകളിലേക്കും ജന്മിമാരുടെ സാമ്പത്തിക ചൂഷണത്തിലേക്കും ഭരണാധികാരികളുടെ മർദ്ദനനയങ്ങളിലേക്കും വിരൽ ചൂണ്ടി. മാപ്പിളമാർ കലാപത്തിലേക്കു നീങ്ങിയത് അവരുടെ ദുരിതങ്ങൾക്കുള്ള പരിഹാരമെന്ന നിലയിലായിരുന്നു.

പുതുലോകസങ്കല്പം

നവോത്ഥാനം സൃഷ്ടിച്ച ആശയങ്ങളിൽ അധികം ശ്രദ്ധിക്കപ്പെടാതെ പോയ മറ്റൊന്നുകൂടിയുണ്ട്. വ്യത്യസ്തരീതികളിൽ അവതരിപ്പിക്കപ്പെട്ട പുതുലോക സങ്കല്പമാണത്.

"അവനവനാത്മ സുഖത്തിന്നായാചരിക്കു
ന്നവയപരന്ന് സുഖത്തിനായി വരേണം"

എന്ന് ഗുരു ആത്മോപദേശ ശതകത്തിൽ എഴുതിയപ്പോൾ പുതു ലോകസങ്കല്പത്തിന്റെ ബീജം കാണാം. ഗുരു തുടർച്ചയായി പ്രചരിപ്പിക്കാൻ ശ്രമിച്ച ആദ്ധ്യാത്മിക സ്വാഭാവമുള്ള മാനവികതയിലും ഇതിന്റെ അംശമുണ്ട്. ബുദ്ധമതാശയങ്ങളുടെ സ്വാധീനത്തിൽ കുമാരനാശാൻ എഴുതിയ കവിതകളിൽ ഉൾച്ചേർന്ന ദയയുടെയും സ്നേഹത്തിന്റെയും സാഹോദര്യത്തിന്റെയും ആശയങ്ങൾ പുതുലോകത്തെക്കുറിച്ച് ചിന്തിക്കാൻ പ്രേരിപ്പിച്ചു. അയ്യൻകാളിയുടെ സാധുജനസങ്കല്പത്തിലും സഹോദരൻ സങ്കല്പത്തിലും സഹജർ, സഖാവ്, സഖി മുതലായ ആശയങ്ങളിലും മാനവികതയെ ആധാരമാക്കിയ ലോകവീക്ഷണം രൂപപ്പെടുന്നത് കാണാം. ബഹുജനസംഘാടനത്തിന് ഉപയോഗിക്കുന്ന പാട്ടുകൃതികളിലെല്ലാം ഇത്തരം ആശയങ്ങൾ പ്രത്യക്ഷപ്പെടുന്നുണ്ട്. 'സഖാവ്' എന്ന പദം ഇന്നുപയോഗിക്കുന്ന അർത്ഥത്തിൽ പുതുലോക സങ്കല്പവുമായി ബന്ധപ്പെടുത്തി ആദ്യമുപയോഗിച്ചത് സഹോദരൻ അയ്യപ്പന്റെ ഒരു കവിതയിലായിരുന്നു.

ഈ പുതുലോകസങ്കല്പം എന്താകണമെന്നതിനെക്കുറിച്ച് അഭിപ്രായൈക്യമില്ലായിരുന്നു. ആധ്യാത്മികത, മാനവികത, ബുദ്ധമതാശയങ്ങൾ മുതൽ ജാതി മതേതരമായ സ്വതന്ത്രസമുദായംവരെ വ്യത്യസ്താശയങ്ങൾ ഇക്കാലത്ത് പ്രത്യക്ഷപ്പെടുന്നുണ്ട്. സ്വദേശാഭിമാനി രാമകൃഷ്ണപിള്ള മാർക്സിന്റെ ജീവചരിത്രം പ്രസിദ്ധീകരിക്കുന്നത് 1912 ലാണ്. ബ്രാഡ്ലാ (Bradlaugh) മുതലായ പുരോഗമന ചിന്തകരോടൊപ്പമാണ്, എമേഴ്സൻ, തോറോ മുതലായവരുടെ കാല്പനിക സാമൂഹ്യ ചിന്തകളും ഇക്കാലത്ത് ചർച്ചചെയ്യുന്നുണ്ട്. സ്വാതന്ത്ര്യത്തെക്കുറിച്ച് പാശ്ചാത്യചിന്തകരുടെ ആശയങ്ങൾ വൻതോതിൽ സ്വാധീനം ചെലുത്തപ്പെടുന്നതും ഇക്കാലത്താണ്. ബന്ധനവും സ്വാതന്ത്ര്യവും തമ്മിലുള്ള വൈരുദ്ധ്യം പ്രത്യക്ഷപ്പെടുന്നത് ആശാൻ കവിതകളിലാണ്. പിന്നീട് ഇ മാധവൻ ഈഴവ സമുദായം ജാതിമതബന്ധമില്ലാത്ത സ്വാതന്ത്രസമുദായമാകണമെന്നു വാദിക്കുമ്പോൾ ജാതിമത ബദ്ധമല്ലാത്ത സ്വതന്ത്രസമുദായത്തെക്കുറിച്ചുള്ള ധാരണകൾ പ്രത്യക്ഷപ്പെടുന്നു. സമാനമായി അമ്പാടി ഇക്കാവമ്മയുടെ രചനകളിൽ പുരുഷാധിപത്യ

ശ്രീനാരായണഗുരു

ത്തിൽ നിന്നുള്ള സ്ത്രീകളുടെ മോചനത്തെക്കുറിച്ചുള്ള ആശയവും പ്രത്യക്ഷപ്പെടുന്നു.

പുതുസമൂഹ ചിന്തകളിൽ ഏറ്റവുമധികം വേരോട്ടമുണ്ടായത് സോഷ്യലിസത്തിനും ഗാന്ധിയൻ ചിന്തയ്ക്കുമായിരുന്നു. മറ്റുള്ള എല്ലാ സമൂഹസങ്കല്പങ്ങളും കാല്പനികതയിലും ആദർശവാദത്തിലും ഉറച്ചു നിന്നപ്പോൾ, പ്രായോഗികതലത്തിൽ മാർഗദർശനം നൽകിയത് ഇവ രണ്ടുമായിരുന്നു. സോഷ്യലിസത്തിന്റെ പ്രായോഗികത തെളിയിക്കപ്പെട്ടത് റഷ്യൻ വിപ്ലവത്തിലൂടെയാണ്. സമത്വത്തിലും സാഹോദര്യത്തിലും സാമൂഹ്യ ഉൽപാദനത്തിലുമധിഷ്ഠിതമായ ഒരു സാമൂഹ്യ വ്യവസ്ഥ സൃഷ്ടിക്കാൻ കഴിയുമെന്ന് വിപ്ലവാനന്തരഘട്ടത്തിലുള്ള സോവിയറ്റ് യൂണിയന്റെ വളർച്ചയും തെളിയിച്ചു. ഇന്ത്യയെപ്പോലെ സമാനമായ വൈരുദ്ധ്യങ്ങൾ നിലവിലുള്ള രാജ്യത്തിൽ സോഷ്യലിസ്റ്റ് പരിവർത്തനത്തിനുള്ള സാധ്യതകളും ചർച്ച ചെയ്യപ്പെട്ടു. ഭൗതികവാദപരമാണെന്നും ധാർമ്മിക മൂല്യങ്ങൾക്കനുസൃതമാണെന്നും കണക്കാക്കപ്പെട്ടുന്ന ഈ രണ്ട് ആശയങ്ങൾ തമ്മിലുള്ള സംഘട്ടനം മറ്റൊരവസരത്തിൽ വിശദമായി പരിശോധിക്കും.

ശാസ്ത്രബോധവും യുക്തിപരതയും

ജാതി ജന്മി നാടുവാഴിത്ത കാലഘട്ടത്തിൽ ജാതിമര്യാദകൾക്കും ആചാരബദ്ധമായ സാമൂഹ്യനീതിക്കും തന്നെയായിരുന്നു ആധിപത്യം. എങ്കിലും പ്രായോഗിക തലത്തിൽ നിരവധി ശാസ്ത്രസാങ്കേതിക ശാഖകൾ വളരാതിരുന്നില്ല. കേരളത്തിലെ സമൃദ്ധമായ ജൈവസമ്പത്ത് നിരവധി സസ്യങ്ങളെ ഔഷധങ്ങളായുപയോഗിക്കുന്നതിനും അവ വിവിധ ചേരുവകളിൽ രോഗനിവാരണത്തിനുവേണ്ടി ഉപയോഗിക്കുന്നതിലേക്കും നയിച്ചു. അഷ്ടാംഗഹൃദയവും സഹസ്രയോഗവും പോലുള്ള കൃതികൾ സംസ്കൃതത്തിലായിരുന്നുവെങ്കിലും ഈഴവരും മണ്ണാന്മാരുമടക്കമുള്ള അവർണർ ഔഷധങ്ങൾ മെനയുന്നതിലും രോഗനിവാരണത്തിലും നിപുണരായിരുന്നു. ഇവരുടെ ഔഷധങ്ങളെയും ഔഷധസസ്യങ്ങളേയും കുറിച്ചുള്ള അറിവാണ് ഗാർഷിയ ഡി ഓർത്തയുടെ "സിംപിൾസ് ആൻഡ് ഡ്രഗ്സ് ഇൻ ഇന്ത്യ'' എന്ന കൃതിയിലേക്കും വാൻ റീഡിന്റെ 'ഹോർത്തൂസ് മലബാറിക്കസ്' എന്ന ബൃഹത്തായ സസ്യവിവരങ്ങളുടെ സമാഹാരത്തിലേക്കും നയിച്ചത്. ആയുർവേദം എന്നറിയപ്പെട്ട മദ്ധ്യകാല ചികിത്സാസമ്പ്രദായം സംസ്കൃതഗ്രന്ഥങ്ങളെ മാത്രമല്ല, കേരളത്തിലെ ജൈവസമ്പത്തിനെയും വ്യത്യസ്ത സസ്യങ്ങളുടെയും ജീവികളുടെയും ഘടനയെയും കുറിച്ചുള്ള ആഴത്തിലുള്ള അറിവിനെക്കൂടി ആശ്രയിച്ചിരുന്നു. ഇതേ അറിവ് തന്നെയാണ് മനുഷ്യശരീരത്തിന്റെ സംരക്ഷണത്തെക്കുറിച്ചും പ്രത്യക്ഷപ്പെടുന്നത്. കേരളത്തിലെ കളരികൾ ആയുധ വിദ്യയിൽ മാത്രമല്ല, കൃത്യമായ ആഹാരക്രമവും ശരീരപാലനക്രമവും

വഴി ആരോഗ്യസംരക്ഷണത്തിനും ഊന്നൽ നൽകി. ഉഴിച്ചൽ, നസ്യം, ധാര, ശസ്ത്രക്രിയ പോലുള്ള ക്രിയകൾ കളരികൾ പിരിച്ചു വിട്ടതിന്നുശേഷവും കേരള സമൂഹത്തിൽ വ്യാപകമായിരുന്നു. കായികാഭ്യാസത്തിലുള്ള ഊന്നലും അതുപോലെ പ്രധാനമായിരുന്നു. ഇതുപോലെ ജ്യോതിഷം, തച്ചുശാസ്ത്രം, ഗണിതം മുതലായ മേഖല കളിലും വളർച്ചയുണ്ടായി. തൈക്കാട്ടു നമ്പൂതിരി എന്ന തച്ചുശാസ്ത്ര വിദഗ്ധന്റെ നേതൃത്വത്തിലാണ് പതിനെട്ടാം നൂറ്റാണ്ടിൽ പത്മനാഭപുരം കൊട്ടാരവും പത്മനാഭക്ഷേത്രത്തിന്റെ മതിലകവും ഉപ്പിരിക്കമാളികയും പണി കഴിക്കപ്പെട്ടത്. കേരളത്തിൽ നിർമ്മിക്കപ്പെട്ട വിദേശികളുടെ കെട്ടിടങ്ങളും കേരളീയ തച്ചുശാസ്ത്ര മാതൃക പിന്തുടരുന്നുണ്ട്. ജ്യോതിഷത്തിന്റെയും ഗണിതത്തിന്റെയും വളർച്ച സംഗ്രമഗ്രാമ മാധവൻ, ദാമോദരൻ, പരമേശ്വരൻ, നീലകണ്ഠ സോമയാജി, തൃക്കണ്ടിയൂർ അച്യുത പിഷാരടി എന്നിവരുടെ പാരമ്പര്യത്തിലൂടെ തെളിയിക്കപ്പെട്ടിട്ടു ള്ളതാണ്. ഉഷ്ണമേഖലയുടെ ഉഷ്ണവും മൺസൂൺ മഴയും അതിതീവ്ര മായ കാലാവസ്ഥാവ്യതിയാനങ്ങൾ കൃത്യമായ ഋതുഗണനയ്ക്കാണ് ഗണിതം ആവശ്യമായത്. ഗണിതത്തിലുള്ള നിഗമനങ്ങൾ യുക്തിപരമാക ണമെന്ന ധാരണയും അന്നുണ്ടായിരുന്നു. ജ്യേഷ്ഠദേവന്റെ ഗണിത യുക്തിഭാഷ അന്നത്തെ ഗണിതശാസ്ത്രപരമായ കണ്ടെത്തലുകളെ വിശദീകരിക്കുന്ന ഗ്രന്ഥമാണ്.

നാടുവാഴിത്തകാലത്തെ അറിവ് ശാസ്ത്രമായിരുന്നു. ശാസ്ത്രം എന്നത് വരേണ്യന്മാരായ ഗുരുക്കളുടെ ശാസനയനുസരിച്ച് അംഗീക രിക്കുകയും നടപ്പിലാക്കുകയും ചെയ്യുന്ന ചിന്താപരവും പ്രായോഗിക വുമായ കർമ്മ പദ്ധതികളായിരുന്നു. വ്യത്യസ്തതരത്തിലുള്ള ചിട്ടകളും സമ്പ്രദായങ്ങളും പാരമ്പര്യങ്ങളുമായ, നിലവിലിരുന്ന ശാസ്ത്രങ്ങൾക്ക് അതേ കാരണം കൊണ്ടുതന്നെ വ്യവസ്ഥാപിത രീതികളുണ്ടായിരുന്നു. കാലക്രമേണ പ്രായോഗികതലങ്ങളിൽ ചില നിയമങ്ങൾക്ക് മാറ്റം വരികയും പുതിയ ചില രീതികൾ അംഗീകരിക്കുകയും ചെയ്യുന്നതൊ ഴിച്ചാൽ ആശയസംഹിതകളിലും നടപടി ക്രമങ്ങളിലും അടിസ്ഥാനപ രമായ മാറ്റങ്ങൾ ശാസ്ത്രങ്ങളിൽ വിഭാവനം ചെയ്തിരുന്നില്ല. ഉല്പാദന ശക്തികളിൽ ഉണ്ടാകുന്ന വളർച്ചപോലും അറിവുകളിൽ പ്രതിഫലിക്കണ മെന്നില്ല. ഉദാഹരണത്തിന് ഹോർത്തൂസ് മലബാറിക്കസിൽ ശേഖരിക്ക പ്പെട്ട ജൈവ സമ്പത്തിനെക്കുറിച്ചുള്ള വിപുലമായ ജ്ഞാനം രോഗനിർണ യത്തിനും ചികിത്സക്കുമുള്ള പുതിയ രീതികളിലേക്ക് നയിക്കണമെന്നില്ല. അത്തരം രീതികൾപോലും അവ ചിട്ടപ്പെടുത്തിയ വൈദ്യന്മാരുടെ സിദ്ധിയും "കൈപ്പുണ്യ"വുമായി വ്യാഖ്യാനിക്കുകയും അവ നിഗൂഢ മായ അറിവുകളായി നശിച്ചു പോകുകുയോ അടുത്ത തലമുറക്ക് കൈമാറുകയോ ചെയ്യുകയാണ് പതിവ്. അതൊരിക്കലും പൊതു അറി വായി മാറിയില്ല. പുതിയ കണ്ടെത്തലുകളുടെ ഇത്തരം നിഗൂഢവൽ

ക്കരണം പൊതു അറിവുകളുടെ വികാസത്തിനു തടസ്സമായി. ഗുരുശിഷ്യ പരമ്പരകൾ അറിവിന്റെ വളർച്ചയ്ക്ക് വിലങ്ങുതടിയായിമാറുന്ന അവസ്ഥ യായിരുന്നു ഇത്.

ബ്രിട്ടീഷുകാരുടെ കാലത്ത് മിഷനറി സ്കൂളുകളിലൂടെയാണ് ആധുനികശാസ്ത്രത്തിന്റെ പ്രാഥമികതത്വങ്ങൾ കേരളത്തിലെത്തുന്നത്. 1817 ൽ സി എം എസ് കോട്ടയത്തു സംഘടിപ്പിച്ച വ്യാവസായിക പ്രദർശനത്തിൽ മാജിക്ലാന്റേൺ പോലെയുള്ള വസ്തുക്കളും പ്രദർശി പ്പിച്ചു. കാന്തവൈദ്യുതിയുടെ പ്രവർത്തനത്തിന്റെ അവതരണമായിരുന്നു അത്. അതിനുമുമ്പ് തിരുവിതാംകൂർ രാജാവിന്റെ (കാർത്തികതിരുനാൾ രാമവർമ്മ) കൊട്ടാരത്തിൽ "നാഴികമണിസൂത്രം" (ക്ലോക്ക്) സ്ഥാപിച്ച തായി രേഖകളിൽ കാണുന്നുണ്ട്. 16-ാം നൂറ്റാണ്ടു മുതൽ തന്നെ തോക്കു കളുടെ സാങ്കേതിക വിദ്യ കേരളത്തിൽ എത്തുന്നുണ്ട്. 18-ാം നൂറ്റാണ്ടിൽ ഡച്ചുകാരുടെ കയ്യിൽ നിന്ന് കല്ലുവെച്ച കുഴൽ (flint locks) തിരുവിതാം കൂർ കൈവശപ്പെടുത്തുകയും അത് ഉപയോഗിക്കുന്ന വിധം പട്ടാളക്കാരെ പഠിപ്പിക്കുന്നതിനായി ഡച്ചുകാരെതന്നെ ഉപയോഗിക്കുകയും ചെയ്യു ന്നുണ്ട്. ആയുധ സാങ്കേതികവിദ്യയുടെ ഇത്തരത്തിലുള്ള വ്യാപനം സാമൂഹ്യമാറ്റങ്ങളുമായി പൊരുത്തപ്പെടുന്നതാണ്. അങ്കം, പൊയ്ത്ത് മുതലായ പോരാട്ടരീതികൾ വ്യക്തിപരമോ കൂട്ടുചേർന്നോ ഉള്ള പോരാ ട്ടങ്ങളാണ്. ഇത്തരം പോരാട്ടങ്ങളിലെ കീഴടങ്ങൽ ഒരു പ്രദേശത്തിന്റെ കീഴടങ്ങലിനെ സൂചിപ്പിച്ചു. എന്നാൽ മറ്റു പ്രദേശങ്ങൾ കീഴടക്കാനുള്ള പോരാട്ടങ്ങൾ അക്രമാസക്തമായിരിക്കും. അക്രമങ്ങൾക്ക് വിനാശകാരി യായ ആയുധങ്ങളും ആവശ്യമായി വരും. തോക്കിന്റെയും പീരങ്കിയു ടെയും ഉപയോഗവും യുദ്ധമുറകളിൽ വന്ന മാറ്റത്തെ കാണിക്കുന്നു.

ബ്രിട്ടീഷ് ആധിപത്യത്തിൻ കീഴിൽ ആയുധ സാങ്കേതികവിദ്യയുടെ കൈമാറ്റം അധികം നടക്കുന്നില്ല. ഗതാഗതം, വ്യവസായങ്ങൾ തുടങ്ങി യവയിലെ സാങ്കേതിക വിദ്യകളാണ് വളരുന്നത്. ജലപാതകളിലാ യിരുന്നു ആദ്യം ബ്രിട്ടീഷുകാർ ശ്രദ്ധ കേന്ദ്രീകരിച്ചത്. കളക്ടറായിരുന്ന കനോലിയുടെ കാലത്ത് കോഴിക്കോട് മുതൽ കൊച്ചിവരെയുള്ള ജലപാതയുടെ നിർമ്മാണം ആരംഭിച്ചു. ജലപാത തിരുവനന്തപുരംവരെ നീട്ടാനായിരുന്നു പദ്ധതി. മൂന്നു വർഷത്തോളം പണി നീണ്ടു. പലയി ടങ്ങളിലും നേരിടേണ്ട നീർക്കെട്ടുകളും ചതുപ്പുകളും മൂലം പണി പൂർത്തിയാക്കാൻ കഴിഞ്ഞില്ല. താനൂർ മുതൽ ബേപ്പൂർ വരെയുള്ള റെയിൽപാത, പിന്നീട് മദ്രാസ്-മംഗലാപുരം റെയിൽപാത, തിരുവനന്ത പുരം വരെയുള്ള റെയിൽപാത തുടങ്ങിയ വളർന്നുവരുകയും റെയിൽ ഗതാഗതം വർദ്ധിക്കുകയും ചെയ്തതാണ് ഒരു പ്രധാനപ്പെട്ട മാറ്റം. കമ്പി ത്തപാലും അതിനോടൊപ്പം വളർന്നുവരുന്നുണ്ട്. കൊച്ചിയിൽ പറമ്പി ക്കുളം ട്രാംവേയുടെ നിർമ്മാണം ആദ്യത്തെ മലയോര പാതയുടെ രൂപീക രണത്തിനുള്ള ശ്രമമായിരുന്നു. റെയിൽവെ ട്രാക്കുകളുടെ വികാസം ഇരു

മ്പിന്റെയും കൽക്കരിയുടേയും മരപ്പലകകളുടെയും സിഗ്നൽ സംവിധാനങ്ങളുടെയും വളർച്ച ആവശ്യമാക്കുന്നുണ്ട്. ഇരുമ്പും കൽക്കരിയും മദ്ധ്യ ഇന്ത്യയിലാണ് ഉൽപാദിപ്പിക്കുന്നത്. കേരളത്തിൽ ഇരുമ്പിന്റെ ഉപയോഗം ധാരാളമുണ്ടായിരുന്നെങ്കിലും റെയിൽവെപോലുള്ള ഘന വ്യവസായങ്ങൾക്ക് ഇവിടത്തെ ഇരുമ്പ് പ്രയോജനകരമാകും എന്ന ധാരണയില്ലായിരുന്നു. കേരളത്തിലെ മൂശാരിമാർ ചെമ്പു ഉപയോഗിച്ചിരുന്നെങ്കിലും ആധുനിക സാങ്കേതികാവശ്യങ്ങളുമായി അതും പൊരുത്തപ്പെട്ടില്ല. ആറന്മുള കണ്ണാടിയും അടയ്ക്കാപുത്തനൂർ കണ്ണാടിയും ദീർഘകാലത്തെ പരിശ്രമം കൊണ്ടുണ്ടാകുന്ന ആഡംബരവസ്തുക്കൾ മാത്രമായിരുന്നു. മരം മുറിച്ച് പലകകളാക്കിയിരുന്നെങ്കിലും ഈർച്ചമില്ലുകൾ മാത്രമാണ് വളർന്നുവന്നത്. ക്രമേണ യാന്ത്രിക ഊർജ്ജത്തിന്റെയും വൈദ്യുതിയുടെയും ഉപയോഗവും വ്യാപകമായി.

സയൻസും ഗണിതവും നാടുവാഴിത്ത സമൂഹത്തിന്റെ ശാസനാപരമായ ആവശ്യങ്ങൾക്കുപകരം ആധുനിക വ്യവസായങ്ങളുടെ ഉൽപാദനപരമായ ആവശ്യങ്ങളുമായി ബന്ധപ്പെടുത്തിയതായിരുന്നു പ്രധാനപ്പെട്ട മാറ്റം. ന്യൂട്ടന്റെ ബലതന്ത്രവും ഫാരഡെയുടെ കാന്തവൈദ്യുതിയും ലീബിഗിന്റെ രസതന്ത്രവും പഠിപ്പിക്കാനെടുത്ത താല്പര്യം ഇത്തരത്തിലുള്ള ആവശ്യങ്ങളെ സൂചിപ്പിച്ചു. ജെയിംസ് വാട്ടിന്റെ ആവിയന്ത്രവും സ്റ്റീഫൻസന്റെ തീവണ്ടിയും എഡിസന്റെ ഇലക്ട്രിക് വിളക്കും നവയുഗത്തിന്റെ വഴികാട്ടികളായി. സയൻസ് ശാസ്ത്രം എന്ന നിലയിൽ നിന്നും സാങ്കേതികവിദ്യകൾ തീർക്കാൻ കഴിയുന്ന പ്രകൃതിയെക്കുറിച്ചുള്ള അറിവായി. സയൻസിന്റെ ജ്ഞാനനിർമ്മാണത്തിന്റേതായ തലമല്ല, കേരളത്തിൽ പ്രചരിച്ചത്. അന്നാമാണി, ജാനകി അമ്മാൾ, വൈനുബാപ്പു മുതലായ ശാസ്ത്രജ്ഞർ കേരളത്തിൽ നിന്ന് വളർന്നു വന്നിട്ടുണ്ട്. അവരുടെ വളർച്ച ശാസ്ത്രഗവേഷണത്തിന്റെ തുടക്കം മാത്രമായിരുന്നു. ശാസ്ത്രലേഖനങ്ങൾ ചില ആനുകാലികങ്ങളിൽ പ്രത്യക്ഷപ്പെടുകയും ശാസ്ത്രവാർത്തകൾ കൗതുക വാർത്തകളായി സ്ഥാനം പിടിക്കുകയും ചെയ്തതല്ലാതെ നിത്യജീവിതവുമായി ബന്ധപ്പെടുത്തിയുള്ള സയൻസ് ഇക്കാലത്തു വളർന്നു വന്നില്ല. സയൻസിന്റെ പഠനം സ്കൂൾ പാഠപുസ്തകങ്ങളിൽ നിന്നായി. പഞ്ചാംഗ ഗണനം, ജ്യോതിഷം, കൈത്തൊഴിലുകൾ തുടങ്ങിയവ സ്കൂൾ പാഠപുസ്തകങ്ങളുടെ ഭാഗമായി.

സയൻസിന്റെയും സാങ്കേതിക വിദ്യകളുടേയും വികാസമല്ല ജാതിമതചിന്തകളുടെ നിരാസമായിട്ടാണ് കേരളത്തിലെ യുക്തിവാദത്തിലേക്ക് നയിച്ചത്. യൂറോപ്പിൽ ദെക്കാർത്തെയും അദ്ദേഹത്തിന്റെ ശിഷ്യന്മാരും യുക്തിയെ ബന്ധപ്പെടുത്തിയത് സമകാലീന ആശയസംഹിതകളെ ചോദ്യം ചെയ്യുന്ന രീതിയുമായാണ്. താർക്കികമായ (logical)ഗണിതശാസ്ത്രപരമായ യുക്തിക്കാണ് ദെക്കാർത്തെ പ്രാധാന്യം നൽകിയത്. യുക്തിയെ ഇന്ദ്രിയഗോചരമായ പ്രതിഭാസങ്ങളുടെ ആന്തരികഘടന

യെയും അതീന്ദ്രിയമായ വസ്തുതകളെയും തിരിച്ചറിയുന്ന രീതിയായി കണ്ടു. അതും ഗണിതശാസ്ത്രപരമാണ്. ഹെഗൽ യാഥാർത്ഥ്യത്തെ യുക്തിയുമായി ബന്ധപ്പെടുത്തുകയും യാഥാർത്ഥ വസ്തുക്കൾ യുക്തി സഹമാണെന്നും യുക്തിസഹമായത് യാഥാർത്ഥ്യമാണെന്നും വാദിക്കുകയും ചെയ്തു. ഇങ്ങനെ യുക്തിയെ വ്യത്യസ്തരീതികളിൽ കാണുകയും വ്യാഖ്യാനിക്കുകയും ചെയ്യുന്നവിധം ആധുനിക സയൻസിനെ (വിജ്ഞാനത്തെ) മുന്നോട്ടു കൊണ്ടുപോയതായി കാണാം. എന്നാൽ കേരളത്തിൽ (പൊതുവിൽ ഇന്ത്യയിലും) ജാതിയുടെയും മതത്തിന്റെയും ആചാര മര്യാദകളെ ഖണ്ഡിക്കുന്നതിനാണ് യുക്തി ഉപയോഗിച്ചത്. യുക്തിയുടെ ഫലമായി കണ്ടെത്തുന്ന വസ്തുതകൾ എങ്ങനെയാണ് ജാതിമത ശക്തികളുടെ യാഥാർത്ഥ്യ സങ്കല്പങ്ങളെ ഖണ്ഡിക്കുന്നത് എന്നതിലായിരുന്നു ഊന്നൽ. യൂറോപ്പിൽ നിരീശ്വര വാദവും ഭൗതികവാദവും ശക്തിപ്പെട്ടുവന്നത് പോസിറ്റീവായ സയൻസിന്റെ പിൻബലത്തോടെയായിരുന്നു. ഉദാഹരണത്തിന് തോമസ് ഹെന്റി ഹാക്സിലി ഡാർവിന്റെ പരിണാമവാദത്തിന്റെ പിൻബലത്തോടെയാണ് ബിഷപ്പ് വിൽബർ ഫോഴ്സിന്റെ ദൈവിക സൃഷ്ടി വാദത്തെ ഖണ്ഡിച്ചത്. കേരളത്തിലെ യുക്തിവാദികൾ ആചാരമര്യാദകളെ ഖണ്ഡിച്ചത് സാങ്കേതിക വിദ്യകളുടെ പിൻബലത്തോടെയാണ്. ഉദാഹരണത്തിന് മതവാദികൾ പ്രചരിപ്പിച്ച ദിവ്യാത്ഭുതങ്ങളെല്ലാം സാങ്കേതിക വിദ്യകളുടെ പിൻബലത്തോടെ പൊതുവേദികളിൽ അവതരിപ്പിക്കാമെന്ന് യുക്തിവാദികൾ തെളിയിച്ചു. ഇതിനായി മാജിക് എന്ന കലാപ്രകടനം തന്നെ യുക്തിവാദികൾ വളർത്തിക്കൊണ്ടുവന്നു.

ആദ്യകാല സാമൂഹ്യപരിഷ്കർത്താക്കൾ ആധ്യാത്മികതയുടെ അടിസ്ഥാനത്തിലാണ് നിലപാടുകളെടുത്തതെങ്കിലും സാമൂഹ്യജീവിതത്തിലെ യുക്തിപരതയെ ആചാരമര്യാദകൾക്കും അന്ധവിശ്വാസത്തിനുമെതിരായി ഉയർത്തിപ്പിടിച്ചു. മദ്യവർജ്ജനത്തിനുവേണ്ടിയും വ്യാവസായിക പുരോഗതിക്കുവേണ്ടിയും വിദ്യാഭ്യാസത്തിനു വേണ്ടിയുമുള്ള നാരായണഗുരുവിന്റെ പ്രചരണം ഉദാഹരണമാണ്. സാമൂഹ്യ ജീവിതത്തിന്റെ സംഘടിതരൂപങ്ങൾക്കുവേണ്ടിയും നാരായണഗുരു വാദിച്ചു. അയ്യൻകാളി സാധുജനങ്ങളുടെ മോചനത്തിൽ വിദ്യാഭ്യാസത്തിന്റെയും അധ്വാന രൂപങ്ങളുടെയും പ്രാധാന്യത്തിലേക്ക് വിരൽ ചൂണ്ടി. വാഗ്ഭടാനന്ദൻ പുതിയ അധ്വാന രീതിയുടെ ഭാഗമായി ഊരാളുങ്കൽ തൊഴിൽ കരാർസംഘം സ്ഥാപിക്കുകയും സംഘടിതമായ അധ്വാനരൂപങ്ങൾക്ക് ഊന്നൽ നൽകുകയും ചെയ്തു. അധ്വാനത്തിന്റെ പ്രാധാന്യം വർദ്ധിച്ചതോടെ അധ്വാനം നടക്കുന്ന സാമൂഹ്യസാഹചര്യങ്ങളും ചർച്ചക്കു വിഷയമായി. അതോടെ ഭൗതികവാദത്തിലൂന്നിയുള്ള ശാസ്ത്രബോധത്തിന്റെ ആശയങ്ങൾ വളർന്നുവന്നു.

നാരായണഗുരുവിന്റെ അനുയായിയും ഇടക്കാലത്ത് ബുദ്ധമത

ത്താൽ ആകർഷിക്കപ്പെട്ട ആളുമായിരുന്ന സഹോദരൻ അയ്യപ്പൻ ക്രമേണ ഭൗതികവാദത്തിന്റെയും ശാസ്ത്രബോധത്തിന്റെയും വക്താവായി. വളരെ പ്രകടമായി ജാതിമതബന്ധമായ സമൂഹത്തെ അയ്യപ്പൻ എതിർത്തു. അയ്യപ്പന്റെ "സയൻസ് ദശകം" വ്യക്തമായി ദൈവസങ്കല്പത്തെ നിരാകരിക്കുകയും ശാസ്ത്രീയമായ അറിവിനെ കേന്ദ്രസ്ഥാനത്തു കൊണ്ടുവരികയും ചെയ്തു. കേസരി ബാലകൃഷ്ണ പിള്ള ആധുനിക വൈജ്ഞാനിക സാഹിത്യത്തിന്റെ വക്താവായിരുന്നു. ഇങ്ങനെ വളർന്നുവന്ന ഭൗതികവാദപരമായ ആശയങ്ങളാണ് ഒരു വശത്തു യുക്തി വാദത്തിലേക്കും മറുവശത്ത് വൈരുദ്ധ്യാത്മക ഭൗതിക വാദത്തിലധിഷ്ഠിതമായ പ്രപഞ്ച സങ്കല്പത്തിലേക്കും നയിച്ചത്. സോഷ്യലിസം, കമ്മ്യൂണിസം തുടങ്ങിയ ആശയങ്ങളുടെ പ്രചാരത്തെ സഹായിച്ചതും ഭൗതികവാദ വീക്ഷണമായിരുന്നു.

കേരളത്തിലെ ശാസ്ത്ര ബോധത്തിന്റെയും യുക്തിപരതയുടെയും വളർച്ച യുറോപ്പിനെപ്പോലെ മതവീക്ഷണത്തിനെതിരായ പോരാട്ടത്തിന്റെ ഭാഗമായല്ല, ധർമ്മശാസ്ത്രബദ്ധമായ പ്രപഞ്ചവീക്ഷണത്തിനും ജാതീയതയ്ക്കുമെതിരായ പോരാട്ടത്തിന്റെ ഭാഗമായാണ് വളർന്നുവന്നത്. മദ്ധ്യകാലത്തെ ശാസ്ത്രജ്ഞാനം ഉല്പാദനശക്തികൾക്ക് വിലങ്ങുതടി യായിരുന്നു. അതിനെ മുറിച്ചു കടന്ന് പുതിയ അറിവുകൾ സൃഷ്ടിക്കണ മെങ്കിൽ മദ്ധ്യകാലം രൂപപ്പെടുത്തിയ ജാതി ജന്മിനാടുവാഴിത്തത്തിന്റെ സാമൂഹ്യമായ വിലങ്ങുതടികളെയും മുറിച്ചു കടക്കണമായിരുന്നു. ഇതിനുള്ള പോരാട്ടങ്ങൾ അവർണരിലും അടിയാളിലും മാത്രമല്ല, സവർണരിലും പ്രത്യേകിച്ച് സവർണ സ്ത്രീകളിലും കാണാൻ കഴിയും. ധർമ്മശാസ്ത്ര പ്രകാരമുള്ള ജാതിമര്യാദകളും ജന്മിനാടുവാഴിത്ത ആശയസംഹിതകളും അടിച്ചമർത്തപ്പെട്ടവരെ മാത്രമല്ല, അവരവരെ തന്നെ വിലങ്ങിട്ടു നിർത്തുന്ന അവസ്ഥയെ മുറിച്ചു കടക്കേണ്ടതുണ്ടാ യിരുന്നു. ഇതിനായി അവർ അന്വേഷിച്ചത് യുക്തിപരതയോടൊപ്പം സ്വാതന്ത്ര്യത്തിന്റെയും സമത്വത്തിന്റെയും മാനവികതയുടെയും ആശയ ങ്ങളും നീതിക്രമങ്ങളും ഒത്തു ചേർന്ന ലോകസങ്കല്പത്തെയായിരുന്നു. ഈ അന്വേഷണമാണ് ധാർമ്മികതയും ഭൗതികതയും തമ്മിലുള്ള വൈരുദ്ധ്യമായി മാറിയത്.

ധാർമ്മികതയും ഭൗതികതയും തമ്മിലുള്ള വൈരുദ്ധ്യം എല്ലാ മേഖ ലകളിലും കാണാമായിരുന്നു. യോഗക്ഷേമസഭയുടെ പ്രവർത്തനം ഉദാഹരണമായിരുന്നു. ജന്മിമാരുടെ അവകാശ സംരക്ഷണത്തിനുവേണ്ടി രൂപം കൊണ്ട ജന്മി സഭയുടെ തുടർച്ചയെന്ന നിലയിലാണ് യോഗക്ഷേമ സഭയുടെ പ്രവർത്തനം ആരംഭിക്കുന്നത്. അതിന്റെ നേതൃത്വവും ജന്മി മാരുടെ കയ്യിലായിരുന്നു. ക്രമേണ ജന്മി കുടുംബങ്ങളിലെ ആളോഹരി ഭാഗത്തിന്റെ പ്രശ്നം ഉയർന്നു വന്നു. നിയമാനുസൃതമായി കുടുംബ ങ്ങൾക്കു കിട്ടേണ്ട ഓഹരികൾ പഴയ മാമൂലുകളിൽ കടിച്ചു തൂങ്ങുന്ന

കാരണവന്മാർ നിഷേധിക്കുന്നതായി വാദിക്കപ്പെട്ടു. കനിഷ്ഠന്മാർക്ക് കുടുംബസ്വത്തിൽ അവകാശം നൽകണമെന്ന് പ്രശ്നം മറ്റു പ്രശ്ന ങ്ങളിലേക്കു നയിച്ചു. കാരണവരായ മുത്തനമ്പൂതിരിക്ക് നിരവധി വേളികൾ ആകാമെങ്കിൽ കനിഷ്ഠന്മാർക്ക് സംബന്ധം (നായർ സ്ത്രീകളുമായുള്ള വേഴ്ച) മാത്രമേ പാടുള്ളൂ എന്നത് തികച്ചും അപലപനീയമായ പാരമ്പര്യമായി കരുതാനാരംഭിച്ചു. അതിനെ തുടർന്നുണ്ടായ തർക്കങ്ങളാണ് നമ്പൂതിരി കുടുംബത്തിലുണ്ടായ പരിവർത്തനത്തിലേക്കും സ്ത്രീയുടെ അവസ്ഥയിൽ വന്നമാറ്റ ത്തിലേക്കും നയിച്ചത്. ഈ സംവാദത്തിൽ യാഥാസ്ഥിതികർ മിതാക്ഷരവും ശാങ്കരസ്മൃതിയും പോലുള്ള ധർമ്മശാസ്ത്രനിയമ ഗ്രന്ഥങ്ങളിൽ ഊന്നിയപ്പോൾ ഉൽപതിഷ്ണുക്കൾ സ്വന്തം വാദങ്ങ ൾക്കുവേണ്ടി ഉപയോഗിച്ചത് അവസരങ്ങളിലും അവകാശങ്ങളിലുമുള്ള സമത്വം, സ്ത്രീ സ്വാതന്ത്ര്യം, അഭിപ്രായ പ്രകടന സ്വാതന്ത്ര്യം, സംഘടനാ സ്വാതന്ത്ര്യം മുതലായ ആധുനിക മുതലാളിത്തത്തിന്റെ ആശയങ്ങളാണ്. യുവജന സംഘത്തിന്റെ പ്രവർത്തകർ ഭൂരിഭാഗവും ഭൗതികവാദികളായി മാറിയത് യാഥാസ്ഥിതികരുടെ ധർമ്മശാസ്ത്ര വിധികളോടുള്ള സംഘർഷത്തിന്റെ പശ്ചാത്തലത്തിലാണ്. പൂണൂൽ പൊട്ടിക്കൽ, വിവാഹപിക്കറ്റിംഗ്, വിധവാവിവാഹങ്ങൾ, ബ്ലൗസും സാരിയും ധരിപ്പിക്കൽ, സ്ത്രീവിദ്യാഭ്യാസം തുടങ്ങിയവ മുതൽ വി ടി ഭട്ടതിരിപ്പാടിന്റെ അമ്പലം കത്തിക്കാനുള്ള ആഹ്വാനം വരെ ചെന്നെത്തു ന്നത് ഈ സംഘർഷമാണ്.

ഇതേ രീതിയിലുള്ള മാറ്റങ്ങൾ മറ്റു സമുദായങ്ങളിലും വളർന്നു വന്നു. മുൻ സൂചിപ്പിച്ച മലബാർ മാര്യേജ് കമ്മീഷനു കിട്ടിയ പ്രതിക രണങ്ങളിൽ ഭൂരിപ്രക്ഷവും മരുമക്കത്തായ സമ്പ്രദായത്തെ എതിർത്തു കൊണ്ടുള്ളതായിരുന്നു. അതിൽ നല്ലൊരു ഭാഗം സ്ത്രീകളായിരുന്നു. മരുമക്കത്തായ നിയമമനുസരിച്ച് ഭർത്താക്കന്മാർക്ക് അവകാശം ലഭിച്ചതിനുശേഷം കാരണവന്മാരുടെ ആധിപത്യം തുടരുകയും അത് കുടുംബകലഹങ്ങൾക്ക് കാരണമാവുകയും ചെയ്തു. ഇവിടെയും സന്തതികൾക്കുള്ള അവകാശങ്ങളെ സംബന്ധിച്ച ആധുനിക മുതലാളി ത്ത ആശയങ്ങളുടെ അടിസ്ഥാനത്തിൽ സ്ത്രീ സ്വാതന്ത്ര്യം അതുപോലെ ശക്തമായ പരാമർശ വിഷയമായി. കാരണവന്മാരുടെ ചൊൽപ്പടിക്കു നിൽക്കുന്ന സ്ത്രീകൾക്കു പകരം വിദ്യാഭ്യാസവും തൊഴിലും തേടി സമൂഹത്തിൽ വ്യവഹരിക്കുന്ന സ്ത്രീകളെക്കുറിച്ചുള്ള ആശയങ്ങൾ അക്കാലത്തെ വനിതാ മാസികകളിൽ ഉടനീളം കാണാം. *ശാരദ, ശ്രീമതി, മഹിള, വനിത* മുതലായ നിരവധി സ്ത്രീമാസികകൾ തന്നെ ഈ പുതിയ ഉണർവിനെ സൂചിപ്പിക്കുന്നവയായിരുന്നു. ആദ്യകാലത്ത് രാഷ്ട്രീയ ത്തിലേക്കു കടന്നുവന്ന സ്ത്രീകളും ഇതിനുദാഹരണമായി. അവിടെയും യാഥാസ്ഥിതികർ സ്ത്രീ സ്വാതന്ത്ര്യത്തെയും പൊതുജീവിതത്തിലേ

ക്കുള്ള അവരുടെ പ്രവേശനത്തെയും എതിർക്കുകയും ആൺകോയ്മ മൂല്യങ്ങൾ ഉയർത്തിപ്പിടിക്കുകയും ചെയ്തു.

ഭൗതികവാദം തന്നെ രണ്ടു രീതിയിൽ ഇക്കാലത്ത് പ്രചരിക്കുന്നുണ്ട്. അതിലൊന്ന് മുൻപറഞ്ഞ നിരവധി സംഘർഷങ്ങളുടെ അനുഭവങ്ങളിൽ നിന്ന് രൂപപ്പെട്ട പ്രായോഗികതലത്തിലുള്ള ഭൗതികവാദം, മറ്റൊന്ന്, ശാസ്ത്രത്തിന്റെ വളർച്ചയെ അടിസ്ഥാനമാക്കി മതചിന്തയെയും പ്രവർത്തനങ്ങളെയും പൂർണമായി നിരാകരിക്കുന്ന ഭൗതികവാദം, അല്ലെങ്കിൽ യുക്തിവാദം. ഇവ തമ്മിൽ കൊള്ളകൊടുക്കൽ ബന്ധങ്ങൾ ഉണ്ടായെങ്കിലും ഇവ വ്യത്യസ്തസരണികളായി തന്നെ നിലനിന്നു. ഇതിലാദ്യത്തേത് സാമൂഹ്യമര്യാദകളുടെയും ആചാരങ്ങളുടെയും വിശ്വാസ സംഹിതകളുടെയും പ്രായോഗികമായ തിരസ്ക്കാരത്തിലുടെയാണ് വളർന്നുവന്നത്. അവയ്ക്കു ബദലായ ജീവിതരീതികൾ കണ്ടെത്തുന്നതിലൂടെയാണ്. ഭക്ഷണത്തിൽ, പാർപ്പിടത്തിൽ, വസ്ത്രധാരണത്തിൽ, വിവാഹത്തിൽ, കുടുംബജീവിതത്തിൽ, സമൂഹജീവിതത്തിൽ, എല്ലാം യാഥാസ്ഥിതികതയെ തിരസ്ക്കരിക്കുമ്പോൾ, പുതിയ രീതികൾ കണ്ടെത്തേണ്ടിവരും. അതിനുള്ള ചട്ടക്കൂടുകൾ തേടിയത് ആത്മീയതയിൽ നിന്നല്ല; ഭൗതിക ജീവിതരീതിയിൽ നിന്നാണ്. അങ്ങനെയാണ് മാറുമറയ്ക്കൽ, ബ്ലൗസും റൗക്കയും ധരിക്കൽ, കല്ലുമാല പൊട്ടിക്കൽ, മിശ്രഭോജനം, മിശ്രവിവാഹം, വഴിനടത്തം, തീണ്ടൽ മര്യാദകളുടെ അതിലംഘനം തുടങ്ങിയവയെല്ലാം വളർന്നുവന്നത്. ഇവ ഏതെങ്കിലും വിധത്തിലുള്ള ആത്മീയതലത്തിലുള്ള അന്വേഷണത്തിന്റെ ഫലമല്ല. ഭൗതിക ജീവിതത്തിലെ സമസ്യകളെ ഭൗതികമായി തന്നെ പരിഹരിക്കാനുള്ള സാമാന്യ ബോധത്തിൽ നിന്നു വളർന്നു വരുന്നതാണ്. പുലയരുടെ വിദ്യാഭ്യാസത്തിനുള്ള അവകാശം അയ്യൻകാളി സമർത്ഥിക്കുന്നത് അവരുടെ ഉപജീവനമായ കൃഷിപ്പണി ബഹിഷ്ക്കരിച്ചുകൊണ്ടാണ്. കാർഷികസമരങ്ങളുടെ ശക്തമായ ആദ്യ രൂപമാണിത്. വാലന്മാരുടെ സഞ്ചാരസ്വാതന്ത്ര്യത്തിന്റെ പ്രശ്നം പണ്ഡിറ്റ് കറുപ്പനും കൂട്ടരും ഉന്നയിക്കുന്നത് അവർക്ക് സ്വതന്ത്രമായി സഞ്ചരിക്കാവുന്ന കായലിൽ കൂട്ടായ്മ സൃഷ്ടിച്ചാണ്.

എന്നാൽ രണ്ടാമത്തേത് തികച്ചും ദാർശനികമായ തലത്തിലുള്ളതാണ്. അത് ചോദ്യം ചെയ്യുന്നത് പരമ്പരാഗത മാമൂലുകളെയോ ജനജീവിതത്തിൽ ഭരണവർഗ ആശയസംഹിതകളും പ്രവർത്തനങ്ങളും സൃഷ്ടിക്കുന്ന സമസ്യകളെയോ അല്ല, മറിച്ച് മതസിദ്ധാന്തങ്ങളെയും വിശ്വാസങ്ങളെയുമാണ്. ശാസ്ത്രചിന്ത എന്നു വിശേഷിപ്പിക്കുന്ന ആധുനിക മുതലാളിത്ത യുക്തിചിന്തയാണതിനാധാരം. സഹോദരൻ അയ്യപ്പൻ തുടങ്ങിവച്ചതും 1930കളിൽ എം സി ജോസഫ്, കുറ്റിപ്പുഴ കൃഷ്ണപിള്ള, രാമവർമ്മ തമ്പാൻ, തുടങ്ങിയവരിലൂടെ വികസിച്ചതുമായ യുക്തിവാദി പ്രസ്ഥാനം പാരമ്പര്യത്തെയും മതാന്ധതയെയും ചോദ്യം

ചെയ്യുന്നതിൽ വിജയിച്ചു. പിന്നീട് പുരോഗമന പ്രസ്ഥാനത്തിൽ പങ്കു ചേർന്ന നിരവധിപേർ യുക്തിവാദത്താൽ ആകൃഷ്ടരായിട്ടുണ്ട്. വി ടി ഭട്ടതിരിപ്പാടിനെപ്പോലുള്ളവർ ഒരു ഘട്ടത്തിൽ യുക്തിവാദികളായി മാറുന്നത് ഈ പശ്ചാത്തലത്തിലാണ്. സി കേശവൻ തന്റെ യുക്തിവാദ നിലപാടുകൾകൊണ്ട് എസ് എൻ ഡി പിയ്ക്കകത്ത് വിമർശിക്കപ്പെടുന്നതും കാണാം.

ഭൗതികവാദത്തിന്റെയും യുക്തിവാദത്തിന്റെയും ദാർശനികവും പ്രായോഗികവുമായ സ്വാധീനം അളക്കേണ്ടത് ജാതിയുടെ നിലനില്പിന്റെ അടിസ്ഥാനത്തിൽ മാത്രമല്ല, അത്തരത്തിലുള്ള മര്യാദകളെ നിലനിർത്തുന്ന വിശ്വാസപ്രമാണങ്ങളുടെ അടിസ്ഥാനത്തിൽ കൂടിയാണ്. ആധുനിക കാലത്തിൽ മത വിശ്വാസങ്ങളിലും പ്രയോഗത്തിലും വന്നമാറ്റം മര്യാദകളുടെ തകർച്ചക്കും നിലനിൽപിനും ഏറെ പ്രസക്തമാണ്. യൂറോപ്യൻ നവോത്ഥാനം മദ്ധ്യകാല ക്രിസ്തുമതം സൃഷ്ടിച്ച വിലക്കുകളിലും മര്യാദകളിലും ഏറിയ പങ്കിനെയും തകർത്തപ്പോൾ അവയിൽ ചിലത് പ്രൊട്ടസ്റ്റന്റ് ക്രിസ്തുമതത്തിലൂടെ മുതലാളിത്തത്തിന്റെ ധർമ്മ സംഹിതകളിലും കടന്നു കൂടി. അതിനുസമാനമായ ചരിത്രം കേരളത്തിലെ മതപരതയിലും കാണാൻ സാധിക്കും.

മതപരതയുടെ വളർച്ച

ലോകത്തിലെ എല്ലാ പ്രധാനപ്പെട്ട മതവിഭാഗങ്ങളും പ്രവർത്തിച്ചു വന്ന ഒരു പ്രദേശമാണ് കേരളം. ക്രി. പി ഒന്നാം നൂറ്റാണ്ടിൽ കേരളത്തിൽ വന്നതായി വിശ്വസിക്കുന്ന തോമാശ്ലീഹ മുതലും ക്രി. പി ഏഴാം നൂറ്റാണ്ടിൽ കേരളത്തിൽ വന്നതായി വിശ്വസിക്കുന്ന മാലിക ഇബ്ൻ ദിനാർ മുതലും പാരമ്പര്യം അവകാശപ്പെടുന്നവരാണ് ഇവിടത്തെ ക്രിസ്ത്യാനികളും മുസ്ലീങ്ങളും. ക്രിസ്ത്യാനികളെക്കാൾ കൂടുതൽ പാരമ്പര്യം അവകാശപ്പെടുന്നവരാണ് കേരളത്തിലെ ജൂതന്മാർ. പരമ്പരാഗത മുസ്ലീങ്ങളെ ജോനകർ എന്നും ക്രിസ്ത്യാനികളെ നസ്രാണികൾ എന്നും വിളിച്ചുവന്നിരുന്നു. രണ്ടു കൂട്ടരുടെയും വർത്തക പാരമ്പര്യം കൊണ്ടാകണം അവരെ മാപ്പിളമാർ എന്നു വിളിച്ചുവന്നിരുന്നത്. കേരളത്തിൽ അധീശത്വം ചെലുത്തിയ ബ്രാഹ്മണ-സംസ്കൃത പാരമ്പര്യത്തിൽ നിന്നു ഭിന്നമായ ആചാരമര്യാദകളും വിശ്വാസങ്ങളും അവർ നിലനിർത്തി. അതേ സമയം കേരളത്തിൽ നിലനിന്ന ജാതിജന്മിനാടുവാഴി വ്യവസ്ഥയുടെ ഭാഗമായി മാറാനും അവർക്കു കഴിഞ്ഞു. കേരളത്തിലെ മതങ്ങൾ തമ്മിലുള്ള സമവായത്തിന്റെ അടിത്തറ ഇതായിരുന്നു.

16–ാം നൂറ്റാണ്ടിൽ മിഷനറിമാരുടെ വരവോടെയാണ് ഈ സമവായത്തിൽ മാറ്റങ്ങളുണ്ടാകുന്നത്. പോർട്ടുഗീസുകാരുടെ സംരക്ഷണത്തിൽ കേരളത്തിൽവന്ന പാതിരിമാർ മതപരിവർത്തനം കൂടാതെ കേരളത്തിലെ മാർത്തോമാ ക്രിസ്ത്യാനികളുടെ ആചാരമര്യാദകളിൽ ഇടപെടാനും

ആരംഭിച്ചു. മാർതോമാ ക്രിസ്ത്യാനികളെ നയിച്ച സിറിയൻ ബിഷപ്പുമാർ റോമൻ മേധാവിത്വത്തെ എതിർത്തതോടെ റോമാപള്ളി മറ്റൊരു രീതി സ്വീകരിച്ചു. ഗോവായിൽ മെത്രാനായി അവരോധിക്കപ്പെട്ട ഡോം അലക്സിസ് ഡിമെനസിസ്സ് കേരളത്തിലെ പള്ളി വികാരികളുടെ സമ്മേളനം മദ്ധ്യകേരളത്തിലെ ഉദയം പേരൂരിൽ വെച്ചു വിളിച്ചു കൂട്ടി 1599 ൽ കൂടിയ ഈ സമ്മേളനം റോമൻ കത്തോലിക്ക നിയമസംഹിതയിലേക്കും സാമൂഹ്യമര്യാദകളിലേക്കും ക്രൈസ്തവരെ പൂർണമായി ഉൾപെടുത്താൻ ശ്രമിക്കുന്ന ഒരു കൂട്ടം നിയമങ്ങൾ പള്ളിവികാരികളെക്കൊണ്ട് അംഗീകരിപ്പിച്ചു. ഈ സമ്മേളനത്തെ ഉദയംപേരൂർ സൂനഹദോസ് എന്നു വിളിക്കുന്നു.

സൂനഹദോസിലെ കാനോനകൾ പൂർണമായി അംഗീകരിക്കുന്നതിന് എല്ലാ ക്രിസ്ത്യാനികളും തയ്യാറായില്ല. പ്രാദേശികമായി വളർന്നുവന്നതും സിറിയൻ മെത്രാന്മാർ അംഗീകരിച്ചതുമായ പല പാരമ്പര്യങ്ങളും അതിൽ ഉൾപെട്ടിരുന്നു. ഒരു വിഭാഗം ക്രിസ്ത്യാനികൾ വാദിച്ചത് അവർ തോമാശ്ലിഹാ നേരിട്ടു മതപരിവർത്തനം നടത്തിയ കുടുംബങ്ങളിൽ പെട്ടവരാണെന്നും അവർ അതുകൊണ്ട് തോമസിന്റെ പാരമ്പര്യം (Acta Thoma) മാത്രമേ അംഗീകരിക്കുകയുള്ളു എന്നുമാണ്. പകലോമറ്റം എന്ന കുടുംബത്തിന്റെ നേതൃത്വത്തിൽ അവർ സംഘടിച്ചു. ഒരു സംഘം ക്രിസ്ത്യാനികൾ മട്ടാഞ്ചേരിയിലെ കൂനൻ കുരിശിനു മുമ്പിൽ റോമൻ പള്ളിയിൽ നിന്നുള്ള സ്വാതന്ത്ര്യം പ്രഖ്യാപിച്ചുകൊണ്ടു സത്യം ചെയ്തു. 1653 ൽ നടന്ന ഈ സംഭവത്തെ കൂനൻകുരിശുസത്യം എന്നു വിളിക്കുന്നു. അതോടെ കേരളത്തിലെ ക്രിസ്ത്യാനികൾ രണ്ടു വിഭാഗമായി. സുനഹദോസിലെ കാനോനകൾ അംഗീകരിക്കുന്നവരും അല്ലാത്തവരും. ഇരുക്കൂട്ടരും തമ്മിലുള്ള സംഘർഷം തദ്ദേശീയ ക്രിസ്ത്യാനികളും പോപ്പിന്റെ ആജ്ഞ അംഗീകരിക്കുന്നവരും തമ്മിലുള്ള സംഘർഷമായി തീർന്നു. പിൽക്കാലത്ത് ക്രിസ്ത്യാനികളിലെ വ്യത്യസ്ത സഭകളെ സൃഷ്ടിക്കുന്നതിലും ഈ സംഘർഷം പ്രധാന പങ്കുവഹിച്ചു.

ഇവാഞ്ചലിക്കൽ ക്രിസ്ത്യാനികളുടെ വരവായിരുന്നു ക്രിസ്ത്യൻ മതപരതയുടെ വികാസത്തിന്റെ അടുത്ത ഘട്ടം. 18–ാം നൂറ്റാണ്ടിന്റെ അന്ത്യത്തിൽ രൂപം കൊണ്ട സി എം എസും, എൽ എം എസും പ്രധാനമായി ചർച്ച് ഓഫ് ഇംഗ്ലണ്ടിന്റെ സ്വാധീനത്തിലായിരുന്നു. ബാസൽ ജർമ്മൻ മിഷൻ, ജർമ്മൻ പ്രോട്ടസ്റ്റന്റുകളുടെ നിയന്ത്രണത്തിലും. കത്തോലിക്കാ പുരോഹിതൻമാരുടെ ആചാര മര്യാദകളിലുള്ള ഊന്നലിനും പള്ളിയുടെ ആധികാരികതയ്ക്കും പകരം പുതിയ മിഷനുകൾ ബൈബിൾ പഠനത്തിൽ ഊന്നൽ കൊടുത്തു. സി എം എസും എൽ എം എസും കൂദാശകളെയും പ്രാർത്ഥനാ രീതികളെയും ബൈബിൾ പഠനവുമായി ബന്ധിപ്പിക്കുകയും ചെയ്തു. എല്ലാ മിഷനുകളും

മതപ്രചരണം, സാംസ്ക്കാരിക സാർവ്വികബോധം, വിദ്യാഭ്യാസം തുടങ്ങിയവയോടൊപ്പം ആധുനിക തൊഴിൽ രൂപങ്ങളുടെയും ജീവിത രീതികളുടെയും വ്യാപനത്തിലും ശ്രദ്ധപതിപ്പിച്ചു. ഇവാഞ്ചലിക്കൽ മിഷനറിമാർ മതപ്രചാരണത്തിനും ധാർമ്മികബോധത്തിനും പുതിയ മാർഗങ്ങളുപയോഗിക്കുന്നതിനും മടി കാണിച്ചില്ല. ഇംഗ്ലണ്ടിലെ ഗ്രാമർ സ്കൂളുകളുടെയും സെമിനാരികളുടെയും മാതൃകയാണ് അവർ സ്കൂൾ വിദ്യാഭ്യാസത്തിനുപയോഗിച്ചത്. ഒരു വശത്ത് ബൈബിൾ പഠനം, ഭാഷാ ബോധനം, ധാർമ്മിക ബോധനം എന്നിവയ്ക്ക് ഊന്നൽ നൽകുന്നതോടൊപ്പം ആധുനിക ശാസ്ത്രസാങ്കേതിക വിദ്യകളും അവർ പഠന വിഷയമാക്കി. അവർ സ്ഥാപിച്ച കൊളേജുകളും ഇതേ മാതൃകയിലുള്ളതായിരുന്നു. ബോധനം സാധരണജനങ്ങളിലേക്കെത്തണമെന്ന ധാരണയുടെ അടിസ്ഥാനത്തിൽ അവർ മലയാള പഠനത്തിന് പ്രാധാന്യം നൽകി. മിഷനറിമാരാണ് മലയാളത്തിന് നിഘണ്ടുക്കൾ (ഡ്രമ്മണ്ട്, മാൻഫ്രെഡി ഗുണ്ടർട്ട്) വ്യാകരണങ്ങൾ (ബെയ്‌ലി, ഗുണ്ടർട്ട്) എന്നിവ നിൽകിയതും ആദ്യത്തെ പത്രങ്ങളും അനുകാലികങ്ങളും ആരംഭിച്ചതും. വ്യവസായ വൽക്കരണത്തിലും അവർ കേന്ദ്രീകരിച്ചു. ബാസൽ മിഷന്റെ നെയ്ത്തിലുള്ള ഇടപെടൽ, കോമൺവെൽത്ത് ടൈൽ ഫാക്ടറി തുടങ്ങിയവ മുതലാളിത്ത ഘടനയിലുള്ള കേരളത്തിന്റെ വ്യവസായവൽക്കരണത്തിന് തുടക്കമിട്ടു. മിഷനറിമാർ വിദ്യാഭ്യാസത്തിന് നൽകിയ സംഭാവനകളും സ്കൂളുകളിൽ വളർത്താൻ ശ്രമിച്ച ധാർമ്മിക ബോധനവും ചിട്ടകളും മര്യാദകളും കേരളത്തിൽ വളർന്നുവന്ന മദ്ധ്യവർഗത്തെ സ്വാധീനിച്ചു. പത്രപ്രവർത്തനം, സാഹിത്യകൃതികളുടെ സമ്പാദനവും പുതിയ രചനകളും തുടങ്ങിയവയിൽ അവർ കാണിച്ച താല്പര്യവും പുതിയ മദ്ധ്യവർഗ്ഗത്തിനു മാതൃകയായി.

മിഷനറിമാരുടെ മതപ്രചരണ ആധുനികവൽക്കരണ പ്രസ്ഥാനങ്ങളോട് തദ്ദേശീയ ക്രിസ്ത്യാനികൾ ആദ്യഘട്ടത്തിൽ പ്രതികരിച്ചില്ല. അതിന്റെ ഒരു പ്രധാനകാരണം മിഷനറിമാർ നടത്തിയ പിന്നോക്ക വിഭാഗങ്ങളുടെയും ദളിത് വിഭാഗങ്ങളുടെയും മതപരിവർത്തനമായിരുന്നു. തദ്ദേശീയ ക്രിസ്തീയ കുടുംബങ്ങൾ ജാതിഭിന്നതകൾ അംഗീകരിച്ചതുകൊണ്ട് ഇത്തരത്തിലുള്ള മതപരിവർത്തനങ്ങൾ അവരെ അവഹേളിക്കുന്നതായി കണക്കാക്കപ്പെട്ടു. മിഷനറിമാരുടെ മതപ്രചരണത്തെ കത്തോലിക്കരും അംഗീകരിച്ചില്ല. മുമ്പു സൂചിപ്പിച്ചതുപോലെ ഓർത്തഡോക്സ് സഭയിലെ ഒരു വിഭാഗം മിഷനറിമാരുടെ സന്ദേശത്തിൽ ആകൃഷ്ടരാകുകയും അവർ മാർത്തോമാസഭ രൂപീകരിക്കുകയും ചെയ്തതായിരുന്നു ഒരു പ്രധാന മാറ്റം. കത്തോലിക്കാ സ്വാധീനമുള്ള പ്രദേശങ്ങളിൽ നിന്ന് പുതിയ വിദ്യാലയങ്ങളിൽ ചേരാൻപോലും മിക്കവാറും പേരും തയ്യാറായില്ല.

പതിനെട്ടാം നൂറ്റാണ്ടിൽ യൂറോപ്പിലുണ്ടായ ജ്ഞാനോദയത്തിൽ

നിന്ന് വ്യത്യസ്തമായ സംസ്കാരം കേരളത്തിൽ വളർന്നുവരുന്നതായി കാണാം. യൂറോപ്പിൽ, വളർന്നുവന്ന ബൂർഷ്വാസിയാണ് യുക്തിപരതയുടെയും ശാസ്ത്രസാങ്കേതിക വിദ്യകളുടെയും വക്താക്കളായത്. അവർ വിശ്വാസത്തിൽ മാത്രമൂന്നിയ ജീവിത വിഷയത്തെ എതിർത്തു. പിന്നീട് പത്തൊമ്പതാം നൂറ്റാണ്ടിലാണ് ബൂർഷ്വാസി സ്വന്തം ആശയസംഹിതയെ 'വിക്ടോറിയൻ ധാർമ്മികത' എന്ന് പേരു വിളിച്ച ധാർമ്മിക മൂല്യങ്ങളുമായി ബന്ധിപ്പിച്ചത്. ഇതേ തരത്തിലുള്ള സമവായങ്ങൾ ബിസ്മാർക്കിന്റെ ജർമ്മനിയിലും ലൂയിനെപ്പോളിയന്റെ ഫ്രാൻസിലും കാണാമായിരുന്നു. എങ്കിലും യുക്തിപരതകൾക്കൊണ്ട് പുതിയ മദ്ധ്യവർഗം ലിബറൽ ജനാധിപത്യ മൂല്യങ്ങൾക്കും ശാസ്ത്രബോധത്തിനുംവേണ്ടി നില കൊണ്ടു. ഡാർവിനിയൻ പരിണാമവാദവും സൃഷ്ടിവാദവും തമ്മിലുണ്ടായ തർക്കത്തിൽ ഈ രണ്ടു നിലപാടുകൾ കാണാം. എന്നാൽ കേരളത്തിൽ 19-ാം നൂറ്റാണ്ടിലുണ്ടായ ധാർമ്മികസമവായത്തിന്റെ പശ്ചാത്തലത്തിലാണ് പുതിയ മദ്ധ്യവർഗം തന്നെ വളർന്നുവന്നത്. അതുകൊണ്ട് മിഷനറിമാരുടെ മത ധാർമ്മികതയുമായി പൊരുത്തപ്പെടാൻ അവർക്ക് പ്രയാസമില്ലായിരുന്നു. ഇക്കാലത്തുണ്ടാകുന്ന സാഹിത്യ കൃതികളിലും ("പുല്ലേലിക്കുഞ്ചു" "പരിഷ്ക്കാരപ്പാതി" "ഇന്ദുലേഖ") ഇതേ സമവായം കാണാം.

ഈ സമവായം രണ്ടു രീതിയിലാണ് പൊതുസമൂഹത്തിൽ പ്രത്യക്ഷപ്പെട്ടത്. ഒന്ന് മിഷനറി സ്വാധീനത്തിൽ മതബോധത്തെ ജനപ്രിയ ആചാരമര്യാദകളിൽ നിന്നും അന്ധവിശ്വാസങ്ങളിൽ നിന്നും വേർതിരിക്കുന്ന നവീകരണ പ്രവർത്തനം, രണ്ട് ആധുനികവൽക്കരണത്തിന്റെ ഭാഗമായുള്ള വിദ്യാഭ്യാസം, പത്രപ്രവർത്തനം, സാമൂഹ്യസ്ഥാപനങ്ങൾ, ജീവകാരുണ്യ പ്രവർത്തനങ്ങൾ മുതലായവയുടെ വളർച്ച. ചാവറ കുര്യാക്കോസ് ഏലിയാസിന്റെ മതനവീകരണ പ്രവർത്തനം, അൽഫോൺസാമ്മയെപ്പോലുള്ളവരുടെ ജീവകാരുണ്യ പ്രവർത്തനങ്ങൾ, നിധിരിക്കൽ മാണിക്കത്തനാരുടെ നേതൃത്വത്തിൽ നസ്രാണി ജാതീയ സംഘത്തിന്റെ സ്ഥാപനം തുടങ്ങിയവ ഇത്തരത്തിലുള്ള മുന്നേറ്റങ്ങളാണ്. ഇക്കാലത്ത് ഇടവകയോഗങ്ങൾ സംഘടിപ്പിക്കപ്പെടുകയും പ്രാദേശിക വികാരികളുടെ നേതൃത്വം കർശനമാക്കുകയും ചെയ്തു. കാറ്റക്കിസവും സൺഡേസ്കൂളുകളും ശക്തമായി. വിവാഹബന്ധങ്ങളെ കർക്കശമായി പള്ളിയുടെ നിയന്ത്രണത്തിൽ കൊണ്ടുവരികയും എല്ലാ അവിഹിത ബന്ധങ്ങളെയും മതനിഷേധമായി വരെ കണക്കാക്കുകയും ചെയ്തു.

പള്ളിയുടെയും ധാർമ്മിക ബോധനത്തിന്റെയും പുനഃസംഘാടനം കൂടാതെ ജനങ്ങളുടെ ഇടയിലുള്ള ആശയപ്രചരണ പ്രവർത്തനത്തിനും പ്രാധാന്യം നൽകി. മാണിക്കത്തനാരുടെ നേതൃത്വത്തിൽ 1884 സ്ഥാപിക്കപ്പെട്ട *നസ്രാണി* ദീപിക (പിന്നീട് *ദീപിക*) തദ്ദേശീയ പത്രപ്രവർത്തനത്തിന് തുടക്കം കുറിച്ചു. കണ്ടത്തിൽ വറുഗീസ് മാപ്പിളയുടെ

സംരംഭമായ *മലയാളമനോരമ* അതിനുശേഷമാണ് സ്ഥാപിക്കപ്പെട്ടത്. മിഷൻ സ്കൂളുകൾക്ക് സമാന്തരമായി കത്തോലിക്കാസഭയുടെ സ്കൂളുകളും കോളേജുകളും വളർന്നുവന്നു. ഇടവകയോഗങ്ങളുടെ പ്രവർത്തനത്തിന്റെ ഫലമായി എല്ലാ കുട്ടികളെയും സ്കൂളുകളിലെത്തിക്കുകയും എല്ലാവിഭാഗങ്ങൾക്കും ആധുനിക വിദ്യാഭ്യാസം നിർബന്ധമാക്കുകയും ചെയ്തു. ആതുരശുശ്രൂഷ, ജീവകാരുണ്യ പ്രവർത്തനങ്ങൾ തുടങ്ങിയവയിൽ കന്യാസ്ത്രീകളും മുൻകയ്യെടുത്തു. മലയോരങ്ങളിലേക്കുള്ള കുടിയേറ്റങ്ങൾ വ്യാപിച്ചപ്പോൾ പള്ളിതന്നെ കുടിയേറ്റങ്ങൾക്ക് നേതൃത്വം നൽകുന്ന അവസ്ഥയുണ്ടായി. അവിടെയുള്ള വിദ്യാഭ്യാസ രോഗശുശ്രൂഷാ പ്രവർത്തനങ്ങൾക്കും അവർ നേതൃത്വം നൽകി. മതവും ആധുനിക ജീവിതരൂപങ്ങളും തമ്മിൽ സംയോജിപ്പിക്കുന്ന രീതി ക്രൈസ്തവസഭകളിൽ വ്യക്തമായി കാണാം.

1930 കളുടെ ആദ്യത്തോടെ ക്രിസ്ത്യാനികൾ രാഷ്ട്രീയത്തിലും സജീവസാന്നിദ്ധ്യമായി മാറുന്നുണ്ട്. മിന്റോമോർലി ഭരണപരിഷ്ക്കാരങ്ങളുടെ ഫലമായി വ്യത്യസ്ത സമുദായങ്ങൾക്ക് പ്രജാ സഭകളിൽ സംവരണം ലഭിച്ചതോടെയാണ് സമുദായ നേതാക്കൾ രാഷ്ട്രീയത്തിൽ പ്രവേശിക്കാനാരംഭിച്ചത്. പ്രാദേശികതലത്തിൽ ഇടവകയോഗ പ്രവർത്തനങ്ങളിലും ജിവകാരുണ്യ പ്രവർത്തനങ്ങളിലും ഇടപെട്ട സമ്പന്നരാണ് പ്രജാസഭയിലും കൗൺസിലിലും അംഗങ്ങളായത്. ഒരു സമുദായമെന്ന നിലയിൽ അവരുടെ ആവശ്യങ്ങൾ നേടിയെടുക്കാനും സാമൂഹ്യവും സാമ്പത്തികവുമായ ഉയർച്ചയ്ക്കുമുള്ള സാധ്യതകൾ അവർ ആരാഞ്ഞു. അതിനുള്ള പ്രധാന പ്രതിബന്ധമായി കണ്ടത് തിരുവിതാംകൂർ–കൊച്ചിയിലെ നാടുവാഴികളെയായിരുന്നു. ഈ ശ്രമം ക്രിസ്ത്യാനികളെ ഒരു രാഷ്ട്രീയ സമ്മർദ്ദ ഗ്രൂപ്പായി മാറ്റുകയും തിരുവിതാംകൂർ നാടുവാഴികളുമായുള്ള ചർച്ചകളിൽ ഈഴവരെയും മുസ്ലീങ്ങളെയും പോലുള്ള മറ്റു സാമുദായിക വിഭാഗങ്ങളുമായി ക്രിസ്ത്യാനികൾക്കു യോജിച്ചു പ്രവർത്തിക്കേണ്ടിവരികയും ചെയ്തു.

കച്ചവടത്തിനായി ഇന്ത്യയിൽ എത്തിയ യൂറോപ്യന്മാർ വാണിജ്യരംഗത്തെ ശക്തരായ എതിരാളികളായി കണ്ടത് അറബികളെയും മുസ്ലീങ്ങളെയുമായിരുന്നു. ഇതു പോർട്ടുഗീസുകാരും കേരളത്തിലെ മുസ്ലീങ്ങളും തമ്മിലുള്ള സംഘർഷത്തിലെത്തിച്ചു.

18–ാം നൂറ്റാണ്ടിന്റെ അന്ത്യത്തിൽ ബ്രിട്ടീഷുകാർ ആധിപത്യം സ്ഥാപിച്ചതോടെ മുസ്ലീങ്ങൾക്ക് അവരുടെ നിരവധി പരമ്പരാഗത അവകാശങ്ങൾ നഷ്ടപ്പെട്ടു. ചന്തകളുടെയും അങ്ങാടികളുടെയും മേൽ കുത്തകപ്പണം പിരിക്കാനുള്ള അവകാശം, കളരികൾ നടത്താനുള്ള അവകാശം, നാടുവാഴികൾ സുഹൃത്തുക്കളും സഹകാരികളുമായ മുസ്ലീം കച്ചവടക്കാർക്കു നൽകിയ പദവികളും അവകാശങ്ങളും തുടങ്ങിയവ

ഇതിൽപെടും. ഇവ കൂടാതെ മുസ്ലിം വർത്തകർ സ്വതന്ത്രമായി നടത്തിപ്പോന്ന വാണിജ്യത്തെ കമ്പനിയുടെ കുത്തക ബാധിച്ചു. നിരവധി മുസ്ലിം വർത്തകർ ഇംഗ്ലീഷ് ഈസ്റ്റിൻഡ്യ കമ്പനികയുടെ ഇടനിലക്കാരായി പ്രവർത്തിക്കുകയും പ്രാദേശിക വാണിജ്യത്തിന്റെ നിയന്ത്രണം ഇവരുടെ കൈവശം നിലനിൽക്കുകയും ചെയ്തിരുന്നു. തലശ്ശേരിയിലെ കേയിമാർ ഉദാഹരണമാണ്. എന്നാൽ കമ്പനി നേരിട്ട് ഭരണം ഏറ്റെടുത്തതോടെ ഇത്തരം ഇടനിലക്കാരുടെ പ്രാധാന്യം ഇല്ലാതായി ബ്രിട്ടീഷുകാർ നാടുവാഴികളും ജന്മിമാരുമായുണ്ടാക്കിയ കരാറുകൾ വഴി വിഭവങ്ങൾ നേരിട്ടു സംഭരിക്കാനാരംഭിച്ചു.

ബ്രിട്ടീഷ് ഭരണത്തിൽ കീഴിൽ നേരിട്ടു പിരിച്ച നികുതികൾക്കും അധികാര പ്രവണതകൾക്കുമെതിരായിരുന്നു പഴശ്ശികലാപം. കലാപത്തെ പിന്തുണച്ച മുസ്ലീങ്ങൾ നിരവധിയാണ്. ഇളമ്പുളാശേരി ഉണിമൂത്ത മൂപ്പൻ, ചാവക്കാട് ഹൈദ്രോസ് കുട്ടി മൂപ്പൻ തുടങ്ങിയവർ പ്രമുഖരായിരുന്നു. ബ്രിട്ടീഷുകാർ നേരിട്ടു ഭരണമേറ്റെടുത്തപ്പോൾ ടിപ്പുവിന്റെ കാലത്ത് നികുതി പിരിവിനുള്ള അവകാശമുണ്ടായിരുന്ന മൂപ്പന്മാരുടെ സ്ഥാനവും അവകാശങ്ങളും നഷ്ടപ്പെട്ടു. ഇവർ പഴശ്ശികലാപത്തെ പിന്തുണയ്ക്കാനുള്ള പ്രധാന കാരണം ഇതായിരുന്നു. നികുതി പിരിച്ച പണവും വസ്തുക്കളും കൊണ്ടു പോയ വണ്ടികൾ കൊള്ളയടിച്ച ചെമ്പൻപോക്കർ മലബാർ മുസ്ലിങ്ങളുടെ ഇടയിലെ വീരനായകനായി. ബ്രിട്ടീഷുകാരുടെ നികുതി പിരിവിനെ ചോദ്യം ചെയ്ത് ജയിലിൽപോയ വെളിയംകോട് ഉമർഖാസി മുസ്ലീങ്ങളുടെ ഇടയിൽ ബ്രിട്ടീഷുകാരുടെ പിടിയിൽ നിന്ന് ജാലവിദ്യ നടത്തി രക്ഷപെട്ട അത്ഭുതപുരുഷനായി.

പഴശ്ശിരാജ

മലബാർ മുസ്ലീങ്ങളുടെ ഇത്തരം കലാപങ്ങളെ ഏകോപിപ്പിച്ചത് അറേബ്യയിലെ യെമൻ പ്രദേശത്തുനിന്ന് കേരളക്കരയിലെത്തിയ ഹദ്രാമി സയ്യിദുമാരുടെ പ്രവർത്തനം മൂലമാണ്. മതപണ്ഡിതന്മാരും സാമ്പത്തിക പ്രവർത്തകരുമായിരുന്ന സയ്യിദുമാർ 19-ാം നൂറ്റാണ്ടിന്റെ ആരംഭത്തോടെ മുസ്ലീങ്ങളുടെ ഇടയിൽ വൻ സ്വാധീനം ചെലുത്തി അവരിൽ മമ്പുറത്തു താമസിച്ച സയ്യിദ് അലവിയും മകൻ സയ്യിദ് ഫസലും (എല്ലാ സയ്യിദുമാരെയും ബഹുമാനസൂചകമായി തങ്ങൾ എന്നാണ് വിളിച്ചത്) വളർന്നു വരുന്ന സംഘർഷങ്ങളുടെ രാഷ്ട്രീയ സ്വഭാവം തിരിച്ചറിയുകയും സ്വന്തം നീതിനിയമങ്ങൾ നടപ്പിലാക്കുന്ന യൂറോപ്യൻ ('ക്രിസ്ത്യൻ')

ആധിപത്യത്തിനെതിരായ പോരാട്ടങ്ങളായി സംഘർഷങ്ങളെ വ്യഖ്യാനിക്കുകയും ചെയ്തു.

ബ്രിട്ടീഷ് ആധിപത്യം ശക്തിപ്പെട്ടതോടെ മുസ്ലിങ്ങൾ സാമ്പത്തികമായി തകർന്നു. തീരദേശവാണിജ്യത്തിൽ നിലയുറപ്പിക്കാൻ കഴിയാത്തവർ ഉൾനാടുകളിൽ മാറി താമസിക്കുകയും പാട്ടക്കുടിയാന്മാരും ചെറുകിട കർഷകരും കച്ചവടക്കാരുമായി മാറുകയും ചെയ്തു. ബ്രിട്ടീഷുകാർ ചുമത്തിയ നികുതികളുടെ ഭാരം അവർക്കും പേറേണ്ടിവന്നു. ഇതിന്റെയെല്ലാം ഫലമായി ജന്മിമാർക്കും ബ്രിട്ടീഷ് ഭരണകൂടത്തിനുമെതിരെ നിരവധി കലാപങ്ങളിൽ മുസ്ലിങ്ങൾ ഏർപ്പെട്ടു. ആദ്യകാലകലാപകാരികളെ ക്രിമിനലുകളായി വിശേഷിപ്പിച്ച അതേ പ്രയോഗങ്ങളാണ് ബ്രിട്ടീഷ് ഭരണകർത്താക്കൾ മലബാർ മുസ്ലിങ്ങൾക്കെതിരെയും നടത്തിയത്. 1852 ൽ കലാപങ്ങളുടെ മൊത്തം പ്രഭവകേന്ദ്രം മമ്പുറം തങ്ങൾമാരാണെന്ന തീരുമാനത്തിൽ ബ്രിട്ടീഷ് ഭരണകൂടം എത്തിച്ചേരുകയും സയ്യിദ്ഫസലിനെ നാടുകടത്താനുള്ള ഉത്തരവിറക്കുകയും ചെയ്തു. എന്നാൽ സയ്യിദ്ഫസൽ ബ്രിട്ടീഷുകാർക്ക് കീഴടങ്ങാതെ നാടുവിടുകയാണ് ചെയ്തത്. സയ്യിദ്ഫസൽ നാടുവിട്ടുപോയത് ബ്രിട്ടീഷുകാരും മുസ്ലീങ്ങളും തമ്മിലുള്ള സംഘർഷത്തെ ശക്തിപ്പെടുത്തുകയാണ് ചെയ്തത്. ഈ സംഘർഷമാണ് മുമ്പു വിശദീകരിച്ച മലബാർ കലാപത്തിൽ ചെന്നെത്തുന്നത്.

ഇതിനിടയിൽ ഈജിപ്തിലെയും പശ്ചിമേഷ്യയിലെയും മതനവീകരണ പ്രസ്ഥാനങ്ങളുടെ അലയൊലികൾ കേരളത്തിലും എത്തിയിരുന്നു. മത നവീകരണത്തിന്റെ വക്താക്കൾ പ്രാദേശികതലത്തിൽ മുസ്ലീങ്ങൾ പിന്തുടർന്ന നിരവധി ആചാരങ്ങളെയും ചടങ്ങുകളെയും അനിസ്ലാമികമായി കണ്ട് എതിർത്തു. അതേസമയം അവരിൽ പലരും ആധുനിക മുതലാളിത്ത രൂപങ്ങളുമായി ബന്ധം സ്ഥാപിക്കാനും അവയിൽ ഇസ്ലാമികവിരുദ്ധമല്ലെന്നു ബോധ്യപ്പെട്ട ഘടകങ്ങളെ ഉൾക്കൊള്ളാനും ശ്രമിച്ചു. കേരളത്തിൽ വക്കം മൗലവിയും സനാഉല്ലാമക്തിതങ്ങളും ഇത്തരത്തിലുള്ള സമുദായ പരിഷ്ക്കർത്താക്കളായിരുന്നു. വക്കം മൗലവി ഇസ്ലാമിക നിയമങ്ങളെ ഖുർആന്റെയും ഹാദീസുകളുടെയും കേവലമായ സംവേദനത്തിലൂടെ (ഇസ്നദ്) മാത്രമല്ല, അവയെ ആധാരമാക്കി സവിശേഷ അവസരങ്ങളിൽ കൈക്കൊള്ളുന്ന നിർണായക വിധി (ഇജ്തിഹാദ്)കളുടെ അടിസ്ഥാനത്തിൽ കൂടി വ്യാഖ്യാനിച്ചു. സ്വന്തം ജന്മിവിരുദ്ധവും നാടുവാഴിത്തവിരുദ്ധവുമായ നിലപാടുകളുടെ വിശദീകരണം ഇതിന്റെ അടിസ്ഥാനത്തിലായിരുന്നു. 'സ്വദേശാഭിമാനി'യുടെ സ്ഥാപനത്തിലൂടെ പ്രതിരോധാത്മകപത്രപ്രവർത്തനത്തിനും തുടക്കമിട്ടത് വക്കം മൗലവിയായിരുന്നു. സനാഉല്ലാമക്തിതങ്ങൾ ഇസ്ലാമിനെതിരായി മിഷനറിമാർ നടത്തിയ പ്രചാരണത്തിന് ശക്തമായ മറുപടി നൽകുകയും ഇസ്ലാമിന്റെ സാമൂഹ്യമായ അന്തസ്സത്ത തുറന്നു കാണിക്കുകയും

വക്കം മൗലവി

ചെയ്തു. അതേ സമയം വിദ്യാഭ്യാസം, വ്യവസായങ്ങൾ, ഗവൺമെന്റ് തൊഴിലുകൾ (അദ്ദേഹം എക്സൈസ് വകുപ്പിൽ ജോലി ചെയ്തയാളായിരുന്നു) തുടങ്ങിയവയെക്കുറിച്ചെല്ലാം വ്യക്തമായ നിലപാടുകൾ സ്വീകരിക്കുകയും ഇസ്ലാമിന്റെ ആധുനികവൽക്കരണത്തിന്റെ ആവശ്യകത ചൂണ്ടിക്കാണിക്കുകയും ചെയ്തു.

കലാപത്തിനുശേഷമുണ്ടായ ധാരകളിൽ രണ്ടു പ്രവണതകൾ പ്രധാനമാണ്. *ദേശീയ മുസ്ലീം ധാരയും* മതനവീകരണത്തിന്റെ വ്യത്യസ്തതലങ്ങളിൽ നിലകൊണ്ട ഉലമാക്കളുടെ ധാരയും. മുമ്പു ക്രിസ്തുമതാനുയായികളിൽ കണ്ടതുപോലുള്ള പ്രവണത ഇവിടെയും കാണാം. മുഹമ്മദ് അബ്ദുറഹിമാനെപ്പോലുള്ള ദേശീയ വാദികളായ മുസ്ലീങ്ങളും ഇസ്ലാമിക മതനിയമങ്ങളുടെയും വിശ്വാസസംഹിതകളുടെയും അടിസ്ഥാന നാടുവാഴിത്ത സ്വഭാവത്തെ ചോദ്യം ചെയ്യാൻ തയ്യാറായില്ല. പകരം വഹാബി–ഇസ്ലാഹിപ്രസ്ഥാനങ്ങളുടെ മതനവീകരണവും ആധുനിക മുതലാളിത്ത സംസ്കൃതിയും തമ്മിലുള്ള സമന്വയമാണ് കേരളത്തിലെ മുസ്ലീം നേതാക്കൾ അവതരിപ്പിച്ചത്. ഇതാണ് ഉലമാക്കളുടെ പ്രസ്ഥാനമായി വളർന്നുവന്നതും അവസാനം നദ്‌വത്തുൽ മുജാഹിദീൻ എന്ന സംഘടനയായി മാറിയതും. അതുകൊണ്ട് ഉത്തരേന്ത്യയിൽ ഇതേ കാലഘട്ടത്തിൽ കണ്ടതുപോലുള്ള പുരോഗമനശക്തികളുടെ സ്വാധീനം ഇക്കാലത്ത് കാണില്ല. പാട്ടുകളിലും ആവിഷ്ക്കാരങ്ങളിലും ജന്മിനാടുവാഴിത്തത്തിനും കോളനിവാഴ്ചക്കുമെതിരായ പ്രവണതകൾ കാണാമെങ്കിലും ഉത്തരേന്ത്യയിലെ മുഹാജിദുകളെയും മറ്റു പുരോഗമനവാദികളായ മുസ്ലിങ്ങളെയും സ്വാധീനിച്ചതുപോലുള്ള പുതുലോക സങ്കല്പങ്ങൾ ഇവരെ സ്വാധീനിച്ചില്ല. യൂറോപ്യൻ നവോത്ഥാനത്തിനു സമാനമായ മാനവികതാ സങ്കല്പങ്ങൾപോലും പരിമിതമായി മാത്രമാണ് ഇക്കാലത്തു പ്രത്യക്ഷപ്പെട്ടത്. സോഷ്യലിസത്തിന് തന്റേതായ ഒരു രൂപം അവതരിപ്പിക്കാൻ ശ്രമിച്ചത് മുഹമ്മദ് അബ്ദുറഹിമാനായിരുന്നു. അതിന്റെ ഫലമായി അദ്ദേഹവും സമാനമായ നിലപാടുകാരും ചേർന്ന് ഫോർവേർഡ് ബ്ലോക്ക് രൂപീകരിച്ചു. ഏതാണ്ടിതേ കാലഘട്ടത്തിൽ തന്നെ പി കെ കുഞ്ഞിനെപ്പോലുള്ള സോഷ്യലിസ്റ്റ് അനുഭാവികളെ തിരുവിതാംകൂറിലും കാണാം.

ഇന്ത്യയിലെ നവോത്ഥാന സംഘടനകളായ ബ്രഹ്മസമാജത്തിനും ആര്യസമാജത്തിനും പരിമിതമായ സ്വാധീനം മാത്രമാണ് കേരളത്തിലുണ്ടായത്. ഹോംറൂൾ ലീഗിന്റെ പശ്ചാത്തലത്തിൽ തിയോസഫി പ്രസ്ഥാനത്തിന് കേരളത്തിലെ മദ്ധ്യവർഗത്തിനിടയിൽ പരിമിതമായ സ്വാധീനമുണ്ടാകുന്നുണ്ട്. 1920 നുശേഷം രണ്ടു രീതിയിൽ ഹിന്ദുമതവൽക്കരണരൂപങ്ങൾ കേരളത്തിൽ പ്രത്യക്ഷപ്പെടുന്നു. ബി എസ് മുൻജെയെപ്പോലുള്ളവർ പ്രേരകശക്തികളായി മാറിയ, സവർണരിൽ നിന്നു വളർന്നുവന്ന സനാതനഹിന്ദുമതമാണ്. ഹിന്ദുത്വസ്വഭാവമുള്ള ദേശീയതയുടെ സ്വാധീനം, ഇന്ത്യൻ സംസ്കാരത്തെപറ്റിയുള്ള മിത്തും യാഥാർത്ഥ്യവും ചേർന്ന വിവരണങ്ങൾ, ക്ഷേത്ര സംസ്കാരം തുടങ്ങിയവ ചേർന്ന് സൃഷ്ടിച്ച സനാതനി മതത്തിന്റെ മറ്റൊരടിത്തറ മുസ്ലീം വിരോധമായിരുന്നു. രാഷ്ട്രീയ സ്വയം സേവക് സംഘത്തിന് കേരളത്തിൽ വേരുകളുണ്ടായത് ഈ മുസ്ലീം വിരുദ്ധ പ്രചരണത്തിന്റെയും ഹൈന്ദവ സംരക്ഷണത്തെക്കുറിച്ച് വളർന്നുവന്ന ആശയങ്ങളുടെയും പശ്ചാത്തലത്തിലാണ്.

സാമുദായികതയുടെ വളർച്ചയാണ് ഹിന്ദുവൽക്കരണത്തിന്റെ വളർച്ചയ്ക്ക് മറ്റൊരുകാരണമായത്. ദളിതരുടെയും പിന്നോക്കവിഭാഗങ്ങളുടെയും മതപരിവർത്തനത്തിനെതിരെ സാമുദായിക സംഘടനകൾ സ്വീകരിച്ച നിലപാട് ഹിന്ദുമതവും ജാതിയും തമ്മിലുള്ള ബന്ധത്തെ ശക്തിപ്പെടുത്തുന്നതായിരുന്നു. മഹാത്മാഗാന്ധിപോലും ധാർമ്മികമായ ഹിന്ദുമതത്തെ ഉയർത്തിപ്പിടിക്കുകയും ഗീതപോലുള്ള കൃതികളെ മഹദ് ഗ്രന്ഥങ്ങളായി കാണുകയും ചെയ്തു. ഇന്ത്യൻ ദേശീയതയുടെ അടിസ്ഥാന സ്വഭാവം മതനിരപേക്ഷമായിരുന്നെങ്കിലും അതിന്റെ അതിരുകളിൽ മുസ്ലീമും ഹിന്ദുവും നിലനിന്നുവെന്നതും മറന്നുകൂടാ. അയിത്തോച്ചാടനവും ഹരിജൻസേവയും പോലുള്ള പ്രശ്നങ്ങൾ ഹിന്ദുക്കളുടെ ആഭ്യന്തരകാര്യമായാണ് പലപ്പോഴും അവതരിപ്പിക്കപ്പെട്ടത്. വ്യത്യസ്ത സാമുദായിക സംഘടനകളിൽ ഇത്തരം ആശയങ്ങളുടെ സ്വാധീനം (വിശ്വകർമ്മസഭ, അരയമഹാസഭ തുടങ്ങിയവ) കാണാം.

ഇസ്ലാമിലും ക്രിസ്തുമതത്തിലും ഉണ്ടായതുപോലെ ഹിന്ദുമതനവീകരണത്തിന്റെ ആശയങ്ങൾ കേരളത്തിൽ സ്വാധീനം ചെലുത്തിയില്ല. ജാതി ജന്മി നാടുവാഴിത്തത്തിനെതിരായ പ്രതിരോധം സവർണഹിന്ദു മേൽകോയ്മക്കും എതിരായിരുന്നു. ഹിന്ദുത്വത്തിന്റെ പൊതു ആശയസംഹിതകൾ എത്രമാത്രം ഉൾക്കൊണ്ടാലും നാടുവാഴിത്ത രൂപങ്ങളുമായി പൂർണമായി സഹകരിക്കുക അധഃസ്ഥിതരെ സംബന്ധിച്ചിടത്തോളം പ്രയാസമായിരുന്നു. അതുകൊണ്ട് സനാതന ഹിന്ദുമതത്തിന്റെ സമഗ്രാധിപത്യം കേരളത്തിലുണ്ടായില്ല. അതിനുപകരം ഭൗതികവാദപ്രവണതകളും ഹിന്ദുത്വവുമായി ഒരു ബന്ധവുമില്ലാത്ത പുതുലോക സങ്കല്പവും കേരളത്തിൽ വേരുന്നുകയും ചെയ്തു. അതുകൊണ്ട് സനാതനികൾക്ക് ഒരിക്കലും ശക്തമായ വേരോട്ടം

കേരളത്തിലെ പൊതുമണ്ഡലത്തിൽ ഇക്കാലത്തുണ്ടായില്ല. അവരുടെ പ്രധാന പ്രവർത്തനമേഖല ക്ഷേത്രങ്ങളായി മാറിയതും ഇതേ കാരണം കൊണ്ടാകും.

മലയാളഭാഷാ സംസ്കൃതിയുടെ വികാസം

നവോത്ഥാനത്തിന്റെ മറ്റൊരു സുപ്രധാനഫലം മലയാളഭാഷാ സംസ്കൃതിയുടെ വികാസമായിരുന്നു. ഇതിനു രണ്ടു തലങ്ങളുണ്ടായിരുന്നു. അതിലൊന്ന് അൻപത്തൊന്ന് അക്ഷരങ്ങളുള്ള മലയാള ലിപി ഒരു അച്ചടി ലിപിയായി ക്രമപ്പെടുത്തിയെടുത്തതാണ്. കേരളത്തിലെ മലയാളം അച്ചടിയുടെ വികാസത്തിന് ഇതു കാരണമായി. രണ്ടാമത് മലയാളഭാഷക്ക് ഒരു വ്യാകരണവും നിഘണ്ടുവുമുണ്ടായതാണ്. റവ: ബെഞ്ചമിൻ ബെയ്‌ലിയും ഗുണ്ടർട്ടും തുടങ്ങിവെച്ച ശ്രമങ്ങൾ എ ആർ രാജരാജവർമ്മയുടെ കേരളപാണിനീയത്തോടെ പൂർണരൂപത്തിലെത്തി. ഇംഗ്ലീഷ്, സംസ്കൃതം, തമിഴ്, എന്നീ ഭാഷാവ്യാകരണങ്ങളുടെ അകമ്പടിയോടെ ചിട്ടപ്പെടുത്തിയ എ ആറിന്റെ വ്യാകരണം മലയാള ഭാഷയുടെ ഘടനയെ തന്നെ മാറ്റിമറിച്ചു. തുടർന്ന് ഭാഷാപ്രയോഗങ്ങളെ വിശദീകരിക്കുന്ന പി കെ നാരായണപിള്ളയുടെ പ്രയോഗദീപിക, ഗുണ്ടർട്ടിന്റെയും ശ്രീകണ്ഠേശ്വരം പത്മനാഭപിള്ളയുടെയും നിഘണ്ടുകൾ, വിവിധ ഭാഷാസാഹിത്യ ചരിത്രങ്ങൾ തുടങ്ങിയവ മലയാളഭാഷയുടെ പുനരുല്പാദനം നടത്താൻ സഹായിച്ചു. കോവുണ്ണി നെടുങ്ങാടി മുതൽ ആറ്റൂർ കൃഷ്ണപ്പിഷാരടി വരെയുള്ള നിരവധിപേർ ഭാഷയുടെ സംഘാടനത്തിൽ പങ്കുവഹിച്ചിട്ടുണ്ട്.

പുനരുല്പാദനം നടത്തി സൃഷ്ടിക്കപ്പെട്ട മലയാള ഭാഷ എന്തായിരുന്നു എന്നതിനെപ്പറ്റി തർക്കമുണ്ട്. പ്രാചീനകാലം മുതൽതന്നെ വളർന്നുവന്നതും 19-ാം നൂറ്റാണ്ടുകളിൽ അച്ചടിമാധ്യമങ്ങളിലൂടെ പുനരുല്പാദിക്കപ്പെട്ടതുമായ മധ്യകാല മലയാളം, ഇംഗ്ലീഷിനും മറ്റു യൂറോപ്യൻ ഭാഷകൾക്കും തൽസമമായി മിഷനറിമാർ സൃഷ്ടിച്ച ഗദ്യം, അച്ചടി മാധ്യമങ്ങളിലൂടെ 20-ാം നൂറ്റാണ്ടിന്റെ ആദ്യത്തിൽ പ്രചരിച്ച ഗദ്യരൂപങ്ങൾ എന്നിവ ചേർന്നാണ് മലയാള ഭാഷ രൂപം കൊണ്ടത്. ഇതിൽ സംസ്കൃതത്തെയും ഇംഗ്ലീഷിനെയും ഉപജീവിക്കാനുള്ള ശ്രമം നടത്തിയിട്ടുണ്ട്. ആധുനിക വിദ്യാഭ്യാസം നേടിയവരും അച്ചടിമാധ്യമങ്ങളിലൂടെ സ്വയം ആവിഷ്ക്കരിച്ചവരുമായ മധ്യവർഗത്തിന്റെ സ്വാധീനം ഭാഷയിലുണ്ട്. അവർണരുടെ ഇടയിൽ വളർന്നുവന്ന നാരായണഗുരു, കുമാരനാശാൻ, മൂർക്കോത്ത് കുമാരൻ, മൂലൂർ പത്മനാഭപണിക്കർ തുടങ്ങിയവരുടെ രചനകൾപോലും ഈ സ്വാധീനത്തിലുള്ളതാണ്. അടിയാളരും അവർണരുമടക്കമുള്ള സാധാരണ ജനങ്ങളുടെ പ്രാദേശിക മൊഴിവഴക്കങ്ങൾ ഈ ഭാഷായ്ക്കന്യമായിരുന്നു. ഇസ്ലാമിക മത പണ്ഡിതനും സാമൂഹ്യപരിഷ്ക്കർത്താവുമായ സനാ ഉല്ലാമക്കി

തങ്ങളുടെ ഭാഷപോലും ഈ സാമാന്യ ഭാഷയിൽ നിന്ന് വ്യത്യസ്തമായി നിൽക്കുന്നതു കാണാം. അതേ സമയം 19-ാം നൂറ്റാണ്ടിൽ കേരളത്തിൽ വ്യാപകമായിരുന്ന നാടുവാഴി പദ്യഗദ്യരൂപങ്ങളിൽ നിന്ന് വ്യത്യസ്തമായ ഭാഷാശൈലി ആധുനിക മലയാള ഗദ്യത്തിലും പദ്യത്തിലും കാണാം. സി വി രാമൻപിള്ളയുടെ ചരിത്ര നോവലുകളിലെ ഭാഷയും മുലൂർ പത്മനാഭപ്പണിക്കരുടെ കവിതകളിലെ ഭാഷയും മുൻഷി രാമകുറുപ്പിന്റെ പ്രഹസനങ്ങളിലെ ഭാഷയും നാടുവാഴി ഭാഷയും തമ്മിലുള്ള ഭിന്നതകൾ തന്നെ ഇതിന് തെളിവാണ്. മുമ്പ് പറഞ്ഞ മൂന്നുപേരും ഭാഷയെ അവർ അവതരിപ്പിക്കാൻ ശ്രമിച്ച യാഥാർത്ഥ്യങ്ങളുമായി പൊരുത്തപ്പെടുത്താൻ ശ്രമിച്ചപ്പോൾ നാടുവാഴി ഭാഷ യാഥാർത്ഥ്യങ്ങളിൽ നിന്നകന്ന ആലങ്കാരിക ഭാഷയായി തന്നെ നിലനിന്നു.

പത്രങ്ങൾ വാരികകൾ

കഴിഞ്ഞ നൂറ്റാണ്ടിൽ കൊല്ലത്തു നിന്നും 200 ൽപ്പരം പത്രമാസികകൾ പ്രസിദ്ധീകരിക്കപ്പെട്ടിരുന്നു. 1892 ൽ പരവൂർ കേശവനാശാന്റെ പത്രാധിപത്യത്തിൽ കൊല്ലം ടൗണിൽ നിന്നും പ്രസിദ്ധീകരണം ആരംഭിച്ച സുജനനന്ദിനി പത്രമാണ് കൊല്ലം ജില്ലയിലെ ആദ്യത്തെ പത്രമാധ്യമങ്ങളുടെ മുൻപന്തിയിൽ നിൽക്കുന്നത്. അക്കാലത്ത് സാഹിത്യലോകത്ത് കോളിളക്കം സൃഷ്ടിച് പണിക്കൻ-പണിക്കർ സംവാദം പ്രസിദ്ധീകരിച്ചത് സുജന നന്ദിനിയുടെ സപ്ലിമെന്റിലാണ്. അതേ തുടർന്ന് പത്രങ്ങളും മാസികകളും തുരുതുരാ പൊട്ടിമുളച്ചു. അയ്യങ്കാളിയുടെ *സാധുജനപരിപാലിനി*യും വേലുക്കുട്ടി അരയന്റെ *അരയനും* മാസികയുടെ രൂപത്തിൽ വന്ന പത്രങ്ങളാണ്. *സുജനനന്ദിനി* തുടങ്ങി 2 വർഷത്തിനുശേഷം പ്രസിദ്ധീകരണം ആരംഭിച്ച *മലയാളി*യാണ് മറ്റൊരു പ്രമുഖ പത്രം. പേട്ടയിൽ രാമൻപിള്ള ആശാന്റെ പത്രാധിപത്യത്തിലാരംഭിച്ച മലയാളി രണ്ട് വർഷം കഴിഞ്ഞ് കൊല്ലത്ത് തങ്കശ്ശേരിയിൽ നിന്നും പ്രവർത്തനം ആരംഭിച്ചു. അഴകത്ത് രാമകുറുപ്പായിരുന്നു ഇതിന്റെ ഉടമസ്ഥൻ. ഈ പത്രത്തിൽ ഗവൺമെന്റിനെ രൂക്ഷമായി വിമർശിച്ചിരുന്നു.

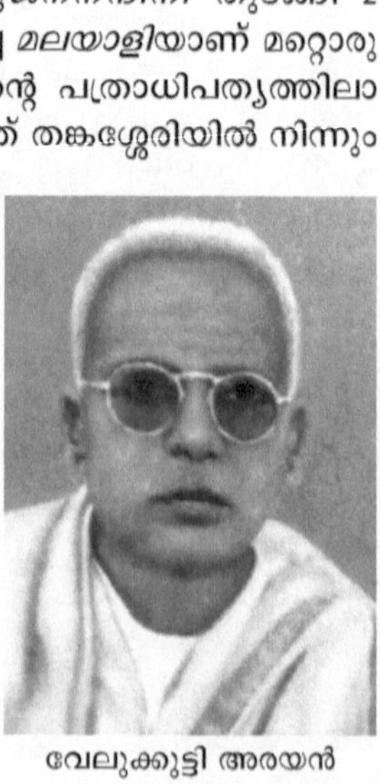
വേലുക്കുട്ടി അരയൻ

1911 ആയപ്പോഴേയ്ക്കും മയ്യനാട് സി വി കുഞ്ഞുരാമന്റെ പത്രാധിപത്യത്തിൽ *കേരള കൗമുദി*യുടെ പ്രസിദ്ധീകരണം തുടങ്ങി. മയ്യനാട്ട് നിന്നും ആരംഭിച്ച *കേരള കൗമുദി* ഒരു വർഷക്കാലം കൊല്ലത്തുനിന്നും പ്രസിദ്ധീകരിച്ചു. 1914 ൽ റ്റി കെ നാരായണന്റെ *പാഞ്ചജന്യ*വും 1918 ൽ റ്റി കെ മാധവന്റെ *ദേശാഭിമാനി*യും 1921 ൽ ബാരിസ്റ്റർ എ കെ

പിള്ളയുടെ *സ്വരാജ് പത്ര*വും 1928 ൽ കെ ജി ശങ്കറിന്റെ നേതൃത്വത്തിൽ *മലയാളരാജ്യ*വും പ്രസിദ്ധീകരണം ആരംഭിച്ചു. അങ്ങനെ ചെറുതും വലുതുമായ പത്രമാധ്യമങ്ങളുടെ ഒരു വസന്തകാലമായിരുന്നു 20–ാം നൂറ്റാണ്ടിന്റെ പൂർവ്വാർദ്ധം. *കേരളകേസരി, കേരള സഞ്ചാരി, കേരളമിത്രം* മുതലായ പത്രങ്ങളും ഇക്കാലത്ത് പ്രസിദ്ധീകരണം ആരംഭിച്ചവയാണ്.

പുസ്തക പ്രസിദ്ധീകരണം

മലയാളത്തിലാദ്യമായി പുസ്തക പ്രസാധനം വളർത്തിയെടുക്കാൻ യത്നിച്ച വ്യക്തിയാണ് എസ് ടി റെഡ്യാർ (എസ് ടി റെഡ്യാർ ആന്റ് സൻസ്) 20–ാം നൂറ്റാണ്ടിൽ കേരളീയ ഹൈന്ദവ ഭവനങ്ങളിലെ അഭിവാജ്യ ഘടകമായിരുന്ന രാമായണ–മഹാഭാരതാതി ഗ്രന്ഥങ്ങളുടെ പ്രസാധകൻ എസ് ടി റെഡ്യാർ ആയിരുന്നു. കൂടാതെ രംഗാവതരണം നടത്തുന്ന കലാകാരന്മാരുടെ വാമൊഴിയിൽ നിന്നും പകർത്തിയെടുത്ത ഓട്ടൻ തുള്ളലും കഥകളിയും സാഹിത്യവും മറ്റും സംശോധനം ചെയ്ത് വരമൊഴിയായി ഗ്രന്ഥരൂപത്തിൽ പ്രസിദ്ധപ്പെടുത്തുകയെന്ന മഹത്തായ ഭാഷാസേവനം നിർവ്വഹിച്ച എസ് ടി റെഡ്യാരെ കൊല്ലത്തിനെന്നല്ല മലയാളികൾക്കാകെയും മറക്കാനാകില്ല.

അച്ചടിയുടെ വികാസം മുൻകാല എഴുത്തുരൂപങ്ങളിൽ മാറ്റം വരുത്തുകയും സാഹിത്യരൂപങ്ങളുടെ വികാസം അച്ചടിയുടെയും പ്രിന്റിംഗ് പ്രസ്സുകളുടെയും പ്രസാധകന്മാരുടെയും മുതലാളിത്ത രൂപങ്ങൾക്കു വിധേയമാക്കുകയും ചെയ്തു. എഴുത്തിന്റെ മാനദണ്ഡം വായനയായി. മുൻകാലഘട്ടങ്ങളിൽ വൈജ്ഞാനിക ഗ്രന്ഥങ്ങളെന്ന നിലയിൽ നിഗൂഢമായി സൂക്ഷിക്കപ്പെട്ട രചനകൾപോലും ഇപ്പോൾ വായിക്കപ്പെടുന്നതായി മാറി. ഈ മാറ്റം മറ്റ് കലാവിഷ്ക്കാരങ്ങളെയും സ്വാധീനിച്ചതായി കാണാം. ക്ഷേത്ര കലകൾ പലതും നിലനിന്നത് അവ ആചാരമര്യാദകളുടെ ഭാഗമായതുകൊണ്ടാണ്. വലിയ ആസ്വാദകർ ഉണ്ടായതുകൊണ്ടല്ല. തമിഴ്നാട്ടിൽ നിന്നുള്ള സംഗീത നാടകങ്ങൾ പ്രചരിച്ചപ്പോൾ ഉത്സവ പറമ്പുകളിലും പൊതുവേദികളിലും ആചാരബന്ധമായ കലയെക്കാൾ കൂടുതൽ ആൾക്കൂട്ടം ഇവയ്ക്കു ലഭിച്ചു. ഉത്സവപറമ്പുകളിലെ ദൃശ്യാവിഷ്ക്കാരങ്ങളും കലൈഡോസ്കോപ്പും പിന്നീട് ടൂറിങ്ങ് സിനിമകളും ജനങ്ങളുടെ ശ്രദ്ധയെ പിടിച്ചുപറ്റിയതോടെ പരമ്പരാഗത കലാവിഷ്ക്കാരങ്ങളും ഇവയെ പിന്തുടർന്നു. രാജാരവിവർമ്മയെപ്പോലുള്ള ചിത്രകാരന്മാർ കലാവിഷ്ക്കാരങ്ങളെ ആസ്വാദകരുടെ പ്രതികരണങ്ങളുമായി സമന്വയിപ്പിക്കാൻ ശ്രമിച്ചു. ഇതുതന്നെ സംഗീതാവിഷ്ക്കാരങ്ങളിലും വളർന്നു വന്നതായി കാണാം. വള്ളത്തോൾ 1930 ൽ കേരളകലാമണ്ഡലം സ്ഥാപിച്ചത് ജീർണമായ ക്ഷേത്രകലകളെ പുനരുദ്ധരിക്കാനായിരുന്നില്ല, ആചാരബദ്ധമായ നാടുവാഴി കലാരൂപങ്ങളെ പുതിയ ആസ്വാദന രീതികളുമായി സമന്വയിപ്പിക്കാനായിരുന്നു.

വായനയുടെയും ആസ്വാദനത്തിന്റെയുമായ പുതിയ സംസ്കാരത്തിന് മറ്റൊരു വശം കൂടിയുണ്ടായിരുന്നു. മുമ്പു സൂചിപ്പിച്ചതുപോലെ, അവർണർക്കും അടിയാളർക്കും വ്യത്യസ്ത മതവിഭാഗങ്ങൾക്കും അവരുടെതായ ആവിഷ്ക്കാര രൂപങ്ങളുണ്ടായിരുന്നു. ഇവയെല്ലാം ജാതിയവും മതപരവുമായ ആചാരമര്യാദകളുമായി ബന്ധപ്പെട്ടിരുന്നു. 19-ാം നൂറ്റാണ്ടിന്റെ അവസാനത്തിലും ഇരുപതാം നൂറ്റാണ്ടിന്റെ ആദ്യത്തിലുമായി ഇവയിലും മാറ്റങ്ങൾ സംഭവിച്ചു. സാമൂഹ്യ ഇതിവൃത്തങ്ങൾ നാടകത്തിന്റെ പ്രമേയമാകുന്നു. കൊച്ചീപ്പൻ തരകന്റെ (അവതരിക്കപ്പെടാത്ത) മറിയാമ്മാനാടകം അങ്ങിനെയൊരു ശ്രമമാണ്. ഇംഗ്ലീഷിലെ പ്രഹസനങ്ങളുടെയും സറ്റയറുകളുടെയും മാതൃകയിൽ മലയാളത്തിലും പ്രഹസനങ്ങൾ രചിക്കപ്പെടുകയും അവയ്ക്ക് കൃത്യമായ ആക്ഷേപഹാസ്യ സ്വഭാവം കൈവരിക്കുകയും ചെയ്യുന്നു. വിദ്വാൻ പി കേളുനായർ അതുപോലെ ഇതിഹാസപുരാണ ഇതിവൃത്തങ്ങളെ സമകാലീന പ്രശ്നങ്ങളുമായി സമന്വയിപ്പിച്ചു. നാടകങ്ങളുടെ സ്വഭാവം തന്നെ മാറാൻ ഇത് കാരണമായി. അവയ്ക്ക് ദേശീയ സ്വഭാവം കൈവന്നു. തമിഴിലെ നൃത്ത സംഗീത നാടകങ്ങളുടെ സ്വാധീനം കൂടി വളർന്നുവരികയാണ്. കെ സി കേശവപിള്ളയുടെ സദാരാമ ഇത്തരത്തിലുള്ള നൃത്ത സംഗീത നാടകമാണ്. ഇത്തരത്തിലുള്ള നാടകങ്ങൾ സ്റ്റേജിൽ അവതരിപ്പിച്ചപ്പോൾ ആദ്യസ്റ്റേജ് മാതൃക ചവിട്ടു നാടകത്തിന്റെ (തട്ടു പൊളിപ്പൻ എന്നു പറയും) സ്റ്റേജാണ്. അതിൽ നിന്ന് സാമൂഹ്യ ഇതിവൃത്തത്തിലുള്ള നൃത്ത സംഗീത നാടകങ്ങൾ രൂപപ്പെടുകയാണ്. നാടകങ്ങൾ സ്റ്റേജിലും കൂത്തമ്പലങ്ങളിലും അരങ്ങേറുന്ന ആചാരബദ്ധമായ കഥ പറച്ചിൽ രൂപങ്ങൾ എന്ന നിലയിൽ നിന്ന് സാമുഹ്യാവിഷ്ക്കാരങ്ങളായി മാറുകയായിരുന്നു.

പാട്ടിലും ഈ മാറ്റങ്ങൾ വരുന്നുണ്ട് മാലപ്പാട്ടുകൾ, പോലുള്ള ആചാരനിബദ്ധമായ പാട്ടുകൾ തന്നെയാണ് 19-ാം നൂറ്റാണ്ടിലും നിലനിൽക്കുന്നത്. മൊയിൻകുട്ടി വൈദ്യരുടെ ബദറുൽ മുനീർ ഹുസ്നുൽജമാൽ ഇസ്ലാമിക പാരമ്പര്യം തന്നെ ഇതിവൃത്തമാക്കിയുള്ള ദീർഘകാവ്യ രൂപത്തിലുള്ള കൃതിയാണ്. ആദ്യകാല കല്യാണ പാട്ടുകളിലെയും ഇതിവൃത്തങ്ങളും നബിയുടെയും വംശജരുടെയും കഥകൾ തന്നെയായിരുന്നു. ഇരുപതാം നൂറ്റാണ്ടിന്റെ ആദ്യത്തിൽ ഉണ്ടായി വരുന്ന ചിന്തുകളിലൂടെ സമകാലിക സംഭവങ്ങൾ ഇതിവൃത്തങ്ങളാകുന്നു. 19-ാം നൂറ്റാണ്ടിൽ തിരൂരങ്ങാടിക്കടുത്തുള്ള ചേറുർവെച്ച് ബ്രിട്ടീഷു പട്ടാളക്കാർ കൊലചെയ്തവരെ സംബന്ധിച്ച ചേറുർ ചിന്ത് ഉദാഹരണമാണ്. 1921 ലെ കലാപത്തിനുശേഷം നാടുകടത്തപ്പെട്ടവർക്ക് അവരുടെ ഭാര്യമാരെഴുതിയ കത്തുകളും മറുപടിയും എന്ന നിലയിൽ എഴുതപ്പെട്ട കത്തു പാട്ടുകൾ പാട്ടുകളുടെ സാമൂഹ്യവൽക്കരണത്തിന് മറ്റൊരുദാഹരണമാണ്. ബ്രിട്ടീഷുകാരോടുള്ള പ്രതിരോധത്തിന്റെ ഭാഗമായി ശക്തമായ മാപ്പിളപ്പാട്ടു കൃതികൾ വളരുന്നുണ്ട്. കമ്പളത്ത്

ഗോവിന്ദൻ നായർ, പുലിക്കൊട്ടിൽ ഐദ്രു തുടങ്ങിയവരുടെ രചനകൾ ഉദാഹരണങ്ങളാണ്. പാട്ടുകളുടെ മതപരതയിൽ നിന്നുമാറി പ്രണയവും സൗഹൃദയയും ആർദ്രതയും പ്രത്യക്ഷപ്പെടുന്നു. പിന്നീട് മാപ്പിളപ്പാട്ടുകൾ സാമൂഹ്യ പ്രതിരോധത്തിന്റെ ശക്തമായ രൂപങ്ങളായി മാറുന്നുണ്ട്.

അവർണരുടെയും അടിയാന്മാരുടെയും ആവിഷ്ക്കാരങ്ങളുടെ സാധ്യതകളും ഇതേ രീതിയിൽ പ്രയോജനപ്പെടുത്തുന്നുണ്ട്. ജാതിയതയെയും തമ്പ്രാക്കന്മാരുടെ കോയ്മയെയും പ്രതിരോധിക്കുന്ന പാട്ടുകൾ ഇവരുടെ ഇടയിൽ നേരത്തെ ഉണ്ടായിരുന്നു. വടക്കൻ മലബാറിലെ പൊട്ടൻ തെയ്യവും മുത്തപ്പൻ തെയ്യവും പുലി മറഞ്ഞ തൊണ്ടച്ചന്റെ തോറ്റവും, പൂമാതൈ പൊന്നമ്മയുടെ പാട്ടും ഉദാഹരണങ്ങളാണ്. മറ്റു തെയ്യങ്ങളുടെ തോറ്റങ്ങളിലും ഈ സ്വാധീനം നില നിൽക്കുന്നുണ്ട്. എടനാടൻ പാട്ടിലും ചെങ്ങന്നൂരാദി പാട്ടിലും പുലയനാരുടെ കഥയിലും ഇതേ വികാരം കാണാൻ കഴിയും. 1920 കളോടെ പാട്ടുകൾ വളർന്നു വരുന്ന അടിയാളന്മാരുടെയും അവർണരുടെയും പ്രതിരോധത്തിന്റെ പ്രധാന രൂപമായി മാറുന്നുണ്ട്. പൊയ്കയിൽ അപ്പച്ചന്റെ പാട്ടുകൾ, സഹോദരൻ അയ്യപ്പന്റെ പാട്ടുകൾ, കെ പി കറുപ്പന്റെ ജാതിക്കുമ്മി തുടങ്ങിയവ ഉദാഹഹരണങ്ങളാണ്. താളമേളങ്ങളോടെ പാടാവുന്ന രചനകളെന്ന നിലയിൽ പാട്ടുകൾക്ക് സമൂഹമനസ്സുകളിൽ സ്ഥാനം പിടിക്കാൻ കഴിയുന്നു. പ്രതിരോധ സമരങ്ങൾക്ക് ആവേശം പകരുന്നതും ഇതേ പാട്ടുകളാണ്. 1930കളിലെ സമരങ്ങളിൽ തുടർച്ചയായി പാട്ടുകൾ ഉപയോഗിക്കുന്നുണ്ട്. ഒരു കാലത്ത് ആചാരബദ്ധമായി ജാതി നാടുവാഴികളോടുള്ള വിധേയത്വം ഉറപ്പിക്കാനായി ഉപയോഗിച്ച അതേ രൂപങ്ങൾ പിന്നീട് ജനകീയ പ്രതിരോധത്തിന്റെ ആവിഷ്ക്കാരങ്ങളായി മാറുന്നു. ഈ പ്രവണത ആദ്യകാല സിനിമകളിലേക്കും വ്യാപിക്കുന്നുണ്ട്. ജെ സി ഡാനിയേലിന്റെ *വിഗതകുമാരനിൽ* അഭിനയിച്ച ദലിതയായ പി കെ റോസി അനുഭവിക്കേണ്ടിവന്ന പീഡനവും അതിനെതിരായ പ്രതിരോധവും ഇതിന് തെളിവാണ്.

പി കെ റോസി

നോവലുകളുടെയും കഥകളുടെയും വളർച്ചയെക്കുറിച്ച് മുമ്പു സൂചിപ്പിച്ചിരുന്നു. ചന്തുമേനോനും സി വി രാമൻ പിള്ളയും നോവലുകളെഴുതിയത് ഇംഗ്ലീഷ് സാഹിത്യകാരന്മാരുടെ സ്വാധീനത്തിലായിരുന്നു. അതിനുശേഷം ചാൾസ് ഡിക്കൻസും എമിലി സോളയും പിന്നീട് ഡോസ്തോവ്സ്കിയും നമ്മുടെ നോവൽ കഥാരചനകളിൽ സ്വാധീനം ചെലുത്തിയിട്ടുണ്ട്. കഥയെഴുത്തുകാരിൽ മോപ്പസാങ്ങിന്റെ സ്വാധീനവും കാണാം.

എങ്കിലും നായകനും നായികയും പ്രതിനായകനും സംഭ്രമജനകമായ ഇതിവൃത്തവുമെല്ലാമടങ്ങിയ ജനപ്രിയ ("ഫോക്ക്") ഘടനയാണ് ആദ്യകാലരചനകളെല്ലാം സ്വീകരിച്ചത്. കൈകാര്യം ചെയ്യുന്ന പ്രമേയത്തിന്റെ സ്വഭാവമനുസരിച്ച് പ്രതിനായകന്മാർ മാത്രം മാറും. ദേശീയതയുടെ വളർച്ചയുടെ പശ്ചാത്തലത്തിൽ പ്രതിനായകന്മാർ വിദേശികളായി. അതിൽതന്നെ ചിലർ മുസ്ലീങ്ങളായി. പിൽക്കാലത്തു മാത്രമാണ് പൂർണമായതും യഥാർത്ഥ ലോകത്തിലേക്കിറങ്ങിച്ചെന്നുള്ള നോവലുകളും കഥകളും ആഖ്യാനം ചെയ്യപ്പെട്ടത്.

ഇതേ മാറ്റം കവിതകളിലും കാണാം. മറ്റുള്ള സാഹിത്യ ആവിഷ്ക്കാരങ്ങളിൽ നിന്ന് വ്യത്യസ്തമായി കവിതകൾ സംസ്കൃത ബദ്ധമായ നാടുവാഴി സാഹിത്യത്തന്റെ ഭാഗമായിരുന്നു. 19–ാം നൂറ്റാണ്ടിന്റെ അവസാനത്തോടെ വളർന്നുവന്ന ശൃംഗാര കേന്ദ്രിതമായ വെൺമണി പ്രസ്ഥാനം കവിതാരചനയെ അതിന്റെ ഏറ്റവും ഉപരിപ്ലവമായ ദശകളിലെത്തിച്ചു. അതിൽ നിന്ന് വഴിത്തിരിവു സൃഷ്ടിക്കാൻ രാമവർമ്മ അപ്പൻ തമ്പുരാന്റെ പച്ച മലയാളം പ്രസ്ഥാനം പോലുള്ള ശ്രമങ്ങളും ഫലപ്രദമായില്ല. മൂലൂർ പത്മനാഭപണിക്കരുടെ കൃതികളിൽ നാടുവാഴി ജീർണരൂപങ്ങളോടുള്ള പ്രതിരോധം കാണാം. വെൺമണിപ്രസ്ഥാനത്തിന്റെ അപചയം നമ്മുടെ കവനരൂപങ്ങളെ സ്വാധീനിച്ചു കൊണ്ടിരിക്കെതന്നെയാണ് ആശാൻ തന്റെ ചിന്തയും പുതിയ ആസ്വാദനരൂപങ്ങളെ ഉത്തേജിപ്പിക്കുന്ന കവിതകളുമായി രംഗത്തുവരുന്നത്. തുടർന്ന് കേരളത്തിലങ്ങോളമുള്ള നിരവധി കവിതകൾ നാടുവാഴി സാഹിത്യത്തെ കൈവിട്ട് പുതിയ പാതയിലേക്ക് പ്രവേശിക്കുന്നതു കാണാം. പാശ്ചാത്യ കവികളുടെ അതേമാതൃക (നോവലിൽ നിന്നും കഥയിൽനിന്നും വ്യത്യസ്തമായി) സ്വീകരിക്കാതെ പാട്ടുകൃതികളുടെ രീതികളിൽ നിന്നും കേരളീയമായ വൃത്തരൂപങ്ങളിൽ നിന്നും പ്രചോദനമുൾക്കൊണ്ടുള്ള കൃതികളും വളർന്നു വരുന്നുണ്ട്. ഇവരിൽ വള്ളത്തോളും ഉള്ളൂരും സംസ്കൃതവൃത്തങ്ങളെ കേരളീയ രീതികളുമായി സമന്വയിപ്പിച്ചു. ഇതിഹാസപുരാണ കഥകളെ ഇതിവൃത്തമാക്കിയെങ്കിലും ക്രമേണ അതിൽ നിന്നു മാറി. വള്ളത്തോൾ ബൈബിൾ കഥയും ദേശീയ ചരിത്രസംഭവങ്ങളും ദേശീയ നിലപാടുകളും ഇതിവൃത്തങ്ങളായി സ്വീകരിച്ചു. ഉള്ളൂർ മാനുഷികവികാരങ്ങളും ഇതിവൃത്തമാക്കി. ഈ മാറ്റം പൂർണമാകുന്നത് ഇടപ്പള്ളി രാഘവൻപിള്ളയിലും ചങ്ങമ്പുഴ കൃഷ്ണപിള്ളയിലും ഇടശ്ശേരി ഗോവിന്ദൻ നായരിലും വൈലോപ്പിള്ളി ശ്രീധരമേനോനിലുമാണ്. ആചാരബദ്ധമായ ഇതിഹാസപുരാണരചനകളിൽ നിന്ന് അവർ പൂർണമായി സ്വയം വിഛേദിക്കുകയും സാമൂഹ്യവും മാനവികവുമായ പ്രമേയങ്ങൾ സ്വീകരിക്കുകയും ചെയ്തു. നാടുവാഴി സാഹിത്യത്തിന്റെ കൃത്രിമവും മാംസളവുമായ ഭോഗാസക്തിയ്ക്കും വികാരപ്രകടനത്തിനുപകരം ഇവർ മനുഷ്യരുടെ നൈസർഗികഭാവങ്ങളെതന്നെ പ്രമേയങ്ങളായി സ്വീകരിച്ചു. സംസ്കൃതസംബന്ധമായ

വൃത്തങ്ങളിൽ നിന്ന് പൂർണമായി മുക്തി നേടുകയും പാട്ടു രീതികളുടെ താളബദ്ധതയിലേക്കും ചടുലതയിലേക്കും നീങ്ങുകയും ചെയ്തു.

സാഹിത്യാവിഷ്ക്കാരങ്ങളിൽ ഉണ്ടായ ഈ മാറ്റം കലകളിൽ അതേരൂപത്തിൽ കാണുന്നില്ല. 20-ാം നൂറ്റാണ്ടിന്റെ ആദ്യത്തിൽ രാജാരവിവർമ്മയുടെ ചിത്രങ്ങളിൽ ആധുനിക സങ്കേതങ്ങളുടെ ഉപയോഗം (നിറങ്ങളുടെ ചേരുകൾ, ചായക്കൂട്ടുകൾ, ദൃശ്യാവഷ്ക്കാരങ്ങൾ, ഛായാ ചിത്രങ്ങളുടെ ആവിഷ്ക്കാരം) കാണാമെങ്കിലും പ്രമേയങ്ങൾ പ്രധാനമായും സംസ്കൃത സാഹിത്യത്തിൽ നിന്നുതന്നെയായിരുന്നു. അതുവരെ നിലനിന്ന ദേവീദേവന്മാരുടെയും നാടുവാഴികളുടെയും അവരെ സംബന്ധിച്ച കഥകളുടെയും ആവിഷ്ക്കാരങ്ങളിൽ നിന്ന് പ്രകടമായ മാറ്റം ഇവിടെ കാണാം. രവിവർമ്മക്കുശേഷം വന്ന ചിത്രകാരന്മാരും ഇതേ മാറ്റത്തെ പിന്തുടരുകയും ക്രമേണ സംസ്കൃത സാഹിത്യത്തിൽ നിന്നും പ്രകൃതിയുടെയും സമൂഹത്തിന്റെയും ദൃശ്യങ്ങളിലേക്കും ആത്മാവിഷ്ക്കാരങ്ങളിലേക്കും മാറുകയും ചെയ്തു. സംഗീതത്തിൽ 19-ാം നൂറ്റാണ്ടിൽ സ്വാതിതിരുനാളിന്റെയും സഹപ്രവർത്തകരുടെയും സ്വാധീനത്തിൽ വളർന്നുവന്ന ചിട്ടകളാണ് ഏറ്റവുമധികം സ്വാധീനിച്ചത്. സദരാമ നാടകം ഒരു സംഗീതാവിഷ്ക്കാരമായിരുന്നു. പിൽക്കാലത്ത് ഭാഗവതർമാർ വഴി വളർന്നുവരുന്ന കർണ്ണാടകസംഗീതത്തിന്റെ ചിട്ടയായ ആവിഷ്ക്കാരങ്ങളും പാട്ടുരീതികളും തമ്മിലുള്ള വൈരുദ്ധ്യം വളർന്നുവരുന്നതു കാണാം. കലാമണ്ഡലത്തിന്റെ നേതൃത്വത്തിൽ മോഹനിയാട്ടത്തിന്റെയും കഥകളിയുടെയും കൂടിയാട്ടത്തിന്റെയും ഒരു പരിധിവരെ ഓട്ടൻതുള്ളലിന്റെയും വളർച്ച ഉണ്ടാകുന്നുണ്ടെങ്കിലും പാരമ്പര്യ രൂപങ്ങളെയോ ആവിഷ്ക്കരത്തിനുള്ള പ്രമേയങ്ങളെയോ കൈവിടാൻ അവർ തയ്യാറായില്ല. ഏതാനും പ്രമുഖ ചാക്യാർ കുടുംബങ്ങളുടെ നിയന്ത്രണത്തിലായിരുന്ന കൂത്ത് ആചാരബദ്ധമായി തന്നെ തുടർന്നു, മോഹിനിയാട്ടം ഒരു നാട്യാവിഷ്ക്കാരമെന്നനിലയിൽ വളർന്നുവന്നുവെങ്കിലും പാരമ്പര്യത്തിൽ നിന്നു മാറാനോ സാമൂഹ്യബദ്ധമായ പുതിയ രൂപങ്ങൾ ആവിഷ്ക്കരിക്കാനോ അവർ തയ്യാറായില്ല. ഇതു തന്നെയാണ് കഥകളിക്കും സംഭവിച്ചത്. പട്ടിക്കാംതൊടി രാമുണ്ണിമേനോൻ തന്റെ ഉപജീവനത്തിനായി സ്വീകരിച്ച തെരുകൂത്തു രൂപങ്ങളിൽ നിന്നാണ് ആസ്വാദകരെ ഉദ്ദേശിച്ചുകൊണ്ടുള്ള മാറ്റങ്ങൾ കൊണ്ടുവന്നത്. ഇവയെല്ലാം ആവിഷ്ക്കാരത്തിന്റെയും, അഭിനയരീതികളിലും മികവു പുലർത്തുകയും കുറെക്കൂടി ആസ്വാദകബദ്ധമായ രംഗാവിഷ്ക്കാരങ്ങൾ നടത്തുകയും ചെയ്തുവെങ്കിലും പ്രമേയങ്ങളിൽ വൈവിധ്യമോ വ്യത്യസ്തതയോ വരുത്താൻ തയ്യാറായില്ല. ഇക്കാലത്തു തന്നെ വളർന്നുവരുന്നുണ്ടായിരുന്ന നാടോടി നൃത്തരൂപങ്ങളും ആധുനിക (പാശ്ചാത്യ) നൃത്തരൂപങ്ങളും ഇവയും തമ്മിലുള്ള വൈരുദ്ധ്യം പ്രകടമായിരുന്നു.

കലാപരമായ ജനകീയ പ്രതിരോധരൂപങ്ങൾ രണ്ടു മേഖലകളിലാണ് വളർന്നുവന്നത്. മുൻ കാലങ്ങളിൽ കഥകളിയും കൂത്തും നിലനിൽക്കെ കൂടുതൽ ജനപ്രിയമായ സംവേദനരൂപങ്ങളായി വന്നത് പാഠകവും തുള്ളലുമായിരുന്നു. രണ്ടും രണ്ടു രീതിയിലുള്ള കഥ പറച്ചിലിന്റെ രൂപങ്ങളായിരുന്നു. ഇവയിൽ പാഠകം അപ്രത്യക്ഷമായി. തുള്ളലിന്റെ ജനപ്രീതിയും കുറഞ്ഞു. ക്ഷേത്രങ്ങളിൽ തമിഴ്നാട്ടിൽ നിന്ന് അരങ്ങേറിയ ഹരികഥാകാലക്ഷേപവും കേരളത്തിൽ സ്ഥാനം പിടിച്ചു. പുതിയ ഭക്തിയുടെ വികാസത്തിന്റെ പശ്ചാത്തലത്തിൽ ഹരികഥാകാലക്ഷേപത്തിന് ജനപ്രീതി വർദ്ധിച്ചു. ഹരികഥയിൽ നിന്ന് സാമൂഹ്യ ഇതിവൃത്തങ്ങളെ ആധാരമാക്കിയുള്ള കഥപറച്ചിലിനും ജനപ്രീതി വർദ്ധിച്ചു. കുറെ കൂടി ലളിതമായ പാട്ടും അത്യാവശ്യം അഭിനയവും സഹിതം കഥപറയുന്ന രീതിയാണ് കഥാപ്രസംഗം വളർന്നുവരുന്നത്. കഥാപ്രസംഗത്തിന് പെട്ടെന്നുണ്ടായ ജനപ്രീതി കഥ പറച്ചിലിന്റെ സ്വാധീനത്തെ മാത്രമല്ല പഴയ രൂപങ്ങളോടുള്ള പ്രതിരോധത്തിന്റെയും സൂചനയായിരുന്നു. ഇതുപോലുള്ള പ്രതിരോധരൂപമായിരുന്നു നൃത്ത സംഗീത നാടകങ്ങൾ. പലവിധത്തിലുള്ള ആട്ടവും പാട്ടും ജനമദ്ധ്യത്തിലും അരങ്ങുകളിലും (പ്രത്യേകിച്ച് കല്യാണം പോലുള്ള ആഘോഷങ്ങളിൽ) നിലനിന്നുവെങ്കിലും ഇവയെല്ലാമുപയോഗിച്ചുള്ള കഥ പറച്ചിൽ പുതിയതായിരുന്നു. ആദ്യം ഇതിഹാസപുരാണകഥകൾ തന്നെയായിരുന്നു ഇതിന് ഉപയോഗിച്ചതെങ്കിലും ക്രമേണ ഇതിൽ നിന്നുമാറി. മുൻഷി രാമക്കുറുപ്പ് പ്രഹസനങ്ങൾ അരങ്ങുകളിൽകൊണ്ടു വന്നതും വിദ്വാൻ കേളു നായർ ദേശീയ ഇതിവൃത്തങ്ങൾ അരങ്ങുകളിൽ കൊണ്ടുവന്നതും മാറ്റത്തിന്റെ ആദ്യ രൂപമായിരുന്നു. ക്രമേണ ആട്ടവും പാട്ടും ചേർന്ന കഥാരൂപവ്യാഖ്യാനങ്ങളുടെ ജനപ്രീതി വർദ്ധിപ്പിക്കുകയും അവ ആചാരസംബദ്ധമായ ആഖ്യാനങ്ങളെ പൂർണമായി പ്രതിരോധിക്കുകയും ചെയ്തു. ഇതിൽ നിന്നാണ് *പാട്ടബാക്കി, രക്തപാനം* എന്നീ സാമൂഹ്യപ്രതിബദ്ധമായ ഇതിവൃത്തങ്ങൾ സ്വീകരിച്ച് നാടകങ്ങൾ അവതരിപ്പിക്കാൻ കെ ദാമോദരനും 'കൂട്ടുകൃഷി' എന്ന തികച്ചും സാമൂഹ്യമായ നാടകം രചിച്ച് അവതരിപ്പിക്കാൻ ഇടശ്ശേരി ഗോവിന്ദൻ നായർക്കും കരുത്തുലഭിച്ചത്.

മുതലാളിത്ത സംസ്കൃതിയുടെ സ്വാധീനവും ഈ പ്രതിരോധരൂപങ്ങളിൽ പ്രത്യക്ഷപ്പെടുന്നുണ്ട്. ജാതി ജന്മിനാടുവാഴി സംസ്കൃതിയെ നിരാകരിക്കുമ്പോൾ അവയെ വെല്ലുന്നതും ജനപ്രീതികരവുമായ പുതിയ ആവിഷ്ക്കാരരൂപങ്ങൾക്കുവേണ്ടിയുള്ള അന്വേഷണം അതിന്റെ ഭാഗമാണ്. താരതമ്യേന ശുഷ്കമായിരുന്ന (ആധാരങ്ങളിലെ ഗദ്യവും ചമ്പുഗദ്യവും പ്രധാനമായുണ്ടായിരുന്ന) ഗദ്യശാഖയിൽ, അച്ചടി രൂപങ്ങളുടെ ഭാഗമായി നോവലും കഥയും പെട്ടെന്നു പ്രചരിച്ചു. കവിതയിൽ ദീർഘകാലത്തെ പോരാട്ടത്തിനുശേഷമാണ് വ്യത്യസ്തമായ

സാമൂഹ്യബദ്ധമായ ജനപ്രിയശൈലി വളർന്നു വരുന്നത്. നാടകങ്ങളിലും അതുപോലെ തന്നെയായിരുന്നു. നാടുവാഴി ക്ഷേത്ര സംസ്കാരത്തിൽ നിന്നുള്ള ചിത്രകലയുടെ മോചനമാണ് പുതിയ ചിത്രകലാരൂപങ്ങളിലേക്കു നയിച്ചത്. എന്നാൽ നൃത്തത്തിലും സംഗീതത്തിലും ഇത് എളുപ്പമായിരുന്നില്ല. ഇവിടെ നാടൻ പാട്ടുരൂപങ്ങളുടെയും ജനകീയ നൃത്ത രൂപങ്ങളുടെയും രീതികൾ സഹായത്തിനെത്തുന്നുണ്ട്. എന്നാൽ പാശ്ചാത്യ നാടോടി നൃത്തസംഗീത രൂപങ്ങൾ സ്വാധീനിക്കുന്നില്ല.

ക്ഷേത്ര നാടുവാഴി സംസ്കാരത്തിൽ നിന്നുള്ള മോചനം കലാകാരന്മാരെയും കലാകാരികളെയും സംബന്ധിച്ചിടത്തോളം പുതിയ പ്രശ്നങ്ങൾ സൃഷ്ടിക്കുന്നുണ്ട്. നാടുവാഴികളും ജന്മിമാരും ക്ഷേത്രങ്ങളുമായിരുന്നു ഇത്തരം കലകാരന്മാരെ നിലനിർത്തിയിരുന്നത്. 'രണ്ടേകാലും കോപ്പു'മാണ് കുഞ്ചൻനമ്പ്യാർക്കു കിട്ടിയിരുന്നെങ്കിലും അതു കിട്ടാനുള്ള അവകാശം അദ്ദേഹത്തിനുണ്ടായിരുന്നു. പല കലാകാരന്മാരും ആചാരബദ്ധത പിന്നീടും തുടർന്നിരുന്നത് അത് ഉപജീവനമാർഗമായതുകൊണ്ടാണ്. ഇതേ പ്രവണത കഥകളിയിലും കാണാം. കഥകളി നാടുവാഴി ക്ഷേത്രകലയല്ലാതാകുമ്പോൾ അവരുടേതായ ആസ്വാദകവൃന്ദത്തെ തേടേണ്ടിവരുമെന്നതുകൊണ്ട് അവരുടെ കലയെ പരമാവധി പരമ്പരാഗതമായി നിലനിർത്താനുള്ള ശ്രമം കാണാം. അതിനോടൊപ്പം പുതിയതായി വളർന്നുവന്ന, പ്രത്യേകിച്ച് അടിസ്ഥാന വർഗങ്ങളിൽ നിന്നും അടിയാളർ–അവർണജനവിഭാഗങ്ങളിൽ നിന്നുള്ള ആസ്വാദകർ ഇത്തരം കലാരൂപങ്ങളെ സ്വീകരിക്കുന്നില്ല. അവരുടെതായ ആവിഷ്ക്കാരങ്ങൾ തന്നെ ആചാരബദ്ധമായതുകൊണ്ട് സ്ഥിരമായ ജനപ്രീതി നേടാനുള്ള സാധ്യതകളും കുറവാണ്. മുമ്പു സൂചിപ്പിച്ച നൃത്തസംഗീത നാടകങ്ങൾ ഈ വിടവിലേക്കാണ് കടന്നുവരുന്നത്. നൃത്തസംഗീത നാടകങ്ങളെ നിലനിർത്തുന്നത് അതു കാണുന്ന ആസ്വാദകരാണ്. ആസ്വാദകരെ സൃഷ്ടിക്കുന്നതിലൂടെ പുതിയ നാടകസംഘങ്ങളും നിലനിൽക്കുന്നു. അതിലൂടെ ലഭിക്കുന്ന വരുമാനം കലാകാരന്മാരെയും കലാകാരികളെയും നിലനിർത്തുന്നു. നാടകവും കഥാപ്രസംഗവും പ്രതിരോധരൂപങ്ങളാകുന്നതിനോടൊപ്പം വരുമാനദായക തൊഴിലുമായി മാറുന്നു. നാടുവാഴിത്തത്തിനോടുള്ള പ്രതിരോധത്തിനോടൊപ്പം മുതലാളിത്തത്തിന്റെ യുക്തിയും കടന്നുവരുന്ന രീതിയാണിത്.

പ്രതിരോധ രൂപങ്ങളിലെ വാണിജ്യത്തിന്റെ അംശം അതിന്റെ പൂർണതയിലെത്തുന്നത് സിനിമയിലാണ്. സാങ്കേതികമായ ദൃശ്യാവിഷ്ക്കാരമാണ് സിനിമ എന്നതുകൊണ്ടുതന്നെ മറ്റ് ആവിഷ്ക്കാരങ്ങളെക്കാൾ മൂലധനനിക്ഷേപം ഇതിനാവശ്യമാണ്. അതിൽ പ്രവർത്തിക്കുന്നവരും സ്വാഭാവികമായും നിക്ഷേപകരുമായി വാണിജ്യബന്ധങ്ങളിലേർപ്പെടേണ്ടി വരുന്നു. നാം ചർച്ച ചെയ്യുന്ന കാലഘട്ടത്തിൽ മലയാള സിനിമ രൂപപ്പെട്ടു വരുന്നതേ ഉണ്ടായിരുന്നുള്ളൂ. ജെ സി ഡാനിയലിന്റെ

വിഗതകുമാരൻ എന്ന ആദ്യ സിനിമയും *ബാലൻ* എന്ന ശബ്ദമുൾക്കൊള്ളിച്ച ആദ്യത്തെ സിനിമയുമാണ് പ്രധാനമായി അന്നു നിർമ്മിക്കപ്പെട്ടത്. സാങ്കേതികവൽക്കരണത്തിന്റെ വികാസം സൃഷ്ടിക്കുന്ന വാണിജ്യവൽക്കരണം പിന്നീട് കലാസാംസ്കാരിക രംഗത്തെ ഏറ്റവും സജീവ സാന്നിദ്ധ്യമായി.

വിദ്യാഭ്യാസം

നാടുവാഴിത്ത ആചാരമര്യാദകളും ശാസ്ത്രസാങ്കേതികവിദ്യകളുടെയും മുതലാളിത്ത സമൂഹരൂപത്തിന്റെയും സ്വാധീനത്തിലുള്ള പുതിയ അവബോധവും തമ്മിലുള്ള വൈരുദ്ധ്യം വളർന്നു വരുന്നത് വിദ്യാഭ്യാസത്തിലാണ്. ജാതിമതബദ്ധമായ സാമ്പ്രദായിക വിദ്യാഭ്യാസം കുടിപ്പള്ളിക്കൂടങ്ങൾ, എഴുത്തുപള്ളികൾ, കളരികൾ എന്നിവയിലൂടെയാണ് നടത്തിവന്നത്. എഴുത്തുപള്ളികൾ എഴുത്തും വായനയും, കണക്ക്, നാളും പക്കവും നോക്കൽ (പഞ്ചാംഗ ഗണിതം), അളവുകളും തൂക്കങ്ങളും, ജ്യാമിതി മുതലായവ പഠിപ്പിച്ചപ്പോൾ കളരികൾ ആയുധാഭ്യാസത്തിന്റെയും ചിലയിടങ്ങളിൽ കലാഭ്യാസത്തിന്റെയും കേന്ദ്രങ്ങളായി. തിരുനാവായ ചങ്ങമ്പള്ളി കളരി പോലുള്ളവ വൈദ്യവിദ്യാഭ്യാസത്തെയും സമന്വയിപ്പിച്ചു. നാഡീ ചകിത്സ, മർമ്മ ചികിത്സ, ഉഴിച്ചൽ, തുടങ്ങിയവയും കളരികളിൽ നടന്നു. വൈദ്യമടക്കമുള്ള കൈത്തൊഴിലുകളെല്ലാം തൊഴിലിൽ വൈദഗ്ധ്യമുള്ള മുപ്പന്മാരുടെ (മൂത്താശാരി, പെരുംകൊല്ലൻ, പെരും തട്ടാൻ, വൈദ്യർ) കീഴിലാണ് പഠിച്ചിരുന്നത്. പ്രാഥമിക പഠനത്തിനുശേഷം എല്ലാ വിധതൊഴിലുകളും പ്രായോഗികതലത്തിൽ തന്നെ പഠിക്കുകയായിരുന്നു. സംസ്കൃതപഠനം, വ്യാകരണം, സാഹിത്യം മുതലായ അവയിൽ താല്പര്യമുള്ള മൂന്നു വർണ്ണങ്ങളിലുംപെടുന്നവരെ പഠിപ്പിച്ചുവെങ്കിലും അതിന്റെ ഊന്നൽ അഭ്യസിച്ചു പഠിക്കുക എന്നതിൽ തന്നെയായിരുന്നു. കാണാപ്പാഠം പഠിക്കുകയായിരുന്നില്ല ഇത്തരം പഠനത്തിന്റെ കാതൽ. കൈത്തൊഴിലുകളായാലും ധൈഷണികാഭ്യാസങ്ങളായാലും സന്ദർഭങ്ങളനുസരിച്ച് ഉപയോഗിച്ച് പഠിക്കുകയായിരുന്നു. ഇതിനായി ഗുരുക്കന്മാർ ശിഷ്യന്മാരെ അവരുടെ പ്രവർത്തന മേഖലകളിൽ ഒരുമിച്ചു കൊണ്ടുപോകുമായിരുന്നു. ഗുരുക്കൻമാരുടെ വീടുകൾ ശുചിയാക്കലടക്കം അയാൾ ആഗ്രഹിക്കുന്ന എല്ലാ ജോലികളുമെടുക്കാൻ ശിഷ്യന്മാർ നിർബന്ധിക്കപ്പെട്ടിരുന്നു. ഗുരുശിഷ്യബന്ധം നാടുവാഴിത്ത ബന്ധങ്ങളുടെ മറ്റൊരു രൂപമായിരുന്നു.

നാടുവാഴിത്തകാലത്തെ വിദ്യാഭ്യാസം വ്യക്തമായും ജാതിബദ്ധമായിരുന്നു. മുൻ സൂചിപ്പിച്ച പ്രാഥമിക വിദ്യാഭ്യാസംപോലും അധ:സ്ഥിതർക്ക് നിഷേധിക്കപ്പെട്ടിരുന്നു. എങ്കിലും ഈഴവരുടെ ഇടയിൽ കുടിപ്പള്ളിക്കൂടങ്ങളും ആശാൻപള്ളിക്കൂടങ്ങളും ഉണ്ടായിരുന്നതായി അറിയാം. അധ:സ്ഥിതരിൽ ചില വിഭാഗങ്ങളെ കുഴിക്കളരികളിൽ

അഭ്യസിപ്പിച്ചിരുന്നു. ബ്രാഹ്മണർ മുതൽ അധഃസ്ഥിതർ വരെയുള്ള എല്ലാ തൊഴിൽ വിഭാഗങ്ങളുടെയും അധ്യയനം അതാതു ജാതികൾക്കുള്ളിൽ തന്നെയായിരുന്നു. എങ്കിലും ചില തൊഴിലുകളിൽ (ഉദാ: വൈദ്യം, ജ്യോതിഷം) ഒന്നിലധികം ജാതികൾ ഇടപെട്ടിരുന്നു. ആട്ടവും പാട്ടും മേളവും പോലുള്ള മേഖലകളിൽ സവർണർക്കും അവർണർക്കും അധഃസ്ഥിതർക്കും വ്യത്യസ്തരീതികളുണ്ടായിരുന്നു. ഇത്തരം അദ്ധ്യയനത്തിൽ പിൽക്കാലത്തു വന്നതുപോലെ ശാസ്ത്രം, സാമൂഹ്യ പാഠം തുടങ്ങിയ വേർതിരിവുകളുണ്ടായിരുന്നില്ല. എല്ലാ അറിവുകളിലും ഊന്നൽ പ്രായോഗികതയിൽ തന്നെയായിരുന്നു. വേദമന്ത്രങ്ങൾപോലും ഓർമ്മയിൽ നിന്ന് കൃത്യമായി ചൊല്ലാനായിരുന്നു ഓതിക്കോന്മാർ അഭ്യസിച്ചിരുന്നത്. വിദ്യകൾ തന്നെ പ്രായോഗികതയിലായിരുന്നു ഊന്നിയത്. അറിവുകൾ ഗ്രന്ഥങ്ങളിൽ ശേഖരിക്കുകയും ഒരു ചെറു ന്യൂനപക്ഷത്തിന്റെ കൈപിടിയിലൊതുക്കുങ്ങുകയും ചെയ്തു. പാണ്ഡിത്യവും ഔപചാരിക തത്വചിന്തയിലുള്ള അവഗാഹവുമെല്ലാം ഇതേ വരേണ്യവർഗ്ഗത്തിന്റെ നിയന്ത്രണത്തിലായിരുന്നു. എങ്കിലും സ്വന്തം പ്രായോഗിക അനുഭവങ്ങളിൽ നിന്ന് നിരീക്ഷണങ്ങളും ചിന്തയുമുൽപാദിപ്പിക്കുന്നതിനുള്ള കഴിവ് എല്ലാവർക്കും ഒരുപോലെയായിരുന്നു.

ആധുനിക വിദ്യാഭ്യാസം കൊണ്ടുവന്നത് മിഷനറിമാരായിരുന്നു. ഡച്ച് മിഷനറിയായ റിംഗിൾടൗബാ നാഗർകോവിലിൽ തുടങ്ങിയ പള്ളിക്കൂടവും അതിനുശേഷം സി എം എസ് മിഷനറിമാർ ആലപ്പുഴയും പിന്നീട് കോട്ടയത്തും തുടങ്ങിയ പള്ളിക്കൂടങ്ങളുമായിരുന്നു ആദ്യത്തെ ആധുനികവിദ്യാലയങ്ങൾ. ആലപ്പുഴയിൽ നോർട്ടൺ എന്ന മിഷനറി തുടങ്ങിയ സ്കൂളിലാണ് പാഠ്യപദ്ധതി, പീരിയഡുകളിലായുള്ള പാഠ്യഭാഗങ്ങളുടെ ക്രമീകരണം, അച്ചടക്കം, സ്കൂൾ ബെൽ തുടങ്ങിയവ ആദ്യം ഏർപ്പെടുത്തുന്നത്. സെമിനാരികളിൽ നിന്ന് സ്വീകരിച്ച ഈ മാതൃക ആധുനിക സ്കൂളിന്റെ പൊതുരീതിയായി മാറി. ഇംഗ്ലീഷ്, മലയാളം, കണക്ക്, സയൻസ്, പൗരധർമ്മം (civics), ബൈബിൾ എന്നിവ മിഷൻ സ്കൂളുകളിൽ നിർബന്ധമായിരുന്നു.

തിരുവിതാംകൂർ രാജകുടുംബത്തിലെ പെൺകുട്ടികൾക്ക് ഇംഗ്ലീഷ് പഠിക്കണമെന്ന ആവശ്യം നിറവേറ്റാനായി 1840 കളിൽ ഒരു മിഷൻ സ്കൂൾ അധ്യാപകനെ വരുത്തി. അങ്ങനെ തുടങ്ങിയ സ്കൂൾ ക്രമേണ ഒരു പെൺപള്ളിക്കൂടമായി (Zenana School)വികസിച്ചു. കോട്ടയത്ത് മിസ്സ് ബേക്കർ ഒരു പെൺപള്ളിക്കൂടം സ്ഥാപിച്ചു അതിനെ തുടർന്നു മലബാറിൽ ബാസൽ മിഷൻ തലശ്ശേരിയിലും കോഴിക്കോടും സ്കൂളുകൾ സ്ഥാപിച്ചു. പിന്നീട് മലബാറിലെ നിരവധി പ്രദേശങ്ങളിൽ ബാസൽ മിഷൻ സ്കൂളുകൾ ഉയർന്നുവന്നു. സമൂഹത്തിലെ അധഃസ്ഥിതരുടെ വിദ്യാഭ്യാസം പ്രധാനമായും നടന്നുവന്നത് മിഷൻ സ്കൂളുകളിലൂടെയാണ്.

19-ാം നൂറ്റാണ്ടിന്റെ ഉത്തരാർദ്ധത്തിൽ ഗവൺമെന്റ് സ്കൂളുകളും വളർന്നവന്നു. തദ്ദേശീയ ഭാഷാ വിദ്യാഭ്യാസത്തെക്കുറിച്ചുള്ള ബ്രിട്ടീഷ് നയത്തിന്റെ പശ്ചാത്തലത്തിലാണ് ഈ സ്കൂളുകൾ വളർന്നുവന്നത്. മാതൃഭാഷയിലൂടെ അധ്യയനം നടത്തിയ ഇത്തരം സ്കൂളുകൾ നേറ്റീവ് സ്കൂളുകൾ എന്നറിയപ്പെട്ടു. ഇരുപതാം നൂറ്റാണ്ടിന്റെ ആദ്യത്തിൽ അധ:സ്ഥിതവിഭാഗങ്ങളെ പഠിപ്പിക്കാനുള്ള പഞ്ചമ സ്കൂളുകൾ നിലവിൽ വന്നു. മലബാർ കലാപത്തിനുശേഷം മാപ്പിളമാർക്ക് വിദ്യാഭ്യാസം നൽകാൻ പ്രത്യേകശ്രമങ്ങളാരംഭിക്കുകയും മാപ്പിള സ്കൂളുകൾ എന്നറിയപ്പെട്ട ഗവൺമെന്റ് സ്കൂളുകൾ നിലവിൽ വരുകയും ചെയ്തു. അത്തരം സ്കൂളുകളിൽ ഇൻസ്പെക്ടർമാർ പോലും മാപ്പിളമാരായിരുന്നു.

19-ാം നൂറ്റാണ്ടിന്റെ അവസാനത്തിൽ സ്വകാര്യവിദ്യാലയങ്ങളുടെ എണ്ണവും വർദ്ധിച്ചു. നിരവധി കുടിപ്പള്ളിക്കൂടങ്ങൾ സ്വകാര്യവിദ്യാലയങ്ങളായി. ഇവ കൂടാതെ ക്രിസ്ത്യൻ-ഈഴവ മാനേജ്മെന്റ് സ്കൂളുകളുടെ എണ്ണവും വർദ്ധിച്ചു. ഏതാനും മിഷൻ സ്കൂളുകളെ മാറ്റിനിർത്തിയാൽ സ്വകാര്യമാനേജ്മെന്റുകൾ അതതു സമുദായങ്ങളിൽ കേന്ദ്രീകരിച്ചതല്ലാതെ, അവർണരെയും അടിയാരെയും പ്രവേശിപ്പിക്കാൻ തയ്യാറായില്ല. ഇതിന്റെ ഫലമായി സർക്കാർ വിദ്യാലയങ്ങളിൽ ചേരാനുള്ള അവർണരുടെ സമ്മർദ്ദം വർദ്ധിച്ചു. സർക്കാർ സ്കൂളുകളിലെ വിദ്യാഭ്യാസം സർക്കാർ സർവീസിലേക്കുള്ള പടിവാതിലായും കണക്കാക്കപ്പെട്ടിരിക്കാം. അതിനോടൊപ്പം ജാതിബദ്ധമായ സമൂഹത്തിൽ നിന്നുള്ള മോചനത്തിന്റെ പടിവാതിൽ കൂടിയായിരുന്നു വിദ്യാഭ്യാസം. ഈ ആശയത്തിന്റെ അടിസ്ഥാനത്തിലാണ് അയ്യൻകാളി വെങ്ങാനൂരിൽ പുലയർക്കായി ഒരു സ്കൂൾ സ്ഥാപിക്കുന്നത്. അതിനുശേഷം അദ്ദേഹം എം എൽ സി യായപ്പോഴും വിദ്യാഭ്യാസത്തിനുവേണ്ടി ശബ്ദമുയർത്തുകയും സാർവ്വത്രികവും സൗജന്യവുമായ വിദ്യാഭ്യാസത്തിനുവേണ്ടിയുള്ള വാദമുന്നയിക്കുകയും ചെയ്തു. ഈ സമ്മർദ്ദത്തിന്റെ ഫലമായി ഇരുപതാംനൂറ്റാണ്ടിന്റെ ആദ്യം ഈഴവരെ സർക്കാർ സ്കൂളുകളിൽ പ്രവേശിപ്പിച്ചു. 1915 മുതൽ പുലയർക്കും മറ്റ് അധ:സ്ഥിതർക്കും പ്രവേശനം ലഭിച്ചു.

1920കളിലും 30 കളിലുമായി സ്കൂൾ വിദ്യാഭ്യാസം അതിവേഗം വളർന്നു. ആലപ്പുഴ പോലുള്ള വ്യവസായ-കർഷക തൊഴിലാളികൾ കേന്ദ്രീകരിച്ച പ്രദേശങ്ങളിലാണ് സ്കൂളുകൾ അതിവേഗം വർദ്ധിച്ചത്. ഇതിന് രണ്ടു കാരണങ്ങളുണ്ടായിരുന്നു. ഒന്ന്, എസ് എൻ ഡി പി പോലുള്ള സംഘടനകൾ വിദ്യാഭ്യാസത്തിൽ കേന്ദ്രീകരിക്കുകയും അതിന്റെ പ്രാധാന്യത്തെക്കുറിച്ച് ജനങ്ങളുടെ ഇടയിൽ പ്രചരണം നടത്തുകയും ചെയ്തു. രണ്ടാമത്, വ്യവസായങ്ങളുടെ വളർച്ച തൊഴിലാളികളുടെ ഇടയിൽ വിദ്യാഭ്യാസം അത്യന്താപേക്ഷിതമാക്കി. പുതിയതായി വളർന്നു വന്ന ട്രേഡ് യൂണിയൻ പ്രസ്ഥാനങ്ങളും

സാക്ഷരതയിലും വിദ്യാഭ്യാസത്തിലുമൂന്നി. 1930 കളോടെ തൊഴിലെടുക്കുന്നവർക്കുവേണ്ടി നിശാപാഠശാലകളും വയോജന വിദ്യാലയങ്ങളും വളർന്നുവന്നു. കർഷകസംഘം സ്ഥാപിച്ച ജനകീയ പാഠശാലകൾ ഉത്തരമലബാറിൽ പ്രവർത്തിച്ചു.

ഇതിനോടൊപ്പം പെൺകുട്ടികളുടെ വിദ്യാഭ്യാസവും അതിവേഗം പ്രചരിച്ചു. കർഷകത്തൊഴിലാളികളിലും വ്യവസായ തൊഴിലാളികളിലും നല്ലൊരുഭാഗം സ്ത്രീകളായിരുന്നുവെന്നത് ഒരു കാരണമാണ്. സ്ത്രീ വീടുകളിലും ഗാർഹികത്തൊഴിലുകളിലും മാത്രമൊതുങ്ങി നിൽക്കേണ്ടവളല്ലെന്നും അവസരങ്ങൾ ലഭിച്ചാൽ അവൾക്കും പുരുഷനോടൊപ്പം മുന്നേറാൻ കഴിയുമെന്ന തിരിച്ചറിവും ഇതിൽ പ്രധാനമായിരുന്നു. എല്ലാ സാമൂഹ്യസംഘടനകളും പൊതുവേദികളും സ്ത്രീ വിദ്യാഭ്യാസത്തിനൂന്നൽ നൽകി. അധഃസ്ഥിത വിഭാഗങ്ങളിൽ നിന്നും കുട്ടികൾ വൻതോതിൽ വിദ്യാഭ്യാസരംഗത്തെത്തിയതോടെ സ്കൂൾ വിദ്യാഭ്യാസത്തിലേക്കുള്ള പ്രവേശനം തിരുവിതാംകൂറിൽ കുതിച്ചുയർന്നു. 1950 ഓടെ മൊത്തം ജനസംഖ്യയുടെ പകുതിയോളം സാക്ഷരരാകുകയും വിദ്യാഭ്യാസരംഗത്തെത്തുകയും ചെയ്തു. കൊച്ചിയിലും സമാനമായ സ്ഥിതിവളർന്നു വരുന്നുണ്ട്.

മലബാറിലും പ്രാഥമിക വിദ്യാഭ്യാസത്തിൽ മുന്നേറ്റമുണ്ടായിരുന്നെങ്കിലും തിരുവിതാംകൂറിനെ അപേക്ഷിച്ചു നോക്കുമ്പോൾ അതിന്റെ വ്യാപ്തി പുറകിലായിരുന്നു. തിരുവിതാംകൂറുമായി താരതമ്യപ്പെടുത്തുമ്പോൾ കാർഷികമാറ്റത്തിലും വ്യവസായങ്ങളുടെ വളർച്ചയിലും മലബാർ പിറകിൽ നിന്നത് ഒരു കാരണമാണ്. ജന്മി സമ്പ്രദായം വേരുറച്ച പ്രദേശങ്ങളിൽ കുട്ടികൾ വിദ്യാലയങ്ങളിലെത്താതെ കാർഷിക വൃത്തിക്കും മറ്റു തൊഴിലുകൾക്കും പോകുന്ന രീതി വ്യാപകമായിരുന്നു. വിപുലമായ ആദിവാസി മേഖലകളിലും കുട്ടികൾ സ്കൂളിലെത്തിയില്ല. തിരുവിതാംകുറിനെ അപേക്ഷിച്ച് ഗവൺമെന്റ് സ്കൂളുകൾ വ്യാപകമല്ലാതിരുന്നത് വിദ്യാലയങ്ങളിലെ പ്രവേശനത്തെ ബാധിച്ചു. സാമൂഹ്യപരിഷ്കർത്താക്കളും കാർഷിക പ്രസ്ഥാനവും മിഷനറിമാരും വിദ്യാഭ്യാസം പ്രചരിപ്പിച്ച കണ്ണൂർ പ്രദേശമായിരുന്നു മലബാറിലെ വിദ്യാഭ്യാസത്തിൽ മുന്നിട്ടു നിന്നത്. തെക്കൻ മലബാർ വിദ്യാഭ്യാസരംഗത്ത് മുന്നേറാൻ ആരംഭിച്ചത് ഇരുപതാംനൂറ്റാണ്ടിന്റെ മദ്ധ്യത്തിലായിരുന്നു.

പഴയ വിദ്യാഭ്യാസത്തിന്റെ അംശങ്ങൾ പുതിയ വിദ്യാലയങ്ങളിലും നിലനിന്നു. ധാർമ്മിക ബോധനം, മൂല്യബോധനം തുടങ്ങിയ പേരുകളിലാണ് ഇതു ഉൾപെടുത്തിയിരുന്നത്. സ്വകാര്യ വിദ്യാലയങ്ങളിൽ നല്ലൊരുശതമാനം നടത്തിയത് മതമാനേജ്മെന്റു കളായതുകൊണ്ട് മതത്തെ ആധാരമാക്കിയുള്ള മൂല്യബോധനത്തിന് അവർ പ്രാധാന്യം നൽകി. കാറ്റക്കിസം ക്രിസ്ത്യൻ സ്കൂളുകളിൽ പ്രധാനമായിരുന്നു.

ക്രിസ്ത്യൻ വിദ്യാർത്ഥികൾക്കുമാത്രമുള്ള സൺഡേ സ്കൂളുകൾക്കു പുറമെയായിരുന്നു ഇത്. മലബാറിൽ മുസ്ലീം ഭൂരിപക്ഷപ്രദേശങ്ങളിൽ ഓത്തുപള്ളികളെ പരിഷ്ക്കരിച്ചാണ് സ്കൂളുകൾ ഉണ്ടായത്. ഔപചാരിക സ്കൂൾ പഠനത്തോടൊപ്പം അറബി–മതപഠനവും യോജിപ്പിക്കുന്ന ഓറിയന്റൽ സ്കൂൾ (തിരൂരങ്ങാടി ഓറിയന്റൽ സ്കൂൾ ഉദാഹരണമാണ്) ഇത്തരം വിദ്യാലയങ്ങളാണ്. ആധുനിക വിദ്യാഭ്യാസത്തിൽ മതങ്ങൾക്ക് നിലനിന്ന സ്വാധീനത്തെ ഇതു സൂചിപ്പിച്ചു.

സ്കൂൾ വിദ്യാഭ്യാസത്തിൽ ഉണ്ടായ മുന്നേറ്റത്തിനു സമാനമായ മുന്നേറ്റം ഉന്നത വിദ്യാഭ്യാസത്തിലും സാങ്കേതിക വിദ്യാഭ്യാസത്തിലും ഉണ്ടായില്ല. തിരുവനന്തപുരത്തും കോഴിക്കോടും സ്ഥാപിക്കപ്പെട്ട മെഡിക്കൽ കോളേജുകളായിരുന്നു ഇതിനൊരപവാദം. കേരളത്തിൽ വൈദ്യന്മാർക്കും രോഗ ശുശ്രൂഷക്കും പൊതുവെ കല്പിക്കപ്പെട്ട മാന്യതയുടെ സൂചനയായി ഇതിനെ കരുതാം. സാധാരണ ഉന്നത വിദ്യാഭ്യാസത്തിൽ സർക്കാരും മിഷനറി–സാമൂദായിക സംഘടനകളും ഒരുപോലെ പങ്കുവഹിച്ചു. കോഴിക്കോട് ബാസൽമിഷൻ സ്ഥാപിച്ച സ്കൂൾ 1909 ൽ മലബാർ ക്രിസ്ത്യൻ കോളേജായി മാറി. കോട്ടയത്ത് സി എം എസ് സ്ഥാപിച്ച സ്കൂളും കോളേജായി ഉയർന്നു. തിരുവനന്തപുരത്ത് മഹാരാജാസ് കോളേജും (പിന്നീട് യൂണിവേഴ്സിറ്റി കോളേജ്) അതിന് അനുപൂരകമായി ഒരു ഇന്റർമീഡിയറ്റ് കോളേജും (പിന്നീട് ആർട്ട്സ് കോളേജ്) ആരംഭിച്ചു. മലബാർ സർക്കാർ പാലക്കാട് (വിക്ടോറിയാ കോളേജ്) ആരംഭിക്കുകയും മിഷനറിയായ ബ്രണ്ണൻ സ്ഥാപിച്ച വിദ്യാലയം ഏറ്റെടുത്ത് ബ്രണ്ണൻ കോളേജ് ആയി ഉയർത്തുകയും ചെയ്തു.

മിഷനറിമാരുടെ ആദ്യകാലവിദ്യാഭ്യാസ പ്രവർത്തനം മറ്റു ക്രൈസ്തവ സഭകളെയും ഈ രംഗത്തു സജീവമാക്കി. കൊളോണിയൽ ഭരണകൂടത്തിൽ കീഴിൽ വളർന്നുവന്ന പുതിയ സേവനത്തുറകളിൽ (സർക്കാർ സേവനം, അധ്യാപനം, വക്കീൽ–മുൻസിഫ്, ജഡ്ജി മുതലായ നീതിന്യായ തുറകൾ, തുടങ്ങിയവ) ആധുനിക വിദ്യാഭ്യാസം ആവശ്യമായിരുന്നു. മിഷൻ സ്കൂളുകളിലും സർക്കാർ സ്കൂളുകളിലും വിദ്യാഭ്യാസം നേടിയവർ ഈ മേഖലകളിലെല്ലാം ഒരു പടി മുന്നിൽ നിന്നതാണ് മതസാമുദായിക സംഘടനകളെയും ഉത്തേജിപ്പിച്ചത്. കത്തോലിക്കാപള്ളിയുടെ നേതൃത്വത്തിൽ ചങ്ങനാശ്ശേരിയിൽ സ്ഥാപിക്കപ്പെട്ട സെന്റ് ബെർക്കുമാൻസ് കോളേജ് ഈ അവബോധത്തിന്റെ തെളിവായിരുന്നു. കത്തോലിക്കരല്ലാത്ത എല്ലാ വിഭാഗങ്ങളും (ഓർത്തഡോക്സ്, മാർത്തോമ, സി എസ് ഐ മിഷനുകളെല്ലാം ചേർന്ന് സൃഷ്ടിച്ച ആലുവായിലെ യൂണിയൻ ക്രിസ്ത്യൻ കോളേജ് മറ്റൊരുദാഹരണമായിരുന്നു. അതുവരെ ഉന്നതവിദ്യാഭ്യാസത്തിൽ താല്പര്യമുള്ളവരെല്ലാം കേരളത്തിനു പുറത്തേക്കു പോയിരുന്നെങ്കിൽ ഒരു പരിധിവരെ വിദ്യാർത്ഥികൾക്ക് അവസരം നൽകാൻ കോളേജുകൾക്കു സാധിച്ചു.

എങ്കിലും സ്കൂൾ വിദ്യാഭ്യാസം നേടിയവരിൽ അപൂർവം ചിലർമാത്രമാണ് ഉന്നത വിദ്യാഭ്യാസത്തിലെത്തിയത്.

സാങ്കേതിക വിദ്യാഭ്യാസത്തിൽ അപ്പോഴും കാര്യമായ വളർച്ചയുണ്ടായില്ല. വൈദ്യംപോലെ തച്ചന്മാർ, കൊല്ലന്മാർ, ആശാരിമാർ, മൂശാരിമാർ, തട്ടാന്മാർ, വാണിയൻമാർ, ശാലിയന്മാർ, കുശവർ തുടങ്ങിയ നിരവധി തൊഴിൽ വിഭാഗങ്ങൾ നിലനിൽക്കുകയും അവർക്കെല്ലാം സമൂഹത്തിൽ മാന്യത കല്പിക്കുകയും ചെയ്ത (അയിത്ത വിഭാഗങ്ങളുടെ അതേ തോതിൽ ജാതിവിലക്കുകൾ ഇവർക്കുണ്ടായിരുന്നില്ല) പ്രദേശമാണ് കേരളം. പുതിയ സമൂഹത്തിന്റെ ആവശ്യങ്ങൾക്കനുസരിച്ച് ഇവരുടെ വൈദഗ്ധ്യത്തെ ഉയർത്താനോ പുതിയ തൊഴിൽ രൂപങ്ങൾ സൃഷ്ടിക്കാനോ കാര്യമായ ശ്രമമൊന്നും നടന്നില്ല. 19-ാം നൂറ്റാണ്ടിൽ സി എം എസ് ഒരു ഇൻഡസ്ട്രിയൽ സ്കൂൾ സ്ഥാപിക്കാൻ ശ്രമിച്ചെങ്കിലും വേണ്ടത്ര കുട്ടികൾ ഇല്ലാത്തതിനാൽ അത് പരാജയപ്പെട്ടു. നെയ്ത്തിൽ സാങ്കേതികമാറ്റങ്ങൾ പരിശീലിപ്പിക്കാനായ ബാസൽ മിഷൻ സ്ഥാപിച്ച ഫൗണ്ട്റി സ്കൂൾ (നെട്ടൂർ ഫൗണ്ടേഷൻ) ആയിരുന്നു ഈ മേഖലയിലെ ശ്രദ്ധേയമുന്നേറ്റം. അതുപോലെയുള്ള സാങ്കേതിക പരിശീലനം കയർ, കശുവണ്ടി, ഓട് മുതലായ വ്യവസായങ്ങളിലൊന്നും നൽകപ്പെട്ടില്ല. സാങ്കേതിക വൈദഗ്ധ്യം തൊഴിലാളികളുടെ വിലപേശൽ കഴിവിനെയും വർദ്ധിപ്പിക്കുമെന്ന ഭയവും ഇതിനു പിറകിൽ ഉണ്ടാകാം. കയർപോലുള്ള മേഖലകളിൽ മൂപ്പന്മാർ സംഘടിപ്പിച്ചു കൊണ്ടുവരുന്ന തൊഴിലാളികളാണ് ആദ്യം വ്യവസായങ്ങളിലുണ്ടായിരുന്നത്. അവർക്കാവശ്യമായ പരിശീലനവും മൂപ്പന്മാർ തന്നെയാണ് നൽകിയത്. റോഡുകൾ, പാലങ്ങൾ, റെയിൽ പാതകൾ തുടങ്ങിയവയുടെയെല്ലാം നിർമ്മാണത്തിനാവശ്യമായ തൊഴിലാളികളും ഇതുപോലെ കങ്കാണികൾ വഴി പണിയെടുത്തവരായിരുന്നു. കെട്ടിട നിർമ്മാണവും മറ്റു നിർമ്മാണ പ്രവർത്തനങ്ങളും നടന്നത് മേസ്തിരിമാർ വഴിയായിരുന്നു. മേസ്തിരിമാർ മിക്കവാറും തച്ചന്മാരോ ആശാരിമാരോ ആയിരിക്കും. തൊഴിലാളികൾക്ക് ആവശ്യമായ പരിശീലനം മേസ്തിരിമാർ വഴിയാണ് നൽകി വന്നത്. സർക്കാർ സേവനം, കണക്കെഴുത്ത്, തുടങ്ങിയവയ്ക്കാവശ്യമായ ടൈപ്പ്റൈറ്റിംഗ്, ഷോർട്ട് ഹാൻഡ്, അക്കൗണ്ടൻസി മുതലായവയ്ക്കുള്ള പരിശീലനം സ്കൂൾ വിദ്യാഭ്യാസത്തിനുപുറത്ത് ടൈപ്പ്റൈറ്റിംഗ് ഇൻസ്റ്റിറ്റ്യൂട്ടുകളാണ് നൽകി വന്നത്. അപൂർവം സ്ഥലങ്ങളിൽ കമേഴ്സ്യൽ ഇൻസ്റ്റിറ്റ്യൂട്ടുകളും ഉണ്ടായിരുന്നു. ഇവയുടെയെല്ലാം പരീക്ഷകൾക്ക് പിൽക്കാലത്ത് സർക്കാർ അംഗീകാരം നൽകി. ചുരുക്കത്തിൽ മിക്കവാറും സാങ്കേതിക പരിശീലനവും അവ്യവസ്ഥാപിതമായ രീതിയിലാണ് നടന്നുവന്നത്. സാങ്കേതികപരിശീലനത്തിന്റെ അഭാവം ഒരു തലമുറയുടെ വൈദഗ്ധ്യരൂപീകരണത്തിനും അതുവഴി ഉല്പാദനശക്തികളുടെ വികാസത്തിനും പ്രതിബന്ധമായി.

ഈ ദൗർബല്യം നേരത്തെതന്നെ വിദ്യാഭ്യാസവിദഗ്ധർ ചൂണ്ടിക്കാണിച്ചിരുന്നു. വിദ്യാഭ്യാസത്തിലെ പരിഷ്ക്കാരങ്ങൾക്ക് തിരുവിതാംകൂർ ഗവൺമെന്റ് നിയോഗിച്ച കമ്മിറ്റി (സ്റ്റാത്താം കമ്മിറ്റി) സർക്കാരിന് 1930ൽ ൽ സമർപ്പിച്ച റിപ്പോർട്ട് ഈ ദൗർബല്യത്തിലാണ് ഊന്നിയത്. സ്കൂളുകളിൽ അക്കാദമിക് വിദ്യാഭ്യാസത്തിനു നൽകുന്ന പ്രാധാന്യം സാങ്കേതിക-തൊഴിൽ പരിശീലനത്തിന് നൽകുന്നില്ലെന്ന് റിപ്പോർട്ട് ചൂണ്ടിക്കാണിച്ചു. പുതിയ തൊഴിൽത്തുറകൾ വളർന്നുവരണമെങ്കിൽ അതിനാവശ്യമായ പരിശീലനം നേടിയ തൊഴിൽ സേന വളർന്നുവരണം. എന്നാൽ അത്തരത്തിലുള്ള ഗൗരവമുള്ള നീക്കങ്ങൾ ഗവൺമെന്റിന്റെ ഭാഗത്തു നിന്നുണ്ടായില്ല. തിരുവനന്തപുരത്ത് ഒരു എഞ്ചിനീയറിംഗ് കോളേജ് സ്ഥാപിച്ചതാണ് ഈ മേഖലയിലുണ്ടായ ശ്രദ്ധേയമായ നേട്ടം.

ഇരുപതാം നൂറ്റാണ്ടിന്റെ ആദ്യത്തിൽ കേരളത്തിലെ ഉന്നത വിദ്യാഭ്യാസസ്ഥാപനങ്ങൾ മദ്രാസ് സർവകലാശാലയുമായാണ് അഫിലിയേറ്റ് ചെയ്യപ്പെട്ടിരുന്നത്. പൊതുവെ ഉന്നത വിദ്യാഭ്യാസസ്ഥാപനങ്ങൾ വളരെ കുറവായിരുന്നതുകൊണ്ട് ഇത്തരം ഒരു ഏർപ്പാടാണ് പ്രായോഗികമായിരുന്നതും. എന്നാൽ ഉന്നതവിദ്യാഭ്യാസത്തിലേക്കുള്ള സമ്മർദ്ദം വർദ്ധിച്ചു വന്നതോടെ ഇവിടെയുള്ള വിദ്യാഭ്യാസസ്ഥാപനങ്ങളെ ഏകോപിപ്പിക്കാനുള്ള ശ്രമം സജീവമായി. അതിനോടൊപ്പംപുതിയ ജ്ഞാനമേഖലകളെ കേരളത്തിൽ എത്തിക്കുന്നതിനും നമ്മുടെ താല്പര്യങ്ങൾക്കും ആവശ്യങ്ങൾക്കുമനുസൃതമായ ഉയർന്ന നിലവാരത്തിലുള്ള ജ്ഞാനോൽപാദനവും ഗവേഷണവും നടത്തുന്നതിനും വേണ്ടിയുള്ള ഉന്നത വിദ്യാഭ്യാസകേന്ദ്രം എന്ന ആശയം വളർന്നുവന്നു. 1923 ൽ തിരുവിതാംകൂർ സർക്കാർ നിയോഗിച്ച സർവകലാശാലാ വിദ്യാഭ്യാസ കമ്മിഷൻ സമർപ്പിച്ച റിപ്പോർട്ടിൽ ഒരു പുതിയ സർവകലാശാലയുടെ ആവശ്യത്തിലേക്കു വിരൽ ചൂണ്ടി. എന്നാൽ അത്തരം ഒരു സർവകലാശാല നിലവിൽ വന്നത് 1937 ൽ മാത്രമാണ്. എങ്കിലും നാടുവാഴി രാജ്യങ്ങളിൽപെട്ട ആദ്യത്തെ സർവകലാശാലകളിലൊന്നായിരുന്നു ഈ തിരുവിതാംകൂർ സർവ്വകലാശാല പൊതുപ്രാതിനിധ്യമുള്ള ഭരണസമിതികൾ, സർവകലാശാല, ഡിപ്പാർട്ടുമെന്റുകൾ, ഒരു പ്രത്യേക പ്രസിദ്ധീകരണവിഭാഗം തുടങ്ങിയവയെല്ലാം അടങ്ങിയ ആധുനികസർവകലാശാലയാണ് നിലവിൽ വന്നത്.

പുതിയ ഉന്നത വിദ്യാഭ്യാസസ്ഥാപനങ്ങളിലെ വിദ്യാർത്ഥികളും അധ്യാപകരും പൊതുരംഗത്തും കലാലയാന്തരീക്ഷത്തിലും സജീവസാന്നിദ്ധ്യമായിരുന്നുവെന്ന് നിലവിലുള്ള വിവരങ്ങൾ സൂചിപ്പിക്കുന്നു. അക്കാലത്തെ നിരവധി പ്രമുഖ പണ്ഡിതന്മാർ കോളേജ്-സർവകലാശാലാ അദ്ധ്യാപകരായിരുന്നു. പൊതുപ്രവർത്തനങ്ങളിൽ വിദ്യാർത്ഥികൾ പങ്കെടുത്തിരുന്നു. അതിൽ ഒരുപക്ഷെ ഏറ്റവും ശ്രദ്ധേയമായത് 1921 തിരുവനന്തപുരത്തു ഇന്റർമീഡിയറ്റ് കോളേജിൽ ആരംഭിച്ച

വിദ്യാർത്ഥി സമരമായിരുന്നു. സർക്കാർ ഏകപക്ഷീയമായ അടിച്ചേൽപിച്ച ഫീസ് വർദ്ധനയും വിദ്യാർത്ഥികളുടെ പ്രവർത്തനങ്ങളിൽ വരുത്തിയ നിയന്ത്രണങ്ങളുമായിരുന്നു സമരത്തിനു കാരണമെങ്കിലും തിരുവിതാംകൂർ സർക്കാരിന്റെ വരേണ്യ-സവർണ പക്ഷപാതത്തിനും അധ:സ്ഥിത-ദരിദ്രവിദ്യാർത്ഥികളോടുള്ള വിവേചനത്തിനുമെതിരായ സമരമായി അതുമാറി. എൻ പി കുരിക്കൾ മുതലായ പിൽക്കാലത്തു പ്രശസ്തരായ സാമൂഹ്യപ്രവർത്തകർ സമരത്തെ പിന്തുണച്ചു. ഫീസ് വർദ്ധന പിൻവലിച്ചതിനുശേഷമാണ് സമരം അവസാനിപ്പിച്ചത്. പിൽക്കാലത്ത് വളർന്നുവന്ന വിദ്യാർത്ഥി പ്രസ്ഥാനത്തിന് മുന്നോടിയായിരുന്നു ഈ സമരം. ജനാധിപത്യപരമായ വിദ്യാഭ്യാസസംവിധാനം എന്ന ആശയവും ആദ്യം പ്രകടിപ്പിച്ചത് ഈ സമരമാണ്.

വിദ്യാഭ്യാസത്തിന്റെ വളർച്ചയുടെ മറ്റൊരുതലവും പ്രസക്തമാണ്. കേരളത്തിലെ വിദ്യാഭ്യാസവും കൊളോണിയൽ വിദ്യാഭ്യാസ പദ്ധതിക്കുള്ളിലാണ് വളർന്നുവന്നത്. അതുകൊണ്ട് പാഠ്യപദ്ധതിയും പാഠപുസ്തകങ്ങളും ആദ്യഘട്ടത്തിൽ മിഷനറിമാർ നിർദ്ദേശിച്ച ഭാഷകൾ, കണക്ക്, സയൻസ് പൗരധർമ്മം (സാമൂഹ്യപാഠം) എന്ന മാതൃകയാണ് പിൻതുടർന്നത്. ജ്ഞാനരൂപങ്ങളോടൊപ്പം മിഷനറിമാർ നിർദ്ദേശിച്ച മതപരമായ മൂല്യസംഹിതകളെയും പൊരുത്തപ്പെടുത്തിക്കൊണ്ടാണ് പാഠ്യപദ്ധതി തയ്യാറാക്കപ്പെട്ടത്. വിദ്യാഭ്യാസത്തിലൂടെ എത്തിച്ചേരാവുന്ന തൊഴിലുകൾക്കും മദ്ധ്യവർഗസേവന സ്വഭാവമുണ്ടായിരുന്നു. മുമ്പു സൂചിപ്പിച്ചതുപോലെ സാങ്കേതിക വിദ്യാഭ്യാസത്തിനും തൊഴിൽ പരിശീലനത്തിനുമുള്ള നിർദ്ദേശങ്ങൾ ആരും ഗൗരവത്തിലെടുത്തില്ല. കൊളോണിയൽ മൂല്യസംഹിതകൾക്കനുസരിച്ചുള്ള മദ്ധ്യവർഗത്തിന്റെ സൃഷ്ടിയായിരുന്ന വിദ്യാഭ്യാസത്തിന്റെ ലക്ഷ്യം. വിദ്യാഭ്യാസം ലഭിച്ചവർ പുതിയ മൂല്യസംഹിതകൾക്കനുസരിച്ചുള്ള "പരിഷ്ക്കാരി"കളായി മാറി. അവരും സാധാരണ ജനങ്ങളും തമ്മിലുള്ള ഭിന്നത സാമൂഹ്യമായ അന്തരമായി കണക്കാക്കപ്പെട്ടു. ജാതി ജന്മിനാടുവാഴിത്തത്തിനെതിരായ പ്രതിരോധം വിദ്യാലയങ്ങളിൽ രൂപം കൊണ്ടതും ഇതേ വൈരുദ്ധ്യത്തിന്റെ പശ്ചാത്തലത്തിലായിരുന്നു.

ആരോഗ്യം

20-ാം നൂറ്റാണ്ടിന്റെ ആരംഭംവരെ പരമ്പരാഗത വൈദ്യന്മാരായിരുന്നു ആരോഗ്യപരിപാലനവും ചികിത്സയും നടത്തിവന്നിരുന്നത്. അഷ്ടവൈദ്യന്മാരെപ്പോലെ പ്രസിദ്ധരായ സവർണവൈദ്യന്മാർ കൂടാതെ ഈഴവർ, മണ്ണാന്മാർ, മുസ്ലീങ്ങൾ തുടങ്ങിയവരിലും പരമ്പരാഗത വൈദ്യം അഭ്യസിച്ച ധാരാളം പേരുണ്ടായിരുന്നു. ഔഷധസസ്യങ്ങളെ ആധാരമായുള്ള ചികിത്സ, രസായനചികിത്സ തുടങ്ങിയവ വ്യാപകമായിരുന്നു. അവരോടൊപ്പം കളരികളിൽ പ്രയോഗിച്ചിരുന്ന ശരീരപരിപാലനമുറകളും

വ്യാപകമായി ഉപയോഗിച്ചിരുന്നു. മന്ത്രവാദം, ബാധ ഒഴിപ്പിക്കൽ, ജപിച്ചുകെട്ടൽ മുതലായരീതികളും പ്രചരിച്ചിരുന്നു. 1875 ൽ തിരുവിതാംകൂറിൽ ഒരു മെഡിക്കൽ കോളേജ് സ്ഥാപിക്കപ്പെട്ടതോടെയാണ് ആധുനിക വൈദ്യശാസ്ത്രം കേരളത്തിലേക്കു വരുന്നത്. അതിനുമുമ്പ്തന്നെ ആധുനികവൈദ്യശാസ്ത്രത്തിൽ ഡിപ്ലോമയെടുത്തവർ റെജിസ്റ്റർ ചെയ്ത് പ്രാക്ടീസ് നടത്തിയിരുന്നു. അപ്പോത്തിക്കരിമാർ എന്നറിയപ്പെട്ടിരുന്ന ഇവരാണ് ആധുനിക വൈദ്യശാസ്ത്രരീതികൾ ഗ്രാമങ്ങളിലെത്തിച്ചത്. അതിനെ തുടർന്നാണ് ആധുനിക ഡോക്ടർമാരുടെ ക്ലിനിക്കുകളും ആശുപത്രികളും ആരംഭിക്കുന്നത്.

രോഗാതുരത അന്നത്തെ പ്രധാന പ്രശ്നമായിരുന്നു. തോട്ടമേഖലയിൽ പ്രചരിച്ച മലമ്പനി നിരവധി പേരുടെ ജീവനെടുത്തു. താഴ്വരകളിൽ കോളറ, വസൂരി തുടങ്ങിയ സാംക്രമികരോഗങ്ങളും ക്ഷയം, ടൈഫോയിഡ് മുതലായവയും വ്യാപകമായിരുന്നു. മന്ത്, കുഷ്ഠം മുതലായ രോഗം ബാധിച്ചവരെ മറ്റുള്ളവരിൽനിന്ന് അകറ്റി നിർത്തുന്ന പ്രവണതയുമുണ്ടായിരുന്നു. ആവാസകേന്ദ്രങ്ങളിൽനിന്നുമാറി സ്ഥാപിക്കപ്പെട്ട ലെപ്രസിസാനിറ്റോറിയങ്ങൾ ഉദാഹരണമാണ്. 1880 കളിലും 1930കളിലും പ്രത്യക്ഷപ്പെട്ട ക്ഷാമത്തിന്റെ സാഹചര്യങ്ങളും രോഗാതുരതയെ വളർത്തി. 930 കളിലും 40 കളിലും ഔപചാരിക സർക്കാർ സംവിധാനങ്ങൾ പൂർണമായി സ്തംഭിച്ചപ്പോഴാണ് ഇവരുടെ സേവനം പ്രത്യേകം ശ്രദ്ധേയമായത്. ഇവയ്ക്കെതിരായ പോരാട്ടത്തിൽ പ്രാദേശികവൈദ്യന്മാർ കൂടാതെ മുൻ സൂചിപ്പിച്ച അപ്പോത്തിക്കരിമാർ ചെയ്ത സേവനം സ്തുത്യർഹമാണ്. ആദ്യകാല പ്രാദേശിക ആസ്പത്രികളും ഇവരിൽ നിന്നാണ് വളർന്നുവന്നത്. തൃശ്ശൂരെ പട്ടാളം പാത്തിക്കരി എന്നു വിളിച്ച ഫ്രാൻസിസ് ഡോക്ടർ, കോഴിക്കോട്ടെ അയ്യത്താൻ ഗോപാലൻ എന്നിവർ ഇങ്ങനെ പ്രസിദ്ധരായ ആദ്യകാല ഡോക്ടർമാരാണ്. പട്ടാളംപാത്തിക്കരി ദേശീയ പ്രസ്ഥാനത്തിന്റെ വക്താവായിരുന്നുവെങ്കിൽ അയ്യത്താൻ ഗോപാലൻ ബ്രഹ്മസമാജത്തിന്റെ ഘടകം കോഴിക്കോട് സ്ഥാപിച്ചയാളാണ്. ഇക്കാലത്ത് പി എസ് വാര്യർ കോട്ടയ്ക്കൽ ആര്യ വൈദ്യശാല സ്ഥാപിച്ചു.

പാരമ്പര്യവൈദ്യത്തെ സംഘടിതമാക്കാനുള്ള ശ്രമങ്ങൾ ഇക്കാലത്ത് നടക്കുന്നുണ്ട്. ഇതിന് തുടക്കമിട്ടത് പി എസ് വാര്യരാണ്. തൈക്കാട് മൂസിനോടൊപ്പം ഗുരുശിഷ്യബന്ധത്തിന്റെ അടിസ്ഥാനത്തിൽ വൈദ്യം പഠിച്ച വാര്യർ അതുവരെ നിലനിന്ന പരമ്പരാഗത രീതിയിൽ അതൃപ്തനായിരുന്നു. ഗുരുശിഷ്യപരമ്പരകൾക്ക് ജനങ്ങളുടെ രോഗാതുരതയ്ക്ക് പരിഹാരം കാണാൻ കഴിയുന്നില്ലെന്ന് അദ്ദേഹം തിരിച്ചറിഞ്ഞു. വൈദ്യം എന്നത് സാമൂഹ്യസേവനത്തിന്റെ രൂപമാണെന്ന് മനസ്സിലാക്കിയ അദ്ദേഹം ബനാറസിൽ അക്കാലത്തു രൂപംകൊണ്ടിരുന്ന ആര്യവൈദ്യശാലകളുടെ മാതൃകയിൽ എല്ലാവിധ സൗകര്യങ്ങളോ

ടെയുള്ള ചികിത്സാ കേന്ദ്രം ആരംഭിക്കാൻ തീരുമാനിച്ചു. അതാണ് കോട്ടക്കൽ ആര്യവൈദ്യശാലയായത്. രോഗികളെ ജാതിമതഭേദമന്യേ പ്രവേശിപ്പിക്കുകയും കിടത്തി ചികിത്സിക്കാൻ തുടങ്ങുകയും ചെയ്തത് പാരമ്പര്യവൈദ്യത്തിന്റെ സവർണമാമൂലുകളുടെ പരസ്യമായ ലംഘനമായിരുന്നു. ആര്യവൈദ്യവും ആധുനിക വൈദ്യവും തമ്മിൽ സമന്വയിപ്പിക്കാനും അദ്ദേഹം ശ്രമിച്ചു. നിരവധി പ്രദേശങ്ങളിൽ നിന്ന് ഔഷധ സസ്യങ്ങൾ ശേഖരിച്ച് ഔഷധ നിർമ്മാണശാലയും അദ്ദേഹം ആരംഭിച്ചു. ഇതിന്റെ ഫലമായി ഗൃഹചികിത്സ എന്ന രീതിയിൽ നടന്നുവന്ന ആയുർവേദത്തെ ആധുനിക മാതൃകയിലുള്ള ക്ലിനിക്കൽ പ്രാക്ടീസ് ആക്കിമാറ്റി എന്നു മാത്രമല്ല, ജനങ്ങളിലേക്കിറങ്ങിച്ചെന്ന് രോഗാതുരതയെ അകറ്റാനുള്ള പ്രവർത്തനങ്ങളിലേർപ്പെടാനും വാര്യർക്കു കഴിഞ്ഞു. രോഗനിവാരണം എന്നത് സാമൂഹ്യപ്രവർത്തനമാണെന്നു തിരിച്ചറിയാനും അതു നടത്തുന്ന ദേശീയവാദികളും പുരോഗമനപ്രസ്ഥാനങ്ങളുമായി സഹകരിക്കാനും വാര്യർക്ക് കഴിഞ്ഞത് ചികിത്സാസങ്കല്പത്തിൽതന്നെ മാറ്റങ്ങൾ സൃഷ്ടിച്ചു. പാരമ്പര്യവൈദ്യത്തിന്റെ ജാതിവിലക്കുകൾ ലംഘിക്കുക വഴി ജാതി ജന്മിനാടുവാഴിത്തത്തിനെതിരായ ശക്തമായ പ്രതിരോധമാണ് അദ്ദേഹം ഉയർത്തിയത്. ഇത് പാരമ്പര്യ വൈദ്യസമൂഹത്തിൽ നല്ലൊരു വിഭാഗത്തെ പുരോഗമനവാദികളാക്കി.

നവോത്ഥാനം-ഒരു അവലോകനം

നവോത്ഥാനത്തെ സംബന്ധിച്ച ഒരു വിലയിരുത്തൽ മേൽ സൂചിപ്പിച്ച ഘടനകളിൽ നിന്ന് രൂപപ്പെടുത്താവുന്നതാണ്. ജാതിജന്മിനാടുവാഴിത്തത്തിനെതിരായ പൊതു അവബോധത്തിന്റെ വളർച്ചയാണ് നാം നവോത്ഥാനം എന്നതുകൊണ്ട് വ്യവഹരിക്കുന്നത്. ഇതിന് പല ഘടകങ്ങളുണ്ട്. ഒന്ന് ജാതി നിരാസം, രണ്ട്, ജന്മിമാർക്കും നാടുവാഴികൾക്കുമെതിരായ പ്രതിരോധം, മൂന്ന്, പുതുസാംസ്കാരിക രൂപങ്ങളും പുതു സമൂഹത്തിനുള്ള മുന്നേറ്റങ്ങളും ഈ വ്യത്യസ്തഘടകങ്ങൾ ചേർന്ന് എത്തിച്ചേരുന്നത് സംവാദാത്മകവും വൈരുദ്ധ്യാത്മകവുമായ ഒരു പൊതുമണ്ഡലത്തിന്റെ രൂപീകരണത്തിലാണ്. കേരളസമൂഹത്തിലേക്ക് ബൂർഷ്വാജനാധിപത്യ സംസ്കൃതിയുടെ കടന്നുവരവാണ് ഈ പൊതുമണ്ഡലത്തെ സൃഷ്ടിക്കുന്നത്. അതിനോടുള്ള ചെറുത്തുനിൽപ്പും യാഥാസ്ഥിതികാശയങ്ങളെ നിലനിർത്താനുള്ള ശ്രമവും അതിന്റെ തന്നെ ഭാഗമാണ്. ബൂർഷ്വാജനാധിപത്യ സംസ്കൃതിയുടെ ഭാഗമായി തന്നെ സ്വാതന്ത്ര്യത്തെയും സമത്വത്തെയും സമൂഹരൂപങ്ങളെയും സംബന്ധിച്ച നിരവധി ആശയങ്ങൾ കാടന്നുവരുന്നുണ്ട്. ജാതി നിരാസവും ജാത്യുന്നമനവും തമ്മിലുള്ള വൈരുദ്ധ്യം യാഥാസ്ഥിതികരും "ഉല്പതിഷ്ണുക്കളും" തമ്മിലുള്ള വൈരുദ്ധ്യം, ആദ്ധ്യാത്മികതയും ഭൗതികവാദവും തമ്മിലുള്ള വൈരുദ്ധ്യം തുടങ്ങിയവ അതിൽ പ്രധാനമാണ്. ഇവയിൽ

നിന്ന് ജാതി ജന്മിനാടുവാഴിത്തത്തിന്റെ ഏതെങ്കിലും അംശത്തെ ന്യായീകരിക്കുന്ന പ്രവണതകളും അവയെ എതിർക്കുന്ന പ്രവണതകളും തമ്മിലുള്ള സംഘർഷം രൂപപ്പെടുന്നുണ്ട്.

20–ാം നൂറ്റാണ്ടിലെ ആദ്യഘട്ടത്തിലെ സാംസ്കാരിക വികാസം ഈ വ്യത്യസ്ത വൈരുദ്ധ്യങ്ങളെ എടുത്തു കാണിച്ചു. എസ് എൻ ഡി പി ശക്തിപ്പെടുന്ന കാലത്തിൽതന്നെ നാരായണഗുരു തികച്ചും ആദ്ധ്യാത്മിക സ്വഭാവമുള്ള ശിവഗിരിയിലെ ഗുരുകുലം ആരംഭിച്ചത് ഇതിന്റെ ഒരു സൂചനയാണ്. എസ് എൻ ഡി പി അതിനുശേഷം സംവരണം, വിദ്യാഭ്യാസരംഗത്തെ പ്രവേശനം, അയിത്തോച്ചാടനം, മദ്യവർജനം, സാന്മാർഗിക ജീവിതം തുടങ്ങിയവയ്ക്കുവേണ്ടി പ്രവർത്തിക്കുന്ന സംഘടനയായി. ജാതി നിരാസത്തിനു പകരം ജാത്യുന്നമനത്തിന് പ്രാധാന്യം കൈവന്നു. 1920 കളിൽ വളർന്നുവന്ന ഗാന്ധിയുടെ സ്വാധീനവും ഈ വൈരുദ്ധ്യത്തെ ശക്തിപ്പെടുത്തി. വൈക്കം സത്യാഗ്രഹ സമയത്ത് നാരായണഗുരുവും ഗാന്ധിയും തമ്മിൽ നടന്ന സംഭാഷണം ഈ രണ്ടു നിലപാടുകൾ തമ്മിലുള്ള വൈരുദ്ധ്യത്തെ പ്രകടമാക്കുന്നു. ഗുരു ജാതി നിരാസത്തിലൂന്നുമ്പോൾ ഗാന്ധി ജാതിയുടെയും ചാതുവർണ്യത്തിന്റെയും ധാർമികതയിൽ ഉറച്ചു നിൽക്കുകയും ജാതിബദ്ധമായ അയിത്തത്തിനും അനാചാരങ്ങൾക്കും എതിരായി സംസാരിക്കുകയുമാണ് ചെയ്യുന്നത്. തുടർന്നുള്ള കാലഘട്ടത്തിൽ ഗുരുവിന്റെ മാനവികസമുദായസങ്കല്പത്തിന്റെ സ്വാധീനത്തിനുപകരം സാമുദായികസംഘടനകൾ ആകർഷിക്കപ്പെടുന്നത് അയിത്തോച്ചാടനം പോലുള്ള ആശയങ്ങളിലാണ്. ഈഴവർ മറ്റു മതങ്ങൾ സ്വീകരിക്കുന്നതുപോലും ടി കെ മാധവനെപ്പോലുള്ള ദേശീയവാദികൾ എതിർക്കുന്നുണ്ട്. എല്ലാ ജാതി വിഭാഗങ്ങളെയും സ്വാധീനിക്കുന്നത് അയിത്തോച്ചാടനവും 'ഹരിജന'ങ്ങളുടെ സേവന പ്രവർത്തനങ്ങളുമാണ്. വൈക്കം സത്യാഗ്രഹത്തിലും ഗുരുവായൂർ സത്യാഗ്രഹത്തിലും ഈ പ്രവണത കാണാം. ക്ഷേത്രപ്രവേശനത്തിലും സഞ്ചാരസ്വാതന്ത്ര്യത്തിലുമെല്ലാം ജാതികൾ തമ്മിലുള്ള ഔപചാരിക തുല്യതയ്ക്കുവേണ്ടിയാണ് ഭൂരിപക്ഷം പ്രവർത്തകരും വാദിച്ചത്. ജാതിരഹിതസമൂഹത്തിനു വേണ്ടിയായിരുന്നില്ല. ബൂർഷ്വാജനാധിപത്യത്തിന്റെ പ്രധാനമുദ്രാവാക്യങ്ങളിൽപെടുന്ന തുല്യനീതിയും അവസരസമത്വവുമായിരുന്നു ഈ സമരങ്ങളുടെ തത്വങ്ങളായി മാറിയത്.

ജാത്യുന്നമനത്തിനും അയിത്തോച്ചാടനത്തിനും വേണ്ടിയുള്ള മുന്നേറ്റങ്ങളുടെ ആശയസംഹിതകളെ പ്രതിരോധിക്കുന്നതിൽ പ്രധാന പങ്കുവഹിച്ചത് സഹോദര പ്രസ്ഥാനമായിരുന്നു. പ്രകടമായ ജാതി നിരാസത്തിലായിരുന്നു സഹോദര പ്രസ്ഥാനം ഊന്നിയത്. അതിനുള്ള ശ്രമത്തിന്റെ ഭാഗമായി എല്ലാ അവർണ വിഭാഗങ്ങളെയും ഒന്നിച്ചു കൊണ്ടുവരുന്നതിലും സഹോദര പ്രസ്ഥാനം ശ്രദ്ധിച്ചു. മിശ്രവിവാഹം,

മിശ്രഭോജനം, ശാസ്ത്രബോധം, വിദ്യാഭ്യാസം മുതലായവയിലുന്നിയുള്ള സഹോദരപ്രസ്ഥാനത്തിന്റെ വളർച്ച ശ്രദ്ധേയമായിരുന്നു. അയിത്തത്തിനും അനാചാരങ്ങൾക്കും എതിരായ പോരാട്ടത്തെ പുതു സമൂഹ സങ്കല്പവുമായി ബന്ധിപ്പിക്കുന്നതിനും മുൻകയ്യെടുത്തത് സഹോദര പ്രസ്ഥാനമായിരുന്നു. പിൽക്കാലത്തെ യുക്തിവാദ പ്രസ്ഥാനത്തിന് ജന്മം നൽകുന്നതിനുള്ള പ്രേരണയും സഹോദര പ്രസ്ഥാനത്തിന്റേതായിരുന്നു. ഗാന്ധി നിർദ്ദേശിച്ച മൂല്യബോധത്തെ ആധാരമാക്കിയാണ് അയിത്തോച്ചാടനവും ഹരിജനോദ്ധാരണവും നടന്നതെങ്കിലും തികച്ചും വ്യത്യസ്തമായ ഭൗതികവാദത്തിന്റെ ദിശയിലേക്കാണ് സഹോദരപ്രസ്ഥാനം ചലിക്കുന്നത്. പിന്നീട് റാഡിക്കൽ രാഷ്ട്രീയത്തിലേക്ക് മാറിയ കേശവദേവ്, കെടാമംഗലം പപ്പുക്കുട്ടി, കെ രാമദാസ് എന്നിവർ ഈ അന്തരീക്ഷത്തിന്റെ സൃഷ്ടികളായിരുന്നു. ഇതേ പ്രവണതതന്നെ മലബാറിലും കാണാം. പാലക്കാട് യാക്കരയിലെ ക്ഷേത്രപ്രതിഷ്ഠക്കുശേഷം വളർന്നുവന്ന ശ്രീനാരായണപ്രസ്ഥാനം അയിത്തത്തിനെതിരായ പോരാട്ടത്തിന് മുൻകയ്യെടുത്തു. പിന്നീട്, അവർ തൊഴിലെടുക്കുന്നവരുടെ മോചനപ്രസ്ഥാനങ്ങളുമായി ബന്ധപ്പെടുകയും സോഷ്യലിസ്റ്റായി മാറുകയും ചെയ്തു. ഇതേ പരിവർത്തനം തന്നെ കണ്ണൂരിലെ ശ്രീനാരായണീയരിലും കാണാം. അവരും ആദ്യഘട്ടത്തിൽ സാമുദായികമായി സംഘടിക്കുകയും പിന്നീട് തൊഴിലാളി വർഗപ്രസ്ഥാനങ്ങളുമായി കണ്ണിചേരുകയും ചെയ്തവരായിരുന്നു

ഇതേ സംഘർഷം തന്നെ ഇക്കാലത്തെ സാംസ്കാരികാവിഷ്ക്കാരങ്ങളിലും കാണാം. 19–ാം നൂറ്റാണ്ടിൽ ആധിപത്യം സ്ഥാപിച്ച നാടുവാഴിത്ത സംസ്കൃതിയിൽ നിന്ന് സ്വയം വേർപെടാനുള്ള ശ്രമങ്ങളുടെ ഭാഗമായി ആധുനിക മുതലാളിത്ത സംസ്കൃതിയുടെ രൂപങ്ങളെയും ഭാവുകത്വത്തെയും ഏറിയ കുറഞ്ഞും പുതിയ തലമുറയിലെ കലാകാരന്മാർ സ്വീകരിച്ചു. ഗദ്യരചനകൾ, പത്രപ്രവർത്തനം, തുടങ്ങിയവയിൽ താരതമ്യേന എളുപ്പത്തിൽ ഇതു സാധിക്കുമ്പോൾ നാടുവാഴിത്ത സംസ്കൃതിക്ക് അധീശത്വമുള്ള കലാവിഷ്ക്കാര മേഖലകളിൽ മാറ്റം ദുഷ്ക്കരമായിരുന്നു. അതിന് പുതിയ തലമുറയെ സഹായിക്കുന്നത് വളർന്നുവരുന്ന മുതലാളിത്ത സംസ്കൃതി സൃഷ്ടിക്കുന്ന പൊതു മണ്ഡലങ്ങളാണ്. സാഹിത്യസംബന്ധിയായ ആനുകാലികങ്ങളുടെ വ്യാപനം തന്നെ ഈ ചെറുത്തു നിൽപിന്റെ തെളിവാണ്. ഇതിന്റെ ഭാഗമായി പൊതു മണ്ഡലത്തെ നിലനിർത്തുന്ന മുതലാളിത്തം അതിന്റേതായ മൂല്യങ്ങളെ കലാവിഷ്ക്കാരങ്ങളിലേക്കു വ്യാപിപ്പിക്കുന്നുണ്ട്. കലാവിഷ്ക്കാരങ്ങൾ വരുമാനദായകമായ തൊഴിലുകളായി കണക്കാക്കുന്ന രീതി വളർന്നുവരുന്നു. പത്രമാസികകളിൽ ജോലി ചെയ്യുന്നവരായിരിക്കും ഇത്തരക്കാരുടെ ആദ്യ രൂപങ്ങൾ.

4

ദേശീയതയും സാമ്രാജ്യത്വവിരുദ്ധസമരങ്ങളും

ബ്രിട്ടീഷ് ആധിപത്യത്തിന്റെ കാലത്തു വളർന്നുവന്ന ആദ്യകാല സമരങ്ങൾ ബ്രിട്ടീഷ് ആധിപത്യത്താലും അവരുടെ സമ്പത്തിക നയങ്ങളാലും പുറന്തള്ളപ്പെട്ട ജന്മിനാടുവാഴികൾ അടിച്ചമർത്തപ്പെട്ട ജനങ്ങളുമായി ഒന്നിച്ചു നടത്തിയ സമരങ്ങളായിരുന്നു. അവരുടെ അധീനത്തിലുള്ളതും അവർ ജീവിതം നയിക്കുന്നതുമായ പ്രദേശത്തിന്റെ മോചനം എന്ന സങ്കല്പമല്ലാതെ പിൽക്കാലത്തു വളർന്നു വന്ന ദേശീയ സങ്കല്പം ഇക്കാലത്തെ പ്രക്ഷോഭകാരികളെ സ്വാധീനിച്ചില്ല. വേലുത്തമ്പിയുടെ കുണ്ടറ വിളംബരത്തിൽ വർണാധിഷ്ഠിതമായ സംസ്ക്കാരത്തെക്കുറിച്ചുള്ള സൂചനയുണ്ടെങ്കിലും പിൽക്കാലത്തു വളർന്നുവന്ന ദേശീയ സങ്കല്പവുമായി താരതമ്യപ്പെടുത്താൻ കഴിയില്ല. നാടുവാഴി ദേശീയതയായിരുന്നു ഇവരെയെല്ലാം നയിച്ച പ്രധാന ആശയം. പില്ക്കാലത്തു വളർന്നുവന്ന സാമൂഹ്യരാഷ്ട്രീയ പ്രക്ഷോഭങ്ങൾക്ക് രണ്ടു മുഖങ്ങളുണ്ടായിരുന്നു. ഒന്ന്, അവ ജാതി ജന്മിനാടുവാഴിത്തവിരുദ്ധമായിരുന്നു. രണ്ട്, അവ ബ്രിട്ടീഷ് കൊളോണിയലിസത്തിനെതിരായിരുന്നു.

19-ാം നൂറ്റാണ്ടിലെ മാപ്പിളകലാപങ്ങളിൽ കൂടുതൽ കൃത്യമായി ബ്രിട്ടീഷ് കൊളോണിയലിസത്തെയും നാടുവാഴിത്തത്തെയും വേർതിരിക്കാനുള്ള ശ്രമങ്ങളുണ്ട്. കൊളോണിയൽ അധികാരത്തിന് മതപരമായ സ്വത്വമാണ് അവർ നൽകുന്നത്. അന്ന് ഇന്ത്യ ഭരിച്ച ഈസ്റ്റിന്ത്യാകമ്പനിക്ക് മിഷനറിമാരുടെ പിന്തുണ കൂടി ഉണ്ടായിരുന്നത് ഇത്തരം വിലയിരുത്തലിന് കാരണമായിട്ടുണ്ട്. 1857 ലെ കലാപത്തിനു ശേഷം ഇന്ത്യയുടെ ഭരണം ബ്രിട്ടീഷ് സർക്കാർ നേരിട്ട് ഏറ്റെടുത്തതോടെ പൂർണമായും മുതലാളിത്ത ഭരണകൂടത്തിന്റെ നിയന്ത്രണത്തിലേക്ക് കേരളം നീങ്ങി. 19-ാം നൂറ്റാണ്ടിന്റെ ആദ്യം മുതൽ വളർന്നുവന്ന നിർവഹ

ണരൂപങ്ങളും നീതി ന്യായവ്യവസ്ഥയും ബ്രിട്ടീഷ് സർക്കാരിന്റെ നേരിട്ടുള്ള നിയന്ത്രണത്തിലായി. കൂടാതെ നിയമനിർമ്മാണസഭകളും നിലവിൽ വന്നു. അതോടെ ബ്രിട്ടീഷ് "രാജ്" എന്നറിയപ്പെട്ട ഭരണകൂടരൂപം നിലവിൽ വന്നു. ഇത് സർക്കാരിനെതിരായ പ്രതിരോധരൂപങ്ങളിലും മാറ്റം വരുത്തി.

പൗരാവകാശങ്ങളും രാഷ്ട്രീയവും

ബ്രിട്ടീഷ് കൊളോണിയൽ ഭരണസംവിധാനത്തിന്റെ സ്വാധീനത്തിൽ വളർന്നുവന്ന പൗരസമൂഹം (Civil Society) ഇതിൽ പ്രധാനമാണ്. ഭരണകൂടം വളർത്തിക്കൊണ്ടുവരുകയും നിലനിർത്തുകയും ചെയ്യുന്ന സർക്കാർ ജീവനക്കാർ, അഭിഭാഷകർ, അധ്യാപകർ തുടങ്ങിയ പുതിയ തൊഴിലുകാർ, വ്യവസായതൊഴിലാളികളും വൈദ്യവും സാങ്കേതിക വിദ്യകളും പോലുള്ള പുതിയ സേവനതുറകളും; അച്ചടിയും പത്രമാസികകളും പുസ്തകങ്ങളും ചേർന്നു പ്രചരിപ്പിച്ച അവബോധം, വിദ്യാഭ്യാസത്തിന്റെ വളർച്ച; തൊഴിലുകളെയും സേവനങ്ങളെയും പൗരാവകാശങ്ങളെയും സംബന്ധിച്ച പുതിയ അവബോധം തുടങ്ങിയവയെല്ലാം ചേർന്നാണ് പൗരസമൂഹത്തെ വളർത്തിക്കൊണ്ടുവന്നത്. കേരള നവോത്ഥാനത്തിന്റെ പശ്ചാത്തലത്തിൽ ജാതി ജന്മിനാടുവാഴിത്തത്തിനെതിരായ സംഘർഷം പൗരാവകാശങ്ങളെക്കുറിച്ചുള്ള ബോധം വളർത്തിക്കൊണ്ടുവരാൻ സഹായിച്ചു.

1891 ലെ മലയാളി മെമ്മോറിയൽ പൗരാവകാശങ്ങൾക്കുവേണ്ടിയുള്ള ആദ്യത്തെ വ്യക്തമായ നീക്കമായിരുന്നു. അതിനുമുമ്പു നടന്ന സമരങ്ങളിൽ പൗരാവകാശങ്ങളായി പിന്നീട് കണക്കാക്കപ്പെട്ട സഞ്ചാരസ്വാതന്ത്ര്യം, ആരധനാസ്വാതന്ത്ര്യം മുതലായ നിരവധി പ്രമേയങ്ങൾ അതിനുമുമ്പുതന്നെ വന്നു കഴിഞ്ഞിരുന്നു. ഇവ പൗരസമൂഹത്തിന്റെ ആവശ്യങ്ങളായി മാറിവരുന്നത് 18–ാം നൂറ്റാണ്ടിന്റെ അന്ത്യഘട്ടത്തിലാണ്. ഇത്തരത്തിലുള്ള ആവശ്യങ്ങൾ ഉന്നയിക്കുന്നതിനുള്ള സംഘടനകളും അതു മുതലാണ് രൂപം കൊള്ളുന്നത്. ഈഴവമഹാസഭ, എസ് എൻ ഡി പി, സാധുജനപരിപാലനസംഘം, ജന്മിസഭ, എൻ എസ് എസ് തുടങ്ങിയവയെല്ലാം ആവശ്യങ്ങൾ നിർണയിക്കുന്നതിനും ഭരണാധികാരികളുടെ മുമ്പിൽ ഉന്നയിക്കുന്നതിനുമുള്ള വേദികളും കൂടിയായിരുന്നു.

ഇത്തരത്തിലുള്ള പൗരാവകാശ വേദിയായാണ് ഇന്ത്യൻ നാഷണൽ കോൺഗ്രസ് ആദ്യം വിഭാവനം ചെയ്യപ്പെട്ടത്. ഇന്ത്യയിൽ വളർന്നുവന്ന പുതയ മദ്ധ്യവർഗങ്ങൾക്ക് അവരുടെ ആവശ്യങ്ങൾ ഉന്നയിക്കാനുള്ള വേദിയാണ് ആദ്യം ഇതു കരുതപ്പെട്ടത്. ദേശീയ മോചനം അന്ന് ഇന്ത്യൻ നാഷണൽ കോൺഗ്രസിന്റെ ലക്ഷ്യമല്ല. 1906 ൽ വേങ്ങയിൽ കുഞ്ഞിരാമൻ നായനാരും സി കുഞ്ഞിരാമമേനോനും ഭാരതമഹാസഭ

എന്ന പേരിൽ കോൺഗ്രസിന്റെ ഒരു ഘടകം കോഴിക്കോട് ആരംഭിച്ചപ്പോഴും ബ്രിട്ടീഷ് ഇന്ത്യയ്ക്കകത്തെ പൗരാവകാശവേദി എന്ന നിലയിൽ മാത്രമാണ് അതിനെ കണ്ടത്. ഇന്ത്യക്കാർക്ക് സ്വയം ഭരണപദവി (Dominion status) എന്നതിലപ്പുറം പോകാൻ അന്ന് കോൺഗ്രസുകാർ തയ്യാറായിരുന്നില്ല. അത്തരം ആവശ്യങ്ങളെ നിവേദനങ്ങളിലൊതുക്കുകയല്ലാതെ പ്രക്ഷോഭങ്ങളിലേക്ക് നീങ്ങാൻ അവർ തയ്യാറായിരുന്നില്ല. അഖിലേന്ത്യാതലത്തിൽ തന്നെ ബംഗാൾ വിഭജനത്തിനെതിരായി പ്രാദേശികതലത്തിൽ വളർന്നുവന്ന ജനകീയ പ്രക്ഷോഭത്തിന് കോൺഗ്രസുകാർ നേതൃത്വം നൽകി. അതുതന്നെ ഔപചാരികതലത്തിൽ ഏറ്റെടുക്കാൻ അഖിലേന്ത്യാ കോൺഗ്രസ് കമ്മിറ്റി തയ്യാറായില്ല. കേരളത്തിൽ ആനിബെസന്റിന്റെ സ്വയം ഭരണപ്രസ്ഥാനത്തിനുശേഷം മാത്രമാണ് കോൺഗ്രസിന്റെ പേര് പൊതുവിൽ അറിയപ്പെടാൻ തുടങ്ങിയത്. തിരുവിതാംകൂറിൽ 1920 ൽ നിലവിൽ വന്ന പൗരാവകാശലീഗാണ് സമാനമായ മുദ്രാവാക്യങ്ങളുപയോഗിച്ച് എല്ലാ ജനവിഭാഗങ്ങളെയും സംഘടിപ്പിക്കാൻ ശ്രമിച്ചത്.

പരിമിതമായ തോതിലാണെങ്കിലും പൗരാവകാശത്തിനുള്ള ആദ്യകാലശ്രമങ്ങൾ ജാതിജന്മിനാടുവാഴിത്തവിരുദ്ധരൂപങ്ങൾക്ക് വേറൊരു മാനം നൽകി. ബൂർഷ്വാ പൗരസമൂഹസംഘടനയ്ക്കുള്ളിൽ വളർന്നു വരുന്ന മതേതരജനാധിപത്യസ്വഭാവമുള്ള മുന്നേറ്റങ്ങളായിരുന്നു അവ. മലയാളി മെമ്മോറിയലിൽ ഒപ്പിട്ടവർ ഭൂരിഭാഗവും സവർണമദ്ധ്യവർഗമായിരുന്നു. പക്ഷെ അവർ ഉന്നയിച്ച ആവശ്യങ്ങൾക്ക് മതേതര ജനാധിപത്യ സ്വഭാവമുണ്ടായിരുന്നു. കോൺഗ്രസിന്റെയും പൗരാവകാശ സഭയുടെയും സംഘാടനത്തിലും മതേതരജനാധിപത്യ സ്വഭാവം കാണാം. ജാതി ജന്മി നാടുവാഴിത്തത്തോടുള്ള പ്രതിരോധത്തിനുണ്ടായിരുന്ന സാമുദായിക സ്വഭാവം പുതിയ സംഘടനാ രൂപങ്ങളിൽ കുറഞ്ഞു വന്നു. അതിനുപകരം അവയ്ക്ക് ബൂർഷ്വാജനാധിപത്യപരമായ പ്രതിരോധസ്വഭാവം കൈവന്നു.

മദ്ധ്യ വർഗതാല്പര്യങ്ങൾ സംരക്ഷിക്കുന്ന പ്രതിരോധരൂപങ്ങൾ മാത്രമായി ഇവ ഒതുങ്ങി നിന്നില്ലെന്നത് ശ്രദ്ധേയമാണ്. 19–ാം നൂറ്റാണ്ടിന്റെ അവസാനവും ഇരുപതാം നൂറ്റാണ്ടിന്റെ ആദ്യവും വളർന്നുവന്ന നാടുവാഴിത്തവിരുദ്ധ മുന്നേറ്റത്തിന്റെ സ്വാധീനം ഇത്തരം സംഘടനകളിൽ പ്രകടമായിരുന്നു. സർക്കാർ സർവീസിലും വിദ്യാഭ്യാസസ്ഥാപനങ്ങളിലും അവർണരുടെയും അധഃസ്ഥിതരുടെയും പ്രവേശനം പൗരാവകാശ ലീഗ് ആവശ്യപ്പെട്ടത് ഇതിന്റെ സൂചനയാണ്. 1920 ൽ മഞ്ചേരിയിൽവെച്ചു നടന്ന കോൺഗ്രസിന്റെ മലബാർ ജില്ലാ രാഷ്ട്രീയ സമ്മേളനത്തിൽ അവതരിപ്പിക്കപ്പെട്ട കുടിയാന്മാർക്ക് ഭൂമി നൽകുന്നതിനെക്കുറിച്ചുള്ള പ്രമേയം വലിയ വാദപ്രതിവാദങ്ങൾക്കുശേഷം പാസാക്കപ്പെട്ടു. പ്രമേയത്തിൽ പ്രതിഷേധിച്ച് ഒരു വിഭാഗം ഇറങ്ങിപ്പോയി. പ്രാദേശിക ജനതയുടെ അടിസ്ഥാന പ്രശ്നങ്ങൾ ബൂർഷ്വാജനാധിപത്യവേദികളിൽ പ്രത്യക്ഷപ്പെടുന്നതിന്റെ

തെളിവാണിത്. പിന്നീട് ജനാധിപത്യമുന്നേറ്റത്തിന്റെ ഭാഗമായി മാറുന്ന വീടുവീടാന്തരം കയറിയുള്ള പ്രചരണരൂപം പ്രത്യക്ഷപ്പെടുന്നത് മഞ്ചേരി സമ്മേളനത്തോടനുബന്ധിച്ചാണ്. കോൺഗ്രസ് ഒരു ബഹുജന പ്രസ്ഥാനമായി മാറുന്നതിന്റെ ആദ്യപടിയായിരുന്നു അത്. തുടർന്ന് ഒറ്റപ്പാലത്തു നടന്ന കോൺഗ്രസ് സമ്മേളനത്തിൽ അംഗീകരിച്ച രാഷ്ട്രീയ പ്രമേയത്തിൽ കോൺഗ്രസ് -ഖിലാഫത്ത് ഐക്യം അംഗീകരിക്കപ്പെട്ടു. കൂടാതെ ജന്മി-കുടിയാൻ പ്രശ്നം വീണ്ടും ഉയർത്തപ്പെടുകയും ചെയ്തു. ജനങ്ങൾക്കിടയിൽ വളർന്നുവന്ന ബ്രിട്ടീഷ് വിരുദ്ധ-ജന്മിവിരുദ്ധ വികാരം മദ്ധ്യവർഗം കൂടി ഏറ്റെടുക്കുന്ന അവസ്ഥ ഇവിടെ കാണാം.

മലബാർ കലാപം

ഒന്നാം ലേകമഹായുദ്ധത്തിനുശേഷം സഖ്യശക്തികൾ തുർക്കിയുമായി ഒപ്പിട്ട സെവ്രെസ് സന്ധി (1920) അനുസരിച്ച് പഴയ ഓട്ടോമാൻ സാമ്രാജ്യം പൂർണമായി തകർന്നു. തുർക്കിയുടെ കീഴിലുണ്ടായ എല്ലാ പ്രദേശങ്ങളും ഫ്രാൻസിന്റെയും ഇംഗ്ലണ്ടിന്റെയും കീഴിൽ വന്നു. ഇസ്ലാമിന്റെ ഖലീഫയായ ഓട്ടോമൻ സുൽത്താൻ സ്ഥാനഭ്രഷ്ടനായി. ഇതിനെതിരായ ഇസ്ലാമിക ജനതയുടെ ഉള്ളിൽ വളർന്നുവന്ന സാമ്രാജ്യത്വവിരുദ്ധ വികാരത്തെയാണ് ഖിലാഫത്ത് (പ്രതിരോധം) എന്നു വിളിക്കുന്നത്.

ഇന്ത്യയിലെ മുസ്ലീങ്ങൾ അതിനകം തന്നെ സാമ്രാജ്യത്വവിരുദ്ധ പ്രസ്ഥാനങ്ങളിൽ ശക്തമായി അണിചേർന്നിരുന്നു. ഖിലാഫത്ത് ഇന്ത്യയിൽ ഒരു പ്രസ്ഥാനമായി മാറുകയും 1920 ൽ തന്നെ കോൺഗ്രസുമായി ഐക്യം സ്ഥാപിക്കുകയും ചെയ്തു. 1920 ൽ തന്നെ കേരളത്തിൽ ആദ്യത്തെ ഖിലാഫത്ത് കമ്മിറ്റികൾ രൂപം കൊണ്ടു.

1921 ലെ മലബാർ കലാപം ഒരു ദൃശ്യം

മലബാർ മുസ്ലീങ്ങളായ കൃഷിക്കാരിൽ ഭൂരിഭാഗം പേരും ഹിന്ദുക്കളായ ജന്മിമാരുടെ കീഴിൽ അസ്വസ്ഥരായിക്കഴിയേണ്ടിവന്ന പാട്ടക്കുടിയാൻമാരായിരുന്നു. യുദ്ധക്കെടുതികളുടെയും അതിനെത്തുടർന്നുണ്ടായ സാമ്പത്തികത്തകർച്ചയുടെയും പശ്ചാത്തലത്തിൽ ജനജീവിതം ദുരിതമയമായിരുന്നു. ജന്മിമാർ കർക്കശമായ രീതിയിൽ പാട്ടവും മറ്റു തീരുവകളും പിരിച്ചതും ദുരിതങ്ങൾ വർദ്ധിപ്പിച്ചു. ബ്രിട്ടീഷ് ഭരണം ജന്മിമാർക്ക് അനുകൂലമായി നിലകൊണ്ടു. അവരെ പിന്തുണച്ച് ജന്മിമാരും നിലകൊണ്ടു. ഈ സാഹചര്യത്തിലാണ് ഖിലാഫത്ത് പ്രസ്ഥാനം ആരംഭിക്കുന്നത്. മുസ്ലീം ജനത ഖിലാഫത്ത് പ്രസ്ഥാനത്തെ ബ്രിട്ടീഷ് ഭരണകൂടത്തിനും ജന്മിമാർക്കുമെതിരായ പോരാട്ടമായാണ് കണ്ടത്. പ്രസ്ഥാനത്തെ അടിച്ചമർത്താനുള്ള ഭരണാധികാരികളുടെ മർദ്ദനനയങ്ങളോടുള്ള പ്രതിഷേധമാണ് മലബാർ കലാപമായി ആളിപ്പടർന്നത്. കലാപത്തിലെ പ്രധാനസംഭവങ്ങളെ നാൾ വഴി ക്രമത്തിൽ ഇങ്ങനെ സംഗ്രഹിക്കാം.

1921 ആഗസ്റ്റ് 19 നിലമ്പൂർ കോവിലകത്തെ തോക്ക് കളവ് പോയെന്നാരോപിച്ച് പോലിസുകാർ പൂക്കോട്ടൂർ ഖിലാഫത്ത് കമ്മിറ്റി സെക്രട്ടറി വടക്കെ വീട്ടിൽ മുഹമ്മദിനെ വീട്ടിൽക്കയറി അറസ്റ്റ് ചെയ്യാനുള്ള ശ്രമം ജനങ്ങൾ തടഞ്ഞു.

ആഗസ്റ്റ് 20 മലബാർ ജില്ലാകലക്ടർ തോമസ്, ജില്ലാ പോലീസ് സൂപ്രണ്ട് ഹിച്ച്കോക്ക്, ഡെപ്യൂട്ടി പോലീസ് സൂപ്രണ്ട് ആമു എന്നിവർ വൻപോലീസ് സന്നാഹത്തോടുകൂടി നന്നേ പുലർച്ചക്ക് തിരൂരങ്ങാടി കിഴക്കെപള്ളി വളഞ്ഞ് അവിടെ ഉണ്ടായിരുന്നവരെ അറസ്റ്റ് ചെയ്തു. ഖിലാഫത്ത് സെക്രട്ടറി മുഹമ്മദിനെയും, മതാധ്യാപകനും മുസ്ലീം പ്രമാണിയും ഖിലാഫത്ത് പ്രവർത്തകനുമായ ആലി മുസലിയാരെയും പിടികൂടുകയായിരുന്നു ലക്ഷ്യം. അവരെ കിട്ടിയില്ല.

പട്ടാളം തിരുരങ്ങാടിപള്ളി വളഞ്ഞ് വെടിവെച്ചുവെന്ന വാർത്ത കാട്ടുതീപോലെ നാട്ടിലാകെ പരന്നു. ചുറ്റുമുള്ള പ്രദേശങ്ങളിൽ നിന്ന് ആലി മുസലിയാരുടെ നേതൃത്വത്തിൽ തിരൂരങ്ങാടിയിലെത്തിയ ജനത്തിനുനേർക്ക് പോലീസ് വെടിവെച്ചു. നിരവധിപേർ മരിച്ചു. ജനക്കൂട്ടം പോലീസ് സ്റ്റേഷനും സർക്കാർ ഓഫീസുകളും റെയിവെസ്റ്റേഷനും ആക്രമിച്ചു. പട്ടാളലോറികൾ തടഞ്ഞു. ആയുധം പിടിച്ചെടുത്തു. ചില സർക്കാർ ഉദ്യോഗസ്ഥരും പോലിസുകാരും വധിക്കപ്പെട്ടു. സേന കോഴിക്കോട്ടേക്ക് പിന്മാറേണ്ടി വന്നു. ഏറനാട്, വള്ളുവനാട്, പൊന്നാനി താലൂക്കുകളിലെ 250 ൽ പരം അംശങ്ങൾ കലാപകാരികൾ നിയന്ത്രണത്തിലാക്കി. തിരൂരങ്ങാടി പൂക്കോട്ടൂർ, മലപ്പുറം, മഞ്ചേരി, പെരിന്തൽമണ്ണ, പാണ്ടിക്കാട്, തിരൂർ, കരുവാരക്കുണ്ട് എന്നിവെല്ലാം മുഖ്യ കലാപകേന്ദ്രങ്ങളായി മാറി. ആഗസ്റ്റ് മുതൽ നവംബർ വരെയാണ് കലാപം ശക്തമായി നിലനിന്നത് ആഗസ്റ്റ് അവസാനം ബ്രിട്ടീഷ് ഗൂർഖാ പട്ടാളം തെക്കൻ മലബാറിൽ വരുകയും കലാപം പട്ടാളവുമായുള്ള യുദ്ധമായി തീരുകയും

ചെയ്തു. നവംബറിൽ പാണ്ടിക്കാട്ട് നടന്ന തുറന്ന ഏറ്റുമുട്ടലിൽ മുന്നൂറോളം കലാപകാരികൾ കൊല്ലപ്പെട്ടു. നവംബർ 10 ന് അടച്ചുപൂട്ടിയ റെയിൽവേ വാഗണിൽ തിരൂരിൽ നിന്ന് പോത്തന്നൂർക്ക് കൊണ്ടുപോയ 90 കലാപകാരികളിൽ 67 പേർ ശ്വാസം മുട്ടി മരിച്ചു.

നവംബർ 20 നുശേഷം സ്ത്രീകളെയും കുട്ടികളെയുംവരെ പട്ടാളക്കാർ കൊന്നൊടുക്കി. ഹിന്ദു ജന്മിമാരും മുസ്ലീംപ്രമാണിമാരും പട്ടാളക്കാരോടൊപ്പം ചേർന്നു. പട്ടാളക്കാരെ അനുസരിക്കാത്തവരെ കലാപകാരികളായി മുദ്രകുത്തി ദ്രോഹിച്ചു. തങ്ങളെ പിടിച്ചുകൊടുക്കുന്നവരെ കലാപകാരികൾ നേരിട്ടു. ക്രമേണ കലാപകാരികളിൽ ഒരു വിഭാഗം ഹിന്ദുവിരോധികളായി മാറി. വർഗീയത ആളിക്കത്തി. ജനങ്ങളെ ഭിന്നിപ്പിക്കുന്നതിൽ സാമ്രാജ്യത്വം വിജയിച്ചു. കലാപം പൂർണമായി അടിച്ചമർത്തപ്പെട്ടു.

ആലിമുസലിയാരെ
വിചാരണയ്ക്ക് കൊണ്ടുപോകുന്നു

1922 മാർച്ച്: കലാപകാരികളെ പ്രത്യേകകോടതി സ്ഥാപിച്ച് വിചാരണ ചെയ്തു. ആലിമുസലിയാർ, കുഞ്ഞമ്മദ്ഹാജി, സീതിക്കോയ തങ്ങൾ, ഉൾപ്പെടെ ഖിലാഫത്ത്-കലാപ നേതാക്കളെ വധിച്ചു. നിരവധിപേർ ആൻഡമാൻ ദ്വീപിലേക്ക് നാടുകടത്തപ്പെട്ടു. ഏറെ പേരെ ദീർഘകാല ശിക്ഷയ്ക്ക് വിധേയരാക്കി ജയിലിലടച്ചു. കൂട്ടപ്പിഴകൾ ചുമത്തിയതു കാരണം ഏറെപേർക്ക് വസ്തുവകകൾ വിൽക്കേണ്ടിവന്നു. ഉപലബ്ധമായ രേഖകളനുസരിച്ച് പതിനായിരത്തിലേറെ മാപ്പിളമാർ കലാപത്തിൽ മരണപ്പെട്ടു. അമ്പതിനായിരം പേർ അറസ്റ്റ് ചെയ്യപ്പെട്ടു. ഇരുപതിനായിരത്തിൽപരം ആളുകൾ നാടുകടത്തപ്പെട്ടു. പതിനായിരത്തിലേറെ പേരെ കാണാതായി. സ്ത്രീകളും കുട്ടികളുമടക്കം കലാപം നടന്ന പ്രദേശങ്ങളിലെ കുടുംബങ്ങൾക്ക് നാടുവിട്ടോടിപ്പോകേണ്ടിവന്നു.

കലാപത്തിനെക്കുറിച്ച് 1946 ൽ ഇ എം എസ് ചെയ്ത "ആഹ്വാനവും താക്കീതും" എന്ന പ്രസംഗം ശ്രദ്ധേയമാണ്. മലബാർകലാപം ബ്രിട്ടീഷുകാർക്കും ജന്മിമാർക്കും വിരുദ്ധമായ കലാപമായാണ് ആരംഭിച്ചത്.

ഈ വാഗണിലാണ് പോരാളികൾ കൊല്ലപ്പെട്ടത്

എന്നാൽ ഖിലാഫത്ത് നേതൃത്വം അറസ്റ്റുചെയ്യപ്പെടുകയും വധിക്കപ്പെടുകയും ചെയ്തതോടെ അതിന് കൃത്യമായ നേതൃത്വം ഇല്ലാതെയായി. വർഗീയവാദികൾ പലയിടങ്ങളിലും നേതൃത്വം ഏറ്റെടുക്കുകയും അവർ മതപരമായ ഭിന്നതകളുടെ അടിസ്ഥാനത്തിൽ അക്രമം അഴിച്ചുവിടുകയും ചെയ്തു. വർഗപരമായി ആരംഭിച്ച പ്രതിരോധത്തിന്റെ വർഗീയവൽക്കരണമാണ് അടിച്ചമർത്തപ്പെടാൻ കാരണമായത്.

സമാനമായ നിരീക്ഷണങ്ങളാണ് മോവിക്കുന്നത്ത് ബ്രഹ്മദത്തൻ നമ്പൂതിരിപ്പാട് 'ഖിലാഫത്ത് സ്മരണകളിൽ' നടത്തുന്നത്. മലബാർ കലാപം ആരംഭിക്കുമ്പോൾ ഖിലാഫത്തിനോടൊപ്പം മോഴിക്കുന്നത്തിനെയും എം പി നാരായണമേനോനെയും കട്ടിലശ്ശേരി മുഹമ്മദ് മുസലിയാരെയും പോലുള്ള നിരവധി സ്വാതന്ത്ര്യസമര സേനാനികൾ സമരത്തിൽ പങ്കെടുത്തു. കലാപത്തെ എല്ലാ വിഭാഗങ്ങളും ഉൾപ്പെട്ട സംയോജിത പ്രതിരോധമാക്കാൻ അവർ ശ്രദ്ധിച്ചു. അവർ അറസ്റ്റു ചെയ്യപ്പെട്ടു. തുടർന്നാണ് കലാപത്തിന്റെ ഗതിമാറുകയും ബ്രിട്ടീഷുകാർക്ക് അടിച്ചമർത്താനുള്ള സാധ്യത വർദ്ധിക്കുകയും ചെയ്തത്. കലാപത്തിന്റെ അടിസ്ഥാനപരമായ ദേശീയ സ്വഭാവത്തിലാണ് കെ മാധവൻ നായരും ഊന്നുന്നത്.

ഖിലാഫത്ത് പ്രസ്ഥാനത്തിന്റെ സന്ദേശം പ്രചരിപ്പിക്കുന്നതിന് വേണ്ടി 1920 ആഗസ്ത് മാസത്തിൽ ഗാന്ധിജി മംഗലാപുരം സന്ദർശിക്കുകയുണ്ടായി. ഖിലാഫത്ത് പ്രസ്ഥാനത്താൽ പ്രചോദിതരായ പ്രവർത്തകർ മുഹമ്മദ്കുഞ്ഞി മുസ്ല്യാരുടെ നേതൃത്വത്തിൽ കാസർകോട് ഖിലാഫത്ത് സന്ദേശം പ്രചരിപ്പിച്ചു. മലബാർ കലാപത്തെ തുടർന്ന് ഇവിടെ

റിലീഫ് കമ്മിറ്റി രൂപീകരിച്ചു. ഇതിന് നേതൃത്വം കൊടുത്തത് കേന്ദ്ര നിയമസഭയിലും പിന്നീട് മദ്രാസ് നിയമസഭയിലും അംഗമായിരുന്ന മഹമൂദ് ഷംനാദായിരുന്നു. നാട് കടത്തപ്പെട്ടവരുടെ പ്രശ്നങ്ങൾ പഠിക്കാൻ ആൻഡമാൻ സന്ദർശിച്ചവരുടെ കൂട്ടത്തിൽ ഷംനാദുമുണ്ടായിരുന്നു.

കേരളത്തിനു പുറത്ത് നവഹിന്ദുത്വ പ്രസ്ഥാനങ്ങൾ മലബാർ കലാപത്തെ സമർത്ഥമായി ഉപയോഗിക്കുകയും ഹിന്ദുക്കൾ മലബാറിൽ വേട്ടയാടുന്നു എന്ന മുറവിളി ഉയർത്തി ഹിന്ദു സംരക്ഷണ സമിതികൾ സൃഷ്ടിക്കുകയും ചെയ്തു. സനാതനികൾ എന്ന പേരിൽ കേരളത്തിലും അവർ പ്രവർത്തിച്ചു. പിൽക്കാലത്തെ ജാതിമതസാമുദായികതയുടെ വളർച്ചക്ക് ഇവരുടെ പ്രവർത്തനം പ്രധാന കാരണമായി.

ജാതിവൈരുദ്ധ്യവും ദേശീയതയും

1923 ൽ കാക്കിനഡയിൽ വെച്ചുനടന്ന എ ഐ സി സി സമ്മേളനത്തിൽ തിരുവിതാംകൂറിൽ നിന്ന് ടി കെ മാധവൻ അവതരിപ്പിച്ച അയിത്ത വിരുദ്ധപ്രമേയമാണ് ഇന്ത്യയാകമാനം ബാധിച്ച ജാതി പ്രശ്നത്തിലേക്ക് കോൺഗ്രസിന്റെ കണ്ണുതുറപ്പിക്കുന്നത്. അതിനുമുമ്പ് ജോതിബാഫുലെയുടെ സത്യശോധക് സമാജ് അയിത്തത്തിന്റെ ഭീകരതയിലേക്ക് വിരൽ ചൂണ്ടിയിരുന്നു. വിവേകാനന്ദൻ തന്റെ പ്രസംഗങ്ങളിൽ ജാതീയതയെ വിമർശിച്ചിരുന്നു. നാരായണഗുരു, ഇ വി രാമസ്വാമിനായ്ക്കർ തുടങ്ങി നിരവധി പേർ ജാതി നിരാസത്തിനുവേണ്ടി ശക്തമായി വാദിച്ചിരുന്നു. അതൊന്നും പുതിയ മദ്ധ്യവർഗത്തിന്റെ കണ്ണു തിറപ്പിക്കാൻ പര്യാപ്തമായിരുന്നില്ല. കാക്കിനഡയിൽ ടി കെ മാധവന്റെ പ്രമേയം ഏറെ വാദപ്രതിവാദങ്ങൾക്കിടയാക്കി. അതിനുശേഷമാണ് 1924 ൽ വൈക്കത്ത് ജാതിവിവേചനത്തിനെതിരായും സഞ്ചാരസ്വാതന്ത്ര്യത്തിനുംവേണ്ടി സത്യാഗ്രഹം നടത്താൻ എ ഐ സി സി തീരുമാനിച്ചത്. കേരളചരിത്രത്തിൽ ഏറെ ശ്രദ്ധയാകർഷിച്ച സത്യാഗ്രഹത്തിന്റെ സൂത്രധാരനും ടി കെ മാധവനായിരുന്നു.

സാമൂഹ്യപരിഷ്ക്കരണപ്രസ്ഥാനം ദേശീയപ്രസ്ഥാനത്തിൽ ഉൾചേരുന്നതിന്റെ പ്രധാന സൂചന വൈക്കം സത്യാഗ്രഹത്തിലാണുണ്ടായത്. അതുവരെ സാമൂഹ്യപരിഷ്കർത്താക്കൾ സ്വന്തം അവകാശങ്ങൾക്കുവേണ്ടി വാദിച്ചത് നിവേദനങ്ങളിലൂടെയും ചിലയിടങ്ങളിൽ സാമൂഹ്യമായ അതിലംഘന രൂപങ്ങളിലൂടെയുമായിരുന്നു. കല്ലുമാലയും തളയും പൊട്ടിച്ചെറിയുന്ന സമരവും ക്ഷേത്രവഴികളിലൂടെയുള്ള അവർണരുടെ നടത്തവും ഇത്തരത്തിലുള്ള അതിലംഘനരൂപങ്ങളായിരുന്നു.

എന്നാൽ ഇത്തരം അതിലംഘനങ്ങൾ സംഘടിതമായ സമരരൂപമായി മാറിയത് 1920കളിലാണ്. കേരളപ്രദേശ് കോൺഗ്രസ് കമ്മിറ്റി

അയിത്തോച്ചാടനത്തെ പ്രധാനവിഷയമായി എടുത്തു. 1924 ജനുവരിയിൽ എറണാകുളത്തുചേർന്ന കെ പി സി സിയോഗം കെ കേളപ്പന്റെ നേതൃത്വത്തിൽ ഒരു കമ്മിറ്റിയെ നിയോഗിക്കുകയും ചെയ്തു. കെ പി കേശവമേനോൻ കുറൂർ നീലകണ്ഠൻ നമ്പൂതിരിപ്പാട് ടി കെ മാധവൻ എന്നിവർ കമ്മിറ്റി അംഗങ്ങളായിരുന്നു. 1924 മാർച്ച് 30 ന് വൈക്കം ക്ഷേത്രനിരത്തിൽകൂടി അവർണർക്ക് സഞ്ചരിക്കാനുള്ള സ്വാതന്ത്ര്യത്തിനുവേണ്ടി സത്യാഗ്രഹമാരംഭിച്ചു. സത്യാഗ്രഹം എന്ന നിയമലംഘന സമരമുറ സാമൂഹ്യപരിഷ്ക്കരണ പ്രസ്ഥാനത്തിലേക്ക് ആദ്യം കടന്നുവരുന്നത് വൈക്കത്താണ്. കുഞ്ഞാപ്പി എന്ന പുലയനും ബാഹുലേയൻ എന്ന ഈഴവനും ഗോവിന്ദപ്പണിക്കർ എന്ന നായരും ഒരുമിച്ച് വൈക്കം ക്ഷേത്രനിരത്തിലൂടെ നടന്നു. നിരവധി കെ പി സി സി അംഗങ്ങൾ അറസ്റ്റുവരിച്ചു. തമിഴ്നാട്ടിൽ നിന്ന് ഇ വി രാമസ്വാമി നായ്ക്കർ ഒരു സംഘത്തോടെ വൈക്കത്തെത്തി സത്യാഗ്രഹത്തിൽ പങ്കെടുത്ത് അറസ്റ്റ് വരിച്ചു. സത്യാഗ്രഹം പെട്ടെന്ന് ജനശ്രദ്ധ ആകർഷിക്കുകയും വഴി നടത്തത്തിന്റെ ആവശ്യം സവർണരടക്കം എല്ലാ ജനവിഭാഗങ്ങളും ഏറ്റെടുക്കുകയും ചെയ്തു. വൈക്കം സത്യാഗ്രഹത്തിന് എതിരായി നടന്ന സർവണ ഗൂഢാലോചനകളുടെ ഈറ്റില്ലം ഇണ്ടൻതുരുത്തിമന ആയിരുന്നു. മനയിൽ സവർണയാഥാസ്ഥിതികരും ഗുണ്ടകളും ക്യാമ്പു ചെയ്തിരുന്നു. 1925 മാർച്ച് 10 ന് സവർണനേതാക്കളുമായി ഗാന്ധി സന്ധിസംഭാഷണം നടത്തിയതും മേല്പറഞ്ഞ മനയിൽ വച്ചായിരുന്നു. വൈക്കം സത്യാഗ്രഹത്തിൽ പങ്കെടുത്ത കൂത്താട്ടുകുളം കീഴേറ്റില്ലത്ത് രാമൻ ഇളയതിന്റെ കണ്ണിൽ ചുണ്ണാമ്പെഴുതിച്ചത് ഇണ്ടൻതുരുത്തി മനയിലെ ദേവൻ നീലകണ്ഠൻ നമ്പ്യാതിരി ആയിരുന്നു.

കെ പി കേശവമേനോൻ

1924 ഒക്ടോബറിലാണ് സത്യാഗ്രഹത്തിലെ വോളന്റിയർ ക്യാപ്റ്റനായിരുന്ന ചിറ്റേടത്ത് ശങ്കുപ്പിള്ള ഇണ്ടൻതുരുത്തി മനക്കാരുടെ ഗുണ്ടകളുടെ പിടിയിൽ പെട്ടത്. സത്യാഗ്രഹക്യാമ്പിൽനിന്നു പുറത്തുപോയശേഷം മടങ്ങുമ്പോൾ ആയിരുന്നു ആക്രമണം. ഇടഞ്ഞു നില്ക്കാനുള്ള കരുത്തും കഴിവുണ്ടായിരുന്നിട്ടും ചിറ്റേടം മർദ്ദനങ്ങൾക്ക് വഴങ്ങിക്കൊടുക്കുകയാണ് ചെയ്തത്. ഗാന്ധിമാർഗത്തിലുള്ള നിഷ്ഠ ആയിരുന്നു അതിനു കാരണം. അതൊരു ആത്മാഹുതി ആയിരുന്നു. ഇതേ ആവശ്യം ഉന്നയിച്ചുകൊണ്ട്

മറ്റു പലയിടങ്ങളിലും സത്യാഗ്രഹം നടന്നു. തിരുവാർപ്പു ക്ഷേത്രത്തിലെ സത്യാഗ്രഹം ഉദാഹരണമാണ്. 1928 ൽ തിരുവിതാംകൂറിലെ എല്ലാ ക്ഷേത്രനിരത്തുകളും എല്ലാവർക്കുമായി തുറന്നു കൊടുക്കപ്പെട്ടു.

ജാതി ജന്മിനാടുവാഴിത്തത്തിനെതിരെ പോരാടിയവരുടെ ഇടയിലെ അടിസ്ഥാനവൈരുദ്ധ്യം പുറത്തുകൊണ്ടുവന്നതും വൈക്കം സത്യാഗ്രഹ മായിരുന്നു. വൈക്കം സത്യാഗ്രഹത്തിനുശേഷം മഹാത്മാഗാന്ധിയും നാരായണഗുരുവും തമ്മിൽ നടന്ന സംവാദം അതിനുതെളിവാണ്. നാരായണഗുരു ജാതി നിരാസം എന്ന തന്റെ അടിസ്ഥാനാശയത്തിൽ ഉറച്ചു നിന്നപ്പോൾ, ഒരു ധാർമ്മിക നീതിക്രമമെന്ന നിലയിൽ ചാതുർവർണ്യത്തിലും കുലത്തൊഴിലുകൾ അംഗീകരിച്ചുകൊണ്ടുള്ള തുല്യനീതിയുടെ രൂപമായ ജാതിയിലും മുറുകെ പിടിക്കുകയാണ് ഗാന്ധി ചെയ്തത്. അയിത്തം, അന്ധവിശ്വാസങ്ങൾ അനാചാരങ്ങൾ എന്നിവയെ ഗാന്ധി എതിർത്തു. അവയ്ക്കെതിരായ പ്രവർത്തനങ്ങളിൽ ഏർപ്പെടണ മെന്ന് അദ്ദേഹം ആഹ്വാനം ചെയ്തു. മറ്റൊരുരീതിയിൽ പറയുകയാണെ ങ്കിൽ, ജാതികൾക്ക് തുല്യനീതി എന്ന ആശയത്തിലൂടെ ഗാന്ധി മുന്നോട്ടുവെച്ചത് ജാത്യുന്നമനമാണ്.

മദ്യവർജനവും അയിത്തോച്ചാടനവും

ജാതിജന്മിനാടുവാഴിത്ത പ്രസ്ഥാനങ്ങളും മദ്ധ്യവർഗ ദേശീയ പ്രസ്ഥാനങ്ങളും തമ്മിലുള്ള പാരസ്പര്യത്തിന്റെ പ്രധാന തളിവാണ് മദ്യവർജനവും അയിത്തോച്ചാടനവും.

ശ്രീനാരായണഗുരുവാണ് മദ്യത്തിനെതിരായ പ്രചരണം ആരംഭി ച്ചത്. മദ്യം വിഷമാണ് എന്നുവാദിക്കുകയും മദ്യം വിൽക്കുന്നതിനും വാങ്ങുന്നതിനും എതിരായി അദ്ദേഹം നിലകൊള്ളുകയും ചെയ്തു. മദ്യം കുടിക്കുന്നതും വാങ്ങുന്നതും വിൽക്കുന്നതും ജാതിഹീനതയുടെ സൂചനകളായി നേരത്തെ തന്നെ കരുതപ്പെട്ടിരുന്നു. നായന്മാർക്ക് കള്ളു വിറ്റതിന് ഈഴവരെ ശിക്ഷിച്ചിരുന്നതായി തെളിവുകളുണ്ട്. മദ്യപാനികൾ സാമൂഹ്യജീവിതത്തിനു സൃഷ്ടിക്കുന്ന അപമാനത്തെ മുമ്പും സൂചിപ്പിക്കു ന്നുണ്ട്. ഈഴവരുടെ കുലത്തൊഴിലുകളുടെ ഭാഗമായ കള്ളുചെത്ത് അവരുടെ ജാതിനിന്ദ്യതയ്ക്ക് ഒരു കാരണമായി ഗുരുകരുതുകയും അതിനെതിരെ അദ്ദേഹം നിലകൊള്ളുകയും ചെയ്തു.

എന്നാൽ ദേശീയ പ്രസ്ഥാനത്തിന്റെ കണ്ണിൽ മദ്യപാനം പൊതുധാർ മ്മികതയുടെ പ്രശ്നമായി മാറുന്നു. മദ്യപാനം സൃഷ്ടിക്കുന്ന സാമൂഹ്യവിപത്തും ഗാർഹിക ജീവിതത്തിലെ കലഹങ്ങളുമെല്ലാം പ്രധാനമാകുന്നു. ജാതി നിന്ദ്യതയുടെ സൂചനയെന്നതിനുപകരം മദ്യം ഒരു സാമൂഹ്യവിപത്തായി തീരുന്നു. കള്ളുചെത്തിൽ നൽകപ്പെട്ടിരുന്ന സാമൂഹ്യനിന്ദ്യതയെക്കാൾ പ്രാധാന്യം കള്ള് അധാർമ്മികമാണ് എന്ന

വാദത്തിനാണ് ലഭിക്കുന്നത്. ദേശീയ പ്രസ്ഥാനത്തിന്റെ നേതൃത്വത്തിൽ വ്യാപകമായി അരങ്ങേറിയ കള്ളുഷാപ്പ് പിക്കറ്റിങ്ങ് ഈ സമൂഹ്യവിപത്തിനെതിരായ പോരാട്ടമാണ്. സ്ത്രീകളടക്കം നിരവധിപേർ ദേശീയപ്രസ്ഥാനത്തിലേക്ക് വരുന്നത് കള്ളുഷാപ്പ് പിക്കറ്റിങ്ങിലൂടെയാണ്.

ഇതേ രീതിയിലുള്ള സൂക്ഷ്മതലത്തിലുള്ളമാറ്റം അയിത്തോച്ചാടനത്തിലും കാണാം. ശ്രീനീരായണഗുരുവും അയ്യൻകാളിയും ആദ്യകാലപരിഷ്ക്കർത്താക്കളും ഒരുപോലെ അയിത്തത്തെ ജാതിക്രമം അടിച്ചേൽപിച്ച സാമൂഹ്യ അനാചാരമായാണ് കണ്ടത്. അധ്വാനിക്കുന്നവർഗത്തെ സമൂഹത്തിന്റെ അടിത്തട്ടിൽ തന്നെ നിർത്താനുള്ള കുടിലനീതിയായും അവർ അതിനെ കണ്ടു. അയിത്തത്തെ ഇല്ലാതാക്കുന്നത് സാമൂഹ്യ പ്രതിരോധത്തിന്റെ ഭാഗമാണ്. ഇരുപതാം നൂറ്റാണ്ടിന്റെ ആദ്യം വളർന്നുവരുന്ന സ്ത്രീകളുടെ ജാതിസൂചകമായിരുന്ന കല്ലുമാലയും തളയും പൊട്ടിച്ചെറിയുന്ന സമരം ഇതിന്റെ ഭാഗമാണ്. കൊല്ലത്തിനടുത്ത് പെരിനാടിൽ ഗോപാൽദാസ് എന്ന ദളിത് പ്രവർത്തകന്റെ നേതൃത്വത്തിൽ (1915) നടന്ന സമരം സവർണരുമായുള്ള സംഘർഷത്തിനു കാരണമായിരുന്നു. ഇതുപോലെ വഴി നടക്കുക, കുളത്തിൽ കുളിക്കുക, അമ്പലങ്ങളിൽ പ്രവേശിക്കുക, വണ്ടിയിൽ സഞ്ചരിക്കുക, കുപ്പായമിടുക, മിശ്രഭോജനം നടത്തുക തുടങ്ങിയ ജാതീയമായ എല്ലാവിലക്കുകളെയും പരസ്യമായി ലംഘിക്കുന്ന സമരങ്ങളും അരങ്ങേറി.

ശക്തമായ ഈ മുന്നേറ്റത്തിന്റെ സ്വാധീനത്തിലാണ് എ ഐ സി സിയുടെ കാക്കിനാഡസമ്മേളനത്തിൽ (1923) ടി കെ മാധവൻ അയിത്തത്തിനെതിരായ പ്രമേയം കൊണ്ടുവരുന്നത്. വൈക്കം സത്യാഗ്രഹത്തിലെ ഗാന്ധിയുടെ ഇടപെടലോടെ അയിത്തത്തിനെതിരായ പോരാട്ടത്തിൽ സൂഷ്മതലത്തിൽ മാറ്റം സംഭവിക്കുന്നുണ്ട്. അയിത്തത്തിനെതിരായ പോരാട്ടവും അതിലംഘനരൂപങ്ങളും തുടരുന്നുണ്ട്. അയിത്തം സാമൂഹ്യവിഭജനത്തിന്റെ രൂപമല്ല, മനുഷ്യർ അംഗീകരിച്ച അധാർമ്മികമായ പ്രവർത്തനമാണെന്നും അത് ഉച്ചാടനം ചെയ്യുകയാണാവശ്യമെന്നുമുള്ള ധാരണപടരുന്നു. അയിത്തത്തിനെതിരായ പോരാട്ടം അയിത്തജാതികളുടെ അതിലംഘനമെന്നതിനുപകരം അധാർമ്മികതയ്ക്കും അനാചാരത്തിനും എതിരെ സമൂഹം നടത്തുന്ന പോരാട്ടമായി മാറുന്നു. അയിത്തം നിയമപരമായ തീരുമാനങ്ങൾ ആവശ്യമുള്ള മേഖലയായി മാറുന്നു. വൈക്കം സത്യാഗ്രഹത്തിനുശേഷം വൈക്കം ക്ഷേത്രസങ്കേതത്തിലെ വഴികളിലൂടെ നടക്കുന്നത് 1928 ൽ നിയമപരമായ തീരുമാനത്തിനുശേഷമാണ്. ഗുരുവായൂർ സത്യാഗ്രഹത്തിൽ ക്ഷേത്രത്തിൽ പ്രവേശിക്കാൻ മദ്രാസ് സർക്കാറിന്റെ തീരുമാനം വേണ്ടിവരുന്നു. ജനങ്ങളുടെ പ്രതിരോധത്തിലൂടെ അയിത്തമടക്കമുള്ള സാമൂഹ്യഅനാചാരങ്ങൾ ഇല്ലാതാവുകയല്ല, നിയമാവലികളുടെ സഹായത്തോടെ അധാർമ്മികതകളെ

ഇല്ലാതാക്കുകയാണ് വേണ്ടത് എന്നും അതിനുള്ള സൂചനാ പ്രതിരോധങ്ങൾ (സത്യാഗ്രഹങ്ങൾ) മതിയെന്നുമുള്ള ധാരണ വളർന്നുവരുന്നു. ഇത് പിൽക്കാലത്തെ അയിത്തത്തിനും അനാചാരങ്ങൾക്കുമെതിരായ പ്രവർത്തനങ്ങളെയെല്ലാം സ്വാധീനിച്ചതായി കാണാം.

ദേശീയപ്രസ്ഥാനവും തദ്ദേശീയസാങ്കേതികവിദ്യകളും

ഗാന്ധിയൻ സമീപനം, ജനകീയതലത്തിൽ മറ്റൊരുതലത്തിലുള്ള സ്വാധീനവും ചെലുത്തുന്നുണ്ട്.

1922 ൽ നിസ്സഹകരണപ്രസ്ഥാനം പിൻവലിക്കപ്പെട്ടതിനുശേഷം മഹാത്മാഗാന്ധി സബർമ്മതി ആശ്രമത്തിലേക്കു മടങ്ങുകയും സാമൂഹ്യസേവനപ്രവർത്തനങ്ങളിൽ കേന്ദ്രീകരിക്കുയും. തക്ലി, ചർക്ക, ഖദർ നിർമ്മാണം മുതലായ സാങ്കേതിക വിദ്യകൾ പ്രചരിപ്പിക്കുന്നതിനും അയിത്തോച്ചാടനം, മദ്യവർജനം തുടങ്ങിയവ പ്രചരിപ്പിക്കുന്നതിനുമാണ് പിന്നീട് ഊന്നൽ നല്കിയത്. 1930 കളിൽ ഹരിജനോദ്ധാരണം ഗാന്ധിജിയുടെ പ്രവർത്തനശൈലികളുടെ ഭാഗമായി. അദ്ദേഹം തന്നെ നേതൃത്വം കൊടുത്ത ഹരിജൻ സേവാസംഘത്തിന് കേരളത്തിലും വൻതോതിലുള്ള സ്വാധീനമുണ്ടായി. പന്തളം-മാവേലിക്കരഭാഗത്തു വളർന്നുവന്ന ഹരിജനസേവാസംഘത്തിന്റെ പ്രവർത്തനം ഇതിന്റെ ഫലമായിരുന്നു.

മലബാറിൽ സാമൂഹ്യസേവനപ്രവർത്തനം തദ്ദേശ വിദ്യകളുടെ പ്രചരണത്തിലാണ് ഊന്നിയത്. 1920 കളിലും 30 കളിലുമായി തക്ലി, ചർക്ക എന്നിവയിലുള്ള നൂൽനൂൽപ് വ്യാപകമാവുകയും ഒരു കുടിൽ വ്യവസായമെന്ന നിലയിൽ പ്രചരിപ്പിക്കാനാരംഭിക്കുകയും ചെയ്തു. ഒട്ടുമിക്ക കോൺഗ്രസ് പ്രവർത്തകരും നൂൽനൂൽപ് ആഭ്യസിച്ചതായി കാണാം. ഇവ കൂടാതെയാണ് സേവാസംഘങ്ങളുടെ പ്രവർത്തനങ്ങളും വ്യാപിച്ചത്. കോഴിക്കോട് വി ആർ നായനാരുടെ സേവാസംഘമായിരുന്നു ഏറ്റവും പ്രധാനം. അശരണരായ സ്ത്രീകൾക്ക് നൂൽനൂൽപും നെയ്ത്തു മഭ്യസിപ്പിച്ചു അവർക്ക് ഒരു ജീവിത വൃത്തി നൽകുകയായിരുന്നു ലക്ഷ്യം. പെരിന്തൽമണ്ണ, തൃശ്ശൂരടുത്തുള്ള മായന്നൂർ മുതലായ സ്ഥലങ്ങളിലും ഇത്തരത്തിലുള്ള കേന്ദ്രങ്ങൾ വളർന്നുവരുന്നു. നെയ്ത്തുപോലുള്ള മേഖലകളിൽ ആദ്യകാലതൊഴിലാളി സംഘടനകളും ഉണ്ടാകുന്നത് ഇത്തരം പ്രവർത്തകരുടെ സ്വാധീനത്തിലാണ്. ആദ്യഘട്ടത്തിൽ നെയ്ത്തുകാരെ സംഘടിപ്പിച്ച പി എം കുഞ്ഞിരാമൻനമ്പ്യാർ, ടി വി അനന്തൻ മുതലായവർ ഉദാഹരണങ്ങളാണ്. ദേശീയതയുടെ ഭാഗമായാണ് ഹിന്ദിയും കേരളത്തിൽ വ്യാപിച്ചത്. 1930 കളിലെ ദേശീയ വാദികൾ ഹിന്ദി പഠിക്കുകയും ഹിന്ദി ക്ലാസുകൾ നടത്തുകയും ചെയ്തിരുന്നു. പി കൃഷ്ണപിള്ള അലഹബാദിൽ ഹിന്ദി കോഴ്സിൽ ചേർന്ന് പഠിച്ചാണ് തിരിച്ചെത്തിയത്. ഹിന്ദിയിലുള്ള സ്വാധീനം കേരളത്തിനു പുറത്തുള്ള നിരവധി പേരുമായി സമ്പർക്കം പുലർത്താനും അദ്ദേഹത്തെ സഹായിച്ചു.

സ്കൂളുകളിലെ ഹിന്ദി അദ്ധ്യാപകരിൽ ഭൂരിഭാഗവും ദേശീയ വാദികളായിരുന്നു.

മുസ്ലീം ജനത

1921 ലെ മലബാർ കലാപത്തിനുശേഷം മുസ്ലീങ്ങളും ദേശീയപ്രസ്ഥാനവും തമ്മിലുള്ള അന്തരം വർദ്ധിച്ചുവെന്നുപറയാറുണ്ട്. കലാപബാധിതപ്രദേശങ്ങളിൽ ജനങ്ങൾ അനുഭവിച്ചയാതനയും നിരവധി പ്രതിരോധപ്രവർത്തകർ ജയിലിലും ആന്തമാൻ ദ്വീപുകളിലേക്ക് നാടുകടത്തപ്പെട്ട നിലയിലുമായതും അതിനോട് കോൺഗ്രസ് നേതൃത്വത്തിന്റെ നിസ്സംഗ മനോഭാവവും ഇതിനു കാരണമായി പറയാറുണ്ട്. ഒരളവുവരെ ഈ വാദം ശരിയാണ്. കോഴിക്കോടും സമീപ പ്രദേശങ്ങളിലും കലാപബാധിത പ്രദേശങ്ങളിൽനിന്ന് ഓടിപ്പോന്നവർക്ക് ക്യാമ്പുകൾ ആരംഭിക്കുകയും, നിയമസഹായം എത്തിക്കുകയും ചെയ്യുന്നതിലാണ് കോൺഗ്രസ് പ്രവർത്തകർ കേന്ദ്രീകരിച്ചത്. കലാപത്തിന് നേതൃത്വം കൊടുത്ത കട്ടിലശ്ശേരി മുഹമ്മദ് മുസലിയാരും എം പി നാരായണമേനോനുമുടക്കമുള്ളവർ ജയിലിലായതും കലാപത്തിനു ശേഷം തുടർന്ന നിരോധനാജ്ഞയും ഇവരുടെ പ്രവർത്തനത്തെ വൻതോതിൽ ബാധിച്ചു. അവയെ മറികടക്കുന്നതിനാവശ്യമായ സംഘടനാ രീതികളും കോൺഗ്രസിനുണ്ടായിരുന്നില്ല.

ഈ സാഹചര്യങ്ങളിലാണ് ഏറെക്കുറെ സ്വതന്ത്രമായി മുഹമ്മദ് അബ്ദുറഹിമാൻ, ഇ മൊയ്തുമൗലവി തുടങ്ങിയവർ മലബാറിലെ മുസ്ലീങ്ങളുടെ ഇടയിൽ ദേശീയബോധത്തിന്റെ പ്രചരണം ആരംഭിച്ചത്. അൽ–അമീൻ പത്രമായിരുന്നു അതിന്റെ പ്രചരണോപാധി. കോഴിക്കോട് നിന്ന് അബ്ദുറഹിമാൻ ആരംഭിച്ച അൽ അമീൻ ഏതാനും കൊല്ലക്കാലം മാത്രമേ നിലനിന്നുള്ളൂ. പ്രചരണശൈലിയിൽ പത്രം വ്യത്യസ്തത പുലർത്തി. ദേശീയതയെക്കുറിച്ച് 'മാതൃഭൂമി' പോലുള്ള പത്രങ്ങൾ പ്രചരിപ്പിച്ച സവർണഹിന്ദുത്വ സ്വഭാവമുള്ള ആശയങ്ങൾ മുസ്ലീം ജനസാമാന്യത്തിന് സ്വീകാര്യമാവുകയില്ലെന്ന് അബ്ദുറഹിമാന് അറിയാമായിരുന്നു. അതുകൊണ്ട് ഇസ്ലാമിക പാരമ്പര്യത്തിൽനിന്നുതന്നെയുള്ള ഉദാഹരണങ്ങളും നബിവചനങ്ങളും ഉപയോഗിച്ചുകൊണ്ടാണ് ഇന്ത്യയുടെ സ്വാതന്ത്ര്യത്തിനുവേണ്ടിയുള്ള പോരാട്ടത്തിൽ മുസ്ലീങ്ങൾ പങ്കെടുക്കണമെന്ന് അബ്ദുറഹിമാൻ ഉൽബോധിപ്പിച്ചത്.

അൽഅമീനെ കേന്ദ്രീകരിച്ചുകൊണ്ടുള്ള അബ്ദുറഹിമാന്റെ പ്രവർത്തനത്തിന് വൻതോതിലുള്ള സ്വീകാര്യത ലഭിച്ചു. ഒന്ന്, ആദ്യഘട്ടത്തിൽ മുസ്ലീങ്ങൾക്ക് കോൺഗ്രസിനോടുള്ള അസ്പർശ്യത ക്രമേണ മാറുകയും കോൺഗ്രസ് പ്രവർത്തനം വീണ്ടും തെക്കേ മലബാറിൽ വ്യാപിക്കുകയും ചെയ്തു മൊയ്തു മൗലവി ഹസൻകോയമൊല്ല, മുഹമ്മദ് യൂസഫ്, പി കെ മൊയ്തീൻ കുട്ടി തുടങ്ങി നിരവധിപേർ കോൺ

മുഹമ്മദ് അബ്ദു റഹ്മാൻ

ഗ്രസിലെത്തി. അവരിൽ പലരും കോൺഗ്രസ് സോഷ്യലിസ്റ്റ് പാർട്ടിയിലുമെത്തി. ഇതു കൂടാതെ കൊടുങ്ങല്ലൂർ കെ എം ഇബ്രാഹിം, മണപ്പാടൻ കുഞ്ഞിമുഹമ്മദ് ഹാജി, ആലുവായിൽ ടി ഒ ബാവ, ഹൈദ്രോസ്ഹാജി, ആലപ്പുഴയിൽ പി എസ് മുഹമ്മദ്, പി കെ കുഞ്ഞ് തുടങ്ങിയ നിരവധി പേർ ദേശീയ പ്രസ്ഥാനത്തിലും വളർന്നുവരുന്ന ജനകീയ സമരങ്ങളിലും സജിവമായി പ്രവർത്തിച്ചു. ഉത്തരേന്ത്യയിൽ ഖിലാഫത്തിൽ നിന്നാരംഭിച്ചതും മൗലാനാ ആസാദ്, ഹസ്രത്ത് മൊഹാനി തുടങ്ങിയവരിലൂടെ വികസിച്ചതുമായ മുസ്ലീം ദേശീയ ധാരയുമായി ബന്ധപ്പെടാനുള്ള ശ്രമവും ഇവർ നടത്തി.

മുസ്ലീങ്ങളിൽ ദേശീയതയുടെ വൻതോതിലുള്ള വളർച്ച മുസ്ലീങ്ങളിലെ യാഥാസ്ഥിതിക പക്ഷത്തെ അമ്പരപ്പിച്ചതായി കാണാം. 1930 കളിൽ എല്ലാ മുസ്ലീംവിഭാഗങ്ങളും ഒന്നിച്ചു നിൽക്കണമെന്ന സന്ദേശം അവർ വളർത്തിക്കൊണ്ടുവന്നു. മുഹമ്മദ് അബ്ദുറഹിമാൻ അതിനോട് യോജിക്കുകയും 1933 ൽ 'മുസ്ലീംമജ്ലിസ്' എന്ന ഏകീകൃതസംഘടന ഉണ്ടാവുകയും ചെയ്തു. അബ്ദുറഹിമാനോടൊപ്പം സീതിസാഹെബ്, കെ കെ പോക്കർ, ബി പോക്കർ തുടങ്ങിയ യാഥാസ്ഥിതികപക്ഷവും ഇതിൽ യോജിച്ചു പ്രവർത്തിച്ചു. നാടുകടത്തപ്പെട്ട മമ്പുറം സയ്യിദ്ഫസൽ തങ്ങളുടെ അനന്തരാവകാശികൾക്ക് തിരിച്ചുവരാനുള്ള അവസരമുണ്ടാക്കിക്കൊടുക്കുന്നതിന് നടത്തിയ ശ്രമം ഇതിന്റെ ഭാഗമായിരുന്നു. ശ്രമം വിജയിച്ചില്ല എന്നുമാത്രമല്ല, അവകാശം സ്ഥാപിക്കാനായി കോഴിക്കോട് എത്തിയ സയ്യിദ് അലിയെ ബ്രിട്ടീഷ്സർക്കാർ ഇവിടെ പ്രവേശിക്കാൻ സമ്മതിച്ചുമില്ല. അവസാനം മാഹിയിൽ അബ്ദുറഹിമാന്റെ സുഹൃത്തിന്റെ വീട്ടിൽ സയ്യിദ്അലിക്ക് കഴിയേണ്ടിവന്നു. ക്രമേണ കോൺഗ്രസിനെ സംബന്ധിച്ചും ദേശീയ പ്രസ്ഥാനത്തെ സംബന്ധിച്ചും ഉയർന്നുവന്ന ഭിന്നത മജ്ലിസിനെ നെടുകെ പിളർത്തി. മുസ്ലിങ്ങളിൽ ഒരു വിഭാഗം കോൺഗ്രസ് സോഷ്യലിസ്റ്റ് പാർട്ടിയോടൊപ്പം വന്നു. സീതിസാഹെബ്, ഉപ്പി സാഹെബ്, കെ കെ പോക്കർ, ബി പോക്കർ തുടങ്ങിയ യാഥാസ്ഥിതിക പക്ഷം 1937 ൽ മലബാറിൽ അഖിലേന്ത്യാ മുസ്ലിംലീഗിന്റെ ഘടകം സ്ഥാപിച്ചു.

ഖിലാഫത്ത് കോൺഗ്രസ് നേതാക്കളെ അടിച്ചമർത്തുന്ന ബ്രിട്ടീഷ് പോലീസ്

മേൽ സൂചിപ്പിച്ച മാറ്റങ്ങൾ കേരളസമൂഹത്തിൽ കാതലായ സ്വാധീനം ചെലുത്തി. ജാതി ജന്മിനാടുവാഴിത്തത്തിനെതിരായ പ്രക്ഷോഭ ങ്ങളെന്ന നിലയിൽ ആരംഭിച്ച പ്രസ്ഥാനങ്ങളും സംഘടനകളും ക്രമേണ അഖിലേന്ത്യാതലത്തിൽ വളർന്നുവരുന്ന ദേശീയ രാഷ്ട്രീയവുമായി സംവദിക്കേണ്ടിവരുന്നു. ദേശീയ രാഷ്ട്രീയത്തിന്റെ തന്ത്രങ്ങൾ കേരള ത്തിലെ പൗരാവകാശപ്രസ്ഥാനങ്ങൾ ഉൾക്കൊള്ളുന്നതിന്റെ തെളിവാണ് വൈക്കം സത്യാഗ്രഹം. അതിനോടൊപ്പം ജാതി ജന്മിനാടുവാഴിത്തവിരു ദ്ധതയുടെ മുദ്രാവാക്യങ്ങളായ സഞ്ചാരസ്വാതന്ത്ര്യവും അയിത്തത്തിനും അനാചാരങ്ങൾക്കും എതിരായ പ്രവർത്തനങ്ങൾ ദേശീയവാദികളും ഉൾക്കൊള്ളുന്നു. ഇതിന്റെ ഫലമായുണ്ടായ സമവായങ്ങളാണ് മദ്യവർജനം, അയിത്തോച്ചാടനം, അന്ധവിശ്വാസങ്ങൾക്കെതിരായ പോരാട്ടം, തദ്ദേശീയ സാങ്കേതിക വിദ്യകൾ മുതലായവ. ഇത്തരത്തിൽ ആദ്യകാല പ്രതിരോധ പ്രസ്ഥാനങ്ങൾക്ക് ദിശാമാറ്റം സംഭവിക്കുകയാണ്. ഈ ദിശാമാറ്റത്തിൽ ടി കെ മാധവനെപ്പോലുള്ള ജാതിവിരുദ്ധ പ്രതിരോധപ്രവർത്തകർക്കും മലബാറിൽ നിന്നുള്ള കെ പി കേശവ മേനോൻ, കുറൂർ നീലകണ്ഠൻ നമ്പൂതിരിപ്പാട്, കെ കേളപ്പൻ തുടങ്ങിയ വർക്കും പ്രധാനപങ്കുണ്ട്.

ഇതോടെയാണ് ദേശീയത ജനകീയതലത്തിൽ വ്യാപിക്കുന്ന ആശയസംഹിതയാകുന്നത്. ഇന്ത്യയുടെ ഐക്യത്തെക്കുറിച്ചും സ്വാതന്ത്ര്യത്തെക്കുറിച്ചുമുള്ള ചർച്ചകൾ വ്യാപിക്കുന്നത്. ഇതിൽ മാതൃഭൂമിപോലുള്ള പത്രങ്ങൾക്കുണ്ടായ സ്വാധീനം നിസ്തുലമാണ്. എഴുതാനും വായിക്കാനുമറിയുന്നവരുടെ ഇടയിലേക്ക് ദേശീയ പ്രക്ഷോഭത്തിന്റെ സന്ദേശവും മുദ്രാവാക്യങ്ങളും വ്യാപിപ്പിച്ചു എന്നതാണ്

ഇതിന്റെ പ്രാധാന്യം. ആദ്യകാല പ്രതിരോധപ്രസ്ഥാനങ്ങൾ വളർത്തിക്കൊണ്ടുവന്ന ജാതി നിരാസത്തിന്റെയും ജന്മിനാടുവാഴി വിരുദ്ധമായ പുതുലോകസങ്കല്പത്തിന്റെയും ആശയങ്ങളെ ദേശീയ മുദ്രാവാക്യങ്ങൾക്ക് ഉൾക്കൊള്ളാൻ കഴിഞ്ഞില്ല. ബൂർഷ്വാജനാധിപത്യപ്രസ്ഥാനത്തിന്റെ മദ്ധ്യവർഗസ്വഭാവം ദേശീയവാദികൾ നിലനിർത്തി. ഗാന്ധിയൻ ആദർശങ്ങളിലൂടെ ജനകീയ പ്രക്ഷോഭങ്ങൾ ഉയർത്തിയ പ്രശ്നങ്ങൾക്ക് പുതിയ അർത്ഥവും മാനവും കണ്ടെത്താൻ അവർ ശ്രമിക്കുകയും ചെയ്തു.

പയ്യന്നൂർ സമ്മേളനം

ഈ മാറ്റങ്ങൾ പൂർണരൂപത്തിൽ പ്രത്യക്ഷപ്പെടുന്നത് 1928–ലെ കെ പി സി സിയുടെ പയ്യന്നൂർ സമ്മേളനത്തിലാണ്. മലബാറിലെ, പ്രത്യേകിച്ച് വടക്കെ മലബാറിലെ കോൺഗ്രസ് പ്രസ്ഥാനത്തിന്റെ വളർച്ചയിലെ ഒരു നാഴികക്കല്ലാണ് പയ്യന്നൂർ സമ്മേളനം. കേരളപ്രദേശ് കോൺഗ്രസ് കമ്മിറ്റിയുടെ നാലാം സംസ്ഥാന സമ്മേളനമാണ് പയ്യന്നൂരിൽ നടന്നത്. 1928 മെയ് 25 മുതൽ 27 വരെയുള്ള ദിവസങ്ങളിൽ നടന്ന സമ്മേളനം പിൽക്കാലത്ത് ഇവിടെ വളർന്നുവന്ന ഇടതുപക്ഷ രാഷ്ട്രീയത്തിന്റെ ഗതിവിഗതികളെ വലിയ തോതിൽ സ്വാധീനിച്ചതായി കാണാം. കെ കേളപ്പൻ, കെ മാധവൻ നായർ, കുറൂർ നീലകണ്ഠൻ നമ്പൂതിരിപ്പാട്, വിഷ്ണു ഭാരതിയൻ, ചങ്ങനാശ്ശേരി പരമേശ്വരൻ പിള്ള, മന്നത്ത് പത്മനാഭൻ, മഞ്ചേരി രാമ അയ്യർ, യു ഗോപാല മേനോൻ, മഹാകവി വള്ളത്തോൾ തുടങ്ങിയ പ്രധാന നേതാക്കളെല്ലാം ഈ സമ്മേളനത്തിൽ പങ്കെടുത്തിരുന്നു. ഒരു കാഴ്ചക്കാരനായി ഈ സമ്മേളനത്തിൽ ഇ എം എസ് പങ്കെടുത്തിരുന്നു. പയ്യന്നൂർ സമ്മേളനത്തിന്റെ പ്രധാന സവിശേഷത ജവഹർലാൽ നെഹ്റുവിന്റെ സാന്നിദ്ധ്യമായിരുന്നു. സമ്മേളനത്തിൽ അദ്ധ്യക്ഷം വഹിച്ചതും നെഹ്റു തന്നെയായിരുന്നു. കോൺഗ്രസ് സമ്മേളനത്തോടനുബന്ധിച്ച് നിരവധി സമ്മേളനങ്ങളും ഇവിടെ നടന്നു. സാഹിത്യ സമ്മേളനം, വടക്കെ മലബാർ നായർ സമ്മേളനം, സമുദായ പരിഷ്ക്കരണ സമ്മേളനം, കേരള അയ്യർ സമ്മേളനം എന്നിവയും ഇവിടെ നടന്നു. മഹാകവി കുട്ടമത്ത്, കെ ടി കുഞ്ഞിരാമൻ നമ്പ്യാർ, ഏ സി കണ്ണൻ നായർ, വിദ്വാൻ പി കേളു നായർ തുടങ്ങിയവർ സമ്മേളനസംഘാടക സമിതിയിലെ പ്രമുഖരായിരുന്നു. കർഷക സംഘത്തി

സുബ്രഹ്മണ്യ ഷേണായി

ന്റേയും കമ്മ്യൂണിസ്റ്റ് പാർട്ടിയുടെയും നേതാക്കളായി പിന്നീട് ഉയർന്നുവന്ന കെ മാധവൻ, കേരളീയൻ, സുബ്രഹ്മണ്യ ഷേണായി തുടങ്ങിയവർ വളന്റിയർമാരായി ആദ്യവസാനം പ്രവർത്തിച്ചു. ചായയ്ക്ക് പകരം ഗോതമ്പ് പൊടിച്ചിട്ട 'മാതൃഭൂമി' പാനിയമാണ് പ്രതിനിധികൾക്ക് വിതരണം ചെയ്തത്.

പയ്യന്നൂർ സമ്മേളനം മൗലികമായ ചില പ്രമേയങ്ങൾ പാസ്സാക്കുകയുണ്ടായി. സമ്മേളന പ്രതിനിധികൾ അനുകൂലിച്ചും പ്രതികൂലിച്ചും ഈ പ്രമേയ ചർച്ചകളിൽ സജീവമായി പങ്കെടുത്തു. മലയാള ഭാഷ സംസാരിക്കുന്ന ജനങ്ങൾക്കുവേണ്ടി പ്രത്യേക സംസ്ഥാനം രൂപീകരിക്കണമെന്ന പ്രമേയം സമ്മേളനം പാസ്സാക്കി. കേരളീയർക്ക് പ്രത്യേകമായി ഒരു സമസ്ത കേരളീയ കലാശാല ആവശ്യപ്പെട്ടുകൊണ്ടുള്ള പ്രമേയം മഞ്ചേരി രാമയ്യർ അവതരിപ്പിച്ചു. വിദ്വാൻ പി കേളുനായരും മന്നത്ത് പത്മനാഭനും അതിനെ പിന്താങ്ങുകയും ചെയ്തു. ഈ പ്രമേയവും സമ്മേളനം പാസ്സാക്കി. അയിത്തോച്ചാടന പ്രമേയം സഞ്ചാര സ്വാതന്ത്ര്യപ്രമേയം, കുടിയാന്മാർക്ക് ഭൂമിയിൽ സ്ഥിരാവകാശം നൽകണമെന്ന പ്രമേയം എന്നിവയും സമ്മേളനത്തിൽ പാസ്സാക്കുകയുണ്ടായി. പ്രമേയങ്ങളെല്ലാം ഏകകണ്ഠമായല്ല പാസ്സായത്. പ്രമേയങ്ങളുടെ ഉള്ളടക്കത്തോട് ശക്തമായി വിയോജിച്ചുകൊണ്ടുള്ള നിലപാടുകൾ എടുത്തവർ ധാരാളമായിരുന്നു.

ഈ പ്രമേയങ്ങളുടെ ഉള്ളടക്കം പരിശോധിക്കുമ്പോൾ ഒരു കാര്യം വ്യക്തമാകുന്നു. കേരളമെന്ന സങ്കല്പം ശക്തി പ്രാപിക്കുന്നതിന്റെ അടയാളമാണത്. കേരള സംസ്ഥാനം, കേരള കലാശാല (സർവ്വകലാശാല) എന്നിവ വേണമെന്നത് ഈ ദിശയിലേക്കുള്ള മലയാളിയുടെ പ്രയാണത്തിലേക്ക് വിരൽ ചൂണ്ടുന്നു. മാത്രമല്ല, കർഷകരുടെ ആവശ്യം സമ്മേളനം ചർച്ച ചെയ്യാൻ തയ്യാറാക്കുന്നതും ഒരു സൂചനയാണ്. ദരിദ്രരായ കർഷകന്റെ പക്ഷം പിടിക്കാൻ കോൺഗ്രസിൽ ഒരു വിഭാഗം ഉയർന്നുവന്നുവെന്നതിന്റെ തെളിവ് കൂടിയാണിത്. പുതിയ കേരളത്തെക്കുറിച്ചുള്ള മനോഹരമായ സങ്കല്പങ്ങളാണ്-ജാതിവിരുദ്ധമായ കേരളമെന്ന ആശയം- അയിത്തോച്ചാടന പ്രമേയവും സഞ്ചാരസ്വാതന്ത്ര്യപ്രമേയവും മുന്നോട്ട് വെക്കുന്നത്. പക്ഷെ ഈ പ്രമേയങ്ങളുടെ അന്തസ്സത്തയോട് നീതി കാണിക്കുന്ന സമീപനം കോൺഗ്രസ് നേതൃത്വം കൈവെടിഞ്ഞപ്പോഴാണ് പുതിയ രാഷ്ട്രീയ ആശയങ്ങളും സംഘടനകളും കോൺഗ്രസിനകത്ത് പ്രത്യക്ഷപ്പെടാൻ തുടങ്ങിയത്.

പയ്യന്നൂർ സമ്മേളനത്തിന്റെ ഏറ്റവും പ്രധാനപ്പെട്ട പ്രത്യേകത സമ്മേളനം പാസ്സാക്കിയ പൂർണ്ണ സ്വരാജ് പ്രമേയം തന്നെയാണ്. കെ മാധവനാരാണ് പൂർണ്ണ സ്വാതന്ത്ര്യ പ്രമേയം അവതരിപ്പിച്ചത്. "ഇന്ത്യക്ക് ബ്രിട്ടീഷ് ഭരണത്തിൽ നിന്നും പരിപൂർണ്ണ സ്വാതന്ത്ര്യം ലഭിക്കുക തന്നെ

വേണം. അതിലേക്ക് ഗാന്ധിജിയുടെ നിസ്സഹകരണ പ്രസ്ഥാനത്തിൽ കൂടി ഫലപ്രാപ്തിവരെ സമരം ചെയ്യുന്നതാണെന്ന് ശപഥം ചെയ്തു. അതോടൊപ്പം ഈ പ്രഖ്യാപനത്തിന് അംഗീകാരം നൽകുവാൻ അഖിലേന്ത്യാ കോൺഗ്രസ് കമ്മിറ്റിയോട് അഭ്യർത്ഥിക്കുകയും ചെയ്യുന്നു." പ്രമേയം അവതരിപ്പിച്ചുകൊണ്ട് മാധവനാർ ആവശ്യപ്പെട്ടു. എം ഗോവിന്ദ കുറുപ്പാണ് പ്രമേയത്തെ പിന്താങ്ങിയത്. കെ കേളപ്പൻ, വിദ്വാൻ പി കേളുനായർ തുടങ്ങിയവർ പ്രമേയത്തെ അനുകൂലിച്ച് സംസാരിച്ചു. മഞ്ചേരി രാമയ്യർ പ്രമേയത്തെ നിശിതമായി വിമർശിച്ചു. സ്വാതന്ത്ര്യം ഇന്ത്യക്ക് ആവശ്യമാണെങ്കിലും നാം അതിനു തക്ക രാഷ്ട്രീയ വളർച്ച കൈവരിച്ചിട്ടില്ലെന്നും അദ്ദേഹം വാദിച്ചു. യു ഗോപാല മേനോൻ ഉൾപ്പടെ ചിലർ രാമയ്യരെ പിൻതുണക്കുകയുണ്ടായി. അഖിലേന്ത്യാ തലത്തിൽ തന്നെ കോൺഗ്രസിനകത്ത് പൂർണ്ണ സ്വാതന്ത്ര്യ വാദികളും അതിനെ എതിർക്കുന്നവരും തമ്മിൽ ആശയ സമരം നടക്കുന്ന സന്ദർഭമായിരുന്നു അത്. ഈ ആശയ സമരം കൃത്യമായി മനസ്സിൽ വെച്ചുകൊണ്ടാണ് കേളപ്പൻ പ്രമേയത്തെ അനുകൂലിച്ച് സംസാരിച്ചത്. "ആളുകളുടെ എണ്ണം നോക്കി കോൺഗ്രസ്സിന്റെ ശക്തി നിർണ്ണയിക്കാനാവില്ല. ദൃഢവിശ്വാസവും ആത്മത്യാഗസന്നദ്ധതയുമുള്ള ആളുകളാണ് കോൺഗ്രസിന്റെ ശക്തി". പ്രമേയം വോട്ടിനിട്ടപ്പോൾ കേവലം 11 പേർ മാത്രമാണ് എതിർത്ത് വോട്ട് ചെയ്തത്. 64 പേർ അനുകൂലമായി വോട്ട് രേഖപ്പെടുത്തി. ജവഹർലാലിന്റെ ഉപസംഹാര പ്രസംഗം സ്വാതന്ത്ര ഇന്ത്യയെ സ്വപ്നം കാണുന്ന ഒന്നായിരുന്നു. ജനാധിപത്യത്തെക്കുറിച്ചും മുതലാളിത്ത ചൂഷണത്തെ സംബന്ധിച്ചുമുള്ള നെഹ്റുവിന്റെ വാക്കുകൾ തികഞ്ഞ ഒരു ഇടതുപക്ഷ രാഷ്ട്രീയ നേതാവിന്റേതായിരുന്നു. നമ്മുടെ ജനാധിപത്യത്തിൽ സ്ത്രീ പുരുഷന്മാർക്ക് തുല്യത കൈവരുത്തണം. ശാസ്ത്രാഭിമുഖ്യം കൈവരിക്കേണ്ടത് ഇന്ത്യക്കാരന്റെ കടമയാണ്. യുക്തിക്കും ബുദ്ധിക്കും നിരക്കാത്ത വിശ്വാസങ്ങളെ ഉപേക്ഷിച്ച് ചിന്തകളിൽ നാം വിപ്ലവകാരികളായിത്തീർന്നേ പറ്റൂ....സമസ്ത സൗകര്യങ്ങളും സകലർക്കും ലഭിക്കുന്ന ഒരു സാമൂഹിക വ്യവസ്ഥ കെട്ടുപ്പടുക്കുകയെന്നതാണ് ഇന്ത്യൻ സ്വാതന്ത്ര്യത്തിന്റെ ലക്ഷ്യം". പയ്യനൂർ സമ്മേളനത്തിൽ നിന്ന് ലഭിച്ച ഊർജ്ജവും ആവേശവുമാണ് അടുത്തവർഷം ഡിസംബറിൽ ലാഹോറിൽ നെഹ്രുവിന്റെ തന്നെ അദ്ധ്യക്ഷതയിൽ ചേർന്ന കോൺഗ്രസിന്റെ അഖിലേന്ത്യാസമ്മേളനം പൂർണ്ണ സ്വാതന്ത്ര്യ പ്രമേയം പാസ്സാക്കിയത്. സ്വാതന്ത്ര്യത്തെ സംബന്ധിച്ച് കോൺഗ്രസിനകത്ത് അഭിപ്രായ വ്യത്യാസമുണ്ടെന്ന വസ്തുതയും പയ്യനൂർ സമ്മേളനം ഒന്നുകൂടി ഉറപ്പിച്ചു.

പയ്യന്നൂർ സമ്മേളനം കോൺഗ്രസ്സിന്റെ പ്രവർത്തനങ്ങൾക്ക് പുതിയ ദിശാബോധം നൽകി. ദേശീയ ബോധം വളർത്തിയെടുക്കുന്നനും സ്വാതന്ത്ര്യസമരത്തിന് ആവേശം നൽകുന്നതുമായിരിക്കണം സാഹിത്യമെന്ന് സമ്മേളനത്തിൽ പങ്കെടുത്ത സാഹിത്യനായകരുൾപ്പെടെയുള്ളവർ അഭി

പ്രായപ്പെട്ടു. സമ്മേളനത്തിൽ പങ്കെടുത്ത സുബ്രഹ്മണ്യൻ തിരുമുമ്പെന്ന ചെറുപ്പക്കാരൻ തന്റെ കവിതകളിലുടനീളം ഈ ആശയത്തിന് പ്രാധാന്യം നൽകി. "കഴിഞ്ഞ ധർമ്മ യുദ്ധത്തിന്റെ ഒരു നിരീക്ഷണ"മെന്ന കവിതയിലെ വരികൾ. "തിണ്ടാടി വന്ന പരദേശികളെ, ഭവാന്മാർക്കുണ്ടാകുമോ കരുണ ഞങ്ങളിലെന്ത് കൊണ്ടും, കൊണ്ടാടി നാടിത് ഭരിച്ചതു കണ്ടു. വേണ്ട, വേണ്ട മടങ്ങുക നീ വന്ന പടിക്കുതന്നെ. ഇത് അധികൃതരെ പ്രകോപ്പിക്കുക മാത്രമല്ല രാജ്യദ്രോഹകുറ്റം ചുമത്തി അദ്ദേഹത്തെ അറസ്റ്റ് ചെയ്യുകയും 9 മാസത്തെ കഠിന തടവിന് ശിക്ഷിക്കുകയും ചെയ്തു. മഹാകവി കുട്ടമത്ത്, പി കുഞ്ഞിരാമൻ നായർ, വിദ്വാൻ പി കേളു നായർ ഉൾപ്പെടെയുള്ളവർ തങ്ങളുടെ സർഗ്ഗാത്മകത നാടിന്റെ സ്വാതന്ത്ര്യത്തിനുവേണ്ടി പ്രയോജനപ്പെടുന്ന കാഴ്ചയാണ് നാം കാണുന്നത്.

അതുപോലെ കുടിയാന്മാരുടെ അവകാശ സംരക്ഷണ പ്രമേയവും കോൺഗ്രസിനകത്തെ വൈരുദ്ധ്യം വെളിച്ചത്ത് കൊണ്ടുവന്നു. പൂർണ്ണ സ്വാതന്ത്ര്യ പ്രമേയത്തോടൊപ്പം പയ്യനൂർ സമ്മേളനത്തെ ചരിത്ര പ്രസിദ്ധമാക്കിയ മറ്റൊരു ഘടകമാണ് ഈ പ്രമേയം. ജന്മിപക്ഷം ഇതിനെ നിശിതമായി എതിർത്തു. പ്രമേയവതാരകനായ എം എം കുഞ്ഞിരാമ മേനോൻ വിമർശനങ്ങൾക്ക് ഉചിതമായ മറുപടി നൽകി. ജന്മിപക്ഷത്തെ 11 പേർ ഈ പ്രമേയത്തെയും എതിർത്തുവെങ്കിലും അത് മഹാഭൂരിപക്ഷത്തോടെ പസ്സാക്കുകയാണ് ചെയ്തത്.

ജനകീയ പ്രശ്നങ്ങളെയും ആശയങ്ങളെയും ഉൾക്കൊള്ളുന്ന വിധത്തിൽ ദഗേശീയ പ്രസ്ഥാനം വളരുന്നുവെന്ന സൂചനയാണ് പയ്യന്നൂർ സമ്മേളനം നൽകിയത്. സമ്പൂർണ്ണ സ്വാതന്ത്ര്യം നമ്മുടെ ലക്ഷ്യമാണെന്ന് ശങ്കയില്ലാത്തവിധം സമ്മേളനം പ്രഖ്യാപിച്ചു. വളർന്നുവരുന്ന പ്രതിരോധപ്രസ്ഥാനങ്ങളുടെ അലയൊലികളും സമ്മേളനത്തിൽ ദൃശ്യമായി.

പി കൃഷ്ണപിള്ള

ദേശീയ പ്രസ്ഥാനത്തിന്റെ സ്വാധീനം അതിവേഗം പുതിയ തലമുറയിലേക്ക് വ്യാപിച്ചതായി അക്കാലത്തുനിന്നുള്ള ആത്മകഥകളും ഓർമ്മക്കുറിപ്പുകളും സൂചിപ്പിക്കുന്നു. 1928ൽ തന്നെയുണ്ടായ സൈമൺകമ്മീഷന്റെ ബഹിഷ്ക്കരണം കേരളത്തിലും സ്വാധീനം ചെലുത്തി. അന്നുയർത്തപ്പെട്ട ശീമക്കാരായവരെ, മായക്കാരായവരെ, സൈമൺ കമ്മീഷൻ

കാരെ പോ.. പോ.. പോ.. എന്ന മുദ്രാവാക്യം പലരും ഓർക്കുന്നുണ്ട്. 1929 ൽ ലാഹോർ കോൺഗ്രസിൽ അവതരിപ്പിക്കപ്പെട്ട പൂർണ സ്വാതന്ത്ര്യ പ്രമേയവും കേരളീയ ജനത ആവേശപൂർവം സ്വാഗതം ചെയ്തു.

നിയമലംഘന പ്രസ്ഥാനവും ഉപ്പുസത്യാഗ്രഹവും

1929 ലെ ലാഹോർ സമ്മേളന തീരുമാനപ്രകാരം 1930 ജനുവരി 26 ന് രാജ്യവ്യാപകമായി കോൺഗ്രസ് പൂർണ്ണ സ്വാതന്ത്ര്യദിനമായി ആചരിച്ചു. വലിയ ജനകീയ മുന്നേറ്റത്തിന് സാക്ഷ്യം വഹിച്ച സംഭവമായിരുന്നു ദിനാചരണം. ജനങ്ങളുടെ ആവേശകരമായ പങ്കാളിത്തത്തിൽ നിന്ന് ഊർജ്ജം ഉൾക്കൊണ്ട് 1930 ഫെബ്രുവരി 14 ന് സബർമതിയിൽ ചേർന്ന എ ഐ സി സി യോഗം സിവിൽ നിയമലംഘന സമരത്തിന്റെ ആധാരശിലയായി 11 ഇന ആവശ്യങ്ങൾ ഗാന്ധിജി മുന്നോട്ട് വെച്ചു. ഇതിൽ ഉപ്പുനികുതി റദ്ദാക്കുകയെന്നത് ഒരാവശ്യം മാത്രമായിരുന്നു. സാധാരണ ഇന്ത്യക്കാരുടെ ആവശ്യങ്ങളോടൊപ്പം വളർന്നു വരുന്ന ഇന്ത്യൻ മൂലധനത്തിന്റെ താല്പര്യസംരക്ഷണം അതിന്റെ മുഖ്യഘടകമായിരുന്നു. നിയമലംഘനത്തിന്റെ കേന്ദ്രബിന്ദുവായി ഉപ്പ് നിയമം റദ്ദാക്കുകയെന്ന ആവശ്യം തെരഞ്ഞെടുത്തു. ഉപ്പ് സത്യാഗ്രഹത്തിന്റെ സാദ്ധ്യതയെ സംബന്ധിച്ച സംശയം കോൺഗ്രസ് നേതൃത്വത്തിലുള്ളവർക്ക് പോലുമുണ്ടായിരുന്നു.

ദണ്ഡി മാർച്ചിന്റെ അനുരണനം ദേശവ്യാപകമായി അലയടിച്ചു. കേരളത്തിൽ ഉപ്പു സത്യാഗ്രഹം നടത്തുന്നതിനെ കുറിച്ച് മൊയാരത്ത് ശങ്കരൻ, കെ കേളപ്പൻ, സി എച്ച് ഗോവിന്ദൻ നമ്പ്യാർ എന്നിവർ ചർച്ച ചെയ്ത് കെ പി സി സി യോഗം വിളിച്ചു ചേർത്തു. പക്ഷെ യോഗത്തിൽ കുറൂർ നീലകണ്ഠൻ നമ്പൂതിരിപ്പാട്, മാധവൻ നായർ എന്നിവരുൾപ്പടെയുള്ളവർ 1921 ലെ മലബാർ കലാപം സൃഷ്ടിച്ച മുറിപ്പാട് ഉണങ്ങിയിട്ടില്ലെന്നും ഇപ്പോഴും ആയിരക്കണക്കിന് മാപ്പിളമാർ ജയിലിൽ കിടക്കുകയാണെന്നും ചൂണ്ടിക്കാട്ടി. രാജഗോപാലാചാരി നേതൃത്വം നൽകുന്ന വേദാരണ്യം ജാഥയിൽ പങ്കെടുക്കുന്നതാണ് നല്ലതെന്നും കേരളം പോലുള്ള ഒരു ചെറിയ സംസ്ഥാനത്ത് പ്രത്യേകം സമരം നടത്തേണ്ടതില്ലെന്ന വാദവും കെ പി സി സി യോഗത്തിൽ ഉയർന്നു വന്നു. പക്ഷെ മൊയാരത്ത് ശങ്കരൻ അവതരിപ്പിച്ച സത്യാഗ്രഹ പ്രമേയം ഭൂരിപക്ഷത്തോടെ പാസ്സായി. സമരഭൂമി പയ്യന്നൂരായിരിക്കുമെന്നും തീരുമാനിച്ചു.

ഉപ്പു സത്യാഗ്രഹ സമരത്തിന്റെ പ്രാധാന്യം വിശദീകരിക്കാൻ വിപുലമായ പ്രചരണപരിപാടികൾ നടത്തി. മൊയാരത്തും കേളപ്പനുമുൾപ്പടെയുള്ള നേതാക്കൾ മലബാറിലുടനീളം സഞ്ചരിച്ചു. സത്യാഗ്രഹികളെ ക്ഷണിച്ചു കൊണ്ട് കെ പി സി സി പത്രപ്പരസ്യം നൽകി. പത്രപരസ്യം നാട്ടിൽ വലിയ ചലനമുണ്ടാക്കി. നാടിന്റെ വിവിധ ഭാഗങ്ങളിൽ നിന്ന്

സമരത്തിൽ അണിചേരാനുള്ള താല്പര്യത്തോടെ പ്രവർത്തകർ സത്യാഗ്രഹികളുടെ കേമ്പ് നടക്കുന്ന കോഴിക്കോട് ചാലപ്പുറം വെർക്കോട്ട് വീട്ടിലെത്തി. രാജ്യവ്യാപകമായി അലയടിച്ചുയർന്ന സമരാവേശത്തിന്റെ അനുരണനം കേരളത്തിലുമുണ്ടായി. മലബാറിൽ നിന്ന് മാത്രമല്ല, തിരുവിതാംകൂറിൽ നിന്ന് പി കൃഷ്ണപിള്ളയുൾപ്പടെയുള്ളവർ കോഴിക്കോട്ടെത്തി. വളന്റിയർമാരെ തെരഞ്ഞെടുക്കുന്നത് വലിയ പ്രശ്നമായി മാറി. പങ്കെടുക്കേണ്ടതിന്റെ എത്രയോ ഇരട്ടി ആളുകളാണ് വെർക്കോട്ട് വീട്ടിലെത്തിയിരുന്നത്. 15 വയസ്സ് മാത്രം പ്രായമുണ്ടായിരുന്ന കാഞ്ഞങ്ങാട് നിന്നുള്ള കെ മാധവൻ സത്യാഗ്രഹ ജാഥയിൽ പങ്കെടുത്ത് എന്ത് ത്യാഗം സഹിക്കാനും തയ്യാറാണെന്ന് പ്രഖ്യാപിച്ചു. ജാലിയൻ വാലാബാഗ് കൂട്ടക്കൊലയുടെ ഓർമ്മയിൽ നിന്നുകൊണ്ട് 1930 ഏപ്രിൽ 13ന് കോഴിക്കോട് നിന്ന് സത്യാഗ്രഹജാഥ പുറപ്പെട്ടു. കേളപ്പന്റെ നേതൃത്വം, കെ ടി കുഞ്ഞിരാമൻ നമ്പ്യാർ ജനറൽ ക്യാപ്റ്റൻ, പി കേശവൻ നായർ, എം എൻ പിഷാരടി, പി കൃഷ്ണപിള്ള എന്നിവർ ക്യാപ്റ്റൻമാർ. കൃത്യമായ സംഘാടനത്തോടെ പുറപ്പെട്ടതാണ് ഉപ്പുസത്യാഗ്രഹ ജാഥ.

കോഴിക്കോട് നിന്ന് പയ്യനൂർ ഒളവറയിലേക്ക് 32 അംഗ വളന്റിയർ സംഘത്തെ നയിച്ചുകൊണ്ട് കെ കേളപ്പന്റെ നേതൃത്വത്തിലുള്ള ഉപ്പുസത്യാഗ്രഹ ജാഥ ദേശീയ പ്രസ്ഥാനത്തെ മലയാളികളിലേക്ക് അടുപ്പിക്കുന്നതിൽ നിർണ്ണായക പങ്ക് വഹിച്ചു. വഴി നീളെ ലഭിച്ച സ്വീകരണം ഇത് വ്യക്തമാക്കുന്നു. സമരഗാനങ്ങളും കവിതകളും പാടി മുദ്രാവാക്യം വിളിച്ച ആത്മവിശ്വാസത്തോടെ ജാഥ നടന്നു നീങ്ങി. ജാഥയിലുണ്ടായ അനുഭവങ്ങൾ ജാഥാ പൈലറ്റായ മൊയാരത്ത് ശങ്കരൻ തന്റെ ആത്മകഥയിൽ പങ്ക്വെയ്ക്കുന്നുണ്ട്. ബാലുശ്ശേരിയിലേയും വട്ടോളിയിലേയും സ്വീകരണത്തിൽ ആയിരങ്ങൾ പങ്കെടുത്തു. ചൊക്ലിയിൽ നായർ തിയ്യ മുസ്ലീം യുവാക്കൾ യോജിച്ചുകൊണ്ട് ജാഥാ സ്വീകരണം വിജയിപ്പിച്ചു. സത്യാഗ്രഹ ഫണ്ടിലേക്ക് പണം കൂടുതൽ പിരിച്ചതും നൽകിയതും മുസ്ലീങ്ങളായിരുന്നു. സ്ഥലത്തെ മുസ്ലീം ജന്മിയുടെ കാര്യസ്ഥനായ മുഹമ്മദ് ഹാജി ജാഥാംഗങ്ങളെയും മറ്റും മുല്ലമാല അണിയിച്ചു. പക്ഷെ തലശ്ശേരിയിൽ നടന്ന സ്വീകരണത്തിൽ കേളപ്പൻ പ്രസംഗിച്ചുകൊണ്ടിരുന്നപ്പോൾ ചിലർ കൂകുകയും പ്രസംഗം തടസ്സപ്പെടുത്താൻ ശ്രമിക്കുകയും ചെയ്തു. കോൺഗ്രസ്സിന് ഭരണം കിട്ടിയാൽ അയിത്ത ജാതിക്കാരുടെ അവശതകൾ പരിഹരിക്കപ്പെടുകയില്ലെന്നായിരുന്നു എതിർപ്പ് പ്രകടിപ്പിച്ചവരുടെ വാദം. മാവിലായിലും കണ്ണൂരും ധാരാളം ജനങ്ങൾ സ്വീകരണയോഗങ്ങളിൽ പങ്കെടുക്കുകയുണ്ടായി. സുബ്രഹ്മണ്യ ഭാരതിയുടെ 'വാഴ്ക വാഴ്ക ഭാരത സമുദായം വാഴ്ക വാഴ്കവെ വീഴ്ക വീഴ്ക ബ്രിട്ടീഷ് ഭരണം....' എന്ന കവിതയും അംശി നാരായണ പിള്ളയുടെ 'വരിക വരിക സഹജരെ സഹന സമരസമയമായ് കരളുറച്ച് കൈകൾ കോർത്ത് കാൽനടയ്ക്ക് പോകനാം.' എന്ന പാട്ടും വളരെ പ്രശസ്തമായി. ഉപ്പു സത്യാ

ഗ്രഹജാഥയിൽ വികാരനിർഭരമായ രംഗങ്ങളുമുണ്ടായിരുന്നു. ജാഥ തലശ്ശേരിയിലെത്തിയപ്പോൾ വളന്റിയർമാരുടെ മുഷിഞ്ഞ വസ്ത്രങ്ങളെല്ലാം മൊയാരവും കുടുംബാംഗങ്ങളും കൂടി രാത്രി അലക്കികൊടുത്തകാര്യം ജാഥാംഗമായ കെ മാധവൻ തന്റെ ആത്മകഥയിൽ പറയുന്നുണ്ട്. "സ്വാതന്ത്ര്യസേനാനികളുടെ വിഴുപ്പ് അലക്കാൻ കഴിഞ്ഞത് തന്നെ ഞാനും കുടുംബവും ഒരു ഭാഗ്യമായി കരുതുന്നു". ഇതായിരുന്നു അതിനോടുള്ള മൊയാരത്തിന്റെ പ്രതികരണം. ഏപ്രിൽ 23 ന് വളന്റിയർ മാരോടും നാടിന്റെ വിവിധ ഭാഗങ്ങളിൽ നിന്നെത്തിച്ചേർന്ന ജനങ്ങളുമായി ഒളവറ ഉപ്പു പടന്നയിലേക്ക് ജാഥ മാർച്ച് ചെയ്തു. മുദ്രാവാക്യം വിളിച്ചുകൊണ്ടും, ദേശീയഗാനം ആലപിച്ച് കൊണ്ടും വളന്റിയർ ഉപ്പ് മണ്ണ് ചിരട്ട കൊണ്ട് ചുരണ്ടിയെടുത്ത് ക്യാമ്പിൽ കൊണ്ടു വന്ന് വെള്ളത്തിൽ കലക്കി അടിയിൽ ഊറിയ മണ്ണ് കളഞ്ഞ് ഉപ്പു വെള്ളം കുറുക്കി വറ്റിച്ച് ഉണ്ടാക്കിയ ഉപ്പ് ചെറു പൊതികളാക്കി ജനങ്ങൾക്ക് വിതരണം ചെയ്തു. കൊളോണിയൽ ഭരണകൂടത്തിന്റെ നിയമം സാധാരണ ജനങ്ങൾ ലംഘിച്ചു. അതൊരു സമരവേലിയേറ്റമായി നാട്ടിൽ പടർന്നു പിടിച്ചു. പയ്യന്നൂരിൽ നിന്ന് കൃഷ്ണപിള്ളയുടെ നേതൃത്വത്തിൽ ഒരു ജാഥ കാഞ്ഞങ്ങാട്ടേയ്ക്ക് പോയി. തെക്കൻ കർണ്ണാടക ജില്ലയുടെ അതിർത്തിയിൽ, ചന്തേരവെച്ച്, ഉപ്പു കുറുക്കിയെടുത്ത് ജനങ്ങൾക്ക് വിതരണം ചെയ്തതിന് കേളപ്പൻ, കൃഷ്ണപിള്ള, ടി എസ് തിരുമുമ്പ്, സി എം കുഞ്ഞിരാമൻ നായർ എന്നിവരെ പോലീസ് അറസ്റ്റ് ചെയ്തു. കാഞ്ഞങ്ങാടും കാസർകോടും തുടർച്ചയായി നിയമലംഘനം നടന്നു.

പയ്യന്നൂരിൽ തുടർന്നുള്ള ദിവസങ്ങളിലും നിയമലംഘനവും കള്ളുഷാപ്പ് പിക്കറ്റിംഗും വിദേശവസ്ത്രദഹനവും നടന്നു. ആദ്യം അനങ്ങാതിരുന്ന പോലീസ് പിന്നീട് നിയമലംഘനത്തിനെതിരെ നടപടി തുടങ്ങി. ഒളവറയിലെ ഉപ്പുപടന്ന പോലീസ് ഉത്തരവ് പ്രകാരം ഉഴുത് മറിച്ചിട്ടു. സമരകേന്ദ്രം പിന്നീട് കുഞ്ഞിമംഗലത്തേയ്ക്ക് മാറ്റി. അവിടെ ഉപ്പു കുറുക്കാനെത്തിയവരെ പോലീസ് മർദ്ദിച്ചു. സമര വാർത്തകൾ കേരളത്തിലുടനീളം പുതിയ രാഷ്ട്രീയ ചലനങ്ങളുണ്ടാക്കി. നാടിന്റെ നാനാഭാഗത്ത് നിന്നും വളന്റിയർമാർ പയ്യന്നൂരെത്തി. ടി ആർ കൃഷ്ണസ്വാമി അയ്യർ, ആർ വി ശർമ്മ എന്നിവരുടെ നേതൃത്വത്തിൽ ഒരു ജാഥ പാലക്കാട് ശബരി ആശ്രമത്തിൽ നിന്ന് പുറപ്പെട്ട് ഷൊറണ്ണൂരിലേക്ക് കാൽ നടയായും അവിടെ നിന്ന് തീവണ്ടിയിലുമായി പയ്യന്നൂരെത്തി. മറ്റൊരു ജാഥ തിരുവനന്തപുരത്ത് നിന്ന് പൊന്നറ ശ്രീധരന്റെ നേതൃത്വത്തിൽ എൻ സി ശേഖർ, എൻ പി കുരിക്കൾ ഉൾപ്പെടെയുള്ളവരുടെ ഒരു ജാഥ കാൽ നടയായി മട്ടാഞ്ചേരി വരെയും അവിടെനിന്ന് ബോട്ടിൽ എറണാകുളം വരെയും അവിടെ നിന്ന് തീവണ്ടിയിലുമായി പയ്യന്നൂരെത്തി. മുഹമ്മദ് അബ്ദുൽ റഹിമാന്റെ നേതൃത്വത്തിലുള്ള മറ്റൊരു ജാഥയും ഇവിടെയെത്തി. ഈ ജാഥകളെല്ലാം ഉപ്പു സത്യാഗ്രഹത്തെ ഒരു ജനകീയ സമര

മാക്കി മാറ്റി. ജാഥാ വളന്റിയർമാരോടൊപ്പം നൂറുകണക്കിന് സാധാരണക്കാരും ഉപ്പു നിയമം ലംഘിക്കുകയും ഉപ്പിനുമേൽ തങ്ങൾക്കുള്ള അധികാരവും അവകാശവും സ്ഥാപിക്കുകയും. ജാഥകൾ കടന്നുവന്ന സ്ഥലങ്ങളിലെല്ലാം ഉപ്പു സത്യാഗ്രഹവും സാമ്രാജ്യത്വവിരുദ്ധ സമരവും വ്യാപകമായി ചർച്ചചെയ്യപ്പെട്ടു.

അടുത്ത ഘട്ടത്തിൽ സമരത്തിന്റെ കേന്ദ്രം കോഴിക്കോട് ആയിരിക്കണമെന്ന തീരുമാനത്തിന്റെ അടിസ്ഥാനത്തിൽ 54 അംഗ വളന്റിയർമാരുമായി ഒരു ജാഥ പയ്യന്നൂരിൽ നിന്ന് കോഴിക്കോട്ടേയ്ക്ക് തിരിച്ചു. മെയ് 5 ന് ഗാന്ധിജിയെ അറസ്റ്റ് ചെയ്ത് തടങ്കലിൽ വെച്ചതിലുള്ള പ്രതിഷേധമാണ് സമരം വ്യാപിപ്പിക്കുവാൻ കോൺഗ്രസ് നേതൃത്വത്തെ പ്രേരിപ്പിച്ചത്. കേളപ്പനും അബ്ദുൾ റഹിമാനും മൊയാരത്ത് ശങ്കരനും ഉൾപ്പടെയുള്ളവർ മെയ് 12 ന് കോഴിക്കോട് കടപ്പുറത്തുവെച്ച് നടന്ന ഉപ്പു നിയമ ലംഘനത്തിന് നേതൃത്വം നൽകി. കേരളീയനും അച്ചുതകുറുപ്പും കടൽ വെള്ളം കോരി ഉപ്പുണ്ടാക്കാൻ ആരംഭിച്ചു. മറ്റു വളന്റിയർമാരെല്ലാം പരസ്പരം കൈക്കോർത്ത് അവർക്ക് സംരക്ഷകരായി. കേളപ്പനെയും മറ്റും അറസ്റ്റ് ചെയ്തതിനുശേഷം ഭീകരമായ പോലീസ് ലാത്തിചാർജ്ജ് നടന്നു. സമര വളന്റിയർമാരുടെ കയ്യിലുണ്ടായിരുന്ന പാത്രങ്ങൾ തല്ലിപൊട്ടിച്ചു. പോലീസിന്റെ കയ്യിൽപ്പെട്ട ദേശീയ പതാകയെ ലാത്തിചാർജ്ജിനെ അവഗണിച്ച് ഏകനായി പോലിസിന്റെ കയ്യിൽ നിന്ന് തട്ടിപ്പറിച്ച കൃഷ്ണപിള്ളയെ അവർ വളഞ്ഞിട്ട് തല്ലി. ദേഹമാസകലം അടിയേറ്റ് ചോരയൊഴുകുമ്പോഴും ദേശീയ പതാകയെ നെഞ്ചോട് ചേർത്ത് "ഭാരത് മാതാകി ജയ്, ഗാന്ധിജി കി ജയ്" എന്ന് ആവേശത്തോടെ മുദ്രാവാക്യം വിളിച്ച കൃഷ്ണപിള്ളയെ ബോധം കെടുന്നതുവരെ തല്ലിയിട്ടും കൊടിയിലെ പിടി വിടാതിരുന്ന കൃഷ്ണപിള്ളയെയും ആർ വി ശർമ്മയേയും അറസ്റ്റ് ചെയ്ത് വലിച്ചിഴച്ചു കൊണ്ടുപോയ രംഗമാണ് ഉപ്പു സത്യാഗ്രഹത്തിലെ ഏറ്റവും ആവേശകരമായ മുഹൂർത്തം. കണ്ണൂരും തലശ്ശേരിയിലും യഥാക്രമം മെയ് 26 നും ജൂൺ ഒന്നിനും ഉപ്പ് നിയമം ലംഘിച്ചു.

ഉപ്പ് നിയമ ലംഘനത്തോടൊപ്പം വിദേശവസ്ത്രം കത്തിക്കലും കള്ളുഷാപ്പ് പിക്കറ്റിങ്ങും നിയമലംഘന പ്രസ്ഥാനത്തിന്റെ ഭാഗമായി നടന്നു. പട്ടണ പ്രദേശങ്ങളിലും ഗ്രാമങ്ങളിലും കള്ളുഷാപ്പ് പിക്കറ്റിംഗ് നടന്നു. സമരത്തിന്റെ സ്വാധീനമാണ് കള്ള്ഷാപ്പ് ലേലത്തിന്റെ എണ്ണം കുറച്ചത്. ഏകദേശം 40 ഷാപ്പുകൾ പൂട്ടുകയും ഗവർമെന്റ് വരുമാനം മുൻ വർഷത്തെ 706419/12 രൂപയിൽ നിന്ന് 390783/- രൂപയായി കുറയുകയും ചെയ്തു. തെരഞ്ഞെടുക്കപ്പെട്ട വളന്റിയർമാരോടൊപ്പം നിയമലംഘനസമരത്തിൽ അണിചേർന്ന സാധാരണ ജനങ്ങളാണ് സമരത്തിന് ജനകീയ മുഖം നൽകിയത്. ഉപ്പു സത്യാഗ്രഹം ദേശീയ പ്രസ്ഥാനത്തെ മദ്ധ്യവർഗ ദേശീയവാദികളുടെ 'ഞായറാഴ്ച കോൺഗ്രസ്സ്' എന്ന അവസ്ഥയിൽ നിന്ന് ബഹുജനപ്രസ്ഥാനമാക്കി.

സമരത്തിന്റെ മറ്റൊരു സവിശേഷത വിദ്യാർത്ഥികളുടെയും സ്ത്രീകളുടെയും സാന്നിദ്ധ്യമാണ്. കാസർകോട് മല്ലികാർജ്ജുനക്ഷേത്രപരിസരത്ത് നടന്ന സത്യാഗ്രഹത്തിൽ ഉമേശ് റാവുവുന്റെ നേതൃത്വത്തിൽ ബ്രാഹ്മണ സ്ത്രീകൾ ധാരാളമായി പങ്കെടുത്തിരുന്നു. 1928 ൽ പയ്യന്നൂരിൽ കോൺഗ്രസ് സമ്മേളനം നടന്നപ്പോൾ അതിൽ വളന്റിയർമാരായി പ്രവർത്തിച്ചത് വിദ്യാർത്ഥികളാണ്. കെ അബ്ദുള്ള, കെ ബാലൻ എന്നീ രണ്ട് വിദ്യാർത്ഥികളെ പയ്യനൂർ ഗവർമ്മെന്റ് ഹൈസ്കൂളിൽ നിന്ന് ഭാരത മാതാ കി ജയ് മുദ്രാവാക്യം വിളിച്ചതിന് സസ്പെൻഡ് ചെയ്യുകയുണ്ടായി. പക്ഷെ കോൺഗ്രസ് നേതൃത്വത്തിന്റെ ഇടപെടൽമൂലം സസ്പെൻഷൻ പിൻവലിക്കാൻ ഹെഡ്മാസ്റ്റർ ഒടുവിൽ നിർബ്ബന്ധിതനായി. ജില്ലാ വിദ്യാഭ്യാസ ഓഫീസ്സറുടെ സന്ദർശനസമയത്ത് ഉയർത്താറുണ്ടായിരുന്ന യൂണിയൻ ജാക് പതാക സുബ്രഹ്മണ്യഷേണായിയുടെ നേതൃത്വത്തിലുള്ള വിദ്യാർത്ഥികളുടെ സംഘം സ്കൂളിൽ നിന്ന് എടുത്തു മാറ്റിയതും ശ്രദ്ധേയമായ സംഭവമാണ്. പയ്യന്നൂരിലെ കുഞ്ഞിരാമൻ അടിയോടിയുടെ രക്തസാക്ഷിത്വമാണ് ഉപ്പു സത്യാഗ്രഹത്തിൽ പ്രധാനമായത്. പയ്യന്നൂരിൽ സത്യാഗ്രഹത്തിൽ പങ്കെടുത്തതിന്റെ പേരിൽ അദ്ദേഹത്തെ അറസ്റ്റ് ചെയ്ത് 6 മാസത്തേക്ക് ശിക്ഷിച്ചു. ആദ്യം കണ്ണൂർ ജയിലിലും പിന്നീട് മധുര ജയിലിലും അദ്ദേഹത്തെ പാർപ്പിച്ചു. ജതീൻ ദാസിന്റെ രക്തസാക്ഷിത്വത്തിന്റെ ഒന്നാം വാർഷികത്തോടനുബന്ധിച്ച് ജയിലിൽ സത്യാഗ്രഹതടവുകാർ ഉപവാസം അനുഷ്ഠിച്ചു. പനി ബാധിച്ചു കുഞ്ഞിരാമൻ അടിയോടിയെ ബെല്ലാരി ജയിലിലേക്ക് മാറ്റി. ബെല്ലാരി ജയിലിൽ കഴിയുന്ന സന്ദർഭത്തിൽ അദ്ദേഹത്തിന് ടൈഫോയിഡ് പിടിപെട്ടു. വിദേശ വസ്ത്രം ധരിച്ച് വന്ന അമ്മാവനെ കാണാൻപോലും അടിയോടി തയ്യാറായില്ല. ഇനി സമരങ്ങളിൽ പങ്കെടുക്കില്ല എന്ന പ്രസ്താവന എഴുതി അധികൃതർക്ക് നൽകിയാൽ ജയിൽ വിമുക്തനാക്കാമെന്ന വാഗ്ദാനം അടിയോടി തള്ളിക്കളഞ്ഞു. ബെല്ലാരിയിൽവെച്ച് 1931 സെപ്റ്റംബറിൽ കുഞ്ഞിരാമൻ അടിയോടി മരിച്ചു. ബെല്ലാരി കോൺഗ്രസ് കമ്മിറ്റി അടിയോടിയുടെ മൃതദേഹം അവിടെത്തന്നെ സംസ്ക്കരിച്ചു. ദേശീയ സ്വാതന്ത്ര്യ സമരചരിത്രത്തിലെ കേരളത്തിലെ ആദ്യത്തെ വിദ്യാർത്ഥി രക്തസാക്ഷിയായി മാറി കുഞ്ഞിരാമൻ അടിയോടി.

ദേശീയ പ്രസ്ഥാനം കൊളോണിയൽ വിദ്യാഭ്യാസത്തിന്റെ സ്ഥാനത്ത് ബദൽ വിദ്യാഭ്യാസനയം മുന്നോട്ട് വച്ചു. നിസ്സഹകരണ പ്രസ്ഥാനത്തിന്റെ സന്ദർഭത്തിൽ സ്കൂളുകളും കോളേജുകളും ഉപേക്ഷിക്കാൻ ദേശീയപ്രസ്ഥാനം ആഹ്വാനം ചെയ്തിരുന്നു. അങ്ങിനെ പഠനം നിർത്തേണ്ടി വന്ന വിദ്യാർത്ഥികൾക്ക് പഠിക്കുന്നതിനുവേണ്ടി ബദൽ സ്കൂളുകൾ അഥവാ ദേശീയ സ്കൂളുകൾ സ്ഥാപിക്കുവാൻ ദേശീയ പ്രസ്ഥാനം തയ്യാറായി. ദേശീയപ്രസ്ഥാനം സജീവമായ സ്ഥലങ്ങളിലെല്ലാം ഇത്തരം ദേശീയ വിദ്യാലയങ്ങൾ ആരംഭിച്ചു. കോൺഗ്രസ് പ്രവർത്തകരോ കോൺഗ്രസ്സിനോട് ആഭിമുഖ്യമുള്ളവരോ ആയ വ്യക്തി

കളാണ് അദ്ധ്യാപകരായി പ്രവർത്തിച്ചത്. ദേശീയതയുടെ പ്രചരണം ഇതിൽ പ്രധാനഘടകമായിരുന്നു. പഴയ കാസർകോട് താലൂക്കിലെ അജാനൂർ വെള്ളിക്കോത്ത് വിദ്വാൻ പി.കേളുനായരും ഏ.സി.കണ്ണൻ നായരും കെ.ടി.കുഞ്ഞിരാമൻ നമ്പ്യാരും ചേർന്ന് ആരംഭിച്ച വിജ്ഞാനദായിനി ദേശീയ വിദ്യാലയം ഇതിനുദാഹരണമാണ്. ദേശഭക്തി ഗാനത്തോടെ ആരംഭിക്കുന്ന ക്ലാസ്സുകൾ ഉച്ചവരെ തുടരുകയും ഉച്ചയ്ക്ക്ശേഷം സമീപപ്രദേശങ്ങളിലെ ദളിത് വീടുകളിലേക്ക് കുട്ടികളെ കൊണ്ടുപോയി അവിടെ ശുചീകരണ പ്രവർത്തനം നടത്തുകയും കുട്ടികളെ കുളിപ്പിച്ച് വൃത്തിയാക്കുകയും ചെയ്തു. സമൂഹത്തെയും ചുറ്റുപാടിനെയും മനസ്സിലാക്കാൻ സഹായിക്കുന്ന രീതിയിലുള്ള പഠനരീതിയാണ് ഇവിടെ പിന്തുടർന്നത്. പിൽക്കാല കമ്മ്യൂണിസ്റ്റ് നേതാക്കളായ കേരളീയനും കെ. മാധവനും ഇവിടെ വിദ്യാർത്ഥികളായിരുന്നു.

നിയമലംഘന സമരത്തിൽ പങ്കെടുത്തവരിൽ ഭൂരിഭാഗവും കൃഷിക്കാരോ മറ്റു ഗ്രാമീണ ദരിദ്ര വിഭാഗങ്ങളുടെ പ്രതിനിധികളോ ഗ്രാമീണ മേഖലയിലെ ബുദ്ധി ജീവികളോ (അധ്യാപകർ) ആയിരുന്നുവെന്ന് ഇ എം എസ് പരാമർശിക്കുന്നുണ്ട്. സമൂഹത്തിന്റെ വിവിധ ശ്രേണികളിൽ നിന്ന് വന്നവരാണ് കോൺഗ്രസിനെ ബഹുജനപ്രസ്ഥാനമാക്കി മാറ്റിയത്. ഉപ്പ് സത്യാഗ്രഹത്തിന്റെ പ്രചരണാർത്ഥം നടന്ന പൊതുയോഗങ്ങളും ജാഥകളും ദേശീയ പ്രസ്ഥാനത്തെയും സാമ്രാജ്യത്വ വിരുദ്ധ സമരത്തേയും ജനങ്ങളിലെത്തിച്ചു. മാത്രമല്ല, പയ്യന്നൂരിലേക്കും പിന്നീട് കോഴിക്കോട്ടേയ്ക്കും കിലോമീറ്ററുകൾ സഞ്ചരിച്ച് എത്തിച്ചേർന്ന സത്യാഗ്രഹ ജാഥകളും ഓരോ സ്ഥലത്തും നടന്ന സ്വീകരണ കേന്ദ്രങ്ങളിൽ നടന്ന പ്രസംഗങ്ങളുമെല്ലാം ജനങ്ങളിൽ വലിയ സമരാവേശമുണ്ടാക്കി. പൊതുസമൂഹത്തിൽ സ്വീകാര്യത ലഭിക്കുന്നതിന് ഇത് കാരണമായി തീർന്നു. 1921 ലെ നിസ്സഹകരണസമരം ചില സ്ഥലങ്ങളിൽ മാത്രം ഒതുങ്ങിയിരുന്നുവെങ്കിലും നിയമലംഘനപ്രസ്ഥാനം വിവിധ പ്രദേശങ്ങളിലേക്കും പരശ്ശതം ജനങ്ങളിലേക്കും സമരത്തെ എത്തിക്കുകയും ചെയ്തു. ദേശീയ പ്രസ്ഥാനത്തിന്റെ ഈ ബഹുജനാടിത്തറ പിന്നീട് കമ്മ്യൂണിസ്റ്റ് ആശയത്തെ ജനകീയമാക്കുന്നതിൽ വലിയ പങ്ക് വഹിക്കുകയുണ്ടായി.

ഗുരുവായൂർ സത്യാഗ്രഹം

വൈക്കം സത്യാഗ്രഹത്തിനുശേഷം അവർണരുടെയും അടിയാരുടെയും സംഘടിത മുന്നേറ്റങ്ങൾ തുടർന്നു. സഹോദരപ്രസ്ഥാനം, സാധുജനപരിപാലന സംഘം, എസ് എൻ ഡി പി തുടങ്ങിയവർ ജാതി വിരുദ്ധപ്രസ്ഥാനങ്ങളിൽ സജീവമായി. 1930 ൽ കേശവശാസ്ത്രിയുടെ നേതൃത്വത്തിൽ കേരളപുലയമഹാസഭ ആരംഭിച്ചു. ക്ഷേത്രപ്രവേശന വിളംബരത്തിനുമുമ്പുതന്നെ കറുമ്പൻ ദൈവത്താന്റെ നേതൃത്വത്തിൽ

എ കെ ജി

അടിയാർ ചെങ്ങന്നൂർ ക്ഷേത്രത്തിൽ പ്രവേശിച്ചു. ആറന്മുളയിൽ പുലയക്കുട്ടികൾക്ക് ആധുനികവിദ്യാഭ്യാസം നേടാനുള്ള സൗകര്യമുണ്ടാക്കിക്കൊടുക്കുന്നതും ദൈവത്താനാണ്.

ദേശീയ പ്രസ്ഥാനത്തിന്റെ ഭാഗമായി മാറിയവർ ഇത്തരത്തിലുള്ള നിരവധി പ്രാദേശികസമരങ്ങൾ നയിക്കുകയുണ്ടായി. ക്ഷേത്രപ്രവേശനം, അമ്പലകുളങ്ങളിലെ കുളി, ജന്തുബലിനിർത്തലാക്കൽ, കല്ലുമാല പൊട്ടിക്കൽ, മിശ്രഭോജനം, മിശ്രവിവാഹം തുടങ്ങിയവയെല്ലാം ക്രമമായി അരങ്ങേറി. ഇവയോടൊപ്പമാണ് കള്ള്ഷോപ്പ് പിക്കറ്റിങ്ങ് പോലെയുള്ള സമരങ്ങൾ. പ്രാദേശികതലങ്ങളിൽ ദേശീയ പ്രസ്ഥാനങ്ങൾക്ക് വൻതോതിലുള്ള ജനപിന്തുണ നേടാൻ ഇവ സഹായിച്ചു. ഇത്തരം സമരങ്ങളിൽ ഏറെ ശ്രദ്ധേയമാണ് ഗുരുവായൂർ സത്യാഗ്രഹം.

വൈക്കം സത്യാഗ്രഹം സഞ്ചാരസ്വാതന്ത്ര്യത്തിന്റെ പ്രശ്നം ഏറ്റെടുത്തെങ്കിലും ക്ഷേത്രപ്രവേശനം ഒരു പ്രശ്നമായി തുടർന്നു. കോട്ടയത്തിനടുത്തുള്ള തിരുവാർപ്പ് ക്ഷേത്രത്തിലും സത്യാഗ്രഹം നടന്നു. ക്ഷേത്രപ്രവേശനത്തിനുള്ള സമ്മർദ്ദം ഏറ്റവും വർദ്ധിച്ചത് ഗുരുവായൂർ സത്യാഗ്രഹത്തോടെയാണ്. കെ പി സി സി യുടെ വടകര സമ്മേളനത്തിൽ കെ കേളപ്പനാണ് ഗുരുവായൂർ സത്യാഗ്രഹത്തിന്റെ നിർദ്ദേശം വെച്ചതും തീരുമാനമെടുപ്പിച്ചതും. സാമൂതിരിയുടെ വകയായ ഗുരുവായൂർക്ഷേത്രം അതിനകം സനാതനി ഹിന്ദുക്കളുടെ നിയന്ത്രണത്തിലായി കഴിഞ്ഞിരുന്നു. അവർ ക്ഷേത്രപ്രവേശനത്തെയും വഴിനടത്തത്തെയും സംബന്ധിച്ച് കർശനമായി വിലക്കുകൾ ഏർപ്പെടുത്തിയിരുന്നു. ഇതിനെതിരായി അവർണർക്ക് ക്ഷേത്രപ്രവേശനം ആവശ്യപ്പെട്ടുകൊണ്ടാണ് സത്യാഗ്രഹം ആരംഭിച്ചത്. എല്ലാ ഹിന്ദുക്കൾക്കും ക്ഷേത്രപ്രവേശനം അനുവദിക്കണം എന്നാവശ്യ

ടി എസ് തിരുമുമ്പ്

പ്പെട്ടുകൊണ്ടുള്ള സമരത്തിന് പ്രചരണം നൽകാനായി വടക്കേ മലബാറിലെ കണ്ണൂരിൽ നിന്ന് ടി സുബ്രഹ്മണ്യൻ തിരുമുമ്പിന്റെ നേതൃത്വത്തിൽ പുറപ്പെട്ട ജാഥ 1931 ഒക്ടോബർ 31 ന് ഗുരുവായൂരിൽ എത്തി. ജാഥയുടെ ക്യാപ്റ്റൻ എ കെ ഗോപാലനായിരുന്നു. നവംബർ ഒന്നു മുതൽ കേളപ്പന്റെ നേതൃത്വത്തിൽ ക്ഷേത്രനടയിൽ സത്യാഗ്രഹം ആരംഭിച്ചു. പി കൃഷ്ണപിള്ള, സുബ്രഹ്മണ്യം തിരുമുമ്പ്, ഇ എം എസ് തുടങ്ങിയവരും സത്യാഗ്രഹത്തിൽ പങ്കെടുത്തു.

സത്യാഗ്രഹത്തെ സനാതനികളായ ക്ഷേത്ര ജീവനക്കാർ കായികമായി തന്നെ നേരിട്ടു. ക്ഷേത്രത്തിലെ മണിയടിച്ചതിന് പി കൃഷ്ണപിള്ളയെ ജീവനക്കാർ കയ്യേറ്റം ചെയ്തു. ഡിസംബർ 26ന് വോളണ്ടിയർ ക്യാപ്റ്റൻ കൂടിയായിരുന്ന എ കെ ഗോപാലനെ ജീവനക്കാർ കയ്യേറ്റം ചെയ്തത് വലിയ പ്രക്ഷോഭത്തിന് വഴിതെളിയിച്ചു. തുടർന്ന് ക്ഷേത്രം അടച്ചു പൂട്ടി.

പലതവണ ക്ഷേത്രം അധികാരികളുമായി ചർച്ചയ്ക്കു ശ്രമിച്ചെങ്കിലും ക്ഷേത്രം അധികാരികളോ ഉടമസ്ഥനായ സാമൂതിരിയോ വഴങ്ങിയില്ല. അവസാനം ഒത്തുതീർപ്പുണ്ടാക്കാമെന്ന വാഗ്ദാനപ്രകാരം 1932 ജനുവരി 28ന് ക്ഷേത്രം വീണ്ടും തുറക്കാൻ സത്യാഗ്രഹികൾ അനുവദിച്ചു. ഒത്തു തീർപ്പ് സംഭാഷണങ്ങൾ നിഷ്ഫലമായി. 1932 സെപ്തംബർ 21 മുതൽ കേളപ്പൻ നിരാഹാരസത്യാഗ്രഹം ആരംഭിച്ചു. ഗാന്ധിജിയുടെ അപേക്ഷപ്രകാരം അദ്ദേഹത്തിന്റെ ജന്മദിനമായ ഒക്ടോബർ 2 ന് കേളപ്പൻ സത്യാഗ്രഹം നിർത്തിവെച്ചു.

കേളപ്പൻ സത്യാഗ്രഹം അവസാനിപ്പിച്ചതിനെ തുടർന്ന് ഗുരുവായൂർ ക്ഷേത്രം സ്ഥിതിചെയ്യുന്ന പൊന്നാനി താലൂക്കിലെ സവർണഹിന്ദുക്കളുടെ ഭൂരിപക്ഷാഭിപ്രായം ആരാഞ്ഞറിയുന്നതിന് ഒരു റഫറണ്ടം നടത്താൻ തീരുമാനിച്ചു. യു ഗോപാലമേനോൻ അധ്യക്ഷനായി ഒരു കമ്മിറ്റി രൂപീകരിച്ചു. വീടുവീടാന്തരം കയറിഇറങ്ങി അഭിപ്രായം ആരായാനായിരുന്നു പരിപാടി. സി രാജഗോപാലാചാരി റഫറണ്ടത്തിന് മേൽനോട്ടം വഹിച്ചുകൊണ്ട് കോഴിക്കോട്ടു താമസമാക്കി. റഫറണ്ടത്തിൽ പൊന്നാനിതാലൂക്കിലെ സവർണരിൽ 73 ശതമാനം ക്ഷേത്രപ്രവേശനത്തിന് അനുകൂലമായി വോട്ടുകൾ രേഖപ്പെടുത്തി. രാജഗോപാലാചാരി ഇടപെട്ട് വീണ്ടും ചർച്ചകളാരംഭിച്ചു.

റഫറണ്ടത്തെ തുടർന്ന് ഡോ. പി സുബ്ബരായൻ മദിരാശിനിയമസഭയിലും സി എസ് രങ്കയ്യർ ഇന്ത്യൻ അസംബ്ലിയിലും ഓരോ ക്ഷേത്രപ്രവേശന ബിൽ അവതരിപ്പിച്ചു. എന്നാൽ പലവിധ ഒഴികഴിവുകൾ പറഞ്ഞ് ചർച്ച നീട്ടിക്കൊണ്ടുപോവുകയാണ് അധികാരികൾ ചെയ്തത്. അവസാനം അതിനെ എതിർത്തു തോല്പിച്ചു. 1937 ൽ മദ്രാസ്

പ്രവിശ്യയിൽ കോൺഗ്രസ് മന്ത്രിസഭ അധികാരത്തിൽ വന്നതിനുശേഷമാണ് ക്ഷേത്രപ്രവേശനബിൽ പാസാക്കാൻ കഴിഞ്ഞത്.

നാടുവാഴിത്ത ആശയങ്ങൾക്കെതിരായി നടന്ന സുപ്രധാന പ്രക്ഷോഭങ്ങളിൽ ഒന്നായിരുന്നു ഗുരുവായൂർ സത്യാഗ്രഹം. കോളനിഭരണവും നാടുവാഴിത്തവും തമ്മിലുള്ള ബന്ധവും അവരുടെ മർദ്ദന രൂപങ്ങളും ജനാധിപത്യവിരുദ്ധരീതികളും ഗുരുവായൂർ സത്യാഗ്രഹം വിളിച്ചറിയിച്ചു.

അവർണരുടെയും അധഃസ്ഥിതരുടെയും തലത്തിൽ നിന്നുയർത്തുന്ന പ്രശ്നങ്ങൾ പൊതു സമൂഹത്തിന്റെ പ്രശ്നങ്ങളായി മാറുന്നുവെന്ന് സത്യാഗ്രഹപരമ്പര തെളിയിച്ചു. മതനിരപേക്ഷ സ്വഭാവമുള്ള കോൺഗ്രസ് കമ്മിറ്റിയാണ് ഇവ നടത്തിയത് എന്നതു മാത്രമായിരുന്നില്ല ഇതിന്റെ തെളിവ്. വൈക്കം സത്യാഗ്രഹത്തിൽ ഇ വി രാമസ്വാമി നായ്ക്കർ, അകാലികൾ തുടങ്ങിയവരുടെ പങ്കാളിത്തവും മന്നത്തു പത്മനാഭന്റെ നേതൃത്വത്തിലുള്ള സവർണജാഥയും പൊതുബോധത്തിന്റെ വളർച്ചയെ സൂചിപ്പിച്ചു. വൈക്കം സത്യാഗ്രഹത്തിൽ പങ്കെടുക്കാൻ താല്പര്യം പ്രകടിപ്പിച്ച ജോർജ് ജോസഫിനെ മഹാത്മാഗാന്ധി വിലക്കിയത് ഈ പൊതു ബോധത്തിന്റെ പരിമിതിയെയും വെളിപ്പെടുത്തി. ഗുരുവായൂർ സത്യാഗ്രഹത്തിന്റെ ഭാഗമായി ഉണ്ടായ ബഹുജനമുന്നേറ്റവും റെഫറണ്ടവും നാടുവാഴിത്തം വളർത്തിക്കൊണ്ടുവന്ന സനാതനി ഹിന്ദുക്കൾ ജനങ്ങളിൽ നിന്ന് എത്രമാത്രം ഒറ്റപ്പെടുന്നു എന്നതും തെളിയിച്ചു.

തിരുവിതാംകൂർ കൊച്ചിയിലെ ജനാധിപത്യസമരങ്ങൾ

തിരുവിതാംകൂർ ജനതയുടെ അവകാശങ്ങൾക്കുവേണ്ടിയുള്ള പ്രക്ഷോഭം ആരംഭിക്കുന്നത് 1891 ലെ മലയാളി മെമ്മോറിയലോടു കൂടിയാണ്. 'തിരുവിതാംകൂർ തിരുവിതാംകൂറുകാർക്കുവേണ്ടി' എന്ന മുദ്രാവാക്യം ഉയർത്തിക്കൊണ്ട് തിരുവിതാംകൂർ സർക്കാർ സർവീസിലെ ഉദ്യോഗങ്ങളുടെ മേലുള്ള തിരുവിതാംകൂർ ജനതയുടെ അവകാശം അവർ ഉന്നയിച്ചു. മലയാളി മെമ്മോറിയലിൽ ഒപ്പിട്ടവർ, രണ്ടു പേരൊഴികെ, സവർണരായിരുന്നു. 1896 ൽ ഡോ. പൽപുവിന്റെ നേതൃത്വത്തിൽ ഈഴവരുടെ

ഡോ. പൽപ്പു

ഒരു പ്രത്യേക നിവേദനവും രാജാവിന്റെ അടുത്തെത്തി. സർക്കാർ സർവീസിൽ മാത്രമല്ല, ഭരണകൂടം നിയന്ത്രിക്കുന്ന എല്ലാ തുറകളിൽ നിന്നും എങ്ങനെ ഈഴവർ മാറ്റി നിർത്തപ്പെടുന്നു എന്ന് അതിൽ ചൂണ്ടിക്കാണിച്ചിരുന്നു. തുടർന്ന് സർക്കാർ സർവീസിലും മറ്റു തുറകളിലും ഈഴവരുടെ പ്രവേശനത്തിനുവേണ്ടിയുള്ള സമ്മർദ്ദം ശക്തിപ്പെട്ടു. ഈ മുന്നേറ്റം അവർണരും സവർണരും തമ്മിലുള്ള പരസ്യമായ സംഘർഷങ്ങളിൽ കലാശിച്ചു. പരവൂർ മുതൽ ഹരിപ്പാടുവരെയുള്ള പ്രദേശങ്ങളിൽ 1903-4 കാലഘട്ടത്തിൽ നടന്ന നായരീഴവ ലഹളകൾ ഈ സംഘർഷങ്ങളുടെ പ്രത്യക്ഷ ഉദാഹരണമായിരുന്നു.

ജനസംഖ്യ (1931)ലക്ഷങ്ങളിൽ	സർക്കാർ ഉദ്യോഗം	ലെജിസ്ലേറ്റിവ് അസംബ്ലിയിലെ പ്രാതിനിധ്യം			
		1922	1925	1928	1931
ആകെ 50.95(100)	24728(100)	23 (100)	23 (100)	23 (100)	23 (100)
നായർ 08.68 (17.04)	13435 (54.33)	12 (53.17)	13 (56.52)	14 (60.87)	15 (65.2)
ഈഴവർ 08.70 (17.8)	913 (3.69)	0	0	0	0
മറ്റധ:കൃതർ 09.20 (18.08)	422 (1.71)	0	0	0	0
അധ:കൃതേതരർ 4.79 (9.4)	5527 (21.26)	4 (17.39	3 (13.04)	2 (8.70)	1 (4.35)
ക്രിസ്ത്യാനികൾ 16.05 (31.50)	4042 (16.35)	7 (30.43)	7 (30.43)	6 (26.09)	3 (13.00)
മുസ്ലീങ്ങൾ 3.53 (6.93)	613 (2.48)	0	0	0	0
മറ്റുള്ളവർ 0.004 (0.00)	46 (0.19)	0	0	0	0

(ഉറവിടം: തോമസ് ഐസക്: ആലപ്പുഴയുടെ സമരപാത പുറം.33)

ഈ പശ്ചാത്തലത്തിലാണ് എസ് എൻ ഡി പിയോഗം ഉണ്ടാകുന്നത്. 1896 ൽ പൽപു സ്ഥാപിച്ച ഈഴവമഹാസഭ പിരിച്ചുവിട്ടാണ് എസ് എൻ ഡി പി യോഗം രൂപീകരിച്ചത്. ശ്രീ നാരായണ ധർമ്മ പ്രചാരണം കൂടാതെ ഈഴവരുടെ സാമുദായികോന്നമനത്തിനുള്ള ശ്രമങ്ങളും ആദ്യഘട്ടം മുതൽ തന്നെ സംഘടന ആരംഭിച്ചു. ഇതിന്റെ ഫലമായി നിരവധി പ്രാദേശിക സംഘടനകൾ എസ് എൻ ഡി പിയുടെ നേതൃത്വത്തിൽ ആരംഭിക്കുകയും ഈഴവരുടെ വിദ്യാഭ്യാസത്തിനും പൊതു വേദികളുടെ ഉപയോഗത്തിനുള്ള ശ്രമങ്ങൾക്കും സഞ്ചാരസ്വാതന്ത്ര്യത്തിനുമെല്ലാം പ്രാദേശികതലത്തിൽതന്നെ ഊന്നൽ ലഭിക്കുകയും ചെയ്തു. 1920 നകം നൂറിൽപരം സംഘടനകൾ ഉണ്ടായി വന്നിരുന്നു. സി വി കുഞ്ഞിരാമൻ, സി കേശവൻ, ടി കെ മാധവൻ തുടങ്ങിയവരെല്ലാം ഇത്തരം പ്രാദേശിക പ്രവർത്തനത്തിലൂടെയാണ് മുൻപന്തിയിലെത്തിയത്.

1920 മുതൽ കുറെക്കൂടി വ്യാപകമായ രീതിയിൽ ജനകീയാവകാശ

ങ്ങൾ ക്കുവേണ്ടിയുള്ള പ്രക്ഷോഭങ്ങൾ ആരംഭിച്ചു. അന്നു സ്ഥാപിക്കപ്പെട്ട പൗരാവകാശലീഗ് ഇത്തരം ശ്രമങ്ങളുടെ ഫലമായിരുന്നു. എസ് എൻ ഡി പി യിൽപെട്ട അവർണ നേതാക്കൾക്കു പുറമെ ചങ്ങനാശ്ശേരി പരമേശ്വരൻപിള്ളയെപ്പോലുള്ളവരും പൗരാവകാശലീഗിന്റെ ഭാഗമായി രുന്നു. അന്ന് ദേവസ്വം റെവന്യൂവകുപ്പിന്റെ കീഴിലായിരുന്നതുകൊണ്ട് അവർണർക്കാർക്കും തന്നെ റെവന്യൂവകുപ്പിൽ പ്രവേശനം ലഭിക്കുമായി രുന്നില്ല. ഒരു വശത്ത് ക്ഷേത്രങ്ങളുടെ മേലുള്ള സവർണാധിപത്യം നിലനിർത്തുന്നതു കൂടാതെ നികുതിപിരിവുമുഴുവനും സവർണരുടെ നിയന്ത്രണത്തിലാവുകയും ചെയ്തു. പൗരാവകാശലീഗിന്റെ തുടർച്ച യായ സമ്മർദ്ദങ്ങൾമൂലം ദേവസ്വത്തെ റവന്യൂവകുപ്പിൽ നിന്നുവേർപെ ടുത്തുകയും അതോടെ റെവന്യൂവകുപ്പിലേക്ക് അവർണരെ നിയമിക്കാ മെന്നാവുകയും ചെയ്തു. ഇവരുടെ സമരങ്ങളെ സർക്കാർ തസ്തികകളി ലേക്കുള്ള നിയമനത്തിന് വേണ്ടിയുള്ള ക്രിസ്ത്യാനികളുടെയും മുസ്ലീ ങ്ങളുടെയും ആവശ്യവുമായി ബന്ധിപ്പിക്കാൻ പൗരാവകാശലീഗിന് കഴിഞ്ഞു.

പൗരാവകാശത്തിനുവേണ്ടിയുള്ള പ്രക്ഷോഭങ്ങളുടെ അടുത്തഘട്ട മെന്ന നിലയിലാണ് ക്ഷേത്രപ്രവേശനത്തിനുവേണ്ടിയുള്ള പ്രക്ഷോഭ ത്തെ കാണേണ്ടത്. ക്ഷേത്രപ്രവേശനം അവർണർക്കു ലഭിക്കേണ്ടുന്ന അവകാശത്തിന്റെമാത്രം പ്രശ്നമല്ലായിരന്നു. എല്ലാ പൗരന്മാർക്കും ഒരു പോലെ ലഭിക്കേണ്ടുന്ന അവകാശത്തിന്റെ ഭാഗമാണ് എന്നതായിരുന്നു അന്നത്തെ ആശയം. ഈ ആശയമാണ് വൈക്കം സത്യാഗ്രഹത്തിലേക്കു നയിക്കുന്നതും അതിൽ സവർണരും ക്രിസ്ത്യാനികളുമടക്കം എല്ലാ വിഭാഗങ്ങളിൽപെട്ടവരും പങ്കെടുക്കാൻ ഇടയാക്കുകയും ചെയ്യുന്നത്. പ്രാദേശിക തലത്തിൽ വൈക്കം സത്യാഗ്രഹം മറ്റു നിരവധി ക്ഷേത്രങ്ങളിലേക്കുള്ള പ്രവേശനത്തിനും സഞ്ചാര സ്വാതന്ത്ര്യത്തിനും വേണ്ടിയുള്ള സമരമായി.

ജാതിസംവരണവും പ്രതിരോധപ്രസ്ഥാനങ്ങളും

1919 ൽ മിന്റോമോർലി പരിഷ്ക്കാരങ്ങളുടെ ഭാഗമായാണ് ഇന്ത്യയിൽ സാമുദായികസംവരണം ആദ്യം നടപ്പിലാക്കുന്നത്. ആദ്യം ജനപ്രതിനിധി കളുടെ തെരഞ്ഞെടുപ്പിലാണ് സംവരണം ഏർപെടുത്തിയത്. ക്രമേണ സർക്കാർ തസ്തികകളിലെ നിയമനത്തിനും വിദ്യാലയങ്ങളിലെ പ്രവേശനത്തിനും സംവരണം ഏർപെടുത്താനാരംഭിച്ചു. ആദ്യഘട്ടത്തിൽ മുസ്ലിം, ക്രിസ്ത്യൻ മുതലായ മതവിഭാഗങ്ങൾക്ക് സെൻസസ് അനുസരിച്ചും അടിയാളർ വിഭാഗങ്ങൾ ഗോത്ര വിഭാഗങ്ങൾ എന്നിവർക്ക്

ഹെർബർട്ട് റിസ്ലി മുതലായ ചില കൊളോണിയൽ ഉദ്യോഗസ്ഥന്മാ രുടെ പഠനങ്ങളനുസരിച്ച് തയ്യാറാക്കപ്പെട്ട പട്ടികകൾ (Schedules) അനു

സരിച്ചും സംവരണം ഏർപെടുത്തി. ജനസംഖ്യാടിസ്ഥാനത്തിലാണ് സംവരണത്തിനുള്ള ക്രമീകരണം മുഴുവൻ നടന്നത്.

1919 ലെ ഗവൺമെന്റ് ഓഫ് ഇന്ത്യാ നിയമത്തിൽ സംവരണം ഉൾപെടുത്തി. മലബാറിലും തിരുവിതാംകൂർ-കൊച്ചിഭാഗങ്ങളിലും അതു ബാധകമായി. സർക്കാർ സർവീസിലും വിദ്യാലയങ്ങളിലും അധഃസ്ഥിതർക്ക് പ്രവേശനം അനുവദിച്ചത് ഇതിന്റെ അടിസ്ഥാനത്തിലാണ്. കേരളത്തിലെ സാമുദായിക പ്രസ്ഥാനങ്ങളുടെയും പൗരാവകാശപ്രസ്ഥാനങ്ങളുടെയും ശക്തമായ സമ്മർദ്ദം കൂടിയായപ്പോൾ സംവരണതത്വം പൊതുവിൽ അംഗികരിക്കപ്പെടുകയും കൂടുതൽ കൂടുതൽ തൊഴിലുകൾ അവർണർക്കും ദളിതർക്കും ലഭിച്ചു തുടങ്ങുകയും ചെയ്തു. അത്തരം തൊഴിലുകൾ എങ്ങനെ വിഭജിക്കണം എന്നതിന് അന്നും വ്യക്തത ഇല്ലായിരുന്നു. ജനപ്രതിനിധിതലത്തിൽ അവർണർക്കും ക്രിസ്ത്യൻ-മുസ്ലീം വിഭാഗങ്ങൾക്കും പ്രാതിനിധ്യമുണ്ടായില്ല. അയിത്തോച്ചാടനം, അനാചാരങ്ങൾക്കെതിരായ പോരാട്ടം, സഞ്ചാര സ്വാതന്ത്ര്യം മുതലായ പൗരാവകാശപ്രക്ഷോഭങ്ങളുടെ പ്രധാന മുദ്രാവാക്യങ്ങളായിരുന്നെങ്കിലും അതനുസരിച്ചുള്ള പ്രതികരണം സർക്കാരിന്റെ ഭാഗത്തു നിന്നുണ്ടായില്ല. മുമ്പു സൂചിപ്പിച്ച നായർ ഈഴവ ലഹളകളുടെ സ്വഭാവമുള്ള അന്തരീക്ഷം സവർണ-അവർണവിഭാഗങ്ങൾക്കിടയിൽ നിലനിൽക്കുകയും ചെയ്തു. അവർണർ അവകാശങ്ങൾക്കുവേണ്ടി സമരം ചെയ്തപ്പോൾ സവർണർ ശക്തമായി അതിനെ പ്രതിരോധിച്ചു. പുലയർ, പറയർ, വാലന്മാർ, ആശാരിമാർ തുടങ്ങി നിരവധി വിഭാഗങ്ങൾ സംഘടിക്കാൻ തുടങ്ങിയതും സവർണർക്കിടയിൽ അലോസരമുണ്ടാക്കി.

ഈ സംഘർഷത്തിനു മറ്റൊരു വശമുണ്ടായിരുന്നു. സവർണരിൽ ബഹുഭൂരിപക്ഷവും രാജഭരണവും കൊളോണിയൽ ഭരണകൂടവും നൽകിയ ആനുകൂല്യങ്ങളിലും അവകാശങ്ങളിലും മുറുകെപ്പിടിച്ചപ്പോൾ, മുതലാളിത്ത രീതിയിലേക്കുള്ള മാറ്റം പ്രകടമായത് അവർണരിലും ക്രിസ്ത്യൻ-മുസ്ലീം വിഭാഗങ്ങളിലുമായിരുന്നു. കയർ, കശുവണ്ടി മുതലായ വ്യവസായങ്ങളിലും തോട്ടങ്ങളിലും പ്രാദേശികമുതൽമുടക്ക് ഇവരിൽ നിന്നാണുണ്ടായത്. എ വി തോമസിനെപ്പോലുള്ള തോട്ടമുടമകൾ, സി പി മാത്തനെയും മുത്തൂറ്റിനെയും പോലുള്ള ബാങ്കർമാർ, കെ സി മാമ്മൻ മാപ്പിളയെപ്പോലുള്ള വ്യവസായികൾ, കൂടാതെ മരക്കാർ മോട്ടോർസ്, മക്കാർപിള്ള ആൻഡ് സൺസ് തുടങ്ങിയവർ കെ സി കരുണാകരനെയും എം എൽ ജനാർദ്ദനനെയും പ്പോലുള്ള കയർ ഫാക്ടറി ഉടമകൾ തുടങ്ങിയവരെല്ലാം അവർണ-ക്രിസ്ത്യൻ-മുസ്ലീം വിഭാഗങ്ങളിൽ നിന്നു വന്നവരാണ്. ആലപ്പുഴയിൽ യുറോപ്യന്മാരുടെ ട്രാവൻകൂർ ചേംബർ ഓഫ് കോമേഴ്സിനുബദലായി വന്ന ആലപ്പി ചേംബർ ഓഫ് കോമേഴ്സിലെ അംഗങ്ങൾ ഈ വിഭാഗങ്ങളിൽ നിന്നു വന്ന തദ്ദേശീയ മുതലാളിമാരായിരുന്നു. എ വി തോമസ്, മക്കാർപിള്ള

തുടങ്ങിയവർ കൊച്ചിൻ ചെംബർ ഓഫ് കോമേഴ്സിലും അംഗങ്ങളായിരുന്നു. തിരുവിതാംകൂറിന്റെ മാത്രമല്ല കേരളത്തിന്റെ മൊത്തത്തിലുള്ള കയറ്റിറക്കുമതിയിൽ പ്രധാന പങ്കുവഹിച്ചത് ഇവരായതോടെ സാമ്പത്തികവും സാമൂഹ്യവുമായതലങ്ങളിൽ ഇവരുടെ ശക്തിവർദ്ധിച്ചു. എന്നാൽ അധികാരസ്ഥാനങ്ങളിൽ ഈ കുതിച്ചുകയറ്റം പ്രതിഫലിച്ചില്ല. സി കേശവൻ, ടി കെ മാധവൻ, ടി എം വർഗീസ്, പി കെ കുഞ്ഞ് മുതലായ പുതിയ തലമുറ രാഷ്ട്രീയക്കാരിലൂടെ നാടുവാഴിത്തത്തിനെതിരായ രാഷ്ട്രീയമാനങ്ങൾ ബൂർഷ്വാസി കണ്ടെത്തുകയായിരുന്നു.

അധികാരസ്ഥാനങ്ങൾക്കുവേണ്ടിയുള്ള പോരാട്ടത്തിൽ അവർണ വിഭാഗങ്ങൾ ശക്തമായി ആശ്രയിച്ചത് ജനസംഖ്യയെയാണ്. 1871 ലെ സെൻസസിനുശേഷം ഭരണപരമായ കണക്കുക്കൂട്ടലുകളിൽ ജനസംഖ്യക്ക് പ്രമുഖസ്ഥാനമുണ്ടായിരുന്നു. മിന്റോമോർലി ഭരണപരിഷ്ക്കാരങ്ങൾ സംവരണതത്വം നടപ്പിലാക്കിയതിനുശേഷം ജനസംഖ്യാനുപാതികമായി സംവരണം നടത്തുന്ന രീതി നിലവിൽ വന്നു. ജാത്യടിസ്ഥാനത്തിലുള്ള ജനസംഖ്യാ വിവരങ്ങൾ നൽകുന്ന അന്നത്തെ അവസാനത്തെ സെൻസസ് 1931 ലെ ആയിരുന്നുവെന്നത് ഏറെ പ്രധാനമാണ്. സാമൂഹ്യപരിഷ്ക്കരണത്തിന്റെ ആദ്യഘട്ടത്തിൽ മാനവികമോചനത്തിന്റെ ഭാഗമായാണ് അവർണരുടെയും അയിത്തവിഭാഗങ്ങളുടെയും മോചനത്തെ കണ്ടത് എങ്കിൽ പിന്നീട് അത് ജനസംഖ്യാനുപാതികമായ പൗരാവകാശമായി മാറി. സമൂഹത്തിലെ എല്ലാ അധികാരസ്ഥാനങ്ങളുടെയും മേലുള്ള സവർണരുടെ നീരാളിപ്പിടുത്തത്തിന് ഉത്തമമായ തെളിവും അതായി. ജനസംഖ്യാനുപാതികമായി സർക്കാർ ഉദ്യോഗങ്ങളുടെയും ജനപ്രതിനിധികളുടെയും വിതരണം എന്തായിരുന്നുവെന്ന് താഴെ കാണാം.

വ്യക്തമായ ജാതി വിവേചനം ഈ കണക്കുകളിൽ കാണാം. താരതമ്യേന മെച്ചപ്പെട്ടുനിൽക്കുന്ന ക്രിസ്ത്യാനികളെ മാറ്റിനിർത്തിയാൽ അവർണ-മുസ്ലീം വിഭാഗങ്ങളുടെ പ്രാതിനിധ്യം സർക്കാരുദ്യോഗങ്ങളിൽ തുച്ഛവും ജനപ്രതിനിധികളിൽ പൂജ്യവുമാണെന്നു കാണാം. ക്രിസ്ത്യൻ വിഭാഗത്തിന്റെ ജനസംഖ്യയും അവരിൽ കുമിഞ്ഞു കൂടിയ സമ്പത്തും കൂടി പരിഗണിക്കുമ്പോൾ, സർക്കാർ ഉദ്യോഗങ്ങളിലും ജനപ്രതിനിധികളിലും അവരുടെ പ്രാതിനിധ്യം കുറവാണെന്നു കാണാം. ഈ വിവേചനം ജനസംഖ്യാനുപാതികമായ പ്രാതിനിധ്യത്തിന്റെ പ്രശ്നം മാത്രമായിരുന്നില്ല, അന്നു വളർന്നുവന്ന സാമൂഹ്യവൈരുദ്ധ്യത്തിന്റെ പ്രശ്നം കൂടിയായിരുന്നു. നാടുവാഴിത്തവും ബൂർഷ്വാ ജനാധിപത്യവും തമ്മിലുള്ള വൈരുദ്ധ്യമായിരുന്നു അത്.

നാടുവാഴിത്തം ഈ വൈരുദ്ധ്യത്തെ കൈകാര്യം ചെയ്ത രീതിയിലാണ് അന്നത്തെ സംഘർഷത്തിന്റെ മറ്റൊരുമുഖം പ്രത്യക്ഷപ്പെട്ടത്. 1920-25 ൽ വളർന്നുവന്ന പൗരാവകാശലീഗിന്റെ പ്രവർത്തനങ്ങളിൽ

ജാതിമതസാമുദായികതയ്ക്കതീതമായ ബൂർഷ്വാജനാധിപത്യത്തിന്റെ മുഖം പ്രത്യക്ഷമായിരുന്നു. എന്നാൽ, വൈക്കം സത്യാഗ്രഹം മറ്റു സത്യാഗ്രഹങ്ങളിലേക്ക് നയിക്കുകയും അയിത്തോച്ചാടനം, അനാചാരങ്ങൾക്കെതിരായ പോരാട്ടം, സഞ്ചാരസ്വാതന്ത്ര്യം തുടങ്ങിയവ ദേശീയപ്രസ്ഥാനത്തിന്റെ കൂടി മുദ്രാവാക്യങ്ങളാവുകയും ചെയ്തതോടെ നാടുവാഴിത്തം പ്രതിരോധത്തിലായി. അവർ തിരിച്ചുവരാൻ ശ്രമിച്ചത് ജാതി ജന്മിനാടുവാഴിത്തത്തിന്റെ ആശയസംഹിതകൾ പുനരുദ്ധരിക്കാൻ ശ്രമിച്ചുകൊണ്ടായിരുന്നു. അവർണ-ക്രിസ്ത്യൻ-മുസ്ലീം സമുദായങ്ങളുടെ ന്യായമായ ജനാധിപത്യാവകാശങ്ങളെ സവർണാധിപത്യത്തിന്റെ പാരമ്പര്യത്തിന്റെ അടിസ്ഥാനത്തിൽ തടയാൻ ശ്രമിക്കുകയും അതിനുള്ള കാരണങ്ങൾ ജാതീയതയുടെ അടിസ്ഥാനത്തിൽ നിരത്തുകയുമാണ് അവർ ചെയ്തത്. ജാതിപരമായ വിവേചനത്തിന്റെ പ്രശ്നങ്ങൾ അവർണർ ഉന്നയിച്ചപ്പോൾ അതിനെ സവർണർ നേരിട്ടത് ഭരണകൂടത്തിന്റെ മർദ്ദനരൂപങ്ങളും ജാതിഭിന്നതകളും ഉപയോഗിച്ചായിരുന്നു. ഇതേ തരത്തിലുള്ള നിലപാടുകൾ തന്നെ വളർന്നുവരുന്ന സ്ത്രീപ്രസ്ഥാനങ്ങളോടും സ്വീകരിക്കുന്നതായി കാണാം. സർക്കാർ ഉദ്യോഗങ്ങളിൽ പോലും പരമ്പരാഗത പുരുഷാധിപത്യരൂപങ്ങളും സ്ത്രീലൈംഗികതയുടെ അവഹേളനവുമാണ് നിരങ്കുശമായി ഉപയോഗിക്കുന്നത്.

നിവർത്തനപ്രസ്ഥാനം

ഈ പശ്ചാത്തലത്തിലാണ് തിരുവിതാംകൂറിലെ നിവർത്തന പ്രസ്ഥാനം വളർന്നുവന്നത്. നിവർത്തനപ്രസ്ഥാനത്തിന് രൂപം കൊടുക്കുന്നതിനുമുമ്പുതന്നെ വിവിധ ജാതിമതപ്രസ്ഥാനങ്ങൾ വ്യത്യസ്തരീതികളിൽ സംഘടിക്കുന്നുണ്ടായിരുന്നു. 1932 ൽ ഈഴവരാഷ്ട്രീയ ലീഗ് ഉണ്ടായി. കത്തോലിക്കാ കോൺഗ്രസ് എന്ന പേരിൽ ക്രിസ്ത്യാനികൾ സംഘടിച്ചു. മുസ്ലീങ്ങൾ തിരുവിതാംകൂർ മുസ്ലീം അസോസിയേഷൻ എന്ന പേരിൽ സംഘടിച്ചു. ഇവരെല്ലാവരും ചേർന്ന് സംയുക്തരാഷ്ട്രീയസഭ ആവിർഭവിച്ചു. 1932 ഡിസംബർ 17-ാം തീയതി തിരുവനന്തപുരത്തുവെച്ചാണ് സംയുക്തരാഷ്ട്രീയസഭ ഉടലെടുത്തത്. ഇ ജെ ജോണിന്റെ അദ്ധ്യക്ഷതയിൽ ചേർന്ന യോഗത്തിൽ എസ് എൻ ഡി പി, മുസ്ലീം സർവീസ് ലീഗ്, മുസ്ലീം അസോസിയേഷൻ, കത്തോലിക്കാ കോൺഗ്രസ്, ലത്തീൻ കത്തോലിക്കാമഹാജനസഭ, ദക്ഷിണ തിരുവിതാംകൂർ ക്രിസ്ത്യൻ അസോസിയേഷൻ എന്നീ സംഘടനകളുടെ പ്രതിനിധികൾ ഉണ്ടായിരുന്നു. പ്രതിനിധികളിൽ എൻ വി ജോസഫ്, സി കേശവൻ, പി എസ് മുഹമ്മദ് തുടങ്ങിയവരും ഉണ്ടായിരുന്നു. സഭയുടെ ഒന്നാം സമ്മേളനം 1934 ജനുവരി 30-ാം തീയതി തിരുവല്ലയിൽ ടി എം വർഗീസിന്റെ അദ്ധ്യക്ഷതയിലും രണ്ടാം സമ്മേളനം 1935 മെയ് 11-ാം തീയതി കോഴഞ്ചേരിയിൽവെച്ച് സി കേശവന്റെ അദ്ധ്യക്ഷതയിലും നടന്നു.

നിവർത്തനപ്രസ്ഥാനം ആരംഭിച്ചത് 1932–ലെ ഭരണപരിഷ്ക്കാരങ്ങൾക്കെതിരായ പ്രതിഷേധം സംഘടിപ്പിച്ചുകൊണ്ടാണ്. അവർണർക്കും ക്രിസ്ത്യാനികൾക്കും മുസ്ലീങ്ങൾക്കും ജനസംഖ്യാനുപാതികമായി നിയമസഭയിൽ സ്ഥാനം വേണമെന്ന് അവർ ആവശ്യപ്പെട്ടു. അതനുവദിച്ചു കിട്ടാത്തതുകൊണ്ട് 1933 ലെ തെരഞ്ഞെടുപ്പ് ബഹിഷ്ക്കരിക്കാൻ അവർ ആഹ്വാനം ചെയ്തു. ബഹിഷ്ക്കരണം വിജയകരമായി നടപ്പിലായി. തിരഞ്ഞെടുപ്പിനുശേഷം ജനവിരുദ്ധ അസംബ്ലി പിരിച്ചുവിടണമെന്ന ആവശ്യവുമായി പ്രക്ഷോഭം തുടർന്നു. കോഴഞ്ചേരിയിൽ ചെയ്ത പ്രസംഗത്തിന് രാജ്യദ്രോഹകുറ്റം ചുമത്തി സി കേശവനെ രണ്ടുവർഷത്തേക്ക് ശിക്ഷിച്ചു. അതുകൊണ്ടും പ്രക്ഷോഭം പിന്നോട്ടു പോയില്ല. നിവർത്തന പ്രക്ഷോഭകാരികളുടെ ആവശ്യങ്ങൾ നിറവേറ്റാൻ ഗവൺമെന്റ് നിർബന്ധിതമായി 1935 ൽ സർക്കാർ ഉദ്യോഗങ്ങളിൽ സംവരണം ഏർപ്പെടുത്തുകയും നായർ ബ്രിഗേഡിലെ പ്രവേശനം എല്ലാ ജാതിക്കാർക്കുമായി തുറന്നുകൊടുക്കുകയും ചെയ്തു. 1936 ലെ അസംബ്ലി തെരഞ്ഞെടുപ്പിൽ പിന്നോക്ക വിഭാഗക്കാർക്ക് സംവരണം ഏർപ്പെടുത്തി. വോട്ടവകാശം വിപുലപ്പെടുത്തി. ആ വർഷം അവസാനം ക്ഷേത്രപ്രവേശനവിളംബരവും വന്നു. പരിഷ്ക്കരിച്ച നിയമസഭയിലേക്ക് 1937 ലെ തെരഞ്ഞെടുപ്പിൽ സംയുക്ത രാഷ്ട്രീയസഭാസ്ഥാനാർത്ഥികൾ വിജയിച്ചു. ജയിൽ മോചിതനായ സി കേശവനെ സ്വാഗതം ചെയ്തതിന്റെ പേരിൽ ടി എം വർഗീസിനെതിരെ ദിവാൻ അവിശ്വാസം കൊണ്ടുവരികയും അദ്ദേഹത്തെ പുറത്താക്കുകയും ചെയ്തു. നാടുവാഴിത്തവും ബൂർഷ്വാരാഷ്ട്രീയവും തമ്മിലുള്ള വൈരുദ്ധ്യം കൂടുതൽ വ്യക്തമായി.

നാട്ടുരാജ്യങ്ങളുടെ രാഷ്ട്രീയത്തിൽ നേരിട്ടു ഇടപെടരുത് എന്ന നയമാണ് ഇന്ത്യൻ നാഷണൽ കോൺഗ്രസ് അതുവരെ സ്വീകരിച്ചത്. എന്നാൽ, നാട്ടുരാജ്യങ്ങളിൽ വളർന്നുവന്ന പ്രക്ഷോഭണങ്ങളുടെ പശ്ചാത്തലത്തിൽ ഈ നയം പുനരവലോകനം ചെയ്യാൻ കോൺഗ്രസ് തയ്യാറായി. 1919 മുതൽ തൃശ്ശൂരിൽ ഒരു കോൺഗ്രസ് സമിതി പ്രവർത്തിച്ചിരുന്നെങ്കിലും സജീവമായിരുന്നില്ല. തിരുവിതാംകൂറിൽ നിസ്സഹകരണപ്രസ്ഥാനത്തിനും ഉപ്പു സത്യാഗ്രഹത്തിനും പിന്തുണയും പങ്കാളിത്തവുമുണ്ടായി. അത് ഔപചാരികമായ കോൺഗ്രസ് പ്രസ്ഥാനത്തിലേക്കു നയിച്ചില്ല. 1929 ൽ വിശ്വേശ്വരയ്യയുടെ അദ്ധ്യക്ഷതയിൽ തിരുവനന്തപുരത്തു ചേർന്ന നാട്ടുരാജ്യപ്രജാസമ്മേളനം യുവജനങ്ങളെ രാഷ്ട്രീയമായി ഉദ്ബുദ്ധരാക്കാൻ സഹായിച്ചു. 1937 ൽ കൊച്ചിയിൽ പട്ടാഭിസീതാരാമയ്യയുടെ അദ്ധ്യക്ഷതയിൽ കൊച്ചി രാജ്യപ്രജാസമ്മേളനം ചേർന്നു. ഈ സമ്മേളനങ്ങൾ ദേശീയ പ്രസ്ഥാനത്തെ നാടുരാജ്യങ്ങളിലേക്കു വ്യാപിപ്പിക്കണമെന്ന ആവശ്യം ഉന്നയിച്ചു. കോൺഗ്രസ് സോഷ്യലിസ്റ്റ് പാർട്ടിയും കമ്മ്യൂണിസ്റ്റ് പാർട്ടിയും ഈ ആവശ്യത്തെ പിന്തുണച്ചു. 1938 ൽ തന്നെ ജി രാമചന്ദ്രന്റെ നേതൃത്വത്തിൽ

ഇന്ത്യൻ നാഷണൽ കോൺഗ്രസ് പ്രവർത്തനമാരംഭിച്ചുവെങ്കിലും സജീവ സാന്നിധ്യമാകാൻ അതിനു കഴിഞ്ഞില്ല.

തിരുവിതാംകൂർ സ്റ്റേറ്റ് കോൺഗ്രസ്

1938 ലെ ഹരിപുരാ കോൺഗ്രസ് സമ്മേളനം നാടുരാജ്യങ്ങളിലെ സംഘർഷങ്ങളിൽ സജീവമായി ഇടപെടാൻ തീരുമാനിച്ചു. ഇതിനെ തുടർന്ന് സംയുക്തരാഷ്ട്രീയസഭ തിരുവിതാംകൂർ സ്റ്റേറ്റ് കോൺഗ്രസായി മാറി. എല്ലാ സമുദായിക സംഘടനകളും സ്റ്റേറ്റ് കോൺഗ്രസിന്റെ ഭാഗമായപ്പോൾ നായർ സർവീസ് സൊസൈറ്റി മാത്രം ജി രാമചന്ദ്രനോടൊപ്പം നിന്നു. നിലവിലുണ്ടായിരുന്ന സാമൂഹ്യവൈരുദ്ധ്യം സ്റ്റേറ്റ് കോൺഗ്രസിന്റെ രൂപീകരണത്തിലും പ്രതിഫലിച്ചു. സ്റ്റേറ്റ് കോൺഗ്രസിന്റെ പ്രഥമയോഗത്തിൽ അദ്ധ്യക്ഷതവഹിച്ചത് സി വി കുഞ്ഞുരാമനാണ്. യോഗത്തിൽ പട്ടംതാണുപിള്ള പ്രസിഡന്റായും കെ ടി തോമസ്, പി എസ് നടരാജപിള്ള എന്നിവർ സെക്രട്ടറിമാരായും തെരഞ്ഞെടുക്കപ്പെട്ടു. സ്റ്റേറ്റ് കോൺഗ്രസിന്റെ പ്രധാന പ്രവർത്തകരിൽ എ ജെ ജോൺ, എം ആർ മാധവവാര്യർ, വി അച്യുതമേനോൻ, ബോധേശ്വരൻ, കെ നീലകണ്ഠപിള്ള, ചങ്ങനാശ്ശേരി പരമേശ്വരൻ പിള്ള, സി കേശവൻ, അക്കമ്മ ചെറിയാൻ, ആനിമസ്ക്രീൻ, ടി എം വർഗീസ്, ജോൺ ഫിലിപ്പോസ്, കെ സി ജോർജ്, പി കെ കുഞ്ഞ്, വി കെ വേലായുധൻ, പി എസ് മുഹമ്മദ്, എം എൻ ഗോവിന്ദൻ നായർ, ശങ്കരനാരായണൻ തമ്പി, ടി കെ നാരായണപിള്ള തുടങ്ങിയവർ ഉൾപെടുന്നു. തുടർന്ന് പി ടി പുന്നൂസ്, സി എസ് ഗോപാലപിള്ള, എൻ ശ്രീകണ്ഠൻ നായർ, ടി കെ ദിവാകരൻ, പി എ സോളമൻ, കെ സി ഗോവിന്ദൻ, ടി വി തോമസ്, പി എൻ കൃഷ്ണപിള്ള, കെ സുകുമാരൻ, ആർ സുഗതൻ തുടങ്ങിയവരും രംഗത്തുവന്നു.

എം എൻ ഗോവിന്ദൻ നായർ

ദിവാനായ സി പി രാമസ്വാമി അയ്യർക്കെതിരെ ഗുരുതരമായ ആരോപണങ്ങളുന്നയിക്കുകയും ദിവാൻഭരണം അവസാനിപ്പിച്ച് ഉത്തരവാദഭരണം സ്ഥാപിക്കണമെന്ന് ആവശ്യപ്പെടുകയും ചെയ്യുന്ന മെമ്മോറണ്ടം തിരുവിതാകൂർ സ്റ്റേറ്റ് കോൺഗ്രസ് രാജാവിനു സമർപ്പിച്ചു. അതിനെക്കുറിച്ച് ഒരു നടപടിയുമുണ്ടായില്ലെന്നു മാത്രമല്ല, ദിവാൻ തിരുവിതാംകൂർ സ്റ്റേറ്റ് കോൺഗ്രസിനെ തകർക്കാൻ മർദ്ദനമുറകൾ അഴിച്ചുവിടുകയും ചെയ്തു.

പൗരസ്വാതന്ത്ര്യമർദ്ദനവും ആരംഭിച്ചു. ഈ സാഹചര്യങ്ങളിലാണ് 1938 ആഗസ്റ്റ് 26 ന് ഉത്തരവാദ ഭരണത്തിനുവേണ്ടി പ്രക്ഷോഭം ആരംഭിക്കാൻ സ്റ്റേറ്റ് കോൺഗ്രസ് തീരുമാനിച്ചത്.

1938, 29–ാം തീയതി കൊല്ലം, കോട്ടയം, ആലപ്പുഴ എന്നിവിടങ്ങളിൽ വമ്പിച്ച നിരോധനാജ്ഞാ ലംഘന യോഗങ്ങൾ നടന്നു. ആഗസ്റ്റ് 31–ാം തീയതി നെയ്യാറ്റിൻകര വെടിവെപ്പ് നടന്നു. സ്റ്റേറ്റ് കോൺഗ്രസിന്റെ ആദ്യത്തെ രക്തസാക്ഷി നെയ്യാറ്റിൻകര രാഘവനായിരുന്നു. രാഘവനെ കൂടാതെ അന്ന് ആ പടനിലത്ത് 5 പേർകൂടി മരിച്ചു വീണു. അതിനുപുറമേ 2 പേർ ആശുപത്രിയിൽവച്ചു മരിച്ചു.

ഈ വെടിവെയ്പ്പിനെതിരെ ശക്തമായ പ്രതിഷേധം ഉയർന്നുവന്നു. ആഗസ്റ്റ് 31–ാം തീയതി തന്നെ പട്ടാളത്തെയും സായുധ പോലീസിനേയും സംസ്ഥാനത്തിന്റെ പ്രധാന കേന്ദ്രങ്ങളിലെല്ലാം വിന്യസിച്ചു കഴിഞ്ഞിരുന്നു. 1938 സെപ്റ്റംബർ 2–ാം തീയതി കൊല്ലം പട്ടണത്തിൽ വൈകിട്ട് 4 മണിയോടെ കൊല്ലം പീരങ്കി മൈതാനത്ത് യോഗം കൂടുമെന്നും കേരളകൗമുദി പത്രാധിപർ കെ സുകുമാരനും, പി ജി വർഗ്ഗീസും, എം ജി കോശിയും നിരോധനാജ്ഞ ലംഘിച്ചു പ്രസംഗിക്കുമെന്നും നേരത്തെകൂട്ടി നോട്ടീസ് പ്രചരിപ്പിച്ചിരുന്നു. ഡിസ്ട്രിക് മജിസ്ട്രേറ്റും ഒന്നാംക്ലാസ് മജിസ്ട്രേറ്റും മറ്റുചില ഉദ്യോഗസ്ഥന്മാരും ഒരു കൂട്ടം പട്ടാളക്കാരും സായുധ പോലീസും നേരത്തെതന്നെ മൈതാനം വളഞ്ഞുകഴിഞ്ഞിരുന്നു. ഉച്ച കഴിഞ്ഞപ്പോഴേക്കും മൈതാനത്തേക്കുള്ള ജനപ്രവാഹം ആരംഭിച്ചു. മൈതാനത്തിന്റെ തെക്കും വടക്കും ഭാഗങ്ങളിൽ ജനങ്ങൾ തടിച്ചുകൂടി. ജനക്കൂട്ടത്തെ അടിച്ചുപിരിക്കാനുള്ള ശ്രമത്തിലായി റിസർവ് പോലീസ്. വടക്കുഭാഗത്ത് നിന്നിരുന്ന ജനകൂട്ടത്തിന്റെ നേർക്കായി പോലീസുകാരുടെ ആക്രമണം. പോലീസ് ലാത്തിചാർജ്ജ് നടത്തി. ഒട്ടേറെപേർക്ക് ലാത്തിയടിയേറ്റു. മാരകമായ ലാത്തിയടിയേറ്റ് ഒരാൾ ബോധമറ്റ് നിലത്തുവീണു. ജനങ്ങൾ കൈയ്യുംകെട്ടിനിന്ന് ലാത്തിയടി കൊണ്ടില്ല. അവർ പോലീസിന്റെ നേർക്ക് കല്ലേറ് ആരംഭിച്ചു. ഏറ് കൊണ്ട് ആകെ അവശരായി പോലീസ് പിന്നോക്കം പാഞ്ഞു. പോലീസുകാർക്ക് പലർക്കും സാമാന്യം നല്ല പരുക്കുകൾ ഉണ്ടായി. ടൗൺ പോലീസ്റ്റേഷൻ ഇൻസ്പെക്ടരും ഒരു എ എസ് പിയും ഏറ്കൊണ്ട് ആശുപത്രിയിലായി. ഈ സമയത്ത് നിയമലംഘനത്തിന് നിയുക്തരായ വർ ഒരു വലിയ ജാഥയുടെ അകമ്പടിയോടെ ജയ് വിളികളോടെ തെക്കുംവശം ചേർന്ന് മൈതാനത്തേക്ക് വരികയായിരുന്നു. പോലീസും പട്ടാളവും ചേർന്ന് ജാഥയെ തടഞ്ഞു. പിരിഞ്ഞ് പോകാൻ ആഞ്ജാപിച്ചു. ജാഥാംഗങ്ങൾ അവിടെ ഇരിപ്പുറപ്പിച്ചു. അതോടെ പോലീസ് ലാത്തിചാർജ്ജും തുടങ്ങി. ജനങ്ങൾ ക്ഷുഭിതരായി. അവർ കല്ലേറു കൊണ്ട് പോലീസിനെ നേരിട്ടു. അവിടെ കിടന്നിരുന്നതും തലേദിവസം പട്ടാളത്തെ കൊണ്ടുവന്നതുമായ ട്രാൻസ്പോർട്ട് ബസിന് ജനങ്ങൾ തീ

കൊളുത്തി. ഡിസ്ട്രിക് മജിസ്ട്രേറ്റ് വെടിവയ്ക്കാൻ പട്ടാളത്തിന് ഉത്തരവ് കൊടുത്തു. വെടി പൊട്ടി. തൽക്ഷണം രണ്ടുപേർ, കല്ലട പാച്ചുപിള്ളയും തോമസും അവിടെ പിടഞ്ഞു വീണു. ജനങ്ങൾ നാല് ഭാഗത്തേക്കും മാറി. നാനാഭാഗത്തുനിന്നും പോലീസിനും പട്ടാളക്കാർക്കും കല്ലേറ് കിട്ടി. അപ്പോഴേയ്ക്കും വേറൊരു സംഘം പട്ടാളക്കാരും പോലീസും മൈതാനത്തിന്റെ വടക്കുവശത്ത് തടിച്ചുകൂടിയിരുന്ന ജനങ്ങളെ തടഞ്ഞുനിർത്തി. ജനങ്ങൾ മുദ്രാവാക്യം മുഴക്കി മുന്നോട്ട് കുതിച്ചു. ജനക്കൂട്ടത്തിന്റെ നേർക്ക് പട്ടാളം നിറയൊഴിച്ചു. കുരീപ്പുഴ കൊച്ചു കുഞ്ഞ്, കൊല്ലൂർവിള മൈതീൻകുഞ്ഞ്, അയത്തിൽ ബാലകൃഷ്ണപിള്ള, കോട്ടൺ മിൽ തൊഴിലാളി ആശ്രാമം ലക്ഷമണൻ തുടങ്ങി 8 പേർ വെടികൊണ്ടു വീണു. വെടി വെയ്പ്പിലും പോലീസ് മർദ്ദനത്തിലും പ്രതിക്ഷേധിച്ച് അടുത്ത ദിവസം കൊല്ലം പട്ടണം സമ്പൂർണ്ണ ഹർത്താൽ ആചരിച്ചു.

ഘോഷയാത്രയിൽ, മഹാരാജാവിനെ കണ്ട്, ഒരു പുതിയ നിവേദനം സമർപ്പിക്കാൻ തീരുമാനിച്ചു. സ്റ്റേറ്റുകോൺഗ്രസ്സു വർക്കിംഗ് കമ്മറ്റി നേരത്തെ മഹാരാജാവിനു നൽകിയിരുന്ന മെമ്മോറാണ്ഡത്തി ലുണ്ടായിരുന്നതിനു പുറമെ ഉത്തരവാദഭരണം എത്രയുംവേഗം സ്ഥാപി ക്കുമെന്ന് ഗവൺമെന്റിന്റെ ഔദ്യോഗികമായ പ്രസ്താവന വ്യക്തമായ ഭാഷയിൽ പുറപ്പെടുവിക്കുക, സ്റ്റേറ്റ് കോൺഗ്രസ്സിന്റെയും യൂത്തു ലീഗിന്റെയും നിരോധനം നീക്കുക, ക്രിമിനൽ ഭേദഗതി നിയമം റദ്ദുചെ യ്യുക, എല്ലാ രാഷ്ട്രീയ തടവുകാരെയും മോചിപ്പിക്കുക, തുടങ്ങിയവ ഉൾപ്പെട്ടതായിരുന്നു പുതിയ നിവേദനം.

പ്രക്ഷോഭം ആഗസ്റ്റ് 26 മുതൽ ഒക്ടോബർ 23 വരെ നീണ്ടുനിന്നു. ഓരോ ദിവസത്തെയും പ്രക്ഷോഭ ത്തിന്റെ നേതാക്കൾക്ക് ഡിക്റ്റേറ്റർ എന്ന പേരു നല്കി. നേതാക്കൾ അറസ്റ്റിലായപ്പോൾ പുതിയ "ഡിക്ടേറ്റ ർ"മാർ രംഗത്തുവന്നു. അവസാനത്തെ ഡിക്റ്റേറ്ററായിരുന്ന അക്കാമ്മ ചെറി യാൻ സ്ഥാനമേറ്റെടുക്കാൻ മധുരവഴി തിരുവനന്തപുരത്തെത്തിയപ്പോൾ അവരെ അനുഗമിച്ച് 14 സി എസ് പി വോളണ്ടിയർമാരും ഉണ്ടായിരുന്നു.

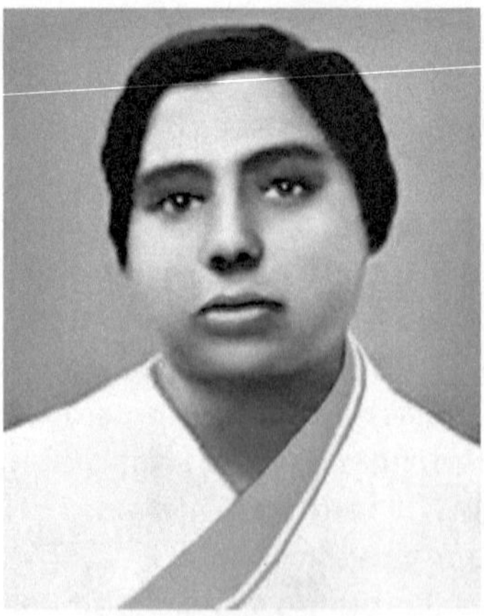
അക്കമ്മ ചെറിയാൻ

മധുരയിൽ നിന്ന് തിരുവിതാം കൂറിന്റെ അതിർത്തിയായ ചെങ്കോട്ട മുതൽ ഓരോ സ്റ്റേഷനിലും വമ്പിച്ച ജനാവലി സർവാധിപതിയേയും

സംഘത്തേയും സ്വീകരിക്കാൻ തയ്യാറായി നിൽപ്പുണ്ടായിരുന്നു. സ്വീകരണത്തിനുശേഷം അവരും തീവണ്ടിയിൽ കയറി തിരുവനന്തപുരത്തേക്കു യാത്രയായി. തീവണ്ടി കൊല്ലത്തെത്തിയപ്പോൾ ആലപ്പുഴ നിന്നും കയർ ഫാക്ടറി തൊഴിലാളി യൂണിയൻ അയച്ച 25 വോളന്റിയർമാർ ചുവന്ന യൂണിഫോറവുമണിഞ്ഞ് ചെങ്കൊടികളുമേന്തി ജാഥയെ സ്വീകരിക്കുകയും അതേ വണ്ടിയിൽ അനുയാത്ര ചെയ്യുകയും ചെയ്തു. പി വി കുഞ്ഞുണ്ണി നായരായിരുന്നു അവരുടെ ക്യാപ്റ്റൻ കെ കെ വാര്യർ എഴുതിയ വിപ്ലവഗാനം അവർ പാടി.

അടങ്ങുകില്ലിനി ഞങ്ങൾ
അടിയുറച്ചുനിന്നു പൊരുതും ഞങ്ങൾ
ഭരണമേ നിന്റെ നിറം
ശരിക്കിതാ ഞങ്ങൾകണ്ടു
മരണത്തിൽ ഭയം ഞങ്ങൾക്കില്ലിനിമേൽ

തമ്പാനൂരിൽ തീവണ്ടി ഇറങ്ങിയ സർവാധിപതിയെ വോളന്റിയർമാർ സ്വീകരിക്കുകയും ഗാർഡ് ഓഫ് ഓണർ നൽകുകയും ചെയ്തു. ജനമധ്യത്തിലേക്ക് ആനയിക്കപ്പെട്ട സർവാധിപതി അവരെ അഭിസംബോധന ചെയ്തു.

"ശാന്തമായ വിദ്യാലയാന്തരീക്ഷം ഉപേക്ഷിച്ച് ഈ സമരരംഗത്തേക്ക് ഞാൻ ഇറങ്ങിവന്നത് പരിമിതമായ പൗരാവകാശങ്ങൾക്കുവേണ്ടിയല്ല, മറിച്ച് ഇന്നത്തെ ഭരണ വ്യവസ്ഥയെത്തന്നെ മാറ്റിമറിച്ച് ഉത്തരവാദഭരണം സ്ഥാപിക്കാൻ വേണ്ടിയുള്ള സമരത്തിൽ പങ്കുചേരാനാണ്. ഈ സമരം തിരുവിതാംകൂറിന്റെ പ്രാദേശിക പ്രശ്നമല്ല; ഇത് ഭാരതത്തിന്റെ സ്വാതന്ത്ര്യപ്പോരാട്ടത്തിന്റെ ഭാഗമാണ് സാമ്രാജ്യത്തവാഴ്ചയ്ക്കെതിരെ ലോകമൊട്ടാകെ നടക്കുന്ന സമരത്തിന്റെ ഭാഗമാണ്."

സർവാധിപതി എല്ലാവരോടും നിലത്തിരിക്കാൻ ആവശ്യപ്പെട്ടു. എല്ലാവരും നിലത്തിരുന്നു. അവിടെയിരുന്ന് മുദ്രാവാക്യങ്ങൾ മുഴക്കിക്കൊണ്ടിരിക്കെ ഒരു ഉദ്യോഗസ്ഥൻ അക്കമ്മയെ സമീപിച്ച് എന്താണ് അവരുടെ ആവശ്യമെന്നപേക്ഷിച്ചു. "ഞങ്ങൾക്ക് മഹാരാജാവിനെ മുഖം കാണിച്ച് ഒരു നിവേദനം സമർപ്പിക്കണം" അവർ പറഞ്ഞു. അതിനിടയിൽ അശ്വസൈന്യം റോഡിൽ ഇരിക്കുകയും കിടക്കുകയുമായിരുന്ന വോളന്റിയർമാർക്കിടയിലൂടെ കടന്നുപോയി. കുതിരകളുടെ ചവിട്ടേറ്റ് പലർക്കും പരുക്കുപറ്റി.

അടുത്തത് ഒരു പട്ടാളലോറിയുടെ വരവായിരുന്നു. അതിവേഗതയിൽ ഓടിച്ചു വന്ന ആ ലോറി വോളന്റിയർമാരെ ചതച്ചരച്ചുകളയുമെന്ന് എല്ലാവരും ഭയപ്പെട്ടു. എന്നാൽ റോഡിലിരുന്ന ഒറ്റവോളന്റിയർ പോലും ഓടിമാറിയില്ല. അവർ ആ ലോറിയുടെ ചക്രങ്ങളിൽ പിടിച്ചുകൊണ്ട് അതിനെ

പിടിച്ചു നിറുത്താൻ ശ്രമിക്കുകയും ഉച്ചത്തിൽ മുദ്രാവാക്യം മുഴക്കുകയുമാണുണ്ടായത്. ഏതായാലും ലോറി മുന്നോട്ട് ഓടിക്കാനുള്ള ക്രൂരത ആ വാഹനം ഓടിച്ചിരുന്നയാൾക്കുണ്ടായില്ല. ലോറി നിന്നു. "എന്റെ നാട്ടുകാരെ കൊല്ലാൻ ഞാൻ തയ്യാറില്ല" അയാൾ തന്റേടത്തോടെ പറഞ്ഞു.

ലോറിയിലുണ്ടായിരുന്ന തോക്കുധാരികളായ 20 ഓളം പട്ടാളക്കാർ നിലത്തിറങ്ങി. ആളുകളെ ബൂട്ട്സ്കൊണ്ടു ചവുട്ടിമെതിച്ചും ബയണറ്റുകൊണ്ടു കുത്തിക്കീറിയും തോക്കിന്റെ പാത്തികൊണ്ട് അടിച്ചും വഴി ഉണ്ടാക്കിക്കൊണ്ട് മാർച്ചു ചെയ്ത് ഗേറ്റുകടന്ന് കൊട്ടാരം കോമ്പൗണ്ടിലേക്കുപോയി. പട്ടാളക്കാരുടെ മേൽ നടപടി എടുക്കണമെന്നും വോളന്റിയർമാരോട് ക്ഷമാപണം നടത്തണമെന്നും അക്കമ്മ ആവശ്യപ്പെട്ടു.

"ഉടനെ പട്ടാള മേധാവി തന്റെ കൈത്തോക്ക് ഉയർത്തിക്കൊണ്ട് ജനങ്ങൾ പിരിഞ്ഞു പോയില്ലെങ്കിൽ വെടിവച്ചു പിരിച്ചുവിടുമെന്നു ഭീഷണിപ്പെടുത്തി... എന്റെ നേതൃത്വത്തിൽ വിശ്വസിച്ച് എന്നെ അനുഗമിച്ച വോളന്റിയർമാരെയും ജനക്കൂട്ടത്തെയും കുരുതികൊടുത്തശേഷം രക്ഷപെട്ടു മടങ്ങിപ്പോവുക എനിക്ക് ചിന്തിക്കാൻ പോലും സാധ്യമായിരുന്നില്ല. വെടിവയ്ക്കാനാണു ഭാവമെങ്കിൽ ഈ ജനക്കൂട്ടത്തെ നയിക്കുന്ന എന്റെ നെഞ്ചിൽത്തന്നെ ആദ്യത്തെ നിറയൊഴിക്കുക എന്നു പറഞ്ഞ് എന്റെ ദേഹത്തു കിടന്നിരുന്ന ഹാരങ്ങൾ വലിച്ചു മാറ്റി. ഇത് ഒട്ടുംതന്നെ പ്രതീക്ഷിക്കാത്ത വാട്കീസിന്റെ കൈ താനേ താണുപോയി. അദ്ദേഹം തൊപ്പി ഉയർത്തി ഗുഡ്നൈറ്റു പറഞ്ഞ് കോട്ടയ്ക്കകത്തേക്കു വലിയുകയും ചെയ്തു. (1114 ന്റെ കഥ)"

ദിവാന് മറ്റു മാർഗമില്ലായിരുന്നു. എല്ലാ രാഷ്ട്രീയ തടവുകാരെയും മോചിപ്പിക്കാൻ കൽപ്പനയായി. തിരുനാൾ ദിവസങ്ങളിൽ തടവുകാരെ മോചിപ്പിക്കുന്നത് സാധാരണ ഉച്ചയോടു കൂടിയാണ്. എന്തായാലും രാത്രിയിൽത്തന്നെ ജയിലറകൾ തുറന്ന് പട്ടം താണുപിള്ളയടക്കമുള്ള 188 നേതാക്കളെ മോചിപ്പിച്ചു. ഉത്തരവാദിത്വഭരണം നേടിയെടുക്കുന്നതുവരെ സമരം തുടരണമെന്ന് വോളന്റിയർമാർ ആവശ്യപ്പെട്ടുവെങ്കിലും വിമുക്തരായ നേതാക്കളുടെ അഭ്യർത്ഥനയനുസരിച്ച് സമരം പിൻവലിച്ചു.

ഉത്തരവാദപ്രക്ഷോഭണം അവസാനിപ്പിക്കൽ തിരുവിതാംകൂറിലെ ബൂർഷ്വാ പ്രതിരോധ പ്രസ്ഥാനത്തിന്റെ അന്ത്യമായി കണക്കാക്കാറുണ്ട്. അതിനോടൊപ്പം ഈ പ്രതിരോധപ്രസ്ഥാനത്തിന്റെ പരിമിതികളും തിരിച്ചറിയേണ്ടതുണ്ട്. നിവർത്തനപ്രസ്ഥാനത്തിന്റെ ഭാഗമായി സൃഷ്ടിക്കപ്പെട്ട സംയുക്തരാഷ്ട്രീയസഭയുടെ തുടർച്ചയായിരുന്നു സ്റ്റേറ്റ് കോൺഗ്രസ്. കേരളത്തിൽ വളർന്നുവന്ന ബൂർഷ്വാസിയുടെ ശക്തമായ പിന്തുണ അതിനുണ്ടായിരുന്നെങ്കിലും ജാതിജന്മിനാടുവാഴിത്തത്തിന്റെ ആശയസംഹിതയിൽ നിന്ന് പൂർണമായി സ്വയം മോചിനമാവാൻ

അതിനുകഴിഞ്ഞിരുന്നില്ല. അതുകൊണ്ട് അവർണരുടെയും മുസ്ലീങ്ങളുടെയും ക്രിസ്ത്യാനികളുടെയും കൂട്ടുകെട്ടായി അത് തുടർന്നു. പട്ടംതാണുപിള്ള, ചങ്ങനാശ്ശേരി പരമേശ്വരൻ പിള്ള, കെ നീലകണ്ഠ പിള്ള, ടി കെ നാരയണപിള്ള, സി നാരായണപിള്ള, കുമ്പളത്തു ശങ്കുപ്പിള്ള മുതലായവർ അതിൽ ചേർന്നുവെങ്കിലും എൻ എസ് എസ് അതിൽനിന്ന് മാറി നിന്നു. ആലപ്പുഴയിൽ വളർന്നുവന്ന തൊഴിലാളി സമരത്തെ അട്ടിമറിക്കാൻ സ്റ്റേറ്റ് കോൺഗ്രസുകാർ നടത്തിയ ശ്രമം അതിന്റെ വർഗസ്വഭാവത്തെ വ്യക്തമായി പുറത്തുകൊണ്ടുവന്നു. അതേ സമയം സി വി കുഞ്ഞുരാമന്റെ നേതൃത്വത്തിൽ എസ് എൻ ഡി പി വിട്ടുപോയത് സ്റ്റേറ്റ് കോൺഗ്രസിന്റെ ദൗർബല്യത്തിലേക്കു വിരൽ ചൂണ്ടി. ബൂർഷ്വാജനാധിപത്യത്തിന്റെ വളർച്ചയുടെ പശ്ചാത്തലത്തിലും സാമുദായികതയുടെ വളർച്ചയെ അതു സൂചിപ്പിച്ചു. ഗാന്ധിയുടെ നിർദ്ദേശമനുസരിച്ച് ഉത്തരവാദപ്രക്ഷോഭണത്തിന്റെ തുടക്കത്തിൽ സമർപ്പിച്ച മെമ്മോറാണ്ടം പോലും പിന്നീട് പിൻവലിച്ചത് സ്റ്റേറ്റ് കോൺഗ്രസിന്റെ നാടുവാഴിത്തവുമായുള്ള അനുരഞ്ജന സ്വഭാവത്തെ പുറത്തു കൊണ്ടുവന്നു. നിവർത്തന പ്രസ്ഥാനത്തെയും ഉത്തരവാദിത്വ ഭരണത്തിനുള്ള പ്രക്ഷോഭണത്തെയും പിന്തുണച്ച റാഡിക്കലുകളെ ഈ നിലപാട് ചൊടിപ്പിച്ചതിൽ അത്ഭുതപ്പെടാനില്ല. സ്റ്റേറ്റ് കോൺഗ്രസ് നിലപാടിനെ വിമർശിച്ചുകൊണ്ട് എ കെ പിള്ളയും ഇ ജോൺ കുരുവിളയും പ്രസ്താവനകളിറക്കി. ഈ പ്രതിഷേധങ്ങൾക്കു പ്രകടരൂപം നൽകാനായി ഡിസംബർ 27-ാം തീയതി എറണാകുളത്ത് (എറണാകുളം ടി ബിയിൽ) ഒരു രഹസ്യ സമ്മേളനം ചേർന്നു. എ കെ പിള്ളയും, ഇ ജോൺ കുരുവിളയും മുൻകൈ എടുത്തു വിളിച്ചുകൂട്ടിയ ഈ സമ്മേളനത്തിൽ യൂത്തുലീഗിലും റാഡിക്കൽ വിഭാഗത്തിലും പെട്ട നൂറോളം പേർ സംബന്ധിച്ചിരുന്നു. എ കെ പിള്ളയുടെ അധ്യക്ഷതയിൽ നടന്ന ഈ സമ്മേളനത്തിൽ കെ ദാമോദരൻ, പി ടി പുന്നൂസ്, കെ സി ജോർജ്, എം എൻ ഗോവിന്ദൻ നായർ, എൻ സി ശേഖർ, എൻ പി കുരുക്കൾ, പി ടി ചാക്കോ, കെ സി നൈനാൻ, സി ഡി ജോസഫ്, വി വി വർക്കി, കെ സി വർക്കി കരിപ്പാപ്പറമ്പിൽ, കെ സി വർക്കി കുളങ്ങരമുറിയിൽ, സി എസ് ഗോപാലപിള്ള, കോട്ടയം ഭാസി, കുളത്തുങ്കൽ പോത്തൻ, കെ സി

കെ ദാമോദരൻ

തോമസ്, ജോസഫ് മാത്യു പറമ്പിൽ, കെ ജെ ചാക്കോ മണിമല തുടങ്ങിയവർ സംബന്ധിച്ചിരുന്നു.

സർ സി പി ക്ക് എതിരായി ഉന്നയിക്കപ്പെട്ടിരുന്ന ആരോപണങ്ങൾ പിൻവലിക്കാൻ സ്റ്റേറ്റ് കോൺഗ്രസ് വർക്കിംഗ് കമ്മറ്റി തീരുമാനിച്ചതിൽ ഈ യോഗം പ്രതിഷേധിക്കുകയും വർക്കിംഗ് കമ്മിറ്റിയുടെ ആരോപണ ങ്ങളോടൊപ്പം ഗുരുതരമായ പത്ത് ആരോപണങ്ങൾക്കൂടി കൂട്ടിച്ചേർത്തു കൊണ്ട് ഒരു ബദൽ മെമ്മോറാണ്ഡം മഹാരാജാവിനു സമർപ്പിക്കാൻ തീരുമാനിക്കുകയും ചെയ്തു.

1939 ജനുവരി 8, 9 തീയതികളിൽ വൈസ്രോയി തിരുവിതാംകൂർ സന്ദർശിക്കുമ്പോൾ കഴിയുന്നത്ര ആളുകളെ സംഘടിപ്പിച്ച് തിരുവി താംകൂർ ജനതയുടെ ദുരിതങ്ങൾ അദ്ദേഹത്തെ ധരിപ്പിക്കണമെന്നും യോ ഗം തീരുമാനിച്ചു. പൊതുയോഗങ്ങൾ വിളിച്ചുകൂട്ടി പുതിയ മെമ്മോറാണ്ഡ വും, ആരോപണങ്ങളും പരസ്യമായി വായിക്കണമെന്നും, അതിന്റെ പരിണതഫലം അറസ്റ്റോ വെടിവയ്പോ എന്തുതന്നെ ആയാലും നേരിട ണമെന്നും നിശ്ചയിച്ചു. ഈ മെമ്മോറണ്ഡം പരമരഹസ്യമായി 333 പേരെക്കൊണ്ട് ഒപ്പിടീച്ചത് താനായിരുന്നുവെന്ന് കെ ജെ ചാക്കോ മണിമല എഴുതിയിട്ടുണ്ട്.

യൂത്തുലീഗ് സെക്രട്ടറിയായി കെ സി ജോർജിനെ തിരഞ്ഞെടുത്തു. ആവശ്യമായ ഫണ്ടു രൂപീകരിക്കുന്നതിനുള്ള ചുമതല ഈ ജോൺ കുരുവിളയെ ഏൽപ്പിച്ചു. സമരസമിതിയുടെ ആസ്ഥാനം എറണാകുള മായിരിക്കണമെന്നും തീരുമാനിച്ചു. അങ്ങനെ സ്റ്റേറ്റ് കോൺഗ്രസിൽ നിന്ന് പിൻവാങ്ങിയ റാഡിക്കൽ ഗ്രൂപ്പിന്റെയും യൂത്ത് ലീഗിന്റെയും കോൺഗ്രസ് സോഷ്യലിസ്റ്റ് പാർട്ടിയുടെയും പ്രവർത്തകരിൽ ചിലർ കേരളസോഷ്യ ലിസ്റ്റ് പാർട്ടി (പിന്നീട് ആർ എസ് പി) രൂപീകരിച്ചു. പൊന്നറ ശ്രീധർ, എൻ ശ്രീകണ്ഠൻ നായർ, ടി കെ ദിവാകരൻ തുടങ്ങിയവർ അതിന്റെ ഭാഗമായി. മറ്റുള്ളവർ പിന്നീട് കമ്മ്യൂണിസ്റ്റ് പാർട്ടിയിൽ ചേർന്നു.

കൊച്ചിയിലെ സമരം

സമാനമായ വൈരുദ്ധ്യങ്ങളാണ് കൊച്ചിയിലും പ്രത്യക്ഷപ്പെട്ടത്. സി പി രാമസ്വാമി അയ്യരെപ്പോലെ ദിവാൻ ഷൺമുഖം ചെട്ടിയുടെ നയങ്ങൾ ശക്തമായ എതിർപ്പ് ക്ഷണിച്ചു വരുത്തി. സാമുദായികസംഘടനകൾക്കും കെ അയ്യപ്പനെയും കെ പി കറുപ്പനെയും പോലുള്ള നേതാക്കൾക്കും ശക്തമായ സ്വാധീനമുണ്ടായിരുന്നെങ്കിലും നിവർത്തനപ്രസ്ഥാനം പോലുള്ള കൂട്ടായ പ്രതിരോധം സൃഷ്ടിക്കാൻ അവിടെ കഴിഞ്ഞില്ല. കൊച്ചിൻ കോൺഗ്രസ്, കൊച്ചിൻ സ്റ്റേറ്റ് കോൺഗ്രസ് എന്ന രണ്ടു സംഘടനകളായി പിരിഞ്ഞത് ദിവാൻ ഭരണത്തിന് പിടിച്ചുനിൽക്കാൻ സഹായകരമായി. ഈ രണ്ടു കോൺഗ്രസുകളെയും തമ്മിലടിപ്പിച്ച്

നിലനിൽക്കാൻ ദിവാനുകഴിഞ്ഞു. എറണാകുളത്തും തൃശ്ശൂരും വളർന്നുവന്ന സി എസ് പിയും ലേബർ ബ്രദർഹുഡും കൊച്ചിൻ ലേബർ യൂണിയനും സ്വന്തം നിലയിലുള്ള തൊഴിൽ സമരങ്ങളുമായി രംഗത്തുവന്നതും കൊടുങ്ങല്ലൂരെ കർഷകതൊഴിലാളി സംഘടന കർഷകരെ സംഘടിപ്പിച്ചതുമാണ് പുതിയ മാറ്റങ്ങളായി വളർന്നുവന്നത്.

ഇവയിൽ ദിവാൻ ഭരണത്തിനെതിരായ സമഗ്രമായ രാഷ്ട്രീയ സമരമായി വളർന്നുവന്നത് തൃശ്ശൂരെ എലക്ട്രിസിറ്റി സമരമായിരുന്നു. 1936 ൽ സി ആർ ഇയ്യുണ്ണിയുടെ നേതൃത്വത്തിൽ നടന്ന സമരത്തിൽ തൃശ്ശൂരെ തൊഴിലാളികളും ഇടത്തരക്കാരുമുൾപ്പെടെ എല്ലാവരും പങ്കെടുത്തു. 1937 മുതൽ കോൺഗ്രസ് സോഷ്യലിസ്റ്റ് പാർട്ടിയുടെ നേതൃത്വത്തിലായിരുന്നു. കൊച്ചിയിൽ ഉത്തരവാദ ഭരണത്തിനുള്ള പ്രക്ഷോഭം വളർന്നുവന്നത്. ഇതേ ആവശ്യം തന്നെ ട്രേഡ് യൂണിയനുകളും യുവജനസംഘടനകളും ഉന്നയിച്ചു. പക്ഷെ, തിരുവിതാംകൂറിനെപ്പോലെ ഈ ആവശ്യത്തോടുള്ള ശക്തമായ പ്രതിരോധം കൊച്ചി രാജാക്കന്മാരുടെ ഭാഗത്തുനിന്നുണ്ടായിരുന്നില്ല. നാടുവാഴിത്തവും ബൂർഷ്വാജനാധിപത്യവും തമ്മിലുള്ള വൈരുദ്ധ്യം ഇലക്ട്രിസിറ്റി സമരംപോലുള്ളവയിൽ കാണാമായിരുന്നെങ്കിലും അവർണരുടെയും സവർണരുടെയും സംഘടിത രൂപങ്ങൾ തമ്മിലുള്ള വൈരുദ്ധ്യമായി അതുമാറിയില്ല. അതുകൊണ്ട് താരതമ്യേന ദുർബലമായ കൊച്ചി ഭരണകൂടം വളരെ വേഗത്തിൽ ഭരണപരിഷ്ക്കാരം പ്രഖ്യാപിച്ചു. 1938 ജൂണിലെ കൊച്ചി ഗവൺമെന്റ് ആക്റ്റ് വഴി ദിവാനും ജനപ്രതിനിധിസഭയ്ക്കും ഒരുപോലെ അധികാരമുള്ള ദ്വിഭരണസമ്പ്രദായം നടപ്പിലാക്കി. 58 അംഗങ്ങളുള്ള ലജിസ്ലേറ്റീവ് കൗൺസിലിൽ തെരഞ്ഞെടുക്കപ്പെടുന്നത് 38 പേരാണ് കൗൺസിലിലെ അംഗങ്ങൾ ഭൂരിപക്ഷപ്രകാരം തിരഞ്ഞെടുക്കുന്ന മന്ത്രിക്ക് കൃഷി, സഹകരണം, ആരോഗ്യം, പഞ്ചായത്ത്, വ്യവസായം എന്നീവകുപ്പുകൾ നൽകി.

ദ്വിഭരണം കൊച്ചിയിൽ ഫലപ്രദമായില്ല. കൊച്ചിൻ കോൺഗ്രസിലെ അമ്പാട്ട് ശിവരാമമേനോനും ഡോ. എ ആർ മേനോനും മന്ത്രിമാരായെങ്കിലും വർദ്ധിച്ചുവരുന്ന ജനകീയ പ്രതിരോധരൂപങ്ങളെ പ്രതിഫലിപ്പിക്കാൻ അവർക്കു കഴിഞ്ഞില്ല. ജനപിന്തുണ ക്രമേണ രണ്ടു കോൺഗ്രസുകളിൽ നിന്നകലുകയും കോൺഗ്രസ് സോഷ്യലിസ്റ്റ് പാർട്ടി ശക്തിപ്രാപിക്കുകയും ചെയ്തു. 1939–40 ൽ സാമ്രാജ്യത്വവിരുദ്ധപ്രസ്ഥാനത്തിന്റെ ശക്തി വർദ്ധിച്ചു. യുദ്ധത്തിന്റെ സൃഷ്ടിയായ കടുത്ത വിലക്കയറ്റത്തിനെതിരായി സമരങ്ങൾ വളർന്നുവന്നു. ആമ്പല്ലൂർ, ചാലക്കുടി, എറണാകുളം തുടങ്ങിയ സ്ഥലങ്ങളിൽ നടന്ന വില നിയന്ത്രണസമ്മേളനങ്ങളിൽ വൻ പങ്കാളിത്തമുണ്ടായിരുന്നു. ഈ പ്രക്ഷോഭങ്ങൾക്ക് നേതൃത്വം നൽകിയത് കെ കെ വാര്യർ, പി നാരായണൻനായർ, പി എസ് നമ്പൂതിരി, പി ഗംഗാധരൻ തുടങ്ങിയവരായിരുന്നു. 1939 ജനുവരി 15–ാം തീയതി തൃശ്ശൂർവെച്ചു ചേർന്ന അഖില കൊച്ചിയുവജനസമ്മേളനം

കെ കെ വാര്യർ

ഉത്തരവാദഭരണം വേണമെന്നുള്ള പ്രമേയങ്ങൾ പാസാക്കി. 1940 ൽ ആവണിശ്ശേരിയിൽവെച്ച് കൊച്ചി കർഷകസഭ രൂപം കൊണ്ടു. പ്രസിഡന്റ് വി ആർ കൃഷ്ണനെഴുത്തച്ഛനും സെക്രട്ടറി സി അച്ചുതമേനോനുമായിരുന്നു. കെ കെ വാര്യരും കുടിയാൻ പ്രക്ഷോഭകനായ പി കുമാരനെഴുത്തച്ഛനും അതിന്റെ പ്രവർത്തകരായിരുന്നു. നിയമസഭയിൽ അവതരിപ്പിക്കേണ്ട വെറും പാട്ടക്കുടിയാൻ നിയമത്തിൽ വരുത്തേണ്ട ഭേദഗതികളെക്കുറിച്ചു പ്രചരണം നടത്താൻ അഖിലകൊച്ചി പ്രചരണജാഥ തിരുവില്വാമല മുതൽ എറണാകുളം വരെ സഞ്ചരിച്ചു. ജാഥയ്ക്ക് കടുത്ത മർദ്ദനം നേരിടേണ്ടിവന്നു. ബഹുജന സമരങ്ങളുടെ ഈ വേലിയറ്റമാണ് 1941 ൽ കൊച്ചി പ്രജാമണ്ഡലത്തിന്റെ സ്ഥാപനത്തിലേക്ക് നയിച്ചത്. 1939 ൽ തന്നെ കൊച്ചിരാജ്യത്തിലെ കോൺഗ്രസ് സോഷ്യലിസ്റ്റ് പാർട്ടി കമ്മ്യൂണിസ്റ്റ് പാർട്ടിയായി മാറിക്കഴിഞ്ഞിരുന്നു.

കോൺഗ്രസ് സോഷ്യലിസ്റ്റ് പാർട്ടി

അഖിലേന്ത്യാതലത്തിൽ 1930–31 ഘട്ടത്തിലെ സിവിൽ നിയമലംഘനപ്രസ്ഥാനം ഗാന്ധി-ഇർവിൻ സന്ധിയിൽ അവസാനിച്ചു. ഗാന്ധി ഇർവിൻ സന്ധിയും തുടർന്നു നടന്ന വട്ടമേശ സമ്മേളനത്തിൽ ഗാന്ധി എടുത്തനിലപാടുകളും കോൺഗ്രസിനുള്ളിൽ ചർച്ചാവിഷയമായി. കോൺഗ്രസ് തന്നെ അംഗീകരിച്ച പൂർണ സ്വാതന്ത്ര്യം എന്ന ആവശ്യത്തിൽനിന്ന് ഗാന്ധി പിന്നോക്കം പോകുന്നു എന്ന ധാരണ പരന്നു. നിരവധി പേർ അവരുടെ നിരാശയും എതിർപ്പും പരസ്യമായി പ്രകടിപ്പിച്ചു.

ഒരു ബദൽ രാഷ്ട്രീയത്തിനു വേണ്ടിയുള്ള തയ്യാറെടുപ്പിലേക്കാണ് ഈ നിരാശ അവരെ എത്തിച്ചത്. മനുഷ്യരുടെ ദൈനംദിന ജീവിതത്തെയാണ് രാഷ്ട്രീയ അടിസ്ഥാനമാക്കേണ്ടത് എന്ന് വിചാരിക്കുന്നവരുടെ പ്രബലമായ സംഘം ഇന്ത്യയിൽ ഉയർന്നുവന്നു. ഇടതുപക്ഷ രാഷ്ട്രീയമുള്ള കോൺഗ്രസിലെ നേതാക്കൾ 1934 മെയ് മാസത്തിൽ പാറ്റ്നയിൽ ഒത്തുചേർന്ന് പ്രാരംഭ ചർച്ചകൾ നടത്തി. ജയപ്രകാശ് നാരായണൻ കൺവീനറായി ഒരു കമ്മിറ്റി രൂപീകരിക്കുകയും ഒക്ടോബറിൽ ബോംബെയിൽ വെച്ച് കോൺഗ്രസ് സോഷ്യലിസ്റ്റ് പാർടിയുടെ സമ്മേളനം വിളിച്ചു ചേർക്കുകയും ചെയ്തു. ഈ രണ്ട് യോഗങ്ങളിലും കേരളത്തെ പ്രതി

നിധീകരിച്ച് പങ്കെടുത്തത് ഇ.എം.എസ്സായിരുന്നു. സി.എസ്.പിയുടെ അഖിലേന്ത്യാ ജോയിന്റ് സെക്രട്ടറിയായി ഇ.എം.എസ് തെരഞ്ഞെടുക്കപ്പെട്ടു. സ്വാതന്ത്ര്യത്തെയും ജീവിതത്തെയും സംസ്കാരത്തേയും സംബന്ധിക്കുന്ന ആശങ്കകളിൽ നിന്ന് ഒരു പുതിയ ഗ്രൂപ്പ് ഉദയം കൊള്ളുകയായിരുന്നു.

നാസിക് തടവറയിൽ കഴിഞ്ഞിരുന്ന ജയപ്രകാശ് നാരായൺ, യൂസഫ് മെഹറലി, എൻ.ജി.ഗോറെ തുടങ്ങിയവർ ജയിൽ വിമുക്തരാവുന്ന ഉടനെ ഒരു സോഷ്യലിസ്റ്റ് പാർടി രൂപീകരിക്കണമെന്ന് തീരുമാനിച്ചിരുന്നു. രാഷ്ട്രീയമായ ഇത്തരം അഭിപ്രായങ്ങൾ ആദ്യം രൂപം കൊണ്ടത് ബീഹാറിലായിരുന്നു. വിഖ്യാത സാഹിത്യകാരനും പണ്ഡിതനുമായിരുന്ന രാഹുൽ സാംകൃത്യായനായിരുന്നു ബീഹാർ കോൺഗ്രസ് സോഷ്യലിസ്റ്റ് പാർട്ടി സെക്രട്ടറി.

ഈ പശ്ചാത്തലത്തിലാണ് പാറ്റ്നയിൽ യുവദേശീയവാദികളായ കോൺഗ്രസ് സോഷ്യലിസ്റ്റുകൾ കൂടിയത്. കോൺഗ്രസ് സോഷ്യലിസ്റ്റ് പാർടിയിലെ അനുഭവങ്ങൾ ഗാന്ധി നെഹറു സ്വാധീനവലയത്തിൽ നിന്ന് മാർക്സിസത്തിലേക്ക് ഇടതുപക്ഷ കോൺഗ്രസ് പ്രവർത്തകരെ അന്തിമമായി കൊണ്ടെത്തിച്ചുവെന്നത് ശ്രദ്ധേയമാണ്. ഇത്തരമൊരു പ്രത്യയശാസ്ത്രപരിണാമ പ്രക്രിയയിൽ ഇ.എം.എസ്സിനേയും കൃഷ്ണപിള്ളയേയും അവരുടെ സഹപ്രവർത്തകരിൽ ഭൂരിപക്ഷം പേരും പിന്തുടർന്നു. മഹാത്മാഗാന്ധി പിന്തുടരുന്ന വിട്ടു വീഴ്ച രാഷ്ട്രീയം അഥവാ അനുരഞ്ജന രാഷ്ട്രീയത്തിനെതിരെയുള്ള പ്രതികരണമെന്ന നിലയ്ക്കാണ് ഈ മാറ്റം സംഭവിക്കുന്നത്. കോൺഗ്രസ് സോഷ്യലിസ്റ്റ് പാർടിയിലേക്ക് വന്ന ആളുകൾക്ക് ഗാന്ധിയൻ ആശയങ്ങളിലും നയപരിപാടികളിലും കാര്യമായ വിയോജിപ്പുണ്ടായിരുന്നു.

ആഗോള മുതലാളിത്ത തകർച്ചയുടെ കാലത്ത് പഞ്ചവത്സരപദ്ധതിയിലൂടെ സാമ്പത്തിക തകർച്ചയെ അതിജീവിക്കാൻ കഴിഞ്ഞ സോവിയറ്റ് യൂണിയൻ ലോകത്തെമ്പാടുമുള്ള തൊഴിലെടുക്കുന്ന മനുഷ്യരുടെ പ്രതീക്ഷയായി തിളങ്ങിനിന്നു. സോവിയറ്റ് സമ്പദ്‌വ്യവസ്ഥയേയും ഇന്ത്യൻ അവസ്ഥയേയും താരതമ്യം ചെയ്ത് നെഹറു നടത്തിയ പ്രസംഗങ്ങളും ലേഖനങ്ങളും ഉല്പതിഷ്ണുക്കളായ യുവകോൺഗ്രസ് പ്രവർത്തകരെ വളരെയധികം ആകർഷിച്ചിരുന്നു. നെഹറുവിന്റെ ഇന്ത്യ എങ്ങോട്ട് എന്ന ലേഖന പരമ്പര സോഷ്യലിസ്റ്റ് ചിന്താഗതിക്കാർക്ക് പുതിയ പ്രതീക്ഷകൾ നൽകി. ഈ പശ്ചാത്തലത്തിലാണ് പി.കൃഷ്ണപിള്ള, ഇ.എം.എസ്, ഏ.കെ.ജി, സി.കെ.ഗോവിന്ദൻ നായർ ഉൾപ്പെടെയുള്ള നേതാക്കളുമായി ആശയവിനിമയം നടത്തി കോൺഗ്രസ് സോഷ്യലിസ്റ്റ് പാർടിയുടെ രൂപീകരണം കേരളത്തിൽ നടത്താൻ തീരുമാനിക്കുന്നത്.

കോൺഗ്രസ് സോഷ്യലിസ്റ്റ് പാർടിയുടെ രൂപീകരണ യോഗം 1934 മെയ് 12ന് കോഴിക്കോട് ടൗൺ ഹാളിൽ ചേർന്നു. കേരളത്തിലെ കോൺഗ്രസ് പ്രവർത്തകരിൽ ഭൂരിഭാഗവും സോഷ്യലിസമാണ് മാനവ വിമോചനത്തിന്റെ മാർഗ്ഗമെന്ന് വിശ്വസിച്ചവരായിരുന്നു. മാത്രമല്ല, പരിപൂർണ്ണ സ്വതന്ത്ര്യം, ജനപ്രാതിനിധ്യമുള്ള നിയമനിർമ്മാണം, ജനാധിപത്യപരമായ പാർടി ഘടന തുടങ്ങിയവയും കോൺഗ്രസ് പ്രവർത്തകരെ സ്വാധീനിച്ച ഘടകങ്ങളായിരുന്നു. കോൺഗ്രസ് സോഷ്യലിസ്റ്റ് പാർടിയുടെ ലക്ഷ്യങ്ങളെ സംബന്ധിച്ച് കൃഷ്ണപിള്ള വ്യക്തമായ പ്രസ്താവന നടത്തി. ശക്തിമത്തായ സോഷ്യലിസ്റ്റ് പരിപാടി അംഗീകരിച്ചുകൊണ്ട് ഇന്ത്യൻ പൊതുജനങ്ങളുടെ അവകാശങ്ങൾക്കായി ഇനിമേലിൽ പ്രവർത്തിക്കണമെന്ന പ്രമേയത്തെ കോൺഗ്രസിനെ കൊണ്ട് അംഗീകരിപ്പിക്കുക, ഇന്ത്യയുടെ പരിപൂർണ സ്വതന്ത്ര്യമാണ് നമ്മുടെ അടിയന്തര ആവശ്യമെന്ന് ഐക്യകണ്ഠേന പ്രഖ്യാപിക്കുക, മതത്തെ രാഷ്ട്രിയ കാര്യങ്ങളുമായി കൂട്ടിയിണക്കുന്നതിനെതിരെ ഉറച്ച നിലപാട് കൈക്കൊള്ളുക, ഭരണഘടനസംബന്ധമായി ഗവൺമെന്റുമായുള്ള സന്ധി വ്യവസ്ഥകളെയും കീഴടങ്ങലിനേയും പ്രതിഷേധിക്കുക തുടങ്ങിയ ആശയങ്ങളാണ് കൃഷ്ണപിള്ളയുടെ പ്രസ്താവനയിൽ ഊന്നിപ്പറഞ്ഞത്. സി.കെ.ഗോവിന്ദൻ നായർ പ്രസിഡന്റും കൃഷ്ണപിള്ള സെക്രട്ടറിയുമായി കേരള സംസ്ഥാന സമിതി നിലവിൽ വന്നു. പാർടി എന്തിനാണ് എന്നതിനെ സംബന്ധിച്ച് പ്രമേയം അവതരിപ്പിച്ച് സംസാരിച്ചത് ചന്ദ്രോത്ത് കുഞ്ഞിരാമൻ നായരായിരുന്നു. എഴുത്തുകാരനായ പി. കേശവദേവ് തയ്യാറാക്കിയ പ്രമേയം വഴിയാണ് സി.എസ്.പി. കേരള ഘടകം നിലവിൽ വന്നത്. ഇ.എം.എസിനെ പാറ്റ്ന സമ്മേളന പ്രതിനിധിയായി തെരഞ്ഞെടുത്തു. ഏ.കെ.ജി., മൊയാരത്ത് ശങ്കരൻ, കെ.പി.ഗോപാലൻ, കെ.പി.ആർ ഗോപാലൻ, സി.എച്ച്. കണാരൻ, എൻ.ഇ.ബലറാം, ടി.സി.നാരായണൻ നമ്പ്യാർ തുടങ്ങിയവർ സമ്മേളനത്തിൽ പങ്കെടുത്തു. സമ്മേളനം പാസ്സാക്കിയ പ്രമേയങ്ങൾ സി.എസ്.പി കേരള ഘടകം എത്ര സൂക്ഷ്മമായിട്ടാണ് രാഷ്ട്രീയ സ്ഥിതിഗതികൾ വിലയിരുത്തിയതെന്ന് സൂചിപ്പിക്കുന്നു. ലോകത്തിലെ മർദ്ദിതരാജ്യങ്ങൾക്ക് സൗഹൃദസന്ദേശമയക്കുകയും സാമ്രാജ്യത്വം, മുതലാളിത്തം മുതലായ ചൂഷണ വ്യവസ്ഥകൾക്കെതിരെ നടക്കുന്ന പോരാട്ടങ്ങളോട് ഈ പ്രമേയം അനുഭാവം പ്രകടിപ്പിക്കുകയും

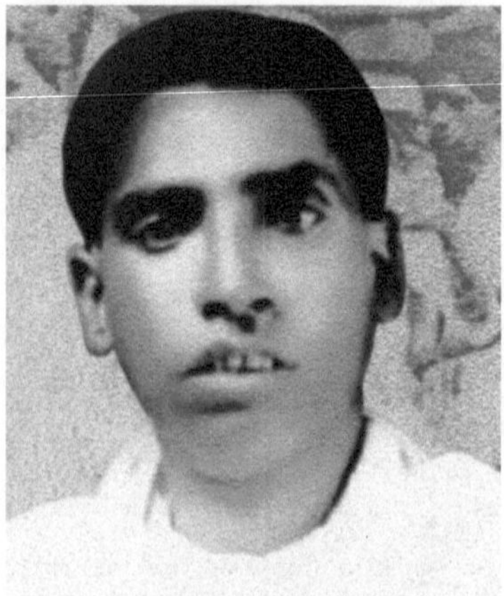

മൊയാരത്ത് ശങ്കരൻ

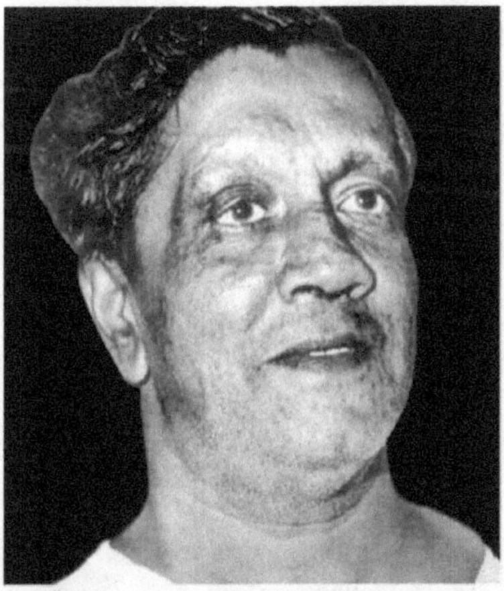

സി എച്ച് കണാരൻ

ചെയ്യുന്നു. സമീപകാലത്ത് നടന്ന രാഷ്ട്രീയ സമരങ്ങളിൽ കഷ്ടനഷ്ടങ്ങളനുഭവിച്ചവരെ സമ്മേളനം അഭിവാദ്യം ചെയ്യുന്നു. ജയിൽ വാസം അനുഭവിക്കുന്നവരും തടവിൽ കഴിയുന്നവരും നാടുകടത്തപ്പെട്ടവരുമായ എല്ലാ രാഷ്ട്രീയ പ്രവർത്തകരേയും ഉടനടി മോചിപ്പിക്കേണ്ടതാണെന്ന് സമ്മേളനം ആവശ്യപ്പെടുന്നു. പതിമൂന്ന് വർഷം യാതനാപൂർണമായ തടവുശിക്ഷയനുഭവിച്ച് പുറത്ത് വന്ന എം.പി.നാരായണ മേനോനെ സമ്മേളനം സ്വാഗതം ചെയ്തു. സ.എച്ച്.സി.രാജയ്ക്ക് ബോംബെ പ്രവിശ്യയിൽ വിലക്കേർപ്പെടുത്തിയതിൽ സമ്മേളനം പ്രതിഷേധിക്കുന്നു. കോൺഗ്രസിന്റെ അടിയന്തരാവശ്യം പൂർണദേശീയ സ്വാതന്ത്ര്യമാണെന്ന് സമ്മേളനം ഒരിക്കൽ കൂടി പ്രഖ്യാപനം ചെയ്തു. സോഷ്യലിസ്റ്റ് സിദ്ധാന്തമനുസരിച്ചുള്ള ഒരു സ്വതന്ത്രഭരണഘടന സ്ഥാപിക്കാൻ പരിശ്രമിക്കണമെന്ന് സമ്മേളനം കോൺഗ്രസ് സോഷ്യലിസ്റ്റ്കാരോട് ആവശ്യപ്പെടുന്നു; കോൺഗ്രസ് സിദ്ധാന്തം അംഗീകരിക്കുന്ന എല്ലാ പ്രായപൂർത്തിയായവർക്കും മെമ്പർഷിപ്പ് നൽകേണ്ടതാണെന്നും സമ്മേളനം ആവശ്യപ്പെടുന്നു. കോൺഗ്രസ് പ്രവർത്തനം നടത്തുന്നതിന് ഓരോ ആളും അവർക്ക് കഴിയുന്ന ധനസഹായം നൽകണമെന്ന് പൊതുജനങ്ങളോട് ആവശ്യപ്പെടുന്നു തുടങ്ങിയ പ്രമേയങ്ങളാണ് ആദ്യ സമ്മേളനത്തിൽ അവതരിപ്പിച്ചത്.

കോൺഗ്രസ് സോഷ്യലിസ്റ്റ് പാർടിയുടെ രൂപീകരണത്തെ തുടർന്ന് ദേശീയ പ്രസ്ഥാനം കൂടുതൽ ജനവിഭാഗങ്ങളുടെയിടയിലെത്തി. സാധാരണ ജനങ്ങളുടെ ജീവിതസാഹചര്യങ്ങൾ മനസ്സിലാക്കുന്നതിൽ പുതിയ നേതൃത്വം താല്പര്യം കാണിച്ചു. വിവിധ ജനവിഭാഗങ്ങളെ സംഘടിപ്പിക്കുന്നതിൽ പാർടി വ്യാപൃതമായി. കർഷകരും തൊഴിലാളികളും അദ്ധ്യാപകരും വിദ്യാർത്ഥികളും ദേശീയപ്രസ്ഥാനത്തിന്റെ പിന്നിൽ അണിനിരക്കുന്നത് കേരളത്തിൽ സി.എസ്.പി. രൂപീകരണത്തെ തുടർന്നാണ്. കോൺഗ്രസ് സോഷ്യലിസ്റ്റ് പാർടിയുടെ പ്രവർത്തകർ തമ്മിൽ തമ്മിൽ സഖാവെ എന്ന് അഭിസംബോധന ചെയ്യാൻ തുടങ്ങി. കൃഷ്ണപിള്ള പിന്നീട് സഖാവ് എന്നറിയപ്പെടാൻ തുടങ്ങിയത് ചരിത്രം. സി.എസ്.പിയുടെ ഉദ്ദേശലക്ഷ്യങ്ങൾ ബഹുജനങ്ങളിലെത്തിക്കുവാൻ പ്രചരണജാഥകൾ നടത്തുവാൻ സംസ്ഥാന സമിതി തീരുമാനിച്ചു. വ്യാപകമായ പ്രചരണജാഥകൾ 1936 ഫെബ്രുവരി, മാർച്ച് മാസങ്ങളിൽ മലബാറിലുടനീളം

നടന്നു. കൃഷ്ണപിള്ള, മൊയാരത്ത് ശങ്കരൻ, കെ.പി.ഗോപാലൻ, എ.കെ.ജി, കേരളീയൻ തുടങ്ങിയ നേതാക്കൾ പ്രചാരണജാഥകളിലും പൊതുയോഗങ്ങളിലും വിവിധ വിഷയങ്ങളവതരിപ്പിച്ച് സംസാരിച്ചു. ഇന്നത്തെ കോൺഗ്രസിന്റെ ലക്ഷ്യം, കോൺഗ്രസും മന്ത്രിപദ സ്വീകരണവും, പുതിയ ഭരണഘടനയുടെ സ്വീകാര്യത, സോഷ്യലിസം എന്തിന്, ഇന്ത്യയിലെ കൃഷിക്കാർ തുടങ്ങിയ വിഷയങ്ങളാണ് പൊതുയോഗങ്ങളിൽ അവതരിപ്പിച്ചത്. കോൺഗ്രസ് പാർടിയുടെ സമീപനങ്ങളിൽ നിന്ന് തികച്ചും വിത്യസ്തമായ ഒരു രാഷ്ട്രിയം ഇതുവഴി സി.എസ്.പി ജനങ്ങളുടെ മുന്നിൽ അവതരിപ്പിച്ചു.

കെ പി ആർ ഗോപാലൻ

കോൺഗ്രസ് സോഷ്യലിസ്റ്റ് പാർട്ടി രൂപം കൊണ്ടതിനുശേഷം നടത്തിയ പ്രവർത്തനങ്ങളെ അവലോകനം ചെയ്യാൻ കണ്ണൂരിലെ യോഗശാലയിൽ 1934, ഡിസംബർ 29ന് വിളിച്ചു ചേർത്ത യോഗം പ്രവർത്തനങ്ങളിൽ തൃപ്തി രേഖപ്പെടുത്തി. പ്രസ്തുത യോഗം സി.എസ്.പി.യിൽ രണ്ട് തരത്തിലുള്ള മെമ്പർഷിപ്പ് വിഭാവനം ചെയ്തു. സാധാരണ മെമ്പർമാരും പ്രവർത്തക മെമ്പർമാരും. പാർടിയുടെ നിയന്ത്രണത്തിലുള്ള വിവിധ ബഹുജനസംഘടനകളിൽ പ്രവർത്തിക്കുന്നവർക്ക് വേണ്ടത്ര അംഗീകാരം നൽകാനും അതുവഴി അവരെ മുഴുവൻസമയ പ്രവർത്തകരാക്കി മാറ്റുന്നതിനും ലക്ഷ്യം വെച്ചായിരുന്നു പ്രവർത്തക മെമ്പർമാർ എന്ന വിഭാഗത്തെ സംഘടിപ്പിച്ചത്. ജില്ലാ, താലൂക്ക്, ഇതര പ്രദേശങ്ങൾ കേന്ദ്രമായി ശാഖകൾ രൂപീകരിക്കാനും യോഗശാലയിൽ നടന്ന യോഗം തീരുമാനിക്കുകയുണ്ടായി.

കോൺഗ്രസ് സോഷ്യലിസ്റ്റ് പാർടിയുടെ രൂപീകരണം കെ.പി.സി.സിയിൽ വലിയ പ്രതിഫലനമുണ്ടാക്കി. കോൺഗ്രസ് പാർടിയുടെ കവളപ്പാറയിൽ നടന്ന സമ്മേളനത്തിൽ കോൺഗ്രസിന്റെ ലക്ഷ്യപ്രാപ്തിയിലേക്കുള്ള ഗാന്ധിയൻ മാർഗ്ഗത്തിനെതിരെ പ്രമേയം വരികയുണ്ടായി. ഇത് വലിയ വാദ പ്രതിവാദങ്ങൾക്ക് ഇടവരുത്തി. ഇ.എം.എസ്, കൃഷ്ണപിള്ള, ഏ.കെ.ഗോപാലൻ. തുടങ്ങിയവർ ഒരു ഭാഗത്തും കെ.കേളപ്പൻ, കോങ്ങാട്ടിൽ രാമൻ മേനോൻ തുടങ്ങിയവർ മറുഭാഗത്ത് നിന്നുമായി നട

ത്തിയ വാദപ്രതിവാദം കോൺഗ്രസിനകത്തെ ഇടതുവലത് സമീപനങ്ങളുടെ പ്രതിഫലനമായി മാറി. മേൽപ്പറഞ്ഞ പ്രമേയം പത്തിനെതിരെ പതിനഞ്ച് വോട്ടുകൾക്ക് വിജയിച്ചു. സോഷ്യലിസ്റ്റ് ആശയങ്ങൾ കെ.പി.സി.സിയിൽ മേൽക്കൈ നേടുന്നതിന്റെ ലക്ഷണമായിരുന്നു അത്. ഈ ആശയസംഘട്ടനം കേളപ്പൻ, കോങ്ങാട്ടിൽ രാമൻ മേനോൻ, സി.കെ.ഗോവിന്ദൻ നായർ തുടങ്ങിയവരുടെ കെ.പി.സി.സിയിൽ നിന്നുള്ള രാജിയിൽ കലാശിച്ചു. സോഷ്യലിസ്റ്റുകാർ അഹിംസയിൽ വിശ്വസിക്കുന്നില്ല. അവർ വർഗ്ഗസമരങ്ങൾ കുത്തിപ്പൊക്കുന്നു, മറുനാടുകളോട് കൂറ് പുലർത്തുന്നു തുടങ്ങിയ ആക്ഷേപങ്ങൾ ഇടതുപക്ഷത്തിനെതിരെ നിരന്തരമായി വലതുപക്ഷക്കാർ ഉന്നയിച്ചു. ഇടതു-വലതു ധ്രുവീകരണത്തെ തുടർന്ന് പുതിയ സമരമുഖങ്ങൾ തുറന്നു. ദേശീയ സ്വാതന്ത്ര്യസമരത്തിന് പുതിയ ദിശാബോധം വന്നു. കൃഷിക്കാരുടെയും തൊഴിലാളികളുടേയുമിടയിലെ പ്രവർത്തനം കോൺഗ്രസ് സോഷ്യലിസ്റ്റ് പാർടിയുടെ ബഹുജനാടിത്തറ വിപുലമാക്കി. സി.എസ്.പി പ്രവർത്തകർ കർഷകരുടെയും തൊഴിലാളികളുടെയും പ്രശ്നങ്ങൾ മനസ്സിലാക്കി അവ പരിഹരിക്കുന്നതിനുവേണ്ടിയുള്ള പ്രവർത്തനങ്ങൾ ഊർജ്ജസ്വലമാക്കി. പാർടി പ്രവർത്തനം സജീവമാക്കാൻ ഏ.കെ.ഗോപാലനെ ജോ.സെക്രട്ടറിയായി നിയമിച്ചു.

സി.എസ്.പി സമ്മേളനങ്ങൾ

സി.എസ്.പി.യുടെ സമ്മേളനങ്ങൾ കേവലം ആൾക്കൂട്ട സദസ്സുകളായിരുന്നില്ല. മറിച്ച് ഗൗരവമായ സംഘടനാരാഷ്ട്രീയ പ്രശ്നങ്ങൾ ചർച്ച ചെയ്യുന്ന വേദികളായിരുന്നു. ഇറ്റലിയിലും ജർമ്മനിയിലും ഫാസിസ്റ്റ് ശക്തികൾ അധികാരത്തിൽ വന്ന സാഹചര്യത്തിൽ യുദ്ധം അനിവാര്യമാണെന്ന വിശ്വാസം കോൺഗ്രസ് സോഷ്യലിസ്റ്റുകളുടെയിടയിൽ വളർന്നുവന്നിരുന്നു. അതിനാൽ യുദ്ധത്തെക്കുറിച്ചുള്ള വ്യക്തമായ ധാരണ അവരിൽ ചിലർക്കുണ്ടായിരുന്നു. 1935 മെയ് മാസത്തിൽ നടന്ന രണ്ടാം സമ്മേളനത്തിൽ അംഗീകരിച്ച പ്രമേയങ്ങൾ യുദ്ധത്തോടുള്ള സി.എസ്.പി.യുടെ സമീപനം വ്യക്തമാക്കുന്നു. മന്ത്രി സ്ഥാനം സ്വീകരിക്കരുത്, ഭാവിയുദ്ധങ്ങളിൽ ഇന്ത്യ സഹകരിക്കരുത് എന്നീ പ്രമേയങ്ങളായിരുന്നു സമ്മേളനത്തിൽ അവതരിപ്പിച്ച പ്രധാന പ്രമേയങ്ങൾ. കോൺഗ്രസ് സോഷ്യലിസ്റ്റുപാർട്ടിയുടെ പ്രവർത്തകരുടെ രാഷ്ട്രീയ സമീപനങ്ങൾ അഖിലേന്ത്യാ കാഴ്ചപ്പാടുകളിൽ നിന്ന് വിഭിന്നമായിരുന്നു. സോഷ്യലിസ്റ്റ് സ്വാധീനത്തിൽ വന്ന് കമ്മ്യൂണിസ്റ്റുകാരായി മാറാൻ തയ്യാറായി നിന്ന, അത്തരം സമീപനങ്ങൾ പരസ്പരം പങ്കുവച്ച ഒരു കൂട്ടം രാഷ്ട്രീയ പ്രവർത്തകരായിരുന്നു കേരളത്തിലെ സി.എസ്.പിയുടെ നേതാക്കൾ. കോൺഗ്രസ് സോഷ്യലിസ്റ്റ് പാർട്ടിയുടെ ഭൂരിഭാഗം നേതാക്കളും അത്തരക്കാരായിരുന്നു. രണ്ടാം സമ്മേളനത്തിൽ 10 അംഗ പ്രവർത്തക സമിതിയിലേക്ക് തെരെഞ്ഞെടുക്കപ്പെട്ട കൃഷ്ണപിള്ള, കെ. പി. ഗോപാലൻ, എ.കെ.ജി, സി.എച്ച്. കണാരൻ, ഇ.എം.എസ്., മഞ്ജു

മഞ്ജുനാഥറാവു

നാഥ റാവു, പി.നാരായണൻ നായർ, കെ. ശങ്കര നാരായണൻ, പി. കൃഷ്ണ പണിക്കർ, പി.കെ. രാമുണ്ണിനായർ തുടങ്ങിയവർ ഉദാഹരണങ്ങളാണ്.

തലശ്ശേരിയിൽ മൂന്നാം സംസ്ഥാന സമ്മേളനം 1936 മെയ് മാസത്തിൽ നടക്കുമ്പോൾ സി.എസ്.പി. കേരള ഘടകം കുറേകൂടി വിപ്ലവകരമായ പ്രവർത്തനങ്ങൾ ഏറ്റെടുക്കുന്നതിൽ വ്യാപൃതമായിരുന്നു. തൊഴിലാളി സംഘങ്ങളെ നിയമവിരുദ്ധമാക്കിയാലൊന്നും അദ്ധ്വാനിക്കുന്ന ജനങ്ങളുടെ പ്രക്ഷോഭം അവസാനിക്കാൻ പോകുന്നില്ലെന്ന് നേതൃത്വം വ്യക്തമാക്കി. സമ്മേളനത്തോടനുബന്ധിച്ച് നടന്ന പ്രചരണ യോഗങ്ങളിലെല്ലാം ഇത്തരം കാര്യങ്ങളാണ് പ്രധാനമായും ചർച്ചയായത്. രാഷ്ട്രീയ പ്രവർത്തനത്തിൽ പങ്കെടുക്കാത്ത സാധാരണ ജനങ്ങളെ ഉണർത്തുകയും മർദ്ദിതരായ ജനസമൂഹത്തിന് സമൂഹ നിർമ്മിതിയിൽ പങ്കുണ്ടെന്ന് ബോധ്യപ്പെടുത്താനും സി.എസ്.പി ശ്രമിച്ചു. ജന്മി സമ്പ്രദായത്തിന്റെ ദൂഷ്യങ്ങളെ ജനങ്ങളുടെ ശ്രദ്ധയിൽകൊണ്ടുവരാനും മുതലാളിത്തത്തിനെതിരായി തൊഴിലാളികളെ സംഘടിപ്പിക്കേണ്ടതിന്റെ ആവശ്യകതയും തലശ്ശേരി സമ്മേളനം ഊന്നിപ്പറയുന്നു. രാഷ്ട്രീയ, സാമൂഹ്യ, സാംസ്കാരിക മേഖലകളിലെ ഭരണകൂട താൽപര്യങ്ങളെ മനസ്സിലാക്കി അവയ്ക്കെതിരെ പോരാടാൻ ബഹുജനങ്ങളെ പഠിപ്പിക്കണമെന്ന് സമ്മേളനം ആഹ്വാനം ചെയ്തു. സോഷ്യലിസത്തിലൂടെ മാത്രമേ ഇതൊക്കെ സാധ്യമാകൂ. അതിനാൽ യുവാക്കളും പാർട്ടി പ്രവർത്തകരും സോഷ്യലിസം എന്താണെന്ന് പഠിക്കണം. കല കലയ്ക്കുവേണ്ടിയാണെന്ന പ്രതിലോമസിദ്ധാന്തം നിരാകരിക്കാൻ സമ്മേളന അദ്ധ്യക്ഷനായ സമ്പൂർണ്ണാനന്ദ ഇടതുപക്ഷക്കാരോട് പറഞ്ഞു. സർവ്വരാജ്യ തൊഴിലാളികൾ സംഘടിക്കണമെന്നാഹ്വാനം ചെയ്യുന്ന ഗാനത്തോടെയാണ് തലശ്ശേരി സമ്മേളനം അവസാനിക്കുന്നത്.

കണ്ണൂരിൽ നടന്ന നാലാം സംസ്ഥാന സമ്മേളനത്തിൽ ജയപ്രകാശ് നാരായണൻ നടത്തിയ അധ്യക്ഷ പ്രസംഗത്തിൽ ബ്രിട്ടീഷുകാരുടെ വഞ്ചനാപരമായ സമീപനത്തെക്കുറിച്ചും മുസ്ലീങ്ങളും ദേശീയ സമരവും, നാട്ടുരാജ്യപ്രശ്നം തുടങ്ങിയ വിഷയങ്ങളെകുറിച്ചും ആഴത്തിൽ പരിശോധിക്കുകയുണ്ടായി. 1937 ജൂൺ 4–ന് കണ്ണൂർ ആനന്ദ മന്ദിരം ഹാളിൽ വെച്ച് നടന്ന സമ്മേളനത്തിൽ പ്രതിനിധിഫീസ് സ്വീകരിച്ചുകൊണ്ടാണ് ഹാളിൽ പ്രവേശനം നൽകിയത്. ബ്രിട്ടീഷ് ഇന്ത്യയിലും നാട്ടുരാജ്യങ്ങളിലും നടക്കുന്ന പൗരാവകാശ ലംഘനങ്ങൾ എല്ലാ അതിരുകളും ലംഘിക്കുക

യാണെന്ന് സമ്മേളനം കുറ്റപ്പെടുത്തി. കർഷകരും തൊഴിലാളികളും വിദ്യാർത്ഥികളും അഭിമുഖീകരിക്കുന്ന പ്രശ്നങ്ങൾ കോൺഗ്രസ് ഏറ്റെടുക്കണമെന്ന് സമ്മേളനം ആവശ്യപ്പെട്ടു. 1935–ലെ ഇന്ത്യാ നിയമം മൂലം തെരഞ്ഞെടുപ്പ് നടക്കുന്ന സ്ഥലങ്ങളിൽ മന്ത്രിസ്ഥാനം സ്വീകരിക്കരുതെന്ന് സി.എസ്.പിയുടെ അഭിപ്രായം കേരളത്തിലെ ഇടതുപക്ഷം പിന്തുണച്ചു. പുതിയ ഇന്ത്യാനിയമം ഇന്ത്യയ്ക്ക് സ്വയംഭരണം നിഷേധിക്കുന്നുവെന്നും പ്രസ്തുത ഭരണഘടന യാഥാസ്ഥിതികമാണെന്നും കേരളത്തിലെ ഇടതുപക്ഷക്കാർ അഭിപ്രായപ്പെട്ടു. പക്ഷെ 1937–ൽ തെരഞ്ഞെടുപ്പ് കഴിഞ്ഞപ്പോൾ മന്ത്രിസഭയിൽ ചേരണമെന്ന അഭിപ്രായത്തിന് കേരളത്തിൽപോലും ഭൂരിപക്ഷം നേടാനായി. തെരഞ്ഞെടുപ്പ് കാലത്ത് സ്വതന്ത്രമായ പ്രവർത്തനമാണ് ഇടതുപക്ഷം നടത്തിയത്. കോൺഗ്രസിലെ വലതുപക്ഷം ഇടതുപക്ഷത്തിനെതിരായ നിലപാടാണ് പലകാര്യങ്ങളിലും സ്വീകരിച്ചത്. കോഴിക്കോട് എം.എൽ.എ അച്യുതന്റെ നിര്യാണത്തെ തുടർന്ന് ഉപതെരഞ്ഞെടുപ്പിൽ ഇ.എം.എസ്സിനെ സ്ഥാനാർത്ഥിയാക്കണമെന്ന കെ.പി.സി.സി നിർദ്ദേശം സർദാർ വല്ലഭായ് പട്ടേലിന്റെ ഇടപെടലിലൂടെ അട്ടിമറിക്കപ്പെട്ടു. സി.എസ്.പിയുടെ അഞ്ചാം സംസ്ഥാന സമ്മേളനം കോഴിക്കോട് ടൗൺഹാളിൽ 1938 ഏപ്രിൽ 12,13 തീയ്യതികളിൽ ജയപ്രകാശ് നാരായണന്റെ സാന്നിദ്ധ്യത്തിൽ നടന്നു. ട്രേഡ് യൂണിയനുകളെ ഏകോപിപ്പിക്കാനും സമരം ചെയ്യുന്ന കർഷകരെ സഹായിക്കാനും സമ്മേളനം തീരുമാനിച്ചു. ആറാം സമ്മേളനം 1939 ജൂൺ 16, 17, 18 തീയ്യതികളിൽ തലശ്ശേരിയിൽ നടന്നപ്പോൾ കെ. ദാമോദരനും ഇ.എം .എസും യഥാക്രമം സാർവ്വദേശീയ കാര്യങ്ങളെക്കുറിച്ചും ദേശീയ കാര്യങ്ങളെക്കുറിച്ചും തീസീസ്സുകൾ അവതരിപ്പിച്ചു. യുദ്ധത്തെ എതിർക്കാൻ പാർട്ടിയുടെ എല്ലാ ബഹുജന സംഘടനകളെയും സന്നദ്ധമാക്കാൻ സമ്മേളനം തീരുമാനിച്ചു. തൊഴിലാളി പ്രസ്ഥാനത്തെക്കുറിച്ച് എൻ.സി. ശേഖറും കർഷക പ്രസ്ഥാനത്തെക്കുറിച്ച് കേരളീയനും വിശദീകരിച്ചു. ഓരോ ബഹുജന സംഘടനയുടെയും പ്രവർത്തനം സജീവമാക്കുന്നതിന് വേണ്ടി പ്രത്യേകിച്ച്, തൊഴിലാളി സബ്കമ്മിറ്റിയും കർഷക സബ്കമ്മിറ്റിയും രൂപീകരിക്കാൻ തീരുമാനിച്ചു. ഇത്തരം സബ് കമ്മിറ്റികളുടെ മേൽനോട്ടത്തിൽ വർഗ്ഗബഹുജന സംഘടനകൾ സോഷ്യലിസ്റ്റ് ആശയം സ്വീകരിക്കുകയും കമ്മ്യൂണിസ്റ്റ് പ്രത്യയശാസ്ത്രത്തിലേക്ക് നീങ്ങുന്നതിന് വേണ്ടിയുള്ള സമീപനം അവലംബിക്കുകയും ചെയ്തു.

പട്ടിണി ജാഥ

ഗ്രാമീണ ജനതയിലേക്ക്, പ്രത്യേകിച്ച് കർഷകരിലേക്ക് സി.എസ്.പി.യുടെ രാഷ്ട്രീയമെത്തിക്കുന്നതിനും ജന്മിമാരുടെ മൃഗീയമായ ചൂഷണത്തെക്കുറിച്ച് അവരെ ബോധവന്മാരാക്കുന്നതിനും വേണ്ടിയുള്ള പ്രചരണ പരിപാടികൾ മലബാറിലുടനീളം സംഘടിപ്പിക്കുകയുണ്ടായി. ലോക

സാമ്പത്തിക മാന്ദ്യം കേരളത്തിന്റെ ഗ്രാമങ്ങളിൽ ദാരിദ്ര്യവും പട്ടിണിയും തൊഴിലില്ലായ്മയും സൃഷ്ടിച്ചു. മലബാറിലെ വിവിധ താലൂക്കുകളിൽ തൊഴിൽ രഹിത യുവസമിതികൾ രൂപമെടുത്തു. രൂക്ഷമായ പട്ടിണി യുൾപ്പെടെയുള്ള പ്രശ്നങ്ങൾ മുൻ നിർത്തി പ്രചരണ പരിപാടികൾ നട ത്തുവാൻ സി.എസ്.പി.തീരുമാനിച്ചു. കല്ല്യാശ്ശേരിയിൽ നിന്ന് ഒരു സംഘം കെ.പി.ആർ. ഗോപാലന്റെ നേതൃത്വത്തിൽ കാൽനടയായി സഞ്ചരിച്ച് കൂത്തുപറമ്പിലെത്തി. വഴിയരികിൽ നിൽക്കുന്നവരും ജാഥയുടെ ഭാഗ മായി. കൂത്തുപറമ്പിൽനിന്ന് തലശ്ശേരിയിലേക്ക് പുറപ്പെട്ടപ്പോൾ ആയിര ങ്ങൾ ജാഥയുടെ ഭാഗമായി മാറി. തലശ്ശേരിയിലെത്തിയ ജാഥ സബ്ബ് കലക്ടറെ കണ്ട് ജനങ്ങൾ അഭിമുഖീകരിക്കുന്ന പ്രശ്നങ്ങൾ പരിഹരി ക്കണമെന്ന് അഭ്യർത്ഥിച്ചു. നിവേദനത്തിലെ കാര്യങ്ങൾ ഗവൺമെന്റിനെ അറിയിക്കാമെന്ന് സബ്ബ് കലക്ടർ നേതാക്കളോട് പറഞ്ഞു. തുടർന്ന് തല ശ്ശേരി കടപ്പുറത്ത് നടന്ന പൊതുയോഗത്തിൽ വെച്ച് ജാഥ മദ്രാസിലേക്ക് യാത്ര തിരിക്കുന്നതായി ഏ.കെ.ജി. പ്രഖ്യാപിച്ചു. ഐതിഹാസികമായ പട്ടിണി ജാഥ 1936 ജൂലൈ 1ന് ആരംഭിക്കുകയും നാടും നഗരവും ഇളക്കി മറിച്ച് 500 പൊതുയോഗങ്ങളിൽ വച്ച് 2 ലക്ഷം ജനങ്ങളോട് സംസാരിച്ച് ആഗസ്ത് 28ന് മദിരാശിയിൽ എത്തി. മദിരാശിയിൽ ആവേശപൂർവ്വം ജാഥയെ ജനങ്ങൾ സ്വീകരിച്ചു. ജാഥയുടെ ഡയറക്ടർ ഏ.കെ.ജിയും സെക്രട്ടറി സർദാർ ചന്ദ്രോത്തുമായിരുന്നു. പോരാട്ടംമാത്രമാണ് ജന ങ്ങളുടെ മുന്നിലുള്ള വഴിയെന്ന് ജാഥയിലുടനീളം നേതാക്കൾ പ്രസംഗി ച്ചു. എം.കെ.കേളു ത്രസിപ്പിക്കുന്ന മുദ്രാവാക്യങ്ങൾ വിളിച്ചും കെ.പി.ആർ ഗോപാലൻ പാട്ട് പാടിയും ജാഥയെ കൊഴുപ്പിച്ചു. യഥാർത്ഥ ത്തിൽ ചരിത്ര പ്രസിദ്ധമായി മാറിയ പട്ടിണിജാഥ നയിക്കുമ്പോൾ എ.കെ.ജി.യും ചന്ദ്രോത്തും സി.എസ്.പി.യിലുണ്ടായിരുന്നില്ല. 1936 മെയ് മാസത്തിൽ അവർ സി.എസ്.പി.യിൽ നിന്ന് രാജിവച്ചിരുന്നു. അതിനാൽ സി.എസ്.പി.യിലെ ഈ അഭിപ്രായ വ്യത്യാസം മുതലെടുത്ത് ജാഥയെ സ്വന്തമാക്കാൻ വലതുപക്ഷം ശ്രമിക്കുകയുണ്ടായി. പിന്നീട് പി കൃഷ്ണ പിള്ളയുടെയും കെ പി ആർ ഗോപാലന്റെയും ഇടപെടൽമൂലം എ കെ ഗോപാലനും ചന്ദ്രോത്തും തിരിച്ചുവന്നു. ജാഥ മദിരാശിയിൽ ഗവർണ്ണർക്ക് നിവേദനം നൽകി. ഫലമൊന്നുമുണ്ടായില്ലെങ്കിലും ജനലക്ഷങ്ങളെ ഇളക്കിമറിക്കാൻ ജനകീയ ജാഥയ്ക്ക് സാധിച്ചു. ഏ.കെ. ഗോപാലൻ, ചന്ദ്രോത്ത് കുഞ്ഞിരാമൻ നായർ(തലശ്ശേരി) കെ.പി.ആർ.ഗോപാലൻ, കെ.ഗോപാലൻ, പി.എം. ഗോപാലൻ, എ. ഭരതൻ, കെ.പി.അനന്തൻ, കെ.രാഘവൻ, പാട്ടത്തിൽ പത്മനാഭൻ, എ. കുഞ്ഞി രാമൻ നമ്പ്യാർ, ടി. രാമവാര്യർ, പി.ഇ.ഈശ്വരൻ, കെ. കൃഷ്ണൻ നായർ, എ.ഗോപാലൻ, സി.സി. ഗോപി, മാനുവൽ തോമസ്, പി.എ. കാസിം, കെ. കുഞ്ഞിക്കണ്ണൻ, പി.കെ.നാരായണൻ, ടി.കെ. രാജു, കെ.എൽ. ചാത്തുക്കുട്ടി, വടവതി കൃഷ്ണൻ,എം.കെ.കേളു, എം.ടി.ചാത്തൻ, ആർ.എം. പറങ്ങോടൻ, കെ.വി. പൈതൽ, ജെ.അലക്സാണ്ടർ, രാമുണ്ണി,

കണ്ണൂരിൽനിന്ന് മദിരാശിയിലേക്കുപോയ പട്ടിണി ജാഥയിലെ അംഗങ്ങൾ
എകെജി താഴെനിന്ന് രണ്ടാമത്തെ വരിയിൽ നടുക്ക് (1936)

ഉണ്ണീരിക്കുട്ടി, കെ.കെ. കുഞ്ഞിക്കണ്ണൻ (മാഹി), കുഞ്ഞിരാമൻ(കൂത്ത്പറമ്പ്)പി.പി. കൃഷ്ണവാര്യർ (പട്ടാമ്പി), ടി.അപ്പ (കോഴിക്കോട്), ടി.സി. ഗോവിന്ദൻ (ചൊവ്വ), കുഞ്ഞിക്കണ്ണൻ (കൂത്തുപറമ്പ്) എന്നിവരായിരുന്നു ജാഥാംഗങ്ങൾ. കാസർഗോഡ്, കണ്ണൂർ, മാഹി, വയനാട്, കോഴിക്കോട്, പാലക്കാട് എന്നിവിടങ്ങളിൽനിന്നുള്ളവരായിരുന്നു ജാഥാംഗങ്ങൾ. മലബാറിന്റെ എല്ലാ ഭാഗത്തുനിന്നും ജാഥയിൽ പ്രാതിനിധ്യമുണ്ടായിരുന്നു.

ജാഥയെക്കുറിച്ച് എ കെ ഗോപാലൻ ഇങ്ങനെ എഴുതുന്നു. "വിശപ്പിന്റെയും പട്ടിണിയുടെയും കാരണങ്ങൾ എന്താണെന്ന് ജനങ്ങളെ പഠിപ്പിക്കുകയും ആ മഹാമാരി തുടച്ചുനീക്കാൻ എന്താണു ചെയ്യേണ്ടതെന്ന് അവരെ മനസിലാക്കുകയും ആയിരുന്നു ജാഥയുടെ ലക്ഷ്യം. മറ്റു വിധത്തിൽ പറഞ്ഞാൽ അത് സോഷ്യലിസത്തിന്റെ പുതിയ രീതിയിലുള്ള പ്രചാരണമായിരുന്നു..... ഈ ജാഥ സൃഷ്ടിച്ച ഉണർവിനെ ശരിക്കും ഉപയോഗപ്പെടുത്താൻ ഞങ്ങൾ തീരുമാനിച്ചു. ലോകത്തിലെ പട്ടിണിജാഥകളുടെ ഇടയിൽ ഇത് അപ്രധാനമായിരുന്നില്ല. കാൽനടയായി 750 മൈൽ, 500 പൊതുയോഗങ്ങൾ. ഇവയിൽ ഞങ്ങൾ രണ്ടു ലക്ഷം ആളുകളോടു പ്രസംഗിച്ചു. 25000 ലഘുലേഖകൾ വിറ്റു. ചില്ലറ നാണയങ്ങളായി 500 രൂപ പിരിച്ചെടുത്തു. കേരളത്തിലെ എല്ലാ താലൂക്കുകളിലേക്കും ചെറിയ ജാഥകളെ അയക്കാൻ ഞങ്ങൾ തീരുമാനിച്ചു. ഈ ജാഥകളിൽ അനേകം പുതിയ പ്രവർത്തകർ പങ്കെടുത്തു."

ബക്കളം സമ്മേളനം

കേരളത്തിലെ കോൺഗ്രസ് പാർട്ടിയിൽ ആശയസമരം ശക്തിപ്പെട്ട സന്ദർഭത്തിലാണ് 1939 കണ്ണൂർ ജില്ലയിൽ തളിപ്പറമ്പിനടുത്തുള്ള മാങ്ങാട്ട് പറമ്പിൽ കോൺഗ്രസിന്റെ പത്താമത് കേരള സംസ്ഥാന രാഷ്ട്രീയ സമ്മേളനം ചേർന്നത്. ബക്കളം സമ്മേളനം കോൺഗ്രസിലെ വലതു പക്ഷം പൂർണ്ണമായി ബഹിഷ്ക്കരിച്ചു. ഈ ബഹിഷ്ക്കരണം ഇടതുപക്ഷത്തിന് അതിന്റെ രാഷ്ട്രീയ അജണ്ട കൃത്യമായി അവതരിപ്പിക്കാനും ചർച്ച ചെയ്യാനും അവസരമൊരുക്കി. ഈ സമ്മേളനത്തിന്റെ സംഘാടകരാകട്ടെ തികഞ്ഞ ഇടതുപക്ഷ കോൺഗ്രസുകാരും. പി.എം.കുഞ്ഞിരാമൻ നമ്പ്യാർ പ്രസിഡണ്ടും കെ.പി.ആർ.ഗോപാലനും ടി.സി.നാരായണൻ നമ്പ്യാരും സെക്രട്ടറിമാരുമായ സ്വാഗതസംഘത്തിൽ കൃഷ്ണപിള്ള, ഏ.കെ.ജി, കേരളീയൻ, മൊയാരം, കെ.വി.നാരായണൻ, ചന്ദ്രോത്ത് കുഞ്ഞിരാമൻ നായർ തുടങ്ങിയവർ അംഗങ്ങളായിരുന്നു. ഈ സമ്മേളനത്തോടെ കൃത്യമായ ഒരു ഇടതുപക്ഷ ഗ്രൂപ്പ് നിലവിൽ വന്നു. ഈ ഇടതുപക്ഷ ഗ്രൂപ്പിലെ ഭൂരിഭാഗം അംഗങ്ങളും പിണറായി സമ്മേളനത്തിൽ പങ്കെടുക്കുകയും ചെയ്തു. ബക്കളം സമ്മേളനത്തിൽ പ്രധാന സവിശേഷത കർഷകരുടെയും തൊഴിലാളികളുടെയും സജീവസാന്നിദ്ധ്യമായിരുന്നു. അടിസ്ഥാന വർഗം കോൺഗ്രസ് സമ്മേളനത്തിലെ മുഖ്യപങ്കാളി ആയി മാറുന്നുവെന്നത് കോൺഗ്രസ് തന്നെ മാറുന്നതിന്റെ പ്രഖ്യാപനം കൂടിയാണ്.

5

വളർന്നുവരുന്ന വൈരുധ്യങ്ങളും ബഹുജനപ്രക്ഷോഭങ്ങളും

സമൂഹബന്ധങ്ങളിൽ ജാതിയാണോ വർഗമാണോ കേന്ദ്രസ്ഥാനത്തുള്ളത് എന്നത് ഇന്നും ഒരു ചർച്ചാവിഷയമാണ്. ശുദ്ധിയുടെയും അശുദ്ധിയുടെയും തീണ്ടലിന്റെയും അടിസ്ഥാനത്തിലുള്ള ജാതിവിഭജനമാണ് അടിസ്ഥാന സ്വഭാവമെന്ന് എന്ന് വാദിക്കുന്നവർ ഉണ്ട്. സാമ്പത്തിക വർഗങ്ങൾക്ക് മേൽക്കോയ്മ കൽപ്പിക്കുന്നവരുമുണ്ട്. വർഗത്തെക്കുറിച്ചുള്ള വൈരുദ്ധ്യാത്മക നിർവചനമല്ല, വരുമാനത്തിന്റെ ഭിന്നതകളനുസരിച്ച് വർഗങ്ങളെ നിർണയിക്കുന്ന ബൂർഷ്വാ സാമൂഹ്യ ശാസ്ത്രസിദ്ധാന്തങ്ങളാണ് വർഗത്തെക്കുറിച്ചുള്ള നിലപാടുകളിൽ പ്രത്യക്ഷപ്പെടാറുള്ളത്. വരുമാനത്തിന്റെ അടിസ്ഥാനത്തിൽ വർഗങ്ങളെ നിർണയിക്കുന്നരീതി തന്നെ മുതലാളിത്തത്തിന്റെ ഉല്പന്നമാണ്. എന്നാൽ വർഗസമരങ്ങൾ വ്യത്യസ്തമാണ്. സമ്പത്ത് മാത്രമല്ല പദവിയും അധികാരവും കൈയാളുന്ന വർഗങ്ങൾക്കെതിരെ ഇവയെല്ലാം നിഷേധിക്കപ്പെട്ട വർഗങ്ങൾ നടത്തുന്ന സമരങ്ങളാണ് വർഗ സമരങ്ങളുടെ കാതൽ. അടിമസമ്പ്രദായത്തിൽ ഉടമവർഗത്തിനെതിരായ സമരമാണ് അത്. ഫ്യൂഡൽ കാലത്ത് അത് ജന്മിനാടുവാഴിത്ത ത്തിനെതിരായ സമരമാണ്. ഇന്ത്യയുടെ അവസ്ഥയിൽ ജാതികോയ്മയും അതിൽപെടും. സാമ്പത്തികബന്ധങ്ങൾ വർഗങ്ങളെ പൂർണമായി നിർണയിക്കുന്നത് മുതലാളിത്തത്തിലാണ്. വർഗങ്ങൾക്ക് പൂർണമായ സാമ്പത്തികസ്വഭാവം കൈവരുന്നതും മുതലാളിത്തത്തിലാണ്. മുതലാളിത്തത്തിൻ കീഴിലെ ഭൂപ്രഭുപോലും മുതലാളിത്ത ബന്ധങ്ങളുടെ ഭാഗമായാണ് പ്രത്യക്ഷപ്പെടുക.

സാമുദായികപ്രസ്ഥാനങ്ങളിൽ നിന്ന് വർഗസമരങ്ങളിലേക്ക്

കേരളത്തിലെ സാമുദായിക പ്രസ്ഥാനങ്ങൾ ജാതിജന്മി നാടുവാഴി

ത്തത്തിനെതിരായ പ്രതിരോധമായിരുന്നുവെന്നു നാം കണ്ടു. ഈ പ്രതിരോധം ഒരു വശത്ത് സ്വാഭാവികവും പ്രതിരോധം നടത്തുന്നവരുടെ അനുഭവങ്ങളും ബോധതലവും ഉപയോഗിച്ചുള്ള വയുമായിരുന്നു. മറുവശത്ത് കൊളോണിയൽ കാലഘട്ടത്തിൽ ഇന്ത്യയിലേക്ക് കടന്നുവന്ന മുതലാളിത്തത്തിന്റെ ആശയപ്രപഞ്ചം പ്രതിരോധത്തെ വൻതോതിൽ സ്വാധീനിക്കുകയും ചെയ്തു. കൊളോണിയൽ ഭരണകൂടം സ്വത്തിനെയും ജീവനെയും നീതിന്യായത്തെയും കുറിച്ച് മുതലാളിത്ത ത്തിന്റെ പ്രയോജനവാദപരമായ ആശയസംഹിതകൾക്കനുസരിച്ചുള്ള ഭരണകൂടമായിരുന്നു. അതിന്റെ ആശയഘടനയ്ക്കുള്ളിൽ നികുതിദായ കരായ ഭൂവുടമകളായ ജന്മിമാരെയും സാമുഹ്യമായ ജനസംഖ്യാ വിഭാഗങ്ങളായ ജാതിയെയും ഉൾപ്പെടുത്തി. പാട്ടവും വാരവുമടക്കമുള്ള മിച്ച ഉല്പന്നത്തിന്റെ വിതരണരൂപങ്ങൾ കൊളോണിയലിസത്തിന്റെ നികുതി ദായകവ്യവസ്ഥയുടെ ആവശ്യങ്ങൾക്കനുസരിച്ചു ക്രമീകരിക്ക പ്പെട്ടു. ജനസംഖ്യാവിഭാഗങ്ങളെന്ന നിലയിൽ ജാതികളെ തൊഴിൽ ഘടനയുടെ സ്വഭാവത്തിനനുസരിച്ചു ക്രമീകരിച്ചു. ഗ്രാമീണ മേഖലയിലെ തൊഴിൽ കൂട്ടങ്ങൾ മുഖ്യമായും ജാതികളായി തന്നെ നിലനിന്നു. വ്യവസായിക മേഖലയിലെ തൊഴിൽ കൂട്ടങ്ങളുടെ വിന്യാസം മുതലാളിമാർക്കു വിട്ടുകൊടുത്തു. സർക്കാർ സേവനം, വിദ്യാഭ്യാസം മുതലായ മേഖലകളിൽ ജാതികളുടെ അവകാശങ്ങൾ സംവരണം വഴി നിർണയിക്കപ്പെട്ടു. ഇങ്ങനെ അർദ്ധഫ്യൂഡൽ സ്വഭാവമുള്ള ഗ്രാമീണബ ന്ധങ്ങളാണ് കൊളോണിയൽ ഭരണകൂടത്തിന്റെ കീഴിൽ നടപ്പിലായത്. പഴയതും പുതിയതുമായ അവകാശങ്ങളുടെ സംരക്ഷണത്തിനും വികസനത്തിനുമാണ് സാമുദായികസംഘടനകൾ നിലവിൽ വന്നത്. എസ്.എൻ.ഡി.പി, വിവിധ ദളിതസംഘടനകൾ തുടങ്ങിയവയുടെ പ്രവർത്തനം ഇതിനനുസരിച്ചായിരുന്നു.

ഉൽപ്പാദനബന്ധങ്ങൾ എന്ന നിലയിലുള്ള മുതലാളിത്തത്തിന്റെ വികാസം ഈ അവസ്ഥയിൽ മാറ്റങ്ങൾ സൃഷ്ടിച്ചു. ഒന്ന്, മൂലധനവും കൂലിവേലയും തമ്മിലുള്ള ബന്ധം മിച്ചമൂല്യത്തിന്റെ അടിസ്ഥാന ത്തിലുള്ള ചൂഷണബന്ധമാണ്, മിച്ച ഉൽപ്പന്നത്തിന്റെയും മിച്ച അധ്വാനത്തിന്റെയും അടിസ്ഥാനത്തിലുള്ള ബന്ധങ്ങൾക്ക് നിലനിൽ ക്കാൻ കഴിയുന്നത് മുതലാളിത്ത ചൂഷണവ്യവസ്ഥയെ നിലനിർത്തുന്ന നിയമസംഹിതകൾക്കുള്ളിലായിരിക്കും. ഉദാഹരണത്തിന് കേരളത്തിൽ കുടിയാന്മാർ മാമൂലായി കൊടുത്തുപോന്ന കരങ്ങളും കാണിക്കകളും നിർത്തലാക്കി. അടിമസമ്പ്രദായം നിരോധിച്ചു. നാടുവാഴികളുടെയും ജന്മിമാരുടെയും കളരികളും ചേവുകങ്ങളും എടുത്തു കളഞ്ഞു. ക്ഷേത്രാചാരപ്രകാരവും ഗാർഹികാചാരപ്രകാരവും നിലനിർത്തപ്പെട്ടവ മാത്രമാണ് അവശേഷിച്ചത്. മരുമക്കത്തായത്തിൽ നിന്ന് മക്കത്തായ ത്തിലേക്കുള്ള മാറ്റം, ആളോഹരി ഭാഗത്തിനു കിട്ടിയ നിയമപരമായ സമർത്ഥനം, സംവരണം, ആധുനിക വിദ്യാഭ്യാസത്തിന്റെയും

ആരോഗ്യസംവിധാനങ്ങളുടെയും വികാസം, കുടിയാൻ നിയമങ്ങൾ വഴി ഉണ്ടായ ഭൂസ്വത്തുടമകളുടെ വികാസം, വിവാഹനിയമങ്ങളും വ്യക്തി നിയമങ്ങളും, സിവിൽ ക്രിമിനൽ നിയമങ്ങളും നീതിന്യായ കോടതികളും തുടങ്ങിയവയെല്ലാം അവർക്കുവേണ്ടിയുള്ള സമ്മർദ്ദത്തിന്റെയും പ്രക്ഷോഭങ്ങളുടെയും ഫലങ്ങളായിരുന്നു. അതിനോടൊപ്പം അവയെല്ലാം മുതലാളിത്തബന്ധങ്ങളിലേക്കും നീതിന്യായ വ്യവസ്ഥയിലേക്കുമുള്ള പരിവർത്തനത്തെയും സൂചിപ്പിച്ചു.

ഈ പരിവർത്തനത്തിന്റെ ആദ്യ സൂചന തിരുവിതാംകൂറിലെ പണ്ടാരപാട്ടം വിളംബരവും ജന്മി കുടിയാൻ വിളംബരവുമായിരുന്നു. ഇവ രണ്ടും ചേർന്ന് സ്ഥിരാവകാശമുണ്ടായിരുന്ന എല്ലാ പാട്ടക്കുടിയാന്മാരെയും ഭൂവുടമകളാക്കി. നികുതിദായക കർഷകരുടെ ഭാഗമാക്കി. കാർഷികരംഗത്ത് മുതലാളിത്ത ബന്ധങ്ങൾ വളർന്നുവരാനുള്ള സാധ്യതയും ഇതു സൃഷ്ടിച്ചു. മലബാറിലെയും കൊച്ചിയിലെയും കുടിയാൻ നിയമങ്ങളും ഇരുപതാം നൂറ്റാണ്ടിന്റെ ആദ്യ ദശകങ്ങളിൽ കേരളത്തിലുടനീളം നടന്ന നികുതി സെറ്റിൽമെന്റും (1929–30 ൽ മലബാറിൽ ഇത് ആവർത്തിക്കപ്പെട്ടു) ഭൂവുടമ ബന്ധങ്ങൾ, ഭൂനികുതി, ഭൂമിയുടെ തരംതിരിവും ക്രയവിക്രയസ്വഭാവും എന്നിവ നിർണയിച്ചു. അതേ സമയം നികുതിദായകർ എന്ന നിലയിലുള്ള ഭൂപ്രഭുക്കളുടെ അവകാശങ്ങളിൽ കാര്യമായ മാറ്റങ്ങൾ വരുത്തിയില്ല. മുതലാളിത്ത ബന്ധങ്ങളുടെ വളർച്ചയുടെ ദൗർബല്യം കൊണ്ടുതന്നെ ഭൂപ്രഭുക്കളുമായുള്ള ബന്ധം അവർക്കാവശ്യമായിവന്നു. മുതലാളിത്ത നീതിനിയമക്രമത്തിനുള്ളിൽ ഉണ്ടായി വന്ന മുതലാളിത്തഭൂപ്രഭു ഐക്യം കൊളോണിയൽ കാലഘട്ടത്തിന്റെ അന്തിമ ദശകങ്ങളിൽ തന്നെ വ്യക്തമായിരുന്നു. വളർന്നുവന്ന കർഷകപ്രക്ഷോഭത്തിന്റെ പശ്ചാത്തലത്തിൽപോലും പരമ്പരാഗത ജന്മിത്വത്തെ ഇല്ലായ്മ ചെയ്യാനും ഭൂമി പാട്ടക്കുടിയാന്മാർക്കു നൽകാനും കൊളോണിയൽ ഭരണകൂടം തയ്യാറാകാത്തത് ഈ ഐക്യത്തിന്റെ സൂചനയായിരുന്നു. തിരുവിതാംകൂറിൽ പൗരാവകാശങ്ങൾക്കുവേണ്ടിയും സാമുദായിക സംവരണത്തിനുവേണ്ടിയും നടന്ന പ്രക്ഷോഭം ഫലപ്രാപ്തിയടയാതിരുന്നതും ഇതേ പ്രവണതയെ കാണിച്ചു. കൊളോണിയൽ ഭരണത്തിന്റെ ആധുനികവശത്തെക്കുറിച്ചു കൃത്യമായ ധാരണയുണ്ടായിരുന്ന സർ സി പി രാമസ്വാമി അയ്യർ തന്നെയാണ് നാടുവാഴിത്തഭരണകൂടത്തെ സംരക്ഷിക്കാനും മുൻകൈ എടുത്തത് എന്നത് മേൽ സൂചിപ്പിച്ച ഐക്യത്തിന്റെ തന്നെ സൂചനയായിരുന്നു.

ജാതിജന്മിനാടുവാഴിത്തത്തിനെതിരായ പ്രതിരോധത്തിന് വ്യത്യസ്തമായ ഒരു വേദി രൂപം കൊള്ളുന്നുണ്ടായിരുന്നു. മുതലാളിത്ത രാഷ്ട്രീയ സമൂഹമാണത്. പരിമിതമായ തോതിലാണെങ്കിലും തിരുവിതാംകൂറിൽ ശ്രീ മൂലം പ്രജാസഭയിലൂടെയും കൊച്ചിയിലെ

ലെജിസ്ലേറ്റീവ് അസംബ്ലിയിലൂടെയും ജനങ്ങളെ സംബന്ധിച്ച കാര്യങ്ങൾ ഉന്നയിക്കപ്പെട്ടിരുന്നു. കൗൺസിലിലെ അംഗങ്ങളെന്ന നിലയിൽ അയ്യൻകാളിയും പൊയ്കയിൽ അപ്പച്ചനും കൊച്ചിയിൽ കെ അയ്യപ്പനും ഉയർത്തിയ അധ:സ്ഥിതരുടെ ആവശ്യങ്ങൾ ഉദാഹരണങ്ങളാണ്. കൊച്ചിൻ അസംബ്ലിയിലെ അംഗമായിരുന്ന പാർവതി നെന്മിനിമംഗലം നമ്പൂതിരി സമുദായത്തിലെ, പ്രത്യേകിച്ച് സ്ത്രീകൾ നേരിടുന്ന പീഡനരൂപങ്ങളെപ്പറ്റി നടത്തിയ പ്രസംഗവും പ്രസിദ്ധമാണ്. കെ. മാധവൻ നായർ മദ്രാസ് ലെജിസ്ലേറ്റീവ് അസംബ്ലിയിൽ അവതരിപ്പിച്ച ബില്ലാണ് പിന്നീട് (1930) മലബാർ കുടിയാൻ നിയമത്തിന് അടിത്തറ പാകിയത്. 1930 കളിൽ മദ്രാസ് നിയമസഭയിലേക്കും ഡിസ്ട്രിക്റ്റ് ബോർഡിലേക്കും നടന്ന തിരഞ്ഞെടുപ്പുകൾ പ്രായപൂർത്തി വോട്ടവകാശ ത്തിന്റെ അടിസ്ഥാനത്തിലായിരുന്നില്ലെങ്കിൽ പോലും, പൊതുജനശ്രദ്ധ ആകർഷിച്ചു.

സാമുദായിക പ്രശ്നങ്ങൾപോലും, സമുദായത്തിന്റെ പരിമിതികൾ ക്കതീതമായി, പൊതു സമൂഹത്തിന്റെ പ്രശ്നങ്ങളായി ഏറ്റെടുക്കുന്ന പ്രവണത വളർന്നുവരികയായിരുന്നു. 19-ാം നൂറ്റാണ്ടിന്റെ ആദ്യം താത്രിക്കുട്ടിയുടെ സ്മാർത്ത വിചാരത്തിനു ലഭിച്ച ബഹുജനശ്രദ്ധതന്നെ പൊതുസമൂഹത്തിന്റെ വളർച്ചയുടെ സൂചനയായിരുന്നു. സ്മാർത്ത വിചാരത്തെ തുടർന്ന് കൊച്ചിമഹാരാജാവ് നടത്തിയ പുരുഷവിചാരം നീതിന്യായ സങ്കല്പങ്ങളിൽ വന്ന മാറ്റത്തെ കാണിച്ചു. 1920 കളിൽ മിശ്രഭോജനം, മിശ്രവിവാഹം, ആളോഹരിഭാഗം, അയിത്തത്തിനും വഴിനടക്കലിന്റെ വിലക്കുകൾക്കുമെതിരായ സമരം തുടങ്ങിയവ ഉയർത്തിക്കൊണ്ടുവന്നത് പ്രത്യേക സമുദായങ്ങളായിരുന്നു.

എങ്കിലും അവർക്ക് ലഭിച്ച ജനസമ്മതിയും അവയോടുണ്ടായ എതിർപ്പും സമുദായങ്ങളുടെ അതിർവരമ്പുകളെ ലംഘിക്കുന്നതാ യിരുന്നു. 1924-25 ലെ വൈക്കം സത്യഗ്രഹത്തിൽ പ്രത്യക്ഷപ്പെട്ട ഐക്യദാർഢ്യം പൊതു സമൂഹരൂപീകരണത്തിന്റെ മറ്റൊരു സൂചനയാ യിരുന്നു. തിരുവാർപ്പ് സത്യഗ്രഹത്തിലും ഗുരുവായൂർ സത്യാഗ്ര ഹത്തിലും ഈ ഐക്യദാർഢ്യം കാണാമായിരുന്നു. വി ടി ഭട്ടതിരിപ്പാ ടിന്റെ "അടുക്കളയിൽ നിന്ന് അരങ്ങത്തേക്ക്" എന്ന നാടകത്തിനുകിട്ടിയ ജനപ്രീതിയും സമുദായത്തിന്റെ തട്ടകത്തിൽ നിന്നകന്നുള്ള ലിംഗഭേദ സങ്കൽപ്പത്തിന്റെ വളർച്ചയെ സൂചിപ്പിച്ചു. ഇക്കാലത്തു വളർന്നുവന്ന ആനുകാലികങ്ങളുടെ വായന ജാതിമതലിംഗാതീതമായിരുന്നു എന്നതും ഇതേ പ്രവണതയെയാണ് കാണിച്ചത്.

പൊതുരാഷ്ട്രീയ സമൂഹത്തിന്റെ വളർച്ചയുടെ സൂചകമായി കാണാ റുള്ളത് ദേശീയ പ്രസ്ഥാനത്തെയാണ്. ഇന്ത്യയിലാകെ വളർന്നുവന്ന സ്വാതന്ത്ര്യസമരത്തെക്കുറിച്ചുള്ള അവബോധം അതുൾക്കൊള്ളുന്ന

പൊതുസമൂഹത്തിന്റെ വളർച്ച ആവശ്യമാക്കുന്നു. 1920 കളുടെ ആദ്യം വിദ്യാഭ്യാസം നേടിയ മദ്ധ്യവർഗത്തിൽ ഒതുങ്ങി നിന്ന സ്വാതന്ത്ര്യാഭിവാഞ്ഛയെ പൊതു ജനമദ്ധ്യത്തിൽ എത്തിച്ച പ്രക്രിയ മുമ്പു സൂചിപ്പിച്ച പൊതു അവബോധത്തിന്റെ വളർച്ചയാണ്. ദേശീയ പ്രസ്ഥാനത്തിന്റെ വികാസത്തോടെ പൊതു അവബോധത്തിന് ബൂർഷ്വാരാഷ്ട്രീയരൂപം കൈവരികയായിരുന്നു. കെ പി സി സി നേതൃത്വം കൊടുത്ത വൈക്കം സത്യഗ്രഹവും ഗുരുവായൂർ സത്യഗ്രഹവും ഈ പ്രവണതയെയാണ് കാണിച്ചത്. നാടുവാഴിത്തത്തിനും കൊളോണിയൽ നീതിന്യായ വ്യവസ്ഥയ്ക്കും എതിരായ പ്രതിരോധം സാധ്യമാണ് എന്ന് സൂചിപ്പിക്കുന്ന മുദ്രാവാക്യങ്ങളാണ് ദേശീയ പ്രസ്ഥാനം ഉയർത്തിയത്.

1930–31 ലെ ഉപ്പുസത്യഗ്രഹത്തിലും സിവിൽ നിയമലംഘനപ്രസ്ഥാനത്തിലുമുണ്ടായ വർധിച്ച ജനപങ്കാളിത്തം പൊതുസമൂഹം പൊതുരാഷ്ട്രീയസമൂഹമായി മാറുന്നുവെന്നതിന്റെ സൂചനയായിരുന്നു. കോൺഗ്രസ് പ്രവർത്തകർ കൂടാതെ വ്യത്യസ്തസാമുദായിക സംഘടനകളുടെ പ്രവർത്തകർ, തിരുവിതാംകൂറിലെ യൂത്ത് ലീഗ് പ്രവർത്തകർ കർഷക–തൊഴിലാളി പ്രവർത്തകർ, യുവാക്കൾ, സ്ത്രീകൾ, സ്കൂൾ വിദ്യാർത്ഥികൾ വരെ ഉപ്പുസത്യഗ്രഹത്തിൽ പങ്കെടുത്തു. കൊളോണിയൽ വിരുദ്ധ മുന്നേറ്റം എല്ലാ വിഭാഗങ്ങളെയും ഒരു പോലെ ആകർഷിച്ചുവെന്നതിന്റെ സൂചനയായിരുന്നു ഇത്. ഈ മുന്നേറ്റത്തിന്റെ പ്രതീകമായത് മഹാത്മാഗാന്ധിയുമായിരുന്നു. ഈ പ്രസ്ഥാനത്തിൽ പങ്കെടുത്തവരുടെ എല്ലാവരുടെയും വീക്ഷണങ്ങൾ ഒരു പോലെയായിരുന്നില്ല. പയ്യന്നൂരിൽ ഉപ്പുസത്യാഗ്രഹത്തിൽ പങ്കെടുത്ത എം കെ പാറു, സി പി കുഞ്ഞാത്ത തുടങ്ങിയ സ്ത്രീകളുടെ പ്രശ്നം അവരുടെ ജീവിതോപാധികളുടെ നാശമായിരുന്നു. കോഴിക്കോട് ബീച്ചിൽ കോൺഗ്രസ് കൊടി പിടിച്ചെടുക്കാൻ പോലീസ് നടത്തിയ ശ്രമത്തെ നേരിട്ട പി കൃഷ്ണപിള്ളയുടെയും ആർ വി ശർമ്മയുടെയും ലക്ഷ്യം ജനസാമാന്യത്തിന്റെ മോചനമായിരുന്നു. ഗാന്ധിയൻ ആദർശങ്ങളായിരുന്നു മുക്കപ്പുഴ കാർത്ത്യായനി അമ്മയെയും പി ജി സ്വർണകുമാരിയെയും സത്യഗ്രഹത്തിലേക്ക് ആകർഷിച്ചത്.

സാമുദായിക സംഘടനകൾ ഉയർത്തിയ നിരവധി മുദ്രാവാക്യങ്ങളെ ഉൾക്കൊള്ളാൻ ഗാന്ധിയൻ ആദർശങ്ങൾക്കുണ്ടായിരുന്ന കഴിവും എടുത്തു പറയത്തക്കതാണ്. നാരായണഗുരുവിന്റെ 'മദ്യം വിഷമാണ്' എന്ന പ്രചരണം ഗാന്ധിയൻ സമീപനത്തിൽ എല്ലാ സമൂഹ വിഭാഗങ്ങളും പങ്കെടുക്കുന്ന മദ്യവർജനവും മദ്യഷോപ്പ് പിക്കറ്റിംഗുമായി മാറി. അവർണരുടെയും ദളിതരുടെയും അയിത്തത്തിനെതിരായ പോരാട്ടം ഗാന്ധിയൻ സമീപനത്തിൽ അയിത്തോച്ചാടനമായി മാറി. അനാചാരങ്ങൾക്കും അന്ധവിശ്വാസങ്ങൾക്കുമെതിരായ പോരാട്ടം ഇന്ത്യൻ സമൂഹത്തിലെ ജീർണതകൾക്കെതിരായ പോരാട്ടമായി തീർന്നു.

നാരായണഗുരു മുതൽ സഹോദരൻ അയ്യപ്പൻ വരെയുള്ളവരുടെ സാമൂഹ്യപ്രതിരോധവും മഹാത്മാഗാന്ധിയുടെ ധാർമ്മിക പ്രതിരോധവും തമ്മിൽ വ്യത്യാസമുണ്ട്. ഇവയിലാദ്യത്തേത് ജാതിജന്മിനാടുവാഴിത്തത്തിനെതിരായ മുന്നേറ്റമാണ്. രണ്ടാമത്തേത് സാമൂഹ്യസമവായത്തിനുവേണ്ടിയുള്ള ധാർമ്മിക പ്രവർത്തനമാണ്. ഗാന്ധിയുടെ ശത്രുക്കൾ കൊളോണിയലിസവും പാശ്ചാത്യയാന്ത്രിക സംസ്കാരവുമാണ്. മുതലാളിത്തം അതിന്റെ ഒരു ഭാഗം മാത്രമാണ്. ധാർമ്മികമായ മുതലാളിത്ത സംസ്കൃതിക്കോ ജന്മി നാടുവാഴിത്ത രൂപങ്ങൾക്കോ ഗാന്ധിജി എതിരായിരുന്നില്ല. മർദ്ദന ചൂഷണങ്ങളിൽ കേന്ദ്രീകരിക്കുന്ന മുതലാളിത്തവും അയിത്തവും അനാചാരങ്ങളും ഉറപ്പുവരുത്തുന്ന നാടുവാഴിത്തവും ഗാന്ധിക്കു അധാർമ്മികമാണ്.

ഗാന്ധിയുടെ ധാർമ്മികസമവായം രണ്ടുരീതിയിൽ പ്രവർത്തിച്ചതായി കാണാം. ഇക്കാലത്ത് വളർന്നുവന്ന വൈരുദ്ധ്യങ്ങളിൽ ഒന്ന് ജാതിജന്മിനാടുവാഴിത്തവും അതിനെതിരായി വളർന്നുവന്ന അധസ്ഥിതരും കുടിയാന്മാരും പ്രജകളും തമ്മിലുള്ള ഐക്യം സൃഷ്ടിച്ച പ്രതിരോധവും തമ്മിലുള്ളതാണ് അതിൽ മുതലാളിത്തവും നാടുവാഴിത്തത്തിനെതിരായി നിലയുറപ്പിച്ചു. (ക്വയിലോൺ നാഷണൽ ബാങ്കിനെതിരായി സർ സി പിയുടെ നടപടിയും അതിനെതിരായി ഉയർന്ന പ്രതിഷേധവും ഉദാഹരണമാണ്). രണ്ടാമത്തെത് വളർന്നുവന്ന മുതലാളിത്തവും തൊഴിലാളികളും തമ്മിലുള്ള വൈരുധ്യമാണ്. ഇതിന്റെ ഭാഗമായി പലയിടങ്ങളിലും വളർന്നുവന്ന തൊഴിലാളികളും കർഷകരും തമ്മിലുള്ള ഐക്യം (ആലപ്പുഴയിലെ കയർ തൊഴിലാളി സമരവും അതിനോടുള്ള ജനങ്ങളുടെ ഐക്യദാർഢ്യവും ഉദാഹരണമാണ്) വൈരുധ്യമായി മാറുന്നു. ഏറ്റവും പ്രധാനമായി കർഷകരുടെയും തൊഴിലാളികളുടെയും സാമാന്യജനങ്ങളുടെയും പ്രക്ഷോഭങ്ങൾ അടിച്ചമർത്താനുള്ള കൊളോണിയൽ ഭരണകൂടത്തിന്റെയും നാടുവാഴിത്തത്തിന്റെയും ശ്രമങ്ങൾ. ഈ മൂന്നുതരം വൈരുധ്യങ്ങളിൽ ഗാന്ധിയുടെ ശ്രമം മുഴുവനും ആദ്യത്തെയും രണ്ടാമത്തെയും വൈരുധ്യങ്ങളെ സാമൂഹ്യ സമവായത്തിന്റെ അടിസ്ഥാനത്തിൽ പരിഹരിക്കാനും ഇതിന്റെ ഫലമായി എല്ലാ വിധ മുന്നേറ്റങ്ങളെയും കൊളോണിയൽ വിരുദ്ധസമരങ്ങളായി മാറ്റാനുമായിരുന്നു. ഈ ശ്രമങ്ങളുടെ പ്രധാന ഘടകം ഇന്ത്യയിൽ വളർന്നുവരുന്ന മുതലാളിത്തവും നാടുവാഴിത്തമുൾപ്പെട്ട ഭൂപ്രഭുത്വവും തമ്മിലുള്ള ഐക്യവുമായിരുന്നു. ഗ്രാമീണതൊഴിൽ രൂപങ്ങളുടെ വികാസവും അവയെ ആധാരമാക്കിയുള്ള വ്യവസായങ്ങളും, തൊഴിലധിഷ്ഠിത വിദ്യാഭ്യാസം, മദ്യവർജനം, അയിത്തോച്ചാടനം, പിൽക്കാലത്തു വളർന്നുവന്ന ഭൂദാന പ്രസ്ഥാനം, മുതലാളിമാർ തൊഴിലെടുക്കുന്നവരുടെ ട്രസ്റ്റികളായി നിലനിൽക്കണമെന്ന ആശയം തുടങ്ങിയ നിരവധി ആശയങ്ങളുടെയും അവയുടെ പ്രായോഗിക രൂപങ്ങളുടെയും അടിസ്ഥാനത്തിൽ ഈ സമവായവും ഐക്യവും സൃഷ്ടിക്കുന്നതിനാണ് ഗാന്ധി ശ്രമിച്ചത്.

തിരുവിതാംകൂറിലെ ഉത്തരവാദഭരണത്തിനുവേണ്ടിയുള്ള പ്രക്ഷോഭം അവസാനിപ്പിക്കണമെന്നും ദിവാൻ സർ സി പി രാമസ്വാമി അയ്യരെ പുറത്താക്കണമെന്നാവശ്യപ്പെട്ടുകൊണ്ട് സ്റ്റേറ്റ് കോൺഗ്രസ് നൽകിയ മെമ്മൊറാണ്ടം പിൻവലിക്കണമെന്നും ഗാന്ധി ആവശ്യപ്പെട്ടത് സമവായ ചിന്താഗതിയുടെ ഉദാഹരണമാണ്. ഗുരുവായൂർ സത്യഗ്രഹം അവസാനിപ്പിക്കാൻ കെ കേളപ്പന് ഗാന്ധി നൽകിയ നിർദ്ദേശവും ഉദാഹരണമാണ്.

കേരളത്തിലും ഗാന്ധിയൻ ആശയങ്ങൾക്ക് ശക്തമായ വേരോട്ടമുണ്ടായിരുന്നു എന്നത് വസ്തുതയാണ്. ഖദർ, ചർക്ക, തക്ലി, നൂൽനൂൽപ്, മദ്യവർജനം, അയിത്തോച്ചാടനം കൂടാതെ ഹിന്ദിപഠനം പോലുള്ളവയ്ക്കും വ്യാപകമായ പ്രചാരം ലഭിച്ചു. ഇത്തരം പ്രചരണങ്ങളുടെ പരിമിതികളും അതിനോടൊപ്പം പ്രകടമായിരുന്നു. കൈത്തൊഴിൽക്കാരുടെ സംഘങ്ങൾക്കും ഗ്രാമീണതൊഴിൽ കൂട്ടായ്മകൾക്കും അതുവരെ ഉയർന്നുവന്നിരുന്ന ജന്മിയും കുടിയാനും തമ്മിലുള്ള സംഘർഷം പരിഹരിക്കാൻ സാധിക്കില്ല. അയിത്തവും അനാചാരവും വിപാടനം ചെയ്യുക തീർച്ചയായും സ്വീകാര്യമായ മുദ്രാവാക്യങ്ങളാണ്. പക്ഷെ, ജാതീയതയുടെ കാർക്കശ്യം ഇത്തരം മുദ്രാവാക്യങ്ങൾ കൊണ്ടുമാത്രം പരിഹരിക്കാവുന്നതല്ല. ജാതിയെ നിലനിർത്തിക്കൊണ്ട് അയിത്തംമാത്രം ഇല്ലായ്മ ചെയ്യുക ശരിയായ ദിശയാകില്ല. സാമൂഹ്യജീർണത മദ്യപാനത്തിൽമാത്രം ഒതുങ്ങി നിൽക്കുന്ന പ്രശ്നവുമല്ല. ഇതെല്ലാം കൂടാതെ ഉപ്പുസത്യഗ്രഹത്തിന്റെയും സിവിൽ നിയമലംഘന പ്രസ്ഥാനത്തിന്റെയും അനന്തര ഫലങ്ങളും ചർച്ചാവിഷയമായി. കേരളത്തിൽ ഏറ്റവുമധികം ജനപിന്തുണ നേടിയ ദേശീയ പ്രക്ഷോഭമായിരുന്നു അത്. വ്യക്തമായ ഒരു ഫലവും കാണാനാകാതെ അവ അവസാനിച്ചു. സിവിൽ നിയമലംഘന പ്രസ്ഥാനം അടിച്ചമർത്തപ്പെടുകയും ചെയ്തു. ഇവയെല്ലാം ചേർന്ന് ഗാന്ധിയുടെ സമവായ ശ്രമങ്ങളിൽ അതൃപ്തിയുള്ളവരുടെ എണ്ണം കേരളത്തിൽ വർധിക്കുന്നതിനിടയാക്കി.

ഗാന്ധിയൻ സമാവായത്തെക്കാൾ തൃപ്തികരം രാഷ്ട്രീയ സംഘർഷങ്ങളാണ് എന്ന നിലപാടിലേക്കാണ് നിരവധി പ്രക്ഷോഭകാരികൾ എത്തിച്ചേർന്നത്. ഉപ്പു സത്യഗ്രഹത്തിൽ സജീവ പങ്കാളികളായിരുന്ന ഇ എം എസ്, എ കെ ഗോപാലൻ, പി കൃഷ്ണപിള്ള, എൻ പി കുരിക്കൾ, പൊന്നറ ശ്രീധർ തുടങ്ങിയവരുടെ നിലപാടുകളിൽ വന്ന മാറ്റം ഉദാഹരണമാണ്. ഇവരിൽ ആദ്യത്തെ മൂന്നുപേർ കോൺഗ്രസിൽ തന്നെ തുടർന്ന് സോഷ്യലിസ്റ്റ് പക്ഷപാതികളായെങ്കിൽ കുരിക്കളും ശ്രീധറും യൂത്ത് ലീഗ് എന്ന വേറിട്ടൊരു സംഘടന രൂപീകരിച്ചു. എൻ എസ് എസിന്റെ പ്രവർത്തകനായി ആരംഭിച്ച കെ കേളപ്പൻ പിന്നീട് കോൺഗ്രസുകാരനായി. ഗുരുവായൂർ സത്യഗ്രഹത്തിന് നേതൃത്വം നൽകി. ആദ്യകാലത്ത് കോൺഗ്രസ് സോഷ്യലിസ്റ്റ് പാർട്ടിയിൽവന്നുവെങ്കിലും ഗാന്ധിയനായി തുടർന്നു. എസ് എൻ ഡി പിയിലെ വനിതാ സംഘാടകയും

വിദ്യാഭ്യാസ പ്രവർത്തകയുമായിരുന്ന കാളിക്കുട്ടി ആശാട്ടി പിന്നീട് കമ്മ്യൂണിസ്റ്റായി. മറ്റൊരു എസ് എൻ ഡി പി പ്രവർത്തകനായ ആർ സുഗതൻ ട്രേഡ് യൂണിയൻ പ്രവർത്തനങ്ങളിലേർപ്പെടുകയും തൊഴിലാളി പ്രസ്ഥാനത്തിലെ അനുഭവങ്ങൾ വഴി കമ്മ്യൂണിസ്റ്റ് കാരനാവുകയും ചെയ്തു. നമ്പൂതിരി യോഗക്ഷേമസഭയിൽ സ്ത്രീ സ്വാതന്ത്ര്യം, ആളോഹരിഭാഗം, തറവാട്ടുകാരണവന്മാരുടെ അഴിഞ്ഞാട്ടം തുടങ്ങിയവയ്ക്കെതിരെ പോരാടിയ നിരവധി യുവാക്കൾ പിന്നീട് ദേശീയ പ്രസ്ഥാനത്തിന്റെയും കമ്മ്യൂണിസ്റ്റ് പാർട്ടിയുടെയും ഭാഗമായി. വി ടി കോൺഗ്രസിൽ നിന്നപ്പോൾ ഇ എം എസ്, വാമനൻ നരിക്കാട്ടീരി, പാണ്ടം വാസുദേവൻ നമ്പൂതിരി, ദേവകി നരിക്കാട്ടീരി, പ്രേംജി തുടങ്ങിയ നിരവധി പ്രവർത്തകർ കമ്മ്യൂണിസ്റ്റുകാരായി. തന്റെ ഉത്തരേന്ത്യൻ യാത്രകളിലൂടെ ഭഗത് സിംഗ് സ്ഥാപിച്ച പഞ്ചാബ് നൗജവാൻ സഭയാൽ ആകർഷിക്കപ്പെട്ട എ വി കുഞ്ഞമ്പു കേരളത്തിൽ വന്ന് അഖിലഭാരത യുവക് സംഘം എന്ന സംഘടനയാരംഭിക്കുകയും ക്രമേണ കോൺഗ്രസ് സോഷ്യലിസ്റ്റും കമ്മ്യൂണിസ്റ്റുമായി മാറുകയും ചെയ്തു. പി കൃഷ്ണപിള്ളയും കെ പി ഗോപാലനും എൻ സി ശേഖറും എ കെ ഗോപാലനും ഇ എം എസും അടക്കമുള്ള നിരവധിപേർ റാഡിക്കൽ ദേശീയവാദികളും വിപ്ലവകാരികളുമായ പ്രവർത്തകരാൽ സ്വാധീനിക്കപ്പെട്ടിരുന്നു.

ഇതേ രീതിയിലുള്ള മാറ്റങ്ങൾ അധ:സ്ഥിതരുടെ രാഷ്ട്രീയത്തിലും കാണാം. അയ്യൻകാളിയുടെ ബന്ധുക്കളായ കേശവശാസ്ത്രിയും കൃഷ്ണദി ആശാനും മുൻകയ്യെടുത്താണ് 1930 ൽ കേരള പുലയ മഹാ സഭ ആരംഭിച്ചത്. ആദ്യഘട്ടത്തിൽ പുലയരുടെ സംവരണം, വിദ്യാഭ്യാസം, ഗവൺമെന്റ് സർവീസിലെ പ്രവേശനം, ജാതീയമായ അടിമത്തം തുടങ്ങിയ പ്രശ്നങ്ങളാണ് അവർ ഉന്നയിച്ചത്. ക്രമേണ ഭൂവുടമകളുടെം കുതിരകയറ്റങ്ങളെയും മർദ്ദനമുറകളെയും സംബന്ധിച്ച ചർച്ചകളും പ്രതിഷേധരൂപങ്ങളും സജീവമായപ്പോൾ പുലയമഹാസഭയിലെ ഒരു വിഭാഗം കമ്മ്യൂണിസ്റ്റ് പക്ഷപാതികളാകുകയും ക്രമേണ ആ സംഘടന കമ്മ്യൂണിസ്റ്റ് നിയന്ത്രണത്തിലാകുകയും ചെയ്തു. കുട്ടനാട്ടിലെ സാധുജനപരിപാലനസഭ ഒന്നടങ്കം കമ്മ്യൂണിസ്റ്റുകാരായി. ഇതു കൂടാതെ അധ:സ്ഥിത സ്ത്രീകൾ കല്ലുമാല പൊട്ടിച്ചെറിയുന്ന സമരം, പൊതു കുളത്തിൽ കുളിക്കാനുള്ള സമരം, വഴി നടക്കാനുള്ള സമരം, ആരാധനാ സ്വാതന്ത്ര്യം മുതലായ നിരവധി പ്രശ്നങ്ങളിൽ മുൻ കൈയ്യെടുത്തത് കോൺഗ്രസുകാരും കമ്മ്യൂണിസ്റ്റുകാരുമാണ്. പൊതു രാഷ്ട്രീയ വേദികളിലേക്ക് ഇവരെ കൊണ്ടുവരാൻ ഇങ്ങനെയുള്ള നിരവധി പ്രാദേശിക സംഘർഷങ്ങൾ സഹായിച്ചു.

ഉദാഹരണമായി വള്ളുവനാട്ടിലെ ക്ഷേത്രങ്ങളിൽ ഉത്സവങ്ങളോടൊപ്പം ജന്തുബലിയും ഉണ്ടായിരുന്നു. ആട്, കോഴി മുതലായവയെ

ഇ പി ഗോപാലൻ

യായിരുന്നു ബലിയർപ്പിച്ചിരുന്നത്. മുളയങ്കാവ് ക്ഷേത്രത്തിൽ പൂരത്തിന്റെ തലേന്ന് കാളവേല ദിവസം നടത്താനിരുന്ന ജന്തുബലി തടഞ്ഞുകൊണ്ടുള്ള സമരത്തിൽ പി വി കുഞ്ഞുണ്ണി നായർ, ഇ പി ഗോപാലൻ, ടി ആർ എഴുത്തച്ഛൻ എന്നിവർ പങ്കെടുത്തു. മുളയങ്കാവിൽ ജന്തുബലി അവസാനിച്ചു. ഇത്തരത്തിലുള്ള അനാചാരങ്ങൾക്കെതിരായ പൊതുസമരങ്ങൾ ധാരാളമായി അരങ്ങേറിയിട്ടുണ്ട്.

രണ്ടു പ്രവണതകൾ ഇവിടെ പ്രകടമാണ്. സാമുദായിക പ്രശ്നങ്ങൾ എന്ന രീതിയിൽ വളർന്നു വന്ന നിരവധി സാമൂഹ്യ വൈരുധ്യങ്ങൾ പൊതു സമൂഹത്തിന്റെ വേദികളിൽ അവതരിപ്പിക്കപ്പെട്ട കാലമായിരുന്നു. അവയിൽ ചിലത് സംവരണം, ക്ഷേത്രപ്രവേശനം, വിദ്യാഭ്യാസത്തിലെ പ്രവേശനം, മുതലായ മുദ്രാവാക്യങ്ങളുടെ അടിസ്ഥാനത്തിൽ നാടുവാഴി വിരുദ്ധ പൗരാവകാശ പ്രക്ഷോഭങ്ങളായി മാറി. ഇവയിൽ നിന്നുയർന്നു വന്ന മുദ്രാവാക്യങ്ങൾ അധ:സ്ഥിതർക്ക് സർക്കാർ ഭരണസംവിധാനത്തിലും ജനപ്രതിനിധിസഭകൾക്കുള്ളിലുമുള്ള വർദ്ധിച്ച പ്രാതിനിധ്യത്തിനുള്ള മുദ്രാവാക്യങ്ങളായി മാറി. സവർണ മേധാവിത്വത്തിനെതിരായ ജനാധിപത്യസമരം നാടുവാഴിത്തത്തിനെതിരായ ബൂർഷ്വാ നേതൃത്വത്തിലുള്ള സമരമായിരുന്നു. രണ്ടാമത്, സാമുദായികമായ അടിമത്തത്തിന്റെ വേരുകൾ അധ്വാനരൂപങ്ങളിലും അതിന്റെ ഫലമായുണ്ടാകുന്ന പരാധീനതകളിലുമാണെന്ന തിരിച്ചറിവ് അധ:സ്ഥിതരെയും പിന്നോക്ക വിഭാഗങ്ങളെയും വർദ്ധിച്ചതോതിൽ കർഷക–തൊഴിലാളി പ്രസ്ഥാനങ്ങളുടെ ഭാഗമാക്കി. ചെത്തു തൊഴിലാളികൾ, നെയ്ത്തു തൊഴിലാളികൾ, ബീഡി തൊഴിലാളികൾ, കശുവണ്ടിത്തൊഴിലാളികൾ, തോട്ടം തൊഴിലാളികൾ തുടങ്ങിയവരിൽ ബഹുഭൂരിപക്ഷവും അവർണ–അധ: സ്ഥിത സമുദായങ്ങളിൽ നിന്നുവന്നവരായിരുന്നു. ചില ചരിത്രകാരന്മാർ വാദിക്കുന്നതുപോലെ അവർ വർഗസമരങ്ങളിൽ പങ്കാളികളായത് മദ്യവർജനം സ്വന്തം തൊഴിൽ നഷ്ടപ്പെടുത്തുമെന്ന ഭയം കൊണ്ടല്ല. മദ്യവർജ്ജനപ്രവർത്തകരെക്കാൾ അവർ ഭയപ്പെട്ടത് ഷോപ്പുകൾ ലേലത്തിൽ പിടിച്ച് ഭാരിച്ച തീരുവകൾ ചുമത്തുന്ന കള്ളു ഷാപ്പ് കോൺട്രാക്ടർമാരെയായിരുന്നു. അത്തരം ചരിത്രകാരന്മാർ തെറ്റിദ്ധരിക്കുന്നതുപോലെ തീയ്യരെല്ലാവരും ചെത്തുതൊഴിലാളികളുമായിരുന്നില്ല. അവർ പാട്ടക്കുടിയാന്മാരും കർഷകത്തൊഴിലാളികളുമായിരുന്നു. അവരുടെ

ജീവിതാവസ്ഥയാണ് അവരെ സമരരംഗത്തിലേക്കെത്തിച്ചത്. അല്ലാതെ ഏതെങ്കിലും വിധത്തിലുള്ള ധൈഷണിക സംവാദങ്ങളല്ല.

ഏറ്റവും പ്രധാനമായി, ഭൂപ്രഭുത്വത്തെയും മുതലാളിത്തത്തെയും അതേപടി നിലനിർത്തിക്കൊണ്ട് ജാതിജന്മിനാടുവാഴിത്തത്തിൽ നിന്നോ കൊളോണിയലിസത്തിൽ നിന്നോ മോചനം നേടാൻ കഴിയില്ലെന്ന തിരിച്ചറിവായിരുന്നു ഏറ്റവും പ്രധാനം. ജാതി സമുദായങ്ങളെന്ന നിലയിൽ സാധ്യമാകുന്നത് വിലക്കുകളുടെയും അസമത്വങ്ങളുടെയും ലംഘനം, വിദ്യാഭ്യാസം, പൊതുസമൂഹത്തിലേക്കുള്ള സ്വാംശീകരണവും സാമൂഹ്യ അവകാശങ്ങളുടെ സ്ഥാപനവും, പിന്തുടർച്ചാവകാശം, വിവാഹം തുടങ്ങിയവയിലെ തുല്യത തുടങ്ങിയവയാണ്. ജാതി ഇല്ലാതാകുന്ന, സമുദായവിവേചനവും എല്ലാ മേഖലകളിലും അവസാനിക്കുന്ന സമരം നടക്കേണ്ടത് പൊതുസമൂഹത്തിലാണ്. പൊതുസമൂഹത്തിൽ നാടുവാഴിത്തവും മുതലാളിത്തവും ഭൂപ്രഭുത്വവുമായുള്ള സമവായത്തിലൂടെ ജാതിരഹിത സമൂഹം സാധ്യമല്ല. ഇത്തരം സമവായത്തിന്റെ അടിസ്ഥാനത്തിൽ ഇന്ത്യ സ്വാതന്ത്ര്യം നേടിയാൽപ്പോലും അത് ജനങ്ങളുടെ സ്വാതന്ത്ര്യമായിരിക്കുകയില്ലെന്ന് ഇവർ തിരിച്ചറിഞ്ഞു. ഗാന്ധിജിയുടെ ഗ്രാമസ്വരാജും രാമരാജ്യവും വർഗസമവായത്തിന്റെ ആദർശവൽക്കരണങ്ങളാണ്. പണിയെടുക്കുന്നവരുടെയും അധഃസ്ഥിതരുടെയും മോചനത്തിനാവശ്യം വർഗ സമരമാണ്. ജാതി ജന്മിനാടുവാഴിത്തവും മുതലാളിത്തവുമില്ലാത്ത പുതുസമൂഹത്തിന്റെ സൃഷ്ടിയാണ് വർഗസമരത്തിന്റെ ലക്ഷ്യം.

ഈ പശ്ചാത്തലത്തിലാണ് കോൺഗ്രസുകാരിൽ ഒരു വിഭാഗം അംഗീകരിച്ച കോൺഗ്രസ് സോഷ്യലിസ്റ്റ് പാർട്ടി എന്ന പദപ്രയോഗം പ്രധാനമാകുന്നത്. കോൺഗ്രസിൽ ഒരു ഇടതുപക്ഷം വളർന്നുവന്നതിന്റെ തെളിവായാണ് കോൺഗ്രസ് സോഷ്യലിസ്റ്റുകളെ കാണുന്നത്. അതുശരിയാണ്. ഇത്തരത്തിലുള്ള ഇടതുപക്ഷം വളർന്നുവന്നത് സോവിയറ്റ് യൂണിയന്റെ വളർച്ചയും ആഗോള കമ്മ്യൂണിസ്റ്റ് പ്രസ്ഥാനത്തിന്റെ സ്വാധീനവുംകൊണ്ടു മാത്രമല്ല. സോവിയറ്റ് സോഷ്യലിസത്തെക്കുറിച്ച് ലഭ്യമായ അറിവുകളനുസരിച്ച് മർദ്ദനവും ചൂഷണവുമില്ലാത്ത, സാമാന്യജനങ്ങൾക്ക് മാന്യമായ തൊഴിലവസരങ്ങളും ജീവിത സുരക്ഷയും ഉറപ്പുവരുത്തുന്ന ഒരു ധീരപരീക്ഷണമായാണ് അവർ കണ്ടത്. ഈ പരീക്ഷണം സമാനമായ പുതുലോകക്രമത്തെക്കുറിച്ചറിഞ്ഞിരുന്ന കേരളത്തിലെ സാമൂഹ്യരാഷ്ട്രീയ പ്രവർത്തകർക്ക് ആവേശം പകരുന്നതായിരുന്നു. നന്നെ ചെറുപ്പത്തിൽ റഷ്യൻ വിപ്ലവത്തെക്കുറിച്ച് ഒരു പുസ്തകമെഴുതാൻ ഇ.എം.എസ് ശ്രമിച്ചത് ഈ ആവേശത്തിന് ഉദാഹരണമാണ്.

സോഷ്യലിസം ഗാന്ധിയൻ സമവായ മാതൃകയിൽ നിന്ന് വളരെ

ഭിന്നമായ അധ്വാനിക്കുന്ന വിഭാഗങ്ങൾക്ക് ആധിപത്യം ലഭിക്കുന്ന ലോകക്രമമായിരുന്നു. ദശകങ്ങളായി നടന്നുവന്ന ജാതിജന്മിനാടുവാഴിത്ത വിരുദ്ധപോരാട്ടങ്ങൾക്കും ഈ കാലഘട്ടത്തിൽ സജീവമായ മുതലാളിത്ത വിരുദ്ധ പോരാട്ടങ്ങൾക്കുള്ള ശുഭസമാപ്തിയായി അവർ കണ്ടത് സോഷ്യലിസത്തെയാണ്. കൊളോണിയൽ വിരുദ്ധസമരത്തെ അവർ അംഗീകരിക്കുകയും ആ ലക്ഷ്യം നിറവേറാനായി അവർ ഗാന്ധിയന്മാരോടൊപ്പം പോരാടാൻ തയ്യാറാകുകയും ചെയ്തു. അവരുടെ ലക്ഷ്യനിർണയം ഇന്ത്യയുടെ കേവലമായ സ്വാതന്ത്ര്യം കൊണ്ടവസാനിച്ചില്ല. മർദ്ദിതചൂഷിത ജനവിഭാഗങ്ങളുടെ മോചന പോരാട്ടമായാണ് അന്നു വളർന്നു വന്ന സമരങ്ങളെ അവർ കണ്ടത്. മർദ്ദിതസമുദായങ്ങളുടെയും സ്ത്രീകളുടെയും മോചനം അതിന്റെ ഭാഗമായിരിക്കും. അതിനുള്ള പാത വർഗസമരങ്ങളുടെതായിരിക്കുമെന്നും അവർ ദർശിച്ചു. 1930 കളിലെ സംഘടിത സമരങ്ങളുടെ വളർച്ച കേരളസമൂഹത്തിൽ വന്നുകൊണ്ടിരുന്ന ദിശാവ്യതിയാനത്തിന് തെളിവാണ്.

തൊഴിലാളിപ്രസ്ഥാനത്തിന്റെ വളർച്ച

കമ്മ്യൂണിസ്റ്റ് പ്രസ്ഥാനത്തിന്റെ വളർച്ചയുടെ അടിത്തറ തൊഴിലാളിയുടെ വർഗബോധത്തിന്റെ വികാസം തന്നെയാണ്. കർഷകരുടെയും മറ്റു വിഭാഗങ്ങളുടെയും സംഘബോധവും ഇതിലേക്ക് സംഭാവന നൽകിട്ടുണ്ട്. വർഗബോധമുൾക്കൊണ്ട തൊഴിലാളികളാണ് വിപ്ലവപ്രസ്ഥാനത്തിലേക്കാകർഷിക്കപ്പെട്ട ഇടത്തരക്കാരെയും അവരോടൊപ്പം നിർത്തിയത്. തൊഴിലാളികളും കർഷകരും തമ്മിലുണ്ടായ ഐക്യം ഇതിന്റെ ആധാരഘടകമാണ്.

ആലപ്പുഴയിലും കൊല്ലത്തുമുണ്ടായ കയർ–കശുവണ്ടി വ്യവസായ മേഖലയുടെ വളർച്ച കേരളത്തിലെ വർഗരാഷ്ട്രീയത്തിന്റെ വളർച്ചയുടെ ജ്വലിക്കുന്ന ഉദാഹരണമാണ്. ആലപ്പുഴയിൽ ആദ്യത്തെ കയർ ഫാക്ടറി സ്ഥാപിച്ചത്. ദേറാ, സ്മെയിൽ ആന്റ് കമ്പനി ആയിരുന്നു. അതിനെ തുടർന്ന് ബോംബെ കമ്പനി, ആസ്പിൻവാൾ, മെഡ്ഡറ, വില്യം ഗുഡേക്കർ ആന്റ് സൺസ്, പിയേഴ്സ്ലെസ്ലി, തുടങ്ങിയ യൂറോപ്യൻ കമ്പനികൾ കയർ ഫാക്ടറികൾ ആരംഭിച്ചു. തുടർന്ന് നാട്ടുകാരും കയർഫാക്ടറികൾ തുറന്നു പ്രവർത്തിപ്പിച്ചു. ആദ്യഘട്ടത്തിൽ പുറംനാടുകളിൽ നിന്നാണ് തൊഴിലാളികൾ വന്നതെങ്കിലും ക്രമേണ നാട്ടുകാരെ ഉപയോഗിച്ച് പണിയെടുപ്പിക്കാൻ തുടങ്ങി. മറ്റു കമ്പനികളിൽ ജോലിചെയ്ത് പരിചയമുള്ളവർക്ക് അഡ്വാൻസ് നൽകി സ്വന്തം കമ്പനിയിൽ നിർത്തി. അവർ വിട്ടുപോകണമെങ്കിൽ അഡ്വാൻസ് തിരികെ കൊടുക്കണമായിരുന്നു. നാട്ടുകാരെ ജോലിയിൽ പ്രവേശിച്ചപ്പോൾ മൂപ്പന്മാർ, കങ്കാണികൾ, എന്നൊക്കെവിളിച്ച ഇടനിലക്കാർ ഫാക്ടറികളിൽ നിലവിൽ വന്നു. തൊഴി

ലാളികൾക്ക് ജോലികൊടുക്കുക, അവർക്കാവശ്യമായ സൗകര്യങ്ങൾ ചെയ്തുകൊടുക്കുക തുടങ്ങിയവ മൂപ്പന്മാരും സ്ത്രീകളായ മൂപ്പത്തിമാരും ചെയ്തു പോന്നു. അതിന് അവർ മുപ്പൻകാശ്, ധർമ്മാവ്, ഷോഡതി, കടംപറ്റ് മുതലായ പല രീതികളിൽ തൊഴിലാളിയുടെ വേതനത്തിൽ നിന്നു തന്നെ ഒരു വിഹിതം പറ്റിപ്പോന്നു.

കയർമേഖലയിൽ ദിവസക്കൂലിക്കാണ് തൊഴിലാളികളെ നിയമിച്ചത്. ഒരു ദിവസം നാലണയായിരുന്നു ആദ്യഘട്ടത്തിൽ (1859 ൽ) കൂലി. അന്ന് കർഷകത്തൊഴിലാളിക്കു കിട്ടിയിരുന്നതിനേക്കാൾ കൂടുതലായിരുന്നു ഇത്. അടുത്ത അര നൂറ്റാണ്ടിലും കൂലിയുടെ തോതിൽ കാര്യമായ മാററമുണ്ടായില്ല. 1931 ൽ തിരുവിതാംകൂറിലെ ചില വ്യവസായങ്ങളിലെ കൂലി നിരക്ക് താഴെ ചേർക്കുന്നു.

വ്യവസായം	പുരുഷൻമാർ	സ്ത്രീകൾ	കുട്ടികൾ	
			ആൺ	പെൺ
കയർ	21 ചക്രം	12 ചക്രം	$10^{1}/_{2}$ചക്രം	$09^{1}/_{2}$ചക്രം
ടൈൽ	13 ചക്രം	09 ചക്രം	09 ചക്രം	..
ഓയിൽ മിൽ	15 ചക്രം	..	$05^{1}/_{4}$ ചക്രം	..
തീപ്പെട്ടി	14 ചക്രം	..	$06^{1}/_{4}$ ചക്രം	..
മോണോസൈറ്റ്	$10^{1}/_{2}$ചക്രം	..	..	..
പേപ്പർ മിൽ	19 ചക്രം	$08^{1}/_{2}$ചക്രം	07 ചക്രം	..
പ്രിന്റിങ്	$14^{1}/_{2}$ചക്രം	..	07 ചക്രം	..
മോട്ടോർ റിപ്പർ	25 ചക്രം	..	07 ചക്രം	..
തേയില കൃഷി	127 ചക്രം	09 ചക്രം	07 ചക്രം	07 ചക്രം
തേയില ഉൽപ്പാദനം	$15^{1}/_{2}$ചക്രം	..	..	..
റബ്ബർ കൃഷി	$10^{1}/_{2}$ചക്രം	$08^{3}/_{4}$ചക്രം	07 ചക്രം	07 ചക്രം

(ഉറവിടം: ടി കെ വേലുപ്പിള്ള, ട്രാവൻകൂർ സ്റ്റേറ്റ് മാനുവൽ വോള്യം 03. പുറം 58–9.)

കയർ ഫാക്ടറി തൊഴിലാളികൾ സാധാരണനിലയിൽ 14 മണിക്കൂർ ജോലി ചെയ്യേണ്ടിവന്നിരുന്നു. കശുവണ്ടി ഫാക്ടറികളിൽ അതിലധിക

മായിരുന്നു. രാവിലെ മൂന്നുമണിക്കാരംഭിക്കുന്ന ജോലി വൈകുന്നേരം 7 മണിവരെ തുടരുമായിരുന്നു. തോട്ടം തൊഴിലാളികൾക്ക് 12–13 മണിക്കൂറായിരുന്നു തൊഴിൽ സമയം ശരാശരി എല്ലാ തൊഴിലാളികൾക്കും 8–10 മണിക്കൂർ ജോലി ചെയ്യേണ്ടിയിരുന്നു. ജാതിയനുസരിച്ചും കൂലിയിൽ വേർ തിരിവുകളുണ്ടായിരുന്നു. ഉപയോഗിക്കുന്ന മെഷിന്റെ തേയ്മാന ച്ചെലവ്, തെഴിലാളിയിൽ നിന്ന് ഈടാക്കൽ, ചരക്കിന്റെ വിലകുറയുമ്പോൾ കൂലി വെട്ടിക്കുറയ്ക്കൽ തുടങ്ങിയവയും സാർവത്രികമായിരുന്നു. 1925 മുതൽ 1937 വരെയുള്ള വർഷങ്ങളിൽ ചിലയിടങ്ങളിൽ പകുതിയും ചിലയിടങ്ങളിൽ 75 ശതമാനംവരെയും കൂലി കുറഞ്ഞു. മുതലാളിമാരുടെയും അവരുടെ ഗുണ്ടകളുടെയും മർദ്ദനപീഡനമുറകൾ ഇതിനുപുറമെയായിരുന്നു.

തൊഴിൽസമയമായിരുന്നു ആദ്യത്തെ പണിമുടക്കിന്റെ ആധാരം. 1906 ൽ ദേറാ, സ്മെയ്ൽ ആന്റ് കമ്പനിയിൽ തൊഴിലാളികൾക്ക് 12–14 മണിക്കൂർ ദിവസവും പണിയെടുക്കേണ്ടിവന്നു. ആറും ഏഴും മൈൽ നടന്നാണ് അവർക്ക് ഫാക്ടറിയിൽ എത്തേണ്ടത്. ആറുമണിക്ക് പണിക്കുകയറിയാൽ വൈകുന്നേരം 7–8 മണിവരെ തുടരും. പണിസമയം കുറച്ചു നൽകണമെന്ന് തൊഴിലാളികൾ പരാതിപ്പെട്ടെങ്കിലും മാനേജ്മെന്റ് അത് കേൾക്കാൻ തയ്യാറായില്ല. തൊഴിലാളികൾക്ക് യൂണിയനും നേതാവുമുണ്ടായിരുന്നില്ല. ഒരു ദിവസം രാവിലെ ഫാക്ടറിയുടെ സൈറൺ മുഴങ്ങിയപ്പോൾ അവർ ജോലിക്കുകയറിയില്ല. മാനേജ്മെന്റിന് തൊഴിലാളികളെ ചർച്ചയ്ക്കു വിളിക്കേണ്ടിവന്നു. രാവിലെ ആറുമണിക്കുപകരം ഏഴരമണിക്കു ജോലിക്ക് കയറിയാൽ മതിയെന്ന് മാനേജ്മെന്റ് സമ്മതിച്ചു.

1921–22 ൽ ആലപ്പുഴയിലെ എംപയർ കയർവർക്സിലാണ് ആദ്യത്തെ തൊഴിലാളി സംഘടന ഉണ്ടായത്, ട്രാവൻകൂർ ലേബർ അസോസിയേഷൻ. അതിന് മുന്നിട്ടിറങ്ങിയത് പി എസ് മുഹമ്മദ് എന്ന വക്കീലും ഒരു കയറ്റുപായ് നെയ്ത്തു തൊഴിലാളിയും പിന്നീട് മൂപ്പനും യാർഡ് സൂപ്രണ്ടുമായ വാടപ്പുറം പി കെ ബാവയുമായിരുന്നു മൂപ്പനെന്നനിലയിലുള്ള ബാവയുടെ സ്വാധീനമുപയോഗിച്ചാണ് ആദ്യം തൊഴിലാളികളെ ചേർത്തിരുന്നത്. പായ് നെയ്ത്തു തൊഴിലാളിയായിരുന്ന കെ സി ഗോവിന്ദനായിരുന്നു യൂണിയനിൽ ചേർന്ന മൂപ്പനല്ലാത്ത ആദ്യത്തെ തൊഴിലാളി. ആദ്യഘട്ടത്തിൽ ലേബർ അസോസിയേഷൻ പ്രധാനമായി ചെയ്തിരുന്നത് താഴെപറയുന്ന കാര്യങ്ങളാണ്. ഒന്ന്, തൊഴിലാളികളുടെ ആവശ്യങ്ങളെക്കുറിച്ച് അധികൃതർക്ക് അപേക്ഷ അയയ്ക്കുക, നിവേദനങ്ങൾ നൽകുക, യോഗം ചേർന്ന് പ്രമേയങ്ങൾ പാസാക്കുക, തൊഴിലാളികളുടെ വിദ്യാഭ്യാസം, മിതവ്യയം, സാന്മാർഗിക ജീവിതം തുടങ്ങിയവയെപ്പറ്റി പ്രചരണം നടത്തുക തുടങ്ങിയവയായിരുന്നു. അസോസിയേഷൻ ഒരു ലേബർ പരസ്പരസഹായസംഘം രൂപീകരിച്ചു.

ഒരു കടം വായ്പാസംഘമായും, നിത്യോപയോഗ വസ്തുക്കൾ മാർക്കറ്റ് വിലയ്ക്ക് വിതരണം ചെയ്യുന്ന സ്ഥാപനമായും അതു പ്രവർത്തിച്ചു.

1924 ഏപ്രിൽ 6, 7 തീയതികളിൽ ആലപ്പുഴ ഭഗവതി വിലാസം കൊട്ടകയിൽ അസോസിയേഷന്റെ ഒന്നാം വാർഷികം ആഘോഷിക്കപ്പെട്ടു. രണ്ടായിരത്തിലധികം തൊഴിലാളികൾ പങ്കെടുത്ത സമ്മേളനത്തിൽ സി വി കുഞ്ഞുരാമൻ, ചങ്ങനാശേരി പരമേശ്വരൻ പിള്ള, സഹോദരൻ അയ്യപ്പൻ, കെ കെ കുരുവിള, സ്വാമി സത്യവ്രതൻ മുതലായവർ പ്രസംഗിച്ചു. സമ്മേളനം നടന്നുകൊണ്ടിരിക്കുമ്പോൾ, വൈക്കം സത്യഗ്രഹികളെ അറസ്റ്റു ചെയ്ത വാർത്ത എത്തി. കേശവമേനോൻ, ടി കെ മാധവൻ തുടങ്ങിയ സമര നേതാക്കളുടെ അറസ്റ്റിൽ പ്രതിഷേധിച്ച് സമ്മേളനം നിറുത്തി വെച്ച് വൈക്കം സത്യാഗ്രഹത്തിൽ സംബന്ധിക്കുന്നതിന് 50 പേരടങ്ങിയ ഒരു വോളന്റിയർ സംഘത്തെ തിരഞ്ഞെടുത്തു. എൻ കൃഷ്ണൻ പ്രസിഡന്റും പി കെ ബാവ സെക്രട്ടറിയുമായുള്ള പുതിയ നിർവാഹക സമിതിയെ തെരഞ്ഞെടുത്തു.

താമസിയാതെ അസോസിയേഷനിൽ അഭിപ്രായവ്യത്യാസംമൂലം പി കെ ബാവ, സെക്രട്ടറി സ്ഥാനം രാജിവച്ചു. സംഘടനാ പ്രവർത്തനത്തിൽ മാന്ദ്യം സംഭവിച്ച ഈ ഘട്ടത്തിൽ കെ സി ഗോവിന്ദൻ മുൻകൈ എടുത്ത് 'തൊഴിലാളി മിത്രം' എന്നൊരു പുതിയ യൂണിയൻ സ്ഥാപിച്ചു. നവംബർ 9–ാം തീയതി രണ്ടു യൂണിയനുകളും യോജിച്ചു പ്രവർത്തിക്കാൻ തുടങ്ങിയതോടെ അസോസിയേഷൻ വീണ്ടും സജീവമായി. കാഞ്ഞിരംചിറ ഗ്രാന്റ് സ്കൂളിൽ ചേർന്ന വിശേഷാൽ യോഗം വക്കീൽ കെ എം കൃഷ്ണൻ പ്രസിഡന്റായും കെ വേലായുധൻ ജനറൽ സെക്രട്ടറിയായും, കെ സി ഗോവിന്ദൻ ജോയിന്റ് സെക്രട്ടറിയായും ഒരു പുതിയ നിർവാഹകസമിതിയെ തെരഞ്ഞെടുത്തു. പി കെ ബാവയുടെ ഉടമസ്ഥതയിൽ 'തൊഴിലാളി' എന്നൊരു വാരിക തുടങ്ങിയതും, റിക്ഷാക്കാർ തുടങ്ങിയ ഇതര മേഖലകളിലെ തൊഴിലാളികൾക്ക് അംഗത്വം നൽകാൻ തുടങ്ങിയതും ഇക്കാലത്തായിരുന്നു.

1925 ജൂൺ 7–ാം തീയതി ആലപ്പുഴയിൽ വച്ച് സർദാർ കെ എം പണിക്കരുടെ അധ്യക്ഷതയിൽ അസോസിയേഷന്റെ രണ്ടാം വാർഷികം ആഘോഷിക്കപ്പെട്ടു. അസോസിയേഷനെ എ ഐ ടി യു സി യിൽ ഘടകമാക്കാൻ തീരുമാനിച്ചു. 'തൊഴിലാളി' വാരിക അസോസിയേഷൻ ഏറ്റെടുത്തു. സമുദായ സംഘടനകളോട് അവയുടെ വാർഷികത്തോടനുബന്ധിച്ച് തൊഴിലാളി സമ്മേളനം കൂടി നടത്താൻ അഭ്യർത്ഥിച്ചു. (എസ് എൻ ഡി പി യോഗം ഈ അഭ്യർത്ഥന പരിഗണിച്ച് അടുത്ത വാർഷികം മുതൽ തൊഴിലാളി സമ്മേളനം നടത്താൻ തുടങ്ങി) തൊഴിലാളികളുടേതായി ഒരു സഹകരണ സംഘം തുടങ്ങി.

1926 ജൂൺ 20–ാം തീയതി ആലപ്പുഴ വച്ച് മൂന്നാംവാർഷികം ആഘോഷിച്ചു. വൈക്കം സത്യഗ്രഹത്തിൽ പങ്കെടുത്ത് വീരചരിതം രചിച്ച ഇ വി രാമസ്വാമി നായ്ക്കരാണ് അധ്യക്ഷത വഹിച്ചത്. പി കെ മാധവൻ പ്രസിഡന്റും, പി കെ ബാവ വൈസ് പ്രസിഡന്റും, എസ് വാസു ജനറൽ സെക്രട്ടറിയുമായുള്ള പുതിയ. നിർവാഹകസമിതി തെരഞ്ഞെടുക്കപ്പെട്ടു.

നാലാം വാർഷികം നടന്നത് 1928 ജൂൺ 3–ാം തീയതിയായിരുന്നു. 'പൗരപ്രഭ' പത്രാധിപർ ഇസഡ് എം പാററ്റ് ആയിരുന്നു അധ്യക്ഷൻ. എ ബി സേലം, കണ്ണത്തോടത്തു വേലായുധമേനോൻ, കെ കെ പണിക്കർ എന്നിവർ പ്രസംഗിച്ചു. അസോസിയേഷനെ കമ്പനി നിയമമനുസരിച്ച രജിസ്റ്റർ ചെയ്യാൻ തീരുമാനിച്ചു. നിയമസഭയിലേക്ക് ഒരു തൊഴിലാളി പ്രതിനിധിയെ നോമിനേറ്റു ചെയ്യണമെന്ന് ദിവാനു നിവേദനം നൽകാൻ കെ കെ പണിക്കർ, പി കെ മാധവൻ, പി എസ് മുഹമ്മദ്, പി കെ ബാവ, പി പി ജോസഫ് എന്നിവരടങ്ങിയ ഒരു നിവേദകസംഘത്തെ തിരഞ്ഞെടുത്തു. 'തൊഴിലാളി'യുടെ പ്രസിദ്ധീകരണം പുനരാരംഭിക്കാൻ തീരുമാനിച്ചു.

1928–ൽ കൊല്ലത്ത് എച്ച് ആൻഡ് സി കമ്പനിയിലെ മേച്ചിൽ ഓടുനിർമാണത്തൊഴിലാളികളുടെ ഒരു യൂണിയൻ സ്ഥാപിതമായി. 'കൊല്ലം ലേബർ യൂണിയൻ' എന്നായിരുന്നു സംഘടനയുടെ പേര്.

1929 ഏപ്രിൽ 7–ാം തീയതി ആലപ്പുഴവച്ച് കെ എ കൃഷ്ണയ്യങ്കാരുടെ അധ്യക്ഷതയിൽ ലേബർ അസോസിയേഷന്റെ അഞ്ചാംവാർഷികം ആഘോഷിച്ചപ്പോൾ കൊല്ലം ലേബർ യൂണിയന്റെ ഏതാനും പ്രതിനിധികളും അതിൽ സംബന്ധിക്കാൻ എത്തിയിരുന്നു. പി എസ് മുഹമ്മദ് പുതിയ പ്രസിഡന്റും കെ സി ഗോവിന്ദൻ ജനറൽ സെക്രട്ടറിയുമായി തെരഞ്ഞെടുക്കപ്പെട്ടു. 'തൊഴിലാളി' പുനഃപ്രസിദ്ധീകരിക്കാൻ തുടങ്ങി.

1930 ഏപ്രിൽ 27–ാം തീയതി അസോസിയേഷന്റെ ആറാം വാർഷികം ആലപ്പുഴവച്ച് നടത്തപ്പെട്ടു. എം രാമവർമ്മ തമ്പുരാൻ അധ്യക്ഷത വഹിച്ച യോഗത്തിൽ ഡബ്ള്യൂ പി ഇഗ്നേഷ്യസ്, സഹോദരൻ അയ്യപ്പൻ, തോമസ് ചാണ്ടി മുക്കാടൻ, ടി എം മുഹമ്മദ് എന്നിവർ പ്രസംഗിച്ചു. തലേക്കൊല്ലത്തെ സമിതിതന്നെ മാറ്റമില്ലാതെ തുടരാൻ അനുവദിച്ചു.

പൊന്നറ ശ്രീധറുടെ നേതൃത്വത്തിൽ തിരുവനന്തപുരത്തുനിന്നും മലബാറിലേക്ക് ഉപ്പു സത്യഗ്രഹത്തിൽ പങ്കെടുക്കാൻ പുറപ്പെട്ട വോളന്റിയർജാഥ മെയ് 11–ാം തീയതി ആലപ്പുഴയിൽ എത്തിയപ്പോൾ ലേബർ അസോസിയേഷൻ ഗംഭീരമായ സ്വീകരണം നൽകുകയും പണക്കിഴി സംഭാവന ചെയ്യുകയും ചെയ്തു.

ഡറാസ്മെയിൽ കമ്പനിയിലെ ഒരു ക്ലാർക്കിനെ മാനേജ്മെന്റ് മർദ്ദി

ച്ചതിൽ പ്രതിഷേധിക്കാൻ മെയ് 31–ാം തീയതി അസോസിയേഷന്റെ വർക്കിംഗ് കമ്മിറ്റി അടിയന്തരമായി സമ്മേളിച്ചു. മാനേജർ ക്ഷമാപണം ചെയ്തും പ്രതിഫലം നൽകിയും പ്രശ്നം പരിഹരിച്ചു. വസൂരിരോഗം പൊട്ടിപ്പുറപ്പെട്ടപ്പോൾ അസോസിയേഷൻ ദുരിതാശ്വാസ പ്രവർത്തനങ്ങളും രോഗ പ്രതിരോധ പ്രചരണങ്ങളും വ്യാപകമായി നടത്തുകയുണ്ടായി.

ആലപ്പുഴയിലെ കേവു വള്ളത്തൊഴിലാളികൾക്കായി ഒരു നാവികത്തൊഴിലാളി സംഘടന രൂപം കൊണ്ടത് 1930–ൽ ആയിരുന്നു. കരുനാഗപ്പള്ളിയിലും ഒരു നാവികത്തൊഴിലാളി സംഘടന ആരംഭിച്ചു. യൂണിയന്റെ ഉദ്ഘാടനം നിർവഹിച്ചത് മന്നമായിരുന്നു. കുമ്പളത്തു ശങ്കുപ്പിള്ള, എ ആർ ഗോവിന്ദപ്പിള്ള, മുല്ലശേരിൽ മാധവൻപിള്ള, വേലുക്കുട്ടി അരയൻ, കെ വി നാരായണൻ, എ കെ നാരായണൻ മുതലായവർ പ്രസംഗിച്ചു. അയ്യായിരത്തിലധികം നാവികത്തൊഴിലാളികൾ ഒപ്പിട്ട ഒരു നിവേദനം 1930 ജൂൺ 19–ാം തീയതി ദിവാൻ സുബ്രഹ്മണ്യഅയ്യർക്കു നൽകപ്പെട്ടു.

തിരുവിതാംകൂറിലെ ആദ്യത്തെ തോട്ടം തൊഴിലാളിയൂണിയൻ ആരംഭിച്ചതും 1930–ൽ തന്നെയായിരുന്നു. "സന്മാർഗോദയം കൂലിവേലസംഘം" എന്ന പേരിൽ മുണ്ടക്കയത്തായിരുന്നു തുടക്കം.

വി അച്യുതമേനോൻ പ്രസിഡന്റായി തിരുവനന്തപുരത്ത് 1931–ൽ ഒരു പ്രസ് വർക്കേഴ്സ് യൂണിയൻ പ്രവർത്തനമാരംഭിച്ചു. എസ് റ്റി റെഡ്യാർ പ്രസിലും കമലാലയം പ്രസിലും പണിയെടുത്തിരുന്ന തൊഴിലാളികളെ സംഘടിപ്പിച്ച് ഒരു യൂണിയൻ ഉണ്ടാക്കാൻ മുൻകൈ എടുത്തത് പൊന്നറ ശ്രീധർ തുടങ്ങിയ യൂത്തുലീഗ് നേതാക്കളായിരുന്നു.

ഇതേത്തുടർന്ന് ചെത്തുതൊഴിലാളികൾ, പീടികത്തൊഴിലാളികൾ, തുറമുഖത്തൊഴിലാളികൾ, മുനിസിപ്പാലിറ്റികളിലെ ശുചീകരണ (തോട്ടി)ത്തൊഴിലാളികൾ എന്നിവരുടെ യൂണിയനുകൾ ഒന്നിനു പുറകെ ഒന്നായി ഉണ്ടാകാൻ തുടങ്ങി.

1931 ഏപ്രിൽ 22–ാം തീയതി ആലപ്പുഴയിൽ അസോസിയേഷന്റെ ഏഴാം വാർഷികം ആഘോഷിച്ചു. പി എസ് മുഹമ്മദ് പ്രസിഡന്റും കെ സി ഗോവിന്ദൻ ജനറൽ സെക്രട്ടറിയുമായി പുതിയ കമ്മിറ്റി ഭരണമേറ്റു.

1931 ജൂണിൽ കടപ്പുറത്ത് കയറ്റുമതി ഇറക്കുമതി കൂലിക്കാര്യത്തിൽ തർക്കം പൊട്ടിപ്പുറപ്പെട്ടപ്പോൾ അസോസിയേഷന്റെ ഒരു ശാഖ കടപ്പുറത്തു സ്ഥാപിച്ചു.

1932 മെയ് 8,9 തീയതികളിൽ ആലപ്പുഴവച്ച് അസോസിയേഷന്റെ

എട്ടാം വാർഷികം ആഘോഷിക്കപ്പെട്ടു. കെ അയ്യപ്പൻ, കേശവദേവ്, വൈക്കം ചന്ദ്രശേഖരപിള്ള തുടങ്ങിയവർ പ്രസംഗിച്ചു. പി എസ് മുഹമ്മദ് പ്രസിഡന്റും, വി സി വാസുവാധ്യാർ സെക്രട്ടറിയുമായുള്ള പുതിയ ഭരണ സമിതി തിരഞ്ഞെടുക്കപ്പെട്ടു. ദിവാൻ ഓഗസ്റ്റിൽ ആലപ്പുഴ സന്ദർശിച്ച അവസരത്തിൽ അസോസിയേഷൻ പ്രതിനിധികൾ ഒരു നിവേദനം സമർപ്പിക്കുകയുണ്ടായി. ജില്ലാ മജിസ്ട്രേറ്റിന്റെ വിലക്കുമൂലം കൊല്ലം ജില്ലയിൽ കാര്യമായ യൂണിയൻ പ്രവർത്തനം നടക്കുകയുണ്ടായില്ല.

ഒൻപതാം വാർഷികം ആലപ്പുഴയിൽ നടത്തപ്പെട്ടത് 1933 സെപ്റ്റംബർ 10-ാം തീയതിയായിരുന്നു. ഇ വി രാമസ്വാമി നായ്ക്കർ അധ്യക്ഷത വഹിക്കുകയും എം എൻ നായർ, പൊന്നറ ശ്രീധർ, കേശവദേവ്, ജോർജ് കാക്കനാടൻ, എ എം കുഞ്ഞുമുഹമ്മദ് മുതലായവർ പ്രസംഗിക്കുകയും ചെയ്തു. കേസരി ബാലകൃഷ്ണപിള്ള പ്രസിഡന്റായും വി കെ വേലായുധൻ വൈസ് പ്രസിഡന്റായും കേശവദേവ് ജനറൽ സെക്രട്ടറിയായുമുള്ള പുതിയ നിർവാഹകസമിതിയെ തിരഞ്ഞെടുത്തു. വ്യക്തിപരമായ അസൗകര്യങ്ങൾ മൂലം കേസരി പ്രസിഡന്റുപദം സ്വീകരിക്കുകയുണ്ടായില്ല. ഒക്ടോബർ 3-ാം തീയതി വി കെ വേലായുധൻ ആ സ്ഥാനം ഏറ്റെടുത്തു. ജനറൽ സെക്രട്ടറി കേശവദേവ് ജില്ലയിൽ പ്രസംഗിച്ചുകൂടെന്ന് ജില്ലാ മജിസ്ട്രേറ്റിന്റെ വിലക്കുണ്ടായ സാഹചര്യത്തിൽ 1934 ഫെബ്രുവരി 13-ാം തീയതി ദേവ് സെക്രട്ടറി സ്ഥാനത്തു നിന്നും അവധിയെടുത്തു. പാണ്ഡവത്തു ശങ്കരപ്പിള്ള പകരം സെക്രട്ടറിയായി തിരഞ്ഞെടുക്കപ്പെട്ടു. കേശവദേവ് "തൊഴിലാളി" യുടെ പുറങ്ങളിലൂടെ പിന്നെയും തന്റെ രൂക്ഷമായ സാമൂഹിക രാഷ്ട്രീയ വിമർശനം തുടർന്നുകൊണ്ടിരുന്നു.

1934 മേയ് 27-ാം തീയതി ആലപ്പുഴയിൽവച്ച് ചങ്ങനാശ്ശേരി പരമേശ്വരൻപിള്ളയുടെ അധ്യക്ഷതയിൽ പത്താം വാർഷികം ആഘോഷിക്കപ്പെട്ടു. എം കൃഷ്ണമേനോൻ പ്രസിഡന്റും, പാണ്ഡവത്തു ശങ്കരപ്പിള്ള ജനറൽ സെക്രട്ടറിയും, എം എസ് അനിരുദ്ധൻ സെക്രട്ടറിയുമായുള്ള പുതിയ നിർവാഹകസമിതി തിരഞ്ഞെടുക്കപ്പെട്ടു. ഒക്ടോബർ 24-ാംതീയതി പാണ്ഡവം രാജി വച്ച ഒഴിവിൽ കെ സി ഗോവിന്ദൻ ജനറൽ സെക്രട്ടറിയായി.

യൂണിയന്റെ ഒരു വിശേഷാൽ പൊതുയോഗം 1935 ഫെബ്രുവരി 3-ാം തീയതി കോട്ടൂർ കുഞ്ഞികൃഷ്ണപിള്ളയുടെ അധ്യക്ഷതയിൽ ചേർന്നു. തൊഴിലാളികളുടെ താൽപ്പര്യസംരക്ഷണത്തിനായി നിയമ നിർമാണം നടത്തേണ്ടിയിരിക്കുന്നുവെന്നും അടുത്ത നിയമസഭാ സമ്മേളനത്തിൽ താൻതന്നെ ഒരു ബില്ല് അവതരിപ്പിക്കുന്നതാണെന്നും കോട്ടൂർ അധ്യക്ഷ പ്രസംഗത്തിൽ പറഞ്ഞു.

ആദ്യഘട്ടത്തിലെ തൊഴിലാളി സമരങ്ങൾ നേരിട്ട് യൂണിയൻ നടത്തിയവയായിരുന്നില്ല. തൊഴിലാളികൾ പണിമുടക്കുകയും ഒത്തു തീർപ്പിലെത്തിക്കാൻ യൂണിയനുകളെ തിരക്കിപ്പിടിക്കുകയുമായിരുന്നു. 1928 ൽ ആസ്പിൻവാൾ കമ്പനിവക ആര്യാട് മടയാംതോട് ബ്രാഞ്ചിലെ സമരം, വില്യം ഗുഡേക്കർ, തോമസ് ഡിക്രീസ് കമ്പനി സമരങ്ങൾ എന്നിവ ഉദാഹരണങ്ങളാണ്. ഇവയിലെല്ലാം ലേബർ അസോസി യേഷനിൽ തൊഴിലാളികൾ ചേരാൻ കാരണമായി. ഇതിന്റെ ഫലമായി അസോസിയേഷന് ബ്രാഞ്ചുകളുണ്ടായി. മുഹമ്മയിലായിരുന്നു ആദ്യത്തെ ബ്രാഞ്ച്. ചേർത്തലയിലും ബ്രാഞ്ചുണ്ടായി. തൊഴിലാളി കൾക്ക് നിയമസഭയിലും പ്രജാസഭയിലും പ്രാതിനിധ്യം നൽകുക, അയിത്തോച്ചാടനത്തിനായി രാജകീയവിളംബരം പുറപ്പെടുവിക്കുക, പ്രാഥമിക വിദ്യാഭ്യാസം നിർബന്ധിതമാക്കുക, തൊഴിൽശാലകളിൽ മെഡിക്കൽ പരിശോധനയ്ക്കുള്ള സൗകര്യങ്ങൾ ഏർപ്പെടുത്തുക, വൃദ്ധന്മാർക്കും അവശതയനുഭവിക്കുന്നവർക്കും സഹായഫണ്ട് ഏർപ്പെടുത്തുക, പ്രായപൂർത്തിവോട്ടവകാശം നടപ്പിലാക്കുക മുതലായ ആവശ്യങ്ങളും അസോസിയേഷൻ ഉന്നയിച്ചു.

ലേബർ അസോസിയേഷന് ആദ്യഘട്ടത്തിലുണ്ടായിരുന്ന പരിമിതി കളും വ്യക്തമായിരുന്നു. അസോസിയേഷൻ ഒരു സമരസംഘടനയാ യിരുന്നില്ല, ഒരു തർക്കപരിഹാരസംഘടനയായിരുന്നു. ഒരു കയർ ഫാക്ടറിയുടമയായിരുന്ന ഡോ. കെ എം ആന്റണിയായിരുന്നു അതിന്റെ ആദ്യത്തെ പ്രസിഡന്റ്. തൊഴിലാളി പ്രതിനിധിയെന്ന നിലയിൽ പിന്നീട് എം എൽ ഡി ആയ പി എസ് മുഹമ്മദ്, മുതലാളികളുമായി അനുര ഞ്ജനം വേണമെന്ന ആശയക്കാരനായിരുന്നു. ലേബർ അസോസിയേ ഷനിൽ സജീവമായ മറ്റു പലരും ഇടത്തരക്കാരായതുകൊണ്ട് അവരും അനുരഞ്ജനത്തിന്റെ ഭാഷയിലാണ് ഊന്നിയത്. പലരും സാമൂഹ്യ പരിഷ്ക്കരണ പ്രസ്ഥാനങ്ങളുടെ ഭാഗമായ മദ്യവർജനം, അയിത്തോ ച്ചാടനം, സാന്മാർഗികജീവിതം മുതലായവയാണ് തൊഴിലാളിയുടെ മോചനത്തിനാവശ്യം എന്നും വാദിച്ചു.

ഈ ചർച്ചകളിൽ ഏറ്റവും പ്രധാനം സാമുദായിക പ്രസ്ഥാനങ്ങ ളോടുള്ള നിലപാടായിരുന്നു. ഇവയിൽ ഏറ്റവും പ്രധാനം എസ് എൻ ഡി പിയുമായിരുന്നു. ഈഴവർക്കിടയിൽ സജീവമായി പ്രവർത്തിച്ചു പോന്ന എസ് എൻ ഡി പിയിൽ നിരവധി തൊഴിലാളികൾ അംഗങ്ങളായി രുന്നു. ലേബർ അസോസിയേഷന്റെയും എസ് എൻ ഡി പി യുടെയും പ്രവർത്തനങ്ങൾ ഒന്നിച്ചു കൊണ്ടുപോവുക പലപ്പോഴും പ്രയാസമായി രുന്നു. ജാതിസംഘടനയിലും വർഗസംഘടനയിലും ഒരേ സമയം പ്രവർ ത്തിക്കുന്നതിന്റെ പ്രയാസം തന്നെയായിരുന്നു അത്. 1937 ലെ ലേബർ അസോസിയേഷന്റെ വാർഷിക സമ്മേളനത്തിൽ ഈ പ്രശ്നം പ്രകട മായി ചർച്ചയ്ക്കു വന്നു. കൊല്ലത്തു നിന്നുള്ള ഒരു പ്രതിനിധി പൊന്നറ

ശ്രീധറിന്റെ പിന്തുണയോടെ അവതരിപ്പിച്ച പ്രമേയത്തിൽ സാമുദായികവും മതപരവുമായ എല്ലാ സംഘടനകളിൽനിന്നും 'കൂലിവേലക്കാർ' ഒഴിഞ്ഞുമാറണമെന്നും അവരുടെ സാമ്പത്തികവും രാഷ്ട്രീയവുമായ മേന്മയ്ക്കുവേണ്ടി സംഘടിതമായി വർഗാടിസ്ഥാനത്തിൽ പ്രവർത്തനം നടത്തണമെന്നും വാദിച്ചു. ഇതിനെ അന്നത്തെ എസ് എൻ ഡി പി യോഗം ജനറൽ സെക്രട്ടറി വി കെ വേലായുധനും എം എസ് അനിരുദ്ധനും കൂട്ടരും എതിർത്തു. അവസാനം വിവിധ മതസമുദായങ്ങളിൽപെട്ട തൊഴിലാളികളുടെ സാമ്പത്തിക താല്പര്യം ഒന്നായതുകൊണ്ട് മതസാമുദായിക താല്പര്യങ്ങൾക്ക് പ്രസക്തി ഉണ്ടാകരുത് എന്നു പറയുന്ന ആർ സുഗതന്റെ പ്രമേയമാണ് അംഗീകരിച്ചത്. അതായത് തൊഴിലാളികളുടെ താല്പര്യം സാമ്പത്തികമാണെന്നും അല്ലാത്തപക്ഷം അവർക്കു ജാതിസംഘടനകളിൽ പ്രവർത്തിക്കാമെന്നുമുള്ള അംഗീകാരമായി ഇത്.

1939 ൽ എസ് എൻ ഡി പി തിരുവിതാംകൂർ സ്റ്റേറ്റ് കോൺഗ്രസിൽ നിന്നു പിന്മാറി. ദിവാൻ ഭരണവുമായി അനുരഞ്ജനം നടത്തിയതോടെ തൊഴിലാളികൾ എസ് എൻ ഡി പി ക്കെതിരായി. പലരും എസ് എൻ ഡി പിയിൽ തുടർന്നുവെങ്കിലും തൊഴിലാളികളുടെ വർഗസംഘടനയ്ക്ക് ജാതി സംഘടനയെക്കാൾ പ്രാധാന്യം വർദ്ധിച്ചു. വർഗ സഹകരണവും വർഗസമരവും തമ്മിലുള്ള വേർതിരിവ് തൊഴിലാളികൾ വ്യക്തമായി തിരിച്ചറിഞ്ഞു.

1930 കളുടെ മദ്ധ്യം മുതൽ പുതിയൊരു സംഘം തൊഴിലാളി പ്രവർത്തകർ രംഗത്തുവന്നു. തടുക്കു തയ്യൽക്കാരനായ കെ കെ കുഞ്ഞൻ, പായ് നെയ്ത്തുകാരനായ പി ജി പത്മനാഭൻ, തടുക്കുകെട്ടുകാരനായ എസ് കുമാരൻ, ടെന്റ് തയ്യൽക്കാരനായ വി എസ് അച്ചുതാനന്ദൻ, വണ്ടി ചുറ്റുകാരനായ എം ടി ചന്ദ്രസേനൻ, ഫാക്ടറി തൊഴിലാളികളായ സി കെ കേശവൻ, വി എൽ തോമസ്, പി കെ ചന്ദ്രാനന്ദൻ, പി എ സോളമൻ, ഒ ജെ ജോസഫ്, സി ഒ മാത്യു, കെ വി പത്രോസ്, വി ഐ സൈമൺ (ആശാൻ), പി വി ആന്റു, കെ കെ ജോസഫ്, വി കെ പുരുഷോത്തമൻ, എസ് ദാമോദരൻ , കെ എ കേശവൻ മുതലായവരായിരുന്നു ഈ തലമുറ, അതിനുമുമ്പുണ്ടായിരുന്നവരുടെ ധാർമ്മികമോ സാമുദായികമോ ആയ ബാധ്യതകൾ ഇവർക്കില്ലായിരുന്നു. 1935 മുതൽ പ്രവർത്തനമാരംഭിച്ച കോൺഗ്രസ് സോഷ്യലിസ്റ്റ് പാർട്ടിയുമായി, പ്രത്യേകിച്ച് പി കൃഷ്ണപിള്ളയെപ്പോലുള്ള പ്രവർത്തകരുമായുള്ള സജീവബന്ധം ഇവരെ സോഷ്യലിസ്റ്റ് അനുകൂലികളാക്കി മാറ്റി. 1935 ൽ കോഴിക്കോട് നടന്ന അഖിലകേരള തൊഴിലാളി സമ്മേളനത്തിൽ ട്രാവൻകൂർ ലേബർ അസോസിയേഷന്റെ പങ്കാളിത്തം ഈ ബന്ധത്തെ കൂടുതൽ ശക്തമാക്കി. 'തൊഴിലാളി' പത്രത്തിൽ സി എസ് പി പ്രവർത്തകരുടെ ലേഖനങ്ങൾ തുടർച്ചയായി പ്രത്യക്ഷപ്പെട്ടു.

എം മനോഹരൻ മാർക്സിന്റെ 'മൂലധന'ത്തിന്റെ ചില ഭാഗങ്ങൾ വിവർത്തനം ചെയ്ത് പ്രസിദ്ധീകരിച്ചു. കെ രാമദാസ് 'കാറൽമാക്സും സോഷ്യലിസ്റ്റ് തത്വസംഹിതയും' എന്ന ലേഖന പരമ്പര 'തൊഴിലാളി'യിൽ പ്രസിദ്ധീകരിച്ചു. തൊഴിലാളികളുടെ കേരളനടനകലാസമിതി സോഷ്യലിസ്റ്റ് സ്റ്റഡിക്ലാസുകളുടെ കേന്ദ്രമാവുകയും കെ ദാമോദരൻ അടക്കമുള്ളവർ അതിൽ ക്ലാസുകൾ നയിക്കുകയും ചെയ്തു.

1935 ഏപ്രിലിൽ അസോസിയേഷന്റെ ഒരു വിശേഷാൽ യോഗം ചേരുകയും തൊഴിലാളി അനുഭവിക്കുന്ന ദുരിതങ്ങളെക്കുറിച്ച് അതുവരെ നടത്തിയ പരാതികളും സങ്കടങ്ങളുംകൊണ്ട് ഒരു ഫലവുമില്ലാതായതുകൊണ്ട് "പരമാധികാരിയും പരമകാരുണികനും, അന്നദാതാവുമായ പൊന്നുതമ്പുരാനെ" മുഖം കാണിച്ച് സങ്കടമുണർത്തിക്കാൻ ആ യോഗം തീരുമാനിച്ചു. അമ്പതുപേർ ആലപ്പുഴയിൽനിന്നും നടന്ന് തിരുവനന്തപുരത്തെത്തി രാജാവിനെ കണ്ട് സങ്കടമുണർത്തിക്കാൻ തീരുമാനിച്ചു. കെ കെ ജോസഫ് കൺവീനറായി ഒരു ജാഥാകമ്മിറ്റിയെയും തെരഞ്ഞെടുത്തു. ആലപ്പുഴ-ചേർത്തല താലൂക്കുകളിൽ നടന്ന പ്രചരണവും ജാഥയുടെ സഞ്ചാരവും തിരുവിതാംകൂർ ഗവൺമെന്റിനെ വിറളി പിടിപ്പിച്ചു. സർക്കാർ ജാഥ നിരോധിച്ചു. ജാഥാക്യാപ്റ്റൻ കെ കെ ജോസഫ് (കൊല്ലം), കെ സി ഗോവിന്ദൻ, വി കെ പുരുഷോത്തമൻ എന്നിവരെ അറസ്റ്റ് ചെയ്തു.

1938 ആയതോടെ തൊഴിലാളികളുടെ വേതനം 50 ശതമാനം മുതൽ 75 ശതമാനം വരെ വെട്ടിക്കുറയ്ക്കപ്പെട്ടു. ഒരു ശരാശരി തൊഴിലാളി കുടുബത്തിന്റെ മാസവരുമാനം 14 രൂപ 63 പൈസയായിരുന്നു. അതിൽ ഫാക്ടറിയിൽനിന്നുള്ള വരുമാനം 10 രൂപ 73 പൈസ മാത്രമായിരുന്നു. ഭൂരിഭാഗം തൊഴിലാളി കുടുംബങ്ങളും കടംവാങ്ങാൻ നിർബന്ധിതരായി. ഒരു തൊഴിലാളി കുടുംബത്തിന്റെ ശരാശരി കടബാധ്യത മാസവരുമാനത്തിന്റെ മൂന്നിരട്ടിയോളം വരുമായിരുന്നു. ഈ ഭീകരാവസ്ഥയെ മൂടിമറയ്ക്കാനാണ് അധികൃതർ ശ്രമിച്ചത്. കൂലിക്കുറവ് സംഭവിച്ചത് ആവശ്യത്തിലധികം തൊഴിലാളികൾ വ്യവസായത്തിലുള്ളതുകൊണ്ടാണെന്നും തൊഴിലാളികൾ തമ്മിലുള്ള മത്സരമാണ് പ്രധാന പ്രശ്നമെന്നും വാദിക്കപ്പെട്ടു. ഇത്തരം വാദങ്ങളെയും അതിനു സഹായകരമായ ഗവൺമെന്റ് അന്വേഷണങ്ങളെയും യൂണിയൻ നിരാകരിച്ചപ്പോൾ യൂണിയന് രജിസ്ട്രേഷൻ നിഷേധിച്ചു. തൊഴിലാളി നേതാക്കന്മാർക്കെതിരായ അന്വേഷണം ഊർജ്ജിതപ്പെടുത്തി യൂണിയനുമായുള്ള എല്ലാ ബന്ധവും വിഛേദിച്ച പി.എസ്.മുഹമ്മദിനെ തൊഴിലാളി പ്രതിനിധിയായ എം.എൽ.സിയാക്കി.

ഒരു പൊതുപണിമുടക്കിന്റെ സാധ്യതകളെക്കുറിച്ചാരായാൻ ആലപ്പുഴയിലെ സി.എസ്.പി പ്രവർത്തകരുടെ യോഗം മട്ടാഞ്ചേരിയിൽ

പി. കൃഷ്ണപിള്ള വിളിച്ചുകൂട്ടി. 1938 മാർച്ചിൽ വിളിച്ചു കൂട്ടിയ യൂണിയൻ ജനറൽ ബോഡിയോഗം ഒരു പൊതുപണിമുടക്കിനു തയ്യാറെടുക്കാൻ തൊഴിലാളികളെ ആഹ്വാനം ചെയ്തു. യൂണിയൻ നേതാക്കളായിരുന്ന ആർ സുഗതൻ, പി കെ കുഞ്ഞ്, പി എൻ കൃഷ്ണപിള്ള, വി കെ പുരുഷോത്തമൻ, സി കെ വേലായുധൻ എന്നിവരെ പോലീസ് അറസ്റ്റു ചെയ്തു. അറസ്റ്റിൽ പ്രതിഷേധിച്ചു തൊഴിലാളികൾ പണിമുടക്കി. സമാധാനപരമായി സംഘം ചേരന്ന് നടന്ന ജനക്കൂട്ടത്തിനെതിരെ പോലിസ് വെടിവെച്ചു. വെടിവെയ്പ്പിൽ ബാവ എന്ന തൊഴിലാളി മരിച്ചു എങ്കിലും പൊതുപണിമുടക്കിനുള്ള തയ്യാറെടുപ്പുമായി തൊഴിലാളികൾ മുന്നോട്ടു നീങ്ങി.

തിരുവിതാംകൂർ സ്റ്റേറ്റ് കോൺഗ്രസ് ഉത്തരവാദിത്വഭരണം നേടുന്നതിനുവേണ്ടി ആഗസ്റ്റ് 26 മുതൽ പ്രത്യക്ഷസമരം ആരംഭിക്കാൻ തീരുമാനിച്ചു. സമരത്തെ അടിച്ചമർത്താൻ സർക്കാർ തീരുമാനിച്ചു. സ്റ്റേറ്റ് കോൺഗ്രസും യൂത്ത് ലീഗും നിയമവിരുദ്ധമായി പ്രഖ്യാപിക്കപ്പെട്ട പന്ത്രണ്ടോളം സ്ഥലങ്ങളിൽ പോലീസ് വെടിവെച്ചു. കടയ്ക്കൽ കല്ലറ പാങ്ങോട് പ്രദേശങ്ങളിൽ പോലീസും ജനങ്ങളും തമ്മിൽ നേരിട്ടുള്ള യുദ്ധം നടന്നു. ആലപ്പുഴ കണിച്ചുകുളങ്ങര കടപ്പുറത്തു ശ്രീനാരായണസമാധി ദിനത്തിൽ നടന്ന സ്റ്റേറ്റ് കോൺഗ്രസ് യോഗം പിരിച്ചു വിടാൻ ചെന്ന സായുധ പോലീസിനെ തൊഴിലാളികൾ ഒളിച്ചിരുന്ന് ആക്രമിക്കുകയും പോലീസ് പ്രാണഭയംകൊണ്ട് ഒരു വീട്ടിൽ ഒളിക്കുകയും ചെയ്തു. ഉത്തരവാദ പ്രക്ഷോഭണത്തോട് ആലപ്പുഴയിലെ തൊഴിലാളികൾക്കുള്ള അനുഭാവം ഏറിവരുകയായിരുന്നു.

ഈ പശ്ചാത്തലത്തിലാണ് ആലപ്പുഴയിലെ തൊഴിലാളി പണിമുടക്ക് നടക്കുന്നത്. ഇതിനിടയിൽ തിരുവിതാംകൂറിലെ പ്രക്ഷോഭണങ്ങളെ സഹായിക്കാനായി കെ പി സി സി കൊച്ചി ആസ്ഥാനമാക്കി പി കൃഷ്ണപിള്ള, ഇ എം എസ്, പി നാരായണൻ നായർ, കെ എ ദാമേദരമേനോൻ എന്നിവരടങ്ങിയ സഹായ സമിതി രൂപീകരിച്ചു. എസ് വി ഘാട്ടെ പങ്കെടുത്ത സി എസ് പി കേന്ദ്രനേതൃത്വയോഗം തിരുവിതാംകൂർ സമരത്തിൽ തൊഴിലാളികൾ ഇടപെടേണ്ടരീതികളെക്കുറിച്ചു ചർച്ച ചെയ്തു പണിമുടക്കം സാമ്പത്തികാവശ്യങ്ങളെ മുൻനിർത്തിമാത്രം ആയിക്കൂടെന്നും രാഷ്ട്രീയ ആവശ്യങ്ങൾക്കുവേണ്ടി തൊഴിലാളിവർഗം പോരാടുമെന്നും പി കൃഷ്ണപിള്ള ശക്തമായി വാദിച്ചു.

പി കൃഷ്ണപിള്ളയുടെ നേതൃത്വത്തിൽ കെ കെ വാര്യർ, വി പി ചിണ്ടൻ തുടങ്ങിയ സി എസ് പി പ്രവർത്തകർ ആലപ്പുഴയിലെത്തി. ആലപ്പുഴയിലെ നേതാക്കന്മാരുടെ അറസ്റ്റിനുശേഷം ട്രേഡ് യൂണിയൻ സംഘടന തകർന്ന നിലയിലായിരുന്നു. സി എസ് പി സംഘം എല്ലാ പ്രമുഖ വ്യവസായശാലകളിലും ഫാക്ടറി കമ്മിറ്റികൾ രൂപീകരിച്ചു

നൂറുകണക്കിനുയോഗങ്ങളിൽ പണിമുടക്കിന്റെ രാഷ്ട്രീയ പ്രാധാന്യം വിശദീകരിച്ചു. ഒക്ടോബർ 17 ന് സൈമണാശാന്റെ അദ്ധ്യക്ഷതയിൽ ചേർന്ന സമ്മേളനത്തിൽ പണിമുടക്ക് പ്രഖ്യാപിച്ചു. ഒക്ടോബർ 21 ന് പണിമുടക്കാരംഭിച്ചു. ഒക്ടോബർ 23 ന് മഹാരാജാവിന്റെ പിറന്നാൾ ദിനത്തിൽ തിരുവനന്തപുരത്ത് അക്കാമ്മചെറിയാന്റെ നേതൃത്വത്തിൽ രാജാവിന് മെമ്മോറാണ്ഡം നൽകാനായി നടന്ന സ്റ്റേറ്റ് കോൺഗ്രസ് പ്രകടനം അവസാനിക്കുന്നതിനുമുമ്പുതന്നെ പ്രമുഖ രാഷ്ട്രീയത്തടവുകാരുടെ ശിക്ഷ ഇളവു ചെയ്തു വിട്ടയച്ചു. അതോടെ സ്റ്റേറ്റ് കോൺഗ്രസ് അനുരഞ്ജനത്തിന്റെ പാതയിലേക്ക് നീങ്ങി. യൂത്ത്‌ലീഗുകാരുടെ എതിർപ്പ് വകവെയ്ക്കാതെ സ്റ്റേറ്റ് കോൺഗ്രസ് നേതൃത്വം തിരുവനന്തപുരത്തെ സമരം അവസാനിപ്പിച്ചു.

ആലപ്പുഴയിലെ തൊഴിലാളികൾ സമരം തുടർന്നു. ഒക്ടോബർ 24–ാം തീയതി മുതൽ ആലപ്പുഴയിൽ പോലീസും (അഞ്ചുരൂപ പോലീസ് എന്ന മഫ്ടി പോലീസ് അടക്കം) പട്ടാളവും മുതലാളിമാരുടെ റൗഡികളും ചേർന്ന് തൊഴിലാളി സമരത്തെ തകർക്കാനുള്ള നീക്കങ്ങൾ ആരംഭിച്ചു. ഒക്ടോബർ 24 ന് രാവിലെ നടന്ന ലാത്തിചാർജിൽ 260 ൽ പരം തൊഴിലാളികൾക്കു പരിക്കേറ്റു. സായുധ റൗഡിസംഘത്തിന്റെ ആക്രമണത്തെ തൊഴിലാളികൾ വാരിക്കുന്തം കൊണ്ട് നേരിട്ടു. തുടർന്ന് പട്ടാളം രംഗത്തുവരികയും വെടിവെപ്പിൽ നാലു തൊഴിലാളികൾ മരിക്കുകയും ചെയ്തു. തൊഴിലാളികൾ കാറ്റാടി മരങ്ങൾ മുറിച്ചിട്ട് പട്ടാളവണ്ടികൾക്ക് മാർഗ്ഗതടസ്സം സൃഷ്ടിച്ചു. അവ നീക്കാൻ വന്ന തൊഴിലാളികളുടെ വെടിയേറ്റ് ഒരു തൊഴിലാളികൂടി മരിച്ചു. തുടർന്ന് നടന്നത് അക്ഷരാർത്ഥത്തിലുള്ള നരനായാട്ടായിരുന്നു. ഫാക്ടറികമ്മിറ്റികളുടെ പ്രവർത്തനം അസാധ്യമായി യൂണിയനെ 10 പ്രാദേശികവാർഡ് കമ്മിറ്റികൾക്കു കീഴിലായി പുനഃസംഘടിപ്പിച്ചു. മർദ്ദനവും ദാരിദ്ര്യവും ചേർന്ന് പല തൊഴിലാളികളുടെയും മനോവീര്യം കെടുത്തി. അവർ ജോലിക്കുകയറാനാരംഭിച്ചു. കെ കെ വാര്യർ, സി ഒ മാത്യു, സി എ സോളമൻ, കെ പി പത്രോസ് എന്നിവർ വില്യം ഗുഡേക്കർ കമ്പനി പിക്കറ്റ് ചെയ്തു എല്ലാവർക്കും ഭീകരമായ മർദ്ദനമേറ്റു.

സ്റ്റേറ്റ് കോൺഗ്രസ് ഉത്തരവാദിത്വപ്രക്ഷോഭണം അവസാനിപ്പിച്ച സ്ഥിതിക്ക് ജയിൽ മോചിതരായി വന്ന സ്റ്റേറ്റ് കോൺഗ്രസ് പ്രവർത്തകർ കൂടിയായ പി കെ കുഞ്ഞ്, വി കെ വേലായുധൻ, ആർ സുഗതൻ തുടങ്ങിയവർ പണിമുടക്കം അവസാനിപ്പിക്കണമെന്ന് വാദിച്ചു. ഇവരടങ്ങിയ യൂണിയന്റെ മാനേജ്മെന്റ് കമ്മിറ്റിയും പണിമുടക്ക് കമ്മിറ്റിയും (അവർ സി എസ് പി പ്രവർത്തകരായിരുന്നു) വിരുദ്ധചേരികളിലായി. പണിമുടക്കിനെ തകർക്കാനുള്ള ശ്രമത്തിൽ മാനേജ്മെന്റും സർക്കാരും സ്റ്റേറ്റ് കോൺഗ്രസും ഒന്നിച്ചു ചേർന്നു. ഇവരുടെ കുതന്ത്രങ്ങളുടെ ഫലമായി തൊഴിലാളി ഐക്യം തകരരുത് എന്ന നിലപാട് സി എസ്

പി നേതൃത്വത്തിനും കൃഷ്ണപിള്ളയ്ക്കുമുണ്ടായിരുന്നു. 1938 ഡിസംബറിൽ പണിമുടക്കു പിൻവലിക്കപ്പെട്ടു.

ആലപ്പുഴ നാൽപ്പതിനായിരത്തോളം തൊഴിലാളികൾ നടത്തിയ ധീരോദാത്തമായ സമരത്തെ തിരുവിതാംകൂർ സ്റ്റേറ്റ് കോൺഗ്രസ് ഉത്തരവാദിത്വപ്രക്ഷോഭണത്തിൽ സ്വീകരിച്ച വഞ്ചനാപരമായ നിലപാടുമായാണ് താരതമ്യം ചെയ്യപ്പെട്ടത്. 1938 നവംബറിൽ തന്നെ സന്ദർശിച്ച പട്ടംതാണുപിള്ള, ടി എം വർഗീസ്, ചങ്ങനാശ്ശേരി പരമേശ്വരൻ പിള്ള എന്നീ സ്റ്റേറ്റ് കോൺഗ്രസ് നേതാക്കളോട് ഉത്തരവാദഭരണപ്രക്ഷോഭത്തിന്റെ ഭാഗമായി രാജാവിന് സമർപ്പിച്ച മെമ്മോറാണ്ടം പിൻവലിക്കണമെന്ന് ഗാന്ധി ആവശ്യപ്പെട്ടു. അതിനു മുമ്പ് തന്നെ മെമ്മോറാണ്ടം നൽകിയവരെ അറസ്റ്റ് ചെയ്യാൻ സർക്കാർ ഉത്തരവിട്ടിരുന്നു. നേതാക്കൾ ജയിലിലിരുന്ന് മെമ്മോറാണ്ടം പിൻവലിച്ചു.

ഇതിൽ പ്രതിഷേധിച്ചാണ് സ്റ്റേറ്റ് കോൺഗ്രസ് പ്രവർത്തകർ റാഡിക്കൽ ഗ്രൂപ്പ് ഉണ്ടാക്കിയത്. എം എൻ ഗോവിന്ദൻ നായർ, പി ടി പുന്നൂസ്, കെ സി ജോർജ്, ടി വി തോമസ്, സി ഒ മാത്യു തുടങ്ങിയവർ റാഡിക്കൽ വിഭാഗക്കാരായിരുന്നു. അവർ കോൺഗ്രസ് സോഷ്യലിസ്റ്റ് പാർട്ടിയുമായി സഹകരിച്ച് പ്രവർത്തിച്ചു. ഇതിനകം വില്യം സ്നെലക്സ്, ടി കെ രാജു, എം കണാരൻ, മുഹമ്മദ് യൂസഫ്, രാഘവമാരാർ തുടങ്ങി നിരവധി സി എസ് പി പ്രവർത്തകർ തിരുവിതാംകൂറിൽ പ്രവർത്തിക്കുന്നുണ്ടായിരുന്നു. തിരുവിതാംകൂർ സ്റ്റേറ്റ് കോൺഗ്രസിനെ പിളർത്താതെ സ്റ്റേറ്റ് കോൺഗ്രസിനെ ബഹുജനബന്ധമുള്ളതാക്കി മാറ്റുകയായിരുന്നു സി എസ് പിയുടെ നയം. 1939 സെപ്തംബറിൽ കരുനാഗപ്പള്ളിയിൽ വെച്ചു ചേർന്ന സ്റ്റേറ്റ് കോൺഗ്രസ് സമ്മേളനത്തിൽ ഉത്തരവാദ ഭരണത്തിൽ കുറഞ്ഞ ഭരണപരിഷ്ക്കാരങ്ങൾ പരീക്ഷിക്കാമെന്ന പ്രമേയത്തെ റാഡിക്കലുകൾ ശക്തിയായി എതിർത്തു. വോട്ടിനിട്ടപ്പോൾ പ്രമേയം പാസായി. അനുകൂലമായി 172 പേരും എതിരായി 90 പേരും വോട്ടു ചെയ്തു. സ്റ്റേറ്റു കോൺഗ്രസിൽ ഇടതുപക്ഷം ശക്തിപ്രാപിക്കുന്നുവെന്ന സുചനയായിരുന്നു അത്. അഖിലകേരള ട്രേഡ് യൂണിയൻ പ്രസ്ഥാനത്തിന്റെ മൂന്നാം സമ്മേളനം ആലപ്പുഴ കഞ്ഞിക്കുഴിയിൽ വെച്ച് ചേർന്നപ്പോൾ പ്രമുഖ കോൺഗ്രസ് നേതാവായിരുന്ന ഇ

ഇ മൊയ്തു മൗലവി

മൊയ്തുമൗലവി നടത്തിയ ഉൽഘാടനപ്രസംഗത്തിൽ അദ്ദേഹം സോഷ്യലിസ്റ്റ് വ്യവസ്ഥിതിക്കുവേണ്ടി വാദിച്ചത് ശ്രദ്ധേയമായി. കോൺഗ്രസുകാരുടെ ഇടയിൽ സോഷ്യലിസ്റ്റ് ആശയങ്ങൾക്ക് ലഭിച്ച വ്യാപ്തിയുടെ സൂചനയായിരുന്നു അത്.

കെ സി ജോർജ്ജ്

ഇടതുപക്ഷ പ്രവർത്തകർ കമ്മ്യൂണിസ്റ്റ് പാർട്ടിയോടടുക്കുന്നുവെന്ന സൂചന ആലപ്പുഴ തൊഴിലാളി സമരം നൽകി. കെ സി ജോർജ്ജും ടി വി തോമസും തൊഴിലാളി പ്രസ്ഥാനത്തോടൊപ്പം ചേരുകയും 1940 ൽ ടി വി തോമസ് പി എൻ കൃഷ്ണപിള്ളയ്ക്കുപകരം കയർ വർക്കേഴ്സ് യൂണിയൻ പ്രസിഡന്റുണ്ടാവുകയും ചെയ്തു. തിരുവനന്തപുരത്ത് കെ സി ജോർജ്, പുതുപ്പള്ളി രാഘവൻ, തൈക്കാട് ഭാസ്കരൻ തുടങ്ങിയവർ ചേർന്ന് 1939 ൽ കമ്മ്യൂണിസ്റ്റ് പാർട്ടി സെൽ രൂപീകരിച്ചു. ആലപ്പുഴ തൊഴിലാളികളുടെ ഇടയിൽ ജാതിസാമുദായികതയിൽനിന്ന് വർഗരാഷ്ട്രീയത്തിലേക്കു മാറ്റമുണ്ടാക്കിയതും ഇടത്തരക്കാരുടെ ഇടയിൽ സ്റ്റേറ്റ് കോൺഗ്രസിന്റെ ബൂർഷ്വാ രാഷ്ട്രീയത്തിൽ നിന്ന് കമ്മ്യൂണിസ്റ്റ് രാഷ്ട്രീയത്തിലേക്കുള്ള പരിവർത്തനമുണ്ടായതും ഉത്തരവാദ ഭരണത്തിനുവേണ്ടിയുള്ള പ്രക്ഷോഭവും ആലപ്പുഴ തൊഴിലാളി സമരവും സൃഷ്ടിച്ച സാഹചര്യങ്ങളിലായിരുന്നു.

കൊല്ലത്തെ കശുവണ്ടിത്തൊഴിലാളികൾ

16–ാം നൂറ്റാണ്ടിൽ മുൻപ് സൂചിപ്പിച്ച 'പാരിസ്ഥിതിക സാമ്രാജ്യത്വ' ത്തിന്റെ ഭാഗമായി പോർച്ചുഗീസുകാർ കേരളത്തിലേക്കു കൊണ്ടുവന്ന സസ്യമാണ് കശുമാവ്. 20–ാം നൂറ്റാണ്ടിന്റെ ആദ്യമാണ് കശുവണ്ടിയുടെ തോടുപൊളിച്ച് പരിപ്പുണ്ടാക്കി വിൽക്കുന്ന വ്യവസായത്തിലേക്കു നീങ്ങിയത്. തമിഴ് നാട്ടുകാരനായ റോസ് എഡ്വീനാ കൊല്ലത്തിനടുത്ത് താമരക്കുളത്താണ് ആദ്യത്തെ കശുവണ്ടി ഫാക്ടറി അല്ലെങ്കിൽ പീലിങ്ങ് യാർഡ് സ്ഥാപിക്കുന്നത്. 1930 നുശേഷം ഈ ഫാക്ടറി സ്വാമിനാഥൻ എന്നയാൾ ഏറ്റെടുത്തു. തുടർന്ന് കിളികൊല്ലൂരിൽ നിരവധി കശുവണ്ടി ഫാക്ടറികൾ വളർന്നുവന്നു. തങ്ങൾകുഞ്ഞു മുസലിയാരായിരുന്നു ഏറ്റവും പ്രധാനപ്പെട്ട ഫാക്ടറി ഉടമ. ഏതാണ്ട് 120 ഓളം കശുവണ്ടി ഫാക്ടറികൾ ഇക്കാലത്തു പ്രവർത്തിച്ചതായി കണക്കാക്കപ്പെടുന്നു.

കശുവണ്ടി പീലിങ്ങ് നടത്തിയിരുന്ന തൊഴിലാളികളിൽ ഭൂരിപക്ഷ

വും സ്ത്രീകളായിരുന്നു. മറ്റു ചില പരമ്പരാഗത വ്യവസാങ്ങളിൽ നിന്ന് വ്യത്യസ്തമായി ഈ തൊഴിലാളികൾക്ക് ഏതെങ്കിലും വിധത്തിലുള്ള മുൻപരിചയം ഉണ്ടായിരുന്നില്ല. തികച്ചും അധ:സ്ഥിതരായ അടിയാർ വിഭാഗങ്ങളിൽ പെട്ടിരുന്നവരും ദരിദ്രരുമായ വിഭാഗങ്ങളെയാണ് പീലിങ്ങ് തൊഴിലിൽ ഉൾപ്പെടുത്തിയിരുന്നത്. തൊഴിലിൽ പ്രവേശിക്കുന്ന അവർ രാത്രിവരെ തുടർച്ചയായി ജോലി ചെയ്യേണ്ടിയിരുന്നു. പൊളിക്കുന്ന കശുവണ്ടിയുടെ എണ്ണമനുസരിച്ചാണ് കൂലി നിശ്ചയിച്ചിരുന്നത്. എന്നതു കൊണ്ട് രാത്രി വൈകിയിട്ടു മാത്രമേ അവർക്ക് തിരിച്ചു പോകാൻ കഴിഞ്ഞിരുന്നുള്ളു.

1925 നടുത്ത് തൊഴിലാളിസംഘടനകൾ നിലവിൽ ഉണ്ടായിരുന്നില്ല. എങ്കിലും തൊഴിലാളിപ്രശ്നങ്ങളിൽ കൊല്ലം മുനിസിപ്പൽ ചെയർമാനായിരുന്ന ഡോ. എം ആർ ഗോവിന്ദപ്പിള്ളയും എം ആർ മാധവവാരിയരും (വാരിയർ പിന്നീട് തിരുവിതാംകൂർ സ്റ്റേറ്റ് കോൺഗ്രസ് പ്രവർത്തകനായി) ഇടപെട്ടിരുന്നു. തൊഴിലാളികളുടെ അവശതകൾ കാണിച്ച് മുതലാളിമാർക്ക് പരാതി കൊടുക്കുക, മുതലാളിമാരുമായി ചർച്ച ചെയ്ത് പ്രശ്നങ്ങൾ പരിഹരിക്കാൻ ശ്രമിക്കുക എന്നതായിരുന്നു പൊതുരീതി.

കശുവണ്ടി തൊഴിലാളിരംഗത്തെ ആദ്യകാല പ്രവർത്തകർ കെ പി നാണു, എസ് പൊലികാർപ്, കെ ചെല്ലപ്പൻ, സി ഒ മാത്യു തുടങ്ങിയവരായിരുന്നു. ആദ്യകാലത്ത് യൂണിയൻ സംഘടിപ്പിക്കാനായി ഇവർ നടത്തിയ ശ്രമങ്ങളെ മണത്തറിഞ്ഞ കശുവണ്ടി മുതലാളിയായ തങ്ങൾ കുഞ്ഞുമുസലിയാർ അയാളുടെ തന്നെ ചില അനുയായികളെ ഉപയോഗിച്ച് അഖിലകേരള കശുവണ്ടി തൊഴിലാളി അസോസിയേഷൻ എന്ന യൂണിയൻ സൃഷ്ടിച്ചു. പിന്നീട് ആ യൂണിയൻ കമ്മ്യൂണിസ്റ്റ് നേതൃത്വത്തിൽ വന്നു.

1939 ൽ കൊല്ലം പുനലൂർ പേപ്പർമില്ലിലെ തൊഴിലാളികൾ സംഘടിക്കാൻ തീരുമാനിച്ചു. പി ഒ സ്പെൻസ്ർ, കെ കെ ജോസഫ്, തുടങ്ങിയ പേപ്പർമിൽ ജീവനക്കാരാണ് സംഘടിപ്പിക്കുന്നതിന് മുൻകൈ എടുത്തത്. സംഘടിപ്പിക്കുന്നതിനുള്ള പരിശ്രമം പരാജയപ്പെടുത്താൻ വേണ്ടി പി ഒ സ്പെൻസറെ ജോലിയിൽനിന്നും പിരിച്ച് വിട്ടു. എന്നാൽ പിന്നീട് തിരുവിതാംകൂറിലെ ആദ്യ ട്രേഡ് യൂണിയനുകളിലൊന്നായ പുനലൂർ പേപ്പർ മിൽ വർക്കേഴ്സ് യൂണിയൻ രൂപീകരിക്കുകയും ഐതിഹാസികമായ സമരങ്ങൾ നടത്തുകയും ചെയ്തു.

സമരവീര്യമാർന്ന തൊഴിലാളി പ്രസ്ഥാനത്തിന്റെ ഈറ്റില്ലമാണ് കൊല്ലം. ഒന്നാം ലോകമഹായുദ്ധം പൊട്ടിപ്പുറപ്പെട്ട കാലത്ത് ഭക്ഷ്യക്ഷാമം കൊടുംപിരികൊണ്ടു. അക്കാലത്ത് ഹാരിസൺസ് ആന്റ് ക്രോസ് ഫീൽഡ് കമ്പനിയിലെ തൊഴിലാളികൾ കൊല്ലത്തിന്റെ ചരിത്രത്തിലാദ്യ

മായി അവകാശങ്ങൾ നേടിയെടുക്കാൻ വേണ്ടി 1915 ൽ സ്വയം സംഘടിച്ച് സമരരംഗത്ത് ഇറങ്ങി. കുറഞ്ഞ കൂലി വർദ്ധിപ്പിക്കുക, കുറഞ്ഞ നിരക്കിൽ അരി വരുത്തി വിതരണം ചെയ്യുക എന്നിവയായിരുന്നു ഡിമാന്റുകൾ. 1917 ൽ ആശ്രാമത്തെ വില്യം ഗുഡേക്കർ ഫാക്ടറിയിലെ തൊഴിലാളികളും പണിമുടക്കിലേർപ്പെട്ടിരുന്നു. ബ്രിട്ടീഷ് കമ്പനികളിലെ തൊഴിലാളികൾ, ബ്രിട്ടീഷ് ആധിപത്യം നിലനിന്ന കാലത്തുതന്നെ ഗവൺമെന്റിനെതിരായി അണിനിരക്കുകയും, മുദ്രാവാക്യം വിളിക്കുകയും ചെയ്തു, അന്ന് അതെല്ലാം പുതുമയായിരുന്നു. അസംഘടിതരായ ആ തൊഴിലാളികളുടെ നേതൃത്വം ഏറ്റെടുക്കാൻ അന്നാരും ഉണ്ടായിരുന്നില്ല. 1930 കളിൽ കൊല്ലത്തെ പ്രമുഖ അഭിഭാഷകനായിരുന്ന കെ ജി ശങ്കർ നേതൃത്വം നൽകി കൊല്ലം തൊഴിലാളി സംഘം എന്ന ട്രേഡ് യൂണിയൻ ഉടലെടുത്തു. 1940 നോട് അടുപ്പിച്ച് സുശക്തമായ ഒരു തൊഴിലാളി പ്രസ്ഥാനവും സമർത്ഥമായ ഒരു നേതൃത്വവും കൊല്ലത്തിനുണ്ടായി. എം എൻ ഗോവിന്ദൻ നായർ, കണ്ണന്തോടത്ത് ജനാർദ്ദനൻ, എൻ. ശ്രീകണ്ഠൻ നായർ, റ്റി. കെ ദിവാകരൻ തുടങ്ങിയ പ്രഗൽഭരായ ഒരു നേതൃത്വ നിര അന്ന് ഉയർന്ന് വന്നിരുന്നു.

സീതാറാം മിൽ സമരം

തൃശ്ശൂരിൽ സീതാറാം മിൽ സ്ഥാപിക്കുന്നത് 1907 ലാണ്. നൂൽ നൂൽപും നെയ്ത്തുമുണ്ടായിരുന്ന സീതാറാം മില്ലിൽ 2000ത്തോളം തൊഴിലാളികൾ ജോലി ചെയ്തിരുന്നു. കേരളത്തിലും പുറത്തുമുള്ള നിരവധി പ്രദേശങ്ങളിലെ തൊഴിലാളികൾ പല ഷിഫ്റ്റുകളിലാണ് ജോലി ചെയ്തിരുന്നത്. തൊഴിലാളികളെ നിയന്ത്രിക്കാൻ മേസ്തിരിമാരുണ്ടായിരുന്നു. അവർക്കു താമസിക്കാൻ ക്വാർട്ടേഴ്സുമുണ്ടായിരുന്നു. ദീപാവലിപോലുള്ള ഉത്സവങ്ങൾക്കുള്ള പിരിവ്, യന്ത്രതേയ്മാനത്തിന് കൂലിയിൽ നിന്ന് പണം പിരിവ് തുടങ്ങി വിവിധതരത്തിലുള്ള പിരിവുകൾ ഉണ്ടായിരുന്നു. അതുകൊണ്ട് സീതാറാം തൊഴിലാളികൾക്ക് ഒരുറുപ്പിക എന്നാൽ പതിന്നാലണ എന്നാണ് അർത്ഥം. ഇവ കൂടാതെ പ്രവൃത്തി സമയംകൂടി വർദ്ധിപ്പിച്ചപ്പോൾ സീതാറാം മിൽ തൊഴിലാളികൾ പണിമുടക്കി. 1933 ഒക്ടോബറിൽ മൂന്നാഴ്ചയോളം അവർ കമ്പനിപ്പടിക്കൽ സമരംചെയ്തു. അവർക്ക് അന്ന് ട്രേഡ് യൂണിയനുകളുടെ പിൻബലമില്ലായിരുന്നു. ചെറിയ ആനുകൂല്യം നൽകി മാനേജ്മെന്റ് സമരം ഒത്തുതീർത്തു.

തുടർന്ന് കെ.കെ.വാര്യർ, ഇ.എം.എസ്, പി. കൃഷ്ണപിള്ള എന്നിവർ സീതാറാംമില്ലിൽ യൂണിയൻ ഉണ്ടാക്കുന്നകാര്യം ആലോചിക്കുകയും എൻ സി ശേഖറും വാര്യരും മില്ലിനുള്ളിൽ ലഘുലേഖാ വിതരണം നടത്തുകയും ചെയ്തു. രണ്ടുവർഷം കഴിഞ്ഞാണ് സീതാറാംമില്ലിൽ യൂണിയനുണ്ടാക്കാൻ കഴിഞ്ഞത്.

ലേബർ ബ്രദർഹുഡ്

മലയയിൽനിന്നു തിരിച്ചുവന്ന കെ കെ വാര്യർ തൃശ്ശൂരിൽ ഒരു തുണിക്കടയിലായിരുന്നു ജോലി ചെയ്തത്. തൃശ്ശൂരിലെ അസംഘടിതരായ തൊഴിലാളികളെ സംഘടിപ്പിക്കുന്നതിനുവേണ്ടി ശ്രമിച്ച ഒരു തൊഴിലാളിയായ എം എ കാക്കു സ്വന്തം താല്പര്യത്തെക്കുറിച്ച് ഹിന്ദി അധ്യാപകനായ എം വേലായുധൻ മാസ്റ്ററുമായി സംസാരിച്ചു. അദ്ദേഹമാണ് കാക്കുവിനെ കെ കെ വാര്യർക്ക് പരിചയപ്പെടുത്തുന്നത്. തൊഴിലാളികളുടെ നിത്യ ജീവിതാവശ്യങ്ങൾ നിറവേറ്റുന്നതിനുവേണ്ടി ഒരു സംഘടന വേണമെന്ന ബോധം വാര്യർക്കുമുണ്ടായിരുന്നു. ഇവരാണ് ലേബർ ബ്രദർഹുഡ് എന്ന സംഘടനയ്ക്ക് 1935 ൽ ജന്മം നൽകുന്നത്. തുടർന്ന് പി എം തോമസ്, കടവ് വറീത്, ടി വി ആൻഡ്രൂസ്, കെ പി പോൾ, ടി എ വർക്കി, പുതുക്കാടൻ പൈലോത്, പനക്കലാൻ വറീത്, എം പി ഭട്ടതിരിപ്പാട്, കെ എം ജോസഫ് തുടങ്ങി നിരവധിപേർ ലേബർബ്രദർഹുഡിൽ അംഗങ്ങളായി. റിക്ഷാവണ്ടി തൊഴിലാളികളെയും പീടികത്തൊഴിലാളികളെയുമാണ് ബ്രദർഹുഡ് ആദ്യം സംഘടിപ്പിച്ചത് തുടർന്ന് എഞ്ചിനീയറിംഗ് തൊഴിലാളികൾ, മോട്ടോർ തൊഴിലാളികൾ, ജനറൽ വർക്കേഴ്സ്, മുനിസിപ്പൽ തൊഴിലാളി, റൈറ്റ് ഓയിൽ മിൽ തൊഴിലാളികൾ തുടങ്ങിയവരെയെല്ലാം ബ്രദർഹുഡ് സംഘടിപ്പിച്ചു. ലേബർ ബ്രദർഹുഡിന്റെ സ്റ്റഡി ക്ലാസുകളിൽ കെ കെ വാര്യർക്കു പുറമെ എം എസ് ദേവദാസ്, സി ഉണ്ണിരാജ, കെ ദാമോദരൻ എന്നിവർ ക്ലാസ് എടുത്തു. ബ്രദർഹുഡിന്റെ കമ്മ്യൂണിസ്റ്റ് ചായ്‌വ് അതോടെ പ്രകടമായി. തൃശ്ശൂരെ റിക്ഷാ തൊഴിലാളികളെയും പീടികത്തൊഴിലാളികളെയും സംഘടിപ്പിച്ചുകൊണ്ടാരംഭിച്ച ബ്രദർഹുഡ് പിന്നീട് ഏതാണ്ടെല്ലാ തൊഴിൽ സമരങ്ങളുടെയും കേന്ദ്രബിന്ദുവായി. എം എ കാക്കു, പി എം തോമസ്, ടി വി ആൻഡ്രൂസ്, കെ പി പോൾ, ടി എ വർക്കി, കെ ജെ ഫ്രാൻസിസ്, എം സി ഭട്ടതിരിപ്പാട്, കെ എം ജോസഫ് തുടങ്ങിയവരായിരുന്നു ബ്രദർഹുഡിന്റെ പ്രധാന പ്രവർത്തകർ. സീതാറാം മില്ലിൽ ആദ്യത്തെ യൂണിയനുണ്ടാക്കിയതും ബ്രദർഹുഡായിരുന്നു. ആദ്യമായി കേരളത്തിൽ മെയ്ദിനം ആചരിച്ചത് ലേബർ ഹുഡാണ്. കോൺഗ്രസ് സോഷ്യലിസ്റ്റ് പാർട്ടി ആരംഭിച്ചപ്പോൾ ലേബർ ബ്രദർ ഹുഡ് കോൺഗ്രസ് സോഷ്യലിസ്റ്റായി. 1939 ൽ ബ്രദർഹുഡ് ഒന്നടങ്കം കമ്മ്യൂണിസ്റ്റ് പാർട്ടിയിൽ ചേർന്നു.

1938 ഏപ്രിൽ മാസത്തിൽ തൃശ്ശൂർ ആമ്പല്ലൂരെ ആളഗപ്പ ടെക്സ്റ്റൈൽ തൊഴിലാളികൾ പണിമുടക്കി. മലബാർ ഭാഗത്തും തമിഴ്നാട്ടിലും ലഭിച്ചിരുന്ന കൂലിനിരക്കിൽനിന്ന് കുറഞ്ഞ കൂലിയാണ് മാനേജ്മെന്റ് അവിടുത്തെ തൊഴിലാളികൾക്ക് നൽകിയത്. കൂടാതെ മാനേജ്മെന്റ് തമിഴ്നാട്ടിൽനിന്ന് തൊഴിലാളികളെ കൊണ്ടുവന്നത് അവിടുത്തെ തൊഴിലാളികൾക്കിടയിൽ അതൃപ്തിക്ക് കാരണമായി. കൂലി കൂടുതലിനുവേണ്ടി 500ലേറെ തൊഴിലാളികൾ പണിമുടക്കി.

പണിമുടക്കം കൊച്ചി രാജ്യത്തെ ആകെ സ്വാധീനിക്കുകയും കർഷകത്തൊഴിലാളികളും കർഷകരും സമരത്തെ സഹായിക്കുകയും ചെയ്തു. കെ.കെ.വാര്യർ, പി.എസ്.നമ്പൂതിരി തുടങ്ങിയവർ തൊഴിലാളികളെ സംഘടിപ്പിക്കുന്നതിൽ മുൻപന്തിയിൽ നിന്നു. സമരം താൽക്കാലികമായി വിജയിച്ചുവെങ്കിലും തൊഴിലാളി സംഘടനയെ തകർക്കുന്നതിൽ മാനേജ്മെന്റ് തുടർച്ചയായി ശ്രമിച്ചു. ഒരു വർഷത്തിനു ശേഷം മാത്രമാണ് വീണ്ടും അളഗപ്പ ടെക്സ്റ്റൈലിൽ തൊഴിലാളി സംഘടന ഉണ്ടായത്.

ബ്രദർഹുഡിന്റെ കേന്ദ്രം അഞ്ചുവിളക്കായിരുന്നു. തൃശ്ശൂരങ്ങാടിയിൽ ഹൈറോഡും കിഴക്കേ അങ്ങാടിറോഡും നായരങ്ങാടി റോഡും ചേരുന്ന കവലയിൽ 'പട്ടാളം പത്തക്കിരി' എന്നറിയപ്പെട്ടിരുന്ന ഫ്രാൻസിസ് ഡോക്ടർ അഞ്ചു മണ്ണെണ്ണവിളക്കുകൾ കൊളുത്തിവെച്ചിരുന്നു. ജോലി കഴിഞ്ഞ് തൊഴിലാളികൾ ഒത്തുകൂടാറുള്ളത് ഇവിടെയാണ്. സാധാരണവെടിവെട്ടം കൂടാതെ രാഷ്ട്രീയബോധനവും നടന്നത് ഇവിടെയാണ്.

എറണാകുളത്തെ ട്രേഡ് യൂണിയനുകൾ

1928 ൽ കൊച്ചിൻ പോർട്ട് ലേബർ യൂണിയൻ ഉണ്ടായിരുന്നു. 1931 ൽ പള്ളുരുത്തി ഭവാനീശ്വര ക്ഷേത്രപരിസരത്തുവെച്ച് പി ഗംഗാധരനും സുഹൃത്തുക്കളും ചേർന്നു നടത്തിയ ചർച്ചയിലാണ് കൊച്ചിൻ ലേബർ യൂണിയൻ ഉണ്ടായത്. 1937 ൽ കൊച്ചിൻ ലേബർ യൂണിയൻ, കൊച്ചി രാജ്യത്തെ ആദ്യഫാക്ടറി പണിമുടക്കിനു നേതൃത്വം നൽകി. പള്ളുരുത്തി തോപ്പുംപടിക്കടുത്തുള്ള ടിൻ ഫാക്ടറിയിലായിരുന്നു പണിമുടക്ക്. (1928 ൽ കൊച്ചി തുറമുഖത്തെ തോണിത്തൊഴിലാളികൾ ആറുദിവസം പണിമുടക്കിയിരുന്നു). പി. എസ്. നമ്പൂതിരി കൺവീനറും പി. ഗംഗാധരൻ, ജോർജ് ചടയംമുറി, പി. ടി. ജേക്കബ്, പി. കേശവദേവ്, ചെറിയാൻ മാഞ്ഞുരാൻ എന്നിവർ അംഗങ്ങളുമായ സമരസമിതിയുടെ നേതൃത്വത്തിലായിരുന്നു പണിമുടക്ക്. കൊച്ചിയിൽ ആദ്യം അരിവാൾ ചുറ്റിക അങ്കിതമായ ചെങ്കൊടിയുമായി പ്രകടനം നടന്നത് ഈ സമരത്തിന്റെ പ്രചരണത്തിലാണ്. മാനേജ്മെന്റുമായി ചർച്ചയ്ക്കുചെന്ന പി എസ് നമ്പൂതിരിയെ പോലീസ് അതിക്രൂരമായി മർദ്ദിച്ചു. (അന്ന് അദ്ദേഹം പടിയാർ ഹോമിയോ കോളജിൽ പഠിക്കുകയായിരുന്നു) തൊഴിലാളികളെയും മർദ്ദിച്ചു.

ജോർജ് ചടയംമുറി

കൊച്ചിയിലും മട്ടാഞ്ചേരിയിലും തൃശ്ശൂരുമൊക്കെ പ്രതിഷേധയോഗം നടത്തി. കൊച്ചി നിയമസഭയിൽ പ്രശ്നം ഉന്നയിച്ചു. പി എസ് നമ്പൂതിരിയുടെ ദേഹമാസകലം മർദ്ദനമേറ്റ ചിത്രം പത്രങ്ങളിൽ വന്നു. ജവഹർലാൽനെഹ്രുവും രവീന്ദ്രനാഥടാഗോറും വരെ പ്രതിഷേധിച്ചു. കേസിൽ പി എസ് നമ്പൂതിരി ആറുമാസം ജയിൽശിക്ഷ അനുഭവിച്ചു.

1938 ൽ ടാറ്റാ ഓയിൽമിൽ വർക്കേഴ്സ് യൂണിയൻ രൂപീകരിച്ചു. 1938 ൽ കൊച്ചിയിലെ ആലാത്തുപിരിത്തൊഴിലാളികൾ പണിമുടക്കി. ഈ സമരത്തിൽ പി. കേശവദേവിനെ അറസ്റ്റുചെയ്തു. മതപുരോഹിതന്മാരുടെ എതിർപ്പിന് വകവയ്ക്കാതെ നിരവധി സ്ത്രീ തൊഴിലാളികൾ ആ സമരത്തിൽ പങ്കെടുത്തു. രണ്ടുവർഷത്തിനുശേഷം ബർമാഷെൽ, സ്റ്റാൻഡേർഡ് ഓയിൽ കമ്പനികളിലെ തൊഴിലാളികൾക്കായി പെട്രോളിയം വർക്കേഴ്സ് യൂണിയൻ രൂപീകരിച്ചു. ആയിടെ കളമശ്ശേരിയിലെ സാബൂൺമില്ലിൽ തൊഴിലാളികൾ പണിമുടക്കി. 1939 ൽ ചേർത്തലയിൽ നടന്ന മൂന്നാം അഖിലകേരളത്തൊഴിലാളി സമ്മേളനം അഖിലകേരളാടിസ്ഥാനത്തിൽ ട്രേഡ് യൂണിയൻ കൗൺസിൽ രൂപീകരിക്കാൻ തിരഞ്ഞെടുത്ത കമ്മിറ്റിയിൽ എറണാകുളം ജില്ലക്കാരനായ പി ഗംഗാധരനുമുണ്ടായിരുന്നു. 1931 മാർച്ചിൽ രൂപീകരിച്ച കേരളത്തിലെ ആദ്യ കമ്മ്യൂണിസ്റ്റ് ഗ്രൂപ്പായ കമ്മ്യൂണിസ്റ്റ് ലീഗിൽ അംഗമായിരുന്നു എൻ സി ശേഖറായിരുന്നു ട്രേഡ് യൂണിയൻ കൗൺസിലിന്റെ കൺവീനർ. അൽപ്പദിവസം കഴിഞ്ഞ് ബ്രിട്ടീഷ് കൊച്ചിൻ ഫാക്ടറിവർക്കേഴ്സ് യൂണിയൻ ഓഫീസിൽ പി ഗംഗാധരന്റെ അധ്യക്ഷതയിൽ ചേർന്ന യോഗം കേരളത്തിലെ വിവിധമേഖലകളിലെ തൊഴിലാളി സംഘടനകളുടെ പ്രവർത്തനം ഏകോപിപ്പിക്കാൻ തീരുമാനിച്ചു. കൊച്ചിമേഖലയിൽ ഈ ചുമതല പി ഗംഗാധരനെ ഏൽപ്പിച്ചു.

മലബാറിലെ ട്രേഡ് യൂണിയനുകളുടെ വളർച്ച

മലബാറിലെ ആധുനികവ്യവസായങ്ങളുടെ വളർച്ചയ്ക്ക് ആദ്യഘട്ടത്തിൽ പ്രോത്സാഹനം നൽകിയത് ബാസൽമിഷനാണ്. കോഴിക്കോട്, തിരൂരടുത്തുള്ള കൊടക്കൽ, ഒലവക്കോട് മുതലായ സ്ഥലങ്ങളിൽ ഓട് വ്യവസായശാലകൾ ആരംഭിച്ചത് അവരാണ്. ഓട് നിർമ്മാണത്തിനാവശ്യമായ കളിമണ്ണ് നിരവധിയിടങ്ങളിൽ ഉണ്ടെന്നു കണ്ടെത്തിയതോടെ സംഘടിതമായ രീതിയിൽ ഓടു നിർമ്മാണത്തിനു പ്രേരിപ്പിക്കുകയായിരുന്നു. വീടുകളിൽ ഓല മേയുന്നതിനുപകരം ഓടുമേയുന്ന രീതിയും വളർന്നുവന്നു. ഗാർഹികത്തൊഴിലായി നിലനിന്നിരുന്ന നെയ്ത്തും അവർ പുന:സംഘടിപ്പിച്ചു. ഇതിന്റെ ഫലമായാണ് തിരുവണ്ണൂർ, പാപ്പിനിശ്ശേരി, കണ്ണൂർ മുതലായ സ്ഥലങ്ങളിൽ കോട്ടൺമില്ലുകൾ വളർന്നുവന്നത്.

ഇവയോടൊപ്പം മറ്റു ചില ഉല്പാദന രൂപങ്ങളും സംഘടിതരൂപം

കൈക്കൊണ്ടു. ബിഡി, ചുരുട്ടു നിർമ്മാണമായിരുന്നു അവയിലൊന്ന്. ബീഡിക്കും ചുരുട്ടിനും ആവശ്യമായ പുകയില പുറത്തുനിന്നു കൊണ്ടുവരികയും അതു തെറുക്കുന്ന ജോലി മലബാറിൽ നിന്നു ചെയ്യുകയുമായിരുന്നു. കണ്ണൂർ, തലശ്ശേരി, വടകര, പൊന്നാനി, ആലത്തൂർ, പാലക്കാട് തുടങ്ങിയ സ്ഥലങ്ങളിലെല്ലാം ബീഡിനിർമ്മാണം പ്രചരിച്ചു. നിരവധി ചെറുകിട കമ്പനികളായിരുന്നു ബീഡി–ചുരുട്ടു നിർമ്മാണത്തിലേർപ്പെട്ടത്. പിടികക്കോലായയിലും ചെറിയ മുറികളിലു മടക്കം ഒരു തരത്തിലും ആരോഗ്യകരമല്ലാത്ത സാഹചര്യങ്ങളിലായി രുന്നു ബീഡിതെറുപ്പ് നടത്തിയത്. പരമാവധി മൂന്നണയാണ് കൂലി ലഭിച്ചത്. എണ്ണക്കെട്ട് എന്ന സമ്പ്രദായം വ്യാപകമായിരുന്നു. രാത്രി ബീഡിതെറുക്കാൻ നിർബന്ധിക്കുകയും ബീഡിതെറുക്കുന്നവർ ഉപയോ ഗിക്കുന്ന മണ്ണെണ്ണയ്ക്കു കൂലിയായി ഒരു കെട്ട് ബീഡി മുതലാളിക്കു നൽകുകയും ചെയ്യുന്ന രീതിയാണിത്. പീടികത്തൊഴിലാളികൾ, പ്രസ് തൊഴിലാളികൾ, ബസ് തൊഴിലാളികൾ തുടങ്ങിയവരുടെ അവസ്ഥയും വ്യത്യസ്തമല്ലായിരുന്നു. അവർക്കും തൊഴിൽ സമയ നിർബന്ധനകളില്ല.

തിരുവിതാംകൂറിലെ തൊഴിലാളികളിൽനിന്ന് ഒരു പ്രധാനവ്യത്യാ സം മലബാറിലെ തൊഴിലാളികൾക്കുണ്ടായിരുന്നു നെയ്ത്തുതൊഴിലാളി കളെ മാറ്റി നിർത്തിയാൽ മറ്റു മേഖലകളിലുള്ള തൊഴിലാളികളെല്ലാം പ്രത്യേക ജാതി സമൂഹങ്ങളെ കേന്ദ്രീകരിച്ചല്ല രൂപം കൊണ്ടത്. കാർഷിക വൃത്തിയിൽനിന്നും നാടൻ കൈത്തൊഴിലുകളിൽ നിന്നും പുറന്തള്ള പ്പെട്ടവരാണ് വ്യവസായ തൊഴിലാളികളായി രംഗത്തുവന്നത്. ഇവർ വ്യത്യസ്ത ജാതികളിൽപെട്ടവരായിരുന്നു. അവരുടെ അധ്വാനം ഏതെ ങ്കിലും പാരമ്പര്യത്തിന്റെ ഭാഗമായിരുന്നില്ല. തിരുവിതാംകൂറിനെപ്പോലെ യുള്ള മൂപ്പൻ സമ്പ്രദായവും കുറവായിരുന്നു. ബീഡിതെറുപ്പും ചുരുട്ടു നിർമ്മാണവും നെയ്ത്തുമെല്ലാം ചെറിയ കൂട്ടായ്മകളിലൂടെയാണ് പ്രവർ ത്തിച്ചിരുന്നത്. മില്ലുകൾ വളർന്നു വന്നപ്പോൾ ആധുനികരീതിയിലുള്ള മാനേജർമാരുടെ രീതിയാണ് പൊതുവിൽ നിന്നത്.

തൊഴിലാളികൾ പണിയെടുത്ത സാഹചര്യങ്ങൾ തികച്ചും ദയനീയമായിരുന്നു. മിൽ തൊഴിലാളികൾ 10–12 മണിക്കൂർ പണിയെടു ക്കണമായിരുന്നു. ബീഡിതെറുപ്പുകാർ 12–13 മണിക്കൂർ വീതവും. ദിവസക്കൂലിയാണ് നൽകിയത്. ദിവസക്കൂലി ഉപജീവനത്തിനുപോലും തികയില്ലായിരുന്നു. മലബാറിൽ 1000 ബീഡിക്ക് 5 അണയായിരുന്നു കൂലി. അതിൽ നിന്നുതന്നെ പുകയില തൂക്കക്കുറവ്, മണ്ണെണ്ണയ്ക്കുവേണ്ടി എന്നീ കാരണം പറഞ്ഞ് കൂലിയുടെ ഒരു ഭാഗം തിരിച്ചു പിടിച്ചു. ചക്കരചെത്തുകാർക്ക് 3 അണ 4 പൈസ ആയിരുന്നു കൂലി. തുറമുഖ തൊഴിലാളികൾക്ക് ഒരു ടൺ സാധനം ഇറക്കുകയോ കയറ്റുകയോ ചെയ്യുന്നതിന് 2 അണ 9 പൈസ ഒരു വാര തുണി ഇറക്കുന്നതിന് നാലു പൈസ എന്നിങ്ങനെയായിരുന്നു കൂലി. നിസ്സാര കാരണത്തിന് പിഴ

ഇടുന്ന രീതിയും വ്യാപകമായിരുന്നു. തൊഴിലാളികളിൽ നിരവധിപേർ മറ്റു പ്രദേശങ്ങളിൽ നിന്ന് വന്നവരായതുകൊണ്ട് പാർപ്പിട സൗകര്യങ്ങളും മറ്റും കണ്ടെത്തേണ്ടിയിരുന്നു. പിരിച്ചുവിടൽ വ്യാപകവുമായിരുന്നു. തൊഴിൽ നിയമങ്ങളുണ്ടായിരുന്നെങ്കിലും അവ നടപ്പിലാക്കാൻ മാനേജ്മെന്റുകൾ ശ്രദ്ധിച്ചില്ല. ചെറിയതോതിലുള്ള ചെറുത്തു നിൽപ്പുകൾപോലും മാനേജ്മെന്റുകൾ അനുവദിച്ചതുമില്ല. ചെറുത്തു നിന്നാൽ അവർ താമസിച്ചിരുന്ന വീടുകളിൽ നിന്നുവരെ കുടിയിറക്കി വിടും. ബീഡി-ചുരുട്ടുതൊഴിലാളികൾ പണിയെടുത്ത മലിനീകൃതമായ സാഹചര്യങ്ങൾ അവരുടെ ആരോഗ്യത്തെയും ബാധിച്ചു.

1929 ലെ സാമ്പത്തികമാന്ദ്യം മലബാറിലെ വ്യവസായങ്ങളെ നേരിട്ടു ബാധിച്ചു. തൊഴിലാളികളെ പിരിച്ചുവിടുക കൂലി വെട്ടിക്കുറയ്ക്കുക തുടങ്ങിയ രീതികൾ വ്യാപകമായി. ഇതിനെതിരായാണ് തൊഴിലാളികൾ ആദ്യം പണിമുടക്കിയത്. 1931 ൽ കോഴിക്കോട് കോമൺവെൽത്ത് ഫാക്ടറിയിൽ ഉണ്ടായ പണിമുടക്ക് ഏതെങ്കിലും ട്രേഡ് യൂണിയൻ നേതൃത്വത്തിലായിരുന്നില്ല. കോമൺവെൽത്ത് ട്രസ്റ്റിന്റെ കണ്ണൂരിലെ നെയ്ത്ത് കമ്പനിയിലും ഫറോക്കിലെ ഓട്ടുകമ്പനിയിലും പണിമുടക്കു നടന്നതും ട്രേഡ് യൂണിയൻ നേതൃത്വത്തിലായിരുന്നില്ല. വി ആർ നായനാരുടെ നേതൃത്വത്തിലുള്ള ഭാരത് സേവാസംഘം പ്രവർത്തകരാണ് പണിമുടക്ക് ഒത്തു തീർക്കാൻ ശ്രമം നടത്തിയത്. 1931 ലെ കോമൺ വെൽത്ത് പണിമുടക്കിന് നേതൃത്വം നൽകിയത് യു. ഗോപാല മേനോനാണ്. കണ്ണൂരിൽ തിയോസഫി പ്രസ്ഥാനവും തൊഴിലാളി പ്രശ്നങ്ങളിൽ ഇടപെട്ടതായി കാണാം. ഇത്തരത്തിലുള്ള ഇടപെടലുകൾ തൊഴിലാളികളും മുതലാളിമാരും തമ്മിലുള്ള പ്രശ്നം രമ്യമായി പരിഹരിക്കുന്നതിനുള്ള തർക്കപരിഹാര രൂപങ്ങൾ നടപ്പിലാക്കുക എന്നതിലപ്പുറം പോകാൻ തയ്യാറായിരുന്നില്ല.

ആദ്യഘട്ടത്തിൽ ഇത്തരത്തിലുള്ള തൊഴിൽ സംഘങ്ങളും തൊഴിൽ തർക്കങ്ങളിൽ മദ്ധ്യസ്ഥം വഹിക്കുന്ന സംഘടനകളായിരുന്നു. ബീഡി തൊഴിലാളികളെ ആദ്യം സംഘടിപ്പിച്ചത് ശ്രീ നാരായണ തൊഴിലാളി സംഘം എന്ന നിലയിലായിരുന്നു. കോൺഗ്രസ് പ്രവർത്തകരായിരുന്ന പി എം കുഞ്ഞിരാമൻ നമ്പ്യാരും ടി വി അനന്തനുമായിരുന്നു നെയ്ത്തു തൊഴിലാളികളെ ആദ്യം സംഘടിപ്പിച്ചത്. ക്രമേണ ഇവരുടെ നേതൃത്വം സോഷ്യലിസ്റ്റുകളുടെ കയ്യിലേക്കുവരികയും തൊഴിലാളികളിൽ നിന്നുതന്നെ നിരവധി നേതാക്കൾ ഉയർന്നുവരികയും ചെയ്തു. സി കണ്ണൻ, ടി കെ കരുണൻ, പി കെ കൃഷ്ണൻ, പി വി കുട്ടി, ടി രാമുണ്ണി, സി എച്ച് കണാരൻ, അഴിക്കോടൻ രാഘവൻ തുടങ്ങിയവർ ഉദാഹരണങ്ങളാണ്. ട്രേഡ് യൂണിയൻ പ്രവർത്തനം മദ്ധ്യസ്ഥശ്രമങ്ങളിൽനിന്ന് വർഗസമരങ്ങളിലേക്ക് മാറിവരുന്നുവെന്നതിന്റെ സൂചനയായിരുന്നു അത്. ഇങ്ങനെ വളർന്നുവന്ന നേതാക്കൾ ഏതാണ്ടെല്ലാവരും കമ്മ്യൂണിസ്റ്റ്

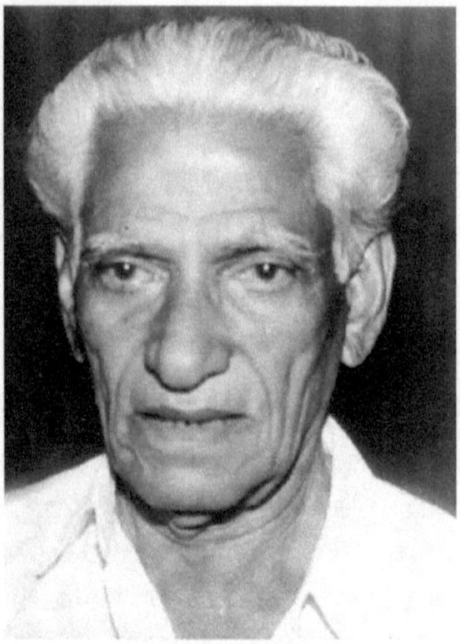

സി കണ്ണൻ

പാർട്ടിയിൽ ചേർന്നു. ഇക്കാലത്തെ പ്രധാനപ്പെട്ട സംഘടിതസമരം നടന്നത് പാപ്പിനിശ്ശേരിയിൽ സാമുവൽ ആറോണിന്റെ മില്ലിലായിരുന്നു. 1934 ൽ മാണിക്കോരൻ എന്ന തൊഴിലാളിയെ മില്ലിന്റെ വർക്സ് മാനേജർ ബൂട്ട്സിട്ടു ചവിട്ടി. മാണിക്കോരൻ തിരിച്ചടിച്ചു. മാണിക്കോരൻ പുറത്താക്കപ്പെട്ടു. അയാളെ തിരിച്ചെടുക്കണമെന്നാവശ്യപ്പെട്ട് മില്ലിലെ പവർലൂം തൊഴിലാളികൾ പണിമുടക്കി. വിവരമറിഞ്ഞ് അന്നത്തെ കോൺഗ്രസ് നേതാക്കളായിരുന്നു കെ പി ആർ ഗോപാലൻ, കെ പി ഗോപാലൻ, കേരളീയൻ, വിഷ്ണു ഭാരതീയൻ എന്നിവർ അവിടെ എത്തി. അവർ മറ്റൊരു കോൺഗ്രസുകാരനും മില്ലുടമയുമായ സാമുവൽ ആറോണുമായി ചർച്ചക്കു ശ്രമിച്ചെങ്കിലും ഫലമുണ്ടായില്ല. തൊഴിലാളികൾ സംഘടിച്ചു. സംഘടനയെ എതിർത്ത മാനേജ്മെന്റ് കാന്തലോട്ട് കുഞ്ഞമ്പു അടക്കമുള്ള തൊഴിലാളികളെ പിരിച്ചുവിട്ടു. എങ്കിലും സംഘടന ശക്തിപ്രാപിച്ചുവെന്നു മാത്രമല്ല ചുറ്റുപാടുമുണ്ടായിരുന്ന നാട്ടുകാരെ തൊഴിലാളി പ്രശ്നങ്ങളുടെ പേരിൽ സംഘടിപ്പിക്കാനും കഴിഞ്ഞു. ഇ കെ നായനാർ സെക്രട്ടറിയായി തൊഴിലാളി യൂണിയൻ പുനഃസംഘടിപ്പിച്ചു.

ആധുനിക രീതിയിലുള്ള ട്രേഡ് യൂണിയനുകൾ വളർന്നുവന്നത് 1930 കളിലാണ്. 1931 ൽ കെ പി ഗോപാലന്റെ നേതൃത്വത്തിൽ ഒരു ഉത്തര മലബാർ തൊഴിലാളി യൂണിയൻ ആരംഭിച്ചിരുന്നു. നെയ്ത്തുതൊഴിലാളികളായിരുന്നു ഈ യൂണിയന്റെ പ്രധാന ശക്തി. 1934 ൽ അഴിക്കോട് രാജേശ്വരി മില്ലിൽ നെയ്ത്തു തൊഴിലാളി യൂണിയൻ രൂപംകൊണ്ടു പാമ്പൻ മാധവൻ പ്രസിഡന്റും തിയോസഫിസ്റ്റായ പി വി ചാത്തുനായർ സെക്രട്ടറിയുമായിരുന്നു. പി എം കുഞ്ഞിരാമൻ നമ്പ്യാർ, ടി വി അനന്തൻ തുടങ്ങിയവരും യൂണിയൻ പ്രവർത്തനങ്ങളിൽ കേന്ദ്രീകരിച്ചു. കക്കാട്, ചൊവ്വ, അലവിൽ, പുതിയതെരു, ചിറക്കൽ തുടങ്ങിയ സ്ഥലങ്ങളിൽ പ്രാദേശിക യൂണിയനുകൾ രൂപംകൊണ്ടു.

ബീഡിത്തൊഴിലാളികളുടെ പ്രധാനകേന്ദ്രം മംഗലാപുരമായിരുന്നു. മംഗലാപുരത്ത് തൊഴിലാളികളെ ആദ്യമായി സംഘടിപ്പിക്കുന്നതും യൂണിയൻ ഉണ്ടാക്കുന്നതും കമലാദേവി ചതോപാദ്ധ്യായ ആയിരുന്നു. മംഗലാപുരത്ത് പ്രവർത്തിച്ചിരുന്ന ബീഡി കമ്പനികളിൽ തൊഴിലാളികളായി കണ്ണൂർ-തലശ്ശേരി ഭാഗങ്ങളിൽ നിന്നുള്ള നിരവധി മലയാളികൾ

ജോലി ചെയ്തിരുന്നു. യാത്ര സൗകര്യമായിരുന്നു ഇതിന് പ്രധാനകാരണം. മലയാളികളായ ബീഡി തൊഴിലാളികളാണ് കൂലി വർദ്ധനവിന് വേണ്ടിയുള്ള ആവശ്യം ഉയർത്തിക്കൊണ്ട് വന്നതെന്ന് മംഗലാപുരത്തെ തലമുതിർന്ന കമ്മ്യൂണിസ്റ്റ് നേതാവ് ശ്രീയാൻ അഭിപ്രായപ്പെടുന്നു. ഇവിടെനിന്നുള്ള അനുഭവത്തിന്റെ പാഠം ഉൾക്കൊണ്ട് ചില തൊഴിലാളികൾ കണ്ണൂരെ ബീഡിത്തൊഴിലാളികളെ സംഘടിപ്പിക്കാൻ ശ്രമിച്ചു. ലക്ഷ്മി ബീഡി കമ്പനിയിലാണ് ആദ്യം തൊഴിലാളികളെ സംഘടിപ്പിച്ചത് സി കണ്ണൻ, ചട്ടക്കുഞ്ഞിരാമൻ, ചേനോളി ദാമോദരൻ, കോട്ടായി കൃഷ്ണൻ തുടങ്ങിയവർ ലക്ഷ്മി ബീഡിക്കമ്പനിയിലെ തൊഴിലാളികളായിരുന്നു. 1934 ൽ ചന്ത്രോത്ത് കുഞ്ഞിരാമൻനായരുടെ നേതൃത്വത്തിൽ ബീഡിത്തൊഴിലാളി യൂണിയൻ ഉണ്ടായി. അതിന്റെ പ്രസിഡന്റ് പോതേരി മാധവൻ വക്കീലും വൈസ്പ്രസിഡന്റ് ചട്ടക്കുഞ്ഞിരാമനും സെക്രട്ടറി കോട്ടായി കൃഷ്ണനുമായിരുന്നു. ബീഡിത്തൊഴിലാളികളുടെ ഇടയിൽ ആദ്യഘട്ടത്തിൽ ശ്രീനാരായണ ഗുരുവിന്റെ വചനങ്ങൾക്ക് ശക്തമായ സ്വാധീനമുണ്ടായിരുന്നു. തലശ്ശേരിയിൽ 1934 ൽ ഉണ്ടായ ശ്രീനാരായണ ബീഡിത്തൊഴിലാളി സംഘം ഉദാഹരണമാണ്. പിന്നീടത് സോഷ്യലിസ്റ്റ് കാഴ്ചപ്പാടായി മാറി.

കെ പി സി സി ഇതിനകം തൊഴിലാളിസംഘടനാ രൂപീകരണത്തിൽ സജീവമായിരുന്നു. 1934 ഡിസംബറിൽ തൊഴിലാളികളെ സംഘടിപ്പിക്കാൻ പി കൃഷ്ണപിള്ള (കൺവീനർ) കെ പി ഗോപാലൻ, ചന്ത്രോത്ത് കുഞ്ഞിരാമൻ നായർ എന്നിവരടങ്ങുന്ന കമ്മിറ്റി രൂപീകരിച്ചു. അടിമപ്പണിയിൽ നിന്നുള്ള മോചനം, സമരം ചെയ്യാനുള്ള അവകാശം, ആഴ്ചയിൽ 48 മണിക്കൂർ ജോലി, ആവശ്യത്തിനു കൂലി, ഇൻഷുറൻസ് പദ്ധതികൾ, സ്ത്രീകൾക്ക് പൂർണ ശമ്പളത്തോടുകൂടി പ്രസവാവധി, ബാലവേലയുടെ നിരോധനം, തുല്യ ജോലിക്കു തുല്യ വേതനം. കൂലി ആഴ്ചയിൽ എന്നിവയായിരുന്നു പ്രധാനപ്പെട്ട ആവശ്യങ്ങൾ. തൊഴിലാളികളെ സാക്ഷരരാക്കാനും, പൊതുവിജ്ഞാനം നൽകാനും, പ്രസംഗപരിശീലനം നൽകാനും, ഫാക്ടറികാര്യങ്ങൾ നന്നായി കൈകാര്യം ചെയ്യുന്നതിനും പരിശീലിപ്പിക്കുന്ന നിശാപാഠശാലകൾ പി കൃഷ്ണപിള്ളയുടെ നേതൃത്വത്തിൽ നടത്തി. കെ പി ഗോപാലൻ, കേരളീയൻ, മഞ്ചുനാഥറാവു, പി കെ രാമുണ്ണി

കേരളീയൻ

നായർ തുടങ്ങിയവരും ഈ പ്രവർത്തനങ്ങൾക്ക് നേതൃത്വം നൽകി. 1934 ൽ 17 പേർ അടങ്ങിയ കാലിക്കറ്റ് ലേബർ യൂണിയൻ സ്ഥാപിച്ചു. എല്ലാ ഫാക്ടറിപടിക്കലും പി കൃഷ്ണപിള്ള പോയി തൊഴിലാളികളുമായി സംസാരിച്ചും തൊഴിലാളികളുടെ അടിയന്തരാവശ്യങ്ങളെ സംബന്ധിച്ച ലഘുലേഖ വിതരണം ചെയ്തും നിരവധി ദിവസം മിനക്കെട്ടിട്ടാണ് 17 പേരെ സംഘടിപ്പിക്കാൻ കഴിഞ്ഞത്. ആദ്യഘട്ടത്തിൽ ലേബർ യൂണിയനിൽ നിരവധി വ്യവസായങ്ങളിലെ തൊഴിലാളികളുണ്ടായിരുന്നു. ക്രമേണ എല്ലാ വ്യവസായശാലകളിലും യൂണിയനുകൾ ഉണ്ടായി.

1922 ലെ ഇന്ത്യൻ ഫാക്ടറീസ് ആക്ടനുസരിച്ച് ഞായറാഴ്ച ഒഴികെയുള്ള ആഴ്ചയിൽ 60 മണിക്കൂറായിരുന്നു തൊഴിൽ സമയം. 1934 ൽ ജോലി സമയം ആഴ്ചയിൽ 54 മണിക്കൂർ ആയി നിജപ്പെടുത്തിക്കൊണ്ട് സർക്കാർ ഉത്തരവിറക്കി. എന്നാൽ ഈ ഉത്തരവ് പാലിക്കാൻ മാനേജ്മെന്റുകൾ തയ്യാറായില്ല. പല മാനേജ്മെന്റുകളും ആഴ്ചയിൽ അഞ്ചര ദിവസം പണിയെടുപ്പിക്കുകയും അരദിവസത്തെ കൂലി പിടിച്ചുവെക്കുകയും ചെയ്തു. ഇതിനെതിരെയുള്ള പ്രതിഷേധമാണ് യൂണിയനുകൾ വ്യാപിക്കാനുള്ള പ്രധാന കാരണം. യൂണിയനിൽ ചേർന്നു എന്ന കാരണത്താൽ ഫറോക്കിലെ മലബാർടൈൽവർക്സിലെ രണ്ടു തൊഴിലാളികളെ പിരിച്ചുവിട്ടു. അതിനെതിരെ കെ പി ഗോപാലൻ ടൈൽവർക്ക്സിനു സമീപം നിരാഹാരസത്യഗ്രഹം ആരംഭിച്ചു. (1935 ജനുവരി 27) പി കൃഷ്ണപിള്ള, എ കെ ഗോപാലൻ, മഞ്ചുനാഥറാവു, പി നാരായണൻ നായർ തുടങ്ങിയവരെല്ലാം സമരത്തിൽ പങ്കെടുത്തു. ഗോപാലന്റെ നിരഹാരം ഫെബ്രുവരി 6 വരെ നീണ്ടു. ഈ സമരം വൻതോതിൽ തൊഴിലാളികളെയും പൊതുജനങ്ങളെയും സ്വാധീനിക്കുകയും നിരവധി തൊഴിലാളിമേഖലകളിൽ യൂണിയനുകൾ ഉണ്ടാവുകയും ചെയ്തു. പീടിക തൊഴിലാളികൾ, പ്രസ് തൊഴിലാളി യൂണിയൻ, സോപ്പ് തൊഴിലാളി യൂണിയൻ തുടങ്ങിയവ ചിലതാണ്.

തൊഴിൽ സമയം ദിവസം 9 മണിക്കൂറാക്കി ആറു ദിവസത്തെ കൂലി നൽകണമെന്നുള്ള പ്രക്ഷോഭം ചിലയിടങ്ങളിൽ പണിമുടക്കായി. ഇതും ജനാധിപത്യപരമായ തെരഞ്ഞെടുപ്പ് മുതലായ ആവശ്യങ്ങളും മുൻനിർത്തി 1935 ഫെബ്രുവരി 4 മുതൽ 10 വരെ തൊഴിലാളി വാരമായി ആചരിക്കാൻ പി കൃഷ്ണപിള്ളയും എ കെ ഗോപാലനും അഭ്യർത്ഥിച്ചു. തൊഴിലാളി വാരാചരണത്തിൽ കല്ലായിയിൽ പ്രസംഗിച്ചതിന് മാനാരി അപ്പു എന്ന തൊഴിലാളിയെ തിരുവണ്ണൂർ കോട്ടൺ മിൽ മാനേജ്മെന്റ് പിരിച്ചു വിട്ടു. സ്പിന്നിംഗ് വിഭാഗത്തിലെ 200ൽ പരം തൊഴിലാളികൾ ഉടൻതന്നെ പണിമുടക്കി. അതിൽ പകുതിയും സ്ത്രീകളായിരുന്നു. പിരിച്ചു വിട്ടവരെ തിരിച്ചെടുക്കുക, പണിമുടക്കുന്ന തൊഴിലാളികൾക്കുമേൽ ശിക്ഷാനടപടികൾ എടുക്കാതിരിക്കുക തൊഴിൽ എട്ടുമണിക്കൂറാക്കുക തുടങ്ങിയ ആവശ്യങ്ങൾ ഉന്നയിച്ച് ഫെബ്രുവരി 12 മുതൽ

മുഴുവൻ തൊഴിലാളികളും പണിമുടക്കി. പി കൃഷ്ണപിള്ള, എ കെ ജി, പി നാരായണൻ നായർ, ചന്ദ്രോത്ത്, മഞ്ചു നാഥറാവു, പി എം കൃഷ്ണമേനോൻ എന്നിവർ അടങ്ങിയ നേതൃത്വ സമിതി സമരം നയിച്ചു. അവസാനം അപ്പുവിനെ തിരിച്ചെടുക്കാനും ആറേകാൽ ശതമാനം കൂലി കൂട്ടിക്കൊടുക്കാനും ധാരണയായി.

ഫറോക്കിൽ യൂണിയൻ പ്രവർത്തനങ്ങളെ തടസ്സപ്പെടുത്താൻ പോലീസിനെയും ഗുണ്ടകളെയും ഉപയോഗിക്കാൻ മാനേജ്മെന്റ് ആരംഭിച്ചു. ഫറോക്കിലും പരിസരങ്ങളിലും പൊതുയോഗങ്ങൾ തടഞ്ഞുകൊണ്ടു 144–ാം വകുപ്പ് നടപ്പിലാക്കുകയും പി കൃഷ്ണപിള്ള, എ കെ ജി, കെ പി ഗോപാലൻ, മഞ്ചുനാഥറാവു, ചന്ദ്രോത്ത് എന്നിവരെ പൊതുയോഗങ്ങളിൽ പങ്കെടുക്കുന്നതിൽ നിന്ന് കോടതി തടയുകയും ചെയ്തു. ഓട്ടുകമ്പനി തൊഴിലാളികൾ മാർച്ച് 4 മുതൽ വീണ്ടും പണിമുടക്കി. 40 ദിവസത്തോളം നീണ്ടുനിന്ന സമരത്തെ തകർക്കാനായി മുതലാളിമാർ ഹിന്ദുമുസ്ലീം വേർതിരിവടക്കം എല്ലാ ആയുധങ്ങളും പ്രയോഗിച്ചു. അവസാനം സമരം വിജയം നേടാനാവാതെ പിൻവലിക്കേണ്ടിവന്നു. പണിമുടക്കു കാലത്ത് എസ് എ ഡാങ്കെയും പി സുന്ദരയ്യയും കോഴിക്കോട് സന്ദർശിച്ചു.

1934–35 കാലഘട്ടം ഏതാണ്ടെല്ലാവിഭാഗത്തിൽപെട്ട തൊഴിലാളികളും സംഘടിതരായ കാലമായിരുന്നു. മുൻപ് സൂചിപ്പിക്കപ്പെട്ടവർ കൂടാതെ മത്സ്യതൊഴിലാളികൾ, ബീഡി–ചുരുട്ട് തൊഴിലാളികൾ, കരിങ്കൽ തൊഴിലാളികൾ, മുൻസിപ്പൽ തൊഴിലാളികൾ, തുറമുഖത്തെ കയറ്റിറക്ക് തൊഴിലാളികൾ, പ്രസ് തൊഴിലാളികൾ തുടങ്ങിയവരെല്ലാം സംഘടിതരായി. ഇവരിൽ പലതിനും മുൻകൈയെടുത്തത് പി നാരായണൻ നായരായിരുന്നു. 1935 മെയ് 26 ന് കോഴിക്കോട് നടന്ന അഖില കേരളതൊഴിലാളി സമ്മേളനം ഈ വ്യാപനത്തിന്റെ സൂചനയായിരുന്നു. കേരളത്തിലൊട്ടാകെയുള്ള യൂണിയനുകളെ പ്രതിനിധീകരിച്ച് കെ പി ഗോപാലൻ, പി കെ ബാലൻ, എ കെ ഗോപാലൻ, മഞ്ചുനാഥറാവു, എൻ സി ശേഖർ, കെ കെ വാര്യർ, പി എസ് നമ്പൂതിരി, ആർ സുഗതൻ തുടങ്ങിയവർ സംബന്ധിച്ചു. പ്രമുഖ ട്രേഡ് യൂണിയൻ നേതാവായിരുന്ന മണി ബെൻ

സുഗതൻ

കാരയാണ് സമ്മേളനത്തിൽ അദ്ധ്യക്ഷത വഹിച്ചത്. പി കൃഷ്ണപിള്ള സെക്രട്ടറിയായി പുതിയ സംസ്ഥാന കമ്മിറ്റിയെ സമ്മേളനം തെരഞ്ഞെടുത്തു.

സമ്മേളനത്തിനുശേഷം കോഴിക്കോട് നിരവധി ഫാക്ടറികളിൽ സമരങ്ങൾ പടർന്നു പിടിച്ചു. മുൻ സമരത്തിലെ ഒത്തു തീർപ്പു വ്യവസ്ഥകൾ മാനേജ്മെന്റ് പാലിക്കാത്തതുകൊണ്ട് തിരുവണ്ണൂർ കോട്ടൺമില്ലിലെ 600 ഓളം തൊഴിലാളികൾ 1935 മെയ് 11 ന് വീണ്ടും പണിമുടക്കി. യൂണിയനെ അംഗീകരിക്കുക, കൂലി വർദ്ധിപ്പിക്കുക, കരാർ സമ്പ്രദായം അവസാനിപ്പിക്കുക തുടങ്ങിയ ആവശ്യങ്ങൾ ഉന്നയിക്കപ്പെട്ടു. സമരത്തെ അടിച്ചമർത്താനുള്ള തീവ്രമായ ശ്രമങ്ങൾ നടക്കുകയും കൃഷ്ണപിള്ള, എ കെ ജി, എൻ സി ശേഖർ, എൻ പി കുരുക്കൾ എന്നിവർക്കെതിരെ നിരോധനാജ്ഞ പുറപ്പെടുവിക്കുകയും ചെയ്തു. കോഴിക്കോട്ടെ തൊഴിലാളികളുടെ ഏറ്റവും ദീർഘമായ ഈ സമരം 2 മാസം 5 ദിവസം നീണ്ടുനിന്നു.

എൻ സി ശേഖർ

പ്രീമിയർ ഹോസിയർവർക്ക്സിൽ നിന്നു പിരിച്ചു വിട്ട പി കണാരനെ തിരിച്ചെടുക്കാനും ആ കമ്പനിയിലെ കട്ടിംഗ്, വെന്റിംഗ്, ചെക്കിംഗ് വിഭാഗങ്ങളിലെ തൊഴിലാളികളുടെ കൂലി വർദ്ധിപ്പിക്കാനുമുള്ള സമരമായിരുന്നു മറ്റൊന്ന്. പുതിയറ ഓട്ടുകമ്പനിയിൽ ഇമ്പിച്ചി എന്ന തൊഴിലാളിയെ ഫാക്ടറി മാനേജറും ഫോർമാനും ചേർന്ന് മർദ്ദിക്കുകയും അടുത്ത ദിവസം പിരിച്ചുവിടുകയും ചെയ്തു. അതിനെതിരെ 1937 സെപ്തംബർ 11ന് തൊഴിലാളികൾ പണിമുടക്കി. കരിങ്കാലികളെ തടയുന്നതിനായി കമ്പനിഗേറ്റിൽ തൊഴിലാളികൾ പിക്കറ്റിംഗ് ആരംഭിച്ചു. പി കൃഷ്ണപിള്ള, പി നാരായണൻനായർ, കെ ദാമോദരൻ തുടങ്ങിയവർ സമരത്തിന് നേതൃത്വം നൽകി. പി കൃഷ്ണപിള്ളയും മറ്റുള്ളവരും അറസ്റ്റ് ചെയ്യപ്പെട്ടു.

കണ്ണൂരിലും തലശ്ശേരിയിലും വടകരയിലും ബീഡിത്തൊഴിലാളികളുടെ ഇടയിലാണ് പ്രധാനമായി സമരങ്ങൾ അരങ്ങേറിയത്. 1930 കളിൽ ബീഡിക്ക് ഇന്ത്യക്കകത്തും പുറത്തും വൻതോതിലുള്ള വിപണിയുണ്ടായി. ദേശീയ പ്രസ്ഥാനത്തിന്റെ വിദേശ ഉൽപന്നങ്ങളുടെ ബഹിഷ്ക്കരണം ബീഡിയുടെ വിപണി വർദ്ധിപ്പിച്ചു. ചട്ട ബീഡി, മദൻ ബീഡി, ലക്ഷ്മി ബീഡി, വൈറ്റ് ഹാൾ ബീഡി, കൃഷ്ണ ബീഡി, സാധു ബീഡി

എന്നിവയായിരുന്നു കണ്ണൂരിലെ പ്രധാന ബീഡിക്കമ്പനികൾ. 1936 ലെ മദ്രാസ് ഗവൺമെന്റ് ഫാക്ടറീസ് ആക്ട് 20 ൽ പരം തൊഴിലാളികൾ ജോലി ചെയ്യുന്നതും വൈദ്യുതി ഉപയോഗിക്കാത്തതുമായ എല്ലാ ഫാക്ടറികളെയും നിയമപരിധിയിൽ കൊണ്ടുവന്നു. ഇതിലെ വ്യവസ്ഥകൾ മുതലാളിമാർ പാലിക്കാൻ കൂട്ടാക്കാത്തത് തൊഴിലാളികളും മുതലാളിമാരും തമ്മിലുള്ള സംഘർഷം വർദ്ധിപ്പിച്ചു.

ഇതിനിടയിൽ ബീഡിത്തൊഴിലാളി യൂണിയൻ എല്ലാ കമ്പനികളിലുമുള്ള ബീഡിത്തൊഴിലാളികളെ സംഘടിപ്പിച്ചരുന്നു. കൂലി വർദ്ധനയടക്കമുള്ള ആവശ്യങ്ങൾ ഉന്നയിച്ച് 1937 ഡിസംബർ 6 ന് കണ്ണൂരെ ബീഡിത്തൊഴിലാളികൾ പണിമുടക്കി. പണിമുടക്ക് കമ്മിറ്റി പ്രസിഡന്റ് എ കെ ഗോപാലൻ ആയിരുന്നു. കെ പി ആർ ഗോപാലൻ, കെ പി ഗോപാലൻ, സുബ്രഹ്മണ്യൻ തിരുമുമ്പ്, വിഷ്ണുഭാരതീയൻ തുടങ്ങിയവരും സജീവമായി പങ്കെടുത്തു. അരിയും ഭക്ഷ്യവസ്തുക്കളും ശേഖരിച്ച് തൊഴിലാളികളും കൃഷിക്കാരും സമരത്തെ സഹായിച്ചു. 38 ദിവസത്തിനുശേഷം കൂലി വർദ്ധന ഉറപ്പുവരുത്തിക്കൊണ്ട് സമരം അവസാനിച്ചു. പണിമുടക്കിനുശേഷം ജോലിക്കു കയറാതിരുന്ന തൊഴിലാളികൾ മംഗലാപുരത്തുനിന്നു വന്ന മറ്റു ബീഡിക്കമ്പനികളിൽ ജോലി ചെയ്തു.

കെ പി ഗോപാലൻ

ഇതിനിടെ കണ്ണൂരും പരിസര പ്രദേശത്തുമുള്ള ചുരുട്ടുതൊഴിലാളികൾ സംഘടിക്കാൻ തുടങ്ങി. ചുരുട്ടുൽപ്പാദനം നടത്തിയത് ബീഡിക്കമ്പനികൾ തന്നെയായതുകൊണ്ട് അവരെയും ബീഡിത്തൊഴിലാളികളെയും ഒന്നിച്ചു ചേർക്കാനുള്ള ശ്രമങ്ങൾ നടന്നു. 1938 ൽ മലബാർ ബീഡി ആൻഡ് സിഗാർവർക്കേഴ്സ് ഫെഡറേഷൻ നിലവിൽവന്നു.

തലശ്ശേരിയിലെ ബീഡിത്തൊഴിലാളികൾ കോൺഗ്രസ് സോഷ്യലിസ്റ്റ് സ്വാധീനത്തിൽ വരുകയും തലശ്ശേരി ബീഡിത്തൊഴിലാളി യൂണിയൻ രൂപീകരിക്കുകയും ചെയ്തു. തലശ്ശേരി ചർക്കാ ബീഡിത്തൊഴിലാളികൾ കൂലി വർദ്ധന ആവശ്യപ്പെട്ടുകൊണ്ട് പണിമുടക്കി. മുതലാളി പൊന്നാനി, കൊണ്ടോട്ടി, മലപ്പുറം തുടങ്ങിയ സ്ഥലങ്ങളിൽനിന്ന് തൊഴിലാളികളെ കൊണ്ടുവന്നു പണിയെടുപ്പിച്ചു. തൊഴിലാളികൾ ഈ തന്ത്രത്തോട് പ്രതികരിച്ചത് തൊഴിലാളി ബീഡി വർക്സ് എന്ന

മറ്റൊരു ബീഡിക്കമ്പനി ആരംഭിച്ചാണ്. തൊഴിലാളി ബീഡി ഏറെക്കാലം നിലനിന്നില്ല. ന്യൂദർബാർ ബീഡിയിൽ നടന്ന പണിമുടക്കായിരുന്നു മറ്റൊന്ന്. മുതലാളി മുന്നറിയിപ്പില്ലാതെ കൂലിയിൽ കുറവു വരുത്തുകയും രണ്ടു തൊഴിലാളികളെ പിരിച്ചു വിടുകയും ചെയ്തു. തൊഴിലാളികൾ 1937 നവംബർ 20 മുതൽ പണിമുടക്കി. പി കൃഷ്ണപിള്ള, എ കെ ജി, മൊയാരത്ത് ശങ്കരൻ തുടങ്ങിയവർ സമരത്തെ സഹായിക്കാൻ രംഗത്തിറങ്ങി. തൊഴിലാളികൾ കമ്പനിപ്പടിക്കൽ പിക്കറ്റിങ്ങ് ആരംഭിച്ച തിനുശേഷം തലശ്ശേരി സബ്കളക്ടർ ഇടപെട്ട് എല്ലാവർക്കും തുല്യജോലി നൽകാമെന്ന വ്യവസ്ഥയിൽ ഒത്തുതീർപ്പുണ്ടാക്കി. മാനേജ്മെന്റ് ഒത്തുതീർപ്പ് ലംഘിച്ചതിനാൽ തൊഴിലാളികൾ 1939 നവംബർ 9 ന് വീണ്ടും പണിമുടക്കി. പി വി കുട്ടിയാണ് പണിമുടക്കുകമ്മിറ്റിയുടെ സെക്രട്ടറിയായത്. പിക്കറ്റിംഗ് ആരംഭിച്ചപ്പോൾ കമ്പനി പൂട്ടി സാധനങ്ങൾ കടത്തിക്കൊണ്ടുപോകാൻ ശ്രമിച്ചു. തൊഴിലാളികൾ അതു തടഞ്ഞ പ്പോൾ സി എച്ച് കണാരൻ, നന്ദഷേണായ് എന്നീ നേതാക്കൾ അറസ്റ്റിലായി. കോൺഗ്രസ് നേതാവായ എൽ എസ് പ്രഭു മുതലാളിക്കു വേണ്ടി മധ്യസ്ഥനായി രംഗത്തെത്തി. തൊഴിലാളികളുടെ സമ്മർദ്ദത്തിനു മുമ്പിൽ അദ്ദേഹവും കീഴടങ്ങുകയും ഡിസംബർ 20ന് സമരം അവസാനി ക്കുകയും ചെയ്തു.

വടകരയിലായിരുന്നു നിരവധി ചുരുട്ടു കമ്പനികളുണ്ടായിരുന്നത്. അവയിൽ ഏതാണ്ട് 2000 ത്തോളം തൊഴിലാളികൾ പണിയെടുത്തു. കെ കെ മാർക്ക് ചുരുട്ട് കമ്പനിയിൽ തൊഴിലാളികൾ പണിയെടുത്തത് പീടികക്കോലായയിലാണ്. സൗകര്യങ്ങൾ ആവശ്യപ്പെട്ടുകൊണ്ട് തൊഴി ലാളികൾ നടത്തിയ സമരത്തിന്റെ ഫലമായി കമ്പനി മാറ്റി സ്ഥാപിച്ചു.

മലബാർ ബീഡി ആൻഡ് സിഗാർ ഫെഡറേഷന്റെ പ്രവർത്തന ത്തിന്റെ ഭാഗമായി പൊന്നാനിയിലെ ബീഡിത്തൊഴിലാളികൾ സംഘ ടിച്ചു. 1939 റംസാൻ കാലത്ത് അബ്ദുള്ള ബീഡി കമ്പനി ഉടമ കമ്പനി അടച്ചു പൂട്ടി. തൊഴിലാളികൾ കെ ദാമോദരന്റെയും സെക്രട്ടറി കെ രാഘ വന്റെയും നേതൃത്വത്തിൽ സമരമാരംഭിച്ചു. കെ ദാമോദരന്റെ 'രക്തപാനം' എന്ന നാടകം പലയിടങ്ങളിലും അവതരിപ്പിച്ച് ഫണ്ട് ശേഖരിച്ചു. സെക്രട്ടറിയും പ്രസിഡന്റുമടക്കം 110 പേർ അറസ്റ്റ് ചെയ്യപ്പെട്ടു. സി കണ്ണൻ സമരത്തിന്റെ നേതൃത്വം ഏറ്റെടുത്തു മലബാർ കളക്ടർ ഇടപെട്ട് ഒത്തുതീർപ്പുണ്ടായെങ്കിലും ഉടമ ഒത്തു തീർപ്പു ലംഘിച്ചു. കണ്ണനടക്ക മുള്ളവർ അറസ്റ്റുചെയ്യപ്പെട്ടു. ജയിലിലടയ്ക്കപ്പെട്ടവരിൽ കെ ദാമോദരൻ, കെ രാഘവൻ, സി കണ്ണൻ എന്നിവരെ ഓരോ കൊല്ലത്തേക്ക് ശിക്ഷിച്ചു. രാജ്യരക്ഷാനിയമമനുസരിച്ചാണ് ദാമോദരൻ അറസ്റ്റ് ചെയ്യപ്പെട്ടത്.

ജാതി മതഭേദമില്ലാതെ നടത്തിയ ആവേശോജ്ജ്വലമായ സമരമായി രുന്നു ഇത്. സമരത്തിന് ആക്കം കൂട്ടാൻ ബീഡിത്തൊഴിലാളികളുടെ

അഖിലേന്ത്യാ നേതാവായ സ. കണ്ണനും വള്ളുവനാട്ടിൽ നിന്ന് സ. ഇ പി ഗോപാലനും ഏറനാട്ടിൽനിന്നും സാധു അഹമ്മദ് കുട്ടിയുമെത്തി. വി വി കെ ബാവയും കവിയും നടനുമായിരുന്ന പ്രേംജിയും രചിച്ച സമര ഗാനങ്ങൾ തൊഴിലാളികളുടെ ആവേശം വാനോളമുയർത്തി.

എല്ലാം തൊഴിലാളികളും
ചെങ്കൊടിയിലണിനിരപ്പിൻ...

വി.വി.കെ ബാവയുടെ പാട്ട്. അരിവാളും ചുറ്റികയും അടയാളപ്പെടുത്തിയ ചെങ്കൊടി പൊന്നാനി നഗരം ആദ്യമായി കണ്ടത് ഈ പണിമുടക്കത്തിലാണ്.

ജോലി, വിയർപ്പുകൾ വറ്റും മുമ്പ്
കൂലികൊടുക്കണമെന്നരുൾ ചെയ്തോൻ
കൊല്ലാക്കൊലകളെതിർക്കും നബി–
സല്ലല്ലാഹു അലൈവസല്ലം...

അന്ന് യൗവനത്തിലേക്ക് കുതിക്കുന്ന പൊന്നാനിയുടെ വിപ്ലവഗായകൻ അസീസിന്റെ ഘനഗംഭീര ശബ്ദത്തിൽ ഒഴുകിവന്ന പ്രേംജിയുടെ ഈ ഗാനം വിശ്വാസികളുടെ ഹൃദയത്തിൽ തട്ടി.

വിവരമറിഞ്ഞ ജനങ്ങൾ വീണ്ടും സ്ത്രീകളടക്കമുള്ള കുടുംബാംഗങ്ങളുമായി പ്രതിഷേധവുമായി നഗരത്തിലേക്കിറങ്ങി. സ്ത്രീകൾ മൂടുപടം വലിച്ചുമാറ്റി പുരുഷൻമാരോടൊപ്പം ചേർന്ന് ദാമോദരനെ കയറ്റിയ പോലീസ് വണ്ടി തടഞ്ഞിട്ടു. നാട് കുലുങ്ങും മട്ടിൽ മുദ്രാവാക്യം വിളിച്ചു:

'ഇങ്കുലാബ്
സിന്ദാബാദി
അള്ളാഹു അക്ബർ

പാലക്കാട്ടും ആലത്തൂരും ഇതുപോലെ ബീഡിതെറുപ്പു കേന്ദ്രങ്ങളായിരുന്നു. പൈനാപ്പിൾ, പുന എലി, ടർക്കിക്കൊടി എന്ന ബീഡിക്കമ്പനികളായിരുന്നു ആലത്തൂരിൽ ബീഡിത്തൊഴിലാളി യൂണിയൻ ഉണ്ടായി. പൈനാപ്പിൾ ബീഡിക്കമ്പനിയിൽ അരയണകൂലി അധികം ആവശ്യപ്പെട്ടുകൊണ്ടാണ് സമരം നടത്തിയത്. 14 ദിവസം സമരം നീണ്ടുനിന്നു. സമരം നീണ്ടപ്പോൾ തൊഴിലാളികൾ പിക്കറ്റിംഗ് ആരംഭിക്കുകയും സ്ത്രീ തൊഴിലാളികൾ അടക്കം പങ്കെടുക്കുകയും ചെയ്തു. സബ്കളക്ടർ ഇടപെട്ടിട്ടും ഉടമ ഒത്തുതീർപ്പിനു തയ്യാറായില്ല. 10 രൂപാവീതം ഷെയർ പിരിച്ചെടുത്ത് ഒരു ബീഡിക്കമ്പനി തുടങ്ങാൻ തൊഴിലാളികളോട് സബ്കളക്ടർ നിർദ്ദേശിച്ചു. അതനുസരിച്ച് തൊഴിലാളി ബീഡി കമ്പനി സ്ഥാപിക്കപ്പെട്ടു.

ഇതിനുശേഷം മറ്റു ബീഡിക്കമ്പനികളിലേക്കും പ്രതിഷേധം വ്യാപിച്ചു. ചെടിമാർക്ക് ബീഡിയുടെ പുതുനഗരം ബ്രാഞ്ചിൽ തൊഴിലാളികൾ പണിമുടക്കി പോലീസും എം എസ് പിയും മുതലാളിയെ പിന്തുണച്ചു. അതിശക്തമായ പോലീസ് മർദ്ദനത്തിലൂടെയും അറസ്റ്റു കളിലൂടെയും സമരം തകർക്കപ്പെട്ടു.

1939 ൽ കൊടുവായൂർ ബീഡിത്തൊഴിലാളി സമരം. ഒരു കെട്ട് ഇലവേണം. ബ്രിട്ടീഷുകാർ പോകണം എന്ന മുദ്രാവാക്യങ്ങൾ–ബാലചന്ദ്രമേനോൻ, ആർ കൃഷ്ണൻ, എ കെ രാമൻകുട്ടി, കുഞ്ഞിരാമൻ മാസ്റ്റർ, ടി എം നൂറത്ത, സുലൈമാൻ എൻ എന്നിവർ സമരത്തിന്റെ ഭാഗമായി. നെല്ലിയാമ്പതിയിലെ തോട്ടം തൊഴിലാളി മേഖലയിലും സമരം നടന്നു.

നെയ്ത്തുതൊഴിലാളികൾ, ബീഡിത്തൊഴിലാളികൾ, ഓടു തൊഴിലാളികൾ കൂടാതെ ഏതാണ്ടെല്ലാ തൊഴിലാളികളും വർഗസമര ങ്ങളിലേക്കു വന്നത് ഇക്കാലത്താണ്. ഇവയിൽ വടകരയിൽ ഉള്ള "തോട്ടികൾ" എന്നു വിളിച്ച അധഃസ്ഥിതരായ മുനിസിപ്പൽ തൊഴിലാളി കളുടെ സമരം ശ്രദ്ധാർഹമാണ്. ടി കെ കരുണന്റെ നേതൃത്വത്തിൽ 1935 ലാണ് മുനിസിപ്പൽ തൊഴിലാളികൾ സംഘടിപ്പിക്കപ്പെട്ടത്. അവരുടെ അജ്ഞതയും അധഃസ്ഥിതിയും ഉപയോഗപ്പെടുത്തി മുനിസിപ്പൽ ഉദ്യോഗസ്ഥരും ഭരണകർത്താക്കളും ചേർന്ന് അവരെ ചൂഷണം ചെയ്യുകയായിരുന്നു. ടി കെ കരുണന്റെ നേതൃത്വത്തിൽ നടന്ന ശ്രമങ്ങളാണ് ഈ സ്ഥിതിയിൽ മാറ്റം വരുത്തിയത്.

മലബാറിലെ തൊഴിലാളി സമരങ്ങളുടെ പ്രത്യേകത കർഷകരുടെയും ബഹുജനങ്ങളുടെയും ഇടയിൽ അവർക്കു ലഭിച്ച വമ്പിച്ച പിന്തുണയാണ്. സമരകാലത്ത് രൂപംകൊണ്ട സഹായസമിതികളുടെ തൊഴിലാളികളുടെ നിലനിൽപ്പിനാവശ്യമായ എല്ലാ സാമഗ്രികളും സമാഹരിക്കപ്പെട്ടു. പണിമുടക്കങ്ങൾക്കനുകൂലമായി ജനങ്ങളുടെ ജാഥകളും പൊതു യോഗങ്ങളും നടന്നു. നാട്ടിൽ മുഴുവനും സമരത്തിന്റെ സന്ദേശമെത്തിക്കാനുള്ള പ്രചരണം നടന്നു. തൊഴിലാളി–കർഷക ഐക്യം പ്രധാന മുദ്രാവാക്യമായി ഉയർത്തപ്പെട്ടു. പൊന്നാനി ബീഡിത്തൊഴിലാളി സമരവും ഫറോക്ക് ഓട്ടു തൊഴിലാളി സമരവും പോലുള്ള സമരങ്ങളിൽ മലബാറിൽനിന്നു മുഴുവൻ സഹായമെത്തു കയും പൊതുയോഗങ്ങളിൽ വൻ ജനാവലി പങ്കെടുക്കുകയും ചെയ്തു. കണ്ണൂർ, തലശ്ശേരി, പാലക്കാട്, ആലത്തൂർ മുതലായ പ്രദേശങ്ങളിൽ ശ്രീ നാരായണസ്വാധീനത്തിൽ നിന്ന് മാറ്റി സോഷ്യലിസ്റ്റ് ബോധ ത്തിലേക്ക് ജനങ്ങളെ കൊണ്ടുവന്നതും ട്രേഡ് യൂണിയൻ പ്രസ്ഥാന മാണ്.

1935 നും 1940 നും ഇടയിൽ രൂപീകരിക്കപ്പെട്ട തൊഴിലാളി യൂണിയനുകൾ:

അഖില കേരള തൊഴിലാളി സംഘടന. സെക്രട്ടറി, പി. കൃഷ്ണപിള്ള	1935
ലേബറേഴ്സ് യൂണിയൻ (തൃശ്ശൂർ)	1935
ബീഡിത്തൊഴിലാളി യൂണിയൻ (കൊച്ചി)	1936
തയ്യൽത്തൊഴിലാളി സംഘം (കൊച്ചി)	1939
ബാർബർ തൊഴിലാളി സംഘം (കൊച്ചി)	1936
അഖില തിരുവിതാംകൂർ കശുവണ്ടി തൊഴിലാളി യൂണിയൻ	1936
കണ്ണൂർ ബീഡിത്തൊഴിലാളി യൂണിയൻ	1936–37
ചിറയ്ക്കൽ താലൂക്ക് മോട്ടോർ തൊഴിലാളി യൂണിയൻ	1936–37
കോമൺവെൽത്ത് വർക്കേഴ്സ് യൂണിയൻ	1936–37
തിരുവിതാംകൂർ കയർ ഫാക്ടറി വർക്കേഴ്സ് യൂണിയൻ	1938
ടാറ്റാ ഓയിൽ മിൽ വർക്കേഴ്സ് യൂണിയൻ	1938 ഡിസംബർ
ചേർത്തല കയർ ഫാക്ടറി വർക്കേഴ്സ് യൂണിയൻ	1938
മുഹമ്മ കയർ ഫാക്ടറി വർക്കേഴ്സ് യൂണിയൻ	1938
കന്നിട്ട & ഓയിൽ മിൽ വർക്കേഴ്സ് യൂണിയൻ	1938
ഐക്യത്തൊഴിലാളി യൂണിയൻ, വടകര	1938
അന്തിക്കാട് ചെത്ത് തൊഴിലാളി യൂണിയൻ	1939
പെട്രോൾ വർക്കേഴ്സ് യൂണിയൻ, എറണാകുളം	1940
ആലുവ ഫാക്ടറി ലേബർ യൂണിയൻ	1940
അഖില തിരുവിതാംകൂർ ട്രേഡ് യൂണിയൻ, കോൺഗ്രസ് (എ. ഐ. ടി. യു. സി	1940
ആൾ ട്രാവൻകൂർ എസ്റ്റേറ്റ് വർക്കേഴ്സ് യൂണിയൻ	1940

ആദ്യകാലകർഷകസരങ്ങൾ

ഇരുപതാം നൂറ്റാണ്ടിന്റെ ആദ്യഘട്ടത്തിൽതന്നെ കർഷകപ്രസ്ഥാനങ്ങൾ വളർന്നുവന്നിട്ടുണ്ട്. 1900 ലെ കുടിയാൻ നിയമം പൊതുവിൽ ജന്മിമാർക്കനുകൂലമായി മാറിയതോടെ കാണക്കുടിയാന്മാർ സംഘടിക്കാനാരംഭിച്ചു. 1920 ഓടെ മലബാർ കുടിയാൻസംഘം രൂപം കൊണ്ടു. സമാനമായ കുടിയാൻസംഘം കൊച്ചിയിലുമുണ്ടാകുന്നുണ്ട്. ജി ശങ്കരൻനായരുടെ നേതൃത്വത്തിലുണ്ടാകുന്ന ദേശീയ കർഷകസമാജം കാണക്കുടിയാന്മാരുടെ മറ്റൊരു പ്രസ്ഥാനമാണ്. ജി. ശങ്കരൻ നായരും എം പി നാരായണമേനോനും കൊങ്ങാട്ടിൽ രാമൻ മേനോനും കാണക്കുടിയാന്മാരെ സംഘടിപ്പിക്കുന്നതിൽ മുൻപന്തിയിൽ നിന്നു. മഞ്ചേരി സമ്മേളനത്തിൽ കുടിയാന്മാർക്ക് അവകാശം നൽകുന്നതിനുള്ള പ്രമേയം അവതരിപ്പിച്ചത് കൊങ്ങാട്ടിൽ രാമൻ മേനോനാണ്.

1929 ലെ ആഗോളമാന്ദ്യം കാർഷികോൽപ്പന്നങ്ങളുടെ വാണിജ്യത്തിൽ ആധാരമാക്കി ജീവിച്ച ജനതയെ മുഴുവനും ബാധിച്ചു. 1930 ലെ ഉപ്പുസത്യഗ്രഹത്തിലും നിയമലംഘനപ്രസ്ഥാനത്തിലും ഉണ്ടായിരുന്ന വൻജനപങ്കാളിത്തം തന്നെ കാർഷികരംഗത്തുണ്ടായ പ്രതിസന്ധിയുടെ സൂചനയായിരുന്നു. വമ്പിച്ച വിലക്കയറ്റത്തോടൊപ്പം കാർഷികകോല്പന്നങ്ങളുടെ വിലയിടിഞ്ഞു. കാർഷികക്കടം കൊടുത്തു തീർക്കാനാകാതെ ജനങ്ങൾ വലഞ്ഞു. ഈ ദാരുണാവസ്ഥ പലയിടങ്ങളിലും കർഷകരുടെ സംഘടിത പ്രതിഷേധം വ്യാപിക്കാനിടയാക്കി.

1929–31 ലെ റീസെറ്റിൽമെന്റാണ് കാർഷിക രംഗത്തെ വൈരുധ്യങ്ങളെ പുറത്തുകൊണ്ടുവന്നത്. അത് കാണക്കുടിയാന്മാരെ തൃപ്തിപ്പെടുത്തിയെങ്കിലും ബഹുഭൂരിപക്ഷം വരുന്ന പാട്ടകുടിയാന്മാരുടെ അവകാശങ്ങളിൽ മാറ്റം വരുത്തിയില്ല. കാർഷികരംഗത്തെ ചൂഷണത്തിലും ഒരു മാറ്റവും വരുത്തിയില്ല. ജന്മിമാരെയും ധനിക കർഷകരെയും അനുകൂലിച്ച കോൺഗ്രസ് നേതൃത്വം ഇക്കാര്യത്തിൽ നിലപാടെടുക്കാനും തയ്യാറായില്ല. ഈ സാഹചര്യങ്ങളിലാണ് കുടിയാൻ പ്രക്ഷോഭത്തിന്റെ നേതൃത്വം കോൺഗ്രസ് സോഷ്യലിസ്റ്റുകളുടെ കയ്യിൽ വന്നത്. വെറും പാട്ടക്കാരുടെ പ്രശ്നം മാത്രമല്ല, കർഷകരുടെ കടാശ്വാസം, കനത്ത നികുതി ബാധ്യതകളിൽനിന്നുള്ള മോചനം തുടങ്ങിയവയും ഏറ്റെടുക്കാൻ അവർ തയ്യാറായി.

കൊടുങ്ങല്ലൂർ കർഷകസംഘം

കേരളത്തിലെ കർഷകപ്രസ്ഥാനത്തിന്റെ ആദ്യത്തെ സംഘടിത സമരം നടക്കുന്നത് കൊടുങ്ങല്ലൂർ കർഷകസംഘത്തിന്റെ നേതൃത്വത്തിലാണ്. മുസ്ലീം ഐക്യസംഘത്തിന്റെ സ്ഥാപകനായ കെ എം സീതി സാഹിബിന്റെ സഹോദരൻ കെ എം ഇബ്രാഹിമും സഹപ്രവർത്തകരുമാണ് ഈ സമരത്തിന് നേതൃത്വം നൽകിയത്.

1931 ലെ സാമ്പത്തികമാന്ദ്യം കൊച്ചിരാജ്യത്തിലെ കർഷകരെയും ബാധിച്ചു. കാർഷികോല്പന്നങ്ങൾ ലഭിക്കാനായി കൃഷി ചെയ്യാൻ കർഷകർ കൂട്ടാക്കാത്തതുകൊണ്ട് കർഷകത്തൊഴിലാളിമാർക്ക് തൊഴിൽ നഷ്ടപ്പെട്ടു. ജന്മിമാരുടെ പീഡനവും അസഹ്യമായി. ഈ സാഹചര്യങ്ങളിലാണ് അലിഗർ സർവകലാശാലയിൽ വിദ്യാഭ്യാസം കഴിഞ്ഞ് തിരിച്ചെത്തിയ കെ എം ഇബ്രാഹിം 1932 ൽ കർഷകസംഘം രൂപീകരിക്കുന്നത്. മട്ടാഞ്ചേരിയിൽനിന്ന് കർഷക–തൊഴിലാളി എന്ന പ്രസിദ്ധീകരണവും അദ്ദേഹം ആരംഭിച്ചു. കൊടുങ്ങല്ലൂർ താലൂക്കിലും വൈപ്പിന്റെ വടക്കൻ ഭാഗങ്ങളിലുമടക്കമുള്ള പ്രദേശങ്ങളിൽ അതിവേഗം കർഷകപ്രസ്ഥാനം വളർന്നു വന്നു. ഇബ്രാഹിമിന്റെ അനുജനായ കുഞ്ഞുമൊയ്തീൻ 'മാഞ്ഞൂരാൻ വക്കീൽ' എന്നറിയപ്പെട്ട ചെറിയാൻ മാഞ്ഞൂരാൻ, മാത്യു

മാഞ്ഞൂരാൻ, മണപ്പാട്ട് കുഞ്ഞിമുഹമ്മദ് ഹാജി തുടങ്ങിയവരാണ് കർഷകസംഘത്തിന് നേതൃത്വം നൽകിയത് കാർഷികകടങ്ങൾക്ക് മൊറട്ടോറിയം പ്രഖ്യാപിക്കുക, കാർഷികോല്പന്നങ്ങൾക്ക് ന്യായവില നൽകുക, ഭൂമി അന്യാധീനപ്പെടുന്നത് തടയുക മുതലായ ആവശ്യങ്ങൾ ഉന്നയിച്ച് രാജാവിനു നിവേദനം നൽകി. എങ്കിലും കർഷക പ്രസ്ഥാനത്തിനും അതിന്റെ നേതാക്കൾക്കുമെതിരെ നടപടിയെടുക്കാനാണ് രാജാവ് മുതിർന്നത്. ഇതിനെത്തുടർന്ന് 1932 ഡിസംബറിൽ കൊടുങ്ങല്ലൂർ താലൂക്കിലെ ഏറിയാട്വെച്ച് ഒരു വിപുലമായ കർഷകത്തൊഴിലാളി സമ്മേളനവും പ്രകടനവും നടത്താൻ സംഘം തീരുമാനിച്ചു. കൊച്ചി ഗവൺമെന്റ് പ്രകടനം നിരോധിച്ചു. നിരോധനം ലംഘിച്ച് സമ്മേളനം നടത്താൻ ശ്രമിച്ച ഇബ്രാഹിം അടക്കം അറുപതോളം പ്രവർത്തകരെ അറസ്റ്റു ചെയ്തു.

ഈ സമയത്ത് ഇന്ത്യാവൈസ്രോയി കൊച്ചി സന്ദർശിച്ച്, കർഷകത്തൊഴിലാളികളുടെ ആവശ്യങ്ങളിലേക്ക് അധികൃതരുടെ ശ്രദ്ധക്ഷണിക്കാനും അറസ്റ്റു ചെയ്തവരെ മോചിപ്പിക്കാനുമായി വൈസ്റോയി എത്തുന്ന ദിവസം എറണാകുളത്ത് ദിവാന്റെ ഔദ്യോഗിക വസതിക്കു മുന്നിൽ സത്യഗ്രഹം നടത്താൻ സംഘം തീരുമാനിച്ചു. കെ എം കുഞ്ഞുമൊയ്തീൻ, മാഞ്ഞൂരാൻ സഹോദരന്മാർ എന്നിവരുടെ നേതൃത്വത്തിൽ കർഷകത്തൊഴിലാളികളുടെ ജാഥ കൊച്ചിയുടെ വടക്കേ അറ്റം മുതൽ (തിരുവില്വാമല മുതൽ) സഞ്ചരിച്ച് എറണാകുളത്തെത്തി ദിവാൻ മന്ദിരത്തിനുമുമ്പിൽ പ്രകടനം നടത്തി. പ്രകടനക്കാരെ ലാത്തിച്ചാർജ് ചെയ്ത് പിരിച്ചുവിട്ടു. നിയമസഭാംഗങ്ങളുടെ ഇടയിലുണ്ടായ ആക്ഷേപങ്ങളുടെ ഫലമായി പോലീസ് മർദ്ദനത്തെക്കുറിച്ചന്വേഷിക്കാൻ ഒരു കമ്മിറ്റിയെ നിയോഗിച്ചു. കടം പിരിച്ചെടുക്കാനുള്ള കാലാവധി നീട്ടികൊണ്ട് മഹാരാജാവ് വിളംബരം പുറപ്പെടുവിച്ചതോടെ സമരമവസാനിച്ചു.

കർഷകരുടെ അറസ്റ്റിനും മർദ്ദനത്തിനുമെതിരെ മണപ്പാട്ട് കുഞ്ഞിമുഹമ്മദ് ഹാജി സ്വന്തം ശരീരത്തിലെ രക്തംകൊണ്ട് രാജാവിന് പ്രതിഷേധക്കുറിപ്പെഴുതി. 'രക്തലേഖ കേസ്' എന്നറിയപ്പെടുന്ന ഈ സംഭവത്തിൽ കുഞ്ഞിമുഹമ്മദ് ഹാജിക്കെതിരെ രാജ്യദ്രോഹക്കുറ്റത്തിന് കേസെടുത്ത് ശിക്ഷിച്ചു.

പൂഞ്ഞാർ ഇടവകപ്രക്ഷോഭം

ഇക്കാലത്തുതന്നെയാണ് കോട്ടയത്തെ പൂഞ്ഞാർ കർഷകസമരത്തിന്റെ കേന്ദ്രമായത് പൂഞ്ഞാർ ഇടവക പൂഞ്ഞാർ കോവിലകംകാരുടെ നിയന്ത്രണത്തിലായിരുന്നു. 1930 കളിലെ സാമ്പത്തികമാന്ദ്യത്തിൽ പശ്ചാത്തലത്തിൽ നിരവധിപേർ പുനംകൃഷിക്കായി പൂഞ്ഞാറിൽ കുടിയേറി. അവരുടെ മേൽ കനത്ത നികുതിഭാരമാണ് പൂഞ്ഞാർ കോവിലകം അടിച്ചേൽപ്പിച്ചത്. അതിനെതിരായി പൂഞ്ഞാറിലെ

കൃഷിക്കാർ സംഘടിക്കുകയും സമരത്തിലേക്ക് നീങ്ങുകയും ചെയ്തു. കത്തോലിക്കാസഭ പ്രക്ഷോഭകാരികൾക്ക് പിന്തുണ നൽകി. പൂഞ്ഞാറിലെ കൃഷിക്കാർക്ക് സ്ഥിരാവകാശവും പട്ടയവും നൽകണമെന്നാവശ്യപ്പെട്ടുകൊണ്ട് നടത്തിയ സമരത്തിന് നേതൃത്വം നൽകിയത് ടി വി ജോസഫ് (ജോസഫ് തെള്ളിയിൽ) ആയിരുന്നു. ചങ്ങനാശ്ശേരി പരമേശ്വരൻപിള്ള സമരത്തിൽ പങ്കെടുത്തു. പട്ടംതാണുപിള്ള പൂഞ്ഞാർ കൃഷിക്കാരുടെ പ്രശ്നം ശ്രീമൂലം പ്രജാസഭയിൽ ഉന്നയിച്ചു.

കേരളകർഷകസംഘം രൂപം കൊള്ളുന്നു

മലബാറിലെ ആദ്യത്തെ കർഷകസംഘം ചിറക്കൽ താലൂക്കിലെ കൊളച്ചേരി ഗ്രാമത്തിൽപ്പെട്ട നണിയൂരിലാണ് പ്രവർത്തനമാരംഭിച്ചത്. 1935 ജൂലായ് 13 നു നണിയൂരിലുള്ള വി എം വിഷ്ണുഭാരതീയന്റെ 'ഭാരതീയ മന്ദിര'ത്തിൽ വെച്ച് പാട്ടത്തിൽ പത്മനാഭന്റെ അധ്യക്ഷതയിൽ ഒരു യോഗം ചേരുകയും വിഷ്ണുഭാരതീയൻ പ്രസിഡണ്ടും കെ എ കേരളീയൻ സെക്രട്ടറിയുമായി കൊളച്ചേരി കർഷകസംഘം രൂപീകരിക്കുകയും ചെയ്തു.

1930 കളുടെ തുടക്കം മുതൽ അലയടിച്ചുവന്ന സമരാവേശവും കോൺഗ്രസ് സോഷ്യലിസ്റ്റ് പാർട്ടിയുടെ പ്രവർത്തനങ്ങളും കൃഷിക്കാരിൽ വലിയ ചലനങ്ങളുണ്ടാക്കിയിരുന്നു. "1931 ൽ തന്നെ ചിറക്കൽ താലൂക്കിൽ നണിയൂർ, ആന്നൂർ, കല്യാശ്ശേരി ഭാഗങ്ങളിൽ യഥാർത്ഥ കുടിയാന്മാരായ കൃഷിക്കാരുടെ ചെറുചർച്ചായോഗങ്ങൾ നടന്നുവരികയായിരുന്നു എന്ന് കേരളീയൻ രേഖപ്പെടുത്തുന്നുണ്ട് കോൺഗ്രസ് സോഷ്യലിസ്റ്റ് പാർട്ടിയുടെ രൂപീകരണം ഇത്തരം പ്രവർത്തനങ്ങൾക്ക് ആക്കം കൂട്ടി. നിയമലംഘനസമരത്തിൽ പങ്കെടുത്ത് ജയിൽശിക്ഷ കഴിഞ്ഞ് 1934 ഫെബ്രുവരിയിലാണ് വിഷ്ണുഭാരതീയനും മറ്റും പുറത്തുവന്നത്. ജയിലിൽ വെച്ചുതന്നെ അസംഘടിതരായ കൃഷിക്കാരെ സംഘടിപ്പിക്കാനുള്ള തീരുമാനം അവർ കൈക്കൊണ്ടിരുന്നു. കർഷക സംഘത്തിന്റെ രൂപീകരണത്തെക്കുറിച്ച് വിഷ്ണുഭാരതീയൻ ഇപ്രകാരം രേഖപ്പെടുത്തുന്നു. "തങ്ങളുടെ വാക്കിലും നീക്കത്തിലും 1934 മുതൽക്കുതന്നെ കൃഷിക്കാർക്കുവേണ്ടിയുള്ള ചലനങ്ങൾ ഉണ്ടായിത്തുടങ്ങിയിരുന്നുവെങ്കിലും 1935 ൽ ഞങ്ങൾ നാലുപേർ (ഞാൻ, കെ പി ഗോപാലൻ, കെ പി ആർ, കേരളീയൻ) എന്റെ ഗൃഹമായ ഭാരതീമന്ദിരത്തിൽ ഒത്തു ചേർന്ന് ഏതു പ്രശ്നത്തേയും കൈകാര്യം ചെയ്യാൻ തുടങ്ങി. കൃഷിഭൂമി കൃഷിക്കാരന് എന്ന മുദ്രാവാക്യത്തെക്കുറിച്ച് അന്ന് കൃഷിക്കാർക്ക് അറിവില്ലായിരുന്നു. പലവിധത്തിലുള്ള അക്രമപ്പിരിവു കൊണ്ട് ഗ്രാമീണ ജീവിതമാകെ സ്തംഭിച്ചിരിക്കുന്നു. വാശി, നുരി, മുക്കാൽ, 12 ഇടങ്ങഴി അളന്നു കൊടുത്താൽ 10 ഇടങ്ങഴി കണക്കിൽ ചേർക്കുന്ന സമ്പ്രദായം, പാട്ടം കൊടുത്താൽ രശീതി കിട്ടായ്മ

എവിടെയും നടപ്പിലുണ്ട്. ജന്മി ഹിന്ദുവാണെങ്കിൽ ഓണം, വിഷു തുടങ്ങിയ വിശേഷ ദിവസങ്ങളിൽ നേന്ത്രക്കുല, നാളികേരം, മറ്റു പച്ചക്കറികൾ എന്നിവ തിരുമുൽക്കാഴ്ച വെക്കുക, കൂടാതെ നമ്പൂതിരി ജന്മികൾക്ക് വേളി, കല്യാണം, ഉപനയനം, പിണ്ഡം, മാസം തുടങ്ങിയ അടിയന്തിരങ്ങൾക്ക് സാധനങ്ങൾ പാകം ചെയ്യാനുള്ള വലിയ ഓട്ടുപാത്രങ്ങൾ ഈ അടിയന്തിരം നടക്കുന്നിടത്തേക്ക് ചുമന്നുകൊണ്ടു വരികയും ആവശ്യം കഴിഞ്ഞാൽ യാതൊരു പ്രതിഫലവും വാങ്ങാതെ പാത്രങ്ങൾ തിരികെ കൊണ്ടുകൊടുക്കുകയും കുടിയാന്മാരുടെ ചുമതലയാണ്."

നണിയൂരിൽ രൂപം കൊണ്ട സംഘം, സ്ഥലത്തെ പ്രധാനജന്മിയായ കരുമാരത്ത് നമ്പൂതിരിപ്പാടിന്റെ കുടിയാൻ മർദ്ദനത്തിനെതിരായ പ്രവർത്തനങ്ങളിലാണ് ശ്രദ്ധ കേന്ദ്രീകരിച്ചത്. കുടിയാൻമാരുടെ കുഴിക്കുറുകൾ കാര്യസ്ഥന്മാരെ അയച്ച് പിരിച്ചെടുത്ത് കൊണ്ടുപോകുക, നിർബന്ധപൂർവ്വം കുടിയാന്മാരിൽ നിന്ന് പലതരത്തിലുള്ള പിരിവുകൾ എടുക്കുക, ജന്മിമാർക്ക് വഴിപ്പെടാത്ത കുടിയാന്മാരെ ഭീഷണിപെടുത്തി മർദ്ദിക്കുക തുടങ്ങിയ നടപടികളെ പ്രതിഷേധിക്കുന്നതിന് കൃഷിക്കാരുടെ ഒരു പൊതുയോഗം ചേരുന്നതിനാണ് ആദ്യമായി സംഘം ശ്രമിച്ചത്. പൊതുയോഗങ്ങളും, കരുമാരത്ത് നമ്പൂതിരിക്കെതിരെ നടത്തിയ രണ്ടു സമരങ്ങളുടെ വിജയവും കർഷക സംഘത്തെക്കുറിച്ച് കൃഷിക്കാർക്കിട യിൽ മതിപ്പ് വർദ്ധിപ്പിക്കുകയുണ്ടായി. ചിറക്കൽ താലൂക്കിന്റെ വിവിധ ഭാഗങ്ങളിൽ സംഘം രൂപീകരിക്കാൻ ഇതു പ്രചോദനമായി. 1935 ൽ തന്നെ കയരളം, കണ്ടക്കൈ, അന്നൂർ, മോറാഴ, കരിവെള്ളൂർ, കോറോം, കണ്ടങ്കാളി, പെരളം, വെള്ളൂർ, കൊടക്കാട് തുടങ്ങിയ സ്ഥലങ്ങളിൽ പ്രാദേശിക സംഘങ്ങളുണ്ടായി. കേരളീയൻ, ഭാരതീയൻ, എ വി കുഞ്ഞമ്പു, എം പി അപ്പുമാസ്റ്റർ, ടി സി നാരായണൻ നമ്പ്യാർ, കെ പി ആർ ഗോപാലൻ തുടങ്ങിയവരാണ് കർഷകസംഘത്തിന്റെ ആദ്യകാല പ്രവർത്തനങ്ങൾക്ക് നേതൃത്വം നൽകിയത്.

ഈ കാലയളവിൽതന്നെ ജന്മിത്വത്തിനെതിരായി കൃഷിക്കാരുടെ ഒറ്റയ്ക്കൊറ്റയ്ക്കുള്ള പല സമരങ്ങളും നടന്നിരുന്നു. അവയിൽ എടുത്തുപറയേണ്ട ഒന്ന് മലബാറിലെ ഒരു നാടുവാഴി ജന്മിയായിരുന്ന വേങ്ങയിൽ നായനാർക്കു നേരെ നടന്ന സമരങ്ങളാണ്. പയ്യന്നൂർ, തളിപ്പറമ്പ് ഫർക്കകളിലെ കിഴക്കൻ മലയോര പ്രദേശങ്ങളിലധികവും വേങ്ങയിൽ നായനാരുടേതായിരുന്നു. കൃഷിക്കാരുടെ ജീവനുള്ളതും ഇല്ലാത്തതുമായ സർവ്വസ്വവും ജന്മിമാരുടെ അടിയരസ്വത്തുക്കൾ മാത്രമായിരുന്ന അക്കാലത്ത് ജന്മിത്വത്തിന്റെ ധിക്കാരത്തെ ഒറ്റയ്ക്ക് വെല്ലുവിളിച്ച രണ്ട് ധീരകർഷകരായിരുന്നു കുറ്റൂരിലെ കോടിലോൻ രാമനും, വണ്ണത്താൻ രാമനും.

..."ജന്മി ആവശ്യപ്പെടുന്നതെന്തും കുടിയാൻ എത്തിച്ചുകൊടുത്തു കൊള്ളണമെന്നാണ് ജന്മിയുടെ കല്പന. കർഷകസ്ത്രീകളും ഈ ശാസനയിൽനിന്നും വിമുക്തരാകില്ല. സ്വതവേ ശൂരനും കായബലമുള്ളവനുമായ വണ്ണത്താൻ രാമൻ ഇതിനെയെല്ലാം പരസ്യമായിതന്നെ എതിർത്തു. 'കർഷകസ്ത്രീകളെ അപമാനിച്ചാൽ നിങ്ങളുടെ വീട്ടിലെ സ്ത്രീകൾക്കും രക്ഷയുണ്ടാവില്ല' എന്ന് രാമൻ പരസ്യമായി ആളുകളുടെ മുമ്പിൽവെച്ച് ജന്മിയോട് പറഞ്ഞുവത്രെ. രാമന്റെ മുമ്പിൽ നിൽക്കാൻ ജന്മിക്കോ കാര്യസ്ഥന്മാർക്കോ ധൈര്യമുണ്ടായിരുന്നില്ല. ഒടുവിൽ ചതിയിൽ കയറിട്ട് കുടുക്കികെട്ടിയാണ് രാമനെ പിടിച്ചത്. പിടിച്ചതിനു ശേഷം കലശലായി മർദ്ദിച്ചു. രാമൻ ആശുപത്രിയിലും അവിടെ നിന്ന് ജയിലിലും എത്തി. ജയിലിൽ വെച്ച്, ജന്മി ഡോക്ടർമാരെ സ്വാധീനിച്ചിട്ടാണെന്നു പറയപ്പെടുന്നു, രാമന്റെ കാൽഞരമ്പ്, ഓപ്പറേഷന്റെ പേരിൽ മുറിച്ചുകളഞ്ഞുവത്രെ. ജയിൽ വിട്ട് വന്ന് മരിക്കുന്നതുവരെ ഒരു മുടന്തനായി ജീവിക്കേണ്ടിവന്നുവെങ്കിലും തന്റെ പൗരുഷം ജന്മിക്കടിയറ വെക്കാതെ തന്നെ ജീവിച്ചു". തളിപ്പറമ്പ് താലൂക്കിലെ മറ്റ് രണ്ട് പ്രധാന നാടുവാഴി ജന്മികളായ കരക്കാട്ട് നായനാരും കല്യാട്ട് ജന്മിയും കർഷകമർദ്ദനത്തിൽ ഒട്ടും പിന്നിലായിരുന്നില്ല. കോട്ടൂർ യജമാനൻ നേത്രരോഗം പിടിപെട്ട് കിടപ്പിലായിരുന്ന ഒരു സ്ത്രീയെ ബലാൽക്കാരം ചെയ്ത് ആ സ്ത്രീയെ ആജീവനാന്തം കുരുടിയാക്കിതീർത്ത കഥ അന്ന് മലബാറിൽ വലിയ വാർത്തയായിരുന്നു. കല്യാട്ട് ജന്മിമാർ കൃഷിക്കാരെ അടിച്ചുകൊന്ന് വലിച്ചെറിയുന്ന സ്ഥലമാണ് പഴശ്ശായിക്കുണ്ടം. കരക്കാട്ടിടം ജന്മിമാർ കൃഷിക്കാരെ കൊന്നുതൂക്കിയിരുന്ന 'ഓടത്തുപാലം കഴുമരം' ഏറെ പ്രസിദ്ധമാണ്. ഇത്തരം പരിതസ്ഥിതിയിലാണ് സംഘടിത കർഷക പ്രസ്ഥാനത്തിന്റെ പ്രവർത്തനങ്ങൾ ആരംഭിക്കുന്നത്.

1935 ൽ തന്നെ പഴയ കുറുമ്പ്രനാട് താലൂക്കിന്റെ (ഇന്നത്തെ വടകര, കൊയിലാണ്ടി താലൂക്കുകൾ) കിഴക്കൻ പ്രദേശങ്ങളായ നരിപ്പറ്റ, മൊകേരി തുടങ്ങിയ സ്ഥലങ്ങളിലും കർഷകസംഘങ്ങൾ രൂപീകരിച്ച് പ്രവർത്തനം തുടങ്ങുകയുണ്ടായി. എം കെ കേളു, എം ഗോപാലക്കുറുപ്പ് എന്നീ നേതാക്കന്മാരുടെ നേതൃത്വത്തിൽ കുറുമ്പ്രനാട് താലൂക്കിൽ വളർന്നുവന്ന കർഷകപ്രസ്ഥാനത്തിന്റെ ആദ്യത്തെ താലൂക്ക് സമ്മേളനം വട്ടോളിയിൽവെച്ച് ഇ എം എസ് നമ്പൂതിരിപ്പാടിന്റെ അധ്യക്ഷതയിൽ ചേരുകയുണ്ടായി. പ്രസ്തുത സമ്മേളനത്തിൽ കൃഷ്ണപിള്ളയും പങ്കെടുത്തിരുന്നു. ആ സമ്മേളനത്തിൽവെച്ച് ടി സി നാരായണക്കുറുപ്പ് അധ്യക്ഷനായും എം ഗോപാലക്കുറുപ്പ് സെക്രട്ടറിയായും കുറുമ്പ്രനാട് താലൂക്ക് കർഷകസംഘം രൂപീകരിക്കപ്പെട്ടു.

ഇതേ സമയത്തുതന്നെ 1935 അവസാനം, കരിവെള്ളൂർ, പെരളം, വെള്ളൂർ എന്നീ വില്ലേജും ഉൾക്കൊള്ളുന്ന സംയുക്ത കർഷകസംഘം രൂപീകരിച്ചു പ്രവർത്തിച്ചിരുന്നു. അതിന്റെ പ്രസിഡന്റ് എ വി

കുഞ്ഞമ്പുവും, സെക്രട്ടറി എം. പി. അപ്പുമാസ്റ്ററുമായിരുന്നു. ആ ഭാഗത്തെ വൻകിട ജന്മിയായിരുന്ന താഴക്കാട്ട് മനക്കലെ കാട്ടിൽനിന്ന് കൃഷി ആവശ്യത്തിന് തോലെടുക്കുന്നതിനും (പച്ചിലവളം)മറ്റൊരു നാടുവാഴി ജന്മിയായ ചിറക്കൽ തമ്പുരാന്റെ കാര്യസ്ഥന്മാരുടെ മർദ്ദനത്തെ ചെറുക്കുന്നതിനും ആണ് അവിടെ പ്രസ്ഥാനം വളർന്നുവന്നത്.

വള്ളുവനാട് ഇ പി ഗോപാലന്റെയും പി വി കുഞ്ഞുണ്ണിനായരുടെ സമ്മേളനത്തിൽ ഇ.എം.എസ് പ്രസിഡന്റും സി കെ ഗോവിന്ദൻ നായർ സെക്രട്ടറിയുമായി കേരളകർഷകസംഘം രൂപം കൊണ്ടു. മണ്ണങ്ങോട് (കൊപ്പം) യു പി സ്കൂളിൽ വെച്ച് നികുതി ദായക സംഘത്തിന്റെ വള്ളുവനാട് താലൂക്ക് സമ്മേളനം–ഇ.എം.എസ്, ഇ പി ഗോപാലൻ തുടങ്ങിയവർ പങ്കെടുത്തു. ചെറുകാട് ജീവിതപ്പാതയിൽ ഈ സമ്മേളനത്തെക്കുറിച്ച് പരാമർശിക്കുന്നു. അതിനുശേഷം പുലാമന്തോൾ പുഴവക്കത്ത് കർഷകരുടെ സമ്മേളനം, ഇ എം എസിന്റെ നേതൃത്വത്തിൽ ജാഥ നടന്നു.

1935 ൽ പട്ടാമ്പിയിൽവെച്ച് ചേർന്ന കർഷകരുടെ സമ്മേളനത്തിൽ ഇ.എം.എസ് പ്രസിഡണ്ടും സി.കെ. ഗോവിന്ദൻ നായർ സെക്രട്ടറിയുമായി കേരളകർഷകസംഘം രൂപം കൊണ്ടു.

1936 ലെ അഖിലേന്ത്യാ കിസാൻ സഭയുടെ രൂപീകരണം കർഷകപ്രസ്ഥാനത്തിന് പുത്തനുണർവ് പകർന്നു. തുടർന്ന് രണ്ട് മൂന്ന് കൊല്ലക്കാലം കിസാൻസഭയുടെ നേതൃത്വത്തിൽ പട്ടിണിജാഥകൾ നടന്നു. ഇതിന്റെ ഭാഗമായിരുന്നു 1936 ജൂലായ് മാസത്തിൽ മദിരാശിയിലേക്ക് നടത്തിയ മലബാർ പട്ടിണിജാഥ. കോൺഗ്രസ് സോഷ്യലിസ്റ്റ് പാർട്ടി, കർഷക സംഘം, തൊഴിലാളിസംഘടനകൾ എന്നിവ ശക്തിപ്പെട്ടുവരുന്ന സമയത്തായിരുന്നു പ്രസ്തുത ജാഥ. 1936 ഡിസംബർ സൗത്ത് കാനറയിൽ ഒളവരനിന്ന് മംഗലാപുരം വരെ നടത്തിയ പട്ടിണി ജാഥക്ക് ടി എസ് തിരുമുമ്പ്, കെ മാധവൻ കൊച്ചൻ കുഞ്ഞിക്കണ്ണൻ തുടങ്ങിയവർ നേതൃത്വം നല്കി.

കർഷകസംഘം രൂപീകരണവും ആദ്യകാലപ്രവർത്തനങ്ങളും ഒട്ടും സുഗമമായ ഒന്നായിരുന്നില്ല ജന്മിമാരുടെ കീഴിൽ ഭീരുക്കളെപ്പോലെ അപകർഷതാബോധത്തോടുകൂടി കഴിഞ്ഞിരുന്ന കർഷകർക്ക് ജന്മിമാർക്കെതിരെ ചിന്തിക്കാൻപോലും ഭയപ്പെട്ടിരുന്നതുകൊണ്ട് തന്നെ സംഘം പ്രവർത്തനവുമായി സഹകരിക്കുവാൻ മടി കാണിച്ചു. അതുകൊണ്ട് തന്നെ അവരെ ഒരുമിപ്പിച്ചുകൊണ്ടുവരിക എന്നത് ആദ്യകാല നേതാക്കന്മാരെ സംബന്ധിച്ചിടത്തോളം വലിയ വെല്ലുവിളിയായിരുന്നു. കൃഷിക്കാരെ നിർഭയരാക്കാനും അവരെ സംഘടിപ്പിക്കാനുമായിരുന്നു നേതാക്കൾ ആദ്യം ശ്രമിച്ചത്. പൊതുയോഗങ്ങളിൽ

സംഘടിപ്പിച്ചും, സംഘം രൂപീകരിച്ചും, കർഷകരുടെ ജീവൽപ്രധാനങ്ങളായ പ്രശ്നങ്ങൾ ഏറ്റെടുത്തും ജനസാമാന്യത്തിനിടയിൽ സംഘബോധം വളർത്താൻ അവർക്ക് കഴിഞ്ഞു. ജന്മിഗൃഹങ്ങളിലേക്കും മറ്റും നടത്തിയ ജാഥകളിലെയും മാർച്ചുകളിലെയും വമ്പിച്ച പങ്കാളിത്തം ഇതു സാക്ഷ്യപ്പെടുത്തുന്നു. അതോടൊപ്പം ജനകീയമായ കലാരൂപങ്ങൾ, നാടൻ കലകൾ, പാട്ടുകൾ, നാടകങ്ങൾ മുതലായവ ചെയ്ത് കർഷക സംഘത്തിന്റെ വളർച്ചയ്ക്കുവേണ്ടി ഉപയോഗിച്ചു. കർഷകസംഘത്തിന്റെ ആദ്യകാല നേതാക്കന്മാരിൽ പ്രമുഖനായ കേരളീയൻ രചിച്ച ഒട്ടേറെ ഗാനങ്ങൾ ഗ്രാമീണമേഖലയിലെ കർഷകരുടെ ദുരിതചിത്രം വരച്ചുകാണിക്കുന്നവയായിരുന്നു. അതുകൊണ്ടുതന്നെ അവ ജനങ്ങൾ ഏറ്റെടുത്തു പാടുകയുണ്ടായി. ഇതേക്കുറിച്ച് കേരളീയൻ തന്നെ രേഖപ്പെടുത്തിയിരിക്കുന്നതു നോക്കുക:

"...കണ്ണിൽ കുത്തിത്തറയ്ക്കുന്ന-ആർക്കുംതന്നെ എതിരഭിപ്രായം തോന്നാനിടയില്ലാത്ത- കൃഷിക്കാരുടെ അവശതകൾ കൃഷിക്കാരുടെ ഉള്ളിൽ തട്ടുമാറു നാടാകെ പാടി പ്രചരിപ്പിക്കുക എന്നതായിത്തീർന്നു ഞങ്ങളുടെ ഒരു പണി. അതാകട്ടെ അക്കാലത്ത് നാട്ടിൽ പ്രചാരമുള്ള എല്ലാ ദേശീയ-സാമൂഹ്യ-ഭക്തിരസ-കീർത്തന-സിനിമാ രംഗങ്ങളൊന്നും വിടാതെ നൂറു നൂറു കണക്കിൽ പാട്ടുകളുണ്ടാക്കി ധൈര്യപൂർവ്വം പാടി പ്രചരിപ്പിക്കാൻ തുടങ്ങി. കർഷകയോഗങ്ങളിൽ കർഷക പതാക ഉയർത്തിപ്പാടി പ്രസംഗിക്കുക എന്നത് ഒരു പ്രധാന ഇനമായി തീർന്നു. മലയാളത്തിൽ ആദ്യമായും ഒരു ചെങ്കൊടി ഗാനം വന്നതും പാടി പ്രചരിപ്പിച്ചതും കർഷകരംഗത്തായിരുന്നുവെന്നും അതാകട്ടെ ദേശീയ പതാകാഗാനരീതിയിലുമായിരുന്നു. ''ജയിക്കമേന്മേൽ രക്തപതാകെ" എന്ന ഗാനം....വ്യക്തികളുടെ അഭിരുചിക്കു തക്കവണ്ണം പ്രചരണ സാമഗ്രികൾ നൽകാൻ തന്നെ ഞങ്ങൾ തീർച്ചപ്പെടുത്തി. ഒറ്റയ്ക്കും കൂട്ടായും പാടങ്ങളിലും ഭജനകളിലും വീട്ടിലും വഴിയിലും സദസ്സിലും പാട്ടുപാടുക എന്നത് ഒരു സ്വഭാവമായിരുന്നു..... അങ്ങനെ വടക്കൻപാട്ട് തൊട്ട് ത്യാഗരാജകീർത്തനംവരെയും ഉള്ള രീതികളിൽ പല പല കർഷക ഗാനങ്ങൾ നാടെങ്ങും പാടി പ്രചരിപ്പിച്ചു തുടങ്ങി. നാട്ടിൻ പുറങ്ങളിൽ കർഷകശബ്ദം എന്തിനെക്കാളും ഉയർന്ന ശബ്ദമായുയരുവാൻ തുടങ്ങി.

കർഷകസംഘത്തിന്റെ വളർച്ചയ്ക്ക് വലിയ പങ്കു വഹിച്ച ഒന്നാണ് 'പാട്ടബാക്കി' എന്ന നാടകം. കൃഷിക്കാരന്റെ സാമ്പത്തിക-സാമൂഹ്യ വിഷയങ്ങളെ യാഥാർത്ഥ്യബോധത്തോടുകൂടി കലാപരമായി ചിത്രീകരിച്ച കെ ദാമോദരന്റെ പ്രസ്തുത നാടകം കൃഷിക്കാരുടെ വർഗബോധത്തെയും സംഘടനാ ബോധത്തെയും കലാബോധത്തെയും തട്ടിയുണർത്തിയ ഒന്നായിരുന്നു അത്. 1937–38 കാലത്ത് മലബാറിൽ ഇരമ്പം കൊള്ളിച്ച ഒരു പ്രസ്ഥാനം തന്നെയായിരുന്നു പാട്ട ബാക്കി നാടകം.

നികുതി കുറയ്ക്കൽ, കടാശ്വാസം തുടങ്ങിയവയുമായി ബന്ധപ്പെട്ട പ്രവർത്തനങ്ങൾക്കാണ് കർഷകസംഘം മുൻകൈയെടുത്തത്. ചിറയ്ക്കലിലാണ് എല്ലാ വില്ലേജുകളും യോഗങ്ങൾ നടക്കുകയും വില്ലേജ്തല കർഷകസംഘങ്ങൾ ഉണ്ടാവുകയും ചെയ്തത്. കേരളീയൻ, എ വി കുഞ്ഞമ്പു, വിഷ്ണുഭാരതീയൻ, അപ്പു മാസ്റ്റർ, ടി സി നാരായണൻ നമ്പ്യാർ തുടങ്ങിയവരായിരുന്നു ഈ സംഘങ്ങളുടെ നേതാക്കൾ. അളവും തൂക്കവും ക്രമപ്പെടുത്തുക, വാരം നെല്ലിന്റെ കോടതി വില കുറയ്ക്കുക, ഒഴിപ്പിക്കൽ നിരോധിക്കുക, പുനം കുടിയാന്മാർക്കും കുരുമുളക് കുടിയാന്മാർക്കും കുടയായ്മ സംരക്ഷണം നൽകുക, അക്രമപിരിവുകൾ നിർത്തുക ജന്മിമാർ ഗ്രാമങ്ങളിൽ നടത്തിയിരുന്ന എല്ലാ അക്രമങ്ങളും അവസാനിപ്പിക്കുക തുടങ്ങിയ മുദ്രാവാക്യങ്ങളാണ് കർഷകസംഘങ്ങൾ ഉന്നയിച്ചത്. കർഷകസംഘങ്ങൾ അതിവേഗം വ്യാപിക്കുകയും ഏതാനും വർഷങ്ങൾക്കകം 150 ലധികം പ്രാദേശിക കർഷകസംഘങ്ങളും വന്നു കഴിഞ്ഞിരുന്നു.

1936 നവംബറിൽ പറശ്ശിനിക്കടവിൽ ചിറയ്ക്കൽ താലൂക്കിൽ ചേർന്ന കർഷക സമ്മേളനത്തിൽ എ കെ പിള്ള അധ്യക്ഷതവഹിച്ചു. ഉൽപ്പന്നത്തിന്റെ നാലിലൊന്ന് പരമാവധി പാട്ടമായി നിശ്ചയിക്കുക, തിരുമുൽക്കാഴ്ച, വെച്ചുകാണൽ മുതലായ എല്ലാ നിർബന്ധപ്പിരിവുകളും നിരോധിക്കുക, സ്ഥിരമായ കുടിയാന്മ സുരക്ഷിതത്വം ഏർപെടുത്തുക, പാട്ടക്കുടിശ്ശിക ഒഴിവാക്കുക മുതലായ ആവശ്യങ്ങൾ സമ്മേളനം ഉന്നയിച്ചു. 1937 ൽ വള്ളുവനാട്ടിൽ ചേർന്ന താലൂക്ക് സമ്മേളനത്തിൽ പി നാരായണൻ നായർ അധ്യക്ഷതവഹിച്ചു. അതിൽവെച്ച് ഭൂരഹിതകർഷക തൊഴിലാളികളുടെ ആവശ്യങ്ങൾ ഉയർന്നുവന്നു. പുരുഷന്മാരുടെയും സ്ത്രീകളുടെയും കൂലി നിജപ്പെടുത്തുക, 15 വയസ്സിനു താഴെയുള്ള കുട്ടികളുടെ കൂലിവേല നിരോധിക്കുക, സ്ത്രീകൾക്ക് പൂർണ വേതനത്തോടെ പ്രസവാവധി അനുവദിക്കുക തുടങ്ങിയ ആവശ്യങ്ങൾ ഉന്നയിച്ചു. കോട്ടയം, ചിറക്കൽ, കുറുമ്പ്രനാട് താലൂക്കുകളിലെ പുനം കൃഷിക്കാരുടെ കൃഷിയിറക്കാനുള്ള അവകാശങ്ങൾ ജന്മിമാർ നിഷേധിച്ചതും പ്രശ്നമായി. 1938 ൽ കുറ്റ്യാടി, മൊകേരി, നരിപ്പറ്റ, പേരാമ്പ്ര, മുതലായ പ്രദേശങ്ങളിലെ പുനം കൃഷിക്കാരുടെ സമരങ്ങൾക്ക് എം കെ കേളു, എം ഗോപാലക്കുറുപ്പ്, സി എച്ച് കണാരൻ തുടങ്ങിയവർ നേതൃത്വം നൽകി. പൊന്നാനിയിൽ നടന്ന സമ്മേളനത്തിൽ ഇ എം എസും കോട്ടയത്തുനടന്ന സമ്മേളനത്തിൽ കെ ദാമോദരനും അദ്ധ്യക്ഷരായി. മൊയാരത്തു ശങ്കരനും സി എച്ച് കണാരനും കോട്ടയം താലൂക്ക് കമ്മിറ്റിയിൽ അംഗങ്ങളായിരുന്നു.

നീലേശ്വരത്ത് വെച്ച് നടന്ന മലബാർ സംയോജന സമ്മേളനപ്പന്തലിൽ വെച്ചാണ് കർഷകസംഘത്തിന്റെ ആശയങ്ങൾ ഉൾക്കൊള്ളുന്ന കോൺഗ്രസുകാരെ പങ്കെടുപ്പിച്ചുകൊണ്ട് കെ.മാധവൻ സെക്രട്ടറിയും

എം കെ കേളു

കെ.ടി.കുഞ്ഞിരാമൻ നമ്പ്യാർ പ്രസിഡണ്ടുമായി കാസർകോട് താലൂക്ക് കർഷകസംഘം നിലവിൽ വന്നത്. കർഷകസംഘത്തിന്റെ ആഭിമുഖ്യത്തിൽ വിപുലമായ പ്രചരണജാഥ ടി.എസ്.തിരുമുമ്പിന്റെ നേതൃത്വത്തിൽ പുറപ്പെടുകയും കാസർകോടൻ ഗ്രാമങ്ങളിലാകെ പ്രചരണം നടത്തുകയും ചെയ്തു. ജാഥയിലെ പ്രധാന പ്രാസംഗികൻ മൊയാരത്ത് ശങ്കരനായിരുന്നു. പറശ്ശിനിക്കടവിൽ നടന്ന കർഷക സമ്മേളനത്തിൽ മടിക്കൈയിൽനിന്നും കയ്യൂരിൽനിന്നും പ്രവർത്തകർ പങ്കെടുത്തിരുന്നു. ക്ലായിക്കോട്, തിമിരി, കയ്യൂർ, മടിക്കൈ, പെരുമ്പള, എളേരി, മുളിയാർ തുടങ്ങിയ സ്ഥലങ്ങളിൽ കർഷകസംഘത്തിന്റെ യൂണിറ്റുകൾ രൂപീകരിക്കുകയും കർഷകരെ സംഘടിപ്പിക്കുകയും ചെയ്തു.

കർഷകസംഘം പ്രവർത്തനത്തിന്റെ പ്രാരംഭഘട്ടം കഴിഞ്ഞപ്പോൾ തന്നെ കമ്മ്യൂണിസ്റ്റ് പാർട്ടിയുടെ കീഴിലുള്ള ബഹുജന സംഘടനയായി മാറിയെന്ന രീതിയിലായിരുന്നു അതിന്റെ പ്രവർത്തനം. കാസർകോട് താലൂക്ക് കർഷകസംഘം ഒന്നാം സമ്മേളനം 1938 ഏപ്രിൽ 17ന് കാഞ്ഞങ്ങാട് വെച്ച് നടത്തിയപ്പോൾ സമ്മേളനത്തിൽ ഉയർത്തേണ്ട പതാക ഒരു പ്രധാന തർക്കവിഷയമായി മാറി. കെ.മാധവൻ ഉൾപ്പെടെയുള്ളവർ സമ്മേളനത്തിൽ ചുവന്ന കൊടി മാത്രം ഉയർത്തണമെന്ന് വാദിച്ചു. ഏ.സി.കണ്ണൻ നായർ ഉൾപ്പെടെയുള്ള കോൺഗ്രസ് പ്രവർത്തകർ ചുവന്ന കൊടിയോടൊപ്പം കോൺഗ്രസ് പതാകയും ഉയർത്തണമെന്ന് വാദിച്ചു. ബഹളത്തെ തുടർന്ന് കോൺഗ്രസ് നേതാക്കൾ സമ്മേളനത്തിൽനിന്ന് ഇറങ്ങിപ്പോയി.

രണ്ടാമത്തെ താലൂക്ക് സമ്മേളനം 1939ൽ കൊടക്കാട് നടക്കുമ്പോഴേക്കും കർഷകസംഘം ശക്തമായ പ്രസ്ഥാനമായി വളർന്നുകഴിഞ്ഞിരുന്നു. കിസാൻ സഭ അഖിലേന്ത്യാ സെക്രട്ടറി പ്രൊഫ. എൻ.ജി.രംഗയും കേരളത്തിലെ ഇടതുപക്ഷ നേതാക്കളിൽ ഭൂരിഭാഗവും പങ്കെടുത്ത സമ്മേളനമായിരുന്നു കൊടക്കാട് സമ്മേളനം. വർഗ്ഗ ബഹുജനഐക്യത്തിന്റെ പ്രാധാന്യം മനസ്സിലാക്കിയ നേതാക്കൾ കൊടക്കാട് സമ്മേളനത്തെ സമ്മേളനങ്ങളുടെ സമ്മേളനമാക്കിമാറ്റി. എല്ലാ ബഹുജനസംഘടനകളുടെയും വനിതകളുൾപ്പെടെ സമ്മേളനം കർഷകസമ്മേളനത്തിന്റെ ഭാഗമായി നടന്നു.

ഈ അന്തരീക്ഷത്തിലാണ് 1937 ൽ ഏറനാട് താലൂക്കിൽ കർഷകസംഘം രൂപീകരിക്കപ്പെട്ടത്. ഇടക്കോട് മുഹമ്മദ്, കെ കോയ കുഞ്ഞി നഹ, കുഞ്ഞാലി, ടി കുഞ്ഞുണ്ണി, എം കണാരൻ തുടങ്ങിയ വരാണ് നേതൃത്വം നൽകിയത്. 1937 ൽ തന്നെ വള്ളുവനാട് താലൂക്കിലും കർഷകസംഘം രൂപീകരിക്കപ്പെട്ടു. ഇ പി ഗോപാലൻ സെക്രട്ടറി. പി വി കുഞ്ഞുണ്ണിനായർ (പ്രസിഡന്റ്), കൊങ്ങശ്ശേരി കൃഷ്ണൻ, എ രാമചന്ദ്രൻ നടുങ്ങാടി, എം കെ ശേഖരൻ, കെ സി ഗോപാലനുണ്ണി, പുളിങ്കോട് അപ്പുകുട്ടിമേനോൻ എന്നിവർ നേതൃപരമായ പങ്കുവരിച്ച് കർഷകസംഘ സന്ദേശം വള്ളുവനാട്ടിൽ ഉടനീളം പ്രചരിപ്പിച്ചു.

പൊന്നാനി താലൂക്കിലും ഇക്കാലത്ത് കർഷകസംഘം ഉടലെടുത്തു. അതിന്റെ ആദ്യ പ്രസിഡണ്ട് എം കേശവൻ നമ്പൂതിരിയും സെക്രട്ടറി കെ എസ് നാരായണനുമായിരുന്നു. കൊടമന നാരായണൻ നായർ, എം പി ഭട്ടതിരിപ്പാട് (പ്രേംജി), കാരാട്ട് രാമൻ മേനോൻ, പി കണാരൻ മാസ്റ്റർ, ഒ കെ മാമുണ്ണി, കുട്ടികൃഷ്ണൻ എഴുത്തച്ഛൻ, എം കെ രാഘവൻ എന്നിവരൊക്കെ ആദ്യ കമ്മിറ്റിയിൽ ഉണ്ടായിരുന്നു. അക്കാലത്ത് എം പി ഭട്ടതിരിപ്പാടിന്റെ നേതൃത്വത്തിൽ ഒരു കർഷകജാഥ താലൂക്കിന്റെ വിവിധ ഭാഗങ്ങളിൽ ചുറ്റി സഞ്ചരിച്ചു. ഈ ജാഥ കർഷകരിൽ ഉണർവ്വും ആവേശവും വളർത്തി. വളാഞ്ചേരി, കൽപ്പകഞ്ചേരി, കൂട്ടായി, ചങ്ങരംകുളം, മാറഞ്ചേരി, വൈലത്തൂർ, തുടങ്ങിയ സ്ഥലങ്ങളിലെല്ലാം ജാഥയ്ക്ക് സ്വീകരണങ്ങളും പൊതുയോഗങ്ങളും നടന്നു.

ഈ പശ്ചാതലത്തിൽ കൊരണ്ടിയൂരിൽവെച്ച് ഒന്നാം പൊന്നാനി താലൂക്ക് കർഷകസംഘം സമ്മേളനം നടന്നു. ഈ സമ്മേളനത്തിന്റെ സംഘാടനപ്രവർത്തനങ്ങളിൽ പങ്കെടുക്കാനായി വടക്കേക്കാട് കടലായ മനയിൽ സ. ഇ എം എസ്, കെ ദാമോദരൻ, പ്രേംജി, എം ആർ ബി എന്നിവരൊക്കെ കൂടിയിരുന്നു. ഇവിടെയുള്ള ആലോചനയിലാണ് മലയാളത്തിലെ ആദ്യത്തെ രാഷ്ട്രീയ നാടകമായ 'പാട്ടബാക്കി' എഴുതുന്നതും അവതരിപ്പിക്കപ്പെടുന്നതും. ഈ കർഷക സമ്മേളനം ഉദ്ഘാടനം ചെയ്തത് പ്രസിദ്ധ സാഹിത്യകാരനും അന്ന് ആലപ്പുഴയിലെ തൊഴിലാളി നേതാവുമായ പി കേശവദേവായിരുന്നു.

1938 മെയ് മാസത്തിൽ അഖിലമലബാർ കർഷകസംഘം നിലവിൽ വന്നു. 1930 ലെ കുടിയായ്മ നിയമം വെറും പാട്ടക്കാർക്കനുകൂലമായി ഭേദഗതി ചെയ്യണമെന്ന ആവശ്യം ഉയർന്നുവന്നു. നവംബർ 6 നു നടന്ന കുടിയായ്മ ഭേദഗതി ദിനാചരണം കുറ്റ്യാടി, കരിവെള്ളൂർ, ചാവശ്ശേരി, വണ്ടാഴി തുടങ്ങിയ 16 സ്ഥലങ്ങളിൽ നടന്നു. അക്രമപ്പിരിവുകൾ അവസാനിപ്പിക്കാൻ കുടാളി, കുറുമാത്തൂർ, കല്യാട്ട്, കോട്ടയം കോവിലകം, കരക്കാട്ടിടം തുടങ്ങിയ ജന്മിഗൃഹങ്ങളിലേക്കു നടത്തിയ മാർച്ചുകളിൽ 4000–5000 കർഷകർ വീതം പങ്കെടുത്തു. ഇതിനെതിരായ

ജന്മിമാർ കർഷകരുടെ മേൽ നിരവധി കേസുകൾ എടുപ്പിച്ചു. 1937–39 കാലത്തിനുള്ളിൽ ഉത്തര കേരളത്തിൽ 89 കേസുകൾ രജിസ്റ്റർ ചെയ്തു ക്ഷേത്രം തീണ്ടൽ, കയ്യേറ്റം, ഭവനഭേദനം, മണ്ണാത്തിമാറ്റുമുടക്കൽ കൂട്ടക്കവർച്ച തുടങ്ങിയവയിലാണ് കേസ് ചുമത്തിയത്. കർഷകരുടെ വർഗസമരത്തിനെതിരെ ജന്മിമാർ ജാതിയുടെ ആയുധങ്ങൾ ഉപയോഗിക്കുന്നത് ഇവിടെ കാണാം.

1939 ജനുവരി 3 മുതൽ മെയ് അവസാനംവരെ 33 വില്ലേജ് കർഷക സമ്മേളനങ്ങൾ നടന്നു. തൊടയ്ക്കാട്, മടിക്കൈ, അജാനൂർ, പിണറായി, മാതമംഗലം, ചെറുതാഴം, മുണ്ടോട്ട് കുർശി, നിലമ്പൂർ, കയരളം, കാരയ്ക്കാട്, പള്ളിപ്രം, നാദാപുരം, മുഴക്കുന്ന്, പഴശ്ശി, മലപ്പട്ടം, കണ്ണാടി തുടങ്ങിസ്ഥലങ്ങളിലാണ് വില്ലേജ് സമ്മേളനങ്ങൾ നടന്നത്. വള്ളുവനാട് താലൂക്ക് (പുലാമന്തോൾ), ഹോസ്ദുർഗ് (കൊടയ്ക്കാട്), പൊന്നാനി (വൈലത്തൂർ), പാലക്കാട് (കണ്ണാടി) എന്നിവിടങ്ങളിൽവെച്ചു ചേർന്ന കർഷകസമ്മേളനങ്ങളിൽ 5000–15000 വരെ കർഷകർ പങ്കെടുത്തു. (ബ്ലാത്തൂർ–കൊടക്കാട്–15000). അന്ന് ചിറക്കൽ താലൂക്കിൽ 83 പ്രാദേശികസംഘങ്ങളിൽ നിന്നായി 9901 പേരും കോട്ടയം താലൂക്കിൽ 68 സംഘങ്ങളിലായി 5909 പേരും കർഷകസംഘം അംഗങ്ങളായി.

തിരുകൊച്ചിയിലെ സമരങ്ങൾ

തിരുവിതാംകൂറും കൊച്ചിയും രൂപംകൊണ്ട കർഷകസമരങ്ങളുടെ സ്വഭാവം വ്യത്യസ്തമായിരുന്നു. തിരുവിതാംകൂറിലെ പണ്ടാരപാട്ട വിളംബരവും ജന്മി–കുടിയാൻ വിളംബരവും പരമ്പരാഗത ജന്മിത്തത്തെ തകർക്കുകയും ഒരു കർഷകവിഭാഗത്തെ വളർത്തിക്കൊണ്ടുവരികയും ചെയ്തു. കൊച്ചിയിൽ പൂർണമല്ലെങ്കിലും ഒരു കർഷകവിഭാഗം വളർന്നു വന്നു. ഇവർ നേരിട്ട പ്രധാനപ്രശ്നം ജന്മിസമ്പ്രദായത്തിലെ പാട്ടമായിരുന്നില്ല, നാടുവാഴിത്തത്തിന്റെയും കരപ്രമാണിമാർ എന്നറിയപ്പെട്ട ഭൂവുടമകളുടെയും നികുതി പിരിവും അതിന്റെ ഭാഗമായി വസൂലാക്കിയിരുന്ന ലൈംഗിക പീഡനമടക്കമുള്ള മാമൂലുകളുമായിരുന്നു. കാർഷിക ക്കടവും ബുദ്ധിമുട്ടിച്ചു. കടം വാങ്ങി തിരിച്ചടയ്ക്കാത്ത തുകകാരണം അന്യാധീനപ്പെട്ടുപോയ ഭൂമികളുടെ ഉടമസ്ഥർ നിരവധിയായിരുന്നു. കൃഷിക്കാരുടെ പ്രധാനവരുമാന മാർഗം ഉല്പന്നങ്ങളുടെ ചന്തയിലുള്ള വില്പനയും അതിനുകിട്ടിയിരുന്ന വിലയുമായിരുന്നു. വിലയിലുള്ള ഏറ്റക്കുറച്ചിൽ നാണ്യവിളകർഷകരെ ബുദ്ധിമുട്ടിച്ചിരുന്നു. ഇത് 1930 കളിൽ നെൽകൃഷിക്കാരെ വരെ ബാധിച്ചു. അതേ സമയം അങ്ങാടികളിലും ചന്തകളിലും വിൽക്കുന്നതിനും വാങ്ങുന്നതിനും നൽകുന്ന ചന്തക്കരം വൻതോതിൽ വർദ്ധിച്ചു. സർക്കാരിനു കൊടുക്കുന്ന നികുതി കൂടാതെ ചന്തയിൽ നിന്ന് നികുതി വസൂലാക്കുന്ന കോൺട്രാക്ടർമാരുടെ ചൂഷണവും അസഹനീയമായിരുന്നു തെങ്ങുകൃഷി വ്യാപകമായിരുന്ന

സ്ഥലങ്ങളിൽ തേങ്ങ, ചകിരി, ആട്ടിയ എണ്ണ, കയറ്, ചെത്തിയ കള്ള് തുടങ്ങിയവയെല്ലാം വിപണനത്തിലുള്ളതായതുകൊണ്ട് അവയിലെല്ലാം വ്യത്യസ്ത ചൂഷണമുറകളുപയോഗിച്ച് കർഷകരെ പിഴിഞ്ഞു. ജാതീയത എപ്പോഴും ഫലപ്രദമായുപയോഗിച്ച മർദ്ദനമുറയായിരുന്നു.

കർഷകത്തൊഴിലാളികളുടെ പ്രശ്നങ്ങളും അതിനോടൊപ്പം ശക്തമായി പ്രകടിപ്പിക്കപ്പെട്ടു. അതും ജാതി ബന്ധങ്ങളുമായും കെട്ടു പിണഞ്ഞു കിടന്നു. തിരുവിതാംകൂറിലെ ഇടത്തരം-ധനിക കർഷകർ പൊതുവിൽ ക്രിസ്ത്യാനികളും നായന്മാരുമായിരുന്നപ്പോൾ തെങ്ങു കൃഷി ഈഴവരുടേതായി. കർഷകരുടെ ഗാർഹികാധ്വാനത്തെ മാറ്റി നിർത്തിയാൽ മണ്ണിൽ പണിയെടുത്ത് അധ:സ്ഥിത വിഭാഗങ്ങളായിരുന്നു. അല്ലെങ്കിൽ ദരിദ്രകർഷകർ അവരുടെ വയലിൽ പണിയെടുത്തു ശേഷിച്ച സമയം ധനികകർഷകരുടെ വയലിലും പുരയിടങ്ങളിലും പണിയെടുത്തു. അതായത് ധനികകർഷകർ ഒരു വശത്തും ദരിദ്രകർഷകരും കർഷകത്തൊഴിലാളികളും മറുവശത്തും വളർന്നുവന്ന വൈരുദ്ധ്യം പലപ്പോഴും ജാതീയമായാണ് പ്രകടിപ്പിക്കപ്പെട്ടത്. തെക്കൻ തിരുവിതാംകൂറിലെ നായർ-ഈഴവ സംഘർഷങ്ങൾ ഉദാഹരണമാണ്.

1920-1930 കളിലെ മാന്ദ്യത്തിന്റെ പശ്ചാത്തലത്തിൽ ഇത്തരം സംഘർഷങ്ങൾക്ക് പുതിയ മാനങ്ങൾ കൈവന്നു. കാർഷികകടം വീട്ടാൻ കഴിയാതെ ഭൂമി അന്യാധീനപ്പെടുക, കാർഷിക ഉല്പന്നങ്ങൾക്കുള്ള വിലക്കുറവ്, വർദ്ധിച്ച നികുതിഭാരം തുടങ്ങിയവകൊണ്ട് പൊറുതി മുട്ടിയ നിരവധി കർഷകർ പുതിയ സാധ്യതകൾ തേടി മലയോര പ്രദേശങ്ങളിലേക്കും മലബാറിലേക്കും കുടിയേറിയത് ഇക്കാലത്താണ്. പങ്കുപാട്ടമായും മറ്റു രീതികളിലും കൃഷിചെയ്തവരും ഇക്കൂട്ടത്തിൽ പെട്ടു. അടിയാരോടുള്ള ക്രൂരമർദ്ദനങ്ങൾ അവരുടെ ഇടയിൽനിന്നുള്ള പ്രതിരോധത്തിന് കാരണമായി. പുലയർ, പറയർ, അരയന്മാർ, വാലന്മാർ തുടങ്ങി നിരവധി വിഭാഗങ്ങൾക്കിടയിൽ സംഘടിത രൂപങ്ങൾ ഉണ്ടായി വന്നത് ഈ പശ്ചാത്തലത്തിലാണ്.

ഇവരുടെ ഇടയിൽ മൂന്നു വിധത്തിലുള്ള പ്രവർത്തനങ്ങൾ നടന്ന വന്നിരുന്നു. എസ് എൻ ഡി പിയുടെയും വിവിധ അധ:സ്ഥിത സഭകളുടെയും സമാജങ്ങളുടെയും പ്രവർത്തനങ്ങളായിരുന്നു, ഒന്ന്. അയിത്തോച്ചാടനം, മിശ്രവിവാഹം, മിശ്രഭോജനം, സഞ്ചാരസ്വാതന്ത്ര്യം മുതലായ പ്രവർത്തനങ്ങൾ കൂടാതെ വിദ്യാഭ്യാസത്തിലും സർക്കാർ ജോലിക്കും മറ്റു തൊഴിലുകൾക്കുവേണ്ടിയുള്ള പരിശ്രമങ്ങളിലും അവർ മുൻകൈയെടുത്തു. രണ്ടാമത്തേത്, ഗാന്ധിയൻ സ്വാധീനത്തിലുള്ള ഹരിജന സേവാസംഘം പോലുള്ളവയുടെ പ്രവർത്തനമാണ്. ഹരിജനസേവാസംഘത്തിൽ അധ:സ്ഥിതർ കൂടാതെ നിരവധി സവർണവിഭാഗത്തിൽ പെട്ടവരും പങ്കെടുത്തിരുന്നു. 1930 കളിലെ നിവർത്തന പ്രസ്ഥാനത്തിന്റ

ഭാഗമായി വളർന്നുവന്ന ഐക്യം നിരവധിയുവാക്കളെ ഇത്തരം പ്രവർത്തനങ്ങളിലേക്ക് ആകർഷിച്ചു. എം എൻ ഗോവിന്ദൻ നായർ, പന്തളം പി ആർ മാധവൻപിള്ള, സി എസ് ഗോപാലപിള്ള, കോട്ടയം ഭാസി തുടങ്ങി നിരവധി പേർ ഇതിൽപെടും. സി ജി സദാശിവൻ, ആർ സുഗതൻ, കാളിക്കുട്ടി ആശാട്ടി തുടങ്ങിയവർ എസ് എൻ ഡി പി യുടെ സമുദായിക പ്രവർത്തനങ്ങളിലും പങ്കെടുത്തു. ഇവരിൽ ചിലർ മതപരിവർത്തനവും നടത്തി. ശ്രീധരൻ ബുദ്ധമതത്തിൽ ചേർന്നാണ് സുഗതനായത്. മൂന്നാമത്തെത് നാടുവാഴിത്തത്തിനെതിരായ രാഷ്ട്രീയപ്രക്ഷോഭങ്ങളായിരുന്നു. 1928–29 മുതൽ നടന്നുവന്ന പൗരാവകാശ സമരങ്ങൾ, 1933–34 ലെ നിവർത്തന പ്രസ്ഥാനം തുടങ്ങിയവ അധ:സ്ഥിത ജനവിഭാഗങ്ങളെ മുഴുവനും നാടുവാഴിത്തത്തിനെതിരായി കൊണ്ടുവന്നു.

1925 ൽ വൈക്കം സത്യഗ്രഹത്തിൽ പങ്കെടുത്ത കീഴേറ്റ് രാമൻ ഇളയതാണ് തന്റെ അയിത്തത്തിനും അനാചാരത്തിനും എതിരായ പ്രവർത്തനങ്ങൾ വഴി കുത്താട്ടുകുളത്ത് പുതിയ അവബോധം സൃഷ്ടിച്ചത്. തുടർന്ന് കെ ടി ജേക്കബ്, ഐ എം വർക്കി, കെ സി ജോൺ, ടി കെ നീലകണ്ഠൻ, സി ഐ ആൻഡ്രൂസ് തുടങ്ങിയവരാണ് അവിടെ പുതിയ മുന്നേറ്റത്തിന് ചുക്കാൻ പിടിച്ചത്. പിന്നീട് നാടുവാഴിത്തത്തിനെതിരെ പ്രതികരിച്ച കർഷകരാണ് അവിടെ കോൺഗ്രസ് സോഷ്യലിസ്റ്റ് പാർട്ടിക്കും പിന്നീട് കമ്മ്യൂണിസ്റ്റ് പാർട്ടിക്കും ജന്മം നൽകിയത്. പന്തളം മാവേലിക്കര പ്രദേശങ്ങളിലും ഹരിജൻ സേവാസംഘത്തിന്റെ പ്രവർത്തനംവഴിയാണ് കോൺഗ്രസും പിന്നീട് കമ്മ്യൂണിസ്റ്റ് പാർട്ടിയും സ്വാധീനം ചെലുത്തിയത്.

1939 ലെ ഏറ്റവും ശ്രദ്ധേയമായ പ്രദേശിക സമരപരമ്പരയായിരുന്നു തെക്കൻ തിരുവിതാംകൂറിലെ കടയ്ക്കൽ, കല്ലറ, പാങ്ങോട് എന്നീ ഗ്രാമങ്ങളിൽ നടന്നത്. പ്രധാനമായും ഇടത്തരം–ദരിദ്രകർഷകർ നിറഞ്ഞ ഈ പ്രദേശങ്ങളിൽ കാർഷികച്ചന്തകളിൽ ഉല്പന്നങ്ങൾ വിറ്റുകിട്ടുന്ന വരുമാനമായിരുന്നു പ്രധാന ജീവിതമാർഗം. 1938–39 ൽ ചന്തയിൽ നിന്ന് സർക്കാർ പിരിച്ചിരുന്ന ചന്തക്കരം വർദ്ധിപ്പിച്ചു. കൂടാതെ കോൺട്രാക്ടർമാരുടെ അക്രമപ്പിരിവും നടന്നു. ഇതിൽ പൊറുതിമുട്ടിയ ജനങ്ങൾ കടയ്ക്കൽ ചന്തയിൽ ചന്തക്കരം കൊടുക്കാൻ വിസമ്മതിക്കുകയും തുടർന്നുണ്ടായ സംഘർഷത്തിൽ സംഘം ചേർന്ന് അടുത്തുള്ള പോലീസ് സ്റ്റേഷൻ ആക്രമിക്കുകയും ചെയ്തു. ഒരു ദിവസം സമാന്തര ചന്തയും നടത്തി. തുടർന്നു നടന്ന നരനായാട്ടിൽ 62 പേർ അറസ്റ്റു ചെയ്യപ്പെട്ടു. മൂന്നുപേർ പോലീസ് കസ്റ്റഡിയിൽ മരിച്ചു. പത്തുപേർ ജീവപര്യന്തം തടവിനു ശിക്ഷിക്കപ്പെട്ടു. നേതൃത്വം കൊടുത്ത 'ഫ്രാങ്കോ' പുതിയോട്ടിൽ രാഘവൻപിള്ള, ചന്തൻകാളിയമ്പി, ബീഡിവേലു എന്നിവർ ഒളിവിൽ പോയെങ്കിലും പിന്നീട് അറസ്റ്റിലായി. സമാനമായ സമരങ്ങൾ കല്ലറയും പാങ്ങോടും നടന്നു. യഥാർത്ഥ പോലീസ് കൂടാതെ സർ സി

പിയുടെ കാലത്തെ സവർണഗുണ്ടകളായ "അഞ്ചു രൂപാ പോലീസി"ന്റെ ഇടപെടലും ഇതിൽ കാണാം. തിരുവിതാംകൂർ സ്റ്റേറ്റ് കോൺഗ്രസിന്റെ നേതൃത്വത്തിലും സ്വാധീനത്തിലുമാണ് സമരങ്ങൾ നടന്നതെങ്കിലും പിന്നീട് കമ്മ്യൂണിസ്റ്റ് പ്രസ്ഥാനം വ്യാപിക്കാൻ ഇവ കാരണമായി.

കുട്ടിക്കൃഷ്ണമേനോൻ കമ്മിറ്റി റിപ്പോർട്ടും വിയോജനക്കുറിപ്പും

1937 ൽ മദിരാശിയിൽ രാജാജി മന്ത്രിസഭ അധികാരത്തിൽ വന്നത് കർഷകർ ഏറെ പ്രതീക്ഷയോടെയാണ് കണ്ടത്. മലബാറിലെ കർഷകരുടെ ആവേശകരമായ പിന്തുണയാണ് മദിരാശി സംസ്ഥാനത്തി കോൺഗ്രസ് മന്ത്രിസഭയെ അധികാരത്തിലെത്തിച്ചത് ലഖ്നൗ, ഫൈസ്പൂർ, കോൺഗ്രസ് സമ്മേളനങ്ങൾ കൈക്കൊണ്ട സാമ്രാജ്യ വിരുദ്ധ നിലപാടുകളും കാർഷിക പ്രശ്നങ്ങളും പുരോഗമനവീക്ഷണം ഉയർത്തിപ്പിടിച്ചതും സോഷ്യലിസ്റ്റ് ചിന്താഗതിക്കാരെ പ്രതിക്ഷാനിർഭ രരാക്കിയിരുന്നു.

കോൺഗ്രസ് മന്ത്രിസഭ അധികാരത്തിൽ വന്നപ്പോൾ കോൺഗ്ര സിന്റെ കാർഷികപരിപാടികളുടെ വെളിച്ചത്തിൽ നിയമനിർമാണം ചെയ്തുകിട്ടുമെന്ന് സ്വാഭാവികമായും കൃഷിക്കാർ പ്രതീക്ഷിക്കുകയും അതിനായി ആവശ്യമുന്നയിക്കുകയും ചെയ്തു. 1930 ലെ മലബാർ കുടിയായ്മ നിയമം വെറും പാട്ടക്കുടിയാന്മാർക്ക് വേണ്ടത്ര രക്ഷ നൽകിയിരുന്നില്ല. അതുകൊണ്ടുതന്നെ മലബാർ കുടിയായ്മ നിയമ ത്തിൽ അത്യാവശ്യമായ ഭേദഗതികൾ ആവശ്യപ്പെട്ടു കർഷകസംഘം പ്രക്ഷോഭം തുടങ്ങുകയുണ്ടായി. കർഷകരുടെ പ്രധാന ആവശ്യങ്ങൾ ഇവയായിരുന്നു.

1. പൊളിച്ചെഴുത്ത് സമ്പ്രദായം നിർത്തൽചെയ്യുക.

2. വെറും പാട്ടക്കുടിയാൻ ഒരു കൊല്ലത്തെ പാട്ടം മുൻകൂർ അടയ് ക്കണമെന്ന നിബന്ധന റദ്ദാക്കുക.

3. മര്യാദപ്പാട്ടം കണക്കാക്കുന്നത് നിലങ്ങളെ സംബന്ധിച്ച് അറ്റവിള വിന്റെ പകുതിയാക്കുകയും കൃഷിച്ചിലവിന് വിത്തിന്റെ രണ്ടര ഇരട്ടി കണക്കാക്കുന്നത് മൂന്നര ഇരട്ടി ആക്കുകയും ചെയ്യുക.

4. തോട്ടങ്ങളെ സംബന്ധിച്ച് കുടിയായ്മ നിയമത്തിന്റെ വകുപ്പുകൾ കുരുമുളകു കൃഷിക്കാർക്കും കൂടി ബാധകമാക്കുക.

ഈ ആവശ്യങ്ങളുന്നയിച്ച് ശക്തമായ പ്രക്ഷോഭങ്ങൾ സംഘടിപ്പിച്ചു വെങ്കിലും മദിരാശി ഗവൺമെന്റ് തയ്യാറാക്കിയ മലബാർ കുടിയായ്മ ഭേദഗതി ബില്ലിൽ ഈ ആവശ്യങ്ങളൊന്നും പരിഗണിച്ചതുമില്ല. അതുകൊണ്ട് കുടിയായ്മനിയമത്തിൽ ഭേദഗതി ആവശ്യപ്പെട്ടുകൊണ്ട്

ശക്തമായ പ്രക്ഷോഭങ്ങൾക്ക് അഖില മലബാർ കർഷകസംഘം നേതൃത്വം കൊടുക്കുകയുണ്ടായി. എല്ലാ താലൂക്കുകളിലും കർഷകജാഥകൾ സംഘടിപ്പിച്ചു. എള്ളരിഞ്ഞി, ബ്ലാത്തൂർ, കൊടക്കാട് തുടങ്ങിയ സ്ഥലങ്ങളിൽ സമ്മേളനങ്ങൾ നടത്തി. കർഷകസംഘത്തിന്റെ ശക്തിയും നിശ്ചയദാർഢ്യവും വെളിപ്പെടുത്തുന്നതായിരുന്നു ഇവയോരോന്നും. കുറുമ്പ്രനാട് താലൂക്കിന്റെ മലയോരപ്രദേശമായ കുറ്റ്യാടി, കരിങ്ങാട് ഭാഗങ്ങളിൽ പുനംകൃഷിക്കാരുടെ അടിയന്തര ആവശ്യങ്ങൾക്കു വേണ്ടിയുള്ള പ്രക്ഷോഭങ്ങളും വളർന്നുവന്നു.

ഇത്രയുമായപ്പോൾ വടക്കേ മലബാറിലെ കാർഷികസ്ഥിതിയെപ്പറ്റി അന്വേഷണം നടത്താൻ മദിരാശി ഗവൺമെന്റിന്റെ റവന്യൂ മന്ത്രിയായ ടി പ്രകാശം തയ്യാറായി. 1938 ഡിസംബർ 24 നു ചിറക്കൽ താലൂക്കിലെത്തി നിരവധി സ്ഥലങ്ങൾ സന്ദർശിച്ച് കർഷകരിൽനിന്നും നേരിട്ട് പരാതികൾ സ്വീകരിക്കുകയുണ്ടായി. മലബാർ കുടിയായ്മ നിയമം പരിഷ്കരിക്കേണ്ടതിന്റെ ആവശ്യകതയും പുനംകൃഷിക്കാരെയും കുരുമുളക് കൃഷിക്കാരെയും നിയമത്തിന്റെ പരിധിയിൽ കൊണ്ടുവരാത്തതിന്റെ ആപത്തും അദ്ദേഹത്തിനു ബോധ്യപ്പെട്ടു.

ഈ സാഹചര്യത്തിലാണ് മലബാർ കുടിയായ്മയെക്കുറിച്ച് പഠിച്ച് റിപ്പോർട്ട് സമർപ്പിക്കാൻ കുട്ടികൃഷ്ണമേനോൻ കമ്മിറ്റിയെ നിയമിച്ചത്. മദിരാശിയിലെ പ്രമുഖ വക്കീലായിരുന്ന കെ കുട്ടികൃഷ്ണമേനോൻ ചെയർമാൻ ആയിട്ടുള്ള പ്രസ്തുത കമ്മിറ്റിയിൽ മദിരാശി നിയമസഭയിലെ അംഗങ്ങളായിരുന്ന ആർ രാഘവമേനോൻ, എം പി ദാമോദരൻ, സി കെ ഗോവിന്ദൻ നായർ, ഇ എം ശങ്കരൻ നമ്പൂതിരിപ്പാട്, അബ്ദുറഹിമാൻ സാഹിബ്, ഇ കണ്ണൻ എന്നിവർ അംഗങ്ങളായിരുന്നു. പ്രസ്തുത കമ്മിറ്റി 1940 ൽ അതിന്റെ റിപ്പോർട്ട് ഗവൺമെന്റിന് സമർപ്പിച്ചു. കോൺഗ്രസ് ബഹുഭൂരിപക്ഷമുള്ള കമ്മിറ്റിയാണ് അതെങ്കിലും, ആ കമ്മിറ്റി സമർപ്പിച്ച റിപ്പോർട്ട് ഫെയ്സ്പൂർ കോൺഗ്രസിന്റെ കാർഷിക പരിപാടിയിലെ തത്വങ്ങൾക്ക് തന്നെ എതിരായിരുന്നു. പാട്ടക്കുടിശ്ശിക വന്നാലും കുടിയാനെ ഒഴിപ്പിക്കാൻ പാടില്ല എന്നതായിരുന്നു ഫെയിസ്പൂർ പ്രമേയം. എന്നാൽ നിശ്ചിത തീയ്യതിക്കുള്ളിൽ പാട്ടസംഖ്യ അടിച്ചില്ലെങ്കിൽ കുടിയാനെ ഒഴിപ്പിക്കാം എന്നാണ് കമ്മിറ്റി ശുപാർശ ചെയ്തത്. മൊത്തത്തിൽ കുടിയാന്റെ താല്പര്യം സംരക്ഷിക്കുന്ന റിപ്പോർട്ടായിരുന്നില്ല അത്. അതിനാൽ ഇ എം എസ്, മുഹമ്മദ് അബ്ദുറഹ്മാൻ സാഹിബ്, ഇ കണ്ണൻ എന്നീ മൂന്നുപേർ റിപ്പോർട്ടിനെ എതിർക്കുകയും അവരുടെ അഭിപ്രായം ഭിന്നാഭിപ്രായ കുറിപ്പുകളായി റിപ്പോർട്ടിൽ എഴുതിച്ചേർക്കുകയും ചെയ്തു.

ജന്മി സമ്പ്രദായം സാമൂഹ്യവളർച്ചയ്ക്ക് വിഘാതമാണെന്നും അത് അവസാനിപ്പിക്കേണ്ടതാണെന്നും യുക്തിഭദ്രമായി അവതരിപ്പിക്കു

ന്നതായിരുന്നു ഇ എം എസിന്റെ വിയോജനക്കുറിപ്പ്. ജന്മിത്വം സമുദായത്തിന് ചെയ്യുന്ന യാതൊരു സേവനത്തിനുമല്ല പാട്ടം കൊടുക്കുന്നത് അതുകൊണ്ട് തന്നെ അത് ഇത്തിൾക്കണ്ണി സ്വഭാവമുള്ള താണ് എന്ന് ഇ എം എസ് അഭിപ്രായപ്പെട്ടു. മാത്രവുമല്ല, സാമ്പത്തിക പരിഷ്കരണത്തിന്റെ ഏതൊരു പദ്ധതിയും ജന്മിത്വത്തെ അവസാനിപ്പി ക്കുന്ന പദ്ധതിയും ഉൾക്കൊള്ളേണ്ടതാണ്. ജന്മിത്വത്തെ അവസാനിപ്പി ക്കേണ്ടതിന്റെ ആവശ്യകത ഊന്നിപ്പറഞ്ഞതിനുശേഷം കൃഷിക്കാർക്ക് അടിയന്തരമായി ലഭിക്കേണ്ട സംരക്ഷണ വ്യവസ്ഥകളും അദ്ദേഹം വിവരിക്കുന്നുണ്ട്. പിൽക്കാലത്ത് കുട്ടികൃഷ്ണമേനോൻ കമ്മിറ്റി റിപ്പോർട്ടിനെക്കാൾ ചരിത്ര പ്രാധാന്യം നേടിയത് ഇ എം എസിന്റെ വിയോജനക്കുറിപ്പാണ്. ജന്മിസമ്പ്രദായം പ്രതിഫലം കൂടാതെ അവസാനിപ്പിക്കേണ്ടുനതിന്റെ പ്രാധാന്യം ഊന്നിപ്പറയുന്നതോടൊപ്പം ഒഴിപ്പിക്കൽ തടയുക, പാട്ടത്തോത് കുറയ്ക്കുക മുതലായത് സംബന്ധിച്ച ഒട്ടേറെ വിശദനിർദ്ദേശങ്ങളും ഈ വിയോജനക്കുറിപ്പിലുണ്ടായിരുന്നു.

അധ്യാപകപ്രസ്ഥാനം

കേരളത്തിലെ കർഷകസമൂഹവും ആധുനിക ജീവിതവും തമ്മിലുള്ള ബന്ധം ഗ്രാമങ്ങളിലെല്ലാം വ്യാപിച്ച എലിമെന്ററി സ്കൂളുകളിലൂടെയാണ് വളർന്നുവന്നത്. പലയിടങ്ങളിലും കർഷകസം ഘങ്ങൾക്കും രാഷ്ട്രീയ പ്രസ്ഥാനങ്ങൾക്കും നേതൃത്വം നൽകിയതും അധ്യാപകരായിരുന്നു.

മലബാറിലെ അധ്യാപകർ ഗ്രാമീണ ജീവിതവുമായി ജൈവ ബന്ധം പുലർത്തിയവരായിരുന്നു. അവർ വിദ്യാർത്ഥികളുടെ വീടുകൾ സന്ദർശിച്ചു. കൃഷിക്കാരും തൊഴിലാളികളുമായ മാതാപിതാക്കളുമായി സംസാരിച്ചു. അന്യനാടുകളിൽ ജോലി ചെയ്തിരുന്ന ബന്ധുക്കളുമായി കത്തിടപാടുകൾ നടത്താൻ അവരെ സഹായിച്ചു. നാട്ടുകാർക്കായി പുണ്യഗ്രന്ഥങ്ങൾ വായിച്ചുകൊടുത്തത് പലപ്പോഴും അധ്യാപകരാ യിരുന്നു. അവരിൽ പലരും ദേശീയ പ്രസ്ഥാനത്തിൽ സജീവമായി പങ്കെടുക്കാൻ അവരെ പ്രേരിപ്പിച്ചു. പിന്നോക്ക വിഭാഗങ്ങളുടെ വിവാഹ കർമ്മങ്ങൾക്ക് നേതൃത്വം നൽകാനും സമൂഹസദ്യ സംഘടിപ്പിക്കാനും അയിത്തത്തിനും മറ്റ് സാമൂഹ്യതിന്മകൾക്കും എതിരായി പോരാടാനും അവർ മുന്നോട്ടു വന്നു. അധ്യാപകരിൽ പലരും കർഷക വിഭാഗത്തിൽ പെട്ടവരായിരുന്നു. ചിലർ മാനേജർമാരായ ജന്മിമാരുടെ കുടിയാൻമാ രായിരുന്നു. അതേ സമയം തൊഴിലാളികളെപോലെ ചൂഷണംചെയ്യപ്പെട്ട ഒരു വിഭാഗംകൂടിയായിരുന്നു അധ്യാപകർ അതുകൊണ്ട് തന്നെ അവർ കർഷക തൊഴിലാളി പ്രസ്ഥാനത്തിൽ സജീവമായിരുന്നു. ഒരു നല്ല അധ്യാപകന് ജനങ്ങളുടെ സംഘാടകനം നേതാവുമായി ഉയരാമെന്ന് അവർ തിരിച്ചറിഞ്ഞു. എന്നാൽ കൃത്യമായ ശമ്പളമില്ലാത്ത ജോലിസ്ഥിര

തയില്ലാത്ത അവരുടെ ജീവിതം ദയനീയമായിരുന്നു. വാർഷിക ഗ്രാന്റ് കിട്ടുമ്പോൾ മാത്രം ലഭിച്ച തുഛമായ തുകയായിരുന്നു അവരുടെ ജീവനോപാധി. അതും പലപ്പോഴും കൃത്യമായി കിട്ടിയില്ല കൂടാതെ പലപ്പോഴും കാരണമില്ലാതെ സർവ്വീസിൽ നിന്നും പിരിച്ചുവിടപ്പെട്ടു. എന്നാൽ അനുഭവങ്ങൾ സ്വന്തം അവസ്ഥ തിരിച്ചറിയാൻ അവരെ പ്രാപ്തരാക്കി. സംഘടനയിലൂടെ പ്രക്ഷോഭങ്ങളിലൂടെ സ്വന്തം പ്രശ്നങ്ങൾ പരിഹരിക്കാൻ കഴിയും എന്ന പ്രതീക്ഷ അവരിൽ വളർന്നുവന്നു.

1930 കളിലാണ് മലബാർ പ്രക്ഷോഭ സമരങ്ങളുടെ ഭൂമികയായി മാറിയത്. ദേശീയ സ്വാതന്ത്ര്യസമരത്തിന്റേയും ജാതി ജന്മി വിരുദ്ധ പോരാട്ടങ്ങളുടെയും വാർത്തകൾ അധ്യാപകരെ ഉണർത്തി. മറ്റ് സാമൂഹ്യവിഭാഗങ്ങൾ സംഘടിച്ച് മുന്നേറിയതും അവർ നടത്തിയ സമരങ്ങളും അധ്യാപകരെ ആവേശം കൊള്ളിച്ചു. ഇതേ കാലത്താണ് മലബാറിൽ എയ്ഡഡ് എലിമെന്ററി സ്കൂൾ അധ്യാപകർ സംഘടിച്ചു തുടങ്ങിയത്. വടക്കെ മലബാറിലെ കൂത്തുപറമ്പിൽ കെ കൃഷ്ണൻ നമ്പ്യാരുടെ നേതൃത്വത്തിൽ ഒരു അധ്യാപക സംഘടന നിലവിൽ വന്നു. അത് കൃത്യമായ ശമ്പളം ജോലിസ്ഥിരത എന്നീ ആവശ്യങ്ങൾ ഉന്നയിച്ചു. തുടർന്ന് കോട്ടയം താലൂക്കിൽ പലയിടങ്ങളിലും അധ്യാപകർ യോഗം ചേരുകയും ഗവൺമെന്റിലേക്ക് നിവേദനങ്ങൾ അയക്കുകയും ചെയ്തു. തുടർന്ന് തിരുവങ്ങാട് ചേർന്ന ഒരു അധ്യാപകസമ്മേളനം ഒരു അഖില മലബാർ അധ്യാപക സംഘടനയുടെ അനിവാര്യത ചൂണ്ടിക്കാണിച്ചു. ഇതേ കാലത്ത് തെക്കെ മലബാറിലെ നാട്ടിക മണപ്പുറം എയ്ഡഡ് എലിമെന്ററി സ്കൂൾ അധ്യാപകയൂണിയൻ രൂപീകരിച്ചു.

1928 ലെ പയ്യനൂർ കോൺഗ്രസ് സമ്മേളനം അധ്യാപകരേയും വിദ്യാർത്ഥികളേയും ഏറെ സ്വാധീനിച്ചിരുന്നു. നിയമലംഘന പ്രസ്ഥാനത്തിൽ അവർ സജീവമായി ഉപ്പ് സത്യഗ്രഹ ജാഥയിലെ പല അംഗങ്ങളും അധ്യാപകരായിരുന്നു. പഠനം ഉപേക്ഷിച്ചും പഠനം തുടർന്നുകൊണ്ടും പല വിദ്യാർത്ഥികളും പ്രസ്ഥാനത്തിൽ സജീവമായി. പ്രക്ഷോഭം പിൻവലിക്കപ്പെട്ടതോടെ ഭൂരിഭാഗംപേരും എലിമെന്ററി സ്കൂൾ അധ്യാപകരായി. നിയമലംഘന പ്രസ്ഥാനത്തിന്റെ പരാജയവും കേരള കോൺഗ്രസ് സോഷ്യലിസ്റ്റ് പാർട്ടിയുടെ രൂപീകരണവും അധ്യാപകരുടെ സംഘടനാ രൂപീകരണത്തെ ഉത്തേജിപ്പിച്ചു. വടകരയിൽ നടന്ന രാഷ്ട്രീയ സമ്മേളനത്തിൽ അധ്യാപകർ ഏറെ സജീവമായിരുന്നു. ഇവിടെ കെ എഫ് നരിമാൻ തന്റെ പ്രസംഗത്തിൽ കൃഷിക്കാർക്കും തൊഴിലാളികൾക്കും അധ്യാപകർക്കും ദേശീയ പ്രസ്ഥാനത്തിലുള്ള പങ്കിനെ ചൂണ്ടിക്കാണിച്ചു. അങ്ങനെ എ കെ ഗോപാലൻ കോഴിക്കോട് ഒരു അധ്യാപക യൂണിയൻ രൂപീകരിച്ചു.

മാതൃഭൂമിയിലും അൽ-അമീനിലും എഴുതിയ തന്റെ ലേഖനങ്ങളിലൂടെ ഒ വി ഗോവിന്ദൻ നമ്പ്യാർ അധ്യാപക യൂണിയന്റെ ആവശ്യകത ചൂണ്ടിക്കാട്ടി[67]. അദ്ദേഹത്തിന്റെ പ്രചാരണ പ്രവർത്തങ്ങൾ വഴി 1934 ആഗസ്റ്റിൽ കല്യാശ്ശേരി സൗത്ത് എലിമെന്ററി സ്കൂളിൽ ഒരു യൂണിയൻ രൂപീകരിക്കപ്പെട്ടു. തുടർന്ന് പയ്യനൂർ, ചെറുകുന്ന്, കരിവെള്ളൂർ, അഴിക്കോട്, കാടാച്ചിറ എന്നിവിടങ്ങളിലും യൂണിയൻ നിലവിൽ വന്നു. ഈ ശാഖകളെല്ലാം ഏകീകരിച്ചുകൊണ്ട് ഒരു താലൂക്ക് അധ്യാപക യൂണിയൻ രൂപീകരിക്കാനുള്ള ശ്രമങ്ങളും നടന്നു. അങ്ങനെ 1934 ഡിസംബറിൽ കണ്ണൂർ ആനന്ദമന്ദിര ഹാളിൽ ചിറക്കൽ താലൂക്ക് അധ്യാപക യൂണിയന്റെ ഒന്നാം സമ്മേളനം നടന്നു. അതോടെ യൂണിയൻ രൂപീകരണശ്രമം കൂടുതൽ സജീവമായി. മലബാറിന്റെ പല ഭാഗങ്ങളിലും ശാഖാ യൂണിയനുകൾ നിലവിൽ വന്നുതുടങ്ങി.

വടകര ബി ഇ എം സ്കൂളിലെ ഫ്രഡറിക്ക് എന്ന അധ്യാപകനാണ് കുറുമ്പ്രനാട് താലൂക്കിൽ ആദ്യമായി എലിമെന്ററി അധ്യാപകരുടെ ദുരിതങ്ങൾ ചൂണ്ടിക്കാണിക്കുകയും ഒരു യൂണിയന്റെ ആവശ്യകത ഊന്നിപ്പറയുകയും ചെയ്തത്. വടകരയിൽ താലൂക്കിലെ ആദ്യകാല പ്രവർത്തനങ്ങൾക്ക് നേതൃത്വം നൽകിയത് ശ്രീ നാരായണ ശിഷ്യനായ ടി ചാത്തുമാസ്റ്റർ ആയിരുന്നു. സ്വകാര്യ മാനേജ്മെന്റിനെതിരെ ശബ്ദമുയർത്തിയതിന് ഹൈസ്കൂളിൽ നിന്നും പിരിച്ചുവിടപ്പെട്ടപ്പോഴാണ് അദ്ദേഹം എലിമെന്ററി സ്കൂൾ അധ്യാപകനായത്. അദ്ദേഹത്തിന്റെ നേതൃത്വത്തിൽ വടകരയിൽ ഒരു യൂണിയൻ നിലവിൽ വന്നു. മറ്റ് യൂണിയനുകളിൽനിന്നും വ്യത്യസ്തമായി ഇതിന്റെ പേര് മലബാർ എയ്ഡഡ് എലിമെന്ററി സ്കൂൾ ടീച്ചേഴ്സ് യൂണിയൻ എന്നായിരുന്നു. പി ആർ നമ്പ്യാർ, സി സി നായർ, കെ പി പത്മനാഭൻ, കെ ഉണ്ണിക്കിടാവ് എന്നിവർ യൂണിയന് നേതൃത്വം നൽകി.

1934 നവംബറിൽ തലശ്ശേരി തിരുവങ്ങാട് വെച്ച് എലിമെന്ററി സ്കൂൾ അധ്യാപകരുടെ ഒരു സമ്മേളനം നടന്നു. അവിടെയാണ് അയിത്തത്തിനും ജാതിക്കും എതിരായി പ്രവർത്തിച്ച ശ്രീ. കൊറ്റിയത്ത് കൃഷ്ണന്റെ നേതൃത്വത്തിൽ കോട്ടയം താലൂക്ക് എലിമെന്ററി ടീച്ചേഴ്സ് യൂണിയൻ നിലവിൽ വന്നത്. കെ എം കുഞ്ഞിരാമൻ നായർ, ടി എൻ ചാത്തു, കെ പി കെ കൃഷ്ണൻ, സി സി ശങ്കരൻ, ശ്രീമതി. അച്ചായി, കെ കെ വേലായുധൻ അടിയോടി തുടങ്ങിയ ആദ്യകാല നേതാക്കൾ യൂണിയനെ ശക്തിപ്പെടുത്തി.

വള്ളുവനാട് താലൂക്കിലും യൂണിയൻ പ്രവർത്തനം സജീവമായി. കുലുക്കല്ലൂർ, വല്ലപ്പുഴ തുടങ്ങിയ സ്ഥലങ്ങളിൽ യൂണിയൻ രൂപീകരിക്കപ്പെട്ടിരുന്നു. ഒറ്റപ്പാലം മിഷൻ സ്കൂളിൽ ചേർന്ന ഒരു അധ്യാപക സമ്മേളനം വള്ളുവനാട് താലൂക്ക് ടീച്ചേഴ്സ് യൂണിയൻ രൂപീകരി

ക്കുകയും അധ്യാപകരുടെ ആവശ്യങ്ങൾ പ്രമേയങ്ങളായി പാസാക്കുകയും ചെയ്തു. അക്കാലത്ത് നിരവധി പൊതുജനനേതാക്കൾ യൂണിയനോട് സഹകരിച്ചു പ്രവർത്തിച്ചിരുന്നു. കെ കേളപ്പൻ കുറുമ്പ്രനാട് താലൂക്കിലെ ഒരു ശാഖാ പ്രസിഡന്റായിരുന്നു.

കാസർഗോഡ് താലൂക്കിൽ അദ്ധ്യാപക യൂണിയൻ രൂപീകരിക്കാൻ മുൻകൈ എടുത്തത് ടി എസ് തിരുമുമ്പാണ്. 1936 ൽ കാസർകോട് താലൂക്ക് ബോർഡ് എലിമെന്ററി അദ്ധ്യാപക യൂണിയൻ രൂപീകരിച്ചു. മാനേജുമെന്റിനെതിരെ പ്രക്ഷോഭണം നടത്തിയതിന് എൻ സി കണ്ണൻ കെ ദാസപ്പ എന്നിവരെ രണ്ടു വർഷം തടവിനു ശിക്ഷിച്ചു.

ഗുരുജന സമാജങ്ങളെ കേന്ദ്രീകരിച്ചുകൊണ്ടാണ് ആദ്യകാലത്ത് യൂണിയൻ രൂപീകരണം നടന്നത്. സമാജയോഗത്തിന് ശേഷം അതിൽ പങ്കെടുത്ത എയ്ഡഡ് എലിമെന്ററി സ്കൂൾ അധ്യാപകർ പ്രത്യേകം സമ്മേളിക്കുകയും അവരുടെ പ്രശ്നങ്ങൾ ചർച്ച ചെയ്യുകയും തുടർന്ന് പല സ്ഥലങ്ങളിലും യൂണിയൻ രൂപീകരിക്കുകയും ചെയ്തു. നിരവധി പ്രചാരണ ജാഥകളും സംഘടിപ്പിക്കപ്പെട്ടു. ആദ്യകാല യൂണിയൻ പ്രവർത്തകരെല്ലാം ദേശീയപ്രസ്ഥാനത്തെ പിൻതുണച്ചവരായിരുന്നു. അതിനാൽ കോൺഗ്രസ് സോഷ്യലിസ്റ്റ് പാർട്ടി പ്രവർത്തകരിൽനിന്നും അവർക്ക് സകല പിന്തുണയും സഹായവും ലഭിച്ചു. 1937 ൽ മദ്രാസിൽ കോൺഗ്രസ് ഗവൺമെന്റ് രൂപീകരിക്കപ്പെട്ടപ്പോൾ സംഘടനാപ്രവർത്തനം കൂടുതൽ ശക്തമായി. യൂണിയൻ രൂപീകരണശ്രമങ്ങൾ പലയിടങ്ങളിലും കൂടുതൽ ശക്തിപ്പെട്ടു. ക്രമേണ അധ്യാപക യൂണിയൻ പ്രവർത്തനം മലബാറിലാകെ വ്യാപിച്ചു.

ചിറയ്ക്കൽ താലൂക്കിലെ കണ്ണാടിപ്പറമ്പ് ഹയർ എലിമെന്ററി സ്കൂളിലുയർന്ന പ്രതിരോധമാണ് യഥാർത്ഥത്തിൽ അധ്യാപകരുടെ പ്രത്യക്ഷ സമരത്തിന് തുടക്കം കുറിച്ചത്. 1936 ഡിസംബർ 7 ന് സ്കൂളിലെ ഹെഡ്മാസ്റ്ററും അധ്യാപക യൂണിയൻ നേതാവുമായിരുന്ന ടി സി നാരായണൻ നമ്പ്യാർ സ്കൂളിൽ നിന്ന് പിരിച്ചുവിടപ്പെട്ടു. അധ്യാപകരുടെ കൃത്യമായ ശമ്പളം ആവശ്യപ്പെട്ടതാണ് മാനേജരെ പ്രകോപിപ്പിച്ചത്. ഡിപ്പാർട്ട്മെന്റ് നടപടിയെടുക്കാൻ കൂട്ടാക്കിയതുമില്ല. ദേശീയ പ്രസ്ഥാനത്തിന്റേയും കർഷക പ്രസ്ഥാനത്തിന്റേയും നേതാവ് കൂടിയായിരുന്ന ഈ അധ്യാപകന് പിന്നിൽ രക്ഷകർത്താക്കളും വിദ്യാർത്ഥികളും അണിനിരന്നു. മാനേജർ പോലിസ് സഹായം തേടി പി എം കുഞ്ഞിരാമൻ നമ്പ്യാരുടെ നേതൃത്വത്തിൽ യൂണിയൻ ഈ പ്രക്ഷോഭത്തിന് നേതൃത്വം നൽകി. അവസാനം മാനേജർക്ക് തന്റെ ഉത്തരവ് പിൻവലിക്കേണ്ടിവന്നു. പൊതുജനങ്ങളുടെ പിന്തുണയും സഹകരണവുമാണ് ഈ പ്രക്ഷോഭത്തെ വിജയിപ്പിച്ചത്. ഈ സമരമാണ് അധ്യാപക പ്രസ്ഥാനത്തിന് 'ടീച്ചർ നാട്ടാർ ഐക്യം' എന്ന മുദ്രാവാക്യം

പ്രദാനം ചെയ്തത്. പ്രക്ഷോഭത്തിലെ പോലീസ് സാന്നിധ്യം ഗവൺമെന്റ് മാനേജ്മെന്റിന്റെ ഭാഗത്താണെന്ന് വ്യക്തമാക്കുന്നതായിരുന്നു. മാത്രമല്ല ജോലി സ്ഥിരതയ്ക്കായുള്ള തങ്ങളുടെ പ്രക്ഷോഭം രാഷ്ട്രീയമായ ഒന്നാണെന്ന് അധ്യാപകർ തിരിച്ചറിയുകയും ചെയ്തു.

അധ്യാപക പ്രക്ഷോഭത്തിന്റെ മറ്റൊരു കേന്ദ്രം കൊയിലാണ്ടിയായിരുന്നു. 1937 സെപ്തംബർ 30ന് മഠത്തിൽ ഹയർ എലിമെന്ററി സ്കൂളിലെ സെക്കന്ററി അധ്യാപകനായ കെ പി പത്മനാഭനെ പിരിച്ചുവിട്ടു. കാരണങ്ങൾ പലതും ചൂണ്ടിക്കാട്ടിയിരുന്നു. എന്നാൽ കൊയിലാണ്ടിയിലെ അധ്യാപക യൂണിയൻ പ്രസിഡന്റായി തെരഞ്ഞെടുക്കപ്പെട്ട തോടെയാണ് അദ്ദേഹം പിരിച്ചുവിടപ്പെട്ടത്. അവിടേയും രക്ഷിതാക്കൾ പ്രതിഷേധ യോഗങ്ങൾ സംഘടിപ്പിച്ചു. അധ്യാപകനെ തിരിച്ചെടുക്കാൻ യൂണിയൻ മാനേജരോട് ആവശ്യപ്പെട്ടു. സ്കൂളിലെ മറ്റ് അഞ്ച് അധ്യാപകർ കൂടി പ്രതിഷേധ സൂചകമായി സ്കൂൾ വിട്ടുപോകുന്നു–'ടീച്ചർമാർ അടങ്ങിയിരിക്കണം' എന്ന ഒരു ലഘുലേഖ യൂണിയൻ പുറത്തിറക്കി. മാനേജരുടെ നിലപാടിൽ പ്രതിഷേധിച്ചുകൊണ്ട് ഒരു അനുകമ്പാദിനം ആചരിക്കപ്പെട്ടു. വിദ്യാർത്ഥികളുടെ പഠനം മുടങ്ങാതിരിക്കാൻ ഒരു റൈവൽ സ്കൂൾ ആരംഭിച്ചു. കെ പി പത്മനാഭനും മറ്റ് അധ്യാപകരും അവിടെ അധ്യാപകരായി ചേർന്നു. അധ്യാപക യൂണിയൻ ആരംഭിച്ച ആദ്യത്തെ റൈവൽ സ്കൂൾ ആയിരുന്നു. അത് തുടർന്ന് സ്കൂളിന്റെ അംഗീകാരം ആവശ്യപ്പെട്ടുകൊണ്ട് മലബാറിലങ്ങോളമിങ്ങോളം പൊതുയോഗങ്ങൾ നടന്നു. കെ പി സി സി അനുകൂല നിലപാട് സ്വീകരിച്ചു. അതേ സമയം ഡിപ്പാർട്ട്മെന്റ് ഉദ്യോഗസ്ഥർ ഇതിനെ ശക്തമായി എതിർത്തു. എന്നാൽ ചരിത്രത്തിലാദ്യമായി മലബാറിൽ ഒരു റൈവൽ സ്കൂൾ അംഗീകാരം നേടി. ഇവിടേയും ജനകീയ പിന്തുണയാണ് അനധികൃത പിരിച്ചു വിടലിനെതിരെയുള്ള അധ്യാപകപ്രക്ഷോഭം വിജയത്തിലെത്തിച്ചത്.

യൂണിയൻ ശക്തിയാർജ്ജിച്ചതോടുകൂടി അധ്യാപകരോടുള്ള ഡിപ്പാർട്ട്മെന്റ് നിലപാട് കൂടുതൽ കർശനമായി. മലബാർ അധ്യാപക യൂണിയന്റെ ജനറൽ സെക്രട്ടറി ആയിരുന്ന പി ആർ നമ്പ്യാർ ആണ് കൊയിലാണ്ടിയിലെ അധ്യാപക പ്രക്ഷോഭത്തിന് നേതൃത്വം നൽകിയത്. വടകരയിലെ ചിനംവീട് ഹയർ എലിമെന്ററി സ്കൂളിലെ പ്രധാന അധ്യാപകരായിരുന്നു അദ്ദേഹം. അന്നത്തെ ജില്ലാ വിദ്യാഭ്യാസ ഓഫീസർ സ്കൂൾ സന്ദർശിക്കുകയും 'പി ആർ നമ്പ്യാർ ഡിപ്പാർട്ട്മെന്റിനേയും മാനേജർമാരേയും അട്ടിമറിക്കാനും വിദ്യാലയങ്ങളിൽ അച്ചടക്കരാഹിത്യം ഉണ്ടാക്കാനുമുള്ള ജോലിയിൽ വ്യാപൃതനാണ്' എന്ന സന്ദർശനക്കുറിപ്പ് എഴുതുകയും ചെയ്തു. മാത്രമല്ല ഈ അധ്യാപകനെ പിരിച്ചു വിടാൻ മാനേജരെ ഉപദേശിക്കുകയും ചെയ്തു. അങ്ങനെ 1937 ഒക്ടോബർ 25 ന് പി ആർ നമ്പ്യാർ സ്കൂളിൽനിന്ന് പിരിച്ചു വിടപ്പെട്ടു.

പി ആർ നമ്പ്യാർ

യൂണിയൻ പ്രവർത്തനത്തിലേർപ്പെട്ട അധ്യാപകരെ പിരിച്ചുവിടാൻ ഡിപ്പാർട്ട്മെന്റ് ഇടപെടുന്നത് ആദ്യമായിരുന്നു. വിദ്യാർത്ഥികളും രക്ഷിതാക്കളും അധ്യാപകനെ തിരിച്ചെടുക്കാൻ ശക്തിയായി ആവശ്യപ്പെട്ടു. തുടർന്ന് സ്കൂളിലെ മറ്റ് നാല് അധ്യാപകർ കൂടി പിരിച്ചു വിടപ്പെട്ടു. ഇവിടെയൊരു റൈവൽ സ്കൂൾ ഉയർന്നു വന്നു. കോൺഗ്രസും ആത്മ വിദ്യാസംഘവും പുതിയ സ്കൂളിന് എല്ലാ പിന്തുണയും സഹായവും നൽകി. തുടർന്ന് ഗവൺമെന്റ് പ്രശ്നത്തിൽ ഇടപെടുകയും മാനേജർ അധ്യാപകനെ തിരിച്ചെടുക്കാൻ തയ്യാറാകുകയും ചെയ്തു.

മാനേജർമാർ അധ്യാപക യൂണിയനെ തകർക്കാനുള്ള ശ്രമം ആരംഭിച്ചു. മലബാറിന്റെ പലഭാഗത്തും യൂണിയൻ നേതാക്കന്മാർ പിരിച്ചുവിടപ്പെട്ടു. യൂണിയനിൽ അംഗമായതിനും മുഴുവൻ ശമ്പളം ആവശ്യപ്പെട്ടതിനും നിരവധി അധ്യാപകർ പിരിച്ചുവിടപ്പെട്ടു. പലരും ശാരീരികമായി കയ്യേറ്റം ചെയ്യപ്പെട്ടു. ജനങ്ങളെ അണിനിരത്തിക്കൊണ്ടാണ് അധ്യാപകർ ഈ ശ്രമങ്ങളെ പ്രതിരോധിച്ചത്. അധ്യാപകർക്കിടയിലുള്ള ഐക്യം തകർക്കാൻ മാനേജർമാരും ഡിപ്പാർട്മെന്റ് ഉദ്യോഗസ്ഥമാരും ഗൂഢാലോചനകൾ നടത്തി. അങ്ങനെയാണ് മലബാർ എയ്ഡഡ് ടീച്ചേഴ്സ് യൂണിയൻ അംഗീകാരമില്ലാത്ത സംഘടനയാണെന്നും, അംഗീകാരമില്ലാത്ത സംഘടനയിൽ അംഗമാകാൻ പാടില്ല എന്നുമുള്ള വിദ്യാഭ്യാസ നിയമത്തിലെ വകുപ്പ് ഉപയോഗിച്ച് യൂണിയൻ പ്രസിഡന്റ് ആയ വി രാമുണ്ണിയെ സർവ്വീസിൽ നിന്ന് പിരിച്ചുവിട്ടു. അതോടെ അധ്യാപകരുടെ ജോലി സ്ഥിരമാക്കാനുള്ള ആവശ്യവും ശക്തമായി.

ദേശീയ പ്രസ്ഥാനത്തിൽ പങ്കെടുത്ത അധ്യാപകരെ മാനേജർമാർ പിരിച്ചു വിട്ടുകൊണ്ടിരുന്നു. കണ്ണൂരിലെ സെന്റ് ആന്റണീസ് ഹയർ എലിമെന്ററി സ്കൂളിലും അതാവർത്തിച്ചു. ഇവിടെ ദേശീയ പ്രസ്ഥാനത്തിൽ പങ്കെടുത്ത എം വി അനന്തൻ മാസ്റ്ററെയും മൂന്ന് സഹപ്രവർത്തകരെയും പിരിച്ചുവിട്ടു. പിരിച്ചുവിട്ടവരെ തിരിച്ചെടുപ്പിക്കാൻ രക്ഷകർത്താക്കളും യൂണിയൻ നേതാക്കളും ഏറെ ശ്രമം നടത്തി. എന്നാൽ മനേജർ ഉത്തരവ് പിൻവലിച്ചില്ല. ഇവിടെയും ഒരു റൈവൽ സ്കൂൾ ആരംഭിച്ചു. അത് ഗാന്ധിയൻ ആശയത്തിന്റെ അടിസ്ഥാന

ത്തിലുള്ള വാർധ മോഡൽ സ്കൂളായിരുന്നു. ഈ സംഭവങ്ങളെല്ലാം തന്നെ ഡിപ്പാർട്ട്മെന്റ് മാനേജ്മെന്റിന്റെ പക്ഷത്താണെന്ന് തെളിയിക്കുന്നതായിരുന്നു. അതോടെ സ്വകാര്യമാനേജ്മെന്റ് സമ്പ്രദായം അവസാനിപ്പിക്കണമെന്ന ആവശ്യം കൂടുതൽ ശക്തിയാർജ്ജിച്ചു.

മലബാർ എയ്ഡഡ് എലിമെന്ററി സ്കൂൾ അധ്യാപക യൂണിയന്റെ നാലാം വാർഷിക സമ്മേളനം 1938 ഡിസംബറിൽ ഒറ്റപ്പാലത്ത് നടന്നു. അത് അധ്യാപക പ്രസ്ഥാനത്തിന്റെ ചരിത്രത്തിലെ ഒരു വഴിത്തിരിവായിരുന്നു. സമ്മേളനത്തിന്റെ ഭാഗമായി ടി സി നാരായണൻ നമ്പ്യാരുടെ നേതൃത്വത്തിലുള്ള ഒരു അധ്യാപക ജാഥയും വി രാമുജി നയിച്ച ഒരു സൈക്കിൾ ജാഥയും ഒറ്റപ്പാലത്തെത്തി. ദേശീയ പതാക ഉയർത്തിക്കൊണ്ടാണ് സമ്മേളനം ആരംഭിച്ചത്. സ്വകാര്യ മാനേജ്മെന്റ് സമ്പ്രദായം അവസാനിപ്പിക്കേണ്ടത് രാജ്യത്തിന്റെ ആവശ്യമാണെന്ന് സമ്മേളനം പ്രഖ്യാപിച്ചു[97]. അധ്യാപകരിൽ വളർന്നുവന്ന സമരവികാരത്തെയാണ് അത് വ്യക്തമാക്കിയത്. യൂണിയൻ പ്രവർത്തനങ്ങളുടെ മിതവാദരീതിയിൽനിന്നും അധ്യാപകരെ സ്വതന്ത്രരാക്കി സ്വാതന്ത്ര്യസമരത്തിന്റെ മുഖ്യധാരയിലേക്ക് നയിച്ചത് ഈ സമ്മേളനമാണ്. കോൺഗ്രസ്സ് സോഷ്യലിസ്റ്റ് പാർട്ടിയുടെ നിരവധി നേതാക്കന്മാർ അധ്യാപക യൂണിയന്റെ നേതൃനിരയിലെത്തി. അധ്യാപകർ ഇടതുപക്ഷരാഷ്ട്രീയത്തിലേക്ക് നീങ്ങുന്നതായി സമ്മേളനം വ്യക്തമാക്കി. ഇതേത്തുടർന്ന് അധ്യാപകരുടെ രാഷ്ട്രീയ പ്രവർത്തനം ഗവൺമെന്റ് നിരോധിച്ചു. ഈ ഉണർവ് ആദ്യം നടപ്പിലാക്കിയത് പയ്യന്നൂരിനടുത്തുള്ള കുന്നരു സ്കൂളിലാണ്. ഈ സ്കൂളിലെ അധ്യാപകനും പ്രാദേശിക കോൺഗ്രസ് പ്രവർത്തകനുമായ വി വി ശങ്കരമാരാറെ സ്കൂളിൽനിന്നും പിരിച്ചുവിട്ടു.

അധ്യാപകർക്കെതിരെയുള്ള മർദ്ദന നടപടികൾ കൂടുതൽ കൂടുതൽ ശക്തമായി. അധ്യാപക യൂണിയൻ പ്രസിഡന്റ് പോലും സർവ്വീസിൽ നിന്നും പുറത്താക്കപ്പെട്ടു. ഈ സാഹചര്യത്തിലാണ് 1939 സെപ്തംബർ 25 ന് ചിറയ്ക്കൽ താലൂക്കിൽ അധ്യാപകർ ഒരു ഏകദിന ഹർത്താൽ ആചരിച്ചു. അഞ്ഞൂറോളം സ്കൂളുകളിലെ 4500 ഓളം അധ്യാപകർ ഹർത്താലിൽ പങ്കെടുത്തു.

അധ്യാപകരുടെ അവശതകൾ പരിഹരിക്കാൻ ഒരു സമരം അനിവാര്യമാണെന്ന് അവർ ചിന്തിച്ചു തുടങ്ങി. കെ പി ആർ ഗോപാലനായിരുന്നു ഈ ഒരു നിലപാടിന്റെ സൂത്രധാരൻ. എന്നാൽ അധ്യാപകർക്ക് ബ്രിട്ടീഷ് ഗവൺമെന്റിനെ നേരിട്ട് അഭിമുഖീകരിക്കേണ്ടി വന്ന കാലമായിരുന്നു അത്. പൊതുജന പിന്തുണയുടെ പ്രാധാന്യം കൃത്യമായി ബോധ്യമുണ്ടായിരുന്ന അവർ വിദ്യാർത്ഥികളുടെ വിദ്യാഭ്യാസത്തെ ബാധിക്കാത്ത ഒരു സമരരീതി അവലംബിക്കാൻ തീരുമാനിച്ചു. പി ആർ നമ്പ്യാരായിരുന്നു ഈ സമര രീതിയുടെ മുഖ്യ ശില്പി. ഗുരുജനസമാജ

ങ്ങൾ ബഹിഷ്കരിച്ചുകൊണ്ടുള്ള സമരമായിരുന്നു അത്. മാസത്തിൽ ഏതെങ്കിലും ഒരു ശനിയാഴ്ച ഡപ്യൂട്ടി ഇൻസ്പെക്ടർമാർ വിളിച്ചു ചേർത്ത അധ്യാപക യോഗങ്ങളാണ് ഗുരുജന സമാജം എന്ന് അറിയപ്പെട്ടത്. ഹാസ്യസാഹിത്യകാരനായ സഞ്ജയൻ ഇതിനെ "ശനിയൻ സഭ" എന്നു വിളിച്ചു. ഇൻസ്പെക്ടരുടെ സുദീർഘമായ അധ്യക്ഷപ്രസംഗവും, ഗവൺമെന്റ് ഉത്തരവുകളുടേയും സർക്കുലറുകളുടേയും വായനയും വിശദീകരണവുമാണ് സമാജത്തിന്റെ മുഖ്യകാര്യപരിപാടി. തുടർന്ന് അധ്യാപകരുടെ കവിതകളും പ്രസംഗങ്ങളും അവതരിക്കപ്പെട്ടു. തികച്ചും ഉപയോഗശൂന്യമായ വെറും ഒരു ചടങ്ങായിട്ടാണ് അധ്യാപകർ ഇതിനെ കണ്ടത്. എന്നാൽ അവരുടെ സംഭാവന കൊണ്ടാണ് അത് നടത്തിപ്പോന്നത്. മലബാറിലെ എലിമെന്ററി വിദ്യാഭ്യാസമേഖലയിൽ ബ്രിട്ടീഷ് സാമ്രാജ്യത്വത്തിന്റെ അടയാളമായി അത് നിലനിന്നു.

1939 ഒക്ടോബർ 7 ന് ഗുരുജന സമാജ ബഹിഷ്കരണ പ്രക്ഷോഭം ആരംഭിച്ചു. എന്നാൽ തുടർച്ചയായി രണ്ടുതവണ യോഗങ്ങളിൽ ഹാജരാകാത്ത അധ്യാപകരുടെ സർട്ടിഫിക്കറ്റുകൾ ക്യാൻസൽ ചെയ്യുമെന്ന് ഗവൺമെന്റ് പ്രഖ്യാപിച്ചു. പ്രക്ഷോഭത്തോട് സഹകരിക്കാത്ത അധ്യാപകർ വിവിധ കേന്ദ്രങ്ങളിൽ പിക്കറ്റ് ചെയ്യപ്പെട്ടു. പിക്കറ്റിങ് നടത്തിയ അധ്യാപകർ അറസ്റ്റിലായി. സമാജം ബഹിഷ്കരിച്ച അധ്യാപകർക്കെതിരെ മാനേജർമാർ അച്ചടക്ക നടപടികളെടുത്തു. നിരവധി അധ്യാപർ അറസ്റ്റ് ചെയ്യപ്പെട്ടു, ജയിലിലടയ്ക്കപ്പെട്ടു. നിരധിപേരെ സസ്പെന്റ് ചെയ്തു. പലരേയും പിരിച്ചുവിട്ടു. ധാരാളം പേർക്ക് സർട്ടിഫിക്കറ്റ് നഷ്ടമായി. അധ്യാപകരെ സസ്പെന്റ് ചെയ്തതും പിരിച്ചുവിട്ടതും അറസ്റ്റ് ചെയ്തതും ജയിലിലടച്ചതുമായ വാർത്തകളുമായി കേരളത്തിന് അകത്തും പുറത്തുമുള്ള പത്രങ്ങൾ പുറത്തുവന്നു. തൊഴിലാളികളും കൃഷിക്കാരും പ്രക്ഷോഭത്തിന് ശക്തമായ പിന്തുണ നൽകി. അധ്യാപക പ്രക്ഷോഭം ദേശീയ നേതാക്കളുടെ പിന്തുണ നേടി. എ ഐ സി സി പ്രശ്നത്തിൽ ഇടപെടണമെന്ന ആവശ്യമുയർന്നു. അതിനെ മലബാറിലെ അധ്യാപക പ്രക്ഷോഭം വൻ ജനപിന്തുണ നേടിയെടുത്തു. ഗവൺമെന്റിന്റെ മർദ്ദന നടപടികൾ ശക്തമായി വിമർശിക്കപ്പെടുകയും ചെയ്തു. ഈ സാഹചര്യമാണ് അധ്യാപകർക്ക് അനുകൂലമായ ചില നടപടികളെങ്കിലും എടുക്കാൻ ഗവൺമെന്റിനെ പ്രേരിപ്പിച്ചത്.

ഗുരുജന സമാജ ബഹിഷ്കരണം മലബാറിലെ അധ്യാപക പ്രസ്ഥാനത്തിന്റെ ചരിത്രത്തിലെ സുപ്രധാനമായ ഒരു അധ്യായമാണ്. ബ്രിട്ടീഷ് ഗവൺമെന്റിനെതിരെ യുദ്ധകാലത്ത് ഒരു നിയമലംഘന പ്രക്ഷോഭം ആദ്യമായി സംഘടിപ്പിച്ചത് മലബാറിലെ എയ്ഡഡ് എലിമെന്ററി സ്കൂൾ അധ്യാപകരായിരുന്നു. അങ്ങനെ അവർ ഇടതുപക്ഷത്തോടടുക്കുകയും മലബാറിലെ സാമ്രാജ്യവിരുദ്ധ പ്രസ്ഥാനത്തിന്റെ

മുഖ്യധാരയായി മാറുകയും ചെയ്തു.

മലബാറിൽനിന്നും വ്യത്യസ്തമായ രീതിയിലാണ് കൊച്ചിയിൽ അധ്യാപക പ്രസ്ഥാനം വളർന്നുവന്നത്. മാനേജ്മെന്റിനോടും ഡിപ്പാർട്ട്മെന്റിനോടും ഏറ്റുമുട്ടിക്കൊണ്ടാണ് മലബാറിൽ അധ്യാപക യൂണിയൻ ശക്തിപ്പെട്ടത്. എന്നാൽ ഡിപ്പാർട്ടുമെന്റിന്റെ ഒത്താശയോട് കൂടിയാണ് കൊച്ചിയിൽ ആദ്യത്തെ യൂണിയൻ രൂപീകരിച്ചത്. അവകാശ സമരങ്ങൾക്കുള്ള വേദിയായിട്ടല്ല ഇത് രൂപീകരിച്ചതെങ്കിലും അത് തിരിച്ചറിയാനും പകരം സംഘടന രൂപീകരിക്കാനുള്ള വിചാരവും അത് അധ്യാപകരിൽ ഉണർത്തി.

എയ്ഡഡ് സ്കൂളിലേയും സർക്കാർ സ്കൂളിലേയും അധ്യാപകർക്ക് ഒരേ നിരക്കിൽ ശമ്പളം ലഭിച്ചിരുന്നു എന്ന കാര്യം കൊച്ചിയിലെ അധ്യാപക പ്രസ്ഥാനത്തിന്റെ ആദ്യകാല ചരിത്രത്തിന്റെ ഒരു സവിശേഷതയാണ്. ഗവൺമെന്റ് സ്കൂൾ അധ്യാപകരെപോലെ എയ്ഡഡ് സ്കൂൾ അധ്യാപകർക്കു സർവ്വീസ് ബുക്ക് നിർബ്ബന്ധമായിരുന്നു. അവധി റൂളുകൾ ഒരേപോലെയായിരുന്നു. എന്നാൽ ഗവൺമെന്റ് സ്കൂൾ അധ്യാപകർക്ക് ലഭിച്ച റിട്ടയർമെന്റ് ആനുകൂല്യം എയ്ഡഡ് സ്കൂൾ അധ്യാപകർക്ക് ലഭിച്ചിരുന്നില്ല. എന്നാൽ മാനേജർമാർക്ക് ഇഷ്ടംപോലെ അധ്യാപകരെ സസ്പെന്റ് ചെയ്യാനോ പിരിച്ചുവിടാനോ അവിടെ അധികാരം ഉണ്ടായിരുന്നില്ല. എന്നാൽ എയ്ഡഡ് സ്കൂൾ അധ്യാപകർ അവിടെ രാഷ്ട്രീയ സ്വാതന്ത്ര്യം അനുഭവിച്ചിരുന്നു. അങ്ങനെ മലബാറിലെ അധ്യാപകരിൽനിന്നും വ്യത്യസ്തമായി പല ആനുകൂല്യങ്ങളും അവകാശങ്ങളും കൊച്ചിയിലെ അധ്യാപകർക്കുണ്ടായിരുന്നു. അതുകൊണ്ട് തന്നെ മലബാറിൽനിന്നും വ്യത്യസ്തമായ ഒരു അധ്യാപക പ്രസ്ഥാനം ഇവിടെ ഉയർന്നുവന്നു.

ദേശീയ പ്രസ്ഥാനത്തിന്റെയും സാമൂഹ്യപരിഷ്കരണപ്രസ്ഥാനത്തിന്റേയും കർഷക തൊഴിലാളി മുന്നേറ്റങ്ങളുടേയും പശ്ചാത്തലത്തിലാണ് കൊച്ചിയിലെ അധ്യാപക പ്രസ്ഥാനം വളർന്നുവന്നത്. 1925 ൽ ഡിപ്പാർട്ട്മെന്റ് ഒത്താശയോടുകൂടി അവിടെ ആദ്യത്തെ അധ്യാപക സംഘടന നിലവിൽ വന്നു. അന്നത്തെ വിദ്യാഭ്യാസ ഡയറക്ടരായ സി മത്തായിയുടെ അധ്യക്ഷതയിൽ തൃശ്ശൂർ സെന്റ് തോമസ് ഹൈസ്കൂളിൽ ചേർന്ന അധ്യാപക സമ്മേളനം കൊച്ചിൻ ടീച്ചേഴ്സ് അസോസിയേഷൻ എന്ന സംഘടനയ്ക്ക് ജന്മം നൽകി. എല്ലാ തലങ്ങളിലും പെട്ട അധ്യാപിക അധ്യാപകർ ഇതിൽ അംഗങ്ങളായി. അതുവരെ ഡിപാർട്ട്മെന്റ് നടത്തിയിരുന്ന വിദ്യാഭ്യാസ സമ്മേളനങ്ങളുടെ ചുമതല അസോസിയേഷനെ ഏല്പിക്കുകയും ഒരു തുക ഗ്രാന്റായി വർഷം തോറും നൽകുകയും ചെയ്തു. ടീച്ചർ എന്ന പേരിൽ ഒരു മാസികയും സംഘടന പുറത്തിറക്കി.

കൊച്ചിൻ ടീച്ചേഴ്സ് അസോസിയേഷന്റെ പ്രവർത്തനങ്ങളിൽ ചില അധ്യാപക വിഭാഗങ്ങളിൽ അസംതൃപ്തി കണ്ടു തുടങ്ങി. ഇത് വിഭാഗീയ അധ്യാപക സംഘടനകൾക്ക് കളമൊരുക്കി. എന്നാൽ അവയിൽ പലതും ക്രമേണ പ്രവർത്തനരഹിതമായി. എന്നാൽ കൊച്ചിൻ എയ്ഡഡ് പ്രൈമറി ടീച്ചേഴ്സ് അസോസിയേഷൻ ശക്തിപ്പെട്ടുവന്നു. കൊച്ചിൻ ടീച്ചേഴ്സ് അസോസിയേഷന് താഴെ തലങ്ങളിലെ അധ്യാപകരുടെ സേവന വേതന പ്രശ്നങ്ങൾ ഏറ്റെടുക്കാനോ, മാനേജ്മെന്റിനും ഡിപാർട്ടുമെന്റിനും എതിരായി നീങ്ങാനോ കഴിയാതിരുന്നതാണ് ഇതിന് വഴിയൊരുക്കിയത്. അതുകൊണ്ട് തന്നെ കൊച്ചിയിലെ അധ്യാപകരുടെ ഇടയിൽ ചലനമുണ്ടാക്കിയതും വർഗ താല്പര്യത്തിന് വേണ്ടി നിലകൊണ്ടതും ഈ സംഘടനയായിരുന്നു എന്ന് പറയാം.

1930 ലെ ശമ്പള പരിഷ്കരണം അധ്യാപകരിൽ അസംതൃപ്തി യുണ്ടാക്കിയിരുന്നു. സ്വന്തമായ ഒരു സംഘടനയുടെ അഭാവം ഇത് അവരെ ബോധ്യപ്പെടുത്തിയിരുന്നു. 1932 ൽ വിദ്യാഭ്യാസ ഡയറക്ടറായ ഐ എൻ മേനോൻ കൊച്ചിൻ എഡ്യുക്കേഷൻ സർവ്വെ എന്ന പേരിൽ ഒരു റിപ്പോർട്ട് ഗവൺമെന്റിനു സമർപ്പിച്ചു. ഇതിൽ എയ്ഡഡ് സ്കൂൾ പ്രത്യേകിച്ച് പ്രൈമറി സ്കൂളുകൾ ഗവൺമെന്റ് ഏറ്റെടുക്കണമെന്ന് നിർദ്ദേശിച്ചു. ഈ റിപ്പോർട്ട് പരിശോധിച്ച് ശുപാർശകൾ സമർപ്പിക്കാൻ അന്നത്തെ കൊച്ചിൻ ടീച്ചേഴ്സ് അസോസിയേഷൻ പ്രസിഡന്റായ എസ് കെ സുബ്രഹ്മണ്യയ്യർ അധ്യക്ഷനായ ഒരു കമ്മറ്റി നിലവിൽ വന്നു. പ്രതികൂലമായ നടപടികൾ പ്രതീക്ഷിച്ചു അധ്യാപകർ ആശങ്കാകുലരായി. ഈ സാഹചര്യത്തിൽ 1933 ൽ തൃശ്ശൂർ സി എം എസ് ഹൈസ്കൂൾ നടന്ന എയ്ഡഡ് പ്രൈമറി അധ്യാപക കൺവെൻഷൻ കൊച്ചിൻ എയ്ഡഡ് പ്രൈമറി ടീച്ചേഴ്സ് അസോസിയേഷൻ എന്ന സംഘടനയ്ക്ക് ജന്മം നൽകി.

കുടിപ്പള്ളിക്കൂടങ്ങളായിരുന്നു തിരുവിതാംകൂറിലെ ആദ്യകാല വിദ്യാലയങ്ങൾ. ആശാൻ കളരികൾ എന്നും ഇത് അറിയപ്പെട്ടു. അവിടെ ആശാന്മാർ കുട്ടികളെ എഴുത്തും വായനയും കണക്കും പഠിപ്പിച്ചു. രക്ഷിതാക്കളും നാട്ടുകാരും ആശാന്റെ ആവശ്യങ്ങൾ അറിഞ്ഞ് വേണ്ടത് ചെയ്തു. ക്രമേണ അവർണ്ണരിൽ മുന്തിയവരും കളരികൾ സ്ഥാപിച്ച് ബോധനം നിർവ്വഹിച്ചു. തിരുവിതാംകൂർ രാജാക്കന്മാരും പൊതുജന ങ്ങൾക്കായി വിദ്യാലയങ്ങൾ സ്ഥാപിക്കാൻ മുന്നോട്ട് വന്നു. അങ്ങനെ 1805 മുതൽ തിരുവിതാംകൂറിൽ സർക്കാർ വിദ്യാലയങ്ങൾ ഉയർന്നുവന്നു. മിഷനറിമാരും ഈ പ്രവണതയെ ശക്തിപ്പെടുത്തി. ആരാധനാലയങ്ങ ളോട് ചേർന്ന് അവരും വിദ്യാലയങ്ങൾ സ്ഥാപിച്ചു.

കളരികളുടെ പരിഷ്ക്കരിച്ച പതിപ്പായിരുന്നു അന്നത്തെ വിദ്യാലയ ങ്ങൾ. അധ്യാപകർ ആദരണീയരായിരുന്നു. വേതനം തുഛമായിരുന്നു

എങ്കിലും ഗുരുക്കന്മാർക്ക് ദക്ഷിണ നൽകി അനുഗ്രഹം വാങ്ങാൻ ശിഷ്യരും രക്ഷിതാക്കളും തൽപ്പരരായിരുന്നു. ഒന്നുമുതൽ നാലുവരെയുള്ള പ്രൈമറിയും അഞ്ചുമുതൽ ഏഴു വരെയുള്ള വെർണാക്കുലർ എന്നിവ കഴിഞ്ഞാൽ എട്ട് ഒൻപത് ക്ലാസുകൾ പഠിച്ച് ഹയർ പാസാകാം. വിദ്യാഭ്യാസം ചിട്ടയായി നടത്തുന്നതിന് ഒരു സെക്രട്ടറിയേയും ഡയറക്ടറേയും നിയമിക്കുകയും ചെയ്തിരുന്നു. ഇംഗ്ലീഷുകാർ ഇവിടെ ആധിപത്യം സ്ഥാപിച്ചതോടെ ഇംഗ്ലീഷ് ഭാഷ അറിയേണ്ടതും പഠിപ്പിക്കേണ്ടതും ആവശ്യമായി വന്നു. അതോടെ നിരവധി ഇംഗ്ലീഷ് സ്കൂളുകളും ഉയർന്നുവന്നു. ഇംഗ്ലീഷ് പഠിച്ചാൽ ഉദ്യോഗം ലഭിക്കും എന്നത് പഠിക്കാനുള്ള പ്രേരണയുമായി. 1898 ൽ സ്ഥാപിച്ച പൊതു വിദ്യാഭ്യാസ ഡയറക്ടറേറ്റ് പൊതുവിദ്യാഭ്യാസം എന്ന ആശയത്തിന്റെ രൂപീകരണത്തെ കാണിച്ചു.

സ്വകാര്യ വിദ്യാലയങ്ങൾ ഗ്രാന്റ് സ്കൂളുകളായി മാറിയതോടെ അവയുടെ എണ്ണം പെരുകി. വിദ്യാഭ്യാസമില്ലാത്തവർപോലും പ്രൗഢിയും പ്രമാണിത്തവും നിലനിർത്താൻ വിദ്യാലയങ്ങൾ ആരംഭിച്ചു മാനേജർമാരായി. നീചമായ അധികാര പ്രയോഗമല്ലാതെ വിദ്യാലയത്തെ സംബന്ധിച്ച് യാതൊരു ശ്രദ്ധയും അവർക്കുണ്ടായിരുന്നില്ല. അതെല്ലാം അധ്യാപകർ ചെയ്യണം. ഗ്രാന്റ് കിട്ടിയാൽ മാനേജരുടെ വിഹിതം എടുത്ത് ബാക്കി കൊടുക്കും–മിണ്ടാതെ വാങ്ങി പോകണം–നീരസമുണ്ടായാൽ പുറത്താക്കപ്പെടും– തിരുവിതാംകൂർ ഗ്രാന്റ് സ്കൂൾ അധ്യാപകരുടെ നില ഇതായിരുന്നു. മാത്രമല്ല വിദ്യാഭ്യാസരംഗത്ത് കൈക്കൂലിയും അഴിമതിയും നടമാടാൻ തുടങ്ങി. ഈ പശ്ചാത്തലത്തിലാണ് തിരുവിതാംകൂറിൽ അധ്യാപകർ സംഘടിച്ചത്.

തിരുവല്ലയിലെ സെന്റ് തോമസ് ട്രെയിനിങ്ങ് സ്കൂൾ ഹെഡ് മാസ്റ്റർ ആയിരുന്ന ടി ജി ഈശോ ആണ് തിരുവിതാംകൂറിൽ അധ്യാപക സംഘടനാ രൂപീകരണത്തിന് മുൻ കൈ എടുത്തത്. പരിശീലനത്തിനായി സ്കൂളിലെത്തിയ അധ്യാപക വിദ്യാർത്ഥികളിലൂടെ സ്വകാര്യ സ്കൂൾ അധ്യാപകരുടെ ദയനീയ സ്ഥിതി അദ്ദേഹം മനസിലാക്കി. തുടർന്ന് അധ്യാപകർ സംഘടിക്കേണ്ടതിന്റെ ആവശ്യകത ചൂണ്ടിക്കാണിച്ചു കൊണ്ട് അദ്ദേഹം പത്രങ്ങളിൽ ലേഖനം എഴുതി. സ്വന്തം സ്കൂളിൽ അദ്ദേഹം അധ്യാപകരുടെ ഒരു യോഗം വിളിച്ചു. യോഗ വിവരം തന്റെ വിദ്യാർത്ഥികളിലൂടെ അദ്ദേഹം തിരുവിതാകൂറിന്റെ നാനാഭാഗങ്ങളിലും എത്തിച്ചു. 1933 ഫെബ്രുവരിയിൽ ചേർന്ന ആ അധ്യാപക സമ്മേളനം അഖില തിരുവിതാംകൂർ പ്രൈവറ്റ് സ്കൂൾ ടീച്ചേഴ്സ് അസോസിയേഷൻ രൂപീകരിച്ചു.

വിദ്യാഭ്യാസ പരിഷ്കാരത്തിനായി ഏർപ്പെടുത്തിയ സ്റ്റാത്താം കമ്മീഷന്റെ മുന്നിൽ സംഘടന അധ്യാപകരുടെ അവശതകൾ

ബോധ്യപ്പെടുത്തി. കമ്മീഷൻ റിപ്പോർട്ടിന്റെ അടിസ്ഥാനത്തിൽ നടപടികൾ ആവശ്യപ്പെട്ടുകൊണ്ട് സംഘടന നിവേദനം സമർപ്പിച്ചു. 1934 മെയ് 30 ന് ചില ആനുകൂല്യങ്ങൾ അനുവദിച്ചുകൊണ്ട് സർക്കാർ ഉത്തരവിറക്കി. അതോടെ സംഘടനയുടെ ശക്തി തിരിച്ചറിഞ്ഞ അധ്യാപകർ സംഘടനയോടടുത്തു. 1935 ജൂൺ മാസത്തിൽ രണ്ടായിരത്തോളം പ്രതിനിധികൾ പങ്കെടുത്ത അധ്യാപകരുടെ ഒരു മഹാസമ്മേളനം കോട്ടയത്ത് നടന്നു. അധ്യാപകരുടേത് അവഗണിക്കാൻ പറ്റാത്ത പ്രസ്ഥാനമാണെന്ന് അധികാരികൾ മനസ്സിലാക്കി. അതോടെ സംഘടന സമർപ്പിച്ച പല പരാതികൾക്കും അനുകൂല തീരുമാനങ്ങൾ വന്നുതുടങ്ങി.

യുവസംഘങ്ങൾ

1920 കളിലും 30 കളിലുമായി ഭഗത്സിംഗിന്റെ ഹിന്ദുസ്ഥാൻ സോഷ്യലിസ്റ്റ് റിപ്പബ്ലിക്കൻ അസോസിയേഷൻ, പഞ്ചായത്ത് നൗജവാൻസഭ, യുഗാന്തർ, അനുശീലൻ സമിതി തുടങ്ങിയ സംഘടനകൾക്ക് യുവാക്കളിൽ വൻതോതിലുള്ള സ്വാധീനമുണ്ടായിരുന്നു. 1930 ലെ നിയമലംഘന പ്രസ്ഥാനത്തിൽ ജയിലിൽപോയവർക്ക് ഇത്തരം നിരവധി പ്രവർത്തകരുമായി ആശയസംവാദം നടത്താനുള്ള സൗകര്യവുമുണ്ടായി. ഈ ചർച്ചകൾ എ വി കുഞ്ഞമ്പുവിനെപ്പോലുള്ള നിരവധി പ്രവർത്തകരിൽ ആവേശമുയർത്തി.

എ വി കുഞ്ഞമ്പു

1931 ഗാന്ധി–ഇർവിൻ സന്ധിക്കു മുന്നോടിയായി നടന്ന ചർച്ചകളിൽ ഭഗത്സിംഗ്, സുഖ്ദേവ്, രാജ്ഗുരു എന്നിവരുടെമേൽ ചുമത്തപ്പെട്ട വധശിക്ഷ ഇളവു ചെയ്യാനുള്ള ആവശ്യം ഉന്നയിക്കണമെന്ന് കോൺഗ്രസ് നേതൃത്വം ഗാന്ധിയോടഭ്യർത്ഥിച്ചിരുന്നു. അത് അദ്ദേഹം ചെവിക്കൊണ്ടില്ല. ഭഗത്സിംഗും സഹപ്രവർത്തകരും തൂക്കിലേറ്റപ്പെടുകയും ചെയ്തു.

കേരളത്തിലെ കോൺഗ്രസ് പ്രവർത്തകരുടെ ഇടയിൽ ഗാന്ധിയുടെ നിലപാട് ശക്തമായ പ്രതിഷേധമാണുണ്ടാക്കിയത്. പി കൃഷ്ണപിള്ളയും എ കെ ഗോപാലനും സ്വന്തം നിലപാടുകൾ പരസ്യമായി പ്രകടിപ്പിച്ചു. തിരുവനന്തപുരത്തു കമ്മ്യൂണിസ്റ്റ് ലീഗുകാർ വധശിക്ഷക്കെതിരായി പരസ്യമായി പ്രകടനം നടത്തി.

കേരളത്തിലെ യുവാക്കളുടെ ഇത്തരത്തിലുള്ള പ്രതികരണം അവരെ സ്വാധീനിച്ചിരുന്ന ആശയങ്ങളിലേക്ക് നമ്മുടെ ശ്രദ്ധക്ഷണിക്കുന്നു. 1926 മുതൽ ഭഗത്സിംഗിന്റെ നേതൃത്വത്തിൽ പഞ്ചാബ് നൗജവാൻസഭ പ്രവർത്തിക്കുന്നുണ്ട്. ഇതിനെത്തുടർന്ന് ഇന്ത്യയാകെ യുവജനസംഘങ്ങൾ പ്രവർത്തിക്കുന്നുണ്ട്. പി കൃഷ്ണപിള്ള, എ വി കുഞ്ഞമ്പു തുടങ്ങിയവർ സ്വന്തം യാത്രകളുടെ ഭാഗമായി ഉത്തരേന്ത്യയിലെ അനുശീലൻ സമിതിയുടെയും നൗജവാൻ സഭയുടെയും പ്രവർത്തകരുമായി ബന്ധപ്പെടുന്നതായി സൂചനയുണ്ട്. വീണ്ടും ഇ എം എസടക്കമുള്ള നിരവധി പ്രവർത്തകർ ജയിലുകളിൽവെച്ച് ഭഗത്സിംഗിന്റെ അനുയായികളായിരുന്ന കമൽനാഥ് തിവാരി, കിരൺ ചന്ദ്രദാസ്, ബി കെ ദത്ത്, ജയ്ദേവ് കപൂർ തുടങ്ങിയവരുമായി സമ്പർക്കം പുലർത്തി. ഇവരിൽ തിവാരിയും കപൂറും മീറത്ത് ഗൂഢാലോചനക്കേസിലെ പ്രതികൾ കൂടിയാണ്. കെ പി ഗോപാലനും കൃഷ്ണപിള്ളയും അനുശീലൻ സമിതിയുടെ ഘടകം കേരളത്തിൽ സ്ഥാപിക്കുന്നുണ്ട്. എ വി കുഞ്ഞമ്പു നൗജവാൻസഭയുടെ മാതൃകയിലാണ് കരിവെള്ളൂരിലെ യുവക്സംഘം സ്ഥാപിക്കുന്നത്. കേരളത്തിൽ മറ്റു പലയിടങ്ങളിലും വളർന്നുവരുന്ന യുവസംഘങ്ങളും യൂത്ത് ലീഗുകളും സമാനമാണ്. ഇതെല്ലാം കാണിക്കുന്നത് ഗാന്ധിയൻ കോൺഗ്രസ് പ്രസ്ഥാനത്തിനു സമാന്തരമായ, ഗാന്ധിസത്തോട് പൊരുത്തപ്പെടാൻ വിസമ്മതിക്കുകയും സായുധവിപ്ലവത്തിലൂടെ ഇന്ത്യയുടെ മോചനത്തിനുവേണ്ടി വാദിക്കുകയും ചെയ്ത ഒരു സരണികൂടി കേരളത്തിൽ വളർന്നുവന്നു. അത് സാമ്രാജ്യത്വത്തിനെതിരായ പൊതു ഐക്യമുന്നണിയുടെ സിദ്ധാന്തമനുസരിച്ച് കോൺഗ്രസുമായി യോജിച്ചു പ്രവർത്തിക്കാൻ തയ്യാറായി എന്നു കരുതുന്നതിൽ തെറ്റില്ല. ഭഗത്സിംഗ് എല്ലാ കാലത്തും മലയാളിയുടെ വീരപുരുഷനായിരുന്നു എന്നും ഓർക്കേണ്ടതുണ്ട്.

1932 ൽ ഒമ്പത് മാസത്തെ ജയിൽവാസത്തിനുശേഷം പുതിയ രാഷ്ട്രീയാവേശവുമായിട്ടാണ് എ.വി കുഞ്ഞമ്പു ഉൾപ്പെടെയുള്ളവർ പുറത്ത് വന്നത്. ജയിലിൽ വെച്ചു കണ്ടു മുട്ടിയ ബച്ച്ലാലിന്റെ നിർദ്ദേശപ്രകാരം കരിവെള്ളൂരിലെ കരിമ്പിൽ കൃഷ്ണനും കൃഷ്ണൻ നമ്പീശനുമൊന്നിച്ച് 1934ൽ എ.വി ഒരു ഭാരത പര്യടനം നടത്തി. ഈ യാത്രയിൽ രാജ്യത്തിന്റെ വിവിധ ഭാഗങ്ങളിൽ കോൺഗ്രസിൽനിന്ന് വ്യത്യസ്തമായ രാഷ്ട്രീയ പ്രവർത്തനങ്ങൾ നടത്തുന്ന പ്രവർത്തകരെ കാണാനും ചർച്ചകൾ നടത്തുവാനും ഈ യാത്ര അവരെ സഹായിച്ചു. 1934ലെ പൂന കോൺഗ്രസ് സമ്മേളന സ്ഥലത്തും ഇവരെത്തി. അസംതൃപ്തരായ കോൺഗ്രസ് പ്രവർത്തകരെ അവിടെ കണ്ടുമുട്ടി. അവരുമായും ചർച്ചകൾ നടത്തി. ഒരു പുതിയ ബദൽ രാഷ്ട്രീയ പ്രസ്ഥാനമെന്ന ആശയവുമായാണ് എ.വിയും സഹയാത്രികനും കരിവെള്ളൂർ തിരിച്ചെത്തിയത്. എന്തും സഹിക്കാൻ തയ്യാറുള്ള സ്വാതന്ത്ര്യമോഹികളായ

യുവാക്കളെ സംഘടിപ്പിച്ചുകൊണ്ട് പുതിയ സംഘടന എന്ന ആശയത്തിൽ ഇവരെത്തിച്ചേർന്നു. ഇതിന്റെ പരിണത ഫലമാണ് കരിവെള്ളൂരിൽ രൂപം കൊണ്ട അഭിനവ് ഭാരത് യുവക്സംഘം.

അഭിനവ ഭാരത്യുവക് സംഘം ഭഗത് സിംഗിന്റെ നൗജവാൻ ഭാരത സഭയിൽ നിന്ന് പ്രചോദനം ഉൾക്കൊണ്ട് അതിന്റെ മാതൃകയിൽ രൂപം കൊണ്ട സംഘടനയാണ്. കരിവെള്ളൂരിലെ കർഷക – കർഷകത്തൊഴിലാളി കുടുംബങ്ങളിലെ യുവാക്കളെ സംഘടിപ്പിച്ചുകൊണ്ട് 1934 ഏപ്രിൽ 13ന് കരിവെള്ളൂർ മണക്കാട്ടെ കരിമ്പിൽ കുഞ്ഞിരാമന്റെ പീടിക മുറ്റത്ത് അഭിനവ ഭാരതയുവക് സംഘം പിറന്നുവീണു. "സ്വാതന്ത്ര്യമെന്നാൽ രാഷ്ട്രീയാധികാരം പിടിച്ചെടുക്കലാണ്. അതിന് വിപ്ലവമല്ലാതെ, പോരാട്ടമല്ലാതെ മറ്റു മാർഗ്ഗമില്ല. സമരം ആളിക്കത്തുമ്പോൾ അതിൽ വെള്ളമൊഴിച്ച് കെടുത്തി ശാന്തിയെന്നും സമാധാനമെന്നും പറയുന്നതല്ല പോരാട്ടം. പോരാട്ടമെന്നത് ഭഗത്സിംഗിന്റേയും ചന്ദ്രശേഖർ ആസാദിന്റെയും വഴിയാണ്. ചർക്ക നൂൽക്കലും ഉപ്പ് കുറുക്കലും ഭജന പാടലും മാത്രമല്ല സ്വാതന്ത്ര്യത്തിലേക്കുള്ള വഴി. വ്യക്തമായ ലക്ഷ്യം, ശക്തമായ സംഘടന, നിരന്തരമായ പ്രചാരവേല അഭിനവ ഭാരതയുവക് സംഘത്തിന്റെ സമീപനമിതായിരുന്നു. എ.വി.കുഞ്ഞമ്പു, കരിമ്പിൽ കുഞ്ഞിരാമൻ, ഒ.വി.കുഞ്ഞമ്പു നായർ തുടങ്ങി 34 ചെറുപ്പക്കാരാണ് രൂപീകരണ യോഗത്തിൽ പങ്കെടുത്തത്. ബഹുജനങ്ങളുടെ അവശതകൾക്കെല്ലാം അറുതിയുണ്ടാക്കുമാറ് ഒരു സമ്പൂർണ്ണ സാമ്പത്തിക പ്രജാധിപത്യം ഈ രാജ്യത്ത് സ്ഥാപിച്ചു കാണാനാണ്" സംഘം പരിശ്രമിച്ചത്. നാട്ടിലെ ജന്മി മുതലാളി പിന്തിരിപ്പൻ ശക്തികൾക്ക് കോൺഗ്രസിൽ തന്നെ സ്വാധീനമുള്ള ഈ കാലത്ത് യുവജനങ്ങളെ ഭിന്നിപ്പിക്കാനും ഈ ശക്തികൾ മുതിരാതിരിക്കില്ല. ചിതറി കിടക്കുന്ന യുവജന സംഘടനകളോട് ഒത്തുകൂടാനും അഭിനവഭാരതയുവക് സംഘത്തിന്റെ കീഴിൽ അണിനിരക്കാനും സംഘം ആവശ്യപ്പെട്ടു.

ഗ്രാമശുചീകരണം, ഗ്രാമോദ്ധാരണം, വിദ്യാഭ്യാസപ്രവർത്തനം, പുരകെട്ടിമേയൽ, ഇടവഴികൾ വൃത്തിയാക്കൽ, രോഗികളെ ആശുപത്രികളിൽ എത്തിക്കുക തുടങ്ങി എല്ലാ മേഖലകളിലും സംഘമെത്തി. അന്ധവിശ്വാസത്തിനും അനാചാരത്തിനുമെതിരെ സംഘം പോരാടി. ജനങ്ങളുടെ ജീവിതത്തിൽ ഇടപെടുകയും അത് മാറ്റിയെടുക്കുവാൻ ശ്രമിക്കുകയാണ് രാഷ്ട്രീയ പ്രവർത്തനമെന്ന് തിരിച്ചറിഞ്ഞ് അത് പ്രയോഗവൽക്കരിക്കാൻ ശ്രമിച്ചവരാണ് എ.വി കുഞ്ഞമ്പുവും സംഘവും. പിൽക്കാല ഇടതുപക്ഷ രാഷ്ട്രീയ പ്രവർത്തകരെ വാർത്തെടുത്ത പാഠശാല കൂടിയാണിത്. കരിവെള്ളൂരിലും സമീപ പ്രദേശങ്ങളിലും പരിശീലനം നേടിയ വളന്റിയർ സേനകൾ രൂപീകരിച്ചു. നൗജവാൻ സഭയുടെയും ഹിന്ദുസ്ഥാൻ റിപ്പബ്ലിക്കൻ ആർമിയുടെയും രഹസ്യപ്രവർത്തനങ്ങളുടെ ചുവട് പിടിച്ച് സായുധ സംരംഭങ്ങൾ നടത്തുന്നതിനും സംഘം പരിപാടിയിട്ടി

രുന്നു. മലബാർ കളക്ടറെ വധിക്കാനുള്ള പദ്ധതി തയ്യാറാക്കുകയും അത് നടപ്പാക്കാൻ എ വി കുഞ്ഞമ്പുവും സി.വി കുഞ്ഞിരാമനും മുന്നോട്ട് വരികയുണ്ടായി. തോക്ക് ഉപയോഗിക്കുവാൻ പരിശീലനം നേടിയ ഇവർ പയ്യന്നൂരിലേക്കുള്ള കളക്ടരുടെ സഞ്ചാര വഴിയിൽ പതുങ്ങിയിരുന്നു. പക്ഷെ കളക്ടർ വഴിമാറ്റിയതിനാൽ സംഭവം നടന്നില്ല. ചുരുക്കത്തിൽ അഭിനവ ഭാരതയുവക് സംഘം ഒരു ഗാന്ധിയൻ യുവജന സംഘടനയായിരുന്നില്ല. ഇതിന്റെ പ്രവർത്തകർ കോൺഗ്രസ് സോഷ്യലിസ്റ്റുകളുമായിരുന്നില്ല. ഇവരൊക്കെ പിന്നീട് കർഷക സംഘം പ്രവർത്തകരായി മാറി. കമ്മ്യൂണിസ്റ്റ് പാർട്ടി രൂപം കൊണ്ടപ്പോൾ അതിന്റെ പ്രവർത്തകരായി മാറുകയാണുണ്ടായത്. കമ്മ്യൂണിസ്റ്റ് പാർട്ടിയുടെ ആശയങ്ങളും പ്രവർത്തനങ്ങളും വടക്കേ മലബാറിൽ അഭിനവ ഭാരതയുവക് സംഘം പ്രവർത്തകരിലൂടെയാണ് ഒരു പരിധിവരെ നടന്നത്.

കേരള യുവക് സംഘവും യൂത്ത് ലീഗും

തിരുവിതാംകൂറിൽ യുവജനസംഘം രൂപപ്പെട്ട അതേ സന്ദർഭത്തിൽ തന്നെ മലബാറിലും യുവാക്കളുടെയിടയിൽ ശക്തമായ രാഷ്ട്രീയ ചലനമുണ്ടാകുകയും അവർ സംഘടന രൂപീകരിച്ച് സംഘടിക്കുവാനും തുടങ്ങിയിരുന്നു. ഒത്തുതീർപ്പ് രാഷ്ട്രീയത്തോടുള്ള വിയോജിപ്പും പ്രതിഷേധവുമാണ് ഇത്തരം യുവജനസംഘടനകളുടെ പിറവിയിലേക്കെത്തിച്ചത്. ഭഗത്സിംഗിന്റേയും സഖാക്കളുടെയും രക്തസാക്ഷിത്വം യുവാക്കൾക്ക് പ്രചോദനം നൽകി. വടക്കെ മലബാറിൽ രൂപം കൊണ്ട പ്രധാനപ്പെട്ട യുവജനസംഘടനയാണ് കേരള യുവക് സംഘം. 1931 ഡിസംബർ 23 നാണ് തിക്കോടിയിലെ ശക്തിമന്ദിരത്തിൽ യുവക് സംഘത്തിന്റെ രൂപീകരണയോഗം നടന്നത്. കോൺഗ്രസിനുവേണ്ടി പ്രവർത്തിക്കുവാൻ സന്നദ്ധരായ ആയിരം വളണ്ടിയർമാരെ റിക്രൂട്ട് ചെയ്യാനായിരുന്നു യോഗതീരുമാനം. പി.കെ. ദേവ്, പി.കൃഷ്ണപിള്ള, ഇ.സി. കുഞ്ഞിക്കണ്ണൻ നമ്പ്യാർ എന്നിവരെ കൂടുതൽ അംഗങ്ങളെ സംഘടനയിൽ ചേർക്കാനും പ്രചാരവേല നടത്താനും സംഘം ഉത്തരവാദപ്പെടുത്തി. വടക്കെ മലബാറിലെ വിവിധ ഗ്രാമങ്ങളിൽ യുവക് സംഘത്തിന്റെ ശാഖകൾ പിൽക്കാലത്ത് രൂപം കൊള്ളുകയുണ്ടായി. കൂത്തുപറമ്പിൽ പുതിയ അംഗങ്ങളെ ചേർക്കാൻ ഏ.കെ. ഗോപാലൻ എത്തിയ കാര്യം മാതൃഭൂമി റിപ്പോർട്ട് ചെയ്യുന്നുണ്ട്. യുവജനങ്ങളുടെ ഉയിർത്തെഴുന്നേൽപ്പ് ഭരണകൂടത്തിന് വലിയ തലവേദന സൃഷ്ടിച്ചു. സംഘടനയെ ഇല്ലായ്മ ചെയ്യാനുള്ള പദ്ധതികൾ ഭരണകൂടം തയ്യാറാക്കി. സമ്മേളനങ്ങൾ നടത്താൻ അനുവദിക്കാതെ അത്തരം സ്ഥലങ്ങളിൽ നിരോധനാജ്ഞ പുറപ്പെടുവിച്ചു. 1931 നവംബർ 27ന് കണ്ണൂരിൽ വെച്ച് നടന്ന യുവക് സംഘം സമ്മേളനത്തെ തകർക്കാൻ ഇത്തരം ശ്രമങ്ങൾ പോലീസ് നടത്തിയത് നവംബർ 28ന്റെ മാതൃഭൂമി റിപ്പോർട്ട് ചെയ്തിട്ടുണ്ട്. തളിപ്പറമ്പ് സമ്മേളനം നടത്താൻ തീരുമാനിച്ചപ്പോൾ അതിന്റെ നോട്ടീസ് വിതരണം പോലും പോലീസ്

തടഞ്ഞു. പ്രധാന സംഘാടകരെയെല്ലാം അറസ്റ്റ് ചെയ്തു. പക്ഷെ, ഈ ഭീഷണികളെ മറികടന്ന് സമ്മേളനം തൃച്ചംബരത്ത് നടന്നു. സമ്മേളനശേഷം ചന്ത്രോത്ത് കുഞ്ഞിരാമൻ നായർ, പി. കൃഷ്ണപിള്ള, കെ. എ. കേരളീയൻ തുടങ്ങി 19 പേരെ പോലീസ് അറസ്റ്റ് ചെയ്തതായി പിറ്റേ ദിവസം (1931 ഡിസംബർ 28) മാതൃഭൂമി വാർത്ത നൽകി. മാതൃഭൂമിയിലൂടെ കെ.പി. ഗോപാലൻ നൽകിയ ആഹ്വാനം–

"ശക്തിയും ആരോഗ്യവും സമ്പാദിക്കുവിൻ

അതുവഴി രാജ്യത്തെ ഉദ്ധരിക്കുവിൻ"– യുവാക്കളിൽ വലിയ കോളിളക്കമുണ്ടാക്കി. 1932 ഫെബ്രുവരി 1ന് കേരള യുവക് സംഘം നിയമവിരുദ്ധമാക്കി ഗവൺമെന്റ് ഉത്തരവിറക്കി.

യുവക് സംഘത്തിന്റെ ആശയഗതികൾ ഉൾക്കൊണ്ട് വിശാലമായ പരിപ്രേക്ഷ്യത്തോടെ രൂപം കൊണ്ട യുവജന സംഘടനയാണ് കേരള യൂത്ത് ലീഗ്. സാമ്യവാദചിന്താഗതികൾ പ്രചരിപ്പിക്കാനും ജാതിമതവിദ്വേഷത്തെ ഇല്ലായ്മ ചെയ്യാനും രൂപീകരണ സമ്മേളനം യുവാക്കളെ ആഹ്വാനം ചയ്തു. പലയിടങ്ങളിലും യൂത്ത് ലീഗിന്റെ ശാഖകൾ ആരംഭിച്ചു. എ.കെ. ഗോപാലൻ, കെ.പി. ഗോപാലൻ, മഞ്ചുനാഥ റാവു തുടങ്ങിയവർ സംഘത്തിന്റെ ഉദ്ദേശ ലക്ഷ്യങ്ങൾ വിശദീകരിച്ചുകൊണ്ട് പലയിടങ്ങളിലും പ്രസംഗിക്കുകയുണ്ടായി.

യുവസംഘങ്ങൾ, മലബാറിൽ മാത്രമല്ല വളർന്നുവന്നത്. പൊന്നാനി, കോഴിക്കോട്, ഇരിഞ്ഞാലക്കുട, എറണാകുളം മുതലായ നിരവധി സ്ഥലങ്ങളിൽ യുവജനസംഘങ്ങൾ ഉണ്ടാകുന്നുണ്ട്. 1931 ൽ കമ്മ്യൂണിസ്റ്റ് ലീഗിനോടൊപ്പം എൻ സി ശേഖറിന്റെ നേതൃത്വത്തിൽ യൂത്ത് ലീഗ് പ്രവർത്തിക്കുന്നുണ്ട്. പിന്നീട് കമ്മ്യൂണിസ്റ്റ് ലീഗ് നിരോധിക്കപ്പെട്ടതിനു ശേഷം അതിന്റെ പ്രവർത്തകർ പുനഃസംഘടിച്ച് സ്ഥാപിച്ച അഖില തിരുവിതാംകൂർ യൂത്ത് ലീഗ് ഏറെ ശ്രദ്ധേയമായി. പൊന്നറ ശ്രീധർ, എൻ പി കുരിക്കൾ, എൻ. ശ്രീകണ്ഠൻ നായർ, കെ സി ജോർജ്, സി ഒ മാത്യു തുടങ്ങിയവർ ചേർന്ന് സ്ഥാപിച്ച യൂത്ത് ലീഗ് തിരുവിതാംകൂറിലെ ഉത്തരവാദിത്വ ഭരണപ്രക്ഷോഭത്തിൽ സജീവമായി പങ്കെടുക്കുകയും അതി ക്രൂരമായ മർദ്ദനങ്ങൾ ഏറ്റുവാങ്ങേണ്ടിവരികയും ചെയ്തു. തിരുവിതാംകൂർ യൂത്ത് ലീഗിന്റെ സ്വാധീനത്തിൽ കൊച്ചിയിലും യൂത്ത് ലീഗ് നിലവിൽ വന്നു.

യൂത്ത് ലീഗിന്റെ പ്രവർത്തനം ശക്തമായത് 1938 ഡിസംബറിൽ തിരുവിതാംകൂർ സ്റ്റേറ്റ് കോൺഗ്രസ് ദിവാനെതിരായ മെമ്മൊറാണ്ടം പിൻവലിച്ചതിനുശേഷമാണ്. ഈ ഘട്ടത്തിൽ യൂത്ത് ലീഗിന്റെ നേതൃത്വത്തിൽ ഒരു സമരസമിതി രൂപീകരിച്ചു. കെ സി ജോർജ് ആയിരുന്നു സെക്രട്ടറി. ഇ ജോൺ കുരുവിള, പി ടി പുന്നൂസ്, ശ്രീകണ്ഠൻനായർ,

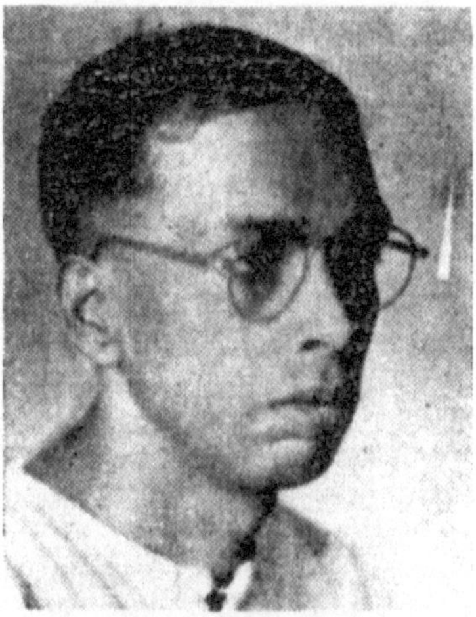

നാരായണൻ നായർ പി

വർഗീസ് വൈദ്യൻ, സി ഒ മാത്യു, സി എസ് ഗോപാലപിള്ള, കോട്ടയം ഭാസി തുടങ്ങിയവരായിരുന്നു അന്നത്തെ യൂത്ത് ലീഗിന്റെ നേതാക്കൾ. കെ ദാമോദരൻ, പി നാരായണൻ നായർ തുടങ്ങിയവർ യൂത്ത് ലീഗിന്റെ പ്രവർത്തനങ്ങളിൽ സജീവമായി പങ്കെടുത്തു. യൂത്ത് ലീഗിന്റെ പ്രവർത്തനഫലമായാണ് സ്റ്റേറ്റ് കോൺഗ്രസിൽ റാഡിക്കൽ ചിന്താഗതി ശക്തിപ്പെട്ടത്.

വിദ്യാർത്ഥിപ്രസ്ഥാനം

വിദ്യാർത്ഥികളുടെ പ്രക്ഷോഭം ആരംഭിക്കുന്നത് തിരുവനന്തപുരത്ത് 19–ാം നൂറ്റാണ്ടിന്റെ അവസാനത്തിൽ ദിവാൻ ഭരണത്തിനെതിരായി ശബ്ദമുയർത്തിയതിന് ജി പി പിള്ള, എൻ രാമൻ പിള്ള ആർ ശങ്കറാവു എന്നിവരെ തിരുവനന്തപുരം മഹാരാജാസ് കോളേജിൽ (പിന്നീട് യൂണിവേഴ്സിറ്റി കോളേജ്) ൽ നിന്നും പുറത്താക്കി.

1921 ൽ തിരുവനന്തപുരം ഇന്റർ മീഡിയറ്റ് കോളേജിൽ (പിന്നീട് ആർട്ട്സ് കോളേജ്) നടന്ന വിദ്യാർത്ഥി സമരമാണ് ആദ്യം രേഖപ്പെടുത്തപ്പെട്ട സംഘടിതമായ വിദ്യാർത്ഥിസമരം. തിരുവിതാംകൂർ സർക്കാർ ഏകപക്ഷീയമായി ഫീസ് വർദ്ധനയ്ക്കെതിരായ സമരം മറ്റു കോളേജുകളിലേക്കും പടർന്നുപിടിച്ചു. വിദ്യാർത്ഥിപ്രക്ഷോഭത്തെ അടിച്ചമർത്താൻ പോലീസ് ലാത്തിച്ചാർജടക്കമുള്ള എല്ലാ മാർഗങ്ങളും ഉപയോഗിച്ചുവെങ്കിലും അവയെക്കൂസാതെ വിദ്യാർത്ഥികൾ സമരം തുടർന്നു. വർദ്ധിച്ച ഫീസ് പിൻവലിക്കാൻ സർക്കാർ സന്നദ്ധമായതിനെ തുടർന്നാണ് വിദ്യാർത്ഥികൾ സമരം പിൻവലിച്ചത്. 1920 കളുടെ അവസാനത്തോടെ നിരവധി വിദ്യാർത്ഥികൾ ദേശീയ പ്രസ്ഥാനത്തിൽ പങ്കെടുക്കുന്നുണ്ട്. 1928ലെ പയ്യന്നൂർ കോൺഗ്രസ് സമ്മേളനത്തിൽ കാഞ്ഞങ്ങാട് വെള്ളിക്കോത്തെ വിജ്ഞാനദായനി ദേശീയ വിദ്യാലയത്തിലെ വിദ്യാർത്ഥികളും കണ്ണൂർ ബി ഇ എം പി സ്കൂളിലെ വിദ്യാർത്ഥികളുമാണ് വോളന്റിയർമാരായി പ്രവർത്തിച്ചത്. ഉപ്പു സത്യഗ്രഹത്തിനു മുമ്പുതന്നെ കോഴിക്കോട് ബാലഭാരതസംഘം രൂപീകരിക്കുന്നുണ്ട്. ഉപ്പു സത്യഗ്രഹത്തിന്റെ ഭാഗമായി സമരം നടത്തിയവരിൽ ചാലപ്പുറം ഗേൾസ് സ്കൂളിലെ ജയലക്ഷ്മി ഉൾപ്പെട്ടിരുന്നു. ജയലക്ഷ്മിയെ അറസ്റ്റ് ചെയ്തതിൽ പ്രതിഷേധിച്ച് ചാലപ്പുറം ഗോൾസ് സ്കൂളിലെ വിദ്യാർത്ഥികൾ ഒന്നടങ്കം പോലീസ് സ്റ്റേഷൻ

ഉപരോധിച്ചു. മൈനർ ആയതുകൊണ്ട് ജയലക്ഷ്മിയെ കേസ് ചാർജ് ചെയ്യാതെ വിട്ടയച്ചു. പയ്യന്നൂർ ഉപ്പുസത്യഗ്രഹവോളന്റിയർമാരിൽ 15 വയസ്സുമാത്രം പ്രായമുള്ള കാഞ്ഞങ്ങാട്ടുകാരൻ കെ മാധവനുമുണ്ടായിരുന്നു.

ഒരു വിദ്യാർത്ഥി സംഘടനയുണ്ടാക്കാനുള്ള ശ്രമങ്ങളും ഇതിനോടൊപ്പമാണ് ആരംഭിച്ചത്. 1927 ൽ ഒറ്റപ്പാലത്തു ചേർന്ന രാഷ്ട്രീയ സമ്മേളനത്തിൽ ജോർജ് ജോസഫിന്റെ അധ്യക്ഷതയിൽ വിദ്യാർത്ഥി സമ്മേളനം ചേർന്നിരുന്നു. 1931 ൽ വടകര നടന്ന കേരളസംസ്ഥാന രാഷ്ട്രീയ സമ്മേളനത്തോടൊപ്പം കെ എഫ് നരിമാന്റെ അധ്യക്ഷതയിൽ ഒരു വിദ്യാർത്ഥി സമ്മേളനം നടന്നു. പി ബാലചന്ദ്രമേനോൻ, സുബ്രഹ്മണ്യൻ തിരുമുമ്പ്, പി കെ ബാലകൃഷ്ണൻ തുടങ്ങിയവർ അതിൽ പങ്കെടുത്തു.

ജി പി പിള്ള

കാലിക്കട്ട് സ്റ്റുഡൻസ് യൂണിയൻ, തലശ്ശേരി സ്റ്റുഡൻസ് യൂണിയൻ, ചിറക്കൽ താലൂക്ക് വിദ്യാർത്ഥിയൂണിയൻ എന്നിവ മലബാറിൽ പ്രവർത്തിച്ചിരുന്ന പ്രാദേശിക വിദ്യാർത്ഥി സംഘടനകളായിരുന്നു. കോൺഗ്രസ് സോഷ്യലിസ്റ്റ് പാർട്ടിയുടെ നേതൃത്വത്തിൽ വിദ്യാർത്ഥികളെ സംഘടിപ്പിക്കാൻ തീരുമാനിച്ചതോടെയാണ് വിദ്യാർത്ഥിസംഘടനകൾ മലബാറിൽ സജീവമാകുന്നത്. "പുരോഗതി, സ്വാതന്ത്ര്യം, സമാധാനം" എന്നതായിരുന്നു അക്കാലത്തെ വിദ്യാർത്ഥി സംഘടനയുടെ മുദ്രാവാക്യം. ഇമ്പിച്ചിബാവ, കല്ലാട്ട് കൃഷ്ണൻ, വി പി ചിണ്ടൻ, കെ വിജയരാഘവൻ, ഇ കെ നായനാർ തുടങ്ങിയവരാണ് പ്രമുഖ വിദ്യാർത്ഥിനേതാക്കൾ. മലബാറിലെ വിദ്യാർത്ഥികളെ സംഘടിപ്പിക്കുന്നതിൽ അണ്ണാമല സർവകലാശാലയിലെ ബിരുദ വിദ്യാർത്ഥിയായിരുന്ന സുബ്രഹ്മണ്യശർമയുടെ സഹായവും ലഭിച്ചിരുന്നു.

1937 ജൂൺ 12 ന് കോഴിക്കോട് സാമൂതിരി കോളേജിലെ ഗുരുവായൂരപ്പൻ ഹാളിൽ വെച്ചായിരുന്നു മലബാറിലെ ആദ്യത്തെ വിദ്യാർത്ഥിപ്രസ്ഥാനത്തിന്റെ സമ്മേളനം നടന്നത്- അഖിലകേരള സ്റ്റുഡൻസ്- ഫെഡറേഷൻ കേരളത്തിന്റെ വ്യത്യസ്തഭാഗങ്ങളിൽ നിന്നും തിരഞ്ഞെടുത്ത പ്രതിനിധികളായിരുന്നു ഈ സമ്മേളനത്തിൽ പങ്കെടുത്ത് അബ്ദുറഹ്മാൻ സാഹബ് ഉദ്ഘാടനം ചെയ്ത സമ്മേളനത്തിൽ അധ്യക്ഷതവഹിച്ചത്. സൗമ്യേന്ദ്രനാഥ ടാഗോർ ആയിരുന്നു. കെ

കേളപ്പൻ, ഇ എം എസ് തുടങ്ങിയവരും സമ്മേളനത്തിൽ പങ്കെടുത്തു. പ്രസ്തുത സമ്മേളനം വിദ്യാർത്ഥികളുടെ അവകാശപത്രിക പാസാക്കുകയുണ്ടായി. വിദ്യാർത്ഥികളുടെ കൊലപാതകം, മാസക്കാർ എന്ന പേരിലറിയപ്പെടുന്ന ഡിറ്റൻഷൻ സമ്പ്രദായം, വിദ്യാർത്ഥി സംഘടനകൾക്കെതിരായ മർദ്ദനങ്ങൾ എന്നിവ അവസാനിപ്പിക്കുക, ക്രൂരമായ ശിക്ഷാമുറകൾ ഉപേക്ഷിക്കുക തുടങ്ങിയവയായിരുന്നു പ്രധാന ആവശ്യങ്ങൾ. കെ വിജയരാഘവൻ, ഇ കെ നായനാർ, കല്ലാട് കൃഷ്ണൻ, ഇമ്പിച്ചിബാവ, ഉമാനാഥ് തുടങ്ങിയവരായിരുന്നു സംഘടനയുടെ നേതൃസ്ഥാനത്ത് പ്രവർത്തിച്ചിരുന്നത്.

കോഴിക്കോട് സമ്മേളനത്തെ തുടർന്ന് വിദ്യാർത്ഥിരംഗത്ത് വലിയ മുന്നേറ്റം സാധ്യമായി. തലശ്ശേരിയിൽ 1937 ഒക്ടോബറിൽ ചേർന്ന വിദ്യാർത്ഥി സമ്മേളനം പലതുകൊണ്ടും ശ്രദ്ധേയമായിരുന്നു. സമ്മേളനത്തിൽ അധ്യക്ഷംവഹിച്ച ബട്ലിവാലയെ സമ്മേളനസ്ഥലത്ത് വെച്ച് അറസ്റ്റുചെയ്യാൻ ശ്രമിച്ചത് സംഘർഷത്തിനിടയാക്കി. വിദ്യാർത്ഥികളുടെ സംഘടനയാണ് ശരിയായ അച്ചടക്കത്തിനുള്ള ഉപകരണമെന്ന് അഭിപ്രായപ്പെട്ടുകൊണ്ടും അതിൽ സഹകരിക്കണമെന്ന് അധ്യാപകരോടും പൊതുസമൂഹത്തോടും അഭ്യർത്ഥിച്ചുകൊണ്ടും സമ്മേളനത്തിൽ പ്രമേയം പാസാക്കി. ബ്രിട്ടീഷ് അധിനിവേശ ഭരണത്തിനെതിരെ പൊരുതുന്ന ഒരു പ്രസ്ഥാനമായി വളർന്നുവരാൻ മലബാറിൽ വിദ്യാർത്ഥിപ്രസ്ഥാനത്തിന് സാധിച്ചു. യുവജന- കർഷകപ്രസ്ഥാനങ്ങൾ പോലെതന്നെ സാമൂഹികവിഷയങ്ങളിൽ ഇടപെട്ട് പ്രവർത്തിക്കാൻ സാധിച്ചു എന്നതാണ് വിദ്യാർത്ഥി സംഘടനയുടെ ചരിത്രം. ബ്രിട്ടീഷ് കോളനിക്കും ജാതീയതയ്ക്കും, ജന്മിത്വത്തിനെതിരെ പോരടിക്കാൻ വിദ്യാർത്ഥികളും സജീവമായി രംഗത്തുണ്ടായിരുന്നു.

വി പി ചിണ്ടൻ

സി ജനാർദ്ദനൻ, സി എൽ വർക്കി, ചിത്രഭാനു നമ്പൂതിരിപ്പാട് മുതലായവരാണ് കൊച്ചിയിൽ വിദ്യാർത്ഥി ഫെഡറേഷൻ സ്ഥാപിച്ചത്. സി ജനാർദ്ദനനായിരുന്നു ആദ്യത്തെ സെക്രട്ടറി. എറണാകുളത്ത് ഹോമിയോ വിദ്യാർത്ഥിയായിരുന്ന പി എസ് നമ്പൂതിരി ട്രേഡ് യൂണിയൻ പ്രവർത്തകനുമായിരുന്നു. പി എസ് നമ്പൂതിരിയെ ഒളിവിൽ താമസിപ്പിച്ചതിന് അറസ്റ്റ് ചെയ്യപ്പെട്ട സി എം

യജ്ഞമൂർത്തിയും സഹോദരൻ അഷ്ടമൂർത്തിയും പാലക്കാട്ടെ ആദ്യകാല വിദ്യാർത്ഥി ഫെഡറേഷൻ പ്രവർത്തകരായിരുന്നു. പി ഭാസ്ക്കരൻ, മണപ്പാടൻ അബ്ദുൽ ഖാദർ തുടങ്ങിയവർ 1940 ൽ ദൽഹിയിൽ വെച്ചുനടന്ന സ്റ്റുഡന്റ്സ് ഫെഡറേഷൻ സമ്മേളനത്തിലെ പ്രതിനിധികളായിരുന്നു. മലപ്പുറം ആനക്കയത്തുകാരനായ മുഹമ്മദ് ഇസ്ഹാഖ് ദൽഹിയിൽ എസ് എഫിന്റെ പ്രമുഖ പ്രവർത്തകനായിരുന്നു. ലഖ്നൗവിൽ വിദ്യാർത്ഥിയായിരിക്കുമ്പോഴാണ് കെ സി ജോർജ് സോഷ്യലിസത്തിൽ ആകൃഷ്ടനാകുന്നത്.

ഇ കെ നായനാർ

അഖിലകേരള വിദ്യാർത്ഥി ഫെഡറേഷന്റെ രണ്ടാം സമ്മേളനം തലശ്ശേരിയിൽ സോളി ബാട്ലിവാലയുടെ അധ്യക്ഷതയിലും മൂന്നാമത്തേത് പാലക്കാട്വെച്ച് നരിമാന്റെ അധ്യക്ഷതയിലും ചേർന്നു (രണ്ടും 1938) 1938 ൽ തിരുവനന്തപുരത്തു വെച്ചും ഫെഡറേഷന്റെ സമ്മേളനം ചേർന്നു. ഫെഡറേഷൻ ഒരു അഖില കേരളപ്രസ്ഥാനമായി വ്യാപിക്കുകയായിരുന്നു. 1939 ൽ തിരുവിതാംകൂറിലെ ഉത്തരവാദിത്വ പ്രക്ഷോഭണത്തിൽ വിദ്യാർത്ഥികൾ സജീവമായി പങ്കെടുത്തു. സർ സി പി അവർക്കെതിരെ അഴിച്ചു വിട്ട മർദ്ദനത്തിൽ പ്രതിഷേധിച്ച് മദിരാശിയിലെ വിദ്യാർത്ഥികൾ ഒന്നടങ്കം രംഗത്തുവന്നു. നിരവധി വിദ്യാർത്ഥികൾ ഈ സമരത്തിന്റെ ഭാഗമായാണ് രാഷ്ട്രീയവൽക്കരിക്കപ്പെട്ടത്. മദ്രാസിലെ ലയോള കോളേജിൽ വിദ്യാർത്ഥിയായിരുന്ന സി ഉണ്ണിരാജ മലബാർ കുടിയാൻ പ്രശ്നത്തെക്കുറിച്ചു പഠിക്കാൻ നിയോഗിക്കപ്പെട്ട കുട്ടിക്കൃഷ്ണമേനോൻ കമ്മറ്റിക്കു സി എസ് പി സമർപ്പിച്ച നിവേദനത്തിന് ഒപ്പു ശേഖരിക്കാനാണ് ആദ്യം രംഗത്തിറങ്ങുന്നത്.

1937 ൽ ബോംബെയിലെ പ്രഗത്ഭ അഭിഭാഷകനും കോൺഗ്രസ് നേതാവുമായിരുന്ന കെ എഫ് നരിമാൻ തിരുവനന്തപുരത്തെത്തി. അദ്ദേഹത്തെ സ്വീകരിക്കാൻ കോൺഗ്രസും യൂത്ത് ലീഗും വിദ്യാർത്ഥി ഫെഡറേഷനുമെത്തി. വിമാനം എത്താറായപ്പോഴേക്കും ഒരു പട്ടാളലോറിയിൽ കുറേ ആളുകളെ വിമാനത്താവളത്തിലെത്തിച്ചു. അവർ കറുത്ത കൊടികൾ വീശുകയും പ്ലക്കാർഡുകൾ ഉയർത്തിപ്പിടിക്കുകയും ചെയ്തുകൊണ്ട് "നരിമാൻ ഗോ ബാക്ക്, ഉത്തരവാദഭരണം വേണ്ടേ വേണ്ടാ" എന്നുവിളിച്ചു പറഞ്ഞു. നരിമാനെ സ്വീകരിക്കാനെത്തിയിരുന്ന കോൺഗ്രസനുഭാവികളും യൂത്തുലീഗ പ്രവർത്തകരായ ഏതാനും ലോ

കോളേജ് വിദ്യാർത്ഥികളും അവർക്കുനേരെ പാഞ്ഞുചെന്ന് കരിങ്കൊടികൾ പിടിച്ചു വാങ്ങി അവരെ അടിച്ചോടിച്ചു. ഈ കൂലിപ്പടയെ സംരക്ഷിക്കാൻ ബാധ്യസ്ഥരായിരുന്ന പോലീസുകാരും വിദ്യാർത്ഥികളും തമ്മിൽ ഏറ്റുമുട്ടൽ ഉണ്ടായി. പോലീസിന്റെ ലാത്തിയും വിദ്യാർത്ഥികളുടെ കൊടിക്കമ്പുകളും ഉപയോഗിച്ച് നീണ്ടപോരാട്ടം തന്നെ നടന്നു. ഇതിന് വിദ്യാർഥികൾക്കു നേതൃത്വം നൽകിയത് പി ടി പുന്നൂസ് ആയിരുന്നു. പി ടി പുന്നൂസും കൂട്ടരും അറസ്റ്റു ചെയ്യപ്പെട്ടു.

ഡിസ്ട്രിക്റ്റ് ബോർഡ് സ്കൂളുകളിലെ വിദ്യാർത്ഥി യൂണിയനുകൾക്ക് അംഗീകാരം ലഭിക്കുന്നതിനും വിദ്യാലയങ്ങളിലെ ഡിറ്റൻഷൻ (ക്ലാസ് കയറ്റം കടഞ്ഞുവയ്ക്കൽ) അവസാനിപ്പിക്കുന്നതിനുവേണ്ടിയുള്ള സമരം, സർ സി പി രാമസ്വാമി അയ്യരുടെ ഗുണ്ടാഭരണത്തിനെതിരായി തിരുവനന്തപുരത്തെയും കോട്ടയത്തെയും കോളേജ് വിദ്യാർത്ഥികൾ നടത്തിയ സമരം, രാഷ്ട്രീയ പ്രവർത്തനം നടത്തിയതിന്റെ പേരിൽ അണ്ണാമല യൂണിവേഴ്സിറ്റി 14 വിദ്യാർത്ഥികളെ പുറത്താക്കിയതിനെതിരെ നടന്ന സമരം തുടങ്ങിയ അക്കാലത്തെ പ്രധാന സമരങ്ങളായിരുന്നു. അവസാനം സൂചിപ്പിച്ച പ്രശ്നത്തിൽ നിരവധി വിദ്യാലയങ്ങളിൽ വിദ്യാർത്ഥികൾ പഠിപ്പുമുടക്കി. 1938 ലെ ക്രിസ്മസ് ഒഴിവുകാലത്ത് തലശ്ശേരി, കോഴിക്കോട്, പാലക്കാട് കോളേജുകളിലെ വിദ്യാർത്ഥി ഫെഡറേഷൻ പ്രവർത്തകർ ഏതാനും ഗ്രാമങ്ങൾ തെരഞ്ഞെടുത്ത് സോഷ്യലിസത്തെയും വർഗസമരത്തെയും കുറിച്ച് പ്രചരണം നടത്തി.

വിദ്യാർത്ഥിപ്രസ്ഥാനത്തോടൊപ്പമായിരുന്നു ബാലസംഘങ്ങളുടെ വളർച്ച കർഷകപ്രസ്ഥാനത്തിന്റെ ഭാഗമായാണ് ബാലസംഘങ്ങൾ രൂപീകരിക്കപ്പെട്ടത്. 1936 ൽ പീലിക്കോട് രൂപപ്പെട്ട ബാലസേവാസമിതിയായിരുന്നു ഇത്തരത്തിലുള്ള ആദ്യത്തേത്. തുടർന്ന് 1938 നകം ചിറക്കൽ താലൂക്കിൽ മാത്രം 70ൽപരം ബാലസംഘങ്ങൾ രൂപംകൊണ്ടു. പകൽ കാർഷിക പ്രവൃത്തിയിൽ ഏർപ്പെട്ടിരുന്ന കുട്ടികളെ പഠിപ്പിക്കുന്നതിനുള്ള സൗകര്യങ്ങളൊരുക്കാനായി നിശാപാഠശാല ആരംഭിച്ചു. 1938 ൽ നീലേശ്വരം, മാതമംഗലം, കല്യാശ്ശേരി എന്നിവിടങ്ങളിൽ ബാലസംഘത്തിന്റെ സമ്മേളനം ചേർന്നു. നീലേശ്വരം സമ്മേളനത്തിൽ 500 കുട്ടികളെ പ്രതിനിധീകരിച്ച് 11 സമിതികൾ പങ്കെടുത്തു. 1938 ൽ കല്യാശ്ശേരി ശ്രീഹർഷൻ വായനശാലയിൽ രൂപീകരിച്ച ബാലസംഘത്തിൽ ഇ കെ നായനാർ ഭാരവാഹിയായിരുന്നു.

സ്ത്രീപ്രസ്ഥാനം

സ്ത്രീകൾ ജാതി-ജന്മി നാടുവാഴിത്തത്തിന്റെ ഏറ്റവും ശക്തമായ മർദ്ദനത്തിനു പാത്രമായിരുന്നു. ജാതി പാരമ്പര്യം ഉറപ്പിക്കുന്നതിനും നിലനിർത്തുന്നതിനും സ്ത്രീലൈംഗികതയുടെമേലുള്ള നിയന്ത്രണം ആവശ്യമായിരുന്നു. അതുകൊണ്ട് ജാതിപരമായി ഏറ്റവും ഉയർന്ന

വിഭാഗമായ നമ്പൂതിരി ബ്രാഹ്മണരുടെ ഇടയിൽ ശുദ്ധമായ പുരുഷാധിപത്യ കുടുംബങ്ങൾ നിലവിൽ വന്നു. സ്ത്രീകൾ അകത്തുള്ളവർ എന്ന വിധത്തിൽ സഞ്ചാരസ്വാതന്ത്ര്യം പോലും വിലക്കപ്പെട്ട് അന്തഃപുരങ്ങളിൽ കഴിയേണ്ടിവന്നു. ബാല്യവിവാഹം, അകാലവൈധവ്യം, സപത്നീത്വം തുടങ്ങിയവ ജീവിതത്തിന്റെ ഭാഗമായി. തെരണ്ടുകുളി കല്യാണം എന്ന ചടങ്ങിനുശേഷം പുരുഷന്മാരുമായുള്ള സമ്പർക്കം പൂർണമായി വിച്ഛേദിക്കപ്പെട്ടു. അത് ലംഘിക്കുന്നവരെ അടുക്കളദോഷം വന്നവരായി കണക്കാക്കി. അവർ സ്മാർത്തവിചാരം എന്ന സാമുദായിക വിചാരണയ്ക്കുവിധേയരായി വീട്ടിൽ നിന്നു പുറത്താക്കപ്പെട്ടു. അവർ വീട്ടിൽ നിന്നുമാറി അഞ്ചാംപുര എന്ന മറ്റൊരിടത്ത് താമസിക്കേണ്ടി വന്നു.

20–ാം നൂറ്റാണ്ടിന്റെ ആദ്യം നമ്പൂതിരി സമുദായത്തിൽ ആന്തരികമായി വളർന്നുവന്ന സാമൂഹ്യപരിഷ്ക്കരണ മുന്നേറ്റങ്ങളുടെ കേന്ദ്രബിന്ദു സ്ത്രീകളുടെ അവസ്ഥയായിരുന്നു. ഇതിനു പല വിധത്തിലുള്ള കാരണങ്ങളുണ്ടായിരുന്നു. ഒന്ന്, ഇരുപതാംനൂറ്റാണ്ടിന്റെ ആദ്യഘട്ടത്തിൽ കാണക്കുടിയാന്മാരുടെയും പിന്നീട് പാട്ടക്കുടിയാന്മാരുടെയും പ്രക്ഷോഭങ്ങൾ ജന്മാവകാശമായി ലഭിച്ചിരുന്ന നിരവധി ആനുകൂല്യങ്ങളും വരുമാനരൂപങ്ങളും നിലയ്ക്കുമോ എന്ന ആശങ്ക വളർത്തി. 1900 ലെ കുടിയാൻ നിയമം പരിമിതമായ തോതിൽ കുടിയാന്മാർക്കു നൽകിയ ആനുകൂല്യങ്ങൾ ഈ ആശങ്ക വർദ്ധിക്കുന്നതിനു കാരണമായി. 1906 ൽ കേരള ജന്മി സഭ എന്ന പേരിൽ ജന്മിമാർ സംഘടിച്ചു. നമ്പൂതിരിമാരും ഏതാനും രാജകുടുംബങ്ങളുമായിരുന്നു അതിനു നേതൃത്വം നൽകിയത്. ഇവരുടെ സ്വാധീനത്തിലായിരുന്നു നമ്പൂതിരിയോഗക്ഷേമ സഭ ആദ്യം ഉണ്ടായത്.

നമ്പൂതിരിമാർ അവരുടെ ജന്മാവകാശത്തിനുവേണ്ടി നിലകൊണ്ടപ്പോൾ നമ്പൂതിരി കുടുംബാംഗങ്ങൾ അവരുടെ നിയമപരമായ അവകാശങ്ങൾക്കുവേണ്ടി വാദമാരംഭിച്ചു. ആളോഹരി ഭാഗമായിരുന്നു പ്രധാനപ്പെട്ട പ്രശ്നം. നമ്പൂതിരിമാർ പിന്തുടർന്ന നിയമാവലികളനുസരിച്ച് സ്വത്തിന്റെ മേലുള്ള അവകാശം ജ്യേഷ്ഠപുത്രന്മാർക്ക് (മുസാമ്പൂരി) മാത്രമുള്ളതായിരുന്നു. കനിഷ്ഠന്മാർക്ക് ഇല്ലത്തുള്ള താമസവും മുസാമ്പൂരി നിശ്ചയിക്കുന്നതും ചിലപ്പോൾ പരമ്പരാഗതവുമായ ചില അവകാശങ്ങളൊഴികെ സ്വത്തുടമാവകാശം പൂർണമായി നൽകിയിരുന്നില്ല. സ്ത്രീകൾക്ക് അത്തരത്തിലുള്ള അവകാശങ്ങളും നിഷേധിക്കപ്പെട്ടിരുന്നു. സ്വത്തുടമാവകാശത്തിന്റെ ഭാഗമായി മൂസാമ്പൂതിരിക്കുമാത്രമാണ് ഔപചാരിക വിവാഹം (വേളി) സാധ്യമായിരുന്നത്. കനിഷ്ഠൻ സമുദായത്തിൽ നിന്ന് വിവാഹം കഴിച്ചാൽപോലും അവർക്ക് അവകാശങ്ങളില്ല. സ്ത്രീകൾക്ക് സമുദായത്തിന് പുറത്ത് ബന്ധങ്ങളായിക്കൂടാ പുരുഷന്മാർക്കാകാം. അതുകൊണ്ട് സപത്നീത്വം അനിവാര്യമായിരുന്നു. അതുപോലെ നമ്പൂതിരിമാർക്ക് അമ്പലവാസികളുടെയും

നായന്മാരുടെയും ഇടയിലുള്ള സംബന്ധങ്ങളും വ്യാപകമായിരുന്നു. നമ്പൂതിരി യുവാക്കൾ ആളോഹരി ഭാഗം ആവശ്യപ്പെട്ടതോടെ സ്വത്തുടമാവകാശം എല്ലാവരുടെയും അവകാശമായി. അവകാശം നിലനിർത്താനായി കനിഷ്ഠന്മാർക്കും സ്വസമുദായത്തിൽ നിന്നുതന്നെ വേളി കഴിക്കാനാരംഭിച്ചു. സജാതീ വിവാഹം എന്നത് ഒരു പ്രസ്ഥാനമായിത്തന്നെ വളർന്നിരുന്നു. മുത്തിരിതങ്ങോട് ഭവത്രാനൻ നമ്പൂതിരിപ്പാടിന്റെ "അപ്ഫന്റെ മകളി'ലെ പ്രമേയം തന്നെ ഇതാണ്.

ഈ പ്രശ്നം സ്വാഭാവികമായി നമ്പൂതിരിസമൂദായത്തിലെ സ്ത്രീകളുടെ പ്രശ്നമായി മാറാൻ അധികകാലം വേണ്ടിവന്നില്ല. കൊച്ചി മഹാരാജാവുകൂടി ഇടപെട്ട തൃശ്ശൂർ കുറിയേടത്തില്ലത്തെ സാവിത്രി അന്തർജനത്തിന്റെ സമാർത്തവിചാരം പുതിയ തലമുറയ്ക്ക് പ്രധാന ചർച്ചാവിഷയമായി. "വന്നേരി സാവിത്രി അന്തർജന"ത്തിന്റെ പേരിൽ നമ്പൂതിരി സ്ത്രീകളുടെ ദാരുണാവസ്ഥയെക്കുറിച്ച് നിരവധി ലേഖനങ്ങൾ പ്രത്യക്ഷപ്പെട്ടു. അതിലൂടെ സപത്നീത്വത്തിന്റെയും മൂസാമ്പൂതിരിമാരുടെ ഇടയിൽ വ്യാപകമായിരുന്ന വാർദ്ധക്യകാലത്തെ വിവാഹത്തിന്റെ പ്രശ്നങ്ങൾ ഉയർന്നുവന്നു. അത്തരത്തിലുള്ള വിവാഹങ്ങൾ തടയാൻ വിവാഹ പിക്കറ്റിങ്ങ്വരെ നമ്പൂതിരി യുവാക്കൾ നടത്തിയെങ്കിലും ഫലപ്രദമായില്ല. നമ്പൂതിരി സ്ത്രീകൾ അന്ത:പുരത്തെ വിലക്കുകൾ ലംഘിച്ച് പുറത്തുവരാൻ ആരംഭിച്ചു. റൗക്ക ധരിച്ച് യോഗക്ഷേമ സഭായോഗങ്ങളിൽ പങ്കെടുത്ത പാർവതിമനേഴി നമ്പൂതിരി സ്ത്രീകളുടെ അതിലംഘനത്തിന് തുടക്കം കുറിച്ചു. തുടർന്നു നിരവധി സ്ത്രീകൾ സജീവമായി യോഗക്ഷേമസഭാ പ്രവർത്തനങ്ങളിൽ പങ്കെടുക്കുകയും അന്തർജനസമാജം എന്ന പേരിൽ ഒരു സംഘടന രൂപം കൊള്ളുകയും ചെയ്തു. സ്ത്രീകളുടെ ബോധവൽക്കരണം, വിദ്യാഭ്യാസം, തൊഴിൽ മുതലായ മേഖലകളിൽ സമാജം ശക്തിയായി പ്രവർത്തിച്ചു. സമാജ പ്രവർത്തകയായ പാർവതി നെന്മിനിമംഗലം കൊച്ചി ലെജിസ്ലേറ്റീവ് കൗൺസിലിൽ പ്രസംഗിച്ചതോടെ ജനാധിപത്യവേദികളിലും ഇവരുടെ ശബ്ദം മുഴങ്ങി, ഇവർക്കുടാതെ പാർവതി നിലയങ്ങോട്, മിസ്സസ് പാണ്ടം, ദേവകി നരിക്കാട്ടീരി, നീലിമംഗലസ്സ്, ലളിതാംബിക അന്തർജനം, നങ്ങേമ (എം ആർ ബി ആദ്യത്തെ വിധവാവിവാഹം നടത്തിയത് വി ടി ഭട്ടതിരിപ്പാടിന്റെ ഭാര്യ സഹോദരിയായ ഇവരെയായിരുന്നു), ആര്യ (പ്രേംജിയുടെ ഭാര്യ, വി ടിയുടെ മറ്റൊരു സഹോദരി), ആര്യപള്ളം തുടങ്ങിയവരെല്ലാം അന്തർജനസമാജത്തിന്റെ പ്രവർത്തകരായിരുന്നു. ഇവരിൽ ദേവകി നരിക്കാട്ടീരി, ആര്യാപള്ളം തുടങ്ങിയവർ കമ്മ്യൂണിസ്റ്റ് പാർട്ടിയുടെ പ്രവർത്തകരായി. നങ്ങേമയും ആര്യാപള്ളവും മകൾ ദേവകി പള്ളവും (പിന്നീട് ദേവകി വാര്യർ) മഹിളാസംഘത്തിന്റെ സ്ഥാപനത്തിലും പങ്കുവഹിച്ചു.

സംബന്ധത്തിനെതിരെയും സജാതീയ വിവാഹത്തിനനുകൂലമായും വളർന്നുവന്ന പ്രക്ഷോഭത്തിന്റെ വേരുകൾ നായർ സമുദായത്തിൽ വന്ന

ലളിതാംബിക അന്തർജ്ജനം

മാറ്റങ്ങളിലും കാണാം. സ്വത്തുടമ തർക്കങ്ങൾ 19–ാം നൂറ്റാണ്ടിൽ തന്നെ നായർമാരുടെ ഇടയിൽ വളർന്നു വരുന്നുണ്ടായിരുന്നു. നായർ ജന്മി തറവാടുകളിൽ ജന്മാവകാശം തറവാടിന്റേതായിരുന്നു. തറവാട്ടിൽ ഏറ്റവും മൂത്ത പുരുഷാംഗം കാരണവരായി. ഒരു ട്രസ്റ്റിയുടെ ജോലി നിർവഹിച്ചു വരികയായിരുന്നു. ബ്രിട്ടീഷുകാർ കൊണ്ടുവന്ന മാറ്റങ്ങളിൽ ഭൂസ്വത്ത് നിയമപരമായി നിർണയിക്കപ്പെടുകയും, കാരണവർ ഗൃഹനാഥൻ എന്ന നിലയിൽ ഭൂസ്വത്ത് അവകാശിയായി തീരുകയും ചെയ്തു. നികുതി നൽകുന്നതിന്റെ ഉത്തരവാദിത്വവും അയാൾക്കായിരുന്നു. കാരണവന്മാരില്ലാത്ത വീടുകളിൽ പ്രായത്തിൽ മൂത്ത സ്ത്രീക്കും അവകാശം നൽകപ്പെട്ടു. നികുതി ദാനത്തിന്റെ ഉത്തരവാദിത്വം ലഭിച്ചതോടെ സ്വത്തിനെ സംബന്ധിച്ച എല്ലാവിധ അവകാശങ്ങളും കാരണവരുടെ പക്കൽ എത്തി. സാമ്പ്രദായികമായ വരുമാനത്തിനുള്ള അർഹത ഒഴികെ മറ്റെല്ലാ അവകാശങ്ങളും മറ്റംഗങ്ങൾക്ക് നിഷേധിക്കപ്പെട്ടു. ഇത് കാരണവന്മാരും മറ്റവകാശികളും (അനന്തിരവന്മാർ) തമ്മിൽ തർക്കങ്ങളേക്കു നയിച്ചു. കോടതികളിൽ നീണ്ടുനിന്ന വ്യവഹാരങ്ങൾക്കും കാരണമായി. വ്യവഹാരസംബന്ധിയായ തർക്കങ്ങളിൽ പലരുടെയും പിതൃത്വംവരെ ചോദ്യം ചെയ്യപ്പെട്ടു. പുതിയ അവകാശിയെ തീരുമാനിക്കുന്നതിന് മാതൃത്വം മാത്രം പോര, പിതൃത്വം വരെ തീരുമാനിക്കണമെന്നു വന്നു. നായന്മാരുടെ ഇടയിലെ ഉപജാതികളുമായുള്ള സംബന്ധം, നായന്മാർ തമ്മിലുള്ള മുണ്ടുകൊട, ബന്ധുക്കൾ തമ്മിലുള്ള മുറക്കല്യാണങ്ങൾ തുടങ്ങിയവയുടെ നിയമപരമായ സാധുത ചോദ്യം ചെയ്യപ്പെട്ടു. ഇതിന്റെ ഫലമായി അക്കാലത്തെ സമുദായപ്രമാണികളായ സർ സി ശങ്കരൻ നായർ തുടങ്ങിയവരുടെ ആവശ്യപ്രകാരം മദ്രാസ് സർക്കാർ ഒരു മലബാർ മാര്യേജ് കമ്മീഷനെ നിയമിച്ചു.

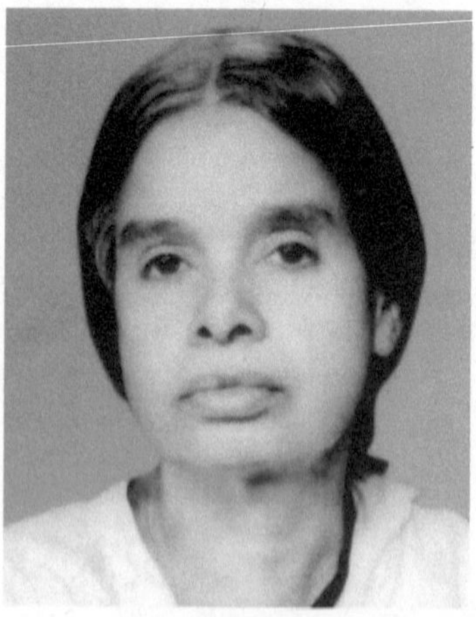

ആര്യ പള്ളം

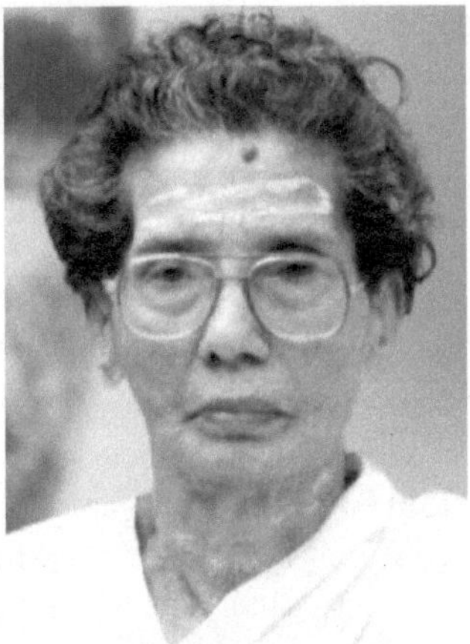

കാർത്യായനിക്കുട്ടിയമ്മ

1881 ൽ നിയമിതമായ കമ്മീഷൻ ദീർഘകാലത്തെ തെളിവെടുപ്പിനുശേഷം 1887 ൽ റിപ്പോർട്ട് സമർപ്പിച്ചു. റിപ്പോർട്ട് ചില കാര്യങ്ങൾ വ്യക്തമാക്കി. നായന്മാരുടെ പുതിയ തലമുറ പൊതുവിൽ നമ്പൂതിരിസംബന്ധത്തിനെതിരും സജാതീയ വിവാഹത്തിനനുകൂലവുമായിരുന്നു. സ്വത്തുടമ തർക്കങ്ങളിൽ അമ്മാവന്മാരുടെ അവകാശത്തിനെതിരായും അച്ഛനമ്മമാരുടെ അവകാശത്തിനനുകൂലമായും നിരവധിപേർ നിലപാടു സ്വീകരിച്ചു. എങ്കിലും യാഥാസ്ഥിതിക സമൂഹത്തിന്റെ അതിശക്തമായ എതിർപ്പുണ്ടായതുകൊണ്ട് പെട്ടെന്നൊരു നിലപാടിലെത്താൻ സർക്കാരിനും കഴിഞ്ഞില്ല.

20–ാം നൂറ്റാണ്ടിന്റെ ആദ്യം തിരുവിതാംകൂർ ഗവൺമെന്റും മരുമക്കത്തായത്തെക്കുറിച്ചു പഠിക്കാൻ ദിവാൻ പേഷ്ക്കാർ ശങ്കുണ്ണിമേനോന്റെ ('തിരുവിതാംകൂർ ചരിത്രം' എന്ന ഗ്രന്ഥത്തിന്റെ കർത്താവ്) മകനും എറണാകുളത്ത് വക്കീലുമായ കെ പി പത്മനാഭ മേനോനെ നിയോഗിച്ചു. ദീർഘകാലത്തെ അന്വേഷണത്തിനുശേഷം പത്മനാഭമേനോൻ സമർപ്പിച്ച റിപ്പോർട്ട് മരുമക്കത്തായത്തെ സംബന്ധിച്ച ആദ്യത്തെ ചരിത്രരേഖ കൂടിയാണ്. ഗോത്രസമൂഹത്തിൽ നിന്ന് സ്വത്തുടമ ബന്ധങ്ങളിലേക്കുള്ള മാറ്റത്തിന്റെ അടിസ്ഥാനത്തിലാണ് അദ്ദേഹം മരുമക്കത്തായത്തെ വിലയിരുത്തിയത്. ആധുനിക സമൂഹത്തിൽ വ്യക്തിഗതസ്വത്തുടമാവകാശം വളർന്നുവന്ന സാഹചര്യങ്ങളിൽ ചാർച്ചക്രമം കണക്കിലാക്കേണ്ടത് തറവാടിനോടുള്ള ബന്ധമനുസരിച്ചല്ല, മാതാപിതാക്കൾ വഴിയനുസരിച്ചാണ്. അതായത് മരുമക്കത്തായത്തിൽ നിന്ന് പിതൃദായക്രമത്തിലേക്കു മാറേണ്ടിവരും. തിരുവിതാംകൂറിൽ പണ്ടാരപ്പാട്ടം, ജന്മികുടിയാൻ നിയമങ്ങളുടെ പശ്ചാത്തലത്തിൽ നിരവധി കർഷകർ വ്യക്തിഗത സ്വത്തുടമകളായി മാറിക്കഴിഞ്ഞിരുന്നു. അവരുടെ പിന്തുടർച്ചാവ

പി യശോദ

കാശം കൂട്ടുകുടുംബരൂപമനുസരിച്ചാകില്ല. ഇതനുസരിച്ച് തിരുവിതാംകൂർ സർക്കാർ കൊണ്ടുവന്ന നായർ റെഗുലേഷൻ ആക്ടനുസരിച്ച് ദായക്രമത്തിൽ പിതാക്കളെ പങ്കാളികളാക്കുകയും പിതാവിന്റെ സ്വത്ത് മക്കളുമായി പങ്കിടാമെന്ന വ്യവസ്ഥ വരികയും ചെയ്തു. തുടർന്ന് കൊച്ചിയിലും അവസാനം മലബാറിലും മരുമക്കത്തായ നിയമങ്ങളിൽ മാറ്റങ്ങൾ വന്നു.

നിയമങ്ങളിൽ വന്നമാറ്റം സ്ത്രീകളുടെ അവസ്ഥയിലും മാറ്റങ്ങൾ വരുത്തി. കേവലം പ്രജനനത്തിനും ഗൃഹപരിപാലനത്തിനുമുള്ള ശരീരങ്ങൾ എന്ന നിലയിൽ നിന്നുമാറി സ്വത്തുടമാവകാശത്തിൽ പങ്കുവഹിക്കുന്ന ആളുകൾ എന്ന നിലയിലേക്കുവന്നു. നമ്പൂതിരിമാരുടെയും അമ്പലവാസിയുവാക്കളുടെയും കളിപ്പാട്ടങ്ങൾ എന്ന നിലയിലും മാറ്റം വന്നു. ഗാർഹികാധികാരങ്ങളിൽ പങ്കാളിത്തം ലഭിച്ചതോടെ പുറം ലോകത്തിലേക്കുള്ള പടിവാതിലുകളും തുറക്കാനാരംഭിച്ചു. നിരവധി സ്ത്രീകൾ ആധുനിക വിദ്യാലയങ്ങളിലേക്കും തൊഴിൽ മേഖലകളിലേക്കും പ്രവേശിച്ചു. പത്രമാസികകളിൽ ധാരാളം പേർ എഴുതാനാരംഭിക്കുകയും ചിലർ ആനുകാലികങ്ങൾ നടത്താനാരംഭിക്കുകയും ചെയ്തു. അമ്പാടി ഇക്കാവമ്മ, അമ്പാടി കാർത്ത്യായനി അമ്മ, തരവത്ത് അമ്മാളു അമ്മ, ബി കല്യാണി അമ്മ, എം ഭാഗീരഥി അമ്മ, ടി സി കല്യാണി അമ്മ, ടി സി കൊച്ചുകുട്ടി അമ്മ തുടങ്ങിയവർ സാഹിത്യസംവേദനരംഗങ്ങളിൽ സജീവമായി രംഗത്തുവന്നു. കേരളത്തിൽ സ്ത്രീപക്ഷത്തുനിന്നുകൊണ്ടുള്ള ആദ്യത്തെ രചനകളും ഇവരിൽ നിന്നായിരുന്നു. ഇവരെ പിന്തുടർന്ന് കെ സരസ്വതി അമ്മയുടെ രചനകൾ സ്ത്രീകളുടെ അവസ്ഥയെ ശക്തമായി അവതരിപ്പിച്ചു. മുക്കാപ്പുഴ കാർത്ത്യായനി അമ്മ, എ വി കുട്ടിമാളു അമ്മ, ക്യാപ്റ്റൻ ലക്ഷ്മി, സുശീലാമ്മ തുടങ്ങിയവർ ദേശീയപ്രസ്ഥാനത്തിലും പ്രവേശിച്ചതോടെ പൊതുവേദികളിൽ ഇവരുടെ സജീവസാന്നിദ്ധ്യത്തിന് പ്രതിരോധത്തിന്റെ മാനങ്ങൾ കൈവന്നു. മരുമക്കത്തായ കൂട്ടുകുടുംബങ്ങളിൽ നിന്ന് മക്കത്തായ കുടുംബത്തിലേക്കുള്ള മാറ്റം സ്ത്രീപുരുഷബന്ധങ്ങളെക്കുറിച്ചുള്ള ചർച്ചകളും സജീവമാക്കി. ലക്ഷ്മിഭായി. ശാരദ, ശ്രീമതി, മഹിള, വനിത, മുതലായ സ്ത്രീ ആനുകാലികങ്ങൾ ഇവരുടെ വിവിധ മുഖങ്ങൾ അവതരിപ്പിച്ചു. ഗാർഹികാന്തരീക്ഷത്തിൽ പുരുഷാധിപത്യത്തിന് വിധേയയായി. അതുമായി പൊരുത്തപ്പെടുന്ന കുടുംബിനിയായാണോ പൊതുസമൂഹത്തിൽ സ്വന്തം ഉത്തരവാദിത്വങ്ങൾ നിർവഹിക്കുന്ന പൂർണവ്യക്തിയായാണോ സ്ത്രീ കഴിയേണ്ടത് എന്ന തർക്കം പ്രബലമായി. ഈ സംവാദം പിന്നീട് എല്ലാ രാഷ്ട്രീയപ്രസ്ഥാനങ്ങളിലേക്കും കടന്നു വന്നു.

സവർണരുടെ രാഷ്ട്രീയസാമൂഹ്യബോധത്തിൽ നിന്ന് വ്യത്യസ്തമായ മാനങ്ങളാണ് അവർണരുടെയും ക്രിസ്ത്യൻ-മുസ്ലീം വിഭാഗങ്ങളു

ടെയും ഇടയിൽ നിന്ന് വളർന്നുവരുന്നത്. സവർണരിൽ നിന്ന് വ്യത്യസ്തമായി സ്ത്രീകൾ ഗാർഹികമായ ചട്ടക്കൂടുകളിൽ അടച്ചിടപ്പെട്ടത് ഇവരുടെ സമ്പന്നവിഭാഗങ്ങളിൽ മാത്രമായിരുന്നു. മറ്റുള്ളവരെല്ലാം വീട്ടിനകത്തും പുറത്തും പൊതു അധ്വാനത്തിലേർപ്പെട്ടു. കാർഷികാധ്വാനത്തിനുപുറമെ എല്ലാ വിധ കൈത്തൊഴിലുകളിലും കച്ചവടത്തിലും സ്ത്രീകൾ വ്യാപൃതരായതായി 20-ാം നൂറ്റാണ്ടിന്റെ ആദ്യത്തെ കണക്കുകൾ വ്യക്തമാക്കുന്നുണ്ട്. നെൽകൃഷിയിൽ ഞാറുനടീൽ, പറിച്ചുനടൽ, കൊയ്ത്ത്, മെതി തുടങ്ങിയവയെല്ലാം സ്ത്രീകളുടെ കുത്തകയായിരുന്നു. കൊട്ടനെയ്ത്ത്, പനമ്പുനെയ്ത്ത്, നെയ്ത്ത്, തുന്നൽ, ചകിരി തൊണ്ടുതല്ലൽ, കയർ പിരി, കശുവണ്ടിയിലെ പീലിങ്ങ്, തീരപ്രദേശത്തെ മീൻ ഉണക്കൽ, ഉപ്പു കുറുക്കൽ, കാർഷികമേഖലയിലെ പച്ചക്കറി കൃഷി, കുരുമുളകിന്റെ ശേഖരണം, തുടങ്ങിയവയെല്ലാം ചെയ്തതും സ്ത്രീകളായിരുന്നു. ഇവ കൂടാതെ കള്ളു നിർമ്മാണവും വാറ്റും സ്ത്രീകൾ നടത്തിയിരുന്നതായി സൂചനയുണ്ട്. വനപ്രദേശങ്ങളിൽ തോലും വിറകും ശേഖരിച്ചിരുന്നത് സ്ത്രീകളായിരുന്നു. അതായത് സ്ത്രീപുരുഷന്മാർ ചേർന്ന അധ്വാനമായിരുന്നു കേരളത്തിലെ കാർഷികമേഖലയെയും കൈത്തൊഴിലുകളെയും നിലനിർത്തിയത്. മത്സ്യം, ധാന്യങ്ങൾ, പച്ചക്കറി, നിത്യോപയോഗവസ്തുക്കൾ തുടങ്ങിയവയുടെ വിപണനവും സ്ത്രീകൾ തന്നെയാണ് നടത്തിയത്. ഇവയെല്ലാം കൂടാതെയാണ് പാചകം, ശുചീകരണം, അലക്ക്, ഭർത്താക്കന്മാരെയും കുട്ടികളെയും ഒരുക്കൽ, അവരുടെ പരിപാലനം തുടങ്ങിയ തൊഴിലുകളും സ്ത്രീകൾ ഏറ്റെടുക്കുന്നത്. ക്രിസ്ത്യൻ മുസ്ലീംവിഭാഗങ്ങളിൽപെട്ട തൊഴിലാളികളുടെ ഇടയിലും സ്ത്രീകളുടെ വൻതോതിലുള്ള പങ്കാളിത്തം കാണാമായിരുന്നു.

തൊഴിലാളികളും ഉടമവർഗങ്ങളും തമ്മിലുള്ള മറ്റൊരു ഭിന്നതയും ഇവിടെ പ്രകടമാണ്. ജാതീയവും മതപരവും കുടുംബപരവുമായ വിലക്കുകളാണ് ഉടമവർഗ സ്ത്രീകളെ പൊതു ഇടങ്ങളിൽ നിന്നകറ്റിയത്. അവയെ ഭേദിച്ച് മുന്നോട്ടുവരാൻ സ്ത്രീകളിൽ കുറെപേർക്കെങ്കിലും സാധിച്ചതാണ് മുൻ സൂചിപ്പിച്ച ഇരുപതാംനൂറ്റാണ്ടിന്റെ ആദ്യഘട്ടത്തിലെ സ്ത്രീസാന്നിദ്ധ്യത്തിന് കാരണമായത്. 1935 ൽ കാസർകോട് കൊടക്കാട് നടന്ന കർഷക സമ്മേളനത്തിൽ നടന്ന സ്ത്രീകളടക്കമുള്ള എല്ലാ വിഭാഗങ്ങളുടെയും പന്തിഭോജനം ശക്തമായ മുന്നറിയിപ്പായിരുന്നു. അത്തരത്തിലുള്ള വിലക്കുകൾ തൊഴിലെടുക്കുന്നവരെ സംബന്ധിച്ചിടത്തോളം താരതമ്യേന കുറവായിരുന്നു. പൊതു ഇടങ്ങളിലും ഗാർഹികവുമായ ഇരട്ടത്തൊഴിൽ ഭാരം, അതായത് പൊതു അധ്വാനം മുതൽ ഗർഭധാരണവും പ്രസവവും ശിശുപരിപാലനവും ഗൃഹപരിപാലനവുമടക്കമുള്ള കഠിനമായ ജോലിഭാരമാണ് സ്ത്രീകളെ പൊതു ഇടങ്ങളിൽ നിന്നും അകറ്റി നിർത്തിയത്. ഒരു ശരാശരി

കർഷകത്തൊഴിലാളി സ്ത്രീക്ക് നിത്യവും 14–16 മണിക്കൂർ ഒരു ദിവസം ജോലി ചെയ്യേണ്ടിവന്നിരുന്നു. പലപ്പോഴും പുറത്ത് സ്ഥിരമായി ജോലി ചെയ്യേണ്ടിവന്നത് ഗാർഹികതൊഴിലിൽ നിന്നുള്ള മോചനമായാണ് സ്ത്രീ കരുതിയത്. അപ്പോഴും പൊതു ഇടങ്ങളിലെ 12–14 മണിക്കൂർ തൊഴിലിനു പുറമെ ഗാർഹികഭാരവും സ്ത്രീകൾ പേറേണ്ടിവന്നു. എന്നിട്ടും അവർക്കു ലഭിച്ച കൂലി എപ്പോഴും പുരുഷന്മാരുടേതിനെക്കാൾ കുറവുമായിരുന്നു.

ഈ കഠിനമായ ജീവിതഭാരം തൊഴിലാളി സ്ത്രീകളെ വളർന്നു വരുന്ന സംഘടിത പ്രസ്ഥാനങ്ങളോട് അടുപ്പിച്ചു നിർത്തുന്നതു കാണാം. അവർ നിരവധി സമരങ്ങളിൽ ആവേശപൂർവം പങ്കെടുക്കുന്നുണ്ട്. 1930 കളിൽ വളർന്നുവരുന്ന തൊഴിലാളി സമരങ്ങളിലെല്ലാം സ്ത്രീകളുടെ പങ്കാളിത്തം വൻതോതിലാണ്. ആലപ്പുഴയിലെ കയർത്തൊഴിലാളി സമരങ്ങളിൽ പങ്കെടുക്കുകയും നേതൃത്വം നൽകുകയും ചെയ്ത ഗോമതി (കേശവദേവിന്റെ ഭാര്യ), അരുന്ധതി, ദമയന്തി, മീനാക്ഷി തുടങ്ങിയവർ ശ്രദ്ധേയരാണ്. മറ്റൊരു പ്രവർത്തകയായ കാളിക്കുട്ടി ആശാട്ടി എസ് എൻ ഡി പിയിലൂടെയും ദേവയാനി വാഗ്ഭടാനന്ദന്റെ ആത്മവിദ്യാ സംഘത്തിലൂടെയുമാണ് പൊതുപ്രവർത്തനത്തിലേക്കു വരുന്നത്. പിന്നീട് അവർ തൊഴിലാളി പ്രസ്ഥാനത്തിലും കമ്മ്യൂണിസ്റ്റ് പാർട്ടിയിലും ചേരുന്നു. മലബാറിൽ വളർന്നുവരുന്ന കർഷകസംഘത്തോടൊപ്പമാണ് സ്ത്രീകളുടെ പ്രവർത്തനവും ശക്തിപ്പെടുന്നത്. ഗ്രാമതലത്തിലുള്ള കർഷക സംഘങ്ങളിലും പ്രാദേശികമായി ജന്മിമാരോടുള്ള പോരാട്ട ങ്ങളിലും നിരവധി സ്ത്രീകൾ പങ്കെടുക്കുന്നുണ്ട്. ഉപ്പു സത്യാഗ്രഹം മുതൽ സജീവമായിരുന്ന എം കെ പാർവതി, വി വി കല്യാണി, സി പി കുഞ്ഞാത്ത, പി എം കമലാവതി, പാനോളി കുഞ്ഞിച്ചിരുത അമ്മ തുടങ്ങിയവർ ഇത്തരത്തിൽ പങ്കെടുത്തവരായിരുന്നു. കർഷകസംഘം ഇവരിൽ പിന്നീട് സ്ത്രീ മുന്നേറ്റത്തിന് നേതൃത്വം കൊടുത്തവരിൽ ഒരാൾ പി യശോദയായിരുന്നു. പാപ്പിനിശ്ശേരിയിലെ ഈഴവ പ്രമാണി കുടുംബത്തിൽ ജനിച്ച യശോദ ഒരു അധ്യാപികയായി. അവിടെ നിന്ന് അധ്യാപകപ്രസ്ഥാനത്തിൽ വരികയും അധ്യാപകപ്രസ്ഥാനത്തിലൂടെ പൊതു രാഷ്ട്രീയത്തിൽ വരികയും ചെയ്തു. 1937 ൽ കിച്ചേരിയിൽ ഒരു മഹിളാസമാജം സ്ഥാപിക്കുന്നതിൽ മുൻപന്തിയിൽ നിന്നു. 1939 ൽ കർഷകസംഘത്തിന്റെ ഭാഗമായി നടന്ന മഹിളാസംഘം സമ്മേളന ത്തിലുമുണ്ടായിരുന്നു. 1940 ൽ കേരളതലത്തിൽ നടന്ന മഹിളാസ മ്മേളനത്തിൽ രൂപീകരിച്ച കമ്മിറ്റിയിൽ യശോദയുമുണ്ടായിരുന്നു. പി സി കാർത്ത്യായനിക്കുട്ടിയായിരുന്നു മറ്റൊരു ആദ്യകാല സ്ത്രീ പ്രവർത്തക. ടി എസ് തിരുമുമ്പിനെ വിവാഹം കഴിച്ചശേഷവും സജീവരാഷ്ട്രീയത്തിൽ തുടർന്നു. 1939 ൽ കൊടക്കാട് സമ്മേളനത്തിൽ നടന്ന പന്തി ഭോജനത്തിൽ ആദ്യം ഭക്ഷണം കഴിച്ച കാർത്ത്യായനി

ക്കുട്ടിയമ്മയുടെ "എനിക്ക് ഒന്നും സംഭവിച്ചില്ല"യെന്ന പ്രഖ്യാപനം ജാതിവ്യവസ്ഥയുടെ നിരാസവും അതിനെതിരായ ശക്തമായ ചോദ്യം ചെയ്യലുമായിരുന്നു. 1940 ലെ മഹിളാപ്രവർത്തകസമിതിയിൽ ഇവരും അംഗമായിരുന്നു. കോട്ടയത്ത് ഭാരതി അമ്മയും ഭവാനി അമ്മയും തുടങ്ങി മറ്റു പ്രവർത്തകരും സജീവമായി പ്രവർത്തിച്ചിരുന്നു.

പുതിയ സാമൂഹ്യ അവബോധത്തിന്റെ ഭാഗമായി രൂപപ്പെട്ടുവന്ന കുടുംബസങ്കൽപ്പവും ഈ പുതിയ സംഘം പ്രവർത്തകരുടെ വളർച്ചയ്ക്ക് കാരണമാകുന്നുണ്ട്. മുമ്പു നിലനിന്ന പുരുഷാധിപത്യ കുടുംബങ്ങൾക്കുപകരം ഭാര്യയും ഭർത്താവും സഖാക്കളെന്ന നിലയിൽ പ്രവർത്തിക്കുന്ന പുതിയ കുടുംബത്തിന്റെ ആശയം ഇക്കാലത്ത് സ്ത്രീ പ്രവർത്തനങ്ങൾക്കുള്ള പ്രേരണയായി വർത്തിക്കുന്നുണ്ട്. ടി എസ് തിരുമുമ്പും കാർത്ത്യായനിക്കുട്ടിയും പി യശോദയും കാന്തലോട്ട് കുഞ്ഞമ്പുവും ദേവയാനിയും എ വി കുഞ്ഞമ്പുവും, പി കൃഷ്ണപിള്ളയും തങ്കമ്മയും പി ടി മേരിയും സി എസ് ജോർജും, ജോർജ് ചടയം മുറിയും സുഭദ്രാമ്മയും, പി ടി പുന്നൂസും റോസമ്മയും തുടങ്ങി നിരവധി ഉദാഹരണങ്ങൾ ഇത്തരത്തിൽ നിരത്താൻ കഴിയും. ഇത്തരം പുതിയ ബന്ധങ്ങൾ സ്ത്രീപ്രസ്ഥാനങ്ങൾ രൂപപ്പെടുത്തുന്നതിനാവശ്യമായ സമയവും സാവകാശവും സ്ത്രീകൾക്കു നൽകിയിട്ടുണ്ട്. നിരവധി പുരുഷന്മാർ പ്രസ്ഥാനത്തിനുവേണ്ടി കുടുംബബന്ധങ്ങളിൽനിന്ന് വിട്ടുനിൽക്കുന്നതും കാണാൻ കഴിയും.

കർഷകരുടെയും തൊഴിലാളികളുടെയും പൊതു ആവശ്യങ്ങൾക്കുവേണ്ടിയാണ് സ്ത്രീകളും സമരങ്ങളിൽ പങ്കെടുക്കുന്നത്. തൊഴിൽ സമയം കുറയ്ക്കുക, വേതനം വർദ്ധിപ്പിക്കുക, തൊഴിൽ രംഗത്ത് സ്ഥിരതയും സുരക്ഷയും ഉറപ്പുവരുത്തുക തുടങ്ങിയവ പൊതുവിലുള്ള അവകാശങ്ങളായിരുന്നു. അതിനോടൊപ്പം പ്രസവാവധിയും സ്ത്രീകൾക്ക് തൊഴിൽ മേഖലയിലുള്ള സുരക്ഷിതത്വവും, തുല്യ ജോലിക്ക് തുല്യവേതനം തുടങ്ങിയവ സ്ത്രീകളുടെ സവിശേഷ ആവശ്യമായിരുന്നു. ഈ വിധ ആവശ്യങ്ങളും തൊഴിലാളി സമരങ്ങളിൽ, പ്രത്യേകിച്ച് ആലപ്പുഴയിലെ തൊഴിലാളി സമരത്തിൽ ഉയർത്തപ്പെട്ടു. ഉത്തരവാദ പ്രക്ഷോഭത്തിന്റെ ഭാഗമായി വളർന്നുവന്ന സമരത്തിൽ പ്രായപൂർത്തി വോട്ടവകാശംപോലുള്ള ആവശ്യങ്ങളും സ്ഥാനം പിടിച്ചു.

കർഷകസംഘത്തിന്റെ സമരങ്ങളിൽ ജന്മികുടംബങ്ങളിൽപ്പെട്ട സ്ത്രീകളും കർഷകരോട് ഐക്യദാർഢ്യം പ്രഖ്യാപിച്ച് സമരങ്ങളിൽ പങ്കെടുക്കുന്നുണ്ട്. പി സി കാർത്ത്യായനിക്കുട്ടി, പി യശോദ, ആര്യപള്ളം, സുഭദ്രാമ്മ തുടങ്ങിയവർ ഉദാഹരണങ്ങളാണ്. ഇത്തരം പങ്കാളിത്തം രണ്ടു കാരണങ്ങളാലുണ്ടാകുന്നതാണ്. നിരവധി ജന്മികുടുംബങ്ങളിലെ സ്ത്രീകൾ വീട്ടിനകത്തും പുറത്തും അധ്വാനത്തിലേർപെട്ടിരുന്നു.

കെ ദേവയാനി

അതുകൊണ്ട് അവർക്ക് പെട്ടെന്ന് തൊഴിലാളി സ്ത്രീകളുമായി ചേർന്ന് പ്രവർത്തിക്കാൻ കഴിയുമായിരുന്നു. രണ്ടാമത്തേത് നമ്പൂതിരി –നായർ സമുദായങ്ങളിലെപ്പോലെ അവരുടെ കുടുംബങ്ങൾക്കകത്തുള്ള സംഘർഷങ്ങളും ഇതിന് പ്രേരകമായി മാറുന്നുണ്ട്.

മറ്റൊരു പ്രധാനപ്പെട്ട കാരണം 1930 കളിൽ സംഭവിക്കുന്ന വിദ്യാഭ്യാസപരമായ മുന്നേറ്റമാണ്. സവർണ ജന്മി കുടുംബങ്ങളിലെ കുട്ടികൾ സ്കൂളിൽ ചേരുന്നത് വലിയ സമരത്തിനുശേഷമാണ്. കർഷക–തൊഴിലാളി കുടുംബങ്ങളിലെ കുട്ടികൾ വിദ്യാഭ്യാസ സൗകര്യങ്ങൾ ഏർപ്പെടുത്തുമ്പോൾ പെട്ടെന്ന് സ്കൂളിൽ പ്രവേശിക്കുന്നുണ്ട്. 1930 മുതൽ സ്കൂളുകളിൽ പെൺകുട്ടികളുടെ പ്രവേശനവും അതിവേഗം വളരുന്നുണ്ട്. കുട്ടികളുടെ അറിവിന്റെ വികാസം ഗാർഹികസീമകൾക്കപ്പുറമുള്ള ലോകത്തെക്കുറിച്ച് പെൺകുട്ടികളിൽ ധാരണയുണ്ടാകുകയും അവരുടെ പൊതുപ്രവർത്തനതാല്പര്യം വർദ്ധിക്കുകയും ചെയ്യുന്നുണ്ട്. ബാലവേലയിൽനിന്ന് മാറിനിൽക്കാനുള്ള താല്പര്യവും ഇതിലുണ്ടാകാം. എസ് എൻ ഡി പി പോലുള്ള സംഘടനകൾ വിദ്യാഭ്യാസം പ്രചരിപ്പിക്കാൻ നടത്തുന്ന പ്രവർത്തനങ്ങളും ഇതിൽ പ്രേരകഘടകമാകുന്നു. കാളിക്കുട്ടി ആശാട്ടിയും ദേവയാനിയും അങ്ങനെയുള്ള വിദ്യാഭ്യാസ പ്രവർത്തകരായിരുന്നു. മഹിളാസംഘത്തിന്റെ ആദ്യരൂപം നൽകുന്നതിൽ ഇത്തരത്തിലുള്ള പ്രവർത്തകർ പ്രധാന പങ്കുവഹിച്ചു. അവരും തൊഴിലാളി സ്ത്രീകളും തമ്മിൽ അനുഭവങ്ങൾ പങ്കിട്ടതിന്റെയും സമരക്കൂട്ടായ്മകളുടെയും പശ്ചാത്തലത്തിലാണ് കേരളത്തിലെ കമ്മ്യൂണിസ്റ്റ് സ്ത്രീ പ്രസ്ഥാനം വളർന്നുവരുന്നത്.

1938 ൽ കർഷകസംഘം സമ്മേളനത്തിന്റെ ഭാഗമായി നടന്ന മഹിളാ സമ്മേളനമാണ് ഒരു സംഘടിത സ്ത്രീപ്രസ്ഥാനത്തെക്കുറിച്ചുള്ള ചർച്ചകൾ ശക്തിപ്പെടുത്തിയത്. ആലപ്പുഴ തൊഴിലാളി പണിമുടക്കിലും വിവിധ കർഷകപ്രക്ഷോഭങ്ങളിലുമുള്ള വർദ്ധിച്ച സ്ത്രീ പങ്കാളിത്തം ഈ ആശയത്തെ ശക്തിപ്പെടുത്തി. 1940 ൽ ശാരദാ കൃഷ്ണൻ, കെ ദേവയാനി, പി സി കാർത്ത്യായനിക്കുട്ടി, പി യശോദ, വി പി ദേവകി, ദേവകി പള്ളം നങ്ങേമ (മിസസ് എം ആർ ബി) തുടങ്ങിയവരടങ്ങിയ മഹിളാസംഘം ഒരു വർക്കിങ്ങ് കമ്മിറ്റി ആദ്യമായി രൂപീകരിച്ചു.

വായനശാലകൾ

ശക്തമായ വായനശാലാപ്രസ്ഥാനവും ഇതിന്റെ ഭാഗമായാണ് രൂപംകൊള്ളുന്നത്. കെ പി ആർ ഗോപാലൻ രൂപം നൽകിയ കല്യാശ്ശേരിയിലെ ശ്രീഹർഷൻ വായനശാല ഉദാഹരണമാണ്. ഇതു കൂടാതെ എരഞ്ഞോളിയിലെ നവജീവൻ വായനശാല, തളിപ്പറമ്പിലെ മോട്ടിലാൽ വായനശാല, കതിരൂരിലെ വിദ്യാഭിവർദ്ധിനി വായനശാല, കൂത്തുപറമ്പിലെ ദേശീയവായനശാല, നണിയൂരിലെ ഭാരതീയ മന്ദിരം, വളപട്ടണത്തെ തൊഴിലാളി വായനശാല തുടങ്ങിയവ ചിറക്കൽ താലൂക്കിൽ തന്നെ സ്ഥാപിക്കപ്പെട്ടു. 1926 ൽ പി കേളുനായരുടെ നേതൃത്വത്തിൽ ആരംഭിച്ച മണിയാട്ട് വിജ്ഞാനദായിനി ഗ്രന്ഥാലയം 1927 ൽ വെള്ളികൊണ്ട് സ്ഥാപിച്ച വിജ്ഞാനദായിനി വായനശാല 1930 കളിൽ കാണങ്ങാട്ട് അതിയാരൂറിൽ എ സി കണ്ണൻ നായരും കെ മാധവനും ആരംഭിച്ച ബാലബോധിനി വായനശാല 1928 ൽ മടിക്കൈ ചുള്ളിക്കാലിൽ ആരംഭിച്ച വായനശാല തുടങ്ങിയവയാണ് കാസർഗോട്ടെ വായനശാലകൾ. വടകരയിലെ കൈരളി വായനശാല, കോഴിക്കോട്ടെ ദേശപോഷിണി, സെൻഗുപ്ത, വിദ്യാവിനോദിനി, സന്മാർഗദർശിനി മുതലായ വായനശാലകൾ, തുടങ്ങിയവയും ഇക്കാലത്തുണ്ടായി. 1932 ൽ എ കെ ഗോപാലന്റെ നിർദ്ദേശപ്രകാരം തൃപ്പൂണിത്തുറയിൽ ആരംഭിച്ച മഹാത്മാവായനശാലയുടെ ഒന്നാം വാർഷികത്തിൽ മഹാത്മാഗാന്ധിയുടെ ഒന്നാം വാർഷികത്തിൽ മഹാത്മാഗാന്ധി പങ്കെടുത്തു. 1937 ൽ കോഴിക്കോട് ഒരു മലബാർ വായനശാല സമ്മേളനം ചേരുകയും കെ ദാമോദരൻ കൺവീനറും മൊയാരത്ത് ശങ്കരൻ, എം കെ കേളു, കെ പി ആർ ഗോപാലൻ എന്നിവർ അംഗങ്ങളുമായി കമ്മിറ്റി രൂപീകരിക്കുകയും ചെയ്തു. വായനശാലകൾ പിന്നീട് എല്ലായിടത്തും തഴച്ചുവളരുകയും പ്രധാനസാംസ്കാരിക വിനിമയ കേന്ദ്രങ്ങളായി മാറുകയും ചെയ്തു.

പത്രങ്ങളുടെ സംഭാവന

ദേശീയ സ്വാതന്ത്ര്യസമരത്തിന് ഗതിവേഗം കൂട്ടുന്നതിന് വേണ്ടി ജനങ്ങളുടെ സഹകരണത്തോടെ 1923ൽ ആരംഭിച്ചതാണ് മാതൃഭൂമിപത്രം. ദേശീയ സ്വാതന്ത്ര്യത്തെ സംബന്ധിക്കുന്ന ലേഖനങ്ങൾക്കൊപ്പം ഇടതുപക്ഷവുമായി ബന്ധപ്പെട്ട വാർത്തകളും ലേഖനങ്ങളും മാതൃഭൂമി പ്രസിദ്ധീകരിക്കുന്നുണ്ട്. 1930 കളിൽ ഇടതുപക്ഷവുമായി ബന്ധപ്പെട്ട് ശിങ്കാരവേലു ചെട്ടിയാർ, ഇ എം എസ്. തുടങ്ങിയവരുടെ ലേഖനങ്ങൾ മാതൃഭൂമി പ്രസിദ്ധീകരിച്ചു. കണ്ണൂർ പാപ്പിനിശ്ശേരിയിലെ ആറോണിന്റെ നെയ്ത്ത് ഫാക്ടറിയിൽ 1935ൽ തൊഴിലാളി സമരം നടന്ന സന്ദർഭത്തിൽ കേളപ്പൻ സാമുവൽ ആറോണിനെ പിന്തുണച്ച് തൊഴിലാളികളുടെ സമരത്തിനെതിരെ നിരവധി ലേഖനങ്ങൾ മാതൃഭൂമിയിൽ പ്രസിദ്ധീകരിച്ചു. ഇതിനെ എതിർത്തും തൊഴിലാളി സമരത്തെ അനുകൂലിച്ചും ഇ.എം.എ

സ്. മാതൃഭൂമിയിൽ ലേഖനമെഴുതി. ഇടതുപക്ഷ നേതാക്കളുടെ പ്രസ്താവനകൾ മാതൃഭൂമിയിൽ പ്രാധാന്യത്തോടെ ഈ കാലയളവിൽ പ്രത്യക്ഷപ്പെട്ടുകൊണ്ടേയിരുന്നു. ഇടതുപക്ഷം അഭിസംബോധന ചെയ്യുന്നത് സാധാരണക്കാരുടെ പ്രശ്നങ്ങളാണെന്ന് ഇത്തരം പത്രവാർത്തകളിലൂടെയും പ്രസ്താവനകളിലൂടെയും മനസ്സിലാക്കാൻ ജനങ്ങൾക്ക്സാധിച്ചു. പൊന്നാനി താലൂക്ക് കർഷക സമ്മേളനത്തിൽ പി നാരായണൻ നായർ നടത്തിയ അദ്ധ്യക്ഷ പ്രസംഗത്തിലെ കാതലായ ഭാഗങ്ങൾ മാതൃഭൂമിയിൽ അച്ചടിച്ച് വന്നിട്ടുണ്ട്. മലബാറിലെ 90% ജനങ്ങളും കർഷകരാണ്. പക്ഷെ ഭൂമിയിൽ ഇതിലെത്രപേർക്കാണ് ജന്മാവകാശം ഉള്ളത്? കേവലം 6 ശതമാനത്തിന് മാത്രം. വെറും പാട്ടക്കാരുടെ/ യഥാർത്ഥ കർഷകരുടെ അവസ്ഥ ദയനീയമാണ്. കൃഷിയിൽ നിന്നുള്ള എല്ലാ വരുമാനവും നൽകിയാലും വാരവും പാട്ടവും പൂർണ്ണമായി നൽകാൻ കഴിയാത്ത അവസ്ഥ. ഇന്ത്യൻ റിപ്പബ്ലിക്കിനെ സംബന്ധിച്ച സോഷ്യലിസ്റ്റ് സങ്കൽപം അഖിലേന്ത്യാ നേതാവായ മണിബെൻ കാര നടത്തിയ പ്രസംഗത്തിന്റെ ഉള്ളടക്കം മാതൃഭൂമിയിലൂടെ മലയാളികൾ മനസ്സിലാക്കി. ജനകീയ റിപ്പബ്ലിക്കിന്റെ സ്ഥാപനം, നാട്ടുരാജാക്കന്മാരെയും ഭൂപ്രഭുക്കളേയും നിർമ്മാർജ്ജനം ചെയ്യൽ, കൃഷിഭൂമി കൃഷിക്കാരന്, നഷ്ടപരിഹാരമില്ലാത ജന്മിമാരിൽ നിന്ന് ഭൂമി പിടിച്ചെടുക്കൽ, കൃഷിക്കാരുടെ കടബാധ്യത എഴുതിത്തള്ളൽ, മാന്യമായ ജീവിതം നയിക്കുന്നതിന് കർഷകർക്കും തൊഴിലാളികൾക്കും ന്യായമായ കൂലി, വീട്, വാർദ്ധക്യത്തിലും അസുഖമുണ്ടാകുമ്പോഴും ഇൻഷൂറൻസ്, സ്ത്രീകൾക്ക് പ്രസവ അവധിക്കാലത്ത് ഇൻഷൂറൻസ് ആനുകൂല്യം, ആൺകുട്ടികൾക്കും പെൺകുട്ടികൾക്കും യഥാക്രമം 16,14 വയസ്സുവരെ നിർബന്ധിത വിദ്യാഭ്യാസം തുടങ്ങിയവയാണ് മണിബെന്നിന്റെ പ്രസംഗത്തിലെ കാതലായ ആശയങ്ങൾ. സോവിയറ്റ് യൂണിയനിൽ നടക്കുന്ന വികസന പ്രവർത്തനങ്ങളും മാതൃഭൂമി പ്രസിദ്ധീകരിച്ചു. ഇടതുപക്ഷ ട്രേഡ് യൂണിയനുകളുടെ നേതൃത്വത്തിൽ മലബാറിലുടനീളം നടക്കുന്ന തൊഴിലാളി സമരങ്ങളെക്കുറിച്ചുള്ള വാർത്തകൾ മാതൃഭൂമിയിൽ ഇടം കണ്ടു. മാതൃഭൂമിയുടെ സമീപനങ്ങളിൽ പിന്നീട് മാറ്റം വരുന്നുണ്ടെന്നത് വസ്തുതയാണ്. പക്ഷേ അതിന്റെ ആദ്യത്തെ രണ്ട് ദശകങ്ങളിൽ ഇടതുപക്ഷ രാഷ്ട്രീയവും സോഷ്യലിസ്റ്റ് ആശയങ്ങളും മാതൃഭൂമി പ്രസിദ്ധീകരിക്കുവാൻ തയ്യാറായത് കേരളത്തിലെ ഇടുപക്ഷ പ്രസ്ഥാനത്തെ വളരെയധികം സ്വാധീനിച്ചിട്ടുണ്ട്.

പ്രഭാതം

1934 ൽ പാട്നയിൽ നടന്ന കോൺഗ്രസ് സോഷ്യലിസ്റ്റ് പാർട്ടി സമ്മേളനത്തിനുശേഷമാണ് സി എസ് പി ക്ക് ഒരു മുഖപത്രം തുടങ്ങാനുള്ള പ്രവർത്തനം ആരംഭിച്ചത്. ഷൊർണൂരാണ് പത്രം തുടങ്ങാൻ തീരുമാനിച്ചത്. പാലക്കാട് വലിയപാടത്ത് കെ എസ് നായർ എന്നയാൾ 'പ്രഭാതം' എന്ന പത്രം നടത്തിയിരുന്നു. യുക്തിവാദിയും

സ്വതന്ത്രചിന്തകനുമായ അദ്ദേഹത്തിന് പത്രം തുടർന്നു നടത്താൻ കഴിയാതായി. സി എസ് പിയുടെ പത്രം നടത്താനായി പ്രസ് നൽകാൻ അദ്ദേഹം സമ്മതിച്ചു. പ്രസ് ബാങ്കിൽ പണയത്തിലായിരുന്നെങ്കിലും അതു തിരിച്ചെടുക്കാനുള്ള പണം ഇ എം എസാണ് നൽകിയത്. ഷൊർണൂർ ബസ് സ്റ്റാന്റിനുസമീപമുള്ള വാടകവീട്ടിലാണ് പത്രം ആരംഭിച്ചത്. 1935 ജനുവരി ഒമ്പതിന് 'പ്രഭാതം' പ്രസിദ്ധീകരണം തുടങ്ങി.

ഇ എം എസ്

ഇ എം എസ്, കെ ദാമോദരൻ, മൊയാരത്ത് ശങ്കരൻ, രാമചന്ദ്രൻ നെടുങ്ങാടി, പി കൃഷ്ണപിള്ള തുടങ്ങിയവരായിരുന്നു എഴുതിയിരുന്നത്. മുഖക്കുറിപ്പ് ഇ എം എസ് എഴുതും സി എസ് പിയുടെ ഇംഗ്ലീഷ് പ്രസിദ്ധീകരണമായ കോൺഗ്രസ് സോഷ്യലിസ്റ്റ് ലേഖനങ്ങൾ തർജമ ചെയ്ത് പ്രസിദ്ധീകരിച്ചു. 'ഞാൻ പറയാം' എന്ന ഇ എം എസിന്റെ ചോദ്യോത്തര പംക്തിയുമുണ്ടായിരുന്നു. കെ പി ദാമോദരനായിരുന്നു മാനേജർ. ഐ സി പി നമ്പൂതിരിയായിരുന്നു പ്രിന്ററും പബ്ലിഷറും. പി. കൃഷ്ണപിള്ള, മൊയ്യാരത്ത് ശങ്കരൻ, ഇ.എം.എസ് എന്നിവർ നിരന്തരമായി വിവിധ വിഷയങ്ങളെ സംബന്ധിച്ച് പ്രഭാതത്തിൽ എഴുതി. സി.എസ്.പിയുടെ ദേശീയ മുഖപത്രമായ കോൺഗ്രസ് സോഷ്യലിസ്റ്റിൽ വരുന്ന ലേഖനങ്ങൾ വിവർത്തനം ചെയ്ത് പ്രഭാതത്തിൽ പ്രസിദ്ധീകരിച്ചു. 1935ലെ ഇന്ത്യാ ഗവൺമെന്റ് നിയമത്തെ കടന്നാക്രമിച്ചുകൊണ്ട് ജയപ്രകാശ് നാരായണനെഴുതിയ Wreck it എന്ന ലേഖനം അവയിലൊന്നാണ്. മാതൃഭൂമി പത്രത്തിന്റെ എഡിറ്ററായിരുന്ന പി നാരായണൻ നായരെ ആ സ്ഥാനത്ത് നിന്ന് നീക്കിയപ്പോൾ അദ്ദേഹം പ്രഭാതത്തിന്റെ പ്രധാന പ്രവർത്തകനായി തീർന്നു. സർക്കാരിനെതിരെ ലേഖനങ്ങളും വാർത്തകളും വന്നപ്പോൾ പ്രഭാതം അധതികൃതരുടെ നോട്ടപ്പുള്ളിയായി മാറി.

ഭഗത്സിങ്ങിനെ തൂക്കിക്കൊന്നതിനോടുള്ള പ്രതിഷേധം നിറഞ്ഞ ചൊവ്വര പരമേശ്വരന്റെ ആത്മനാദം എന്ന കവിതയിലെ വരികൾ ഇങ്ങനെയായിരുന്നു.

> "വിപ്ലവം നീണാൾ ജയിക്കട്ടെ, സാമ്രാജ്യ-
> ദുഷ്പ്രഭുത്വത്തെ ചവിട്ടി മാറ്റീടുവാൻ
> നീണാൾ ജയിക്ക തൊഴിലാളിവർഗം ഈ

വീണാമൃദുസ്വനം കേൾക്കായി ചുറ്റിലും
സർദാർ ഭഗത്സിങ്ങ് സമശതം ആരുടെ
സർവം സഹിയാം പരിത്യാഗബുദ്ധിയെ
സംത്യാഗമുർത്തിയാം ലോകൈകവന്ദ്യനാം
ഗാന്ധിജിപോലും വണങ്ങി സ്തുതിച്ചു പോയി"

ഐ.സി.പി. എഴുതിയ പിച്ചകിട്ടിയതുമില്ല, പട്ടി കടിക്കുകയും ചെയ്തു എന്ന പേരിലുള്ള മുഖപ്രസംഗം, തൊഴിലാളികളും മനുഷ്യരല്ലേ എന്ന കെ.പി.എസ്. കുമാരൻ എഴുതിയ ലേഖനം, തിരുവണ്ണൂർ തൊഴിലാളി സമരത്തെക്കുറിച്ചുള്ള ലേഖനം തുടങ്ങിയവരുടെ പേരിൽ ഗവൺമെന്റ് പ്രഭാതത്തിന് താക്കീത് നൽകി. 1935 ജൂലൈ 1ന്റെ ലക്കത്തിൽ ആത്മനാദം (വിപ്ലവം ജയിക്കട്ടെ) എന്ന പേരിൽ ചൊവ്വര പരമേശ്വരൻ എഴുതിയ കവിത രാജ്യദ്രോഹമാണെന്നും 2000 രൂപ പിഴ അടയ്ക്കണമെന്നും ഗവൺമെന്റ് നോട്ടീസ് നൽകി. ജാമ്യം കെട്ടിവയ്ക്കാനുള്ള പണം കണ്ടെത്താൻ കഴിയാതെ വന്നതോടെ ആഗസ്റ്റ് 12 ന്റെ ലക്കത്തോടെ പ്രഭാതത്തിന്റെ പ്രസിദ്ധീകരണം നിലച്ചു.

1938 ൽ മദിരാശി സംസ്ഥാനത്ത് രാജഗോപാലാചാരിയുടെ നേതൃത്വത്തിലുള്ള ഗവൺമെന്റ് അധികാരത്തിൽ വന്നു. പിഴ ഉത്തരവ് തിരുത്തി പത്രം വീണ്ടും തുടങ്ങാൻ അനുവാദം ലഭിച്ചു. കോഴിക്കോട് ചാലപ്പുറത്തുനിന്ന് പ്രഭാതം വീണ്ടും പ്രസിദ്ധീകരിച്ചു. ഇ എം എസ്, പി കൃഷ്ണപിള്ള, കെ കെ വാര്യർ, പി നാരായണൻ നായർ എന്നിവരായിരുന്നു കോഴിക്കോട്ട് പത്രത്തിന്റെ ചുമതലക്കാർ. പ്രന്ററും പബ്ലിഷറും ആദ്യം ഐ സി പി യായിരുന്നു, പിന്നീട് പി കെ ബാലകൃഷ്ണനും. കോഴിക്കോട് നിന്നുള്ള പ്രഭാതം രണ്ടാലോകമഹായുദ്ധത്തോടെ നിന്നു.

പ്രഭാതം ഇടതുപക്ഷ രാഷ്ട്രീയം ചർച്ച ചെയ്യുന്ന വേദിയായി പ്രവർത്തിച്ചു. കേരളത്തിന്റെ രാഷ്ട്രീയ മനസ്സിനെ പ്രഭാതം സ്വാധീനിച്ചു. അവരെ ഇടതുപക്ഷത്തേക്ക് അടുപ്പിക്കുന്നതിൽ അത് സംഭാവന ചെയ്തു. പ്രഭാതത്തിലൂടെ ഒരു സംഘം പുതിയ എഴുത്തുകാർ ഉദയം ചെയ്തു. കമ്മ്യൂണിസ്റ്റ് പാർട്ടിയുടെ പാടുന്ന പടവാൾ എന്ന് പിന്നീടറിയപ്പെട്ട ടി.എസ്. തിരുമുമ്പ്, ചെറുകാട്, പ്രേംജി, എസ്.കെ. പൊറ്റക്കാട് തുടങ്ങിയവരുടെ രചനകൾ പ്രഭാതത്തിൽ പ്രസിദ്ധീകരിച്ചു. പ്രഭാതത്തിന് ഫണ്ടു ശേഖരണത്തിനുവേണ്ടി നടത്തിയ യാത്രയുടെ ഭാഗമായി എ. കെ.ജി. ബോംബെയിലെത്തിയിരുന്നു. ഒരു വിപ്ലവ പാർട്ടിയുടെ പത്രം എങ്ങനെ നടത്തികൊണ്ടുപോകാമെന്നതിനെക്കുറിച്ച് വ്യക്തമായ ധാരണ അദ്ദേഹത്തിന് അവിടെ വെച്ച് കണ്ടുമുട്ടിയ പി.സി. ജോഷി, അജയ് ഘോഷ്, എസ്.വി. ഘാട്ടെ, സുന്ദരയ്യ, ജി. അധികാരി എന്നിവരിൽ നിന്ന് ലഭിച്ചു. സിലോൺ, സിങ്കപ്പൂർ, ബർമ്മ, മലേഷ്യ, എന്നിവിടങ്ങളിൽ എ. കെ.ജി. പ്രഭാതം ഫണ്ടിനായി യാത്ര ചെയ്തു. അവിടെ തൊഴിലാളികളെ അഭിസംബോധന ചെയ്തു. പ്രവാസി മലയാളികളെയും തോട്ടം തൊഴി

ലാളികളെയും അദ്ദേഹം ഇവിടങ്ങളിൽ അഭിസംബോധന ചെയ്തു. വർഗ്ഗ സമരത്തിന്റെ അനിവാര്യതയേയും ജന്മിമാരുടെ ചൂഷണവും പ്രമേയങ്ങളാക്കി യഥാക്രമം കെ.പി.ആറും പ്രേംജിയും പ്രഭാതത്തിൽ കവിതകളെഴുതി. പ്രഭാതത്തിലെ പ്രധാന പംക്തിയായ സ്റ്റഡി ക്ലാസ്സിൽ വരുന്ന പ്രത്യയശാസ്ത്ര സംബന്ധമായ ലേഖനങ്ങൾ സഖാക്കൾ സശ്രദ്ധം വായിക്കണമെന്ന് കൃഷ്ണപിള്ള സഖാക്കളോട് ആവശ്യപ്പെടുന്നുണ്ട്. ഇത്തരം ലേഖനങ്ങളെ അടിസ്ഥാനമാക്കി കർഷകരുടെയും തൊഴിലാളികളുടെയും ഇടയിൽ ചർച്ചകൾ നടത്തുവാനും കാഡർമാരോട് അദ്ദേഹം ആവശ്യപ്പെടുന്നുണ്ട്. മാർക്സിസം –ലെനിനിസത്തിന്റെ അടിസ്ഥാന പ്രമാണങ്ങൾ സ്വായത്തമാക്കാൻ ഇത്തരം വായനയും ചർച്ചയും അത്യാവശ്യമാണെന്നും കൃഷ്ണപിള്ള ഊന്നി പറയുന്നുണ്ട്.

പ്രഭാതം ജനങ്ങൾക്ക് രാഷ്ട്രീയ വിദ്യാഭ്യാസം നൽകുന്നതിൽ മൗലികമായ സംഭാവന നൽകി. ദേശീയ അന്തർദേശീയ രംഗത്ത് നടക്കുന്ന ദൈനംദിന സംഭവങ്ങൾ പ്രഭാതത്തിലൂടെ ജനങ്ങളറിഞ്ഞു. തൊഴിലാളികളുടെ സമരങ്ങളെക്കുറിച്ചുള്ള വാർത്തകൾ പ്രഭാതത്തിലൂടെ ജനങ്ങൾ മനസ്സിലാക്കി. കർഷകർ വർഗ്ഗാടിസ്ഥാനത്തിൽ സാമ്പത്തിക ആവശ്യത്തിന് വേണ്ടി സംഘടിക്കണമെന്ന കൃഷ്ണപിള്ളയുടെ പ്രസംഗവും സുസംഘടിതമായ ഒരു അഖിലേന്ത്യാ കമ്മ്യൂണിസ്റ്റ് പാർട്ടിയുടെ ആവശ്യകതയെക്കുറിച്ചുള്ള ഇ.എം.എസിന്റെ ലേഖനവുമെല്ലാം ജനങ്ങളിൽ പ്രത്യേകിച്ച് അടിസ്ഥാന ജനവിഭാഗങ്ങളിൽ വലിയ ചലനമുണ്ടാക്കി. കെ.പി.ജി. നമ്പൂതിരിയുടെ 'കല കലയ്ക്കുവേണ്ടിയല്ല' എന്ന വിഖ്യാത ലേഖനവും പ്രഭാതത്തിലൂടെ പുറത്തുവന്നു. പുതിയ രാഷ്ട്രീയവും സംസ്കാരവും കേരളീയർക്ക് നൽകുന്നതിൽ പ്രഭാതം വലിയ പങ്ക് വഹിച്ചു.

ജീവൽസാഹിത്യപ്രസ്ഥാനം

കല കലയ്ക്കുവേണ്ടിയാണോ, ജീവിതപ്രശ്നങ്ങൾ ഏറ്റെടുക്കുക കലാപ്രവർത്തനത്തിന്റെ ഭാഗമാണോ എന്ന ചർച്ച 20–ാം നൂറ്റാണ്ടിന്റെ ആദ്യം മുതൽതന്നെ വളർന്നുവന്നിരുന്നു. സാഹിത്യകലാരൂപങ്ങളിൽ നാടുവാഴിത്തത്തിനുള്ള സ്വാധീനത്തിന്റെയും മദ്ധ്യവർഗത്തിന്റെ വളർച്ചയുടെയും ഫലമായ ആത്മാവിഷ്ക്കാരമാണ് കല എന്നും അതുകൊണ്ട് കലാകാരന്മാർക്ക് ഏതെങ്കിലും വിധത്തിലുള്ള സാമൂഹ്യ പ്രതിബദ്ധത ആവശ്യമില്ലെന്നുമുള്ള ധാരണ വളർന്നുവന്നു. അക്കാലത്തു രൂപംകൊണ്ട സമസ്ത കേരളസാഹിത്യപരിഷത്ത് രാഷ്ട്രീയവേദികളിൽനിന്ന് സ്വയം വേറിട്ടു നിൽക്കാൻ പ്രത്യേകം ശ്രദ്ധിച്ചു. അതേ സമയം 1923 ൽ നടന്ന കെ പി സി സിയുടെ രണ്ടാം സമ്മേളനത്തോടനുബന്ധിച്ചു നടന്ന സാഹിത്യ സമ്മേളനത്തിൽ സർദാർ കെ എം പണിക്കരും നാലാം സമ്മേളനത്തിൽ മഹാകവി വള്ളത്തോളും സ്വാതന്ത്ര്യ സമരത്തിൽ സാഹിത്യകാരന്മാർ പങ്കെടുക്കേണ്ടതിന്റെ ആവശ്യകത ചൂണ്ടിക്കാട്ടി. 1935 ൽ തലശ്ശേരിയിൽ നടന്ന യുവജനസമ്മേളനത്തിൽ

സാഹിത്യകാരന്മാരുടെ സാമൂഹ്യമായ പങ്കിനെക്കുറിച്ചുള്ള അഭിപ്രായ ഭിന്നത മറ നീക്കി രംഗത്തുവന്നു.

ജന്മിനാടുവാഴിത്തത്തിനും മുതലാളിത്തത്തിനും ബ്രിട്ടീഷ് ഭരണത്തിനും എതിരായി സോദ്ദേശ്യകലാസൃഷ്ടികൾ വേണമെന്ന അഭിപ്രായമുള്ള ധാരാളം പ്രവർത്തകർ അക്കാലത്തു വളർന്നുവന്നിരുന്നു. ട്രേഡ് യൂണിയൻ പ്രവർത്തകനും സാഹിത്യകാരനുമായ കേശവദേവ് ആയിരുന്നു അവരിൽ മുമ്പൻ. സാമൂഹ്യപരിഷ്ക്കർത്താക്കളിലും പിന്നീടു വന്ന ദേശീയ വാദികളിലും നല്ലൊരു ശതമാനം പേർ സ്വന്തമായി സാഹിത്യ രചനകൾ നടത്തിയവരുമായിരുന്നു. സി കേശവൻ, മൂർക്കോത്തു കുമാരൻ, എൻ പി കുരിക്കൾ, സി വി കുഞ്ഞുരാമൻ, അംശിനാരായണപിള്ള, പള്ളത്തുരാമൻ, ടി എസ് തിരുമുമ്പ്, കുട്ടമത്ത്, വള്ളത്തോൾ, കെ പി കറുപ്പൻ, കെ അയ്യപ്പൻ, വി ടി ഭട്ടതിരിപ്പാട്, മുത്തിരിങ്ങോട്, ലളിതാംബിക അന്തർജനം തുടങ്ങി നിരവധിപേരെ ഈ കൂട്ടത്തിൽ പെടുത്താം. സുബ്രഹ്മണ്യൻ തിരുമുമ്പ് ദേശാഭിമാനപരമായ കവിത പ്രസിദ്ധീകരിച്ചതിന് ഒൻപതുമാസത്തെ ജയിൽ ശിക്ഷ അനുഭവിച്ചിരുന്നു. കേസരി ബാലകൃഷ്ണപിള്ളയും അദ്ദേഹത്തിന്റെ സഹപ്രവർത്തകരും, മധ്യ കേരളത്തിൽ എം പി പോളും ജോസഫ് മുണ്ടശ്ശേരിയെപ്പോലുള്ള അദ്ദേഹത്തിന്റെ സഹപ്രവർത്തകരും തുടങ്ങിയവർക്ക് വൻജനസ്വാധീനം ഉണ്ടായിരുന്നു. കുറ്റിപ്പുഴ കൃഷ്ണപിള്ള, കുട്ടിക്കൃഷ്ണമാരാർ തുടങ്ങിയവരും ഇതേ നിലപാടാണ് സ്വീകരിച്ചത്. അദ്ദേഹത്തിന്റെ സഹപ്രവർത്തകരും തുടങ്ങിയവർക്ക് വൻ സ്വാധീനവും ഉണ്ടായിരുന്നു. ജോസഫ് മുണ്ടശ്ശേരിയെപ്പോലുള്ള കല കലയ്ക്കുവേണ്ടി എന്നു വാദിക്കുന്നവരുമായി തർക്കിച്ചു നിൽക്കുക മാത്രമല്ല അന്നത്തെ യുവസാഹിത്യകാരന്മാർ ചെയ്തത്. പുതിയ ഉള്ളടക്കത്തോടുകൂടിയ ധാരാളം സാഹിത്യ കൃതികൾ അവർ നിർമ്മിച്ചു. അവ പുരോഗമനപരമായ പ്രസ്ഥാനങ്ങളെ അങ്ങേയറ്റം സഹായിക്കുകയുണ്ടായി. കെ ദാമോദരന്റെ 'പാട്ടബാക്കി', 'രക്തപാനം' എന്നീ രണ്ട് നാടകങ്ങൾ പഴയ മലബാർ പ്രദേശത്തിലേയും കൊച്ചിയിലേയും കർഷക പ്രസ്ഥാനത്തേയും തൊഴിലാളി പ്രസ്ഥാനത്തേയും ഗണ്യമായ നിലയിൽ ഉശിരു പിടിപ്പിക്കുകയുണ്ടായി. വെള്ളിനേഴി കർഷക സമ്മേളനാവസരത്തിൽ 'പാട്ടബാക്കി' നാടകത്തിൽ ജന്മിയുടെ ഭാഗം അഭിനയിച്ച കുറ്റത്തിന് നടനായ ശിവരാമപ്പൊതുവാളുടെ കുടുംബത്തെ ആ പ്രദേശങ്ങളിലെ ജന്മിപ്രവരനായ ഒളപ്പമണ്ണ കഴകത്തിൽ നിന്ന് പിരിച്ചു വിട്ടത് ഇവിടെ സ്മരണീയമാണ്. കേശവദേവിന്റെ 'റെഡ് വാളന്റിയർ', തകഴിയുടെ 'അനാഥമന്ദിരങ്ങൾ' (ഏകാങ്കം), ബഷീറിന്റെ 'ഇൻക്വിലാബ് സിന്ദാബാദ്', (ഏകാങ്കം), പൊറ്റക്കാട്ടിന്റെ 'അച്ഛനെ കണ്ടപ്പോൾ' (ചെറുകഥ) തുടങ്ങിയ സാഹിത്യ സൃഷ്ടികളും വിപ്ലവ പ്രസ്ഥാനത്തെ ശക്തിപ്പെടുത്തുകയും എതിരാളികളെ വിറളിപിടിപ്പിക്കയും ചെയ്തിട്ടുണ്ട്.

കെ പി ജി, പ്രേംജി, പി എൻ നമ്പൂതിരി, നീലഞ്ചേരി, കേരളീയൻ,

കിട്ടേട്ടൻ തുടങ്ങിയ കവികളുടെ കവിതകൾക്കു സാങ്കേതികദൃഷ്ട്യാ നോക്കുമ്പോൾ അപൂർണതകൾ കാണാമെങ്കിലും അക്കാലത്തെ യുവജനങ്ങളെ കർമ്മോൻമുഖരാക്കാൻ അവ ധാരാളം പ്രയോജനപ്പെട്ടിട്ടുണ്ട്. ഇവരുടെ ഇടയിൽനിന്നാണ് ജീവിതഗന്ധിയായ സോദ്ദേശ്യ സാഹിത്യത്തെ കേന്ദ്രീകരിച്ചുകൊണ്ടുള്ള പ്രസ്ഥാനത്തിന്റെ ആശയം ഉടലെടുത്തത്. ഇന്ത്യയിലാകമാനം വളർന്നുവന്ന പുരോഗമന സാഹിത്യ പ്രസ്ഥാനത്തിന്റെ (മുൻഷി പ്രേംചന്ദ്, മുൾക്ക് രാജ് ആനന്ദ്, സജ്ജാദ് സഹീർ, ഫെയ്സ് അഹമ്മദ് ഫെയ്സ്, നാസറുൽ ഇസ്ലാം തുടങ്ങിയവർ) സ്വാധീനവും ഉണ്ടായിരുന്നു. വ്യത്യസ്ത രീതിയിലാണെങ്കിലും രവീന്ദ്രനാഥടാഗോറിന്റെ പ്രസ്ഥാനവും ശക്തമായ സ്വാധീനം ചെലുത്തി. ജി ശങ്കരക്കുറുപ്പ് അതിന്റെ നേരിട്ടുള്ള വക്താവായിരുന്നു. ഈ സ്വാധീനങ്ങളെല്ലാം ജീവൽ സാഹിത്യപ്രസ്ഥാനത്തിനു രൂപം നൽകി.

1937 ൽ വിദ്വാൻ എ ഡി ഹരിശർമ്മയുടെ അധ്യക്ഷതയിൽ തൃശ്ശൂർ വെച്ചാണ് കേരളജീവൽസാഹിത്യസമ്മേളനം ചേർന്നത്. കേശവദേവ്, എ മാധവൻ, കെ പി ജി നമ്പൂതിരി, സി അച്ചുതക്കുറുപ്പ്, സുബ്രഹ്മണ്യൻ തിരുമുമ്പ്, കെ കെ വാര്യർ, ഇ എം എസ്, കെ എ ദാമോദരമേനോൻ, സി നാരായണപിള്ള തുടങ്ങി പലരും ഈ സമ്മേളനത്തിൽ പങ്കെടുത്തു. സമ്മേളനത്തിൽ ഇ എം എസ്, കെ ദാമോദരൻ, എ മാധവൻ, എൻ പി ദാമോദരൻ എന്നിവർ അവതരിപ്പിച്ച പ്രബന്ധങ്ങളുടെ അടിസ്ഥാനത്തിൽ ചർച്ചകൾ നടന്നു. അതേവർഷം പി നാരായണൻനായരുടെ അധ്യക്ഷതയിൽ കോഴിക്കോടു ചേർന്ന സമ്മേളനത്തിൽ സുബ്രഹ്മണ്യൻ തിരുമുമ്പ്, മൊയാരത്ത് ശങ്കരൻ, ചെറുകാട്, കെ പി ജി, മധുവനം കൃഷ്ണക്കുറുപ്പ്, എ കെ കുഞ്ഞിക്കൃഷ്ണൻ നമ്പ്യാർ എന്നിവർ പങ്കെടുത്തു.

ജീവൽസാഹിത്യ പ്രസ്ഥാനത്തിനെതിരെ അതിശക്തമായ വിമർശനങ്ങളാണ് അക്കാലത്തുണ്ടായത്. സാഹിത്യരൂപങ്ങളുടെ കലാമൂല്യം മുഴുവൻ നശിപ്പിച്ച് രാഷ്ട്രീയക്കാർക്കുവേണ്ടി പടപ്പാട്ടുകളെഴുതുന്ന ക്ഷുദ്രജീവികളെന്ന നിലയിലാണ് ജീവൽസാഹിത്യകാരന്മാർ വിലയിരുത്തപ്പെട്ടത്. സഞ്ജയന്റെ ഇക്കാലത്തുവന്ന ഹാസ്യരചനകളിൽ ജീവൽസാഹിത്യത്തിനെതിരായ ശക്തമായ വിമർശനം കാണാം. ഇതിന് മറുപടിയായി ഇ എം എസ് എഴുതിയ ലേഖനത്തിൽ ഉദാത്തസാഹിത്യ കൃതികളെ വില കുറച്ചു കാണാൻ ശ്രമിക്കുന്നില്ലെന്നും വളർന്നു വരുന്ന സാമൂഹ്യ രാഷ്ട്രീയ സംഘർഷങ്ങളിൽ ജന്മിനാടുവാഴിവിരുദ്ധവും മുതലാളിത്ത വിരുദ്ധവും കൊളോണിയൽ വിരുദ്ധവുമായ നിലപാടുകൾ സാഹിത്യകാരന്മാരും കലാകാരന്മാരും സ്വീകരിക്കേണ്ടതിന്റെ ആവശ്യകതയിൽ ഊന്നുകയാണ് ചെയ്യുന്നതെന്നു ചൂണ്ടിക്കാണിച്ചു. കല കലയ്ക്കുവേണ്ടിയല്ല, ആത്മാവിഷ്ക്കാരവുമല്ല, ജീവിതത്തിന്റെ പൊള്ളുന്ന യാഥാർത്ഥ്യങ്ങളുടെ ആവിഷ്ക്കാരമാണത്. ജീവൽ സാഹിത്യസംഘടനയുടെ സെക്രട്ടറിയായ കെ പി ജി നമ്പൂതിരി ഇത്രയും കൂട്ടിച്ചേർത്തു.

“ഒരു പുതിയ വർഗരഹിതമായ സമുദായം സൃഷ്ടിക്കുന്നതിനുവേണ്ടി ഇന്നുലോകമൊട്ടുക്കും നടക്കുന്ന സംഭവങ്ങളോട് തനിക്ക് രക്തബന്ധ മുണ്ടെന്നു വിചാരിക്കുന്ന സാഹിത്യകാരൻ കല കേവലം പ്രവൃത്തിയാ ണെന്നോ കവിത കേവലം പ്രചാരവേലയാണെന്നോ തെറ്റിദ്ധരിച്ചിട്ടില്ല. കലയുടെ ഉദ്ദേശം അനുഭവങ്ങളെ ഗ്രഹിക്കുകയും പകർത്തുകയു മാണെന്ന് അയാൾക്കറിയാം. പക്ഷെ, ഒരാൾ വസന്തത്തെയും വാരളകങ്ങളെയും തുളുമ്പുന്ന മാർത്തടങ്ങളെയും പറ്റി കവിതയെഴു തുമ്പോൾ, അയാൾ അനുഭവങ്ങളെപ്പറ്റിയാണ് എഴുതുന്നതെന്നും വേറെയൊരാൾ ചൈനയിലെയോ സ്പെയിനിലെയോ സമരത്തെയോ ഒരു കർഷകറാലിയെയോ ആലപ്പുഴ തൊഴിലാളികളുടെ പണിമുടക്കി നെയോപറ്റി എഴുതിയാൽ അയാളെഴുതുന്നത് അനുഭവങ്ങളെപ്പറ്റിയല്ല, അത് പ്രചാരവേലയാണെന്നും പറഞ്ഞാൽ എന്റെ സാഹിത്യകാരൻ അത്ഭുതപ്പെടുമെങ്കിൽ അത് ക്ഷന്തവ്യമാണ്. തീർച്ചയായും എല്ലാ മാർക്സിസ്റ്റ് സാഹിത്യവും കലാപൂർണങ്ങളാണെന്ന് ഒരു മാർക്സിസ്റ്റും അഭിമാനിക്കുന്നില്ല അയാൾ ഒന്നുമാത്രമെ പറയുന്നുള്ളു. ഏതൊരു സാഹിത്യകാരന്റെയും സാമൂഹ്യമായ പരിത:സ്ഥിതികൾ അയാളുടെ സ്വഭാവത്തെയും അനുഭവങ്ങളെയും നിയന്ത്രിക്കാതെ നിവൃത്തിയില്ല. അപ്പോൾ ഇന്നത്തെപ്പോലെ വർഗ സമരം വർദ്ധിച്ചുവരുന്ന ഒരു കാലഘട്ടത്തിൽ ജീവിക്കുന്ന അയാൾക്ക് വാസ്തവിക ജീവിതത്തിൽ വളരെ ശക്തിയുക്തം പ്രയോഗിച്ചുപോരുന്ന സംഘടിതമായ പ്രവൃത്തി കളും അവയുടെ ലക്ഷ്യങ്ങളും അനുഭവങ്ങളായി മാറിക്കൂടേ?

കെ ദാമോദരന്റെ പാട്ടബാക്കി, രക്തപാനം എന്നീ നാടകങ്ങൾ മലബാറിലെയും കൊച്ചിയിലെയും കർഷക പ്രസ്ഥാനങ്ങളെ സ്വാധീ നിച്ചു. പൊന്നാനിയിലെ ബിഡിത്തൊഴിലാളി സമരത്തിനാവശ്യമായ സമാഹരണം നടത്തിയത് ‘രക്തപാനം’ നാടകത്തിന്റെ അവതരണ ത്തിലൂടെയാണ്. കെ പി ആർ ഗോപാലൻ, കേരളീയൻ, കെ കെ വാര്യർ തുടങ്ങിയവരുടെ പാട്ടുകളും കെടാമംഗലം പപ്പുക്കുട്ടിയുടെ രചനകളും പ്രസിദ്ധമാണ്. കേശവദേവ്, തകഴി, ബഷീർ, പൊറ്റെക്കാട് തുടങ്ങിയവരുടെ ആദ്യകാലകൃതികളും ജീവൽസാഹിത്യ പ്രസ്ഥാനത്തിലൂടെയാണ് രൂപം കൊള്ളുന്നത്. ചങ്ങമ്പുഴ, ജി ശങ്കരക്കുറുപ്പ് മുതലായ കവികളും പ്രസ്ഥാനവുമായി ആത്മബന്ധം സ്ഥാപിച്ചു.

1939ലെ കെ. പി. സി. സി. മെമ്പർമാരുടെ പേരും മേൽവിലാസവും.

ഹോസ്ദുർഗ്ഗ്.

1 പി. കെ. കുഞ്ഞുമാഹിൻ, പടന്ന.
2 [illegible] ൻനായർ, കാഞ്ഞങ്ങാട്.
3 സി. എം. കുഞ്ഞിരാമൻനായര്, കെ. പി. സി. സി. ആപ്പീസ്സ്, ചാലപ്പുറം.
4 ടി. സുബ്രഹ്മണ്യൻതിരുമുമ്പ്, പുലിക്കോട്.
5 കെ. ടി. കുഞ്ഞിരാമൻനമ്പ്യാര്, കാഞ്ഞങ്ങാട്.

ചിറക്കൽ.

6 കെ. എ. കേരളീയൻ, കല്യാശ്ശേരി.
7 കപ്പാടക്കൻ കുഞ്ഞിരാമൻനമ്പ്യാര്, കക്കറ, മാതമംഗലം.
8 എ. വി. കുഞ്ഞമ്പു, കരിവെള്ളൂർ, പയ്യന്നൂർ (വഴി)
9 [illegible] കെ. കുത്താ, സിക്രട്ടറി, എ. ഐ. എസ്സ്. എ. പയ്യന്നൂർ.
10 കെ. പി. ആർ. ഗോപാലൻ, കല്യാശ്ശേരി.
11 പി. വി. അച്ചുതൻനമ്പ്യാർ, തൃച്ചംബരം, തളിപ്പറമ്പ്.
12 പി. യം. കുഞ്ഞിരാമൻനമ്പ്യാര്, അഴിക്കോട്, വളപട്ടണം.
13 എ. കെ. ഗോപാലൻ, 'പ്രഭാതം', ചാലപ്പുറം.
14 ടി. സി. നാരായണൻനമ്പ്യാര്, നാറാത്ത്, ചിറക്കൽ.
15 സി. കെ. ഉണ്ണി, ചൊവ്വ.
16 എ. ടി. അബൂബക്കർ, വളപട്ടണം.
17 കടയപ്രത്ത് നാരായണൻ, കോൺഗ്രസ്സ് പ്രവർത്തകൻ, എടക്കാട്.

കണ്ണൂർ ടൌൺ.

18 കെ. ഉണ്ണികൃഷ്ണമേനോൻ, ചിറക്കൽ.
19 പി. സി. കോരൻ, കാമ്പ്ബസാർ, കണ്ണൂർ
20 കെ. അബ്ദുറഹിമാൻ, ആയനയിട്ടക്ക്, കണ്ണൂർ.
21 കെ. വാസുദേവ്, കോൺഗ്രസ്സപ്രവർത്തകൻ, തയ്യിൽ, കണ്ണൂർ.
22 കെ. പി. ഗോപാലൻ, കണ്ണൂർ.

കോട്ടയം.

23 സി. എച്ച്. കണാരൻ, ടൌൺ കോൺഗ്രസ്സ് കമ്മിററി ആപ്പീസ്സ് [illegible]
24 ടി. എൻ. ഗോവിന്ദനടിയോടി, പന്ന്യന്നൂർ, പാനൂർ.
25 മോയാരത്ത് ശങ്കരൻ, ചൊക്ലി.
26 കെ. കുഞ്ഞിരാമൻ, എരഞ്ഞോളി.
27 കുഞ്ഞിവീട്ടിൽ കൃഷ്ണൻ, കിഴക്കംഭാഗം, പിണറായി.
28 ചാന്ത്രോത്ത് കുഞ്ഞിരാമൻനായർ, കോൺഗ്രസ്സ് കമ്മിററി ആപ്പീസ്സ്, തലശ്ശേരി

തലശ്ശേരി.

29 വടവതി കൃഷ്ണൻ, കൂത്തുപറമ്പ്.
30 കെ. എൻ. ചാത്തുകുട്ടി, കതിരൂർ.
31 കല്ലോറത്ത് ഗോപാലൻനമ്പ്യാർ, പായം, ഇരിട്ടി.

തലശ്ശേരി ടൌൺ.

32 തയ്യിലക്കണ്ടി സി. മുഹമ്മദ്, ചേററംകുന്ന്, തലശ്ശേരി.
33 ആർ. ജനാർദ്ദനഷേണായി, ടൌൺകോൺഗ്രസ്സ് കമ്മിററി ആപ്പീസ്സ്, തലശ്ശേരി.
34 എസ്സ്. സുബ്രഹ്മണ്യം, 'പ്രഭാതം', ചാലപ്പുറം.
35 എം. ഗോപാലക്കുറുപ്പ്, മൊകേരി, കുറ്റ്യാടി.
36 പി. കുഞ്ഞിരാമൻനമ്പ്യാർ, വടയം, കുറ്റ്യാടി.
37 കെ. ഐ. ദാമോദരൻ, അഴിയൂർ, മയ്യഴി (വഴി)
38 എം. ആർ. നാരായണക്കുറുപ്പ്, ചോമ്പാല.
39 ടി. സി. നാരായണക്കുറുപ്പ്, കാരോത്ത്, അഴിയൂർ.

---

40 ഇ. സി. കുഞ്ഞിക്കണ്ണൻനമ്പ്യാർ, പയ്യോളി.
41 കെ. കേളപ്പൻ, ഡിസ്ട്രിക്ടുബോർഡാപ്പീസ്സ്, കോഴിക്കോട്.
42 സി. കെ. ഗോവിന്ദൻനായര്, കൊയിലാണ്ടി.
43 കെ. ടി. കുഞ്ഞിരാൻനായര്, പേരാമ്പ്ര.

വടകര ടൌൺ.

44. എം. കെ. കേളു, വടകര.

വയനാട്.

[illegible] ടൻ ഇബ്രായി, പള്ളിക്കൽ, മാനന്തവാടി.

കോഴിക്കോട്.

46 രാമുണ്ണി, വാഴയിൽ, തിരുവണ്ണൂർ, കല്ലായി.
47. കിഴക്കെവീട്ടിൽ പി. കുഞ്ഞിരാമൻ, നന്മണ്ട, ബാലുശ്ശേരി.
48. ഇ. കണ്ണൻ, കോരപ്പുഴ
49 കളത്തിൽ കുഞ്ഞാലി, ചെറുവണ്ണൂർ, ചാലപ്പുറം.
50 കെ. മാധവമേനോൻ, ചാലപ്പുറം.

കോഴിക്കോട് ടൌൺ

51 പി. കൃഷ്ണപിള്ള, 'പ്രഭാതം' ചാലപ്പുറം.
52 എ. മുഹമ്മദ്കോയ, പരപ്പിൽ, കോഴിക്കോട്.
53 എൻ. സി. ശേഖർ, 'പ്രഭാതം', ചാലപ്പുറം,
54 പെരിയനാലകത്ത് ഇമ്പിച്ചിമമ്മു, കററിച്ചിറ, കോഴിക്കോട്.
55 കന്നിക്കൽ മാധവൻ, ബാങ്കർ, ചാലപ്പുറം.
56 എ. വി. കുട്ടിമാളുഅമ്മ, ചാലപ്പുറം.
57 പി. നാരായണൻനായര്, മാതൃഭൂമി, കോഴിക്കോട്.
58 മുഹമ്മദ് അബ്ദുർറഹ്മാൻ, അൽ-അമീൻ, കോഴിക്കോട്
59 എച്ച്. മഞ്ജുനാഥറാവു, പാളയം റോഡ്; കോഴിക്കോട്.

ഏറനാട്

60 പി. എം. കൃഷ്ണമേനോൻ, രാമനാട്ടുകര, ഫറോക്ക് (വഴി)
61 പൊന്നൊമ്പാറമ്പത്ത് അപ്പുണ്ണി, കല്ലുവടം, ഫറോക്ക്.
62 കെ. സി. കോമുക്കുട്ടിമൌലവി, പള്ളിക്കൽ—കൊണ്ടോട്ടി.
63 വല്ലാഞ്ചിറ അഹമ്മത്കുട്ടി, മഞ്ചേരി.
64 കിഴക്കിനിയത്ത് മുഹമ്മദ്നഹ, അച്ചമ്പാട്ഹൌസ്, പരപ്പനങ്ങാടി

വള്ളുവനാട്

65 ഇ. എം. ശങ്കരൻനമ്പൂതിരിപ്പാട്, പ്രഭാതം, ചാലപ്പുറം.
66 കെ. സി. ഗോപാലനുണ്ണി, സത്യമന്ദിരം, മണ്ണാർക്കാട് [illegible]
67 വി. ശങ്കരനാരായണമേനോൻ, കോതകുറുശ്ശി, [illegible]
68 എം. പി. ഗോവിന്ദമേനോൻ, വക്കീൽ, പെരിന്തൽമണ്ണ.
69 എ. രാമചന്ദ്രൻനെടുങ്ങാടി, കൈലിയാട്, ഷൊറണൂർ (വഴി)
70 പി. വി. കുഞ്ഞുണ്ണിനായർ, നാഷനൽ ഇൻസ്റ്റിററ്യൂട്ട്, ഒററപ്പാലം
71 കെ. ടി. രാവുണ്ണിമേനോൻ, പട്ടാമ്പി.
72 കെ. കുട്ടപ്പനായർ, പനമണ്ണ.
73 പി. സി. കലന്തർ, വിളയൂർ, പട്ടാമ്പി.

പൊന്നാനിതാലൂക്ക്

74 സി. എസ്സ്. ഗോപലൻ, എരനെല്ലൂർ, തൃശ്ശൂർ (വഴി)
75 കെ. പി. നാരായണൻ, ചാവക്കാട്.
76 കിട്ടവത്ത് കൃഷ്ണൻനായർ, ഗുരുവായൂർ.
77 എ. സി. രാമൻ, ചാവക്കാട്.
78 പി. കെ. മുഹമ്മദുണ്ണി, വാടാനപ്പള്ളി.
79 കെ. എസ്സ്. നാരായണൻ, കോട്ടപ്പടി.
80 ഇ. മൊയ്തുമൌലവി, അൽ-അമീൻ, കോഴിക്കോട്.
81 എ. കെ. രാഘവൻ, ഗ്രാമബന്ധു, തിരൂർ.

പൊന്നാനി ടൌൺ

82 കെ. വി. നൂറുദ്ദീൻ, പൊന്നാനി.

പാലക്കാട് ടൌൺ

83 ആർ. വി. ശർമ്മ, കോൺഗ്രസ്സ് പ്രസ്സ്, പാലക്കാട്.
84 എൻ. ഗുരുവായൂരപ്പൻ, ഗാന്ധിവിലാസ്, പാലക്കാട്.
85 ആർ. രാഘവമേനോൻ, അഡ്വൊക്കേറ്റ്, പാലക്കാട്.
86 പി. കൃഷ്ണസ്വാമിഗൌണ്ടർ, മരക്കച്ചവടം, കലവക്കോട്.
87 എസ്സ്. മുഹമ്മദ് ഹനീഫ്, C/o സി. ശേഷയ്യ കമ്പനി, പാലക്കാട്.

പാലക്കാട് താലൂക്ക്

[illegible] ആർ. കുമാരൻനായർ, കൊങ്ങാട്, കലവക്കോട്.
89 കിഴക്കെമേലേടം കേളുഅച്ഛൻ, അകത്തേത്തറ.
90 കെ. ടി. ഫിലിപ്പ്, വെങ്ങന്നിയൂർ, കുഴൽമന്ദം
91 സി. സി. ശങ്കരൻ, തണ്ണിശ്ശേരി, കൊടുവായൂർ.
92 പാണ്ടലങ്ങാട്ട് നാരായണൻകുട്ടിമേനോൻ, ചേരാമംഗലം, മേലാർകോട്.
93 [illegible] വി. ചാമി, മേലാർകോട്.
94 എസ്സ്. കെ. മന്നാടിയാർ, വലിയവീട്ടിൽ, കൊടുവായൂർ
95 അഴകപ്പാടത്ത് കൊച്ചപ്പൻനായർ, വടവന്നൂർ, കൊല്ലങ്കോട്.
96 എ. കെ. രാമൻകുട്ടി, രാമശ്ശേരി, എലപ്പുള്ളി, പാലക്കാട്.
97 എം. ആർ. പത്മനാഭൻ, കൊട്ടേക്കാട്, പാലക്കാട്.
98 എം. നാരായണമേനോൻ, എം. എൽ. സി., പാലക്കാട്

ബ്രിട്ടീഷ് കൊച്ചി.

99 പി. ജെ. അലക്സാണ്ടർ, മെക്കൻസിഗാർഡൻ, ബ്രിട്ടീഷ് കൊച്ചി.

കൊച്ചിൻ സ്റ്റേറ്റ്

100 ടി. ജെ. ജോർജ്ജ്, കല്ലൂർറോഡ്, തൃശ്ശിവപേരൂർ
101 എൻ. വെങ്കിടേശ്വരൻ, ബി. എ. ജേർണ്ണലിസ്റ്റ്, തൃപ്പൂണിത്തുറ.

തിരുവിതാംകൂർ.

102 കെ. ദാമോദരൻ, പ്രഭാതം, ചാലപ്പുറം.

പ്രവർത്തകക്കമ്മിററി മെമ്പർമാരുടെ പേരും മേൽവിലാസവും.

മുഹമ്മദ് അബ്ദുർറഹ്മാൻ (പ്രസിഡണ്ട്) അൽ-അമീൻ, കോഴിക്കോട്.
ഇ. എം. ശങ്കരൻ നമ്പൂതിരിപ്പാട് (സിക്രട്ടറി) പ്രഭാതം, ചാലപ്പുറം.
പി. നാരായണൻ നായർ (ഖജാൻജി) മാതൃഭൂമി, കോ[illegible].
പി. കൃഷ്ണപിള്ള, പ്രഭാതം, ചാലപ്പുറം.
ടി. സി. നാരായണക്കുറുപ്പ്, അഴിയൂർ, വടക്കെമലബാർ.
ടി. ജെ. ജോർജ്ജ്, കല്ലൂർ റോഡ്, തൃശ്ശൂർ.
കെ. പി. ഗോപാലൻ, കണ്ണൂർ.

എ. ഐ. സി. സി. മെമ്പർമാരുടെ പേരും മേൽവിലാസവും.

1 മുഹമ്മദ് അബ്ദുർറഹ്മാൻ, അൽ-അമീൻ, കോഴിക്കോട്.
2 എ. കെ. ഗോപാലൻ, പ്രഭാതം, ചാലപ്പുറം.
3 പി. കൃഷ്ണപിള്ള, പ്രഭാതം, ചാലപ്പുറം.
4 എസ്സ്. മഞ്ജുനാഥറാവു, പാളയം റോഡ്, കോഴിക്കോട്.
5 പി. നാരായണൻ നായർ, മാതൃഭൂമി, കോഴിക്കോട്.
6 കെ. കേളപ്പൻ, ഡിസ്ട്രിക്ട് ബോർഡ് ആപ്പീസ്, കോഴിക്കോട്.
7 ഇ. കണ്ണൻ, കോരപ്പുഴ.
8 എം. നാരായണമേനോൻ, പാലക്കാട്
9 ആർ. രാഘവമേനോൻ, പാല[illegible].
10 കെ. മാധവമേനോൻ, ചാലപ്പുറം.
11 എസ്സ്. സുബ്രഹ്മണ്യം, പ്രഭാതം, ചാലപ്പുറം.
12 പി. സി. കോരൻ, ക്യാമ്പ് ബസാർ, കണ്ണൂർ.
13 ഇ. എം. ശങ്കരൻ നമ്പൂതിരിപ്പാട്, പ്രഭാതം, കോഴിക്കോട്.

6

കമ്മ്യൂണിസ്റ്റ് പാർട്ടിയുടെ ജനനം

ലിയോ ടോൾസ്റ്റോയ് 1901 ആഗസ്റ്റ് 5 ന് ബോംബെയിൽനിന്നു പ്രസിദ്ധീകരിച്ച 'ആര്യ' എന്ന മാസികയിൽ 'പരിഷ്കൃതരായ ഇന്ത്യാക്കാരുടെ ലക്ഷ്യം അന്ധവിശ്വാസങ്ങളെ നശിപ്പിക്കലും യഥാർത്ഥ മതം സാധാരണക്കാർക്ക് പ്രാപ്യമാക്കലുമാണെന്ന് 'പരിഷ്കൃതരായ ഇന്ത്യാക്കാരുടെ ചുമതല' എന്ന കത്തിൽ കുറിക്കുകയുണ്ടായി'. അടിച്ചമർത്തലിലൂടെ ഒരു ജനതയെ സമാധാനപരമായി ഏറെക്കാലം കെട്ടിയിടാനാവുകയില്ലെന്നതായിരുന്നു കത്തിന്റെ സാരാംശം. സാധാരണ മനുഷ്യരുടെയും തൊഴിലെടുക്കുന്നവരുടെയും മോചനം ലക്ഷ്യമാക്കി സോഷ്യലിസ്റ്റ് ആശയത്തിന്റെ പൂർവ്വ രൂപങ്ങൾ യൂറോപ്പിൽ നിന്നും ഇന്ത്യയിലെ സാക്ഷരരായ വായനക്കാരിൽ എത്തിച്ചേർന്നിരുന്നു എന്നതിന്റെ തെളിവാണിത് കേരളം രൂപം കൊള്ളുന്നതിനുമുമ്പുതന്നെ വിപുലമായിക്കൊണ്ടിരുന്ന പാശ്ചാത്യ സമ്പ്രദായത്തിലെ ലൈബ്രറികളും വിദ്യാലയങ്ങളും പുത്തൻ ആശയങ്ങൾ വായനക്കാരിൽ എത്തിക്കുന്നതിൽ വലിയ പങ്ക് വഹിച്ചിട്ടുണ്ട്. 1891 ൽ ഇന്ത്യയിലെത്തിച്ചേർന്ന ആനിബസന്റ് അക്കാലത്തെ തൊഴിലാളി പ്രസ്ഥാനത്തിന്റെ അമരക്കാരിയായിരുന്നു. ആനിബസന്റിന് കേരളത്തിൽ നിരവധി ആരാധകരും ശക്തമായ സ്വാധീനവും നേടിയെടുക്കാനായി. മദ്രാസ് നഗരത്തിൽ ലേബർ യൂണിയൻ ഉണ്ടാക്കുന്നതിൽ ആനിബസന്റിന് പങ്കുണ്ടായത് അവരുടെ മുൻകാല സോഷ്യലിസ്റ്റ് ആശയപ്രചരണ പരിചയത്തിന്റെ ഫലമായിട്ടാണ്. കേരളത്തിന്റെ വിവിധഭാഗങ്ങളിൽ നിന്ന് വിശേഷിച്ചും തിരുവിതാംകൂറിൽനിന്ന് ബ്രിട്ടനിൽപോയി പഠിക്കാനിറങ്ങിയ തലമുറയാണ് മലയാളികൾക്ക് പരിചയമില്ലാതിരുന്ന ആശയങ്ങൾ കേരളത്തിലെത്തിക്കുന്നതിൽ സുപ്രധാന പങ്കു വഹിച്ചത്. ഇക്കൂട്ടർ സമ്പന്നമധ്യവർഗ്ഗ കുടുംബങ്ങളിലെ അംഗങ്ങളായിരുന്നു എന്നു മാത്രമല്ല,

തിരുവിതാംകൂറിലെ നാടുവാഴിത്ത വ്യവസ്ഥക്കെതിരെ ചിന്തിച്ചിരുന്ന കൂട്ടരുമായിരുന്നു. ഈ വിഭാഗത്തിലെ ആദ്യ തെളിവായി ലഭിക്കുന്ന രേഖ 1906 ഒക്ടോബർ 22ന് തിരുവനന്തപുരം വി ജെ ടി ഹാളിൽ ലണ്ടനിൽ നിന്നെത്തിയ ബാരിസ്റ്റർ എം കെ നാരായണപിള്ളക്ക് നൽകിയ സ്വീകരണം സംബന്ധിച്ചതാണ്. തിരുവിതാംകൂർ വിദ്യാഭിവർദ്ധിനി സഭ ഏർപ്പെടുത്തിയ ഈ സ്വീകരണയോഗത്തിൽ 'സമഷ്ടിവാദം' എന്ന പേരിൽ സോഷ്യലിസത്തെ എം കെ നാരായണപിള്ള സദസ്സിനു പരിചയപ്പെടുത്തി. ലണ്ടനിലെ ഫേബിയൻ സോഷ്യലിസ്റ്റ് സംഘത്തിലെ അംഗമായിരുന്നത്രെ എം കെ നാരായണപിള്ള. കെ രാമകൃഷ്ണപിള്ള സമഷ്ടിവാദത്തെക്കുറിച്ച് മനസ്സിലാക്കുന്നത് എം കെ നാരായണ പിള്ളയിൽ നിന്നാണ്. 1906 ൽ തന്നെ ഈ ആശയത്തെ കെ രാമകൃഷ്ണ പിള്ള 'കേരളൻ' എന്ന മാസികയിലൂടെ മലയാളികൾക്ക് പരിചയപ്പെടു ത്തുകയും ചെയ്തു.

ഇതിന്റെ തുടർച്ചയായാണ് കെ രാമകൃഷ്ണപിള്ള മലയാളത്തിൽ കാൾമാക്സിന്റെ ജീവചരിത്രം 1912 ൽ പ്രസിദ്ധീകരിച്ചത്. ഒരു വിജ്ഞാന സാഹിത്യം എന്ന നിലയിലും അക്കാലത്തെ നാടുവാഴിത്ത-കൊളോ ണിയൽ വ്യവസ്ഥക്കെതിരെ ഉയർന്നു വന്നിരുന്ന പ്രതിരോധ മുന്നേറ്റ ങ്ങൾക്ക് അനുയോജ്യമാണെന്ന രീതിയിലുമാണ് രാമകൃഷ്ണപിള്ള കാൾമാക്സിനെയും സമഷ്ടിവാദത്തെയും മലയാളിക്കു പരിചയ പ്പെടുത്തിയത്. ആദ്യ ഇന്ത്യൻ ഭാഷയിലെഴുതപ്പെട്ട മാർക്സിന്റെ ജീവ ചരിത്രം എന്ന നിലയിൽ ഈ പുസ്തകം ഏറെ പ്രധാനപ്പെട്ടതാണ്. കെ രാമകൃഷ്ണപിള്ള തിരുവിതാംകൂറിൽനിന്ന് നാടുകടത്തപ്പെട്ടത് നാടുവാഴിത്ത സർക്കാർ മേധാവിത്ത വ്യവസ്ഥക്കെതിരെ പോരാടിയ തുകൊണ്ടായിരുന്നു. നാടുകടത്തപ്പെട്ട് മലബാറിൽ എത്തിയതിനു ശേഷവും സോഷ്യലിസം അഥവാ സമഷ്ടിവാദം അദ്ദേഹത്തിന്റെ പത്രപ്രവർത്തനത്തിൽ നിലനിന്നു. അദ്ദേഹം ചുമതലക്കാരനായി പ്രസിദ്ധീകരിച്ച സമൂഹത്തിന്റെ പുനഃസംഘടനയ്ക്ക് തൊഴിലാളികളും കർഷകരും ഉണർന്നു പ്രവർത്തിക്കേണ്ടതുണ്ടെന്ന് കെ രാമകൃഷ്ണ പിള്ള വാദിക്കുകയുണ്ടായി.

ഇന്ത്യയിലെത്തിയ ലിബറൽ ചിന്താഗതിക്കാരായ യൂറോപ്യൻ അദ്ധ്യാപകരും സർക്കാർ ജീവനക്കാരും അക്കാലത്ത് യൂറോപ്പിൽ ലഭ്യമായിരുന്ന ആശയങ്ങളും പുസ്തകങ്ങളും വിദ്യാസമ്പന്നതയെ ഇന്ത്യക്കാർക്ക് കൈമാറിക്കൊണ്ടിരുന്നു. ഇത്തരത്തിൽ വിദ്യാഭ്യാസം നേടിയ പുതിയ ഇന്ത്യൻ/മലയാളിതലമുറ സോഷ്യലിസമടക്കമുള്ള ആശയങ്ങൾ പരിചയപ്പെട്ടു തുടങ്ങി.

റഷ്യൻ വിപ്ലവത്തിന്റെ സ്വാധീനം

ദക്ഷിണേന്ത്യയിലെ നഗരങ്ങളിൽ 'ഞായറാഴ്ച തൊഴിലാളി

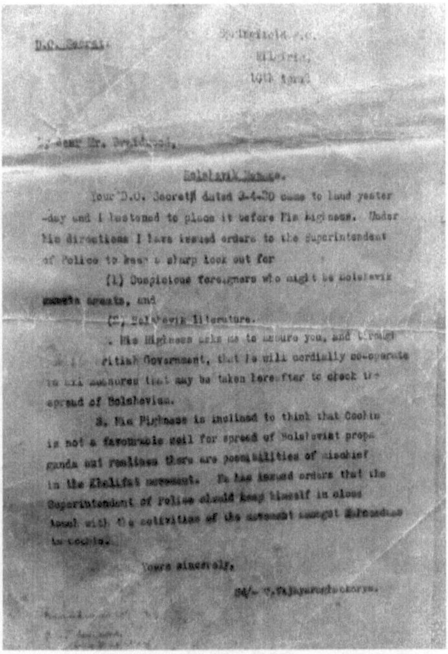

D.O. Secret. [illegible]

[illegible]

[illegible] April

[illegible] Mr. [illegible],

Bolshevik Menace.

Your D.O. Secret dated 3-4-20 came to hand yester-day and I hastened to place it before His Highness. Under his directions I have issued orders to the Superintendent of Police to keep a sharp look out for

(1) Suspicious foreigners who might be Bolshevik [illegible] agents, and

(2) Bolshevik literature.

. His Highness asks me to assure you, and through [illegible] British Government, that he will cordially co-operate in all measures that may be taken hereafter to check the spread of Bolshevism.

3. His Highness is inclined to think that Cochin is not a favourable soil for spread of Bolshevist propaganda and realises there are possibilities of mischief in the Khalifat movement. He has issued orders that the Superintendent of Police should keep himself in close touch with the activities of the movement amongst Mahomedans in Cochin.

Yours sincerely,

Sd/- T. Vijayaraghavachorya.

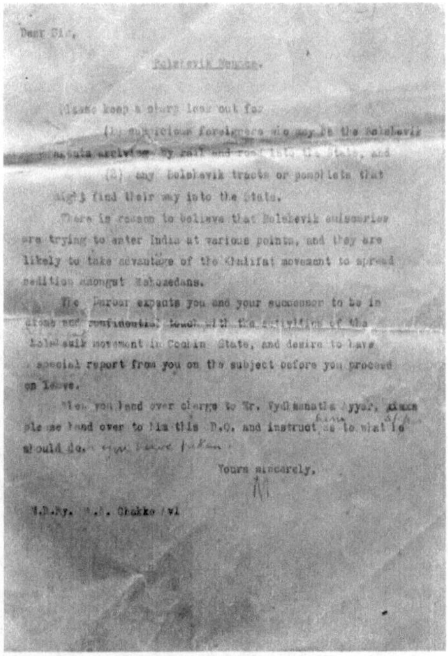

Dear Sir,

Bolshevik Menace.

Please keep a sharp look out for

(1) suspicious foreigners who may be the Bolshevik [illegible] arriving by rail and road into the State, and

(2) any Bolshevik tracts or pamphlets that might find their way into the State.

There is reason to believe that Bolshevik emissaries are trying to enter India at various points, and they are likely to take advantage of the Khalifat movement to spread sedition amongst Mahomedans.

The Darbar expects you and your successor to be in close and confidential touch with the activities of the Bolshevik movement in Cochin State, and desire to have a special report from you on the subject before you proceed on leave.

When you hand over charge to Mr. Vydianatha Ayyar, please hand over to him this D.O. and instruct him as to what he should do. [illegible]

Yours sincerely,

M.R.Ry. [illegible] Chakko [illegible]

ബോൾഷെവിക് ഭീഷണി എന്ന് പറഞ്ഞുകൊണ്ട് കൊച്ചി ദിവാനായ
ടി വിജയരാഘവാചാര്യർ അയച്ച കത്തിന്റെ കോപ്പി

സമ്മേളനം', 'മൂലധനം', 'തൊഴിൽ' എന്നിവ സംബന്ധിച്ച ചർച്ചകൾ എന്നിവ സ്വയംഭരണ പ്രക്ഷോഭത്തിന്റെ ഭാഗമായി ഏറ്റെടുത്തിരുന്നു. ഇതിനോടനുബന്ധിച്ചാണ് 1916–ലെ സ്വയംഭരണ പ്രസ്ഥാനം "സന്ധ്യാകാലത്തിന്റെ രാഷ്ട്രീയം" എന്ന ലഘുലേഖ പ്രസിദ്ധീകരിച്ചത്. ഇക്കാലത്ത് തിരുവിതാംകൂറിൽ നിന്ന് പ്രസിദ്ധീകരിച്ചിരുന്ന 'പൗരൻ' എന്ന് മാസിക 1917 ലെ റഷ്യൻ വിപ്ലവത്തെ സംബന്ധിച്ച് റിപ്പോർട്ട് നൽകുകയുണ്ടായി. ഏകാധിപതികളായ ഭരണകർത്താക്കൾക്കും ഭൂപ്രഭുക്കൻമാർക്കും ജനങ്ങൾ നൽകിയ ശിക്ഷയാണ് റഷ്യൻ വിപ്ലവമെന്നും ഇത് ലോക ചരിത്രത്തിലെ സുപ്രധാന സംഭവമാണെന്നും 'പൗരൻ' മാസിക അഭിപ്രായപ്പെട്ടു. തിരുവിതാംകൂറിലെ ഭരണകൂടത്തിന്റെ കൊള്ളരുതായ്മകൾക്കും അഴിമതിക്കുമെതിരെയും പോരാടിയിരുന്ന 'പൗരൻ' മാസിക റഷ്യൻ സന്ദേശവും ഫലപ്രദമായി ഉപയോഗപ്പെടുത്തുകയായിരുന്നു. തിരുവിതാംകൂറിലെ ജനങ്ങളെ അധർമ്മത്തിനും അനീതിക്കുമെതിരെ പോരാടുന്നതിനുള്ള സന്ദേശം പ്രചരിപ്പിക്കുകയായിരുന്നു. 'പൗര'ന്റെ ലക്ഷ്യം. റഷ്യൻ വിപ്ലവസന്ദേശം മലയാളഭാഷയിലൂടെ സാധാരണക്കാരിൽ എത്തുന്നതിനുള്ള അവസരങ്ങളായിരുന്നു ഇവയെല്ലാം.

ഒന്നാം ലോകയുദ്ധകാലത്ത് ലോകത്താകമാനം വ്യാപിച്ച സാമ്പത്തിക കുഴപ്പങ്ങൾ തൊഴിലാളികളുടെ മുന്നേറ്റങ്ങൾക്ക് കാരണമാകുമെന്ന് ബ്രിട്ടീഷ് ഭരണകൂടം ഭയപ്പെട്ടിരുന്നു. ഈ ഭയം വർദ്ധിപ്പിക്കുന്ന വിധത്തിലാണ് റഷ്യൻ വിപ്ലവത്തിന്റെ സ്വാധീനം ലോകത്ത് വർദ്ധിച്ചുവന്നത്. ഇന്ത്യയിൽ വളർന്നുവന്ന ഖിലാഫത്ത് പ്രസ്ഥാനവും ഇത്തരത്തിൽ റഷ്യൻ വിപ്ലവത്തിന്റെ ചുവടുപിടിച്ചാണ് പ്രത്യക്ഷപ്പെട്ടതെന്നും, ഖിലാഫത്ത് പ്രവർത്തകർ റഷ്യൻ-തുർക്കി ഏജന്റുമാരാണെന്നും ഭരണകൂടം വിലയിരുത്തി. ഇതിനോടനുബന്ധിച്ച് ആരംഭിച്ച തൊഴിലാളി കുഴപ്പങ്ങൾ ഈ ഭീതി വർദ്ധിപ്പിക്കുകയും ചെയ്തു. കൊച്ചി ഗവൺമെന്റ് വൈപ്പിൻ, മുളവുകാട്, മാലിപ്പുറം, ഞാറക്കൽ എന്നിവിടങ്ങളിൽ പട്ടിണിക്കടിമപ്പെട്ട മനുഷ്യർ കലാപങ്ങൾക്കൊരുങ്ങുകയാണെന്ന് ഭയപ്പെട്ടിരുന്നു. കയറ്റുമതി നിലച്ചതും, വ്യാപാരികളുടെ പൂഴ്ത്തിവെപ്പും സാധാരണക്കാരുടെ ജീവിതം ദുസ്സഹമാക്കിക്കൊണ്ടിരുന്ന കാലമായിരുന്നു ഇത്. വാണിജ്യവൽക്കരിക്കപ്പെട്ട കേരളത്തിലെ കാർഷികമേഖല തകർന്നടിഞ്ഞത് കൂട്ടക്കുഴപ്പങ്ങൾക്ക് കാരണമായി. ഭക്ഷണവസ്തുക്കളുടെ വില ക്രമാതീതമായി ഉയർന്നതോടെ ഭക്ഷണകൊള്ള കൊച്ചിപ്രദേശത്ത് വ്യപകമായി. ഇത് ഭരണകൂടത്തിന്റെ വ്യത്യസ്തമായ ഇടപെടലുകൾക്ക് വഴിവെച്ചു. ഇന്ത്യയിലെ ബ്രിട്ടീഷ് ഗവൺമെന്റ് എല്ലാ പ്രാദേശിക ഭരണകർത്താക്കൾക്കും 'ബോൾഷെവിക് മെനേസ്' അഥവാ 'ബോൾഷെവിക് ഭീഷണി' എന്ന കത്തയക്കുന്നത് ഈ ഘട്ടത്തിലാണ്. കൊച്ചി ദിവാനായ ടി വിജയരാഘവാചാര്യർ 1920 ഏപ്രിൽ 3 ന് ഈ വാചകത്തോടുകൂടിയ തലക്കെട്ടുള്ള കത്ത് ലഭിച്ചതായി രേഖപ്പെടുത്തിയിട്ടുണ്ട്. കൊച്ചി നഗരത്തിൽ ബോൾഷെവിക് ഏജന്റുമാർ വന്നുപോകുന്നത് പ്രത്യേകം നിരീക്ഷിക്കുന്നതിനും അതിനായി പ്രത്യേക പോലീസ് സേനയെ നിയോഗിക്കുന്നതിനും നിർദ്ദേശം നൽകുന്ന കത്താണിത്. ബോൾഷെവിക് ഏജന്റുമാർ റഷ്യൻ വിപ്ലവസന്ദേശമടങ്ങുന്ന ലഘുലേഖകൾ വിതരണം ചെയ്യുന്നതും മറ്റും നിരീക്ഷിക്കണമെന്നും അതേ കത്തിൽ പറയുന്നുണ്ട്. ഒരു ഡെപ്യൂട്ടി പോലീസ് സൂപ്രണ്ടിന്റെ നേതൃത്വത്തിൽ പ്രത്യേക സേനാവിഭാഗത്തെ നിയോഗിച്ചതായി മറുപടിയിൽ ദിവാൻ വ്യക്തമാക്കി. കൊച്ചിയിൽ സ്വാധീനം നേടുന്ന ഖിലാഫത്ത്-ബോൾഷെവിക് ആശയങ്ങളെ മുളയിലേ നശിപ്പിക്കുവാൻ സംഘടിതമായ ശ്രമങ്ങൾ അക്കാലത്തുണ്ടായിരുന്നതായി ഈ കത്തുകൾ തെളിയിക്കുന്നു.

ഇതേ കാലത്താണ് കെ അയ്യപ്പൻ നടത്തിയിരുന്ന 'സഹോദരൻ' എന്ന മാസിക ബോൾഷെവിസം അല്ലെങ്കിൽ സോഷ്യലിസത്തെ പ്രകീർത്തിക്കുന്നത്. ഒരു ആശയം എന്ന നിലയ്ക്കല്ല മറിച്ച് പ്രാവർത്തികമാക്കേണ്ടുന്ന ആശയം എന്ന തരത്തിലാണ് 'സഹോദരൻ' മാസിക സോഷ്യലിസത്തെ കണ്ടത്. 'സഹോദരൻ' എന്ന ആശയം തന്നെ അക്കാലത്തെ സാമൂഹ്യമുന്നേറ്റരംഗത്തെ ഏറെ നൂതനമായ പദപ്രയോഗ

മായിരുന്നു. ജാതി-മതനിയമങ്ങൾക്കപ്പുറം മാനവ സമൂഹത്തിന്റെ സാഹോദര്യം എന്ന കാഴ്ചപ്പാട് സോഷ്യലിസ്റ്റ് ആശയങ്ങൾക്ക് ചേർന്നതു തന്നെയായിരുന്നു. ബ്രിട്ടീഷ് ഗവൺമെന്റ് റഷ്യൻ വിപ്ലവത്തിന്റെ ഭയപ്പാടിൽ വിപുലമായ മുൻ കരുതൽ പരിപാടികൾ ഏറ്റെടുത്തിരുന്നു. ഡേവിഡ് പെട്രിയുടെ പദ്ധതിയായിരുന്നു 'ബോൾഷെവിക് മെനേസ്' എന്നത്. ---ബ്രൗക്ക് വില്യംസിന്റെ 'Bolshevism! Dream and Fact'(ബോൾഷെവിസം, സ്വപ്നവും യാഥാർത്ഥ്യവും) എന്ന ലഘുലേഖ യും ഇതുമായി ബന്ധപ്പെട്ടതായിരുന്നു.

മലയാളസാഹിത്യരംഗത്ത് റഷ്യൻവിപ്ലവത്തിന്റെ സ്വാധീനം 1905 മുതൽ തന്നെ കണ്ടുതുടങ്ങിയിരുന്നു. 1905 ലെ റഷ്യൻ വിപ്ലവ ത്തിനുശേഷം 'രസികരഞ്ജിനി മാസികയിൽ' റഷ്യാചക്രവർത്തിയുടെ അമൃതേത്ത്' എന്ന ലേഖനം പ്രസിദ്ധീകരിച്ചു. 1905 ഡിസംബർ മാസത്തിൽ കെ രാമകൃഷ്ണപിള്ളയുടെ 'കേരളൻ' മാസികയിലും ഇത്തരത്തിൽ ഒരു കുറിപ്പ് പ്രത്യക്ഷപ്പെട്ടു. 1917 ഫെബ്രുവരി മാസത്തിൽ കുന്നംകുളത്തുനിന്ന് പ്രസിദ്ധീകരിക്കപ്പെട്ട ആത്മപോഷിണി മാസിക യുടെ 3, 4 ലക്കങ്ങളിൽ 'ബന്ധനസ്ഥയായിരുന്ന റഷ്യ' എന്ന ലേഖനം അച്ചടിച്ചിറങ്ങുകയുണ്ടായി. അമ്പാടി നാരായണമേനോൻ ആയിരുന്നു രചയിതാവ്. കോഴിക്കോട്ടുനിന്നു പ്രസിദ്ധം ചെയ്തിരുന്ന 'മിതവാദി' പത്രത്തിൽ റഷ്യയിൽ ഭരണാധികാരികളെ അടിച്ചോടിച്ച് ജനങ്ങൾ യജമാൻമാരായി എന്നു പ്രതിപാദിച്ചിരിക്കുന്നതു കാണാം. 1917 ൽ തന്നെയാണ് ഈ വാർത്ത പുറത്തിറങ്ങിയത്. മുൻ സൂചിപ്പിച്ച 'ആത്മപോഷിണി' മാസികയുടെ മലയാളവർഷം 1095 ൽ ഇറങ്ങിയ പതിപ്പിൽ 'ഒരു നൂതനയുഗമോ' എന്ന ലേഖനത്തിൽ ചരിത്രകാരനായി അറിയപ്പെട്ട കെ എം പണിക്കർ റഷ്യൻ വിപ്ലവത്തെ പരാമർശിക്കുന്നതു കാണാം. മലയാളത്തിലെ 'മാനുഷരെല്ലാരുമൊന്നുപോലെ' എന്ന ആശയമാണ് റഷ്യയിൽ നടപ്പിൽ വരുന്നത് എന്ന കെ എം പണിക്കർ വിശദീകരിക്കുന്നു. ഈ ആശയം പ്രാവർത്തികമാകുമോ എന്ന കാര്യത്തിൽ കെ എം പണിക്കർ സന്ദേഹം പ്രകടിപ്പിക്കുന്നുണ്ട്. 'സ്വദേശാ ഭിമാനി' പത്രം ആരംഭിച്ചപ്പോൾ കെ കുമാരൻ 'ലോകോപകാരികൾ' എന്ന ശീർഷകത്തിലെഴുതിയ ലേഖനത്തിൽ ഒക്ടോബർ വിപ്ലവശില്പി യായ ലെനിനെ വിശദീകരിക്കുന്നുണ്ട്. 'സ്വദേശാഭിമാനി'യുടെ 5, 6 ലക്കങ്ങളിൽ 'റഷ്യക്കാരുടെ വസ്ത്രധാരണ'ത്തെക്കുറിച്ചുള്ള ഒരു വാർ ത്തയും പ്രസിദ്ധീകരിച്ചിരുന്നു. വിപ്ലവശേഷം റഷ്യക്കാരുടെ ജീവിത രീതിയിൽ വന്ന മാറ്റത്തെ വിശദീകരിക്കാനാണ് വസ്ത്രധാരണത്തെക്കുറി ച്ചുള്ള ഈ വാർത്ത പ്രസിദ്ധീകരിച്ചത്. 'മുമ്പ് ഒരു വിദ്യാർത്ഥിയെയും പണ്ഡിതനെയും തൊഴിലാളിയെയും കൃഷിക്കാരനെയും തിരിച്ചറി യാമായിരുന്നു. ഇപ്പോൾ എല്ലാവരും മിക്കവാറും ഒരേ രീതിയിലാണ് വസ്ത്രധാരണം ചെയ്യുന്നത്' എന്ന പ്രസ്താവന ഏറെ പ്രാധാന്യത്തോ ടെയാണ് കാണേണ്ടത്.

1920 കളിൽ യുദ്ധത്തിനുശേഷമാണ് ഗാന്ധിയൻ ആശയങ്ങൾ കേരളത്തിൽ പ്രചരിച്ചത്. ഇതിനുസമാന്തരമായിത്തന്നെ സോഷ്യലിസ്റ്റ് സമൂഹത്തെക്കുറിച്ചുള്ള ആശയങ്ങളും മലയാളികളെ സ്വാധീനിച്ചു. സഹജത്വം, സാഹോദര്യം, സഖാവ്, സ്വതന്ത്രസമുദായം മുതലായ ആശയങ്ങൾ പ്രചരിച്ചിരുന്ന കേരളത്തിൽ ചൂഷണരഹിതമായ സമൂഹത്തെക്കുറിച്ചുള്ള സങ്കല്പമായി സോഷ്യലിസവും അംഗീകരിക്കപ്പെട്ടു. ആശയതലത്തിൽ സോഷ്യലിസത്തെയും കമ്മ്യൂണിസത്തെയും കുറിച്ചുള്ള ധാരണകൾ വളർന്നുവന്നത് റഷ്യൻ വിപ്ലവത്തിന്റെയും സോവിയറ്റ് യൂണിയന്റെ വളർച്ചയുടെയും പശ്ചാത്തലത്തിൽ സാർവദേശീയതലത്തിലും ഇന്ത്യയിലും വളർന്നു വന്ന സാഹചര്യങ്ങളിലാണ്.

ഇന്ത്യൻ കമ്മ്യൂണിസ്റ്റ് പാർട്ടിയുടെ വളർച്ച

1861 ലാണ് സാർവദേശീയ തൊഴിലാളിവർഗത്തിന് ഒരു പൊതു സംഘടനയുണ്ടായത്. ഇന്റർനാഷണൽ വർക്കിംഗ് മെൻസ് അസോസിയേഷൻ (ഒന്നാം ഇന്റർനാഷണൽ) എന്ന സംഘടന രൂപീകരിക്കുന്നതിൽ മാർക്സും എംഗൽസും പ്രധാന പങ്കുവഹിച്ചു. മാർക്സും എംഗൽസും മുന്നോട്ടുവെച്ച തൊഴിലാളി വർഗപാർട്ടി എന്ന ആശയം ജർമ്മൻ സോഷ്യൽ ഡെമോക്രാറ്റിക് പാർട്ടിയിലൂടെ യാഥാർത്ഥ്യമാകുന്നത് ഒന്നാം ഇന്റർനാഷണലിന്റെ കാലത്താണ്. തൊഴിലാളി വർഗം ഭരണം പിടിച്ചെടുക്കുകയും മൂന്നുമാസത്തോളം ഭരണം നിലനിർത്തുകയും ചെയ്ത പാരീസ് കമ്മ്യൂൺ (1871) ഒന്നാം ഇന്റർനാഷണലിന്റെ കാലത്താണ് നടക്കുന്നത്. ഇക്കാലത്ത് ലണ്ടനിലുണ്ടായിരുന്ന ദാദാബായ് നവോറോജി അവിടത്തെ തൊഴിലാളി വർഗ വിപ്ലവകാരികളുമായി അടുത്ത ബന്ധം പുലർത്തിയിരുന്നു. 'ദാരിദ്ര്യവും ബ്രിട്ടീഷിതരമായ ഇന്ത്യൻ ഭരണവും' എന്ന പുസ്തകമെഴുതുന്നതിൽ ഇവരുമായുള്ള ചർച്ചകൾ നവറോജിയെ സഹായിച്ചു. 1871 ൽ കൽക്കത്തയിൽ നിന്ന് വിപ്ലവകാരികളുടെ ഒരു ഗ്രൂപ്പ് മാർക്സിനെ ബന്ധപ്പെടുകയും ഒന്നാം ഇന്റർ നാഷണലിന്റെ ഇന്ത്യൻ ഘടകം രൂപീകരിക്കാനുള്ള ശ്രമം നടത്തുകയും ചെയ്തു. 1879 ൽ ഒന്നാം ഇന്റർനാഷണൽ പിരിച്ചു വിട്ടു. തുടർന്നു നിലവിൽ വന്ന രണ്ടാം ഇന്റർനാഷണലിന്റെ കാലത്താണ് സോഷ്യൽ ഡെമോക്രാറ്റിക് പാർട്ടികൾ എന്ന പേരു വിളിച്ച തൊഴിലാളിവർഗ പാർട്ടികൾ വളർന്നു വന്നത്. രൂക്ഷമായ ആശയസമരങ്ങളുടെ കാലഘട്ടവുമായിരുന്നു അത്. ലെനിൻ, പ്ലെഖനോവ്, കൗട്സ്കി, റോസാലക്സംബർഗ് തുടങ്ങിയ പ്രസിദ്ധ വിപ്ലവകാരികൾ അവരുടെ ആശയങ്ങൾ വളർത്തിക്കൊണ്ടുവന്നതും ഇക്കാലത്താണ്. റഷ്യൻ വിപ്ലവം ഇത്തരം ആശയസംവാദങ്ങളെ പ്രായോഗികതലത്തിൽ അവതരിപ്പിക്കാനുള്ള ഭൂമികയായി. വസ്തുനിഷ്ഠ സാഹചര്യങ്ങളെ വിശകലനം ചെയ്ത് കൃത്യമായ വിപ്ലവതന്ത്രം രൂപീകരിക്കാനുള്ള ലെനിന്റെ കഴിവ് പ്രായോഗികതലത്തിൽ വിപ്ലവത്തിന്റെ പ്രേരകഘടകമായി.

റഷ്യൻ വിപ്ലവം വിജയകരമായി പൂർത്തിയായ സന്ദർഭത്തിൽ അനേകം ഇന്ത്യൻ വിപ്ലകാരികൾ പലവഴികളിലൂടെ റഷ്യയുടെ വിവിധ ഭാഗങ്ങളിലെത്തി. അവർ സോവിയറ്റ് നേതാക്കളുമായി ബന്ധം പുലർത്തി. ലണ്ടൻ, പാരീസ് എന്നിവിടങ്ങളിൽ രൂപം കൊണ്ട വിപ്ലവഗ്രൂപ്പിലെ പ്രവർത്തകർക്ക് ലെനിൻ, ട്രോട്സ്കി തുടങ്ങിയ ബോൾഷെവിക് നേതാക്കളുമായി നല്ല ബന്ധമുണ്ടായിരുന്നു. രണ്ടാം ഇന്റർനാഷണലിന്റെ സ്റ്റട്ട് ഗാർട്ട് കോൺഗ്രസ്സിൽ കൊളോണിയലിസത്തേയും ബ്രിട്ടീഷ് സമ്രാജ്യത്വത്തേയും എതിർത്തുകൊണ്ട് ഇന്ത്യൻ പ്രതിനിധികൾ വികാരനിർഭരമായ പ്രസംഗം നടത്തിയത് ഏറെ ശ്രദ്ധിക്കപ്പെട്ടിരുന്നു. ഇതേസമയം തന്നെ യൂറോപ്പിന്റെ വിവിധ ഭാഗങ്ങളിൽ ഉയർന്നുവന്നിരുന്ന ഇന്ത്യൻ വിപ്ലവകാരികളുടെ ചെറിയ ഗ്രൂപ്പുകൾ സോവിയറ്റുയൂണിയനുമായി ബന്ധമുണ്ടാക്കിയിരുന്നു. സോവിയറ്റ് യൂണിയനിലെത്തിയ ഇന്ത്യൻ വിപ്ലകാരികൾ മോസ്കോ, പെട്രോഗ്രാഡ്, താഷ്ക്കെന്റ്, ബാക്കു തുടങ്ങിയ നഗരങ്ങൾ സന്ദർശിക്കുകയും സോവിയറ്റ് വിപ്ലവകാരികളുമായി പരിചയപ്പെടുകയും സംഭാഷണങ്ങൾ നടത്തുകയും ചെയ്തു. മാർക്സിസം ലെനിനിസത്തെക്കുറിച്ചോ സോവിയറ്റ് വിപ്ലവത്തിന്റെ പ്രത്യയശാസ്ത്ര പശ്ചാത്തലത്തെക്കുറിച്ചോ വലിയ അറിവുകളൊന്നും ഇന്ത്യൻ വിപ്ലവകാരികൾക്കുണ്ടായിരുന്നില്ല. പക്ഷേ, ഒരു കാര്യത്തിൽ അവർക്ക് വ്യക്തതയുണ്ടായിരുന്നു. ബ്രിട്ടീഷ് ദുർഭരണത്തിനെതിരെയുള്ള തങ്ങളുടെ പോരാട്ടത്തിൽ സ്വാഭാവിക സഖ്യശക്തിയായി പുതിയ റിപ്പബ്ലിക്കിനെ അവർ കണ്ടു. ഈ സന്ദർഭത്തിലാണ് ഇന്ത്യൻ വിപ്ലവകാരിയായ മൗലവി ബർക്കത്തുള്ള പേർഷ്യൻ ഭാഷയിൽ ബോൾഷെവിസവും ഇസ്ലാമിക രാഷ്ട്രങ്ങളും എന്ന ലഘുലേഖ പ്രസിദ്ധീകരിച്ചത്. പേർഷ്യനിൽ നിന്ന് അത് നിരവധി പൗരസ്ത്യഭാഷകളിലേക്ക് വിവർത്തനം ചെയ്യപ്പെട്ടു. ഗൗരവമായി ചർച്ച ചെയ്യുന്ന ലഘുലേഖയായിരുന്നു അത്. ഇന്ത്യയിലേയും മധ്യേഷയിലേയും രാജ്യങ്ങളിലെ വിപ്ലവ ഗ്രൂപ്പുകൾക്ക് ഈ ലഘുലേഖ സോവിയറ്റ് യൂണിയനെക്കുറിച്ച് ശരിയായ ദിശാബോധം നൽകി.

1920ന്റെ ആരംഭത്തിൽ അബ്ദുൾറബ്ബ്, എം. പി. ബി ടി ആചാര്യ എന്നീ വിപ്ലവകാരികളുടെ പ്രവത്തനങ്ങളിൽ പ്രചോദിതരായി 18000–ത്തോളം മുഹാജിർമാർ സോവിയറ്റ് അഫ്ഗാൻ അതിർത്തി മുറിച്ച് കടന്നു സോവിയറ്റ് യൂണിയനിലെത്തി. അവരിൽ ചിലർ ഇന്ത്യയിലേക്ക് തിരിച്ചു ചെന്നു. മറ്റു ചിലരാകട്ടെ താഷ്ക്കെന്റിൽ തങ്ങുകയും ഇന്ത്യൻ വിപ്ലവ അസോസിയേഷന്റെ താഷ്ക്കെന്റ് ഘടകത്തിന് രൂപം നൽകുകയും ചെയ്തു. ഈ അസോസിയേഷന്റെ പ്രതിനിധിയെന്ന നിലയിലാണ് ആചാര്യ 1920ൽ നടന്ന കോമിന്റേണിന്റെ രണ്ടാം കോൺഗ്രസിൽ പങ്കെടുത്തത്. ഇതേ സമയത്ത് തന്നെ ബ്രിട്ടീഷ് ഇന്ത്യൻ സൈന്യത്തിൽ നിന്ന് പേർഷ്യയിലെ ഖൊറാസാനിൽ നിന്ന് പുറത്താക്കപ്പെട്ടവർ ബാക്കുവിൽ താമസം തുടങ്ങി. അവിടെ അവർ ഉർദു ഭാഷയിൽ ഒരു പത്രം – ആസാദ്

ഹിന്ദുസ്ഥാൻ അക്ബർ പ്രസിദ്ധീകരണം ആരംഭിക്കുകയും ബാക്കുവിലെ ഇന്ത്യൻ വംശജരിലും, പ്രത്യേകിച്ച് ഉൽപ്പതിഷ്ണുക്കളായ വിപ്ലവകാരികളിൽ ബ്രിട്ടീഷ് വിരുദ്ധ ചിന്ത വളർത്തിയെടുക്കുന്നതിൽ വലിയ പങ്ക് വഹിക്കുകയും ചെയ്തു.

യൂറോപ്പിലും സോവിയറ്റ് യൂണിയനിലും ബ്രിട്ടീഷ് വിരുദ്ധ വിപ്ലവ പ്രവർത്തനങ്ങൾക്ക് രൂപം നൽകിയവരിൽ ബംഗാളികളും പഞ്ചാബികളും ഉൾപ്പെടുന്ന വടക്കെ ഇന്ത്യക്കാർ മാത്രമല്ല, ദക്ഷിണേന്ത്യയിൽനിന്നും പ്രത്യേകിച്ച് കേരളത്തിൽനിന്നുമുള്ള യുവാക്കളുമുണ്ടായിരുന്നു. ജർമ്മനിയിൽ രൂപം കൊണ്ട് സാമ്രാജ്യത്വ വിരുദ്ധ ലീഗിൽ (League Against Imperialism) മലയാളികളായ ചെമ്പക രാമൻപിള്ളയുടേയും ഏ.സി.എൻ നമ്പ്യാരുടെയും സാന്നിദ്ധ്യം ശ്രദ്ധേയമാണ്. ഏ.സി.എൻ നമ്പ്യാർ തലശ്ശേരിയിൽ നിന്ന് മദ്രാസിലേക്കും പിന്നീട് കൽക്കത്തയിലേക്കും അവിടെ നിന്ന് ജർമ്മനിയിലുമെത്തി. സാമ്രാജ്യത്വ വിരുദ്ധ ലീഗിന്റെ നേതാവായ ചതോപാദ്ധ്യായയുടെ സഹോദരിയും ഇന്ത്യൻ വിപ്ലവ പ്രസ്ഥാനത്തെ എല്ലാ അർത്ഥത്തിലും സഹായിക്കുകയും ചെയ്ത സുഹാസിനിയെ നമ്പ്യാർ വിവാഹം കഴിച്ചുവെങ്കിലും ആ ബന്ധം അധികനാൾ നിലനിന്നില്ല. സുഹാസിനി കൽക്കത്തയിൽ നിന്ന് പിന്നീട് ബോംബെയിലെത്തുന്നു. കമ്മ്യൂണിസ്റ്റ് പാർടിയുടെ പ്രവർത്തനങ്ങളെ അവർ വളരെയേറെ സഹായിക്കുന്നുണ്ട്. അമീർ ഹൈദർഖാനെപ്പോലുള്ള പാർടി നേതാക്കന്മാരുമായി ബന്ധപ്പെട്ടുകൊണ്ട് പാർടി പ്രവർത്തനം അവർ തുടരുന്നുണ്ട്. തെക്കൻ തിരുവിതാംകൂറുകാരനായ ചെമ്പകരാമൻപിള്ള മാഡം ബി ആർ കാമയോടൊപ്പമാണ് വിപ്ലവകാരിയായി മാറുന്നത്.

ബാക്കുവിൽ കിഴക്കൻ രാജ്യങ്ങളിലെ മർദ്ദിത ജനതയുടെ വിപുലമായ സമ്മേളനം സംഘടിപ്പിക്കുന്നതിൽ ബാക്കുവിലെ ഇന്ത്യൻ വിപ്ലകാരികൾ വലിയ പങ്ക് വഹിച്ചു. സമ്മേളന ചർച്ചകളിലും ഇവർ സജീവമായി ഇടപെട്ടിരുന്നു. ഈ ബന്ധങ്ങളിലൂടെ ഇന്ത്യൻ വിപ്ലവകാരികളിൽ മാർക്സിസ്റ്റ് ആശയങ്ങൾ സ്വാധീനം ചെലുത്തി.

ഇന്ത്യയിലെ കമ്മ്യൂണിസ്റ്റ് പാർടി ചരിത്രത്തിൽ, പ്രത്യേകിച്ച് അതിന്റെ രൂപീകരണ സന്ദർഭത്തിൽ, ഏറ്റവും ശ്രദ്ധേയമായ വ്യക്തിത്വമാണ് എം.എൻ.റോയി (1887–1954)യുടേത്. ലെനിനും ഇന്ത്യൻ വിപ്ലവകാരികളും തമ്മിലുള്ള ശരിയായ ബന്ധം തുടങ്ങുന്നത് 1919 മാർച്ചിൽ കമ്മ്യൂണിസ്റ്റ് ഇന്റർനാഷണൽ സ്ഥാപിച്ചതോടുകൂടിയാണ്. മാഡം ബി. ആർ.കാമ, എസ്.ആർ.റാണ എന്നിവർ 1907ൽ നടന്ന സ്റ്റട്ട്ഗാർട് സമ്മേളനത്തിൽ പങ്കെടുത്ത ഘട്ടത്തിൽ തന്നെ ലെനിനുമായി അടുത്ത ബന്ധം പുലർത്തിയിരുന്നു. സോവിയറ്റ് വിപ്ലവത്തിനുശേഷം ഇന്ത്യൻ സഹോദരങ്ങളായ അബ്ദുൾ ജബ്ബാർ ഖൈരിയും അബ്ദുൾ സത്താർ ഖൈരിയും 1918 നവംബർ 23ന് ലെനിനെ സന്ദർശിച്ചു. വിപ്ലവവിജയം കേട്ടറിഞ്ഞ

അവർ ജർമ്മനിയിൽ നിന്ന് എത്തിയതായിരുന്നു. റഷ്യൻ സെൻട്രൽ എക്സിക്യൂട്ടീവ് കമ്മിറ്റി മീറ്റിംഗിനെ അഭിസംബോധന ചെയ്യാൻ സന്ദർഭം കിട്ടി. 1918 ഡിസംബറിൽ പെട്രോഗ്രാഡിൽ നടന്ന ഇന്റർനാഷണൽ സമ്മേളനത്തിൽ ജബ്ബാർ ഖൈരി പങ്കെടുത്തു. ഖൈരി സഹോദരന്മാരെ ജർമ്മൻ ചാരന്മാരായി ഇന്ത്യൻ അധികൃതർ വിശേഷിപ്പിച്ചുവെന്നാണ് മറ്റൊരു കാര്യം. 1919 മെയ് 7ന് ഇന്ത്യൻ വിപ്ലവകാരികളുടെ മറ്റൊരു സംഘം രാജാമഹേന്ദ്രപ്രതാപിന്റെ നേതൃത്വത്തിൽ ലെനിനെ കാണുകയുണ്ടായി. എം.ബർക്കത്തുള്ള, ബി.ടി.ആചാര്യ, അബ്ദുൾ റബ്ബ് പേഷവാരി, ദലീപ്സിംഗ് ഗിൽ, ഇബ്രാഹിം എന്നിവരായിരുന്നു സംഘത്തിലെ മറ്റംഗങ്ങൾ. കാബൂളിൽ മഹേന്ദ്രപ്രതാപ്, മുഹമ്മദ് ഷഫീഖ്, ബർക്കത്തുള്ള തുടങ്ങിയവർ ചേർന്ന് സ്വാതന്ത്ര്യ ഇന്ത്യയുടെ താൽക്കാലിക ഗവൺമെന്റ് രൂപീകരിച്ചു. അഫ്ഘാൻ ഭരണകൂടം മഹേന്ദ്രപ്രതാപിനെ നാടുകടത്തി.

1920 ജൂലൈ 7 മുതൽ ആഗസ്റ്റ് 20 വരെ നടന്ന ഇന്റർനാഷണലിന്റെ രണ്ടാം കോൺഗ്രസിനെ ശ്രദ്ധേയമാക്കിയ പ്രധാനപ്പെട്ട ഒരു ഘടകം ദേശീയ വിമോചന പ്രസ്ഥാനത്തെ സംബന്ധിച്ച് ലെനിനും ഇന്ത്യക്കാരനായ എം.എൻ.റോയിയും തമ്മിൽ നടന്ന സംവാദമാണ്. ഇന്ത്യയിൽ കൊളോണിയലിസത്തിനെതിരെ ശക്തമായ സമരമാരംഭിച്ച പശ്ചാത്തലത്തിലാണ് സമ്മേളനം ചേർന്നത്. മെക്സിക്കൻ കമ്മ്യൂണിസ്റ്റ് പാർടിയെ പ്രതിനിധീകരിച്ചാണ് റോയി കോമിന്റേൺ സമ്മേളനത്തിൽ പങ്കെടുത്തത്. കൊളോണിയലിസത്തിനെതിരെയുള്ള പോരാട്ടത്തിൽ കമ്മ്യൂണിസ്റ്റുകാരും ദേശീയ ബൂർഷ്വാസിയും തമ്മിൽ ഐക്യമുന്നണി ഉണ്ടാക്കണമെന്നും യോജിച്ച പോരാട്ടം നടത്തണമെന്നും ലെനിൻ വാദിച്ചു. അതേ സമയം റോയിയാകട്ടെ കമ്മ്യൂണിസ്റ്റ് പാർടി ദേശീയ ബൂർഷ്വാസിക്കും കൊളോണിയൽ ഭരണകൂടത്തിനുമെതിരെ ദ്വിമുഖ പോരാട്ടം നടത്തണമെന്ന് വാദിച്ചു. കോളനി നാടുകളിലേക്കും പിന്നോക്ക രാജ്യങ്ങളിലേയും ബൂർഷ്വാ ദേശീയ ജനാധിപത്യപ്രസ്ഥാനങ്ങളെ ഇന്റർനാഷണൽ പിന്തുണയ്ക്കണം. പക്ഷേ, അത്തരം നാടുകളിൽ ഭാവിയിൽ ഒരു കമ്മ്യൂണിസ്റ്റ് പാർടിക്ക് ഉയർന്നുവരാൻ സാധ്യതയുണ്ടെങ്കിൽ മാത്രമെ പിന്തുണക്കേണ്ടതുള്ളു എന്നും ലെനിൻ കൂട്ടിച്ചേർക്കുന്നുണ്ട്. അത് പേരിന് മാത്രമുള്ള കമ്മ്യൂണിസ്റ്റ് പാർട്ടിയല്ല. ദേശീയ ബൂർഷ്വാസിക്കെതിരെ പടനയിക്കാൻ കെല്പുള്ള കമ്മ്യൂണിസ്റ്റ് പാർടിയായിരിക്കണമത്. ബൂർഷ്വാ ദേശിയപ്രസ്ഥാനത്തിന് താല്ക്കാലിക പിന്തുണ കോമിന്റേൺ നൽകേണ്ടതാണ്. പക്ഷേ, അതിൽ കമ്മ്യൂണിസ്റ്റ് പാർടി ലയിക്കരുത്. അതിന്റെ ഏറ്റവും ചെറിയ രൂപത്തിലാണെങ്കിലും കമ്മ്യൂണിസ്റ്റ് പാർടി സ്വതന്ത്രമായ സ്വത്വം നിലനിർത്തേണ്ടതാണെന്നും ലെനിൻ അഭിപ്രായപ്പെട്ടു. ഇന്ത്യൻ ബൂർഷ്വാസി സാംസ്കാരികമായും സാമ്പത്തികമായും ഫ്യൂഡൽ സാമൂഹ്യവ്യവസ്ഥയിൽനിന്ന് ഏറെ വിഭിന്നമല്ല. അതിനാൽ പ്രത്യയശാസ്ത്രപരമായി ദേശീയ പ്രസ്ഥാനം പിന്തിരപ്പനാണ്. കാരണം

ദേശീയ പ്രസ്ഥാനത്തിന്റെ വിജയം ഒരുതരത്തിലും ബൂർഷ്വാ ജനാധിപത്യ വിപ്ലവമായിരിക്കില്ലെന്നും റോയി വിശദമാക്കുന്നു. ലെനിൻ – റോയി അഭിപ്രായ വ്യത്യാസത്തിന്റെ പ്രശ്നങ്ങൾ പരാമർശിക്കുമ്പോൾ റോയി മറ്റൊരു കാര്യവും കൂടി സൂചിപ്പിക്കുന്നുണ്ട്. അത് ഗാന്ധിയെ സംബന്ധിച്ചാണ്. ജനങ്ങളെ ആവേശംകൊള്ളിക്കുന്ന ഒരു നേതാവെന്ന നിലയിൽ ഗാന്ധിജി ഒരു വിപ്ലവകാരിയാണെന്ന ലെനിന്റെ നിലപാടിനെ റോയി എതിർക്കുന്നു. രാഷ്ട്രീയമായി എത്രതന്നെ വിപ്ലവകാരിയാണെന്ന് തോന്നിച്ചാലും സാമൂഹ്യമായി അദ്ദേഹമൊരു പിന്തിരിപ്പനാണെന്നായിരുന്നു റോയിയുടെ വാദം. തൊഴിലാളിവർഗ്ഗം എത്ര ദുർബ്ബലമാണെങ്കിലും ഇന്ത്യയിലെ കർഷകരെ ഉപയോഗിച്ച് വിപ്ലവപാർട്ടി വളർത്തിയെടുക്കാമെന്നും റോയി ആത്മവിശ്വാസം പ്രകടിപ്പിക്കുകയുണ്ടായി. കമ്മ്യൂണിസ്റ്റ് പാർടിക്ക് മാത്രമെ വർഗ്ഗസമരം നടത്താൻ കഴിയുന്ന ബഹുജനങ്ങളെ സംഘടിപ്പിക്കാനും അതുവഴി ബ്രിട്ടീഷ് സാമ്രാജ്യത്വം അവസാനിപ്പിക്കാനും കഴിയുകയുള്ളുവെന്നും റോയി വാദിച്ചു. കോമിന്റേൺ പക്ഷേ, ലെനിന്റെ അഭിപ്രായമാണ് സ്വീകരിച്ചത്. കോമിന്റേണിന്റെ 1922ൽ നടന്ന നാലാം കോൺഗ്രസിലും കൊളോണിയൽ പ്രശ്നം വീണ്ടും ചർച്ചയ്ക്കു വന്നു. റോയി തന്റെ പഴയ നിലപാടിൽ തന്നെ ഉറച്ചു നിന്നു. പക്ഷെ കോൺഗ്രസ് റോയിയുടെ വാദങ്ങൾ തള്ളിക്കളഞ്ഞ് സാമ്രാജ്യത്വവിരുദ്ധ ഐക്യമുന്നണിയുടെ ആശയം ശക്തമായി മുന്നോട്ടുവെച്ചു. കോമിന്റേണിന്റെ ഈ ആശയങ്ങൾ ഇന്ത്യൻ രാഷ്ട്രീയത്തിൽ പിന്നീട് പ്രതിഫലിക്കുന്നുണ്ട്. കിഴക്കൻ രാജ്യങ്ങളിലെ സാമ്രാജ്യത്വവിരുദ്ധ ഐക്യമുന്നണിയുടെയും പടിഞ്ഞാറൻ രാജ്യങ്ങളിലെ ഐക്യ തൊഴിലാളി മുന്നണിയുടെയും സമീപനവും ഒന്നു തന്നെയാണെന്നും വൻകിട ഭൂവുടമകളുടെ ഭൂമി ഏറ്റെടുക്കുകയെന്ന ലക്ഷ്യ നിർവ്വഹണത്തിനുതകുന്ന കാർഷികവിപ്ലവത്തിന് മാത്രമെ സാമ്രാജ്യത്വവിരുദ്ധ സമരത്തിൽ കർഷകരെ ഉണർത്താൻ കഴിയുകയുള്ളുവെന്നും കോൺഗ്രസ് കൃത്യമായി നിലപാടെടുത്തു. 1925ലെ അഞ്ചാം കോൺഗ്രസും സാമ്രാജ്യത്വ വിരുദ്ധ ഐക്യമുന്നണിയെന്ന തന്ത്രം ആവർത്തിച്ച് അംഗീകരിച്ചു. പക്ഷേ, അത് ഒരിക്കലും വർഗ്ഗസഹകരണത്തിന് വഴിയൊരുക്കരുതെന്ന നിലപാട് ശക്തമായി ഉന്നയിച്ചു. റോയി ഈ സമ്മേളനത്തിലും തന്റെ നിലപാട് ആവർത്തിക്കുകയുണ്ടായി. സാമ്രാജ്യത്വത്തോട് സമരം ചെയ്യുമ്പോൾ ദേശീയ ബൂർഷ്വാസിയെ പിന്തുണയ്ക്കുകയും അവർ സാമ്രാജ്യത്വത്തോട് സഹകരിക്കുമ്പോൾ അതിനെ പാർടി തുറന്നുകാട്ടുകയും വേണം. ഈ നിലപാടിന്റെ അടിസ്ഥാനത്തിലാണ് കോൺഗ്രസിനോടും സ്വരാജ് പാർടിയിലെ ഇടതുപക്ഷത്തോടും ചേർന്നു പ്രവർത്തിക്കാൻ കമ്മ്യൂണിസ്റ്റ്കാരെ ആഹ്വാനം ചെയ്തത്.

1920 ഒക്ടോബർ 17ന് താഷ്ക്കെന്റിൽ വിപ്ലവകാരികളുടെ യോഗം എം.എൻ റോയി വിളിച്ചു ചേർത്തു. പാർടി രൂപീകരണ വിവരം

തുർക്കിസ്ഥാൻ ബ്യൂറോയുടെ ചാർജ്ജുണ്ടായിരുന്ന സഖാവ് കമ്മ്യൂണിസ്റ്റ് ഇന്റർനാഷണലിനെ അറിയിച്ചു. അബ്ദുൾ റബ്ബ്, എം എൻ റോയ്, അബനി മുഖർജി തുടങ്ങിയവരാണ് പ്രധാനമായും യോഗത്തിൽ പങ്കെടുത്തത്. എവ്‌ലിൻ റോയി ട്രെന്റ്, റോസ ഫിറ്റിൻഗോവ്, മുഹമ്മദലി, മുഹമ്മദ് ഷഫീഖ്, ആചാര്യ എന്നിവരായിരുന്നു യോഗത്തിൽ പങ്കെടുത്ത മറ്റുള്ളവർ. ഷഫീഖ് പാർടി സെക്രട്ടറിയായി തെരഞ്ഞെടുക്കപ്പെട്ടു. സോഷ്യലിസ്റ്റ് തുർക്കിസ്ഥാനിലെ പാർടി ബ്യൂറോയുടെ സെക്രട്ടറി എന്ന നിലയിൽ റോയിയും ആചാര്യ അതിന്റെ ചെയർമാൻ എന്ന നിലയിലും മിനിട്ട്സിൽ ഒപ്പുവെച്ചു. ഇന്ത്യൻ സാഹചര്യങ്ങൾക്കനുയോജ്യമായ പാർടി പ്രോഗ്രാമുണ്ടാക്കാൻ യോഗം തീരുമാനിച്ചു. പാർടിയിൽ പിന്നീട് മൂന്ന് അംഗങ്ങളെ കൂടി കൂട്ടിച്ചേർത്തുവെന്ന് 1920 ഡിസംബർ 15ന് പുറത്തിറക്കിയ മിനിട്ട്സിൽ പറയുന്നു. മാത്രമല്ല, ഷഫീഖ്, ആചാര്യ, റോയി എന്നിവരുൾക്കൊള്ളുന്ന എക്സിക്യൂട്ടീവ് കമ്മിറ്റി രൂപീകരിച്ച കാര്യവും മിനിട്ട്സിൽ പറയുന്നുണ്ട്.

കമ്മ്യൂണിസ്റ്റ് പാർടിയുടെ രൂപീകരണത്തെ തുടർന്ന് താഷ്ക്കെന്റിൽ ഇന്ത്യൻ മിലിട്ടറി ട്രെയിനിംഗ് സ്കൂൾ സ്ഥാപിക്കുകയും മുഹാജിറുകൾ ഉൾപ്പെടെ നിരവധി പേർക്ക് പരിശീലനം നൽകുകയും ചെയ്തു. 1920 ഒക്ടോബർ മുതൽ 1925 മെയ് അവസാനംവരെ സ്കൂൾ പ്രവർത്തിച്ചിരുന്നു. ഇവിടെ പഠിച്ച വിദ്യാർത്ഥികളിൽ ചിലർ, റഫീഖ് അഹമ്മദ്, ഷൗഖത്ത് ഉസ്മാനി തുടങ്ങിയവർ പിന്നീട് മോസ്ക്കോയിലെ ടോയിലേർസ് ഓഫ് ദ ഈസ്റ്റിൽ ചേർന്നു. ദക്ഷിണേന്ത്യയിൽ കമ്മ്യൂണിസ്റ്റ് പാർട്ടി വളർത്തിയെടുക്കുന്നതിൽ വലിയ പങ്ക് വഹിച്ച അമീർ ഹൈദർഖാൻ ഈ യൂണിവേഴ്സിറ്റിയിൽ നിന്നാണ് മാർക്സിസം പഠിച്ചത്. പഠനത്തിനുശേഷം ഇന്ത്യയിലെത്തി പാർടി പ്രവർത്തനം തുടങ്ങിയത്. കമ്മ്യൂണിസ്റ്റ് പാർടി രൂപീകരിച്ചെങ്കിലും തുടർച്ചയായി പാർടി പ്രവർത്തനങ്ങൾ നടത്തുവാൻ താഷ്ക്കെന്റ് പാർടിക്ക് കഴിഞ്ഞില്ല. ഇന്ത്യയിലേക്ക് അതിന്റെ പ്രവർത്തനം മാറ്റാനും രാജ്യത്താകെ ചിതറിക്കിടക്കുന്ന വിപ്ലവകാരികളെ ഏകോപിപ്പിച്ച് സുശക്തമായ പ്രസ്ഥാനമായി മാറാനും സഹായിക്കുന്ന പരിപാടികൾ ആവിഷ്കരിക്കാനും ആയില്ല.

ഗൂഢാലോചനാ കേസുകൾ

ഇന്ത്യയിൽ ഗാന്ധിയൻ സത്യഗ്രഹരീതിക്ക് സമാന്തരമായി വിപ്ലവപ്രവർത്തനങ്ങളിലൂടെയുള്ള ഇന്ത്യൻ സ്വാതന്ത്ര്യത്തെക്കുറിച്ചുള്ള ധാരണകൾ വളർന്നു വന്നകാലമായിരുന്നു അത്. 1905 ലെ സ്വദേശി പ്രസ്ഥാനത്തിനുശേഷം നിരവധി വിപ്ലവപ്രസ്ഥാനങ്ങൾ ഉയർന്നുവന്നു.

അനുശീലൻ സമിതിയും യുഗാന്തറുമായിരുന്നു അവയിലേറ്റവും പ്രധാനപ്പെട്ടവ. മർദ്ദകവീരൻമാരായ ഉദ്യോഗസ്ഥരെയും രാജ്യദ്രോഹികളെയും കൊല്ലുകയും വിപ്ലവ പ്രവർത്തനത്തിന് പണം കണ്ടെത്താൻ

കൊള്ള നടത്തുകയും ചെയ്യുന്ന (സ്വദേശികൊള്ള) രണ്ടുതരം പ്രവർത്ത നങ്ങൾക്കാണ് ഈ സംഘടനകൾ ഊന്നൽ നൽകിയത്. വൈസ്രോയി യായ ഹാർഡിങ് പ്രഭുവിനെ കൊല്ലാനുള്ള ശ്രമം റാഷ് ബിഹാറിബോ സും സച്ചിൻ സന്യാലും നടത്തുകയുണ്ടായി. ഒരു ദശാബ്ദക്കാലത്തെ ഇത്തരം വിപ്ലവ പ്രവർത്തനത്തിന്റെ ഭാഗമായി നിരവധി വിപ്ലവകാരികൾ കൊല്ലപ്പെടുകയോ ശിക്ഷിക്കപ്പെടുകയോ ചെയ്തിട്ടുണ്ടെന്ന കാര്യം വളരെ ശ്രദ്ധേയമാണ്. ഇന്ത്യയിൽ മാത്രമല്ല വിദേശത്തും ഇത്തരം വിപ്ലവ ഗ്രൂപ്പുകൾ ഹർദയാലിന്റെയും ശ്യാംജി വർമ്മയുടെയും അജിത് സിംഗി ന്റെയും നേതൃത്വത്തിൽ രൂപം കൊണ്ടു. ഹാർഡിങ് പ്രഭുവിന് നേരെ നടന്ന ബോംബാക്രമണത്തെ ലാലാ ഹർദയാൽ യുഗാന്തർ സർക്കുല റിലൂടെ പ്രകീർത്തിച്ചു. അമേരിക്കയിലെ പ്രവർത്തന സ്വാതന്ത്ര്യമുപയോ ഗിച്ച് ബ്രിട്ടീഷ് വിരുദ്ധ പ്രവർത്തനങ്ങൾ ശക്തമാക്കാൻ ഹർദയാലും സോഹൻസിംഗ് ബക്നയും ഉൾപ്പെടെയുള്ള സംഘം തീരുമാനിക്കുകയും ദി ഗദ്ദർ വാരിക പ്രസിദ്ധീകരിക്കുകയും ചെയ്തു. സാൻഫ്രാൻസിസ്ക്കോ വിൽ അതിന്റെ ആസ്ഥാനമായി യുഗാന്തർ ആശ്രമവും സ്ഥാപിക്കപ്പെടു ന്നു. ഗദ്ദർ വിപ്ലവകാരികൾ വിപുലമായ പ്രചരണപ്രവർത്തനങ്ങൾ നട ത്തി. ബ്രിട്ടീഷ് ഭരണത്തിന്റെ ശത്രുവാണ് ഗദ്ദർ വിപ്ലവകാരികൾ. ബ്രിട്ടീഷ് ഭരണ വിരുദ്ധ വികാരം ആളിക്കത്തിക്കുന്ന കവിത ഗദ്ദറിൽ പ്രസിദ്ധീക രിക്കുകയും പിന്നീട് വ്യാപകമായി വിതരണം ചെയ്തത് വിപ്ലവ പ്രവർത്ത നങ്ങൾക്ക് പുതിയ ഇന്ധനം നൽകി. പഞ്ചാബി വികാരം ജ്വലിപ്പിക്കുന്ന പ്രവർത്തനങ്ങൾ നടത്താനും ഗദ്ദർ പ്രസ്ഥാനം ശ്രമിച്ചു. രാജ്യസ്നേ ഹത്തെ മാത്രം അടിസ്ഥാനമാക്കി വളർത്തിയെടുത്ത ഈ ഗ്രൂപ്പുകൾക്ക് ശാസ്ത്രീയമായ പ്രത്യയശാസ്ത്രത്തിന്റെ അടിത്തറ ഉണ്ടായിരുന്നില്ല. ഈ വിപ്ലവ ഗ്രൂപ്പുകളെല്ലാം 1920കളുടെ തുടക്കമാകുമ്പോഴേക്കും വിസ്മൃ തിയിലാണ്ടിരുന്നു.

ആദ്യകാല വിപ്ലവകാരികളുടെ പിന്തുടർച്ചക്കാർ ഇന്ത്യയുടെ സ്വാത ന്ത്ര്യത്തെയും സ്വാതന്ത്ര്യാനന്തര സമൂഹത്തിന്റെ രൂപത്തെയും സംബ ന്ധിച്ച് കൂടുതൽ കൃത്യമായ ധാരണകളിലെത്തി. ഇന്ത്യയുടെ സ്വാതന്ത്ര്യംതന്നെയായിരുന്നു മുഖ്യലക്ഷ്യമെങ്കിലും അതിനുള്ള വഴി കളെ സംബന്ധിച്ച് ഇന്ത്യൻ നാഷണൽ കോൺഗ്രസിന്റെ നിലപാ ടുകളിൽ നിന്ന് വ്യത്യസ്തമായ ധാരണകളാണ് ഇവർക്കുണ്ടായിരുന്നത്. മുഹാജിറുകൾ ഇസ്ലാമിനെയും സോഷ്യലിസത്തെയും തമ്മിൽ ബന്ധിപ്പിക്കുകയും സാമ്രാജ്യത്വത്തിനു എതിരായ പോരാട്ടം പുതിയ സമൂഹത്തിനു വേണ്ടിയുള്ള പോരാട്ടം കൂടിയാണെന്ന് വാദിക്കുകയും ചെയ്തു. പാൻ ഇസ്ലാമിക ചിന്തയിൽ വിശ്വാസം നഷ്ടപ്പെട്ട പഴയ മുഹാ ജിറുകളെ കമ്മ്യൂണിസ്റ്റ് പാർടിയിലേക്കെത്തിക്കുന്നതിൽ റോയിയും ഭാര്യ യായ എവിലിൻ ട്രെന്റും വലിയ പങ്ക് വഹിക്കുകയുണ്ടായി. ഗദ്ദർ പാർട്ടി, യുഗാന്തർ, അനുശീലൻ സമിതി പ്രവർത്തകരും സോഷ്യലിസ്റ്റ്

ചിന്താഗതിയാൽ ആകർഷിക്കപ്പെട്ടു. ഏറ്റവും വ്യക്തമായ മാറ്റം സംഭവിച്ചത് ഹിന്ദുസ്ഥാൻ റിപ്പബ്ലിക്കൻ അസോസിയേഷൻ എന്ന സംഘടനയ്ക്കു രൂപം നൽകുകയും പിന്നീട് ഹിന്ദുസ്ഥാൻ സോഷ്യലിസ്റ്റ് റിപ്പബ്ലിക്കൻ അസോസിയേഷനായി മാറ്റുകയും ചെയ്ത ഭഗത്സിംഗിനും സഹപ്രവർത്തകർക്കുമാണ്. അദ്ദേഹം സ്ഥാപിച്ച നൗജവാൻസഭയും സോഷ്യലിസ്റ്റായിരുന്നു. വധശിക്ഷയ്ക്കു വിധേയനാകുന്നതിനുമുമ്പ് വ്യക്തമായി മാർക്സിസ്റ്റ് –ലെനിനിസ്റ്റ് നിലപാടുകളിലേക്ക് ഭഗത്സിംഗ് വന്നു കഴിഞ്ഞിരുന്നുവെന്നു പാഠങ്ങൾ ചൂണ്ടിക്കാണിക്കുന്നു.

വിപ്ലവപ്രവർത്തനങ്ങളോട് ബ്രിട്ടീഷ് സർക്കാർ സ്വീകരിച്ച നയം ഇന്ത്യൻ നാഷണൽ കോൺഗ്രസിനോടുള്ള നയത്തിൽ നിന്ന് തികച്ചും വ്യത്യസ്തമായിരുന്നു. തീവ്രവാദപ്രവർത്തനവും ബോൾഷെവിക്ക് പ്രവർത്തനവുമായാണ് സർക്കാർ ഇവയെ കണ്ടത്. അവയെ അടിച്ചമർത്താനായി സർക്കാർ ഉപയോഗിച്ച തന്ത്രമാണ് ഗൂഢാലോചനാ കേസുകൾ.

പേഷവാർ ഗൂഢാലോചന കേസാണ് അതിലാദ്യത്തേത്. കോമിന്റേണിന്റെ കീഴിലുള്ള സർവ്വകലാശാലയിൽ നിന്ന് വിദ്യാഭ്യാസം നേടി ഇന്ത്യയിലേക്ക് പുറപ്പെട്ട വിപ്ലവകാരികളെ 1922ൽ ചിത്രാളിൽ വെച്ച് അറസ്റ്റ് ചെയ്ത് പേഷവാർ കോടതിയിൽ ഹാജരാക്കി. 1922 മുതൽ 1927 വരെ അഞ്ചു കേസുകളാണ് ഇതുമായി ബന്ധപ്പെട്ട് ചാർജ്ജ് ചെയ്തത്. അഞ്ചാമത്തെ കേസ് 1927ൽ ഖാസി ഇലാഹി ഖുർബ്ബാനിനെതിരെ ചുമത്തിയതായിരുന്നു. കമ്മ്യൂണിസ്റ്റ് ആശയങ്ങളുടെ പ്രചരണത്തിൽ വേവലാതിയിലായ ബ്രിട്ടീഷ് ഗവർൺമെന്റ് വിപ്ലവപ്രവർത്തനത്തെ മുളയിലേ നശിപ്പിക്കാനാണ് കേസുണ്ടാക്കിയത്. അക്ബർ ഖുറേശി, മുഹമ്മദ് ഹസ്സൻ, ഫിറോസുദ്ദീൻ, അബ്ദുൽ മജിദ്, റഫീഖ് അഹമ്മദ്, മുഹമ്മദ് ഷഫീഖ് എന്നിവരായിരുന്നു കേസിലെ പ്രതികൾ. താഷ്ക്കെന്റ് ഇന്ത്യാ വിരുദ്ധ പ്രചരണത്തിന്റെ കേന്ദ്രമായി ഉപയോഗിക്കപ്പെട്ടു. റോയി അടക്കമുള്ളവർ സൈനിക സ്കൂൾ നടത്തി. പഠനം പൂർത്തിയാക്കിയവരെ ഇന്ത്യയിലേക്കയച്ച് രാജ്യദ്രോഹപ്രവർത്തനം നടത്തി. പ്രതികൾ ബ്രിട്ടീഷ് ചക്രവർത്തിക്ക് ഇന്ത്യയിലുള്ള പരമാധികാരം അട്ടിമറിക്കാൻ ഗൂഢാലോചന നടത്തി തുടങ്ങിയ കുറ്റങ്ങളാണ് കോടതിയുടെ വിധി പ്രസ്താവനയിൽ പ്രതികൾക്കെതിരെ ചാർത്തിയത്. കോടതി കേസ് വിചാരണ ചെയ്ത് പ്രതികളെ ശിക്ഷിച്ചു.

1923 മെയ് മാസത്തിൽ കാൺപൂർ ഗൂഢാലോചനക്കേസ് രജിസ്റ്റർ ചെയ്തു. എട്ടുപേർക്കെതിരെയായിരുന്നു കേസ്. ഷൗഖത്ത് ഉസ്മാനി, ഡാങ്കെ, മുസഫർ അഹമ്മദ്, ഗുലാം ഹുസൈൻ, നളിനി ഗുപ്ത, ശിങ്കാരവേലു ചെട്ടിയാർ, രാമചന്ദ്രലാൽ ശർമ, എം.എൻ.റോയി എന്നിവരായിരുന്നു കേസിലെ പ്രതികൾ. അതൊരു കെട്ടിച്ചമച്ച കേസായിരുന്നു.

അവർക്കെതിരെ സമർപ്പിച്ച ചാർജ്ജ് ഷീറ്റിൽ നിന്ന് ഇത് വ്യക്തമാണ്. ഒറ്റപ്പെട്ട ഘടകമെന്ന നിലയിൽ പോലും ഇന്ത്യയിലെ കമ്മ്യൂണിസ്റ്റ് പ്രസ്ഥാനത്തിന്റെ അടിയന്തരവും രാഷ്ട്രീയവുമായ ആപത്ത് വ്യക്തമാണ്. ഇവർ റോയിയുടെ സുഹൃത്തുക്കളാണ്. മറ്റൊരു ഭാഗത്ത് ഇവർ സി.ആർ.ദാസുമായി ആശയവിനിമയം നടത്തുന്നു തുടങ്ങിയ ആരോപണങ്ങളാണ് ചാർജ്ജ് ഷീറ്റിൽ ഉണ്ടായിരുന്നത്. ഷൗഖത്ത് ഉസ്മാനി, ഡാങ്കെ, മുസഫർ അഹമ്മദ്, നളിനി ഗുപ്ത എന്നിവർ 4 വർഷത്തേക്ക് ശിക്ഷിക്കപ്പെട്ടു. എം.എൻ.റോയി കൊളോണിയൽ ഭരണകൂടത്തിന്റെ ഈ കാടൻനീതിയെ ശക്തിയുക്തം വിമർശിച്ചുകൊണ്ട് ബ്രിട്ടീഷ് ഗവൺമെന്റിന് തുറന്ന് കത്തയച്ചു. കത്തിൽ നിശിതവിമർശനത്തോടൊപ്പം ബ്രിട്ടനിൽ കമ്മ്യൂണിസ്റ്റ് പാർടി നിരോധിച്ചിട്ടില്ലെന്ന യാഥാർത്ഥ്യവും അവരുടെ ശ്രദ്ധയിൽ കൊണ്ടുവന്നു. എന്നാൽ ദേശീയ പ്രസ്ഥാനത്തിന്റെ നേതാക്കൾ തെറ്റായ ഇത്തരം നടപടികളെ വിമർശിക്കാൻ തയ്യാറായില്ല.

കാൺപൂർ സമ്മേളനം

ഗൂഡാലോചന കേസുകൾ ഒന്നിന് പിറകെ മറ്റൊന്നായി വന്നുകൊണ്ടിരിക്കുമ്പോൾ ചിതറിക്കിടക്കുന്ന കമ്മ്യൂണിസ്റ്റ് ഗ്രൂപ്പുകളെ ഏകോപിപ്പിക്കാനുള്ള താല്പര്യം വിപ്ലവകാരികളിലുണ്ടായി. ഇതിന് മുൻകൈ എടുത്തത് സത്യഭക്ത എന്ന വിപ്ലവകാരിയായിരുന്നു.1925 സെപ്റ്റംബർ 5–ാം തീയ്യതി അദ്ദേഹം ഒരു കത്തെഴുതി. കമ്മ്യൂണിസ്റ്റ് പാർടി രൂപീകരണമായിരുന്നു ഉദ്ദേശ്യം. ഇന്ത്യയിലെ വിവിധ സ്ഥലങ്ങളിൽ നിന്ന് പ്രതിനിധകൾ വരുമെന്ന പ്രതീക്ഷയാണ് ഇത്തരം ഒത്തുചേരലിന്റെ വിവരം കത്താക്കിമാറ്റിയത്. ഇടതുപക്ഷ കോൺഗ്രസുകാരനായ ഹസ്രത്ത് മൊഹാനിയുമായി സഹകരിച്ചാണ് സമ്മേളനം വിളിച്ചുചേർത്തത്. സ്വാഗതസംഘം അധ്യക്ഷനായി പ്രവർത്തിച്ചത് മൊഹാനിയായിരുന്നു. എല്ലാ പ്രദേശങ്ങളിലുമുള്ള കമ്മ്യൂണിസ്റ്റ് ഗ്രൂപ്പുകൾ കാൺപൂർ സമ്മളനത്തിൽ പങ്കെടുക്കുവാൻ തീരുമാനിച്ചു. 1925 ഡിസംബർ 28 മുതൽ 30 വരെയായിരുന്നു സമ്മേളനം. മദിരാശിയിൽനിന്നുള്ള ശിങ്കാരവേലു ചെട്ടിയാർ സമ്മേളനത്തിൽ അധ്യക്ഷതവഹിച്ചു. ബോംബെ ആസ്ഥാനമാക്കി ഇന്ത്യൻ കമ്മ്യൂണിസ്റ്റ് പാർടി രൂപീകരിക്കുവാൻ തീരുമാനിച്ചു. വിവിധ ഗ്രൂപ്പുകളെ പ്രതിനിധീകരിച്ച് ആർ.എസ്.നിമ്പാക്കർ, ജെ.പി.ബാഗർഹട്ട, എസ്.വി.ഘാട്ടെ, അയോധ്യപ്രസാദ് തുടങ്ങിയവർ സമ്മേളനത്തിൽ പങ്കെടുക്കുകയുണ്ടായി. സമ്മേളനം പാർട്ടിയുടെ ഭരണഘടന അംഗീകരിച്ചു. ഉൽപ്പാദന വിതരണോപാധികളുടെ സാമൂഹികവൽക്കരണത്തിലധിഷ്ഠിതമായ തൊഴിലാളി കർഷക റിപ്പബ്ലിക്കിന്റെ സ്ഥാപനമാണ് പാർടിയുടെ ലക്ഷ്യമെന്ന് സമ്മേളനം പ്രഖ്യാപിച്ചു. ഈ ലക്ഷ്യം സാദ്ധ്യമാക്കണമെങ്കിൽ ബ്രിട്ടീഷ് സാമ്രാജ്യത്വത്തിൽ നിന്ന് മോചനം ആവശ്യമാണെന്നും പാർട്ടി പ്രഖ്യാപിച്ചു. പുതുതായി രൂപീകരിച്ച പാർട്ടിയുടെ മുഖപത്രമായി ലേബർ &

കിസാൻ ഗസറ്റിനേയും സമ്മേളനം തീരുമാനിച്ചു. പാർട്ടിയുടെ സെക്രട്ടറിമാരായി എസ്.വി.ഘാട്ടെ, ജാനകി പ്രസാദ് ബാഗർഹട്ട എന്നിവരേയും തെരഞ്ഞെടുത്തു. കൽക്കത്ത, ബോംബെ, കാൻപൂർ, മദ്രാസ്, ലാഹോർ എന്നീ അഞ്ച് പ്രവിശ്യാകേന്ദ്രങ്ങളെയും തീരുമാനിച്ചു. ഇതിന്റെയെല്ലാം അവസാനം സമ്മേളനം വിളിച്ചുകൂട്ടാൻ മുൻകൈ എടുത്ത സത്യഭക്ത സമ്മേളനത്തിൽ നിന്ന് ഇറങ്ങിപ്പോയി താൻ മുമ്പു രൂപീകരിച്ച സംഘടനയെ ദേശീയ കമ്മ്യൂണിസ്റ്റ് പാർട്ടി എന്ന പേരിൽ പുനരുജ്ജീവിപ്പിച്ചു.

ഇതിനിടെ അന്താരാഷ്ട്ര കമ്മ്യൂണിസ്റ്റ് പ്രസ്ഥാനത്തിൽ ചില പ്രശ്നങ്ങൾ ഉണ്ടായിരുന്നു. ലെനിന്റെ മരണശേഷം സ്റ്റാലിൻ പിൻതുടർന്ന "ഒരു രാഷ്ട്രത്തിൽ സോഷ്യലിസം" എന്ന ആശയം ട്രോട്സ്കിയും സഹപ്രവർത്തകരും ശക്തമായെതിർത്തു. ലോകരാഷ്ട്രീയം സാർവദേശീയ വിപ്ലവത്തിന് പാകപ്പെട്ടതാണെന്നും കമ്മ്യൂണിസ്റ്റ് പ്രസ്ഥാനം ആ വഴിയാണ് പിൻതുടരേണ്ടതെന്നുമായിരുന്നു ട്രോട്സ്കിയുടെ വാദം. എന്നാൽ, ജർമ്മനിയിൽ സ്പാർട്ടക്കസ് ലീഗിന്റെ നേതൃത്വത്തിൽ നടന്ന വിപ്ലവശ്രമം പരാജയപ്പെടുകയും കമ്മ്യൂണിസ്റ്റ് പ്രസ്ഥാനം പിറകോട്ടടിക്കുകയുമായിരുന്നു. ഹംഗറിയിലും ആസ്ത്രിയയിലും നടന്ന ശ്രമങ്ങളും പരാജയപ്പെട്ടു. ഇറ്റലിയിൽ കമ്മ്യൂണിസ്റ്റുകാരെ അടിച്ചമർത്തിയാണ് മുസോളനി വിജയം കൊയ്തത്. ഈ സാഹചര്യങ്ങളിൽ ട്രോട്സ്കിയുടെ വാദത്തിന് അധികം പിന്തുണ ലഭിച്ചില്ല. നിലവിലുള്ള സോഷ്യലിസ്റ്റ് രാഷ്ട്രത്തെ ശക്തിപ്പെടുത്തുന്നതിന് ഊന്നൽ നൽകണമെന്ന വാദം വിജയിച്ചു. ട്രോട്സ്കി സി പി എസ്‌യുവിൽ നിന്നും കമ്മ്യൂണിസ്റ്റ് ഇന്റർനാഷണലിൽനിന്നും പുറത്താക്കപ്പെട്ടു.

ഇതിന്റെ അലയൊലികൾ നേരിട്ട് ഇന്ത്യയെ അധികം സ്വാധീനിച്ചില്ല എന്നാണ് ഇ എം എസ് പറയുന്നത്. കേരളത്തിൽ കേശവദേവ് ട്രോട്സ്കി പക്ഷപാതിയായിരുന്നു. എങ്കിലും ഇന്ത്യയിലും കേരളത്തിലും ഇവരെല്ലാവരും കമ്മ്യൂണിസ്റ്റ് പ്രസ്ഥാനത്തോടൊപ്പം നിലകൊണ്ടു. ലെനിന്റെയും എം എൻ റോയിയുടെയും കൊളോണിയൽ തീസിസുകൾ തന്നെയായിരുന്നു ആശയപരമായ ചർച്ചാ വിഷയം. തൊഴിലാളിവർഗ രാഷ്ട്രീയത്തെക്കുറിച്ചുള്ള തന്റെ നിലപാടിൽ റോയി ഉറച്ചു നിന്നപ്പോൾ മറുഭാഗം സ്വന്തം അനുഭവങ്ങളിലൂടെ മറ്റൊരുതരത്തിലുള്ള രാഷ്ട്രീയം രൂപപ്പെടുത്താനുള്ള ശ്രമത്തിലായിരുന്നു. റോയിസ്റ്റുകളും മറുഭാഗവും തമ്മിലുള്ള സംവാദമായിരുന്നു ഇന്ത്യൻ കമ്മ്യൂണിസ്റ്റുകളുടെ ശ്രദ്ധയാകർഷിച്ചത്. കേരളത്തിൽ എ കെ പിള്ളയെപ്പോലുള്ളവരായിരുന്നു റോയിസ്റ്റ് നിലപാട് സ്വീകരിച്ചത്.

1928 ലെ കമ്മ്യൂണിസ്റ്റ് ഇന്റർനാഷണൽ മറ്റൊരു കാരണംകൊണ്ടു ശ്രദ്ധേയമായിരുന്നു. ലെനിന്റെ കൊളോണിയൽ തീസിസ് ഇതിൽ

വീണ്ടും ഉറപ്പിക്കപ്പെട്ടു. ഇന്ത്യൻ വിപ്ലവത്തെക്കുറിച്ചുള്ള റോയിയുടെ തീസിസ് പൂർണമായി നിരാകരിക്കപ്പെട്ടു. (റോയ് ഈ സമ്മേളനത്തിൽ പങ്കെടുത്തില്ല). റോയി അതിനോടൊപ്പംതന്നെ മറ്റൊരു വാദവും മുന്നോട്ടുവെച്ചിരുന്നു. കോളനിരാഷ്ട്രങ്ങളെ വ്യവസായവൽക്കരിക്കുകയാണെങ്കിൽ കോളനിവാഴ്ചയുടെ സ്വാധീനത്തിൽനിന്ന് വിമുക്തമാക്കാൻ കഴിയുമെന്ന അപകോളനീകരണ (decolonisation) സിദ്ധാന്തമായിരുന്നു അത്. അതും നിരാകരിക്കപ്പെട്ടു. കോളനി രാഷ്ട്രങ്ങളിലെ വിപ്ലവ പ്രവർത്തനം ഊന്നേണ്ടത് സോഷ്യലിസ്റ്റ് വിപ്ലവത്തിലല്ലെന്നും സാമ്രാജ്യത്വവിരുദ്ധ സമരങ്ങളോടൊപ്പം ഫ്യൂഡലും അർധ ഫ്യൂഡലുമായ നാടുവാഴിത്ത രൂപങ്ങൾക്കെതിരായ സമരമാണെന്നും അംഗീകരിക്കപ്പെട്ടു. കാർഷികവിപ്ലവം വിപ്ലവപ്രക്രിയയുടെ അച്ചുതണ്ടായിമാറും. ഇതിനെത്തുടർന്നുള്ള ചർച്ചകളിലാണ് (മീററ്റ് പ്രഖ്യാപനത്തിലും 1930 ലെ പരിപാടിയിലും വിവിധ രീതികളിൽ ഇതാവർത്തിക്കപ്പെട്ടു). ജനാധിപത്യവിപ്ലവവും ജനകീയ ജനാധിപത്യ ഗവൺമെന്റും എന്ന ആശയം ഇന്ത്യൻ കമ്മ്യൂണിസ്റ്റുകളിൽ വേരൂന്നാനാരംഭിച്ചത്. റോയിസം അതോടെ ഏതാണ്ടു പൂർണമായി കമ്മ്യൂണിസ്റ്റ് പ്രസ്ഥാനത്തിൽനിന്ന് പുറത്തായിരുന്നു. എങ്കിലും റോയിസ്റ്റുകൾ പൊതു സോഷ്യലിസ്റ്റ് പ്രസ്ഥാനത്തിലെ സജീവസാന്നിദ്ധ്യമായി തുടർന്നു.

1928 ൽ കമ്മ്യൂണിസ്റ്റ് പാർട്ടി പുനഃസംഘടിപ്പിക്കപ്പെടുകയും ആദ്യമായി ഒരു കേന്ദ്രകമ്മിറ്റി ഉണ്ടാവുകയും ചെയ്തു. ഇതേ സമയം നിരവധി പ്രദേശങ്ങളിൽ വർക്കേഴ്സ് ആന്റ് പെസന്റ് പാർട്ടികൾ രൂപംകൊണ്ട് തൊഴിലാളികളെയും കർഷകരെയും പരസ്യമായി സംഘടിപ്പിച്ചു. ഡബ്ല്യു പി പി കളിലാണ് കമ്മ്യൂണിസ്റ്റുകാർ പ്രവർത്തിച്ചത്.

പുനഃസംഘടിപ്പിക്കപ്പെട്ട കമ്മ്യൂണിസറ്റ് പാർടിയും വർക്കേഴ്സ് & പെസന്റ് പാർടിയും വിത്യസ്ത തലങ്ങളിൽനിന്ന് ജനങ്ങളെ രാഷ്ട്രീയവൽക്കരിക്കാനുള്ള ശ്രമം ശക്തമായി നടത്തിവന്നു. നിരോധിക്കപ്പെട്ട കമ്മ്യൂണിസ്റ്റ് പാർടി രഹസ്യ പ്രവർത്തനത്തിലൂടെയും ഡബ്ല്യൂ.പി.പി. നിയമപരമായ മാർഗ്ഗങ്ങളിലൂടെയും ഇടതുപക്ഷ ആശയങ്ങൾ ജനങ്ങളിലെത്തിച്ചു. നിരവധി സ്ഥലങ്ങളിൽ ട്രേഡ് യൂണിയനുകൾ ഉണ്ടാക്കി. ബോംബെ അടക്കമുള്ള നഗരങ്ങളിൽ ട്രേഡ് യൂണിയൻ പ്രസ്ഥാനം സജീവമായി. തൊഴിൽ സമരങ്ങൾ നിത്യ സംഭവങ്ങളായി മാറി. തൊഴിലാളികൾ നടത്തിയ സമരങ്ങളുടെ ഫലമായി നഷ്ടദിനങ്ങൾ നൂറ് ശതമാനമായി വർദ്ധിച്ചു. 25,000 ഓളം റെയിൽവെ തൊഴിലാളികൾ 1927ൽ ഗോരഖ്പൂരിൽ പണി മുടക്കി. ബോംബെയിൽ 28,000 ഓളം ടെക്സ്റ്റൈൽ തൊഴിലാളികൾ പണിമുടക്കി. ട്രേഡ് യൂണിയനുകളിൽ ഗിർണി കാംഗർ യൂണിയൻ ശക്തമായ യൂണിയനായി വളർന്നു. തുടക്കത്തിലുണ്ടായ 324 അംഗത്വത്തിൽ നിന്ന 1929 ആകുമ്പോഴേക്കും ജി.കെ.യുവിന്റെ അംഗസംഖ്യ 65,000മായി വർധിച്ചു. ബോംബെയിൽ എസ്.എസ്.മിറാജ്കറിന്റെ നേതൃ

ത്വത്തിൽ തുറമുഖത്തൊഴിലാളികൾ ശക്തമായ യൂണിയനുണ്ടാക്കി. 1928ൽ ഇന്ത്യയിലാകെ പണിമുടക്കിയ തൊഴിലാളികളുടെ എണ്ണം 532000 ആയി ഉയർന്നു. ഡബ്ല്യു.പി.പി.യുടെ പ്രവർത്തനമേഖല തൊഴിലാളികളെ സംഘടിപ്പിക്കുന്നതിലേക്ക് പരിമിതപ്പെട്ടു പോയിയെന്ന് കാണാം. കൽക്കത്തയിൽ 1928ൽ അഖിലേന്ത്യ തൊഴിലാളി കർഷക സമ്മേളനം വിളിച്ചു കൂട്ടിയപ്പോൾ 44 ട്രേഡ് യൂണിയനുകളെ പ്രതിനിധീകരിച്ച് 1000ലധികം പ്രതിനിധികൾ പങ്കെടുക്കുകയുണ്ടായി. പക്ഷെ, കർഷക സഭകളെ പ്രതിനിധീകരിച്ച ആരും എത്തിയില്ലായെന്നത് കാർഷിക മേഖലയിലെ പ്രവർത്തനങ്ങളുടെ പരിമിതിയാണ് സൂചിപ്പിക്കുന്നത്. 1926 മുതൽ അതിന്റെ സമ്മേളനങ്ങളിലും കോൺഗ്രസ് സമ്മേളനങ്ങളിലും വിപ്ലവകരമായ കാർഷിക പരിഷ്ക്കരണങ്ങൾ നടപ്പാക്കണമെന്ന് ആവശ്യപ്പെട്ടു. കൃഷിഭൂമി കൃഷിക്കാരന് എന്ന ഏറ്റവും വിപ്ലവകരമായ മുദ്രാവാക്യം സമ്മേളനങ്ങളിൽ ഉയർന്നുവന്നു. രാജ്യവ്യാപകമായി പല വ്യവസായശാലകളിലേയും തൊഴിലാളികൾ പണിമുടക്കി ടെക്സ്റ്റൈൽ തൊഴിലാളികളോട് ഐക്യദാർഢ്യം പ്രകടിപ്പിച്ചു. തൊഴിലാളികളിൽ രാഷ്ട്രീയബോധം ശക്തമായി വളർന്നു. മാത്രമല്ല, ഇക്കാലത്ത് നടന്ന പണിമുടക്കുകൾ ഉൾപ്പെടെയുള്ള തൊഴിലാളികളുടെ സമരങ്ങൾ സാമ്പത്തിക ലക്ഷ്യത്തിനു വേണ്ടിയായിരുന്നില്ല. അവയെല്ലാം രാഷ്ട്രീയ ലക്ഷ്യം വെച്ചുകൊണ്ടായിരുന്നു. 1928ൽ പണിമുടക്കിയ തൊഴിലാളികളുടെ അംഗസംഖ്യ 5,32,000 ആയി ഉയർന്നു. കോൺഗ്രസിന്റെ സമീപനങ്ങൾ മാറ്റാനുള്ള ശ്രമവും ഇതോടൊപ്പം കമ്മ്യൂണിസ്റ്റ്കാർ നടത്തിവന്നു. കൽക്കത്തയിൽ (1928) കോൺഗ്രസ് സമ്മേളനം നടന്നപ്പോൾ കമ്മ്യൂണിസറ്റ്കാർ ജാഥയായി സമ്മേളന പന്തലിലേക്ക് മാർച്ച് ചെയ്തു. പൂർണ്ണ സ്വാതന്ത്ര്യ പ്രമേയം പാസാക്കാൻ സമ്മേളനത്തെ പ്രേരിപ്പിക്കുന്നതിനു വേണ്ടിയാണ് ജാഥ നടത്തിയത്. ബങ്കിം മുഖർജി പൂർണ്ണ സ്വതന്ത്ര്യപ്രമേയം സമ്മേളനത്തിൽ അവതരിപ്പിക്കാൻ ശ്രമിച്ചുവെങ്കിലും പരാജയപ്പെട്ടു. സൈമൺ കമ്മീഷൻ വിരുദ്ധ പ്രക്ഷോഭം അലയടിച്ചുയർന്ന സന്ദർഭവും കൂടിയായിരുന്നു ഇത്.

ഇന്ത്യൻ രാഷ്ട്രീയം പ്രക്ഷുബ്ധമായി കൊണ്ടിരുന്നു. ഈ പശ്ചാത്തലത്തിലാണ് മറ്റൊരു ഗൂഢാലോചന കേസ് കമ്മ്യൂണിസ്റ്റുകാർക്കെതിരെ ഭരണകൂടം ചുമത്തിയത്. കമ്മ്യൂണിസത്തിന്റെ പ്രചരണം എന്റെ ഗവർമ്മെന്റിനെ ഉൽകണ്ഠപ്പെടുത്തുന്നുവെന്ന ഇർവിൻ പ്രഭുവിന്റെ പ്രസ്താവന ഇതോടൊന്നിച്ച് വായിക്കേണ്ടതാണ്. മീററ്റ് ഗൂഢാലോചന കേസ് വരുന്നത് 1929ലാണെങ്കിലും 1928ൽ പബ്ലിക് സേഫ്റ്റി ബില്ല് നിയമസഭയിൽ കൊണ്ടുവന്നിരുന്നു. മോത്തി ലാൽ നെഹ്റു ഇതിനെ ശക്തിയുക്തം എതിർത്തു. തൽഫലമായി ബില്ല് വോട്ടിനിട്ടപ്പോൾ പരാജയപ്പെട്ടു. പക്ഷെ, ഭരണകൂടം അത് ഓർഡിനൻസിലൂടെ നടപ്പിലാക്കി. ഇതിന്റെ ഭാഗമായി 31 കമ്മ്യൂണിസ്റ്റുകാരെ അറസ്റ്റ് ചെയ്ത് മീററ്റ് ജയി

ലിൽ പാർപ്പിച്ചു. മീറത്ത് ഒരു ചെറിയ നഗരമായിരുന്നു. വലിയ പ്രചാരമൊന്നും അറസ്റ്റിന് ലഭിക്കില്ലായെന്നും കമ്മ്യൂണിസ്റ്റ്കാർക്ക് സഹായം ലഭിക്കില്ലായെന്നുമുള്ള കണക്കുകൂട്ടലിലാണ് മീറത്തിൽ അവരെ പാർപ്പിച്ചത്. തുടർന്ന് അവർക്കെതിരെ ഗൂഢാലോചന കേസ് രജിസ്റ്റർ ചെയ്തു. ഇതാണ് പ്രമാദമായ മീറത്ത് ഗൂഢാലോചന കേസ്.

മുസഫർ അഹമ്മദ്, എസ്.വി.ഘാട്ടെ, ഡി.ആർ.തെങ്ങ്സി, ഡാങ്കേ, കിശോരി ലാൽ ഘോഷ്, ഷൗക്കത്ത് ഉസ്മാനി, പി.സി.ജോഷി, എം.എ. മജീദ്, നിംബേദ്ക്കർ, ഗൗരിശങ്കർ, എം.ജി ദേശായി തുടങ്ങി 28 ഇന്ത്യൻ കമ്മ്യൂണിസ്റ്റുകളും ബഞ്ചിമിൻ ബ്രാഡ്‌ലി, ഫിലിപ്പ് സ്പ്രാറ്റ്, എം.ഹച്ചിൻസൺ എന്നീ മൂന്ന് ബ്രിട്ടീഷ് കമ്മ്യൂണിസ്റ്റുകാരുൾപ്പെടെ 31 പേരാണ് കേസിലെ പ്രതികൾ. ഇവർക്കെതിരെയുള്ള കുറ്റപത്രത്തിന്റെ തുടക്കത്തിൽ ഇന്റർനാഷണലിനെ കുറിച്ചും ബ്രിട്ടീഷിന്ത്യയിലെ ചക്രവർത്തിയുടെ അധികാരം അട്ടിമറിക്കുക എന്ന ലക്ഷ്യത്തോടെ സംഘടന രൂപീകരിക്കുന്നതിന് ഗൂഢാലോചന നടത്തിയെന്ന ലക്ഷ്യത്തോടെയാണ് ഗൂഢോലോചന കേസ് ചുമത്തിയത്. 1929മുതൽ 1933 വരെ കേസിന്റെ വിചാരണ നാല് വർഷം നീണ്ടു. പ്രതിഭാഗത്തുനിന്നും 1500 തെളിവുരേഖകളും വാദി ഭാഗത്തുനിന്ന് 3500 തെളിവുകളും കോടതിയിൽ ഹാജരാക്കി. രാജവവ്യാപകമായി ഡിഫൻസ് കമ്മിറ്റികൾ രൂപംകൊണ്ടു. ഇംഗ്ലണ്ട് അടക്കമുള്ള വിദേശരാജ്യങ്ങളിലും പ്രതികളെ സഹായിക്കാൻ വേണ്ടി കമ്മിറ്റികൾ രൂപീകരിച്ചിരുന്നു. കേസിൽ പ്രതികളായി ചേർക്കപ്പെട്ട 31 പ്രതികളിൽ 13 പേർ മാത്രമേ കമ്മ്യൂണിസ്റ്റ് പാർട്ടി അംഗങ്ങളായി ഉണ്ടായിരുന്നുള്ളു. മറ്റുള്ളവർ വിചാരണകോടതിയിൽ കമ്മ്യൂണിസ്റ്റ് ആശയക്കാരാണെന്ന് സ്വയം പ്രഖ്യാപിക്കുകയായിരുന്നു. ഒരർത്ഥത്തിൽ ഇന്ത്യയിലെ കമ്മ്യൂണിസ്റ്റ് ഗ്രൂപ്പുകൾ ഒരു പ്രസ്ഥാനമായി സ്വയം തിരിച്ചറിഞ്ഞത് കേസ് വിചാരണയിലൂടെയാണെന്ന് പറയാം. പ്രതികളിൽ മുസഫർ അഹമ്മദിനെ പൂർണമായി നാടുകടത്തി. മറ്റുള്ളവർ 12 മുതൽ 8 വർഷം വരെ നാടുകടത്തൽ, ജയിൽവാസം തുടങ്ങിയ ശിക്ഷകൾക്ക് വിധേയരായി. നാലുപ്രതികൾ മാത്രമാണ് വിട്ടയക്കപ്പെട്ടത്. പ്രതികളിൽ ഭൂരിഭാഗവും ജീവിതാന്ത്യംവരെ കമ്മ്യൂണിസ്റ്റ്കാരായി തുടരുകയും (ഒരു ആധ്യാത്മികനായി മാറിയ ഫിലിപ്പ് സ്പ്രാറ്റിനെ ഒഴിച്ചാൽ) കമ്മ്യൂണിസ്റ്റ് പാർട്ടിയുടെ നേതൃത്വനിരയിലേക്കുവരികയും ചെയ്തു. വർക്കേഴ്സ് ആൻഡ് പെഡന്റ്സ് പാർട്ടി പ്രവർത്തകരും കമ്മ്യൂണിസ്റ്റായി.

1930ലെ കർമ്മ പരിപാടി

മീറത്ത് ഗൂഢാലോചന കേസ് നടക്കുന്നതിനിടയിൽ 1930ൽ സി പി ഐ കർമ്മപരിപാടി എന്ന കരടുപരിപാടി കമ്മ്യൂണിസ്റ്റ് ഇന്റർനാഷണലിന്റെ മുഖപത്രമായ ഇംപ്രെകോറിൽ പ്രസിദ്ധീകരിച്ചു. അന്നുവരെ കോമിന്റേൺ തുടർന്ന് വരുന്ന നയ സമീപനങ്ങളിൽനിന്ന് അത് വ്യത്യ

സ്തമായ രേഖയായിരുന്നു. എല്ലാം അസമത്വങ്ങൾക്കുമെതിരായ ഒരു തുറന്ന യുദ്ധമാണ് കർമ്മപരിപാടി ആവിഷ്ക്കരിച്ചത്. ഇന്ത്യയിലെ എല്ലാ ജനവിഭാഗങ്ങളോടും സ്വാതന്ത്ര്യസമരത്തിൽ പങ്കെടുക്കുവാൻ രേഖ ആഹ്വാനം ചെയ്തു. ഇന്ത്യൻ ജനതയുടെ അടിമത്തം അവസാനിപ്പിക്കണമെങ്കിൽ സ്വാതന്ത്ര്യം കരഗതമാകണം. അതിന് സമഗ്രമായ കാർഷിക വിപ്ലവം നടക്കണം. അതിലൂടെ മാത്രമേ ഭൂപ്രഭുത്വം തകരുകയുള്ളൂ. ബ്രിട്ടീഷ് മുതലാളിത്തത്തിനും ഭൂപ്രഭുത്വത്തിനുമെതിരായ കാർഷിക വിപ്ലവമായിരിക്കണം ഇന്ത്യയുടെ വിപ്ലവകരമായ വിമോചനത്തിന്റെ അടിത്തറ. ജോലി സമയം എട്ടുമണിക്കൂറായി ചുരുക്കണം. തൊഴിലാളികളുടെ സ്ഥിതി മെച്ചപ്പെടുത്തണം. തൊട്ടുകൂടായ്മയേയും ജാതിവ്യവസ്ഥയേയും അപലപിച്ചു. അതവസാനിപ്പിക്കണമെങ്കിൽ നാടുവാഴിത്ത വ്യവസ്ഥ തകർക്കണമെന്ന് അഭിപ്രായപ്പെട്ടു. എല്ലാ കടങ്ങളും റദ്ദ് ചെയ്യണം. ഭുപ്രഭുക്കന്മാരുടെ ഭൂമി പ്രതിഫലം കൂടാതെ പിടിച്ചെടുക്കണം തുടങ്ങി വളരെ വിപ്ലവകരമായ ആശയങ്ങളാണ് കർമ്മപരിപാടി യിൽ ആവിഷ്ക്കരിച്ചിരുന്നത്.

അതിനോടൊപ്പം ഇന്ത്യൻ വിപ്ലവത്തിന്റെ വിജയത്തിനുമുമ്പിലുള്ള ഏറ്റവും ആപൽക്കരമായ തടസ്സം നെഹ്റുവും ബോസും ഉൾക്കൊള്ളുന്ന ഇടതുപക്ഷക്കാർ നടത്തുന്ന പ്രക്ഷോഭമാണ് എന്ന് പരിപാടി സിദ്ധാന്തിക്കുന്നു. ബ്രിട്ടീഷ് സാമ്രാജ്യത്വവുമായി ധാരണയുണ്ടാക്കാൻ കോൺഗ്രസിനെ സഹായിക്കുകയാണ് ഇവർ ചെയ്യുന്നത് എന്നും രേഖ കുറ്റപ്പെടുത്തുന്നു. കമ്മ്യൂണിസ്റ്റ് പാർട്ടിയുടെ നേതൃത്വത്തിൽ സാമ്രാജ്യത്വത്തിനും നാടുവാഴിത്തത്തിനും മുതലാളിത്തത്തിനുമെതിരെ മുന്നണി രൂപീകരിച്ച് സമരം ചെയ്യണമെന്ന് പരിപാടി ആഹ്വാനം ചെയ്തു.

ഈ പുതിയ കർമ്മ പരിപാടിയുമായി പാർടി പ്രവർത്തനം നടക്കുന്ന സന്ദർഭത്തിലാണ് ജർമ്മനിയിലേയും ബ്രിട്ടനിലേയും ചൈനയിലേയും കമ്മ്യൂണിസ്റ്റ് പാർടി ഇന്ത്യയിലെ പാർട്ടിക്ക് പാർടി പ്രവർത്തനങ്ങളെ സംബന്ധിച്ച് ദിശാബോധം നൽകുന്നതിന് വേണ്ടി കത്തുകൾ അയക്കുന്നത്. തൊഴിലാളി പ്രസ്ഥാനം അഭൂതപൂർവ്വമായി വളരുന്നുണ്ടെങ്കിലും കമ്മ്യൂണിസ്റ്റ് പാർട്ടിയുടെ വളർച്ച തൃപ്തികരമല്ല. ദുർബ്ബലമായ ചെറു സംഘങ്ങൾ ചേർന്നതാണ് കമ്മ്യൂണിസ്റ്റ് പാർടി. ഒരു ഏകീകൃത കമ്മ്യൂണിസ്റ്റ് പാർട്ടിക്ക് വേണ്ടി ശ്രമം നടത്തുന്നില്ല. ഈ കത്തുകളിലും നെഹ്റു പ്രതിനിധാനം ചെയ്യുന്ന ദേശീയ പ്രസ്ഥാനത്തിലെ ഇടതുപക്ഷ ഗ്രൂപ്പിനെ തുറന്നുകാട്ടണമെന്ന ആവശ്യം ഉന്നയിക്കുന്നുണ്ട്. പക്ഷെ, ഒരു കാര്യം കത്ത് സൂചിപ്പിക്കുന്നുണ്ട്. കോൺഗ്രസ് സംഘടിപ്പിക്കുന്ന ബഹുജന സമരങ്ങളിൽ പങ്കെടുക്കേണ്ടതിന്റെ ആവശ്യകതയ്ക്ക് കത്ത് ഊന്നൽ നൽകുന്നുണ്ട്. പൊതുധാരയിൽ നിന്ന് ഒറ്റപ്പെട്ടുപോകാൻ കമ്മ്യൂണിസ്റ്റ് പാർട്ടിയെ അനുവദിക്കരുതെന്ന് കത്ത് മുന്നറിയിപ്പ് നൽകുന്നുണ്ട്. കമ്മ്യൂണിസ്റ്റ് പാർടിയെ ഏകോപിപ്പിക്കുന്നതിന് കത്ത് ഊന്നൽ നൽകി. ചുരുക്കത്തിൽ

ഈ കത്തുകൾ പാർടിയുടെ സംഘടനാ പരമായ കെട്ടുറപ്പിന് വലിയ സഹായം ചെയ്തു.

കമ്മ്യൂണിസ്റ്റ് പാർടി കോൺഗ്രസിനോട് ഇക്കാലത്തു സ്വീകരിച്ച സമീപനം അന്നത്തെ കമ്മ്യൂണിസ്റ്റ് ഇന്റർനാഷണലിന്റെ നിലപാടുകളുമായി പൊരുത്തപ്പെടുന്നതാണ്. വ്യത്യസ്തഗ്രൂപ്പുകളായുള്ള പ്രവർത്തനം നിർത്തിവെച്ച് ഒരു വിപ്ലവപാർടിയായി രൂപാന്തരപ്പെടണമെന്ന കമ്മ്യൂണിസ്റ്റ് ഇന്റർനാഷണലിന്റെ നിർദേശം ഇതിൽ പ്രേരണയാകുന്നുണ്ട്. അതിനോടൊപ്പം ഇന്ത്യയുടേതായ വിപ്ലവപാത രൂപപ്പെടുത്താനുള്ള ആദ്യ ശ്രമങ്ങളും ഇതിൽ കാണാം. അതേ സമയം ഇ എം എസ് പെറ്റി ബൂർഷ്വാ സ്വാധീനം എന്നു വിളിക്കുന്ന പ്രവണതകളും ഇക്കാലത്തു നിലനിന്നു.

ഗദ്ദർ പാർട്ടി, അനുശീലൻ സമിതി, ഭഗത് സിംഗിന്റെ ഹിന്ദുസ്ഥാൻ റിപ്പബ്ലിക്കൻ ആർമി തുടങ്ങിയവയിലെ പ്രധാന പ്രവർത്തകർ കമ്മ്യൂണിസ്റ്റ് പാർട്ടിയിലേക്കു വന്നു (സോഹൻസിംഗ് ജോഷ്, കല്പന ദത്ത്, അജയഘോഷ്, ശിവ് വർമ്മ തുടങ്ങിയവർ ഉദാഹരണമാണ്) അതേ സമയം നിരവധി പേർ എം എൻ റോയിയുടെ സ്വാധീനത്തിലും അല്ലാതെയുമുള്ള സോഷ്യലിസ്റ്റുകളായി. എം ആർ മസാനി, അശോക് മേത്ത, ആചാര്യ നരേന്ദ്രദേവ്, ജയ്പ്രകാശ് നാരായൺ, എസ് എം ജോഷി തുടങ്ങിയവർ ഉദാഹരണങ്ങളാണ്. ഇതിന്റെ ഫലമായി കമ്മ്യൂണിസ്റ്റ് സ്വാധീനം നിലനിൽക്കുമ്പോൾ തന്നെ ഇടതുപക്ഷത്തിൽ വിവിധ ധാരകളുണ്ടായി വന്നു. ഈ രാഷ്ട്രീയത്തിന് രണ്ടു ധാരകളുണ്ടായിരുന്നതായി കാണാം. അതിലൊന്ന് വളർന്നുവന്ന തൊഴിലാളി-കർഷക വർഗ സമരങ്ങളുടെ അനുഭവങ്ങളും അതിന്റെ അടിസ്ഥാനത്തിൽ രൂപം കൊണ്ട വിപ്ലവപരിപ്രേക്ഷ്യവും, രണ്ടാമത്തെത് ദേശീയ പ്രസ്ഥാനത്തിൽ പങ്കാളികളായിരുന്നവർ ക്രമേണ അതിന്റെ മുഖ്യധാരയിൽ നിന്നകന്ന് സ്വന്തമായ കാഴ്ചപ്പാട് രൂപപ്പെടുത്താൻ നടത്തിയ ശ്രമങ്ങൾ. ഇവ രണ്ടും ചേർന്നാണ് അഖിലേന്ത്യാതലത്തിൽ കമ്മ്യൂണിസ്റ്റ് പരിപ്രേക്ഷ്യം രൂപപ്പെടാൻ സഹായിച്ചത്. കേവലമായ വിപ്ലവപ്രവർത്തനത്തിനും (ഇതിനെയാണ് അന്ന് പെറ്റി ബൂർഷ്വാ സ്വാധീനം എന്നു വിളിച്ചത്) അതിനുള്ള കലാപരാഷ്ട്രീയത്തിനും ലഭിച്ചിരുന്ന പ്രാധാന്യം കുറഞ്ഞു വന്നു. കലാപപ്രവർത്തനത്തിനുപകരം ജനങ്ങളുടെ ഇടയിലേക്ക് ഇറങ്ങിച്ചെന്നുകൊണ്ടുള്ള പ്രവർത്തനത്തിന്റെ പ്രാധാന്യം അംഗീകരിക്കപ്പെട്ടു. കാർഷിക വിപ്ലവത്തിനും ജനാധിപത്യ വിപ്ലവത്തിനും വേണ്ടി വാദിച്ചവരുടെ ഇടയിൽപോലും അതിനെ സംബന്ധിച്ച അനുഭവങ്ങൾ ഇല്ലെന്നു ചൂണ്ടിക്കാണിക്കപ്പെട്ടു. പെറ്റി ബൂർഷ്വാ ഭീകരവാദ പ്രവർത്തനത്തിനുപകരം തൊഴിലാളികളുടെയും കർഷകരുടെയും ഇടയിലുള്ള സംഘാടന പ്രവർത്തനത്തിനു പ്രാധാന്യം വർധിച്ചതോടെയാണ് കമ്മ്യൂണിസ്റ്റ് പാർടി സംഘാടനത്തിന്റെ ബാലപാഠങ്ങൾ അന്നത്തെ

കമ്മ്യൂണിസ്റ്റ്കാർ അഭ്യസിക്കാൻ തുടങ്ങിയത്. 1920 കളിൽ വളർന്നുവന്നതും മീററ്റ് ഗൂഢാലോചനാ കേസിന്റെ പശ്ചാത്തലത്തിൽ ദൃഢീഭവിച്ചതുമായ കമ്മ്യൂണിസ്റ്റ് പാർടി മുപ്പതുകളുടെ ആദ്യത്തോടെ അഖിലേന്ത്യാതലത്തിൽ പ്രവർത്തിക്കുന്ന സംവിധാനമായി മാറിക്കഴിഞ്ഞിരുന്നു. മുപ്പതുകളുടെ ആദ്യം ഇതിന് ഒരു പോളിറ്റ്ബ്യൂറോ ഉണ്ടായിരുന്നതായി ഇ എം എസ് തന്റെ ആത്മകഥയിൽ പ്രസ്താവിക്കുന്നുണ്ട്–പി സി ജോഷി, അജയ്ഘോഷ്, ജി അധികാരി, ആർ ഡി ഭരദ്വാജ് എന്നിവരായിരുന്നു പോളിറ്റ് ബ്യൂറോ അംഗങ്ങൾ.

എം എൻ റോയി ഇതിനിടെ കമ്മ്യൂണിസ്റ്റ് പാർടിയിൽ നിന്നകന്നു തുടങ്ങിയിരുന്നു. സോവിയറ്റ് കമ്മ്യൂണിസ്റ്റ് പാർടിക്കും സ്റ്റാലിനുമെതിരായി അന്ന് ഉയർന്നുവന്ന അതിശക്തമായ വിമർശനവും പ്രചരണവും മറ്റു പല പുരോഗമന ബുദ്ധിജീവികളെയുമെന്ന പോലെ റോയിയെയും സ്വാധീനിച്ചിരുന്നു. കോൺഗ്രസ് സോഷ്യലിസ്റ്റുകളുടെ ഭാഗമായി നിന്ന റോയി പിന്നീട് അതും ഉപേക്ഷിച്ച് 'നാഷണൽ ഡെമോക്രാറ്റിക് യൂണിയൻ' എന്ന സംഘടന കോൺഗ്രസിനകത്തുതന്നെ രൂപീകരിച്ചു. പടി പടിയായി കോൺഗ്രസിനെ ഇടതുപക്ഷമാക്കി മാറ്റുകയായിരുന്നു ഉദ്ദേശം. ക്രമേണ റോയി മാർക്സിസംതന്നെ ഉപേക്ഷിച്ച് സ്വയം ഒരു റാഡിക്കൽ ഹ്യൂമനിസ്റ്റായി പ്രഖ്യാപിച്ചു. റോയിസ്റ്റുകൾ മാർക്സിസം ലെനിനിസത്തെയും കമ്മ്യൂണിസ്റ്റ് പാർടിയെയും ഒരുപോലെ തള്ളിപ്പറയാനും ആരംഭിച്ചു.

കമ്മ്യൂണിസ്റ്റുകാരുടെ നിലപാടുകൾ വ്യത്യസ്തമായിരുന്നു. ദേശീയ പ്രസ്ഥാനവുമായി ബന്ധപ്പെട്ടുതന്നെയാണ് ഏറ്റവും പ്രധാനപ്പെട്ട സംവാദം നടന്നത്. 1934–35 ൽ ഇടതുപക്ഷ കോൺഗ്രസ്കാർ കോൺഗ്രസുസോഷ്യലിസ്റ്റുകളായി മാറുകയും അവരും കമ്മ്യൂണിസ്റ്റ് പാർടിയും ഒരുമിച്ചു പ്രവർത്തിക്കാനാരംഭിക്കുകയും ചെയ്തതോടെയാണ് ഈ ചർച്ചയും വളർന്നുവന്നത്. കോൺഗ്രസിനകത്തും പുറത്തുമുള്ള കമ്മ്യൂണിസ്റ്റ്–സോഷ്യലിസ്റ്റ് ആശയക്കാർ മൂന്നുവിഭാഗങ്ങളായി മാറിയെന്ന് ഇ എം എസ് പ്രസ്താവിക്കുന്നു. ഒന്ന്, കമ്മ്യൂണിസത്തോടും മാർക്സിസം ലെനിനിസത്തോടും അടിസ്ഥാനപരമായ എതിർപ്പുണ്ടായിരുന്ന സോഷ്യലിസ്റ്റുകൾ. എം ആർ മസാനിയും അശോക്മേത്തയും ഇക്കൂട്ടത്തിൽപെടുന്നു. രണ്ട്, കമ്മ്യൂണിസ്റ്റു പാർട്ടിയുടെ തനിമ നിലനിർത്തിക്കൊണ്ടുതന്നെ കോൺഗ്രസുമായ ദേശീയ പ്രക്ഷോഭത്തിൽ ഒന്നിച്ചു പ്രവർത്തിക്കാമെന്ന് വാദിച്ചവർ, ഇവരിൽ പി സി ജോഷിയും സോളി ബാട്‌ലി വാലയും അജയ് ഘോഷുമടക്കമുള്ള കമ്മ്യൂണിസ്റ്റ് നേതാക്കളും സോഷ്യലിസ്റ്റായ ജയപ്രകാശ് നാരായണും ഉൾപെട്ടു. മൂന്നാമത്തെത് ദേശീയ പ്രക്ഷോഭത്തിൽ കോൺഗ്രസുമായുള്ള ഐക്യം അംഗീകരിച്ചുകൊണ്ടുതന്നെ കോൺഗ്രസിന്റെ ബൂർഷ്വാസ്വഭാവം കാരണം അതിനെ സോഷ്യലിസ്റ്റാക്കാൻ കഴിയുകയില്ലെന്ന് വാദിച്ചവർ,

എം ബാസവപുന്നയ്യയുടെ പേരാണ് ഇ എം എസ് എടുത്തു പറയുന്നത്. ഇവരിൽ കോൺഗ്രസ് ഇടതുപക്ഷത്തെ സംബന്ധിച്ചിടത്തോളം ഇക്കാലത്തെ കമ്മ്യൂണിസ്റ്റുകളുടെ നിലപാട് വ്യക്തമായിരുന്നു. അവർ യഥാർത്ഥ ഇടതുപക്ഷമല്ലെന്നും ഇടതുപക്ഷ മുദ്രാവാക്യങ്ങളുയർത്തി ജനങ്ങളിലെ അസംതൃപ്തി മുതലാക്കാൻ, ശ്രമിക്കുന്നവരാണെന്നു മായിരുന്നുവാദം. അതുകൊണ്ട് കോൺഗ്രസ് സോഷ്യലിസ്റ്റ് പാർട്ടി രൂപ പെട്ടപ്പോഴും തുടക്കത്തിൽ കമ്മ്യൂണിസ്റ്റുകാർ അതുമായി സഹകരിച്ചില്ല.

റഷ്യൻ വിപ്ലവത്തെ തുടർന്ന് ലോകവ്യാപകമായി സോഷ്യലിസ്റ്റ് ആശയങ്ങൾ പ്രചരിക്കാൻ തുടങ്ങി. വിപ്ലവകരമായ ആശയങ്ങളുമായി പൊരുത്തപ്പെടുന്നതിലും ഇന്ത്യക്കകത്തും പുറത്തും സാമൂഹിക സ്ഥിതി ഗതികളിലുണ്ടാകുന്ന മാറ്റങ്ങൾ ഉൾക്കൊള്ളുന്നതിലും ചെറുപ്പക്കാരായ ഉല്പതിഷ്ണുക്കൾ അങ്ങേയറ്റം ജാഗരൂകരായിരുന്നു. റഷ്യൻ വിപ്ലവം, സോവിയറ്റ് യൂണിയനിൽ നടക്കുന്ന സോഷ്യലിസ്റ്റ് പുനർനിർമ്മാണത്തെ ക്കുറിച്ചുള്ള വാർത്തകൾ തുടങ്ങിയതെല്ലാം കോൺഗ്രസിനകത്തെ ഒരു ഗ്രൂപ്പിനെ വല്ലാതെ സ്വാധീനിച്ചു. മാത്രമല്ല, 1927ൽ ജവഹർലാൽ നെഹ്റു സോവിയറ്റ് യൂണിയൻ സന്ദർശിച്ചു. അവിടെ നടക്കുന്ന സാമൂഹ്യ മാറ്റ ങ്ങൾ അദ്ദേഹത്തിൽ അഗാധമായ മതിപ്പുളവാക്കി. കോൺഗ്രസിനകത്ത് ഇടതുപക്ഷഗ്രൂപ്പ് ക്രമേണ ശക്തിപ്രാപിച്ചു. മദ്രാസ് സമ്മേളനത്തിൽ നെഹ്റുവും ബോസും സെക്രട്ടറിമാരായി തെരഞ്ഞെടുക്കപ്പെട്ടു. ഇന്ത്യക്ക് പുറത്ത് വിവിധയിടങ്ങളിലുണ്ടായിരുന്ന ഇന്ത്യൻ വിപ്ലവകാരികൾ പര സ്പരം ആശയവിനിമയം നടത്തുന്ന കാലവുമായിരുന്നു അത്. ഇത്തരം ആശയവിനിമയങ്ങളാണ് പിന്നീട് കോൺഗ്രസുകാരിലെ ഇടതുപക്ഷവും മറ്റു ദേശീയവാദികളും തമ്മിലുള്ള ആശയവിനിമയത്തിന് കളമൊരുക്കി യതും പിന്നീട് കോൺഗ്രസ് സോഷ്യലിസ്റ്റ് പാർട്ടിയുടെ സ്ഥാപനത്തിനു കാരണമായതും.

കമ്മ്യൂണിസ്റ്റ് ഇന്റർനാഷണലിന്റെ 1935 ലെ സമ്മേളനം സാർവദേ ശീയ കമ്മ്യൂണിസ്റ്റ് അടവുതന്ത്രങ്ങളെ സംബന്ധിച്ചിടത്തോളം സുപ്രധാ നമായിരുന്നു. മുസോളനിയുടെയും ഹിറ്റ്ലറിന്റെയും ആധിപത്യത്തിന്റെയും സാർവദേശീയതലത്തിൽ ഫാസിസത്തിനനുകൂലവും പ്രതികൂലവുമായ നീക്കങ്ങളുടെയും പശ്ചാത്തലത്തിലാണ് ഈ സമ്മേളനം നടന്നത്. സമ്മേളനത്തിൽ ബൾഗേറിയൻ കമ്മ്യൂണിസ്റ്റായിരുന്ന ജോർജി ദിമിത്രോവ്, അവതരിപ്പിച്ച 'ഫാസിസത്തിനെതിരായ ഐക്യമുന്നണി' ക്രമേണ ലോകമാസകലമുള്ള കമ്മ്യൂണിസ്റ്റുകളുടെ മുദ്രാവാക്യമായി. അതേ സമയം ഈ ഐക്യമുന്നണി സൃഷ്ടിക്കേണ്ട രീതികളെക്കുറിച്ച് വ്യത്യസ്ത അഭിപ്രായങ്ങളും ഉണ്ടായി. സ്പെയിനിൽ ഫാസിസ്റ്റുകളുടെ സഹായത്തോടെ അധികാരം കയ്യടക്കാൻ ശ്രമിച്ചവർക്കെതിരെ അന്താരാഷ്ട്രതലത്തിലുള്ള സന്നദ്ധവോളണ്ടിയർമാർ നടത്തിയ പ്രതിരോധം ഹിറ്റ്ലറിന്റെ സായുധസേനയും പോർവിമാനങ്ങളും

ചേർന്നാണ് തകർത്തുകളഞ്ഞത്. ചൈനയിൽ ഫാസിസ്റ്റുകളുടെ കൂട്ടാളിയായിരുന്ന ജപ്പാൻ ഭരണകൂടം നടത്തിയ ആക്രമണത്തെ ബദ്ധശത്രുക്കളായിരുന്ന കുമിൻദാങ്ങുമായി കൂട്ടിചേർന്നാണ് ചൈനീസ് കമ്മ്യൂണിസ്റ്റ് പാർട്ടി നേരിട്ടത്. ഇന്ത്യയെപ്പോലുള്ള കൊളോണിയൽ അർദ്ധ കൊളോണിയൽ രാഷ്ട്രങ്ങൾക്ക് സമ്മേളനം വ്യക്തമായ നിർദേശം നൽകി. അവരുടെ ലക്ഷ്യം സാമ്രാജ്യത്വ വിരുദ്ധ ജനകീയ മുന്നണിയുടെ സ്ഥാപനമാണ്. അതിനായി സാമ്രാജ്യത്വചൂഷണത്തിനും ക്രൂരമായ അടിമവൽക്കരണത്തിനും എതിരായി ഏറ്റവും വിപുലമായ ജനവിഭാഗങ്ങളെ ദേശീയ വിമോചനപ്പോരാട്ടത്തിലേക്കു കൊണ്ടുവരണം. അതിനായി ദേശീയ പരിഷ്ക്കരണവാദികളെയും ദേശീയ വിപ്ലവകാരികളെയും സാമ്രാജ്യത്വവിരുദ്ധവേദിയിൽ ഒരുമിച്ചു കൊണ്ടുവരണം. തൊഴിലാളിവർഗം സാമ്രാജ്യത്വവിരുദ്ധജനകീയ പോരാട്ടങ്ങൾക്ക് അകമഴിഞ്ഞ പിന്തുണ നൽകണം.

കമ്മ്യൂണിസ്റ്റ് ഇന്റർനാഷണലിന്റെ നിർദ്ദേശമനുസരിച്ച് കമ്മ്യൂണിസ്റ്റ് പാർട്ടി ഓഫ് ഗ്രേറ്റ് ബ്രിട്ടൻ ഇന്ത്യയിലെ വർഗ സമരങ്ങളെയും കൊളോണിയൽ വിരുദ്ധ സമരങ്ങളെയും സമന്വയിപ്പിക്കുന്നതിനുള്ള തന്ത്രം മെനഞ്ഞു. ആർ പി ദത്ത്, ബ്രാഡ്‌ലിതീസിസ് എന്നറിയപ്പെടുന്ന രേഖ (1936) ദേശീയ പ്രസ്ഥാനവുമായി യോജിച്ചു പ്രവർത്തിക്കാൻ കമ്മ്യൂണിസ്റ്റ്കാരോട് ആഹ്വാനം ചെയ്തു. കറാച്ചി (1930), ലഖ്നൗ (1936), കോൺഗ്രസുകളിൽ കോൺഗ്രസ് സ്വീകരിച്ച പ്രകടമായ പുരോഗമന സ്വഭാവമുള്ള നയങ്ങളുടെ പശ്ചാത്തലത്തിൽ കൊളോണിയൽ ഭരണകൂടത്തിനെതിരായ ദേശീയ മുന്നണി സാധ്യമാണെന്നായിരുന്നു അവരുടെ വിലയിരുത്തൽ. ഇതിന്റെ അടിസ്ഥാനത്തിൽ എ ഐ സി സിയുടെ ഫെയ്സ് പൂർ സമ്മേളനത്തിൽ (1937) കമ്മ്യൂണിസ്റ്റുകാർ പരസ്യമായിത്തന്നെ പങ്കെടുത്തു. 1938 ൽ 'നാഷണൽ ഫ്രണ്ട്' എന്ന കമ്മ്യൂണിസ്റ്റ് പ്രസിദ്ധീകരണം പരസ്യമായി തന്നെ പുറത്തുവന്നു. അതിൽ കോൺഗ്രസുമായി യോജിച്ച പ്രവർത്തനങ്ങളെയും സമരങ്ങളെയും സംബന്ധിച്ച വാർത്തകളും പുറത്തുവന്നു. ചുരുക്കത്തിൽ, കോൺഗ്രസിനെക്കുറിച്ചുള്ള അഭിപ്രായഭിന്നതകൾ എന്തായിരുന്നാലും, ദേശീയ സമരത്തിൽ ഒന്നിച്ചു പ്രവർത്തിക്കാനുള്ള തീരുമാനം വളർന്നുവന്നു.

ഇവിടെ ഇ എം എസ് സൂചിപ്പിക്കുന്ന മറ്റൊരു വസ്തുതയും പ്രസക്തമാണ്. കോൺഗ്രസുമായുള്ള ഐക്യം എന്നാൽ പാർലമെന്ററി പ്രവർത്തനത്തിലെ പങ്കാളിത്തം എന്നു കൂടിയാണ് അർത്ഥം. കാരണം അതുവരെ നടന്ന പരിമിതമായ തോതിലുള്ള തെരഞ്ഞെടുപ്പുകളിൽ കോൺഗ്രസ് പങ്കാളിയായിട്ടുണ്ട്. അവർ ജയിക്കുകയും പല പ്രധാനപ്പെട്ട സ്ഥാനങ്ങളിരിക്കുകയും ചെയ്തിട്ടുണ്ട്. 1937 ലെ തെരഞ്ഞെടുപ്പിൽ ഭൂരിപക്ഷം പ്രദേശങ്ങളിലും അധികാരത്തിൽ വന്നത് കോൺഗ്രസാണ്.

പാർലമെന്റിനെ സമരവേദിയായി വളർത്തുന്നതിനുള്ള ആത്മവിശ്വാസവും പക്വതയും കമ്മ്യൂണിസ്റ്റ്കാർക്ക് അന്നില്ല. വിപ്ലവപ്രവർത്തനത്തോടുള്ള പ്രതിബദ്ധത എന്നല്ലാതെ ലെനിനിസ്റ്റ് തത്വങ്ങൾക്കനുസരിച്ചുള്ള അടവുതന്ത്രങ്ങളിലേക്കും അയവാർന്ന സമീപനത്തിലേക്കും കമ്മ്യൂണിസ്റ്റുകാർ എത്തിക്കഴിഞ്ഞിട്ടില്ല. അതുകൊണ്ട് 1937 ലെ തെരഞ്ഞെടുപ്പും ദേശീയ മുന്നണി തന്ത്രവും കമ്മ്യൂണിസ്റ്റുകാർക്ക് ഒരു പഠന പ്രക്രിയ കൂടിയായിരുന്നു.

ഈ പ്രക്രിയയിൽ കേരളത്തിനുണ്ടായിരുന്ന ഒരു സവിശേഷതകൂടി ഇ എം എസ് സൂചിപ്പിക്കുന്നുണ്ട്. ഇന്ത്യയൊട്ടാകെ നിരവധി കമ്മ്യൂണിസ്റ്റ് ഗ്രൂപ്പുകൾ ഉണ്ടായിരുന്നുവെന്നത് നേരാണ്. ഇവരിൽ ട്രേഡ് യൂണിയനുകളിലൊഴികെ ബഹുജനസമരങ്ങൾ നയിച്ചു മുന്നോട്ടു വന്നവർ വിരളമാണ്. കേരളത്തിൽ ദേശീയ പ്രസ്ഥാനത്തിന്റെ വിവിധ ഘട്ടങ്ങൾ കൂടാതെ സാമൂഹ്യപരിഷ്ക്കരണ പ്രസ്ഥാനം, തൊഴിലാളി–കർഷകസമരങ്ങൾ, അധ്യാപക–വിദ്യാർത്ഥിസമരങ്ങൾ, സ്ത്രീകളുടെ സമരങ്ങൾ, തൃശ്ശൂരിലെ ഇലക്ട്രിസിറ്റി സമരം പോലുള്ള പ്രാദേശിക സമരങ്ങൾ, നാടുവാഴിത്തത്തിനെതിരായ ഉത്തരവാദിത്വ പ്രക്ഷോഭണം തുടങ്ങി നിരവധി സമരങ്ങളിലൂടെ കടന്നുവന്നവർ ഒരു ബഹുജന വിപ്ലവപാർടിയായി മാറുകയാണ് ചെയ്തത്. തികച്ചും വ്യത്യസ്തരായ നിരവധി ജനവിഭാഗങ്ങളെ, കലാപ്രവർത്തകരെയും പ്രസ് തൊഴിലാളികളെയും, സാഹിത്യകാരന്മാരെയുമടക്കം സംഘടിപ്പിക്കുന്നതിൽ അവർ വിജയിക്കുകയും ചെയ്തു. ഈ വേറിട്ട അനുഭവമാണ് കേരളത്തിലെ കമ്മ്യൂണിസ്റ്റ് പാർട്ടിയുടെ രൂപീകരണത്തെ പ്രസക്തമാക്കുന്നത്.

ഈ അനുഭവത്തെ മറ്റൊരു വിധത്തിലും ഇ എം എസ് സൂചിപ്പിക്കുന്നു. ഇന്ത്യൻ കമ്മ്യൂണിസ്റ്റുകൾ നല്ലൊരു ഭാഗവും സൈദ്ധാന്തികതലത്തിലാണ് പ്രായോഗികാനുഭവങ്ങളുടെ വെളിച്ചത്തിലല്ല കമ്മ്യൂണിസത്തെയും കമ്മ്യൂണിസ്റ്റ് പാർടിയെയും കണ്ടത്. കേരളത്തിലുള്ളവർ സൈദ്ധാന്തിക തലത്തിൽ ദുർബലരായിരുന്നു. അവരെ നയിച്ചത് ദേശീയ പ്രസ്ഥാനത്തിനകത്തും പുറത്തുമുള്ള പ്രായോഗിക സമരാനുഭവങ്ങളായിരുന്നു. ആദ്യഘട്ടത്തിൽ കമ്മ്യൂണിസ്റ്റുകാരുമായി ചർച്ച നടത്തുമ്പോൾ ആ ചർച്ചകളുടെ സാരാംശം പിന്നീടുമാത്രമാണ് മനസിലായതെന്ന് ഇ എം എസ് സത്യസന്ധമായി പ്രതിപാദിക്കുന്നുണ്ട്. പ്രയോഗത്തിൽ നിന്ന് സിദ്ധാന്തത്തിലേക്കുള്ള ഈ വളർച്ചയും കേരളത്തിലെ കമ്മ്യൂണിസ്റ്റുകാരുടെ സവിശേഷതയായിരുന്നു.

കേരളത്തിൽ കമ്മ്യൂണിസത്തിന്റെ വളർച്ച

ഇന്ത്യയിലെ ആദ്യകാല കമ്മ്യൂണിസ്റ്റ് പ്രവർത്തനങ്ങൾ നേരിട്ട് കേരളത്തിലേക്ക് വ്യാപിച്ചതായി കാണുന്നില്ല. പ്രക്ഷോഭകാരികളായിരുന്ന തിരുവിതാംകൂറുകാരനായ എ സി കെ നമ്പ്യാർക്കും ചെമ്പകരാമൻ

പിള്ളയ്ക്കും നേരിട്ട് കേരളവുമായി ബന്ധമുണ്ടായിരുന്നില്ല. ലീഗ് എഗെൻസ്റ്റ് ഇംപീരിയലിസം എന്ന സംഘടനാ പ്രവർത്തകരെ ഇന്ത്യയിൽ നിരോധിച്ചിരുന്നു അവരുടെ രേഖകളിൽ ചെമ്പകരാമൻ പിള്ളയുടെ പേർ 1926 വരെയും നമ്പ്യാരുടെ പേർ മീററ്റ് ഗൂഢാലോചന കേസ് കാലം വരെയും കാണുന്നുണ്ട്. 1912 ൽ സ്വദേശാഭിമാനി രാമകൃഷ്ണപിള്ള കാൾമാക്സിന്റെ ജീവചരിത്രം പ്രസിദ്ധപ്പെടുത്തി. ഇന്ത്യയിൽനിന്നുള്ള ആദ്യത്തെ മാർക്സ് ജീവചരിത്രങ്ങളിൽ ഇതും പെടുന്നു. 1913–14 ൽ രാമകൃഷ്ണപിള്ള സോഷ്യലിസത്തെക്കുറിച്ച് ഒരു ലേഖനപരമ്പര പ്രസിദ്ധീകരിച്ചിരുന്നു. 'ആത്മപോഷിണി' മാസിക (കുന്നംകുളം) പ്രസിദ്ധീകരിച്ച ഈ ലേഖനപരമ്പരയിൽ സമൂഹഘടന യുടെ വികാസം, കമ്മ്യൂണിസ്റ്റ് മാനിഫെസ്റ്റോ, സോഷ്യലിസം എന്നീ വിഷയങ്ങൾ കൈകാര്യം ചെയ്തിരുന്നു. മാർക്സിസത്തിന്റെ അടിസ്ഥാനതത്വങ്ങൾ ഇവയിലൂടെ അദ്ദേഹം വിശദീകരിച്ചു.

1905 ലെ റഷ്യൻ വിപ്ലവത്തെക്കുറിച്ച് ഡോക്ടർ പൽപു, ജി പി പിള്ള, രാമകൃഷ്ണപിള്ള എന്നിവർ പരാമർശിച്ചിരുന്നു. 1917 ലെ വിപ്ലവം പലയിടങ്ങളിലും പരാമർശിക്കപ്പെട്ടു. യുദ്ധകാലത്ത് രൂപംകൊണ്ട് ഹോംറൂൾലീഗിൽ റഷ്യൻ വിപ്ലവത്തെക്കുറിച്ച് ചർച്ചകൾ നടത്തിയിരുന്നു. ഇവയൊന്നുംതന്നെ പൊതു ചർച്ചകൾക്കപ്പുറം കടക്കുന്നില്ല. 1921–2 ലെ തിരുവനന്തപുരത്തുണ്ടായ വിദ്യാർത്ഥി പ്രക്ഷോഭത്തിൽ പങ്കെടുത്ത എൻ പി കുരിക്കൾ തമിഴ്നാട്ടിലെ പ്രമുഖ കമ്മ്യൂണിസ്റ്റ് പ്രവർത്തകനായ ശിങ്കാരവേലു ചെട്ടിയാരുമായി സമ്പർക്കം പുലർത്തിയിരുന്നു. 1920 കളുടെ അവസാനം ബോംബെയിലും ബംഗാളിലും സ്ഥാപിക്കപ്പെട്ട യൂത്ത് ലീഗിന്റെയും സ്വാധീനവും വളർന്നുവന്നിരിക്കാം. ഇന്ത്യയിലാകമാനം പ്രത്യക്ഷപ്പെട്ട ഇത്തരം ഗ്രൂപ്പുകളുടെ കൂടെയാണ് തിരുവനന്തപുരത്ത് 1931 ൽ കമ്മ്യൂണിസ്റ്റ് ലീഗ് സ്ഥാപിക്കപ്പെടുന്നത്.

ഇന്ത്യയിൽ കമ്മ്യൂണിസം നിയമവിരുദ്ധമാണെന്നും പരസ്യമായാൽ ചിലപ്പോൾ ജീവപര്യന്തമോ വധശിക്ഷയോ തന്നെ ലഭിച്ചേക്കാമെന്ന്' അറിഞ്ഞുകൊണ്ടാണ് എൻ.സി ശേഖറും എൻ.പി.ഗുരുക്കളും പൊന്നറ ശ്രീധരനും ചേർന്ന് കമ്മ്യൂണിസ്റ്റ് ലീഗ് രൂപീകരിച്ചത്. നിസ്സഹകരണ സമരത്തിലും 1930 ലെ നിയമലംഘന പ്രസ്ഥാനത്തിലും സജീവ സാന്നി ദ്ധ്യമായിരുന്നു പൊന്നറ ശ്രീധരൻ. ഹിന്ദുസ്ഥാൻ സേവാദൾ എന്ന ദേശീയ സന്നദ്ധ സേനയിലും അദ്ദേഹം അംഗമായിരുന്നു. പയ്യന്നൂരിലെ ഉപ്പുസത്യഗ്രഹത്തിൽ പങ്കെടുക്കുന്നതിനുവേണ്ടി തിരുവിതാംകൂറിൽ നിന്ന് പുറപ്പെട്ട 25 അംഗ ജാഥയുടെ നായകനായിരുന്നു പൊന്നറ ശ്രീധ രൻ. ദേശീയ ചിഹ്നമായ കോൺഗ്രസിന്റെ പതാക മധ്യസംസ്ഥാന ത്തിലും നാഗപ്പൂരിലും നിരോധിച്ചപ്പോൾ അതിനെതിരെ നടന്ന ശക്ത മായ ഫ്ളാഗ് സത്യഗ്രഹത്തിലും അദ്ദേഹം പങ്കെടുത്തിരുന്നു. ബാല രാമപുരത്തെ ദേശീയ പ്രബുദ്ധമായ സ്വരാജ് ആശ്രമത്തിലേയും വെങ്ങാ

നൂരിലെ സഹോദരസംഘത്തിലെയും പ്രവർത്തന പാരമ്പര്യവും നിയമ ലംഘന പ്രസ്ഥാനത്തിന്റെ ഭാഗമായി നടന്ന തിരുവിതാംകൂർ ഉപ്പു സത്യ ഗ്രഹ ജാഥാംഗമെന്ന നിലയിലെ അനുഭവവും കള്ളുഷാപ്പ് പിക്കറ്റിംഗും നിയമലംഘനവും നൽകിയ ഊർജ്ജവും അനുഭവങ്ങളുമായാണ് എൻ. സി.ശേഖർ കമ്മ്യൂണിസ്റ്റ് ലീഗിന്റെ രൂപീകരണത്തിന് മുതിർന്നത്. സിവിൽ നിയമലംഘന പ്രസ്ഥാനത്തിൽ പങ്കെടുത്തതിന്റെ ഫലമായി അറസ്റ്റ് ചെയ്യപ്പെട്ട് കണ്ണൂർ സെൻട്രൽ ജയിലിൽ ആറ് മാസം തടവ് ശിക്ഷ അനു ഭവിച്ചിട്ടുണ്ടായിരുന്നു. ജയിലുകളെന്നും ഭരണകൂടത്തിന്റെ മർദ്ദനസംവി ധാനങ്ങളിലൊന്നായിരുന്നു. ഗദ്ദർപാർട്ടി, ഹിന്ദുസ്ഥാൻ സോഷ്യലിസ്റ്റ് ആർമി, ബംഗാൾ അനുശീലൻ ഗ്രൂപ്പ് തുടങ്ങിയവയിൽപ്പെട്ട ദേശീയ വിപ്ല വകാരികളുടെ സാമീപ്യം എൻ.സി ശേഖറിന് കണ്ണൂർ സെൻട്രൽ ജയി ലിൽ ലഭിച്ചു. സാമ്രാജ്യത്വവിരുദ്ധമായ സമരമാണ് നടക്കുന്നതെന്നും മാതൃഭൂമിയുടെ സ്വാതന്ത്ര്യത്തിനുവേണ്ടിയാണ് ദേശീയ സമരമെന്നും ബ്രിട്ടീഷ് ഭരണംമൂലം രാജ്യത്ത് പട്ടിണിയും ദാരിദ്ര്യവും പടർന്ന് പിടിച്ചിരി ക്കുന്നുവെന്നുമുള്ള അഭിപ്രായം ഇവരെ സ്വാധീനിക്കുന്നുണ്ട്. കാർഷിക പരിഷ്ക്കരണം, വ്യവസായവൽക്കരണം എന്നിവ നടക്കണം. നഷ്ടപ്പെട്ട സംഘടനാ സ്വാതന്ത്ര്യം പുനഃസ്ഥാപിക്കണമെന്നും പൗരാവകാശം സംര ക്ഷിക്കണമെന്നുമുള്ള അഭിപ്രായങ്ങളും ഇവരെ സ്വാധീനിക്കുകയുണ്ടായി. സോവിയറ്റ് യൂണിയനെക്കുറിച്ചും അവിടെ വിപ്ലവം സംഘടിപ്പിക്കുകയും നയിക്കുകയും ചെയ്ത ബോൾഷെവിക്ക് പാർട്ടിയെക്കുറിച്ചും ലഭിച്ച വിവരങ്ങൾ തടവുകാരിൽ പുതിയ ഉണർവുണ്ടാക്കി. മഹാനായ ലെനിനെ കുറിച്ചുള്ള വാക്കുകൾ തടവുകാരുടെ കാഴ്ചപ്പാടുകളെയും ധാരണക ളെയും തകിടം മറിച്ചു. ഇന്ത്യൻ കമ്മ്യൂണിസ്റ്റ് പാർട്ടിയിൽ അംഗമായ വേദാന്തത്തിന്റെയും ഒപ്പം പിന്നീട് ജയിലിലെത്തിച്ചേർന്ന ബട്‌ലിവാല യുടെയും സ്വാധീനം ആശയരൂപീകരണത്തിൽ വലിയ പങ്ക് വഹിക്കുക യുണ്ടായി. ബൂർഷ്വാ, പെറ്റിബൂർഷ്വാ, പ്രോലിറ്റേറിയറ്റ് എന്നീ പദങ്ങളുടെ അർത്ഥം അന്നത്തെ ചർച്ചകളിൽ നിറഞ്ഞു നിന്നു.

1931 ജനുവരിയിൽ ജയിലിൽ നിന്ന് എൻ.സി.ശേഖറും എം.പി.ഗുരു ക്കളും പുറത്ത് വന്നു. 1931 മാർച്ച് 5ന് ഒപ്പുവെച്ച ഗാന്ധി–ഇർവിൻ സന്ധി പ്രക്ഷുബ്ധമായ അന്തരീക്ഷം ഇന്ത്യൻ രാഷ്ട്രീയത്തിൽ സൃഷ്ടിച്ചു. നിരവധി രാഷ്ട്രീയ തടവുകാർ അപ്പോഴും ജയിലിലുണ്ടായിരുന്നു. ഭഗത് സിംഗ്– രാജ്ഗുരു– സുഖദേവ് കേസിൽ ഗാന്ധിജി ഇടപെടണമെന്നും വധശിക്ഷ ജീവപര്യന്തമാക്കണമെന്നും ആവശ്യപ്പെട്ടുകൊണ്ടുള്ള പ്രക്ഷോഭം രാജ്യവ്യാപകമായി ഉയർന്നുവന്നു. ഗാന്ധിജി പ്രശ്നത്തിൽ ഇടപ്പെട്ടില്ല. 1931 മാർച്ച് 23ന് ദേശാഭിമാനികളായ വിപ്ലവകാരികൾ തൂക്കി ലേറ്റപ്പെടുകയും ചെയ്തു. ഇത് രാജ്യവ്യാപകമായ പ്രതിഷേധത്തിന് വഴി യൊരുക്കി. എങ്ങും പ്രകടനങ്ങൾ നടന്നു. തിരുവനന്തപുരത്ത് രക്തസാ ക്ഷികൾക്ക് അഭിവാദ്യം അർപ്പിച്ചുകൊണ്ട് വലിയ സമ്മേളനം ചേർന്നു.

കേസരി ബാലകൃഷ്ണപ്പിള്ളയും ജി.രാമചന്ദ്രനും നടത്തിയ പ്രസംഗങ്ങൾ ആവേശം ഉണ്ടാക്കി. തൈക്കാട്ട് കേന്ദ്രമായി എൻ.സി.ശേഖറും എൻ.പി. കുരുക്കളും പൊന്നറ ശ്രീധരനും പ്രവർത്തിച്ചുകൊണ്ടിരുന്നു.

1931 മാർച്ചിലാണ് ഏഴ് പേർ ചേർന്ന് കമ്മ്യൂണിസ്റ്റ് ലീഗ് രൂപീകരിച്ചത്. എൻ.പി.കുരുക്കൾ, എൻ.സി.ശേഖർ, പൊന്നറ ശ്രീധരൻ, തിരുവട്ടാർ നാണുപിള്ള, ശിവശങ്കരപ്പിള്ള, ആർ.പി.അയ്യർ, തൈക്കാട് ഭാസ്ക്കരൻ എന്നിവരാണ് ഈ ഏഴ് പേർ. സെക്രട്ടറിയായി തെരഞ്ഞെടുത്തത് എൻ. പി.കുരുക്കളിനെയായിരുന്നു. ശിവശങ്കരപ്പിള്ള ബി.എ ബിരുദധാരിയും പത്രപ്രവർത്തകനും കേസരിയുടെ ശിഷ്യനുമായിരുന്നു. ആർ.പി.അയ്യർ സ്വാതന്ത്ര്യചിന്തകനും ബിരുദധാരിയും ഇംഗ്ലീഷിലും മലയാളത്തിലും അയത്നലളിതമായി സംസാരിക്കാൻ കഴിയുന്നയാളും ഉജ്ജ്വല പ്രാസംഗികനുമായിരുന്നു. തിരുവന്തപുരം ആർട്സ് കോളേജിലെ ബി.എ വിദ്യാർത്ഥിയായിരുന്നു തിരുവട്ടാർ താണുപിള്ള.

പൊന്നറ ശ്രീധരൻ

സോഷ്യലിസ്റ്റ് – കമ്മ്യൂണിസ്റ്റ് ചിന്താഗതികളുടെ സ്വാധീനമാണ് സംഘടനയുടെ രൂപീകരണത്തിന് വഴി തെളിച്ചത്. കമ്മ്യൂണിസ്റ്റ് പാർട്ടി പരിപാടിയും കോൺഗ്രസിന്റെ പ്രവർത്തനങ്ങളും ഗൗരവമായി ചർച്ച ചെയ്തതിനു ശേഷമാണ് സംഘടനയുടെ പിറവി. കോൺഗ്രസ് ഇന്ത്യൻ മുതലാളിത്തത്തിന്റെ പാർട്ടിയാണെന്ന് ഇവർ തിരിച്ചറിഞ്ഞു. അതിനാൽ സ്വാതന്ത്ര്യസമ്പാദനത്തിനു ശേഷവും കൃഷിക്കാരും തൊഴിലാളികളും അനുഭവിക്കുന്ന ചൂഷണവും മർദ്ദനവും തുടരുകതന്നെ ചെയ്യുമെന്നും അവർ വിശ്വസിച്ചു. ബോൾഷെവിക് വിപ്ലവമാണ് ചൂഷണത്തെ അംഗീകരിക്കുന്ന സത്യാഗ്രഹത്തെക്കാൾ മികച്ചതെന്നും ഇന്ത്യൻ പരിതസ്ഥിതിയിലും വിപ്ലവം അനിവാര്യമാണെന്നും ഇവർ വിശ്വസിച്ചു. ഈ ബോധമാണ് ഇവരെ കമ്മ്യൂണിസ്റ്റ് ലീഗ് സ്ഥാപിക്കാൻ പ്രേരിപ്പിച്ചത്.

ഇന്ത്യൻ കമ്മ്യൂണിസ്റ്റ് പാർട്ടിയുടെ തിരുവിതാംകൂർ ശാഖ എന്ന നിലയിലാണ് ഇവർ തിരുവനന്തപുരത്ത് കമ്മ്യൂണിസ്റ്റ് ലീഗ് സംഘടിപ്പിച്ചത്. പക്ഷെ, അതിന് ഇന്ത്യൻ കമ്മ്യൂണിസ്റ്റ് പാർട്ടിയുമായി ഔപചാരികമായ ഒരു ബന്ധവുമുണ്ടായിരുന്നില്ല. മീററ്റ് ഗൂഢാലോചനക്കേസിലെ പ്രതിയായിരുന്ന ജോഗ്ലേക്കറിൽ നിന്ന് പൊന്നറ ശ്രീധറിനു ലഭിച്ച മീററ്റ്

പ്രതികളുടെ വിജ്ഞാപനം 1931 ഏപ്രിൽ 21 ന് കമ്മ്യൂണിസ്റ്റ് ലീഗ് അച്ചടിച്ചിറക്കി. ഇന്ത്യയിൽ പരിപൂർണ്ണ സ്വരാജ് സ്ഥാപിക്കുകയും ഉല്പാദന ഉപകരണങ്ങളും ധനാഗമന മാർഗങ്ങളും ഇന്ത്യൻ സമൂഹത്തിന്റെ പൊതു ഉടമസ്ഥതയിൽ പുനഃസംഘടിപ്പിക്കുകയും ഉൽപ്പാദനങ്ങൾ സാമൂഹ്യ നിയന്ത്രണത്തിൽ ജനങ്ങൾക്കാവശ്യമായ വിധത്തിൽ വിതരണം ചെയ്യുകയുമാണ് പാർട്ടിയുടെ ഉദ്ദേശ്യവും ലക്ഷ്യവുമെന്ന് വിജ്ഞാപനം കൃത്യമായി പറയുന്നുണ്ട്.

തിരുവനന്തപുരത്തും പരിസരങ്ങളിലുമുണ്ടായിരുന്ന പ്രസ്സുകളിലെ തൊഴിലാളികളെ സംഘടിപ്പിച്ചുകൊണ്ടാണ് കമ്മ്യൂണിസ്റ്റ് ലീഗിന്റെ പ്രവർത്തനം തുടങ്ങിയത്. പൊന്നറ ശ്രീധറാണ് ഇതിന് നേതൃത്വം കൊടുത്തത്. വിപ്ലവരാഷ്ട്രീയപ്രവർത്തനങ്ങളിലെ പരിചയക്കുറവും വിവിധ സാമൂഹിക വിഭാഗങ്ങളെ സമീപിക്കുന്നതിലും സംഘടിപ്പിക്കുന്നതിലുമുള്ള പരിമിതിയും ലീഗിന്റെ പ്രവർത്തനങ്ങളെ ബാധിച്ചു. എൻ.സി.ശേഖർ 1931 ആഗസ്റ്റിൽ തിരുവിതാംകൂർ യൂത്ത് ലീഗ് സംഘടിപ്പിച്ചു. നൂറിലധികം യുവാക്കളാണ് ഈ യുവജനസംഘടനയുടെ രൂപീകരണയോഗത്തിൽ പങ്കെടുത്തത്. ബാലരാമപുരത്തെ യൂത്ത് ലീഗിൽ പി.വീരുമൊയ്തീൻ, അബ്ദുൾഖാദർ, എ.സെയ്ദീൻ, ജി.ശങ്കരപിള്ള, ടി.ജി.കൃഷ്ണപ്പിള്ള, രാമൻപിള്ള എ.സി, എൻ.എ ഷാഹുൽ ഹമീദ് എന്നിവരാണ് പ്രധാനമായും പ്രവർത്തിച്ചിരുന്നത്. പോലീസ് അഴിമതികളെ തുറന്നുകാണിക്കുകയും എതിർക്കുകയും ചെയ്തുകൊണ്ടുള്ള യൂത്ത് ലീഗിന്റെ പ്രവർത്തനം ശ്രദ്ധിക്കപ്പെട്ടു. ബ്രിട്ടന്റെ ഭിന്നിപ്പിക്കൽ നിലപാടിനെ അപലപിച്ചുകൊണ്ടുള്ള പ്രമേയവും ഇന്ത്യൻ ഭരണപരിഷ്ക്കാരം നാട്ടുരാജ്യങ്ങളെയും ഉൾക്കൊള്ളേണ്ടതാണെന്ന പ്രമേയവും യോഗം അംഗീകരിച്ചു. ഇവ രണ്ടും കേബിൾ വഴി ബ്രിട്ടീഷ് മന്ത്രിസഭയ്ക്ക് അയച്ചുകൊടുക്കുകയും ചെയ്തു. പ്രമാദമായ ചാല പിക്കറ്റിംഗിലും സംയുക്ത സമൂഹപ്രക്ഷോഭ പ്രസ്ഥാനത്തിലും സജീവമായി പ്രവർത്തിച്ചു. നിവർത്തന പ്രസ്ഥാനത്തിന്റെ ആവശ്യകതയെ സംബന്ധിച്ച് ശക്തമായ പ്രചരണം നടത്തുകയും അതിനെതിരെയുള്ള വാദങ്ങളെയും പ്രചരണങ്ങളെയും ഖണ്ഡിക്കാനും പൊന്നറയും സഹപ്രവർത്തകരും വിപുലമായ പ്രവർത്തനങ്ങൾ സംഘടിപ്പിക്കുകയുണ്ടായി.

പക്ഷെ, ക്രമേണ കമ്മ്യൂണിസ്റ്റ് ലീഗിന്റേയും തിരുവിതാംകൂർ യൂത്ത് ലീഗിന്റേയും പ്രവർത്തനം മന്ദഗതിയിലായി. കോൺഗ്രസ് സോഷ്യലിസ്റ്റ് പാർട്ടി രൂപം കൊണ്ടപ്പോൾ കമ്മ്യൂണിസ്റ്റുകാർ കോൺഗ്രസ് പ്രവർത്തനങ്ങളിൽ വ്യാപൃതരാകണമെന്ന പാർട്ടി നിർദ്ദേശത്തെ തുടർന്ന് ശേഖറും മറ്റും അതിന് തയ്യാറായി. പൊന്നറ കോൺഗ്രസ് സോഷ്യലിസ്റ്റ് പാർട്ടി പ്രവർത്തനങ്ങളിൽ പങ്കാളിയാകാൻ തയ്യാറായില്ല. ചുരുക്കത്തിൽ തിരുവിതാംകൂറിൽ ഇടതുപക്ഷ – കമ്മ്യൂണിസ്റ്റ് ആശയം പ്രചരിപ്പിക്കുന്നതിൽ വലിയ സംഭാവന നൽകാൻ കമ്മ്യൂണിസ്റ്റ് ലീഗിന് സാധിച്ചു.

1930 കളിൽ എം പി പോളും സുഹൃത്തുക്കളുംകൂടി കൊണ്ടുവരുന്ന ലിബറൽ അന്തരീക്ഷത്തിലാണ് കമ്മ്യൂണിസവും സോഷ്യലിസവുമടക്കമുള്ള ആശയങ്ങൾ തൃശ്ശൂരിൽ വ്യാപിക്കുന്നത്. കേശവദേവും അംശി നാരായണപിള്ളയും കൂടി ആരംഭിച്ച 'മഹാത്മ'യും ഏറെ പങ്കുവഹിച്ചു. 1931 ൽ സിംഗപ്പൂരിൽ നിന്ന് തിരിച്ചെത്തിയ കെ കെ വാര്യരായിരുന്നു കമ്മ്യൂണിസ്റ്റ് ആശയങ്ങൾ തൃശ്ശൂർ ഭാഗത്ത് പ്രചരിപ്പിച്ചത്. ഇ എം എസ് സെന്റ് തോമസ് കോളേജിൽ വിദ്യാർത്ഥിയായിരിക്കുമ്പോൾ കെ കെ വാര്യരെ കണ്ടു സംസാരിച്ചത് ഓർമ്മിക്കുന്നുണ്ട്. 1935 ൽ വാര്യർ ലേബർ ബ്രദർഹുഡ് എന്ന സംഘടന തൃശൂർ ആരംഭിച്ചു. തൃശ്ശൂരും ചുറ്റുപാടുമുണ്ടായിരുന്നു അതാരംഭിച്ചത്. തൃശ്ശൂരുള്ള സോഷ്യലിസ്റ്റ് പ്രവർത്തനത്തെ ഏകോപിപ്പിച്ചത് 1936 ലെ ഇലക്ട്രിസിറ്റി സമരമായിരുന്നു. തൃശ്ശൂർ നഗരത്തിലെ വൈദ്യുതി വിതരണം ചാന്ദ്രികകമ്പനി എന്ന സ്വകാര്യകമ്പനിയെ ഏൽപ്പിച്ചതിനെ എതിർത്തുകൊണ്ട് തൃശ്ശൂർ ജനത രംഗത്തു വന്നു. ഒരു പക്ഷെ, ഒരു പൊതുസംരംഭത്തിന്റെ സ്വകാര്യവൽക്കരണത്തിനെതിരായ കേരളത്തിൽ ആദ്യത്തെ സമരവുമാകും അത്. തൊഴിലാളികളടക്കം തൃശ്ശൂർ ജനത ഒന്നിച്ചു നിലകൊണ്ട ഈ സമരത്തിൽ സി ആർ ഇയ്യുണ്ണിപ്പോലുള്ള പ്രാദേശിക പ്രമാണിമാരും കോൺഗ്രസും കെ കെ വാര്യരെയും സി അച്ചുതമേനോനെയും പോലുള്ള സോഷ്യലിസ്റ്റനുഭാവികളും ഒന്നിച്ചണി നിരന്നു. തൃശ്ശൂരിലെ വൈദ്യുതി വിതരണം തദ്ദേശസ്വയംഭരണ സംവിധാനത്തെ ഏൽപ്പിച്ചത് ഈ സമരത്തിന്റെ ഫലമായാണ്. ഈ ഐക്യമാണ് കോൺഗ്രസ് സോഷ്യലിസ്റ്റ് പാർട്ടിയിലേക്കും കമ്മ്യൂണിസ്റ്റ് പാർട്ടിയിലേക്കുമുള്ള വളർച്ച സാധ്യമാക്കിയത്.

കെ കെ വാര്യർ സിംഗപ്പൂരിൽ തൊഴിലാളിയായി പോയി തിരിച്ചെത്തുന്നത് ആകസ്മികമല്ല. 1920 കളിലും മുപ്പതുകളിലുമായി നിരവധി പേർ തൊഴിൽതേടി സിലോണിലും മലയയിലും ബർമ്മയിലും പോവുകയും അവിടെ തോട്ടം തൊഴിലാളികളായും കയറ്റിറക്കു തൊഴിലാളികളായും മറ്റുമേഖലകളിലും ജോലി ചെയ്യുകയും തിരിച്ചെത്തുകയും ചെയ്തിട്ടുണ്ട്. 1930 കളിലെ വൻസാമ്പത്തികക്കുഴപ്പമാണ് വാര്യരടക്കം നിരവധി പേരെ തിരിച്ച് കേരളക്കരയിലെത്തിച്ചത് അക്കാലത്ത് ഈ പ്രദേശങ്ങളിൽ വ്യാപിച്ച തൊഴിലാളി പ്രസ്ഥാനങ്ങളുടെ അനുഭവവും കമ്മ്യൂണിസ്റ്റ് ആശയങ്ങളുടെ സ്വാധീനവും അവർക്കുണ്ടായിരുന്നു. 1930 കളിൽ സിംഗപ്പൂരിൽ അദ്ധ്യാപകനായി ജോലി ചെയ്ത് തിരിച്ചെത്തിയ എം എസ് ദേവദാസ് മറ്റൊരുദാഹരണമാണ്.

1930 കളിൽ ഉപ്പു സത്യഗ്രഹത്തിലും സിവിൽ നിയമലംഘന പ്രസ്ഥാനത്തിലും പങ്കെടുത്ത നിരവധി പേർ ഗാന്ധിയനുമായി വേർപിരിഞ്ഞത് കേരളത്തിലെ സോഷ്യലിസ്റ്റ് ആശയങ്ങളുടെ വളർച്ചയിൽ പ്രധാന പങ്കുവഹിച്ചു. ഭഗത്സിംഗിന്റെയും കൂട്ടാളികളുടെ

യും വധശിക്ഷ ഇളവു ചെയ്യുന്ന പ്രശ്നത്തിൽ ഗാന്ധി ഇടപെടാതിരുന്നതും അമർഷത്തിന് കാരണമായി. ഭഗത്സിംഗിന്റെ വധശിക്ഷക്കെതിരെ കമ്മ്യൂണിസ്റ്റ് ലീഗ് പരസ്യമായി തന്നെ തിരുവനന്തപുരത്ത് പ്രതികരിച്ചു. വൻതോതിൽ പ്രചരണം നടത്തി ആരംഭിച്ച സിവിൽ നിയമലംഘന പ്രസ്ഥാനം അവസാനം വ്യക്തി സത്യഗ്രഹമായി ചുരുങ്ങിപ്പോയതും അതൃപ്തി വ്യാപിപ്പിക്കാൻ കാരണമായി. കേരളത്തിന് ഒരു സോഷ്യലിസ്റ്റ് പാർട്ടി വേണമെന്ന ആശയം വളർന്നുവരാൻ ഇതു കാരണമായിട്ടുണ്ട്.

എന്നാൽ ബോംബെയിൽ കോൺഗ്രസ് സോഷ്യലിസ്റ്റ് സമ്മേളനം നടക്കുന്നതിനുമുമ്പുതന്നെ കേരളത്തിലെ രൂപീകരണത്തിലേക്ക് നീങ്ങി. സിവിൽ നിയമലംഘനപ്രസ്ഥാനത്തിൽ പങ്കെടുത്ത് ജയിൽ ശിക്ഷ അനുഭവിച്ച് തിരിച്ചെത്തിയവരിലാണ് ഈ ആശയം വളർന്നുവരുന്നത്. ജയിൽ ശിക്ഷ കഴിഞ്ഞ് തിരിച്ചെത്തിയ ഇ എം എസ് തന്നെ കാണാൻ കൃഷ്ണപിള്ള വന്നത് ഓർക്കുന്നു. നിർദ്ദിഷ്ട സോഷ്യലിസ്റ്റ് പാർട്ടിയിലേക്കു ക്ഷണിക്കാനാണ് കൃഷ്ണപിള്ള എത്തിയത്. സിവിൽ നിയലംഘനപ്രസ്ഥാനത്തിനുശേഷം കോൺഗ്രസിൽ കടന്നുകൂടിയ നിർജീവാവസ്ഥ പരിഹരിക്കാൻ ഒരു പുതിയ പ്രസ്ഥാനം ആവശ്യമാണെന്നതിൽ പൊതുവിൽ കോൺഗ്രസിൽ അഭിപ്രായ ഐക്യമുണ്ടായിരുന്നു. ഗാന്ധിയൻ സത്യാഗ്രഹമാർഗത്തോടുള്ള അതൃപ്തിയും വിപ്ലവബോധവുമായിരുന്നു സോഷ്യലിസ്റ്റ് പാത സ്വീകരിക്കുന്നതിനുള്ള പ്രധാന പ്രേരണ. സാമൂഹ്യപരിഷ്ക്കരണ പ്രസ്ഥാനങ്ങളും ലിബറൽ ചിന്തയും കൂടി രൂപപ്പെടുത്തി കൊണ്ടുവന്ന നവസമൂഹസങ്കല്പത്തിനപ്പുറം മാർക്സിസ്റ്റ് ലെനിനിസ്റ്റ് തത്വങ്ങളനുസരിച്ചുള്ള വിപ്ലവ സങ്കല്പം വളർന്നു വന്നുവെന്നു പറയാൻ കഴിയില്ല. അഖിലേന്ത്യാ പ്രസ്ഥാനവുമായുള്ള ജയിലിനകത്തും പുറത്തുമുണ്ടായ ബന്ധങ്ങളാണ് ജനാധിപത്യവിപ്ലവത്തെക്കുറിച്ചുള്ള ധാരണകൾ കേരളത്തിലെ സോഷ്യലിസ്റ്റുകളിലെത്തിച്ചത്. മുമ്പു സൂചിപ്പിച്ചതുപോലെ കമ്മ്യൂണിസ്റ്റ് ലീഗിനും ഇതുപോലുള്ള ബന്ധങ്ങളുണ്ടായിരിക്കാം. അഖിലേന്ത്യാ പ്രസ്ഥാനവുമായി നേരിട്ടു ബന്ധപ്പെടാൻ കേരളത്തിലെ വിപ്ലവകാരികളെ സഹായിച്ചത് കോൺഗ്രസ് സോഷ്യലിസ്റ്റ് പ്രവർത്തനംവഴി അവർക്ക് കമ്മ്യൂണിസ്റ്റ്കാരുമായുണ്ടായ ബന്ധങ്ങളാണ്.

മറ്റൊന്നും കൂടി ശ്രദ്ധേയമാണ്. കേരളത്തിലെ കമ്മ്യൂണിസം സോവിയറ്റ് റഷ്യയിൽ നിന്നുള്ള ഇറക്കുമതിയാണെന്ന് വാദിക്കുന്നവരുണ്ട്. അഖിലേന്ത്യാ പ്രസ്ഥാനത്തെ സംബന്ധിച്ചിടത്തോളം പോലും ഈ വാദം ശരിയല്ല. സോവിയറ്റ് യൂണിയൻ സ്ഥാപിച്ച "ടോയിലേഴ്സ് ഓഫ് ദ ഈസ്റ്റ്" എന്ന പേരുള്ള കൊളോണിയൽ സർവകലാശാലയിൽ പരിശീലനം നേടിയ പലരും 1920 കളിൽ ഇന്ത്യയിൽ പ്രവർത്തിച്ചിട്ടുണ്ട്. 20 കളുടെ അവസാനവും മുപ്പതുകളിലും ഇന്ത്യാക്കാരുടെ പ്രധാന ബന്ധം കമ്മ്യൂണിസ്റ്റ് പാർട്ടി ഓഫ് ഗ്രേറ്റ് ബ്രിട്ടനുമായാണ്. സി പി ജി

ബി പ്രവർത്തകരായ ഫിലിപ്പ് സ്പ്രാറ്റ്, ബി എഫ് ബ്രാഡ്ലി, ഒരു പത്രപ്രവർത്തകനായ ഹച്ചിൻസൻ എന്നിവർ മീററ്റ് ഗൂഢാലോചനാ കേസിലെ പ്രതികളാണ്. പിന്നീടും ബ്രിട്ടീഷ് കമ്മ്യൂണിസ്റ്റ് പാർടിയുമായാണ് ബന്ധം.

മുമ്പു സൂചിപ്പിതുപോലെ, ചിതറിക്കിടന്ന നിരവധി ഗ്രൂപ്പുകളായാണ് ഇന്ത്യൻ കമ്മ്യൂണിസ്റ്റുകാർ പ്രവർത്തിച്ചത് മീററ്റ് ഗൂഢാലോചനാ കേസിന്റെ പശ്ചാത്തലത്തിൽ 1930 ൽ മാത്രമാണ് അവർക്കൊരു കർമ്മപരിപാടി ഉണ്ടാകുന്നത്. 1932 ൽ വീണ്ടും ഉണ്ടാക്കിയ കർമ്മപരിപാടി അനുസരിച്ച് 1933 ലാണ് കോമിന്റേണിന്റെ അംഗീകാരത്തോടുകൂടി പ്രവർത്തിക്കുന്ന പാർട്ടിയായി കമ്മ്യൂണിസ്റ്റ് പാർടി മാറുന്നത്. അതിനുമുമ്പുള്ള കോമിന്റേൺ കോൺഗ്രസിൽ കമ്മ്യൂണിസ്റ്റ് പ്രതിനിധികൾ പങ്കെടുക്കുന്നുണ്ട്. 1928 മുതൽ ഈ പങ്കാളിത്തം ഔപചാരികമാകുന്നുണ്ട്. കോമിന്റേണിന്റെ തീരുമാനങ്ങളനുസരിച്ച് സ്വന്തം കർമ്മപരിപാടി രൂപപ്പെടുത്താൻ അവർ ശ്രമിക്കുന്നുണ്ടെന്ന് മീററ്റ് പ്രതികളുടെ പ്രസ്താവനയിലും 1930 ലെ കർമ്മപരിപാടിയിലും കാണാം. സോവിയറ്റ് റഷ്യയിൽനിന്നുള്ള ഇറക്കുമതിയാണ് ഇതെല്ലാമെന്ന് വാദിക്കുന്നത് അസംബന്ധമായിരിക്കും. കമ്മ്യൂണിസ്റ്റുകാരെല്ലാം ബോൾഷെവിക് ചാരന്മാരാണെന്നും സി പി ഐ സോവിയറ്റ് കമ്മ്യൂണിസ്റ്റ് പാർട്ടിയുടെ "ബ്രാഞ്ച് ഓഫീസ്" ആണെന്നുമുള്ള കൊളോണിയൽ പ്രചരണത്തിന് സമ്മതം നൽകുന്നതാണിത്.

മുമ്പ് സൂചിപ്പിച്ചതുപോലെ, 1933 ഓടെ കമ്മ്യൂണിസ്റ്റ് പാർട്ടി കേന്ദ്ര കമ്മിറ്റി പുനഃസംഘടിപ്പിക്കുകയും പാർട്ടി പ്രവർത്തനം സജീവമാക്കാൻ തീരുമാനിക്കുകയും ചെയ്തിരുന്നു. ഇതിന്റെ ഫലമായി കേന്ദ്ര കമ്മിറ്റി അംഗങ്ങൾ വിവിധ പ്രദേശങ്ങളിലെ ഇടതുപക്ഷ കോൺഗ്രസുകാരെ ബന്ധപ്പെടാനുള്ള ശ്രമം നടത്തുന്നുണ്ട്. ദക്ഷിണേന്ത്യയിൽ കമ്മ്യൂണിസ്റ്റ് പാർട്ടി സംഘടിപ്പിക്കാനുള്ള ഉത്തരവാദിത്തം കാൺപൂർ ഗൂഢാലോചന കേസുമായി ബന്ധപ്പെട്ട് പോലീസ് തെരെഞ്ഞുകൊണ്ടിരുന്ന അമീർ ഹൈദർഖാനെയായിരുന്നു ഏൽപ്പിച്ചിരുന്നത്. നാവികത്തൊഴിലാളിയായിരുന്ന പ്രവർത്തിച്ചിരുന്ന ഹൈദർഖാൻ അമേരിക്കൻ പാർട്ടിയുടെ നിർദ്ദേശപ്രകാരം മോസ്കോവിലെത്തി അവിടത്തെ സർവ്വകലാശാലയിൽ കമ്മ്യൂണിസത്തെക്കുറിച്ചും തൊഴിലാളിവർഗ്ഗത്തെ സംബന്ധിച്ചും മൗലികമായ പഠനം നടത്തി. പഠനം പൂർത്തിയാക്കിയ ശേഷം കോമിന്റേൺ നേതാക്കളുടെ നിർദ്ദേശ പ്രകാരം ഇന്ത്യയിലെത്തി കമ്മ്യൂണിസ്റ്റ് പാർട്ടി പ്രവർത്തനങ്ങളിൽ പങ്കാളിയായി. 1934 ആഗസ്ത് 31-ാം തീയ്യതി മദ്രാസ് പെരമ്പൂർ റെയിൽവേ സ്റ്റേഷനിൽ വെച്ച് ഹൈദർഖാൻ അറസ്റ്റ് ചെയ്യപ്പെട്ടപ്പോൾ അദ്ദേഹത്തിൽനിന്ന് പിടിച്ചെടുത്ത ഡയറിക്കുറിപ്പിൽ പലരുടെയും പേരുകൾ ഉള്ള കൂട്ടത്തിൽ കണ്ണൂർ ഇൻഡസ്ട്രിയൽ ഇൻസ്റ്റിറ്റ്യൂട്ട് ഉടമയും തയ്യൽക്കാരനുമായ പി.കെ. കൃഷ്ണന്റെ പേരുമുണ്ടായി

രുന്നു. കണ്ണൂരും പരിസരത്തും പാർട്ടി രൂപീകരിക്കാനുള്ള ശ്രമത്തിന്റെ ഭാഗമായാണ് ഇത്തരം വിലാസങ്ങൾ ഹൈദർഖാൻ സൂക്ഷിച്ചുവെച്ചത്. പക്ഷെ, ഹൈദർഖാന്റെ പരിശ്രമങ്ങൾ ഫലവത്തായില്ല.

ഘാട്ടെ കേരളത്തിലെത്തി കൃഷ്ണപിള്ളയടക്കമുള്ളവരുമായി ബന്ധപ്പെടുന്ന ഘട്ടത്തിൽ കമ്മ്യൂണിസ്റ്റ് ലീഗിന്റെയും മറ്റും പ്രവർത്തനങ്ങൾ ഇവിടെ നടന്നിരുന്നു. ഘാട്ടെ കോഴിക്കോട്ടെത്തി കോൺഗ്രസ് പ്രവർത്തകരുമായി ബന്ധപ്പെട്ടപ്പോൾ അവരൊക്കെ കൃഷ്ണപിള്ളയെ സമീപിക്കാനാണ് നിർദ്ദേശിച്ചത്. തിരക്കു പിടിച്ച രാഷ്ട്രീയ പ്രവർത്തനങ്ങളിൽ മുഴുകിയിരുന്ന കൃഷ്ണപിള്ളയെ ഫറൂഖിൽ വെച്ചാണ് ഘാട്ടേയ്ക്ക് കാണാൻ സാധിച്ചത്. ഘാട്ടെയുമായുള്ള സംഭാഷണത്തിൽ അനുശീലൻ സമിതിയുമായുള്ള ബന്ധവും കോൺഗ്രസ് സോഷ്യലിസ്റ്റ് പാർട്ടിയിൽ തനിക്ക് താൽപ്പര്യം കുറഞ്ഞുവരുന്ന കാര്യവും അതിന്റെ സ്ഥാനത്ത് സി.പി.ഐ. യുടെ ഒരു ഘടകമുണ്ടാക്കാനുള്ള താൽപ്പര്യം തനിക്കും തന്റെ സഖാക്കൾക്കുമുണ്ടെന്ന് വിവരം താനുമായി കൃഷ്ണപിള്ള പങ്കുവെച്ച കാര്യം പിന്നീട് ഘാട്ടെ അനുസ്മരിക്കുന്നുണ്ട്. ഘാട്ടെ സഖാക്കൾക്ക് കേന്ദ്ര കമ്മ്യൂണിസ്റ്റ് പാർട്ടിയുടെ പരിപാടികൾ വിശദീകരിച്ചുകൊടുത്തു. കൃഷ്ണപിള്ളയും ഇ,എം.എസും തുടർച്ചയായി ഘാട്ടേയുമായി ചർച്ചകൾ നടത്തി. ആ ചർച്ചകളുടെ അവസാനമാണ് കേരള ഘടകം രൂപീകരിക്കാനുള്ള തീരുമാനം ഉണ്ടായത്.

കേരളത്തിലെ കമ്മ്യൂണിസ്റ്റ് ഗ്രൂപ്പിന്റെ രൂപീകരണത്തിന് പിന്നിൽ സുന്ദരയ്യയ്ക്കുള്ള സ്ഥാനവും വളരെ പ്രധാനമാണ്. ഹൈദർഖാന്റെ അറസ്റ്റിനെത്തുടർന്ന് ദക്ഷിണേന്ത്യയിലെ പാർടി പ്രവർത്തനത്തിന്റെ ഉത്തരവാദിത്തം സുന്ദരയ്യ ഏറ്റെടുത്തിരുന്നു. കോൺഗ്രസ് പ്രവർത്തകർ എന്ന നിലയിൽ ഇതിനു മുമ്പ് തന്നെ ഇ.എം.എസിന് സുന്ദരയ്യയെ പരിചയമുണ്ടായിരുന്നു. സുന്ദരയ്യ 1935ൽ കമ്മ്യൂണിസ്റ്റ് പാർട്ടിയുടെ നയരേഖകളുമായി കേരളത്തിലെത്തി. കൃഷ്ണപിള്ള, എൻ.സി. ശേഖർ, ഇ.എം.എസ്. എന്നിവരുമായി ദീർഘമായി കാര്യങ്ങൾ സംസാരിച്ചു. ഒന്നും അവരുടെ മേൽ അടിച്ചേൽപ്പിക്കാൻ സാധിക്കില്ലെന്ന് ബോധ്യപ്പെട്ട സുന്ദരയ്യ പാർട്ടി രേഖ വായിച്ച് മനസ്സിലാക്കുന്നതിന് അവരെ ഏൽപ്പിക്കുകയും തുടർന്നും ബന്ധപ്പെടണമെന്നഭ്യർത്ഥിച്ചു തിരിച്ചുപോയി. ചർച്ചകൾ നടത്തി. ഈ ചർച്ചകളുടെയെല്ലാം ഫലമായാണ് 1937ൽ സപ്തംബറിൽ കോഴിക്കോട് പാളയത്തുള്ള ഒരു പച്ചക്കറി പീടികയുടെ മുകളിൽ വെച്ച് വളരെ രഹസ്യമായി പി. കൃഷ്ണപിള്ള, ഇ.എം.എസ്. എൻ.സി. ശേഖർ, കെ. ദാമോദരൻ, എസ്.വി. ഘാട്ടെ എന്നിവർ ചേർന്ന് അഖിലേന്ത്യാ കമ്മ്യൂണിസ്റ്റ് പാർടിയുടെ കേരള ഘടകം രൂപീകരിച്ചത്.

കമ്മ്യൂണിസ്റ്റ് പാർടിക്ക് കളമൊരുങ്ങുന്നു

ഇ എം എസ്, പി കൃഷ്ണപിള്ള, കെ ദാമോദരൻ, എൻ സി ശേഖർ എന്നിവർ അടങ്ങിയ ഗ്രൂപ്പിന്റെ സെക്രട്ടറിയായി പി കൃഷ്ണപിള്ള തെരഞ്ഞെടുക്കപ്പെട്ടു. കോഴിക്കോട് കല്ലായിയിലെ വട്ടം പൊയിൽ എന്ന സ്ഥലത്താണ് ആദ്യത്തെ പാർട്ടി ഓഫീസ് പ്രവർത്തിച്ചത്.

ഈ നാലുപേരും 1937 നു മുമ്പുതന്നെ കമ്മ്യൂണിസ്റ്റ്കാരായ അവരുടെ ജീവചരിത്രങ്ങളിൽനിന്ന് വ്യക്തമാണ്. നിയമലംഘനപ്രസ്ഥാനത്തിന്റെ ഭാഗമായി അറസ്റ്റ് ചെയ്യപ്പെട്ട ഇ എം എസ് കണ്ണൂർ ജയിലിൽവെച്ച് കമൽനാഥ് തിവാരി, കിരൺചന്ദ്രദാസ് (രക്തസാക്ഷി ജതീൻ ദാസിന്റെ അനുജൻ), തുടങ്ങിയവരുമായി നടത്തിയ സംഭാഷണങ്ങൾ ഓർമ്മിക്കുന്നു. കമൽനാഥ് തിവാരിയായിരുന്നു കമ്മ്യൂണിസത്തെക്കുറിച്ചുള്ള ധാരണകൾ ഇ എം എസിൽ ഉണ്ടാക്കിയത്. ജയിലിൽ നിന്ന് പുറത്തുവന്നതിനുശേഷം റഷ്യൻവിപ്ലവത്തിന്റെ ചരിത്രം അദ്ദേഹം എഴുതി. ട്രോട്സ്കിയുടെ റഷ്യൻ വിപ്ലവചരിത്രമായിരുന്നു അതിന് അവലംബമായതെന്ന് തന്റെ ആത്മകഥയിൽ ഇ എം എസ് രേഖപ്പെടുത്തുന്നു. കോൺഗ്രസ് സോഷ്യലിസ്റ്റ് പാർട്ടിയുടെ അഖിലേന്ത്യാ ജോയിന്റ് സെക്രട്ടറിയായതിനുശേഷം നിരവധി സോഷ്യലിസ്റ്റുകാരും കമ്മ്യൂണിസ്റ്റുകാരുമായി അടുത്തിടപഴകാൻ ഇ എം എസിനു സാധിച്ചു. അതിൽ കമ്മ്യൂണിസ്റ്റ് വിരുദ്ധരായിരുന്ന എം ആർ മസാനി, അശോക് മേത്ത, അനുഭാവം പുലർത്തിയിരുന്ന ജയപ്രകാശ് നാരായൺ, റോയിസ്റ്റായിരുന്ന രജനിമുഖർജി, 1934 മുതൽ കമ്മ്യൂണിസ്റ്റ് പാർട്ടിയുടെ പോളിറ്റ്ബ്യൂറോ അംഗമായിരുന്ന ആർ ഡി ഭരദ്വാജ് എന്നിവർ ഉൾപെടുന്നു. ഇ എം എസിനെ കമ്മ്യൂണിസ്റ്റുകാരനാക്കുന്നതിൽ നേരിട്ടു പങ്കുവഹിച്ചത് സുന്ദരയ്യയും എസ് വി ഘാട്ടെയുമായിരുന്നു. കമ്മ്യൂണിസത്തിനനുകൂലവും എതിരുമായിരുന്ന നിലപാടുകളും കമ്മ്യൂണിസ്റ്റ് പ്രസ്ഥാനത്തിനകത്തുനിന്നുതന്നെ റോയിസ്റ്റുകളും "ഔദ്യോഗിക" കമ്മ്യൂണിസ്റ്റുകളും (അന്ന് കമ്മ്യൂണിസ്റ്റ് ഇന്റർനാഷണലിന്റെ നിർദ്ദേശങ്ങൾക്കനുസരിച്ചു പ്രവർത്തിച്ച കമ്മ്യൂണിസ്റ്റുകളെ വിളിച്ചിരുന്നത് അങ്ങനെയാണ്) തമ്മിലുള്ള അഭിപ്രായവ്യത്യാസങ്ങളുമെല്ലാം ഇ എം എസ് മനസ്സിലാക്കുന്നത് ഈ സാഹചര്യങ്ങളിലാണ്.

1935 ൽ മീറത്തിൽവെച്ചു നടന്ന സമ്മേളനത്തിലാണ് കമ്മ്യൂണിസ്റ്റു പാർട്ടിയും കോൺഗ്രസ് സോഷ്യലിസ്റ്റുകളും തമ്മിലുള്ള അനുരഞ്ജനമുണ്ടായത്. മീറത്ത് തീസിസ് എന്നറിയപ്പെടുന്ന ഈ നിലപാടനുസരിച്ച് കോൺഗ്രസ് സോഷ്യലിസ്റ്റ് പാർട്ടിയുടെ ആശയസംഹിത മാർക്സിസം ലെനിനിസമായിരിക്കുമെന്ന് അംഗീകരിക്കപ്പെട്ടു. കമ്മ്യൂണിസ്റ്റുകാർ സമ്മേളനത്തിൽ പങ്കെടുക്കുകയും സോളിബാട്ലിവാലയുടെ നേതൃത്വത്തിൽ കമ്മ്യൂണിസ്റ്റ് ഫ്രാക്ഷൻ പ്രവർത്തിക്കുകയും ചെയ്തു. ഫ്രാക്ഷ

നിൽ ഇ എം എസും അംഗമായിരുന്നുവെന്ന് ആത്മകഥയിൽ അദ്ദേഹം ഓർമ്മിക്കുന്നു. അതായത് 1935 മുതൽ ഇ എം എസിന് കമ്മ്യൂണിസ്റ്റ് പാർട്ടിയുമായി നേരിട്ടു ബന്ധമുണ്ടായിരുന്നു.

പി കൃഷ്ണപിള്ള തന്റെ ആശയസംഹിതയും പ്രവർത്തനമണ്ഡലവും വിപുലീകരിക്കുന്നത് പ്രവാസി ജീവിതത്തിന്റെ ഭാഗമായാണ്. 1921 ലും 1928 ലും കൃഷ്ണപിള്ള നാടുവിട്ടുപോവുകയും ഉത്തരേന്ത്യയിൽ പല ഭാഗങ്ങളിലും ചുറ്റിത്തിരിയുകയും ചെയ്തു. ഈ ജീവിതത്തിൽ അദ്ദേഹത്തിന്റെ അനുഭവങ്ങൾ, കണ്ടുമുട്ടിയ വ്യക്തികൾ എന്നിവരെക്കുറിച്ച് ഇപ്പോഴും വിവരങ്ങൾ ലഭ്യമല്ല. കൃഷ്ണപിള്ള ഒരിടത്തും അതിനെക്കുറിച്ച് എഴുതിയിട്ടുമില്ല. രണ്ടുവർഷം അലഹാബാദിൽ ഹിന്ദി പഠിച്ചകാലത്ത് ഉത്തരേന്ത്യൻ തീവ്രവാദി ഗ്രൂപ്പുകളുമായി ബന്ധപ്പെട്ടിരിക്കാം. മറ്റുപലരെയുംപോലെ കമ്മ്യൂണിസത്തെക്കുറിച്ച് കൃഷ്ണപിള്ളയും മനസ്സിലാക്കുന്നത് ജയിലിൽ നിന്നായിരുന്നു. തന്റെ ഉത്തരേന്ത്യൻ ജീവിതത്തിൽനിന്ന് തിരിച്ചെത്തിയപ്പോൾതന്നെ കൃഷ്ണപിള്ള റാഡിക്കൽ ദേശീയവാദിയായി കഴിഞ്ഞിരുന്നു. ഗാന്ധിയൻ രീതികളോട് വലിയ താല്പര്യം കൃഷ്ണപിള്ള പ്രദർശിപ്പിച്ചിട്ടുമില്ല. ഉപ്പു സത്യഗ്രഹത്തിലും ഗുരുവായൂർ സത്യഗ്രഹത്തിലും കൃഷ്ണപിള്ള ഇടപെട്ട രീതികളിൽ നിന്നുതന്നെ ഇതു വ്യക്തമാണ്. കോഴിക്കോട്ട് ബീച്ചിൽ അണിനിരന്ന സത്യാഗ്രഹികളെ തകർക്കാൻ പോലീസ് ശ്രമം നടത്തിയപ്പോൾ കൊടിവിട്ടുകൊടുക്കാതെ സംഘർഷത്തിന് കൃഷ്ണപിള്ള ഒരുങ്ങി. ഗുരുവായൂർ സത്യഗ്രഹത്തിലും സനാതനികളുമായി നേരിട്ടുള്ള സംഘർഷത്തിന് വഴിയൊരുക്കിയത് കൃഷ്ണപിള്ളയായിരുന്നു കൃഷ്ണപിള്ള ക്ഷേത്രത്തിൽ കയറി മണിയടിച്ചതാണ് സംഘർഷത്തിന് തുടക്കമിട്ടത്. തുടർന്ന് കൃഷ്ണപിള്ളയും കെ പി ഗോപാലനും ചേർന്ന് അനുശീലൻ സമിതിയുടെ ഒരു ഗ്രൂപ്പ് മലബാറിൽ ഉണ്ടാക്കി. തുടർന്ന് സുന്ദരയ്യയുടെയും എസ് വി ഘാട്ടെയുടെയും പ്രേരണയാൽ തന്നെയാണ് കൃഷ്ണപിള്ളയും കമ്മ്യൂണിസ്റ്റ് പാർട്ടിയിലേക്കു വരുന്നത് മലബാറും തിരുവിതാംകൂറും തൊഴിലാളികളെ സംഘടിപ്പിക്കാൻ നടത്തിയ ശ്രമങ്ങളുടെ അനുഭവങ്ങളും ഈ മാറ്റത്തെ സഹായിച്ചു.

നിയമലംഘനപ്രസ്ഥാനം തന്നെയാണ് കെ ദാമോദരനെയും രാഷ്ട്രീയത്തിലെത്തിക്കുന്നത്. ജയിൽശിക്ഷ കഴിഞ്ഞ് തിരിച്ചെത്തിയ ദാമോദരൻ സാമൂതിരി കോളേജിൽ പഠിക്കുമ്പോൾ കേരളവിദ്യാർത്ഥി സംഘം എന്ന സംഘടനയുടെ സെക്രട്ടറിയാകുന്നുണ്ട്. അതിനുശേഷം ദേശീയവാദികൾ സ്ഥാപിച്ച കാശിവിദ്യാപീഠത്തിൽ വിദ്യാർത്ഥിയായി ചേർന്ന്. അവിടെവെച്ച് ഓംങ്കാർനാഥ് ശാസ്ത്രി എന്ന സഹപാഠിയുമായുള്ള പരിചയമാണ് കമ്മ്യൂണിസത്തിലേക്ക് ദാമോദരനെ ആകർഷിക്കുന്നത്. വായനയിൽ അതീവതല്പരനായിരുന്ന ദാമോദരൻ ഇതിന്റെ ഭാഗമായി അവിടെ ലഭ്യമായിരുന്ന എല്ലാ മാർക്സിസ്റ്റ്

ഗ്രന്ഥങ്ങളും വായിക്കുകയും ക്രമേണ ഒരു കമ്മ്യൂണിസ്റ്റായി മാറുകയും ചെയ്തു. അവിടെവെച്ചുതന്നെ ദാമോദരൻ പാർട്ടി അംഗമായി എന്നാണ് സൂചന. തിരിച്ചുവന്നതിനുശേഷം കോൺഗ്രസ് സോഷ്യലിസ്റ്റ് പാർട്ടിയുടെ സജീവ പ്രവർത്തകനായി. പൊന്നാനിയിൽ നടന്ന ബീഡി സമരത്തിന് നേതൃത്വം കൊടുത്തതിന് അറസ്റ്റ് ചെയ്യപ്പെട്ടു. തന്റെ ധൈഷണിക പ്രതിബദ്ധതയെ പ്രായോഗികതലത്തിലെത്തിക്കാൻ ഈ അനുഭവങ്ങൾ സഹായിച്ചു.

എൻ സി ശേഖർ, പൊന്നറശ്രീധർ, എൻ പി കുരിക്കൾ തുടങ്ങിയവരോടൊപ്പം തിരുവനന്തപുരത്തുനിന്ന് ഉപ്പുസത്യഗ്രഹത്തിൽ പങ്കെടുക്കുകയും അറസ്റ്റ് ചെയ്യപ്പെടുകയും ചെയ്യുന്നുണ്ട്. ജയിലിൽവെച്ച് കമ്മ്യൂണിസ്റ്റായ സോളി ബാട്‌ലിവാലയുമായി പരിചയപ്പെട്ടതിനുശേഷമാണ് ശേഖർ കമ്മ്യൂണിസത്തിലേ ക്കാകർഷിക്കപ്പെടുന്നത്. തിരുവനന്തപുരത്തെത്തിയ ശേഖർ 1931 ൽ കമ്മ്യൂണിസ്റ്റ് ലീഗ് പ്രവർത്തകനായി. അന്നത്തെ ഔദ്യോഗിക കമ്മ്യൂണിസ്റ്റ് പാർട്ടിയുമായി നേരിട്ടുള്ള ബന്ധം ലീഗിനുണ്ടായിരുന്നതായി തെളിവില്ലെങ്കിലും മീററ്റ് ഗൂഢാലോചന കേസിലെ പ്രതികളുടെ പ്രസ്താവനയും അവർ തയ്യാറാക്കിയ കർമ്മ പരിപാടിയും അവർ പ്രസിദ്ധീകരിച്ചു. ഭഗത് സിംഗ്, സുഖ്ദേവ്, രാജ് ഗുരു എന്നിവർക്കു നൽകിയ വധശിക്ഷക്കെതിരായി തിരുവനന്തപുരത്ത് അവർ നടത്തിയ പ്രകടനവും ശ്രദ്ധേയമാണ്. പി കൃഷ്ണപിള്ളയാണ് യൂത്ത് ലീഗുകാരുമായി ബന്ധപ്പെട്ട് കോൺഗ്രസ് സോഷ്യലിസ്റ്റ് പാർട്ടിയുമായി സഹകരിച്ചു പ്രവർത്തിക്കാൻ ആവശ്യപ്പെട്ടത്. അതിനകംതന്നെ കമ്മ്യൂണിസ്റ്റ് ആശയങ്ങളാൽ സ്വാധീനിക്കപ്പെട്ട ശേഖർ കൃഷ്ണപിള്ളയുടെ നിർദേശപ്രകാരം കോഴിക്കോട്ടെത്തുകയും അവിടെ ട്രേഡ് യൂണിയൻ പ്രവർത്തനങ്ങളിൽ സജീവപങ്കാളിയാവുകയും ചെയ്തു. അതിൽ നിന്ന് കമ്മ്യൂണിസ്റ്റ് ഗ്രൂപ്പിലേക്ക് വരാൻ ശേഖറിന് പ്രയാസമുണ്ടായിരുന്നില്ല.

അടിസ്ഥാനപരമായ ലെനിനിസ്റ്റ് തത്വം ഇവിടെ പ്രകടമാണ്. ദേശീയ പ്രസ്ഥാനത്തിന്റെ പശ്ചാത്തലത്തിൽ വർഷങ്ങളായുള്ള വർഗ ബഹുജന സമരപാരമ്പര്യമുള്ളവരാണ് കേരളത്തിൽ കമ്മ്യൂണിസ്റ്റ് പാർട്ടിയിലേക്കു വന്നത്. അവരാരും പാർട്ടിയിൽവന്നു കമ്മ്യൂണിസ്റ്റുകാരായതല്ല, കമ്മ്യൂണിസ്റ്റുകാരായി പാർട്ടിയിൽ ചേർന്നവരാണ്. ഇത്തരത്തിലുള്ള മറ്റു നിരവധിപേർ അപ്പോൾ പുറത്തുണ്ടായിരുന്നു. സോഷ്യലിസത്തിന്റെയും കമ്മ്യൂണിസത്തിന്റെയും ആശയങ്ങൾ അതിവേഗത്തിൽ പ്രചരിച്ചു കൊണ്ടിരിക്കുകയും ദേശീയ പ്രസ്ഥാനത്തിനുള്ളിൽതന്നെ ജവഹർലാൽ നെഹ്റുവിന്റെയും സുഭാഷ്ചന്ദ്രബോസിന്റെയും നേതൃത്വത്തിൽ ശക്തമായ ഇടതുപക്ഷം വളർന്നുവരികയും ചെയ്ത ഘട്ടത്തിൽ നിരവധി പേർ കമ്മ്യൂണിസ്റ്റ് ആശയങ്ങളാൽ ആകൃഷ്ടരായതിൽ അത്ഭുതമില്ല. വളർന്നുവന്ന ജനകീയ സമരങ്ങളിലെ നേതൃത്വപരമായ പങ്കും

കമ്മ്യൂണിസ്റ്റ് പാർട്ടിയുടെ അതിവേഗത്തിലുള്ള വളർച്ചയ്ക്ക് കരുത്തേകി.

അങ്ങനെ കമ്മ്യൂണിസ്റ്റുകാരായവരിൽ ഏറെപ്പേരും തൊഴിലാളി–കർഷകസമരങ്ങളിലൂടെ വളർന്നുവന്നവരാണ്. 1921 ലെ ഖിലാഫത്ത് പ്രക്ഷോഭമടക്കമുള്ള ആദ്യകാലസമരങ്ങൾ സാമ്രാജ്യത്വ വിരുദ്ധ സമരങ്ങളായിരുന്നെങ്കിലും അവ നേരിട്ട് കമ്മ്യൂണിസ്റ്റ് പ്രസ്ഥാനത്തിന്റെ വളർച്ചയിലേക്ക് നയിച്ചു എന്നു പറഞ്ഞുകൂടാ. പക്ഷെ, ഖിലാഫത്തികൾ മുജാഹിറുകളെപോലെ തന്നെ സാമ്രാജ്യത്വവിരുദ്ധരായിരുന്നു. മതബന്ധമായ ജിഹാദി പാരമ്പര്യവുമായി അവർക്ക് ബന്ധമില്ലായിരുന്നു. ഖിലാഫത്തി പാരമ്പര്യത്തെ പിന്തുടർന്നവർ സാമ്രാജ്യത്വവിരുദ്ധരായിതന്നെ നിലനിന്നു. അതിൽ നിന്ന് മുഹമ്മദ് അബ്ദുറഹിമാന്റെയും മൊയ്തുമൗലവിയുടെയും മറ്റും നേതൃത്വത്തിലുള്ള ശക്തമായ ദേശീയ മുസ്ലീം പാരമ്പര്യം വളർന്നുവരികയും അത് പിന്നീട് കോൺഗ്രസ് സോഷ്യലിസ്റ്റ് പാർട്ടിയുമായി ബന്ധപ്പെടുകയും ചെയ്യുന്നുണ്ട്. പക്ഷെ, വടക്കെ ഇന്ത്യയിലെ മുജാഹിറുകളെപ്പോലെ റഷ്യൻ വിപ്ലവത്തിന്റെ പ്രാധാന്യത്തെ ഉൾക്കൊള്ളുകയും മോസ്കോയുമായി നേരിട്ടു ബന്ധപ്പെട്ടുകൊണ്ട് നാടിന്റെ മോചനത്തിനായി പ്രവർത്തിക്കുകയും ചെയ്ത ഒരു വിഭാഗം കേരളത്തിൽ വളർന്നുവന്നില്ല. അതിനുപകരം മുമ്പു സൂചിപ്പിച്ചതുപോലെ, കേരളത്തിലെ വർഗവൈരുദ്ധ്യങ്ങളിൽ നിന്നുതന്നെയാണ് കമ്മ്യൂണിസ്റ്റ് അവബോധവും വളർന്നുവന്നത്.

കമ്മ്യൂണിസ്റ്റ് പ്രസ്ഥാനത്തിന്റെ വ്യാപനം

ഇന്ത്യൻ കമ്മ്യൂണിസ്റ്റ് പ്രസ്ഥാനത്തിൽ ആദ്യ ഘട്ടത്തിലുണ്ടായിരുന്ന ഗ്രൂപ്പുവഴക്കുകളും ആശയപരമായ വ്യക്തതയില്ലായ്മയും പെറ്റിബൂർഷാതീവ്രവാദ രാഷ്ട്രീയത്തിന്റെ ഫലമായിരുന്നുവെന്ന് വിലയിരുത്തപ്പെട്ടിട്ടുണ്ട്. കാർഷിക വിപ്ലവം സാമ്രാജ്യത്വവിരുദ്ധ പോരാട്ടങ്ങളുടെ ഭാഗമായി ഏറ്റെടുക്കണമെന്നുള്ള നിർദ്ദേശം സാർവദേശീയപ്രസ്ഥാനത്തിന്റെ ഭാഗത്തു നിന്നുണ്ടായിരുന്നു. വളർന്നുവരുന്ന തൊഴിൽ സമരങ്ങളെ പൊതു രാഷ്ട്രീയ പണിമുടക്കാക്കി മാറ്റണമെന്ന നിർദേശവും ഉണ്ടായി. പക്ഷേ, ഇതെല്ലാം പ്രാവർത്തികമാക്കുന്ന രീതിയിൽ സംഘടനാ സംവിധാനമോ യോജിച്ച പ്രക്ഷോഭങ്ങളോ ഉണ്ടായില്ല. ട്രേഡ് യൂണിയനുകൾ എ ഐ ടി യു സിയുടെ ഭാഗം തന്നെയായിരുന്നു. വി വി ഗിരിയുടെ നേതൃത്വത്തിൽ പിന്നീടു വളർന്നുവന്ന ദേശീയ ട്രേഡ് യൂണിയനുകളായിരുന്നു മറ്റൊരു സാധ്യത. കേരളത്തിലെ ട്രേഡ് യൂണിയനുകൽ സ്വതന്ത്രമായ ട്രാവൻകൂർ ലേബർ അസോസിയേഷന്റെയും മലബാർ ഭാഗത്ത് എ ഐ ടി യു സിയോടുമൊപ്പമായിരുന്നു. പിന്നീട് 1932 മുതൽ ബി ടി രണദിവെയും എസ് വി ദേശ് പാണ്ഡെയും സർദേശായിയുമെല്ലാം ചേർന്ന് രൂപീകരിച്ച 'ചെങ്കൊടി' ട്രേഡ് യൂണിയനുകളായിരുന്നു പ്രകടമായ കമ്മ്യൂണിസ്റ്റ് നേതൃത്വത്തിലുള്ള

യൂണിയനുകൾ. വർക്കേഴ്സ് ആൻഡ് പെസന്റ്സ് പാർട്ടിയുടെ നേതൃത്വത്തിൽ കർഷകരുടെ ഇടയിലുള്ള പ്രവർത്തന മൊഴിച്ചാൽ കാര്യമായ പ്രവർത്തനമൊന്നും ഇക്കാലത്തുണ്ടായില്ല. അതേസമയം മുംബൈയിലും കൊൽക്കത്തയിലുമെല്ലാം നിരവധി കമ്മ്യൂണിസ്റ്റ് ഗ്രൂപ്പുകൾ നിലവിൽ വന്നിരുന്നു. എല്ലാവരും മാർക്സിനെയും ലെനിനെയും ഉദ്ധരിക്കുകയും വിപ്ലവത്തിനുവേണ്ടി വാദിക്കുകയും ചെയതു. വിപ്ലവത്തിന്റെ പാത എന്താണെന്നതിൽ പ്രകടമായ ആശയക്കുഴപ്പവും കാണാം. കേരളത്തിലും ആദ്യഘട്ടത്തിൽ സ്ഥിതി വ്യത്യസ്തമായിരുന്നില്ല. ആലപ്പുഴ വളർന്നവന്ന തൊഴിലാളി പ്രസ്ഥാനത്തിലോ കർഷകരുടെ പ്രശ്നങ്ങളിലോ കമ്മ്യൂണിസ്റ്റ് ലീഗ് കാര്യമായി ഇടപെട്ടതായി കാണുന്നില്ല. കൊടുങ്ങല്ലൂർനിന്നുള്ള കർഷക-തൊഴിലാളിപ്രസ്ഥാനം ശക്തമായ ഇടപെടലുകൾ ആവശ്യമാണെന്നു വാദിച്ചുവെങ്കിലും സജീവ പ്രവർത്തനം അപൂർവമായിരുന്നു. പി കെ ബാവ, കെ സി ഗോവിന്ദൻ തുടങ്ങിയവരുടെ നേതൃത്വത്തിൽ വളർന്നുവന്ന തിരുവിതാംകൂറിലെ തൊഴിലാളി പ്രസ്ഥാനത്തിൽ ക്രമേണ കേശവദേവ്, ആർ സുഗതൻ, കെ പി പത്രോസ്, കെ സി ജോർജ്, പി കെ കുഞ്ഞ് തുടങ്ങിയവർ സജീവ പങ്കാളികളാകുന്നതു കാണാം. 1936 ൽ കെ എൻ ദത്ത് സെക്രട്ടറിയായി കോൺഗ്രസ് സോഷ്യലിസ്റ്റ് പാർട്ടിയുടെ ഘടകം നിലവിൽ വന്നതാണ് ആലപ്പുഴയിലെ പ്രകടമായ രാഷ്ട്രീയമായ ഇടപെടൽ.

ഇതിനിടെ കേരളത്തിൽ വളർന്നുവന്ന നിരവധി ജനകീയ പ്രക്ഷോഭങ്ങളിലെ പങ്കാളിത്തം ശ്രദ്ധേയമാണ്. 1933-34 ൽ തിരുവിതാംകൂറിലെ അവർണരും ക്രിസ്ത്യാനികളും മുസ്ലീങ്ങളും ചേർന്ന് തിരുവിതാംകൂർ അസംബ്ലിയിൽ ജനസംഖ്യാനുപാതികമായി സീറ്റുകൾ സംവരണം ചെയ്യണമെന്നാവശ്യപ്പെട്ടു കൊണ്ടുള്ള നിവർത്തന പ്രക്ഷോഭത്തിന് വമ്പിച്ച ജനപിന്തുണ ലഭിച്ചു. അക്കാലത്ത് വിദ്യാർഥികളായിരുന്ന എം എൻ ഗോവിന്ദൻ നായരും പി ടി പുന്നൂസും നിവർത്തന സമരത്തെ പിന്തുണച്ചു. ഗോവിന്ദൻ നായർ പിന്നീട് സമുദായോദ്ധാരണ പ്രവർത്തനങ്ങളിൽ സജീവമായി ഇടപെടുകയും ഹരിജനസേവാ സംഘത്തിന്റെ പ്രവർത്തകനായി മാറുകയും ചെയ്തു. മുപ്പതുകളുടെ അവസാനത്തോടെ ഇരുവരും കമ്മ്യൂണിസ്റ്റുകളായി മാറുന്നുണ്ട്. കൊച്ചി രാജ്യ പ്രജാസമ്മേളനത്തിന്റെ സംഘാടകനായാണ് സി അച്യുതമേനോൻ രംഗത്തുവരുന്നത്. അതിനുശേഷം തൃശ്ശൂരിലെ തൊഴിലാളി മുന്നേറ്റത്തിലും അദ്ദേഹം സജീവമാകുന്നു.

ദേശീയ പ്രസ്ഥാനത്തോടുള്ള സമീപനത്തിലും ആശയപരമായ സംഘർഷം കാണാം. ഉപ്പു സത്യഗ്രഹത്തിലും സിവിൽ നിയമലംഘന പ്രസ്ഥാനത്തിലുമുള്ള പങ്കാളിത്തത്തിനുശേഷം കോൺഗ്രസുമായി സഹകരിക്കാൻ കമ്മ്യൂണിസ്റ്റ് ലീഗ് തയ്യാറാകുന്നില്ല. ഇവിടെ അഖിലേന്ത്യാ നിലപാടുകൾ ഉൾക്കൊണ്ടാണ് കമ്മ്യൂണിസ്റ്റ് ലീഗ്

പ്രവർത്തിച്ചത്. എന്നാൽ നിവർത്തനപ്രസ്ഥാനം വളർന്നുവരുകയും അതിൽ പങ്കെടുത്തവർചേർന്ന് 1935 ൽ സംയുക്ത രാഷ്ട്രീയ സഭ (പിന്നീട് തിരുവിതാംകൂർ സ്റ്റേറ്റ് കോൺഗ്രസ്) രൂപീകരിക്കുകയും ചെയ്തപ്പോൾ കമ്മ്യൂണിസ്റ്റ് ലീഗിന് അവരോടുള്ള സമീപനത്തിൽ മാറ്റം വരുന്നു. 1938 ലെ ഉത്തരവാദിത്വപ്രക്ഷോഭണത്തിൽ യൂത്ത്ലീഗ് സജീവ പങ്കാളികളാണ്. പി ടി പുന്നൂസ്, കെ സി ജോർജ്, സി എസ് ഗോപാലപിള്ള, വർഗീസ് വൈദ്യൻ, ഇ ജോൺകുരുവിള, ശ്രീകണ്ഠൻനായർ തുടങ്ങിയവരായിരുന്നു യൂത്ത് ലീഗിന്റെ പ്രവർത്തകർ. ഏറ്റവും ശക്തമായ നാടുവാഴിത്ത വിരുദ്ധ സമരങ്ങളിലൊന്നായി മാറിയത് തിരുവിതാംകൂറിലെ ഉത്തരവാദിത്വപ്രക്ഷോഭണമായിരുന്നു. ആലപ്പുഴയിലെയും കൊല്ലത്തെയും തൊഴിലാളികൾ, കടക്കൽ, കല്ലറ, പാങ്ങോട് ഭാഗങ്ങളിലെ കർഷകർ, യുവാക്കൾ, വിദ്യാർഥികൾ തുടങ്ങി എല്ലാ ജനവിഭാഗങ്ങളും പ്രക്ഷോഭത്തിൽ അണിനിരന്നു. കൂടാതെ, മലബാറിൽ നിന്നുള്ള ഐക്യദാർഢ്യയാത്രകളും ഇതിനാവേശമേകി. തിരുവിതാംകൂറിലെ കമ്മ്യൂണിസ്റ്റ്കാരുടെ ഏകോപനവും ഉത്തരവാദിത്വ പ്രക്ഷോഭണത്തിന്റെ ഭാഗമായി സാധിച്ചു. എം എൻ ഗോവിന്ദൻ നായരുടെയും സി ഒ മാത്യുവിന്റെയും നേതൃത്വത്തിൽ രൂപീകരിക്കപ്പെട്ട റാഡിക്കൽ ഗ്രൂപ്പും യൂത്ത് ലീഗിന്റെ ശക്തിപ്പെടലും ഈ പ്രവണതയുടെ തുടക്കമായി കരുതാം.

നിയമലംഘന പ്രസ്ഥാനത്തിന്റെ ഭാഗമായി ജയിൽവാസം അനുഭവിച്ച കോൺഗ്രസ് പ്രവർത്തകർക്ക് വടക്കെ ഇന്ത്യൻ വിപ്ലവകാരികളുമായിട്ടുണ്ടായ ബന്ധം പുതിയ രാഷ്ട്രീയ പരിപ്രേക്ഷ്യത്തിലെക്ക് നയിച്ചു. ഇന്ത്യയിൽ മറ്റെവിടെയും സംഭവിക്കാത്ത ദ്രുതഗതിയിലുള്ള രാഷ്ട്രീയ പരിണാമമാണ് കേരളത്തിൽ നടന്നത്. നിയമലംഘന പ്രസ്ഥാനത്തിൽ പങ്കെടുത്ത് ജയിൽ ശിക്ഷ കഴിഞ്ഞ് 1931 ജനുവരിയിൽ നാട്ടിലെത്തി വിശ്രമിക്കുകയായിരുന്ന കാഞ്ഞങ്ങാട്ടെ കെ.മാധവന് സേലം ജയിലിൽ നിന്ന് പി.കൃഷ്ണപിള്ള അയച്ച കത്ത് രാഷ്ട്രീയ കാഴ്ചപ്പാടിലുള്ള മാറ്റം വ്യക്തമാക്കുന്നുണ്ട്. "അനിയാ നീ ജയിൽ വിമുക്തനായ വിവരം പത്രത്തിൽ വായിച്ചു. കോൺഗ്രസിൽ രണ്ടു വിഭാഗമുണ്ട്, ഒന്ന് പണക്കാരുടേത്. മറ്റൊന്ന് പാവപ്പെട്ടവരുടേത്. നീ പാവങ്ങൾക്ക് വേണ്ടി പ്രവർത്തിക്കാനിഷ്ടപ്പെടുന്നുവെങ്കിൽ കൃഷിക്കാരുടെ സംഘടനയുണ്ടാക്കി പ്രവർത്തിക്കുക." അഖിലേന്ത്യാതലത്തിൽ കോൺഗ്രസ്സ് സോഷ്യലിസ്റ്റ് പാർട്ടി രൂപീകരിക്കുന്നതിന് മുമ്പുതന്നെ വ്യത്യസ്തമായ ഒരു രാഷ്ട്രീയ പ്രവർത്തനശൈലിക്ക് രൂപം നൽകാൻ കേരളത്തിലെ കോൺഗ്രസിലെ ഒരു ഗ്രൂപ്പ് തയ്യാറെടുത്തു വരുന്നതിന്റെ ആദ്യലക്ഷണമാണ് ഈ കത്ത്.

കോൺഗ്രസ് നേതൃത്വത്തിലെ രണ്ടാം നിര നേതാക്കൾ വ്യവസ്ഥാപിതമായ സമര രീതികൾ നിയമലംഘന പ്രസ്ഥാനത്തെ തുടർന്ന് മാറ്റു

ന്നതിന്റെ ഉദാഹരണമാണ് 1932–ൽ നടന്ന കാടകം വന സത്യഗ്രഹം. നിയമലംഘന പ്രസ്ഥാനത്തിൽ പങ്കെടുത്ത് കണ്ണൂർ സെൻട്രൽ ജയിലിൽ ഒന്നിച്ച് കഴിഞ്ഞവരാണ് കൃഷ്ണപിള്ളയും എ.വി. കുഞ്ഞമ്പുവും. ഇവരുടെ നേതൃത്വത്തിലാണ് കാടകം വന സത്യഗ്രഹം നടക്കുന്നത്. ഈ കാലയളവിൽ ബ്രിട്ടീഷ് ഗവൺമെന്റിന്റെ വന നിയമത്തിനെതിരെ മറ്റൊരിടത്തും ഇത്തരത്തിലുള്ള സമരം നടന്നിരുന്നില്ല. ജനങ്ങളുടെ ഉപജീവനമാർഗ്ഗം നഷ്ടപ്പെടുത്തിയ കൊളോണിയൽ ഭരണകൂടത്തിന്റെ കടന്നുകയറ്റത്തിനെതിരെ സാധാരണക്കാരയ കർഷകരെ സംഘടിപ്പിച്ചുകൊണ്ടാണ് കാസർകോട് താലൂക്കിലെ കാടകത്ത് വനസത്യഗ്രഹം നടത്തിയത്. ഒരു മാസത്തിലേറെ നീണ്ടുനിന്ന സമരത്തിന്റെ ഫലമായി നൂറ് കണക്കിന് കർഷകരെയാണ് ഓരോ ദിവസവും അറസ്റ്റ് ചെയ്ത് വിദൂര സ്ഥലങ്ങളിൽ രാത്രി കാലങ്ങളിൽ പോലീസ് ഇറക്കിവിട്ടത്. സമര നേതാക്കളായ എ.വി.കുഞ്ഞമ്പു, കൃഷ്ണപിള്ള, ഉമേശറാവു അടക്കമുള്ളവരെ അറസ്റ്റ് ചെയ്ത് കേസെടുത്തു.

ഒന്ന് വ്യക്തമാണ്. ആദ്യഘട്ടത്തിൽ കോൺഗ്രസിനോടുണ്ടായിരുന്ന അസ്പൃശ്യത ക്രമേണ കമ്മ്യൂണിസ്റ്റ് അനുഭാവികൾ ഉപേക്ഷിക്കുന്നുണ്ട്. ഈ നിലപാടിൽവന്ന മാറ്റം ജവഹർലാൽ നെഹ്റു ലഖ്നൗ കോൺഗ്രസിൽ നടത്തിയ സോഷ്യലിസത്തെ പിന്തുണച്ചുകൊണ്ടു നടത്തിയ പ്രസംഗത്തിന്റെ ഫലമായാണ് സാധാരണ കരുതാറ്. എന്നാൽ, അതിനുമുമ്പുതന്നെ കോമിന്റേണിന്റെ ഏഴാം സമ്മേളനത്തിൽ കോളനിരാഷ്ട്രങ്ങളിലെ കമ്മ്യൂണിസ്റ്റ് പ്രവർത്തനത്തെക്കുറിച്ച് വ്യക്തമായ നിലപാട് രൂപപ്പെട്ടു കഴിഞ്ഞിരുന്നു. അതതു രാഷ്ട്രങ്ങളിലെ സാമ്രാജ്യത്വവിരുദ്ധശക്തികളുമായി യോജിച്ചുള്ള പ്രവർത്തനം ആഹ്വാനം ചെയ്യപ്പെട്ടിരുന്നു. ഇതേ ആശയം തന്നെയാണ് രജനിപാംഭത്തും സി എഫ് ബ്രാഡ്‌ലിയും ചേർന്ന് സാമ്രാജ്യത്വവിരുദ്ധ ജനകീയ മുന്നണിയെന്നനിലയിൽ ഇന്ത്യയിലെ കമ്മ്യൂണിസ്റ്റ് പ്രവർത്തകരുടെ മുമ്പിൽ അവതരിപ്പിച്ചത്. സാമ്രാജ്യത്വ വിരുദ്ധ ജനകീയ മുന്നണിയിൽ കോൺഗ്രസും മറ്റെല്ലാ രീതിയിലുമുള്ള സാമ്രാജ്യത്വവിരുദ്ധ പ്രവർത്തകരും പങ്കാളികളാകും. അതൊരു വർഗമുന്നണിയായാണ് വിഭാവനം ചെയ്യപ്പെട്ടത്. അതുകൊണ്ട് കർഷകരും തൊഴിലാളികളും യുവാക്കളും സ്ത്രീകളുമെല്ലാം അതിൽ പങ്കാളികളാകും. കമ്മ്യൂണിസ്റ്റ് പ്രവർത്തനത്തെക്കുറിച്ച് മുമ്പുണ്ടായിരുന്ന ആശയക്കുഴപ്പവും ഈ മുന്നണിസങ്കല്പം മാറ്റി മറിക്കുന്നതു കാണാം. മുമ്പ് കമ്മ്യൂണിസ്റ്റ് പ്രവർത്തനത്തെയും വർഗ ബഹുജനപ്രവർത്തനത്തെയും വേർതിരിച്ചാണ് കണ്ടിരുന്നത്. അതുകൊണ്ട് തൊഴിലാളി കർഷകസംഘടനകളിലും പാർട്ടികളിലും കമ്മ്യൂണിസ്റ്റുകാർ പ്രവർത്തിച്ചിരുന്നു. പലപ്പോഴും ചെറിയ അഭിപ്രായവ്യത്യാസങ്ങളുടെ പേരിൽ രൂപപ്പെടുന്ന ഗ്രൂപ്പുകളും ധാരാളമായിരുന്നു. പാർട്ടികളും യൂണിയനുകളും സമാന്തരമായി പ്രവർത്തിക്കുന്ന സ്ഥിതിയുമുണ്ടായിരുന്നു. ബോംബെ

യിൽ റോയിസ്റ്റുകളും 'ഔദ്യോഗിക' കമ്മ്യൂണിസ്റ്റുകളും സ്വതന്ത്രമാർക്സിസ്റ്റുകളും തൊഴിലാളി സംഘടനകളും വ്യത്യസ്തമായി പ്രവർത്തിച്ചു. ഇതേ സ്ഥിതി കൊൽക്കത്തയിലും ഉണ്ടായിരുന്നു. അവയിൽ മാറ്റം വരുകയും പാർടിയും വർഗബഹുജനസംഘടനകളും എന്ന വേർതിരിവ് കൃത്യമാവുകയും ചെയ്തു. ആൾ ഇന്ത്യാ കിസാൻ സഭ രൂപീകരിക്കപ്പെട്ടപ്പോൾ കമ്മ്യൂണിസ്റ്റുകാരും സോഷ്യലിസ്റ്റുകളും (ഉദാ: സഹജാനന്ദ സരസ്വതി) കോൺഗ്രസുകാരും ഒന്നിച്ചു പ്രവർത്തിച്ചു. ആൾ ഇന്ത്യാ സ്റ്റുഡന്റ്സ് ഫെഡറേഷനും പുരോഗമന സാഹിത്യസംഘടനയും ഉണ്ടാകുന്നതും 1937 ലാണ്. എ ഐ ടി യു സി പ്രധാനമായും കമ്മ്യൂണിസ്റ്റ്–സോഷ്യലിസ്റ്റ് നേതൃത്വത്തിന്റെ കീഴിൽ വരികയും ചെയ്തു.

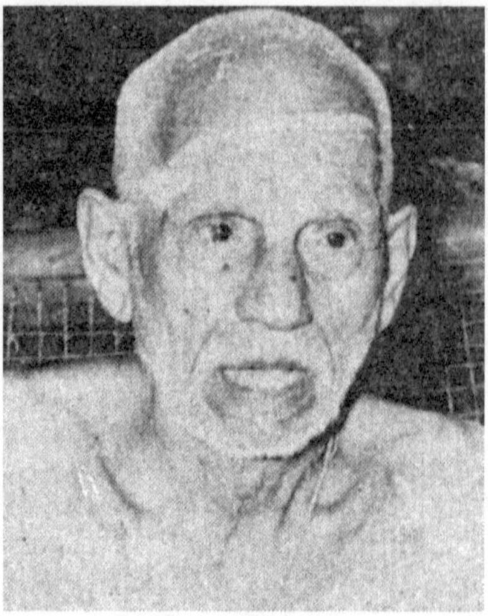
വിഷ്ണു ഭാരതീയൻ

വർഗ ബഹുജനസംഘടനകളിലെ ഫ്രാക്ഷൻ പ്രവർത്തനം എന്ന ആശയവും ഇക്കാലത്താണ് വളർന്നുവരുന്നത്. ട്രേഡ് യൂണിയനുകളിലും കർഷകസംഘത്തിലും വിദ്യാർത്ഥിയുവജനസംഘടനകളിലും ഏകോപിച്ചുള്ള പ്രവർത്തനം നടക്കുന്നതിനോടൊപ്പം വ്യത്യസ്ത കാഴ്ചപ്പാടുള്ളവരുണ്ടാവുക സ്വാഭാവികമാണ്. ഇവരുമായുള്ള ആശയസമരവും ചിലപ്പോൾ നേതൃത്വത്തിനുവേണ്ടിയുള്ള സമരവും വേണ്ടിവരും. ഈ സാഹചര്യങ്ങളിൽ കമ്മ്യൂണിസ്റ്റുകളുടെ ബഹുജനപ്രവർത്തനം ഏകോപിപ്പിക്കുന്നതിനാണ് ഫ്രാക്ഷനുകൾ ഉണ്ടായത്. കോൺഗ്രസ് സോഷ്യലിസ്റ്റുകളിലെ കമ്മ്യൂണിസ്റ്റ് ഫ്രാക്ഷനിൽ അംഗമായിരുന്നു ഇ എം എസ് എന്നു നേരത്തെ സൂചിപ്പിച്ചു. കോൺഗ്രസ് സോഷ്യലിസ്റ്റുകൾക്ക് എല്ലാവർക്കും ഇന്ത്യൻ നാഷണൽ കോൺഗ്രസിൽ അംഗത്വം നിർബന്ധമായിരുന്നു. അതുകൊണ്ട് കോൺഗ്രസിൽ കമ്മ്യൂണിസ്റ്റ് ഫ്രാക്ഷൻ പ്രവർത്തിച്ചു. 1937 ലെ ഫെയിസ്പൂർ സമ്മേളനത്തിൽ ഫ്രാക്ഷൻ പ്രവർത്തനം പരസ്യമായി നടന്നുവെന്നും ഇ എം എസ് ഓർമ്മിക്കുന്നു. 1939 ലെ തൃപുരി കോൺഗ്രസിൽ ഇരുപതു കമ്മ്യൂണിസ്റ്റുകാർ ഐ ഐ സി സിയിലേക്കു തെരഞ്ഞെടുക്കപ്പെട്ടു. സുഭാഷ് ബോസിനെ കോൺഗ്രസ് പ്രസിഡണ്ടായി തെരഞ്ഞെടുക്കുന്നതിൽ ഇവരുടെ പങ്ക് നിർണായകമായിരുന്നു.

കമ്മ്യൂണിസ്റ്റ് പാർട്ടിയുടെ അനുക്രമമായുള്ള വളർച്ച കേരളത്തിലെ

കോൺഗ്രസ് സോഷ്യലിസ്റ്റ് പാർട്ടിയിലും കമ്മ്യൂണിസ്റ്റ് ലീഗിലും (പിന്നീട് യൂത്ത് ലീഗ്) വിള്ളലുകളുണ്ടാക്കുന്നുണ്ട്. സി എസ് പി രൂപീകരിക്കപ്പെട്ട ആദ്യഘട്ടത്തിൽ തന്നെ കേളപ്പനും സി കെ ഗോവിന്ദൻ നായരും വിട്ടുപോകുന്നു. കേളപ്പൻ സോഷ്യലിസ്റ്റുകളെ രൂക്ഷമായി വിമർശിച്ചുകൊണ്ട് 'ഇവരെ സൂക്ഷിക്കുക' എന്ന തലക്കെട്ടിൽ മാതൃഭൂമിയിൽ എഴുതിയ മുഖപ്രസംഗം പിന്നീട് വളർന്നുവന്ന സോഷ്യലിസ്റ്റ് വിരുദ്ധ പ്രചരണത്തിന്റെ തുടക്കമായിരുന്നു. പത്രാധിപരും കമ്മ്യൂണിസ്റ്റുകാരനുമായ പി നാരായണൻ നായർ ഒഴികെ മാതൃഭൂമിഗ്രൂപ്പ് മുഴുവനും സോഷ്യലിസ്റ്റുകളെ എതിർത്തു കമ്മ്യൂണിസ്റ്റ് ലീഗിൽ പൊന്നറ ശ്രീധർ സോഷ്യലിസ്റ്റായിരുന്നെങ്കിലും കമ്മ്യൂണിസ്റ്റുകാരനായില്ല. പിന്നീട് അദ്ദേഹവും ശ്രീകണ്ഠൻ നായരും റെവല്യുഷണറി സോഷ്യലിസ്റ്റ് പാർട്ടി സ്ഥാപിക്കുന്നതിൽ മുൻകൈയ്യെടുത്തു. എൻ പി കുരിക്കൾ അവസാനം കമ്മ്യൂണിസ്റ്റ് പാർട്ടിയിൽ വന്നെങ്കിലും അദ്ദേഹത്തിന്റെ അകാലനിര്യാണം നല്ലൊരു സഖാവിനെ നഷ്ടപ്പെടുത്തി. മലബാറിലെ സോഷ്യലിസ്റ്റുകളിൽ ഒരു വിഭാഗം കമ്മ്യൂണിസ്റ്റ് പാർട്ടിയിൽ ചേർന്നില്ല. അവർ പിന്നീട് ഐ എസ് പി എന്ന പേരിൽ പ്രവർത്തിച്ചു. ആദ്യഘട്ടത്തിൽ കമ്മ്യൂണിസ്റ്റ് പാർട്ടിയിലേക്കുവന്ന വിഷ്ണു ഭാരതീയൻ പിന്നീട് സ്വതന്ത്രനായി. പൊതുവിൽ യുക്തിവാദികളും അതേ നിലപാടുതന്നെ സ്വീകരിച്ചു. കേശവദേവിനെപ്പോലുള്ള ചിലരൊഴിച്ചാൽ ട്രോട്സ്കിയിസ്റ്റുകൾക്ക് സ്വാധീനമുണ്ടായില്ല. 1939 ൽ കോൺഗ്രസ് സോഷ്യലിസ്റ്റ് പാർടിയിൽ നിന്നും വിട്ടുപോയതിനുശേഷം എം എൻ റോയ് രൂപീകരിച്ച നാഷണൽ ഡെമോക്രാറ്റിക് യൂണിയൻ എന്ന സംഘടനയുണ്ടാക്കാൻ ശ്രമിച്ചു. അതിനുവേണ്ടി വിളിച്ചുകൂട്ടിയ യോഗത്തിൽ എ കെ പിള്ളയും അന്ന് എം എൽ സിയായിരുന്ന ആർ എം പാലാട്ടും പങ്കെടുത്തു.

ഇത്തരത്തിലുള്ള ചിതറിപ്പോകലുകൾ കമ്മ്യൂണിസ്റ്റ് പ്രസ്ഥാനത്തിന്റെ ആദ്യഘട്ടത്തെക്കുറിച്ചുള്ള പൊതു നിരീക്ഷണങ്ങളെ ശക്തിപ്പെടുത്തുന്നതാണ്. മധ്യവർഗബുദ്ധിജീവികളടക്കം നിരവധിപേർ കമ്മ്യൂണിസത്താൽ ആകർഷിക്കപ്പെട്ടിരുന്നു. എങ്കിലും അവരുടെ വിപ്ലവബോധം പെറ്റിബൂർഷ്വാ തീവ്രവാദപ്രവണതകളാൽ സ്വാധീനിക്കപ്പെട്ടിരുന്നു. അതുകൊണ്ട് സംഘടിത ബഹുജനപ്രസ്ഥാനങ്ങളിൽ നിലനിന്നു പ്രവർത്തിക്കാനുള്ള താല്പര്യമോ മനസ്ഥിതിയോ പലർക്കും ഉണ്ടായിരുന്നില്ല. അതേ സമയം സംഘടിത പ്രസ്ഥാനങ്ങളുടെ തീച്ചൂളയിലൂടെ വളർന്നുവന്നവരാണ് കമ്മ്യൂണിസ്റ്റ് പാർട്ടിയിലേക്കു പൂർണമായി വന്നത്. ക്രമേണ പെറ്റി ബൂർഷ്വാവിഭാഗങ്ങളിൽ ചിലർ പാർട്ടിയിൽ നിന്നു മാറിപ്പോയി. ശേഷിച്ച മദ്ധ്യവർഗം വർഗസമരങ്ങളിലൂടെ സ്വയം പാകപ്പെടുത്തിയെടുക്കുകയും വളരുന്ന ബഹുജന വിപ്ലവപാർട്ടിയുടെ ഭാഗമാവുകയും ചെയ്തു.

കമ്മ്യൂണിസ്റ്റ് പാർടിയുടെ ജനനം

1937 ൽ ആദ്യത്തെ കമ്മ്യൂണിസ്റ്റ് ഗ്രൂപ്പിന്റെ രൂപീകരണത്തെപ്പറ്റി മുമ്പു സൂചിപ്പിച്ചു. 1937 മുതൽ 1939 വരെയുള്ള കാലഘട്ടത്തിലാണ് കമ്മ്യൂണിസ്റ്റ് പാർടി പ്രവർത്തനം കേരളമൊട്ടാകെ വ്യാപിക്കുന്നത്. 1940 ൽ കമ്മ്യൂണിസ്റ്റ് പാർടി ഒരു സവിശേഷരാഷ്ട്രീയസംവിധാനമായി പ്രവർത്തനമാരംഭിച്ചു. മൂന്നുവർഷത്തിനകം കമ്മ്യൂണിസ്റ്റ് പാർട്ടിക്കു ലഭിച്ച ഈ വമ്പിച്ച സ്വാധീനത്തിന് നിരവധി കാരണങ്ങളുണ്ടായിരുന്നു.

കേരളത്തിലെല്ലായിടത്തും അലയടിച്ച ജന്മിനാടുവാഴിത്തവിരുദ്ധവും -മുതലാളിത്ത -കൊളോണിയൽ വിരുദ്ധവുമായ സമരങ്ങളുടെ വേലിയേറ്റമായിരുന്നു ആദ്യത്തെ കാരണം. ആലപ്പുഴയിലെ തൊഴിലാളി പണിമുടക്ക്, സ്റ്റേറ്റ് കോൺഗ്രസിന്റെ നേതൃത്വത്തിൽ 1938 ലെ ഉത്തരവാദ ഭരണപ്രക്ഷോഭണം എന്നിവ തിരുവിതാംകൂറിൽ മുതലാളിത്തവിരുദ്ധവും ജന്മിനാടുവാഴിവിരുദ്ധവുമായ സമരങ്ങളെ സൂചിപ്പിച്ചു. ഉത്തരവാദഭരണ പ്രക്ഷോഭണത്തിന്റെ ഭാഗമായി കൊല്ലത്തും തിരുവനന്തപുരത്തും ആലപ്പുഴയിലും പോലീസും ജനങ്ങളും തമ്മിൽ ഏറ്റുമുട്ടി. ലാത്തി ചാർജ്ജും വെടിവെയ്പും നടന്നു. മുമ്പു സൂചിപ്പിച്ചതുപോലെ ആലപ്പുഴ യിലെ തൊഴിലാളിസമരം പോലീസിന്റെയും ഗുണ്ടകളുടെയും അതിക്രൂര മായ മർദ്ദനത്തിനിരയാക്കി. തിരുവിതാംകൂർ കോൺഗ്രസ് ഉത്തരവാദ ഭരണത്തിനുവേണ്ടിയുള്ള പ്രക്ഷോഭം പിൻവലിച്ചതിനോടൊപ്പം തൊഴിലാളി സമരവും പിൻവലിച്ചു. ഇത് സ്റ്റേറ്റ് കോൺഗ്രസ് പ്രവർത്തകരും റാഡിക്കൽ തൊഴിലാളിവർഗ പ്രവർത്തകരും തമ്മിലുള്ള അകൽച്ചയ്ക്കു കാരണമായി. കടയ്ക്കൽ, കല്ലറ, പാങ്ങോട് കലാപ ത്തിന്റെ പശ്ചാത്തലത്തിൽ കൊല്ലം മുതൽ ചിറയിൻകീഴ് വരെയുള്ള പ്രദേശത്തിൽ പോലീസ് സൃഷ്ടിച്ച ഭീകരാന്തരീക്ഷം അവിടെയുള്ള ജനങ്ങൾ കമ്മ്യൂണിസത്തിലേക്ക് മാറി ചിന്തിക്കുന്നതിനെ പ്രേരിപ്പിച്ചു.

കൊച്ചി രാജ്യവും ഉത്തരവാദഭരണപ്രക്ഷോഭണത്തിന്റെ കേന്ദ്രമാ യിരുന്നു. അവിടെ പ്രക്ഷോഭം അടിച്ചമർത്തുന്നതിനുപകരം അനുരഞ്ജ നാത്മകമായ നയമാണ് ഗവൺമെന്റ് കൈക്കൊണ്ടത്. എങ്കിലും എറണാകുളത്തും തൃശ്ശൂരും ട്രേഡ് യൂണിയൻ സമരങ്ങൾ വളർന്നുവന്നു. ട്രേഡ് യൂണിയൻ സമരങ്ങളിലൂടെ വളർന്നുവന്നവർ അന്നത്തെ ദേശീയ പ്രസ്ഥാനത്തിലെ ഇടതുപക്ഷമായി മാറി. 1936 ലെ തൃശ്ശൂർ ഇലക്ട്രിസിറ്റി സമരത്തിലും പിന്നീടു വളർന്നുവന്ന ഉത്തരവാദ ഭരണത്തിനുവേ ണ്ടിയുള്ള സമരങ്ങളിലും അവർ മുൻപന്തിയിൽ നിന്നു. കൊച്ചി രാജ്യത്തിന്റെ അസംബ്ലിയിലെ സോഷ്യലിസ്റ്റ് ഗ്രൂപ്പിന്റെ നേതാവ് കെ അയ്യപ്പനായിരുന്നു. കെ എം ഇബ്രാഹിം, പി കുമാരൻ എഴുത്തച്ഛൻ തുടങ്ങിയ കർഷകപ്രവർത്തകരും അദ്ദേഹത്തോടൊപ്പമുണ്ടായിരുന്നു. കെ കെ വാര്യർ, പി എസ് നമ്പൂതിരി, ജോർജ് ചടയംമുറി, എം എ കാക്കു, പി നാരായണൻ നായർ തുടങ്ങിയ തൊഴിലാളി പ്രവർത്തകർ

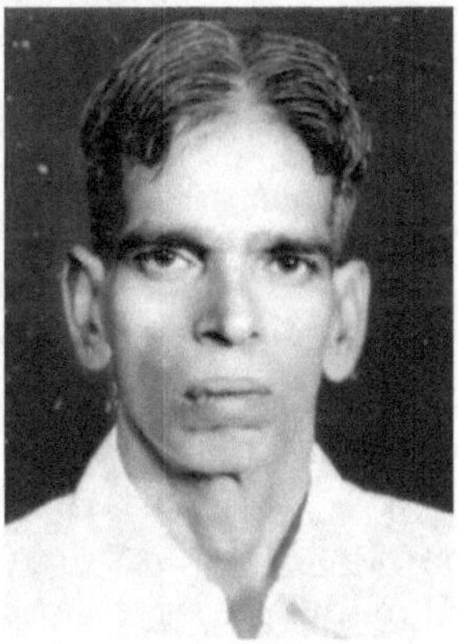

പി എസ് നമ്പൂതിരി

കോൺഗ്രസ് സോഷ്യലിസ്റ്റ്പാർട്ടിയിലും കൊച്ചിൻ കോൺഗ്രസിനോടൊപ്പവും നിന്നു. കൊച്ചി ദിവാൻ ഏർപ്പെടുത്തിയ ദ്വിത്വഭരണം കോൺഗ്രസ് പ്രവർത്തകരായ അമ്പാട്ടു ശിവരാമമേനോൻ, ഡോ. എ ആർ മേനോൻ തുടങ്ങിയവരും സോഷ്യലിസ്റ്റുകളും തമ്മിൽ അകൽച്ച സൃഷ്ടിച്ചു. കോൺഗ്രസ് ദിവാനുമായി അനുരഞ്ജനത്തിലേക്കു നീങ്ങുന്നു എന്നാണ് അവർ കരുതിയത് ഇത്തരത്തിൽ രൂപപ്പെട്ടുവന്ന ഇടതുപക്ഷം കമ്മ്യൂണിസ്റ്റ് പാർടിയിലേക്ക് നീങ്ങി.

മലബാറിലെ പ്രവണത കൂടുതൽ വ്യക്തമായിരുന്നു. അഖിലേന്ത്യാതലത്തിൽ വളർന്നുവന്ന ദേശീയ സംഘടനകളെല്ലാം ഔപചാരികതലത്തിൽ മലബാറിൽ പ്രവർത്തനമാരംഭിച്ചു. എ ഐ ടി യു സി, കിസാൻ സഭ, വിദ്യാർഥി ഫെഡറേഷൻ, മഹിളാസംഘം, പുരോഗമനസാഹിത്യപ്രസ്ഥാനം തുടങ്ങിയവ ഉദാഹരണങ്ങളായിരുന്നു. ഇവ കൂടാതെ ലൈബ്രറികൾ, വായനശാലകൾ, സാഹിത്യസമാജങ്ങൾ, ബാലസംഘം തുടങ്ങിയവയും എല്ലായിടത്തും വളർന്നുവന്നു. ഇവയുടെയെല്ലാം സംഘാടകർ കോൺഗ്രസ് സോഷ്യലിസ്റ്റുകളായിരുന്നു. കോൺഗ്രസ് സോഷ്യലിസ്റ്റ് പാർടി ഓഫീസും കർഷകസംഘം ഓഫീസും വായനാശാലയും സാഹിത്യസമാജവും ഇല്ലാത്ത ഗ്രാമങ്ങൾ അന്നു കാണുക പ്രയാസമായിരുന്നുവെന്നു ഇ എം എസ് ഓർമ്മിക്കുന്നു. 1935 ലെ അഖിലകേരള തൊഴിലാളി സമ്മേളനവും 1938 ലെ അഖിലകേരള കർഷകസമ്മേളനവും ഈ മുന്നേറ്റത്തിന് കരുത്തേകി.

കേരളത്തിലൊട്ടാകെയുള്ള ജനകീയ പ്രസ്ഥാനങ്ങൾ വലതുപക്ഷവും ഇടതുപക്ഷവുമായി തിരിഞ്ഞുകഴിഞ്ഞിരുന്നു. തിരുവിതാംകൂറിൽ സ്റ്റേറ്റ് കോൺഗ്രസിന്റെ ഔദ്യോഗിക നേതൃത്വം വലതുപക്ഷമായി മാറിയിരുന്നെങ്കിൽ യുവാക്കളും റാഡിക്കലുകളും തൊഴിലാളികളും ഇടതുപക്ഷമായി കഴിഞ്ഞിരുന്നു. കൊച്ചിയിൽ ഇതുപോലെയുള്ള ധ്രുവീകരണം കോൺഗ്രസ് നേതൃത്വം ഒരുവശത്തും മറുവശത്ത് തൊഴിലാളി- കർഷകപ്രവർത്തകരും യുവാക്കളും എന്ന രീതിയിലുണ്ടായി.

എൻ ഇ ബാലറാം

മലബാറിൽ ബഹുഭൂരിപക്ഷം കോൺഗ്രസ് പ്രവർത്തകരും കോൺഗ്രസ് സോഷ്യലിസ്റ്റുകാരായിരുന്നു. കെ കേളപ്പൻ, സി കെ ഗോവിന്ദൻ നായർ, പി എം കുഞ്ഞിരാമൻ നമ്പ്യാർ തുടങ്ങി ഏതാനും പേരാണ് വേറിട്ടു നിന്നത്. ഈ ധ്രുവികരണം പിൽക്കാലത്തെ കോൺഗ്രസിന്റെ ഘടനയെയും ബാധിച്ചു.

കോൺഗ്രസ് സോഷ്യലിസ്റ്റ് പാർടിക്കകത്തും പ്രശ്നങ്ങൾ രൂക്ഷമായിരുന്നു. 1935 ലെ മീറത്ത് കോൺഫറൻസിനുശേഷം മാർക്സിസം ലെനിനിസം കോൺഗ്രസ് സോഷ്യലിസ്റ്റ് പാർടി അംഗീകരിച്ചുവെങ്കിലും പ്രവർത്തനത്തിൽ ഈ നിലപാട് പ്രതിഫലിച്ചില്ല. എ കെ ഗോപാലൻ പറഞ്ഞത് മുതലാളിമാരുടെ വാലിൽ തൂങ്ങികളായി കോൺഗ്രസ് സോഷ്യലിസ്റ്റ് പാർടി മാറിയെന്നായിരുന്നു. എൻ ഇ ബാലറാം ഇതിനോട് വിയോജിക്കുന്നു. അദ്ദേഹം വാദിക്കുന്നത് ബഹുജനസമരങ്ങളിലും സംഘാടനത്തിലും കോൺഗ്രസ് സോഷ്യലിസ്റ്റ്കാർ മുൻപന്തിയിൽ നിന്നുവെന്നാണ്. പലയിടങ്ങളിലും സംഘാടനത്തിൽ ദൗർബല്യങ്ങളുണ്ടായിരുന്നു. ലക്ഷ്യനിർണയത്തിൽ പ്രകടമായ ആശയക്കുഴപ്പങ്ങളും കാണാമായിരുന്നു അക്കാലത്തെ ബഹുജന പ്രവർത്തനത്തിൽ പ്രകടമായ പെറ്റി ബൂർഷ്വാ പ്രവണതകളെയാണ് ഇ എം എസ് വിമർശിക്കുന്നത്. ട്രേഡ് യൂണിയൻ– കർഷക ബഹുജനപ്രസ്ഥാനങ്ങളിലൂടെ വളർന്നു വന്നവരും മധ്യവർഗത്തിൽ നിന്നുവന്നവരും തമ്മിലുള്ള വൈജാത്യവും പ്രകടമായിരുന്നു. സ്റ്റേറ്റ് കോൺഗ്രസിന്റെ ഉത്തരവാദിത്വപ്രക്ഷോഭവും ആലപ്പുഴയിലെ തൊഴിലാളിസമരവും പിൻവലിക്കുന്നതിനെക്കുറിച്ചുള്ള തർക്കത്തിൽ ഈ വൈജാത്യം പ്രകടമായി. കേരളത്തിലുടനീളം വളർന്നുവന്ന തൊഴിലാളി കർഷകപ്രക്ഷോഭങ്ങളിലുടനീളം മദ്ധ്യവർഗം തൊഴിലാളി സമരങ്ങളിൽനിന്നു മാറിനിന്നു. ആദ്യകാല തൊഴിലാളി സംഘാടകരായിരുന്ന വി ആർ നായനാർ, യു ഗോപാല മേനോൻ, പി എസ് മുഹമ്മദ് തുടങ്ങിയവർ പിന്നീട് തൊഴിലാളി പ്രക്ഷോഭങ്ങളിൽനിന്ന് പൂർണമായി മാറിനിന്നു.

ഇത്തരത്തിലുള്ള ഭിന്നതകൾ കാര്യമായി ആദ്യഘട്ടത്തിൽ പുറത്തു വന്നില്ല. അതിന്റെ പ്രധാനകാരണം ദത്ത്– ബ്രാഡ്ലി തീസിസിന്റെ ഭാഗമായി കമ്മ്യൂണിസ്റ്റുകാർ അംഗീകരിച്ച ദേശീയമുന്നണി നയമായിരുന്നു. സാമ്രാജ്യത്വവിരുദ്ധ പോരാട്ടങ്ങളിൽ പരമാവധി സംയോജിപ്പിക്കാൻ എല്ലാ ശക്തികളെയും ഒന്നിപ്പിച്ചു നിർത്തണമെന്ന നയത്തിന്റെ ഭാഗമായി കോൺഗ്രസിനകത്തും കോൺഗ്രസ് സോഷ്യലിസ്റ്റുകൾക്കിടയിലും ഭിന്നിപ്പുണ്ടാകാതിരിക്കാൻ ശ്രദ്ധിച്ചിരുന്നു. 1934–5 ൽ മലബാറിലെ കോൺഗ്രസിന്റെ നേതൃത്വം കോൺഗ്രസ് സോഷ്യലിസ്റ്റുകളുടെ കയ്യിലായെങ്കിലും പിന്നീട് കെ പി സി സി യിൽ എല്ലാ വിഭാഗങ്ങളെയും ഒന്നിച്ചു നിർത്താൻ ശ്രമങ്ങൾ നടന്നു. ഇതേനയം തന്നെ കോൺഗ്രസ് സോഷ്യലിസ്റ്റുകൾ കൊച്ചിൻ കോൺഗ്രസിലും തിരുവിതാം

കൂർ സ്റ്റേറ്റ് കോൺഗ്രസിലും സ്വീകരിച്ചു കെ പി സി സിയുടെ നേതൃത്വം വീണ്ടും കോൺഗ്രസ് സോഷ്യലിസ്റ്റുകളുടെ കയ്യിൽ വരുന്നത് 1938ലാണ്. കെ പി സി സി ക്കകത്തു നടന്ന വോട്ടെടുപ്പിലൂടെ വലതുപക്ഷത്തെ പരാജയപ്പെടുത്തിയാണ് കോൺഗ്രസ് സോഷ്യലിസ്റ്റുകൾ നേതൃത്വത്തിൽ വരുന്നത്. അതിനുമുമ്പു തന്നെ ഇവർ തമ്മിലുള്ള ഭിന്നത പ്രകടമായിരുന്നു. 1937 ലെ തെരഞ്ഞെടുപ്പിൽ ഇ എം എസിനെ പേര് സ്ഥാനാർത്ഥി പട്ടികയിലുണ്ടായിരുന്നെങ്കിലും കോൺഗ്രസ് നേതൃത്വം അതംഗീകരിച്ചില്ല. എങ്കിലും വലതുപക്ഷ–ഇടതുപക്ഷ വ്യത്യാസമില്ലാതെ എല്ലാവരും തെരഞ്ഞെടുത്തു പ്രവർത്തനത്തിലേർപ്പെട്ടു.

കമ്മ്യൂണിസ്റ്റുകാരുടെ പൊതു അടവുനയം പ്രകടമായത് ആലപ്പുഴ തൊഴിലാളി പണിമുടക്ക് പിൻവലിച്ചപ്പോഴാണ് സ്റ്റേറ്റ് കോൺഗ്രസ് പ്രവർത്തകരായിരുന്ന യൂണിയൻ നേതൃത്വം ഉത്തരവാദപ്രക്ഷോഭണം പിൻവലിക്കുന്നതോടൊപ്പംതന്നെ തൊഴിലാളിസമരം പിൻവലിക്കണമെന്നാവശ്യപ്പെട്ടു. തൊഴിലാളികൾ പണിമുടക്കു തുടർന്നു. പിക്കറ്റിംഗിലേക്കു നീങ്ങുകയും പോലിസുമായുള്ള സംഘട്ടനത്തിൽ ഒരു തൊഴിലാളി മരിക്കുകയും ചെയ്തു. അതിനുശേഷം യൂണിയന്റെ അകത്തുള്ള ഐക്യം നിലനിർത്തുന്നതിന് പണിമുടക്കു പിൻവലിക്കണമെന്നാണ് ചർച്ചയിൽ പങ്കെടുത്ത പി കൃഷ്ണപിള്ള, എ കെ ഗോപാലൻ തുടങ്ങിയവർ ആവശ്യപ്പെട്ടത്. ഒരു രാത്രി മുഴുവൻ നീണ്ടുനിന്ന ചർച്ചകൾക്കുശേഷമാണ് തൊഴിലാളി പണിമുടക്കു പിൻവലിക്കുന്നത്.

ഇങ്ങനെ ദേശീയ സഖ്യം നിലനിർത്താനായി കിണഞ്ഞു ശ്രമിച്ചെങ്കിലും കോൺഗ്രസ് വലതുപക്ഷത്തോടുള്ള അഭിപ്രായ ഭിന്നത കൂടുതൽ പ്രകടമാവുകയായിരുന്നു. 1939 ലെ തൃപുരി കോൺഗ്രസിൽ സുഭാഷ് ബോസിനനുകൂലമായി കേരളത്തിൽനിന്നുള്ള ഭൂപിപക്ഷം എ ഐ സി സി അംഗങ്ങളും വോട്ടു ചെയ്തു. പക്ഷെ, ഈ അഭിപ്രായഭിന്നത നേരിട്ട് എല്ലാവരും കമ്മ്യൂണിസ്റ്റുകാരാകുന്നതിലെത്തിക്കുന്നില്ല. തിരുവിതാംകൂറിലെ ഒരു വിഭാഗം പൊന്നറ ശ്രീധർ, എൻ ശ്രീകണ്ഠൻ നായർ, ടി കെ ദിവാകരൻ തുടങ്ങിയവർ സ്വയം സോഷ്യലിസ്റ്റുകളായി പ്രഖ്യാപിച്ചുവെങ്കിലും കമ്മ്യൂണിസ്റ്റുകാരായില്ല. സഹോദരൻ അയ്യപ്പൻ, കെ എം ഇബ്രാഹിം തുടങ്ങിയവരുടെ നിലപാടും സമാനമായിരുന്നു. മലബാറിൽ കെ ബി മേനോൻ, മുഹമ്മദ് അബ്ദുറഹിമാൻ, മുഹമ്മദ് യുസഫ് തുടങ്ങിയവർ കമ്മ്യൂണിസ്റ്റുകാരായില്ല. എം സി ജോസഫ്, രാമവർമ്മതമ്പാൻ തുടങ്ങിയ യുക്തിവാദികളും കേശവദേവും കമ്മ്യൂണിസ്റ്റ് സഹയാത്രികരായി അറിയപ്പെട്ടുവെങ്കിലും പാർട്ടിയിൽ വന്നില്ല. പൊൻകുന്നം വർക്കിയെപ്പോലുള്ള എഴുത്തുകാരും അതുപോലെയായിരുന്നെങ്കിൽ തകഴി കോൺഗ്രസിലും ബഷീറും എസ് കെ പൊറ്റക്കാടും സ്വതന്ത്രസഹയാത്രികരെന്ന നിലയിലും തുടർന്നു. എം പി പോൾ, ജോസഫ് മുണ്ടശ്ശേരി, കേസരി ബാലകൃഷ്ണപിള്ള

തുടങ്ങിയവരുടെ സ്ഥിതിയും വ്യത്യസ്തമല്ലായിരുന്നു. ഈ വൈജാത്യങ്ങളിൽ വർഗപരമായ ഭിന്നതകൾ കൂടാതെ കമ്മ്യൂണിസ്റ്റ് സിദ്ധാന്തത്തെയും പ്രയോഗത്തെയും സംബന്ധിച്ച വിമർശനങ്ങളും പങ്കുവഹിച്ചിരിക്കാം.

സൈദ്ധാന്തിക ചർച്ചകളെക്കാൾ ജനമനസ്സിൽ ഇടം തേടിയത് അന്നത്തെ സാധാരണ ജനങ്ങളുടെ, തൊഴിലാളികളുടെയും കർഷകരുടെയും ദാരുണമായ സ്ഥിതിയും അതിൽനിന്നു മോചനം നേടാൻ ഉതകുന്ന ഒരു സംഘടിത പ്രസ്ഥാനത്തിന്റെ ആവശ്യവുമാണ്. ബഹുഭൂരിപക്ഷം പൊതുപ്രവർത്തകരെയും സ്വാധീനിച്ചത് ഈ ഘടകങ്ങളാണ്. കയർതൊഴിലാളികളുടെയും കശുവണ്ടി തൊഴിലാളികളുടെയും ദയനീയമായ സ്ഥിതി എങ്ങനെ കോൺഗ്രസ് പ്രവർത്തകരെ പ്രവർത്തനസജ്ജരാക്കിയെന്ന് ഇക്കാലത്തെ നിരവധി ഓർമ്മക്കുറിപ്പുകൾ വിശദമാക്കുന്നുണ്ട്. മലബാറിലെ ബീഡിത്തൊഴിലാളികളുടെയും നെയ്ത്തു തൊഴിലാളികളുടെയും കൊച്ചിയിലെ കയറ്റിറക്കു തൊഴിലാളികളുടെയും ഫാക്ടറി തൊഴിലാളികളുടെയും ആവശ്യങ്ങളാണ് നിരവധി പൊതുപ്രവർത്തകരെ തൊഴിലാളി പ്രവർത്തകരാക്കുന്നത്. കർഷകരുടെ ഇടയിലെ ദാരുണാവസ്ഥയാണ് ജന്മികുടുംബങ്ങളിൽ നിന്നുവരുന്ന സുബ്രഹ്മണ്യൻ തിരുമുമ്പിനെയും ഇ കെ നായനാരെയും കെ മാധവനെയും കർഷകരുടെയിടയിൽ പ്രവർത്തിക്കാൻ പ്രേരിപ്പിക്കുന്നത്. ഇവർക്കെല്ലാം സോഷ്യലിസവും കമ്മ്യൂണിസവും പ്രായോഗികമായ നേടിയെടുക്കേണ്ട യാഥാർത്ഥ്യമായിരുന്നു. മലബാറിൽ കർഷകസംഘത്തിന്റെയും ട്രേഡ് യൂണിയൻ പ്രസ്ഥാനത്തിന്റെയും വ്യാപനം നിരവധി പൊതുപ്രവർത്തകരെ കമ്മ്യൂണിസ്റ്റു പ്രസ്ഥാനത്തിലേക്കടുപ്പിച്ചു. കൊച്ചിയിലും തിരുവിതാംകൂറിലും തൊഴിൽ സമരങ്ങളും നാടുവാഴി വിരുദ്ധസമരങ്ങളും ഇതേ കടമയാണ് നിറവേറ്റിയത്.

കോൺഗ്രസ് സോഷ്യലിസ്റ്റ് നേതൃത്വത്തിൽ നടന്ന നിരവധി സ്റ്റഡിക്ലാസുകൾ ഇങ്ങനെ വളർന്നുവന്ന പൊതുപ്രവർത്തകർക്ക് ദിശാബോധം നൽകാൻ സഹായിച്ചു. 1938 മെയ് ജൂൺ മാസങ്ങളിൽ കോൺഗ്രസ് സോഷ്യലിസ്റ്റ് പാർട്ടിയുടെ വോളന്റിയർ ക്യാമ്പ് കോഴിക്കോട് തിക്കോടിയിലെ ശക്തിമന്ദിരത്തിൽവെച്ചു നടന്നു. ത്രിപുര കോൺഗ്രസിന്റെ പ്രമേയത്തിന്റെ അടിസ്ഥാനത്തിൽ കേരളത്തിൽ, വിശേഷിച്ചും മലബാറിൽ വളണ്ടിയർ കോർ രൂപീകരിക്കുവാൻ ശ്രമങ്ങളാരംഭിച്ചു. പരിശീലനം ലഭിച്ച യൂണിഫോറത്തോടുകൂടിയ വളണ്ടിയർമാരായിരുന്നു വിഭാവനം ചെയ്തത്. തൊഴിലാളി യൂണിയനുകൾ, കിസാൻ സംഘങ്ങൾ, യുവജനസംഘങ്ങൾ, വിദ്യാർത്ഥികൾ എന്നിവരെ അണിനിരത്തിക്കൊണ്ടുള്ള 'സാമ്രാജ്യ വിരോധി സൈന്യം' കെ പി സി സിക്കു കീഴിൽ അണിനിരത്തുവാൻ തീരുമാനിക്കുകയായിരുന്നു. മെയ് 16ന് കെ എ ദാമോദരമേനോൻ ക്യാമ്പ് ഉദ്ഘാടനം

ചെയ്തു. കായിക പരിശീലനവും രാഷ്ട്രീയ പഠനവും ക്യാമ്പിന്റെ ഭാഗമായിരുന്നു. ലോകചരിത്രം, ഭരണഘടനകൾ, ഇന്ത്യൻ സമ്പദ്ഘടന, തൊഴിലാളിവർഗ പ്രസ്ഥാനം, പുരോഗമനപ്രസ്ഥാനങ്ങൾ, ഗാന്ധിസം, കോൺഗ്രസിന്റെ ചരിത്രം, തൊഴിലാളിപ്രസ്ഥാനം, കുടിയാൻ പ്രസ്ഥാനം, നാട്ടുരാജ്യങ്ങളിലെ ജനാധിപത്യസമരങ്ങൾ, ശാസ്ത്രവികാസം, ഭൂമിശാസ്ത്രം തുടങ്ങിയവയെല്ലാം പഠന വിഷയങ്ങളായിരുന്നു. പിന്നീട് എല്ലാ താലൂക്കുകളിലും വോളന്റിയർ പരിശീലനം നടന്നു. ഓരോ താലൂക്കിനും ഓരോ വോളന്റിയർ ചാർജ് ഉണ്ടായിരുന്നു. വോളന്റിയർ പരിശീലനം അയാളുടെ കീഴിലാകും. സർദാർ ചന്ദ്രോത്ത് കുഞ്ഞിരാമൻ നായർ ആയിരുന്നു വോളന്റിയർ ക്യാപ്റ്റൻ കാസർകോടും ചിറക്കലും ചാർജ് കേരളീയനായിരുന്നു. കോട്ടയം താലൂക്കിൽ സി എച്ച് കണാരൻ, കുറുമ്പ്രനാടിൽ എം കെ കേളു, വള്ളുവനാടിൽ ഇ പി ഗോപാലൻ തുടങ്ങിയവരായിരുന്നു ചാർജ്ജുകൾ. ഒരു കൊല്ലം കൊണ്ട് മൂവായിരത്തിലേറെ വോളന്റിയർമാരെയും വോളന്റിയർ ആഫീസർമാരെയും പരിശീലിപ്പിച്ചു.

മങ്കടപള്ളിപ്പുറം സമ്മർ സ്കൂളും ഇതുപോലെയായിരുന്നു. പി കൃഷ്ണപിള്ള തന്നെ സൂചിപ്പിച്ചതുപോലെ കേരളത്തിലെ 500 ൽപരം വില്ലേജ് കമ്മിറ്റികളിലെ 3500 ൽപരം കമ്മിറ്റി മെമ്പർമാർക്കും തൊഴിലാളി–കർഷക പ്രവർത്തകർക്കും അടിസ്ഥാനരാഷ്ട്രീയ വിദ്യാഭ്യാസം നൽകുന്നതിനായിരുന്നു സമ്മർ സ്കൂൾ വിഭാവനം ചെയ്യപ്പെട്ടത്. ക്യാമ്പിൽ 79 അംഗങ്ങളാണ് പങ്കെടുത്തത്. ക്യാമ്പ് ഡയറക്ടർ ടി ജെ ജോർജ്ജായിരുന്നു. രാവിലെ അഞ്ചുമണിക്ക് ഉണരണം. 6 മണിക്ക് കൊടിയുയർത്തൽ 9 മുതൽ 12 വരെ ക്ലാസുകൾ 12 മുതൽ $2^1/_2$ വരെ ഭക്ഷണം, വിശ്രമം, സ്റ്റഡി ഗ്രൂപ്പുകൾ, 2 $^1/_2$ മുതൽ $5^1/_2$വരെ ക്ലാസുകൾ, രാത്രി 9 മുതൽ 10 വരെ ചർച്ച, 10 മണിക്ക് ഉറക്കം ഇങ്ങനെയായിരുന്നു ഓരോ ദിവസവും ചിട്ടപ്പെടുത്തിയത്. സമ്മർ സ്കൂളിൽ പഠിച്ചിറങ്ങിയ വോളന്റിയർമാരായിരുന്നു വിവിധ കോൺഗ്രസ് കമ്മിറ്റികളിൽ അംഗങ്ങളായവർക്ക് പരിശീലനം നൽകേണ്ടിയിരുന്നത്. ഈ അധ്യാപകർ ഇന്ത്യയിലെ ദാരിദ്ര്യത്തിന്റെ കാരണം, കോൺഗ്രസ് സംഘടന, യുദ്ധത്തെ എതിർക്കേണ്ട ആവശ്യകത, ഇന്നത്തെ രാഷ്ട്രീയ സ്ഥിതിയും ഐക്യമുന്നണിയുടെ ആവശ്യകതയും എന്നീ വിഷയങ്ങളാണ് പഠിപ്പിക്കേണ്ടിയിരുന്നത്. ഈ വിഷയങ്ങളിലൂന്നിയ രാഷ്ട്രീയ ബോധം നിർമ്മിച്ചെടുക്കുക എന്ന തന്ത്രമാണ് ക്യാമ്പിന്റെ സംഘാടനത്തിനു പ്രേരിപ്പിച്ചത് എന്നു മനസിലാക്കാം. മുഹമ്മദ് അബ്ദുറഹിമാൻ സാഹിബ്, പി കൃഷ്ണപിള്ള, ഇ എം എസ് നമ്പൂതിരിപ്പാട് എന്നിവരുടെ നേതൃത്വത്തിലാണ് ക്യാമ്പ് നടന്നത്. ക്യാമ്പിൽ ക്ലാസുകളെടുത്തത് ടി ജെ ജോർജ്, എസ് സുബ്രഹ്മണ്യശർമ്മ, കെ കെ വാസുദേവൻ നമ്പൂതിരിപ്പാട്, ഇ എം ശങ്കരൻ നമ്പൂതിരിപ്പാട്, കെ ദാമോദരൻ

എന്നിവരായിരുന്നു. ഇതിനെത്തുടർന്ന് പല സ്ഥലങ്ങളിലും ബഹുദിന സ്റ്റഡിക്ലാസുകൾ നടന്നു. രണ്ടാഴ്ച നീണ്ടു നിന്നതും കേരളത്തിന്റെ പല ഭാഗങ്ങളിൽനിന്നും മുപ്പതോളം പ്രവർത്തകർ പങ്കെടുത്തതുമായ ഒരു പാർട്ടിസ്കൂൾ കിള്ളിമംഗലത്തു സ്വന്തം വീട്ടിൽവെച്ചു നടന്നതായി പി നാരായണൻനായർ ഓർമ്മിക്കുന്നു. പാലക്കാട് എ കെ രാമൻകുട്ടി, പി ബാലചന്ദ്രമേനോൻ, നാരായണൻകുട്ടിമേനോൻ തുടങ്ങിയവർ നടത്തിയ സ്റ്റഡിക്ലാസുകളിൽ പങ്കെടുത്തതായി ആലത്തൂർ ആർ കൃഷ്ണനനും ഓർമ്മിക്കുന്നു.

സി എസ് പിയുടെ ആറാം സമ്മേളനം പി നാരായണൻനായരുടെ അധ്യക്ഷതയിൽ 1939 ജൂൺ 16, 17, 18 തീയതികളിൽ തലശ്ശേരിയിൽ വെച്ചു ചേർന്നു. സാർവദേശീയ സാഹചര്യങ്ങളെപ്പറ്റി കെ ദാമോദരനും ദേശീയസാഹചര്യങ്ങളെപ്പറ്റി ഇ എം എസും തീസിസുകൾ അവതരിപ്പിച്ചു. സാമ്രാജ്യത്വത്തിനെതിരെ വിവിധവിഭാഗങ്ങളെ സംയോജിപ്പിച്ചുകൊണ്ടുള്ള പൊതുമുന്നണി ആവിഷ്ക്കരിക്കണം, യുദ്ധവിരുദ്ധ പ്രസ്ഥാനം അതിന്റെ പ്രധാനഭാഗമായിരിക്കണം. അതിന് സോഷ്യലിസ്റ്റുകാരും കമ്മ്യൂണിസ്റ്റുകാരും കോൺഗ്രസ് വലതുപക്ഷവും ഒന്നിക്കണം. ഇ എം എസിന്റെ തീസിസ് ചർച്ചചെയ്ത് അംഗീകരിച്ചു. നാട്ടുരാജ്യങ്ങളിലെ പ്രശ്നങ്ങളെപ്പറ്റി സുബ്രഹ്മണ്യശർമ്മ, കർഷകസംഘടനയെപ്പറ്റി കേരളീയൻ, തൊഴിലാളി പ്രസ്ഥാനത്തെപ്പറ്റി എൻ സി ശേഖർ, വോളണ്ടിയർ സംഘടനയെപ്പറ്റി ചന്ദ്രോത്ത്, സാമുദായിക പ്രശ്നത്തെപ്പറ്റി കുഞ്ഞിരാമൻ എന്നിവരും തീസിസുകൾ അവതരിപ്പിച്ചു. ഡിവിഷണൽ സബ്ക്കമ്മറ്റികളും ഗ്രൂപ്പുകളും സംഘടിപ്പിക്കാൻ സമ്മേളനം തീരുമാനിച്ചു. തൊഴിലാളി സബ്കമ്മിറ്റിയും കിസാൻ സബ്കമ്മിറ്റിയും രൂപീകരിച്ചു. പ്രഭാതത്തിന് ഒരു പത്രാധിപസമിതിയെയും നിശ്ചയിച്ചു.

ഔപചാരികതലത്തിൽ കോൺഗ്രസിൽനിന്നു വേറിട്ടു നില്ക്കുവാൻ ലക്ഷ്യമിട്ടിരുന്നില്ലെങ്കിലും വലതുപക്ഷവും ഇടതുപക്ഷവും തമ്മിലുള്ള വേർതിരിവ് മുറിച്ചു കടക്കാനാവാത്ത വിധത്തിൽ ശക്തമായിരുന്നുവെന്ന് മേൽ പറഞ്ഞതിൽ നിന്ന് വ്യക്തമാണ്. തിരുവിതാംകൂറിൽ ഈ വേർതിരിവ് എം എൻ ഗോവിന്ദൻ നായർ, കെ സി ജോർജ്, പി ടി പുന്നൂസ്, സി എസ് ഗോപാലപിള്ള, ശങ്കരനാരായണൻ തമ്പി മുതലായവരടങ്ങിയ റാഡിക്കൽ ഗ്രൂപ്പ് ശക്തിപ്പെടാനിടയാക്കി. സ്റ്റേറ്റ് കോൺഗ്രസിനു പുറത്തുനിന്നു തൊഴിലാളി സമരങ്ങൾ സി എസ് പിക്ക് നേതൃത്വം നല്കി. തൃശ്ശൂരിൽ സി എസ് പി ഏതാണ്ടു പൂർണമായി കോൺഗ്രസിൽ നിന്നു വേർപെട്ടു. മലബാറിൽ വലതുപക്ഷകോൺഗ്രസുകാർ സി എസ് പിയിൽ നിന്നു മാറിനിന്നു. ഈ സാഹചര്യങ്ങളിലാണ് കമ്മ്യൂണിസ്റ്റ് ചായ്വുള്ളവർ സ്വയം സംഘടിക്കാനുള്ള ശ്രമങ്ങൾ സജീവമാക്കുന്നത്.

ഈ ശ്രമങ്ങളുടെ ഉറവിടം എവിടെ നിന്നായിരുന്നുവെന്ന് വ്യക്തമല്ല. പി കൃഷ്ണപിള്ളയെപ്പോലെ കേരളം മുഴുവൻ ചുറ്റി സഞ്ചരിക്കുകയും എല്ലാ ഗ്രൂപ്പുകളുമായും സജീവബന്ധം പുലർത്തുകയും ചെയ്ത സംഘാടകർ ഈ ശ്രമത്തിന്റെ ഉറവിടമാകാം. അപ്പോഴുണ്ടായിരുന്ന വ്യവസ്ഥാപിത കോൺഗ്രസ് സംഘടനയുമായുള്ള അകൽച്ച പുതിയ സംഘടന രൂപീകരിക്കാൻ പ്രവർത്തകരെ പ്രേരിപ്പിച്ചിരിക്കാം. ഗാന്ധിസത്തിൽ നിന്ന് വേറിട്ടു പോയവർക്ക് കമ്മ്യൂണിസം പോലെ വ്യാപകമായ പ്രചാരം ലഭിച്ച ആശയത്തിന്റെ സ്വാധീനം അത്തരമൊരു സംഘടന രൂപീകരിക്കുന്നതിന് പ്രേരകമാകാം. വിവിധ വർഗബഹുജനപ്രസ്ഥാനങ്ങളുടെ വ്യാപകമായ സ്വാധീനവും പുതിയ സംഘടനയുണ്ടാക്കാൻ പ്രേരിപ്പിച്ചിരിക്കാം. ഇതു കൂടാതെ സുന്ദരയ്യ, ഘാട്ടെ, ബാട്‌ലിവാല, എ എസ് കെ അയ്യങ്കാർ, മിറാജ്കർ, ജോഗ്‌ലേക്കർ, സഢ് എ അഹമ്മദ്, തുടങ്ങിയവർ ഇക്കാലത്തു കേരളത്തിൽ വന്നിട്ടുണ്ട്. ഇവരുമായുള്ള സമ്പർക്കങ്ങളും ഇതിലേക്കു നയിച്ചിരിക്കാം.

ഐ സി പി നമ്പൂതിരി

പറശ്ശിനികടവ്, കുത്തുപറമ്പ്, ചെറുവത്തൂർ, പെരിന്തൽമണ്ണ, പുതുപ്പണം, ഫറോക്ക്, ആലത്തൂർ, ചെറുതുരുത്തി, തൃശ്ശൂർ, എറണാകുളം തുടങ്ങി നിരവധി സ്ഥലങ്ങളിൽ ഉണ്ടായ ചെറുയോഗങ്ങളിൽ പാർടി രൂപീകരിക്കുന്നതിനെക്കുറിച്ചുള്ള ചർച്ചകൾ നടന്നു. ഇതിൽ ചെറുതുരുത്തിയിലെ യോഗം പി നാരായണൻ നായരുടെ ഭാര്യ വീട്ടിലാണ് നടന്നതെന്നു അദ്ദേഹം ഓർമ്മിക്കുന്നു. പയ്യന്നൂരും ഇതേ രീതിയിൽ ഒരു പാർടി സ്കൂൾ നടന്നതായും അദ്ദേഹം ഓർമ്മിക്കുന്നു. ഇത്തരം ചർച്ചായോഗങ്ങൾ സൂചിപ്പിക്കുന്നത് കാസർഗോഡ് മുതൽ തൃശ്ശൂർ വരെയുള്ള എല്ലാ പ്രദേശങ്ങളിലും കമ്മ്യൂണിസ്റ്റ് പ്രവർത്തകരും അനുഭാവികളും അപ്പോൾതന്നെ ഉണ്ടായിരുന്നു. ഒറ്റപ്പാലത്ത് 1937ൽ തന്നെ ഒരു കമ്മ്യൂണിസ്റ്റ് ഗ്രൂപ്പ് രൂപം കൊണ്ടു. ഐ സി പി നമ്പൂതിരി, എ കെ ശേഖരൻ, പി വി കുഞ്ഞുണ്ണി നായർ എന്നിവരായിരുന്നു അംഗങ്ങൾ. അടുത്തവർഷം ആലത്തൂരിൽ ആർ കൃഷ്ണൻ, സി എ വാസുദേവൻ, സി വി മാധവൻ എന്നിവർ ചേർന്ന് കമ്മ്യൂണിസ്റ്റ് ഗ്രൂപ്പ് രൂപീകരിച്ചു. ഇങ്ങനെ കോൺഗ്രസ് സോഷ്യലിസ്റ്റ് പാർട്ടിയിൽ പ്രവർത്തിച്ച ഭൂരിഭാഗം പേരും അതിനകം കമ്മ്യൂണിസ്റ്റുകാരായി മാറിക്കഴിഞ്ഞിരുന്നു.

കിള്ളിമംഗലം പേരാത്ത് നാരായണൻനായരുടെ വീട്ടിൽവെച്ച് ഒരു പാർട്ടി ക്ലാസ് നടന്നതിൽ പെരുമങ്ങാട്ടെ ചിത്രഭാനു, പാതിരപ്പിള്ളി ഭവദാസൻ നമ്പൂതിരി, കിള്ളിമംഗലം വാസുദേവൻ നമ്പൂതിരി, പേരാത്ത് നാരായണൻ നായർ തുടങ്ങിയവരും പങ്കെടുത്തിരുന്നു. നാരായണൻ നായർ ആയിരുന്നു സംഘാടകൻ. പി കൃഷ്ണപിള്ള ക്ലാസെടുത്തു. കൃഷ്ണപിള്ളയെ നാരായണൻ നായരാണ് കൊണ്ടുവന്നത്.

കമ്മ്യൂണിസ്റ്റ് പാർട്ടി തുടങ്ങാനുള്ള മണ്ണ് സജ്ജമായിരുന്നെങ്കിലും പ്രവർത്തനം തുടങ്ങാനുള്ള പ്രേരകഘടകം 1939 സെപ്തംബറിൽ രണ്ടാം ലോകമഹായുദ്ധത്തിന്റെ ആരംഭമായിരുന്നു. കോൺഗ്രസുമായുള്ള ഐക്യത്തെ കമ്മ്യൂണിസ്റ്റുകാർ കണ്ടത് സാമ്രാജ്യത്വ വിരുദ്ധ ഐക്യമുന്നണിയുടെ ഭാഗമെന്ന നിലയിലായിരുന്നു. സാമ്രാജ്യത്വ ശക്തികൾ വീണ്ടും യുദ്ധം പ്രഖ്യാപിച്ചതോടെ യുദ്ധവിരുദ്ധ പ്രസ്ഥാനവുമായി മുന്നോട്ടു പോകാനായിരുന്നു കോൺഗ്രസുകാരുടെ ശ്രമം. എന്നാൽ ഔദ്യോഗിക കോൺഗ്രസ് നേതൃത്വം ഇത് അംഗീകരിച്ചില്ല. യുദ്ധവിരുദ്ധ പ്രസ്ഥാനവുമായി മുന്നോട്ടുപോകുന്നതിനുപകരം യുദ്ധത്തെ പൊതുവിൽ അവഗണിക്കാനാണ് ആദ്യം കോൺഗ്രസുകാർ ശ്രമിച്ചത്. യുദ്ധച്ചെലവുകൾ ജനങ്ങളുടെ മേൽ ദുരിതം അടിച്ചേൽപ്പിച്ചപ്പോൾ വ്യക്തിസത്യാഗ്രഹം പോലുള്ള ദുർബലമായ സമരമുറകൾ മാത്രമാണ് മഹാത്മാഗാന്ധി നിർദേശിച്ചത്. ഇത് കോൺഗ്രസ് പ്രവർത്തകരെ വൻതോതിൽ പ്രകോപിപ്പിച്ചു. സാമ്രാജ്യത്വത്തിനും ഇന്ത്യൻ ഭരണവർഗത്തിനും എതിരെ ശക്തമായ നിലപാടെടുക്കാൻ തയ്യാറുള്ള ഒരു രാഷ്ട്രീയശക്തിയുടെ ആവശ്യം അവർക്ക് ബോധ്യപ്പെട്ടു.

ഈ സാഹചര്യങ്ങളിലാണ് 1939 ഡിസംബറിൽ പാറപ്രംസമ്മേളനം ചേരുന്നത്. തലശ്ശേരിക്കടുത്ത പിണറായിയിൽ പാറപ്പുറം കർഷകസംഘമായിരുന്നു സമ്മേളനത്തിന്റെ അതിഥേയത്വം വഹിച്ചത്. വടവതി അപ്പുക്കുട്ടി എന്ന ചെത്തു തൊഴിലാളിയായിരുന്നു സമ്മേളനത്തിന്റെ കാർമ്മികത്വം വഹിച്ചത്. സമ്മേളനത്തിൽ 90 പ്രതിനിധികൾ പങ്കെടുത്തു. പങ്കെടുത്തവരുടെ പൂർണമായ പട്ടിക ലഭ്യമല്ല. എന്നാൽ ആത്മകഥകളുടെയും ഓർമക്കുറിപ്പുകളുടെയും പശ്ചാത്തലത്തിൽ താഴെ പറയുന്നവർ പ്രസ്തുത സമ്മേളനത്തിൽ പങ്കെടുത്തവരാണെന്ന് കരുതുന്നു.

പി കൃഷ്ണപിള്ള, കെ ദാമോദരൻ, ഇ എം എസ് നമ്പൂതിരിപ്പാട്, പി നാരായണൻ നായർ, കെ കെ വാര്യർ, എ കെ ഗോപാലൻ, വിഷ്ണുഭാരതീയൻ, ഇ പി ഗോപാലൻ, പി എസ് നമ്പൂതിരി, സി എച്ച് കണാരൻ, കെ എ കേരളീയൻ, സുബ്രഹ്മണ്യൻ തിരുമുമ്പ്, കെ പി ഗോപാലൻ, ചന്ദ്രോത്ത് കുഞ്ഞിരാമൻ നായർ, എം കെ കേളു, സുബ്രഹ്മണ്യ ഷേണായി, വി വി കുഞ്ഞമ്പു, വില്യം സ്നെലക്സ്, എ വി കുഞ്ഞമ്പു, കെ കുഞ്ഞിരാമൻ മാസ്റ്റർ, പി എം കൃഷ്ണമേനോൻ, കെ കൃഷ്ണൻ നായർ,

കെ ദാമു

വടവതി കൃഷ്ണൻ, എൻ ഇ ബാലറാം, പിണറായി കൃഷ്ണൻ നായർ, കെ എൻ ചാത്തുക്കുട്ടി, മഞ്ജുനാഥറാവു, കൊങ്ങശ്ശേരി കൃഷ്ണൻ, കെ പി ആർ ഗോപാലൻ, പി വി കുഞ്ഞുണ്ണി നായർ, മൊയ്യാരത്ത് ശങ്കരൻ, പി കെ ബാലകൃഷ്ണൻ, ജനാർദ്ദന ഷേണായി, ജോർജ്ജ് ചടയംമുറി, പി ഗംഗാധരൻ, ടി കെ രാജു, ഐ സി പി നമ്പൂതിരി, പി പി അച്യുതൻ മാസ്റ്റർ, എം പത്മനാഭൻ, ടി വി അച്യുതൻ നായർ, കെ ദാമു. കെ പി ഗോപാലനായിരുന്നു സമ്മേളനത്തിന് അധ്യക്ഷ്യം വഹിച്ചത്.

യുദ്ധകാലത്തെ കോൺഗ്രസിന്റെ അനുരഞ്ജനനയങ്ങളെയും കോൺഗ്രസ് സോഷ്യലിസ്റ്റ് പാർട്ടിയുടെ നിഷ്ക്രിയത്വത്തെയും വിമർശിച്ചുകൊണ്ട് സംസാരിച്ച പി കൃഷ്ണപിള്ള യുദ്ധത്തിന്റെ കെടുതികൾക്കും സാമ്പത്തികക്കുഴപ്പങ്ങൾക്കും എതിരായ സമരം നടത്താൻ ശരിയായ കാഴ്ചപ്പാടുള്ളത് കമ്മ്യൂണിസ്റ്റ് പാർട്ടിക്കാണെന്നു വാദിച്ചു. സ്വാതന്ത്ര്യസമരത്തിനുള്ള കമ്മ്യൂണിസ്റ്റ് പാർട്ടിയുടെ പരിപാടി കൃഷ്ണപിള്ളയും ഇ എം എസും വിശദീകരിച്ചു. നാലുപേരുള്ള ഒരു കമ്മ്യൂണിസ്റ്റ് ഗ്രൂപ്പ് കേരളത്തിലുണ്ടായിരുന്നത് ആ യോഗത്തിൽ വെച്ച് കൃഷ്ണപിള്ള വെളിപ്പെടുത്തി. ഉടൻതന്നെ കമ്മ്യൂണിസ്റ്റ് പാർട്ടിയായി രൂപാന്തരപ്പെടാൻ ആ യോഗം തീരുമാനിച്ചു. ഭാവിയെക്കുറിച്ച് വിശദമായ ചർച്ചയൊന്നും ആ യോഗം നടത്തിയില്ല. പ്രവർത്തക സമ്മേളനങ്ങൾ ചേരുക, പാർട്ടി ഗ്രൂപ്പുകൾ സംഘടിപ്പിക്കുക, മാർക്സിസത്തിന്റെ തത്വങ്ങൾ പഠിപ്പിക്കാനുള്ള സ്റ്റഡിക്ലാസുകൾ സംഘടിപ്പിക്കുക തുടങ്ങിയ തീരുമാനങ്ങളെടുത്തു യോഗം പിരിഞ്ഞു രണ്ടാഴ്ചക്കുശേഷം നടന്നയോഗത്തിൽ പി കൃഷ്ണപിള്ള കമ്മ്യൂണിസ്റ്റ് പാർട്ടിയുടെ സെക്രട്ടറിയുമായി. സമ്മേളനത്തിൽ തിരുവനന്തപുരം ജയിലിലായിരുന്ന ചില പ്രവർത്തകർക്ക് പങ്കെടുക്കാൻ കഴിഞ്ഞില്ല. തിരുവിതാംകൂറിൽനിന്നുള്ള പ്രാതിനിധ്യവും കുറവായിരുന്നു. പിന്നീടുണ്ടായ സമ്മേളനങ്ങളിലും യോഗങ്ങളിലും ഇവരെയെല്ലാം പങ്കെടുപ്പിച്ചു. അതിവേഗത്തിൽ കമ്മ്യൂണിസ്റ്റ് പാർട്ടിയുടെ പ്രവർത്തനം കേരളമൊട്ടാകെ വ്യാപിച്ചു.

യുദ്ധസാഹചര്യങ്ങളിൽ കമ്മ്യൂണിസ്റ്റ് പാർടി നിരോധിക്കപ്പെട്ടിരുന്നതുകൊണ്ട് പാർടി രൂപംകൊണ്ടതുതന്നെ ഒളിവിലായിരുന്നു. എങ്കിലും കോൺഗ്രസ് സോഷ്യലിസ്റ്റുകളെന്നനിലയിൽ പലരും പരസ്യമായി പ്രവർത്തിച്ചിരുന്നു. ക്രമേണ അതിനുമാറ്റം വന്നു. പാറപ്രം സമ്മേളനത്തിനുശേഷം രണ്ടാഴ്ച കഴിഞ്ഞ് പറശ്ശിനിക്കടവിൽ ചേർന്ന യോഗത്തിൽ പി കൃഷ്ണപിള്ളയെ സെക്രട്ടറിയായി തെരഞ്ഞെടുത്തു. പി കൃഷ്ണ

പിള്ള ഒളിവിൽ പോകുകയും ചിറക്കൽ താലൂക്ക് കേന്ദ്രമാക്കി പ്രവർത്തനമാരംഭിക്കുകയും ചെയ്തു. ഇ എം എസ്, എം എസ് ദേവദാസ്, പി കെ രാമുണ്ണി നായർ, ഉണ്ണിരാജ എന്നിവർ പി കൃഷ്ണപിള്ളയെ സഹായിക്കാൻ നിയുക്തരായി. അവരും ഒളിവിൽ പോയി. 1940 മാർച്ചു മാസത്തിൽ കമ്മ്യൂണിസ്റ്റ് എന്ന മാസികയും 'മുന്നോട്ട്' എന്ന വാർത്താസർക്കുലറും ക്രമമായി പ്രസിദ്ധീകരിച്ചു തുടങ്ങി. സംഘടനാ പ്രശ്നങ്ങൾ വിവരിച്ചു കൊണ്ടുള്ള പാർടിക്കകത്ത് ഘടകങ്ങൾക്ക് നൽകി. സാർവദേശീയ രംഗം, ദേശീയരംഗം, പ്രാദേശികം എന്നിങ്ങനെ എല്ലാവസ്തുതകളും വിശദീകരിക്കാൻ ശ്രമിച്ച പാർടിക്കകത്ത് അന്നത്തെ ഏറ്റവും പ്രധാനപ്പെട്ട സംവേദന മാധ്യമമായിരുന്നു.

കാസർഗോഡ്, ചിറയ്ക്കൽ, കോട്ടയം, കുറുമ്പ്രനാട്, കോഴിക്കോട് എന്നീ താലൂക്ക് കമ്മിറ്റികളും മറ്റെല്ലാ സ്ഥലങ്ങളിലും സംഘാടകന്മാരുമാണ് അന്നുണ്ടായിരുന്നത്. ക്രമേണ ഏറനാട്, വള്ളുവനാട്, പാലക്കാട്, പൊന്നാനി താലൂക്കുകളിലും കമ്മിറ്റികളുണ്ടായി. കാസർകോട് കെ മാധവൻ, ചിറയ്ക്കൽ ടി കെ രാജുവും, കോട്ടയം എൻ ഇ ബലറാമും (പിന്നീട് ടി വി അച്ചുതൻ നായർ), കുറുമ്പ്രനാട് എം കണാരനും (പിന്നീട് കെ വിജയരാഘവൻ), കോഴിക്കോട് എൻ ശങ്കരനും (പിന്നീട് എം കണാരൻ), ഏറനാട് ടി കുഞ്ഞുണ്ണിയും വള്ളുവനാട് കൊങ്ങശ്ശേരി കൃഷ്ണനും പൊന്നാനി ടി കെ രാമനും പാലക്കാട് പി കുഞ്ഞിരാമൻ മാസ്റ്ററും സെക്രട്ടറിമാരായി. 1939 ൽ വള്ളുവനാട്ടിലെ ആദ്യ പാർട്ടി ഘടകം ഉണ്ടായി. ഐ സി പി നമ്പൂതിരി (സെക്രട്ടറി), ഇ പി ഗോപാലൻ, കുഞ്ഞുണ്ണി കർത്താവ്, കൊങ്ങശ്ശേരി കൃഷ്ണൻ, പി വി കുഞ്ഞുണ്ണി നായർ, എ കെ ശേഖരൻ, പി അപ്പുക്കുട്ടൻ–ആസ്ഥാനം പെരിന്തൽ മണ്ണ കമ്മ്യൂൺ ആയിരുന്നു.

കെ മാധവൻ

കാസർകോട് താലൂക്ക് പാർട്ടിയുടെ രഹസ്യസംഘടന കെ.മാധവൻ സെക്രട്ടറിയും തിരുമുമ്പ്, മടിക്കൈ കുഞ്ഞിക്കണ്ണൻ, പി. അമ്പു നായർ, എൻ. നാരായണവാരിയർ, കെ.വി.കമ്മാരൻ എന്നിവർ അംഗങ്ങളുമായി 1939ൽ നിലവിൽ വന്നു. കൃഷ്ണപിള്ള ഈ കാലയളവിൽ കാസർകോട് ഉൾപ്പടെയുള്ള സൗത്ത് കാനറ ജില്ലയുടെ വിവിധ ഭാഗങ്ങളിൽ സഞ്ചരിക്കുകയും പ്രധാ

നപ്പെട്ട പ്രവർത്തകരുമായി ബന്ധം പുലർത്തുകയും അവരെ ക്രമേണ കമ്മ്യൂണിസ്റ്റ് പാർട്ടിയിലേക്ക് ആകർഷിക്കുകയും ചെയ്തു. ഇവരാണ് പിന്നീട് പാർട്ടിയുടെ നേതാക്കളായി വളർന്നുവന്നത്.

കൃഷ്ണപിള്ളയുടെ നിർദ്ദേശമനുസരിച്ച് കെ മാധവൻ നീലേശ്വരത്ത് ഹിന്ദിക്ലാസ്സ് ആരംഭിച്ചു. പിൽക്കാലത്ത് തന്റെ ഏറ്റവും പ്രിയപ്പെട്ട സഹ പ്രവർത്തകനായി മാറിയ ഗണപതി കമ്മത്തുമായി കെ.മാധവൻ വായ നശാലയിൽ വെച്ച് രാഷ്ട്രീയം ചർച്ച ചെയ്യുമായിരുന്നു. കമ്മത്തുമായി രഹസ്യ സർക്കുലറുകളും പത്രങ്ങളും കൈമാറുന്നു. ഗണപതി കമ്മ ത്ത്, എൻ.കെ.കുട്ടൻ, ചന്തൂട്ടി എന്നിവരെ സംഘടിപ്പിച്ച് നീലേശ്വരത്ത് പാർട്ടി സെല്ലിന് രൂപം നൽകി. മാത്രമല്ല, തന്റെ ഹിന്ദി ക്ലാസിലെത്തിയ പിന്നീട് പ്രസിദ്ധ കന്നട സാഹിത്യകാരനായി മാറിയ കുളുകുന്ത ശിവ റാവു (നിരഞ്ജന)വിന് കമ്മ്യൂണിസ്റ്റ് മാനിഫെസ്റ്റോവിന്റെ ഇംഗ്ലീഷ് കോപ്പി കെ.മാധവൻ നൽകുന്നുണ്ട്. തനി ഗാന്ധിയനായ ശിവറാവു ക്രമേണ ഗാന്ധിസത്തോട് വിടപറഞ്ഞ് കമ്മ്യൂണിസ്റ്റുകാരനായി മാറി. രാജാസ് ഹൈസ്കൂളിലെ പഠനത്തിനുശേഷം (1938–41) ജന്മദേശമായ കർണ്ണാടകയിലെ പുത്തൂറിലേക്ക് പോയ നിരഞ്ജന കയ്യൂർ കേസിന്റെ മംഗലാപുരം കോടതിയിലെ വിചാരണ റിപ്പോർട്ട് ചെയ്തു. മാത്രമല്ല, കയ്യൂർ സമരത്തെ പ്രമേയമാക്കി ഉജ്ജ്വലമായൊരു നോവൽ 'ചിരസ്മ രണ' കന്നടയിൽ എഴുതി. അത് പിന്നീട് ചിരസ്മരണ എന്ന പേരിൽ മലയാളത്തിലേക്ക് വിവർത്തനം ചെയ്യുകയുണ്ടായി. ഇതെല്ലാം സൂചിപ്പി ക്കുന്നത് പിണറായിയിൽ ഔപചാരികമായി ഒത്തുചേരുന്നതിനുമുമ്പേ ഓരോ പ്രദേശത്തും പാർട്ടി സെല്ലുകൾ രൂപം കൊണ്ടിരുന്നുവെന്നാണ്.

കൊച്ചിയിലെ പാർട്ടി സംഘാടകൻമാർ ജോർജ് ചടയം മുറി, പി ശേഖരൻ, ഇ എസ് ഗോപാലൻ, സി ജി നാരായണമേനോൻ, കണ്ണേമ്പ ള്ളി എം എ കാക്കു മുതലായവരായിരുന്നു. അറസ്റ്റ് ചെയ്യപ്പെട്ടിരുന്ന കെ കെ വാര്യർ, പി എസ് നമ്പൂതിരി, പി ഗംഗാധരൻ, എം എ ജോർജ്, പി ടി സേവ്യർ, എം ജി വേലായുധൻ തുടങ്ങിയവർ പിന്നീട് അവരോടൊപ്പം ചേർന്നു. തിരുവനന്തപുരത്ത് കെ സി ജോർജിന്റെ നേതൃത്വത്തിൽ പാർട്ടി സെൽ ഉണ്ടായതായി സൂചനയുണ്ട്. അവരിൽ തൈക്കാട് ഭാസ്കരൻ, പുതുപ്പള്ളി രാഘവൻ തുടങ്ങിയവർ ഉൾപ്പെട്ടിരുന്നു. കെ വി പത്രോസ്, പി എ സോളമൻ, സി ഒ മാത്യു, സി ജി സദാശിവൻ, സി എസ് ഗോപാല പിള്ള, എം എൻ ഗോവിന്ദൻനായർ, പി ടി പുന്നൂസ്, എസ് കുമാരൻ, പി ജി പത്മനാഭൻ തുടങ്ങിയവരും പാർട്ടി സംഘാടകരായി. 1939 ൽ പി കൃഷ്ണപിള്ള പൂഞ്ഞാറിൽ വരുകയും പൂഞ്ഞാർ ഇടവക പ്രക്ഷോഭ ത്തിന് നേതൃത്വം കൊടുത്ത ജോസഫ് തെള്ളിയിൽ, ഐ ഡി ചാക്കോ തുടങ്ങിയവർ കമ്മ്യൂണിസ്റ്റ് പാർട്ടി അംഗങ്ങളാവുകയും ചെയ്തു എന്ന് പൂഞ്ഞാർ നിവാസികൾ ഓർമ്മിക്കുന്നു.

എറണാകുളത്ത് ലായം റോഡിൽ കെ സി ജോർജും പി നാരായണൻനായരും ഒരു കെട്ടിടം വാടകയ്ക്ക് എടുത്തു. തിരുവിതാംകൂറിൽ പ്രവേശിക്കാൻ നിരോധനമുള്ള കോൺഗ്രസ് പ്രവർത്തകരുടെ ക്യാമ്പ് ആയിരുന്നു അത്. ഇതെപ്പറ്റി രഹസ്യവിവരം കിട്ടിയ തിരുവിതാംകൂർ ദിവാൻ സി പി രാമസ്വാമി അയ്യർ കൊച്ചിയിൽ കമ്മ്യൂണിസ്റ്റ് ഡെൻ പ്രവർത്തിക്കുന്നുണ്ടെന്ന് പ്രസ്താവിച്ചു. സമരകേന്ദ്രങ്ങളുമായി ബന്ധപ്പെടൽ, നോട്ടീസുകളും ലഘുലേഖകളും എത്തിക്കൽ, വോളന്റിയർമാർക്കു പരിശീലനം നൽകി നിയമലംഘനത്തിന് അയക്കൽ തുടങ്ങിയവയായിരുന്നു ക്യാമ്പിന്റെ പ്രവർത്തനങ്ങൾ. ചൊവ്വര, തോട്ടുംമുഖം, മൂത്തകുന്നം, പറവൂർ, അക്കര തുടങ്ങിയ തിരുവിതാംകൂർ അതിർത്തി പ്രദേശങ്ങളിൽ പരിശീലനക്യാമ്പുകൾ നടത്തി. പി കൃഷ്ണപിള്ള, കെ ദാമോദരൻ, പി ടി പുന്നൂസ്, എം എൻ ഗോവിന്ദൻ നായർ, എൻ ശ്രീകണ്ഠൻനായർ, പി ഗംഗാധരൻ, ആർ സുഗതൻ, ഉണ്ണിരാജ, ഇ എം എസ്, കുളത്തുങ്കൽ പോത്തൻ, സർദാർ ചന്ദ്രോത്ത്, വർഗീസ് വൈദ്യൻ, ടി വി തോമസ് തുടങ്ങിയവർ ഇവിടെവരാറുണ്ടായിരുന്നു. കെ സി ജോർജിനെ എറണാകുളത്ത് ബോട്ടിൽനിന്ന് അറസ്റ്റ് ചെയ്തപ്പോൾ അടുത്തു താമസിച്ചിരുന്ന വൈക്കംമുഹമ്മദ് ബഷീറാണ് രഹസ്യമായി മുറിയിൽ നിന്ന് പുസ്തകങ്ങളും മറ്റും നീക്കിയത്. കെ സി ജോർജ് താമസിച്ച എറണാകുളത്തെ കമ്മ്യൂണിസ്റ്റ്ഡെൻ പോലീസ് വളഞ്ഞ് രഹസ്യരേഖകൾ പിടിച്ചെടുത്തതായി പത്രവാർത്തയും വന്നു.

തിരുവിതാംകൂറിലെയും കൊച്ചിയിലേയും പാർട്ടി സെല്ലുകൾ ശക്തിപ്പെടുത്തുന്നതിന് 1940 സെപ്തംബറിൽ പി കൃഷ്ണപിള്ള തിരുവിതാംകൂറിലെത്തി. 1940 ഡിസംബറിൽ കൃഷ്ണപിള്ള വൈക്കത്തുവെച്ച് അറസ്റ്റു ചെയ്യപ്പെട്ടു. തുടർന്നു പാർട്ടി സെക്രട്ടറിയുടെ സ്ഥാനം വഹിച്ചത് ഇ എം എസായിരുന്നു.

പാതാളലോകം

കമ്മ്യൂണിസ്റ്റ് പാർട്ടി കേരളത്തിൽ പ്രവർത്തനമാരംഭിക്കുമ്പോൾ തന്നെ അതു നിരോധിക്കപ്പെട്ടിരുന്നു. അതുകൊണ്ട് എല്ലാ പ്രവർത്തകരും ഒളിവിലോ അർധ ഒളിവിലോ ആയി പ്രവർത്തിക്കാൻ ആവശ്യപ്പെട്ടിരുന്നു. രഹസ്യപ്രവർത്തനത്തിനായുള്ള സംവിധാനം കൃഷ്ണപിള്ള ആവിഷ്കരിച്ചു. അനുശീലൻ സമിതിയുമായി അദ്ദേഹത്തിനുണ്ടായിരുന്ന ബന്ധത്തിൽനിന്നാണ് രഹസ്യപ്രവർത്തനത്തിന്റെ പാഠങ്ങൾ പഠിച്ചത്. ഈ പ്രവർത്തനത്തിന്റെ സൗകര്യത്തിനായി കേരളത്തെ പത്തായി വിഭജിച്ചു. പാതാളലോകം ഓഫീസ് (പി എൽ ഒ) ഒന്ന്, രണ്ട് എന്നിങ്ങനെയുള്ള പേരുകളാണ് നൽകിയത്. പി എൽ ഒ ഒന്ന് മംഗലാപുരമായിരുന്നു. മറ്റു ഭാഗങ്ങൾ ചിറയ്ക്കൽ, കുറമ്പ്രനാട്, കോഴിക്കോട്, ഏറനാട്, വള്ളുവനാട്, പൊന്നാനി, പാലക്കാട്, കൊച്ചി, തിരുവിതാംകൂർ

എന്നിവയായിരുന്നു. ഈ ഭാഗങ്ങളിലുടെ സഞ്ചരിച്ചിരുന്ന സന്ദേശവാഹ കരെ ടെക്കുകൾ എന്നാണ് വിളിച്ചിരുന്നത്. ജനങ്ങളിൽനിന്ന് ഒന്നും മറച്ചുവെക്കാനില്ലെന്നും എന്നാൽ ഒറ്റുകാരെയും പോലീസുകാരെയും തിരിച്ചറിയണമെന്നുമുള്ളതാണ് രഹസ്യപ്രവർത്തനത്തിന്റെ ആധാര ഘടകം. എല്ലാ പ്രദേശങ്ങളിലും സഞ്ചരിക്കണം. എന്നാൽ സ്വയം കാട്ടിക്കൊടുക്കുന്ന രീതിയിൽ ഒന്നും ചെയ്യാൻ പാടില്ല സന്ദേശവാഹകർ ആയതുകൊണ്ട് ടെക്കിന്റെ പ്രവർത്തനത്തിന് ഒഴിച്ചു കൂടാത്തതാണ് കല്ലച്ച് അഥവാ സൈക്ലോസ്റ്റൈൽ യന്ത്രം. കല്ലച്ചിൽ നിന്നാണ് രഹ സ്യമായി സർക്കുലറുകൾ തയ്യാറാക്കി വിവിധ പ്രദേശങ്ങളിൽ അയച്ചത്.

ടെക്കിലെ പ്രധാനി മഞ്ചേരിക്കാരൻ തമ്പാനായിരുന്നു. കെ രാവു ണ്ണിനായർ എന്നായിരുന്നു അദ്ദേഹത്തിന്റെ പേര്. നിലമ്പൂർ കോവിലക ത്തിലെ ക്ലർക്കായിരുന്നു ഇദ്ദേഹം. ടെക്ക് പ്രവർത്തനത്തിന് സ്വയം സന്നദ്ധനായിവന്നതാണ്. മറ്റു പ്രധാന ടെക്കുകൾ എ കെ ശേഖരൻ, കുഞ്ഞുണ്ണി കർത്താ (ഡോ. എ കെ കർത്താ) അപ്പുണ്ണി കർത്താ, ആർ പി എന്ന രാഘവ പിഷാരടി, പി പി പിള്ള, കെ പി നാണു, പി ഹരിദാസ്, എം പത്മനാഭൻ, പി കൃഷ്ണൻ (തലശ്ശേരി), പി കെ ഗോപാലൻ (കോഴി ക്കോട്), മാർക്സ് കണ്ണൻ (പേരാമ്പ്ര), ഡോ. പി എം നമ്പൂതിരി, കൊച്ചനു ജപ്പിഷാരടി, എം കണാരൻ, പി ശങ്കരവാര്യർ തുടങ്ങിയവരായിരുന്നു.

വ്യക്തിഗത പ്രവർത്തനങ്ങളിൽനിന്ന് കൂട്ടായ പ്രവർത്തനങ്ങളി ലേക്കു മാറിയതും ഈ ഘട്ടത്തിലാണ്. ഘടകങ്ങൾ ക്രമമായി യോഗം ചേരുക, പ്രവർത്തന പദ്ധതികൾ ആവിഷ്ക്കരിക്കുക, ഓരോ പ്രവർത്തകന്റെയും കടമകൾ തീരുമാനിക്കുക കൃത്യമായി പ്രവർത്തന ഡയറി എഴുതുക, കീഴ് കമ്മിറ്റിയിൽ നിന്ന് മേൽ കമ്മിറ്റിയിലേക്കും തിരിച്ചും റിപ്പോർട്ടുകൾ അയയ്ക്കുക. പ്രവർത്തനങ്ങളെക്കുറിച്ച് വിമർശനവും സ്വയം വിമർശനവും കൃത്യമായി നടത്തുക തുടങ്ങിയ വയും കീഴ്വഴക്കങ്ങളായി. മാർക്സിസ്റ്റ് ലെനിനിസ്റ്റ് തത്വങ്ങൾക്കനു സരിച്ചുള്ള പാർട്ടി രൂപപ്പെട്ടത് ഇക്കാലത്താണ്.

കമ്മ്യൂണിസ്റ്റ് പാർട്ടിയുടെ കേന്ദ്രനേതൃത്വം പ്രചരിപ്പിച്ച ചില ലഘുലേഖകളും പാർട്ടിയിൽ അന്ന് വിശദമായി ചർച്ച ചെയ്യപ്പെട്ടു. സാമ്രാജ്യത്വത്തെക്കുറിച്ചുള്ളതായിരുന്നു ഒരു ലഘുലേഖ. ഇന്ത്യയിലെ വർഗവൈരുദ്ധ്യങ്ങളെക്കുറിച്ചുള്ളതായിരുന്നു വേറൊന്ന്. മൂന്നാമത്തേത് ഇന്ത്യൻ വിപ്ലവത്തിനുവേണ്ടി തൊഴിലാളികളെയും കർഷകരെയും സംഘടിപ്പിക്കുന്നതിനെ സംബന്ധിച്ചുള്ളതായിരുന്നു. സാമ്രാജ്യത്വ ത്തിനും ഇന്ത്യൻ ഭരണത്തിനുമെതിരായ പോരാട്ടത്തിൽ തൊഴിലാളി–കർഷക ഐക്യത്തെ ആധാരമാക്കിയുള്ള വിപ്ലവപ്രസ്ഥാനത്തെക്കുറി ച്ചുള്ള ധാരണകൾ ഇക്കാലത്തു രൂപപ്പെട്ടുവന്നു. ഇത്തരം ആശയങ്ങൾ പ്രചരിപ്പിക്കാനുള്ള പാർടി സ്കൂളുകൾ വളർന്നുവന്നു. തൃക്കരിപ്പൂരി

നടുത്ത് വി വി കുഞ്ഞമ്പുവിന്റെ നേതൃത്വത്തിൽ പാർടി സ്കൂൾ സംഘടിപ്പിച്ചു. മാർക്സിസം പഠിപ്പിക്കാൻ പറ്റിയ ഒരു സംഘം പ്രവർത്തകരെ വളർത്തക്കൊണ്ടുവരികയായിരുന്നു ഉദ്ദേശ്യം. ഉണ്ണിരാജ, എം എസ് ദേവദാസ്, ശങ്കരനാരായണൻ തമ്പി തുടങ്ങിയവർ പാർട്ടി സ്കൂളിൽ എത്തിയിരുന്നു.

ഇക്കാലത്തെ പഠനക്ലാസുകൾ തികച്ചും വ്യത്യസ്തമായിരുന്നു. പിണറായി സമ്മേളനത്തിന് തൊട്ടുമുമ്പ് വിഷ്ണുഭാരതീയന്റെ വീട്ടിൽവെച്ച് കോൺഗ്രസ് സോഷ്യലിസ്റ്റ് പാർട്ടിയുടെ ഒരു പഠനക്ലാസ് നടന്നു. സുപ്രധാനമായ ആ പഠനക്ലാസിൽ പി കൃഷ്ണപിള്ള, ഇ എം എസ്, വിഷ്ണുഭാരതീയൻ, കെ പി ആർ ഗോപാലൻ, കെ സി ജോർജ്, കെ പി ഗോപാലൻ, ശങ്കരനാരായണൻ തമ്പി, സി ഉണ്ണിരാജ, എം എസ് ദേവദാസ് എന്നിവർ പങ്കെടുത്തിരുന്നു. അവിടെ നടന്ന ക്ലാസിനെക്കുറിച്ച് കെ സി ജോർജ് ആത്മകഥയിൽ ഇങ്ങനെ പറയുന്നു:

'ക്ലാസ് എന്നു പറയുന്നതിൽ കൂടുതൽ ശരി ഒരു കൂട്ടുപഠനം എന്നോ കൂട്ടുവായന എന്നോ പറയുന്നതായിരിക്കും. കാരണം പഠിപ്പിക്കാൻ അധ്യാപകരില്ല. വിഷയം കമ്മ്യൂണിസമാണ്. അതേപ്പറ്റി ആധികാരികമായി ഒരു ക്ലാസ് എടുക്കാൻ പറ്റിയവർ ആരും ആ കൂട്ടത്തിലുണ്ടായിരുന്നില്ല. ആധികാരികമായി സംസാരിക്കാൻ അതേപറ്റി പ്രതിപാദിക്കുന്ന ഒരു ഗ്രന്ഥം മാത്രമായിരുന്നു ഉണ്ടായിരുന്നത്. മാർക്സിസത്തിന്റെ ആദ്യപാഠങ്ങൾ പഠിക്കുന്നതിന് ആവശ്യമായ മാർക്സിന്റെയും ലെനിന്റെയും മറ്റും കൃതികൾ അടങ്ങുന്ന ഹാന്റ് ബുക്ക് ഓഫ് മാർക്സിസം എന്ന പേരിൽ പ്രസിദ്ധം ചെയ്തിരുന്നു. അത് വായിച്ച് വിവർത്തനം ചെയ്യുകയും അർത്ഥം വ്യക്തമാക്കുകയും ചെയ്യുന്ന ഒരു പഠനരീതിയാണ് ആ സാഹചര്യത്തിൽ ചെയ്തിരുന്നത്. കേരളത്തിലെ സി എസ് പിക്കാർ കമ്മ്യൂണിസ്റ്റാകേണ്ടതിനെപറ്റിയും മറ്റും മുഖവുരയായി കൃഷ്ണപിള്ളയും ഇ എം എസും അൽപ്പം സംസാരിച്ചതിനുശേഷമാണ് പഠനം ആരംഭിച്ചത്'.

പാർടി പ്രവർത്തനമാരംഭിക്കുന്നു

കേരളത്തിൽ പാർടി രൂപീകരിച്ച വിവരം ഔദ്യോഗികമായി പ്രഖ്യാപിച്ചത് 1940 ജനുവരി 26 നാണ്. ഔപചാരികമായ പ്രസിദ്ധീകരണങ്ങൾ അന്നില്ലാത്തതുകൊണ്ട് ചുമരെഴുത്തുകൾ വഴിയാണ് ഇത് പ്രത്യക്ഷപ്പെട്ടത്. യുദ്ധക്കെടുതികൾ കൊണ്ടുവലഞ്ഞ ജനങ്ങൾക്ക് സഹായമെത്തിക്കുകയായിരുന്നു ആദ്യത്തെ പ്രധാന പ്രവർത്തനം. 1940 മാർച്ചു മാസം മുതൽ ജീവിതസൂചികയനുസരിച്ചുള്ള ക്ഷാമബത്ത തൊഴിലാളികൾക്കു നൽകുക, ന്യായവിലയ്ക്ക് അരി ലഭിക്കുന്ന ധാന്യഷോപ്പുകൾ തുറക്കുക, നിർബന്ധയുദ്ധപ്പിരിവ് നടത്തുന്ന ഉദ്യോഗസ്ഥരെ ശിക്ഷിക്കുക, കാർഷികോല്പന്നങ്ങൾക്ക് മര്യാദവില

സമ്മർ സ്[illegible] അധ്യയനത്തിനുള്ള വിഷയങ്ങൾ.

ലോകചരിത്രം — 25 പ്രസംഗങ്ങൾ.

പുരാതനകാലം	1	പ്രസംഗം.
ആദ്യകാലത്തെ സംസ്കാരങ്ങൾ	2	"
മധ്യകാലം	2	"
ആധുനികകാലത്തിന്റെ പ്രാരംഭം	1	"
അമേരിക്കൻ സ്വാതന്ത്ര്യ പ്രസമരം	1	"
ഫ്രഞ്ചുവിപ്ലവം	2	"
വ്യവസായികവിപ്ലവം	2	"
യൂറോപ്പിലെ സ്വാതന്ത്ര്യസമരങ്ങൾ	3	"
ആധുനികസാമ്രാജ്യത്വം	2	"
കൊളോണിയൽ രാജ്യങ്ങളുടെ സമരങ്ങൾ	3	"
ഐറിഷ്സ്വാതന്ത്ര്യ സമരം	1	"
ലോകമഹായുദ്ധം	1	"
സോവിയറ്റ് റഷ്യയുടെ ഉത്ഭവവും വളർച്ചയും	1	"
വേർസെയിൽസ് സന്ധിയും സർവ്വരാഷ്ട്ര സഖ്യവും	1	"
ഫാസിസം	1	"
ഇന്നത്തെ ലോകം	1	"

ഇന്ത്യാചരിത്രം. — 25 പ്രസംഗങ്ങൾ.

ഇൻഡസ്വാലി സംസ്കാരം	1	പ്രസംഗം.
ദ്രാവിഡ സംസ്കാരം	1	"
ആര്യ സംസ്കാരം	1	"
ജാതി സമ്പ്രദായം	1	"
ജൈന ബുദ്ധമതങ്ങൾ	1	"
വൈദേശിക ബന്ധങ്ങൾ	1	"
മൌര്യസാമ്രാജ്യം	1	"
ഗുപ്തസാമ്രാജ്യം	1	"
ഹർഷൻ	1	"
രജപുത്ര രാജ്യങ്ങൾ	1	"
മുസ്ലിം ആക്രമണങ്ങൾ	1	"
അക്ബർ	1	"
മുഗൾ സാമ്രാജ്യത്തിന്റെ അധഃപതനം	1	"
മഹാരാഷ്ട്രത്തെ ശിവജി	1	"
വിദേശ വ്യാപാരികൾ	1	"
ഈസ്റ്റിന്ത്യ കമ്പനി	1	"
ശിപായി ലഹള	1	"
ബ്രിട്ടീഷ്ഭരണ സമ്പ്രദായം	1	"
ബ്രി: ഭരണത്തിൻകീഴിൽ വന്ന മാറ്റങ്ങൾ	1	"
ഇന്ത്യൻ നേഷനൽ കോൺഗ്രസ്സിന്റെ ഉത്ഭവം	1	"
വിപ്ലവ പ്രസ്ഥാനങ്ങൾ	1	"
ഗാന്ധിജിയും നിസ്സഹകരണവും	1	"
കോൺഗ്രസ്സ് 1923-29	1	"
1930-32-ലെ നിയമലംഘന പ്രസ്ഥാനങ്ങൾ	1	"
ഇന്നത്തെ ഇന്ത്യ	1	"

രാഷ്ട്രവിജ്ഞാനം — 25 പ്രസംഗങ്ങൾ

ഗവർമ്മെണ്ടുകളുടെ ഉത്ഭവം	2	പ്രസംഗങ്ങൾ
ഗവർമ്മെണ്ടുകളുടെ സ്വരൂപങ്ങൾ	1	"
ഗ്രീസിലെയും റോമിലെയും സിററി സ്റ്റേറ്റുകൾ	1	"
ഫ്യൂഡലിസം	1	"
ഇന്നത്തെ രാഷ്ട്രീയഗവർമ്മെണ്ടുകൾ	1	"
ഭരണഘടനകൾ	1	"
നിയമനിർമ്മാണം, ഭരണനിർവ്വഹണം, നീതിന്യായം	1	"
പാർട്ടിസമ്പ്രദായം	1	"
നിയമസഭ	1	"
പ്രാതിനിധ്യസമ്പ്രദായം	1	"
ന്യൂനപക്ഷപ്രശ്ന[illegible]	1	"
വ്യക്തിയും ഗ[illegible]	1	"
സാർവ്വലൌകിക[illegible]ങ്ങൾ	1	"
ഗവർമ്മെന്റിന്റെ [illegible]ാടി	1	"
പ്രാദേശിക[illegible]യംഭരണം	1	"
പ്രജായത്[illegible]ത്തിന്റെ അധഃപതനം	1	"
ബ്രിട്ടീഷ്ഭരണഘടന	1	"
യൂറോപ്യൻഭരണഘടനകൾ	1	"
അമേരിക്കൻഭരണഘടന	1	"
സോവിയറ്റ് ഭരണഘടന	1	"
ഇന്ത്യൻനാട്ടുരാജ്യങ്ങൾ	1	"
സംസ്ഥാനസ്വയംഭരണം	1	"
ഇന്ത്യാ ആക്ടനുസരിച്ചുള്ള ഫെഡറേഷൻ	2	"
ഗവർമ്മെണ്ടും സാമ്പത്തികകാര്യങ്ങളും	2	"
സഹകരണപ്രസ്ഥാനം	1	"
സാമ്പത്തികപദ്ധതി	2	"

[illegible]ശാസ്ത്രം — 25 പ്രസംഗങ്ങൾ

ധനശാസ്ത്രത്തിന്റെ പരിധി	1	പ്രസംഗം.
സാമ്പത്തികപദങ്ങൾ	1	"
ധനശാസ്ത്രത്തിലെ വകുപ്പുകൾ	1	"
നിർമ്മാണോപാധികൾ	1	"
വിലയും അതിന്റെ സിദ്ധാന്തങ്ങളും	1	"
നിർമ്മാണത്തിന്റെ സംഘടന	1	"
സ്വത്തുക്കളുടെ ഉപയോഗം	1	"
നാണ്യങ്ങളും ബാങ്കിങ്ങും	2	"
സാർവ്വലൌകികനാണയങ്ങൾ	2	"
ചുങ്കം, സ്വതന്ത്രവ്യാപാരം, സാമ്രാജ്യരക്ഷ	2	"
പാട്ടം	1	"
കൂലി	1	"
പലിശയും ലാഭവും	1	"
നികുതിയും പൊതുചിലവുകളും	2	"

ഇന്ത്യൻ ധനശാസ്ത്രം — 25 പ്രസംഗങ്ങൾ

ഇന്ത്യൻ ധനശാസ്ത്രത്തിന്റെ വള[illegible]	1	പ്രസംഗം
ഇന്ത്യയിലെ ദാരിദ്ര്യം	2	"
കൃഷിക്കാരുടെ ഇടയിലെ ജനപ്പെരുപ്പ്	1	"
കൃഷിപ്രവൃത്തിയിലെ ക്രമക്കേടുകൾ	1	"
ഗവർമ്മെണ്ടും കൃഷിക്കാരും	1	"
ഭൂവുടമസമ്പ്രദായവും കൃഷിക്കാരും	1	"
ഉൾനാടുകളിലെ കടബാധ്യത	1	"
പരസ്പരസഹായപ്രസ്ഥാനം	1	"
കുടിൽ വ്യവസായങ്ങൾ	1	"
അടുത്ത കാലത്തെ കാർഷിക നിയമങ്ങൾ	1	"
യന്ത്രവ്യവസായത്തിന്റെ ഉത്ഭവം	1	"
വ്യാവസായിക പുരോഗതി	1	"
വ്യവസായങ്ങളും ഗവർമ്മെണ്ടും	1	"
ഉൽപ്പന്നങ്ങളുടെ തോതും വിനിമയവും	1	"
ബഡ്ജറ്റുകൾ (കേന്ദ്രത്തിലും സംസ്ഥാനങ്ങളിലും)	2	"
റിസർവ്വ് ബേങ്ക്	1	"
മററു ബേങ്കിങ്ങ് സ്ഥാപനങ്ങൾ	1	"
ഇൻഷൂറൻസ്	1	"
ജോയിൻറ് സ്റ്റോക്ക കമ്പനികളും മാനേജിംഗ് ഏജൻസിയും	1	"
തൊഴിലാളികൾ	1	"
തൊഴിലാളി നിയമങ്ങളും സംഘടനയും	1	"
സാമ്രാജ്യത്വവും ഇന്ത്യൻ ദാരിദ്ര്യവും	1	"
സാമ്പത്തിക പദ്ധതി	1	"

സമ്മർസ്കൂൾ അദ്ധ്യയനത്തിന്റെ വിഷയങ്ങൾ

നൽകുക എന്നിവയാണ് പ്രധാന ആവശ്യങ്ങൾ. കെ പി ആർ ഗോപാലൻ സെക്രട്ടറിയായി മലബാറിൽ ഒരു കമ്മിറ്റി രൂപീകരിച്ചു. ഇതേ ആവശ്യങ്ങൾ ഉന്നയിച്ചുകൊണ്ട് തിരുവിതാംകൂറും കൊച്ചിയിലും പ്രക്ഷോഭങ്ങൾ നടന്നുവന്നിരുന്നു. അവണിശ്ശേരിയിൽ കർഷകസഭ രൂപീകരിച്ചതും തിരുവില്വാമല മുതൽ എറണാകുളംവരെ ജാഥ നടത്തിയതും ഈ പശ്ചാത്തലത്തിലാണ്. കൊല്ലത്തും ആലപ്പുഴയിലും ചാലക്കുടിയിലും വെച്ചുനടന്ന വില നിയന്ത്രണ സമ്മേളനങ്ങളും ഈ പശ്ചാത്തലത്തിലായിരുന്നു.

രണ്ടാം ലോകമഹായുദ്ധത്തിന്റെ പശ്ചാത്തലത്തിൽ സാർവദേശീയ കമ്മ്യൂണിസ്റ്റ് പ്രസ്ഥാനവും ഇന്ത്യൻ കമ്മ്യൂണിസ്റ്റ് പ്രസ്ഥാനവും യുദ്ധ വിരുദ്ധ മുദ്രാവാക്യങ്ങളുമായി മുന്നോട്ടുവന്നു. യുദ്ധവിരുദ്ധ പ്രസ്ഥാനം എന്ന ആശയം കോൺഗ്രസിനകത്ത് അവതരിപ്പിക്കപ്പെട്ടു. അതു ചെവിക്കൊള്ളാൻ വലതുപക്ഷ നേതൃത്വം തയ്യാറായില്ല. യുദ്ധസാഹചര്യത്തിൽ ഭരണകൂടവുമായി പോരാട്ടത്തിനു തയ്യാറാകുന്നതു വിഡ്ഢിത്തമായിരിക്കുമെന്ന് ഗാന്ധി നിർദേശിച്ചു. നിരവധി പ്രദേശങ്ങളിൽ യുദ്ധക്കെടുതികൾ വ്യാപിക്കുകയും യുദ്ധത്തിനെതിരായ വികാരം ശക്തിപ്പെടുകയും ചെയ്ത പശ്ചാത്തലത്തിലാണ് കോൺഗ്രസ് നേതൃത്വം പരിമിതമായ തോതിലുള്ള പ്രതിഷേധത്തിനെങ്കിലും തയ്യാറായത്.

എന്നാൽ കേരളത്തിൽ സ്ഥിതി വ്യത്യസ്തമായിരുന്നു സി എസ് പി നേതൃത്വത്തിലുള്ള കെ പി സി സി 1940 സെപ്തംബർ 15 സാമ്രാജ്യത്വ വിരുദ്ധദിനമായി ആചരിക്കാൻ ആഹ്വാനം ചെയ്തു. നിരവധി പ്രദേശങ്ങളിൽ വളർന്നുവന്ന കർഷകപ്രക്ഷോഭങ്ങളുടെയും വിലനിയന്ത്രണത്തിനുവേണ്ടിയുള്ള സമരത്തിന്റെയും പശ്ചാത്തലത്തിൽ സാമ്രാജ്യത്വ വിരുദ്ധമുദ്രാവാക്യത്തിന് പെട്ടെന്ന് ജനപിന്തുണ ലഭിച്ചു. വലതുപക്ഷ കോൺഗ്രസുകാർ സാമ്രാജ്യത്വ വിരുദ്ധദിനത്തിൽ നിന്നുമാറി നിന്നെങ്കിലും സി എസ് പിയും കമ്മ്യൂണിസ്റ്റ് പാർട്ടിയും ചേർന്ന് സാമ്രാജ്യത്വവിരുദ്ധ ദിനം വൻ വിജയമാക്കുകയായിരുന്നു. ചിറയ്ക്കൽ തലശ്ശേരി താലൂക്കുകളിൽ കർഷകസംഘങ്ങൾ ചേർന്ന് ആ ദിവസം വില നിയന്ത്രണദിനമായും ആചരിക്കാൻ ആഹ്വാനം ചെയ്തു.

സെപ്തംബർ 15 നു രണ്ടു ദിവസം മുമ്പെ ജില്ലാ മജിസ്ട്രേറ്റ് നിരോധനാജ്ഞ പ്രഖ്യാപിച്ചു. കെ പി സി സി ഭാരവാഹികളെയെല്ലാം ജയിലിലടയ്ക്കുകയും ചെയ്തു. നിരോധനാജ്ഞ വന്നതുകൊണ്ട് പ്രസ്തുതദിനാചരണം ഉപേക്ഷിക്കണമെന്ന നിർദ്ദേശമാണ് കോൺഗ്രസ് നേതൃത്വത്തിൽ നിന്നു വന്നത്. എന്നാൽ അതിനകം തന്നെ ദിനാചരണം കമ്മ്യൂണിസ്റ്റ് പാർട്ടി ഏറ്റെടുത്തുകഴിഞ്ഞിരുന്നു. ദിനാചരണത്തിന്റെ ഭാഗമായി നിരോധനാജ്ഞ ലംഘിച്ചു കൊണ്ടു നടന്ന പ്രകടനങ്ങളെ പോലീസുകാർ ലാത്തിച്ചാർജ്ജും വെടിയുണ്ടകളുമായി നേരിട്ടു.

കർഷകസംഘവും ട്രേഡ് യൂണിയനുകളും വിലനിയന്ത്രണദിനമായി ആചരിക്കാൻ ആഹ്വാനം ചെയ്തിട്ടുണ്ടെന്നും അതനുസരിച്ചാണ് പ്രകടനം നടക്കുന്നതെന്നും അതുകൊണ്ട് നിരോധനാജ്ഞ അവർക്ക് ബാധകമല്ലെന്നും പ്രവർത്തകർ വാദിച്ചു. ജനങ്ങളെയാകെ അടിച്ചോടിക്കാനുള്ള പോലീസുകാരുടെ ശ്രമത്തെ പ്രകടനക്കാർ നേരിട്ടു. മൊറാഴയിൽ കുട്ടികൃഷ്ണമേനോൻ എന്ന പോലീസ് ഇൻസ്പെക്ടർ കൊല്ലപ്പെട്ടു. കൊലപാതകക്കുറ്റം ചുമത്തി വിലനിയന്ത്രണ സമരത്തിന്റെ ചുക്കാൻ പിടിച്ചിരുന്ന കെ പി ആർ ഗോപാലനെ പോലീസ് അറസ്റ്റു ചെയ്തു. മട്ടന്നൂരിൽ മൃഗീയമായ ലാത്തിചാർജ്ജ് നടന്നു. നിരവധി സ്ഥലങ്ങളിൽ പ്രകടനവും പൊതുയോഗവുമുണ്ടായി. തലശ്ശേരിയിൽ ജവഹർ ഘട്ടിൽ പി കെ മാധവൻ നടത്തിയ ഉജ്ജ്വല പ്രസംഗത്തിനുശേഷം നടന്ന പ്രകടനത്തിനുനേരെ പോലീസ് നിറയൊഴിച്ചു. വെടിവെപ്പിൽ അബുവെന്നും ചാത്തക്കുട്ടിയെന്നു പേരുള്ള രണ്ടു പ്രക്ഷോഭകാരികൾ വെടിയേറ്റു വീണു. ഇവരിൽ അബുമാസ്റ്റർ ഒരു അധ്യാപകനും അധ്യാപകയുണിയന്റെയും കർഷക സംഘത്തിന്റെയും പ്രവർത്തകനുമായിരുന്നു. തന്റെ 28–ാമത്തെ വയസ്സിലാണ് അബു വെടിയേറ്റു വീണത്. തലശ്ശേരി ടെംപിൾഗേറ്റിലുള്ള ഗ്രേറ്റ് മലബാർ ബീഡിക്കമ്പനിയിലെ തൊഴിലാളിയായിരുന്നു ചാത്തുക്കുട്ടി. ചാത്തുക്കുട്ടി ഒരു ബീഡിത്തൊഴിലാളി യൂണിയൻ പ്രവർത്തകനായിരുന്നു. തന്റെ 18–ാമത്തെ വയസ്സിലാണ് ചാത്തുക്കുട്ടി ബ്രിട്ടീഷ് പോലീസിന്റെ വെടിയേറ്റു വീണത്. അബുവിന്റെയും ചാത്തുക്കുട്ടിയുടെയും രക്തസാക്ഷിത്വത്തിലൂടെയാണ് കേരളത്തിലെ കമ്മ്യൂണിസ്റ്റ് പ്രസ്ഥാനം ജനമധ്യത്തിൽ പിറന്നു വീഴുന്നത്.

ഗ്രന്ഥസൂചി

അച്ചുതമേനോൻ സി : മറക്കാനാവാത്ത അനുഭവങ്ങൾ എൻ ബി എസ്, കോട്ടയം, 1987.

അഷ്റഫ് എ : ചോരമണ്ണിലെ സഹനജീവിതം. തിരുവനന്തപുരം, 2015.

ആനന്ദി ടി കെ : ജനകീയ സമരത്തിൽ മലബാറിന്റെ പെൺപാതകൾ, കേരള ശാസ്ത്ര സാഹിത്യപരിഷത്ത്, 2002.

ആണ്ടലാട്ട് : രേഖ ഇല്ലാത്ത ചരിത്രം, ചിന്ത, 1986.

——— : കേരളത്തിലെ തൊഴിലാളിവർഗത്തിന്റെ പിറവി ചിന്ത, 1984.

ആരോമലുണ്ണി എൻ പി : നിന്ദിതരുടെ വീരഗാഥ, തൃശ്ശൂർ, 1992.

ഏലിയാസ് ടി ഒ : സിറിയൻ മാനുവൽ, സമഗ്ര കേരള ചരിത്രം, കോട്ടയം, 2015.

കുറുപ്പ് കെ കെ എൻ : ദേശീയതയും കർഷകസമരങ്ങളും, 1988.

——— : ചരിത്രപഠനങ്ങൾ, കേരളീയന്റെ ലേഖനങ്ങൾ, കേരളീയൻ സ്മാരകസമിതി.

കൃഷ്ണൻ ആർ : വിഴുമലയുടെ താഴ്വരയിൽ നിന്ന്, ചിന്ത, 1993.

കൃഷ്ണൻ ടി വി : സഖാവ് പി കൃഷ്ണപിള്ള പ്രഭാത്, 1975.

കെ വി കുഞ്ഞിരാമൻ : ഏവർക്കും പ്രിയപ്പെട്ട കേളുവേട്ടൻ, ചിന്ത.

ഗണേശ് കെ എൻ : കേരളത്തിന്റെ ഇന്നലെകൾ, തിരുവനന്തപുരം, 1990.

ഗോപാലൻ എ കെ : എന്റെ ജീവിതകഥ, ചിന്ത, 2008.

——— : ഇന്ത്യൻ കർഷക പ്രസ്ഥാനത്തിന്റെ

ചരിത്രം, ചിന്ത, 2006.

———— : എന്റെ അഗ്നിപരീക്ഷകൾ കോഴിക്കോട്, 2016.

ഗോപാലൻ കുട്ടി കെ : മലബാർ പൈതൃകങ്ങൾ തിരുവനന്തപുരം, 2009.

ഗോപാലകൃഷ്ണൻ പി കെ : പുരോഗമനസാഹിത്യ പ്രസ്ഥാനം:നിഴവും വെളിച്ചവും, തൃശ്ശൂർ, 2000.

ഗോപിനാഥൻ നായർ എൻ : ചട്ടമ്പിസ്വാമികൾ, തിരുവനന്തപുരം, 1994.

ഗോപിനാഥപിള്ള എൻ : കടയ്ക്കൽ വിപ്ലവം, കടയ്ക്കൽ, 2013.

ഗോവിന്ദൻ നായർ എം എൻ: ആത്മകഥ ഒന്നാം വോള്യം, പ്രഭാത്, 1985.

ഗോവിന്ദപ്പിള്ള പി : ഇ എം എസ് നമ്പൂതിരിപ്പാട്, നാഷണൽ ബുക്ക്ട്രസ്റ്റ്, 2007.

———— : കേരളനവോത്ഥാനം. യുഗസന്തതികൾ, യുഗശില്പികൾ, ചിന്ത, 2009.

———— : കെ ദാമോദരൻ, ഒരു ജീവചരിത്രം, ചിന്ത, 2013.

ചുമ്മാർ കെ എം : തിരുവിതാംകൂർ സ്റ്റേറ്റ് കോൺഗ്രസ് (1938–1948) കേരള ഭാഷാ ഇൻസ്റ്റിറ്റ്യൂട്ട്, 2013.

ചെന്താശ്ശേരി ടി എച്ച് പി : അയ്യൻകാളി, തിരുവനന്തപുരം, 1979.

———— : ശ്രീകുമാരഗുരുദേവൻ, തിരുവനന്തപുരം 1967.

ജയരാജൻ പി (എഡി) : കമ്മ്യൂണിസ്റ്റ് പാർട്ടിയുടെ ചരിത്രം, കണ്ണൂർ ജില്ല, കണ്ണൂർ 2011.

ജോർജ് കെ സി : എന്റെ ജീവിതയാത്ര, നാഷണൽ ബുക്ക് സ്റ്റാൾ, 1985.

ജോർജ് എം എ : സഖാവ് ഇ എം എസ്, എറണാകുളം, 1961.

ജോസ് കരിമ്പന : രക്തസാക്ഷികളുടെ നാട്, എൻ ബി എസ്, 2010.

ജോസഫൈൻ എം സി : പോരാട്ടങ്ങളിലെ പെൺപെരുമകൾ, ചിന്ത, 2007.

തിരുമുമ്പ് ടി സുബ്രഹ്മണ്യൻ : സ്മരണകൾ, കവിതകൾ, തൃശ്ശൂർ, 1989.

തോമസ് ഐസക് ടി എം : ആലപ്പുഴയുടെ സമരപാത, ചിന്ത, 2016.

———— : കേരളം മണ്ണും മനുഷ്യനും കേരളശാസ്ത്രസാഹിത്യ പരിഷത്ത്, 1987.

———— : ഈഴവ സാമൂഹ്യപരിഷ്ക്കരണ പ്രസ്ഥാ

		നത്തിലെ വർഗീയതയും വിപ്ലവാത്മകതയും, ചിന്തവാരിക പുസ്തകം 19 ആഗസ്റ്റ്-സെപ്തംബർ, 1982.
ദാമോദരൻ കെ	:	ഇന്ത്യൻ കമ്മ്യൂണിസ്റ്റിന്റെ ഓർമ്മകൾ തിരുവനന്തപുരം, 1964.
നമ്പൂതിരിപ്പാട് ഇ എം എസ്	:	കേരളം മലയാളികളുടെ മാതൃഭൂമി, 1948.
———————	:	ആത്മകഥ ചിന്ത, 1969.
———————	:	കേരളചരിത്രവും സംസ്കാരവും ഒരു മാർക്സിസ്റ്റ് വീക്ഷണം, ചിന്ത, 1981.
———————	:	കമ്മ്യൂണിസ്റ്റ് പാർട്ടി കേരളത്തിൽ (3 വോള്യങ്ങൾ) ചിന്ത, 1984–87.
———————	:	കേരളത്തിലെ കമ്മ്യൂണിസ്റ്റ് പ്രസ്ഥാനം. ഉത്ഭവവും വളർച്ചയും, ചിന്ത, 1995.
നമ്പൂതിരി ഐസിപി	:	വിപ്ലവത്തിന്റെ ഉൾത്തുടിപ്പുകൾ ഡി സി ബുക്സ്, 2002.
നമ്പൂതിരി പി എസ്	:	ഞാനും എന്റെ വഴികളും തൃശ്ശൂർ.
നായർ എം എസ്	:	വാഗ്ഭടാനന്ദ ഗുരുവും സാംസ്കാരിക നവോത്ഥാനവും, കേരളസർക്കാർ, 1998.
നായർ ജി ഡി	:	കേരളത്തിലെ തൊഴിലാളി പ്രസ്ഥാനത്തിന്റെ ചരിത്രം ചിന്ത, 2014.
നാരായണൻ നായർ പി	:	അരനൂറ്റാണ്ടിലൂടെ എൻ ബി എസ്, 1973.
നായനാർ ഇ കെ	:	സമരത്തീച്ചൂളയിൽ, ഡി സി ബുക്സ്, 1995.
പവനൻ	:	ബ്രഹ്മനന്ദസ്വാമി ശിവയോഗി, തിരുവനന്തപുരം, 1996.
പാലക്കീഴ് നാരായണൻ(എഡി)	:	തിരുവനന്തപുരം, 1997, കനൽപ്പാടുകൾ മലപ്പുറം, 2005.
പിള്ള എ കെ	:	കോൺഗ്രസും കേരളവും, കോഴിക്കോട്, 1935.
പൊതുവാൾ എ കെ	:	കേരളത്തിലെ കർഷകസമരങ്ങൾ, പ്രഭാത്, 2010.
പ്രകാശം ആർ	:	കേരളത്തിലെ ട്രേഡ് യൂണിയൻ പ്രസ്ഥാനത്തിന്റെ ചരിത്രം, പ്രഭാത്, 1979.
പ്രകാശ് കാരാട്ട്	:	മലബാറിലെ കാർഷികബന്ധങ്ങളും കർഷകപ്രസ്ഥാനവും വിവ:പി എസ് രവീന്ദ്രൻ ചിന്ത, 2005.
ബാലറാം എൻ ഇ	:	കേരളത്തിലെ കമ്മ്യൂണിസ്റ്റ് പ്രസ്ഥാനം ആദ്യ നാളുകളിലൂടെ, പ്രഭാത്, 1973.
———————	:	ഇന്ത്യൻ കമ്മ്യൂണിസ്റ്റ് പാർട്ടി:ലഘു

ചരിത്രം (1925–85) പ്രഭാത്.

ബാലകൃഷ്ണൻ പി കെ : നാരായണഗുരു, എൻ ബി എസ് 1954, 2000.

———— : ജാതി വ്യവസ്ഥയും കേരളചരിത്രവും എൻ ബി എസ് 1985.

ബാലൻ സി (എഡി) : വടക്കൻ പെരുമ, കാസർഗോഡ് 2011.

ബാലൻ സി (എഡി) : കാസർഗോഡ് ജില്ലാചരിത്രം, കാസർഗോഡ്, 2002.

മുരളി, ചന്തവിള : സഖാവ് പി കൃഷ്ണപിള്ള, ചിന്ത, 2009.

മുണ്ടശ്ശേരി, ജോസഫ് : കൊഴിഞ്ഞ ഇലകൾ, കറന്റ്, തൃശ്ശൂർ, 2013.

മാധവൻ കെ : ഗാന്ധിയൻ കമ്മ്യൂണിസ്റ്റിന്റെ ഓർമ്മകൾ പ്രഭാത്, 2015.

ബാലൻ സി (തുടങ്ങിയവർ) : കാസർഗോഡ് ജില്ലാചരിത്രം, കാസർഗോഡ്, 2007.

———— : വടക്കൻ പെരുമ, കാസർഗോഡ്, 2010.

ഭട്ടതിരിപ്പാട് വി ടി : കർമ്മവിപാകം, തൃശ്ശൂർ, 1998.

ഭാസ്കരപിള്ള കെ : സ്വദേശാഭിമാനി, തിരുവനന്തപുരം, 1980.

ഭാസ്ക്കരൻ സി : കേരളത്തിലെ കമ്മ്യൂണിസ്റ്റ് പ്രസ്ഥാനം ആദ്യപഥികർ ചിന്ത, 2010.

———— : ട്രേഡ് യൂണിയൻ രംഗത്തെ ആദ്യപഥികർ, ചിന്ത, 2004.

രാഘവവാര്യർ,
രാജൻഗുരുക്കൾ : കേരളചരിത്രം (വോല്യങ്ങൾ ശുകപുരം, 1992, 2012.

രാജൻ ഇ : കെ കെ വാര്യർ ജീവചരിത്രം തൃശ്ശൂർ.

———— : സി പി ഐ തൃശ്ശൂർ ജില്ലാ ചരിത്രം തൃശ്ശൂർ, 2016.

———— : ഗുരുവായൂർ സത്യാഗ്രഹം, തൃശ്ശൂർ 2014.

രാജരാജവർമ്മ പി ആർ : ചുവന്ന സ്മൃതികളിലൂടെ, തിരുവനന്തപുരം, 2012.

രാജഗോപാലൻ കവിയൂർ : മൊയാരത്ത് ശങ്കരൻ, ചിന്ത, 2012.

രാമകൃഷ്ണപിള്ള കെ : കാൾമാക്സ് (പുനഃപ്രകാശനം) 1989.

രാമകൃഷ്ണൻ ടി പി (എഡി) : കമ്മ്യൂണിസ്റ്റ് പാർട്ടിയുടെ ചരിത്രം കോഴിക്കോട് ജില്ല
ഒന്നാം സഞ്ചിക 2011, രണ്ടാം സഞ്ചിക 2015.

ലിയോ പോൾഡ് വിതയത്തിൽ : മണികിണി നോക്കാത്ത ജീവിതം, തൃശ്ശൂർ.

വിഷ്ണു ഭാരതീയൻ : അടിമകളെങ്ങനെ ഉടമകളായി, തിരുവനന്തപുരം, 1980.

ശങ്കരൻ, മൊയാരത്ത് : ആത്മകഥ, കോഴിക്കോട്, 2013.

ശേഖർ എൻ സി : അഗ്നിവീഥികൾ, പ്രഭാത്, 2010.

ശ്രീധരമേനോൻ എ : കേരളചരിത്രം, നാഷണൽ ബുക്സ്റ്റാൾ, 1968.

സുബ്രഹ്മണ്യൻ കെ എച്ച് : വടക്കേമലബാറിലെ കർഷകസമരങ്ങൾ, കണ്ണൂർ.

സുർജിത്, ഹർകിഷൻസിംഗ്: ഇന്ത്യൻ കമ്മ്യൂണിസ്റ്റ് പ്രസ്ഥാനചരിത്രത്തിന്റെ രൂപരേഖ, ചിന്ത, 2011.

ഷീജ എം പി : സഹോദരൻ അയ്യപ്പൻ:ജീവിതവും കൃതികളും, തിരുവനന്തപുരം, 2010

English

Ahamad, Musaffar : Communist Party of India: years of formation 1921-33 Calcutta, 1959

——————————— : The CPI and its formation a broad Calcutta, 1959

Adhikari G : Documents of Communist Party of India Vol I-III PPH New Delhi, 1984-87

Balakrishnan E : History of Communist Movement in Kerala. Ernakulam, 1998

Balan C (Ed) : Reflections on Malabar, Kanhangad, 2000 Communist Party of India

(Marxist) : A History of Communist Party of India Vol I Delhi, 2007.

Cheriyan P J (Ed) : Perspectives in Kerala History Thiruvananthapuram, 1999.

Dattagupta, Sobhanlal : Comintern and Communist Movement in India, Calcutta, 2004

Degras, Jane (Ed) : Communist International Documents 1919-43 2Vols, Oxford University press, 1960

George K M : Kesari Balakrishna Pillai, New Delhi, 1989

Gurukkal, Rajan : Kerala Temple and the Medieval Agrarian Systems Sukapuram, 1992

Gopalan kutty. K : The Task of transferring the Congress 1934-40 *Studies in History*, 1989.

Jeffrey Robin : Decline of Nair Dominance Delhi, 1979.

———————— : Marxism and the Birth of Communist Party in Kerala 1930-40 *Journal of Asian Studies* XXXVIII, 1978

Kurup, K K N : Agrarian Struggles in Kerala Trivandrum, 1989

Kannan K P : Of Rural Proletarian Struggles, Oxford University Press, 1984

Logan, William : Malabar Vol I Madras, 1951

Menon, Dilip : Caste, Nationalism and communism in South India, Cambridge, 1994

Menon, P K K : History of Freedom Movement in Kerala Vol I and II Thiruvananthapuram, 1968, 1972

Nagam Aiya : Travancore State Manual (3 Vols) Thiruvananthapuram, 1906

Nampoodirippad EMS : Kerala Yesterday, Today, Tomorrow Calcutta, 1966

———————— : National Question in Kerala, 1952

Nossiter TJ : Communism in Kerala Oxford University Press, 1982

Panikkar KN : National and Left Movements in India, Delhi, 1980

———————— : Peasant Protests and Revolts in Malabar, New Delhi, 1990

———————— : Against Lord and State, New Delhi, 1992.

———————— : Religion and Peasant Uprisings in Malabar Economic Political Weekly No. 21, 27 May 1978

Raghaviah, Jayaprakash : Basel Mission Industries in Malabar and South Lancer 1834-1914, New Delhi, 1990

Roy, Subodh : Communism in India: Unpublished Documents 19 25-34 Calcutta, 1974
———————— : -Do- 1934-45 Calcutta, 1976
Radhakrishnan P : Land Reforms, Political Struggle and Social change, Delhi, 1982
Wood,Conrad : Moplah Rebellion and its Exegesis Delhi, 1989

സ്മരണികകൾ

തിരുവിതാംകൂർ കയർ ഫാക്ടറിവർക്കേഴ്സ് യൂണിയൻ, കനകജൂബിലി സുവനീർ, 1972

പുന്നപ്രവയലാർ സിൽവർ ജൂബിലി സുവനീർ, 1971

മുഹമ്മ കയർ ഫാക്ടറി വർക്കേഴ്സ് യൂണിയൻ, കനകജൂബിലി സുവനീർ, 1988

ചേർത്തല ചെത്തു തൊഴിലാളി യൂണിയൻ സുവനീർ 1960

ഏനമ്മാവ്–പെരിങ്ങോട്ടുകര ചെത്തുതൊഴിലാളി യൂണിയൻ രജതജൂബിലി സുവനീർ, 1968

അന്തിക്കാട് ചെത്തുതൊഴിലാളി യൂണിയൻ കനകജൂബിലി സുവനീർ

അടിവേരുകൾ തേടി–സ്മരണിക സി പി ഐ(എം) ശ്രീകൃഷ്ണപുരം

ഇ എം എസ് സ്മരണിക 2017

രണചരിതം: സ്മരണിക: സി പി ഐ(എം) സംസ്ഥാനസമ്മേളനം, 2012

സഖാവ് കൃഷ്ണപിള്ള സ്മാരകഗ്രന്ഥം, ദേശാഭിമാനി, P955

സഖാവ് കൃഷ്ണപിള്ള സ്മരണിക, ചളവറ, 1994

www.ingramcontent.com/pod-product-compliance
Lightning Source LLC
LaVergne TN
LVHW040603051026
849519LV00004B/1433